பவானந்தர்
தமிழ்ச் சொல்லகராதி

திவான்பகதூர் ச. பவானந்தம்பிள்ளை அவர்கள்
ஐ.எஸ்.ஓ., எப்.ஆர்.எச்.எஸ். (லண்டன்), எம்.ஆர்.ஏ.எஸ். (லண்டன்).
முன்னாள் சென்னை நகர் ஷெரீப்.

சென்னை, சர்வகலாசங்கத்தின் தமிழ்க்கல்விச்சபை அக்கிராசனாதிபதி;
பேராசிரியர், நச்சினார்க்கினியர் முதலியோர் உரையுடன் கூடிய
தொல்காப்பியம், நக்கீரனார் உரையுடன் கூடிய இறையனா
ரகப்பொருள், அமிர்தசாகரனார் இயற்றியதும் விருத்தி
யுரையுடன் கூடியதுமாகிய யாப்பருங்கலம்,
விளக்க உரை முதலியவற்றுடன் கூடிய
பேரகத்தியத்திரட்டு முதலிய
நூல்களின் பதிப்பாசிரியர்;
'பவானந்தர்' கழக
ஸ்தாபகர் பதிப்பித்தது.

NC BH

நியூ செஞ்சுரி புக் ஹவுஸ் (பி) லிட்.,
41-B, சிட்கோ இண்டஸ்டிரியல் எஸ்டேட்,
அம்பத்தூர், சென்னை- 600 050.
☎: 044 - 26251968, 26258410, 48601884

BAVANANDAR TAMIL DICTIONARY

BY

DIWAN BAHADUR S. BAVANANDAM PILLAI, I.S.O.,

F.R.H.S (LOND.), M.R.A.S. (LOND.)
Former SHERIFF OF MADRAS,
CHAIRMAN, BOARD OF STUDIES IN TAMIL.,
UNIVERSITY OF MADRAS,
FOUNDER OF 'BAVANANDAM ACADEMY'

AND

AUTHOR AND EDITOR OF SEVERAL TAMIL CLASSICS.

WITH MANY USEFUL APPENDICES
CONVENIENT FOR READY REFERENCE

NEW CENTURY BOOK HOUSE (P) LTD.,
41-B, SIDCO Industrial Estate,
Ambattur, Chennai - 600 050.
☎: 044 - 26251968, 26258410, 26241288

Language : Tamil
Bavanandar Tamil Dictionary
Author: **Diwan Bahadur S. Bavanandam Pillai**
First Edition: 1925
NCBH First Edition: December, 2003
Eighth Edition : December, 2019
Ninth Edition : September, 2022
Copyright: Publisher
No. of pages: XL + 476 = 516

Publisher:
New Century Book House Pvt. Ltd.,
41-B, SIDCO Industrial Estate,
Ambattur, Chennai - 600 050.
Tamilnadu State, India.
Email : info@ncbh.in
Online : www.ncbhpublisher.com

ISBN: 978 - 81 - 234 0 - 823 - 1
Code No. A 1236

₹ 295/-

Branches

Ambattur (H.O.) 044 - 26359906, **Spenzer Plaza (Chennai)** 044-28490027
Trichy 0431-2700885 **Pudukkottai** 04322- 227773 **Thanjavur** 04362-231371
Tirunelveli 0462-4210990, 2323990, **Madurai** 0452-2344106, 4374106
Dindigul 0451-2432172 **Coimbatore** 0422-2380554 **Erode** 0424-2256667
Salem 0427-2450817 **Hosur** 04344-245726 **Krishnagiri** 04343-234387
Ooty 0423-2441743 **Vellore** 0416-2234495 **Villupuram** 04146-227800
Pondicherry 0413-2280101 **Nagercoil** 04652-234990

பவானந்தர் தமிழ்ச் சொல்லகராதி
ஆசிரியர்: **திவான் பகதூர் ச.பவானந்தம் பிள்ளை**
முதல் பதிப்பு: 1925
என்.சி.பி.எச். முதல் பதிப்பு: டிசம்பர், 2003
எட்டாம் பதிப்பு: டிசம்பர், 2019
ஒன்பதாம் பதிப்பு: செப்டம்பர், 2022

அச்சிட்டோர்: **பாவை பிரிண்டர்ஸ் (பி) லிட்.,**
16 (142), ஜானி ஜான் கான் சாலை, இராயப்பேட்டை, சென்னை - 14
☎: 044-28482441

All rights reserved. No part of this book may be reprinted or reproduced or utilised in any form or by any electronic, mechanical, or other means, now known or hereafter invented, including photocopying and recording, or in any information storage or retrieval system, without permission in writing from the publishers.

அணிந்துரை

ஆர். பார்த்தசாரதி
M.A., B.A. (Hons)
L.L.B., C.A.I.I.B

1925ஆம் ஆண்டு மாக்மில்லன் அண்டு கம்பெனி வெளியிட்ட அகராதி இது. இவ்வகராதி அக்காலத்தில் பெரிதும் உவந்து வரவேற்கப்பட்டது.

1911ஆம் ஆண்டு டில்லி மாநகரில் நடைபெற்ற ஐந்தாம் ஜார்ஜ் மன்னருடைய முடிசூட்டு விழாவையொட்டி நா. கதிரைவேற் பிள்ளையவர்களின் தமிழ் அகராதி வெளியிடப்பட்டது. காரனேஷன் டிக்ஷனரி என்னும் பெயரில் இவ்வகராதி வெளியாயிற்று. ஏறத்தாழ இதே காலப்பகுதியில் இராமநாதன் அகராதியும் வெளியாயிற்று. தென்னக ஆய்வுக் கழகம் சார்பில் இதன் மறுபதிப்பு வெளியிடப்பட்டது.

பவானந்தம் பிள்ளையவர்களால் பதிப்பிக்கப் பெற்றுள்ள தற்காலத் தமிழ்ச் சொல்லகராதியில் மேற்கூறிய இவ்விரு அகராதிகளிலிருந்தும் சொற்கள் தேர்ந்தெடுக்கப் பட்டுள்ளன. அமைப்பு முறையும் சொற்பொருளும் அவற்றைப் பின்பற்றியுள்ளன. தமிழ்மொழி "வியாசம்" எழுதுவதற்கு மட்டுமே தகுதிபெற்ற மொழி என்று கருப்பெற்ற காலம் ஒன்றிருந்தது. அக்காலத் தமிழ் மாணவர்களுக்கு இச்சிறிய அகராதி மிகவும் பயனுள்ளதாக இருந்தது.

அறிஞர் பவானந்தம் பிள்ளை சென்ற நூற்றாண்டின் முற்பகுதியில் தமிழ் நூற்பதிப்புப் பணியில் ஈடுபட்டவர். தொல்காப்பியம் – பொருளதிகாரம், பேராசிரியர் உரை, வீரசோழியம், புத்தமித்திரனார் உரை, இறையனார் களவியலுரை, நன்னூல், யாப்பருங்கலம் உரை, பேரகத்தியம் என்னும் இலக்கண நூல்களைப் பதிப்பிக்கக் காரணமானவர்.

சி.வை. தாமோதரம் பிள்ளை இணைவைத்துப் பாராட்டத் தக்கவர். டாக்டர் உ. வே. சாமிநாதய்யர் ஊர்தோறும் திரிந்து ஓலைச் சுவடிகளைச் சேகரித்து இலக்கியங்களைப் பதிப்பித்து வந்த பின்னணியில், இவருடைய இலக்கண நூல் பதிப்புப் பணி பாராட்டத்தக்க வகையில் அமைந்தது. ஆங்கிலேயர் ஆட்சிக்காலத்தில் அன்றைய சென்னை மாநகரில் மிக உயர்ந்த பதவிகளை வகித்தவர். காவல்துறையில் மிக உயர்ந்த அதிகாரி. திவான் பகதூர் பட்டம் பெற்றவர். சிறந்த தமிழறிஞர். நாடு பாராட்டும் ஆய்வாளர். திரு. வி. கல்யாணசுந்தரனாரின் கெழுதகைய நண்பர். இத்தகைய நல்லறிஞர் தொகுத்த அகராதி பல ஆண்டுகள் கழித்து வெளிவருகிறது. அவர் இந்நூலுக்கு வழங்கிய ஆங்கில, தமிழ் முன்னுரைகள் ஆழமானவை. அக்காலத்தில் அதாவது இருபதாம் நூற்றாண்டின் தொடக்கக் காலத்தில் தமிழ் – நாடு மொழி இலக்கிய ஆய்வுக்கு வழிகாட்டியவை அடித்தளம் நாட்டியவை இவையே எனலாம்.

பிற மொழிகளில் உள்ள அகராதிகள், குறிப்பாக ஆங்கில மொழியில் வெளிவரும் ஆக்ஸ்போர்டு, வெப்ஸ்டர் (Webster) அகராதி போன்றவைகளில் அவ்வப்பொழுது, குறைந்தது ஐந்தாண்டுகளுக்கு ஒருமுறையேனும் புதிதாக வழக்கில் இடம்பெறும் சொற்களைச் சேர்க்கும் நடைமுறை உள்ளது. மூல நூலாசிரியரின் சீரிய பணிக்கு ஊறு நேராதவாறு, சிதைவு உண்டாகாமல், ஆசிரியர் குழு இப்பணியைத் திறம்படச் சிறப்பாகச் செய்து முடிக்கின்றது. இத்தகைய முறை தமிழ் மொழியில் இதுநாள் வரை இல்லை. தமிழறிஞர்கள் கூட்டாக அமர்ந்து, விவாதித்துத் திறனாய்வு செய்து, அகராதிகளைத் திருத்தி வெளியிடும் பொறுப்பைத் தமிழ் – நல்லுலகம் எதிர்பார்க்கிறது.

"தற்காலத் தமிழ்ச் சொல்லகராதி"யில் பழந்தமிழ்ச் சொற்கள், வழக்கிலிருந்த சொற்கள் பல இடம்பெற்றுள்ளன. அவை பழந்தமிழ் இலக்கியங்களைக் கற்க விழைவோர்க்குப் பேருதவியாக இருக்கும். பவானந்தரின் காலத்திற்குப் பின்,

குறிப்பாக இக்காலத் தமிழில் புதிய சொற்கள் பல சேர்ந்துள்ளன. ஆராய்ந்து அச்சொற்களை முறையாகத் தொகுக்க வேண்டும். தொகுத்தபின் அச்சொற்களுக்கான பொருள் வரையறை காண வேண்டும். அதன் பின் அகர வரிசைக்கேற்ப அச்சொற்களை ஆங்காங்கு இணைக்க வேண்டும். இன்றைய சூழ்நிலையில் இம்முயற்சியைத் தனி ஒருவர் மேற்கொண்டு நிறைவேற்ற இயலாது. மேற்கூறியவாறு ஓர் அறிஞர் குழுவினால் மட்டுமே இத்தகைய பணியை நிறைவேற்ற இயலும். சென்னைப் பல்கலைக்கழகம் காலத்தின் தேவை கருதித் திருத்தமின்றித் தமிழ் லெக்சிகன் மறுபதிப்பு வெளியிட்டதுபோல, இக்கையடக்கத் தமிழ் அகராதியைக் காலத்தின் தேவை கருதித் திருத்தமின்றி மறுபதிப்பாக என். சி. பி. எச். வெளியிடுகின்றது.

பவானந்தர் தமிழ்ச்சொல்லகராதி வெளியிடுவதற்கான முயற்சியை மேற்கொண்ட தமிழ்ப் பேராசிரியர் **செ. போத்திரெட்டி** அவர்கள் பாராட்டுதற்கு உரியவர். மேற்சொன்ன பணியை ஏற்று அறிஞர் குழுவை உருவாக்கிச் செய்து முடிக்கத்தக்க ஆற்றலுள்ளவர். ஆனால் முடிக்கச் சில ஆண்டுகள் ஆகும். இப்பணிக்கு ஏற்கனவே பவானந்தர் தொகுத்தளித்துள்ள அனுபந்தங்களே ஓரளவு வழிகாட்டியாகவும் துணையாகவும் அமையும்.

தமிழில் பல்வேறு தலைப்புகளில் நூல் வெளியிட்டுப் பணி செய்யும் என். சி. பி. எச். இந்த அகராதியை வெளியிட முன் வந்துள்ளது. தமிழ் உலகுக்கு இது மிகவும் பயன்படும் என்று கருதுகிறேன்.

இவண்,

ஆர். பார்த்தசாரதி

9 (33) மூன்றாவது
முதனமைச சாலை,
ஸ்ரீ அய்யப்ப நகர்,
சென்னை 111.
15-8-2003.

PREFACE

In his learned 'Dravidian Comparative Grammar' the Rev. Dr. Caldwell writes that ' The Tamil language is undoubtedly the oldest, richest, and most highly organized of the Dravidian languages'.

The Rev. Dr. Winslow observes that 'In the sixth or seventh century before Christ, at the head of a colony of holy ascetics, we find the celebrated Agasthya called the Father of Tamil. He is said to have learned it from Skanda, the second son of Siva. We are not to suppose that he formed the Tamil alphabet. The words எழுத்து, letter, and சுவடி, book, are original Tamil; and shew that such existed before there were any innovations from Sanskrit, which Agasthya himself commenced. He formed the first Tamil grammar. It contained 12,000 sutras. All is now lost except some fragments preserved by Tholkappyan in a grammar which bears his own name. Agasthya wrote voluminously both in Tamil and Sanskrit.'

In another place he writes 'It is said that the language of the mountaineers of Raja Mahal abounds in terms identified with Tamil and Telugu. What is more singular, the names by which the ivory, apes, peacocks, conveyed by Solomon's ships of Tarshish were known, are the same with those still used in Tamil; seeming to imply that the traders visited Ceylon or India, and obtained with these novelties their Tamil names Danta, Kapi, and Togai as found in the Hebrew Bible.'

'The Tamil is not a vulgar dialect. Before the principal basis of the English had a written character, it was a highly polished language. Its name signifies sweetness, and it is not without its claim to euphonic charms and "linked sweetness".

'Unlike several of the vernaculars of India, it is not , as some have supposed a daughter of the sanskrit. Its alphabet differs not only in character but in sound and is more limited. Its grammar, though conformed to the Sanskrit, as far as the genius of the language would allow, is still very different. It has no article, no relative pronoun, no dual number, no optative mood. It differs in its numerals, in many nouns, verbs, and adverbs and in technical terms in grammar. In the declension of its nouns, the conjugation of its verbs and the arrangement of its sentences, it more resembles the Latin.'

While nearly all the vernaculars of India have been greatly enriched from the Sanskrit, that wonderful language has condescended to borrow even from the Dravidian group, of which the Tamil is the oldest, and the principal. Dr. Caldwell in his learned 'Dravidian Comparative Grammar' instances 31 words in Sanskrit taken from Dravidian tongues, and 25 borrowed by both from some common source. He is of opinion that the Sanskrit derived its cerebral consonants from the Dravidian.

It is evident that there was an early literature in Tamil independent of Sanskrit; and now, within certain ranges of thought, omitting terms of art, science, religion, in a great measure, and cetain abstract forms, we may write in pure Tamil, as in English we may in pure Saxon. In fact the nearer we approach the Sen-Tamil the less we need Sanskrit. Dr. Caldwell has well said, 'The Tamil the most cultivated, *ab-intra*, of all the Dravidian idioms, can dispense with the Sanskrit altogether, if need be, and not only stand alone, but flourish, without its aid'. It is certain that Tamil could do without Sanskrit much better than English without Latin. In many respects, it would have been well, If the aboriginal tribes at the south had been left with out Aryan civilization. Undoubtedly the Brahmins improved their dialects, and taught them much of useful art and science; but by bringing them under the influence of the Puranic system of idolatry, they shackled their intellects, perverted their moral sense, and bound them fast to error by the chains of caste. The reason why Tamil is more independent of Sanskrit than the Northern languages, and even than the other Dravidian tongues, is that it has not been left, like those, principally to the cultivation of the Brahmans. The *'Kural'* of Tiruvalluvar, or sacred Pariah priest, written perhaps in the ninth century A.D., and containing 1,330 distichs, is regarded as one of the finest productions in the Tamil languages ; but its author was a Pariah. A reputed sister of his, called Auveiyar, or Matron, wrote brief epigrammatic moral verses, of much merit, now used in all the Native Schools. The *Chintamani* 'a brilliant romantic epic' of 15,000 lines, was written, probably in the tenth century, A.D. by a Jaina; and the *Nannul*, a High Tamil Grammar of great value, a little later, also by a Jaina. The imitation, not translation, of the Ramayana, was composed about the eleventh century A.D., by Kamban the son of a king and not of the priestly tribe. His production, consisting of 12,016 stanzas, in six books, is considered by learned Tamilians as superior to the original.

The Tamil has certainly been greatly enriched from the Sanskrit, and has borrowed from it some letters, rather, however, as a convenience than necessity. There is no reason for rejecting this aid, within proper bounds. By it, the language has become copious, as before. It was precise, philosophical, and energetic. A native author of repute, well versed in English, as well as his own vernacular, has said, adopting the words of Mr. Taylor before mentioned, '*It is one of the most copious, refined, and polished languages spoken by man.*' * This Author has added, what may admit of doubt, 'few nations on earth can perhaps boast of so many poets as the Tamils.' As, however, all their earlier literature was in poetry, even Dictionaries and Grammars, and works on Medicine, Law, Architecture and Theology, the number of poets, so called must have been great. The Chola, Chera and the Pandyan kings of Southern India, especially the latter, from the sixth century before Christ, to the fourteenth century after, were liberal patronizers of the Poets. A college of literati, called the Madura *Sangam*, was long in existence. The sunshine of royal favour brought many poets into light, if not into life. Their works were mostly destroyed by the Mohammedans in the early part of the fourteenth century. It is not perhaps extravagant to say, that in its poetic form, the Tamil is more polished and exact than the Greek, and in both dialects, with its borrowed treasures, more copious than the Latin. In its fulness and power it more resembles English and German than any other living language.

---

* Tamil Plutarch by Mr. Simon Casie Chitty, Preface.

The Rev. Dr. G. U. Pope writes that 'But, although the very ancient copious and refined Tamil language is inferior to none, it is regarded by most people as the (probably barbarous) vernacular of a people living somewhere in a remote district of Great Britian's imperial possessions. Neither does our Indian Government nor do our universities fully recognize the value of Tamil literature; and so those who spend their lives in the study of the great South Indian classics must resemble men seeking for pearls under water'.

Note:- 'Dr. Pope loved Tamil literature with all his heart and wanted to be inscribed on his tombstone as a student of Tamil. He spoke of the *Kural* as unparalled in literature of any country or nation.'

But the language used in *writing*, says a popular journalist is often very different from that adopted in speaking that language. Even in the written language, large variations occur according to the learning of the writer. Thus the written language known as "Sentamil" is highly literary and often ordinary people cannot read and understand the meaning of it easily. Only pure Tamil words in proper form are *ordinarily* used, and the rules of "Sandhi" and grammar are strictly followed.

In another class of Tamil writing, mostly by "English Educated" men, there is a free admixture of English, Sanskrit, and other foreign and colloquial words. The rules of "Sandhi" are not strictly observed, but the rules of grammar are not violated.

There is a third class of writing by the ordinary village folk in which there is no spelling, no grammar, and the language used approximates to the spoken form which varies somewhat from district to district and according to the caste, education and social position of the writer.'

In preparing Ravanandar *Tamil Dictionary* the following observations of an educationist were steadily kept in view regarding the Tamil vocabulary, alphabetic reforms, the dialects and the standard speech:-

VOCABULARY

We have to consider those phases of our language that call for speedy reform; and the first of these that demands our foremost attention is *the vocabulary of our language*. Though it is now difficult to decide what the character of the vocabulary of primitive Tamil was in those prehistoric times when the light of Sanskritic civilization had not reached it, we have reasons to think that it indicated a life which, though not highly civilized, was surely far from being savage. Later on, when the whole of Southern India was swept over by a wave of Sanskritic civilization, which had begun to enliven every nook and corner of the land, the Tamil language very wisely and discreetly bent its head to the overwhelming force of the new influence and allowed itself to be strengthened and vivified and improved by it. But long after, when our country was invaded and occupied by the Mussalmans from the North and the land was flooded by a flux of new words relating to the judicial and revenue administration of the country which these conquerors had the privilege to overhaul and manage, We find that the portals of our literary language were firmly closed against these alien words, and admittance was stoutly refused. The spoken language on the other hand, finding that its lot was cast with the foreigners, and that it could not live a life of easy comfort and peace without the help of these aliens, began to admit them freely into its fold. Now for the first time began that difference between the spoken and the written language of our country - a difference which has to-day widened into a gulf of almost impassable breadth. Again, when after many centuries the Mussalman rule has been replaced by the British Raj, and with it have come a new mode of life, a new phase of civilization, and an improved system of personal freedom and national prosperity, we find the same state of affairs: the literary language is, as obstinately as ever, refusing admission to foreign words, and the spoken dialect is freely adapting itself to the new environment.

The question now is: How are we to make up the difference between the spoken and the written language? Or, in other words, how are we to enrich and improve the vocabulary of the literary language? There are only two courses open : one is to make the language weave outof its own bowels new compounds that would convey the new ideas now claiming expressions in our language, and the other is to import unhesitatingly the ready-made words from other languages. That the first is within the capacity of our language is amply illustrated by such words as இடையூறு, மெய்ப்பை (=சட்டை), அடிபுதையரணம் (=செருப்பு) all of which are found in Pattupattu (பத்துப்பாட்டு), and as கற்பலகை, எழுதுகோல், நாற்காலி, மண்ணெண்ணெய், மின்சாரம் which have now become current in the language. But many of the ideas now claiming expression in our language are so novel in character that they cannot be *adequately* and *intelligibily* expressed by new expressions coined within the mint of our language. Further, the spoken dialects, we find, have not been at any pains to coin new-words to express these new ideas, but have freely borrowed the foreign words. This behaviour of the spoken dialects is a clear indication of the attitude of our language in respect of borrowing foreign words. And now our duty is to recognize this attitude of the language and to adopt the method of the spoken dialects; that is to say, we have to admit freely these foreign words into the literary language. But we have to take care that in the rush for admission we do not allow into the language any and every word, but give the full rights of citizenship only to those words that have been long with us and that have established their claim for citizenship by their inevitabe necessity and indispensable usefulness in the republic of Tamil letters. Today about two hundred Urdu words and half as many English words await admission into the Tamil language. A careful analysis of a few of these given below will show clearly that all of them are highly indispensable to us, and it is not possible to carry on any decent conversation or transact and daily business without them. Of words relating (1) to Law, we have :-*cutcherry, vakeel, jamin, asal*, etc., from Urdu sources : and *judge, magistrate: appeal*, etc., from English : (2) relating to Revenue :- *tahsil, munsif, sirkar*, etc., from Urdu : and *collector, clerk*, etc., from English : (3) relating to *arts and civilization* :- *rail, ticket, station, motor*, etc., from English.

ALPHABETIC REFORMS

In this connection, it may be asked :- Does not the introduction of foreign words into our language mean also the introduction of foreign sounds, and consequently the introduction of new symbols into the alphabet? For example, if *'fiddle'* or *'funnel'* is to be borrowed from English, we should borrow also the ;f' sound, and also there is no symbol for it in the alphabet, a new one will have to be introduced. This opinion, we presume, is based on an utter ignorance of the phonological methods adopted by languages as regards laon-words. Words, when introduced from one language into another, undergo a peculiar modification quite in accordance with the phonological principles of the language by which they are borrowed. They are reshaped and remodelled by the people who adopt them, and are so entirely assimilated to their language that they are finally indistinguishable from natives. But if the borrowing be of a pedantic kind, and introduced by the scholar, the word continues to live in the language only as an outcast within inverted commas ; and even that occurs only in the written language. If it is to become a permanent member of the language, it has, of necessity, to undergo the phonological modification described above ; and unless and until it has been subjected to this phonological metamorphosis it can never hope to find a permanent footing within the fold of the language into which it is newly introduced. Take, for example, the word *'fiddle'* and *'funnel'* given above. We who are educated many pronounce the 'f' in these words, but the people-the common folk-who have borrowed them say only *'piddle'* and *'punal'*. We may, if we want, introduce a symbol for 'f' in our alphabet, but be sure we can never compel the people to pronounce the f'correctly. Look at the words that English has borrowed from our language, and examine if they are pronounced by the English as we ourselves pronounce them: 'அரிசி' is in English rice; 'தஞ்சாவூர்' is Tanjore 'சோழமண்டலம்' is 'Coromandal;. Why should the English thus contract and distort our words? Have they no letters in their alphabet to represent these sounds? Consider again, the words we have borrowed from Sanskrit. We may perhaps think that these might be exempt from the operation of this phonological law, because Sanskrit words have for us such holy associations and conjure up in us such fascinating religious and moral pictures that we should consider it a sacrilege to multilate them and adopt in any altered form. But what we actually find is that even these words have had to pass through the process of phonological

changes: Sanskrit 'கிர்ஷ்ணன்'is in Tamil 'கண்ணன்' 'அமிர்தம்'is 'அமுது' 'கோகிலம்' is 'குயில்'. Hence any reform which does not take into consideration this primary principle of phonology concerning loan-words is doomed to fail, or at least is fated to make the language artificial and lifeless. We should, therefore, take the loanwords as we find them used by the people, as they are modified in the current of our language wherein their pricking points are worn off, their angularities removed, and their surface is polished.

THE DIALECTS

We wish to answer the question that is constantly put to us by some of the men who have a special partiality for dialectal forms of a language. They ask:-Why should we take so much trouble over a literary dialect and try to bring it down from its classic heights to the popular level? Why should we not take a spoken dialect and raise it to the dignity of the Standard Speech? The answer is very easy. The Standard Language is in every country the language of the respectable portion of the community, of the Court, of the Nobility, of the Parliament and of the University. But in a country like India where the vernaculars are not the language of the rulers, are not the medium of instruction in colleges, and are not used by influential and fashionable men while lecturing from platforms, or when writing to a newspaper, it is the literary dialect-the dialect of the poets and of the best prose writers that becomes naturally the Standard Language. Again in the circumstances described above the vernaculars are found spoken only in provincial dialectal forms and none of them command the respect that is generally conceded to the literary speech. Thirdly, each dialect has peculiarities of its own which are not found in others; and a Standard Speech, it should be noted, is not a regional dialect but is one of general currency, and hence should possess only those features that are common to all the dialects. Fourthly, the spoken dialects are subject to changes more than the literary speech; and a Standard Language that is based on a spoken dialect is likely to change too soon and be defeated in the very purpose of its existance. For, a Standard Language, though it is also liable to change, is yet more conservative than merely spoken dialects, and does not adopt a change till it is proved to be essential to its welfare by the common experience of all the dialects. Hence, for the reasons given above and in the peculiar circumstances in which our vernaculars are situated, it is not possible to elevate spoken dialects to the dignity of a Standard Language.

THE STANDARD SPEECH

The only course open to us, therefore, is to vitalize the literary form with the essence of life drawn from living usage, so that the new graft may combine in itself the dignity and correctness of the literary speech and the power, vitality and simplicity of the spoken dialects. In short, our work is to create a 'middle style' - 'something between the grave stately diction of formal writing and the free and easy speech of every day, a style suited, therefore, for addressing a wide circle of readers on a wide variety of subjects, unpretentious, admirably clear, dignified but never stilted.'

The following resolutions adopted by the Syndicate of the University of Madras* were also given effect to as far as possible in the appendices to this Dictionary:-

Resolved-

1. (a) That the borrowing of foreign words be allowed in Tamil-

    Firstly, in respect of the names of such things and objects as foreign commerce and intercourse have brought to the knowledge of the Tamil people;

    Secondly, in respect of such political institutions and offices and officers as are non-Indian in origin and are due ot the influence of an extraneous civilization;

---

* Vide report of the 'Tamil Composition Committee' appointed by the Syndicate of the University of Madras of which I was a member.

Thirdly, in respect of all such special terms as are connected with religions other than Hinduism;

Fourthly, in respect of all such special terms as are related to modern science and modern thought, which are obviously new to Tamil literature:

(b) And that borrowing from foreign source be discouraged in all cases where already current words exist in the Tamil language to express the intended ideas fairly satisfactorily.

Note.- In this resolution borrowing form Sanskrit is not looked upon as borrowing from a foreign source.

II. (a) That, in the matter of writing such borrowed words as have not been put into the current phonetic mould of the language through the influence of popular usage, the requisite symbols be borrowed from the *Grantha* alphabet, it being provided that conjunct consonants and the syllabic combinations of consonants with vowels are written according to the system adopted in the Tamil alphabet;

(b) And that, in the case of foreign words not already appropriated by Tamil, it be further recommended that, wherever clearness requires accurate transliteration in respect of the alphabetic sounds represented by the English letters 'f' and z' the symbols ப and ஸ, which are very slightly modified forms of the Tamil ப and the *Grantha* ஸ may be used for the purpose.

III. That slang and other similar irregular forms of expression, which are either the result of violations of accepted rules of grammar or are produced by means of contractions or other modifications due to hurry, indifference and ignorance, be declared to be unacceptable in dignified prose composition.'

Principal weights and measures of the world, signs and symbols used in writing and printing, specimen of a corrected proof-sheet, showing the application of the above signs and various other useful informations form a unique feature of this Dictionary which contains more than 30,000 words with their meanings.

Bavanandar *Tamil Dictionary* may be described as a general dictionary of the Tamil Language, literary, scientific, technical and etymological, occupying a position intermediate between a mere school dictionary and a bulky lexicon, and forming a handy work of reference for all classes of readers. While its vocabulary embraces all words likely to be met with by the ordinary inquirer, the different meanings are given with fulness, and care has also been taken to express them with adequate clearness and precision. Extensive and varied appendices have been added by way of supplementing the information contained in the dictionary proper. The new articles naturally comprise a large number of scientific and technical terms, many of them recently introduced, as well as a variety of other words that the spread of education and the multiplication of books and periodicals have brought into more or less common use. The appendices, as has already been stated, add to the attractiveness as well as to the value of the work. Altogether, Bavanandar *Tamil Dictionary* may claim to be second to no work of reference of similar scope.

BAVANANDAM ACADEMY   S.B.P.
NEWTON HOUSE, VEPERY,
   Madras, January, 1925.

முகவுரை

இவ்வுலகின்கண் பற்பல மொழிகள் வழங்கப் பெறுகின்றன. அவற்றுள் சில ஒலிவடிவினை மட்டும் பெற்றிருக்கின்றன. பல ஒலிவடிவோடு வரிவடிவினையும் அடைந்துள்ளன. நம் தமிழ் மொழியோ ஒலிவடிவு, வரிவடிவு இரண்டனையும் பெற்று நிலவுகின்ற மொழிகளிலொன்று. தமிழ் மொழியின் வரலாற்றைக் கூற இரண்டு புராணக் கூற்றுக்கள் உள. அவற்றுள்,

(1) அகத்தியமுனிவர் காசியம்பதியிலிருந்த வடமொழி வாணரோடு மாறுபட்டு, அம்மொழிக்கு இணையான மற்றொன்றினை அருளுமாறு முருகக்கடவுளை இரப்ப, அக்கடவுள், இவ்விரப்பு அறிவின் பாலதாகலின் இவற்கருள் செய்தும் எனத் திருவுளங்கொண்டு, ஓர் இடத்தைச் சுட்டி, "அன்ப, அம் மூலைக்கண் உள்ளது; சென்று கொள்க'' எனலும் முனிவரர் விரைந்தோடி "தமிழ்! தமிழ்!'' எனக் கூவி அவ்வோலைச் சுவடிகளை வாரிக்கொண்டு வெளிப்போந்து, முருகக்கடவுளை வணங்கி விடைபெற்று, தமிழ் மொழியை இவ்வுலகின்கண் நிலவ வைத்தனர் என்பதொன்று. இதனை அடியில் வருவனவற்றால் அறிக.

> "அகத்தியனார்க்குத் தமிழைச் செவியறிவுறுத்த செந்தமிழ்ப் பரமா சாரியனாகிய அறுமுகக்கடவுள் வரைப்பு.''
>
> *(சிவஞான முனிவர்-தொல்காப்பியப் பாயிர விருத்தி).*

> அருமறையா கமமங்க மருங்கலைநூ றெரிந்த
> வகத்தியனுக் கோத்துரைக்கு மருட்குருவாங் குருளை.
>
> *(சிவஞான சித்தியார்-பரபக்கம்).*

பழநித்தலபுராணத்தும் இது கூறப்பட்டுள்ளது. வேறு பல ஆதாரங்களுமுள.

(2) சிவபெருமான் பார்வதியாரைத் திருமணங்கொண்ட காலத்து, முனிவர் அனைவோருந் திரண்டு, வடக்கின்கண்ணுள்ள இமயமலையையடைதலும், வடதிசை பொறையாற்றாது தாழவும், தென்றிசை பொறையின்றி மேலெழவுங்கண்ட பெருமான்

XX

அகத்தியரை நோக்கி, "நீ விரைந்து சென்று, தென்றிசைக் கண்ணுள்ள பொதிகைவரையில் தங்குக'' எனலும், முனிவர் அவ்வருண் மொழியைச் சிரமேற்கொண்டு "எம்பெருமானே! தமிழ் மொழி தலை சிறந்து விளங்கும் அத்திசைக்கண் அடியேன் சென்று வாழ்ந்திருத்தல் எங்ஙனம்''? என்று விண்ணப்பஞ்செய்து, அம்மொழியைச் சிவபெருமான் அருளப் பெற்று, சந்தனப்பொதியையடைய, பூமி சமனுறக்கண்டு மகிழ்ந்து, ஆண்டேவதிந்து, தமிழ் மொழியை நன்கு ஆராய்ந்து இலக்கணமும் செய்து வைத்தனர் என்பது மற்றொன்று. இதனை அடியில் வருவனவற்றால் அறிக.

நின்றவனை வந்தநெடி யோனடி பணிந்தான்
அன்றவனு மன்பொடு தழீஇயமுத கண்ணான்
நன்றுரைசெய் யென்றுபல நல்லுரை பகர்ந்தான்
என்றுமுள தென்றமி ழியம்பியிசை கொண்டான்

(கம்பராமாயணம்-அகத்தியப்படலம்)

ஆதரஞ்சேர் குறுமுனியு மெனையொன் றாக்கி
அருள்செய்தா யருள்செய்த படியே செய்வல்
ஓதருந்தென் பூமிதமிழ்ப் பூமி யென்பார்
ஒண்டமிழிற் குரியவெலா மடிமைக் கிங்கே
போதமுற வறிவித்தல் வேண்டு மென்று
போற்றுங்கா லெழுத்துச்சொற் பொருண்முன் னான
நீதியுடைச் சூத்திரங்க ளறியும்வண்ணம்
நெறியின்க ணறிவித்தாய் நேசங் கூர்ந்தே.

(பழைய திருவிளையாடல் குறுமுனிக்குத் தமிழுரைத்தது)

பண்டொரு போது வெள்ளிப் பனிவரை யிடத்துன் பாங்கர்ப்
புண்டவழ் குலிசக் கோமான் பூமகன் மாயப் புத்தேள்
அண்டருஞ் சனக னாதி யருந்தவர் பிறரு மீண்டிக்
கொண்டன ரிருந்தா ரிந்தக் குவலயம் பொறாது மாதோ.

தாழ்ந்தது வடகீ ழெல்லையுயர்ந்தது தென்மேற் கெல்லை
சூழ்ந்தது கண்டு வானோர் தொழுதுனைப் பரவி யைய
ஊழ்ந்திடு மரவம் பூண்டோ யொருவனின் னொப்பா னங்கே
வாழ்ந்திட விடுத்தா லிந்த வையநேர் நிற்கு மென்றார்.

பைத்தலைப் புரட்டு முந்நீர்ப் பௌவமுண் டவனே யெம்மை
யொத்தவ னனையான் வாழ்க்கைக் குரியளா கியவு லோபா
முத்திரை யிமவான் பெற்ற முகிழ்முலைக் கொடியொப் பாளென்
றத்திரு முனியை நோக்கி யாயிடை விடுத்தா யன்றே.

xxi

விடைகொடு போவா னொன்றை வேண்டினா னேகுந் தேயந்
தொடைபெறு தமிழ்நா டென்று சொல்லுப வந்த நாட்டின்
இடையயின் மனித்த ரெல்லா மின்றமி ழாய்ந்து கேள்வி
உடையவ ரென்ப கேட்டார்க் குத்தர முரைத்தல் வேண்டும்.

சித்தமா சகல வந்தச் செந்தமிழியனூ றன்னை
அத்தனே யருளிச் செய்தி யென்றன னனையான் றேற
வைத்தனை முதனூ றன்னை..........

(பரஞ்சோதி திருவிளையாடல்-கீரனுக் கிலக்கண முபதேசித்த படலம்).

பின்வரும் செய்யுட்களும் அகத்தியமுனிவர், திரிபுரமெரித்த விரிசடைக் கடவுளிடத்துத் தமிழ் கற்றதைக் காட்டும். அவை,

ஆதியிற் றமிழ்நூ லகத்தியர்க் குணர்த்திய
யாதொரு பாகனை வழுத்துதும்
போதமெய்ஞ் ஞான நலம்பெறற் பொருட்டே. (சேனாவரையர்).

தழற்புரை நிறக்கடவுள் தந்ததமிழ் தந்தான். (கம்பர்).

விடையுகைத்தவன் பாணினிக் கிலக்கண மேனாள்
வடமொழிக் குரைத் தாங்கியன் மலயமா முனிக்குத்
திடமுறுத்தியம் மொழிக்கெதி ராக்கிய தென்சொல்
மடமகட் கரங் கென்பது வழுதிநா டன்றோ

(பரஞ்சோதி முனிவர்-திருவிளையாடல் நாட்டுப் படலம்).

வடமொழியைப் பாணினிக்கு வகுத்தருளி யதற்கிணையாத்
தொடர்புடைய தென்மொழியை யுலகமெலாந் தொழுதேத்துங்
குடமுனிக்கு வலியுறுத்தார் கொல்லேற்றுப் பாகரெனிற்
கடல்வரைப்பி னிதன்பெருமை யாவரே கணித்தறிவார்.

(காஞ்சிப்புராணம்-தழுவக்குழைந்த படலம்).

என்பன.

இக்கூற்றுக்களின் உண்மை எவ்வாறாயினும் தமிழ் மொழி அகத்தியனாருக்கு முன்னரே இந்நாட்டின்கண் நின்று நிலவிற்று என்பது பொய்ம்மையாகாது.

இது நிற்க, அகத்திய முனிவரே தமிழ் மொழியைப் படைத்துத் தந்தனர் என்று கூறி, "தமிழெனு மளப்பருஞ் சலதி தந்தவன்" எனக் கம்பரும் "அகத்தியன் பயந்த செஞ்சொலா ரணங்கு" என

வில்லிபுத்தூரர் குமாரர் வரந்தரு வாரும் கூறியவற்றைப் போன்ற மேற்கோள்களைக் காட்டுவர் ஒரு சாரார். அவர் வடமொழிக்கண்கொண்ட பேரபிமானமும், சரித்திர ஆராய்ச்சியின்மையுமே அதற்குப் போந்த காரணங்களாம். இனி, அவர் கூற்றுப் போலியாமாறு காட்டுதும். அகத்தியனார் வடமொழிவாணரோடு மாறுபட்டு முருகக்கடவுளை வேண்ட, அப்பெருமான் ஓரிடத்தைச் சுட்டி அதனை எடுக்க என்றார் என்பவாகலின், அம்மொழி முன்னரே சேமத்தில் இருந்த தென்பதும், சிவபெருமான் தென்றிசையிற் செல்க என்புழி, அகத்தியனார், 'ஐய! ஆண்டு வழங்கும் தமிழ் மொழியை அடியேன் சிறிதும் அறியேனே' என்றிரந்து, அம்மொழியைச் சிவபெருமான் அருளப்பெற்றனர் என்பவாகலின், அம்மொழி அகத்தியனாருக்கு முன்னரே இந்நாட்டின்கண் வழக்காற்றிலிருந்ததென்பதும் வெள்ளிடை மலை போல் விளங்குகின்றது. அகத்தியம் முத்தமிழிலக்கணமும் அடங்கியது. பன்னீராயிரம் சூத்திரங்க ளடங்கிய தென்றால் அதன் பெருமையை என்னென்று கூறுவது. அத்துணைப் பெரிய இலக்கணநூல் உலகந்தோன்றியது தொடங்கி இதுகாறும் யாதொரு பாஷையிலும் இருந்ததாக அறியக்கூட வில்லை. அந்த இலக்கணநூல் இயற்றப்படுவதற்கு முன்னர், இயல், இசை, நாடகம் என்னும் முத்தமிழ் இலக்கியங்களும் எவ்வளவு வளர்ச்சியை அடைந்திருக்க வேண்டும்!

இவையனைத்தும் ஒருவாறாக, அகத்தியனாரே தம் இலக்கணத்துள்,

> "இலக்கியம் இன்றி இலக்கணம் இன்றே
> எள்ளின் றாகில் எண்ணெயும் இன்றே
> எள்ளினின் றெண்ணெய் எடுப்பது போல
> இலக்கி யத்தினின் றெடுபடும் இலக்கணம்"

என்றாராகலின், அகத்தியனார் தாம் இலக்கணம் செய்வதன் முன்னரே தமிழ்மொழி இந்நிலத்தில் நின்று நிலவியது என்பது போதரும். மற்றும் அகத்தியர் தமிழ்மொழியை அவலோகித முனிவர்பாற் கற்றுணர்ந்தாரென்னும் பௌத்தர் கூற்றும் இதனை வலியுறுத்தும்.

அகத்தியமுனிவர் தென்னாடுவந்தகாலம் எது என்றதை ஆராய்வோம். வால்மீகிமுனிவரியற்றிய இராமாயணத்தில், ஸ்ரீராமன் அரணியவாசம் செய்யப்புகு முன்னரே, அதாவது இராம ராவண யுத்தத்திற்கு முன்னரே, அகத்தியமுனிவர் தென்னாட்டில் இருந்தனர் என்பது சொல்லப்பட்டுள்ளது. வால்மீகி இராமாயணத்தை ஆதிகாவியம் என யாவரும் கூறுவர். அதாவது இராமாயணம் செய்யப்படுவதற்குமுன் சமஸ்கிருத பாஷையில் சுலோகங்களே இருந்ததில்லை என்பதாம். சுலோகமே இல்லாதிருந்ததென்பதனால் காவியம் இல்லை என்பது வெளிப்படை. ஆதலின் வடமொழியில் வால்மீகமுனிவரால் "வாங்கரும்பாத நான்கா'' வகுக்கப்பட்ட சுலோகமும் காவியமும் ஏற்படுதற்கு முன்னரே அகத்தியர் தமிழ்நாட்டின்கண் வந்து தங்கினர் என்பது நன்கு விளங்குகின்றது. கிஷ்கிந்தா காண்டம் நாற்பத்தோராவது சர்க்கத்தில் சுக்கிரீவன் சீதா பிராட்டியாரைத் தேடிவருமாறு வானரவீரர்களுக்கு உத்தரவு கொடுத்தனனெனக் கூறுமிடத்தில் தமிழரசர்களாகிய சேர சோழ பாண்டியர் களையும், தமிழிலக்கணம் வகுத்த அகத்திய மாமுனிவர் பொதிகையில் தங்கியதையும் கூறியிருப்பது இங்குக் கவனிக்கத் தக்கது.

இனி, தமிழாசிரியர் பலர் மூன்று தமிழ்ச் சங்கங்கள் இருந்தன என்பர். முதற்சங்கம் 4,440 யாண்டும், இடைச் சங்கம் 3,700 யாண்டும், கடைச்சங்கம் 1,850 யாண்டும் நடைபெற்றன என்பது அவர் கொள்கை. சங்க மிறுதி பெற்றதைச் சரித்திர ஆராய்ச்சிக்காரர் இற்றைக்குச் சுமார் 1,700 யாண்டுகளுக்கு முன் என்பர். சங்கங்களுக்கிடையிட்ட யாண்டு இத்துணை என்பது அறியக்கூடவில்லை. இவர் கொள்கைப்படி தமிழ்ச்சங்கம் தொடங்கியது இற்றைக்கு 12,000 யாண்டுகளுக்கு முன்னர் என்பதாம்.

இனி, அகத்தியர் தமிழ்மொழியை நன்குபயின்று, அம் மொழிக்கு வேண்டிய ஆதரவுகளைப் போதவும் தேடிவைத்தனர் என்பது பொய்ம்மையாகாது. ஆயினும் அகத்தியர் காலத்துக்கு முன்பு இருந்த இலக்கியம் ஒரு சிறிதும் இக்காலத்தே கிடைத்திலது. அகத்தியனாரும் இலக்கணமாத்திரம் செய்தருளினர் என்று கேள்விப்படுகின்றோம். இலக்கியம் யாதும் நமக்குக் கிடைத்திலது. சிற்சில வைத்திய நூல்கள் மட்டும் அகத்தியர் பெயரால் வழங்குகின்றன. அவற்றின் உண்மை அவற்றைக்காணும் நல்லறிவாளர் அகத்திற்கே புலனாகும்.

அகத்தியரது வரலாறு காலம் முதலியவற்றை வரையறுத்துக் கூறும்வகை சிறிதும் இல்லாதொழியினும், கர்ண பரம்பரையாகச் சிற்சில கதைகள் வழங்குகின்றன. அகத்தியர், இமயமலைக்கும் விந்தியமலைக்கும் இடையில் உள்ள ஆரியாவர்த்தம் என்னும் தேசத்தில் இருந்தவர். இவர் விதர்ப்ப நாட்டின் மன்னன் மகளாகும் உலோபாமுத்திரை என்பவளை மணந்து சித்தன் என்னும் ஒரு மைந்தனைப் பெற்றனர் என்ப. இவர் முதற்சங்கத்துப் புலவர்கள் ஐந்நூற்று நாற்பத்தொன்பதின்மரில் ஒருவர் என்பதை இறையனா ரகப்பொருளுரையிற் காண்க.

'தலைச்சங்கம் இடைச்சங்கம் கடைச்சங்கம் என மூன்று சங்கம் இரீஇயினார் பாண்டியர்கள். அவருள், தலைச்சங்கமிருந்தார் அகத்தியனாருந் திரிபுரமெரித்த விரிசடைக்கடவுளும், குன்றமெறிந்த முருகவேளும், முரஞ்சியூர் முடிநாகராயரும், நிதியின் கிழவனுமென இத்தொடக்கத்தார் ஐஞ்னூற்று நாற்பத்தொன்பதின்மர் என்ப. அவருள்ளிட்டு நாலாயிரத்து நானூற்று நாற்பத்தொன்பதின்மர் பாடினாரென்ப. அவர்களாற் பாடப்பட்டன எத்துணையோ பரிபாடலும், முதுநாரையும், முதுகுருகும், களரியாவிரையுமென இத்தொடக்கத்தன. அவர் நாலாயிரத்து நானூற்று நாற்பதிற்றியாண்டு சங்கமிருந்தா ரென்ப. அவர்களைச் சங்கமிரீஇயினார் காய்சினவழுதி முதலாகக் கடுங்கோனீறாக எண்பத்தொன்பதின்மரென்ப. அவருட் கவியரங்கேறினார் எழுவர் பாண்டியரென்ப. அவர் சங்கமிருந்து தமிழாராய்ந்தது கடல் கொள்ளப்பட்ட மதுரையென்ப. அவர்க்கு நூல் அகத்திய மென்ப'.

'இனி; இடைச்சங்கமிருந்தார் அகத்தியனாருந் தொல்காப் பியனாரும் இருந்தையூர்க் கருங்கோழியும் மோசியும் வெள்ளூர்க் காப்பியனும் சிறுபாண்டரங்கனும் திரையன்மாறனும் துவரைக்கோமானும் கீரந்தையுமென இத்தொடக்கத்தார் ஐம்பத்தொன்பதின்மரென்ப. அவருள்ளிட்டு மூவாயிரத் தெழு நூற்றுவர் பாடினாரென்ப. அவர்களாற் பாடப்பட்டன கலியும் குருகும் வெண்டாளியும் வியாழமாலை யகவலுமென இத்தொடக்கத்தன என்ப; அவர்க்கு நூல் அகத்தியமும் தொல்காப்பியமும் மாபுராணமும் இசை நுணுக்கமும் பூதபுராணமு மென இவை; அவர் மூவாயிரத்தெழுநூற்றியாண்டு

சங்மிருந்தாரென்ப; அவரைச் சங்கமிரீஇயினார் வெண்டேர்ச் செழியன் முதலாக முடத்திருமாற னீறாக ஐம்பத்தொன்பதின்ம ரென்ப; அவருட் கவியரங்கேறினார் ஐவர் பாண்டிய ரென்ப; அவர் சங்கமிருந்து தமிழாராய்ந்தது கபாடபுரத்தென்ப. அக்காலத்துப்போலும் பாண்டியனாட்டைக் கடல்கொண்டது'.

'இனிக் கடைச்சங்கமிருந்து தமிழாராய்ந்தார் சிறுமேதாவி யாரும் சேந்தம்பூதனாரும் அறிவுடையரனாரும் பெருங்குன் றூர்க் கிழாரும் இளந்திருமாறனாரும் மதுரையாசிரியர் நல்லந்து வனாரும் மருதனிளநாகனாரும் கணக்காயனார் மகனார் நக்கீரனாருமென இத்தொடக்கத்தார் நாற்பத்தொன்பதின்ம ரென்ப. அவருள்ளிட்டு நானூற்று நாற்பத்தொன்பதின்மர் பாடினாரென்ப; அவர்களாற் பாடப்பட்டன நெடுந்தொகை நானூறும் குறுந்தொகை நானூறும் நற்றிணை நானூறும் ஐங்குறு நூறும் பதிற்றுப்பத்தும் நூற்றைம்பது கலியும் எழுபது பரிபாடலும் கூத்தும் வரியும் பேரிசையும் சிற்றிசையுமென் று இத்தொடக்கத்தன; அவர்க்கு நூல் அகத்தியமும் தொல்காப்பியமு மென்ப; அவர் சங்கமிருந்து தமிழாராய்ந்தது ஆயிரத்தெண்ணூற் றைம் பதிற்றியாண்டென்ப; அவர்களைச் சங்கமிரீ இயினார் கடல் கொள்ளப்பட்டுப்போந்திருந்த முடத்திருமாறன் முதலாக உக்கிரப்பெருவழுதியீறாக நாற்பத் தொன்பதின்மரென்ப; அவருட் கவியரங்கேறினார் மூவர் பாண்டியரென்ப'.

அகத்தியனார்பால் வைத்தியம் கற்றுணர்ந்த மாணவர் பலராயினும், இலக்கணம் கற்றுணர்ந்தவர் பன்னிருவரென்பது நன்கு புலப்படுகின்றது. அவர்தாம்-

1. தொல்காப்பியர்
2. அதங்கோட்டாசான்
3. பனம்பாரனார்
4. அவிநயனார்
5. காக்கைபாடினியார்
6. நற்றத்தனார்
7. துராலிங்கர்
8. வையாபிகர்
9. வாய்ப்பியர்
10. கழாரம்பர்
11. செம்பூட்சேய்
12. வாமனர்

என்ற இவராவர். இப்பன்னிருவரும் சேர்ந்து புறப்பொருட் பன்னிருபடலம் என்னும் நூல் ஒன்றினை யாத்தனர் என்று கூறுப. அன்றியும் இவருள், நால்வர் தத்தம் பெயரானே ஒவ்வோரிலக் கண நூல் செய்தனர். அவை,

1. தொல்காப்பியர் - தொல்காப்பியம்
2. அவிநயனார் - அவிநயம்
3. காக்கைபாடினியார் - காக்கைபாடினியம்
4. நற்றத்தனார் - நற்றத்தம்

என்பன.

அகத்தியனார் வடமொழியினும் வல்லவர் என்பது அம் மொழியில் அவர் இயற்றிய அஷ்டகம் என்னும் அரியநூலால் இனிது விளங்கும். அகத்தியர் ஏறக்குறைய இருநூற்றைந்து வைத்திய சாத்திரங்கள் இயற்றினரென்பராயினும் இக்காலத்தே அவர் பெயரான் வழங்குவன:- வைத்தியக்கும்மி, குணவாகடம், வைத்தியசாரம், நயனசாரம், அவிழ்தசாரம், சிந்தூரமஞ்சரி, அமுதகலைக்கியானம், பஞ்சகாவிய நிகண்டு, கன்மகாண்டம், பூரணசூத்திரம், சங்குசூத்தி முதலிய சிலவாம். அகத்தியனார் தம்பெயரானே தமிழ்மொழிக்குப் பன்னீராயிரம் சூத்திரங் கொண்ட இலக்கணநூல் ஒன்றினைச் செய்தனர். அது பேரகத்தியம், சிற்றகத்தியம் என இருபகுதியாயிற்று.

அகத்தியமுனிவர் மாணவர் பன்னிருவரில் தலைநின்றவ ராய தொல்காப்பியர்மீது முனிவர் ஏதோ காரணம்பற்றி முனிவுகொண்டு சபித்தார் எனவும், தொல்காப்பியர் வெகுண்டு தமது ஆசிரியர் அரிதினியற்றிய இலக்கணநூல் அழிந்துபடவென எதிருறச் சபித்தனர் எனவும் கர்ண பரம்பரையாக ஒரு கதை வழங்குகின்றது. அக்காரணம் பற்றியோ வேறு எக்காரணம் பற்றியோ அந்த அகத்தியம் இறந்துபட்டது.

உலகின்கண் மாந்தர்கள் பேசுமொழிகள் பலவாயினும் அவற்றுள் மாந்தர்களின் அறிவைச் செப்பஞ்செய்து விளக்கி உயர்நிலைக்கண் உய்க்குந் திறத்தனவாகிய நுண்பொருள் நூற்கள் அமைந்த மொழிகளே அறிஞர்களான் உயர்ந்த மொழிகளெனக் கருதப்படுகின்றன. அங்ஙனங் கருதப்படும் உயர் திறத்து மொழிகள் சிலவே. தமிழ்மொழி அவ்வுயர்திற மொழிகளுள் ஒன்றென்பதை நம்மிந்திய தேயத்தறிஞர்களிலும் மேற்றிசைப் புலவர்களிலும் பலர் நன்கு விளக்கிக் கூறியிருக்கின்றனர். தமிழ் என்னும் சொற்கு இரண்டு பொருள்கள் உண்டு; அவை இனிமை, தனிமை என்பன. தமிழ் என்பது முற்பொருளில் குணப் பண்புப்பெயர், பிற்பொருளிலே தொழிற் பண்புப்பெயர்; இதில் தமி-பகுதி . தமியேன், தமித்து நின்றான் என வேறு சொற்களும் இப்பகுதியினடியாக வருதல் காண்க. ழ்-பகுதிப் பொருள் விகுதி; இமிழ்; குமிழ் என்பவை முதலிய சொற்களினும் இவ்விகுதி வருதல் காண்க. அவற்றுள் தமிழ் மிகவும் இனிய மொழியாதலின் இனிமை

என்னும் பொருள்பற்றித் தமிழ் என்னும் பெயரெய்திற்று என்ப ஒரு சாரார்; ஒரு சாரார் அது மற்றொரு மொழியினின்று தோன்றாததாய்த் தனித்தியங்கும் ஆற்றலுடைய தாயிருத்தலின் தனிமை (தனித்தல்) என்னும் பொருள் பற்றியே அதற்கு அப்பெயர் எய்திற்று என்ப. இவற்றுள் ஏதேனும் ஒரு பொருள் பற்றியே முதலில் அப்பெயர் தோன்றியிருக்கும்; ஆயினும் தமிழ்மொழியில் அவ்விரு தன்மைகளும் அமைந்திருத் தலின் இரட்டுற மொழிதல் என்னும் உத்தியான் அவ்விரு பொருளும் பற்றியே அப்பெயர் போந்தது என்றலும் பொருந்துவதேயாம்.

தமிழ்மொழி தொன்மையினால் உலகிலுள்ள மொழிகளுள் முன்னணியில் முதன்மையாக நிற்றற்குரியதென்பது பல சிறந்த பண்டிதர்களின் துணிபு. அதன் காலத்தைக் கணக்கிடத் தொடங் கினால், அது ஆதியென்றறிதலாகா ஆதியாகும் என்று அநேகங் கற்பதிவுகளால் வெளியாகின்றது. அதன் தொல்காப்பியம் முதலிய இலக்கணங்களைப் போலவும், அகப்பொருள் புறப்பொருள் முதலிய துறைகளைப் போலவும், வெண்பா முதலிய பாக்களைப் போலவும் வேறெந்தப் பாஷையிலும் இல்லாமையே அதன் சிறப்பிற்கும் பழைமைக்கும் இனிமைக்கும் தனிமைக்கும் அடையாளமாகும். இது பற்றியே, சமீபகாலத்திருந்த அங்கிலக் கலாநிபுணரான திருவனந்தபுரம், சுந்தரம்பிள்ளை அவர்கள்,

> "நீராருங் கடல்உடுத்த நிலமடந்தைக் கெழிலொழுகும்
> சீராரும் வதனமெனத் திகழ்பரத கண்டமிதில்
> தக்கசிறு பிறைநுதலும் தரித்தநறுந் திலகமுமே
> தெக்கணமும் அதிற்சிறந்த திரவிடநற் றிருநாடும்
> அத்திலக வாசனைபோல் அனைத்துலகும் இன்பமுற
> எத்திசையும் புகழ்மணக்க இருந்தபெருந் தமிழணங்கே.
>
> பல்லுயிரும் பலவுலகும் படைத்தளித்துத் துடைக்கினுமோர்
> எல்லையறு பரம்பொருள்முன் இருந்தபடி யிருப்பதுபோல்
> கன்னடமும் களிதெலுங்கும் கவின்மலையா ளமுந்துளுவும்
> உன்னுதரத் துதித்தெழுந்தே ஒன்றுபல வாயிடினும்
> ஆரியம்போல் உலகவழக் கழிந்தொழிந்து சிதையாஉன்
> சீரிளமைத் திறம்வியந்து செயல்மறந்து வாழ்த்துதுமே''.

என்று அதியற்புதமாய் நந்தமிழணங்கை ஆதரவுடன் போற்றிப் புகழ்ந்திருக்கிறார்கள்.

ஸ்ரீமான் ராவ் பகதூர் சீனிவாசப்பிள்ளை அவர்கள் தாம் எழுதிய தமிழ் வரலாற்றில் அடியில் வருமாறு கூறுகின்றார் :-

"தமிழ் என்னும் பெயர் தமிழ் மொழியே. தமிழ் என்னும் மொழியைச் சிலர் திராவிடம் அல்லது திரமிளம் என்னும் வடமொழிச்சிதைவு என்பர். சிலர் அதை மறுத்துத் தமிழ் என்னும் பெயர் அமைந்த வகையைப் பலவாகக்காட்டுவர். ழகரத்தை உச்சரித்தறியாத ஆரியர் திராவிடம் அல்லது திரமிளம் என்றதில் நின்றும் தமிழ் என்னும் பெயர் பிறந்தது என்பது சிறிதும் பொருத்தமுடையதாகத் தோன்றவில்லை. ஸ்ரீமான் சி.வை. தாமோதரம்பிள்ளை அவர்கள் இதைப்பற்றி எழுதியிருப்பது கவனிக்கத்தக்கது. அது தமிழ் என்பது தென்மொழிக்குத் தென் சொல்லாகிய பெயரேயாமெனக் கொள்க. இதையொழித்துத் திராவிடமென்னும் வடமொழியே தமிழ் என்றாயதெனச் சற்றும் ஆலோசனையின்றிக் கூறுவாருமுளர். அவர்தம் ....சாலவும் நன்றாயிருந்தது. தமிழில் தமிழ் என்னும் பதம் வராமுன்னர் சமஸ்கிருதத்தில் திராவிடம் என்னும் மொழி உளதாகில் அப்பெயர் எப்பொருளை உணர்த்திற்றோ! உலகத்தில் எஞ்ஞான்றும் பெயரா அல்லது பொருளா முந்தியது? பொருளெனில், அப்பொருள் இருக்கும் இடத்தா, அஃதில்லாத பிறிதுதேயத்திலா, அதன் பெயர் முன்னர் நிகழும்? இஃதுணராது தமிழ் வழங்கிய இடத்தில் தமிழுக்கோர் பெயரிருந்ததில்லை யென்றுஞ் சமஸ்கிருதத்திலிருந்து அதற்குப் பெயர் வந்ததென்றுஞ் சொல்வது யார்க்கும் நகை விளைக்குமே! இஃதொன்றோ! யாதொரு தமிழ்மொழியில் இரண்டோரெழுத்துச் சமஸ்கிருத மொழிக்கொப்ப நிகழுமாயின் அஃது சமஸ்கிருதத்தினின்று பிறந்ததெனச் சாதிக்கின்றனர். மேலைத்தேசவாசிகளின் இங்கிலீஷ் முதலிய அந்நிய பாஷைகளில் இன்றியமையா வீட்டுச் சொற்களாகித் தந்தை தாயரைக் குறிக்கும் பாதர் மதர் என்பனவாதியும் வடமொழி அடியாய்ப் பிறந்ததென்பார். அப்படியாயின் வடமொழியைக் காணுமுன் அத்தேசத்தா ரெல்லாம் தாய் தந்தயரை அழைத்தற்கோர் வீட்டுச்சொல் இல்லாதிருந்தன ரென்றன்றோ முடியும்? ஆண்டுள்ள பாதர் மதர் ஒப்ப ஈண்டும் பிதா மாதா ஆயிற்றெனில் யாது குற்றம்? தருக்கத்திற் காகதாலிய நியாயத்தினுண்மை அறியாமலும், ஆரிய மொழிக்கும் அதன் அயல் நாட்டு மொழிகளுக்கும் உள்ள சம்பந்த சார்புகளின் காரணத்தை ஆராயாமலும் இவ்வாறு கழறும் இவர் கற்பனைக்கு யாது செய்யலாம்? இவர் வாய்க்கு விலங்கிட யாரால் முடியும்! என்பது''

கி.மு. பல்லாயிரம் ஆண்டுகளுக்கு முன்னரே அரபியரும் மேலநாட்டிலுள்ள பிறஜாதியாரும் தமிழ் நாட்டாரோடு வாணிகம் புரிந்து வந்தனரென்பது சரித்திர ஆராய்ச்சியாற்போந்த உண்மை. அந்நாடுகளில் அரிசி, மயிற்றோகை முதலிய பல பண்டங்களுக்கு இன்னும் தமிழ்ப்பெயரே வழங்கி வருகின்றன. பல்லாயிரம் யாண்டுகளுக்கு முன்னிருந்த எகிப்தியர், இறந்தவர் உடலைக் கெடாது பாடம்செய்து வைப்பது வழக்கம். அவ்வுடல்களின்மீது அக்காலத்து அணிந்த உயர்ந்த ஆடைகள் இந்நாட்டில் நெய்யப்பட்டன. பிற நாட்டார் இந்நாட்டிற்கு வந்ததுபோலத் தமிழர்களும் நாவாய்களிற் பிறநாடுகளுக்குப் போகும் வழக்கம் உண்டு. சங்கச் செய்யுட்களிற் பெருநீரோச்சுநர் என்று சொல்லியிருப்பது தமிழர் பெருங்கடலைக் கடந்து செல்லும் வழக்குடையர் என்பதைக்காட்டும். மேற்சொல்லியவற்றால் ஆங்கிலம், பிரஞ்சு, ஜர்மன் முதலிய பிற நாட்டுமொழிகளையும், இந்தியநாட்டுப் பிறமொழிகளையும் விடத் தமிழ் தொன்மையிற் பின்னிட்டதன்றென்பது விளங்கும்.

சங்கந்தோன்றிய பின்னர் முத்தமிழிலும் இயற்றப்பட்ட நூல்களும் செய்யுட்களும் எண்ணிறந்தன. அவற்றில் ஒரு பகுதிக்கு இக்காலத்திற் பெயர்மட்டுமே உள. சங்கத்திறுதிக் காலத்திற்கு முன்னே தோன்றியன சில உள. அவை சில பேரறிவாளர்களுடைய நன்முயற்சியால் யாவரும் அடையக் கூடியனவாக இருக்கின்றன. சங்கநூல்களின் பெருமையை இப்புத்தகத்தைப் படிப்போர் ஒரு சிறிதே அறியலாம். முற்றும் எளிதில் உணரும்படி செய்வதைச் சான்றோர் சிலர் மேற் கொள்ளவேண்டும்.

இதுவரையிற் சங்கத்திறுதிக் காலத்திற்கு முற்பட்ட செய்தி கூறப்பட்டது. சங்கத்திறுதிக் காலத்திற்குப்பின்னரும் தமிழ் மொழியில் இயற்றப்பட்ட நூல்களுக்கும் செய்யுள்களுக்கும் அளவில்லை. அவற்றுள்ளும் பல இறந்தன எனினும், இப்பொழுது எஞ்சியிருப்பனவற்றைக்கொண்டும் தமிழ் தொன்மையிலும், சொல்வளத்திலும், இலக்கண வரம்புடைமையிலும், செய்யுள் வகையிலும், நாகரிகத்திலும் பிற எம்மொழிக்கும் பின்னிடாத உயர்ந்த நிலைமையிலிருக்கின்றது என்று கூறுவது மிகையாகாது. இதுபற்றிச் சில ஆங்கில கனவான்கள் கூறியிருப்பன வருமாறு:-

டாக்டர் கால்ட்வேல் என்னும் ஐரோப்பிய ஆசிரியரும், தமது திராவிட ஒப்புமுறையிலக்கணத்தில் (Dravidian Comparative Grammar) 'தமிழ்மொழி பண்டையது; நலஞ்சிறந்தது, உயர்நிலையில் நிற்பது.

இதைப்போன்ற திராவிட மொழி வேறெதுவும் இன்று' என்று தமது முழு ஆராய்ச்சியால் உளமுவந்து எழுதுகிறார்.

டாக்டர் வின்ஸ்லோவும் 'கிறிஸ்து பிறப்பதற்கு அறுநூறு எழுநூறு வருடங்களுக்கு முந்தியே, தமிழுக்குத் தந்தையென்றுரைக்கும் அகத்தியர், தமிழ் நாட்டிற்கு வந்து அதை வளர்த்தார். அவர் முற்றத்துறந்து மூதுணர்ந்த முழுமுனிவர். ஆதலான், அதைச் சிவசண்முகரிடத்துக் கற்றுத்தேறினார் என்பர். அவர்தாம் தமிழிற்கு வரிவடிவெழுத்துக்களை அமைத்தார் என்று சிலர் எண்ணிச்சொல்வதை நாம் கொள்வதற்கில்லை. அவர்க்கு முந்தியே எழுத்து, சுவடி என்கிற காரணப்பெயர்கள் தமிழில் இருந்தன என்பது தெள்ளிதின் விளங்குகிறது. ஆகையால் அகத்தியர் தாம் தமிழிற்கு வரிவடிவெழுத்துக்களை ஏற்படுத்தினார் என்பதை நாம் தள்ளுவதன்றிக் கொள்ளுவதற்கிடமில்லை. ஆனால் அவர்தாம் தமிழ்மொழியின் இலக்கணத்தைப் புதுக்கிப் (12,000) 'பன்னீராயிரஞ் சூத்திரங்களில் எழுதி முடித்து, அதைப் போற்றிவளர்த்தார் என்பதற்குச் சந்தேகமில்லை. ஆனால் அச்சூத்திரங்களெல்லாம் இப்போது ஒன்றுமின்றி இறந்தன. அவர் மாணவராந் தொல்காப்பியர் போற்றின சிற்சிலவற்றைமட்டும். அவருடைய தொல்காப்பியம் என்னும் இலக்கணத்தில் காணலாம்' என்கிறார். இன்னும் இந்த வின்ஸ்லோ பாதிரியார் 'எகிப்தியரசன் சாலோமன் நாளில் தெக்கணத்தில் வந்த கப்பல்வியாபார ஏற்றுமதிச் சரக்குகளின் பெயர்களாகிய தந்தம், கபி, தோகையென்பவைகளை இங்கிருந்தவர்கள் கொண்டுபோய் இன்னும் வழங்கிவருவதே தமிழின் பழமைக்குச் சான்றாகும்', என்கிறார். இன்னும் அவர் தமிழ் முரட்டுப்பாஷை அன்று; அருமையாய்த் தெளிவடைந்த பாஷை. இங்கிலீஷுக்கு வரிவடிவில் எழுத்து ஏற்படுவதற்கு நெடுநாளைக்கு முந்தியே அது தெள்ளித் தெளிந்த பாஷையாய்ச் சிறந்திருந்தது. அதன் பெயரே இனிமையென்று பொருள்படுவதற்கடையாளமாக அதனிடத்திற் கேட்டாரைத்தன் வசமாக்கும் இனிமை பொருந்தியிருக்கிற தென்பதற்கு ஐயம் இல்லை. பரதகண்டத்தில் வழங்கும் ஏனைய பாஷைகளைப் போலத் தமிழும் சமஸ்கிருதத்திற் பிறந்ததன்று என்று அதனுடைய ஓசையமைப்புக்கேற்ற எழுத்தமைப்பாலேயே நன்கு தெரிந்துகொள்ளலாம். அதனுடைய இலக்கண அமைப்பு, சமஸ்கிருத இலக்கணத்துக்கு ஒத்திருக்கிறதானாலும், சமஸ்கிருதத்

திற்கும் அதற்கும் சற்றேனும் பொருத்தம் இன்று. அதற்கு ஒருமை பன்மைதவிரச் சமஸ்கிருதத்திற்குள்ளது போல் இருமை என்னும் புதுமையான எண் கிடையாது. 'அதனுடைய பெயர், வினை, இடை, உரி என்னும் சொற் பாகுபாட்டிலும் பெயர்களின் பாகுபாட்டிலும் அவைகளின் வேற்றுமை உருபுகளிலும், அவைகளின் மயக்கத்திலும், திணை பால் இடம் காலம் முதலிய வினை வேறுபாடுகளிலும் அதனுடைய சொற்றொடராக்கத்திலும் பிறவற்றிலும் அது சமஸ்கிருதத்திற்குச் சற்றேனும் ஒவ்வாது, நன்கமைப்பில் இலத்தின் பாஷையோடு சரியாக வைத்தெண்ணும் இயல்பினதாயிருக்கிறது', என்கிறார். இன்னும் ஓர் இடத்தில் பின்னும் அவர் பின் வருகிறபடி பேசுகிறார்.

'தமிழ் தன் செய்யுள் அமைப்பிலும் போக்கிலும் கிரேக்க பாஷையைவிட எவ்வளவோ விஞ்சித்தெளிந்தும் நிரம்பியும் இருக்கிறது. ஆனாலும், அது, சமஸ்கிருதத்திலிருந்து கொண்டுள்ள வார்த்தைகளையுஞ் சேர்த்துப்பார்த்தால் அதனுடைய பத நிறைவு இலத்தின் பாஷையைவிட எத்துணையோ ஏற்றமாயிருக்கிறது. அதனுடைய நிறைவிலும் வல்லமையிலும் அதற்கு, அங்கிலமும் ஜெர்மனும் இணையாவதன்றி, வேறெந்தப் பாஷையும் இணையாகாது' என்கிறார்.

மிஸ்டர் டெய்லர் என்பவரும், 'அது நிறைந்து தெளிந்து, ஒழுங்காயுள்ள பாஷைகளில் மிகவுஞ் சிறந்ததொன்றாகும் என்பதற்கையமில்லை,' என்கிறார்.

டாக்டர் கால்ட்வேல் என்பாரும், 'திராவிடபாஷா அமைப்பில் தமிழே நன்கு வளர்ந்து மற்றைப் பாஷைகளுக்குப் பிறப் பிடமாயுள்ளது; சமஸ்கிருதத்தின் உதவி முழுவதும் இன்றியே நன்னிலையில் நடைபெறக்கூடியது' என்கிறார்.

டாக்டர் ஜி.யு. போப்பையர், 'தமிழ் எந்தப் பாஷைக்கும் இழிந்தது அன்று. ஆனாலும், சிலர் அதை எங்கேயோ அங்கில அரசாட்சியின் அநாகரிகமான ஓரிடத்திற்பேசும் பாஷை என எண்ணுகிறார்கள். அன்றியும் அதை நமது அரசாட்சியாரும் கூபாசங்கத்தாரும் கொஞ்சமேனும் அருமையறிந்து போற்றுகிற தில்லை. ஆகையால் அதிற் பயின்று புலமை நிரம்பப் பாடு படுகிறவர்கள் கடலிற்குளித்து முத்தமெடுக்கப் பாடுபட்டுச் சித்தம் திகைப்பவர்போலாகிறார்கள்', என்கிறார். அன்றியும், அவர், தமிழ் இலக்கிய இலக்கணங்களைத் தம் சுயபாஷைபோல வளர்க்க

இச்சித்து அவைகளிற் பயின்றார். அதை அவர் உலகிலுள்ள எல்லாப்பாஷைகளினும் ஏற்றமானதென எண்ணி அதிக ஊற்றமாக அதற்காக உழைத்து அதைப் பெரிதும் மதித்திருந்தார். ஆகையால் அவர், தம் பிரேதக்கல்வெட்டில் தம்மைச் செந்தமிழ்மாணவன் என்று சிறப்பாகச் சித்திரிக்கும்படி கேட்டுக்கொண்டார். திருவள்ளுவர் குறளைப் பற்றி, பேசினபோது அவர், 'அதற்குச் சமானமான வேறோர் இலக்கியம் பூலோகத்தில் எந்தப்பாஷையிலும் இல்லை' என்று இதய பூர்வமாய் இயம்பினார்.

இங்கு இதன் சம்பந்தமான முற்கால நிலைமையையும் தற்கால நிலைமையையும் தொகுத்துக்கூறுவது பொருத்தமானது. முற்காலத்துத் தமிழ்நாடு தமிழரசர்களால் ஆளப்பட்டு வந்தது. அவ்வரசர்களும், நூற்றுக்கணக்கான வள்ளல்களும், பிற தமிழ் மக்களும் தமிழ்ப் புலவர்களைப் பேரன்போடும் ஆதரித்து வந்தார்கள். அது தமிழ்மொழி அங்ஙனம் வளர்தற்கேதுவாயிற்று. இக்காலத்து ஆட்சியோ ஆங்கிலேயரது. அரசாங்க நடவடிக்கைகள் ஆங்கிலத்தில் நடைபெறுகின்றன. சட்டசபை, நியாயஸ் தலங்கள் இவற்றிற் பேசப்படுவதும் ஆங்கிலமே. சட்ட மெல்லாம் ஆங்கிலம். ஹிந்து தர்மசாஸ்திரங்கள் ஆங்கிலத்தில் மொழி பெயர்க்கப்பட்டுப் பிரமாணமாய்க் காட்டப்படுகின்றன. தமிழர் ஒருவரை ஒருவர் சந்திக்கும் காலத்தில் ஆங்கிலத்திற் பேசுவதும், ஒருவருக்கொருவர் ஆங்கிலத்தில் எழுதிக்கொள்வதும் சாதாரண மாயிருக்கின்றன. ஆங்கிலம் கற்பிக்குங் கல்லூரிகளோ இந் நாட்டில் பல உள்ளன, அங்குச் சமஸ்கிருதம், லத்தீன், கிரீக் முதலிய இறந்துபட்ட மொழிகளுக்குக் காட்டும் சலுகையைத் தமிழ்நாட்டில் தமிழ்மொழிக்குக் காட்டாது அதனைத் தாழ்த்திவருகின்றனர். ஆங்கிலம் கற்பிக்கும் கணக்காயருக்கு மாதம் 1,000, ரூபாய்க்கு மேலும் சம்பளமாகக் கொடுக்கப்படுகிறது. தமிழ்க் கணக்காயருக்கோ அத்தொகையில் பத்திலொருபங்குங் குறைந்ததொகை சம்பளமாகக் கொடுக்கப் படுகிறது.

இதுவரையிற் கூறியவற்றால் தமிழ்மொழி தொன்றுதொட்டு மிகமேலான நிலைமையில் இருந்து வந்திருக்கிறது என்பதும், தங்களது அரிய பெரிய சொத்தாகிய தமிழைத் தமிழராய்ப் பிறந்த ஒவ்வொருவரும் தமது முதற் கடமையாகப் போற்றி வரவேண்டும் என்பதும், பெற்ற அன்னையினும் அன்பிற்குரிய அருமைத் தாய்மொழியாம் தமிழைப் போற்றாதவன் தமிழன் ஆகான் என்பதும் நன்கு விளங்கும். சில நூற்றாண்டுகளுக்கு முன்னர்ப்பிறந்த இந்நாட்டில் வந்துலவும் ஆங்கிலமாகிய பிற மொழியைப் புகழ்ந்து

தமது தாய்மொழியினிடத்து அன்பு பாராட்டாதவர் பலர் இன்னும் நம் நாட்டில் இருக்கின்றனர் என்பதை விசனத்துடன் குறிப்பிடாமலிருக்க முடியவில்லை.

தமிழபிமானிகள் தமிழின் சிறப்பைப்பற்றிச் செய்துள்ள செய்யுட்கள்.

1. மொழியுளத் தாலறி யாச்சிவ வுணர்வாற்
றனியியன் மறைமுன் சாவாக் கல்வியாய்
ஐந்தக் கரத்தி லமையுந் தமிழ்மொழி
ஒலிவடி வாகி யுலவு மநாதியில்.

2. அம்மு தற்சிவம் அமைக்குஞ் சேய்க்கும்
உயிர்கள் ஞானத் துவந்தாங் கொளிர
உரைத்த தக்கரக் கால மாகும்.

3. மகத்துவ ஞான சித்துவல் லவனாம்
அகத்தியன் றவத்தா லருந்தமிழ் பெற்றிங்
கியலிசை நாடகங் களுக்கீ ராறின்
இயலாய் வகுத்த திலக்கணக் காலம்.

4. மோனையாந் தெய்வத் தமிழ்மொழி நிறீஇய
சங்கத் தலைவர்கள் தலைமை பூண்டங்
கறம்வள ரவையில் அரங்கே றியநாள்
வழுதியர் வளர்த்தது சங்க காலம்.

5. கொல்லா விரதம் பூண்ட நலத்தோர்
அறிவா னிறைந்த வறமாண் புடையோர்
தமிழின தருமை தனியா யுணர்ந்தோர்
கருவி நூற் காவியங் கழறும் பெரியோர்
கால கதியாற் கடைநிலைப் படுவோர்
தம்வயப் படுவது சமண காலம்.

6. சித்தெலா நிறைந்து சித்தா யமர்ந்த
தேசிகர் மரபில் சிறந்து விளங்கும்
மடாதி பதிகளா மாண்பமை ஞானியர்
அளவிற் படுவதவ் வதீன காலம்.

7. தெய்வ மறையாம் செந்தமிழ்ப் பிதாமொழி
ஆரிய நங்கையோ டணைந்து கலந்து
காவிய நடையால் கவிகள் பொழிய
பொலிவுபெற் றிருப்பது புராண காலம்.

8. தமிழினை யறியார் சார்பினிற் பட்டுப்
பெருமை முற்றும் பிறழ்ந்து நோய்பட்டு
அந்நியர் வசப்பட் டழிந்து பிற்பட்
டாதர விலாம லாகுங் காலத்
தறனிகழ் அதம காலம் சென்றபின்
உன்மதச் செல்வரும் உயர்ஞா னியரும்
கொல்லா விரதங் கொளுமந் தணரும்
உலகிற் பரவி யுவந்தாங் கொளிரவும்
தமிழே சிவமாய்த் தழைத்து வளரவும்
அற்புதச் சிற்சபை யண்ணல் விளையாட்
டருளாற் றழைக்கு மதுசத் தியமே.

9. தமிழ்சிவ மினிமை யெனுந்தனிப் பொருளாம்
அமிழ்தெனும் அநாதி யியற்கையாய்ப் பன்னிரு
கலையினை யுடைய கதிரவ னென்னத்
தலைமையா யமைந்த தனியியற் பிதாமொழி.

10. சோதியாங் கசடத பக்கள் தோற்றத்தைக்
காதிநன் னான்காய்க் கணித்துக் காட்டி
உதாத்த முதலிய வோசையுள் ளனவாய்
நிதானித் தணிபெற நிலைக்கச் செய்து
மற்றைய வெழுத்தை யவ்வாறே யியற்றப்
பெற்றிலா மையினாற் பெரிதுளம் வாடினர்
இனிய ழகாரம் எமக்கிங் குரித்தெனாக்
கனிவொடு காட்டாக் கள்ளமென் சொல்வேம்
வாதிக ளாகி வழக்குப் பேசும்
ஆதிச் செயற்கை மொழியதா மாரியஞ்
சோடச கலையாய்த் துலங்குறு சந்திரன்
மாடகத் தோங்கு மாதுரு மொழியே.

[குறிப்பு.- சிலர் இவை கழாரம்பர் இயற்றியருளிய பேரிசைச் சூத்திரங்கள் என்பர். அதன் உண்மை இவ்வளவிற்றென்று துணிதற்கில்லேனாயினும், அவை யனைத்தும் நம் தமிழ்மொழியின் சிறப்புக்களையும் காலங்களையும் வகுத்துக் காட்டலின் அவற்றையும் சேர்த்துள்ளேன்.]

XXXV

எழுத்தொடு சொற்பொருள் யாப்பணி யென்னா
வழுத்துஞ் சுருதிசுரம் வண்ணம் - அழுத்துந்
தனியொத்துப் பாவம் சரச மிரசம்
பனிரண் டிலக்கணமாம் பார். (மதிவாணர் வெண்பா).

இருமொழிக்குங் கண்ணுதலார் முதற்குரவ ரியல்வாய்ப்ப
இருமொழியும் வழிப்படுத்தார் முனிவேந்த ரிசைபரப்பும்
இருமொழியு மான்றவரே தழீஇயினா ரென்றாலிவ்
விருமொழியு நிகரென்னு மிதற்கைய முளதேயோ.

(காஞ்சிப்புராணம்).

கண்ணுதற்பெருங் கடவுளுங் கழகமோ டமர்ந்து
பண்ணுறத்தெரிந் தாய்ந்தவிப் பசுந்தமி ழேனை
மண்ணிடைச்சில விலக்கண வரம்பிலா மொழிபோ
லெண்ணிடைப்படக் கிடந்ததா வெண்ணவும் படுமோ.

(திருவிளையாடற்புராணம்).

மறைமுதற் கிளந்த வாயான், மதிமுகிழ் முடித்த வேணி
இறைவர்தம் பெயரை நாட்டி இலக்கணம் செய்யப் பெற்றே,
அறைகடல் வரைப்பிற் பாடை அனைத்தும்வென் றாரியத்தோ (டு)
உறழ்தரு தமிழ்த்தெய் வத்தை உண்ணினைந் தேத்தல் செய்வாம்.

(சீகாளத்திப்புராணம்).

வடமொழியைப் பாணினிக்கு வகுத்தருளி, அதற்கிணையாத்
தொடர்புடைய தென்மொழியை உலகமெலாம் தொழுதேத்தும்
குடமுனிக்கு வலியுறுத்தார் கொல்லேற்றுப் பாகர்எனில்,
கடல்வரைப்பின் இதன்பெருமை யாவரே கணித்தறிவார்!

தொண்டர் நாதனைத் தூதிடை விடுத்ததும், முதலை
உண்ட பாலனை அழைத்ததும், எலும்புபெண் ணுருவாக்
கண்ட தும், மறைக்கதவினைத் திறந்ததும், கன்னித்
தண்ட மிழ்ச்சொலோ? மறுபுலச் சொற்களோ? சாற்றீர்.

(காஞ்சிப்புராணம்).

யாரறிவார் தமிழருமை என்கின் றேனென்
அறியாமை யன்றோ? மதுரை மூதூர்
நீரறியும்; நெருப்பறியும் அறிவுண் டாக்கி
நீ அறிவித் தாலறியும் நிலமுந் தானே!

(மதுரைப் பதிற்றுப்பத் தந்தாதி).

விளங்கிழை பகிர்ந்த மெய்யுடை முக்கட்
காரணன் உரையெனும் ஆரண மொழியோ?
ஆதிசீர் பரவும் வாதவூர் அண்ணல்
மலர்வாய்ப் பிறந்த வாசகத் தேனோ?
யாதோ சிறந்த(து)? என்குவீ ராயின்,
வேதம் ஓதின், விழிநீர் பெருக்கி
நெஞ்சம் நெக்குருகி நிற்பவர்க் காண்கிலேம்;
திருவா சகம்இங்(கு) ஒருகால் ஓதின்,
கருங்கல் மனமும் கரைந்துகக் கண்கள்
தொடுமணற் கேணியின் சுரந்து நீர்பாய
மெய்ம்மயிர் பொடிப்ப, விதிர்விதிர்ப் பெய்தி,
அன்பர் ஆகுநர் அன்றி,
மன்பதை உலகில் மற்றையர் இலரே.

(நால்வர் நான்மணிமாலை).

1. கடல்குடித்த குடமுனிஉன் கரைகாணக் குருநாடில்
தொடுகடலை உனக்குவமை சொல்லுவதும் புகழாமே.

2. ஒருபிழைக்கா அரனார்முன் உரையிழந்து விழிப்பாரேல்
அரியதுன திலக்கணமென் றறைவதுமற் புதமாமே.

3. சதுமறைஆ ரியம்வரும்முன் சகம்முழுதும் நினதாயின்
முதுமொழிநீ அனாதிஎன மொழிகுவதும் வியப்பாமே.

4. வேகவதிக்(கு) எதிர்ஏற விட்டதொரு சிற்றேடு
காலநதி நினைக்கரவாக் காரணத்தின் அறிகுறியே.

5. கடைஊழி வரும்தனிமை கழிக்கஅன்றோ அம்பலத்துள்
உடையார்உன் வாசகத்தில் ஒருபிரதி கருதினதே.

6. தக்கவழி விரிந்திலகும் சங்கத்தார் சிறுபலகை
மிக்கநலம் சிறந்தஉன்தன் மெய்ச்சரித வியஞ்சனமே.

7. வடமொழிதென் மொழிஎனவே வந்தஇரு விழியவற்றுள்
கெடுவழக்குத் தொடர்பவரே கிழக்கொடுமேற்(கு) உணராரே.

8. வீறுடைய கலைமகட்கு விழியிரண்டும் மொழியானால்
கூறுவட மொழிவலமாக் கொள்வர்குண திசைஅறியார்.

9. கலைமகள்தன் பூர்வதிசை காணுங்கால் அவள்விழியுள்
வலதுவிழி தென்மொழியா மதியாரோ மதியுடையார்.

10. பத்துப்பாட் டாதிமனம் பற்றினார் பற்றுவரோ
எத்துணையும் பொருட்கிசையும் இலக்கணமில் கற்பனையே.

11. வள்ளுவர்செய் திருக்குறளை மறுவறநன் குணர்ந்தோர்கள்
உள்ளுவரோ மனுவாதி ஒருகுலத்துக் கொருநீதி.

12. மனங்கரைத்து மலங்கெடுக்கும் வாசகத்தின் மாண்டோர்கள்
கனஞ்சடையென் றுருவேற்றிக் கண்மூடிக் கதறுவரோ.

(மனோன்மணீயம்).

ஒரு பாஷை முதலில் கை கால் முதலிய உறுப்புகளின் சைகை யளவிலிருந்து, நாளடைவில் ஒலி வடிவையடையும். அதற்குப் பின்பே, அந்தப் பாஷை விருத்தியடையத்தொடங்கும். மற்றப் பாஷைகளோடு கலந்து உறவாடாத பாஷை நாளடைவில் இறந்துபடும். இதன் விஷயம் விரிக்கிற் பெருகும். தமிழ்மொழியை ஆராயப்புகுந்தால், அது தனித்து இயங்கும் வன்மையோடு இலக்கண அமைதி, சொற் பாகுபாடு, பொருட் பாகுபாடு, செய்யுட் பாகுபாடு முதலிய யாவும் செப்பமாக அமையப் பெற்றிருத்தலால் தமிழ் மொழி தனி மொழி என்பதில் ஓர் ஐயப்பாடுமில்லை என்பது பாஷை நூற் புலவர்கள் கொள்கை.

ஆரியபாஷையோடொத்து அதிபூர்விகமாயுள்ளதும், மதுரையிலே முதலிடை கடை யென்னு முச்சங்கத்திலே வளர்க்கப் பட்டதும், வடவேங்கடந் தென்குமரியென முன் எல்லை கூறப்படினும் அவ்வெல்லை கடந்து பற்பல தேசங்களிலுந் தற்காலம் பரந்துபேசப்படுவதுமாகிய இன்னபெருமையுடைய இனிய தமிழ்ப்பாஷையிலே ஆசிரியரின்றிக் கற்கவிரும்புவோர் நூல்களைப் பிரயாசமின்றிக் கற்றற்குக் கருவியாக இருப்பது அகராதி.

எண் சீர் ஆசிரியவிருத்தம்

கேட்டபொருள் யாவுமுட னேகொடுக்கும் யாவர்
கேட்பினுமொ ரேபடித்தாய்க் கொடுக்குமின்றன் றென்னா
தி' ட முற வெப்பொழுதுங் கொடுக்குமித னாலே
எழில்சாலு நிகண்டதனை யிமையவர்கோ வெஃகோ
வாட்டமற வழங்குகற்ப தருவென்கோ வவையிவ்
வையத்திற் பெறலரிதா மகராதி பெறலாம்
நாட்டமொடு கரமுமிலா னிதனையிலா னென்றே
நவிலுதற்கோ ரையமுண்டோ நானிலத்தீர் நவில்வீர்.

xxxviii

அறுசீர் ஆசிரியவிருத்தம்

பத்திரந்தோறு நல்ல பலனளித் திடுத லாலும்
மித்திரப் புலவர் புந்தி விழைபொரு ளளித்த லாலும்
எத்திற விபுத ரார்க்கு மெய்ப்பினை யொழித்த லாலும்
இத்தகை நிகண்டு தன்னை யிமையவர் தருவென் பேமால்.

எண்சீர் ஆசிரியவிருத்தம்

நிருமலமாம் வர்ணவர் ணீதமா யெவரும்
நினையகமீக் களிகூர நிலவொளிய தாகி
உருவளரும் விபுதரிடத் தமர்ந்துதலைக் கொம்பின்
உயர்சுழியி னொருதுகளி லாதுவிழைந் தோர்க்குத்
திருவளருஞ் சுகமளித்துத் தனைநோக்கு நர்க்குத்
திரைகடல்சூழ் நிலவலயத் தெப்பொருளுந் தரலால்
குருவளரு நிகண்டதனை வானவர்கோ வென்றே
குறித்துரைக்கத் தடையென்னே குவலயத்தீர் கூறீர்.

இத்தகைய சிறப்பினதாகிய இத்தொன்மொழியாம் தென்மொழியிற் சதுரகராதி முதலிய பற்பலவகராதிகள் இருப்பினும் அவைகளெல்லாம் பெருவாரியாய்ப் பள்ளிப்பிள்ளைகட்கும் பிறர்க்கும் எளிதிற்பயன்தருவன அல்ல. அன்றியும், அவைகளின் விலை ஏற்றமும், உருவத்தோற்றமும் எல்லாரும் எளிதிற்பெற்று உபயோகிக்க அநுகூலமானவைகளல்ல. ஆகையால், வீணாகவிரித்தும், மிகச்சுருக்கியும் பயனற்றதாக்காமல், இதனைத் தற்காலத் தமிழ் மாணவரும் பிறரும் நயமாக வாங்கி நவீன முறையால் உபயோகித்து நலம் அடையுமாறு, நல்லெழுத்திலும் நற்காகிதத்திலும் அச்சிட்டிருக்கின்றோம்.

இன்னும் இம்மொழியில் வந்து வழங்கும் வடசொற்களில் இன்றியமையாதவைகளையும், திசைச்சொற்களில் அரசாங்க முறையிலும், அதிகாரமுறையிலும், வர்த்தகமுறையிலும், சாஸ்திர சம்பிரதாய இலௌகீகமுறைகளிலும் உள்ள எத்தனையோ சொற்களையும் இதிற் புதுவனவாகச் சேர்த்திருக்கின்றோம். "பழையன கழிதலும் புதியன புகுதலும், வழுவல கால வகையினானே'' என்ற ஆன்றோர் மொழிப்படி அவைகள் தகையாம் அன்றி மிகையாகா.

"அரசனெவ்வழி அவ்வழி குடிகள்'' என்ற பழமொழியைப் புதுமொழியாக்க, அரசன் எவ்வழி ஆசாரம் அவ்வழி என்று ஆக்கி

விடலாம் என்றெண்ணும்படி அநேக நவீன இலௌகீக ஆசாரங்கள் பிரவர்த்தித்திருக்கும் இந்நாளில் முன்னாளைய வழக்கத்தை அனுசரித்த தமிழகராதியைப் போன்றதொன்றே போதாமையை அனுபவத்தில் உணர்ந்த யாம், இதில் அநுபந்தங்களாக * அந்நியபாஷைச் சொற்களை உச்சரிக்கச் சென்னை, சர்வகலாசாலையார் அநுமதியுடன் தமிழில் ஏற்பட்ட புது எழுத்துகள் இரண்டையும், [உ-ம். *(1)* ப = f; காபீ = coffee; வேக்பீல்ட் = Wakefield. *(2)* ஸ = z; கெஸட் = Gazette.] பஞ்சாங்கப் பெயர்களில் பக்ஷங்களின் பெயரையும், பஞ்ச பக்ஷிகளின் பெயர்களையும், அவைகளின் தொழில்களையும், வாரசூலையின் வாரநாழிகைகள் பரிகாரங்கள் முதலியவைகளையும், கிரகணங்கள், பரதகண்டவாசிகளின் பண்டிகைகள் முகமதியர் பண்டிகைகள், உருஸுகள், கிறிஸ்தவர்களின் முக்கிய பண்டிகைகள், திருநாட்கள், அச்சுப் பிழைதிருத்தி அச்சுக்கூடத்துக்கனுப்புவதற்குவேண்டிய திருத்தக்குறிகள் அவைகளின் விளக்கங்கள், இங்கிலிஷ் நாணய வழக்கப் பெயர்கள், பரதகண்ட நாணய வழக்கப் பெயர்கள், புகைவண்டியில் ஏற்றும் சாமான்களின் நிறை அளவின் பெயர்கள், சென்னை முகத்தலளவை பரதகண்டக் கால அளவைகளின் பெயர்கள், இங்கிலிஷ் கால அளவைகளின் பெயர்கள், லீப் வருஷக்குறிப்பு, இங்கிலிஷ் நீட்டலளவைப்பெயர்கள், நிறுத்தலளவைப்பெயர்கள், இங்கிலிஷ் முகத்தலளவைப் பெயர்கள், தானியதவச அளவுப் பெயர்கள், எண்வாய்ப் பாட்டுப் பெயர்கள் இங்கிலிஷ் நிறுத்தலளவைப் பெயர்கள் (பொன், வெள்ளி முதலியன) இங்கிலிஷ் மருந்து நிறுத்தலளவைப் பெயர்கள், இங்கிலிஷ் நீட்டலளவைப்பெயர்கள், இங்கிலிஷ் சதுர அளவைப்பெயர்கள், வாக்கியங்கள் அர்த்தமாவதற் கனுகூலமான அடையாளப்பெயர்கள் முதலியவைகளையும் முறையாகக் கோத்திருக்கின்றோம்.

அன்றியும் அனுபந்தம் ஒன்றில், அசல், அலாதி என்பவைகளைப்போன்ற உருதுபாஷைப்பதங்கள், அலமாரி, கிராம்பு போன்ற போர்த்துகேசியச் சொற்கள், எச்சரிக்கை, வாடிக்கை போன்ற தெலுங்கு பதங்கள், பயங்காளி, விரயம் போன்ற கிராமியச்சொற்கள், ஏராளம், தாராளம் முதலிய

---

* யான் ஒரு அங்கத்தினனாயிருந்த தமிழ் வியாசக்கமிட்டியார் சென்னை சர்வ கலாசங்கத்திற்கு அனுப்பிய ரிப்போர்ட்டைப் பார்க்கவும்.

வழக்கச்சொற்கள், கவர்ன்மெண்ட், கவர்னர் முதலிய இங்கிலிஷ் பதங்கள் முதலியவைகளையும்; அனுபந்தம் இரண்டில், அக்ரிமெண்ட், அங்குஸ்தான் முதலிய அன்னிய வியாபாரக் கூட்டுச் சம்பந்தமான மொழிகளையும், அட்டெண்டர், அத்தாக்ஷி முதலிய துரைத்தன சம்பந்தமான மொழிகளையும், பிற மத சம்பந்தமான மொழிகளையும், நவீனசாஸ்திர சம்பந்தமான மொழிகளையும், இன்னும் பற்பல புதுச்சொற்களையும்; அனுபந்தம் மூன்றில் வருஷங்கள், மாதங்கள், வாரங்கள், இராகு கால நாழிகைகள், கிரகங்களின் பெயர்கள், நக்ஷத்திரங்களின் பெயர்கள், இலக்கினங்களின் பெயர்கள், திதிகளின் பெயர்கள், யோகங்கள், கரணங்கள், மூன்றாம்பிறை, இராசிகளின் பெயர்கள் ஆகிய இவைகளைக் குறிக்கும் சொற்களையும் நவீன முறையாக யாவரும் நலம்பெறப் புகுத்தி வெளியிட்டிருக்கின்றோம்.

ஆகையால் மாணவரும், மற்றவரும், அம்மற்றவரிற் கற்றவரும், கற்பவரும்,

கற்றோர்கள் தாமுகப்பர் கல்விதனில் ஆசையுள்ளோர்
பெற்றோ மெனவுகந்து பின்புகற்பர் - மற்றோர்கள்
மாற்சரியத் தாலிகழின் வந்ததென் னேயிகழ்கை
ஆச்சரிய மோதான் அவர்க்கு.

என்றபடி இதை மற்றோர்களாய்க் காணாமல் உவந்து பெற்றோர்களாய்க் கொண்டு, இதனுதவியைக் கண்டு களிப்பார் களென நம்புகின்றோம்.

தமிழும் அங்கிலமுங்கலந்த வின்ஸ்லோ முதலிய பிற வகராதி களைப் பெரிதும் தழுவித் தமிழ்க்கு இன்றியமையாதனவாகிய சங்கநூற்சொற்களையும் அமைத்து இதை இனிதின் முடிக்குமாறு திருவருள் புரிந்த எம்பிரானாகிய குகப்பெருமானை எம் மன மொழி மெய்களால் சிந்தித்து வந்தித்துத் தொழுகின்றோம்.

கந்தன் கழலிணை காலையினு மாலையினும்
எந்தந் தலைக்கணியாம் இங்கு.

பவானந்தர் கழகம்
நியூட்டன் அவுஸ், வேப்பேரி — ச.ப.
சென்னை, ஜனவரி 1925.

தமிழகராதி.

(பெ) பெயர். (வி) வினை. (தொ.பெ) தொழிற்பெயர்.
(வை-அ) வைத்திய அகராதி.

அ

அ - தமிழ் நெடுங்கணக்கில் முதலெழுத்து. 2. சுட்டெழுத்து, (உ-ம்) அவன், அக்கொற்றன். 3. அஃறிணைப் பன்மை விகுதி, (உ-ம்) வந்தன. 4. ஆறாம் வேற்றுமை உருபு, (உ.ம்) தனகைகள் (தன்+அ), 5. சாரியை, (உ.ம்) எனக்கு,(என்+அ+க்+கு) 6. எட்டென்னும் எண்ணின்குறி, 7. ஓர் உபசர்க்கம், (உ.ம்) அஞ்ஞானம்.

அ ஆ - அதிசயவிரக்கக் குறிப்பு.
அஃகம் - (பெ) தானியம்.
அஃகரம் - வெள்ளெருக்கு
அஃகான் - (பெ)அ,முதலெழுத்து
அஃகு - (வி) குறை, 2. சுருங்கு.
அஃகுல்லி - பிட்டு, 2. சிற்றுண்டி.
அஃகேனம் - இது ஆய்தவெழுத்து.
அஃது - அஃறிணை ஒருமைச் சுட்டு.
அஃறிணை - உயர்திணையல்லாதவை.
அகங்காரம் - கருவம், 2. அந்தக் கரணங்களில் ஒன்று. 3. நானெனுஞ் செருக்கு, 4. பிறவிக்கு மூலம்
அகங்கை - உள்ளங்கை
அகசியம் - ஆசியம்.
அகசு - பொழுது, 2. பகல்
அகடவிகடம் - தட்டுமாற்று, 2. இரண்டகம்.
அகடு - பொல்லாங்கு, 2. நடு,3. வயிறு.
அகடூரி - பாம்பு.
அகணி - தெங்கு பனை முதலியவற்றின் உள் நார், 2. மருத நிலம்.
அகண்டம் - அபின்னம், 2. மண் விளக்கு.
அகண்டாகாரம் -அளவுபடாத வடிவம்
அகண்டிதம் - முழுமை
அகதி - திக்கற்றவன், 2. வறியவன்.
அகத்தி - ஒரு மரம்.
அகத்திணை - உள்ளத்தே நிகழ்கின்ற இன்ப ஒழுக்கம்.
அகத்தியம் - அகத்தியனாராற் செய்யப்பட்ட இலக்கணம், 2. அவசியம்
அகத்தியன் - அகஸ்திய முனிவர்
அகந்தை - அகங்காரம்.
அகப்பட - கிடைக்க, 2. வசப்பட, 3. சிக்கிக்கொள்ள.
அகப்பற்று - உள்பற்று.
அகப்பா - மதிலுண்மேடை, 2. மதில், 3. அகழி.
அகப்பாட்டு - அக நானூறென்னும் நூல்.
அகப்பு - ஆழம்.
அகப்பேய்ச்சித்தன் - பதினெண் சித்தரில் ஒரு சித்து புருஷன்.
அகப்பை - சட்டுவம்.
அகப்பொருள் - ஓரிலக்கணம், அது உண்ணிகழ்ச்சியான இன்பத்திற்குரிய எழுதிணையைக் கூறும், 2. வீட்டிவுள்ள பொருள்.
அகமருடணம் - நீருக்குள்ளே நின்று செபித்துப் பாவத்தைப் போக்கச் செய்யும் ஒரு மந்திர செபம்.
அகமுடையான் - வீட்டுக்காரன், 2. கணவன்.
அகம் - வீடு, 2. மனம், 3. பாவம்.

அகம்படிமை - உட்டொண்டு.

அகம்படியார் - உள்வேலைக்காரர், 2. ஒரு சாதியார்.

அகம்பாவம் - உள்செருக்கு, 2.. நான் என்னும் எண்ணம்.

அகம்பிரமம் - நானே பிரமம் எனல்.

அகம்மியம் -ஓரெண், 2. அறியக் கூடாதது.

அகம்மியை - பொதுமகள்.

அகரம் - அ, ஓரெழுத்து, 2. மருத நிலத்தூர், 3. பார்ப்பனச்சேரி, 4. இரசம்.

அகராதி- நெடுங்கணக்கிலுள்ளபடி அகர முதலிய எழுத்துக்களாலாய சொற் கோவை.

அகரு - அகில்.

அகலம் - விரிவு, 2. மார்பு.

அகலவுரை - விரிவுரை.

அகலிகை - கௌதம முனிவர் பத்தினி

அகல் - தகழி, 2. ஒரு மரம், 3. விரிவு.

அகலுள் - அகலம், 2. ஊர், 3. நாடு, 4. பெருமை.

அகவல் - மயிற்குரல், 2. கூத்து, 3.ஆசிரியப்பா.

அகவு - (வி) அழை, 2. (வி) ஆடு.

அகவை - உட்பொருள், 2. வயது.

அகழு - (வி) தோண்டு.

அகழான் - வயலெலி.

அகழி - மதில்சூழ் கிடங்கு.

அகழ் - அகழி, 2. (வி) தோண்டு.

அகளங்கம் - சுத்தம், 2. சீதாங்க பாஷாணம்.

அகளம் - மிடா, 2. தாழி, 3. நிட்களம்.

அகற்று - (வி) நீக்கு.

அகஸ்மாத்து - தற்செயல்

அகன்றில் - ஆணன்றில்

அகாதம்- ஆழம், 2. பொந்து, 3. நீந்து புனல், 4. வஞ்சகம்

அகாதன் - வஞ்சகன்

அகாத்தியம் - பொல்லாங்கு 2. உண்ணத் தகாதது.

அகாரம் - அ என்னும் எழுத்து, 2. வீடு.

அகாரணம் - காரணமின்மை.

அகாரியம் - காரியமல்லாதது.

அகாலமிருத்து - அனியாய மரணம்.

அகாலம் - பருவமின்மை, 2. பஞ்ச காலம்.

அகி - பாம்பு, 2. இரும்பு.

அகிஞ்சனன் - தரித்திரன்.

அகிருத்தியம் - அக்கிரமம்.

அகிதம் - இதமின்மை, 2. பகை, 3.ஏலாமை, 4. உரிமையின்மை.

அகிம்சை - கொல்லாமை, பிறவுயிருக்குத் தீங்கு செய்யாமை.

அகிலம் - எல்லாம், 2. பூமி.

அகிலாண்டம் - சர்வலோகம்.

அகிலாண்டவல்லி - பார்வதி.

அகில் - ஓர் மரம், அகில்வாசம்.

அகிற்கூட்டு - ஏலம், கருப்பூரம், எரிகாசு, சந்தனம், தேன் இவைகளின் கூட்டு; கூந்தலுக்கு வாசனையூட்டப் பயன்படுவது.

அகுணம் - குற்றம், 2. குணவீனம், 3. இலட்சணமின்மை.

அகூபாரம் - ஆமை, 2. கடல்.

அகைதல் - (தொ. பெ) எரிதல், 2. ஒடித்தல், 3. தளிர்த்தல், 4. வருந்தல்.

அகைத்தல் - (தொ. பெ) அடித்தல், 2. ஓட்டுதல், 3. முறித்தல், 4. வருத்தல்.

அகோ - ஓர் அதிசயச்சொல்.

அகோசரம் - அறியொணாமை.

அகோபிலம் - ஒரு விஷ்ணுதலம்.

அகோரம் - கொடுமை, 2. சிவன் ஐம் முகத்தொன்று.

அகோராத்திரம் - பகலுமிரவும்.

அக்கசாலை - கம்பட்டசாலை, 2. அணிகலன் செய்யுமிடம்.

அக்கடா - ஓய்வு குறிக்கும் ஓர் இடைச் சொல். (உ.ம்) இத்தொல்லை ஒழிந்தால் அக்கடாவென்றிருக்கலாம்.

அக்கணம் - அந்த நிமிஷம்.

அக்கதம் - அட்சதை, 2. பங்கப் படாதது.

அக்கதேவி - சோனைப்புல்.

அக்கதை - மங்கலவரிசி.

அக்கபாதன் - நியாய சூத்திரஞ்செய்த கௌதம முனிவன்.

அக்கமாலை - உருத்திராக்ஷமாலை.

அக்கம் - தானியம், 2. கயிறு, 3. பக்கம்.

அக்கம் - கண், 2. உருத்திராட்சம்.
அக்கரம் - அழியாதது, 2. எழுத்து, 3. பிரமம்.
அக்கரன் - அழிவில்லாதவன், 2. கூடஸ்தன்.
அக்கராகாரம் - ஒரு பூண்டு.
அக்கரை - அவசியம்.
அக்கன் - கருடன், 2. குருடன், 3. நாய்.
அக்கா - தாய்.
அக்கா - தமக்கை, 2. மூதேவி.
அக்காரம் - சருக்கரை, 2. சீலை.
அக்காரவடிசில் - சர்க்கரையன்னம்.
அக்காள் - அக்கா.
அக்கி - கண், 2. அக்கினி கரப்பன், 3. உஷ்ணம், 4. அக்கினி.
அக்கியாதம் - மறைவு.
அக்கியானம் - அஞ்ஞானம்.
அக்கிரகண்ணியன் - சபையில் முதல்வனாக மதிக்கப்படுபவன்.
அக்கிரகாரம் - பார்ப்பனச்சேரி.
அக்கிரசம்பாவனை - முன்மரியாதை.
அக்கிரசன்மன் - அண்ணன், 2. பிராமணன்.
அக்கிரதாம்பூலம் - முதற்றாம்பூலம்.
அக்கிரமம் - கொடுமை, 2. ஒழுங்கின்மை.
அக்கிராரம் - அக்கிரகாரம்.
அக்கினி - தீ, 2. அக்கினிபகவான், 3. செங்கொடிவேலி.
அக்கினிகாரியம் - ஓமத்தீவளர்த்தல்.
அக்கினிகோத்திரம் - யாகமிருபத்தொன்றில் ஒன்று.
அக்கினிட்டோமம் - சோமயாகம்.
அக்கினித்தம்பம் - நெருப்புச் சுடாமற் செய்யும் வித்தை.
அக்கினிப்பிரவேசம் - தீயிற்குதித்தல்.
அக்கினிப்பிழம்பு - நெருப்புச் சுவாலை.
அக்கினி மூலை தென்கிழக்கு மூலை.
அக்கு - பலகறை, 2. சங்குமணி, 3. உருத்திராட்சம், 4. எருத்துத்திமில், 5. எலும்பு.
அக்குரூரன் - ஸ்ரீ கிருஷ்ணன் தகப்பனோடு பிறந்த ஒரு யாதவன்.
அக்குரோணி - 21,870 யானையும், 65,610 குதிரையும், 21,870 தேரும், 1,09,350 காலாளும் கொண்ட ஒரு சேனைத்தொகை.
அக்குல்லி - உக்காரி, 2. சிற்றுண்டி.
அக்குள் - கக்கம்.
அக்கை - அக்கா.
அக்கோலம் - தேற்றாங்கொட்டை.
அக்கௌகிணி - அக்குரோணி.
அக்ரமம் - அக்கிரமம்.
அங்கசேட்டை - உடம்பினது சலனம், 2. கைமெய் காட்டு.
அங்கணம் - முற்றம், 2. சலதாரை, 3. சேறு, 4. வெண்காரம்.
அங்கணன் - சிவன், 2. மகா விட்டுணு 3. அருகன்.
அங்கதம் - தோளணி, 2. பாம்பு, 3. பொய், 4. வசைச் சொல்.
அங்கத்தி - பண்டாரங்களை மரியாதையாகக் கூப்பிடுந் தாங்களென்னும் பொருள் படுகிற ஒரு சொல்.
அங்கநியாசம் - இருதயம் முதலிய உறுப்புகளிலே மந்திரத்தோடு கையாற்றொடுதல்.
அங்கபடி - குதிரையங்கவடி.
அங்கப்பிரதக்கணம் - தேகத்தால் புரண்டு வலமாகவருதல்.
அங்கம் - அவயவம், 2. உடல், 3. அடையாளம், 4. கட்டில், 5. ஓர் பாஷை, 6. ஓர் தேயம்.
அங்கயற்கண்ணி - மீனாட்சியம்மையார்.
அங்கயோகம் - எண்வகை யோகத்திலொன்று.
அங்கரக்கா - மெய்ச்சட்டை.
அங்கலாய்த்தல் - (தொ.பெ) துக்கித்தல், 2. இச்சித்தல்.
அங்கவடி - குதிரை ஏறும் படி.
அங்கனை - பெண்.
அங்காடி - கடைவீதி.
அங்காத்தல் - (தொ.பெ) வாய்திறத்தல், 2. கொட்டாவி விடல்.
அங்காரகன் - நெருப்பு, 2. செவ்வாய்.
அங்காளம்மை - காளி.
அங்காளி - அங்காளம்மை.

அங்கி - சட்டை, 2. கார்த்திகை, 3. அக்கினி.
அங்கிகரி - ஏற்றுக்கொள்.
அங்கிகாரம் - ஏற்றுக்கொள்கை.
அங்கிசம் - உபநிடதம் முப்பத்திரண்டினொன்று, 2. கூறு.
அங்கிதம் - உடற்றழும்பு, 2. பாட்டுடைத்தலைவன்.
அங்கிடுதத்தி - நாடோடி, 2. நிலைகெட்டவன்.
அங்கிடுதுடுப்பன் - நாடோடி.
அங்கிட்டோமம் - அக்கினிஷ் டோமம்.
அங்கிரி - கால்.
அங்கீகாரம் - சம்மதம்.
அங்கு - அவ்விடம்.
அங்குசம் - யானைத்தோட்டி.
அங்குசபாணி - விநாயகன், 2. காளி.
அங்குசரோசனம் - (வை-அ) கூகை நீறு.
அங்குட்டம் - பெருவிரல், 2. குறளுரு.
அங்குஷ்டான் - தையற்காரர் விரலிலே அணியும் கூடு.
அங்குரம் - முளை, 2. குப்பைமேனி.
அங்குரித்தல் - (தொ.பெ) முளைத்தல்.
அங்குலம் - விரலகலம் ($1/_{12}$ அடி).
அங்குலி - விரல், 2. யானைக்கை நுனி 3. மோதிரம்.
அங்குலிகம் - மோதிரம்.
அங்கூரம் - தளிர்.
அங்கை - உள்ளங்கை.
அங்ஙனம் - அவ்விடம், 2. அவ்விதம்.
அசகசாந்தரம் - ஆட்டுக்கும் யானைக்கும் உள்ள பேதம்.
அசகம் - மலையாடு.
அசகாயம் - சகாயமின்மை.
அசக்கியம் - இயலாமை, 2. நாகமணல்.
அசங்கதம் - இகழ்ச்சி, 2. ஒழுங்கின்மை.
அசங்கியம் - அருவருப்பு.
அசங்கு - அசை.
அசங்கை - மதிப்பின்மை.
அசஞ்சலம் - அசைவின்மை.
அசடன் - கீழ்மகன், 2. சோம்பேறி.
அசடு - கீழ்மை, 2. குற்றம், 3. உலோகங்களிற் பேரும் பொருக்கு.
அசட்டை - பராமுகம், 2. மதியாமை.
அசதி - சிரித்துப்பேசுகை, 2. சடுதி, 3. சோர்வு, 4. ஔவையாரால் புகழ்ந்து பாடப் பெற்ற ஓர் இடையன்.
அசதியாடல் - (தொ,பெ) மிகுதியாகச் சிரித்துப் பேசுதல்.
அசத்தன் - வலிவில்லாதவன், 2. உலகப் பற்றில்லாதவன்.
அசத்தி - பலவீனம்.
அசத்தியம் - பொய்.
அசத்து - தீயது, 2. மாயை.
அசத்துக்கள் - அற்பர்.
அசந்தர்ப்பம் - சமயமின்மை, 2. சரிப்படாமை.
அசபம் - அசபா என்னும் ஓர் மந்திரம்.
அசபை - அசபா.
அசப்பியம் - சபையில் ஏற்காத சொல்.
அசமந்தம் - மலையத்தி, 2. மந்தகுணம், 3. சம்பந்தமின்மை.
அசமயம் - ஒவ்வாச் சமயம்.
அசம் - ஆடு, 2. மூவருடநெல், 3. வெங்காயம்.
அசம்பவம் - அதிசயம், 2. தருக்க நூலின் முக்குற்றத்திலொன்று, 3. பிறவாமை.
அசம்பாவிதம் - சம்பவிக்கக்கூடாதது.
அசம்பிரேட்சிதம் - ஆராய்வின்மை.
அசம்மதம் - சம்மதமின்மை.
அசரம் - அசைவில்லாதது.
அசரீரி - ஆகாசவாணி.
அசரை - ஓர் மீன்.
அசர் - தலைச் சுண்டு.
அசர்தல் - (தொ.பெ) அயருதல்.
அசலம் - அசையாநிலை, 2. மலை.
அசல் - அருகாமை, 2. உயர்ந்தது, 3. முதற்பிரதி.
அசறு - தலைச்சுண்டு.
அசனம் - சோறு, 2. போசனம், 3. வேங்கைமரம்.
அசனி - இடி, 2. வச்சிராயுதம்.
அசன் - பிறப்பில்லாதவன், 2. பிரமன்.
அசா - தளர்ச்சி.
அசாகசம் - பொய்.
அசாகளம் - ஆட்டின் அதர்.
அசாக்கிரதை - விழிப்பின்மை.

அசை 5 அச்சு

அசாதசத்துரு - தனக்குப்பகைவரில்லாதவன், 2. தருமபுத்திரன்.

அசாதாரணம் - சிறப்பு, 2. பொதுவின்மை.

அசாத்தியம் - இயலாமை, 2. குணமாகாமை.

அசாவேரி - ஓரிராகம்.

அசி - வாள்.

அசிங்கம் - அவலக்ஷணம்.

அசிதம் - சிவாகமம், 2. கருமை.

அசித்து - சடம்.

அசிந்தியம் - ஓரெண், 2. சிந்தைக்கெட்டாமை.

அசிபதம் - தத்துவமசி என்னும் மஹாவாக்கியத்தின் மூன்றாம் பதம்.

அசிரத்தை - சிரத்தையின்மை.

அசினம் - தோலாசனம்.

அசீரணம் - செரியாமை, 2. பசியின்மை.

அசுசி - சுத்தமின்மை, 2. அருவருப்பு.

அசுணமா - கேகயப்புள்.

அசுத்தம் - சுத்தமின்மை.

அசுத்தி - அழுக்கு.

அசுபதி - அசுவினி.

அசுபம் - அமங்கலம்.

அசுப்பு - சடுதி.

அசும்பு - வழுக்கு நிலம், 2. கிணறு, 3. பொல்லா நிலம்.

அசுரகுரு - சுக்கிரன்.

அசுரசந்தி - இரணியவேளை, 2. சாயங்காலம்.

அசுரர் - இராக்கதர்.

அசுவதாட்டி - குதிரையின் வேகம்.

அசுவத்தம் - அரசமரம், 2. அத்திமரம்.

அசுவத்தாமன் - துரோணன் மகன்.

அசுவமேதம் - ஓர் யாகம்.

அசுவம் - குதிரை.

அசுவினி - ஒரு நட்சத்திரம்.

அசூயை - பொறாமை, 2. அவதூறு.

அசூர் - சமுகம்.

அசேஷம் - முழுமை.

அசேதனம் - அறிவின்மை.

அசை - அசை நிலை, 2. இசைப்பிரிவு, 3. செய்யுளுறுப்பி லொன்று.

அசைதல் - (தொ.பெ) ஆடுதல், 2. இருத்தல், 3. உலாவல், 4. சோம்புதல், 5. கலங்குதல்.

அசைதன்னியம் - அறிவில்லாதது.

அசைத்தல் - (தொ.பெ) ஆட்டல், 2. கட்டுதல், 3. சொல்லுதல்.

அசைபோடல் - (தொ.பெ) இரைமீட்டல்.

அசையாமணி - ஆராய்ச்சி மணி, முக்கியமான வேலைகளில் அடிக்கு மணி.

அசையிடல் - (தொ.பெ) அசைபோடல்.

அசைவு - (தொ. பெ) ஆட்டம், 2. சஞ்சலம், 3. சோர்வு.

அசோகம் - சோகமின்மை, 2. ஒரு மரம், 3. மன்மதன் கணை.

அசோகன் - அருகன்.

அசோகு - அசோகமரம்.

அசோதை - நந்தகோபன் மனைவி.

அச்சகாரம் - முன்பணம்.

அச்சணம் - அக்கணம், அந்த நிமிஷம்.

அச்சம் - பயம், 2. மகளிர் நாற்குணத்திலொன்று, 3. தகடு, 4. இலேசு.

அச்சரம் - நாவில் வருமோர் வியாதி.

அச்சன் - தந்தை.

அச்சாணி - வண்டி சக்கரத்திற் கிடும் கடையாணி.

அச்சாரம் - முன்பணம்.

அச்சி - ஓர் தேசம்.

அச்சி நறுவிலி - நறுவிலிமரம்.

அச்சு - அடையாளம், 2. உயிர், 3. வண்டியச்சு, 4. கட்டளைக்கருவி, 5. உயிரெழுத்து.

அச்சுதம் - கெடுதலின்மை.

அச்சுதன் - அழிவில்லாதவன், 2. மகாவிஷ்ணு.

அச்சுவதி - அசுவினி.

அச்சுவத்தாமா - ஒரு யுத்த வீரன்.

அச்சுவம் - குதிரை.

அச்சுவினி - அசுவினி.

அச்சுவினிதேவர் - தேவ மருத்துவர்.

அச்சுறல் - (தொ.பெ) பயப்படுதல்.

அச்சுறுத்தல் - (தொ.பெ) பயப்படுத்தல்.

அச்சோ - ஓர் அதிசயச் சொல், 2. ஓரிரக்கச் சொல்

அஞர் - துன்பம்.

அஞ்சம் - அன்னப்புள்.

அஞ்சலி - கும்பீடு.

அஞ்சலிகை - வௌவால்.

அஞ்சல் - (தொ.பெ) பயப்படுதல், 2. தபால்.

அஞ்சனப்பெட்டி - மை வைத்திருக்கும் பெட்டி.

அஞ்சனம் - கண்ணுக்கிடுமை, 2. கறுப்பு, 3. இருள், 4. திசையானைகள் எட்டனுள் மேற்றிசையானை.

அஞ்சனவண்ணன் - திருமால்.

அஞ்சனவித்தை - மறைந்த பொருளைக் காண்பிப்பது.

அஞ்சனை - அனுமன்தாய்.

அஞ்சாமை - பயப்படாமை.

அஞ்சிக்கை - பயம்.

அஞ்சு - ஐந்து.

அஞ்சுகம் - கிளி.

அஞ்சுதல் - (தொ.பெ) பயப்படுதல்.

அஞ்சுருவாணி - அச்சாணி.

அஞ்ஞதை - அறியாமை.

அஞ்ஞன் - அறிவிலான்.

அஞ்ஞாதம் - பிறர் அறியாமை, 2. மறைவு.

அஞ்ஞானம் - ஞானமின்மை.

அடகு - இலைக்கறி, 2. கொதுவை.

அடக்கம் - ஒடுக்கம், 2. கீழ்ப்படிவு, 3. பிரேதமடக்குகை.

அடக்கு - கீழ்ப்படுத்து, 2. குறை.

அடங்கலர் - பகைவர்.

அடங்கல் - முழுதும்.

அடங்குதல் - (தொ.பெ) அமைதல்.

அடடா - அதிசயக் குறிப்பு.

அடத்தி- வாசி, (வட்டமாகக் கழிக்கும் காசு).

அடப்பம் - வெற்றிலைப்பை, 2. அம்பட்டன் கருவிப்பை.

அடப்பனார் - நெய்தற் றலைவனது பட்டப் பெயர்.

அடமானம் - அடைமானம்.

அடம் - சஞ்சாரம்.

அடம்பு - அடம்பங்கொடி.

அடர் - செறிவு, 2. தகடு.

அடர்த்தி - நெருக்கம்.

அடர்ப்பம் - நெருக்கம்.

அடலை - சாம்பல், 2. போர்க்களம்.

அடல் - வலி, 2. போர், 3. வெற்றி.

அடவி - காடு, 2. சோலை, 3. கூட்டம்.

அடாசு - மட்கிச் செத்தது.

அடாணா - ஓரிராகம்.

அடாதது - தகாதது.

அடார் - புலி முதலியவைகளை அகப் படுத்தும் பொறியாகிய கல்லடார்.

அடாவந்தி - அநியாயம், 2. துன்பம்.

அடி - ஆதி, 2. வமிசவழி, 3. செய்யுளி னோருறுப்பு, 4. கால், 5. காற்சுவடு, 6. கீழ்.

அடி - (வி) வீசு, 2. மோது, 3. கொல்லு.

அடிகள் - கடவுள், 2. முனிவர், 3. குருக்கள்.

அடிகோலல் - (தொ.பெ) முயற்சி செய்தல்.

அடிக்கடி - பலமுறை.

அடிக்குடி - அடிச்சேரி.

அடிக்குள் - உடனே.

அடிசில் - சோறு.

அடிச்சால் - உழவின் முதற்சால்.

அடிச்சி - அடியாள்.

அடிச்சுவடு - காற்சுவடு.

அடிச்சேரி - சமீபகிராமம்.

அடிஞானம் - முக்திக்குரிய ஞானம்.

அடிதலை - கீழ் மேல், 2. ஆதியந்தம்.

அடித்தல் - (தொ.பெ) அறைதல்.

அடித்தலம் - கீழிடம், 2. அஸ்திவாரம்.

அடித்தழும்பு - காற்சுவடு, 2. அடி பட்டதழும்பு.

அடிநா - நாவினடி.

அடிபணிய - (வி) நமஸ்காரம் செய்ய.

அடிபிடி - சண்டை.

அடிபெயர்தல் - (தொ.பெ) விலகுதல்

அடிப்படுத்தல் - (தொ. பெ.) கீழ்ப் படுத்தல்.

அடிப்படை - ஆதாரம்.

அடிப்பட்ட சான்றோர் - பரம்பரைப் பெரியோர்.

அடிப்பந்தி - முதற்பந்தி.
அடிப்பாடு - பழக்கம், 2. பாதை.
அடிமடி - உள்மடி.
அடிமடை - முதல்மடை.
அடி முடி - வரலாறு, 2. ஆதியந்தம்.
அடிவாரம் - மலைச்சாரல்.
அடிவானம் - திகாந்தம்.
அடிவீழ்தல் - (தொ.பெ) வணங்கல்.
அடிவெண்குருத்து - முருந்து.
அடிவைத்தல் - (தொ.பெ) தலையிடல், 2. நடக்கத் தொடங்கல்.
அடுகலம் - சமையல் செய்யும் பாத்திரம்.
அடுகளம் - யுத்தபூமி.
அடு - (வி) தீயிற் பாகமாக்கு, 2. சேர்.
அடுக்கம் - மலைப்பக்கம்.
அடுக்கல் - (தொ.பெ) ஒன்றன் மேல் ஒன்று வைத்தல், 2. குவித்தல்.
அடுக்கல் - (பெ) மலை.
அடுக்களை - சமையல் வீடு.
அடுக்கு - வரிசை, 2. அடுக்குச்சொல், 3. சேர்மானம்.
அடுசிலைக்காரம் - செந்நாயுருவி.
அடுதல் - (தொ.பெ) கொல்லல், 2. சமைத்தல், 3. மேற் கொள்ளல்.
அடுத்தல் - (தொ.பெ) கிட்டல், 2. சம்பவித்தல், 3.சேர்தல்.
அடுப்பங்கரை - அடுப்பின்பக்கம்.
அடுப்பு - சேர்கை, 2. பரணிநாள், 3. அச்சம், 4. தீவாய்ப்பக்கம்.
அடை - ஓர் பணிகாரம், 2. இலை, 3. கனம், 4. கொதுவை, 5. அபயம்.
அடைகல் - மதகு அடைக்கும் கல், கம்மப் பட்டடை.
அடைகாத்தல் - (தொ.பெ) கோழி முதலியவை அடைகிடத்தல்.
அடைகாய் - வெற்றிலை,பாக்கு.
அடை கிடத்தல் - குஞ்சு புறப்பட முட்டையைக் காத்தல்.
அடைகுளம் - வாய்க்கால் இல்லாத குளம்.
அடைக்கலக் குருவி - ஊர்க்குருவி.
அடைக்கலம் - சரண்புகல், 2. பாது காவற் கொப்பித்த பொருள், 3. புகலிடம்.
அடைக்கலாங்குருவி - அடைக்கலக் குருவி.
அடைசுதல் - (தொ.பெ) ஒதுங்குதல், 2. கிட்டுதல், 3. ஒதுக்குதல்.
அடைச்சுதல் - (தொ.பெ) செருகுதல்.
அடைதல் - (தொ.பெ) சேருதல், 2. பெறுதல், 3. கூடுதல்.
அடைத்தல் - (தொ.பெ) சேர்த்தல், 2. தடுத்தல், 3. பூட்டல், 4. வெளியை மறைத்தல்.
அடைந்தோர் - உறவோர்.
அடைப்பம் - அம்பட்டனாயுதவுறை, 2. வெற்றிலைப்பை.
அடைப்பன் - மாடுகள் தொண்டையிற் காணும் ஓர் வியாதி.
அடைப்பு - மறைப்பு, 2. வேலி.
அடைப்பை - வெற்றிலைப்பை.
அடைமழை - விடாமழை.
அடைமாங்காய் - மாங்கா யூறுகாய்.
அடைமானம் - ஈடு, 2. உவமை.
அடைமொழி - விசேடண மொழி.
அடைய - (வி) சேர.
அடையலர் - பகைவர்.
அடையாளம் - அறிகுறி, 2. சின்னம்.
அடைவு - ஈடு, 2. முறை.
அட்சதை - மங்கலவரிசி.
அட்சபாதன் - கௌதம ரிஷி.
அட்சம் - உருத்திராக்ஷம், 2. கண்.
அட்சய - ஒரு வருஷம்.
அட்சயதூணி - அருச்சுனனம்புக் கூடு.
அட்சயபாத்திரம் - பிச்சைப் பாத்திரம்.
அட்சரகணிதம் - பீசகணிதம்.
அட்சரம் - எழுத்து.
அட்சி - கண்.
அட்சௌகிணி - அக்குரோணி.
அட்டகம் - எட்டின் கூட்டம், 2. வட மொழியினோர் பிரபந்தம்.
அட்டகாசம் - பெருநகை.
அட்டணைக்கால் - மடித்தகால்.
அட்டமம் - எட்டாவது.
அட்டமி - எட்டாந்திதி.
அட்டமூர்த்தி - சிவன்.
அட்டம் - எட்டு, 2. குறுக்கு, 3. புக்கம்.

அட்டல் - (தொ.பெ) நெருப்பிற் காய்ச்சுதல், 2. அழித்தல்.
அட்டவணை - வரிசைக்குறிப்பு.
அட்டலிஞ்சதி - இருபத்தெட்டு.
அட்டாக்கரம் - ஸ்ரீ மகாவிஷ்ணுவைப் பூஜிக்குமோர் மந்திரம்.
அட்டாதசம் - பதினெட்டு.
அட்டாதுட்டி - மிக்க துடுக்குத்தனம்.
அட்டாலம் - மேல்வீடு.
அட்டாலிகை - மேல்வீடு.
அட்டாவதானம் - ஒரேவேளை யிலெட்டுக் காரியத்தைச் சிந்திக்கை.
அட்டாளை - ஓர் மரம்.
அட்டி - தடை, 2. அதிமதுரம்.
அட்டிகை - ஓர்வகைக் கழுத்தணி.
அட்டிமை - ஓமம்.
அட்டியல் - அட்டிகை.
அட்டில் - மடைப்பள்ளி.
அட்டுதல் - (தொ.பெ) வார்த்தல்.
அட்டுப்பு - காய்ச்சிய உப்பு.
அட்டை - நீர் வாழ்வனவற்றி லொன்று. 2. செருப்பினடி, 3. காகித அட்டை.
அட்டோலகம் - ஆடம்பரம்.
அணங்காடுதல் - (தொ.பெ) வெறியாடுதல்.
அணங்கு - தெய்வம், 2. தெய்வப்பெண், 3. அழகு, 4. ஆசை, 5. நோய், 6. கொலை, 7. அச்சம், 8. தேவர்க்காடும் கூத்து.
அணங்குதல் - (தொ.பெ) கொல்லுதல், 2. விரும்புதல், 3. அஞ்சுதல்.
அணங்குதாக்கு - (தொ.பெ) காமநெறியாகத் தெய்வப்பெண் (மோகினி) பிடித்தல்.
அணம் - மேல்வாய்.
அணல் - கீழ்வாய், 2. மிடறு, 3. தாடி.
அணவல் - (தொ.பெ) நெருங்கல், 2. இணைதல்.
அணாப்பல் - (தொ.பெ) ஏய்த்தல்.
அணி - அழகு, 2. ஆபரணம், 3. கூட்டம், 4. அடுக்கு, 5. அலங்காரம், 6. படைவகுப்பு.
அணிகலச்செப்பு - ஆபரணப் பெட்டி.
அணிகலம் - ஆபரணம்.
அணிகம் - சிவிகை.
அணிகலன் - ஆபரணம்.
அணிஞ்சில் - அழிஞ்சில், 2. கொடிவேலி, 3. நொச்சி, 4. முள்ளி.
அணிதல் - (தொ.பெ) அலங்கரித்தல், 2. பூணல், 3. உடுத்தல்.
அணிநுணா - சீத்தா என்னும் மரம்.
அணிந்தம் - கோபுரவாசலின் மேடை.
அணிந்துரை - பாயிரம்.
அணிமா - அணுவளவாகச் சுருங்கல்.
அணிமை - சமீபம்.
அணியம் - கப்பலின் முற்பக்கம், 2. படைவகுப்பு.
அணியல் - அணிதல், 2. மாலை.
அணில் - அணிற்பிள்ளை.
அணிவகுத்தல் - (தொ.பெ) படை வகுத்தல்.
அணிவிரல் - மோதிரவிரல்.
அணு - நுண்மையானது, 2. சிறுமை, 3. ஆன்மா.
அணுகலர் - அயலார், 2. பகைவர்.
அணுகல் - (தொ.பெ) கிட்டல்.
அணுக்கத் தொண்டர் - அந்தரங்க (சீடர்) அடியார்.
அணுக்கர் - சினேகர்.
அணுக்கு - சமீபம்.
அணுத்துவம் - அணுத்தன்மை.
அணுமை - சமீபம்.
அணுரூபி - கடவுள், 2. ஆன்மா.
அணை - வரம்பு, 2. அணைக்கட்டு, 3. மெத்தை, 4. முட்டு, 5. படுக்கை.
அணைகயிறு - பசுவைப் பால் கறக்கக் கட்டுங் கயிறு.
அணைக்கட்டு - வரம்புக்கட்டு.
அணைதல் - (தொ.பெ) சேர்தல், 2. அவிதல்.
அணைதறி - யானை கட்டும் கயிறு.
அணையாடை -ஏணைத்துகில்
அணையார் - பகைவர்.
அண்டகம் - குப்பைமேனி.
அண்டகடாகம் - அண்டகோள ஓடு.
அண்டகோசம் - முட்டை வடிவான அண்டம்.

அண்டங்காக்கை - உடல் முழுமையும் கருநிறமுடைய காகம்.

அண்டசம் - முட்டையிற் செனிக்கும் உயிர்கள்.

அண்டா - பெரும்பாத்திரம்.

அண்டபிண்டம் - பிரமாண்டமுந் தேகமும்.

அண்டமுகடு - அண்டத்தினுச்சி.

அண்டம் - முட்டை, 2. உலகம், 3. ஆகாயம், 4. பீசம்.

அண்டரண்டம் - தேவருலகு.

அண்டரண்டப்பட்சி - ஒரு பெரும் பறவை.

அண்டர் - தேவர், 2. இடையர், 3. பகைவர்.

அண்டர்பிரான் - மகாவிஷ்ணு, 2. சிவன்.

அண்டலர் - பகைவர்.

அண்டல் - (தொ.பெ) நெருங்கல்.

அண்டவாணர் - தேவதைகள்.

அண்டவாதம் - விரைவாதம்.

அண்டவாயு - ஓர் நோய்.

அண்டாகாரம் - முட்டைவடிவம்.

அண்டார் - பகைவர்.

அண்டிகம் - செந்நாய்.

அண்டில் - மாடு முதலியவற்றின் கண்ணிற்பற்றும் ஒரு பூச்சி.

அண்டுதல் - (தொ.பெ) நெருங்குதல்.

அண்டை - சமீபம், 2. முட்டு, 3. வரம்பு.

அண்ணந்தாள் - கழுத்திற்கும் காலுக்கும் பூட்டுங்கயிறு.

அண்ணம் - மேல்வாய், 2. அண்ணா.

அண்ணல் - பெருமை, 2. பெருமையிற் சிறந்தோன், 3. தமையன், 4. அரசன், 5. புத்தன்.

அண்ணன் - தமையன்.

அண்ணா - உண்ணாக்கு.

அண்ணாத்தல் - (தொ.பெ) அங்காத்தல், 2. மேனோக்கல்.

அண்ணாமலை - அருணாசலம்.

அண்ணாவி உபாத்தியாயன்

அண்ணி - தமையன் மனைவி.

அண்ணித்தல் - (தொ.பெ) பொருந்துதல், 2. மதுரித்தல்.

அண்ணுதல் - (தொ.பெ) அணுகுதல், 2. பொருந்துதல்.

அண்பல் - மேல்வாய்ப்பல்.

அண்மு - கிட்டு.

அண்மை - சமீபம்.

அதகம் - மருந்து.

அதக்கு - (வி) கசக்கு, 2. இளக்கு, 3. குதப்பு.

அதடம் - செங்குத்து.

அதட்டம் - அரவுயிர்ப்பு, 2. நச்சுப்பல்.

அதட்டு - (வி) கண்டி, 2. உறுக்கு.

அதப்பியம் - சபைக்கடாத சொல்.

அதமதானம் - கடைப்படுதானம்.

அதமம் - கடைத்தரம்.

அதமன் - தாழ்ந்தவன்.

அதம் - தாழ்வு, 2. பள்ளம், 3. பாதாளம், 4. சங்காரம்.

அதமர்ணிகன் - வாங்கின கடனைத் தராதவன்.

அதமாங்கம் - கால்.

அதரம் - கீழுதடு, 2. உதடு.

அதரிகொள்ளுதல் - (தொ.பெ) கடா விடுதல்.

அதரிதிரித்தல் - (தொ.பெ) கடா விடுதல்.

அதரித்திரன் - கன்னன், 2. செல்வன்.

அதருமம் - பாவம்.

அதர் - வழி, 2. புழுதி, 3. ஆட்டின் கழுத்தினதர்.

அதர்கொளல் - (தொ.பெ) வழிப் பறித்தல்.

அதர்கோள் - வழிப்பறி.

அதர்வணம் - நான்காம் வேதம்.

அதலகுதலம் - கலகம்.

அதலம் - கீழேழுலகத்தொன்று.

அதவம் - அத்திமரம்.

அதவிடம் - அதிவிடயம் (ஒரு மூலிகை).

அதவு - அத்திமரம்.

அதவுதல் - (தொ.பெ) கொல்லுதல்.

அதழ் - பூவிதழ்.

அதளி - அமளி.

அதளை - ஓர் பெரும்பாத்திரம், 2. புளிய தளை, 3. வயல் வெளியிற் கட்டுங்காவற் குடிசை.

அதள் - தோல்.

அதறு - பதறு.
அதனப்பிரசங்கி - அகங்காரி.
அதனம் - மிகுதி.
அதன்மன் - அதர்மம்.
அதாதா - உலோபி.
அதாலத்து - நியாயஸ்தானம்.
அதி - மிகுதிப்பொருளைக் காட்டும் அசைச் சொல்.
அதிகடம் - யானை.
அதிகண்டம் - மரணாவஸ்தை.
அதிகப்பிரசங்கம் - மிகுதியாகப் பேசுகை, 2. தன் மேம்பாட்டுரை.
அதிகம் - மிகுதி. 2. பொலிவு, 3. மேன்மை, 4. இலாபம், 5. குருக்கத்தி.
அதிகரணம் - நிலைக்களம்.
அதிகன் - மேலானவன், 2. ஒரு வள்ளல்.
அதிகாசம் - பெருநகை.
அதிகாயன் - மிகப் பெருஞ்சரீர முடையவன், 2. இராவணன் மக்களில் ஒருவன்.
அதிகாரம் - அதிகரித்தல், 2. தலைமை, 3. ஆரம்பம், 4. நூற்கூறுபாடு, 5. உத்தி யோகம், 6. ஒழுங்கு.
அதிகாரி - அதிபதி, 2. சம்பந்த முடையவன், 3.நூல்செய்வித்தோன், 4. நூல் கேட்டற்குரியோன்.
அதிகாலை - விடியற்காலம்.
அதிகை - நடுநாட்டிலே உள்ள ஒரு சிவஸ்தலம்.
அதிக்கிரமம் - அக்கிரமம்.
அதிங்கம் - அதிமதுரம்.
அதிசயம் - ஆச்சரியம், 2. புதுமை, 3. அற்புதம், 4. ஓரலங்காரம்.
அதிசயன் - அருகன்.
அதிசயித்தல் - அதிசயங்கொள்ளல்.
அதிசயோத்தி - மிகக் கூறுமோரலங் காரம்.
அதிசரம் - நெட்டுயிர்ப்பு.
அதிசாக்கிரதை - மிகு விழிப்பு.
அதிசாரணம் - மாவிலிங்கு.
அதிசாரம் - உஷ்ணபேதி.
அதிசீக்கிரம் - மிகுசுறுக்கு.
அதிசூக்குமம் - மிகுநுண்மை.

அதிட்டச்செல்லி - இந்திரபாஷாணம்.
அதிட்டம் - நல்லனுபோகம், 2. மிளகு.
அதிட்டாதா - ஆளுமதிபதி.
அதிட்டானம் - நிலை, 2. காரியத்திற்குக் காரணம், 3. பட்டினம்.
அதிட்டித்தல் - (தொ. பெ) நிலைப் படுத்தல், 2. ஆவாகனமாதல்.
அதிட்டேயம் - அதிட்டிக்கப்பட்ட பொருள்.
அதிதலசிலேட்டுமம் - ஒருவகை சிலேட்டும நோய்.
அதிதவளம் - மிகு வெண்மை.
அதிதனு - பொன்.
அதிதாதா - பெருங்கொடையாளன்.
அதிதாரம் - இலந்தை.
அதிதி - காசிபப்பிரமாவின் மனைவிகளிலொருத்தி, 2. விருந்தாய் வந்தவன், 3. பரதேசி, 4. சப்தப் பிதிர்களிலொருவர்.
அதிதிசேவை - விருந்தினரை உபசரித்தல்.
அதிதிபூசை - பரதேசிக்கன்னமிடல்.
அதிதீவிரம் - மிகக்கடுமை.
அதிதெய்வம் - மேலான தெய்வம்.
அதிதேசம் - ஒப்புமைகாட்டி யுணர்த் துவது.
அதிதேவதை - குலதெய்வம்.
அதிநுட்பம் - மிக்க நுண்மை.
அதிபதி - தலைவன், 2. அரசன்.
அதிபறிச்சம் - வாலுமுவை யரிசி.
அதிபன் - எப்பொருட்கு மிறைவன், 2. இராசா, 3. எசமான்.
அதிபாதகம் - பெரும்பாதகம்.
அதிபாரகம் - கோவேறு கழுதை.
அதிபாரகன் - மிகு நிபுணன்.
அதிபீடிதம் - அதிகமாக விறுக்குதல்.
அதிபூச்சியர் - அதிகம் பூசிக்கப்படத் தக்கவர்.
அதிமதுரம் - மிகு இனிமை, 2. ஒரு சரக்கு.
அதிமலம் - மாவிலிங்கைமரம்.
அதிமாமிசம் - கண்ணில் வரும் ஒரு வகைத் தசைச் சுரப்பு நோய்.
அதிமிதம் - அளவின் மிக்கது.

அதிமுத்தும் - குருக்கத்தி.
அதிமுத்தி - சாயுச்சிய முத்தி.
அதியம் - அதிகம்.
அதியாமம் - முயற்புல்.
அதிரசம் - ஒரு பண்ணிகாரம், 2. இரசம்.
அதிரல் - மிகுதூறு.
அதிராகம் - கந்தகம்.
அதிராத்திரம் - யாகமிருபத் தொன்றி னொன்று.
அதிராயம் - அதிசயம்.
அதிரிசியம் - தோன்றாமை, 2. கடவுள், 3. கலைஞானம்.
அதிருஷ்டம் - பார்வைக்குத் தோன் றாமை, 2. நல்வினைப் பயன்.
அதிருப்தி - திருப்தியில்லாமை.
அதிரேகம் - மேம்பாடு.
அதிர்ப்பு - தாக்கியொலிக்கை, 2. நடுக்கம், 3. அச்சம்.
அதிலுத்தன் - பிறர் பொருளில் மிக்க ஆசையுடையவன்.
அதிலோபம் - தன்பொருளைப் பிறர்க் குக் கொடுக்க விரும்பாமை.
அதிவருணாச்சிரமி - வருணாச்சிரமங் களைக் கடந்த ஆத்மஞானி.
அதிவன்னாச்சிரமி - அதிவருணாச் சிரமி.
அதிவாசம் - உபவாசத்திற்கு முதனாள், 2. கிரியை ஆரம்பச் சடங்கினொன்று, 3. மிகு வாசனை.
அதிவிடயம் - ஒரு மருந்து வஸ்து.
அதிவிடை - அதிவிடயம்.
அதிவிரகன் - மிக்க உபாயமுள்ளவன்.
அதிவிருஷ்டி - பெரு மழை.
அதிவினயம் - அதிகக் கீழ்ப்படிவு.
அதிவேகம் - மிகுகதி.
அதிவேதனம் - மனைவியைவிட வேறொருத்தியை விவாகம்பண்ணல், 2. மிகக்கூலி.
அதீதகாலம் - இறந்தகாலம்.
அதீதம் - எட்டாதது, 2. கடந்தது, 3. கடவுளதோர் தன்மை.
அதீதன் - கடந்தவன், 2. பாசத்தினின்று விடுவிக்கப்பெற்றவன்.
அதீந்திரியம் - புலனுக்கெட்டாதது.
அதீனம் - உரித்து, 2. சார்பு.
அது - ஆறாவதனொருமையுருபு, 2. அஃது.
அதுக்கல் - அடைசுதல், (தொ. பெ) 2. அடித்தல்.
அதுங்கு - ஒதுங்கு, 2. குழி.
அதுலம் - உவமையின்மை, 2. ஓரெண்.
அதுலன் - உவமை யில்லாதவன், 2. கடவுள்.
அதுல்லியம் - ஒப்பின்மை.
அதெந்து - பயப்படாதே எனப்பொருள் படும் ஒரு மொழி.
அதைத்தல் - (தொ. பெ) தாக்கிமீளல், 2. வீங்கல்.
அதைப்பு - தாக்கிமீளுகை, 2. வீக்கம்.
அதைரியம் - தைரியமின்மை.
அதோ - சேய்மைச் சுட்டு.
அதோகதி - இறங்குகை, 2. பள்ளம், 3. நரகம்.
அதோமாயை - ஒரு மாயை.
அதோமுகம் - கீழ்முகம், 2. ஆற்று நீர்க் கழிமுகம்.
அத்தகடகம் - கைவளை.
அத்தகம் - ஆமணக்கு, 2. கருஞ்சீரகம்.
அத்தகிரி - சூரியன் அத்தமிக்கு மிடமாகக் கூறப்படும் மேற்குமலை.
அத்தகோரம் - வெல்லி.
அத்தசாமம் - நடுச்சாமம்.
அத்தநாரீசன் - தனதுடம்பிற் பாதி பெண்வடிவான சிவன்.
அத்தப்பிரகரம் - நாலேகால் நாழிகை கொண்டது.
அத்தமண்டபம் - கருப்பக்கிரக மண்டபம்.
அத்தமனம் - அஸ்தமிக்கும் காலம்.
அத்தமித்தல் - (தொ. பெ) மறைதல், 2. படுதல், 3. அற்றுப்போதல்.
அத்தம் - கை, 2. ஓர் நட்சத்திரம்.
அத்தம் - அர்த்தம்.
அத்தம் - வழி, 2. அருநெறி, 3. காடு, 4. கண்ணாடி, 5. குங்கிலியம், 6. அதி விடயம்.
அத்தர் - ஓர் வாசனைத் தைலம்.

அத்தவாளம் - போர்வைச்சிலை, 2. காடு, 3. உல்லாசம்.

அத்தனை - அவ்வளவு.

அத்தன் - கடவுள், 2. தகப்பன், 3. உயர்ந் தோன், 4. குரு

அத்தன்மை - அம்மாதிரி.

அத்தாட்சி - திருஷ்டாந்தம்.

அத்தாணி - அரசிருக்கை.

அத்தாயம் - கடைச்சற் சக்கரத்தின் மிதிதடி.

அத்தான் - அக்காள் கணவன், 2. அத்தை மகன்.

அத்தி - ஓர் மரம்.

அத்தி - யானை, 2. திப்பிலி, 3. எலும்பு, 4. கொலை, 5. கடல்.

அத்திசுரம் - எலும்பைப்பற்றின சுரம்.

அத்திநாத்தி - உண்டு இல்லை.

அத்திபஞ்சரம் - எலும்புக்கூடு.

அத்திபாரம் - அடிப்படை.

அத்தியட்சன் - மேல் விசாரணைக் காரன்.

அத்தியந்தம் - அனந்தம், 2. ஒரெண்.

அத்தியயம் - அழிவு, 2. குற்றம்.

அத்தியயனம் - வேதமோதுகை.

அத்தியாசம் - ஆரோபம்.

அத்தியாசனம் - ஏகோதிட்ட வூண்.

அத்தியாத் துமிகம் - தன்னால் வருந் துன்பம்.

அத்தியாபகன் - வேதமோது விப்போன்.

அத்தியாரோபம் - விபரீதவுணர்ச்சி.

அத்தியாவசியகம் - மிகுந்த அவசியம்.

அத்தியான்மிகம் - அத்தியாத்துமிகம்.

அத்திரசத்திரம் - அம்பும் வாளும்.

அத்திரம் - அம்பு, 2. கழுதை, 3. குதிரை, 4. மலை, 5. நிலையின்மை.

அத்திராசம் - பயமின்மை.

அத்திரி - உலைத்துருத்தி, 2. ஒட்டகம், 3. கழுதை, 4. குதிரை, 5. கோவேறு கழுதை, 6. மலை, 7. ஓர் முனிவர்.

அத்திரு - அரசமரம்.

அத்திலை - செருப்படை.

அத்தினபுரம் - பாண்டவர்களின் இராஜ தானிப் பட்டினம்.

அத்தினி - நால்வகைப் பெண்களிலே ஒருத்தி, 2. பெண் யானை.

அத்து - அரைப்பட்டிகை, 2. சிவப்பு, 3. செவ்வை, 4. எல்லை.

அத்து - (வி) இசை, 2. சார், 3. துணைப் பற்று, 4. அடை.

அஸ்து - ஆகுக.

அத்துகமானி - அரசு.

அத்துகம் - ஆமணக்கு.

அத்துணை - அவ்வளவு.

அத்துமம் - (வை.அ) அரத்தை.

அத்துலாக்கி - (வை.அ) கருஞ்சீரகம்.

அத்துவம் - வழி, 2. சிவப்பு.

அத்துவாக்காயம் - கருஞ்சீரகம்.

அத்துவாந்தம் - காலை மாலை வெளிச்சம்.

அத்துவானம் - பாழ்ங்காடு.

அத்துவிதம் - பரமாத்துமாவுஞ் சீவாத் துமாவு மொன்றென்கை.

அத்தூரம் - மரமஞ்சள்.

அத்தேயம் - களவுசெய்ய நினையாமை.

அத்தை - தலைவி, 2. குருவின் மனைவி, 3. தாய், 4. மாமி, 5. முன்னிலையசைச் சொல்.

அத்தோ - அதிசய விரக்கச்சொல்.

அத்தோதயம் - அருத்தோதயம், ஒரு விசேட நாள்.

அநகம் - பாவமின்மை.

அநகன் - கடவுள், 2. பாவமில்லாதவன்.

அநங்கம் - ஆகாயம், 2. மல்லிகை.

அநங்கன் - மன்மதன்.

அநந்த சதுர்த்தசி - ஸ்ரீ விஷ்ணுவைப் பூசிக்கும் ஒரு விசேஷதினம். இது புரட் டாசி மாதத்துச் சுக்கிலபக்கச் சதுர்த்தசி திதியில் வரும்.

அநந்தசயனம் - சர்ப்பசயனம், 2. ஒரு விஷ்ணு ஸ்தலம்.

அநந்தசாயி - மகாவிட்டுணு.

அநந்தசொரூபி - கடவுள்.

அநந்தம் - முடிவில்லாதது

அநந்தரம் - பின்.

அநந்தவிரதம் - வைஷ்ணவர் அனுஷ்டிக் கும் ஒரு விரதம்.

அநந்தன் - ஆதிசேடன், 2. கடவுள், 3. அருகன், 4. சிவன், 5. திருமால்.

அநந்நியம் - அன்னிய மல்லாதது.

அநபாயம் - அழிவின்மை, 2. குறைவின்மை, 3. தேய்வின்மை.

அநபாயன் - அழிவில்லாதவ்ன், 2. சிவன், 3. இப்பேர் கொண்ட ஒரு சோழன்.

அநருகர் - தகுதியற்றவர்.

அநர்த்தம் - பயனின்மை.

அநலம் - அக்கினி, 2. உட்டணம்.

அநலன் - அக்கினி, 2. அட்டவசுக்களிலொருவன்.

அநலி - சூரியன், 2. நெருப்பு.

அநல் - அக்கினி, 2. உட்டணம், 3. கொடிவேலி, 4.பித்தம்.

அநவத்தானம் - தவறான நிலை.

அநவரதம் - எப்பொழுதும்.

அநாகதம் - அறியப்படாதது, 2.சொல்லப்படாதது, 3. வெளுக்கப்படாததும் புதியது 'மான சீலை, 4. ஆறாதாரங்களு ளொன்று.

அநாகாலம் - பஞ்சகாலம்.

அநாசாரம் - ஒழுக்கமின்மை.

அநாசாரியன் - ஆசிரியனல்லாதவன்.

அநாசாரிதம் - சார்பில்லாதது, 2. பற்றுக்கோடாகாதது.

அநாதம் - ஆதரவற்றது.

அநாதரட்சகர் - கடவுள்.

அநாதரம் - மதியாமை.

அநாதன் - ஆதரவில்லாதவன்.

அநாதி - கடவுள், 2. புராதனம்.

அநாதிமலமுத்தர் - இயல்பாகவே பாசங்களின் நீங்கினவர்.

அநாதியன் - கடவுள்.

அநாதை - திக்கற்றவன், 2. ஒரு சத்தி.

அநாத்துமா - ஆத்துமாவல்லாத பதார்த்தம்.

அநாமதேயம் - பெயரில்லாதது.

அநாமயம் - நோயின்மை.

அநாமயன் - கடவுள்.

அநாமிகை - ஆழிவிரல்.

அநாயகம் - முதன்மையின்மை.

அநாயாசம் - இலகு, 2. சோம்பின்மை.

அநாரதம் - எப்போழ்தும்.

அநாரியர் - மிலேச்சர்.

அநாவிருஷ்டி - மழைக்குறைவு.

அநிகம் - சங்கம் மூன்று கொண்ட சேனை.

அநிக்கிரகம் - கட்டுப்பாடின்மை.

அநிசம் - நித்தியம்.

அநிச்சை - இச்சையின்மை.

அநிட்டை - உறுதியின்மை.

அநித்தம் - நிலையின்மை.

அநித்தியம் - நிலையின்மை.

அநியாயம் - நீதியின்மை.

அநிருத்தன் - ஸ்ரீ கிருஷ்ணன் பௌத்திரன்.

அநிர்தம் - மாயை.

அநிலம் - காற்று.

அநிலன் - வாயுதேவன்.

அநீகம் - சேனை.

அநீகினி - சேனை.

அநீச்சுவரன்-கடவுளில்லையென்பவன்.

அநீதம் - நீதியின்மை.

அநீதி - நீதிக்கேடு.

அநு - கதுப்பு.

அநு - ஓர் உபசருக்கம்.

அநுகமனம் - தனது நாயகனோடு உடன் கட்டையேறுதல்.

அநுகம்பம் - கிருபை.

அநுகரணம் - ஒப்பாதல்.

அநுகன் - கணவன், 2. பின்தொடர்வோன், 3. வேலைக்காரன்.

அநுகுணம் - தகுதியானது, 2. அநுகூலமானது.

அநுகூலம் - விக்கினமின்மை, 2. காரிய சித்தி.

அநுகூலித்தல் - அநுகூல முடையதாதல்.

அநுக்கிரகம் - கிருபை.

அநுக்கிரமணி - விஷயவரிசை.

அநுக்ரஹம் - அநுக்கிரகம்.

அநுசந்தாநம் - இடையறாது சிந்தித்தல்.

அநுசந்தித்தல் - (தொ.பெ) சிந்தித்தல்.

அநுசரணை - இசைவு, 2. சார்பு.

அநுசரி - சார்ந்து நட.

அநுசன் - தம்பி.

அநுசாசனம் - கட்டளை.

அநுசிதம் - பொய், 2. தகுதியின்மை.
அநுசை - தங்கை.
அநுசைவர் - சிவதீக்ஷை பெற்ற க்ஷத்திரியரும் வைசியரும்.
அநுஞ்ஞை - கட்டளை.
அநுடம் - ஒரு நக்ஷத்திரம்.
அநுட்டானம் - ஒழுக்கம், 2. தவம்.
அநுட்டித்தல் - (தொ.பெ) சித்தாந்தப்படுத்தல்.
அநுதாத்தம் - படுத்தலோசை.
அநுதாபம் - பின் இரங்கல்.
அநுதினம் - நாடோறும்.
அநுத்தம் - பொய்.
அநுநயம் - ஆசாரக்கிரமம், 2.மரியாதை, 3. விண்ணப்பம்.
அநுநாசிகம் - மெல்லெழுத்து.
அநுநாதம் - எதிரொலி.
அநுபந்தம் - அபிப்பிராயம்,2. ஒற்றுமை, 3. தொடர்ச்சி.
அநுபந்தித்தல் - (தொ.பெ) கூடிப் பந்தித்தல்.
அநுபல்லவி - கீர்த்தனையின் இரண் டாம் உறுப்பு.
அநுபவம் - தானே கண்டறியும் அறிவு, 2. கைவல்யம்.
அநுபவி - ஞானி.
அநுபவித்தல் - (தொ.பெ) துய்த்தல்.
அநுபாடணம் - சொன்னதைப் பின்னுஞ் சொல்லுதல்.
அநுபாதம் - சரணங்களிலொன்று.
அநுபாலனம் - பாதுகாத்தல்.
அநுபாவம் - கண்காட்டு, கைகாட்டு முதலிய அங்கசேட்டைகளினால் மனக்கருத்தை விளக்குங்குறி, 2. நிச்சயம்,3. திட எண்ணம்.
அநுபாவியம் - அனுபவிக்கத்தக்கது.
அநுபானம் - மருந்துடன் குடிக்கும் பானம்.
அநுபூதி - தான் கண்டறிந்ததும் பிறர்க்குச் சொல்ல முடியாததுமான அறிவு.
அநுப்பிராசம் - வழியெதுகை.
அநுமகுண்டம் - சேதுவிலுள்ள ஒரு புண்ணிய தீர்த்தம்.
அநுமக்கொடியோன் - அருச்சுனன்.
அநுமதம் - அங்கீகரிப்பு.
அநுமதி - சம்மதி.
அநுமந்தன் - அனுமான்.
அநுமானம் - ஒரு பிரமாணம், 2. சந்தேகம்.
அநுமான் - அஞ்சனை என்பவளுடைய குமாரன்.
அநுமேயம் - அநுமானப் பிரமாணத்தாலறியப்பட்டது.
அநுமோதனம் - சம்மதம்.
அநுயோகம் - விசாரணை.
அநுரதம் - ஆசையாயிருத்தல்.
அநுரதி - அன்பு, 2. மதிப்பு.
அநுராகபோகம் - காமவனுபவம்.
அநுராகம் - ஆசை.
அநுரூபம் - ஒத்தவடிவம்.
அநுலோமன் - உயர்குலத் தந்தைக்கும் இழிகுலத் தாய்க்கும் பிறந்த பிள்ளை.
அநுவசனம் - ஒத்தவாக்கியம்.
அநுவதித்தல் - (தொ.பெ) முற்கூறிய பொருளை ஒரு நிமித்தத்தால் பின்னுமெடுத்துக் கூறல்.
அநுவயித்தல் - (தொ.பெ) இலக்கண முறையே ஒரு வாக்கியத்தில் எழுவாய் பயனிலைகள் தெரியுமாறு சொற்களைக் கூட்டிச் சொல்லல்.
அநுவருத்தித்தல் - (தொ.பெ) தொடருதல்.
அநுவாகம் - வேதத்தினுட்பிரிவு.
அநுவாதம் - முன்பு கூறிய பொருளை யாதேனுமொரு காரணத்தாற் பின்னும் கூறல்.
அநுவிருத்தி - இசையச் செய்தல், 2. சேர்ந்திருத்தல்.
அநுவுரு - ஒத்த ரூபம்.
அநேகம் - பல.
அநேகன் - கடவுள்.
அந்தகம் - ஆமணக்கு, 2. ஒரு சன்னி நோய்.
அந்தகன் - நமன், 2. குருடன், 3. சனி, 4. சவுக்காரம்.
அந்தகாரம் - இருள், 2. நரகம், 3மனவிருள்.
அந்தகாரி - சிவன்.

அந்தகாலம் - மரணகாலம்.
அந்தகோரம் - } நெல்லிமரம்.
அந்தகோலம் - }
அந்தக்கரணம் - மனம், 2. புத்தி, 3. ஆங்காரம், 4. சித்தம்.
அந்தக்கேடு - அழகினம்.
அந்தணத்துவம் - அந்தணனாந்தன்மை.
அந்தணர் - வேதத்தின் அந்தத்தை அணவுவோர், 2. அழகிய தட்பத்தினை யுடையவர், 3. முனிவர், 4. பிராமணர்.
அந்தணன் - கடவுள், 2. பிரமன், 3. சிவன், 4. அருகன், 5. முனிவன், 6. பிராமணன், 7. சனி, 8. வியாழம்.
அந்தணாளர் - முனிவர், 2. அரசர்க் குறுதிச் சுற்றத்தினொருவர், 3. பார்ப்பார்.
அந்தணநாபி - விஷத்தைப் போக்கும் மருந்து.
அந்ததரம் - சித்தாந்தம்.
அந்தஸ்து - நிலை, 2. ஒழுங்கு.
அந்தப்புரம் - பெண்களது அறை, 2. மன்னன் தேவி வசிக்குமிடம்.
அந்தம் - அழகு, 2. முடிவு, 3. சாவு, 4. கஸ்தூரி.
அந்தரங்கம் - ஆலோசனை, 2. இரகசி யம், 3. ஏகாந்தம்.
அந்தரச் சிந்து - சுற்பாஷாணம்.
அந்தரதுந்துபி - ஒரு வாச்சியம்.
அந்தரத்தாமரை - ஆகாயத்தாமரை.
அந்தரம் - வெளி, 2. இடை, 3. ஆகாயம், 4. தேவர் கோயில், 5. தனிமை, 6. முடிவு, 7. பேதம், 8. அளவு, 9. காலம், 10. இருள், 11. கூட்டம்.
அந்தரவல்லி - கொல்லன் கோவை.
அந்தராயம் - தீமை.
அந்தரி - ஆகாயவாணி, 2. துர்க்கை, 3. பார்வதி.
அந்தர் - உள்.
அந்தரர் - தேவர்.
அந்தராத்துமா - உயிர்க்குளுயிராயிருப்பவன்.
அந்தராளம் - நடு, 2. கர்ப்பகிரகம், 3. இடைக்காலம்.
அந்தரான்மா - அந்தராத்துமா.
அந்தரிட்சம் - ஆகாயம்.
அந்தரித்தல் - (தொ.பெ) நிலைகெடல், 2. மனந்தடுமாறல்.
அந்தரியாகம் - உட்பூசை.
அந்தரியாமி - கடவுள்.
அந்தரியாமித்துவம் - ஆன்மாவொடு கலந்திருத்தல்.
அந்தரீயம் - உள் உடை.
அந்தர்க்கதம் - மறைந்திருக்கை.
அந்தர்த்தானம் - மறைவிடம்.
அந்தர்ப்புரம் - அந்தப்புரம்.
அந்தர்முகம் - உண்ணோக்கிய முகம்.
அந்தலை - முடிவு, 2. சந்திப்பு, 3. மேடு, 4.பேறு.
அந்தளம் - கவசம்.
அந்தளி - தேவர்கோயில்.
அந்தன் - குருடன், 2. சனி.
அந்தாதி - நின்றபாட்டினிறுதியும வரும் பாட்டின் முதலும் ஒன்றாய் வருமோர் தொடை.
அந்தாளி - ஒருவகைப் பண்.
அந்தி - மாலைக் காலம், 2. முத்தெருக் கூடுமிடம், 3. இரா, 4. சூரியாஸ்தமனத்தில் தோன்றும் செவ்வானம்.
அந்திகம் - அயல்.
அந்திகாவலன் - மாலை சமயத்தில் தெருக்களில் காவலாக உலாவும் தேவதை.
அந்திகை - இரா, 2. பெண், 3. ஓர் கண்ணோய், 4. அக்காள், 5. அடுப்பு.
அந்திக்காலம் - சாயந்திரம்.
அந்தி சந்தி - எப்பொழுதும், 2. காலை மாலை.
அந்தித்தல் - (தொ.பெ) பொருந்தல்.
அந்திபகல் - இராப்பகல்.
அந்திப்பொழுது - மாலைக்காலம்.
அந்திமகாலம் - இறுதிக்காலம்.
அந்திமந்தாரை - ஒரு பூமரம்.
அந்திமான் - இடையெழு வள்ளல்களிலொருவன்.
அந்தியகாலம் - மரணகாலம்.
அந்திரக்கொடிச்சி - கெந்தகம்.
அந்தியம் - மரணம், 2. முடிவு.
அந்தில் - அவ்விடம், 2. ஓரசைச்சொல்.

அந்திவண்ணன் - சிவன்.
அந்து - நெற்பூச்சி.
அந்துகம் - யானைச்சங்கிலி, 2. கைச்சங்கிலி.
அந்தோ - அதிசயவிரக்கச் சொல்.
அந்தோர் - நெல்லிமரம்.
அந்நலார் - அப்பெண்கள், 2. அழகிய பெண்கள்.
அந்நியர் - அயலார்.
அந்நியோந்நியம் - ஒற்றுமை.
அப - ஓரெதிர்மறை யுபசர்க்கம்.
அபகடம் - அவகடம்.
அபகரணம் - தீயொழுக்கம்.
அபகரி - கவர்.
அபகாரம் - தீங்கு செய்தல், 2. நன்றியற்ற செய்கை.
அபகாரி - நன்றிகெட்டவன், 2. துஷ்டன்.
அபகீர்த்தி - நிந்தை.
அபக்கியாதி - பழி.
அபக்குவம் - பக்குவமின்மை.
அபசகுனம் - துர்க்குறி.
அபசத்தம் - வழூஉமொழி, 2. வீண் பேச்சு, 3. அசுபமொழி.
அபசயம் - தோல்வி.
அபசரணம் - புறப்பாடு.
அபசரிதம் - துன்னடை.
அபசவ்வியம் - வலதுபக்கம்.
அபசாரம் - குறைவு, 2. துன்னடை.
அபசாரி - ஒழுக்கம் தவறினவள், 2. வேசி.
அபசித்தாந்தம் - சித்தாந்தத்தின் கேடு.
அபசுமாரம் - காக்காய்வலி, 2. புத்தித் தெளிவு நீங்குதல்.
அபட்கை - பாம்பின் நச்சுப்பல்லி னொன்று.
அபட்சம் - பட்சமின்மை.
அபட்சியம் - உண்ணத்தகாதது.
அபதூறு - பழிமொழி, 2. கொள்ளை.
அபதேசம் - வஞ்சம், 2. உபாயம், 3. வேடம்.
அபத்தம் - பொய், 2. மோசம்.
அபத்தியசத்துரு - நண்டு.
அபத்தியம் - பத்தியத்தவறு.
அபநயனம் - கடனிறுக்கை.
அபநோதம் - அகற்றுதல்.
அபமிருத்தியு - சடுதிமரணம்.
அபயஹஸ்தம் - பயந்தீரக்காட்டும்கை.
அபயம் - அச்சமின்மை, 2. ஓலம், 3. அடைக்கலம்.
அபயமிடல் - முறையிடல்.
அபயன் - பயமில்லான், 2. சோழன்.
அபரகாத்திரம் - கால், 2. பின்கால்.
அபரஞ்சி - புடமிட்ட பொன்.
அபரபக்கம் - தேய்பிறை.
அபரபட்சம் - அமரபட்சம்.
அபரம் - பின், 2. பிணக்கு, 3. மேற்கு, 4. நரகம்.
அபராங்கம் - சரீரத்தின் பிற்பாகம்.
அபராசிதன் - மகாவிஷ்ணு, 2. சிவன்.
அபராணம் - பின்னேரம்.
அபராதம் - குற்றம், 2. பாவம், 3. தண்டம்.
அபராதி - குற்றவாளி.
அபராந்தம் - மேலைத்தேசம்.
அபராந்நம் - மத்தியானத்திற்குப் பிறகுள்ள ஆறு நாழிகை.
அபரிச்சின்னம் - வகுக்கப்படாமை.
அபரிமிதம் - அளவில்லாமை.
அபரியந்தம் - மட்டில்லாமை.
அபரோட்சம் - கடவுளைத் தரிசிக்கை.
அபலம் - பயனின்மை.
அபவருக்கம் - முத்தி.
அபவாதம் - பழிச்சொல்.
அபவித்திரம் - புனிதமின்மை.
அபாக்கியம் - நிர்ப்பாக்கியம்.
அபாங்கம் - கடைக்கண்.
அபாசம் - விருப்பின்மை.
அபாண்டம் - நிந்தை.
அபாயம் - ஆபத்து, 2. மோசம், 3. வஞ்சகம்.
அபாரம் - எல்லைப்படாதது, 2. கடவுள்.
அபாவம் - இன்மை, 2. நியாயநூலி னோரளவை.
அபானம் - கடுக்காய், 2. குதம்.
அபானன் - தசவாயுவி னொன்று.
அபி - கேள்வி, மேன்மை, விருப்பம் இவற்றைக் காட்டுமோர் உபசர்க்கம்.

அபிகாதம் - அடித்தல், 2. வருத்தம்.
அபிகாயம் - ஓர் காசம்.
அபிசரன் - தோழன்.
அபிசாரம் - மந்திரவித்தை.
அபிசாரி - வியபிசாரி.
அபிடேகம் - திருமுழுக்கு.
அபிட்டம் - இரதம்.
அபிதானம் - பெயர்.
அபிநயம் - கூத்து, 2. கைமெய் காட்டல்.
அபிநயர் - கூத்தர்.
அபிநயித்தல் - (தொ.பெ) அபிநயஞ் செய்யல்.
அபிநவம் - புதிது.
அபிநிவேசம் - தொழிலிற் பிரவேசிக்கை.
அபிப்பிராயம் - உட்கருத்து, 2. நோக்கம், 3.மறைபொருள், 4. எண்ணம்.
அபிமதம் - சம்மதம்.
அபிமந்திரித்தல் - (தொ.பெ) பிரதிஷ்டை பண்ணல்.
அபிமான புத்திரன் - ஸ்வீகார புத்திரன்.
அபிமானம் - நேசம், 2. உயர்குணம்.
அபிமானித்தல் - (தொ.பெ) மெச்சல், 2. கனம் பண்ணல், 3. மதித்தல்.
அபிமுகம் - நேர்முகம்.
அபியோகம் - போருக்கழைக்கை, 2. போர், 3. தடை.
அபிரட்சை - சர்வரட்சணம்.
அபிராமம் - அழகு.
அபிராமி - பார்வதி, 2. சரச்சுவதி.
அபிருசி - கீர்த்திப் பிரியம்.
அபிரூபன் - அறிவுடையோன், 2. காமன்.
அபிலாசம் - விருப்பம்.
அபிவாதனம் - பெரியோர்க்குச் செய்யும் உபசாரம்.
அபிவியத்தம் - தெளிவு, 2. வெளிப்படை.
அபிவிருத்தி - மிகப் பெருகுகை.
அபினி , அபின் - ஓர் லாகிரி வஸ்து.
அபின்னம் - ஒற்றுமை.
அபீட்டம் - மிகவிருப்பம்.
அபூருவம் - அருமை.
அபேட்சித்தல் - (தொ.பெ) மிகவிரும்புதல்.
அபேதம் - பேதமின்மை.
அப்சரசுக்கள் - தேவருலகத்திலுள்ள வேசிகள்.
அப்சன் - சந்திரன், 2. தன்வந்திரி.
அப்தம் - ஆண்டு.
அப்தி - சமுத்திரம்.
அப்ப - ஓரதிசயச் சொல்.
அப்படி - அவ்வாறு.
அப்பட்டா - வட்டத்திருப்பி.
அப்பணை - உத்தரவு, 2. பிணை, 3. ஆதாரம்.
அப்பத்தாள் - அக்காள்.
அப்பம் - சிற்றுண்டி.
அப்பர் - சைவசமயாசாரிகளி லொருவராகிய திருநாவுக்கரசு நாயனார், 2. தந்தையர்.
அப்பல் - (தொ.பெ) அப்புதல்.
அப்பளம் - அப்பவருக்கத்தொன்று.
அப்பளாகாரம் - உறைப்பு முவர்ப்புமுள்ள ஓர் வஸ்து.
அப்பன் - தகப்பன்.
அப்பாட்டன் - முப்பாட்டன்.
அப்பால் - அப்புறம்.
அப்பாவி - பேதை.
அப்பி - அக்காள்.
அப்பியங்கம் - முழுக எண்ணெய் பூசுகை.
அப்பியசித்தல் - (தொ.பெ) பழகல்.
அப்பியந்தம் - தாமதம்.
அப்பியந்தரம் - உள்ளிடம், 2. தாமதம்.
அப்பியாகமம் - சந்தித்தல், 2. கொலை, 3. யுத்தம்.
அப்பியாகாரம் - களவு.
அப்பியாசம் - பயிற்சி.
அப்பிரகம் ஓர்வகை லோகக்கல்.
அப்பிரகாசம் - இருள்.
அப்பிரசித்தம் - பிரபலியமின்மை.
அப்பிரதக்ஷணம் - இடசாரியாகச் சுற்றுகை.
அப்பிரதானம் - முக்கியமல்லாதது.
அப்பிரமாணம் - கடவுள்.

அப்பிரமேயம் - அளக்கப்படாதது.
அப்பிரமேயன் - கடவுள்.
அப்பிரயோசனம் - பயனின்மை.
அப்பிராணி - உயிரில்லாதது, 2. ஏழை.
அப்பிராமணண் - பிராமணனல்லாதவன்.
அப்பு - நீர், 2. கடல்.
அப்புதல் - (தொ.பெ) ஒற்றல், 2. பூசுதல், 3. கௌவல்.
அப்புது - யானையைப் பாகன்தட்டு மோசை.
அப்புறப்படல் - குறித்த ஸ்தானத்தைக் கடந்து போதல்.
அப்புறம் - அந்தப்பக்கம், 2. பின்பு.
அப்பை - அப்பைக்கோவை, 2. கொன்றை.
அப்பொழுது -
அப்போது -
அப்போழ்து - } அக்காலத்தில்.
அமங்கலம் - மங்கலமின்மை.
அமங்கலி -
அமங்கலை - } விதவை.
அமசடக்கம் - மறைப்பு.
அமச்சன் - மந்திரி, 2. வியாழம்.
அமஞ்சி - கூலிகொடாமல் வாங்கும் வேலை.
அமடு - மடிப்பு.
அமட்டு - (வி) அதட்டு, 2. சிக்குப்படுத்து, 3. புரட்டு, 4. மேற்கொள்.
அமணம் - இருபதினாயிரம் பாக்கு, 2. அம்மணம்.
அமணர் - சமணர்.
அமண் - சமணமதம்.
அமண்டம் - ஆமணக்கஞ்செடி.
அமதி - மதியின்மை.
அமயம் - காலம்.
அமரபக்கம் - பௌர்ணிமைக்குப் பின் சந்திரன் நிற்கும் பக்ஷம்.
அமரம் - ஓர் வடமொழி நிகண்டு.
அமரம் - கண்ணோய், 2. தோணியின் பிற்பக்கம், 3. ஆயிரங் காலாள்களை யாளுகை.
அமரர் - வானோர்.
அமராடல் - (தொ.பெ) போர்புரிதல்.
அமரார் - பகைவர்.
அமராவதி - இந்திரன் நகரம்.
அமரி - அமிழ்து, 2. சிறுநீர், 3. துர்க்கை, 4. விஷம்.
அமரிக்கை - அமைவு.
அமரியம் - குருந்து, 2. செண்பகப்பூ.
அமரியுப்பு - சிறு நீரிலிருந்தெடுக்கு முப்பு.
அமருதல் - (தொ.பெ) அடங்குதல்.
அமருலகம் - தேவலோகம்.
அமரேசன் - இந்திரன்.
அமர் - யுத்தம், 2. வெறி.
அமர்க்களம் - போர்க்களம், 2. ஆரவாரம்.
அமர்தல் - (தொ.பெ) இளைப்பாறல், 2. அடங்குதல், 3. பொருந்தல்.
அமர்த்தல் - (தொ.பெ) அமரச்செய்தல், 2. ஏற்படுத்தல்.
அமலகம் - நெல்லி.
அமலம் - அழுக்கின்மை, 2. அழகு.
அமலன் - கடவுள், 2. சிவன், 3. அருகன், 4.மகாவிட்டுணு.
அமலை - இலக்குமி, 2. உமையாள்.
அமலை - சோறு, 2. ஒலி, 3. மிகுதி.
அமல் - மிகுதி.
அமல்தார் - அரசிறை தண்டல்செய்யும் உத்தியோகஸ்தன்.
அமளி - ஆரவாரம், 2. மெத்தை, 3. பள்ளி யறை.
அமளை - ஓர் பூடு.
அமறல் - மிகுதி.
அமாத்தியன் - மந்திரி.
அமார் - கப்பற்கயிறு.
அமார்க்கம் - துன்மார்க்கம்
அமாவாசி -
அமாவசி -
அமாவாசியை -
அமாவாசை - } சூரியனுஞ் சந்திர னுங் கூடுநாள்
அமானத்து - சேமிப்பு.
அமானி - இராஜ விசாரணைக் குள்ளான நிலம்.
அமிசம் - பங்கு, 2. பின்னம், 3. அதிர்ஷ்டம்.
அமிசு - சூரியன், 2. அணு, 3. பிரபை.

அமிஞ்சி - அமஞ்சி.
அமிதம் - அளவின்மை.
அமித்திரன் - பகைவன்.
அமிருதம் - அழியாமை, 2. அமிழ்தம், 3. இனிமை, 4. நீர், 5. மோக்ஷம்.
அமிர்தகலை - சந்திரகலை.
அமிர்தகிரணன் - சந்திரன்.
அமிர்தம் - அமிருதம்.
அமிர்தவல்லி - சீந்திற்கொடி.
அமிர்தன் - கடவுள்.
அமில்தார் - அமல்தார்.
அமிழ்தல் - (தொ.பெ) ஆழ்தல்.
அமிழ்தம் - தேவருணவு.
அமிழ்து - அமிர்தம், 2. இனிமை.
அமிழ்த்து - (வி) ஆழ்த்து, 2. அழுத்து.
அமீர் - பிரபு.
அமீனா - ஒருத்தியோகஸ்தன்.
அமுக்கடி - மந்தாரம், 2. மூடமாயிருத்தல்.
அமுக்கல் - (தொ.பெ) அமிழப்பண்ணல்.
அமுக்கனங்கிழங்கு - அசுவகெந்தி.
அமுக்கன் - இரகசியத்திற் கருமமுடிப்போன், 2. தந்திரக்காரன்.
அமுக்கிரா - } அமுக்கனங்கிழங்கு.
அமுக்குரா - }
அமுக்கு - (வி) அமிழ்த்து, 2. நெருக்கு.
அமுங்கல் - (தொ.பெ) அமுந்தல், 2. தாழ்தல்.
அமுசம் - சிறுசெருப்படை.
அமுசு - ஒட்டறை.
அமுதம் - அமிர்தம்.
அமுதகுலர் - இடையர், 2. பெரியோர்.
அமுதபுட்பம் - சிறுகுறிஞ்சா.
அமுதர் - இடையர், 2. வானோர்.
அமுதவல்லி - அமிர்தவல்லி, 2. இலக்ஷ்மி.
அமுது - அமுதம், 2. இனிமை, 3. நீர், 4. பால், 5. சோறு, 6. சுவை.
அமுதுசெய்தல் - (தொ.பெ) புசித்தல்.
அமுதுபடி - அரிசி.
அமுதூட்டல் - (தொ.பெ) சோறு அல்லது பாலுண்பித்தல்.
அமுத்தம் - வசநாபி.

அமுரி - சிறுநீர்.
அமுல் - களவு.
அமூர்த்தம் - உருவமில்லது.
அமேத்தியம் - அசுத்தம்.
அமை - மூங்கில்.
அமைச்சன் - மந்திரி.
அமைச்சு - மந்திரித்தொழில், 2. மந்திரி.
அமைதல் - (தொ.பெ) பொருந்தல், 2. அடங்குதல், 3. நிறைதல்.
அமைதி - அடக்கம், 2. மாட்சிமை, 3. தன்மை, 4. சமயம், 5. காலம், 6. வாசஸ்தலம்.
அமைத்தல் - (தொ.பெ) சமைத்தல், 2. ஏற்படுத்தல், 3. அடக்கல், 4. அழுத்துதல்.
அமைப்பு - (தொ.பெ) நியமிப்பு, 2. விதி.
அமையம் - (தொ.பெ) காலம், 2. சமயம்.
அமையாமை - (தொ.பெ) கீழ்ப்படியாமை.
அமைவடக்கம் - (தொ.பெ) அடக்கம்.
அமைவு - (தொ.பெ) அடக்கம்.
அமோகம் - மிகுதி.
அம் - அழகு, 2. நீர், 3. மேகம், 4. ஓர் சாரியை, 5. வினையின் விகுதி.
அம்சம் - அன்னப்பறவை, 2. பங்கு.
அம்சுமாலி - சூரியன்.
அம்பகம் - கண், 2. எழுச்சி, 3. உத்தரவு, 4. செம்பு.
அம்பகன் - சீர்பந்த பாஷாணம்.
அம்படம் - புழுக்கொல்லி.
அம்படலம் - அம்மி, 2. இரதம், 3. ஓடம், 4. வெளி, 5. வெள்ளி, 6. ஈயம், 7. மரக்கால்.
அம்பட்டச்சி - } நாவிதப்பெண்.
அம்பட்டத்தி - }
அம்பட்டன் - நாவிதன்.
அம்பணத்தி - துர்க்கை.
அம்பணம் - மரக்கால், 2. ஆமை, 3. சலம், 4. வாழை, 5. துலாக்கோல்.
அம்பணவர் - பாணர் என்னும் சாதியார்.
அம்பரம் - ஆகாசம், 2. சீலை, 3. திசை, 4. கடல், 5. மஞ்சள்.

அம்பரை - நிமிளை.
அம்பர் - அவ்விடம், 2. சோழதேசத்திலோரூர், 3. ஒக்கோலை.
அம்பலக்காரன் - கள்ளச்சாதித் தலைவன், 2. சபையின் தீர்மானம் வெளியிடுவோன்.
அம்பலக்கூத்தன் - } சிவன்.
அம்பலத்தாடி -
அம்பலத்தி - தான்றிக்காய், 2. தில்லை மரம்.
அம்பலம் - சபை, 2. வெளி, 3. சித்திர கூடம்.
அம்பலவிருக்கம் - தில்லைமரம்.
அம்பல் - பழிமொழி, 2. சேந்தன்நாடு, 3. புறங்கூறல்.
அம்பறாத்தூணி - அம்புக்கூடு.
அம்பா - தாய், 2. துர்க்கை, 3. பசுக்கதறல்.
அம்பாயம் - பிரசவவேதனை, 2. உபாதி.
அம்பாரம் - குவியல்.
அம்பாரி - யானைமேற்றவிசு.
அம்பாலிகை - பாண்டுவின்றாய், 2. துர்க்கை, 3. தரும தேவதை.
அம்பால் - தோட்டம்.
அம்பாவனம் - சரபப்பட்சி.
அம்பி - தெப்பம், 2. மரக்கலம், 3. ஓடம், 4. இறைகூடை, 5. தாம்பு, 6. மிடா.
அம்பிகாபதி - சிவன், 2. கம்பர்மகன்.
அம்பிகை - பார்வதி, 2. தருமதேவதை, 3. காளி, 4. திருதராட்டிரன் தாய்.
அம்பிகைபாகன் - சிவன்.
அம்பு - அத்திரம், 2. எலுமிச்சை, 3. தளிர், 4. மூங்கில், 5. சரகாண்ட பாஷாணம், 6. பாதிரி.
அம்பு - நீர், 2. மேகம்.
அம்புக்குதை - அம்பினிறகு.
அம்புக்கூடு - அம்பு வைத்திருக்குங் கூடு.
அம்புசம் - இடியேறு, 2. தாமரை.
அம்புசாதம் - தாமரை.
அம்புதம் - மேகம், 2. நீர், 3. கோரை.
அம்புதி - சமுத்திரம்.
அம்புயம் - தாமரை, 2. இறைகூடை.
அம்புயன் - பிரமன்.
அம்புயாதம் - தாமரைக் கொடி.
அம்புயை - இலக்குமி.
அம்புராசி - கடல்.
அம்புலி - சந்திரன்.
அம்புலிப்பருவம் - பிள்ளைக்குச் சந்திரனைக் காட்டும் பருவம்.
அம்புலிமான் - சந்திரன்.
அம்புவாகினி - எலுமிச்சை, 2. பாதிரி.
அம்புவி - சகம்.
அம்பை - வெட்டிவேர், 2. உமாதேவி, 3. தாய்.
அம்போசன் - சந்திரன்.
அம்போதரங்கம் - கலிப்பாவினோருறுப்பு.
அம்போதி - கடல்.
அம்போதி - காற்று, 2. பாட்டினர்த்தம்.
அம்போருகத்தாள் - இலக்குமி.
அம்போருகம் - தாமரை.
அம்போருகன் - பிரமன்.
அம்ம - கேளெனல், 2. ஓரதிசயக் குறிப்புச் சொல்.
அம்மகோ - ஓரிரக்கக் குறிப்புச் சொல்.
அம்மட்டு - அவ்வளவு.
அம்மணம் - நிருவாணம், 2. சோர மார்க்கம்.
அம்மம் - பெண் மார்பு.
அம்மனை - அம்மானை, 2. அம்மானைக் காய், 3. தாய்.
அம்மன் - தாய்.
அம்மா - தாய், 2. எசமானி, 3. ஓரதிசயக் குறிப்பு, 4. அசைச் சொல்.
அம்மாச்சி - தாயைப் பெற்ற பாட்டி.
அம்மாத்திரம் - அவ்வளவு.
அம்மாய் - தாயைப் பெற்றவள்.
அம்மாள் - தாய்.
அம்மானை - ஓர் விளையாட்டு, 2. ஓர் பிரபந்தம்.
அம்மான் - தாய் மாமன், 2. அத்தை கணவன், 3. தகப்பன்.
அம்மான் பச்சரிசி - சித்திரப்பாலாவி.
அம்மி - அம்மிக்கல்.
அம்மியம் - கள், 2. காளம், 3. சிறு சின்னம்.
அம்மிரம் - மாமரம்.

அம்மிலிகா -
அம்மிலிகை - } புளியமரம்.
அம்முக்கள்ளன் - வஞ்சகன்.
அம்மெனல் - ஒலிக்குறிப்பு.
அம்மை - வைசூரி, 2. தாய், 3. பார்வதி, 4. அழகு, 5. வருபிறப்பு, 6. தவப்பெண்.
அம்மையப்பர் - சிவனார்.
அம்மையார் கூந்தல் - கொடியார் கூந்தற் பூண்டு.
அம்மைவார்த்தல் - வைசூரி காணல்.
அம்ருதம் - அமிர்தம்.
அயகம் - சிறுகுறிஞ்சா, 2. வசம்பு.
அயக்கதை - இருப்புத்தண்டம்.
அயக்காந்தம் - ஊசிக்காந்தம்.
அயக்கிரீவன் - மகாவிஷ்ணு, 2. ஓரசுரன்.
அயசு - இரும்பு, 2. எஃகு, 3. வழுக்கல் நிலம்.
அயசுபடில் - வெள்ளீயமணல்.
அயச்சிந்தூரம் - இரும்புச் சிந்தூரம்.
அயணம் - செலவு, 2. வழி.
அயநகாலம் - துலாயனத்துக்கும் மேடாயனத்துக்கும் இடையே நிகழுங் காலம்.
அயநம் - பிறப்பு, 2. வருடப்பாதி, 3. வழி, 4. வீடு, 5. சரித்திரம்.
அயபற்பம் - இரும்புத்தூள்.
அயம் - விழா, 2. சேறு, 3. நீர், 4. குளம், 5. நிலம், 6. அலரிச்செடி, 7. ஆடு.
அயர் - வாட்டம்.
அயர்ச்சி - (தொ.பெ) மறதி, 2. உணர் வழிவு, 3. சோம்பு, 4. பலவீனம், 5. வருத்தம்.
அயர்தி - (தொ.பெ) மறதி.
அயர்வு - (தொ.பெ) சோர்வு, 2. தளர்வு, 3. வருத்தம், 4. அகலம்.
அயலவர் - பிறர்.
அயலார் - அயலோர்.
அயல் - அருகிடம், 2. அன்னியமானது.
அயவாரி - வசம்பு.
அயவெள்ளை - அயபற்பம்.
அயறு - அசறு, 2. புண்வழலை.
அயனம் - பிறப்பு.
அயனாள் - உரோகணிநாள்.
அயன் - பிரமன், 2. அருகன், 3. தசரதன் தந்தை.
அயா - வருத்தம்.
அயாசிதம் - கேளாமற்றரக்கொள்ளும் பிச்சை.
அயாவுயிர்த்தல் - (தொ.பெ) வருத்தம் நீங்கல்.
அயிகம் - ஊமத்தை.
அயிக்கம் - ஐக்கியம்.
அயிங்கிதை - கொல்லாமை.
அயிச்சுவரியம் - ஐசுவரியம்.
அயிணம் - மான்றோல்.
அயிரம் - கண்டசருக்கரை.
அயிராணி - இந்திராணி, 2. பார்வதி.
அயிராவணம் - தேவேந்திரன் யானை.
அயிராவதம் - ஐராவதம்.
அயிரி - மீன் முள்ளரி கத்தி, 2. நெட்டிப் புல்.
அயிரியம் - நெட்டி.
அயிரை - ஓர் சிறுமீன், 2. நுண்மணல்.
அயிர் - நுண்மை, 2. நுண்மணல், 3. சருக்கரை.
அயிர்ப்பு - (தொ.பெ) சந்தேகம்.
அயிலல் -
அயிலுதல் - } (தொ.பெ) உண்ணல்.
அயில் - கூர்மை, 2. கைவேல், 3. இரும்பு, 4. கலப்பை, 5. அழகு, 6. கோரைப்புல்.
அயிறல் - (தொ.பெ) அயிலல்.
அயினி - சோறு.
அயினிநீர் - சோறுகலந்த ஆலத்திநீர்.
அயின்றல் - (தொ.பெ) உண்டல்.
அயின்றாள் - தாய்.
அயுக்தம் - தகாதது.
அயுக்தி - பிரிவினை.
அயுதம் - பதினாயிரம்.
அயுத்தம் - அயுக்தம்.
அயுத்தி - அயுக்தி.
அயோக்கியதனம் -
அயோக்கியதை -
அயோக்கியம் - } யோக்கியவீனம்.
அயோக்கியன் - துஷ்டன்.
அயோநிசன் - அசாதாரண பிறப்புடையவன்.

அய்யவி - ஐயவி.

அயோத்தி - சத்தபுரியிலொன்று.

அய்யோ - துன்பச்சொல்.

அர - பாம்பு.

அரகர - சிவ சிவ எனப் பொருள்படும் ஓரடுக்குமொழி.

அரக்கம் - நன்னாரி.

அரக்கர் - இராக்கதர்.

அரக்கல் - (தொ.பெ) தேய்த்தல், 2. அரைத்தல்.

அரக்காம்பல் - செவ்வாம்பல்.

அரக்கி - இராக்கதப் பெண்.

அரக்கு - சிவப்பு, 2. செம்மெழுகு, 3. சாதிலிங்கம்.

அரக்குமஞ்சள் - மிகச் சிவந்த மஞ்சள்.

அரக்குமாளிகை - செம்மெழுகாற் செய்யப்பட்ட மாளிகை.

அரங்கம் - நாடகசாலை, 2. போர்க்களம், 3. சூது முதலியவை பயிலுமிடம், 4. சதுரச்சாலை, 5. சிலம்பக்கூடம், 6. சத்திரம், 7. சபை, 8. கல்விச்சாலை, 9. ஆற்றிடைக்குறை.

அரங்கல் - (தொ.பெ) அழுந்தல்.

அரங்கன் - சீரங்கத்தே கோயில் கொண்ட ஸ்ரீ மகாவிஷ்ணு.

அரங்கு - இடம், 2. அறை, 3. நாடக சாலை, 4. சபை, 5. சூதாடற்கு வகுத்தவறை.

அரங்கேற்று - அரங்கேற்றம்.

அரங்கேற்றுதல் - தாம் செய்த நூலை சபையிலுள்ள பெரியார்க்குக் காட்டி அதனை உயர்ச்சிப்படுத்த அவரது சம்மதம் வாங்கல்.

அரசச்சின்னம் - இராசரீக அடையாளம்.

அரசன் - இராசா, 2. வியாழம், 3. எப் பொருட்குமிறைவன்.

அரசாட்சி - இராசரீகம்.

அரசாணிக்கால்- விவாகமண்டபத்திலே அரசாணியிலே முருக்குடன் நாட்டப் படும் அரசங்கொம்பு.

அரசாளல் - அரசுசெய்தல்.

அரசி - இராசாத்தி, 2. தலைவி.

அரசிகம் - இரசமின்மை, 2.சுவை யில்லாதது.

அரசிகன் - சுவை அறியாதவன்.

அரசியல் - இராசரீகமுறை.

அரசிருக்கை - அரசுவீற்றிருக்குமிடம்.

அரசிலை - அரசமரத்தினிலை, 2. மிருகங் களுக்கிடும் அரசிலைக்குறி.

அரசிறை - அரசர்க்கரசன், 2. சுப்பம்.

அரசு - இராசா, 2. ஒரு மரம், 3. அரசாட்சி.

அரசுவா - பட்டத்தியானை.

அரட்டர் - குறுநிலமன்னர், 2. குறும்பர்.

அரட்டல் - (தொ.பெ) பயமுறுத்தல்.

அரட்டி - அச்சம்.

அரணம் - காவற்காடு, 2. கோட்டை, 3. மதில், 4. வேலி, 5. கவசம், 6. கதவு, 7. வேல், 8. மஞ்சம், 9. தொடு தோல்.

அரணி - தீக்கடைக்கோல், 2. சூரியன்.

அரணி - கவசம், 2. மதில், 3. காடு.

அரணித்தல் - (தொ.பெ) காவல் செய்தல், 2. சிறப்பித்தல், 3. முறைத்தல்.

அரணியம் - காடு.

அரணியா - காட்டுக்கருணை.

அரணை - ஒரு செந்து.

அரண் - காவல், 2. அழகு, 3. மதில், 4. கடல், 5. மலை, 6. காடு, 7. கோட்டை.

அரண்மனை - மதிலாற்காவல் செய்யப் பட்ட வீடு, 2. கோட்டை.

அரண்யம் - அரணியம், 2. காடு.

அரதனம் - இரத்தினம், 2. மிருதபாஷா ணம், 3. சிலம்பணி, 4. அகன்மணி.

அரதனாகரம் - இரத்தினமிருக்கும் சுரங்கம், 2. கடல்.

அரதி - வேண்டாமை.

அரதேசி - [impro. for அகதேசி] பரதேசி.

அரத்தகம் - செம்பஞ்சு.

அரத்தம் - இரத்தம், 2. சிவப்பு, 3. பவளம், 4. செம்பரத்தை, 5. செங்குவளை, 6. கடம்பு, 7. அரக்கு, 8. பொன், 9. செம்மை.

அரத்தனம் - இரத்தினம்.

அரத்தன் - செவ்வாய்.

அரத்துறை - ஒரு சிவஸ்தலம்.

அரந்தை - மனக்கவலை, 2. வருத்தம்.

அரப்பள்ளியான் - மகாவிஷ்ணு.

அரப்பு - அரைப்பு.

அரமகள் - தெய்வப்பெண்.

அரமனை - அரசன்மனை.

அரமாதர் - தெய்வப்பெண்கள்.

அரமியம் - அரமனை, 2. வீட்டின்மேலுலாவும் வெளி, 3. பிரமி என்னும் செடி.

அரம் - ஓர் கருவி, 2. கிழறை, 3. பாதாளம்.

அரம்பு - குறும்பு, 2. தீமை.

அரம்பை - வாழை, 2. தேவலோக தாசி, 3. ஓமம்.

அரயன் - அரசன்.

அரரம் - கதவு.

அரலை - கழலைக்கட்டி, 2. கடல், 3. கோட்டை, 4. மரல்.

அரவகிரி - திருவேங்கடமலை.

அரவணை - (வி) தழுவிக்கொள்.

அரவணை - (பெ) சேஷசயனம்.

அரவணையான் - மகாவிஷ்ணு.

அரவப்பகை - கருடன்.

அரவமணி - நாகரத்தினம்.

அரவம் - ஒலி, 2. பேரொலி, 3. சிலம்பு.

அரவம் - பாம்பு, 2. ஆயிலியநாள்.

அரவன் - சிவன்.

அரவாபரணன் - சிவன்.

அரவித்தல் - (தொ.பெ) ஒலித்தல்.

அரவிந்தம் - தாமரை.

அரவிந்தலோசனன் - ஸ்ரீ மகாவிஷ்ணு.

அரவிந்தன் - பிரமன்.

அரவிந்தை - இலக்குமி.

அரவு - பாம்பு.

அரவுயர்த்தோன் - துரியோதனன்.

அரவோன் - பதஞ்சலி முனிவன்.

அரளி - பீநாறி.

அரளு - (வி) பிரமி.

அரற்று - (வி) அழு, 2. ஒலி, 3. அலறு.

அரன் - சிவன், 2. எப்பொருட்கு மிறைவன்.

அரன்மகன் - முருகன், 2. விநாயகன், 3.வீரபத்திரன்.

அரன்வெற்பு - கைலைமலை.

அரன்றோழன் - குபேரன்.

அரா - பாம்பு.

அராகம் - ஆசை, 2. ஒரு பண், 3. அடங்காமை, 4. சிவப்பு, 5. பாலையாழ்த்திறம், 6. பொன்.

அராதி - சத்துரு.

அராத்தல் - (தொ.பெ) தேய்த்தல்.

அராநட்பு - வேண்டா வெறுப்பு.

அராபதம் - வண்டு.

அராமம் - சோலை, 2. பயிர்.

அராமி - கெட்டவள்.

அராவல் - (தொ.பெ) உராஞ்சல், 2. தேய்த்தல்.

அரா்வைரி - கருடன், 2. கீரி, 3. மயில்.

அராளம் - இருவாட்சி, 2. குங்கிலியம்.

அரி - சத்துரு, 2. சக்கரம், 3. பச்சை நிறம், 4.குதிரை, 5.சிங்கம், 6.சிங்கவிராசி, 7. சூரியன், 8. மகாவிஷ்ணு, 9. நமன், 10. காற்று, 11. சந்திரன், 12. தேவேந்திரன், 13. கிரணம், 14. கிளி, 15. குரங்கு, 16. பாம்பு, 17. தவளை, 18. நவகண்டத்தொன்று, 19. தீ, 20. மரகதம், 21. நிறம், 22. புகை, 23. பகை, 24. கூர்மை, 25. ஆயுதப்பொது, 26. ஈர்வாள்.

அரி - அரிப்பிடி, 2. நெற்கதிர், 3. தேர், 4. சோலை, 5. பொன், 6. கண்வரி, 7. வரி, 8. கடல், 9. வண்டு, 10. செம்மறி யாட்டுக்கடா, 11. பன்றி, 12. உட்டுளைப் பொருள், 13. மூங்கில், 14. நெருக்கம், 15. ஐமைவடிவு, 16. அடர்பு, 17. மழைத்தூவல், 18. மாலை, 19. சிலம்பின் பருக்கைக்கல், 20. சிலம்பு, 21. வலி, 22. மரவயிரம், 23. கட்டில், 24. படுக்கை, 25. பறை, 26. மலை, 27. கள், 28. குற்றம், 29. விசி.

அரிகண்டபுலவர் - காளமேகப்புலவர்

அரிகரப்புத்திரன் - ஐயனார்.

அரிகண்டம் - தொந்தரை, 2. ஒரு விரதவேடம்.

அரிகள் - பகைவர்.

அரிகூடம் - கோபுரவாயில்.

அரிக்கண்சட்டி - அரிசியரிக்கும் சட்டி.

அரிக்குதல் - (தொ.பெ) அரித்துப் போடுதல், 2. பேச்சினால் வருத்துதல்.

அரிசயம் - } எலுமிச்சை,
அரிசலம் - } 2. கொன்றை மரம்.

அரிசனம் - மஞ்சள்.

அரிசா - பெருங்குமிழி மரம்.

அரிசி - தண்டுலம்.

அரிச்சந்தனம் - ஐந்தருவிலொன்று.

அரிச்சந்திரன் - இடையெழு வள்ளலிலொருவன்.

அரிச்சிகன் - சந்திரன்.

அரிச்சுவடி - அரிவரியேடு.

அரிச்சுனம் - எருக்கு, 2. மருதமரம்.

அரிடம் - கடுகுரோகிணி, 2. வேம்பு.

அரிடிகம் - சிற்ப நூலினொன்று.

அரிட்டம் - கள், 2. காக்கை, 3. கேடு, 4. சென்மதோஷம், 5. மோர், 6. வெள்வெங்காயம், 7. பிரசவவீடு, 8. முட்டை.

அரிணம் - மான், 2.வெண்மை.

அரிணம் - பொன், 2. சிவப்பு, 3. யானை.

அரிணி - வஞ்சிக்கொடி.

அரிணை - கள்.

அரிதகி - கடுக்காய் மரம்.

அரிதம் - பச்சை, 2. பசுமை, 3. பசும் புன்னிலம், 4. திசை.

அரிதல் - (தொ.பெ) அறுத்தல்.

அரிதாளம் - பொன்னரிதாரம்.

அரிதாளம் - நவதாளத்தொன்று.

அரிது - அருமை, 2. பச்சை.

அரித்தல் - (தொ.பெ) அணில் எலி முதலியவை அறுத்தல்.

அரித்திரம் - மஞ்சள், 2. சுக்கான்.

அரித்திராபம் - பொன்னிறம்.

அரித்திரான்னம் - மஞ்சட்சாதம்.

அரித்தை - துன்பம், 2. கிலேசம்.

அரிநி - சித்தினி.

அரிநூற்பொறி - நகரத்தின் மதிலிலே வைக்கும் பொறிகளுளொன்று.

அரிநெல்லி - ஒரு மரம்.

அரிந்தமன் - வெற்றியாளன், 2. ஸ்ரீ மகா விட்டுணு.

அரிபாலுகம் - தக்கோலம்.

அரிப்பு - குற்றம்.

அரிப்பன் - } அரித்துப் பொருள்
அரிப்பாளன் - } தேடுவோன்.

அரிப்பிரியை - இலக்குமி.

அரிப்புழுக்கல் - சோறு.

அரிமஞ்சரி - குப்பைமேனி.

அரிமணல் - நுண்மணல்.

அரிமணி - மரகதம்.

அரிமந்திரம் - சிங்கம் வாழ் குகை.

அரிமா - ஆண் சிங்கம்.

அரிமான் - அரிமா.

அரிமுகவம்பி - சிங்கமுக ஓடம்.

அரிமுகன் - சிங்கமுகாசுரன்.

அரிய - அருமையான.

அரியகம் - கொன்றைமரம், 2. காற்சரி.

அரியணை - சிங்காதனம்.

அரியமா - சூரியன்.

அரியம் - வாச்சியம்.

அரியல் - கள்.

அரியாசனம் - சிங்காதனம்.

அரில் - குற்றம், 2. பிணக்கு, 3. பகை, 4. சிறு தூறு.

அரிவரி - எழுத்து வருக்கம்.

அரிவாள் - கூன்வாள்.

அரிவாள் மணை - காய்கறிகளை அரியுங் கருவி செறிக்கப்பட்ட பலகை.

அரிவாள் மணைப்பூண்டு - ஒரு வகைப் பூண்டு.

அரிவி - அரிப்பிடி.

அரிவை - பெண்பொது, 2. பதினெட்டு வயதிற்கு மேற்பட்டு இருபத்தைந்து வயதிற்கு மேற்படாத பெண், 3. தெய்வப் பெண்.

அரீடம் - கடுகுரோகணி.

அரு - உருவமற்றது, 2. கடவுள், 3. அறிவு, 4. அணு.

அருகசனி - பேரேலம்.

அருகணி - பிரண்டை.

அருகணைத்தல் - (தொ.பெ) தழுவல்.

அருகந்தர் - அருகசமயத்தோர்.

அருகம் - தகுதி, 2. பரிசுத்தம், 3. சமண் மதம்.
அருகல் - (தொ. பெ) அணைதல், 2. கிட்டுதல், 3. குறைதல், 4. சாதல்.
அருகி - கள்.
அருகியரத்தம் - பூனைக்காலி.
அருகு - சமீபம், 2. ஓரம், 3. தீவட்டி.
அருக்கம் - எருக்கு, 2. நீர்க்காக்கை.
அருக்களி - (வி) பயப்படு, 2. அருவரு.
அருக்கன் - சூரியன்.
அருக்காணி - அருமை, 2. அழுத்தம்.
அருக்கியம் - மந்திரநீரிறைக்கை, 2. பூசனைமுறையுளொன்று.
அருக்கு - (வி) குறை, 2. சுருக்கு, 3. ஒடுக்கு, 4.செய்யப் பின்வாங்கு.
அருங்கலச்செப்பு - மணிக்கலம் பெய்த பணிப்பெட்டகம், 2. ஒரு நூல்.
அருசி - சுவையின்மை.
அருச்சகன் - பூசாரி.
அருச்சனை - பூசனை.
அருச்சி - (வி) பூசி.
அருச்சியம் - வணக்கம்.
அருச்சுனம் - மருதம், 2. வெண்மை, 3. எருக்கு, 4. பொன்.
அருச்சுனன் - விசயன், 2. கார்த்தவீரியன்.
அருச்சை - பூசை
அருஞ்சயன் - சீவகனது தாயின் பாட்டன்.
அருஞ்சிறை - கடுஞ்சிறை, 2. நரகம்.
அருட்குடையோன் - அருகன், 2. கடவுள்.
அருட்குறி - சிவலிங்கம்.
அருட்சத்தி - இரசம், 2. பராசத்தி.
அருட்செல்வம் - கடவுள் கடாட்சம்.
அருட்டம் - கடுகுரோகிணி, 2. மிளகு, 3. வேம்பு.
அருட்டு - (வி) எழுப்பு, 2. தூண்டு.
அருட்பா - கடவுள் அருள் அடைந்தோர் செய்த பா.
அருணகிரி அருணாசலம்.
அருணகிரிநாதர் - திருவண்ணாமலையில் எழுந்தருளியிருந்த கௌமார பரமாசாரிய சுவாமிகள்.
அருணகிரியந்தாதி - ஒரு புத்தகம்.
அருணமணி - மாணிக்கம்.
அருணம் - மான், 2. ஆடு, 3. எலுமிச்சை, 4. ஓர் தேசம், 5. பொன், 6. யானை.
அருணவம் - கடல்.
அருணன் - சூரியன், 2. சூரியனது தேர்ப்பாகன், 3. புதன்.
அருணாசலக் கவிராயன் - இராம நாடகஞ் செய்த ஒரு சிறந்த வித்துவான்.
அருணாசலம் - திருவண்ணாமலை.
அருணினம் - நன்னாரி, 2. திருநாமப் பாலை.
அருணை - அருணாசலம்.
அருணோதயம் - சூரியோதயம், 2. வைகறை.
அருத்தசாமம் - சாமத்திற்பாதி.
அருத்தநாரீசன் - பாதி பெண்வடிவான சிவன்.
அருத்தபாகை - வேதநூற்பொருள்.
அருத்தம் - கருத்து, 2. பொருள், 3. பயன், 4. பொன், 5. பாதி.
அருத்தயாமம் - அர்த்தசாமம்.
அருத்தராத்திரம் - நடுராத்திரி.
அருத்தல் - (தொ. பெ) உண்பித்தல்.
அருத்தவாதம் - அபிப்பிராயத்தைக் கூறுதல்.
அருத்தாங்கீகாரம் - அரைமனம்.
அருத்தாபத்தி - சொல்லியதுகொண்டு சொல்லப்படாத பொருளைப் பெறுதல்.
அருத்தி - ஆசை, 2. கூத்து, 3. பாதம்.
அருத்தி - (வி) பாதியாக்கு.
அருத்துதல் - (தொ. பெ) உண்பித்தல்.
அருநெல்லி - ஒரு மரம்.
அருநெறி - ஒடுங்கியவழி, 2. நரகம், 3. பாலை நிலம்.
அருந்ததி - வசிஷ்டன் மனைவி, 2. ஒரு நட்சத்திரம்.
அருந்ததி காட்டல் - கற்பில் அருந்ததி போலிருப்பாயென மணப்பெண்ணிற்கு அருந்ததி நட்சத்திரத்தைக் காட்டல்.
அருந்தமிழ் - நல்லதமிழ்.

அருந்தல் - அருமை.

அருந்துதல் - (தொ.பெ) உண்ணுதல், 2. குடித்தல், 3. அனுபவித்தல்

அருப்பம் - கொலை, 2. வியாதி, 3. துக்கம், 4. ஊர், 5. வழுக்குநிலம், 6. கள், 7. மோர், 8. பிட்டு, 9. மா, 10. காடு, 11. தொடரி, 12. கோட்டை.

அருப்பலம் - அனிச்சமரம்.

அருப்பு - தயிர், 2. அரும்பு, 3. கிளைத்தல், 4. கொலை, 5. துக்கம்.

அருமதாளம் - ஒன்பது தாளத்தொன்று.

அருமந்த - அரியமருந்தன்ன.

அருமருந்தன்ன - அரியமருந்துபோன்ற.

அருமலதி - ஓர் பண்.

அருமறைக் கொடியோன் - துரோணாசாரி.

அருமை - அபூர்வம், 2. மேன்மை, 3. வருத்தம், 4. சிறப்பு, 5. மேன்மை.

அரும்பல் - (தொ.பெ) முளைத்தல், 2. முகைத்தல்.

அரும்பாலை - ஓரிராகம்.

அரும்பித்தல் - (தொ.பெ) தோன்றுதல், 2. முகிழ்த்தல்.

அரும்பு - மொட்டு, 2. பொன் முதலிய வற்றாற் செய்த வரும்பு, 3. மெல்லியமயிர்.

அரும்பு - (வி) முளை, 2. முகை, 3. புன்னகை செய்.

அரும்பூட்டு - தொடர்ச்சியின்மை.

அருவம் - உருவமின்மை, 2. அருந்தல்.

அருவரு - (வி) வெறு.

அருவருப்பு - (பெ) வெறுப்பு.

அருவாணம் - தாலம்.

அருவாநாடு - கொடுந்தமிழ் நாட்டினொன்று.

அருவி - மலையின்வீழாறு, 2. கழிமுகம், 3. தினைத்தாள்.

அருவு - (வி) மெல்லெனச்செல், 2. கிட்டு, 3. கண்கரி.

அருளகம் - வெள்ளெருக்கு.

அருளரசி - குடசப்பாலை.

அருளவம் - அழிஞ்சில்.

அருளுறுதி - வேம்பு.

அருள் - கிருபை, 2. ஈகை, 3. சத்தி, 4. கட்டளை.

அருளு - (வி) கிருபைசெய், 2. கா, 3. உத்தரவு செய்.

அரூபம் - உருவமின்மை, 2. ஆகாயம்.

அரூபி - உருவிலான், 2. கடவுள், 3. சிவன்.

அரூபி - கருப்பூரம்.

அரேசகண்டு - கருணைக்கிழங்கு.

அரேசிகம் - வாழை.

அரேணுகம் - வால்மிளகு, 2. கடுக்காய் மரவேர்.

அரை - பாதி, 2. இடை, 3. வயிறு.

அரைக்கச்சு - அரைக்கச்சை.

அரைக்காணி - நூற்றறுபதில் ஒரு பாகம்.

அரைக்கால் - எட்டிலொன்று.

அரைசன் - அரசன்.

அரைசிலை - அம்மி.

அரைச்சதங்கை - ஓரிடையணி.

அரைச்சல்லடம் - அரையினின்று முழங்கால்வரை இடும் சல்லடம்.

அரைஞாண் - இடுப்பில் கட்டும் கயிறு.

அரைத்தல் - (தொ.பெ) தேய்த்தல், 2. மாவாக்கல்.

அரைப்பு - இருப்பைப் பிண்ணாக்கு.

அரைமா - நாற்பதிலொருபங்கு.

அரைமூடி - சிறு பெண்பிள்ளைகள் அரையிற் கட்டும் தட்டைவடிவான ஓர் ஆபரணம்.

அரையன் - அரசன்.

அரையாப்பு - அரையிலுண்டாகும் கட்டி.

அரையிருள் - அர்த்தராத்திரி.

அரைவயிரக்கண் - கம்மாளர் கருவியி னொன்று.

அரைவாசி - பாதி.

அரோ - அசைச்சொல்.

அரோசகம், **அரோசம்** } அருவருப்பு, 2. பசியின்மை, 3. சீரணியாமை.

அரோசி - (வி) அருவரு.

அரோசிகம், **அரோசிப்பு** } ஒக்காளம், 2. அருவருப்பு.

அரோரூட்டுமா - ஆள்வள்ளிக் கிழங்கின்மா.

அர்க்கம் - எருக்கஞ்செடி, 2. நீர்க்காகம், 3. பொன், 4. பளிங்கு, 5. செம்பு.

அர்க்கன் - இந்திரன், 2. ஞாயிற்றுக் கிழமை.

அர்க்கியம் - அருக்கியம்.

அர்ச்சகன் - பூசைசெய்வோன்.

அர்ச்சனம் - திரவியஞ் சம்பாதித்தல்.

அர்ச்சனை - பூசை.

அர்ச்சிதன் - பூசிக்கப்படுவோன்.

அர்ச்சித்தல் - (தொ.பெ) பூசித்தல்.

அர்ஜி - விண்ணப்பம்.

அர்ச்சியசிஷ்டர் - பரிசுத்தவான்கள்.

அர்ச்சுனம் - அருச்சுனம்.

அர்ச்சை - கல், மண் முதலியவற்றாற் செய்யப்பட்ட விக்கிரகம், 2. மூர்த்தி.

அர்த்தசந்திரபாணம் - பிறைமுகங் கொண்ட பாணம்.

அர்த்தசாமம் - இரவில் நடுச்சாமம்.

அர்த்தநாரீசுரன் - பாதிச்சரீரம் பெண்ணாக இருக்குஞ் சிவபெருமான்.

அர்த்தமண்டபம் - கருப்பக்கிரக மண்டபம்.

அர்த்தம் - அருத்தம்.

அர்த்தாட்சி - பக்கப்பார்வை.

அர்த்தாதுரம் - பணவாசை.

அர்த்தாபத்தி - அருத்தாபத்தி.

அர்த்தி - இரவலன்.

அர்த்தித்தல் - (தொ.பெ) இரத்தல், 2. வேண்டுதல்.

அர்ப்பணம் - நிவேதிக்கை.

அர்ப்பிதம் - கொடுக்கப்பட்டது.

அர்ப்பித்தல் - (தொ.பெ) நிவேதித்தல்.

அர்ப்புதம் - பத்துக்கோடி.

அல - (வி) வருத்தப்படு.

அலகம் - யானைத்திப்பிலி.

அலகரி -
அலகிரி - } பெருக்கு.

அலகிடல் - அலகிடுதல்.

அலகிடுதல் - (தொ.பெ) செய்யுட் கோசையூட்டும் பொருட்டலகிடுதல், 2. கணக்குப் பார்த்தல், 3. துடைப்பத்தால் விளக்கல்.

அலகின்மாறு - துடைப்பம்.

அலகு - ஆயுதத்தினலகு, 2. ஆயுதப் பொது, 3. பறவைமூக்கு, 4. பயிர்க்கதிர், 5. எண், 6. பலகறை, 7. மகிழம்விதை, 8. நென்மணி, 9. துடைப்பம், 10. கொடிறு, 11. விசாலம்.

அலகுஞ்சம் - மின்மினி.

அலகை - பிசாசம், 2. கற்றாழை.

அலகைக்கொடியாள் - காளியம்மை.

அலகைத்தேர் - கானல்.

அலகைமுலையுண்டோன் - ஸ்ரீ கிருஷ்ணன்.

அலக்கணம் - இலக்கணமின்மை, 2. அதிட்டவீனம்.

அலக்கண் - துன்பம்.

அலக்கழித்தல் - (தொ.பெ) துன்பப் படுத்தல்.

அலக்கியம் - விசேடக்குறியில்லாதது.

அலக்கைச்சுரம் - கீழ்க்காய் நெல்லி.

அலங்கம் - அரண், 2. கொத்தளம்.

அலங்கரணம் - அலங்கரிப்பு.

அலங்கரி - (வி) சிங்காரி.

அலங்கல் - (பெ) தளிர், 2. பூமாலை.

அலங்கல் - (தொ. பெ) அசைதல், 2. ஒளிர்தல், 3. மனங்கலங்கல்.

அலங்காரப் பிரியன் - ஸ்ரீ மகாவிஷ்ணு.

அலங்காரம் - அழகு, 2. சிறப்பு, 3. அணியிலக்கணம், 4. கலைஞான மறு பத்துநான்கி னொன்று.

அலங்காரி - அலங்காரஞ் செய்யப் பெற்றவள்.

அலங்கிருதம் -
அலங்கிருதி - } அலங்காரம்.

அலங்கு - (வி) ஒளிசெய், 2. அசை, 3. தத்தளி, 4. இரங்கு.

அலங்கை - துளசி.

அலங்கோலம் - கிரமமில்லாமை.

அலசம் - சோம்பு.

அலசல் - சோர்வு, 2. இழைவிலக்கமான வஸ்திரம், 3. சோம்பல், 4. சிந்துண்டு கிடப்பது, 5. பயனற்றவேலை.

அலசு - (வி) கழுவு, 2. தளர்.

அலஞ்சரம் - மட்சாடி.

அலட்சியம் - வியப்பின்மை,2. கனவீனம்.

அலட்டு - (வி) தொந்தரவுசெய், 2. பிதற்று.

அலதரன் - உழவுகாரன், 2. பலராமன்.

அலத்தகம் -
அலத்தம் - } செம்பஞ்சு.

அலத்தல் - (தொ.பெ) துன்பப்படுதல், 2. வறுமைப்படல்.

அலத்தி - மின்மினி.

அலந்தம் - மெய்யீறு.

அலந்தலை - துன்பம்.

அலந்தல் - செங்கத்தாரி.

அலந்தை - துன்பம், 2. குளம்.

அலப்படை - கலப்பைப் படை.

அலப்பல் - (தொ.பெ) வீண்பேச்சுப் பேசல்.

அலப்பன் - வீண்பேச்சுக்காரன்.

அலமரல் - (தொ.பெ) சுழலல், 2. கலங்கல், 3. பயப்படல், 4. வருந்தல்.

அலமாரி - அவாவுள்ளோன், 2. ஒரு வகை மரப்பேழை.

அலம் - கலப்பை, 2. நீர், 3. விரிச்சிக விராசி, 4. தேளின் கொடுக்கு, 5. தேள், 6. போது மென்கை.

அலம்பல் - (தொ.பெ) கழுவல், 2. தளம்பல், 3. ஒலித்தல்.

அலம்வரல் - (தொ.பெ) அமைவுண்டாதல், 2. சுழலுதல்.

அலயம் - அழியாமை, 2. உற்பத்தி, 3. நிலையுண்மை.

அலயன் - அழிவில்லாதவன்.

அலரவன் - பிரமன்.

அலரி - கண்வரி, 2. பூப்பொது, 3. சூரியன், 4. அழகு, 5. தேனீ, 6. நீராவி.

அலருதல் - (தொ.பெ) விரிதல்.

அலரோன் - பிரமன்.

அலர் - மலர்ந்த பூ, 2. நீர், 3. பலரறிந்து பழி தூற்றுகை, 4. பழிச்சொல், 5. பூமாலை.

அலர்தல் - (தொ.பெ) விரிதல் , 2. மலர்தல்

அலர்மகள் - இலக்குமி.

அலவர் - உழுதொழிலாளர்.

அலவலை -
அலவல் - } விலக்கமாய் நெய்யப் பட்டது, 2. அற்பகாரியம்.

அலவன் - நண்டு, 2. ஆணண்டு, 3. கற்கடக விராசி, 4. சந்திரன், 5. பூனை.

அலவாங்கு - கடப்பாரை.

அலவாட்டு - வழக்கம்.

அலறல் - (தொ.பெ) அழுதல், 2. கதறல், 3. வெடிப்பாயொலித்தல்.

அலறுதல் - (தொ.பெ) அலறல்.

அலன்றல் - (தொ.பெ) சாதல்.

அலாக்கு - தீங்கு.

அலாதம் - நெருப்புக்கொள்ளி, 2. கரி.

அலாதா -
அலாது - } வேறு, 2. தொழிற்படாதது.

அலாபம் - நஷ்டம், 2. தீமை, 3. இடையூறு.

அலாபு - சுரை.

அலாயுதம் - கலப்பைப் படை.

அலாயுதன் - பலராமன்.

அலாரிதா - அலரிச்செடி.

அலி - பேடி, 2. வயிரமில்லாதமரம். 3. நறுவிலிமரம், 4. இயமன், 5. நெருப்பு.

அலி - பலதேவன்.

அலிகம் -
அலீகம் - } நெற்றி.

அலிங்கம் - குறிகள் இல்லாதது.

அலு - (வி) அலைக்கழிவுபடு.

அலுக்குதல் - (தொ.பெ) பிலுக்குப் பண்ணல்.

அலுக்குத்து - ஓர்காதணி.

அலுக்குலைவு - தாறுமாறாதல்.

அலுசிலும்பல் - (தொ.பெ) குழம்பல்.

அலுத்தசத்தி - பேரருளுடைமை.

அலுத்தல் - (தொ.பெ) சலித்தல், 2. இளைத்தல்.

அலுத்தன் - ஆசையற்றிருப்போன்.

அலுப்பு - (தொ.பெ) அயர்வு, 2. சலிப்பு.

அலுமாரி - அலமாரி.

அலுவல் - வேலை.

அலுவா - ஒரு பலகாரம்.

அலுவீகம் - வில்வமரம்.

அலேகம் - வெள்ளேடு.

அலேகம் - லோகமணல்.

அலை - கடற்றிரை, 2. புனற்றிரை, 3. கடல், 4. கருமணல்.

அலை - (வி) ஆடு, 2. திரி, 3. சோம்பு, 4. தள்ளாடு, 5. வருந்து.

அலைக்கழி - (வி) அலைந்து வருந்தச் செய்.

அலைக்கழிவு - (தொ.பெ) உலைவு.

அலைசடி - }
அலைசடை - } தொந்தரவு.

அலைசல் - துன்பம், 2. அலைவு, 3. சோம்பு.

அலைசு - (வி) நீரிலலைசு.

அலைசோலி - அலைக்கழிவு.

அலைச்சல் - தொந்தரவு.

அலைதல் - (தொ. பெ) அலையல், 2. வருந்துதல்.

அலைத்தல் - (தொ. பெ) அலையச் செய்தல், 2. அசைத்தல், 3. வருத்துதல்.

அலைத்துவம் - மிகுதி.

அலைப்ப - (வி) வருத்த.

அலைப்பு - (பெ) வருத்தம்.

அலைமகள் - இலக்குமி.

அலைவாய் - கடல், 2. திருச்செந்தூர்.

அலைவு - அசைவு, 2. வருத்தம்.

அலோசி - பசளை.

அலோமி - பொற்றலைக்கையாந்தகரை.

அல் - வடமொழியினொற்றெழுத்து.

அல் - இரா, 2. இருள், 3. மதில்.

அல்கலும் - நாடோறும்.

அல்கல் - இரா, 2. நாள், 3. தரித்திரம்.

அல்குதல் - (தொ. பெ) குறைதல், 2. தங்கல்.

அல்லகண்டம் - துன்பம்.

அல்லகம் - கோவணம்.

அல்லகாத்திரி - தணிகைமலை.

அல்லது - அல்லாமற்போனால்.

அல்லம் - இஞ்சி.

அல்லவை - ஒழிந்தன.

அல்லற்படல் - துன்[illegible]ல்.

அல்லா - மகமதியர் கடவுள்.

அல்லாத்தல் - (தொ. பெ) அலமரல்.

அல்லாந்து - துன்பமுற்று.

அல்லாரி - வெள்ளல்லி.

அல்லார் - தீயோர்.

அல்லால் - அல்லாமல்.

அல்லி - ஆம்பல், 2. அகவிதழ், 3. பூந்தாது, 4. காயா, 5. இரா, 6. இளவேர்.

அல்லிகம் - பேய்க்கொம்மட்டி.

அல்லியம் - இடையரூர், 2. கொட்டி, 3. மகாவிஷ்ணுவின் கூத்தினொன்று.

அல்லியன் - தன் குழுவைப் பிரிந்த யானை.

அல்லியாமரம் - படவு வலிக்குந் தண்டு.

அல்லியான் - பிரமன்.

அல்லு - (வி) முடை.

அல்லூரம் - வில்வமரம்.

அல்லை - தாய்.

அல்லை - ஓர் கொடி, 2. முன்னிலை யொருமைக்குறிப்பு வினைமுற்று.

அவ - நிச்சயம், நிறைவு, வெறுப்பு, சுத்தம், அப்பூால் முதலிய பொருள்களை யுணர்த்தும் ஓர் உபசர்க்கம்.

அவகடம் - தாறுமாறு, 2. வஞ்சகம்.

அவகதவாய் - கீழ்க்காய் நெல்லி.

அவகாசம் - சமயம், 2. இடம்.

அவகாசம் - திராணி.

அவகிருத்தியம் - துர்ச்செய்கை.

அவகீர்ணி - ஸ்திரீ சங்கமஞ் செய்தலால் பிரமசரிய நெறி தவறினவன்.

அவகீர்த்தி - நிந்தை.

அவகுணம் - தீக்குணம்.

அவகேசி - பூத்துங் காயாதமரம்.

அவக்கிரசம் - காடி.

அவக்குறி - கெட்டகுறி.

அவசகுனம் - துர்ச்சகுனம்.

அவசங்கை - அழகின்மை, 2. சாமர்த்தியம்.

அவசம் - பரவசம்.

அவசரம் - சமயம், 2. விரைவு, 3. அவசியம்.

அவசர்ப்பிணி - உலகம் வாழ்நாள் போக முதலியவற்றால் தேய்பிறை போலச் சுருங்குங் கா[illegible]

அவசாயம் - நிச்சயம், 2. முடிவு.

அவசாரம் - பிரயோசனமின்மை, 2. வேசித்தனம்.

அவசானம் - எல்லை, 2. முடிவு, 3. மரணம்.
அவசியம் - அவசரம், 2. நிச்சயம்.
அவச்சின்னம் - பிரிவு.
அவச்சேதனம் - பகுத்தறிதல்.
அவடி - குழாய், 2. துளை, 3. திரைச்சீலை.
அவணம் - அமணம்.
அவணன் - திண்ணியன், 2. புகழுடையோன்.
அவணி - நன்மை.
அவண் - அவ்விடம்.
அவதரணிகை - முகவுரை.
அவதரம் - சமயம், 2. தறுவாய்.
அவதரி - (வி) தங்கு, 2. பிற.
அவதாதம் - வெண்மை.
அவதாரணம் - மண்வெட்டி.
அவதாரம் - பிரிக்கை.
அவதாரம் - பிறப்பு.
அவதாரிகை - முகவுரை.
அவதானம் - கிரகித்தல், 2. சாதுரியம், 3. நிதானம், 4. ஞாபகம்.
அவதானம் பண்ணல் - நினைத்தல்.
அவதானித்தல் - (தொ.பெ) நினைத்தல்.
அவதி - தவணை, 2. எல்லை.
அவதி - ஆபத்து, 2. வருத்தம்.
அவதிப்படல் - (தொ.பெ) வருத்தப் படல்.
அவதிகத்தம் - கடனுரை.
அவதிக்காரகம் - நீக்கப்பொருளைக் காட்டுமுருபுடைப் பெயர்.
அவதிஞானம் - முற்பிறப்பை அறியுமறிவு.
அவதும்பரம் - அத்திப்பழம்.
அவதூதம் - முழுத்துறவு.
அவதூதன் -
அவதூதி - } முற்றத்துறந்தவன்.
அவதூறு - நிந்தை, 2. பிறர்பழிகூறல்.
அவத்தம் - பொய்.
அவத்தன் - பிரயோசனமில்லாதவன்.
அவத்து - பொருளல்லாதது.
அவத்துறை - தீயவழி.
அவத்தை - நிலை, 2. மரணவுபாதி, 3. வேதனை.
அவத்தைப்பிரயோகம் - கலைஞானம் அறுபத்துநான்கினொன்று.
அவநதன் - குனிந்தவன், 2. தலைகவிழ்ந்தவன்.
அவநம்பிக்கை - நம்பிக்கையின்மை.
அவநாசி - ஓர் சிவஸ்தலம்.
அவநி - பூமி.
அவநிகேள்வன் - மகாவிஷ்ணு.
அவநிபன் -
அவநிபாரகன் -
அவநிபாலகன் -
அவநிபாலன் - } அரசன்.
அவநியாயம் -
அவநீதம் -
அவநீதி - } நீதியின்மை.
அவநுதி - உண்மையை மறுத்துப் பிறிதொன்றாக உரைப்பது.
அவநெறி - பாவவழி.
அவந்தரை -
அபந்தரை - } குழப்பம், 2. சேதம்.
அவந்தி - உஜ்ஜயினி (இது சத்தபுரியினொன்று), 2. அக்காள், 3. காடித் தண்ணீர்.
அவந்திகன் - அவந்தி தேசத்தரசன்.
அவந்திகை - அவந்தி, 2. கிளி.
அவந்திசோமம் - காடி.
அவபத்தியம் - இச்சாபத்தியம்.
அவபாசகம் - ஒளியுடையது, 2. பரப்பிரமம்.
அவபிருதம் - வேள்விமுடிவிற்செய்யும் ஸ்நானம்.
அவப்பிரஞ்சம் - இழிசனர் மொழி.
அவப்பொழுது - வீண்பொழுது.
அவமதி - நிந்தனை.
அவமதிச்சிரிப்பு - நிந்தனைச்சிரிப்பு.
அவமதித்தல் - (தொ.பெ) இகழ்வாக மதித்தல்.
அவமதிப்பு - நிந்தனை.
அவமரணம் - அகாலமரணம்.
அவமரியாதை - மரியாதைத்தவறு.
அவமாக்கல் - வீணாக்கல்.
அவமானம் - மானவீனம்.
அவமானித்தல் - (தொ.பெ) அவமானப் படுத்தல்.

அவமிருத்து - துன்மரணம், 2. கேதுவின் மகன்.

அவம் - வீண்.

அவம்போதல் - வீணாகப்போதல்.

அவயங்காத்தல் - அடைகாத்தல்.

அவயமிடல் - அபயமிடல்.

அவயம் - இலாமிச்சு, 2. அடை.

அவயவம் - உறுப்பு, 2. உடல்.

அவயவி - உடல், 2. உறுப்பி.

அவயோகம் - துர்ச்சம்பவம்.

அவரகாத்திரம் - கால்.

அவரசன் - தம்பி.

அவரசை - தங்கை.

அவராகம் - இச்சையின்மை.

அவரி - அவுரி.

அவரை - அவரைக்கொடி.

அவரோகணம் - இறங்குதல், 2. விழுது.

அவரோகம் - இறங்குதல், 2. சுவர்க்கம், 3. விழுது.

அவரோதம் - அரண்மனை, 2. தடை, 3. வேலி.

அவரோதனம் - உள்மாளிகை, 2. தடை.

அவரோபணம் - இறக்குதல், 2. அத்தமித்தல், 3. வேரோடு பிடுங்கல்.

அவர் - அவர்கள்.

அவர்ணியம் - வர்ணித்துச் சொல்லப் படுவதல்லாதது.

அவலச்சுவை ஒன்பது சுவைகளுள் ஒன்று.

அவலட்சணம் - அழகின்மை, 2. ஒழுங்கின்மை.

அவலம் - பலவீனம், 2. துன்பம், 3. சோர்வு, 4. அவலச்சுவை.

அவலம்பம் - புகலிடம், 2. ஊன்றுகோல்.

அவலம்பித்தல் - (தொ.பெ) சார்ந்து நிற்றல்.

அவலன் - உடற்குற்றமுடையவன்.

அவலி - (வி) வருந்து, 2. புலம்பு.

அவலேகனம் - நக்குகை.

அவலேசம் அற்பம், 2. அவமானம்

அவலை - காடு, 2. கடுப்பு.

அவலோகம் -
அவலோகனம் - } பார்வை

அவலோகிதன் - அறியப்பட்டவன்.

அவல் - ஓர் சிற்றுணவு, 2. பள்ளம், 3. குளம்.

அவவாதம் - வீண்பேச்சு.

அவவிசுவாசம் - பொய் விசுவாசம்.

அவவு - அவா.

அவளிகை - திரைச்சீலை.

அவளைதுவளை - கதம்பவுணவு.

அவள் - அப்பெண்.

அவற்கம் - கஞ்சி.

அவனதம் - (தொ.பெ) குனிதல், 2. தலை கவிழ்தல்.

அவனாசி - ஓர் சிவஸ்தலம்.

அவனி - பூமி.

அவனிகேள்வன் - மகாவிஷ்ணு.

அவனிபதி -
அவனிபன் -
அவனிபாரகன் -
அவனிபாலகன் -
அவனிபாலன் - } அரசன்.

அவன் - உயர்திணை ஆண்பாலொருமைப் படர்க்கை யிடத்துச் சுட்டுப்பெயர்.

அவா - ஆசைப்பெருக்கம்.

அவாசி -
அவாசீனம் - } தெற்கு.

அவாச்சியம் - சொல்லால் வெளிப்படுத் தாதது

அவாந்தரம் - வெறுவெளி, 2. மத்தி, 3. உதவியின்மை, 4. அழிவு.

அவாய்நிலை - அருத்தம் பூர்த்தியாகாமல் எஞ்சி நிற்பது.

அவாவுதல் - (தொ,பெ) பேராசை கொள்ளுதல், 2. விரும்புதல், 3. இறங்குதல்.

அவி - தேவருணவு, 2. நெய், 3. சோறு.

அவி - (வினை) வேகு, 2. தணி, 3. அழி, 4. புழுங்கு, 5. வெதும்பு, 6. வருந்து.

அவிகசம் - குவிந்தது.

அவிகற்பம் - சந்தேகமின்மை.

அவிகாரம் - விகாரமின்மை, 2. எழுவாய்.

அவிகாரன் -
அவிகாரி - } கடவுள்.

அவிக்கினம் - விக்கினமின்மை.

அவிசாரம் - விசாரமின்மை, 2. கவலை யின்மை.

அவிசாரி - அபிசாரி.

அவிசு - தேவருணவு, 2. வெறுஞ்சோறு.

அவிசுவாசம் - அவபக்தி.

அவிச்சின்னம் - பிரிக்கப்படாமை.

அவிச்சை - அஞ்ஞானம்.

அவிஞ்சை - அவித்தை.

அவிஞ்சை - அஞ்ஞானம்.

அவிடி - திரைச்சீலை.

அவிட்டம் - ஓர் நட்சத்திரம்.

அவிதா - 'உதவிசெய்' எனப்பொருள் படும் ஒரு வடமொழி இடைச்சொல்.

அவிதி - கிரமமின்மை, 2. வருத்தம்.

அவித்துவையல் - ப்ச்சடி.

அவித்துருமம் - இலுப்பைமரம்.

அவித்தை - அஞ்ஞானம், இது பஞ்ச மாயையினொன்று.

அவிநயம் - } விநயமின்மை.
அபிநயம் - }

அவிநாசி - அழியாமை, 2. ஓர் சிவஸ்தலம்.

அவிநாபாவம் - விட்டகலாது உடன் நிகழும் தன்மை.

அவிநாபூதம் - நீக்கமின்றியிருத்தல்.

அவிநாபூதை - விட்டுப்பிரியாதிருக் கின்றவள்.

அவிபாகம் - பிரிக்கப்படாதது.

அவிப்பாகம் - தேவருணவு.

அவிமுக்தம் - } காசிக்கருகிலுள்ள ஓர் புண்ணிய பூமி.
அவிமுக்தி - }
அவிமுத்தி - }

அவியல் - (தொ.பெ) அவித்தது, 2. ஓர் கறி, 3. புழுக்கம், 4. வெப்பம், 5. வாய்ப்புண்.

அவிரதம் - எப்பொழுதும்.

அவிரளம் - நெகிழ்ச்சியின்மை.

அவிரி - அவுரி.

அவிருகம் - அதிவிடயம்.

அவிருத்தம் - விரோதமின்மை.

அவிரோதம் - மாறுபாடின்மை.

அவிரோதவுந்தியார் - சாந்தலிங்கசாமி கள் செய்த நூல்களிலொன்று.

அவிர் - பிரகாசம், 2. புல்லு.

அவிர் - (வி) பிரகாசி, 2. பீறு.

அவிர்ப்பாகம் - அவிப்பாகம்.

அவிவாதம் - இசைவு.

அவிவேகம் - விவேகமின்மை.

அவிவேகி - அறிவில்லாதவன்.

அவிழ் - சோறு.

அவிழ்தல் - (தொ.பெ) கட்டவிழ்தல், 2. நெகிழ்தல், 3. மலர்தல்.

அவிழ்த்தல் - (தொ.பெ) கட்டு நீக்கல், 2. அலர்த்தல்.

அவிழ்தம் - அவுடதம்.

அவுக்கவுக்கெனல் - ஒலிக்குறிப்பு, 2. விரைதல்.

அவுசு - சுத்தம்.

அவுசுக்காரன் - உடுப்பிலதிக ஆசை யுள்ளவன்.

அவுஷதம் - } ஔடதம்.
அவுடதம் - }

அவுணன் - மாவலி, 2. அசுரன்.

அவுதா - யானைமேற்றவிசு.

அவுத்திரிதீட்சை - சயிக்கைசெய்தும் தரையிலெழுதியும் காட்டுமோ ருபதேசம்.

அவுபலபாஷாணம் - ஓர்வகைப் பாஷா ணம்.

அவுரி - நீலிப்பூண்டு.

அவுழதம் - } மருந்து.
அவுழ்தம் - }

அவுறுதம் - பித்தாதிக்கம், 2. கிரந்தி.

அவேட்டிதம் - சுற்றிக்கொள்ளப் படாதது.

அவேதம் - மறதி.

அவேத்தியம் - அறியப்படாதது, 2. பசுக் கன்று.

அவேத்தியன் - அறியப்படாதவன்.

அவை - அஃறிணைப் பன்மைச்சுட்டுப் பெயர், 2. சபை, 3. கூட்டம், 4. புலவர், 5. அம்பலம்.

அவைத்தல் - (தொபெ) நெரித்தல், 2. நெல் முதலிய குற்றல், 3. வெட்டுதல்.

அவைப்பு - குற்றப்பட்ட அரிசி.

அவையடக்கம் - சபைமுன் தன்னைத் தாழ்த்திக் காட்டல்.

அவையடக்கு - அவையடக்கம்
அவையம் - திரள்.
அவையல் - குற்றலரிசி, 2. திரட்சி.
அவையல்கிளவி - அவைக்கண்ணுரைக்கத் தகாத சொல்.
அவையாவரிசி - கொழியலரிசி.
அவையிற்றுக்குள் - அவற்றுள்.
அவைராக்கியம் - வைராக்கியமின்மை.
அவ் - அவை.
அவ்யக்தம் - அவ்வியத்தம்.
அவ்யாப்தி - அவ்வியாத்தி.
அவ்வயின் - அவ்விடம்.
அவ்வளவு - அம்மட்டு.
அவ்வாய் - அழகிய இடம்.
அவ்வாறு - அவ்விதம்.
அவ்விதழ் - அழகிய இதழ்.
அவ்வித்தல் - (தொ.பெ) பொறாமை கொள்ளுதல்.
அவ்வியஞ்சனம்- அடையாளமற்றது.
அவ்வியத்தம் - விளங்கக் காணப்படாதது, 2. ஒரு பெரிய எண்.
அவ்வியத்தன் - கடவுள்.
அவ்வியம் - மனக்கோட்டம், 2. அழுக்காறு.
அவ்வியம் - தேவர்க்கிடப்படுவது.
அவ்வியயம் - அழியாதது, 2. இடைமொழி.
அவ்வியயன் - அழிவில்லாதவன்.
அவ்வியாத்தி - எங்குமிருத்தலின்மை.
அவ்வுதல் - (தொ.பெ) அவாவி விழுதல்.
அவ்வை - தாய், 2. தவப்பெண், 3. ஔவையார்.
அழகர் - மகாவிஷ்ணு, 2. வெள்ளெருக்கு.
அழகாரம் - சித்திரமாகப் பேசுகை, 2. வீண்புகழ்ச்சியாகப் பேசுகை.
அழகியவாணன் - ஓர் நெல்.
அழகு - வனப்பு, 2. ஒழுங்கு.
அழகு - (வை.அ) சருக்கரை.
அழகுதுரைப்பெண் - இந்திர பாஷாணம்.
அழத்தியன் - பெருங்காயம்.
அழம் - பிணம்.
அழலவன் - ஆதித்தன், 2. செவ்வாய், 3. அக்கினிதேவன்.
அழலாடி - } சிவன்.
அழலேந்தி - } சிவன்.
அழல் - (வி) எரி, 2. கோபி.
அழல் - (பெ) நெருப்பு, 2. உட்டணம், 3. கேட்டை, 4. செவ்வாய், 5. நரகம், 6. எரிவு, 7. கோபம், 8. கொதிப்பு, 9. சுரச்சூடு, 10. விடத்தெரிவு.
அழல்வண்ணன் - சிவபெருமான்.
அழற்காய் - மிளகு.
அழற்சி - கோபம், 2. அழுக்காறு.
அழற்றுதல் - (தொ.பெ) எரிதல், 2. சுடுதல்.
அழனம் - தீ, 2. பிணம்.
அழன் - பிணம்.
அழி - (வி) கெடு, 2. தவறு.
அழிகட்டு - பொய்ச்சீட்டு, 2. வீண் போக்கு, 3. தடை, 4. மாற்று.
அழிச்சாட்டியம் - அலைவு.
அழிஞ்சில் - செம்மரம்.
அழிதகன் - தகுதிகெட்டவன்.
அழிதகை - தகுதிக்கேடு.
அழிதலை - தலையோடு.
அழிதூ - அலி.
அழிம்பு - புரட்டு, 2. கேடு.
அழிவு - கேடு, 2. குற்றம், 3. தோல்வி.
அழு - (வி) இரங்கு, 2. புலம்பு, 3. சிணுங்கு, 4. கத்து.
அழுகண்ணி - ஒரு பூடு.
அழுகல் - அழுகினது.
அழுகுணி - அழுபிள்ளை, 2. ஒரு கரப்பன்.
அழுக்கம் - கவலை.
அழுக்கறுத்தல் - (தொ.பெ) பொறாமை கொள்ளல்.
அழுக்காறு - பொறாமை, 2. பொய்.
அழுக்கு - மாசு, 2. பொறாமை, 3. மலம், 4. ஆமை.
அழுங்காமை - (தொ.பெ) அலையாமை, 2. இரங்காமை, 3. கெடாமை,4. சோம்பாமை, 5. வருததப்படாமை.
அழுங்கு - (வி) வருந்து, 2. துன்பப்படு, 3. அழு, 4. இரங்கு, 5. அழுந்து, 6. ஒளி மழுங்கு, 7. அஞ்சு, 8. சோம்பு, 9. தாமதி.

அழுங்குப்பிடி - நெகிழாது பிடித்தல்.
அழுங்குவித்தல் - (தொ.பெ) துயருறச் செய்தல்.
அழுத்தக்காரன் - இறுக்கமுடையவன், 2. அடக்கமானவன்.
அழுத்தம் - இறுக்கம், 2. கடினம், 3. பிடிமானம், 4. பதிப்பு, 5. அடக்கம், 6. உறுதி, 7. மிக்க கவனம், 8. லோபம்.
அழுத்து - (வி) அழுந்தச்செய், 2. உரப்பு, 3. பதி, 4. கருத்திலிருத்து.
அழுந்து - (பெ) நீராழம், 2. வெற்றிலை நடும் வரம்பு.
அழுந்தூர் - } ஓரூர்.
அழுந்தை - }
அழுப்பு - சோறு.
அழுப்புகம் - தேவலோகம்.
அழுவம் - பரப்பு, 2. நாடு, 3. கடல், 4. வழுக்குநிலம், 5. துருக்கம், 6. பெருமை, 7. நடுக்கம், 8. முரசு, 9. போர்க்களம், 10. அப்பவருக்கம், 11. அழுக்குநிலம்.
அழைக்கை - (தொ.பெ) கூவுகை.
அழைத்தல் - (தொ.பெ) கூப்பிடுதல், 2. வரச்செய்தல்.
அழைப்பு - (தொ.பெ) விளிக்கை.
அள - (வி) அளவுசெய், 2. பங்கிடு, 3. எட்டு.
அளகத்தி - அளகமுடையவள்.
அளகபந்தி - } கூந்தற்பாரம்.
அளகபாரம் - }
அளகம் - மயிர்ச்சுருள், 2. பெண்மயிர்.
அளகம் - நீர், 2. பன்றிமுள்.
அளகளப்பு - ஐக்கம்.
அளகாதிபதி - }
அளகாதிபன் - } குபேரன்.
அளகாபதி - }
அளகாபுரி - குபேரனுடைய நகரம்.
அளகு - கூகை, கோழி, மயில் இவற்றின் பெண், 2. அன்னப்பெடை, 3. சேவல், 4. கார்த்திகை நாள்.
அளகேசன் - குபேரன்.
அளகை - குபேரன் நகர், 2. எட்டிற்கு மேலும் பத்திற்குக் கீழுமான வயதுடைய பெண்.
அளக்கர் - உப்பளம், 2. கடல், 3. கார்த்திகைநாள், 4. பூமி, 5. நீள்வழி, 6. குழைசேறு.
அளத்தியர் - உப்பமைப்போர் பெண்கள்.
அளத்து நிலம் - களர்நிலம்.
அளத்துப்பச்சை - மருக்கொழுந்துச் சக்களத்தி.
அளந்திடல் - (தொ.பெ) அளத்தல்.
அளபு - அளவு, 2. அளபெடை.
அளபெடை - எழுத்துக்கள் தத்தம்மாத் திரையின் நீண்டொலித்தல்.
அளப்பம் - } அளக்கை, 2. ஊழ், 3. அலப்பு.
அளப்பு - }
அளப்பளத்தல் - (தொ.பெ) பிதற்றல்.
அளமரல் - (தொ.பெ) அலமரல்.
அளம் - உப்பளம், 2. நெய்தனிலம், 3. கூர்மை, 4. நெருக்கம்.
அளவடி - நாற்சீரான் வருமடி.
அளவர் - உப்பமைப்போர்.
அளவல் - (தொ.பெ) எட்டுதல், 2. கலத்தல்.
அளவளாதல் - }
அளவளாவல் - } (தொ.பெ) ஐக்கமா யிருத்தல்.
அளவளாவுதல் - }
அளவன் - சோரபாஷாணம்.
அளவு - பிரமாணம், 2. வரையறை.
அளவை - அளவு, 2. ஓர் நூல், 3. தன்மை.
அளறு - குழைசேறு, 2. நரகம்.
அளறுதல் - (தொ.பெ) சிதறிவெடித்தல், 2. பிளத்தல், 3. தொனித்தல்.
அளாய - கலந்த.
அளாவு - (வி) ஊடாடு, 2. கல, 3. தாவு, 4. தடவு, 5. துழாவியாற்று.
அளி - வண்டு, 2. மது.
அளி - கொடை, 2. அருள், 3. குளிர்ச்சி, 4. தேன், 5. மதுரம், 6. காய், 7. எளிமை, 8. கிராதி.
அளி - (வி) கா, 2. ஈ, 3. கையளி, 4. ஈனு, 5. பத்திரப்படுத்து, 6. பங்கிடு, 7. நெருங்கு.
அளிகம் - நெற்றி, 2. கட்டழகு.

அறநெ 35 அறிவா

அளிதல் - (தொ.பெ) உருகுதல், 2. குழைதல், 3. கனிதல்.

அளித்தல் - (தொ.பெ) இரட்சிக்கை, 2. அருளுகை.

அளிந்தம் - கோபுரவாயிற்றிண்ணை, 2. வீட்டின் வெளிச்சாலை.

அளியர் - எளியோர், 2. அருளுடையோர்.

அளுக்கு - (வி) பயமுறுத்து.

அளுங்கு - (வி) அமுங்கு.

அளை - வளை, 2. மலைக்குகை, 3. புற்று, 4. இடம், 5. மோர், 6. வெண்ணெய், 7. தயிர்.

அளை - (வி) கல, 2. வருடு, 3. பூசிக்கொள், 4. தொட்டமுக்காக்கு.

அளைஇ - கலந்து.

அள் - } காது, 2. கன்னம், 3. கூர்மை,
அள்ளு - } 4. பற்றிரும்பு, 5. நெருக்கம், 6. ஓர் நோய்.

அள்ளாத்தி - ஓர் மீன்.

அள்வழும்பு - காதுக்குறும்பி.

அள்ளல் - அள்ளுதல், 2. சேறு, 3. நரகம்.

அள்ளு - அளவுகூலித்தானியம்.

அள்ளுகொள்ளை - பெருங்கொள்ளை.

அள்ளை - பிசாசம்.

அற - முற்ற, 2. மிக.

அறக்கடவுள் - யமன்.

அறக்கற்பு - மறந்தவிர் கற்பு.

அறக்காடு - சுடுகாடு.

அறக்குளாமீன் - சூரைமீன்.

அறக்கொடி - பார்வதி.

அறக்கொடிபாகன் - சிவன்.

அறங்கடை - பாவம்.

அறச்சாலை - தருமசத்திரம்.

அறச்செல்வி - தருமதேவதை.

அறத்தின் மைந்தன் - தருமபுத்திரன்.

அறத்துறுப்பு - அறத்தினது அங்கம். அவை:- 1. ஐயப்படாமை, 2. விருப்பின்மை, 3. வெறுப்பின்மை, 4. மயக்கமின்மை, 5. பழியை நீக்கல், 6. அழிந்தோரை நிறுத்தல், 7. அறம் விளக்கல், 8. பேரன்புடைமை.

அறநெறி - தருமவழி.

அறப்புறம் - அறச்சாலை.

அறம் - தருமம், 2. யமன், 3. நீதி, 4. புண்ணியம்.

அறல் - நீர், 2. புனற்றிரை, 3. கருமணல், 4. சிறுதூறு, 5. நாசம்.

அறவர் - } தருமநெறியோர், 2. துற
அறவோர் - } வோர், 3. முனிவர்.

அறவன் - புத்தன், 2. புண்ணியன்.

அறவாழி - தருமசக்கரம்.

அறவாழியந்தணன் - ஸ்ரீ மகா விஷ்ணு, 2. அருகன், 3. அரன்.

அறவை - பிரயோசனமற்றது.

அறளை - தொந்தரை, 2. ஓர் நோய்.

அறனோம்படை - தருமம் போதிக்குமிடம்.

அறன் - அறம்.

அறன்கடை - பாவம்.

அறா - நீங்கா.

அறி - (வி) உணர்.

அறிகுறி - அடையாளம்.

அறிக்கை - விளம்பரம்.

அறிக்கை பண்ணல் - } வெளியிடல்.
அறிக்கையிடல் - }

அறிஞன் - அறிவுடையோன், 2. புலவன், 3. முனிவன், 4. புதன், 5. புத்தன்.

அறிதுயில் - யோக நித்திரை.

அறிப்பலம் - திப்பிலி.

அறிமடம் - தெரிந்தும் தெரியாது போலிருத்தல்.

அறிமுகம் - பழக்கம்.

அறிவரன் - அருகன்.

அறிவர் - அறிஞர், 2. கம்மாளர்.

அறிவர்சிறப்பு - கடவுள் பூசை.

அறிவழி - கள், 2. பிசாசம்.

அறிவறை - அறிவில்லான், 2. அறிவில்லாத்தன்மை.

அறிவனாள் - உத்திரட்டாதி.

அறிவன் - அறிவுடையோன், 2. கம்மாளன், 3. புதன், 4. உத்திரட்டாதி நாள், 5. செவ்வாய், 6. கடவுள், 7. அருகன், 8. ஸ்ரீ மகா விஷ்ணு, 9. சிவன்.

அறிவாளன் - } புத்திசாலி.
அறிவாளி - }

அறிவிலி - அறிவில்லாதவன், 2. அறிவில்லாதவள்.

அறிவீனம் - அறியாமை.

அறிவு - ஞானம், 2. புத்தி, 3. உணர்வு, 4. பொறியுணர்வு, 5. போதனை.

அறிவுகொளுத்தல் - போதித்தல்.

அறு - (வி) அறு, 2. அழி.

அறுகரிசி - அக்ஷதை.

அறுகழி - நீரற்ற கழி.

அறுகால் - வண்டு.

அறுகீரை - அறைக்கீரை.

அறுகு - ஓர் புல், 2. சிங்கம், 3. யாளி, 4. யானை.

அறுகுணன் - கடவுள்.

அறுகுறை - கவந்தம்.

அறுகை - அறுகம்புல்.

அறுசுவை - ஆறுவித வுருசி. அவை:- உவர்ப்பு, கார்ப்பு, கைப்பு, தித்திப்பு, துவர்ப்பு, புளிப்பு, என்பன.

அறுதலி - மங்கலிய மிழந்தவள்.

அறுதி - முடிவு, 2. விக்கிரயச் சீட்டு, 3 . இல்லாமை.

அறுதியிடல் - நிச்சயித்தல்.

அறுதொழிலோர் - பிராமணர்.

அறுந்தருணம் - } தற்சமயம்.
அறுந்தருவாய் - }

அறுபதம் - ஆறுகால், 2. வண்டு.

அறுபான் - அறுபது.

அறுபொருள் - ஐயமற்ற பொருள்.

அறுப்பு - அரிகை, 2. அறுத்த துண்டு, 3. தாலியறுக்கை, 4. அறுவாய், 5. ஆட்சேபிக்கை.

அறுப்புக்காலம் - அரிவி வெட்டுங் காலம்.

அறுமணை - அரிவாள்மணை.

அறுமீன் - கார்த்திகை நட்சத்திரம்.

அறுமீன் காதலன் - } குமரன்.
அறுமுகன் - }

அறும்பு - பஞ்சம், 2. துஷ்டத்தனம்.

அறுவடை - நெல் முதலியன அறுத்தல்.

அறுவாய் - அறுத்த இடம், 2. கார்த்திகை நட்சத்திரம்.

அறுவை - ஆடை, 2. சித்திரை நட்சத்திரம்.

அறை - (பெ) எழுத்தினோசை, 2. சொல், 3. பாறை, 4. மலையுச்சி, 5. அறைவீடு, 6. பெட்டியறை, 7. அரங்கு, 8. தேன் கூட்டினறை, 9. திரைச் சீலை, 10. முறைழஞ்சு.

அறை - (வி) அடி, 2. ஒலி.

அறைகுறை - பூர்த்தியின்மை.

அறைகூவல் - (தொ.பெ) போருக் கழைத்தல்.

அறைசெய்தல் - அறுத்துத் துண்டமாக் குதல்.

அறைபோதல் - (தொ.பெ) கீழறுத்தல்.

அறையுண்ணல் - (தொ.பெ) அடிக்கப் படுதல், 2. அறுக்கப்படுதல்.

அற்கம் - திரவியம், 2. விலை.

அற்கல் - (பெ) அறிவு.

அற்கல் - (வி) நிலைபெறுதல்.

அற்பணம் - காணிக்கை செலுத்துகை.

அற்பத்தனம் - இழிவு.

அற்பபுத்தி - புத்தியீனம்.

அற்பம் - சிறுமை, 2. இழிவு, 3. இலேசு, 4. நாய்.

அற்பன் - நீசன், 2. கீழ்மகன்.

அற்பரம் - மக்கட் படுக்கை.

அற்பருத்தம் - வாழை.

அற்பாயு - } அற்பவயது.
அற்பாயுசு - }

அற்பிதம் - காணிக்கையாகக் கொடுக்கப் பட்டது.

அற்பு - அன்பு.

அற்புதமூர்த்தி - கடவுள்.

அற்புதம் - அதிசயம், 2. ஓரெண், 3. அழகு, 4. ஞானம்.

அற்புதன் - கடவுள்.

அற்புத்தளை - நேசபந்தம்.

அற்றம் - சமயம், 2. சோர்வு, 3. மறைவு, 4. அழிவு, 5. மெலிவு, 6. உண்மை, 7. அச்சம்.

அற்றவர் - தரித்திரர்.

அற்றார் - தரித்திரர், 2. முனிவர்.

அற்று - அத்தன்மைத்து, 2. சாரியை.

அற்றை - அன்றைத்தினம், 2. அற்பம்.

அனகம் - பாவமின்மை.

அனகன் - கடவுள், 2. அருகன்.
அனங்கம் - மல்லிகை, 2. இருவாட்சி, 3. உடலின்மை.
அனங்கன் - மன்மதன்
அனதிகாரி - உரிமையில்லாதவன்.
அனத்தம் - நாசம்.
அனந்தசயனம் - சர்ப்பசயனம், 2. ஒரு விஷ்ணுதலம்.
அனந்தம் - அளவின்மை, 2. ஆகாயம், 3. பத்துக்கோடி கோடாகோடி, 4. கோளக பாஷாணம்.
அனந்தரம் - பிரிவின்மை, 2. நிதம், 3. மேல்.
அனந்தர் - மயக்கம், 2. நித்திரை, 3. பித்து, 4. மயிற்சூட்டு, 5. பருத்தி.
அனந்தலோசனன் - கடவுள், 2. புத்தன்.
அனந்தல் - நித்திரை, 2. மதம்.
அனந்தன் - கடவுள், 2. மகாவிஷ்ணு, 3. அருகன், 4. பலதேவன், 5. அட்ட நாகத்தொன்று, 6. சிவன், 7. ஆதிசேடன், 8. புத்தன்.
அனலம் - நெருப்பு, 2. உட்டணம், 3. சிவாகமமிருபத் தெட்டினொன்று.
அனலன் - அக்கினிதேவன், 2. அஷ்டவசுக் களில் ஒருவன்.
அனலி - சூரியன்.
அனலு - (வி) வெம்மையுறு, 2. எரி.
அனல் - உட்டணம், 2. தீ, 3. உயிர்வே தனையினொன்று.
அனவரதம் - எப்பொழுதும்.
அனற்ற - சுட, 2. எரிக்க.
அனாகதம் - ஆறாதாரத்தொன்று.
அனாசாரம் - ஒழுக்கமின்மை, 2. உபசாரமின்மை, 3. சுத்தமின்மை.
அனாதரம் - அலட்சியம், 2. சகாய மின்மை.
அனாதரவு - அலட்சியம், 2. உதவி யின்மை.
அனாதி - ஆதியின்மை, 2. கடவுள், 3. மகாவிஷ்ணு, 4. சிவன்.
அனாரதம் - எப்பொழுதும்.
அனாவிருட்டி - மழைக்குறைவு.
அனாவிலன் - சுக்கிரன்.

அனிச்சம் -
அனிச்சை - } அருப்பலம்.
அனிச்சை - இச்சையின்மை.
அனிட்டம் - விரும்பப்படாத தன்மை.
அனிலம் - காற்று, 2. பிறப்பு.
அனிலன் - வாயுபகவான், 2. அட்ட வசுக்களி லொருவன், 3. ஓரிராக்கதன்.
அனீகம் -
அனீகினி - } சேனை, 2. அக்குரோணி.
அனீசு - பெருஞ்சீரகம்.
அனு - கதுப்பு, 2. தொடர்ச்சி, 3. மோனை, 4. சமம்.
அனுகரணம் - ஒன்றுபோற் செய்கை.
அனுகூலம் - விக்கினமின்மை, 2. காரிய சித்தி.
அனுக்கம் - சோம்பல், 2. பயம், 3. வருத்தம், 4. கேடு.
அனுக்கல் - (தொ.பெ) கெடுத்தல், 2. வாட்டுதல்.
அனுக்கிரகம் - கிருபை.
அனுக்கிரக மணிகை - பொருளட்ட வணை.
அனுக்கை - உத்தரவு.
அனுங்கு - (வி) வருந்து, 2. புலம்பு, 3. மிணுமிணு.
அனுசந்தானம் - ஆராய்வு.
அனுசரணம் - உபசாரம், 2. இணக்கம்.
அனுசன் - தம்பி.
அனுசிதம் - தகுதியின்மை, 2. அசுத்தம், 3. பொய்.
அனுடம் - ஓர் நட்சத்திரம்.
அனுட்டணம் - சோம்பு, 2. வெப்ப மின்மை.
அனுட்டானம் - தகுதி, 2. துவக்கம், 3. நிலைநிறுத்தல்.
அனுதாத்தம் - படுத்தலோசை, 2. வேதஸ்வரத்தினொன்று.
அனுதினம் - தினமும்.
அனுத்தம் - பொய்.
அனுபமம் - ஒப்பின்மை.
அனுபமை - மேன்மை, 2. தென் மேற்றிசை யானையின் பெண்யானை, 3. ஒப்பின்மை.

அன்ன 38 ஆகரு

அனுபானம் - மருந்திற் சேர்த்துண்பது.
அனுபூதி - பிரமாணங்களைக் கொண்டறிந்த அறிவு.
அனுமதி - சம்மதி, 2. கட்டளை.
அனுமந்தன் - } ஆஞ்சனேயன்.
அனுமன் -
அனுமானித்தல் - (தொ.பெ) ஐயப்படுதல், 2. குதிரை கனைத்தல்.
அனுமேயம் - ஓரளவை.
அனுராகம் - காமம்.
அனுவழி - புதன்.
அனூரு - முடவன், 2. சூரியன் றேர்ப் பாகன்.
அனூரு - புதன்.
அனேகம் - பல.
அனை - ஓர்மீன், 2. தாய்.
அனைக்கியம் - ஐக்கியமின்மை.
அனைத்து - அத்தன்மையது, 2. அவ்வளவு.
அனைத்தும் - எல்லாம்.
அனைய - அன்ன.
அன் - ஓர் சாரியை, 2. ஆண்பாற் படர்க்கையொருமை விகுதி, 3. தன்மையொருமை விகுதி, 4. பெயர் விகுதி.
அன்பன் - தோழன், 2. கணவன்.
அன்பு - நேசம், 2. தயை, 3. ஆசை.
அன்மை - அல்லாமை.
அன்றாடம் - தினம் தினம்.
அன்றி - அல்லாது.
அன்றில் - ஓர் புள், 2. மூலநாள்.
அன்றினர் - பகைவர்.
அன்று - அந்நாள், 2. அல்ல 3. அசைச் சொல்.
அன்றேல் - அல்லதேல்.
அன்னசத்திரம் - அன்னசாலை.
அன்னசாரம் - கஞ்சி.
அன்னசுத்தி - நெய்.
அன்னதாழை - அன்னாசி.
அன்னப்பால் - கஞ்சி.
அன்னப்பிராசனம் - சோறூட்டல்.
அன்னம் - சோறு.
அன்னம் - ஒரு பறவை.
அன்னம்பாறல் - (தொ.பெ) புலம்பல்.
அன்னவம் கடல்.
அன்னன் - அத்தன்மையன்.
அன்னியபுட்டம் - குயில்.
அன்னியம் - வேறு, 2. புறத்தேயத் தேயுள்ளது, 3. வித்தியாசமான வருக்கம், 4. குயில்.
அன்னியன் - பிறன்.
அன்னியோன்னியம் - ஐக்கியம்.
அன்னுவயம் - தொடர்ச்சி, 2. வமிசம்.
அன்னுவாதேயம் - கணவன் வழியார் கொடுத்த நன்கொடை.
அன்னை - தாய், 2. அக்காள்.
அன்னோ - அதிசயச் சொல், 2. இரக்கச் சொல்.
அன்னோன் - அத்தன்மையன்.
அன்னோன்றி - பலமற்றவன்.

ஆ

ஆ - இரண்டா முயிரெழுத்து, 2. ஆக என்பதின் தொகுத்தல், பசுப்பொது, 4. இரக்கச்சொல், 5. ஆறு என்பதின் கடைக்குறை, 6. ஆச்சாமரம், 7. எருமை, 8. பசு.
ஆஅ - அதிசயவிரக்கச்சொல்.
ஆக - முழுவதும், 2. உவமையுருபு.
ஆகஸ்மிகம் - தற்செயல், 2. எதிர் பாராமை.
ஆகடியம் - பரிகாசம், 2. அனியாயம்.
ஆகண்டலன் - இந்திரன்.
ஆகந்துகம் - மத்தியில் வந்தது.
ஆகமப்பிரமாணம் - மூவளவையி னொன்று, அது உபதேசகலை, தந்திர கலை, மந்திரகலை எனப்படும்.
ஆகமமலைவு - ஆகமவிதிக்கு முரண்.
ஆகம் - மார்பு, 2. உடல், 3. மனம்.
ஆகமம் - மரப்பொது.
ஆகமனம் - வந்துசேரல்.
ஆகம்பிதம் - நடுக்கம்.
ஆகரம் - உறைவிடம், 2. வீடு.
ஆகரம் - சாலாங்க பாஷாணம்.
ஆகரி - ஓரிராகம்.
ஆகருடணம் - } இழுக்கை, 2. அழைக்கை, 3. அட்ட கருமத்தொன்று.
ஆகருஷணம் -
ஆகருடணை -
ஆகருஷி - (வி) இழு, 2. அழை.

ஆகவம் - போர், 2. வில்.
ஆகவம் - சீலை.
ஆகவனீயம் - வேதாக்கினி மூன்றில் ஒன்று.
ஆகற்பம் - அதிகப்படுத்தல், 2. அலங் காரம், 3. நோய்.
ஆகன்னம் - காதுபரியந்தம்.
ஆகு - (வி) சம்பவி, 2. முடி, 3. உண்டாகு, 4. தகுதியாகு.
ஆகா - வியப்பிடைச்சொல், 2. எதிர் மறைப் படர்க்கைப் பலவின்பால் வினை முற்று.
ஆகா - ஓர் கந்தருவன்.
ஆகாக்களங்கு - மிருதாரசிங்கி.
ஆகாங்கிசை - } அவாய்நிலை, 2. மிகு
ஆகாங்கிஷை - } விருப்பு.
ஆகாசகமனம் - ஆகாயத்தே செல்லுதல்.
ஆகாசகருடன் - கொல்லன்கோவை.
ஆகாசத்தாமரை - அந்தரத்தாமரை, 2. பொய்.
ஆகாசப் பொய் - பெரும் பொய்.
ஆகாசம் - } பஞ்சபூதத்தொன்று,
ஆகாயம் - } 2. வான், 3. வெளி.
ஆகாசவாணி - } அசரீரிவாக்கு.
ஆகாயவாணி - }
ஆகாத்தியம் - எதிரிடை.
ஆகாமியம் - அதிக்கிரமம், 2. வரும் கருமம்.
ஆகாரம் - ஓரெழுத்து, 2. வடிவம், 3. உணவு, 4. நெய், 5. உடல், 6. வீடு.
ஆகாரி - உயிர், 2. பூனை.
ஆகிரா - ஓர் பட்டணம்.
ஆகிருதி - வடிவு.
ஆகிருநனந்தம் - புன்குமரம்.
ஆகு - கொப்பூழ், 2. சாமரம்.
ஆகு - பெருச்சாளி, 2. எலி.
ஆகுதி - ஓமாக்கினியி னெய்முதலியவற் றைப் பெய்தல்.
ஆகுபுகு - பூனை.
ஆகுலம் - கலக்கம், 2. வியாகுலம், 3. ஒலி, 4. ஆரவாரம்.
ஆகுலி - ஆவிரை.

ஆகுலித்தல் - (தொ.பெ) துன்புறல், 2. அழல்.
ஆகுவாகனன் - விநாயகன்.
ஆகுளி - சிறுபறை.
ஆகுனிவாதம் - ஓர் வாதநோய்.
ஆகூழ் - அதிர்ஷ்டம்.
ஆகேடகம் - வேட்டை.
ஆகோள் - பசுக்கவர்தல்.
ஆக்கம் - ஆகுதல், 2.இலக்குமி, 3. இலாபம், 4. செல்வம், 5. பெருக்கம், 6. கொடிப்படை.
ஆக்கல் - (தொ.பெ) சமைத்தல், 2. செய்தல், 3. படைத்தல்.
ஆக்கிநேயம் - தென்கீழ்த்திசை, 2. பதினெண்புராணத்தொன்று.
ஆக்கியம் - நாமம்.
ஆக்கியாபி - (வி) கட்டளையிடு.
ஆக்கியானம் - கட்டுக்கதை.
ஆக்கியோன் - செய்தோன்.
ஆக்கிரகம் - வலிமை, 2. மாவுக்கிரம்.
ஆக்கிரகாயணி - மிருகசீரிடம்.
ஆக்கிரகி - (வி) வலிமைகாட்டு, 2. பல வந்தமாயெடு.
ஆக்கிரந்திதம் - குதிரையின் விரைவு நடை.
ஆக்கிரமம் - மேலெழுச்சி.
ஆக்கிரமி - (வி) சினத்து வீரங்கொண் டெழும்பு.
ஆக்கிரயணம் - யாகமிருபத்தொன்றி னொன்று.
ஆக்கிராணம் - மணத்தல், 2. மூக்கு, 3. மூக்கிற்போடு மோர் மருந்துப்பொடி.
ஆக்கிராணித்தல் - (தொ.பெ) மணத்தல்.
ஆக்கினாசக்கரம் - ஆணை, 2. செங் கோன் முறைமை.
ஆக்கினை - கட்டளை, 2. தண்டனை, 3. சோதனாதண்டனை.
ஆக்குரோசம் - வைதல், 2. ஆரவாரம், 3. கடுங்கோபம்.
ஆக்குவயம் - பெயர்.
ஆக்கை - உடம்பு.

ஆக்கையிலி - மன்மதன்.
ஆங்க - ஓரசைச்சொல்.
ஆங்காரம் - அகங்காரம்.
ஆங்காரி - (வி) கருவங்கொள்.
ஆங்காரித்தல் - (தொ.பெ) கருவங் கொள்ளல்.
ஆங்காலம் - நற்காலம்.
ஆங்கிரசம் - தருமநூல் பதினெட்டில் ஒன்று.
ஆங்கிரசன் -
ஆங்கிரன் - } சத்தவிருடிகளி
ஆங்கிரா - லொருவன்.
ஆங்கிரம் - உபபுராணத்தொன்று.
ஆங்கீரச - ஓர் வருஷம்.
ஆங்கு - அவ்விடம், 2. உவமையுருபிடைச் சொல்.
ஆங்ஙனம் - அத்தன்மை, 2. அவ்விடம்.
ஆசக்தி -
ஆசத்தி - } விருப்பம்.
ஆசங்கை - சந்தேகம், 2. பயம்.
ஆசங்கித்தல் - (தொ.பெ) சந்தேகங் கொள்ளல்.
ஆசட்சு - கண்.
ஆசந்தி - பாடை.
ஆசமனம் - மந்திரத்தா னீர்வாயிற் கொள்கை.
ஆசமனீயம் - மந்திரத்தாலுட் கொள்ளு நீர்.
ஆசமி - (வி) குடி, 2. விழுங்கு, 3. மந்திரத் தானீரை யுட்கொள்.
ஆசம் - சிரிப்பு.
ஆசயம் - உறைவிடம், 2. கருப்பம்.
ஆசரணம் -
ஆசரணை - } அனுட்டானம், 2. வழக்கம்.
ஆசரி - (வி) அனுசரி, 2. வணங்கு, 3. உப சரணைசெய், 4. அனுட்டி.
ஆசர் - ஆயத்தம்.
ஆசவம் - மது.
ஆசறுதி - முடிவு.
ஆசனம் - பீடம், 2. இருப்பு.
ஆசனன் - சுக்கிரன்.
ஆசாசி - சீந்தில்.

ஆசாடம் -
ஆஷாடம் - } ஆடிமாதம், 2. பூராட உத்திராட நட்சத்திரங்கள், 3. பொதிய மலை, 4. முருக்கமரம்.
ஆஷாடபூதி - மோசக்காரன்.
ஆசாட்டம் - தெளிவற்ற தோற்றம்.
ஆசாபங்கம் - நம்பி ஏமாறல்.
ஆசாபந்தம் - சிலம்பிநூல், 2. நம்பிக்கை.
ஆசாபாசம் - ஆசை மயக்கம்.
ஆசாமி - ஆள்.
ஆசாரக்கள்ளன் - முகத்துதி செய்பவன், 2. மாயக்காரன்.
ஆசாரபோசன் - பெருந்தேகி.
ஆசாரம் - அனுட்டானம், 2. சுத்தம், 3. ஒழுக்கம், 4. உபசாரம், 5. நெறி, 6. பிரதிஷ்டை பண்ணுகை, 7. அரசிருக் கை, 8. சீலை, 9. பெருமழை.
ஆசாரவாசல் - தலைவாசல், 2. வெளி வாசல்.
ஆசாரி - குரு, 2. ஒழுக்கமுள்ளவன்.
ஆசாரி - கம்மாளனது பட்டப்பேர்.
ஆசாரியபிஷேகம்-
ஆசாரியாபிடேகம் - } சைவ தீக்ஷை வகைகளில் உயர்ந்தது.
ஆசாரியன் - குரு, 2. உபாத்தியாயன், 3. துரோணாசாரியன்.
ஆசானுபாகு -
ஆசானுவாகு - } முழந்தாளளவு நீண்ட கையுடையோன்.
ஆசான் - குரு, 2. உபாத்தியாயன், 3. பாலை யாழ்த்திறம், 4. வியாழம், 5. சுக்கிரன், 6. அருகன், 7. குமரன், 8. மூத்தோன்.
ஆசி - வாழ்த்து.
ஆசிகூறு - (வி) ஆசீர்வதி.
ஆசிக்கல் - காகச்சிலை.
ஆசிடை - வாழ்த்து, 2. சீலை, 3. கூட்டம்.
ஆசிதையன் - நாவிதன்.
ஆசியம் - அவமதிச்சிரிப்பு, 2. முகம்.
ஆசிரமம் - பன்னசாலை, (முனிவரிருப் பிடம்).
ஆசிரயம் - புகலிடம், 2. கொள் கொம்பு.

ஆசிரயி - (வி) அனுட்டி, 2. கைக்கொள்.
ஆசிரிதம் - ஆசிரயமானது.
ஆசிரிதன் - பற்றுகிறவன்.
ஆசிரியம் -
ஆசிரியப்பா - } அகவற்பா
ஆசிரியவசனம் - குருவாக்கியம்.
ஆசிரியன் - குரு, 2. உபாத்தியாயன், 3. படைக்கலம் பயிற்றுவோன், 4. சாத்திரங் கற்பிப்போன்.
ஆசினி - ஈரப்பலா, 2. ஆகாயம், 3. மர வயிரம், 4. மரவுரி.
ஆசீயம் - கருஞ்சீரகம்.
ஆசீர்வசனம் -
ஆசீர்வாதம் - } ஆசிமொழி.
ஆசீர்வதி - (வி) வாழ்த்து.
ஆசீவகப்பள்ளி - சமணமுனிவர்மடம்.
ஆசீவகர் - சமண்முனிவர்.
ஆசு - சீக்கிரம், 2. பாடுகவென்ற அளவிற் பாடும் பாட்டு, 3. சமிசை.
ஆசு - குற்றம், 2. அற்பம், 3. கவசம், 4. நூலிழைக்கும் கருவிகளிலொன்று, 5. இலக்கு, 6. ஓர்வித பாஷாணம்.
ஆசுகம் - காற்று, 2. அம்பு, 3. பறவைப் பொது.
ஆசுகன் - காற்று, 2. வாயுதேவன்.
ஆசுகி - பறவைப்பொது.
ஆசுமணை - நூல்சுற்றுங்கருவி.
ஆசுரம் - அசுரமணம்.
ஆசுரம் - அசுரமணம். அது தலைமகட்குப் பொன்சூட்டிச் சுற்றத்தார்க்கும் பொன் வேண்டுவன கொடுத்துக் கொள்ளும் மணம்.
ஆசுரவைத்தியம் - இரணவைத்தியம்.
ஆசுவயம் - விரைவு.
ஆசுவலாயனன் - ஒரு முனிவன்.
ஆசுவலாயனீயம் - உபநிடத முப்பத் திரண்டினொன்று.
ஆசுவினம் -
ஆசுவீசம் - } ஐப்பசி மாதம்
ஆசூசம் - அசுத்தி, 2. சூதகம்.
ஆசை - விருப்பம், 2. இச்சை, 3. திசை, 4. பொன்.
ஆசோதை - இளைப்பாறுகை.

ஆசௌசம் -
ஆசவுசம் - } அசுத்தம், 2. சூதகம்.
ஆச்சந்திரகாலம் - சந்திரனுள்ள மட்டும்.
ஆச்சந்திரார்க்கம் - சூரிய சந்திராளுள்ளவரை.
ஆச்சரியம் - அதிசயம்.
ஆச்சல் - பாய்ச்சல், 2. அசைத்தல்.
ஆச்சா - ஓர் மரம்.
ஆச்சாட்டு - சிற்றீரம்.
ஆச்சி - தாய், 2. பாட்டி.
ஆச்சி பூச்சி - ஓர் விளையாட்டு.
ஆச்சியம் - நெய்.
ஆச்சிரமம் - முனிவ ரிருப்பிடம்.
ஆச்சிரயம் - பாதுகாப்பு.
ஆச்சு - ஆயிற்று.
ஆஸ்தானம் - கூட்டம், 2. இராசசபை.
ஆஸ்தி - ஸ்திதி.
ஆஸ்பதம் -புகலிடம், 2. சத்து.
ஆஞா -
ஆஞீ - } தகப்பன்.
ஆஞ்சனேயன் - அனுமான்.
ஆஞ்சான் - கப்பற்கயிறு, 2. கயிறு, 3. சிறிய தனிக்கொப்பு.
ஆஞ்சி - அசைவு, 2. சோம்பு, 3. கூத்து, 4. ஏலம்.
ஆஞ்சில் - சங்கஞ்செடி.
ஆஞ்ஞாபி - (வி) கட்டளையிடு.
ஆஞ்ஞை - ஆணை, 2. ஆறாதாரத் தொன்று.
ஆடகத்தி - குங்கும பாஷாணம்.
ஆடகம் - பொன், 2. நால்வகைப் பொன்களுள் ஒன்று, 3. துவரை.
ஆடகி - துவரைச்செடி.
ஆடகூடம் - செப்புமலை.
ஆடம் - படி, (ஓரளவு).
ஆடம்பரம் - ஒட்டோலகம், (இடம்பம்).
ஆடலை - பூவில்லாமரம், (பூவிளா).
ஆடல் - (பெ) கூத்து, 2. வெற்றி, 3. வீரம்.
ஆடல் - (தொ.பெ) அசைதல், 2. விளையாடல், 3. குளித்தல், 4. செய்யல், 5. சொல்லல்.
ஆடவர் - ஆண்மக்கள், 2. இளையோர்.
ஆடவை - மிதுனவிராசி, 2. நிருத்த சபை.

ஆடாதோடை - ஓர் செடி.

ஆடி - கர்க்கடகமாதம், 2. உத்திராடநாள், 3. கண்ணாடி.

ஆடிக்கரு - கர்ப்போடகமேகம்.

ஆடு - அசம், 2. மேடவிராசி, 3. வெற்றி.

ஆடுதின்னாப்பாலை - புழுக்கொல்லி.

ஆடுதுறை - ஓரூர்.

ஆடூஉ - ஆண்மகன்.

ஆடை - ஏடு, 2. சீலை, 3. நேத்திரப் படலம், 4. சித்திரை நாள், 5. பனங்கிழங் கினுட் டோல்.

ஆடையொட்டி - பேய்ப்புல், 2. சீலைப் பேன்.

ஆட்காட்டி - சுட்டுவிரல், 2. ஒரு பறவை.

ஆட்கொல்லி - ஆளைக்கொல்வது, 2. பணம்.

ஆட்கொள்ளுதல் - (தொ.பெ) அடிமை கொள்ளல்.

ஆட்சி - ஆளுகை, 2. உரிமை, 3. பழக்கம்.

ஆட்சேபம் - தூஷணை, 2. குற்றம், 3. ஓரலங்காரம், 4. சங்கை, 5. நிராகரணம்.

ஆட்சேபி - (வி) நிராகரி.

ஆட்டம் - அசைவு, 2. விளையாட்டு, 3. தன்மை, 4. முயற்சி.

ஆட்டாம்புழுக்கை- ஆட்டின் மலம்.

ஆட்டி - தலைவி, 2. பெண்.

ஆட்டு - (பெ) கூத்து, 2. அலைப்பு, 3. வல்லமை.

ஆட்டை - வருடம்.

ஆட்டுக்கல் - அமுத பாஷாணத்தி னொன்று, 2. அரைக்குங்கல்.

ஆட்டுக்கிடை - ஆட்டுப்பட்டி.

ஆட்டைத்திதி - தலைத்திவசம்.

ஆணம் - குழம்பு, 2. அன்பு, 3. கொள்கலம்.

ஆணர் - பாடகர், 2. நன்மை, 3. வளமை.

ஆணவமலம் - மூலமலம், அஃது உடம்பை யானென்றிருக்கை.

ஆணவம் - கருவம், 2. ஆணவமலம், 3. கோளக பாஷாணம்.

ஆணி - கீலகம், 2. உரையாணி, 3. எழுத் தாணி.

ஆணித்தங்கம் - உயர்ந்த பொன்.

ஆணித்தரம் - முதற்றரம், 2. நல்ல முத்து, 3. உறுதி.

ஆணிப்பூ - கண்வியாதி.

ஆணிவேர் - உச்சிவேர்.

ஆணி - மேன்மை, 2. காலிலுண்டாகு மாணி, 3. உரலாணி.

ஆணு - இனிமை, 2. நன்மை.

ஆணை - சத்தியம், 2. வீண்சபதம், 3. மெய், 4. ஆக்கினை, 5. அடையாளம், 6. வெற்றி, 7. சான்றோர் கட்டளை.

ஆணைச்சக்கரம் - செங்கோல்.

ஆணைவழி நிற்றல்- அரசன் கட்ட ளைப் படி நடத்தல்.

ஆண் - ஆண்பாற்பொது, 2. ஆண்மகன், 3. தலைமை.

ஆண்டகை - அரசன், 2. சிறந்தோன்.

ஆண்டகைமை - வீரம்.

ஆண்டலை - கோழி.

ஆண்டி - பண்டாரம்.

ஆண்டு - வருடம், 2. அவ்விடம்.

ஆண்டையர் - மனிதர்.

ஆண்மை - ஆண்தன்மை, 2. மனமுயற்சி, 3. ஆளுந்தன்மை, 4. தைரியம்.

ஆண்வழி - தந்தைவழி.

ஆதங்கம் - ஆபத்து, 2. பறையினோசை.

ஆததாயி - கொல்லவொருப்பட்டு நிற்கிறவன்.

ஆதபத்திரம் - குடை, 2. வெண்குடை.

ஆதபம் -
ஆதவம் - } வெயில், 2. ஒளி, 3. குடை.

ஆதபன் -
ஆதவன் - } சூரியன், 2. பார்ப்பான்.

ஆதம் - ஆதரவு, 2. கூந்தற்பனை.

ஆதம்பேதி - செப்புநெருஞ்சில்.

ஆதரம் - ஆசை, 2. அன்பு, 3. ஊர், 4. சிலம்பு.

ஆதரம் - கேழ்வு.

ஆதரவு - உதவி, 2. அன்பு, 3. தேற்றரவு, 4. ஆதாரம்.

ஆதரி - (வி) உதவிசெய், 2. ஆசைகூர், 3. தேற்றரவுபண், 4. ஆசரி.

ஆதரிசம் - கண்ணாடி, 2. உரை, 3. கையெழுத்துப் பிரதிமூலம்.

ஆதரிசனம் - கண்ணாடி.

ஆதல் - கல்விநூல், 2. கூத்து, 3. தரிசனம், 4.நுணுக்கம்.

ஆதளை - ஆமணக்கு.

ஆதளைமாதளை - வருத்தம்.

ஆதனம் - நீளுதல், 2. ஆசனம், 3. சீலை.

ஆதன் - உயிர், 2. பேதை, 3. குரு, 4.அருகன்.

ஆதாயம் - இலாபம், 2. நன்மை.

ஆதாரம் - ஆதரவு, 2. உடல், 3. மழை, 4. அத்திபாரம், 5. தானம்.

ஆதாளி - பேரொலி, 2. படாடோபம், 3. கலக்குடி.

ஆதாளிமன்னன் - கரடி.

ஆதானம் - ஏற்றுக்கொள்ளுதல், 2. ஸ்தாபனம் பெறுதல்.

ஆதி - மூலம், 2. முதன்மை, 3. கடவுள், 4. இறைவன், 5. எசமான், 6. சூரியன், 7. நேரோடுகை, 8. பழமை, 9. சிவன், 10. மகா விட்டுணு, 11. பிரமன், 12. அருகன். 13. புத்தன், 14. ஆதிதாளம், 15. மண்டலமாயோடுகை.

ஆதிகவி - வால்மீகி.

ஆதிகாரணம் - முதற்காரணம்.

ஆதிகேசவன் - மகாவிஷ்ணு.

ஆதிக்கம் - உயர்ச்சி, 2. உரிமை, 3. முதன்மை.

ஆதிக்கல்நாதம் - அன்னபேதி.

ஆதிக்குரு - பூநீறு.

ஆதிசாரம் - சிற்பநூல் வகையினொன்று.

ஆதிசேடன் - பூமியைத் தாங்கிக் கொண்டிருக்கிறது எனக்கூறும் அனந்தன் என்கிற பாம்பு.

ஆதிட்டம் -
ஆதிஷ்டம் - } உண்ட சேடம்.

ஆதிதேயன் - தேவன், 2. விருந்தினரை உபசரிப்போன்.

ஆதிதைவிகம் - தெய்வத்தால் வருந் துன்பம்.

ஆதித்தம் - காவிக்கல், 2. துருசு.

ஆதித்தன் - சூரியன்.

ஆதித்தியம் - அதிதிகட்குச் செய்யும் உபசாரம்.

ஆதித்தியன் - சூரியன்.

ஆதிபத்தியம் - அதிகாரம், 2. சுதந்திரம்.

ஆதிபன் - அரசன், 2. எசமானன்.

ஆதிபகவன் - கடவுள்.

ஆதிபௌதிகம் - உடம்பு வழியாக வருந்துன்பம்.

ஆதிமூலம் - மகாவிஷ்ணு, 2. முதற் காரணம்.

ஆதியதிவஞ்சம் - போகபூமி.

ஆதியந்தம் - அடிமுடி.

ஆதியுகம் - கிருதயுகம்.

ஆதிரம் - நெய்.

ஆதிரவிச்சிலை - செங்கழுநீர்க்கல்.

ஆதிரன் - பெரியோன்.

ஆதிரை - திருவாதிரைநாள்.

ஆதிவராகன் - மகாவிஷ்ணு.

ஆதிவாரம் - ஞாயிற்றுக்கிழமை.

ஆதிவிந்து - நிலப்பாஷாணம்.

ஆதிவிராகன் - சோரபாஷாணம்.

ஆதிவிராட்டியன் - சூத பாஷாணம், 2. சோரபாஷாணம்.

ஆதீண்டுகுற்றி - ஆவுரிஞ்சுதறி.

ஆதீனம் - சுதந்திரம்.

ஆது - ஆறனுருபு, 2. தெப்பம், 3. யானையைப் பாகர் அதட்டுமோசை.

ஆதுரம் - பேராசை.

ஆதுரன் - நோயுள்ளோன், 2. ஆசையுற்றோன்.

ஆதுலன் - தரித்திரன்.

ஆதுவம் - கள்.

ஆதெரிசம் - கண்ணாடி.

ஆதேசம் - எழுத்துத்திரிபு, 2. ஆதாயம்.

ஆதேயம் - சுமக்கப்பட்டது, 2. ஆதாயம்.

ஆதொண்டை - ஓர் கொடி.

ஆதோரணர் - யானைப்பாகர்.

ஆத்தன் - சங்காத்தி, 2. முதல்வன், 3. கடவுள், 4. அருகன்.

ஆத்தா - சீத்தா.

ஆத்தாடியுள்ளான் - ஒரு குருவி.

ஆத்தாள் - தாய், 2. பார்வதி.

ஆத்தானமண்டபம் - கொலுமண்டபம், 2. தருமசபை கூடுமிடம்.

ஆத்தானம் - இராசசபை, 2. நியாயஸ் தலம், 3. கோபுரவாயில்.
ஆத்தி - ஓர் மரம்.
ஆத்திகன் - கடவுள் உண்டென்கிறவன்.
ஆத்திசூடி - சிவன், 2. ஔவை செய்த ஒரு நூல்.
ஆத்தியன் - சிவன்.
ஆத்திரதம் - இஞ்சி.
ஆத்திரம் - அவசரம், 2. கோபவிரைவு.
ஆத்திரேயன் - சந்திரன், 2. தத்தாத்திரேயமுனி.
ஆத்துமசன் - மகன்.
ஆத்துமபுத்தர் - பூனைக்காலி.
ஆத்துமம் -
ஆத்துமா - } சீவாத்துமா, 2. சீவசெந்து.
ஆத்துமார்த்தம் - தற்பிரயோசனம், 2. ஆத்மா உய்தற்கு ஏதுவானது.
ஆத்தை - தாய், 2. அதிசய விரக்கச் சொல்.
ஆத்மீகம் - ஆத்ம சம்பந்தம்.
ஆநநம் - முகம்.
ஆநந்த - ஒரு வருடம்.
ஆநந்தக்களிப்பு - பக்திமான்கள் ஆனந்தத்தாற் பாடும் பாடல்.
ஆநந்தபரவசம் - ஆனந்தத்தில் மூழ்கித் தன்னை மறக்கும் நிலை.
ஆநந்தபாஷ்பம் - சந்தோஷத்தினால் உண்டாகுங் கண்ணீர்.
ஆநந்தபைரவி - ஓர் இராகம்.
ஆநந்தமயம் - தன்வசமற்றிருத்தல்.
ஆநந்தமயன் - கடவுள்.
ஆநந்தம் - சந்தோடம், 2. பேரின்பம், 3. சாக்காடு.
ஆநந்தவல்லி - உமாதேவி.
ஆநந்தவாதி - கௌரிபாஷாணம்.
ஆநாயம் - வலை, 2. வாயுக் கண்ணறை.
ஆநிரை - பசுக்கூட்டம்.
ஆநிலன் - அனுமான், 2. வீமன்.
ஆநிலை - பசுக்கொட்டில்.
ஆநெய் - பசுநெய்.
ஆந்தரம் - தெலுங்குபாஷை.
ஆந்தனையும் - ஆமளவும்.
ஆந்திரன் - தெலுங்கன்.
ஆந்திரிகம் - குடர்.
ஆந்தை - ஓர் பறவை.
ஆந்தோளி - ஓரிராகம், 2. ஓர்வகைச் சிவிகை.
ஆபகம் -
ஆபகை - } ஆறு.
ஆபச்சைவன் - அஷ்ட வசுக்களிலொருவன்.
ஆபணம் - கடை.
ஆபணியம் -
ஆபயணீயம் - } கடைவீதி, 2. கடைச் சரக்கு.
ஆபதம் - ஆபத்து.
ஆபதோத்தாரணன் - ஆபத்தை நீக்குவோன்.
ஆபத்சன்னியாசம் - மரிக்குங்காற் பெறுந்துறவு.
ஆபத்தம்பம் - ஓர் தருமநூல்.
ஆபத்து - உபத்திரவம், 2. வியாகுலம்.
ஆபரணம் - அணிகலம், 2. சீலை.
ஆபாசம் - கெடுதல், 2. போலி நியாயம்.
ஆபாடம் - பாயிரம்.
ஆபாதசூடம் -
ஆபாதமத்தகம் - } உச்சி தொடங்கி யுள்ளங்கால் வரைக்கும்.
ஆபானம் - மதுக்கடை.
ஆபீரம் - இடையர் சேரி.
ஆபீனம் - பசுவின்மடி, 2. சிற்பர்வீதி.
ஆபோசனம் - விழுங்குகை.
ஆப்தம் - ஆண்டு, 2. நேசம்.
ஆப்தன் - நேசன்.
ஆப்பம் - ஓர்வகைப் பலகாரம்.
ஆப்பி - பசுச்சாணி.
ஆப்பு - மரம் பிளக்குங் கருவி.
ஆமகணம் - சீதக்கட்டு.
ஆமசிராத்தம் - பாகஞ் செய்யப்படாத பதார்த்தங்களைப் பிராமணனுக்குக் கொடுக்கை.
ஆமணக்கு - ஏரண்டம்.
ஆமம் - பாகஞ் செய்யப்பட்டிராமை, 2. ஓர் நோய்.
ஆமயம் - நோய்.
ஆமரி - வார்த்தை.
ஆமலகம் - நெல்லி, 2. பளிங்கு.
ஆமா காட்டா.

ஆமாகோளா - கடுக்காய்ப்பூ.
ஆமாசயம் - இரைக்குடர்.
ஆமாத்தியர் - } மந்திரிகள், 2. வைத்தியர்.
ஆமாத்திரர் -
ஆமிரம் - மாமரம், 2. புளிப்பு.
ஆமிலம் - } புளிப்பு, 2. புளிய மரம்.
ஆமிலிகை -
ஆமுகம் - ஆரம்பம்.
ஆமூலாக்கிரம் - வேர் தொடங்கி நுனி மட்டும்.
ஆமை - கூர்மம்.
ஆமோதம் - நற்கந்தம், 2, மிகுமகிழ்ச்சி.
ஆமோதித்தல் - (தொ.பெ) மகிழ்தல், 2.உடன்படல்.
ஆம் - நீர், 2. ஈரம்.
ஆம்பல் - அல்லி, 2. மூங்கில், 3. ஓரிசைக் குழல், 4. ஊதிடுகொம்பு, 5. யானை, 6. கள், 7. பண், 8. சந்திரன், 9. துன்பம், 10. ஓரெண், 11. துதி, 12. ஒழுங்கு.
ஆம்பி - காளான், 2. ஒலி, 3. இறைகூடை.
ஆம்பிகேயன் - திரிதராட்டிரன்,2. சுப்பிரமணியன்.
ஆம்பியம் - (வை.அ) இரசம்.
ஆம்பிரம் - புளிப்பு, 2. புளிமா, 3. மாமரம்.
ஆம்பிலம் - புளிப்பு, 2. புளியமரம், 3. கள்.
ஆம்பு - (வை . அ) காய்ஞ்சொறி.
ஆம்புலம் - } சூரை.
ஆம்பூறு -
ஆயக்கட்டு - ஒரு மகாணத்திலுள்ள பூமியின் முழு விஸ்தீரணம், 2. மோசடியான பேச்சு.
ஆயக்கசுரம் - முறைக்காய்ச்சல்.
ஆயக்கல் - காரக்கல்.
ஆயக்கால் - குத்துக்கால், 2. தாங்குகால்.
ஆயக்கோல் - சிவிகைக்கொம்பு தாங்குகால்.
ஆயதம் - நீளம்.
ஆயத்தம் - எத்தனம்.
ஆயத்துக்கருத்தன் - அஞ்சன பாஷாணம்.
ஆயமானம் - உயிர்நிலை, 2. இரகசியம்.
ஆயம் - ஆதாயம், 2. சுங்கம், 3. கவறு, 4. சூதாடுந்தாயம், 5. மாதர்கூட்டம், 6. தோழி, 7. தாய், 8. நாணி, 9. மல்லரி, 10. நீளம்.
ஆயர்பாடி - இடையரூர்.
ஆயல் - (தொ.பெ) ஆய்தல்.
ஆயனம் - வருடம்.
ஆயன் - இடையன், 2. ஸ்ரீ கிருஷ்ண பகவான்.
ஆயாசம் - இளைப்பு, 2. மனவருத்தம், 3. துக்கம்.
ஆயாள் - செவிலித்தாய், 2. பாட்டி.
ஆயானம்- இயற்கைக்குணம்.
ஆயி - தாய்.
ஆயிடை - அவ்வேளையில், 2. அவ்விடம்.
ஆயிரக்காலி - மரவட்டை, 2. துடைப்பம்.
ஆயிரங்கண்ணன் - இந்திரன்.
ஆயிரங்கதிரோன் - } சூரியன்.
ஆயிரங்கிரணன் -
ஆயிரநாமன் - மகாவிட்டுணு.
ஆயிலியம் - ஆயிலியநாள்.
ஆயில் - ஓர் மரம்.
ஆயிழை - விசேஷ ஆபரணம், 2. பெண், 3. அரிவாணுனி.
ஆயின்மேனி - பச்சைக்கல்.
ஆயு - } வாழ்நாள்.
ஆயுஷியம் -
ஆயுள் -
ஆயுசு -
ஆயுகாரகன் - சனி.
ஆயுட்டானம் - பிறந்தகாலத்தில் சந்திரனிருந்த இடத்திற் கெட்டாமிடம்.
ஆயுட்டோமம் - தீர்க்காயுப் பெறுதற்குச் செய்யும் ஓமம்.
ஆயுதம் - படைக்கலம், 2. கருவி, 3. கூத்து பயிலிடம்.
ஆயுருவேதம் - } உபவேதத்தி லொன்று, 2. வைத்தியம்.
ஆயுள்வேதம் -
ஆயுள்வேதியர் - வைத்தியர்.
ஆயோகம் - அர்ச்சனை.

ஆயோதம் -
ஆயோதனம் - } போர், 2. சேனை.
ஆய் - வருத்தம், 2. நுட்பம், 3. தாய், 4. முன்னிலை யொருமை விகுதி.
ஆய்க்குடி - இடைச்சேரி.
ஆய்ச்சல் - முறை.
ஆய்ச்சி - இடைச்சி, 2. தாய்.
ஆய்தம் - மூன்றுபுள்ளி வடிவினதாகிய ஓரெழுத்து.
ஆய்தல் - (தொ.பெ) ஆராய்தல், 2. தேர்தல், 3. பறித்தல், 4. பிரித்தெடுத்தல்.
ஆய்ந்தோர் - புலவர், 2. அறிவுடையார்.
ஆய்ப்பாடி - ஆயர்பாடி.
ஆய்மதி - நுண்ணிய அறிவு.
ஆய்வு - ஆராய்ச்சி.
ஆர - நிறைய.
ஆரகம் - ஈயுமெண்.
ஆரகம் - இரத்தம்.
ஆரகூடம் -
ஆரகூலம் - } பித்தளை.
ஆரகோரம் - கொன்றை.
ஆரக்கம் - (வை.அ) அகில்.
ஆரக்குவதம் -
ஆர்க்குவதம் - } கொன்றை மரம்.
ஆரணம் - வேதம், 2. வேதத்தின் ஞான பாகை, 3. செய்யுட் குரியவோர் மங்கல மொழி.
ஆரணவாணர் - பிராமணர், 2. முனிவர்.
ஆரணன் - மகாவிஷ்ணு, 2. பிரமன், 3. சிவன், 4. பார்ப்பான்.
ஆரணி - பார்வதி, 2. காளி.
ஆரணியம் -
ஆரண்ணியம் - } காடு.
ஆரதம் - சுத்தபோசனம்.
ஆரதி - சோடச உபசாரத்தொன்று, 2. ஆலாத்தி.
ஆரம் - முத்து, 2. முத்துமாலை, 3. கீழ்வாயிலக்கம், 4. பதக்கம், 5. பூமாலை, 6. மாதரணிவடம், 7. இரத்தின வடம், 8. ஆபரணம், 9. புறா முதலியவற்றின் கழுத்துவரி, 10. பித்தளை, 11. காளிதம்.
ஆரம் - ஆட்டதர், 2. ஓர்பாணம், 3. நந்தன வனம், 4. ஆத்தி, 5. சந்தனமரம், 6. கடம்பு, 7. கோடகசாலை, 8. அஞ்சன பாஷாணம்.
ஆரம்பசூரன் - வீம்புபேசுவோன்.
ஆரம்பம் - தொடக்கம், 2. முயற்சி, 3. பேரொலி.
ஆரம்பி - (வி) தொடங்கு, 2. ஒலி.
ஆரலம் - பகை.
ஆரல் - ஆரல்மீன், 2. ஓர் பூண்டு, 3. நெருப்பு, 4. செவ்வாய், 5. கார்த்திகை நாள், 6. மதில்.
ஆரவம் - ஒலி.
ஆரவாரம் - பேரொலி.
ஆரவாரம் - ஆடம்பரம்.
ஆரவாரி - (வி) மிக்கவொலி.
ஆராகவரியம் - அரசு.
ஆராட்டு - தாலாட்டு.
ஆராதனை - பூசனை, 2. வணக்கம்.
ஆராதி - (வி) பூசி.
ஆராதூரி - ஊதாரிக்குணம், 2. துஷ்டத் தனம், 3. அழிப்பாளி.
ஆராத்தியர் -
ஆராத்திரியர் - } வீர்சைவப் பார்ப்பார்.
ஆராத்திரவியம் - அரசர் பொக்கசம்.
ஆராத்திரிகம் - ஆலாத்திவிளக்கு.
ஆராப்பத்தியம் - கடும்பத்தியம், 2. அற்பம்.
ஆராமம் - சோலை, 2. பூந்தோட்டம்.
ஆராய் - (வி) சோதி, 2. தேடு.
ஆராய்ச்சி - சோதனை, 2. தலையாரி.
ஆராய்ச்சிமணி - நியாயம் வேண்டு வோர்க்காக அரண்மனை வாசலிற் கட்டிய அசையாமணி.
ஆராய்வு - விசாரிப்பு, 2. நுண்ணறிவு.
ஆரால் - ஆரல்மீன்.
ஆரி - சோழன், 2. மேன்மை.
ஆரி - துர்க்கை, 2. பார்வதி.
ஆரிடம் -
ஆரிஷம் - } இருஷி சம்பந்தமானது, 2. அஷ்டமணத்திலொன்று, 3. வேதம், 4. கல்வி, 5. ஆகமம், 6. பூசை, 7. வழுக்கு நிலம்.
ஆரிடர் - சமணர், 2. இருடிகள்.
ஆரிதம் - ஒரு தருமநூல்.
ஆரியப்பாவை - ஓர் பாவைக்கூத்து.

ஆரியப்பூமாலை - காத்தவராயன் மனைவி, 2. அடங்காப் பெண்.

ஆரியம் - விந்தியமலைக்கும் இமய மலைக்கும் இடையிலுள்ள தேயம், 2. அழகு, 3. சமஸ்கிருதம், 4. பண்டம்.

ஆரியவராடி - ஓர் பண்.

ஆரியவேளாகொல்லி - கொல்லித் திறத்தினொன்று (ஓர் பண்).

ஆரியன் - அறிவுடையோன், 2. குரு, 3. புலவன், 4. மேலவன், 5. வைத்தியன், 6. மிலேச்சன், 7. ஐயனார், 8. சூரியன், 9. தொம்பன்.

ஆரியாவர்த்தம் - இமயமலைக்கும் விந்தமலைக்கும் நடுவிலுள்ள தேசம்.

ஆரியை - பார்வதி, 2. துர்க்கை,3. காளி.

ஆரு - நண்டு, 2. பன்றி, 3. கரகம்.

ஆருகதம் -சமண் சமயம்.

ஆருகதம் - நாவன்மரம்.

ஆருணி - உபனிடதத்தினொன்று.

ஆருத்திரை - } திருவாதிரை நாள்.
ஆர்த்திரை - }

ஆருபதம் - பித்தளை.

ஆருப்பியம் - வங்கமணல்.

ஆருவம் - நீர்.

ஆரூடம் - ஏறுதல், 2. முன்னறிவிக்கை.

ஆரூபம் - ஒவ்வாமை, 2. நீங்காமை.

ஆரை - நீராரை, 2. மதில், 3. புற்பாய்.

ஆரோகணம் - எழுச்சி, 2. ஏறுகை, 3. கற்படி, 4. தாழ்வாரம்.

ஆரோகணித்தல் - (தொ.பெ) எழும்புதல், 2. ஏறுதல்.

ஆரோக்கியம் - சௌக்கியம், 2. வருத்த மின்மை, 3. சுகம்.

ஆரோபணம் - ஏற்றுகை.

ஆரோபம் - ஒன்றை மற்றொன்றாயறிகை.

ஆரோபி - (வி) சார்த்து, 2. பொய்யாய்க் குற்றஞ்சாற்று.

ஆரோபிதம் - ஆரோபிக்கப்பட்டது, 2. கற்பிதம்.

ஆர் - யார், 2. நிறைவு, 3. கூர்மை, 4. சோதி, 5. ஐந்துருவாணி, 6. ஆத்திமரம், 7. வண்டி யிலை, 8. பாகு, 9. நுண்மை, 10. கொன்றை, 11. பூமி, 12. வண்டியகவாய்.

ஆர்தல் - (தொ.பெ) நிறைதல், 2. தங்கல், 3. பொருந்தல், 4. சாப்பிடல், 5. வினைப் பயனுகரல்.

ஆர்க்க - நிறைக்க, 2. கட்ட, 3. அணிய, 4. பொருந்த, 5. ஊட்ட, 6. பொர, 7. ஒலிக்க.

ஆர்கதி - திப்பிலி.

ஆர்கலி - கடல்.

ஆர்க்கம் - இரத்தம், 2. இலாபம்.

ஆர்க்கு - ஓர் மீன்.

ஆர்க்கை - கட்டு, 2. வாரடை.

ஆர்ச்சனம் - }
ஆர்ச்சனை - } சம்பாத்தியம்.
ஆர்ச்சிதம் - }

ஆர்ஷம் - ஆரிடம்.

ஆர்துபம் - அரத்தை.

ஆர்த்தபம் - மகளிர்தீட்டு.

ஆர்த்தர் - துயருறுவோர், 2. சான்றோர்.

ஆர்த்தி - துன்பம், 2. அனுபவம், 3. அகோரசத்தி, 4. விற்குதை.

ஆர்த்திகை - துன்பம்.

ஆர்த்திரகம் - இஞ்சி.

ஆர்பதம் - வண்டு, 2. நிழல்.

ஆர்ப்பரவம் - ஆரவாரம்.

ஆர்ப்பரி - (வி) ஆரவாரி, 2. கர்ச்சி.

ஆர்ப்பு - கட்டு, 2. சிரிப்பு, 3. போர், 4. பேரொலி.

ஆர்மை - கூர்மை, 2. மதில்.

ஆர்வம் - விருப்பம், 2. அன்பு, 3. ஒலி, 4. நரகம், 5. சீலை.

ஆர்வலன் - அன்புடையான், 2. சினேகிதன், 3. கணவன்.

ஆர்வு - விருப்பம், 2. உண்டல், 3. நிறைவு.

ஆலகண்டன் - சிவன்.

ஆலகாலம் - விடம்.

ஆலங்கட்டி - கல்மழை.

ஆலங்காடு - ஒரு சிவஸ்தலம்.

ஆலசியம் - சோம்பல், 2. தாமதம்.

ஆலத்தி - ஆரதி.

ஆலம் - நீர், 2. மழை, 3. மலர்ந்தபூ, 4. மழு, 5. ஆலமரம், 6. ஈயம், 7. பாம் பினஞ்சு, 8. அம்புக்கூடு.

ஆலம்பம் - பற்றுக்கோடு, 2. அடைக்கலம், 3. இலம்பம்.
ஆலயம் - தங்குமிடம், 2. கோயில், 3. பிரமாலயம், 4. வீடு, 5. யானைக்கூடம்.
ஆலலம் - கூறை.
ஆலவட்டம் - கால்செய்வட்டம், 2. விசிறி.
ஆலவாலம் - மரத்தடியிற்பாத்தி, 2. வயல், 3. சிறுபாத்தி.
ஆலவாய் - மதுரைநகர், 2. பாம்பு.
ஆலா - ஓர் பட்சி.
ஆலாங்கட்டி - மழைக்கட்டி.
ஆலாசியம் - மதுரை.
ஆலாதம் - நெருப்புக்கொள்ளி.
ஆலாத்தி - நீராஞ்சனம்.
ஆலாபம் - } சம்பாஷணை.
ஆலாபனம் - }
ஆலாபி - (வி) சுருதிகூட்டு, 2. பேசு.
ஆலாலம் - நஞ்சு, 2. வெளவால்.
ஆலாவர்த்தம் - ஆலவட்டம்.
ஆலானம் - யானைகட்டுந்தறி, 2. கயிறு, 3. யானைகட்டுங் கயிறு, 4. கட்டுகை.
ஆலி - மழைத்துளி, 2.மழை,3. ஆலாங்கட்டி, 4. காற்று, 5. கள், 6. அமுதம்.
ஆலி - } தோழி, 2. தேள், 3. தொடர்ச்சி, 4. வரம்பு.
ஆளி - }
ஆலி - (வி) களி.
ஆலிங்கனம் - தழுவுகை.
ஆலீடம் - அம்பெய்வோர்க்குரிய நிலை நான்கினொன்று.
ஆலு - நீர்க்குடம்.
ஆலு - (வி) ஆடு, 2. ஒலி, 3. நிறை.
ஆலேகனம் - எழுதுகை.
ஆலேகனி - எழுத்தாணி.
ஆலை - கரும்பாலை, 2. கள், 3. உபத்திரவம்.
ஆலைமாலை - அலைச்சல்.
ஆலோகம் - } பார்வை, 2. பிரவை, 3. முகமன்.
ஆலோகனம் - }
ஆலோகன் - தெளிந்தவன்.
ஆலோசனை - காட்சி, 2. யோசனை, 3. சிந்திப்பு, 4. புத்தி.
ஆலோசி - (வி) யோசி, 2. சிந்தி.
ஆலோலம் - சலனம், 2. புள்ளோச்சுகை, 3. நீரொலி.
ஆலோலிதம் - பிரியம்.
ஆலோன் - சந்திரன்.
ஆல் - அசைச்சொல், 2. மூன்றாம் வேற்றுமை யுருபு, 3. ஆலமரம்.
ஆல்வாட்டு - உலர்ச்சி.
ஆல்வாட்டு - (வி) சிறிது காயச்செய்.
ஆல்வு - அகலமானது.
ஆவசியகம் - அவசரம்.
ஆவட்டை - ஒரு பூண்டு.
ஆவணம் - கடை, 2. கடைவீதி, 3. புனர்பூசம், 4. முறிச்சீட்டு, 5. உரிமை, 6. அடையாளம், 7. தேர்மொட்டுப் பொருந்திய பீடம்.
ஆவணி - ஓர் மாசம், 2. அவிட்ட நாள்.
ஆவணீயம் - கடைவீதி.
ஆவது - ஆகுவது.
ஆவத்து - துன்பம்.
ஆவநாழி - அம்புக்கூடு.
ஆவம் - அம்புக்கூடு, 2. நாணி, 3. குங்குமமரம்.
ஆவயின் - அவ்விடம்.
ஆவரணம் - மறைப்பு, 2. கோட்டை, 3. மதில், 4. சீலை, 5. கேடகம்.
ஆவரி - அம்பு.
ஆவரை - ஆவாரை, 2. நிலவாகைப் பூண்டு.
ஆவர்த்தம் - சத்தமுகிலினொன்று.
ஆவலம் - வாயாலார்த்தல், 2. கொல்லை.
ஆவலாதி - தூற்றுதல்.
ஆவலி - } ஒழுங்கு.
ஆவளி - }
ஆவலி - (வி) ஆசைப்படு, 2. புலம்பு, 3. கொட்டாவி விடு.
ஆவலாதி - தூற்றுதல்.
ஆவல் - காதல், 2. பேராசை, 3. அவா, 4. வளைவு.
ஆவலர் - உற்றார், 2. கணவர்.
ஆவறி - அவா.
ஆவா - இரக்கக் குறிப்பு, 2. அதிசயக் குறிப்பு.
ஆவாகனம் - ஸ்தாபனம்.
ஆவாகி - (வி) ஸ்தாபி.

ஆவாசம் - வீடு.

ஆவாபனம் - நெய்பவர்தறி, 2. ஆசு மணை.

ஆவாரை - ஆவிரஞ்செடி, 2. நிலவாகை.

ஆவாலம் - வௌவால்.

ஆவாலம் - மரத்தினடியிற் கோலிய பாத்தி.

ஆவி - உயிர், 2. உயிரெழுத்து, 3. சுவாசம், 4. நீரிலெழுமாவி, 5. புகை, 6. வாசனை, 7. குளம், 8. பிட்டு, 9. அரூபி.

ஆவிடையார் - ஆவுடையார்.

ஆவிதம் - திருகூசி.

ஆவித்தல் - (தொ.பெ) கொட்டாவி விடுதல், 2. புகைத்தல், 3. பெருமூச்செறிதல்.

ஆவிபத்தம் - பேராமுட்டி.

ஆவியம் - உயிர், 2. சரீரம்.

ஆவியர் - வேடர், 2. வேளாளர்.

ஆவிரம் - இடைச்சேரி.

ஆவிருதி - மறைப்பு, 2. ஆணவமலம்.

ஆவிருத்தி - முறை, 2. பரிவிருத்தி.

ஆவிரை - ஓர் செடி.

ஆவிர்ப்பவித்தல் - (தொ.பெ) உண்டாதல், 2. தோற்றுதல்.

ஆவிலம் - கலங்கனீர்.

ஆவுடையார் - சத்திரூபமாகிய பீடம்.

ஆவுதி - ஆகுதி.

ஆவுரிஞ்சி - ஆ உராய்தற்காக நட்ட தறி.

ஆவெனல் - (தொ.பெ) வாய் திறத்தல்.

ஆவேசம் - ஆவி, 2. சன்னதம், 3. மருள்.

ஆவேசனம் - சித்திரக்காரர்வீதி, 2. இரவி மண்டலம்.

ஆவேசித்தல் - (தொ.பெ) உட்புகுதல்.

ஆவேட்டன் - யாகத்தி லுபதேசஞ் சொல்லுவோன்.

ஆவேலம் - தம்பலம்.

ஆவேலி - தொழுவம்.

ஆவோ - அதிசய விரக்கச்சொல்.

ஆழம் - குட்டம், 2. ஆழ்ந்தகருத்து, 3. அறிதற்கரியது.

ஆழல் - கறையான்.

ஆழாக்கு - அரைக்காற்படி.

ஆழி - வட்டம், 2. சக்கரம், 3. மோதிரம், 4. தேருருளை, 5. வண்டி, 6. கடல், 7. கரைப்பொது, 8. யானைக்கை நுனி.

ஆழிவித்து - முத்து.

ஆழிவிரல் - மோதிரவிரல்.

ஆழிவிரை - ஓர் பூடு.

ஆழிவெம்முரசோன் - மன்மதன்.

ஆழ்தல் -
ஆழுதல் - } (தொ.பெ) அழுந்தல், 2. தாழ்தல்

ஆழ்த்து - (வி) தாழ்த்து, 2. கட்டு.

ஆழ்வார் - கருடன், 2. ஸ்ரீ விஷ்ணு பக்தர், 3. சடகோபர்.

ஆளகம் - சுரைக்கொடி.

ஆளரி - நரசிங்கமூர்த்தி.

ஆளன் - எசமான்.

ஆளாதல் - புருஷத்தன்மை அடைதல்.

ஆளானம் -
ஆளாநம் - } கலப்பை, 2. யானை கட்டுந்தறி, 3. கட்டுத்தறி.

ஆளி - சிங்கம், 2. ஆள்வோன், 3. சிங்கவிராசி, 4. யாளி, 5. ஆளிவிதை, 6. செய்கரை, 7. கரைப்பொது, 8. சிப்பி.

ஆளியூர்தி - காளி, 2. துர்க்கை.

ஆளிவிரை - ஒரு விரை.

ஆளுகை - ஆட்சி, 2. ஆளுந்தன்மை.

ஆளோலை - அடிமைச் சீட்டு.

ஆள் - ஆண்மகன், 2. தலைவன், 3. அடிமை, 4. கூலியாள், 5. தொண்டன், 6. பெண்பாற்படர்க்கை யொருமை விகுதி.

ஆள்வணங்கி - அரசமரம், 2. தொட்டால்வாடி.

ஆள்வள்ளி - மலைச்சக்கரவள்ளி.

ஆள்வினை - முயற்சி, 2. உற்சாகம், 3. பணிவிடை.

ஆறகோரம் - கொன்றை.

ஆறதீகம் - கல்நார்.

ஆறலைத்தல் - (தொ.பெ) வழிபறித்தல்.

ஆறாட்டம் - நோயுற்றோர் கலக்கம்.

ஆறாதாரம் - சடாதாரம், அவை மூலாதாரம், சுவாதிட்டானம், மணிபூரகம், அனாகதம், விசுத்தி, ஆஞ்ஞை என்பனவாம்.

ஆறாதூறு - பழிதூற்றல்.

ஆறு - ஓரெண், 2. ஒழுக்கம், 3. வழி, 4. நதி.

ஆறுகாடு - ஓர் ஊர்.

ஆறுதல் - (தொ.பெ) இளைப்பாறல், 2. ஆறியிருத்தல், 3. ஓய்தல், 4. சூடுதணிதல்.

ஆறுமுகன் - குமரக் கடவுள்.

ஆறெழுத்து - குமரக் கடவுள் மந்திரம்.

ஆறெறிபறை - வழிபறிக்கும் போது கொட்டும் பறை.

ஆற்பதம் - சாரம்.

ஆற்ற - மிகுதியாய்.

ஆற்றலுடைமை - வலியுடைமை.

ஆற்றல் - வலிமை, 2. முயற்சி, 3. மிகுதி, 4. ஞானம், 5. நிலையுடைமை.

ஆற்றல் - (தொ.பெ) சகித்தல், 2. தணித்தல்.

ஆற்றாமை - சகிக்கக்கூடாமை, 2. செய்ய மாட்டாமை.

ஆற்றார் - தரித்திரர், 2. பகைவர், 3. தோற்றோர்.

ஆற்றிடைக்குறை - ஆற்றுக்கிடையே உயர்ந்த திடர்.

ஆற்றின்வித்து - கர்ப்பூரசிலாசத்து.

ஆற்றுக்காலாட்டி - உழத்தி, 2. மருத நிலப் பெண்.

ஆற்றுக்கால் - ஆற்றிலிருந்துபாயும் வாய்க்கால்.

ஆற்றுணா - கட்டுச்சோறு.

ஆற்றுநெட்டி - நீர்ச்சுண்டி.

ஆற்றுப்படுத்தல் - (தொ.பெ) வழிப்படுத்தல், 2. சன்மார்க்கத்திலுட் படுத்தல்.

ஆற்றுப்படை - ஒரு பிரபந்தம், 2. வழிப் படுத்தல்.

ஆற்றுமடை - ஆற்றுக்காலின் மடை.

ஆற்றுவரி - இசைப்பா வகையுளொன்று.

ஆற்றொழுக்கு - ஆற்று நீரோட்டம்.

ஆனகதுந்துபி - வசுதேவன், 2. போர்ப் பறை.

ஆனகம் - தேவதரு.

ஆனகம் - போர்ப்பறை, 2. மேளம், 3. தம்பட்டம், 4. முழங்குமுகில், 5. காதினுட் சவ்வு.

ஆனத்தேர் - விடத்தேர்ச்செடி.

ஆனந்த - ஓர் வருடம்.

ஆனந்த பரவசம் -ஆனந்தத்திலழுந்தித் தன்னை மறத்தல்.

ஆனந்த பாஷ்பம் - ஆனந்தக்கண்ணீர்.

ஆனந்தபைரவி - ஓரிராகம்.

ஆனந்தம் - அரத்தை, 2. பாக்குற்றங்களி னோர்வகை, 3. சந்தோஷம்.

ஆனந்தவல்லி - பார்வதி.

ஆனந்தவாதி - கௌரிபாஷாணம்.

ஆனந்தன் - அருகன், 2. கடவுள், 3. களிப் புடையோன், 4. சிவன்.

ஆனந்தி - (வி) பெருமகிழ்ச்சியுறு.

ஆனந்தை - பார்வதி.

ஆனம் - கள்.

ஆனயம் - } கொண்டுவருகை,
ஆனயனம் - } 2. உபநயனம்.

ஆனனம் - முகம்.

ஆனா - கெடாத, 2. நீங்காத.

ஆனாமை - நீங்காமை, 2. உத்திராடம்.

ஆனாயர் - அறுபத்துமூன்று நாயன் மாரில் ஒருவர்.

ஆனி - ஓர் மாதம், 2. கேட்டை, 3. மூலம், 4. உத்திராடம், 5. பொருந்தநதி, 6. வெட்டுக் குருத்து.

ஆனி - கேடு.

ஆனியம் - நாள், 2. பருவம், 3. பொழுது, 4. மூலநாள்.

ஆனிரை - பசுக்கூட்டம்.

ஆனிலன் - அனுமான், 2. வீமன்,

ஆனிலை - பசுக்கொட்டில்.

ஆனு - இனிமை, 2. நன்மை.

ஆனெய் - பசுவினெய்.

ஆனேறு - எருது.

ஆனை - யானை, 2. அத்திமரம்.

ஆனைக்கரப்பன் - அக்கியென்னும் ஒரு வகை நோய்.

ஆனைக்கால் - வாதக்கால், 2. தண்ணீர்க் குழாய்.

ஆனைக்கூடம் - யானை கட்டுமிடம்.

ஆனைக்கொம்பன் - ஆனைவாழை, 2. ஒருவகை நெல்.

ஆனைத்திசை - வடக்கு.

ஆனைத்தீ - பெரும்பசியைத் தரும் ஒரு நோய்.

ஆனைத்தோட்டி - அங்குசம்.

ஆனைப்பந்தி - ஆனைக்கூட்டம்.

ஆனைப்பேன் - கத்தரிச் செடியிலுண் டாகுமோர் பூச்சி.

ஆனைமுகவன் - } விநாயகன்,
ஆனைமுகன் - } 2. கஜமுகாசுரன்.

ஆனையூர்தி - இந்திரன், 2. ஐயன்.

ஆன் - பசுப்பொது, 2. பசு, 3. பெண்மரை.

ஆன்மதரிசனை - ஆத்தும நிலையறிதல்.

ஆன்மா - ஆத்துமா.

ஆன்ற - விசாலமான, 2. மாட்சிமைப் பட்ட.

ஆன்றல் - அகலம், 2. மாட்சிமை, 3. மிகுதி.

ஆன்றவர் - }
ஆன்றார் - } சான்றோர்.
ஆன்றோர் - }

இ

இ - ஓர் குற்றெழுத்து, 2. ஒரு சுட்டெழுத்து.

இஃது - இது.

இக - முன்னிலை அசைச்சொல்.

இகத்தல் - (தொ.பெ) கடத்தல், 2. மீறல், 3. போதல்.

இகந்துபடல் - (தொ.பெ) தவறுபடல், 2. முற்கூறிய விதியைக் கடத்தல்.

இகபரம்- இம்மை மறுமை.

இகம் - இவ்விடம், 2. இப்பிறவி, 3. இம்மை.

இகரம் - மூன்றா முயிர், 2. சந்தம்.

இகல - ஒருவமை யுருபு.

இகலு - (வி) பகை, 2. எதிர், 3. பொரு, 4. வாக்கு வாதஞ்செய்.

இகலன் - கிழநரி, 2. பகைவன்.

இகல் - பகை, 2. போர், 3. வலி.

இகழ் - நிந்தை.

இகழ் - (வி) நிந்தி.

இகழ்ச்சி - நிந்தை, 2. இழிவு, 3. மறதி.

இகழ்தல் - (தொ.பெ) நிந்தித்தல்.

இகழ்வு - நிந்தை.

இகளி - இடி.

இகு - (வி) புறங்காட்டச்செய், 2. ஈ, 3. எறி, 4. கொல், 5.துடை, 6. தாண்டு, 7. அழை, 8. வீழ்த்து, 9. வருத்து, 10. தாழ்த்து, 11. குழை, 12. மறி.

இகுடி - ஆதொண்டை.

இகுப்பம் - திரட்சி.

இகும் - அசைச்சொல், (உ.ம்) காண்டிகு மல்லமோ கொண்க?

இகுளை - தோழி, 2. சுற்றம், 3. நட்பு.

இகுள் - இடி, 2. கார்த்திகைநாள், 3. ஆரல் மீன்.

இகைத்தல் - (தொ.பெ) கொடுத்தல், 2. நடத்தல்.

இக்கட்டு - இடுக்கண், 2. தடை.

இக்கணம் - இந்த க்ஷணம்.

இக்கன் - மன்மதன்.

இக்கிடைஞ்சல்- இடுக்கண்.

இக்கிரி - ஓர் முட்செடி.

இக்கு - கரும்பு, 2. கள்.

இக்குவாகு - சூரியவமிசத்து ஓரரசன், 2. பேய்ச்சுரை.

இக்குவில்லி - மன்மதன்.

இக்கெனல் - விரைவுக் குறிப்பு.

இக்கோ - அதிசய விரக்கச்சொல்.

இங்கண் - இவ்விடம்.

இங்கிசை - கொலை.

இங்கிதம் - குறிப்பு, 2. இனிமை,3. நினைவு.

இங்கிரி - கஸ்தூரி.

இங்கு - பெருங்காயம்.

இங்கு - இங்கே.

இங்குசுக்காண்டான் - நீர்முள்ளி, 2. நெருஞ்சில்.

இங்குடுமம் - } (வை.அ) பெருங்காயம்.
இங்குளி }

இங்குதாரி - பேரோசனை

இங்குதாழி - பீதரோகணி, 2. புற நாட்டுப்பூண்டு.

இங்குராமம் - பெருங்காயம்.

இங்குலிகம் - சாதிலிங்கம், 2. சிவப்பு.

இங்ஙனம் - } இவ்வாறு, 2.இவ்விதம்.
இங்ஙன் -

இசகு பிசகு - } குழப்பம்.
இசக்குப் பிசக்கு -

இசங்கு - சங்கஞ்செடி.

இசலு - (வி) வாதாடு.

இசிதல் - (தொ.பெ) இழுபடுதல், 2. நீளுதல்.

இசித்தல் - (தொ.பெ) இழுத்தல், 2. ஒடித்தல்.

இசிப்பு - } இணுங்குகை, 2. சிரிப்பு, 3. நரம்புச்சுருக்கு.
இசிவு -

இசின் - இறந்தகால விடைநிலை. (உ.ம்) என்றிசினோர்.

இசுதாரு - கடம்பமரம்.

இசை - ஒலி, 2. புகழ், 3. சொல், 4. மிடற்றாற் பிறக்கு மிசை, 5. நரம்பிற் பிறக்கு மிசை, 6. இசைப்பாட்டு, 7. சங்கீதம், 8. புகழ், 9. முத்தமிழினொன்று.

இசைகேடு - சுரபேதம், 2. அவகீர்த்தி, 3. ஒத்துக்கொள்ளாமை.

இசைதல் - (தொ.பெ) இணைதல், 2. பொருந்தல், 3. உடன்படல், 4. சரிப்படல்.

இசைத்தமிழ் - சங்கீதத் தமிழ்.

இசைத்தல் - (தொ.பெ) இணக்குதல், 2. ஒலித்தல், 3. பாடல், 4. பேசுதல், 5. பொருந்தப் பண்ணுதல்.

இசைநுணுக்கம் - ஒரு இசைத்தமிழ் நூல்.

இசைப்பு - இணக்கம், 2. சொல்லுகை.

இசைப்புள் - குயில், 2. அன்றில்.

இசைமடந்தை - சரச்சுவதி.

இசைமுடி - } சிலந்தி நாயகமென்கிற செடி.
இசைமூடி -

இசைவல்லோர் - சங்கீத வித்துவான்கள், 2. கந்தருவர்.

இசைவாணர் - இசைவல்லோர்.

இசைவு - இணக்கம், 2. சம்மதி.

இச்சகம் - முகஸ்துதி.

இச்சாசத்தி - பஞ்சசத்தியினொருசத்தி.

இச்சாபத்தியம் - கடுகு, நல்லெண்ணெய் நீக்கிச் சாப்பிடுதல்.

இச்சி - } இத்திமரம்.
இச்சியால் -

இச்சித்தல் - (தொ.பெ) காதலித்தல்.

இச்சியல் - கடுகுரோகணி.

இச்சை - விருப்பம், 2. மிகுவிருப்பம், 3. துரிச்சை, 4. இஷ்டம், 5. அஞ்ஞானம், 6. பொய், 7. உறுதிச்சொல்.

இஞ்சாகம் - இறால்.

இஞ்சி - இஞ்சிக் கிழங்கு, 2. மதில், 3. வாவி, 4. கேடகம்.

இஞ்சித்தேறு - இஞ்சித்துண்டு.

இஞ்சு - (வி) இறுகு, 2. சுவறு.

இடகலை - சந்திரகலை.

இடக்க- (வி) தோண்ட, 2. பிளக்க, 3. விரிந்து நிற்க.

இடக்கரடக்கல் - } இழிந்த சொற்களை மறைத்துக் கூறல்.
இடக்கரடக்கு -

இடக்கர் - மறைத்த வார்த்தை, 2. தூர்த்தர், 3. குடம், 4. நெருக்கம்.

இடக்கன் - தாறுமாறு செய்வோன்.

இடக்கியம் - தேர்க்கொடி.

இடக்கு - சேஷ்டை, 2. இழிசொல், 3. முருட்டுத்தனம், 4. குதர்க்கம்.

இடக்கை -ஓர் தேயம், 2. ஓர் வாச்சியம்.

இடங்கணம் - வெண்காரம்.

இடங்கம் - உளி.

இடங்கர் -முதலை, 2.தூர்த்தர், 3. நீர்ச்சால், 4. சிறுவழி.

இடங்கழி - } நெருக்குகை.
இடங்கழிமை -

இடங்கழியர் - காமுகர், 2. தூர்த்தர்.

இடங்கரம் - மகளிர் சூதகம்.

இடங்காரம் - மத்தளத்தினிடப்புறம்.

இடங்கேடு - தரித்திரம்.

இடசாரி - இடதுபக்கமாகச் சுற்றுதல்.

இடந்தலைப்பாடு - இடத்தைச்சேர்தல்.

இடபம் - எருது, 2. சிவன் கொடி, 3. இடபவிராசி, 4. மேற்றிசைப்பாலன்குறி.

இடபாரூடன் - சிவன்.

இடமாரம் - ஓர் பெரும் பறை.

இடம் - ஸ்தானம், 2. ஆதாரம், 3. வீடு, 4. அகலம், 5. ஏது, 6. பெருமை, 7. இடது பக்கம், 8. மூவிடம், 9. செல்வம், 10. ஆகாயம், 11. விசாலம்.

இடம்பம் - ஆடம்பரம்.

இடம்பல் - விலகல்.

இடம்பாடு - விசாலம், 2. செல்வம்.

இடம்புரி - சங்கு, 2. இடம்புரிச்சங்கு, 3. ஓர் பூடு, 4. இடப்பக்கமாக முறுக்கிய கயிறு.

இடர் - துன்பம்.

இடலம் - விசாலம்.

இடவகம் - மாம்பிசின், 2. பனம்பிசின்.

இடவன் - மண்ணாங்கட்டி, 2. பிளக்கப்பட்டது.

இடவை - வழி.

இடறு - தடை, 2. ஆபத்து.

இடறு - (வி) பெயர், 2. தடு.

இடன் - இடம்.

இடா - இறை கூடை, 2. ஓராயுதம்.

இடாகினி - காளியேவல் செய்வோள்.

இடாகு - புள்ளி.

இடாசு - (வி) நெருக்கு, 2. மேற்கொள், 3. அவமதி.

இடாப்பு - அட்டவணை.

இடாப்பு - (வி) காலையகலப்பண்ணி நில்.

இடாம்பீகன் - இடம்பன்.

இடார் - இறைகூடை, 2. எலி முதலியன பிடிக்கும் பொறி.

இடி - தாக்குகை, 2. அசனி, 3. ஒலி, 4. இடித்தமா, 5. சிற்றுண்டி, 6. சுண்ணம், 7. மயிர்ச்சாந்து, 8. உறுதிச்சொல், 9. துடிப்பு, 10. இந்திரன் கொடி.

இடிகரை - அழிந்த கரை.

இடிக்கொடியோன் - இந்திரன்.

இடிஞ்சில் - அகல்.

இடித - (தொ.பெ) உடைதல், 2. சரிதல், 3. நொறுங்கல், 4. ஒடிதல்.

இடித்தல் - (தொ.பெ) தூளாக்கல், 2. தாக்கல், 3. முட்டல், 4. இடியிடித்தல், 5. தகர்த்தல், 6. உறுதிசொல்லல், 7. துடித்தல், 8. உதைத்தல், 9. ஒலித்தல்.

இடித்துரை - உறுதிச்சொல்.

இடிமரம் - உலக்கை.

இடிம்பன் - ஓர் அரக்கன்.

இடிம்பு - அவமதிப்பு.

இடியப்பம் - சிற்றுண்டி வகையிலொன்று.

இடு - (வி) தரி, 2. வை, 3. ஈ, 4. எறி, 5. விதி, 6. சொரி.

இடுகாடு - சுடுகாடு.

இடுகு - (வி) சுருங்கு, 2. ஒடுங்கு.

இடுகு - (பெ) ஒடுக்கம்.

இடுகை - ஈகை, 2. கொடை.

இடுக்கண் - துன்பம்.

இடுக்கி - குறடு, 2. உலோபி.

இடுக்கு - கொடுக்கு, 2. சந்து. 3. துன்பம்.

இடுக்கு - (வி) நெருக்கு, 2. இடுக்கிப்பிடி, 3. குறடு முதலியவற்றாலிடுக்கு.

இடுக்குமுடுக்கு - முட்டுச்சந்து, 2. சங்கடம்.

இடுப்பு - இடை.

இடும்பன் - குமரனேவல் செய்வோன், 2. ஓரரக்கன்.

இடும்பி - இடும்பன் தங்கை, 2. செருக்குடையவள்.

இடும்பு - அகந்தை, 2. சேட்டை, 3. அவமதிப்பு, 4. கொடுமை.

இடும்பை - துன்பம், 2. தீமை, 3. அச்சம், 4. வறுமை, 5. விகாரமெட்டிலொன்று.

இடுமருந்து - ஒருவரைத் தன் வசமாக்கு மருந்து.

இடுலி - பெண்ணாமை.

இடுவந்தி - அபாண்டம், 2. அநீதி, 3. நெருக்கிடை.

இடை - நடு, 2. மருங்குல், 3. இடைச்சொல், 4. நடுநேரம், 5 இடம், 6. ஏழனுருபு, 7 பக்கம், 8 யானை, 9. சமயம், 10. பௌரணை, 11. அளவையிலொன்று, 12. தசநாடியிலொன்று.

இடைகலை - சந்திரகலை.

இடைக்கச்சு - அரைக்கச்சை.

இடைக்காடன் - பதினெண் சித்தரிலொருவன்.

இடைக்கிடை - நடுநடுவே, 2. நிறைக்கு நிறை.

இடைக்கொள்ளை - நடுக்கொள்ளை, 2. கொள்ளைநோயான் வருமழிவு.

இடைச்சனி - பூரநாள்.

இடைச்சன் - இரண்டாம் பேறு.

இடைச்சேரி - இடையரூர்.

இடைஞ்சல் - இடுக்கு, 2. நெருக்கம், 3. உபத்திரவம், 4. தடை.

இடைதல் - (தொ.பெ) பின்னிடல், 2. ஒதுங்கல், 3. தாழல்.

இடைப்போகம் - இடையிற் புன்செய்ப் பயிர்விளைவு.

இடைமுள் - இடைப்பரு, 2. ஒரு கரப்பன்.

இடையன்கால் வெள்ளி - ஓர் விண் மீன்.

இடையாந்தரம் - நடு.

இடையூறு - இடர்.

இடைவள்ளல் - இரக்கக்கொடுப்போர்.

இடைவிடாமல் - ஓயாமல்.

இடைவெட்டுப்பேச்சு - நிந்தனை.

இடைவெளி - நடுவெளி.

இடோலி - ஓர் வகைச் சிவிகை.

இடோல் -ஓர் பறை.

இட்டகாமியம் - } இச்சித்த பொருளை
இஷ்டகாமியம் - } நினைத்தபடி பெறுதல்.

இட்டசித்தி - காரிய மனுகூலமாதல், 2. அழகர் மலையிலுள்ள ஒரு பொய்கை.

இட்டடை - } துன்பம்.
இட்டிடை - }

இட்டதேவதை - தான் வழிபடு தெய்வம்.

இட்டபோகம் - விரும்பினபடி அனுபவிக்கை.

இட்டம் - } பிரியம், 2. விருப்பம், 3. அன்பு,
இஷ்டம் - } 4. அடிமை விடுதலை, 5. கிரக நிலையாலாகும் பலாபலன், 6. துருவம்.

இட்டலி - ஓர் சிற்றுண்டி.

இட்டளம் - துன்பம், 2. தளர்வு.

இட்டறுதி - முட்டு, 2. வறுமை.

இட்டி - ஈட்டி

இட்டி - } யாகம்.
இஷ்டி - }

இட்டிகை - செங்கல், 2. இடுக்குவழி, 3. கூட்டு மெழுகு.

இட்டிடை - சிறுமை, 2. தரித்திரம், 3. கடைச்சற் கருவியினோருறுப்பு.

இட்டிடைஞ்சல் - துன்பப்படுகை, 2. வறுமை.

இட்டு - } விருப்பம்.
இஷ்டு - }

இட்டு - ஓரசைச்சொல், 2. சிறிது.

இட்டுறுதி - கண்டிதம்.

இட்டேற்றம் - கொடுமை, 2. முழுப் பொய்.

இட்டோடு - பிரிவு.

இட்டோட்டு - அலைக்கழிவு.

இணக்கம் - உடன்பாடு, 2. பொருத்தம், 3. திருத்தம்.

இணக்கு - (வி) உடன்படுத்து.

இணக்கோலை - உடன்படிக்கைப் பத்திரம்.

இணங்கலர் - பகைவர்.

இணங்கு - பிசாசம்.

இணங்கு - (வி) உடன்படு.

இணங்கன் - வெடியுப்பு.

இணர் - பூங்கொத்து, 2. பூமலர், 3. பூந்தாது, 4. கிச்சிலிமரம்.

இணாட்டு - மீன்செவுள், 2. ஓலைத் துண்டு.

இணாப்பு - ஏய்ப்பு.

இணாப்பு - (வி) ஏய்.

இணி - கண்ணாறு, 2. எல்லை, 3. ஏணி.

இணுக்கு - வளார், 2. கைப்பிடியளவினுக்ககப்பட்டது, 3. இரண்டோலைகளினிடைவெளி, 4. கிளை முதலியவைகளினிடைச்சந்து.

இணுங்கு - (வி) இசி.

இணை - இசைவு, 2. ஒப்பு, 3. துணை, 4. துணைவன், 5. இச்சை, 6. கூந்தல்.

இணைப்பு - இசைப்பு, 2. சேர்ப்பு.

இணைவிழைச்சு - கற்பில்லாமை, 2. காமம்.

இணைவு - ஒன்றிப்பு.

இண்டர் - இடையர்.

இண்டை - ஈகைக்கொடி, 2. தாமரை, 3. முல்லை, 4. மாலை.

இதணம் - } காவற்பரண், 2. பரண்.
இதண் -

இதமியம் - இன்பம்.

இதம் - இன்பமானது, 2.நன்மை, 3. இனிமை, 4. உரிமை, 5. சொல்.

இதயம் - இருதயம்.

இதரம் - அன்னியம், 2. ஈனம், 3. தீங்கு, 4. பாதரசம்.

இதலை - கொப்பூழ்.

இதல் - கவுதாரி, 2. காடை.

இதவு - இதம்.

இதழி - கொன்றை.

இதழ் - பூவிதழ், 2. உதடு, 3. கண்ணிமை, 4. பனையேடு, 5. வகிர்ந்தவோலை, 6. கதவினிலை, 7. பாளை, 8. இலை.

இதழ்விள்ள - (வி) மலர, 2. வாய்திறக்க 3. பேச.

இதள் - இரசம்.

இதி - பிசாசம், 2. உறுதி.

இதிகாசம் - கலைஞான மறுபத்துநான்கி னொன்று, 2. பழங்கதை.

இதியாசம் - உதாரணம்.

இது - சுட்டுச்சொல்.

இதை - காராமணி, 2. புதுக்கொல்லை, 3. மரக்கலப்பாய், 4. கலப்பை.

இத்தி - கல்லாலமரம்.

இத்திநடையம் - நத்தை.

இத்தியாதி - இதுமுதலானவை.

இத்து - காவட்டம்புல்.

இத்துரு - ஈயமணல்.

இத்தை - முன்னிலை யசைச்சொல்.

இந்த - ஒரு சுட்டுச்சொல்.

இந்தம் - புளியமரம்.

இந்தளம் - தூபக்கால், 2. ஓர் பண்.

இந்தனம் - விறகு, 2. நறும்புகை, 3. மேல், 4. சுவாலை.

இந்தா - இதை வாங்கிக்கொள், 2. இங்கே வா.

இந்தி - பூனை.

இந்திகோபம் - (வைஅ) ஈயம்.

இந்தியம் - இந்திரியம்.

இந்திரகம் - சங்குமண்டபம்.

இந்திரகாளியம் - யாமளேந்திர முனிவர் செய்த இசை நூல்.

இந்திரகீலம் - மந்தரமலை.

இந்திரகோபம் - தம்பலப்பூச்சி.

இந்திரசாலம் - இல்லாததை உள்ளது போலக் காட்டும் கண்கட்டி வித்தை.

இந்திரசித்து - இராவணன் மகன்.

இந்திரதனு - வானவில்.

இந்திரதிசை - கிழக்கு.

இந்திரநீலம் - நீலரத்தினம்.

இந்திரபம் - வெட்பாலை.

இந்திரபதம் - சொர்க்கம்.

இந்திரபுரி - அமராவதி.

இந்திர புரோகிதன் - வியாழன்.

இந்திரப்பிரத்தம் - பாண்டவர் நகரம்.

இந்திரம் - இந்திரியம், 2. நவகண்டத் தொன்று, 3. மேன்மை.

இந்திரவல்லி - கொத்தான், 2. பிரண்டை.

இந்திரவாசம் - நெய்தல்.

இந்திரவில் - வானவில்.

இந்திரன் - வாசவன், 2. மிருகசீரிடம்.

இந்திரன்மைந்தன் - அருச்சுனன், 2. சயந்தன்.

இந்திராணி - இந்திரன் மனைவி.

இந்திரியகோசரம் - இந்திரியத்துக்கு விஷயமாகுகை.

இந்திரியநிக்கிரகம் - ஐம்புலனைத் தன்வசமாக்குதல்.

இந்திரியநுகர்ச்சி - ஐம்புலனுகர்ச்சி.

இந்திரியம் - தாது, 2. பொறி.

இந்திரை - இலக்குமி, 2. அரிதாரம்.

இந்தீவரம் - கரு நெய்தல், 2. கருங் குவளை.

இந்து - சந்திரன், 2. பச்சைக்கர்ப்பூரம், 3. கரடி, 4. கரி, 5. கௌரிபாஷாணம், 6. சிந்துநதி.

இந்துகாந்தம் - சந்திரகாந்தக் கல்.
இந்துசேகரன் - சிவன்.
இந்துஸ்தானி - ஓர் பாடை (மொழி).
இந்து தேசம் - சிந்து தேசம்.
இந்துப்பு - ஒரு மருந்துச் சரக்கு.
இந்துரவிகூட்டம் - அமாவாசியை.
இந்துரேகை -சந்திரன் கலை.
இந்துழி -
இந்துளி - } பெருங்காயம்.
இந்துளம் - கடம்பமரம்.
இந்துலோகம் - வெள்ளி.
இந்துள் - நெல்லி.
இந்தோளம் - ஓரிராகம், 2. ஊசல்.
இந்நாள் - இன்று.
இபங்கம் - புளிமா.
இபம் - யானை.
இபம் - மரக்கொம்பு.
இபவ - விபவ (ஓர் வருடம்.)
இப்படி - இவ்வாறு.
இப்பந்தி - பலவீனன், 2. பேடி, 3. உலோபி, 4. வகை தெரியாதவன்.
இப்பர் - வைசியர் பொது, 2. தனவைசியர், 3. கோவைசியர்.
இப்பால் - இந்தப்பக்கம், 2. இனிமேல்.
இப்பி - சிப்பி, 2. சங்கு.
இப்போது - இப்பொழுது
இமகரன் - சந்திரன்.
இமகிரி -
இமாசலம் -
இமாலயம் - } இமயமலை.
இமம் - சீதளம், 2. உறைந்தபனி, 3. பொன்.
இமயகிரி -
இமயம் - } இமயமலை.
இமயவல்லி - பார்வதி.
இமலம் - மரமஞ்சள்.
இமிசை - வருத்தம், 2. கொலை.
இமிர்தல் - (தொ.பெ) ஒலித்தல், 2. மொய்த்தல்.
இமில் - எருத்துத்திமில்.
இமிழ் - ஒலி, 2. இனிமை, 3. பறை
இமிழ்தல் - (தொ.பெ) ஒலித்தல், 2. இனித்தல்.
இமிழ்த்தல் - (தொ.பெ) ஒலித்தல், 2. கட்டல், 3. கொப்பளித்தல்.
இமை - கண்ணிமை, 2. கண்ணிமைப் பொழுது, 3. அற்பம், 4. கரடி, 5. மயில்.
இமைகொட்டல் - இமைத்தல்.
இமையவர் -
இமையோர் - } வானவர்.
இம்பர் - இவ்விடம், 2. இவ்வுலகம்.
இம்பூறல் - சாயவேர்.
இம்மடி - யானை.
இம்மி - ஓரெண், 2. நுண்மை, 3. பொன்மை, 4. புலம், 5. மத்தங்காய்ப் புல்லரிசி.
இம்மெனல் - அனுகரணவோசை, 2. விரைவுக் குறிப்பு.
இம்மை - இப்பிறப்பு.
இயக்கம் - பெருமை, 2. பிரகாசம், 3. வடதிசை.
இயக்கர்கோமான்
இயக்கன் - } குபேரன்.
இயக்கி - தருமதேவதை.
இயக்கு - (வி) செலுத்து, 2. பழக்கு, 3. நடத்து, 4. இயங்குவி.
இயங்கு - ஓர் முட்செடி.
இயங்கு - (வி) அசை, 2. நட, 3. உலாவு, 4. ஒளிசெய், 5. தங்கு.
இயங்குதிணை - அசைவுள்ளது.
இயசுரு - இரண்டாம் வேதம்.
இயத்தினம் - முயற்சி, 2. ஆயத்தம், 3. கருவி.
இயந்திரம் -சூத்திரம், 2. சக்கரம், 3. மதிலுறுப்பு, 4. தேர், 5. ஆலை.
இயந்தை - மருதயாழ்த்திறம்.
இயமகணம் -
இயமகிங்கரர் -
இயமதூதர் -
இயமபடர் - } நமன்றூதர்
இயமம் - அட்டாங்கயோகத்தொன்று.
இயமானன் - யாகஞ் செய்விப்போன், 2. யசமானன், 3. உயிர்
இயமான் - எசமான்
இயம் - ஒலி, 2. வாச்சியம், 3. சொல், 4. ஈ.

இயம்பு - (வி) சொல், 2. வாச்சிய முழங்கு, 3. ஒலி.

இயல் - குணம், 2. ஒழுக்கம், 3. ஒழுங்கு, 4. சாயல், 5. இசை, 6. இயற்றமிழ், 7. ஒத்து, 8. விதி.

இயல் - (வி) பொருந்து, 2. இசை, 3. நட, 4. ஆகு.

இயல்பு - குணம், 2. ஒழுக்கம், 3. முறை, 4. தன்மை, 5. நேர்மை, 6. இயற்கை.

இயல்பூதி - வில்வம், 2. நாய்வேளை.

இயவம் - நெல், 2. ஓர் தானியம்.

இயவர் - கீழ்மக்கள், 2. சண்டாளர், 3. தோற் கருவியாளர்.

இயவனர் - சோனகர், 2. கம்மாளர், 3. சித்திரக்காரர்.

இயவு - வழி, 2. ஊர், 3.காடு.

இயவுள் - புகழாளன்.

இயவை - வழி, 2. தோரைநெல், 3. துவரை.

இயறல் - முத்தி, 2. போதல்.

இயற்கை - சுபாவம், 2. திராணி, 3. வழக்கம், 4. தன்மை.

இயற்பகைநாயனார் - அறுபத்து மூன்று நாயன்மாரு ளொருவர்.

இயற்றி - முயற்சி.

இயற்று - பாத்திரம்.

இயற்றுதல் - (தொ.பெ) செய்தல், 2. நடத்தல், 3. விதித்தல்.

இயனம் - கள்ளிறக்குவோன் கருவிபெய் புட்டில்.

இயாகம் - கொன்றை, 2. யாகம்.

இயாதம் - தோட்டியால் யானையைச் செலுத்துகை, 3. யானைத் தோட்டியின் பிடர்.

இயுசாவியம் - கொன்றை.

இயை - இசைப்பு.

இயைதல் - பொருந்தல்.

இயைத்தல் - பொருத்தல்.

இயைபு - இசைவு, 2. பொருத்தம், 3. செய்யுள் வனப்பினொன்று.

இயைவு - பொருத்தம்.

இயைமே - (வை.அ) வாழை.

இர - (வி) பிச்சைகேள், 2. வேண்டிக் கொள்.

இரகசியம் - மறைவு, 2. அந்தரங்கம்.

இரகிதம் - நீங்கிநிற்கை.

இரகு - ஸ்ரீ ராம னிரண்டாம் பாட்டன்.

இரகுநாதன் - ஸ்ரீராமன்.

இரகுவமிசம் - இரகுவின் சந்ததியார், 2. காளிதாசன் செய்த ஒரு காப்பியம்.

இரக்கம் - கிருபை, 2. மனவுருக்கம், 3. துன்பம், 4. ஒலி.

இரங்கு - (வி) பரிதபி, 2. துன்பப்படு, 3. அழு, 4. ஒலி.

இரங்கல் - அழுதல், 2. அகப்பொருட்டு றையினொன்று.

இரசகற்பூரம் - ஒரு மருந்து.

இரசகன் - வண்ணான்.

இரசகுளிகை - இரும்பைப் பொன் னாக்கு மருந்து.

இரசதம் - } வெள்ளி.
இரசிதம் - }

இரசதாளி - கப்பல்வாழை.

இரசம் - சுவை, 2. இனிமை, 3. சாறு, 4. பாதரசம், 5. சத்த தாதுவினொன்று, 6. மிளகுநீர்.

இரசலிங்கம் - சாதிலிங்கம்.

இரசவாதி - இரும்பைப் பொன்னாக்கு வோன்.

இரசனம் - சுவை, 2. ஒலி, 3. பல், 4. ஓர் பொறி.

இரசனி - இராத்திரி, 2. நீலம், 3. மஞ்சள், 4. பயின்.

இரசனை - சுவை, 2. நாக்கு, 3. சாறு.

இரசாதலம் - கீழேழுலகினொன்று.

இரசாயனம் - ஓர் மருந்து, 2. இரச வாதம்.

இரசிகம் - குதிரை, 2. தூர்த்ததனம்.

இரசிகன் - தூர்த்தன்.

இரசிகை - தூர்த்தி.

இரச்சை - } கயிறு.
இரச்சு - }

இரஞ்சகம் - பற்றுவாய் மருந்து.

இரஞ்சகம் - அன்பு.

இரஞ்சிதம் - பிரியம்.

இரட்சகம் -
இரட்சணியம் -
இரட்சணை -
இரட்சை - } மீட்பு.

இரட்சாபந்தனம் - காப்புக் கட்டடல், 2. அட்சரவியந்திரம்.

இரட்சித்தல் - (தொ.பெ) காத்தல், 2. மீட்குதல்.

இரட்சிப்பு - காப்பாற்றுகை.

இரட்டியர் - வைசியர்.

இரட்டு - ஓர் சாதி, 2. ஒலி, 3. இருமடங்கு, 4. இரண்டென்னேவல்.

இரட்டுதல் - (தொ.பெ) இரட்டித்தல், 2. ஒலித்தல், 3. வீசுதல்.

இரட்டுமி - ஓர் வாத்தியம்.

இரட்டை - இரண்டொன்றானது, 2. மிதுனராசி.

இரட்டைக்கிளவி - ஒலிக் குறிப்பில் வரு மிரட்டை மொழி.

இரட்டையர் - இரட்டைப் பேறாகப் பிறந்து சிறப்படைந்த கவிராயர் இருவர்.

இரணகளம் - போர்க்களம்.

இரணகெம்பீரம் - யுத்தத்தில் ஆரவாரித்தல்.

இரணசூரன் - வீரன்.

இரணதூரியம் - போர்ப்பறை.

இரணபாதகம் - கொலை, 2. நம்பிக்கைத் துரோகம்.

இரணபேரி -
இரணபேரிகை - } யுத்தமுரசு.

இரணம் - உப்பளம், 2. உணவு, 3. கடன்.

இரணம் - போர், 2. பகை, 3. புண்.

இரணரங்கம் - போர்க்களம், 2. யானைக் கொம்பினடு.

இரணவீரன் - யுத்தவீரன்.

இரணவைத்தியம் - சத்திரவைத்தியம்.

இரணியகசிபன் - நரசிங்கமூர்த்தியினாற் சங்கரிக்கப்பட்ட ஓர் அசுரன்.

இரணியகருப்பன் - பிரமன்.

இரணியதானம் - சுவர்ணதானம்.

இரணியநேரம் - இரணியன் கொலையுண்ட வேளை, அது மாலை நேரம்.

இரணியம் - பொன்.

இரணியன் - இரணியகசிபன்.

இரண்டகம் - துரோகம்.

இரண்டு - உபயம், 2. புரளித்தனம்.

இரண்டுபடுதல் - வேறுபடுதல், 2. ஒற்றுமையின்றாதல், 3. ஐயுறுதல்.

இரதகம் - இத்திமரம்.

இரதசாரதி - தேர்ப்பாகன்.

இரதபதம் - புறா.

இரதபந்தம் - ஒருவகைச் சித்திரகவி.

இரதம் - தேர், 2. பல், 3. இரசம், 4. இனிமை.

இரதம் - அரைஞாண், 2. மாமரம், 3. பாதரசம்.

இரதனம் - பல், 2. அரைஞாண், 3. கிண் கிணி.

இரதன் - கண், 2. கிளி.

இரதி - காமம், 2. விருப்பம், 3. மன்மதன் மனைவி, 4. பெண் யானை.

இரதி - இலந்தை மரம், 2. காந்தள், 3. பித்தளை.

இரத்தசாகம் - செங்கீரை.

இரத்தமாரணம் - காவிக்கல்.

இரத்தம் - சிவப்பு, 2. உதிரம், 3. பவளம்.

இரத்தல் - (தொ.பெ) வேண்டுதல், 2. பிச்சை கேட்டல்.

இரத்தாட்சி - அறுபது வருடத்தொன்று.

இரத்தி - இத்தி, 2. இலந்தை.

இரத்திரி - இத்தி.

இரத்தினக்கம்பளம் -
இரத்தினக்கம்பளி - } சித்திரக்கம்பளம்.

இரத்தினச்சுருக்கம் - ஒரு வைத்திய நூல், 2. புகழேந்தி செய்த உறுப்புவமை நூல்.

இரத்தினம் - மாமணி.

இரத்தினாகரம் - கடல்.

இரத்தினி - பிடிமுழம், 2. முன்கைப் பேரெலும்பு.

இரத்தோற்பலம்- செங்குவளை.

இரஸ்து - சேனையினுணாவகை.

இரந்திரம் - துவாரம், 2. சென்மலக்கினம்

இரந்துண்ணி -
இரப்பாளன் - } யாசகன்.

இரப்பு - தரித்திரம், 2. பிச்சை.

இரமணம் -
இரமணியம் - } இன்புறச் செய்கை.

இரமணன் - நாயகன்.

இரமி - (வி) சந்தோஷி.

இரமியம் -
இரம்மியம் - } திருப்தி.

இரமை - இலக்குமி, 2. செல்வம்.

இரம்பக்கல் - குருந்தக்கல்.

இரம்பம் - ஈர்வாள், 2. கஸ்தூரி மிருகம்.

இரம்பிவம் - மிளகு.

இரம்பை - இரம்பம், 2. கஸ்தூரி மிருகம், 3. தேவதாசிகளிலொருத்தி.

இரம்மியம் - பூரண சந்தோஷம்.

இரலை - கலைமான், 2. புல்வாய், 3. அச்சுவினி, 4. ஊதிடுகொம்பு.

இரவணம் - குயில், 2. வெண்கலம், 3. பரிகாசம் பண்ணுதல், 4. ஒட்டகம்.

இரவல் - மீண்டுந் தருவதாகக் கொள்பொருள், 2. மீண்டுந் தருவதாகக் கொள்கை.

இரவி - சூரியன், 2. மூக்கின் வலத் துவாரம், 3. மலை.

இரவிகாந்தம் - சூரியகாந்தக்கல்.

இரவிகுலம் - சூரியவமிசம்.

இரவிக்கை - முலைக்கச்சு.

இரவிநாள் - இரேவதிநாள்.

இரவிமது - (வை.அ) வெள்ளி.

இரவு - இராத்திரி.

இரவுத்திரம் - இரௌத்திரம்.

இரவுரவம் - ஓர் நரகம், 2. இருபத்தெட்டாகமத்திலொன்று.

இரவை - அணு, 2. துப்பாக்கியிலிடு மீயச்சன்னம், 3. வச்சிரம், 4. சொற்பம்.

இரளி - கொன்றை.

இரா - இரவு.

இராகமெடுக்க - இராகமாலாபிக்க.

இராகம் - ஆசை, 2. மோகம், 3. நிறம், 4. சிவப்பு, 5. இன்னிசை.

இராகவன் - இரகுவம்சத்திற் பிறந்தவன், 2. ஸ்ரீ இராமன்.

இராகவி - பெருநெருஞ்சில்.

இராகவிண்ணாடகம் - கொன்றை.

இராகி - கேழ்வரகு.

இராகு - கரும்பாம்பு.

இராகு - கோமேதகம்.

இராக்கதம் - பெண்ணும் அவளது பெற்றோரும் சம்மதியாதிருக்க, தானே பலாத்காரத்திற் செய்யுமணம்.

இராக்கதர் -
இராட்சதர் - } அரக்கர்.

இராக்கதிர் - சந்திரன்.

இராக்கினி - அரசி.

இராசசம் -
இராசதம் - } முக்குணத்திலொன்று.

இராசசூயம் - ஏகசக்கராதிபதி செய்யும் ஓர் யாகம்.

இராசதானம் -
இராசதானி - } அரசன் வாழுநகரம்.

இராசத்துவம் - அரசியல்.

இராசநோக்காடு - பிரசவவேதனை.

இராசபஞ்சகம் - இராசபயம்.

இராசபட்டம் - இராசாதிகாரம்.

இராசபாட்டை - இராசமார்க்கம்.

இராசபிள்ளை - முதுகிலுண்டாகும் ஒரு சிலந்தி.

இராசமண்டலம் - அரசர் கூட்டம்.

இராசமாநாகம் - கருவழலைப்பாம்பு.

இராசராசன் -
இராசாதிராசன் - } சக்கரவர்த்தி.

இராசராசேஸ்வரி - துர்க்கை, 2. பார்வதி.

இராசரிகம் - அரசாட்சி.

இராசவள்ளி - ஓர் வள்ளிக்கொடி.

இராசவாகனம் - சிவிகை.

இராசன் - அரசன், 2. சந்திரன்.

இராசவிருட்சம் - கொன்றைமரம்.

இராசாக்கினை - அரசனாணை, 2. இராச தண்டம்.

இராசாளி - ஒரு பறவை.

இராசி - ஓரை, 2. கூட்டம், 3. குவியல், 4. ஒழுங்கு.

இராசி - இணக்கம், 2. மத்தியானம்.
இராசிக்காரன் - அதிர்ஷ்டசாலி.
இராசிப்பொருத்தம் - மணப் பொருத்தம் பத்தினொன்று, 2. இராசிப் பலன்.
இராசி மண்டலம் - இராசி வட்டம், 2. ஓரை.
இராசியம் - இரகசியம், 2. மறைபொருள்.
இராசிலம் - நீர்ப்பாம்பு, 2. சாரைப் பாம்பு.
இராசீவம் - தாமரைமலர்.
இராச்சியபாரம் - இராச்சியப்பொறுப்பு.
இராச்சியம் - அரசாளுமிடம், 2. நாடு, 3. அரசாளுகை, 4. உலகு.
இராடம் - ஓர் தேயம், 2. கழுதை, 3. பெருங் காயம்.
இராட்சசன் - இராக்கதன்.
இராட்சத - ஓர் வருடம்.
இராட்டினம் - நூனூற்கு மியந்திரம்.
இராட்டினவூஞ்சல் - இராட்டினம் போற் சுற்று மூஞ்சல்.
இராட்டு - அரசன்.
இராணம் - இலை, 2. மயிற்றோகை.
இராணி - அரசி.
இராணுவம் - சேனை.
இராதம் - கடைக்கொள்ளி.
இராதை - ஸ்ரீ கிருட்டிணன் மனைவி, 2. விசாகம், 3. மின்.
இராத்திரி - இரா.
இராந்து - இடுப்பு.
இராமகலி - ஓரிரர்கம்.
இராமக்கம் - ஓர் வைசூரி.
இராமக்கிரியை - ஓர் இராகம்.
இராமடம் - பெருங்காயம்.
இராமதூதன் - அனுமான்.
இராம நவமி - சித்திரையில் சுக்கில பக்ஷத்தே வரும் நவமிதிதி.
இராமபத்திரன் - தசரத ராமன்.
இராமபாணம் - புத்தகங்களை யரிக்கும் பூச்சி, 2. ஸ்ரீ இராமனம்பு, 3. ஓரௌடதம்.
இராமம் - அழகு.
இராமன் - ஸ்ரீ விஷ்ணு மூர்த்தியின் ஏழாவதவதாரம்.
இராமாநுசன் - இலக்குவன், 2. வைஷ்ணவ சமயாசாரியரி லொருவர்.
இராமாயணம் - ஸ்ரீராமபிரான் சரித்திரம்.
இராயசம் - சம்பிரதித்தொழில்.
இராயணி - அரசி.
இராயன் - அரசன்.
இராவடம் - அசோகு, 2. அராவு தொழில்.
இராவடி - ஏலம்.
இராவணம் - விளக்கு.
இராவணன் - இலங்கை வேந்தன்.
இராவணன் மீசை - ஓர் புல்.
இராவணாத்தம் - ஒரு வீணை.
இராவணி - இந்திரசித்து.
இராவிரேகு - குழந்தைகளணியி லொன்று, 2. அரசிலைச் சுட்டி, 3. அரை மூடி.
இராவு - (வி) அராவு.
இராவுத்தன் - குதிரைச் சேவகன்.
இரிகம் - இருதயம், 2. இரத்தாசயம்.
இரிசல் - இரிதல்.
இரிசியா - பூனைக்காலி.
இரிஞர் - பகைவர்.
இரிதல் - (தொ.பெ) கெடுதல், 2. தோற் றோடல், 3. சாய்தல், 4. அஞ்சுதல்.
இரித்தல் - (தொ.பெ) பயப்படுத்துதல், 2. அழித்தல், 3. முறியடித்தல்.
இரிப்பு - முறியடிக்கை.
இரியல் - நல்லாடை.
இரீதி - பித்தளை, 2. முறைமை.
இரீதிகவுளம் - ஓரிராகம்.
இரு - பெரிய, 2. இரண்டு.
இருகால் - அரை, 2. இருமுறை, 3. இரண்டு தாள்.
இருக்கு - முதல் வேதம், 2. வேதம், 3. மந்திரம்.
இருக்கை - ஆசனம், 2. குடியிருப்பு, 3. ஊர்ப்பொது, 4. வீடு.
இருசமய விளக்கம் - ஒரு நூல்.
இருசி - இருதுவாகுந் தன்மையில்லாப் பெண், 2. ஓர் பெண் பிசாசு.
இருசு - செவ்வை.

இருசு - பண்டியுளிரும்பு, 2. மூங்கில்.
இருடி - ஆந்தை.
இருடி - } முனிவன்.
இருஷி - }
இருடிகேசன் - மகாவிட்டுணு.
இருட்சி - இருள், 2. மயக்கம்.
இருட்டு - இருள், 2. அறியாமை.
இருட்டுதல் - இருளடைதல்.
இருட்பிழம்பு - இருளின் திரள்.
இருணம் - கடன், 2. கழிக்கப்படுமெண், 3. உவர்த்தரை.
இருணிலம் - நரகம்.
இருண்மை - இருளுடைமை.
இருதயம் - உள்ளம், 2. உயிர்நிலை, 3. மனம், 4. கருத்துரை.
இருதலைக்கொள்ளி - இருதலையுந் தீப்பற்றிய கொள்ளி.
இருதலை மாணிக்கம் - ஒரு மந்திரம்.
இருதிணை - உயர்திணை, அஃறிணை.
இருது - இரண்டுமாத பருவம், 2. மகளிர் முதற்பூப்பு,3. கடவுளின் முத்தொழில்.
இருதுசாந்தி - ஒரு சடங்கு, 2. சோபன கலியாணம்.
இருத்தி - சித்தி, 2. மேன்மை.
இருத்து - அஸ்தக்கிரியை.
இருத்துதல் - (தொ.பெ) உட்காரச் செய்யல், 2. தாமதிக்கச் செய்யல், 3. அழுத்தல், 4. நிலைபெறச் செய்தல், 5. இருத்திக்கொள்ளல்.
இருத்தை - இருபத்துநாலு நிமிஷங் கொண்ட ஒரு நாழிகை, 2. நாழிகை வட்டில், 3. சேங்கொட்டை.
இருநா - உடும்பு, 2. பாம்பு.
இருநிதிக்கிழவன் - குபேரன்.
இருந்து - } கரி.
இருந்தை - }
இருபஃது - இருபது.
இருபிறப்பாளர் - பிராமணர்.
இருபிறப்பு - சந்திரன், 2. சிறகு, 3. பல், 4. முட்டையிற் பிறப்பன.
இருப்பவல் - ஓர் பூண்டு.
இருப்பிடம் - ஆசனம், 2. இருக்குமிடம்.
இருப்பு - இருக்கை, 2. இருக்குந்தன்மை, 3. மீந்திருப்பவை.
இருப்புக்காய்வேளை - ஒரு செடி.
இருப்பு நெஞ்சு - இரக்கமில்லாத நெஞ்சு.
இருப்புப்பாரை - குழிதோண்டுங்கருவி.
இருப்பை- இலுப்பை.
இருமல் - கக்கல் (ஒரு நோய்.)
இருமுது குரவர் - } தாய் தந்தையர்.
இருமுது மக்கள் - }
இருமை - பெருமை, 2. மகிமை, 3. துக்கம்.
இரும்பிலி - ஓரூர், 2. ஓர் செடி.
இரும்பு - கரும்பொன், 2. ஆயுதப்பொது.
இரும்புளி - ஓர் மரம்.
இரும்பை - பாம்பு, 2. குடம்.
இருவல் நொருவல் - இடிந்தும் இடியாதது.
இருவாச்சி - கருமுகைச் செடி.
இருவி - தினைத்தாள், 2. ஒரு நாபி.
இருவிக் காந்தகம் - ஓர் நச்சு மூலிகை.
இருவினை - நல்வினை தீவினை.
இருவேலி - வெட்டிவேர்.
இருளன் - ஒரு பிசாசம், 2. மலையிடை வாழும் ஓர் சாதியான்.
இருளி - வெட்கம், 2. பன்றி, 3. கருஞ் சீரகம், 4. இருதுவாகுந் தன்மையில்லாப் பெண்.
இருளை - நாணம்.
இருள் - அந்தகாரம், 2. கறுப்பு, 3. உன்மத்தம், 4. யானை, 5. நரகம்.
இருள்வலி - சூரியன்.
இருள் - (வி) அந்தகாரமாகு, 2. மங்கு, 3. ஒளி மழுங்கு, 4. மருளு.
இரெட்டி - ஓர்சாதி.
இரெப்பை - கண்மடல்.
இரேகி - (வி) ஒன்றுபடு, 2. ஐக்கமாயிரு.
இரேகுத்தி - ஓரிராகம்.
இரேகை - வரி, 2. கைகால் முதலிய வற்றின் ரேகை, 3. எழுத்து, 4. சந்திரரேகை, 5. சித்திராகிருதி, 6. இறை.
இரேக்கு - பூவிதழ், 2. ஓர் வகைச் சல்லா, 3. பொற்றகடு.

இரேசகம் - பேதிமருந்து, 2. பிராணாயாமம்.

இரேசனம் - பேதி.

இரேசன் - வெள்ளைப்பூண்டு.

இரேசி - (வி) நாசியினொரு தொளையாற் சுவாசம் விடு.

இரேசிதம் - குதிரை வட்டமாயோடல்.

இரேசுதல் - (வை.அ) அசீரணம்.

இரேணு - அணு.

இரேணுகம் - ஓர் மருந்து.

இரேபதம் - } தருமசாத்திரத்தி லொன்று
இரேவதம் - } 2. கண்டம்.

இரேயம் -கள்.

இரேவதம் - இரேவதிநாள்.

இரேவதன் - பலதேவன் மாமன்.

இரேவதி - கடைநாள், 2. பலதேவன் மனைவி.

இரேவு - இறங்குதுறை, 2. ஆயத்துறை.

இரை - பறவை முதலியவற்றி னுணவு, 2. தூண்டிலிரை, 3. உணவு, 4. உண்டது.

இரை - (வி) ஒலி, 2. இரையென்னேவல், 3. வீங்கு.

இரைகொள்ளி - பெருந்தீனியாள், 2. இரைப்பெட்டி.

இரைச்சல் - ஆரவாரம், 2. ஒலி.

இரைப்பு - இரைச்சல், 2. ஒரு நோய்.

இரைமீட்குதல் - (தொ.பெ) அசை போடுதல்.

இரௌத்தர் - குதிரைச் சேவகர், 2. சோனகர்.

இரௌத்திரம் - பெருங்கோபம்.

இரௌத்திரி - ஓர் வருடம்.

இரௌரவம் - ஓர் நரகம், 2. சிவாகமங்களி லொன்று.

இலகடம் - யானைமேற்றவிசு.

இலகம் - ஊமத்தை.

இலகரி - } வெறி, 2. மகிழ்ச்சி, 3. மது,
இலகிரி - } 4. ஒருநூல்.

இலகாம் - } கடிவாளம்.
இலகான் - }

இலகிமா - ஒரு சித்தி. (அது கனமின்மையாகுகை.)

இலகு - இலேசு, 2. நுண்மை, 3. காலதசப் பிரமாணத்தி லொன்று, 4. தணிவு, 5. குற்றெழுத்து.

இலகு - (வி) ஒளிசெய்.

இலகுசம் - ஈரப்பலா.

இலகுத்துவம் - இலேசாகுதல்.

இலக்கணச் சிதைவு - தவறாய் வழங்கும் சொல்.

இலக்கணம் - அடையாளம், 2. இயல்பு, 3. அசாதாரண தருமம், 4. உறுப்புகள், 5. சிறப்பு, 6. இலக்கியத்தினமைதி.

இலக்கணச் சுழி - குதிரையின் அங்கத்தி லுள்ள நற்சுழி.

இலக்கணி - இலக்கண மறிந்தவன்.

இலக்கணை - உரியபொருளை விட்டு அப்பொருளின் சம்பந்தியை யுணர்த்துவது.

இலக்கம் - துலக்கம், 2. குறிப்பு, 3. இலட்சம்.

இலக்கர் - சீலை, 2. கந்தை.

இலக்காரம் -சீலை.

இலக்கியம் - குறி, 2. உதாரணம், 3. சான்றோர் செய்யுள்.

இலக்கினம் - இராசிகளினுதயம், 2. முகூர்த்தம்.

இலக்கு - குறி, 2. எதிரி, 3. அசாதாரண தருமம், 4. குறிப்பு, 5. எண்ணம், 6.ஏது, 7. சமயம்.

இலக்குமணன் - } ஸ்ரீ இராமனுக்கிளை
இலட்சுமணன் - } யோன்.

இலக்குமணை - சாரச பட்சியின் பேடு.

இலக்குமி - } திருமகள், 2. செல்வம்.
இலட்சுமி - }

இலக்குவன் - இலட்சுமணன்.

இலங்கம் - எறும்பு, 2.கூட்டம், 3. மூடம்.

இலங்கர் - நங்கூரம்.

இலங்கனம் - உணவொழிக்கை, 2. தாண்டுகை, 3. விதி கடக்கை.

இலங்கிசார் - அலைக்கழிவு.

இலங்கு - குளம்.

இலங்கு - (வி) ஒளிசெய்.

இலங்கை -ஆற்றிடைக்குறை, 2. இலங் காபுரி, 3. இராவணனரண்.
இலங்கோடு - கீழுடை.
இலசுனம் - வெள்ளைப்பூண்டு, 2. மணியின் குற்றத்திலொன்று.
இலச்சினை -குறி, 2. முத்திரைமோதிரம்.
இலச்சை - வெட்கம், 2. கூச்சம், 3. அவ மதிப்பு, 4. தொந்தரவு.
இலஞ்சம் - பரிதானம்.
இலஞ்சி - குளம், 2. ஏரி, 3. கொப்பூழ், 4. மகிழமரம், 5. புன்கு, 6. குணம், 7. சாரைப் பாம்பு, 8. மதில்.
இலட்சணம் - குறி, 2. பார்வை, 3. அழகு.
இலட்சம் - நூறாயிரம்.
இலட்சியம் - குறி, 2. எதிர், 3. மதிப்பு.
இலட்சுமணம் - தாளி (ஓர் மரம்).
இலட்சுமணன் - சீராமபிரான் தம்பி.
இலட்டுகம் - தோசை, 2. அப்பவருக்கம், 3. இலட்டு.
இலணை - அரசமரம்.
இலண்டம் - யானையிலத்தி.
இலண்டு - முருட்டுத்தனம்.
இலதை - படர்கொடி.
இலத்தி - குதிரை முதலியவற்றினிலத்தி.
இலந்தை - ஓர் மரம், 2. குளம்.
இலபனம் - வாய்.
இலபி - (வி) கைகூடு, 2. நேரிடு.
இலப்தம் - பாசிதம், 2. கிடைத்தது.
இலம்பகம் - அத்தியாயம், 2. மாலை, 3. நுதலணிமாலை.
இலம்படை - இடுக்கண், 2. தரித்திரம்.
இலம்பம் -
இலம்பனம் - } தொங்குவது, 2. மாலை, 3. ககோளத்திற் கூறுமோர் பாகையளவு, 4. நிறுதிட்டம்.
இலம்பாடி - ஓர் சாதி.
இலம்பாடு - தரித்திரம், 2. இன்மை.
இலம்பிகை -அண்ணாக்கு.
இலம்பிதம் - தொங்குகை, 2.உயர்ச்சி.
இலம்பை -இடுக்கண், 2.துயரமான நிலை.

இலயம் -சாவு, 2. அடங்குகை, 3. ஒளிப்பு, 4. கரைவு, 5. கூத்தின் விகற்பம்.
இலயி - (வி) ஒன்று, 2. ஒடுங்கு, 3. அழி.
இலயை - தாளப்பிரமாணம்பத்தி லொன்று.
இலலாடம் - நெற்றி.
இலலிதம் - அழகு, 2. மாதுரியம்.
இலலிதை - இராகம். முப்பத்திரண்டி லொன்று, 2. பார்வதி.
இலவங்கம் - ஓர் வாசனை மரம் (கராம்பு)
இலவசம் - விலையின்றிப் பெறுவது.
இலவண பஞ்சாட்சரம் - ஓர் மாந்திரிக நூல், 2. ஓர் மந்திரம்.
இலவணம் - உப்பு, 2. உவர்ப்பு.
இலவணவித்தை - ஒரு தந்திரவித்தை.
இலவந்திகை - தண்ணீரிறைக்கு மியந் திரம்.
இலவம் -
இலவு - } இலவம் பஞ்சுமரம்.
இலவம் - எண் கணப்பொழுது, 2. சொற் பம், 3. ஏழுதீவுகளிலொன்று, 4. பூசை.
இலவலேசம் - மிகச் சிறிது.
இலவன் - ஸ்ரீ இராமனுடைய மூத்த மைந்தன்.
இலலிதம் -
இலளிதம் - } அழகு, 2. மாதுரியம், 3. சரசம், 4. உபசாரம், 5. சிவாகமமிருபத் தெட்டிலொன்று, 6. ஓரிராக விகற்பம்.
இலளிதை - பார்வதி.
இலாகரி -
இலாகிரி - } வெறி, 2. மஸ்து.
இலாகவம் -
இலாகு - } சாமர்த்தியம்.
இலாகன் - ஓர் மீன்.
இலாகை - விதம்.
இலாக்கிரி - செம்மெழுகு.
இலாக்கை - ஈர்.
இலாங்கலி - தென்னைமரம், 2. செங் காந்தள், 3. கார்த்திகைப்பூ, 4. கலப்பை.
இலாங்கூலம் - வால்.
இலாசடி -
இலாசடை - } வருத்தம்.

இலாச்சம் - ஓர் தானிய அளவை, 2. ஓர் நில அளவை.

இலாஞ்சனம் -
இலாஞ்சனை - } அடையாளம், 2. முத்திரை, 3. பெயர், 4. கீர்த்தி.

இலாஞ்சி - ஏலம்.

இலாடம் - தேசமைம்பத்தாறிலொன்று, 2. நெற்றி.

இலாடம் - குதிரைக்குளம்பி லிணைக்கு மிரும்பு, 2. புளியமரம்.

இலாடன்பருத்தி - ஓர் செடி.

இலாபம் - ஆதாயம்.

இலாபாதேவி -
இலாவாதேவி - } கொடுக்கல் வாங்கல்.

இலாமச்சை -
இலாமிச்சை - } விழல், (ஒரு வாசனைப் புல்).

இலாயம் - குதிரைச்சாலை.

இலாலனம் -
இலாலனை - } நயஞ் செய்கை.

இலாலி - ஓர் வாழ்த்து, 2. மங்களப்பாடல்.

இலாவணம் - பெயர்ப் பதிப்பு.

இலாவணியம் - அழகு.

இலாவிருதம் -
இளாவிருதம் - } நவகண்டத் தொன்று.

இலிகி - எழுதுகை, 2. எழுத்து.

இலிகிதம் - எழுதிய புத்தகம், 2. கலை ஞானம்.

இலிகுசம் - எலுமிச்சமரம்.

இலிங்கம் - அடையாளம், 2. சிவலிங்கம், 3. சாதிலிங்கம்.

இலிங்கி - ஒரு சைவ சந்நியாசி.

இலிபி - எழுத்து, 2. விதி.

இலிர் - (வி) தளிர், 2. சிலிர்.

இலீக்கை - நமடு.

இலீலை - விளையாட்டு, 2. சரசம், 3. மகளிர் மோகவிளையாட்டு, 4. பாவனை காட்டுகை, 5. பரிகாசம், 6. புணர்ச்சி.

இலுதை - அணில்.

இலுப்பை - இருப்பைமரம்.

இலேககன் - எழுதுவோன்.

இலேகர் - தேவர்.

இலேகனம் - எழுத்து.

இலேகனி -
இலேகினி - } எழுத்தாணி.

இலேகை - எழுத்து, 2. சித்திரம்.

இலேகியம் - நக்குகை, 2. பாகாகக் கிண்டிய மருந்து.

இலேசம் - நொய்மை, 2. இலேசு, 3. கால விரைவு, 4. ஓரணி.

இலேசு - நொய்மை, 2. கனமின்மை, 3. எளிது, 4. பலவீனம், 5. விதப்புக்கிளவி.

இலேசுணம் - அரிதாரம்.

இலேந்து -
இலேவுந்து - } கல்லுப்பு.

இலேபம் - வால்மிளகு.

இலேபனம் - பூசுமருந்து, 2. வாசனைத் தைலம்.

இலேம்புகம் - நிலக்கடம்பு.

இலை - அடை, 2. உலோபத்தனம், 3. வெற்றிலை.

இலைக்கறி - கீரை.

இலைங்கம் - இலிங்கபுராணம்.

இலையான் - ஈ.

இலௌகீகம் - உலகசம்பந்தம்.

இல் - இடம், 2. வீடு, 3. இல்வாழ்க்கை, 4. இராசி, 5. மனைவி, 6. ஏழனுருபு, 7. இல்லை.

இல்லக்கிழத்தி - மனைவி.

இல்லம் - தேற்றான்மரம், 2. வீடு.

இல்லவள் - மனைவி.

இல்லவன் - கணவன்.

இல்லறம் - இல்லத்தில் மனையாளோடு கூடி வாழுகை.

இல்லாத்தனம் - வறுமை.

இல்லாமை - தரித்திரம்.

இல்லார் - தரித்திரர்.

இல்லாள் - மனைவி.

இல்லான் - தரித்திரன்.

இல்லி - சில்லி.

இவக்காண் - இங்கே, 2. இந்நேர மளவும்.

இவண் - இவ்விடம்.

இவர் - (வி) ஏறு, எழும்பு, 3. விரும்பு, 4. செல், 5. நடத்து, 6. பேராசைகொள்.

இழைவா 65 இளவெ

இவவு - இழிவு.
இவறு - (வி) ஆசைகூர், 2. உலோபஞ் செய், 3. மற.
இவுளி - குதிரை.
இழ - (வி) இழந்துபோ.
இழவு - நஷ்டம், 2. மரணம்.
இழவுவிழ - சாவுநேரிட.
இழி - (வி) இறங்கு, 2. இழிவுபடு, 3. தாழ்.
இழிகடை - மிகவிழிந்தது.
இழிகண் - எப்பொழுதும் பீளை நீர் ஒழுகும் கண்.
இழிசனர் - கீழ்மக்கள்.
இழிசொல் - பழிச்சொல், 2. பொய்மொழி, 3. கடுஞ்சொல், 4. பயனில்சொல்.
இழிஞர் - சண்டாளர்.
இழிதகவு - இழிவு, 2. எளிமை.
இழிதிணை - அஃறிணை.
இழிபு - தாழ்வு, 2. பள்ளம்.
இழிவு - தாழ்வு, 2. நிந்தை, 3. குறைவு, 4. பள்ளம், 5. கேடு, 6.குற்றம்.
இழு - (வி) ஈர், 2. பின்வாங்கு, 3. வசமாக்கு, 4. உறிஞ்சு.
இழுக்கம் - தளர்வு, 2. தாமதம், 3. ஈனம்.
இழுக்கல் - வழுக்குநிலம்.
இழுக்கு - ஈனம், 2. தளர்தல், 3. தவறு, 4. மறதி, 5. தாழ்வு, 6. நிந்தை, 7. பொய்.
இழுது - நெய், 2. தித்திப்பு, 3. நிணம்.
இழுதை - அறிவில்லான், 2. பேய், 3. பொய்.
இழுபறி - தொந்தரை.
இழுப்பாட்டம் - தாமதம்.
இழுமு - தித்திப்பு.
இழுமெனல் - சீர்மை, 2. இனிமை, 3. அனுகரணவோசை.
இழுவை - ஓர் முட்செடி.
இழை - நூல், 2. கையிற் கட்டுங் காப்பு, 3. ஆபரணம், 4. எண் வனப்பினொன்று.
இழை - (வி) உரிஞ்சு, 2. பிணை, 3. உட்குழை.
இழைப்புடவை - நல்லாடை.
இழைப்புளி - சீவுளி.
இழைவாங்கி - இழையூசி.

இளகு - (வி) தணி, 2. நெகிழ், 3. கரை, 4. தளர்.
இளக்கம் - இளகிய தன்மை.
இளக்கரி - (வி) தளர், 2. தாழ், 3. எளிமையாகு, 4. அஞ்சு.
இளக்காரம் - இளக்கம்.
இளக்கு - (வி) இளகச்செய்.
இளங்கதிர் - பயிரினிளங்கதிர், 2. இளங்கிரணம், 3. உதையாதித்தன்.
இளங்கலையன் - ஓர் நெல்.
இளங்கன்று - சிறுகன்று, 2. மரக்கன்று.
இளங்கார் - கார்நெல்.
இளங்கால் - வெற்றிலை யிளங்கொடி.
இளங்குரல் - சிறுகுரல், 2. பயிரிளங்கதிர்.
இளங்கொடி - சிறுகொடி, 2. பசுவினஞ்சுக்கொடி, 3. பெண்.
இளங்கோக்கள் - வைசியர்.
இளசு - முதிராதது.
இளஞ்சூல் - பயிரினிளங்கரு, 2. முதிராப்பிண்டம்.
இளநீர் - இளந்தேங்காய், 2. மணியினிளநிறம்.
இளநெஞ்சன் - கோழை மனதுடையவன், 2. இளகின மனதுடையவன்.
இளந்தலை, - இளமைப்பருவம், 2. எளிமை.
இளந்தாரி - வாலிபன்.
இளந்தை - இளவயதுடையது.
இளந்தோயல் - உறைந்துவருந் தயிர்.
இளப்பம் - திடமின்மை.
இளம்பதம் - இளமை, 2. இளம்பாகம், 3. உருகுபதம், 4. வேகாப்பதம், 5. நெல் முதலியவற்றின் காய்ச்சற் குறைவு.
இளம்பாடு - இளமையிற் படும்பாடு, 2. இளம்பதம்.
இளம்பிடி - சிறிய பெண்யானை, 2. பெண்.
இளவரசு - இராசகுமாரன், 2. பட்டத்துக்குரிய பிள்ளை.
இளவல் - தம்பி, 2. இளைஞன், 3. முதிராதது.
இளவெயில் - காலைவெயில்.

இளவேனில் - சித்திரை வைகாசியின் பருவம்.

இளி - இகழ்ச்சி, 2. இகழ்ச்சிக்குறிப்பு, 3. சிரிப்பு, 4. அவமதிச்சிரிப்பு, 5. யாழிலோர் நரம்பு, 6. இணக்கம்.

இளி - (வி) பல்லிளி, 2. களகளவெனச் சிரி, 3. பரிகாசஞ்செய், 4. அவமதி.

இளிப்பு - } பல்லிளிக்கை, 2. இழிவு,
இளிவு - } 3. நிந்தை.

இளை - தலைக்காவல், 2. காவற்காடு, 3. வேலி, 4. மேகம், 5. இளமை, 6. புதனுடைய மனைவி.

இளை - (வி) தொய், 2. மெலி, 3. தளர், 4. சக்திகுறை, 5. வளங்குறை, 6. தோல்வியாகு.

இளைஞர் - } சிறுவர், 2. தம்பியர்.
இளைஞோர் - }

இளைப்பம் - சொற்பம், 2. தீமை.

இளைப்பாறுமண்டபம் - வசந்த மண்டபம்.

இளைப்பு - மெலிவு.

இளைமை - பாலியம்.

இளையவன் - } தம்பி, 2. இளைஞன்,
இளையோன் - } 3. முருகன், 4. இலட்சுமணன்.

இளையள் - } தங்கை, 2. இலக்குமி.
இளையாள் - }

இளையான் குடிமாற நாயனார் - அறுபத்து மூன்று நாயன்மாரி லொருவர்.

இற -(வி) சா, 2. அழி, 3. செல், 4. அதிகரி, 5. கட.

இறகர் - } பறவையிறகு, 2. சிறகு, 3.சிறை.
இறகு - }

இறக்கம் - இறங்குகை, 2. சரிவு, 3. இறங்குதுறை, 4. அம்மை முதலிய விறக்கம், 5. மிருகங்கள் செல்வழி.

இறக்கல் - (தொ.பெ) தாழ்த்தல், 2. தைல முதலியன வடித்தல்.

இறக்குதல் - (தொ.பெ) கீழ்ப்படுத்தல், 2. தாழ்த்தல், 3. தைல முதலியன வடித்தல்.

இறங்கமட்டான் - } ஓர் வகை நெல்.
இறங்குமட்டான் - }

இறங்கர் - குடம்.

இறங்கு - (வி) சரி, 2. தாழவிறங்கு, 3. அமிழ்.

இறங்குபொழுது - சாயங்காலம்.

இறடி - கருந்தினை.

இறப்பு - சாவு, 2. அழிகை, 3. செல்லுகை, 4. மிகுதி, 5. கடக்கை, 6. கெடுகை, 7. வீட்டிறப்பு.

இறலி - இத்திமரம், 2. சத்ததீவினொன்று.

இறல் - கிளிஞ்சில்.

இறவானம் - தாழ்வாரம்.

இறவு - இறால்.

இறவுளர் - குறிஞ்சி நிலமாக்கள்.

இறவை - ஏணி, 2. இறைகூடை, 3. விறற்புட்டில்.

இறா - இறால்.

இறாஞ்சு - பட்சியறை.

இறாட்டணம் - இராட்டினம்.

இறாட்டுப்பிறாட்டு - சச்சரவு.

இறாத்தல் - ஓர் நிறையளவு, 2. மீனாயத்துறை.

இறாத்து - வருத்தமுறக் கட்டிய குண்டு.

இறால் - ஓர் மீன், 2. எருது, 3. இடபவிராசி, 4. கார்த்திகை நாள், 5. தேன்கூடு.

இறுகக்கட்டு - (வி) அழுந்தக்கட்டு.

இறுகங்கியான் - கரிசிலாங்கண்ணிச்செடி.

இறுகினகை - ஈயாதகை.

இறுக்கம் - அழுத்தம், 2. ஒடுக்கம், 3. கையழுத்தம், 4. நெருக்கம்.

இறுக்கர் - பாலைநில மாக்கள்.

இறுக்கு - (வி) அழுந்தக்கட்டு, 2. உறையச்செய், 3. உடுத்து, 4. உறுத்து, 5. ஒடுக்கு.

இறுங்கு - காக்காச் சோளம்.

இறுதி - எல்லை, 2. சாவு, 3. முடிவு.

இறுத்தல் - (தொ.பெ) ஒடித்தல், 2. கடன் செலுத்தல், 3. சொல்லுதல், 4. வெட்டல்.

இறுப்பு - குடியிறை, 2. கடன் செலுத்துகை.

இறுமாப்பு - மிகுமகிழ்ச்சி, 2. ஏமாப்பு, 3. நிமிர்ச்சி.

இறும்பல் - அதிசயம்.

இறும்பு - குறுங்காடு, 2. தூறு, 3. சிறு மலை, 4. மலை, 5. தாமரைப்பூ, 6. வண்டு, 7. காந்தட்பூண்டு.

இறும்பூது - அற்புதம், 2. சிறுதூறு, 3. மலை, 4. தாமரைப்பூ.

இறுவரை - முடிவு.

இறுவாய் - முடிவு.

இறை - பெருமை, 2. கடவுள், 3. அரசன், 4. உயர்ந்தோன், 5. மூத்தோன், 6. கடன், 7. விடை, 8. வீட்டிறப்பு, 9. இறகு, 10. உயர்ச்சி, 11. தலை, 12. சிவன், 13. பிரமன், 14. மகாவிட்டுணு, 15. சிறுமை, 16. கால விரைவு, 17. வருத்தம், 18. ஊழித்தீ, 19. நோய், 20. குடியிறை, 21. கையிறை, 22. இறைக் கட்டு.

இறைகூடை - நீரிறைக்குங் கூடை.

இறைக்கள்ளன் -
இறைப்பிளவை - } கையிறையில்வருமோர் புண்.

இறைச்சி - மாமிசம்.

இறைஞ்சலர் -
இறைஞ்சார் - } சத்துருக்கள்.

இறைஞ்சு - (வி) குனி, 2. வணங்கு.

இறைபுரி - (வி) அரசாட்சிசெய்.

இறைமகள் - அரசன் மகள்.

இறைமரம் - இறைவைமரம், 2. ஏற்ற மரம், 3. நீரிறைக்கு மரப்பத்தல்.

இறைமாட்சி - அரசியல்.

இறைமை - தலைமை, 2. தெய்வத்தன்மை.

இறையவன் -
இறையோன் - } கடவுள்.

இறையனார் - தலைச்சங்கப் புலவருளொருவர்.

இறைவன் - கடவுள், 2. சிவன், 3. பிரமன், 4. அரசன், 5. தலைவன், 6. தந்தை, 7. குரு, 8. மூத்தோன்.

இறைவன்வேம்பு - சிவனார் வேம்பு.

இறைவை - இறைகூடை, 2. ஏணி.

இற்புலி - பூனை.

இற்று - இத்தன்மைத்து, 2.சாரியை.

இற்றுப்போதல் - (தொ.பெ) அழுகிப் போதல், 2. முரிந்துபோதல்.

இற்றை - இன்று.

இனம் - சுற்றம், 2. குலம், 3. சம்பந்தம், 4. கூட்டம், 5. திரள், 6. அரசர்க் குறுதிச் சுற்றம்.

இனன் - சூரியன், 2. அரசன்.

இனாம் - பயனோக்காத வீகை.

இனி - இப்பொழுது, 2. பின்பு.

இனித்தல் - (தொ.பெ) தித்தித்தல், 2. செவிக்கினிதாதல், 3. இனிய நட்பாதல்.

இனிப்பு - இனிமை.

இனிமை - இனிப்பு.

இன்கண் - இன்பம்.

இன்பம் -
இன்பு - } அகமகிழ்ச்சி, 2. இனிமை, 3. நவரசத்திலொன்று.

இன்பூறல் - சாயவேர்.

இன்மை - இல்லாமை, 2. வறுமை.

இன்றி - இல்லாமல்.

இன்றியமையாமை - இல்லாமல் முடியாமை.

இன்று - இல்லை, 2. ஓரசைச்சொல், 3. இந்தநாள்.

இன்ன - இத்தன்மையான, 2. உவமையுருபு.

இன்னம் -
இன்னும் - } இனிமேலும்.

இன்னல் - தீமை, 2. துன்பம்.

இன்னா - வெறுப்பு, 2. தீமை, 3. துன்பம், 4. இகழ்ச்சி, 5. கீழ்மையான.

இன்னாங்கு - துன்பம்.

இன்னாது - தீது.

இன்னாமை - இனியவாகாமை, 2. துயரம், 3. தீமை.

இன்னார் - பகைவர்.

இன்னியம் - இன்பமான வாத்தியம்.

இன்னே - இத்தன்மையாய், 2. இப்பொழுது.

இன்னோசை - இனியவோசை.

ஈ

ஈ - நான்கா முயிரெழுத்து, 2. ஈயென்னும் பறவை, 3. தேனீ, 4. வண்டு, 5. முன்னிலையசைச் சொல்.

ஈ -(வி) கொடு, 2. பகிர்ந்துகொடு, 3. அளி, 4. சொரி.

ஈகம் - சந்தனமரம்.

ஈகை - இண்டங்கொடி, 2. கொடை, 3. பொன், 4. மேகம்.
ஈங்கம் - சந்தனமரம்.
ஈங்கிசை - } இமிசை, 2. கொலை,
ஈங்கிஷை - } 3. வருத்தம், 4. நிந்தை.
ஈங்கு - இவ்விடம், 2. இண்டங்கொடி.
ஈங்கை - இண்டங்கொடி.
ஈசதேசாத்தி - பெருமருந்து.
ஈசத்துவம் - அட்டசித்தியினொன்று.
ஈசல் - சீழ்க்கை, 2. செட்டைக் கறையான்.
ஈசனாள் - திருவாதிரைநாள்.
ஈசன் - கடவுள், 2. சிவன், 3. அரசன், 4. மூத்தோன், 5. குரு, 6. மகாவிட்டுணு, 7. பிரமன், 8. எப்பொருட்குமிறைவன், 9. கௌரிபாஷாணம்.
ஈசன்மைந்தன் - முருகன், 2. விநாயகன், 3. வீரபத்திரன்.
ஈசன்றார் - கொன்றைமாலை.
ஈசானம் - } வடகிழ்த்திசை, 2. சிவனைம்
ஈசானியம் - } முகத்தொன்று.
ஈசானன் - } கடவுள், 2. சிவன், 3. வட
ஈசானியன் - } கிழ்த்திசைப் பாலகன்.
ஈசுர மூலி - பெரு மருந்துக்கொடி.
ஈசுரன் -
ஈசுவரன் -
ஈச்சுரன் -
ஈச்சுவரன் - } கடவுள், 2. சிவன்.
ஈசெல் - சிறகுள்ள கறையான்.
ஈசை - } ஏர்க்கால்.
ஈடை - }
ஈச்சுர - ஓர் வருடம்.
ஈச்சுரம் - சிவதத்துவ மைந்தினொன்று, அஃது: ஞானங்குன்றிக் கிரியை யுயர்ந்தது.
ஈஞ்சு - } ஈச்சமரம்.
ஈந்து - }
ஈஞ்சை - கொலை, 2. நிந்தை.
ஈஷணை - } விருப்பம், 2. புத்திரன்
ஈடணை - } மனைவி பொன் இவற்றில் விருப்புறுகை.
ஈடிகை - } தூரிகை.
ஈஷிகை - }

ஈடு - பிரதி, 2. ஒப்பு, 3. கைம்மாறு, 4. அடகு, 5. பெருமை, 6. தகுதி, 7. வலி, 8. நேராகுகை, 9. குழைவு.
ஈடுகட்டு - (வி) பிணை கொடு, 2. ஈடு செய்.
ஈடுபாடு - நயநஷ்டம், 2. ஒப்பு.
ஈடேறுதல் - (தொ.பெ) கடைத்தேறுதல், 2. வாழ்வடைதல்.
ஈடேற்றம் - பேரின்பவாழ்வு, 2. உய்வு, 3. கன்னிகை யீடேற்றம்.
ஈட்டம் - கூட்டம், 2. திரள், 3. தேட்டம்.
ஈட்டி - குந்தம்.
ஈட்டு - (வி) சம்பாதி, 2. கூட்டு.
ஈண்டு - இவ்விடம், 2. இந்தப்பிரகாரம், 3. சீக்கிரம், 4. புலித்தொடக்கிச் செடி.
ஈண்டு - (வி) கூடு, 2. நெருங்கு, 3. நிறை.
ஈண்டை - இவ்விடம்.
ஈந்து - ஈச்சமரம்.
ஈப்புலி - ஈயைக் கொல்லும் பூச்சி.
ஈமம் - சுடுகாடு, 2. விறகு.
ஈம் - சுடுகாடு.
ஈயக்குழவி - நீலபாஷாணம்.
ஈயம் - பஞ்சலோகத்தொன்று, 2. மிருதாரசிங்கி.
ஈயல் - ஈசல், 2. தம்பலப் பூச்சி.
ஈயவரி - பெருமருந்து.
ஈயுவன் - இராவணன்.
ஈயை - இஞ்சி.
ஈரங்கொல்லியர் - வண்ணார்.
ஈரப்பற்று - ஈரக்கசிவு, 2. சம்பத்து, 3. நன்றி.
ஈரம் - நனைவு, 2. குளிர்ச்சி, 3. அன்பு, 4. தயவு, 5. அறிவு, 6. பகுதி, 7. பண்பு, 8. அழகு, 9. குங்குமம்.
ஈரல் - ஈருள்.
ஈரவுள்ளி - ஈரவெண்காயம்.
ஈரற்கருகுதல் - மிகவும் பயப்படுதல்.
ஈரி - கந்தை, 2. ஏழாங்காய் விளையாட்டி னோருறுப்பு, 3. பலாக்காய்த்தும்பு.
ஈரித்தல் - (தொ.பெ) ஈரமாதல்.
ஈரிப்பு - குளிர்மை.
ஈருள்ளி - ஈரவெங்காயம்.

ஈர் - மயிரிற் பற்றுமீர், 2. முன்னிலைப் பன்மை விகுதி.
ஈர் - (வி) இழு, 2. அறு, 3. பிள, 4. உரி.
ஈர்க்கில் - அம்பினிறகு.
ஈர்க்கு - ஓலையீர்க்கு, 2. பற்குத்துங்குச்சி, 3. அம்பினிறகு.
ஈர்க்குச்சம்பா - ஒருவகை நெல்.
ஈர்ந்தமிழ் - தண்டமிழ்.
ஈர்வடம் - பனையீர்க்குக் கயிறு.
ஈழக்குலச்சான்றார் - சாணார், 2. ஏனாதி நாயனார்.
ஈழம் - பொன், 2. உலோகக்கட்டி, 3. சிங்களதேசம், 4. கள்.
ஈழை - காசநோய், 2. கோழை.
ஈளை- கோழை.
ஈறல் - துக்கம், 2. நெருக்கம்.
ஈறிலான் - } கடவுள்.
ஈறிலி - }
ஈறு - முடிவு, 2. மரணம், 3. பல்லீறு, 4. உப்பளம்.
ஈனம் - குறைபாடு, 2. அங்கவீனம், 3. இழிவு, 4. கேடு.
ஈனனம் - வெள்ளி.
ஈனாயம் - நிந்தை.
ஈனை - இலைநரம்பு, 2. சித்திரக்குறிப்பு, 3. ஓர் வியாதி.
ஈன்றவள் - தாய்.
ஈன்றவன் - பிதா.
ஈன்றாள் - தாய்.
ஈன்றான் - பிதா.

உ

உ - ஒருயிரெழுத்து, 2. சுட்டெழுத்து ளொன்று, (உ - ம்) உக்கொற்றன், 3. இரண் டென்னுமெண்ணின் குறி, 4. ஓர் வினை யெச்ச விகுதி, 5. சிவன்.
உஃது - ஒன்றன் படர்க்கைச் சுட்டுப் பெயர்.
உக - மகிழ, 2. மகிழ்வோடுகொள்ள, 3. விரும்ப, 4. திருப்தியடைய.
உகந்தது - பிரியமானது, 2. அங்கீகரிக்கும் படியான வஸ்து.
உகப்பிரளயம் - யுகமுடிவு.
உகப்பு - உயர்ச்சி.
உகம் - யுகம், 2. முடிவு, 3. இரண்டு.
உகம் - பூமி, 2. பாம்பு, 3. நாள்.
உகரம் - ஐந்தாமுயிர்.
உகளம் - இரண்டு, 2. இஷ்டம்.
உகளி - (வி) குதி, 2. பாய்.
உகளு - }(வி) குதி, 2. பாய், 3. கட.
உகள் - }
உகா - உகாமரம்.
உகாதி - அருகன்.
உகிரம் - இலாமிச்சம்புல்.
உகிர் - நகம்.
உகுணம் - முகட்டுப்பூச்சி.
உகுதல் - (தொ.பெ) உதிரல், 2. சிந்தல், 3. சொரியல், 4. கழலல்.
உகுத்தல் - (தொ.பெ) சிந்தல், 2. உதிர்த்தல், 3. விடுத்தல்.
உகைதல் - (தொ.பெ) செல்லுதல்.
உகைத்தல் - (தொ.பெ) செலுத்தல், 2. அம்பு முதலியவற்றை விடல், 3. எழுப்பல்.
உக்கம் - ஆலவட்டம், 2. இடபம், 3. மருங்கு, 4. கோழி, 5. தீ, 6. பசு, 7. பந்து.
உக்கலை - மருங்கின்பக்கம்.
உக்கல் - பக்கம்.
உக்களம் - இராக்காவல், 2. தலைக் காவல், 3. பாளயஞ்சூழ் கழி.
உக்கா - கஞ்சா முதலிய புகைகுடிக்குங் கருவி.
உக்காரம் - சத்திபண்ணுகை, 2. தொனுப் போடுதல்.
உக்காரி - பிட்டு.
உக்கிடர் - சிலந்திப்பூச்சி.
உக்கிரகந்தம் - } வெள்ளுள்ளி, 2. பெருங்காயம், 3. வசம்பு, 4. வேம்பு, 5. கரும்பு.
உக்கிரகந்தி- }
உக்கிரசர்மன் - ஒரு பாண்டியன்.
உக்கிரசேனன் - கஞ்சனுடைய பிதா.
உக்கிரமம் - மூர்க்கம்.
உக்கிரம் - கொடுமை, 2. கோபம், 3. மும்முரம், 4. மூர்க்கம், 5. தலைக் காவல்.

உக்கிராணம் - பண்டகசாலை.

உக்கிருஷ்டம் -
உக்கிருட்டம் - } மேன்மை, 2. மிகுதி.

உக்கு - (வி) இற்றுப்போ, 2. பயப்படு.

உக்குளான் - சருகுமுயல்.

உங்கரித்தல் - (தொ.பெ) உங்காரஞ் செய்தல்.

உங்காரம் - உம்மென வெகுள்கை, 2. அதட்டுகை, 3. வண்டினொலி.

உங்கை - உன்றங்கை.

உசரம் - உயரம்.

உசரு -
உசர் - } (வி) உயர்.

உசற்காலம் - வைகறை.

உசனம் - உபபுராணம், 2. தருமநூல்.

உசனன் - சுக்கிரன்.

உசா -
உசா தேவி - } சூரியன் மனைவி.

உசார் - விழிப்பு.

உசாவு - (வி) ஆராய், 2. எண், 3. யோசனை கேள்.

உசி - விருப்பம், 2. கூர்மை.

உசிதம் - தகுதி, 2. உத்தமம்.

உசிதன் - பாண்டியன்.

உசிரம் - செவ்வியம், 2. இடபம், 3. கிரணம்.

உசிரம் -
உசீரம் - } இலாமிச்சை வேர்.

உசிலம் -
உசிலை -
உசில் - } சீக்கிரிமரம்.

உசு - உளு.

உசுப்பு - (வி) எழுப்பு.

உசும்பு - (வி) அசை.

உசுவாசம் - சுவாசமுள்ளேயிழுத்தல்.

உச்சட்டம் - இலக்கு, 2. நேர்.

உச்சந்தம் - தணிவு, 2. விலையுயர்ச்சி.

உச்சம் - உயர்ச்சி, 2. தலைக்கு நேரிடம், 3. வல்லிசை, 4. நுனி, 5. கிரகவுச்சம்.

உச்சயனி -
உச்சயினி - } ஓர் நகரம்.

உச்சரி - (வி) உரை.

உச்சரிப்பு -
உச்சாரணம் -
உச்சாரணை - } உச்சரிக்கை, 2. மந்திரோச்சாரணை.

உச்சலம் - மனம்.

உச்சவம் - உற்சவம்.

உச்சாகம் - உற்சாகம்.

உச்சாடனம் - அகற்றுகை, 2. பேய் முதலியவைகளை ஏவுகை, 3. கலைஞான மறுபத்து நான்கினொன்று.

உச்சாணி - உச்சி.

உச்சாரம் - உயர்ச்சி.

உச்சி - உச்சந்தலை, 2. தலை, 3. தலைக்கு நேரிடம், 4. நடுப்பகல், 5. நுனி, 6. மயிர் முடி, 7. ஆண்மயிர், 8. நாய்.

உச்சிக்கிழான் - சூரியன்.

உச்சிக்கொம்பன் - உச்சியிற் கொம் புள்ளமாடு, 2. காண்டாமிருகம்.

உச்சிஷ்டம் -
உச்சிட்டம் - } எச்சில்.

உச்சிதம் - அரியது, 2. நெருஞ்சில், (ஒரு முட்பூண்டு), 3. உசிதம், 4. கொடை.

உச்சிரதம் - பிரண்டைக்கொடி.

உச்சிரயம் - உயரம், 2. முக்கோணத் தினிறுதிட்டவரி.

உச்சினி -
உச்சினிமாகாளி - } ஓர் பட்டணம்.

உச்சு - (வி) கழற்காய் முதலியவையெறி, 2. வெல், 3. பிறர் பொருளைக் கவர்.

உச்சைச்சிரவம் - இந்திரன் குதிரை.

உஞற்று - (வி) முயற்சிசெய், 2. வழக் கோது.

உஞ்சட்டை - மெலிவு.

உஞ்சல் - ஊஞ்சல்.

உஞ்சு - நாயைக் கூப்பிடு மொலிக்குறி.

உஞ்சை - அவந்திநகரம்.

உடக்கு - திருகாணிச் சுரையினுட்சுற்று.

உடங்கு - கூடிநிற்கை.

உடசம் - பன்னசாலை.

உடந்தை - கூட்டுறவு, 2. சேர்க்கை.

உடப்பு - தொரட்டுமுள் மரம்.

உடம்படல் - (தொ.பெ) உடன்படல்.

உடம்படுமெய் - இரண்டுயிர்களை யொற்றுமைப்படுத்து மெய்யெழுத்து.

உடம்பிடி - வேலாயுதம்.
உடம்பு - உடல், 2. உயிர்க்கிருப்பிடம், 3. மெய்யெழுத்து.
உடம்பை - கலங்கனீர்.
உடலம் - உடம்பு.
உடலு - } (வி) கோபத்தோடு போர்செய்,
உடல் - } 2. சினக்குறிப்புக் காட்டு.
உடல் - சரீரம், 2. மெய்யெழுத்து, 3. பொன்.
உடறல் - (தொ.பெ) உடலல், 2. சினத்தல்.
உடற்குறை - தலையற்ற உடல்.
உடற்றல் - (தொ.பெ) போர்செய்யல், 2. வருத்தல், 3. துரத்தல், 4. சிதறவடித்தல், 5. அழித்தல், 6. பிரயோகித்தல்.
உடனாளி - கூட்டாளி.
உடனிகழ்ச்சி - ஒருங்கு சம்பவித்தல்.
உடன்படிக்கை - சம்மதிப் பத்திரம்.
உடன் பிறப்பு - கூடப்பிறக்கை.
உடன்றல் - (தொ.பெ) பொருதல்.
உடு - ஆடு, 2. விண்மீன், 3. அம்பு, 4. அம்பி னிறகு, 5. அம்புத்தலை, 6. ஓடக்கோல், 7. அகழி, 8. சீக்கிரிமரம்.
உடுக்கு - இடை சுருங்குபறை.
உடுக்கை - சீலை, 2. உடுத்தல், 3. ஓர் கட்பறை.
உடுபதி - மரமஞ்சள், 2. சந்திரன்.
உடுபம் - தெப்பம்.
உடுப்பை - சீக்கிரிமரம், 2. மத்துவாசா ரியர் வசிக்குமிடம்.
உடும்பு - இரண்டுநாக்குள்ள ஓர் செந்து.
உடுவை - அகழி.
உடை - குடைவேல், 2. செல்வம், 3. சீலை.
உடைகுளம் - பூராடநாள்.
உடைமை - உரிமை, 2. உரியவை, 3. ஆபரணம், 4. செல்வம்.
உடையவன் - உரிமைக்காரன்.
உடையார் - ஒரு ஜாதியின் பட்டப்பேர்.
உடையார்பாளையம் - ஓரூர்.
உடைவு - கேடு, 2. தளர்வு.
உட்கட்டு - அந்தப்புரம், 2. மாதர் கழுத்திற் கட்டும் ஒரு மணிவடம்.
உட்கரணம் - அந்தக்கரணம்.
உட்கல் - (தொ.பெ) அச்சக்குறிப்புக் காட்டல், 2. நாணுதல்.
உட்காரல் - (தொ.பெ) உட்காருதல்.
உட்குதல் - (தொ.பெ) அஞ்சுதல், 2. நாணுதல், 3. மடிதல்.
உஷ்ணம் - } வெப்பம்.
உட்டணம் - }
உஷ்ணாதிக்கம் - அதிக வெப்பம்.
உட்படுத்தல் - (தொ.பெ) அகப்படுத்தல், 2. உள்ளாகச் செய்தல்.
உட்பொருள் - உட் கருத்து.
உணக்கு - (வி) உலர்த்து, 2. வருத்து.
உணங்கு - (வி) வருந்து, 2. வாடு.
உணத்து - (வி) உலர்த்து.
உணர் - (வி) அறி, 2. பகுத்தறி, 3. நினை, 4. பரிசித்தறி, 5. கற்றறி, 6. ஊடறீர், 7. தெளி.
உணர்ச்சி - உணர்வு.
உணர்த்தல் - (தொ.பெ) ஊடறீர்த்தல், 2. துயிலெழுப்புதல், 3. அறிவித்தல்.
உணர்ந்தோர் - அறிவுடையோர்.
உணர்வு - உணர்கை, 2. தெளிவு, 3. ஊடலுந் துயிலுநீங்கல், 4. கற்று ணர்கை, 5. புலன், 6. நீங்கல்.
உணவு - ஆகாரம்.
உணா - போசனம், 2. சோறு.
உணி - ஒரு செந்து.
உண் - (வி) அருந்து, 2. புசி, 3. அனுபவி, 4. விழுங்கு.
உண்கலம் - } போசன பாத்திரம்.
உண்கலன் - }
உண்டாகு - (வி) தோன்று, 2. கருவுண் டாகு, 3. முளை, 4. செல்வமுண்டாகு.
உண்டாக்கு - (வி) படை, 2. விளைவி, 3. உண்டுபண்ணு, 4. விருத்திக்கப் பண்ணு.
உண்டி - உணவு, 2. சோறு, 3. இரை, 4. பறவை விலங்கிவற்றினுணவு.
உண்டி - } உண்டியற் சீட்டு, 2. பொ
உண்டிகை - } க்கசப் பெட்டி.
உண்டியல் - உண்டிச் சீட்டு, 2. பொக்கி ஷம், 3. கோயிற்குக் கொடுக்கும் பணம்.

உண்டுகம் - பெருவாகைமரம்.

உண்டை - உருண்டை, 2. குளிகை, 3. சிற்றுண்டி, 4. உண்டைநூல், 5. படைவகுப்பு.

உண்ணா - உண்ணாக்கு.

உண்ணி - ஓர் செந்து, 2. பாலுண்ணி.

உண்மை - உள்ளது, 2. இயல்பு, 3. யதார்த்தம், 4. மெய், 5. சத்தியம், 6. ஊழ், 7. அறிவு.

உதகம் - நீர், 2. மழை, 3. மழைத்துளி, 4. பூமி.

உதகவன் - நெருப்பு.

உதகு - புன்கமரம்.

உதக்கு - வடக்கு.

உதடு - இதழ், 2. பானை முதலியவற்றின் விளிம்பு, 3. வெட்டுவாய்.

உதணம் - மொட்டம்பு.

உததி - கடல்.

உதபாரம் - முகில்.

உதபானம் - கிணறு.

உதப்பி - தெறிக்குமெச்சில், 2. ஈரல், 3. சீரணிக்காத இரை.

உதப்பு - (வி) கடிந்துகொள், 2. இகு.

உதம் - நீர்.

உதம்பு - (வி) கடிந்துகொள், 2. பயமுறுத்து.

உதயகாலம் -
உதயகாலை - } சூரியோதயம்.

உதயகிரி - சூரியன் உதிப்பதாகக் கருதப்படும் மலை.

உதயம் - கிரகத்தோற்றம், 2. உதிக்குங்காலம், 3. பிறப்பு, 4. உதயகிரி, 5. உதயவிராசி, 6. சீர்பேறு.

உதயன் - சூரியன்.

உதயாத்தமனம் - உதயமும், அஸ்தமனமும்.

உதரகோமதம் - பாலடைப்பூண்டு.

உதரபந்தனம் - அரைப்பட்டிகை.

உதரம் - வயிறு, 2. கருப்பம், 3. கீழ் வயிறு.

உதரவணி -
உதரவாணி - } கண்டங்கத்தரிச் செடி.

உதராவி - மரமஞ்சள்.

உதவகன் - நெருப்பு.

உதவி - சகாயம், 2. ஈகை, 3. உபகாரம்.

உதவு - (வி) கொடு, 2.சகாயமாயிரு, 3. தகுதியாயிரு.

உதள் - ஆடு, 2. வெள்ளாட்டுக்கடா, 2 மேடவிராசி.

உதறு - (வி) உதறிப்போடு, 2. விதிர், 3. தள்ளிவிடு, 4. நீக்கு, 5. நடுங்கு.

உதறுகாலி - உதறுகாற்பசு, 2. உதறுகாற்பெண்.

உதாகரி - (வி) உதாரணங்காட்டி விளக்கு.

உதாசனம் -
உதாசினம் - } நிந்தை.

உதாசனன் - அக்கினி, 2. அக்கினி தேவன், 3. கண்குத்திப் பாம்பு.

உதாசனி - (வி) இகழ்.

உதாத்தம் - எடுத்தலோசை, 2. ஓரலங்காரம்.

உதாரணம் - திருட்டாந்தம், 2. துணைக்காரணம், 3. எதிர் நியாயம்.

உதாரத்துவம் - கொடுக்குங்குணம்.

உதாரம் - கொடை, 2. தாராளம், 3. மேட்டிமை, 4. குறிப்பிற்றோன்றிய பொருள்.

உதாரன் -
உதாரி - } கொடையாளி, 2. பேச்சுத் தீரமுள்ளவன்.

உதாவணி - கண்டங்காலிச் செடி.

உதானம் -
உதானன் - } தசவாயுவிலொன்று.

உதி - உலைத்துருத்தி, 2. ஒதியமரம்.

உதி - (வி) பிற, 2. உதயமாகு, 3. அவதரி, 4. காலந்தொடங்கு.

உதிட்டிரன் - தருமராசன்.

உதியம்பூர் - ஓரூர்.

உதியன் - சேரன், 2. பாண்டியன்.

உதிரம் - இரத்தம்.

உதிர் - முத்தக்காசு.

உதிர் - (வி) சொரி, 2. அசைக்கப்பட்டுதிர், 3. பிதிர், 4. சிந்து, 5. சா.

உதிர்வு - உதிர்கை, 2. உகுகை.

உது - உஃது.

உதும்பரம் - அத்திமரம், 2. செம்பு, 3. வாயிற்படி, 4. எருக்கஞ்செடி.

உதை - (வி) தாக்கிமீள், 2. பிரயோகி, 3. காலாலுதை.
உதைசுவர் - முட்டுச்சுவர்.
உதைப்பு - உதைக்கை, 2. தாக்குகை, 3. பயம்.
உத்தண்டமணி - } பொன்மணியாலாய
உத்தண்டால் - } கழுத்தாபரணம்.
உத்தண்டம் - உக்கிரம், 2. வீரம், 3. மகத்துவம், 4. துணிவு, 5. வலிமை.
உத்தமசத்து - அவுபலபாஷாணம்.
உத்தமதாளி - வேலிப்பருத்தி.
உத்தமபரி - கொத்துமல்லிப்பூண்டு, 2. சிரேஷ்ட குதிரை.
உத்தமபலம் - முந்திரிகைப்பழம்.
உத்தமம் - நன்மை, 2. மேன்மை.
உத்தமன் - சற்குணன், 2. பெரியவன், 3. முன்றாமனு.
உத்தமாங்கம் - தலை.
உத்தமி - நல்லவள், 2. பார்வதி.
உத்தமோத்தமம் - மிகு நன்மை.
உத்தரகோசமங்கை - ஒரு சிவஸ்தலம்.
உத்தரணி - பஞ்சபாத்திரக் கரண்டி.
உத்தரம் - எதிர்மொழி, 2. வடக்கு, 3. ஊழித்தீ, 4. உயர்ச்சி.
உத்தரவாதம் - பிரதிவாதம், 2. பிணை.
உத்தரவாதி - பிரதிவாதி.
உத்தரவு - விடுதலை, 2. கட்டளை, 3. விடை, 4. தேவோத்தரவு.
உத்தராசங்கம் - உத்தரீயம்.
உத்தராடம் - ஒரு நக்ஷத்திரம்.
உத்தராயணம் - சூரியன் வடதிசையாகச் சஞ்சரிக்குங் காலம்.
உத்தரி - குதிரை.
உத்தரி - (வி) ஈடுசெய், 2. சகி, 3. கடன் செலுத்து, 4. நியாயங்காட்டு, 5. உத்தரவாதஞ்செய், 6. அழுந்து.
உத்தரியம் - } ஏகாசம்.
உத்தரீயம் - }
உத்தளம் - உத்தூளிதம்.
உத்தாபம் - மிகுவெப்பம், 2. தவிப்பு, 3. முயற்சி.
உத்தாபலம் - இசங்கு, (ஓர் செடி).
உத்தாபனி - விசி நரம்பு.
உத்தாமணி - வேலிப்பருத்தி.
உத்தாரணம் - நிலை நிறுத்துகை.
உத்தாரம் - மறு மொழி, 2. உத்தரவு, 3. கட்டளை.
உத்தானபாதன் - ஓரிராசன்.
உத்தானம் - அடுப்பு, 2. உயிர்த்தெழுகை, 3. இசைப்பு, 4. ஊழித்தீ, 5. புடைப்பு.
உத்தானி - தசை நரம்பு.
உத்தி - இசைவு, 2. தந்திரவுத்தி, 3. அறிவு, 4. திருவுறுப்பு, 5. தேமல், 6. பாம்பின் படப் பொறி, 7. பேச்சு, 8. செல்வம், 9. அபின்.
உத்திட்டம் - குறிக்கப்பட்டது.
உத்தியம் - } யாகமிருபத்தொன்றி
உக்தியம் - } னொன்று.
உத்தியாபனம் - நோன்பு முடிக்கை.
உத்தியானம் - } பூந்தோட்டம்.
உத்தியானவனம் - }
உத்தியுத்தர் - சகள நிட்களர்.
உத்தியோகம் - உள்ளமிகுதி, 2. முயற்சி 3. தொழில்.
உத்திரட்டாதி - ஓர் நட்சத்திரம்.
உத்திரம் - சூரியநாள், 2. விட்டம்.
உத்திராசாடம் - } ஒரு நட்சத்திரம்.
உத்திராடம் - }
உத்திராபன்னி - சணல், (ஒரு செடி).
உத்திரி - பருத்திச் செடி, 2. அருச்சனை.
உத்திரேகம் - ஆரம்பம், 2. மிகுதி.
உத்துங்கம் - உயர்ச்சி, 2. மேன்மை.
உத்துவாகனம் - இரண்டுதரம் உழுகை, 2. விவாகம்.
உத்துவாகிதமுகம் - அண்ணாந்து பார்க்கை.
உத்தூளனம் - } விபூதி குழையாது
உத்தூளிதம் - } பூசுகை.
உத்தேசம் - நோக்கம், 2. மதிப்பு, 3. போதுப்பிரகார மூன்றிலொன்று.
உத்தேசி - (வி) தீர்மானி, 2. கருது.
உத்பிரேட்சை - தற்குறிப்பேற்றம்.
உந்தரம் - வழி.
உந்தி - கொப்பூழ், 2. நதி, 3. கடல், 4. நீர்ச்சுழி, 5. தேருருள், 6. மகளிர்

விளையாட்டினொன்று, 7. நடு, 8. உயர்ச்சி, 9. யாழினுறுப்பு, 10. பரப்பு, 11. ஆன்கூடம்.

உந்து - பசுவை விளிக்குமோரொலி, 2. கச்சோலம்.

உந்து - (வி) தள்ளு, 2. அம்பு முதலிய செலுத்து, 3. செலுத்து, 4. எழும்பு.

உந்துரு - பெருச்சாளி.

உந்தை - உன்றந்தை.

உப - ஒருபசர்க்கம்.

உபகதை - கிளைக்கதை.

உபகந்தம் - வாசனை.

உபகரணம் - துணைக்கருவி, 2. எத்தினங்கள், 3. அரசசின்னம்.

உபகரி - (வி) உதவு, 2. உபகாரஞ்செய், 3. தயைசெய், 4. உபசாரஞ்செய்.

உபகாரம் - சகாயம், 2. உதவி, 3. ஆதரிப்பு, 4. ஈகை.

உபகிருதம் - }
உபகிருதி - } உதவுகை.

உபகுல்லம் - சுக்கு.

உபகேசி - பார்ப்பதி.

உபக்கிரமணிகை - முகவுரை.

உபசங்காரம் - அழிக்கை, 2. ஆட்சேபம், 3. விலக்குதல்.

உபசத்தி - ஐக்கம், 2. உதவி, 3. ஈகை.

உபசமனம் - அமைவு.

உபசரணை - உபசாரம்.

உபசருக்கம் - }
உபசர்க்கம் - } வடமொழிமுதனிலையடை.

உபசாந்தம் - }
உபசாந்தி - } அமைவு, 2. தயை, 3.விருப்புவெறுப்பின்மை.

உபசாபம் - வேறுபாடு, 2. துரோகம்,

உபசாரம் - மரியாதை, 2. வாழ்த்து, 3. வழிபாடு.

உபசுந்தன் - }
உபசுரதன் - } ஓரிராக்கதன்

உபதாமநநாடி - சுவாசக்குழல் நாடி.

உபதானம் - தலையணை, 2. அஸ்திவாரம்.

உபதி - தேருருள், 2.அச்சம், 3. கை.

உபதேசம் - போதகம், 2. புத்தி, 3. சமயாசார வுபதேசம், 4. மந்திரோப தேசம்.

உபதேசி - போதகன்.

உபதை - காணிக்கை.

உபத்தம் - }
உபஸ்தம் } பெண்குறி.

உபத்தாயம் - உபாயம்.

உபத்திரவம் - வேதனை, 2. கொடுமை.

உபநயம் - }
உபநயனம் - } பூணூற் கலியாணம்.

உபநயனம் - மூக்குக் கண்ணாடி.

உபநளகம் - முன்காற் சிற்றெலும்பு.

உபநாகம் - }
உபநாயம் - } இரணத்திற் கிடுமருந்து.

உபநாகனம் - அபிஷேகம்.

உபநிடதம் - வேதநுட்பம்.

உபநிட்கிரமணம் - பிறந்த நான்கா மாதம் பிள்ளைக்குச் சந்திரனைக் காண்பிக்கை.

உபநியாசம் - சொல்லியவைகட்கு விடைகூற அவைகளை யுட்கொள்ளுகை.

உபபலம் - உதவித்துணை, 2. உதவி.

உபபாதகம் - மகாபாதகம்.

உபபுராணம் - பதினெண் புராணங்களிலிருந்தெடுத்துச் சொல்லப்பட்ட பதினெண் சார்புப் புராணங்கள்.

உபமலம் - மனமாசு.

உபமானம் - உவமிக்கும் பொருள்.

உபமிதி - ஒப்பு.

உபமேயம் - உவமிக்கப்படும் பொருள்.

உபமை - உவமை.

உபயமம் - விவாகம்.

உபயம் - இரண்டு, 2. கோயிற்காணிக்கை, 3. உபகாரம்.

உபயவாதிகள் - இருதிறத்தாரையுஞ் சார்ந்து நிற்போர்.

உபயோகம் - பிரயோசனம், 2. உதவி.

உபரசம் - கடனுரை, 2. இழிந்த சுவை.

உபரசன் - தம்பி.

உபரதி - மூன்றாஞ் சாதன மாறிலொன்று, (வெறுத்துத்தள்ளுதல்).

உபராகம் - கிரகணம்.

உபராசன் - இளவரசன்.

உபரி - மேல், 2. அதிகம், 3. ஒரு மீன்.

உபலம் - கல், 2. சிறுகல்.

உபலாளனம் - தூய்தாக்குகை.
உபலேபனம் - கோமயத்தால் மெழுகுகை.
உபலோத்திரம் - விளாம்பிசின்.
உபவம் - சிந்திற்கொடி.
உபவனம் - நந்தனவனம்.
உபவாசம் - உணவொழிக்கை, 2. ஓமபீடம்.
உபவீதம் - பூணூல்.
உபவேசனம் - உட்காருகை, 2. மலங்கழிக்கை.
உபாகமம் - சார்பாகமம்.
உபாகருமம் - வேதமோதற்குமுன் செய்யுஞ் சடங்கு.
உபாகிதை - விண்வீழுங்கொள்ளி.
உபாக்கியானம் - இதிகாசம்.
உபாங்கம் - மார்க்கத்துக்குரிய குறி, 2. சார்பான வுறுப்பு.
உபாசனம் - வில்வித்தை.
உபாசனை - ஆராதனை.
உபாசி - (வி) ஆராதி.
உபாதானம் - முதற்காரணம், 2. அரிசிப் பிச்சை, 3. அன்னதானம், 4. ஐம்புலனடக்குகை.
உபாதி - வாதை, 2. வியாதி, 3. வருத்தம்.
உபாதி - (வி) உபத்திரவஞ் செய்.
உபாத்தி - } ஆசிரியன், 2. புரோகிதன்.
உபாத்தியாயன் -
உபாந்தியம் - கடைக்கண், 2. ஈற்றயல்.
உபாயம் - சூழ்ச்சி, 2. தந்திரம் , 3. அரசர்க்குரிய உபாயம் அவை: - சாமம், பேதம், தானம், தண்டம், 4. சொற்பம்.
உபானம் - } கோபுரத்தினடிச் சித்திரவரை.
உபானவரி -
உபுக்கு - (வி) பெருகு.
உபேட்சை - அலட்சியம்.
உபேந்திரன் - மகாவிட்டுணு.
உபோதம் - பேய்ப்பசலைக்கீரை.
உப்பக்கம் - முதுகு.
உப்பங்கழி - உப்புக்கழி.
உப்பசம் - சுவாசகாசம்.
உப்பட்டி - அரிக்கட்டு.
உப்பரவர் - குளமுதலிய வகழ்வோர்.
உப்பிலி - இண்டங்கொடி, 2. ஈர்கொல்லிக் கொடி.
உப்பு - லவணம், 2. உவர்ப்பு, 3. கடல், 4. இனிமை, 5. மகளிர் விளையாட்டு, 6. அராகம், 7. விளையாட்டு மணற்குவியல்.
உப்பு - (வி) வீங்கு, 2. பொங்கு.
உப்புக்கண்டம் - உப்புச்சேர்த்துக் காய வைத்த இறைச்சித்துண்டம்.
உப்புக்குத்தி - ஓர் பட்சி.
உப்புசம் - வயிற்றுவீக்கம்.
உப்புப்பூக்க - (வி) உப்புமலர, 2. சரீரத்திலுப்புப் படர.
உப்புவாணிகர் - உமணர்.
உப்பை - ஔவை சகோதரிகளிலொருத்தி.
உமணத்தி - உப்புவிற்றிடுமகள்.
உமணர் - உப்பமைப்போர்.
உமம் - இறங்குதுறை.
உமரி - } ஒரு பூடு, 2. நத்தை.
உமிரி -
உமலகம் - அரிதாரம்.
உமலோத்திரம் - விளாம்பிசின்.
உமல் - ஓலைப்பை.
உமற்கடம் - தருப்பைப்புல்.
உமாகடம் - சணற்கொத்து.
உமாதசி - சணல்.
உமாபட்சி - ஓர் வகைப்பட்சி.
உமாபதி - சிவன்.
உமி - தானியங்களினுமி.
உமிக்கரப்பான் - குழந்தைகட்கு வருஞ் சிரங்கு.
உமிதல் - (தொ.பெ) துப்பல், 2. உறிஞ்சுதல், 3. கொப்பளித்தல்.
உமித்தல் - (தொ.பெ) பதராக்குதல், 2. அழித்தல்.
உமிழ் - (வி) கொப்பளி, 2. உமி, 3. சத்தியெடு, 4 சொரி.
உமிழ்வு - உமிழ்நீர், 2. துப்புகை.
உமை - பார்ப்பதி.
உமையவள் - } பார்ப்பதி, 2. சவுக்காரம், 3. மயிலிறகு.
உமையாள் -
உம் - ஓரிடைச்சொல்.

உம்பரான் - காமதேனு, 2. உயர்ந்தோன்.
உம்பர் - மேல், 2. ஆகாயம், 3. உயர்ச்சி, 4. வானோர், 5.பார்ப்பார்.
உம்பல் - யானை, 2. விலங்கினாண், 3. ஆட்டுக்கடா, 4. ஆண்யானை, 5. எருது, 6. எருமைக்கடா, 7. எழுச்சி, 8. வலிமை, 9. கோத்திரம், 10. முறைமை.
உம்பளம் - இராசாவினாற் கிடைத்த வெகுமதி.
உம்பி - உன்றம்பி.
உம்பிளிக்கை - மானியம்.
உம்மாண்டி - வெருட்டுஞ்சொல்.
உம்மை - கழிபிறப்பு, 2. வருபிறப்பு, 3. ஓர் இடைச்சொல்.
உயக்கம் - வருத்தம்.
உயக்கு - (வி) வருத்து.
உயங்கு - (வி) வருந்து.
உயத்தி - வெள்ளைப்பாஷாணம்.
உயரம் - உயர்ச்சி, 2. உச்சம், 3. மிகுதி.
உயர் - குன்றிச்செடி.
உயர் - (வி) வளர், 2. மேலெழு, 3. இறுமாப்புறு, 4. மேன்மையுறு, 5. உன்னதப்படு.
உயர்த்து - (வி) உயரச்செய், 2. அதிகப்படுத்து, 3. மேலாக்கு, 4. கனப்படுத்து, 5. உபசரி, 6. எழுப்பு, 7. மேலெடு, 8. பெருமைப்படுத்து.
உயர்நிலம் - மேடு, 2. தேவலோகம், 3. உப்பரிகை.
உயர்நிலை - சுவர்க்கலோகம், 2. மேன் மாடம்.
உயர்ந்தோர் - சான்றோர், 2. உயர்குலத்தோர், 3. வானோர், 4. பார்ப்பார்.
உயர்பு -, **உயர்வு** - } உயர்ச்சி, 2. மேன்மை, 3. விர்த்தி.
உயல் - உயிர்வாழ்தல்.
உயவர் - வருந்தினர்.
உயவல் -, **உயவு** - } வருத்தம்.
உயவை - காக்கணங்கொடி, 2. மேகம்.
உயா - வருத்தம்.
உயிரோம்பல் - (வி) உயிர்காத்தல்.
உயிர் - சீவன், 2. காற்று, 3. உயிரெழுத்து, 4. ஓரறி வுயிர் முதலிய சீவராசி.
உயிர்தருமருந்து - மிருத சஞ்சீவினி.
உயிர்த்தானம் - உயிர்நிலை.
உயிர்த்துணை - ஆபத்திற் சகாயஞ்செய்பவன், 2. பிராணசிநேகன், 3. மனைவி, 4. கணவன், 5. கடவுள்.
உயிர்த்துணைவி - மனைவி, 2. உயிர்த்தோழி, 3. சரச்சுவதி.
உயிர்த்தெழுதல் - (தொ.பெ) மரித்தவனுயிர் பெற்றெழுதல்.
உயிர்த்தோழன் - பிராணசிநேகன்.
உயிர்நிலை - உடல், 2. உயிர்த்தானம்.
உயிர்ப்பழி - உயிர்க்கொலை, 2. பிரமகத்தி.
உயிர்ப்பு - (வி) மூச்செறி, 2. வீசு, 3. ஈனு.
உயிர்ப்பு - உயிர்க்கை, 2. சுவாசம், 3. காற்று, 4. சுகந்தம்.
உயில் - மரணசாஸனம்.
உயிறு - இலாமிச்சம்புல்.
உய் - (வி) சீவி, 2. உயிர்வாழ், 3. ஈடேறு, 4. தப்பு.
உய்தி - ஈடேற்றம்.
உய்த்தல் - (தொ.பெ) செலுத்துதல், 2. வாகனமூர்தல், 3. காரியத்தை முடித்தல், 4. நடத்தல், 5. அமிழ்த்தல், 6. சேர்த்தல், 7. அனுபவித்தல்.
உய்த்துணரல் - (வி) ஆராய்ந்தறிதல்.
உய்ப்பு - உய்க்கை.
உய்மணல் - கருமணல்.
உய்யக்கொண்டான் - எருமை முல்லை, 2. கொய்யாமரம்.
உய்யானம் -, **உய்யானனம்** - } பூந்தோட்டம், 2.சோலை, 3.சிங்கார வனம்.
உரகம் -, **உரங்கமம்** -, **உரங்கம்** - } பாம்பு.
உரகர் - நாகர், 2. சமணர்.
உரகாதிபன் -, **உரகேந்திரன்** - } ஆதிசேஷன்.
உரகாரி - கருடன்.
உரசு - (வி) உரிஞ்சு.

உரண்டம் - காக்கை.

உரந்தை - துன்பம்.

உரபடி -
உரபிடி - } உரப்பு.

உரப்பு - (வி) அதட்டு, 2. துரத்து, 3. உரத் தொலி.

உரப்பு - அதட்டுகை, 2. வலி, 3. திண்மை.

உரம் - வலி, 2. ஊக்கம், 3. மார்பு, 4. ஞானம், 5. வேகம், 6. வயிரம், 7. திண்மை, 8. மதில்.

உரம்போடு - (வி) எருப்போடு, 2. உரப்பி.

உரல் - நென்முதலிய குற்றுமுரல், 2. இடியப்பவுரல்.

உரவு - வலி.

உரவுநீர் - உவர்நீர், 2. பலத்தசமுத்திரம்.

உரவோர் - அறிஞர், 2. மூத்தோர்.

உரறல் - பெருங்கோபங்கொள்ளல்.

உரற்று - (வி) ஒலி.

உரன் - வலி, 2. ஊக்கம், 3. அறிவு.

உராய் - (வி) உடலுரிஞ்சு, 2. உரிஞ்சு.

உராய்ஞ்சல் - (வி) உரைதல்.

உரி - அரைப்படி, 2. தோல், 3. கொத்து மல்லி, 4. உரிமை.

உரி - (வி) களை, 2. கழற்று.

உரிசை - சுவை.

உரிஞ - (வி) உராய், 2. தேய், 3. அரை.

உரித்து - உரியது, 2. கடமை, 3. பட்சம்.

உரிமை - உரியதன்மை, 2. சுதந்திரம், 3. இனம், 4. கடமை, 5. சிநேகம், 6. இஷ்டம், 7. மனைவி.

உரிமைக்கஞ்சி - சாகுந்தறுவாயில் வார்க்குங்கஞ்சி, 2. சாவீட்டிற் சுற்றத் தார்க்கு வார்க்குங் கஞ்சி.

உரிமைசெய் - கடமைசெய், 2. கருமாதி செய்.

உரியர் -
உரியார் -
உரியோர் - } உடையவர்கள், 2. சுதந்திரர், 3. சம்பந்த முடையார், 4. அறிஞர்.

உரிவை - தோல், 2. மரவுரி.

உரு - வடிவு, 2. அழகு, 3. உடல், 4. தோற்றம், 5. விக்கிரகம், 6. கப்பல், 7. உருப்படி, 8. செபத்தினுரு, 9. சன்னதம், 10. பருமை, 11. நிறம், 12. அட்டை, 13. உள், 14. வியாதி, 15. கோபம், 16. வெப்பம், 17. கரு.

உரு - அதிகமான, 2. பெரிய, 3. நீண்ட, 4. விலையுயர்ந்த.

உருகம் - பிறப்பு.

உருகு - (வி) கரை, 2. இரங்கு, 3. மனங் கரை.

உருக்கம் - இரக்கம், 2. அன்பு, 3. உரு குகை.

உருக்கு - (வி) தீயிற்கரை, 2. வாட்டு, 3. வருத்து.

உருக்கு - எஃகு.

உருக்குமணி - ஸ்ரீ கிருஷ்ணன்தேவி.

உருக்குமம் - பொன்.

உருசி - சுவை, 2. சந்தவின்பம், 2. இன்பம், 3. மிகுசுவை.

உருசி - (வி) அனுபவி, 2. சுவைபார்.

உருசிகரம் - மதுரம், 2. இனிப்புள்ளவை.

உருசிகாட்டு - (வி) இனிப்புக்காட்டு, 2. ஆசைபதங்காட்டு.

உருசிதட்டு - (வி) சுவைதோன்று.

உருசு - திருஷ்டாந்தம்.

உருசுப்படுத்து - (வி) மெய்ப்பி.

உருசை - உருசி.

உருட்சி - திரட்சி.

உருட்டு - புரட்டு, 2. திரட்சி, 3. வெருட்டு.

உருண்டை - உண்டை, 2. திரட்சி.

உருத்தல் - (தொ.பெ) கோபித்தல், 2. சினக் குறிப்புக் காட்டுதல், 3. மிகுதி, 4. முளைத் தல், 5. வெளிப்படுதல், 6. தோற்றுதல், 7. கன்மம் விளைதல்.

உருத்திதம் - உரியபொருள், 2. தொழி லிலாபம், 3. வட்டி, 4. வளர்தல்.

உருத்திரகணிகை - தேவதாசி.

உருத்திரம் - பெருங்கோபம், 2. நவ ரசத்திலொன்று, 3. மஞ்சள்.

உருத்திரசடை - சிவதுளசிப்பூண்டு.

உருத்திரபஞ்சமம் - ஓர் பண்.

உருத்திரபூமி - மயானம்.

உருத்திரரோகம் - மாரடைப்பு.

உருத்திரன் - சிவன்.

உருத்திராக்கம் - } உருத்திராட்சமணி.
உருதிராட்சம் - }
உருத்திரோற்காரி - ஒரு வருஷம்.
உருநாட்டு - சித்திரம், 2. விக்கிரகம்.
உருபு - வடிவம், 2. வேற்றுமையுருபு முதலிய இடைச்சொல்.
உருப்பசி - தேவதாசிகளிலொருத்தி.
உருப்பம் - உஷ்ணம், 2. மிகுதி, 3. கோபம்.
உருப்பிரமம் - ஆட்டுக்கொம்பு.
உருமம் - உஷ்ணம், 2. மத்தியானம்.
உருமவேளை - மத்தியானம்.
உருமலைவாரி - உலோகமணல்.
உருமிளை- யமன் மனைவி.
உருமு - } இடி.
உருமேறு - }
உருமு - } இடி, 2. அச்சம்.
உரும் - }
உரும்பரம் - செம்பு, 2. பெருங்காயம், 3. சர்ப்பம்.
உருவகம் - } உவமான உவமேயங்களை யொற்றுமைப்படக் கூறுகை.
உருவகவணி- }
உருவகி - (வி) உருவகப்படுத்து.
உருவங்காட்டி - கண்ணாடி.
உருவசி - உருப்பசி.
உருவம் - வடிவம், 2. அழகு, 3. சொரூபம், 4. உடல், 5. நிறம்.
உருவல் - ஓர் காதணி.
உருவாணி - மெலிந்தவுடல்.
உருவாரம் - வெள்ளரி.
உருவி - நாயுருவிச்செடி, 2. புல்லுருவி (ஒரு பூடு), 3. முள்ளி (ஒரு செடி).
உருவு - அச்சம், 2. வடிவம்.
உருவு - (வி) வாள் முதலியவற்றை யுருவு, 2. தழை முதலியவுருவு, 3. சுளுக்கு முதலிய வற்றிற்கு உருவு, 4. கயிற்றை யுருவு, 5. ஊடு ருவு.
உருவுதடம் - சுருக்குக்கயிறு.
உருவுடம்பு - தூலசரீரம்.
உருவுள்ளு - கொள்ளுப்பூண்டு.
உருவெடு - (வி) வடிவெடு.
உருளி - யாக்கையின் மூட்டு, 2. தேரு ருளை, 3. உரோகிணி நாள், 4. வட்டம்.

உருளு - } (வி) புரள், 2. திரள், 3. அழி.
உருள் - }
உருளை - உருண்டை, 2. தேருருள், 3. வெள்ளைப்பாஷாணம்.
உருளை - } தேருருள், 2. உரோகணி, 3. பண்டி, 4. வட்டம்.
உருள் - }
உரூடம் - இடுகுறி, 2. பிரசித்தம்.
உரூடி - இடுகுறி, 2. பிரசித்தமானது.
உரூபகம் - உரூபகதாளம், 2. உரூபகவணி.
உரூபகாரம் - திருஷ்டாந்தம்.
உரூபதன்மாத்திரை - பஞ்சதன்மாத் திரையி லொன்று.
உரூபம் - வடிவம், 2. விக்கிரகம், 3. அழகு, 4. நிறம், 5. நிலை, 6. சாயை.
உரூபாய் - வெள்ளி நாணயம்.
உரூபி - (வி) மெய்ப்பி.
உரூபிகரம் - உரூபிகரிக்கை.
உரூப்பியம் - அழகுள்ளது, 2. வெள்ளி, 3. வெள்ளிநகை, 4. பொன்னகை.
உரை - பேச்சு, 2. மொழி, 3. வியாக் கியானம், 4. பொன், 5. சொற்பயன், 6. ஒலி, 7. உயர்ச்சி, 8. வேதமொழி, 9. விடை, 10. துணிவு, 11. ஆசிரிய வசனம்.
உரை - (வி) தேய், 2. மாற்றறியவுரை, 3. பேசு, 4. ஒலி.
உரைசு - } (வி) தேய், 2. உரை.
உரைஞ்சு - }
உரைப்பு - தேப்ப்பு, 2. உரைக்கை, 3. சொல்லுகை.
உரொக்கம் - கையிருப்புப் பணம்.
உரொட்டி - உறட்டி.
உரோககம் - சிவனடிபாதம்.
உரோகணி - உரோகணிநாள், 2. பல தேவன் தாய்.
உரோகதி - நாய்.
உரோகம் - வியாதி, 2. பூவரும்பு, 3. ஏறுகை.
உரோகிணி - உரோகிணிநாள், 2. பலரா மன்தாய், 3. கடுகுரோகணி, 4. பீத ரோகணி, 5. கடுக்காய், 6. ஒன்பானாண்டுப் பெண்.

உரோங்கல் - உலக்கை.
உரோசம் - மானம்.
உரோசல் - (தொ.பெ) உரைஞ்சல்.
உரோசனி - கடுகு.
உரோசனை - கோரோசனை, 2. செந்தாமரை, 3. கடுகு.
உரோசி - (வி) நாணு, 2. சுவரணை கொள்.
உரோணி - உரோகணி நாள்.
உரோதனம் - அழுகை.
உரோமசன் - உரோமரிஷி.
உரோமம் - மயிர்ப்பரப்பு.
உரோமாஞ்சலி - } குதுகலிப்பு.
உரோமாஞ்சிதம் - } குதுகலிப்பு.
உலகசயன் - புத்தன்.
உலகநடை - } உலகொழுக்கம், 2. உலகாசாரம்.
உலகவழக்கம் - } உலகொழுக்கம், 2. உலகாசாரம்.
உலகவழக்கு - } உலகொழுக்கம், 2. உலகாசாரம்.
உலகநாதன் - கடவுள், 2. பிரமன்.
உலகநீதி - நன்னெறி, 2. உலகநடை, 3. இயல்பான நீதி, 4. தேசவியற்கை நீதி, 5. ஓர் நூல்.
உலகநேத்திரன் - சூரியன்.
உலகமாதா - சரச்சுவதி, 2. இலக்குமி, 3. பார்வதி.
உலகமுண்டோன் - ஸ்ரீ மகாவிஷ்ணு.
உலகம் - } உலோகம், 2. பூமி, 3. நாடு, 4. திசை 5. உலகத்தார், 6. ஆகாயம், 7. சான்றோர், 8. சிருட்டிப் பொருள்கள், 9. உலோகானுபவம், 10. உலகத்தன்மை, 11. மங்கலச் சொற்களினொன்று.
உலகு - } உலோகம், 2. பூமி, 3. நாடு, 4. திசை 5. உலகத்தார், 6. ஆகாயம், 7. சான்றோர், 8. சிருட்டிப் பொருள்கள், 9. உலோகானுபவம், 10. உலகத்தன்மை, 11. மங்கலச் சொற்களினொன்று.
உலகாயிதம் - அறுசமயங்களிலொன்று.
உலகியல் - உலகநடை.
உலகுலம் - திப்பிலி.
உலக்கை - உரோங்கல், 2. திருவோணம்.
உலக்கைப்பாட்டு - வள்ளைப்பாட்டு.
உலங்கு - கொசுகு.
உலண்டு - பட்டுநூலையுண்டாக்கும் கோற் புழு.
உலத்தல் - (தொ.பெ) அழிதல், 2. சாதல்.
உலப்பு - கேடு, 2. முடிவு.
உலமரு - (வி) அஞ்சு, 2. துன்புறு.
உலம் - திரண்டகல், 2. கற்றிரள்.
உலம்பல் - (தொ.பெ) ஒலித்தல்.
உலரு - } காய், 2. வாடு.
உலர் - } காய், 2. வாடு.
உலவம் - உலோபம்.
உலவாக்கிழி - எடுக்க வெடுக்கப் பொருள் குறையாக் கிழிக்கட்டு.
உலவு - (வி) உலாவு, 2. கூசிக்குறை.
உலவை - காற்று, 2. மரக்கொம்பு, 3. தழை, 4. முல்லை நிலக்கான்யாறு, 5. விறகு, 6. ஊர், 7. விலங்கின் கொம்பு, 8. குடி, 9. வள்ளிக் கொடி, 10. குலம், 11. மரப் பொந்து, 12. ஒடைமரம், 13. கிலுகிலுப் பைச் செடி.
உலா - சாரிவருதல், 2. நேரிசைக் கலி வெண்பாலாய ஓர் பிரபந்தம்.
உலிற்கள் - வெண்கலம்.
உலு - பதர்.
உலுக்கு - (வி) அசை, 2. குலுக்கு.
உலுத்தம் - உலோபம்.
உலுத்தன் - உலோபி, 2. வாங்கின கடனைக் கொடாதவன்.
உலுத்து - (வி) உதிர்.
உலுப்பை - கோயில் முதலியவற்றிற் கனுப்புங் காணிக்கை, 2. பெரியவர்க் களிக்கு மூண்பண்டம், 3. அடைந் தோர்க் களிக்கு மூண்பண்டம்.
உலுவா - } வெந்தயம்.
உலுவாவரிசி - } வெந்தயம்.
உலூகம் - ஆந்தை, 2. ஒருவகைப் பரி.
உலூகலம் - உரல், 2. குங்குலியம்.
உலூதை - சிலந்திப்பூச்சி.
உலை - கொல்லனுலை, 2. நெருப்புள்ள வடுப்பு, 3. பாகஞ்செய்யவைக்கு நீருலை.
உலைக்களம் - கொல்லனுலையிடம்.
உலைசல் - (தொ.பெ) கெடுதல்.
உலைச்சல் - அலைவு.
உலைதல் - (தொ.பெ) அலைதல், 2. அழிதல், 3. சீரழிதல், 4. நிலைகுலைதல், 5. பலங்குறைதல், 6. மனங்கலங்கல்.
உலைத்தல் - (தொ.பெ) அலைத்தல், 2. கலைத்தல், 3. கெடுத்தல், 4. சீரழித்தல், 5. முறியடித்தல், 6. மனதைக் கலக்கல், 7. ஆஸ்தியைக் கெடுத்தல்.

உலையிற்பிணந்தின்னி - மாமிசபேதி.
உலைவு - அச்சம், 2. அழிவு, 3. கெடுதி, 4. நடுக்கம், 5. நிலையின்மை, 6. தரித்திரம்.
உலொங்கு - (வி) கீழ்மைப்பட்டிரு.
உலொடலொடெனல் -
உலொட லொடென்று -
கூப்பிடல் - } ஓர் வகை யொலிக் குறிப்பு
உலொடுக்கு - வெறுமை, 2. ஒலிக்குறிப்பு.
உலொட்டி - வெறிதரும் வஸ்து, 2. கள்ளுக் குடுவை.
உலோகம் - உலகம், 2. உலகத்துக் கடுத்த தன்மை, 3. பஞ்சலோகம்.
உலோகாயதம் - உலகாயத மதம்.
உலோகார்த்தம் - இலௌகிக நயம், 2. உலகத்தாருக்கு வருநயம்.
உலோகிதம் - சிவப்பு.
உலோசனம் - கண்.
உலோசி - பேய்ப்பசளைப்பூண்டு.
உலோசிதம் - சந்தனமரம்.
உலோபம் - ஈயாமை, 2. பொருளாசை, 3. கெடுதல் விகாரம், 4. குறைவு.
உலோமம் - வால், 2. வானுனி.
உலோலம் - அசைவு, 2. ஆசைப்பெருக்கம்.
உலோலிதம் - அசைவு.
உல் -
உல்லு - } தேங்காயுரிக்குங் கருவி, 2. கழு.
உல்கு - ஆயம்.
உல்லங்கனம் -
உல்லிங்கனம் - } கடக்கை, 2. அவமதிப்பு, 3. நிந்தை.
உல்லம் - ஓர் மீன்.
உல்லரி - தளிர்.
உல்லாசம் - மகிழ்ச்சி, 2. சரசக்களிப்பு, 3. உள்ளக்களிப்பு, 4. இறுமாப்பு, 5. அத்த வாளம்.
உல்லாபம் - மழலைமொழி, 2. நலிந்த மொழி.
உல்லியர் - கூபநூலோர்.

உல்லேகம் - உச்சரிப்பு, 2. ஒரலங்காரம்.
உல்லோசம் - மேற்கட்டி.
உல்லோலம் - கடற்பெருந்திரை.
உவ - (வி) விரும்பு, 2. மகிழ், 3. இன்ப மாயிரு.
உவகுலம் - திரிபலை.
உவகை - களிப்பு, 2. பிரியம்.
உவக்காண் - அப்பொழுது, 2. அவ் விடம்.
உவச்சர் - சோனகர், 2. ஓச்சர்.
உவட்டி - (வி) அருவரு, 2. குமட்டு.
உவட்டிற்கூர்மை - மாமிசபேதி.
உவட்டு - (வி) வெறு, 2 .பிரவாகி, 3. பெருக்கெடு.
உவணகேதனன் - ஸ்ரீ மகாவிஷ்ணு.
உவணம் - உயரம், 2. கருடன், 3. கழுகு, 4. பருந்து.
உவணி - வாள்.
உவணை - சுவர்க்கம், 2. உவ்விடம்.
உவண் - உவ்விடம்.
உவதி - தருணி.
உவதை - மலையின் வீழருவி.
உவப்பு - மகிழ்ச்சி, 2. உயரம், 3. பொலிவு, 4. பிரியம், 5. விளையாட்டு.
உவமம் - ஒன்றோடொன்றை யொப் புறுத்தல்.
உவமாநிலம் - சுவர்.
உவமானம் - உவமிக்கும் பொருள்.
உவமிப்பு - ஒப்பிடுகை.
உவமேயம் - உவமிக்கப்படும் பொருள்.
உவமை - உவமாலங்காரம்.
உவராகம் - கிரகணகாலம்.
உவரி - கடல், 2. சிறுநீர்.
உவர் - உவர்ப்பு, 2. கடல், 3. உப்பு.
உவர் - (வி) உப்புக்கரி, 2. துவர், 3. அரோசி.
உவர்ச்சங்கம் - முட்சங்குப்பூண்டு.
உவளகம் - அந்தப்புரம், 2. மதில், 3. ஓர் பக்கம், 4. பள்ளம், 5. குளம், 6. உப்பளம், 7. இடைச்சேரி, 8. இரண்டு.
உவளம் - சோறு, 2. யானைக்கவளம்.
உவளி - (வி) சுத்தஞ்செய்.

உவளு - (வி) துவளு.
உவனாயம் - துவைத்துக் கட்டுமருந்து.
உவனி - வாள்.
உவனிப்பு - ஈரிப்பு.
உவன் - ஒரு சுட்டுச்சொல்.
உவா - நிறைவு, 2. பூரணை, 3. கடல், 4. யானை, 5. அமாவாசை.
உவாதி - உபாதி.
உவாத்தி - } வேத மோதுவிப்
உவாத்தியாயன் - } போன், 2. உபாத்தி யாயன்.
உவாந்தம் - அமாவாசை, 2. பூரணை.
உவாந்தி - சத்தி.
உவாய் - ஓர் மரம்.
உவாலம்பம் - } தூஷணை.
உவாலம்பனம் - }
உவிதல் - (வி) சாதல், 2. நீர்வற்றி யவிதல்.
உவை - } அஃறிணைப் பன்மைப்
உவ் - } படர்க்கைச் சுட்டுப்பெயர்.
உவ்வி - தலை.
உவ்விடம் - அவ்விடத்துக்கும் இவ்விடத் துக்கும் இடையிலுள்ளது.
உவ்வு - தவம்.
உழ - (வி) பழகு, 2. முயல, 3. வேலை செய்ய, 4. தொழில் நடத்த, 5. உத்தியோகஞ் செய்ய, 6. வருந்த, 7. தவத்தினுட்பட.
உழக்கு - காற்படி.
உழக்கு - (வி) சிலம்பம் பழகு, 2. மிதி, 3. கலக்கு.
உழச்சியர் - மருதநிலப் பெண்கள்.
உழப்பன் - கள்ள நியாயம் பேசுகிறவன்.
உழப்பு - (வி) குழம்பு.
உழப்பு - பழக்கம், 2. முயற்சி, 3. கைத் தொழில், 4. உயிர் முயற்சி, 5. வருத்தம், 6. வலி.
உழமண் - அழுக்கெடுக்கும் மண்.
உழம்பு - (வி) ஒலி, 2. குழம்பு.
உழலு - } சுழல், 2. ஆடு, 3. சுற்றித்திரி,
உழல் - } 4. அசை, 5. மனஞ்சுழல், 6. பிறவியிற் சுழல்.
உழலை - தாகம், 2. உழலைமரம்.
உழலைமரம் - தொண்டுக்கட்டை.

உழவன் - உழுபவன், 2. வீரன்.
உழவாரப்படை - } புற்செருக்கி.
உழவாரம் - }
உழவுசால் - உழவிடும் வளையம்.
உழற்சி - சுழற்சி, 2. சுற்றித்திரிகை, 3. ஆடுகை, 4. மனச்சுழற்சி, 5. வருத்தம்.
உழற்றல் - வெப்பம்.
உழற்று - (வி) சுழற்று, 2. கைகாலுழற்று, 3. காலத்தை வருத்தத்தோடு கழி, 4. வருந்திப்புரள்.
உழி - இடம், 2. பக்கம், 3. ஏழனுருபு.
உழிஞை - சிறுபூளை, 2. அஷ்டவெற்றி மாலையினொன்று.
உழிதரல் - திரிதல், 2. சுழலல்.
உழு - } பிள்ளைப்பூச்சி
உழுவான் - }
உழு - (வி) ஏருழு, 2. நிலத்தைக்கிளை.
உழுந்து - உளுந்து.
உழுபடை - கலப்பை.
உழுவம் - எறும்பு.
உழுவல் - முறைமை, 2. விடாது தொடர்ந்த வன்பு, 3. குணம்.
உழுவை - புலி.
உழை - சிரத்தாற் பிறக்குமிசை, 2. யாழி னோர் நரம்பு, 3. மான், 4. இடம், 5. ஏழ னுருபு.
உழை - (வி) வருந்தியீட்டு, 2. வேலையிற் பிரயாசப்படு, 3. இரை, 4. துன்பமுறு.
உழைப்பறிக்க - (வி) சேற்றிற்புரள, 2. போராட்டப்பட.
உழைப்பாளி - பிரயாசப்படுபவன்.
உழைப்பு - பிரயாசம், 2. வருந்தியீட்டுகை, 3. முயற்சி.
உளகு - யாழினோருறுப்பு.
உளப்படுதல் - (தொ.பெ) சம்மதித்தல், 2. உட்படுதல்.
உளப்பாடு - உட்படுகை.
உளம் - மனம், 2. எண்ணம், 3. கருத்து.
உளறு - } சிறுகுகோது, 2. சிறகுதறு,
உளர் - } 3. யாழினரம்பு தடவு, 4. சுழல், 5. அசை, 6. காற்றுளர்.
உளர் - ஏது.
உளர்ச்சி - சுழற்சி.

உளர்வு - சுழற்சி, 2. உளர்கை.
உளவு - உட்காரியம், 2. இரகசிய சமாசாரம், 3. வேவு, 4. ஒற்றன்.
உளறு - (வி) குழறு, 2. பயத்தினாற் றடுமாறிப்பேசு, 3. வீணாயுளறு, 4. கனாக்கண்டு பிதற்று.
உளறுபடி - குழறுகை, 2. கலக்கம்.
உளி- மரவினையாளர் கருவியினொன்று, 2. நிகஞ்சீவி, 3. இடம், 4. ஏழனுருபு, 5. சித்திரிக்குங்கருவி.
உளியம் - கரடி.
உளு - ஓர் புழு.
உளுக்காரு - (வி) இரு, 2. பொறுத்துப்போ.
உளுக்கு - (வி) சுளுக்கு, 2. உலோக பாத்திரங்களுக்கு மெருகிடு.
உளுந்து - உழுந்து, (ஒரு தானியம்).
உளுவை - ஓர் மீன்.
உளை - குதிரை முதலியவற்றின் கழுத்துமயிர், 2. ஆண்மயிர், 3. ஒலி, 4. பேசலாவெழுமொலி, 5. சேறு, 6. புறமயிர்.
உளைதல் - (தொ.பெ) வருந்தல், 2. வயிறுளைதல், 3. பல்லுவலித்தல், 4. மனம்நோதல், 5. பிரசவவேதனைப்படுதல்.
உளைத்தல் - (தொ.பெ) அழைத்தல், 2. ஒலித்தல், 3. வருந்தல்.
உளைப்பு - அழைப்பு, 2. ஒலிப்பு, 3. வருத்தம்.
உளைவு - வலிப்பு, 2. குடைவு.
உள் - உள்ளிடம், 2. உள்ளம், 3. இடம், 4. ஏழனுருபு.
உள்கல் - } (தொ.பெ) நினைத்தல்.
உள்குதல் - } (தொ.பெ) நினைத்தல்.
உள்வாரம் - மனவிருப்பம்.
உள்விழுதல் - (தொ.பெ) குறைதல், 2. உள்ளாதல்.
உள்ளக்கருத்து - தாற்பரியம், 2. மனத்தினுள்ளம்.
உள்ளங்கை - அகங்கை.
உள்ளடங்கு - (வி) உட்பட்டிரு.
உள்ளடி - உள்ளங்கால், 2. இரகசியம், 3. சமீபம், 4. நெருங்கிய சுற்றம்.
உள்ளபடி - யதார்த்தம்.
உள்ளமிகுதி - ஊக்கம்.
உள்ளமுடையான் - ஒரு சோதிட நூல்.
உள்ளம் - மனம், 2. கருத்து, 3. முயற்சி, 4. வாக்கியத்தின் கருத்து.
உள்ளல் - உள்ளான்குருவி, 2. நினைத்தல்.
உள்ளவன் - பொருளுடையவன்.
உள்ளாகுதல் - ஆளாகுதல், 2. உட்படுதல்.
உள்ளி - வெள்ளைப்பூண்டு, 2. வெங்காயம்.
உள்ளிப்பல் - பூண்டின் திரி.
உள்ளியர் - அறிவுடையோர்.
உள்ளுடைவு - மனத்துயர்.
உள்ளுதல் - (தொ.பெ) நினைத்தல்.
உள்ளுறை - உள்ளெண்ணம், 2. மறைபொருள்.
உறக்க - (வி) பிழிய, 2. கறக்க, 3. முற்றுங்கவர, 4. கிள்ளியெடுக்க, 5. பிதுக்க.
உறக்கம் - நித்திரை, 2. ஒடுக்கம், 3. மரணம்.
உறக்கு - (வி) துயிற்று, 2. நாசப்படுத்து.
உறக்கு - நித்திரை.
உறங்கு - (வி) நித்திரைசெய், 2. ஒடுங்கு, 3. சோர்.
உறட்டு - (வி) வறட்டு.
உறட்டை - வறட்சி, 2. துர்க்கந்தம்.
உறண்டு - (வி) வறள்.
உறண்டு - முரட்டுக்குணம்.
உறண்டை - முரட்டுத்தனம், 2. தொந்தரவுசெய்கை, 3. துர்க்கந்தம்.
உறந்தை - உறையூர்.
உறல் - உறுதல், 2. பொருந்தல்.
உறவாதல் - சிநேகமாதல்.
உறவி - ஊற்று, 2. கிணறு, 3. எறும்பு, 4. சுற்றம், 5. உயிர், 6. உமைக்களம், 7. ஓர் புழு.
உறவு - பொருத்தம், 2. சேர்கை, 3. சம்பந்தம், 4. சுற்றம், 5. நட்பு, 6. ஒற்றுமை, 7. ஐக்கம்.

உறவுமுறையார் - சுற்றத்தார்.

உறவோர் - சுற்றத்தார், 2. நண்பர்.

உறழ் - (வி) பெருக்கு, 2. பகை கொள், 3. விகற்பமாகு, 4. எதிராகு, 5. இகல், 6. உவமையாகு.

உறழ்ச்சி - உறழ்வு, 2. பெருக்கல்.

உறழ்வு - ஒப்பு, 2. சமம், 3. விகற்பம், 4. எதிர், 5. போர், 6. பகை, 7. எண் பெருக்குகை, 8. உணர்வு.

உறி - தூக்கு.

உறிஞ்சல் - } (வி) வாய்க்குள்ளிழு,
உறிஞ்சுதல் - } 2. ஆக்கிராணி, 3. உள்ளேயிழு.

உறியடி - ஓர் திருவிழா.

உறு - மிகுதியான.

உறுகண் - துன்பம், 2. தரித்திரம், 3. நோய், 4. அச்சம்.

உறுக்கல் - (தொ.பெ) கடிந்துகொள்ளல், 2. பயமுறுத்தல், 3. குரூரமாய்ப்பேசல், 4. கடத்தல், 5. குதித்தல்.

உறுக்காட்டம் - } உறுக்குதல்.
உறுக்காட்டியம் - }

உறுண்டுகம் - அவுபலபாஷாணம்.

உறுதல் - (தொ.பெ) உண்டாதல், 2. கூடல், 3. சம்பவித்தல், 4. சேர்தல், 5. பயனுறல், 6. கிடைத்தல், 7. வருதல், 8. பொருந்தல், 9. தங்கல்.

உறுதி - திரம், 2. வலிமை, 3. நன்மை, 4. சன்மார்க்க வுபதேசம், 5. நிச்சயம், 6. திடப்படுத்துகை, 7. தளராமை, 8. ஆட்சிப் பத்திரம், 9. கல்வி; 10. வழக்கின் திடம், 11. பிடிவாதம்.

உறுதிச்சொல் - நிச்சயமொழி, 2. நல்லுபதேசம், 3. கண்டிப்பு.

உறுதிப்படுத்து - (வி) புலப்படுத்து, 2. உடன் படிக்கை செய்.

உறுதிப்பாடு - திடம்.

உறுதிப்பொருள் - கடவுள், 2. ஞானம், 3. நிச்சயார்த்தம்.

உறுத்தல் - (தொ.பெ) உண்டாக்கல், 2. ஏற்படுத்தல், 3. சேர்த்தல், 4. வருவித்தல், 5. நாட்டல், 6. தாக்கல், 7. வருத்தல், 8. மனதிலுறுத்தல்.

உறுத்தை - அணில்.

உறுபு - பாலையாழ்த்திறம்.

உறுப்படக்கி - ஆமை.

உறுப்பு - அவயவம், 2. உடல், 3. பங்கு, 4. அங்கலக்ஷணம், 5. மிகுதி, 6. மரக்கொம்பு, 7. நெருக்கம், 8. மேல்வரிச்சட்டம், 9. காணியாட்சிப்பத்திரம்.

உறுமல் - (தொ.பெ) உறுமுதல், 2. இரைதல், 3. குமுறல்.

உறுமாலா - }
உறுமாலை - } தலைசாத்து, 2. அஸ்தபாவாடை.
உறுமால் - }

உறுமி - ஒரு பறை.

உறுமு - (வி) முறுமுறு, 2. பன்றியுறுமு, 3. மேகமுழங்கு, 4. சின, 5. எழும்பு.

உறுவல் - துன்பம்.

உறுவன் - முனிவன், 2. அருகன்.

உறுவை - ஔவை சகோதரிகளிலொருத்தி.

உறை - படைக்கூடு, 2. பண்டம் பெய்யுறை, 3. பாலிடுபிரை, 4. இருப்பிடம், 5. துளி, 6. மழை, 7. ஆடையழுக் ககற்றுநீர், 8. காரம், 9. விலங்குணவு, 10. மருந்து, 11. வாழ்நாள், 12. நீளம், 13. உயரம், 14. கிணற்றுறை, 15. இலக்கக்குறி, 16. பாம்பின் விஷப்பை, 17. வெண்கலம்.

உறை - (வி) வாசஞ்செய், 2. இரு, 3. சஞ்சரி, 4. இறுகு, 5. செறி.

உறைத்தல் - (தொ.பெ) கார்த்தல், 2. எரிதல், 3. தாக்கல், 4. அழுந்தல்.

உறைப்பு - காரம், 2. கொடுமை, 3. எரிவு, 4. தாக்குகை, 5. உக்கிரம், 6. பதிவு.

உறையல் - பிணக்கு.

உறையுள் - தங்குமிடம், 2. வீடு, 3. ஊர், 4. நாடு, 5. மக்கட்படுக்கை, 6. மருத நிலத்தூர், 7. ஆயுள்.

உறையூர் - திருச்சிராப்பள்ளிக் கருகிலுள்ள சோழனூர்.

உறைவிடம் - இருக்குமிடம்.

உற்கடம் - மதம்பிடித்த யானை, 2. செருக்கு, 3. நன்னாரி.

உற்கடிதம் - பஞ்சதாளத்திலொன்று.

உற்கம் - கடைக்கொள்ளி, 2. தீத்திரள், 3. ஊழித்தீ.

உற்கரி - (வி) கோபத்தோடு பேசு.

உற்காரம் - வாந்திசெய்கை, 2. அதிர்ச்சி, 3. தூற்றுந் தானியம்.

உற்கிருஷ்டம் - மேன்மை, 2. மிகுதி.

உற்குரோசம் - நீர்வாழ் பறவை, 2. சத்தம்.

உற்கை - கடைக்கொள்ளி, 2. விண்வீழ் கொள்ளி, 3. விண்மீன்.

உற்சர்க்கத்தலம் - மூலாதாரம்.

உற்சர்க்கப்பிணி - } உலகம், வாழ்நாள்,
உற்சர்ப்பிணி - } போகம் முதலியவை களால் வளர்பிறைபோற் பெருகுங் காலம், 2. சமணரின் காலப்பிரிவில் ஒன்று.

உற்சர்க்கம் - கைவிடுகை.

உற்சவம் - திருவிழா, 2. விவாகம், 3. ஆசைப்பெருக்கம்.

உற்சாகம் - முயற்சி, 2. ஊக்கம், 3. மனப் பூரிப்பு, 4. சந்தோஷம்.

உற்பத்தி - } பிறப்பு, 2. கருவுண்டாகுகை.
உற்பவம் - }

உற்பலசானன் - பெருங்காயம்.

உற்பலம் - நெய்தல், 2. செங்குவளை, 3. குவளை.

உற்பவி - (வி) பிற, 2. கருப்படு.

உற்பவிப்பு - பிறப்பு, 2. கருப்படுகை.

உற்பனம் - } பிறப்பு, 2. உத்தமம், 3. உண்
உற்பன்னம் - } மை,4. தோற்றம், 5. கல்வி.

உற்பாதம் - துர்க்குறி, 2. கொடுமை, 3. நுண்ணறிவு.

உற்பிரேட்சை - ஓரலங்காரம்.

உற்பீசம் - நிலத்திற் பிறப்பன.

உற்றார் - உறவோர்.

உற்றிடம் - ஆபத்து, 2. அடைக்கலம்.

உற்றுக்கேள் - (வி) கவனமாய்க் கேள்.

உன் - (வி) நினை, 2. விரைந்தெழும்பு, 3. உந்து.

உன்மணி - உயர்ந்தமணி.

உன்மத்தகி - குறிஞ்சாக்கொடி.

உன்மத்தம் - பைத்தியம், 2. மயக்கம், 3.ஊமத்தஞ்செடி, 4. மன்மதன் கணையு ளொன்று.

உன்மத்தர் - பித்தர், 2. வெறியர், 3. மயக்க முடையோர்.

உன்மத்தை - ஊமத்தஞ்செடி.

உன்மனை - பிரசாத வியல்பினொன்று.

உன்முகம் - அண்ணாந்து பார்க்கை, 2. ஒன்றிற் கருத்தா யிருக்கை.

உன்னதம் - } உயர்ச்சி, 2. மேன்மை.
உந்நதம் - }

உன்னம் - நினைவு, 2. மனம், 3. அன்னம், 4. நீர்வாழ் பறவை, 5. தசை பிடுங்குங் குறடு.

உன்னயம் - } உயர்த்துகை.
உன்னாயம் - }

உன்னயனம் - } தியானம்.
உந்நயனம் - }

உன்னலர் - பகைவர்.

உன்னல் - (தொ.பெ) நினைத்தல்.

உன்னி - குதிரை.

உன்னியம் - ஐக்கம்.

உன்னியர் - பந்துக்கள்.

ஊ

ஊ - நெட்டுயிரெழுத்தி லொன்று, 2. வினையெச்சவிகுதி, (உ-ம்) உண்ணூ, 3. தசை, 4. ஓரொலிக் குறிப்பு.

ஊகடன் - முருங்கைமரம்.

ஊகம் - நினைவு, 2. குரங்கு, 3. தியானம், 4. படைவகுப்பு, 5. புலி.

ஊகனம் - நியாயஞ் சொல்லுகை.

ஊகனி - துடைப்பம்.

ஊகி - (வி) நினை, 2. உத்தேசி.

ஊகை - யூகை.

ஊக்கம் - முயற்சி, 2. உள்ளத்தின் மிகுதி, 3. வலி, 4. உற்சாகம், 5. உயர்ச்சி.

ஊக்கு - முயற்சி.

ஊதாரி 85 ஊரு

ஊக்கு - (வி) முயல், 2. எழுப்பு, 3. ஏறு.
ஊங்கு - மிகுதி, 2. உவ்விடம்.
ஊசல் - ஊஞ்சல், 2. அசைதல், 3. ஓர் பிரபந்தம், 4. பதனழிதல்.
ஊசா - மூக்குத்திக்கொடி.
ஊசாடு - (வி) உலாவித்திரி.
ஊசி - இழைவாங்கி, 2. குண்டூசி, 3. நிறைகோலி னடுமுள், 4. கடிகாரத்தின் முள், 5. எழுத்தாணி.
ஊசிக்காது - ஊசித்துளை.
ஊசிக்காந்தம் - இரும்பிழுக்குங் காந்தக்கல்.
ஊசிக்கார் - ஓர் வகை நெல்.
ஊசு - (வி) சுவைகெடு, 2. தை.
ஊசுதம் - பயம் (அச்சம்).
ஊஞ்சல் - ஊசல்.
ஊடகம் - ஓர் மீன்.
ஊஷரம் - } பூவழலை.
ஊடரம் - }
ஊடல் - பிணக்கு, 2. பிரிவு.
ஊடாடிப்பார் - (வி) ஆராய்ந்துபார்.
ஊடான் - ஓர் மீன்.
ஊடு - நடு, 2. தார்நூல்.
ஊடு - (வி) பிணங்கு, 2. பிரி, 3. விரோதி, 4. வெறு.
ஊடை - நூற்றார்.
ஊடையம் - நீரரண்.
ஊட்டம் - உண்டி.
ஊட்டி - உண்டி, 2. பறவையுணவு, 3. மழை, 4. மிடறு.
ஊட்டிரம் - தேட்கொடுக்கிப்பூண்டு.
ஊட்டு - (வி) உண்பி, 2. உணவுகொடு, 3. விருந்திடு.
ஊட்டுணை - தலையாட்டம்.
ஊணம் - ஓர் தேயம்.
ஊண் - உண்டி, 2. சோறு, 3. இரை, 4. நன்மை தீமையினால் விளையும் புசிப்பு.
ஊதம் - யானைக் கூட்டம்.
ஊதல் - காற்று, 2. வீங்கல், 3. ஆரவாரம்.
ஊதா - செம்மைகலந்த கருநிறம்.
ஊதாரி - வீண்செலவுக்காரன்.
ஊதாரித்தனம் - வீண்செலவு.
ஊதிகை - முல்லை.
ஊதியம் - இலாபம், 2. கல்வி, 3. பலன்.
ஊது - (வி) வாயாலூது, 2. துளைக்கருவியிசை, 3. வண்டு முதலிய வூது, 4. சரீரம் வீங்கு, 5. காற்று நொய்தாய் வீசு.
ஊதுகட்டி - சொக்கவெள்ளி.
ஊதுகரப்பன் - ஒருவகைக் கரப்பனோய்.
ஊதுகாமாலை - ஒருவகை நோய்.
ஊதுமா - ஓரினிப்புக் கூழ்.
ஊதுமாந்தம் - மந்தத்தினால் வயிறு விம்மும் ஒரு நோய்.
ஊதுவாரம் - வெள்ளி.
ஊதுவிரியன் - ஓர் பாம்பு.
ஊதை - காற்று, 2. குளிர்காற்று.
ஊத்தை - சரீரவழுக்கு, 2. அழுக்கு, 3. ஊன்.
ஊத்தைக்குடியன் - ஓர் பிசாசு.
ஊத்தைப்பாண்டம் - அழுக்குப்பாத்திரம், 2. உடம்பு.
ஊந்து - கச்சோலம்.
ஊமச்சி - } ஓர் வகை நத்தை, 2. ஊமைச்சி.
ஊர்மச்சி - }
ஊமணை - பேசத் திறமில்லாதவன், 2. அழகில்லாதது.
ஊமத்தங்கூகை - ஊமைக்கோட்டான்.
ஊமத்தம் - } உன்மத்தம், 2. ஒரு செடி.
ஊமத்தை - }
ஊமல் - கிழங்கு கழிந்த பனங்கொட்டை.
ஊமன் - கூகை, 2. ஊமை.
ஊமாண்டி - பிள்ளைகள் விளையாட்டிலொன்று, 2. பூச்சாண்டி.
ஊமை - ஒலியின்மை, 2. ஊமன்.
ஊமைத் தேங்காய் - நீராடாத் தேங்காய்.
ஊமையெழுத்து - மெய்யெழுத்து.
ஊரல் - உரிஞ்சல், 2. கிளிஞ்சல், 3. பசுமை.
ஊராண்மை - மிக்கசெயல்.
ஊரி - சங்கு, 2. மேகம், 3. இளமை.
ஊரு - தொடை, 2. அச்சம்.

ஊருடை -
ஊருடைமுதலி - } முருங்கைமரம்.
ஊருணி - ஊரடுத்த குளம்.
ஊர் - (வி) தவழ், 2. பரவு, 3. தினவுறு, 4. ஏறு, 5. செலுத்து.
ஊர் -
ஊர்கோள்
ஊர்கோள்வட்டம் - } சந்திர சூரியரைச் சூழ்ந்த வட்டம்.
ஊர்க்கதை - ஊர்ப்பேச்சு, 2. பொய்ச் செய்தி, 3. வீண்செய்தி.
ஊர்க்காறுபாறு - ஊர்க்காரியம், 2. ஊர் விசாரிப்பு, 3. அன்னியருடைய காரிய விசாரிப்பு.
ஊர்க்குருவி - அடைக்கலங்குருவி.
ஊர்ச்சம் - கார்த்திகை மாதம்.
ஊர்ச்சிதம் - உறுதி.
ஊர்தி - வாகனம்.
ஊர்த்தம் -
ஊர்த்துவம் - } சைவபேதம் பதினாறினுள் ஒன்று.
ஊர்த்துவபுண்டரம் - மேனோக்கியிடுந் திரு மண்.
ஊர்ப்புலம் - ஆமணக்கமரம்.
ஊர்மிளை - இலக்குமணன் மனைவி.
ஊர்வசி - சுவர்க்கலோக வேசை.
ஊலுகம் - கோட்டான்.
ஊழலி - (வி) பதனழி, 2. மெலி, 3. இளை, 4. அருவரு.
ஊழல் - கெட்டது, 2. ஊத்தை, 3. நரகம்.
ஊழி - உகமுடிவு, 2. நெடுங்காலம், 3. உறை காலம், 4. பூமி.
ஊழிகாலம் - உகாந்தகாலம்.
ஊழித்தீ - வடவாமுகாக்கினி.
ஊழிநோய் - பெருவாரிநோய்.
ஊழியம் - தொண்டு.
ஊழியூழிக்காலம் - நித்தியம்.
ஊழ் - (வி) முதிர், 2. வாடு, 3. பதனழி, 4. மலர், 5. நினை.
ஊழ் - பழமை, 2. முறை, 3. குணம், 4. பகை, 5. வெயில், 6. விதி.
ஊழ்த்தல் - புலால், 2. ஊன், 3. மடிப்பு.
ஊளன் - நரி, 2. ஆண் நரி.
ஊளா -
ஊளி - } நெடுவாய் மீன்.
ஊளை - நரி முதலியவற்றினமுகைக் குரல், 2. சளி, 3. ஊத்தை.
ஊறணி - ஊற்று, 2. கசிவுநிலம், 3. சேற்று நிலம், 4. வருவாய்.
ஊறல் - ஊறுகை, 2. ஊற்று, 3. மருந்தி லூறல், 4. பஞ்சலோகக்கலப்பு, 5. களிம்பு 6. வருவாய்.
ஊறு - தீண்டுகை, 2. இடையூறு, 3. காயம், 4. கொலை, 5. தீமை, 6. பரிசம்.
ஊறு - (வி) நீருறு, 2. காய் முதலிய வூறு, 3. கசி, 4. பால் முதலியன சுர, 5. காயத் திலூன்வளர், 6. மெலிந்தவுடல் தேறு.
ஊறுகாய் - அடைகாய்.
ஊறுகோள் -காயம், 2. கொலை.
ஊறுபாடு - காயம், 2. தீமை, 3. சேதம்.
ஊற்றம் - பற்றுக்கோடு, 2. அசைவின்றி நிற்கை, 3. ஆற்றல், 4. மிகுதி, 5. புகழ், 6. அறிவுடைமை.
ஊற்றாணி - கலப்பை யுறுப்பினொன்று.
ஊற்றால் - உரோகணிநாள், 2. ஓர் கூடு.
ஊற்று -
ஊற்றுக்கோல் - } ஊன்றுகோல்.
ஊற்று - நீரூற்று, 2. ஈரம்.
ஊற்று - (வி) சிந்து, 2. எண்ணெயூற்று, 3. வார்.
ஊற்றுக்கண் - ஊற்றுத்துவாரம்.
ஊற்றுக்குழி - ஊற்றுப்பள்ளம்.
ஊற்றுமரம் - எண்ணெயூற்றுமரம், 2. செக்குலக்கை.
ஊனகத்தண்டு - கருவண்டு.
ஊனக்கண் - நேத்திரம், 2. குருட்டுவிழி.
ஊனம் - குறைபாடு, 2. ஈனம், 3. தீமை.
ஊனாங்கொடி -
ஊனான் - } ஓர் கொடி.
ஊனாயம் - பிழை.
ஊனுருக்கி - சயரோகம்.
ஊன் - தசை, 2. மாமிசம், 3. கொழுப்பு, 4. உடல்.
ஊன்றி - பாம்பு.
ஊன்றிக்கொள் - (வி) நிலைபெறு, 2. சார்ந்திரு.

ஊன்றிப்பார் - (வி) நோக்கிப்பார், 2. ஆராய்ந்துபார், 3. கையினாலமுழுத்திப் பார்.

ஊன்றுகால் - உதைகால்.

ஊன்றுகோல் - பற்றுக்கோடு.

ஊன்றுதல் - (தொ.பெ) நிறுத்தல், 2. நியாயத்திற்கு மூலத்தை ஸ்தாபித்தல், 3. இறுகப்பிடித்தல், 4. சாரல், 5. உறுதியாய் நிற்றல்.

எ

எ - ஏழாமுயிர், 2. ஒரு வினாவெழுத்து.

எஃகம் - எறிபடை, 2. ஈட்டி, 3. சக்கரம்.

எஃகு - கூர்மை, 2. உருக்கு, 3. ஆயுதப் பொது, 4. மதிநுட்பம்.

எஃகு - (வி) நெகிழ், 2. நீள், 3. அவிழ், 4. எதிர்தாக்கு, 5. தாழ்ந்தெழும்பு, 6. எட்டு, 7. உதைந்தேறு, 8. பஞ்சு முதலிய கொட்டு.

எகரம் - ஓரெழுத்து.

எகினம் - / **எகின்** - } அன்னம், 2. கவரிமா, 3. நீர் நாய், 4. புளியமரம், 5. புளிமா, 6. அழிஞ்சில்மரம்.

எகுன்று - குன்றிக்கொடி.

எக்கச்சக்கம் - தாறுமாறு, 2. ஒழுங்கின்மை, 3. வித்தியாசம், 4. நிந்தை.

எக்கண்டம் - முழுதும்.

எக்கரணம் - / **எக்கரவம்** - } முக்காரம்.

எக்கர் - இடக்கர், 2. சொரிதல்.

எக்கல் - (வி) எட்டல், 2. வயிற்றை யெக்கல், 3. ஏறல்.

எக்கழுத்தம் - இறுமாப்பு.

எக்களி - (வி) மிகமகிழ்.

எக்களிப்பு - மிகு மகிழ்ச்சி.

எக்காளம் - ஒருதுகுழல்.

எக்கியம் - யாகம்.

எக்கியோபவீதம் - பூணூல்.

எங்கண் - எவ்விடம்.

எங்கத்து - / **எங்கத்தை** - / **எங்கத்தைய** - } எவ்விடத்த.

எங்கு - / **எங்கே** - } எவ்விடம்.

எங்ஙனம் - / **எங்ஙனே** - } எத்தன்மை, 2. எவ்விடம்.

எசமானன் - / **எசமான்** - } வேள்வித்தலைவன், 2.தலைவன், 3. கணவன்.

எசமானி - தலைவி.

எசம் - நரம்பு.

எசலாட்டம் - இகலாட்டம்.

எசுசு - / **எசுர்** - } யசுர்வேதம்.

எச்சம் - யாகம்.

எச்சம் - குறைபாடு, 2. சேஷம், 3. எச்சில், 4. சந்ததி, 5. பறவை முதலியவற்றின் மலம், 6. பெயரெச்ச முதலியன.

எச்சரிக்கை - / **எச்சரிப்பு** - } சாக்கிரதை, 2. புத்தி சொல்லுகை, 3. கண்டிப்பு, 4. எச்சரிக்கை கூறுகை, 5. அமைதியாயிருக்கச் சொல்லுகை, 6. ஓர் பாட்டு.

எச்சன் - யாகசுரூபி, 2. யாகஞ்செய்வோன், 3. ஸ்ரீ மகாவிட்டுணு.

எச்சிலார் - இழிஞர்.

எச்சில் - சேஷம், 2. உச்சிட்டம்.

எச்சிற்றழும்பு - தழுதணை.

எச்சு - உயர்வு, 2. ஒரு வாத்தியக்கருவி.

எஞ்சு - (வி) சுருங்கு, 2. குறை, 3. சேஷமாயிறு, 4. சொல்லெஞ்சிநில்.

எஞ்ஞான்றும் - எப்போதும்.

எடார் - வெளிநிலம்.

எடு - (வி) தூக்கு, 2. ஒன்றிலிருந்தெடு, 3. தொடங்கு, 4. அங்கீகரி, 5. ஆராய்ந்தெடு, 6. இசையெடு, 7. தெரிந்துகொள், 8. சும, 9. வாந்தியெடு.

எடுகூலி - சுமைக்கூலி.

எடுத்தலளவு - நிறை.

எடுபடு - (வி) நீக்கப்படு, 2. எழும்பு, 3. அழிந்துபோ, 4. நியாயந்தவறு, 5. காணாமற்போ, 6. தோற்றுப்போ.

எடுப்பு - தூக்குகை, 2. உயரம், 3. தொடங்குகை, 4. இறுமாப்பு, 5. மேட்டிமை, 6. நிந்தை.

எடுப்புச் சாய்ப்பு - உயர்வுதாழ்வு.

எடை - தூக்குகை, 2. நிறுக்குந்தொழில், 3. நிறையளவு, 4. ஏற்றுக்கொள்கை, 5. எழுப்புகை.

எட்கடை - எட்பிரமாணம்.

எட்சத்து - எண்ணெய்.

எட்சிணி - ஓர் பெண்பிசாசு.

எட்டக்கரம் - அஷ்டாக்ஷரம்.

எட்டர் - மங்கலபாடகர்.

எட்டாக்கை - தூரம்.

எட்டி - காஞ்சிரைமரம், 2. ஒரு சாதி.

எட்டிகுடி - ஓர் ஸ்தலம்.

எட்டியர் - செட்டிகள், 2. வைசியாபொது.

எட்டு - அ, 2. ஓரெண், 3. இறந்த எட்டாம் நாட் சடங்கு, 3. ஆசை.

எண் - எண்ணிக்கை, 2. விசாரம், 3. இலக்கம், 4. சோதிட நூல், 5. மதிப்பு, 6. வரையறை, 7. எளிமை, 8. இலேசு, 9. எள்ளு.

எண்கணன் - பிரமன்.

எண்காற்புள் - சரபப்பறவை.

எண்கு - கரடி.

எண்குணன் - அருகன், 2. கடவுள், 3. சிவன்.

எண்சுவடி - கணக்கேடு.

எண்டோளி - காளி, 2. துர்க்கை.

எண்ணம் - நினைப்பு, 2. நோக்கம், 3. மதிப்பு, 4. இறுமாப்பு, 5. நம்பிக்கை, 6. கனம், 7. விசாரம், 8. ஆலோசனை, 9. கருத்து.

எண்ணர் - கணிதர், 2. மந்திரிகள்.

எண்ணார் - பகைவர்.

எண்ணிக்கை - மதிப்பு, 2. கணிப்பு.

எண்ணெய்க்காப்பு - எண்ணெயபிஷேகம்.

எண்மை - இலேசு, 2. எளிமை, 3. பரிதாபநிலை.

எதாஸ்து - அப்படியாகட்டும்.

எதாப்பிரகாரம் - இருந்தபடியே.

எதார்த்தம் - உண்மை.

எதி - துறவி.

எதிரல் - (தொ.பெ) எதிர்த்தல், 2. எதிர்ப்படல்.

எதிராளி -
எதிரி - } பகைஞன், 2. எதிர்வழக்காளி, 3. எதிரிடைக்காரன்

எதிரிடை - எதிர்க்கை, 2. விரோதம், 3. எதிரித்தனம், 4. சமமாயிருப்பது.

எதிருரை - மறுமொழி.

எதிரேற்றல் - எதிரேவல், 2. தடுத்தல், 3. எதிர்த்தல், 4. பிறன்மேல் வருவதைத் தானேற்றல்.

எதிரொலி - பிரதித்தொனி.

எதிர்தல் - (தொ.பெ) சந்தித்தல், 2. தோன்றுதல், 3. மாறுபடுதல்.

எதிர்நில் - (வி) முன்னில், 2. மாறுபட்டுநில், 3. போர் செய்.

எதிர்ப்படு - (வி) சந்தி, 2. தோன்று.

எதிர்ப்பு - சந்திப்பு, 2. எதிர்க்கை, 3. தடுப்பு, 4. அலைப்பு, 5. இலக்கு, 6. வருங்காலம், 7. எதிர்மொழி, 8. சண்டிவாளம்.

எதிர்ப்பை - கைம்மாறு.

எது - யாது.

எதுகுலகாம்போதி - ஓர் இராகம்.

எதுகுலம் - யதுகுலம்.

எதுகை - ஒரு செய்யுட்டொடை, 2. பொருத்தம்.

எதேச்சை - சுவேச்சை, 2. திருத்தி.

எதேஷ்டம் -
எதேட்டம் - } யதேஷ்டம்.

எதோத்தேசபட்சம் - ஒரு விஷயத்தை இருவிதமாக ரூபித்துக்காட்டல்.

எத்தனம் -
எத்தினம் - } பிரயத்தனம், 2. கருவி, 3. ஆயத்தம்.

எத்தனி - (வி) எத்தனஞ்செய்.

எத்தனை -
எத்துணை - } எவ்வளவு.

எத்து -(வி) வஞ்சி, 2. இதஞ்சொல்.

எத்து - வஞ்சகம்.

எத்தேசகாலமும் - எப்பொழுதும்.

எந்த - வினா.

எந்திரம் - சூத்திரம், 2. திரிகை, 3. ஆலை, 4. பஞ்சுகொட்டுமெந்திரம், 5. தீக்கடைகோல், 6. குலாலச் சக்கரம், 7. தேர், 8. ஊர்தி, 9. மந்திர சக்கரம், 10. மதிலுறுப்பு.

எந்தை - எமது தந்தை.
எப்படி - எவ்வண்ணம்.
எப்பொருட்குமிறைவன் - கடவுள்.
எப்பொழுது -
எப்போது -
எப்போழ்து - } எக்காலம்.
எமகணம் -
எமகிங்கிரர் - } நமன்றூதர்.
எமநாகம் - அசமதாகம், 2. ஊமத்தஞ் செடி.
எமநாமம் - ஊமத்தஞ்செடி.
எமர் -
எமார் - } எம்முடையவர்.
எமன் - எம்முடையவன்.
எமன் - நமன், 2. நாகப்பாம்பின் பற்களி லொன்று.
எமாஸ்திரம் - இயமனாயுதங்கள் அவை கணிச்சி, தண்டு, பாசம் என்பன.
எம் - எம்முடைய, 2. உளப்பாட்டுத் தன்மைப் பன்மை விகுதி.
எம்பர் - எவ்விடம்.
எம்பி - என் தம்பி.
எம்பிரான் - எங்கள் தலைவன், 2. எங்கள் தேவன்.
எம்புகம் - நிலக்கடம்பு, (ஓர் பூடு).
எம்மட்டு -
எம்மாத்திரம் - } எவ்வளவு.
எம்மான் - எம்பிரான்.
எம்மை - எப்பிறப்பு.
எயில் - மதில், 2. நகரம்.
எயிறு - பல், 2. யானை பன்றியிவற்றின் கோடு.
எயிற்றி - வேட்டுவப்பெண், 2. பாலை நிலப் பெண்.
எயினன் - வேடன்.
எயின் - வேடச்சாதி.
எய் - முட்பன்றி.
எய்தல் - (தொ.பெ) அடைதல், 2. சம்பவித்தல், 3. பெறுதல், 4. அம்பு முதலியன எய்தல்.
எய்து - (வி) அணுகு, 2. பெற்றுக்கொள், 3. பயனநுபவி, 4. சேர், 5. சம்பவி.
எய்த்தல் - (தொ.பெ) அறிதல், 2. இளைத்தல், 3. மெலிதல், 4. தரித்திரமடைதல்.
எய்ப்பு - இளைப்பு.
எய்யாமை - அறியாமை.
எரல் - சமுத்திரசுண்டி.
எரி - நெருப்பு, 2. நரகம், 3. பிரகாசம், 4. கேட்டை, 5. புனர்பூசம்.
எரி - (வி) பிரகாசி, 2. அழல், 3. புண் முதலிய வெரி, 4. பொறாமைகொள், 5. கோபங்கொள், 6. வயிறெரி.
எரிகாசு - காசுக்கட்டி.
எரிகொள்ளி - கொள்ளிக்கட்டை.
எரிச்சல் - எரிவு, 2. பொறாமை, 3. கோபம், 4. உறைப்பு, 5. மனவெரிவு.
எரிபடுவன் - பிளவை.
எரிமுகி - சேங்கொட்டைமரம்.
எரிவு - எரிகை 2. உடலெரிவு, 3. கோபம், 4. பொறாமை.
எரு - வயலுக்கிடுமெரு, 2. சாணி.
எருக்கட்டு - கிடைவைக்கை, 2. கிடைவைத்த கொல்லை.
எருக்களம் - எருவிருக்குமிடம்.
எருக்கு - (வி) கொல், 2. சுமத்து, 3. வெட்டு.
எருக்கு - ஓர் செடி.
எருது - இடபம், 2. இடபவிராசி.
எருத்தம் - பிடர், 2. தரவு.
எருத்து - பிடர், 2. ஈற்றயல்.
எருத்துத்திமில் - விடைமுரிப்பு.
எருத்துப்பூட்டு - ஏர்ப்பூட்டு.
எருந்தி - இப்பி.
எருந்து - கிளிஞ்சில், 2. உரல்.
எருமணம் - செங்குவளை.
எருமுட்டை - எருவறட்டி.
எருமை - காரான்.
எருமைக்காஞ்சொறி - ஓர் பூடு.
எருமைநாக்கு - ஓர் மீன்.
எருமையூர்தி - நமன்.
எருவை - உதிரம், 2. கழுகு, 3. செம்பு, 4. கொறுக்கை, 5. கோரை, (ஒரு புல்), 6. கழுதை, 7. யானை.
எலி - கள்ளிமரம், 2. பூரநாள், 3. மூஷிகம்.
எலிச்செவி - சவரியார் கூந்தல்.
எலித்திசை - வடமேற்றிசை.

எலிப்பிடுக்கன் - ஓர் பூடு.
எலிப்புலி - பூனை.
எலு - கரடி.
எலுநன் - ஓரரசன்.
எலுமிச்சை - ஓர் மரம்.
எலும்பி - ஓர் மரம்.
எலும்பு - அஸ்தி.
எலும்புருக்கி - ஓர் நோய்.
எலுவன் - தோழன்.
எல் - ஒளி, 2. சூரியன், 3. பகல், 4. நாள், 5. இரவு, 6. வெயில், 7. இகழ்ச்சிக் குறிப்பு.
எல்லரி - கைம்மணி.
எல்லவன் - } சூரியன்.
எல்லோன் - }
எல்லாம் - முழுதும்.
எல்லி - சூரியன், 2. இரவு.
எல்லை - அவதி, 2. அளவு, 3. முடிவு, 4. சூரியன், 5. கூப்பிடுதூரம், 6.நாள், 7. காலவரையறை.
எல்லையிலி - கடவுள்.
எல்லோ - அதிசய விரக்கச்சொல்.
எல்வை - காலம், 2. நாள்.
எவட்சாரம் - வெடியுப்பு.
எவண் - எவ்விடம்.
எவன் - யாவன், 2.யாது, 3. துக்கம், இரக்கம் ஐயமிவற்றைக் காட்டுஞ் சொல்.
எவை - யாவை.
எவ் - எவை.
எவ்வது - எவ்விதம்.
எவ்வம் - துன்பம், 2. தீராநோய், 3. இகழ்ச்சி, 4. தனிமை.
எவ்வளவு - எத்துணை.
எவ்வனம் - இளமை, 2. களிப்பு.
எவ்வாறு - எவ்வழி.
எவ்விடம் - எந்தவிடம்.
எழல் - (வி) எழும்பல்.
எழால் - யாழ்நரம்பினோசை, 2. ஓர் பறவை.
எழிலி - மேகம், 2. கடையேழுவள்ளலி லொருவன்.
எழில் - அழகு, 2. வண்ணம், 3. இளமை, 4. வலி.
எழினி - திரைச்சீலை, 2. இடைச்சீலை.
எழு - கம்பம், 2. வளைதடி, 3. உருக்கு.
எழு - (வி) எழும்பு, 2. மனங்கிளர், 3. உயிரடைந்தெழும்பு, 4. தலைமைப்படு, 5. பரம்பு, 6. கிளம்பு, 7. ஆரவாரமெழு, 8. உயர், 9. சம்பவி, 10. ஏதுவாகு, 11. குடியெழும்பு, 12. விலையேறு.
எழுகூற்றிருக்கை - ஒரு பிரபந்தம், அஃது ஏழறைத்தட்டு விளையாட்டுச் சிறப்புக் கூறுவது.
எழுச்சி - எழும்புகை, 2. முயற்சி, 3. இறுமாப்பு, 4. காதிலெழும்பு மோர்புண், 5. கண்ணோயிலொன்று.
எழுச்சிக்கொடி -கண்ணிற்படரு மோர் நோய்.
எழுதகம் - சிற்பவேலையினொன்று.
எழுதாக்கிளவி - வேதம்.
எழுதுகோல் - தூரியக்கோல், 2. எழுதுங் கோல்.
எழுதுதல் - (தொ.பெ) எழுதல், 2. சித்திரமெழுதல், 3. வசனாதிகளெழுதல்.
எழுத்தாணி - இலேகினி.
எழுத்து - அக்கரம், 2. இலிகிதம், 3. இலக்கணம், 4. உடன்படிக்கைச் சீட்டு, 5. அட்டவணை, 6. தலையெழுத்து.
எழுத்துப்புடவை - சித்திர வஸ்திரம்.
எழுத்துவாசனை - எழுத்து நடை.
எழுநா - நெருப்பு.
எழுந்தருளல் - (தொ.பெ) தோன்றல், 2. பெரியோரெழுதல்.
எழுபவம் - உயர் பிறப்பு, 2. எழுபிறப்பு.
எழுப்பம் - எழும்புகை, 2. சஞ்சரிக்கை, 3. உயர்வு.
எழுப்பு - (வி) துயிலெழுப்பு, 2. தூக்கு, 3. உயிரோடெழுப்பு, 4. சண்டை மூட்டு, 5. கிளப்பிவிடு, 6. வீடெழுப்பு, 7. இசையெழுப்பு.
எழுமான் - } ஓர் பூடு.
எழுமான்புலி - }
எழுமை - ஏழு, 2. எழுபிறப்பு, 3. உயர்ச்சி.
எழும்பு - (வி) எழு.
எழுவரைக்கூடி - ஓர் வகைப் பாஷாணம்.
எழுவாயெழுஞ்சனி - மகநாள்.

எழுவாய் - ஆதி, 2. முதல் வேற்றுமை.
எளிசு -
எளிது - } இலேசு.
எளிஞர் -
எளியர் -
எளியார் -
எளியோர் - } தரித்திரர்.
எளிதரவு - தரித்திரம், 2. தாழ்மை.
எளிமை - நீசத்துவம், 2. இரங்கப்படத் தக்க தன்மை, 3. பலவீனம், 4. எளிது, 5. தனிமை.
எள் - ஒரு தானியம்.
எள்கல் - (தொ.பெ) இகழ்தல்.
எள்ளல் - (தொ.பெ) இழிவாகப் பேசல், 2. தள்ளல், 3. நகைத்தல்.
எள்ளுண்டை - ஓர் சிற்றுண்டி.
எள்ளோரை - எள்ளுச்சாதம்.
எறி - (வி) குத்து, 2. தள்ளு, 3. அறை, 4. அலையடி, 5. வெட்டு, 6. அலைவீசு.
எறிகால் - பெருங்காற்று.
எறித்தல் - (தொ.பெ) ஒளிவீசல், 2. வெயில் காலல்.
எறிபத்தநாயனார் - சிவனடியார்களுளொருவர்.
எறிப்பு - பிரகாசம், 2. வெயிலெறிக்கை.
எறிமணி - சேமக்கலம்.
எறும்பி - யானை.
எறும்பு - பிபீலிகை.
எறுழி - காட்டுப்பன்றி.
எறுழ் - வலி, 2. தண்டு, 3. தடி, 4. தூண்.
எற்றி - (வி) இரங்கு.
எற்று - எத்தன்மைத்து, 2. இரக்கக் குறிப்பு.
எற்று - (வி) எறி, 2. அடி, 3. புடை, 4. வெட்டு, 5. குத்து, 6. கொல்.
எற்றே -
எற்றோ - } இரக்கச் சொல்.
எற்றை - என்று.
என -
என்னா - } ஓரிடைச்சொல்.
என் - வினாவினைக் குறிப்பு, 2. ஐயக் கிளவி, 3. இகழ்ச்சிக் குறிப்பு, 4. தன்மை யொருமைச் சொல்.

என்பாபரணன் - சிவன்.
என்பு - எலும்பு, 2. புல்.
என்புருக்கி - எலும்புருக்கிநோய், 2. ஓர் பூண்டு.
என்றவன் -
என்று - } சூரியன்.
என்றா - எண்ணிடைச்சொல்.
என்று - எப்போது.
என்றும் - எப்போழ்தும்.
என்றூழ் - வெயில், 2. சூரியன்.
என்ன - யாது, 2. என்றுசொல்க, 3. உவமைச்சொல்.
என்னா - என்ன.
என்னே - அதிசய விரக்கச்சொல்.
என்னை - என்றந்தை, 2. என்ன.
என்னோ - இரக்கச்சொல், 2. அதிசய விரக்கச்சொல், 3. ஐயக்கிளவி, 4. இகழ்ச்சிக் குறிப்பு.

ஏ

ஏ - நெட்டுயிரிலொன்று, 2. அம்பு, 3. இடைச்சொல்.
ஏஏ - இகழ்ச்சிக் குறிப்பு.
ஏககுண்டலன் - குபேரன், 2. ஆதிசேடன்.
ஏகசக்கரம் - ஓராழி, 2. ஏகசக்கரபுரம்.
ஏகசக்கரவர்த்தி - இராசாதிராசன், 2. கடவுள்.
ஏகசரம் -காண்டாமிருகம்.
ஏகதந்தன் - கயமுகாசுரன், 2. விநாயகன்.
ஏகதாளம் - சத்ததாளத்தொன்று.
ஏகதேசம் - அருமை, 2. வேற்றுமை, 3. ஒவ்வாமை, 4. சந்தேகம்.
ஏகத்துவம் - ஒன்றாயிருக்கை.
ஏகநாதன் -
ஏகநாயகன் - } கடவுள்.
ஏகபாவனை - ஒரே பாவனை.
ஏகபோகம் - ஒரு தன்மைத்தான வின்பம், 2. மனைவியுங் கணவனும் அன்னியோன்னியமாயிருக்கை, 3. சுகதுக்கங்களைச் சமமாக நினைக்கை, 4. மனதின்படியனுபவிக்கை.

ஏகம் - ஒன்று, 2. ஒப்பற்றது, 3. தனிமை, 4. உடன்பாடு, 5. முழுவதும்.
ஏகம்பட்சாரம் - ஓர் வகை யுலோகம்.
ஏகலைவன் - பாண்டவரிருந்த காலத்துள்ள ஒரு வேடன்.
ஏகல் - உயர்ச்சி.
ஏகன் - ஒருவன், 2. கடவுள், 3. சிவன்.
ஏகாங்கி - பிரமசாரி, 2. சன்னியர்சி.
ஏகாசம் - உத்தரீயம், 2. போர்வை.
ஏகாட்சரி - பிரணவம், 2. சத்தி, 3. ஓர் வகைச் செய்யுள்.
ஏகாண்டம் - வெளி.
ஏகாதசம் - பதினொன்று.
ஏகாதசி - பதினோராந் திதி.
ஏகாதிபதி - தனியாட்சி பண்ணுபவன்.
ஏகாத்தியம் - தனிச்செங்கோன்மை.
ஏகாந்தம் - தனித்திருக்குமிடம், 2. தனிமை, 3. தனித்து யோகஞ் செய்கை.
ஏகாம்பரன் - சிவன்.
ஏகார்க்களம் - ஏர்பூட்ட நாட்பார்க்கை.
ஏகார்த்தம் - ஒரே யர்த்தம், 2. ஒரே நோக்கம், 3. ஒன்றரை.
ஏகாலி - வண்ணான், 2. சவுக்காரம்.
ஏகீபவி - (வி) ஒரே தன்மையாகு.
ஏகீபாவம் - ஒரு தன்மை.
ஏகு - (வி) போ, 2. கழி.
ஏகோதிஷ்டம் - } **ஏகோதிட்டம்** - } இறந்துபோன ஒரு வருக்காக விசேடமாகச் செய்யும் அபரக்கிரியை.
ஏகோபி - (வி) ஒன்று படு.
ஏக்கம் - ஏங்குகை, 2. பயம்.
ஏக்கழுத்தம் - இறுமாப்பு, 2. மேன்மை.
ஏக்கற - தாழ்ந்து நிற்க.
ஏக்கன் போக்கன் - } **ஏக்கி போக்கி** - } எளியோர்.
ஏங்கல் - ஏங்குதல், 2. மயிற்குரல், 3. அழுதல்.
ஏங்கு - (வி) அழு, 2. வாடு, 3. திகிலுறு, 4. கவலைப்படு, 5. ஒலி.
ஏசம் - வெண்கலம்.
ஏசறவு - துக்கம்.
ஏசல் - ஓர் பாடல், 2. பழிமொழி.
ஏசு - குற்றம், 2. இகழ்ச்சி.
ஏசு - (வி) இகழ்.
ஏட - தோழன் முன்னிலை.
ஏடகம் - சீலை, 2. பூவிதழ், 3. பனை, 4. தெங்கு, 5. பலகை, 6. ஓர் சிவஸ்தலம்.
ஏஷணை - } **ஏடணை** - } ஆசை.
ஏடலகம் - அதிமதுரம்.
ஏடல் - கருத்து.
ஏடன் - தோழன், 2. செவிடன்.
ஏடா - தோழன் முன்னிலை.
ஏடாகுடம் - } **ஏடாகூடம்** - } ஒழுங்கின்மை.
ஏடு - பூவிதழ், 2. கண்ணிமை, 3. பாலேடு, 4. பனையோலை, 5. கோத்தவேடு, 6. ஏட்டுப்புஸ்தகம்.
ஏட்டிக்குப் போட்டி - ஆமென்பதற் கல்ல வெனல்.
ஏட்டின் கல்வி - குருவில்லாக் கல்வி.
ஏட்டை - ஆசை, 2. தளர்வு.
ஏணம் - மான், 2. மான்றோல், 3. வலி, 4. நிலைபேறு.
ஏணல் - வளைவு.
ஏணி - இறைவை, 2. எல்லை, 3. நாடு.
ஏ்ணி - மான்கன்று.
ஏணிச்சீகு - ஓர் புல்.
ஏணிப்பந்தம் - ஒருவகைத் தீவர்த்தி.
ஏணை - புடவைத்தொட்டில்.
ஏண் - நிலைபேறு, 2. பெருமை, 3. வளைவு, 4. வலி.
ஏண்கோண் - ஒழுங்கின்மை.
ஏண்டா - ஏன் அடா என்பதன் சிதைவு.
ஏண்டாப்பு - இறுமாப்பு.
ஏதடை - எதிரிடை.
ஏதண்டை - பலகைத்தூக்கு, 2. நீர்த்துறை யிதணம்.
ஏதம் - துன்பம், 2. குற்றம், 3. கேடு.
ஏதர் - கெட்டவர்கள்.
ஏதலிடுதல் - (தொ.பெ) பொறாமை யாய்ப் பேசல்.
ஏதி - ஆயுதப் பொது, 2. வாள், 3. துண்டு.
ஏதிலார் - அன்னியர், 2. அயலார், 3. பகைஞர், 4. ஏது.
ஏதில் - அன்னியம், 2. அயல்

ஏது - காரணம், 2. மூலம், 3. திராணி, 4. எத்தனம், 5. நிமித்தம், 6. ஓரலங்காரம்.

ஏது - ஏதம், 2. யாது.

ஏதுகரம் - வழிவகை, 2. ஆயத்தம்.

ஏதை - பேதை.

ஏத்து -(வி) துதி, 2. வணங்கு.

ஏந்தல் - உயரம், 2. பெருமை, 3. பெருமையிற் சிறந்தோன், 4. அரசன், 5. மலை.

ஏந்திரம் - திரிகை, 2. இயந்திரம்.

ஏந்திழை - பெண்.

ஏந்து - (வி) தாங்கு, 2. கையேந்து, 3. உயர்.

ஏப்பம் - தேக்கெறிவு.

ஏமகூடம் - பொன்மலை.

ஏமசிங்கி - மிருதார சிங்கி.

ஏமதவஞ்சம் - போகபூமி யாறினொன்று.

ஏமபத்திரம் - மலையத்திமரம்.

ஏமம் - இன்பம், 2. மயக்கம், 3. இரா, 4. காவல், 5. புதையல், 6. களிப்பு, 7. திரைச்சீலை, 8. விபூதி.

ஏமம் - பொன்.

ஏமரல் -
ஏமருதல் - } (தொ.பெ) காக்கப்படுதல், 2. களித்தல்.

ஏமவஞ்சம் - போகபூமி யாறிலொன்று.

ஏமவதி - வசம்பு.

ஏமாத்தல் - (தொ.பெ) செருக்குறல், 2. மிகக்களித்தல்.

ஏமாப்பு - செருக்கு, 2. மிகக்களிப்பு, 3. காவல், 4. கருத்து.

ஏமாறல் - மோசம்போதல்.

ஏமாற்றல் - (தொ.பெ) வஞ்சித்தல்.

ஏமி - உடனிகழ்வான்.

ஏமிலாந்தி - திகைத்து நிற்பவன், 2. மதிகேடன், 3. மயக்கமுடையவன்.

ஏமிலாந்து - (வி) திகைத்துநில், 2. மயங்கிநில், 3. நினைவு சிதறு.

ஏமின்கோலா - ஓர் மீன்.

ஏமுறல் - (தொ.பெ) மயங்கல், 2. களிப்புறல்.

ஏம்பு (வி) ஏக்கமடை, 2. களி.

ஏய்தல் - (தொ.பெ) பொருந்தல், 2. சேரல், 3. இசையல்.

ஏய்த்தல் - (தொ.பெ) வஞ்சித்தல், 2. ஒப்பாயிருத்தல்.

ஏய்ப்பு - வஞ்சகம்.

ஏரகம் -திருவேரகமென்னு மூர்.

ஏரண்டம் - ஆமணக்கஞ்செடி.

ஏரம்பன் - விநாயகன்.

ஏரல் - கிளிஞ்சில்.

ஏரா -
ஏராமரம் - } மரக்கலத்தினடிமரம்.

ஏராளம் - மிகுதி.

ஏரி - குளம், 2. புனர்பூசநாள், 3. இடபத்தின் முரிப்பு, 4. புரைகுழல்.

ஏரெழுபது - கம்பர் செய்த ஒரு நூல்.

ஏர் - உவமையுருபு, 2 அழகு, 3. உழுபடை, 4. உழவுமாடு, 5. உழவுத்தொழில்.

ஏர்நாழி - கலப்பையினோருறுப்பு.

ஏர்பு - எழுச்சி, 2. கிரககதி.

ஏர்ப்பண் - பூட்டாங்கயிறு.

ஏலம் - ஆஞ்சி, 2. மயிர்ச்சாந்து, 3. வாசனைப்பண்டம்.

ஏலம் - விலை கூறுகை.

ஏலவே - ஏற்கவே.

ஏலாதி - ஒரு நூல்.

ஏலாமை - கூடாமை.

ஏலாள் - தோழி.

ஏலி - கள்.

ஏலு - (வி) பொருந்து, 2. தகுதியாகு, 3. கூடு.

ஏலுநன் - சோழன்.

ஏலை - ஏலம்.

ஏல் - (வி) கொள், 2. ஒப்புக்கொள், 3. அங்கீகரி, 4. பிச்சைவாங்கு, 5. கையிடு, 6. எதிர், 7. இசைவாயிரு.

ஏல்வை - காலம், 2. நாள், 3. வாவி.

ஏவம் - குற்றம்.

ஏவல் - ஆணை செலுத்துகை, 2. ஏவுகை, 3. பணிவிடை, 4. தூண்டுகை, 5. ஏவல்வினைமுற்று, 6 நடத்துகை, 7. பிசாசையேவி விடுகை.

ஏவறை - ஏப்பம்.

ஏவாங்கம் - அசமதாகம்.

ஏவிளம்பி - ஓர் வருடம்.

ஏவு - அம்பு, 2. வருத்தம்.

ஏவு - (வி) கட்டளையிடு, 2. தூண்டு, 3. அனுப்பு, 4. எய், 5. செலுத்து.
ஏழகம் - செம்மறிக்கடா, 2. துருவாட்டேறு.
ஏழமை - ஏழைத்தன்மை.
ஏழாங்கால் - கலியாணத்துக்கு ஏழு நாளைக்கு முன் நடும் பந்தற்கால்.
ஏழிலைம்பாலை - ஓர் மரம்.
ஏழு - ஓரெண்.
ஏழை - வறியன், 2. அறிவிலான், 3. பேதை, 4. பெண்.
ஏழைமை - அறியாமை, 2. பேதைமை, 3. வறுமை.
ஏழ்பிறப்பு - ஏழு பிறப்பு, அஃது தேவர் மக்கள், விலங்கு, பறவை, ஊர்வன, நீர்வாழ்வன, தாவரம்.
ஏளனம் - அவமதிப்பு, 2. சரசம், 3. பரிகாசம்.
ஏளிதம் - இகழ்ச்சி.
ஏற - அதிகமாக, 2. உயர.
ஏறங்கோட்பறை - முல்லை நிலப்பறை.
ஏறாளர் - } படைவீரர்.
ஏறுழவர் - } படைவீரர்.
ஏறியவீரி - சவ்வீரபாஷாணம்.
ஏறு - உயர்ச்சி, 2. பசு, சிங்கம், எருமை முதலியவற்றினாண், 3. ஆண்சுறா, 4. ஆண் சங்கு, 5. பனை முதலிய மரத்தினாண், 6. இடபவிராசி, 7. அச்சுவினிநாள், 8. இடி
ஏறு - (வி) இவர், 2. வாகனமேறு, 3. கப்பலேறு, 4. உயர், 5. தொகை முதலிய வதிகரி, 6. நஞ்சேறு.
ஏறூர்ந்தோன் - சிவன்.
ஏற்போர் - இரப்போர்.
ஏற்ற - தகுதியான, 2. பக்குவமான.
ஏற்றக்கால் - துலாவைத் தாங்குங்கால்.
ஏற்றக்குறைச்சல் - } உயர்வு, தாழ்வு, 2. வேற்றுமை.
ஏற்றத்தாழ்ச்சி - } உயர்வு, தாழ்வு, 2. வேற்றுமை.
ஏற்றச்சால் - நீரிறைக்குஞ்சால்.
ஏற்றம் - உயர்வு, 2. மிகுதி, 3. பெருக்கம், 4. நீரேற்றம், 5. ஏற்றமரம், 6. மேன்மை, 7. புகழ்.
ஏற்று - (வி) எழும்பு, 2. பாரமேற்று, 3. உள்ளேற்று, 4. உணர்த்து.
ஏற்றுதுறை - துறைமுகம்.
ஏன - ஏனைய.
ஏனக்கோடு - வெதுப்படக்கி, (ஓர் பூண்டு).
ஏனம் - பாத்திரம், 2. கருவி, 3. பன்றி, 4. காட்டுப்பன்றி, 5. எழுத்தின்சாரியை, 6. ஓலைக்குடை.
ஏனம் - பாவம்.
ஏனல் - தினை, 2. கதிர், 3. தினைப்புனம்.
ஏனவாயன் - பேதை.
ஏனாதி - தளகர்த்தன், 2. மந்திரி, 3. நாவிதன், 4. மறவன், 5. ஓரிலேகியம்.
ஏனாதிநாயனார் - சிவனடியாரறுபத்து மூவரிலொருவர்.
ஏனும் - ஓர் வினையெச்ச விகுதி.
ஏனை - மலங்கு மீன்.
ஏனைய - ஒழிந்தன.
ஏன் - என்னை, 2. இரக்கப் பொருளைத் தருமிடைச்சொல், 3. தன்மை ஒருமை விகுதி.
ஏன்றல் - இயலல்.
ஏன்றுகொள் - ஏற்றுக்கொள்.

ஐ

ஐ - ஒன்பதாமுயிர், 2. இரண்டனுருபு, 3. முன்னிலை யொருமை விகுதி 4. பெயர் விகுதி, 5. சாரியை, 6. தொழிற்பெயர் விகுதி, 7. யானையைப் பாகரதட்டும் ஓசை.
ஐ - கடவுள், 2. யசமானன், 3. அரசன், 4. ஆசான், 5. தந்தை, 6. அழகு, 7. கோழை, 8. இருமல், 9. நுண்மை.
ஐகான் - ஐகாரம்.
ஐக்கம் - } ஒன்றுபடுகை.
ஐக்கியம் - } ஒன்றுபடுகை.
ஐங்கணைக்கிழவன் - மன்மதன்.
ஐங்கரற்கிளையோன் - முருகன், 2. வீரபத்திரன்.
ஐங்கரன் - விநாயகன்.
ஐங்காயம் - ஐந்துகாயம் அஃது பெருங்காயம், மிளகு, வெந்தயம், ஓமம், வெள்ளுள்ளி.
ஐங்குரவர் - ஐம்பெரியோர், அவர் அரசன், குரு, தமையன், மாதா, பிதா.

ஐசுவரியம் - } செல்வம்.
ஐச்சுவரியம் - } செல்வம்.
ஐதிகம் - அஷ்டபிரமாணத்திலொன்று.
ஐது - செறிவின்மை, 2. நுண்மை.
ஐந்தார் - பனைமரம்.
ஐந்திரம் - இந்திரவியாகரணம், 2. நித்திய யோகத்தொன்று, 3. சிற்பநூலிலொன்று.
ஐந்திரி - இந்திராணி, 2. கிழக்கு.
ஐந்து - ஓரெண்.
ஐந்துருவாணி - தேரகத்துச் செறிகதிர்.
ஐந்துறுப்படக்கி - ஆமை.
ஐந்தை - சிறு கடுகு.
ஐந்தொழில் - பஞ்ச கிருத்தியம், அவை: சிருஷ்டி, 2. ஸ்திதி, 3. சங்காரம், 4. திரோபவம், 5. அனுக்கிரகம்.
ஐப்பசி - அச்சுவினிநாள், 2. ஓர் மாதம்.
ஐமிச்சம் - ஐயம், 2. அச்சம்.
ஐமுகி - ஆமணக்கஞ்செடி.
ஐமை - நெருக்கம், 2. கூட்டம், 3. தகட்டு வடிவு.
ஐம்பால் - ஐந்துபால், 2. பெண்மயிர்.
ஐம்புலம் - } பஞ்சவிஷயம்.
ஐம்புலன் - } பஞ்சவிஷயம்.
ஐம்பூதம் - பஞ்சபூதம்.
ஐம்பொறி - பஞ்சேந்திரியம்.
ஐயகோ - ஐயோ.
ஐயங்கவீனம் - புதுவெண்ணெய்.
ஐயங்கன் - ஓர் பேய்.
ஐயங்காய்ச்சி - ஓர் பெண்பேய்.
ஐயங்கார் - வைணவப் பிராமணர்.
ஐயஞ்சு - நிலப்பனைக்கிழங்கு.
ஐயம் - சந்தேகம், 2. பிச்சை, 3. இரப்போர்கலம், 4. சிலேட்டுமம்.
ஐயர் - பார்ப்பார், 2. முனிவர், 3. உயர்ந்தோர், 4. வானோர்.
ஐயவி - கடுகு.
ஐயனார் - அரியரபுத்திரன்.
ஐயன் - பிதா, 2. மூத்தோன், 3. குரு, 4. உயர்ந்தோன், 5. அரசன், 6. உபாத்தியாயன், 7. ஐயனார், 8. அருகன்.
ஐயானனம் - சிங்கம்.
ஐயுறவு - சந்தேகம்.

ஐயெனல் - விரைவுக்குறிப்பு.
ஐயே - விளிக்குறிப்பு.
ஐயை - தலைவி, 2. மகள், 3. தவப்பெண், 4. பார்ப்பதி, 5. காளி, 6. துர்க்கை.
ஐயோ - அதிசய விரக்கச்சொல்.
ஐராணி - இந்திராணி, 2. பார்வதி.
ஐராவணம் - } இந்திரனுடைய யானை, 2. கீழ்த்திசை யானை.
ஐராவதம் - } இந்திரனுடைய யானை, 2. கீழ்த்திசை யானை.
ஐராவதி - ஒரு நதி.
ஐவணம் - } மருதோன்றிமரம்.
ஐவணி - } மருதோன்றிமரம்.
ஐவர் - பஞ்சபாண்டவர், 2. ஐம்புலன்.
ஐவனம் - மலைநெல்.
ஐவிரல் - அத்தநாள்.
ஐவேசு - கையிருப்பு.
ஐவேலி - ஓர் சிவஸ்தலம்.

ஒ

ஒ- ஒருயிரெழுத்து.
ஒகரம் -ஒ. ஓரெழுத்து, 2. மயில்.
ஒக்க - ஒருமிக்க, 2. கூட, 3. சமமாயிருக்க, 4. நிகர்க்க, 5. பொருந்த.
ஒக்கம் - ஊர்.
ஒக்கல் - ஒத்தல், 2. சுற்றம், 3.குடும்பம், 4 . மூட்டுகை, 5. இடைப்பக்கம்.
ஒக்குதல் - கொப்பளித்தல், 2. பிற்பட விடல், 3. ஒத்திருக்கை.
ஒக்கொலை - கடல்படு திரவியமைந்திலொன்று, (அம்பர்).
ஒசி - (வி) முறி, 2. ஒடி, 3. அசை.
ஒசிவு - முரிவு, 2. அசைவு.
ஒச்சந்தம் - குறைந்திருக்கை.
ஒச்சம் - கூச்சம்.
ஒச்சித்தல் - (தொ.பெ) வெட்கப்படுதல்.
ஒச்சியம் - கூச்சம், 2. பரிகாசம், 3. நிந்தை.
ஒச்சை - காந்தற்சோறு, 2. உற்றுக்கேட்கை.
ஒஞ்சட்டை - ஒல்லி.
ஒஞ்சரி - (வி) சிறிதுசாத்து, 2. ஒருபக்கமாய்ப்போ.
ஒஞ்சி - } (வி) வெட்கப்படு.
ஒஞ்சு - } (வி) வெட்கப்படு.
ஒடிசில் - கவண்.

ஒடிதல் - (தொ.பெ) முறிதல்.

ஒடித்தல் - (தொ.பெ) ஒளிசெய்தல், 2. முறித்தல்.

ஒடு - ஓர் மரம், 2. புடைகொண்டபுண்.

ஒடு - மூன்றாம் வேற்றுமையுருபு, 2. ஓரிடைச்சொல்.

ஒடுக்கு - (வி) அடக்கு, 2. வருத்து, 3. உடம்பை யொடுக்கு, 4. பூதங்களை லயிக்கச் செய், 5. முடி, 6. செறி.

ஒடுக்கு - அடக்கம், 2. இடுக்கு.

ஒடுங்கி - ஆமை.

ஒடுங்கு - (வி) அடங்கு, 2. புலனொடுங்கு, 3. ஒதுங்கு, 4. குறை, 5. அமை, 6. சோர், 7. முடி, 8. கீழ்ப்படி, 9. பதுங்கு, 10. செறி, 11. சுருங்கு, 12. கரை, 13.ஒளிமழுங்கு.

ஒடுதடங்கல் - நெளிவு.

ஒடை - ஓர் மரம்.

ஒட்டகப்பாரை - ஒட்டாம்பாரை.

ஒட்டகம் - ஒட்டை.

ஒட்டச்சி - பூவழலை.

ஒட்டத்தி - ஒட்டுத்துத்திப்பூண்டு.

ஒட்டடை -
ஒட்டறை - } புகையூரல், 2. சிலம்பிக்கூடு.

ஒட்டம் - பந்தயம், 2. இகலாட்டம், 3. ஓடு, 4. ஓர்தேயம், 5. சபதம்.

ஒட்டர் - மண்வேலை செய்வோர், 2. ஒட்டதேசத்தார்.

ஒட்டலர் -
ஒட்டார் - } பகைவர்.

ஒட்டலர் - ஒட்டர்.

ஒட்டாம்பாரை - ஓர் மீன்.

ஒட்டாரம் - சலஞ்சாதிப்பு.

ஒட்டி - ஓர் பூடு, 2. ஓர் மீன்.

ஒட்டிக்கிரட்டி - ஒன்றுக்கிரண்டுபங்கு.

ஒட்டியம் - ஒரு பாஷை, 2. ஒரு தேயம், 3. மாந்திரிக வித்தை.

ஒட்டியாணம் - யோகப்பட்டை, 2. மாதரிடையணியினொன்று.

ஒட்டினர் -
ஒட்டுநர் - } சிநேகர்.

ஒட்டு - இணைக்கப்பட்டது, 2. புட்படுக்குங் கண்ணி, 3. ஒட்டுக்கடுக்கன், 4. ஒட்டுத்திண்ணை, 5. படைவகுப்பு, 6. நற்சமயம், 7. சபதம், 8. இகலாட்டம், 9. ஓரலங்காரம்.

ஒட்டு - (வி) பொருத்து, 2. சார், 3. அடைகொடு, 4. பந்தயம்வை, 5. இடங்கொடு, 6. சேர், 7. சுருங்கு, 8. விசேஷங் கேட்க ஒளித்து நில்.

ஒட்டுக்காய்ச்சல் - தொத்துக்காய்ச்சல்.

ஒட்டுடந்தை -
ஒட்டுப்பற்று -
ஒட்டுரிமை - } ஒட்டுடன்பாடு, 2. சொற்ப சம்பந்தம்.

ஒட்டுத்திண்ணை - சிறு திண்ணை.

ஒட்டுத்துத்தி - ஓர் பூடு.

ஒட்டை - ஒட்டகம், 2. ஒட்டைச்சாண்.

ஒட்டொட்டி - ஒட்டங் காய்ப்புல்.

ஒட்டோலக்கம் - இடம்பம், 2. சனத்திரள்.

ஒட்பம் - முதுக்குறைவு.

ஒண்டன் - ஆண்நரி.

ஒண்டி - ஒன்றி, (தனிமை).

ஒண்ணல் - (தொ.பெ) தகுதல், 2. பொருந்தல்.

ஒண்ணாமை - தகாமை, 2. இயலாமை, 3. பொருந்தாமை.

ஒண்மை - நன்மை, 2. ஒளி, 3. அழகு, 4. அறிவு, 5. மிகுதி, 6. ஒழுங்கு.

ஒதி -
ஒதியமரம் - } ஓர் மரம்.

ஒதுக்கம் - மறைப்பு, 2. மறைவிடம், 3. தீட்டு, 4. பின்னிடுகை.

ஒதுக்கு - மறைவு, 2. மறைவிடம்.

ஒதுக்கு - (வி) ஒதுங்கச்செய், 2. வஸ்திரத்தை யொதுக்கு, 3. சேர், 4. கடன்தீர்.

ஒதுங்கு - (வி) பதுங்கு, 2. நட, 3. தீர்.

ஒத்தாசை - உதவி.

ஒத்தாப்பு - ஒதுக்கு, 2. குடில்.

ஒத்திக்கை - ஒத்திருக்கை, 2. உதவி.

ஒத்திசை - விட்டிசையாதிருக்கும்பண்.

ஒத்து - ஓரிசைக்குழல், 2. தாளவொத்து, 3. ஒத்திசை

ஒத்து - (வி) தாளம்போடு, 2. விலகு.

ஒப்ப - ஓர் உவமை யுருபு.

ஒப்பந்தம் - உடன்படிக்கை, 2. இசைவு, 3. பரியாயம், 4. சமன்.

ஒப்பமிடு - (வி) துலக்கு, 2. சமனாக்கு, 3. கையொப்பமிடு, 4. அதிகார பத்திரிகையி லொப்பம் வை.

ஒப்பம் - சமம், 2. ஒப்பு, 3. கையொப்பம், 4. துலக்கம், 5. அழைப்புப்பத்திரம், 6. அதி காரப்பத்திரிகை.

ஒப்பனை - அலங்கரிப்பு, 2. உவமை, 3. திருட்டாந்தம், 4. பாவனை, 5. சமம்.

ஒப்பாரி - ஒத்தபாவனை, 2. அழுகையி லொப்பனை யிடுகை.

ஒப்பி - (வி) ஒப்பச்செய், 2. ஒப்புவி, 3. உவமி, 4. உருபி.

ஒப்பிதம் - சம்மதம், 2. சமம், 3. வழு வின்மை.

ஒப்பு - ஒப்புமை, 2. தகுதி, 3. இசைவு, 4. அழகு, 5. சமம், 6. ஒப்பாரி, 7. உவமானப் பிரமாணம், 8. சாயல், 9. உடன்படுகை.

ஒப்பு - (வி) சம்மதி.

ஒப்புமை - சமானம்.

ஒப்புரவு - முறைமை, 2. உபகாரம், 3. சமம், 4. ஒற்றுமை.

ஒப்புவி - (வி) ஒப்புக்கொடு, 2. மெய்ப்பி, 3. திருட்டாந்தங்காட்டு, 4. கடனொப்புவி.

ஒம்மல் - ஓமல்.

ஒயில் - ஒய்யாரம்.

ஒயில்மரம் - ஆக்கினைக்கென நிறுத்திய மரம்.

ஒய் - (வி) நீங்கு, 2. செலுத்து.

ஒய்யாரம் - ஒயில், 2. சளுக்கு.

ஒய்யெனல் - மந்தக்குறிப்பு.

ஒரு - ஒன்று என்பதன்திரிபு.

ஒருகால் - ஒற்றைக்கால், 2. ஒருமுறை.

ஒருகுடி - } தாயத்தார்.
ஒருகுடித்தமர் - }

ஒருகூட்டு - ஒரு சேர்க்கை.

ஒருங்கு - அடக்கம், 2. எல்லாங்கூடி நிற்கை.

ஒரு சந்தி - ஒருபொழுதுண்டல்.

ஒரு சாய்வு - ஒரு பட்சம், 2. ஒருமிக்க, 3. இடைவிடாமை.

ஒருசிறை - ஒரு பக்கம், 2. ஒதுக்கிடம்.

ஒருதலை - நிச்சயம், 2. ஒரு சார்வு.

ஒரு தன்மை - ஒரு விதம், 2. ஒப்பற்ற தன்மை, 3. மாறாமை.

ஒரு தாரை - ஒருமிக்க.

ஒருத்தல் - விலங்கேற்றின் பொது, 2. ஒரு சார்விலங்கினாண், 3. யானை.

ஒருபிடி - உறுதி, 2. ஒரேபற்று, 3. பிடி வாதம்.

ஒருபுடை - ஒரு பக்கம்.

ஒருபொருள் - கடவுள்.

ஒருப்பட - (வி) ஒருங்குபட, 2. மன மொக்க, 3. ஒரு நினைவாக, 4. கருத் தொன்று பட.

ஒருப்பாடு - ஒருமைப்படுகை, 2. மன மொன்றுபடுகை.

ஒருமனப்பாடு - இணக்கம், 2. மனதை யொன்றிற் செலுத்துகை.

ஒருமி - (வி) ஒருமைப்படு.

ஒருமிப்பு - இசைவு.

ஒருமை - ஒற்றுமை, 2. தனிமை, 3. மன மொருமிக்கை, 4. ஒருமை யெண், 5. ஒரு பிறப்பு.

ஒருமைப்பாடு - ஒன்றிப்பு.

ஒருமைமகளிர் - கற்புடைமாதர்.

ஒருவந்தம் - உறுதி, 2. தனியிடம்.

ஒருவு - ஆடு.

ஒருவு - (வி) நீக்கு, 2. தவிர், 3. விலகு.

ஒரோவொன்று - ஒவ்வொன்று.

ஒலி - ஓசை, 2. எழுத்தொலி, 3. காற்று, 4. இடி.

ஒலி - (வி) சத்தி, 2. எழுத்தொலி, 3. செழி, 4. ஆடைவெளு.

ஒலிசை - மணவாளப்பிள்ளைக்குக் கொடுக்குமுபகாரம்.

ஒலித்தல் - (தொ.பெ) ஆடையழுக்க கற்றல், 2. ஆரவாரித்தல், 3. தழைத்தல்.

ஒலிமுகம் - } கோட்டையின்முன்
ஒலிமுகவாயில் - } புறவாயில்.

ஒலியல் - ஆறு, 2. தெரு, 3. சீலை, 4. பூமாலை, 5. தோல்.

ஒலுங்கு - கொசுகு.

ஒல் - முடிவிடம், 2. ஒலிக்குறிப்பு.

ஒல்கு - (வி) தளர், 2. கீழ்ப்படி, 3. குழை, 4. குறை, 5. சுருங்கு, 6. துவள்.

ஒல்லட்டை
ஒல்லாடி } ஒல்லியானவன்.

ஒல்லாமை - பொருந்தாமை, 2. வெறுப்பு, 3. இசையாமை, 4. இயலாமை, 5. இகழ்ச்சி.

ஒல்லி - ஒல்லியானவன், 2. மென்மை, 3.உட்பசையில்லாத தேங்காய், 4. துடைப்பம்.

ஒல்லு - (வி) கூடு, 2. இணங்கு, 3. இயல், 4. நேரிடு, 5. பொருந்து.

ஒல்லுநர் - நண்பர், 2. நூலுரையுணர்வோர்.

ஒல்லை - காலவிரைவு, 2. சீக்கிரம், 3. சிறுபொழுது, 4. பழமை.

ஒவ்வல் - (வி) பொருந்தல்.

ஒவ்வாமை - தகாமை, 2. பொருந்தாமை, 3. இசையாமை, 4. இயலாமை.

ஒழி - (வி) முடி, 2. தள்ளு, 3. தவிர், 4. தீர், 5. அழி, 6. கொல், 7. துற.

ஒழிகை - ஓய்தல், 2. விடுகை.

ஒழிபு - மிச்சம்.

ஒழிப்பு - விலக்கு.

ஒழுகு - (வி) நீர் முதலியவோடு, 2. செல், 3. நெறிப்படி நட, 4. தொளை வழியாயொழுகு.

ஒழுக்கம் - நடை, 2. முறைமை, 3. ஆசாரம், 4. நன்னடக்கை, 5. பண்பு, 6. செல்லுகை, 7. வழி, 8. உயரம், 9. மேன்மை, 10. தன்மை, 11. குலம்.

ஒழுக்கு - ஒழுகுகை, 2. நீர் முதலியவோடுகை, 3. நன்னடை, 4. ஆசாரம்.

ஒழுக்கு - (வி) ஒழுகச் செய், 2. நடத்து.

ஒழுங்கு - வரிசை, 2. முறை, 3. நன்னடை, 4. கட்டளை.

ஒழுங்கை - இடுக்குவழி.

ஒளி - ஒளிப்பிடம், 2. வேட்டைக்காரர் பதிவிருக்கு மறைப்பு, 3. பிரகாசம், 4. சூரியன், 5. சந்திரன், 6. நெருப்பு, 7. புகழ், 8. விண்மீன், 9. சுவாலை, 10. வெயில், 11.கண்மணி, 12. விளக்கு, 13. நேத்திரேந்திரிய விடயம், 14. அறிவு, 15. கடவுள், 16. பார்வை மிருகம்.

ஒளி - (வி) மறை, 2. மனதிலடக்கு, 3. பதுங்கியிரு.

ஒளிக்கடல் - (வை.அ) பல்.

ஒளிப்பிழப்பு - அக்கினிச்சுவாலை.

ஒளிமங்கு
ஒளிமழுங்கு } ஒளிகெடு.

ஒளியுருவியகல் - வைடூரியம்.

ஒளியோன் - சூரியன்.

ஒளிர் - (வி) ஒளி செய்.

ஒளிர்வு - பிரகாசம்.

ஒளிவட்டம் - கண்ணாடி, 2. சக்கராயுதம்.

ஒளிவு - மறைவிடம், 2. பிரகாசம்.

ஒளிறல் - (தொ.பெ) பிரகாசித்தல்.

ஒளிறு - பிரகாசம்.

ஒள் - நல்ல, 2. அழகுள்ள, 3. பிரகாசமான, 4. அறிவுள்ள, 5. மிகுதியான.

ஒள்ளியர் - மாசற்றவர், 2. அறிவுடையோர்.

ஒள்ளியோன் - ஒளிசெய்வோன், 2. சுக்கிரன், 3. அறிவுடையோன்.

ஒறு - (வி) அடக்கு, 2. அலை, 3. தண்டி, 4. கடிந்துகொள், 5. வெறு, 6. குறை.

ஒறுப்பு - உடல் வருத்துகை, 2. தண்டிப்பு, 3. கடிவு, 4. வெறுப்பு, 5. குறைவு.

ஒற்கம் - வறுமை, 2. குறைவு, 3. அடக்கம்.

ஒற்றர் - வேவுகாரர், 2. தூதர்.

ஒற்றி - அடைமானம்.

ஒற்றியூர் - திருவொற்றியூர்.

ஒற்று - மெய்யெழுத்து, 2. வேவு, 3. தூதன், 4. வேவுகாரன்.

ஒற்று - (வி) அணை, 2. உடுத்து, 3. விலகு, 4. தத்து, 5. ஒற்றிடம்போடு.

ஒற்றுமை - ஒருமை, 2. வேறன்மை, 3. உரிமை, 4. மனமொன்றுகை, 5. கலப்பு.

ஒற்றை - ஒற்றையெண், 2. தனிமை, 3. தன்னந்தனி, 4. ஒன்று, 5. தனியேடு.

ஒற்றைக்கண்ணன் - சுக்கிரன், 2. குபேரன்.

ஒற்றைக்கொம்பன் - விநாயகன்.

ஒற்றையாழித்தேரோன் - சூரியன்.

ஒன்பது -
ஒன்பான் - } ஓரெண்.

ஒன்றல் - (தொ.பெ) ஒன்றுதல்.

ஒன்றன்பால் - அஃறிணை யொருமைப் பால்.

ஒன்றி - ஒற்றை.

ஒன்று - ஒன்றென்னுமெண், 2. அஃறிணை யொருமை, 3. ஐக்கம்.

ஒன்று - (வி) இணை, 2. ஒன்றுபடு, 3. பொருந்து.

ஒன்றுகுடி - ஒதுக்குக்குடி.

ஒன்றுநர் - நண்பர்.

ஒன்றுமற்றவன் - உபயோகமற்றவன், 2. தரித்திரன்.

ஒன்றோ - அதிசயவிரக்கச்சொல்.

ஒன்னப்பூ - காதணியிலொன்று.

ஒன்னலன் - பகைவன்.

ஒன்னாதார் -
ஒன்னார் - } பகைவர்.

ஓ

ஓ - ஓகாரம், 2. அசைநிலை, (உ.ம்) வம்மினோ, 3. இரக்கச்சொல், (உ.ம்) ஓ கெட்டேன், 4. இழிவு சிறப்பு, (உ.ம்) ஓ கொடியன், 5. உயர்வு சிறப்பு, (உ.ம்) ஓ பெரியன், 6. எதிர்மறை, (உ.ம்) யானோ செய்தது, 7. வினா, (உ.ம்) சாத்தனோ, 8. மதகு நீர் தாங்கும் பலகை.

ஓகாரம் - ஓரெழுத்து.

ஓகை - உவகை.

ஓகோ - அதிசயவிரக்கச்சொல்.

ஓக்கம் - உயர்ச்சி, 2. எழுச்சி, 3. பெருமை, 4. பருமை.

ஓக்கமிரட்டி - ஒருவகைக் கலித்தாழிசை.

ஓக்காளம் - வாந்தி.

ஓக்காளி - (வி) வாந்திசெய்.

ஓங்கல் - மலை, 2. யானை, 3. மூங்கில், 4. மரக்கலம், 5. அரசன், 6. மேடு.

ஓங்காரம் - பிரணவம்.

ஓங்காரவுரு - கௌரி பாஷாணம்.

ஓங்கில் - ஒரு மீன்.

ஓங்கு - (வி) கையோங்கு, 2. உயர், 3. எழும்பு, 4. எழு, 5. பெருமையுறு, 6. அதிகரி.

ஓசம் - பிரகாசம்.

ஓசம் -
ஓசரம் - } நிமித்தம்.

ஓசரி - அதிசயக்குறிப்பு, 2. கேடு.

ஓசனி - (வி) பறவை சிறகடி.

ஓசன் - பிடாரிகோவிற் பூசாரி, 2. உபாத்தியர்யன்.

ஓசீவனம் - பிழைப்பு.

ஓசு - கீர்த்தி.

ஓசை - ஒலி, 2. இசை, 3. கீர்த்தி, 4. எழுத்தோசை, 5. வாழை.

ஓச்சம் - கீர்த்தி.

ஓச்சர் - பதினெண்குடிமக்களிலொருவர்.

ஓச்சு - (வி) எறி, 2. செலுத்து, 3. ஓட்டு, 4. ஓங்கு, 5. தூண்டிவிடு.

ஓஷதி - } ஒருகாற் காய்த்துப் படுமரம்.
ஓடதி - } 2. பூங்கொடி.

ஓடம் - படகு, 2. மிதவை.

ஓடன் - ஆமை.

ஓடியம் - பரிகாசம்.

ஓடியவோடம் - கிளிஞ்சில்.

ஓடு - ஆமை முதலியவற்றினோடு, 2. வித்து முதலியவற்றினோடு, 3. தட்டோடு, 4. உடைந்த பானையோடு, 5. மன்டையோடு, 6. இரப்போர்கலம், 7. நீளம், 8. மூன்றனுருபு.

ஓடுபந்தர் - நடைப்பந்தர்.

ஓடை - நீரோடை, 2. குளம், 3. அகழி, 4. கிலுகிலுப்பைச்செடி, 5. உலவைமரம், 6. மலைவழி, 7. நெற்றிப்பட்டம், 8. யானை நெற்றிப்பட்டம், 9. ஒடுக்கநிலம்.

ஓஷ்டம் - } மேலுதடு, 2. உதடு.
ஓட்டம் - }

ஓட்டாங்குச்சு - கலவோடு.

ஓட்டிரம் - ஒரு தேசம்.

ஓட்டுத் துத்தி - ஓர் பூண்டு.

ஓட்டை - பொற்றல்.

ஓணம் - ஆறு, 2. திருவோணநாள்.

ஓணான் - ஓந்தி.

ஓதம் - அண்டவாதம், 2. வெள்ளம், 3. கடற்றிரை, 4. கடல், 5. ஈரம்.

ஓதனம் - சோறு, 2. உண்டி, 3. பெருமை, 4. போர்.

ஓதன்மை - ஓதற்றன்மை.

ஓதி - ஓந்தி, 2. பெண்மயிர், 3. ஞானம், 4. கல்வி, 5. பூனை, 6. மலை, 7. இடங்கழிமை, 8. ஓதுவான்.

ஓதிமம் - அன்னம், 2. மலை, 3. கவரிமா, 4. புளியமரம்.

ஓது - (வி) வேதமோது, 2. படி, 3. சொல், 4. செபமுச்சரி, 5. புத்திசொல், 6. மந்திரமுரை.

ஓதுவான் - ஆசான், 2. படிப்பவன், 3. திருப்பாட்டுப்பாடுவோன்.

ஓதை - ஒலி, 2. பேரொலி, 3. மதில், 4. மதிலுண்மேடை.

ஓத்தி - ஓந்தி.

ஓத்து - வேதம்.

ஓநாய் - கோநாய்.

ஓந்தி - ஓணான்.

ஓமம் - யாகம், 2. ஒரு பூடு.

ஓமல் - ஊர்ப்பேச்சு.

ஓமான் - ஓந்தி.

ஓமிடி - கேடு.

ஓமிடிதல் - (தொ.பெ) கேடுறல்.

ஓமை - மாமரம்.

ஓம் - பிரணவம், 2. தன்மைப் பன்மை விகுதி.

ஓம்படை - காவல்.

ஓம்பு - (வி) கா, 2. பாதுகா, 3. ஒழி, 4. வளர்.

ஓய் - ஓர் விளியிடைச்சொல்.

ஓய் - (வி) விடு, 2. தளர், 3. முடி

ஓய்ப்பிடியாள் - ஓரகத்தி.

ஓய்வு - ஒழிவு, 2. தளர்வு, 3. முடிவு.

ஓரகத்தி - கணவனின் சகோதரன் மனைவி.

ஓரக்கண் - சாய்வான பார்வை.

ஓரம் - விளிம்பு, 2. பட்சபாதம், 3. சத்திசாரம்.

ஓரா - } ஓர் மீன்.
ஓராமீன் - }

ஓராட்டு - தாலாட்டு.

ஓராயம் - சாய்வு, 2. தோணியின் சாய்ந்தவோர்புறம், 3. இணைப்பு.

ஓரி - கிழநரி, 2. ஆண்நரி, 3. ஆண்முசு, 4. விலங்கினாண்பொது, 5. ஆண்மயிர், 6. புறமயிர், 7. காளிவாகனம், 8. கடையெழுவள்ளலிலொருவன்.

ஓரிசு - } தீர்மானம்.
ஓர்சல் - }

ஓரும் - அசைச்சொல்.

ஓரை - இராசி, 2. இலக்கினம், 3. சமயம், 4. தோழி, 5. மாதர் விளையாடுங்கருவிகள், 6. மாதர் விளையாடுங்களம், 7. கூகை, 8. சித்திரான்னம், 9. மாதர் கூட்டம், 10. விளையாட்டு.

ஓர் - ஒன்று.

ஓர் - (வி) ஆராய், 2. தெளி.

ஓர்க்கோலை - அம்பர் (ஒரு வாசனைப் பண்டம்).

ஓர்ச்சி - ஆராய்ச்சி.

ஓர்ப்பு - கருமமுடிக்குந் துணிவு, 2. பொறுமை, 3. ஆடூஉக்குணம் நான்கினொன்று.

ஓர்மம் - } திடன்.
ஓர்மிப்பு - }

ஓர்மை - துணிவு.

ஓர்வு - ஆராய்வு.

ஓலக்கம் - சபை, 2. சபைகூடுமிடம், 3. சபா மண்டபம்.

ஓலமிடல் - (தொ.பெ) அபயமிடல், 2. அழுதல்.

ஓலம் - சத்தம், 2. அபயக்குரல், 3. பாம்பு, 4. கடல்.

ஓலாட்டுதல் - (தொ.பெ) தாலாட்டுதல்.

ஓலை - பனை, தெங்கு முதலியவற்றி னோலை, 2. தாழையோலை, 3. எழுது மோலை, 4. நமனோலை, 5. ஒலி.
ஓலைக்கணக்கர் - பள்ளியிற் படிப் போர்.
ஓலைச்சுருள் - செந்திரிக்கம்.
ஓலைவாங்கு - (வி) சா.
ஓலைவாளை - வாளைமீன்.
ஓல் - ஒலி.
ஓவர் - கம்மாளர், 2. சித்திரகாரர், 3. பாடற்கிழ்மக்கள்.
ஓவியம் - சித்திரம், 2. பிரதிமை.
ஓவு - (வி) ஒழி, 2. வருந்து.
ஓவெனல் - ஓவென்றொலித்தல்.
ஓளி - ஒழுங்கு, 2. யானைக்கூடம்.
ஓனம் - எழுத்தின் சாரியை.
ஓனாய் - கோனாய்.
ஓனூர் - ஓர் நகரம்.

ஔ

ஔ -
ஔகாரம் - } உயிரெழுத்தி லொன்று.
ஔசனசம் - அட்டாதச தருமசாத்திரத் தொன்று.
ஔஷதம் -
ஔடதம் - } மருந்து, 2. மாற்று மருந்து.
ஔதாரியம் - மிகுகொடை.
ஔபசாரிகம் - உபசாரமானவார்த்தை.
ஔபாசனம் - ஓமத்தீயோம்புகை.
ஔரசன் - குலமொத்த கன்னியைத் திவேட்டுப் பெற்ற புத்திரன்.
ஔரிதம் - தருமசாத்திரம் பதினெட்டி னொன்று.
ஔவியம் - பொறாமை.
ஔவு - (வி) கடித்துப்பிடி, 2. அமுந்தி யெடு.
ஔவை - தாய், 2. தவப்பெண், 3. திருவள் ளுவரின் சகோதரி.

க

க- ஒருயிர்மெய்யெழுத்து, 2. ஒன்றென்னு மெண்ணின் குறி, 3. வியங்கோள் விகுதியி லொன்று, 4. ஆன்மா, 5. காற்று, 6. பிரமன்.
கஃசு - காற்பலம்.
ககபதி -
ககேசன் - } கருடன்.
ககமாறம் - மணித்தக்காளிச்செடி.
ககம் - பறவை, 2. அம்பு, 3. சரகாண்ட பாஷாணம்.
ககவசுகம் - ஆலமரம்.
ககனம் - காடு, 2. ஆகாயம், 3. படை, 4. கிழங்கு.
ககுஸ்தன் - இக்குவாகு புத்திரனாகிய சசாதனது மகன்.
ககுபம் - திசை, 2. மருதமரம்.
ககோளம் - அண்டகோளம்.
கக்கக்கெனல் - ஒலிக்குறிப்பு.
கக்கசம் -
கக்கிசம் - } பிரயாசம்.
கக்கம் -
கக்ஷம் -
கட்சம் - } அக்கிள், 2. கைக்கீழிடம், 3. எண்ணெய்க்கடுகு.
கக்கரி - ஓர் கொடி.
கக்கலாத்து - கரப்பான் பூச்சி.
கக்கு - (வி) சத்திசெய், 2. நஞ்சுகால், 3. ஆணி முதலிய வெதிரெழு, 4. நீர்கக்கு, 5. கதிரீனு, 6. மிகவிருமு.
கக்குரீதி - கர்க்கசம்.
கங்கணம் - கடகம், 2. கைவளை, 3. மஞ்சட்காப்பு, 4. ஓர் நீர் வாழும் பறவை.
கங்கதம் - சீப்பு.
கங்கபத்திரம் - அம்பு, 2. பருந்திறகு.
கங்கம் - பருந்து, 2. கழுகு, 3. சீப்பு, 4. தீப்பொறி, 5. கோளக பாஷாணம்.
கங்கன் - ஓரரசன், 2. பிறவிச்சீர்பந்த பாஷாணம்.
கங்காசுதன் - குமரன், 2. வீடுமன்.
கங்காதரன் - சிவன்.
கங்காளம் - முழுவெலும்பு, 2. உண்கலம்.
கங்காளன் - சிவன், 2. துருசு.
கங்கு - கருந்தினை.
கங்கு - வயலின் வரம்பு, 2. வரம்பின் பக்கம், 3. எல்லை, 4. கழுகு, 5. பருந்து, 6. ஓர் விளையாட்டிற் குறிக்குமெல்லை, 7. பனைமட்டையி னடிப்புறம்.

கங்குல் - இருள், 2. பரணிநாள்.
கங்கை - ஒரு நதி.
கங்கை - } நவட்சாரம்.
கங்கைக்குணன் - }
கங்கையோன் - துருசு.
கசகசா - ஓர் சரக்கு.
கசகம் - வெள்ளரிக்கொடி.
கசகரிகம் - கக்கரி.
கசகன்னி - வெருகு.
கசகு - (வி) நழுவு.
கசக்க - (வி) கைக்க, 2. வெறுக்க.
கசக்கார் - தேமா.
கசக்கு - (வி) கசங்கச்செய், 2. வருத்து.
கசங்கு - ஈந்து, 2. ஓலை நீங்கிய வீந்தின் மட்டை.
கசங்கு - (வி) குழை, 2. இளை, 3. மனம் நோ.
கசடு - குற்றம், 2. மாசு, 3. ஐயம், 4. தழும்பு.
கசட்டை - துவர்ப்பு.
கசப்பு - கைப்பு, 2. வெறுப்பு.
கசமாது - ஊமத்தைச்செடி.
கசம் - யானை, 2. இரண்டுமுழ அளவு, 3. கயரோகம், 4. நீரூற்று, 5. மயிர்.
கசர் - கறை, 2. துவர்ப்பு.
கசவஞ்சி - } உலுத்தன்.
கயவஞ்சி - }
கசற்பம் - மஞ்சள்.
கசனை - ஈரம், 2. குறிச்சூடு.
கசாகூளம் - தாறுமாறு, 2. பலசாதிக் கலப்பு, 3. குப்பை.
கசாயம் - கஷாயம்.
கசானனன் - விநாயகன்.
கசி - (வி) ஈரமூறு, 2. வெயர், 3. இரங்கு, 4. உப்பு முதலியன கசி, 5. அழு.
கசிதம் - பதிப்பு, 2. பூச்சு, 3. துடுப்பு.
கசிவு - ஈரம், 2. அன்பு, 3. வெயர்வை, 4. வருத்தம்.
கசுகுசெனல் - மெதுவாகப் பேசுதல்.
கசுமாலம் - அழுக்கு.
கசேந்திரன் - ஐராவதம்.
கசை - குதிரைச் சம்மட்டி, 2. சம்மட்டி, 3. சித்திரவேலை, 4. கவசம், 5. பசை.
கச்சகம் - குரங்கு.
கச்சட்டம் - உடைமடிப்பு, 2. கௌபீனம்.
கச்சதூஷன் - தவளை.
கச்சபம் - ஆமை.
கச்சம் - யானைக் கழுத்திடு கயிறு, 2. அளவு, 3. மரக்கால், 4. துணிவு, 5. கடன், 6. ஓர் மீன், 7. வார், 8. முன்றானை.
கச்சல் - சிறுமை, 2. ஒல்லியாள், 3.மிகவு மிளம் பிஞ்சு, 4. கசப்பு, 5. ஓர் மீன்.
கச்சவடம் - வியாபாரம்.
கச்சளம் - இருள், 2. கண்ணிலிடுமை.
கச்சன் - ஆமை.
கச்சாச்சேர் - எட்டுப்பலம் கொண்ட நிறை.
கச்சாயம் - சிற்றுண்டி.
கச்சாலம் - காய்ச்சற் பாஷாணம்.
கச்சாலை - கச்சபாலயம்.
கச்சால் - மீன் பிடிக்குங்கூடு.
கச்சான் - மேல்காற்று, 2. மேற்றிசை.
கச்சி - காஞ்சி, 2. சீந்திற்கொடி, 3. ஒட்டாங்கச்சி.
கச்சு - கச்சைப்பட்டை, 2. இடைக்கச்சு.
கச்சுப்பிச்செனல் - தாறுமாறாப் பேசுதல்.
கச்சுரு - நெருப்பு.
கச்சூரம் - பேரீந்து.
கச்சேரி - உத்தியோகசாலை, 2. சங்கீத வினோத சபை.
கச்சை - அரைக்கச்சு, 2. யானைக்கழுத்திடு கயிறு, 3. கயிறு, 4. கவசம், 5. தழும்பு, 6. முழுப்புடவை.
கச்சோணி - வாசனைப்பண்டம்.
கச்சோதம் - மின்மினி.
கச்சோலம் - ஏலக்காய்த்தோல்.
கஞலு - } (வி) எழும்பு, 2. நெருங்கு, 3. மிகு.
கஞல் - }

களுறம் - கள்.
கஞ்சகம் - கச்சுவிடுந்தலைப்பு, 2. முன்றானை.
கஞ்சகாரர் - கன்னார்.
கஞ்சம் - பாத்திரம், 2. தாமரை, 3. வெண்கலம், 4. அமுதம்.
கஞ்சம் - கஞ்சாச்செடி, 2. கைத்தாளம், 3. வஞ்சகம், 4. அப்பவருக்கம், 5. நீர், 6. கற்கடகபாஷாணம், 7. ஓரூர்.
கஞ்சரீடம் - வலியான் குருவி.
கஞ்சல் - கூளம், 2. குப்பை.
கஞ்சனம் - வலியான், 2. கரிக்குருவி, 3. கண்ணாடி 4. கைத்தாளம்.
கஞ்சனை - கலசப்பானை, 2. கண்ணாடி.
கஞ்சன் - பிரமன், 2. ஸ்ரீ கிருஷ்ணன் மாமன்.
கஞ்சா - ஓர் செடி, 2. கள்.
கஞ்சாங்கொற்றி - கனமில்லாதவன்.
கஞ்சாங்கோரை - ஓர் பூடு.
கஞ்சாரி - மகாவிஷ்ணு.
கஞ்சி - கஞ்சித்தண்ணீர், 2. காஞ்சிபுரம்.
கஞ்சிகை - இரத்தினச் சிவிகை, 2. சீலை, 3. திரைச்சீலை.
கஞ்சுகம் - மார்புச்சட்டை, 2. சட்டை, 3. பாம்புச்சட்டை.
கஞ்சுகன் - காவற்காரன், 2. வைரவன்.
கஞ்சுகி - மெய்க்காப்பாளன், 2. காவலன், 3. பாம்பு, 4. சட்டை, 5. திரைச்சீலை.
கஞ்சுளி - சட்டை, 2. பொக்கணம்.
கட - (வி) தாண்டு, 2. கடந்துபோ, 3. அளவிற, 4. மீறு, 5. செல், 6. நீங்கு, 7. செயி.
கடகடத்தல் - } **கடக்டெனல்** - } கடகடென் றொலித்தல், 2. கடகடவென்று போதல்.
கடகம் - வளையல், 2. வட்டம், 3. மலைப்பக்கம், 4. சேனை, 5. கங்கணம்.
கடகம் - கூடை, 2. கேடகம், 3. மதில், 4. கெண்டிகை, 5. யானைக்கூட்டம், 6. ஆயுதவர்க்கம், 7. கூத்தின் விகற்பம், 8. கர்க்கடகம்.
கடத்து - (வி) பெயர், 2. செலுத்து, 3. விலக்கு, 4. தவணைசொல், 5. நெடுகவிடு.

கடந்தபொருள் - கடவுள்.
கடப்பநெல்லு - } **கடப்பு** - } கருங்குறுவை.
கடப்பாடு - கடமை, 2. முறைமை.
கடப்பாரை - இருப்புப்பாரை.
கடமா - } **கடமான்** - } காட்டுப்பசு.
கடமுடெனல் - வயிறிரைதல், 2. ஒலிக்குறிப்பு.
கடமை - ஓர் காட்டுமிருகம், 2. முறைமை, 3. கடன், 4. தகுதி, 5. குடிகள் அரசர்க்குச் செய்யுமுரிமை, 6. குடியிறை.
கடம் - யானைமதம், 2. யானைக்கதுப்பு, 3. குடம், 4. யானைக்கூட்டம், 5. நீதி, 6. காடு, 7. அருநெறி, 8. மலைப்பக்கம், 9. உடல், 10. கயிறு, 11. தோட்டம், 12. வானம், 13. கடவாத்தியம், 14. கடன், 15. மயானஸ்தானம்.
கடம்பம் - கடம்பமரம், 2. வாலுளுவை.
கடம்பர் - குறும்பர்.
கடம்பல் - குமிழமரம்.
கடம்பன் - குமாரக்கடவுள்.
கடம்பு - கடம்புப்பால்.
கடம்பூர் - } **கடம்பை** - } ஓரூர்.
கடம்பை - ஓர் காட்டு மிருகம்.
கடரி - மரமஞ்சள்.
கடலகம் - ஆமணக்கஞ்செடி, 2. ஊர்க்குருவி.
கடலஞ்சிகம் - குசைப்புல்.
கடலடக்கி - பேய் முசுட்டைக்கொடி.
கடலடைத்தான் - அபினி, 2. கஞ்சா.
கடலாடி - நாயுருவி.
கடலை - ஓர் வகை பயறு.
கடல - சமுத்திரம், 2. ஓரெண்.
கடல்கலக்கி - பேய் முசுட்டைக் கொடி.
கடல்வண்ணன் - ஸ்ரீ மகாவிட்டுணு, 2. ஐயனார்.

கடவமரம் - } தணக்கு மரம்.
கடவு -
கடவை -

கடவு - (வி) செலுத்து, 2. பிரயோகி.

கடவுட்பணி - ஆதிசேடன், 2. கடவுளூழியம்.

கடவுளர் - தேவர்.

கடவுளர்தாரம் - தேவதாரமரம்.

கடவுள் - தெய்வம், 2. வானவன், 3. முனிவன், 4. குரு, 5. நன்மை.

கடவை - ஏணி, 2. கடப்புமரம், 3. குற்றம்.

கடறு - காடு, 2. அருநெறி, 3. வாளுறை.

கடற்குருவி - கல்லுப்பு.

கடற்பட்சி - கிளிஞ்சில்.

கடற்பாலை - சமுத்திரசோகி.

கடன் - இருணம், 2. குடியிறை, 3. கடமை, 4. அளவு, 5. மரக்கால்.

கடன்கழி - (வி) கடமைசெய், 2.பிதிர்கருமஞ்செய், 3. நித்தியகருமஞ்செய், 4. மனமின்றிச்செய்.

கடா - ஆடு, 2. எருமை இவற்றினாண், 3. வினா.

கடாகம் - கடாரம்.

கடாசலம் - யானை.

கடாசு - (வி) ஆப்படி, 2. ஏறி.

கடாக்ஷம் - } கிருபையான பார்வை, 2. கருணை.
கடாட்சம் -

கடாம் - யானைமதம்.

கடாரம் - கருமை கலந்த பொன்மை, 2. கொப்பரி.

கடாரி - பசுவின் பெண் கன்று.

கடாரை - கடார நாரத்தை.

கடாவு - (வி) பிரயோகி, 2. செலுத்து, 3. ஆப்பறை, 4. வினாவு.

கடி - வாசனை, 2. கலியாணம், 3. காவல், 4. கூர்மை, 5. ஒளி, 6. அச்சம், 7. சீக்கிரம், 8. கரிப்பு, 9. மிகுதி, 10. சிறப்பு, 11. இன்பம், 12. உக்கிரம், 13. புதுமை, 14. ஓசை, 15. பொழுது, 16. நந்தனவனம், 17. களிப்பு, 18.பிசாசம், 19. பிணம், 20. விளக்கம், 21. இரப்போர்கலம்.

கடி - இடுப்பு, 2. நிதம்பம்.

கடிகண்டு - பூனைக்காலிச்செடி.

கடிகம் - கைமுட்டி.

கடிகாரம் - நாழிகை வட்டம்.

கடிகை - நாழிகை.

கடிகை - சமயம், 2. துண்டம், 3. தாழக்கோல், 4. அரையாப்பு, 5. வேதம், 6. கரகம், 7. உண்கலம்.

கடிகைமாக்கள் - மங்கலப்பாடகர்.

கடிசூத்திரம் - அரைநாண்.

கடிச்சை - ஓர் செடி, 2. ஓர் மீன்.

கடிஞை - இரப்போர்கலம்.

கடிதடம் - நிதம்பம்.

கடிதம் - பசை பூசிய துணி, 2. காகிதம்.

கடிதல் - (தொ.பெ) கோபித்தல், 2. தண்டித்தல், 3. நீக்கல், 4. ஓட்டுதல்.

கடித்தல் - (தொ.பெ) கயிறு முதலியன இறுக்கிப் பிடித்தல், 2. கறித்தல், 3. தழும்பு படுத்தல்.

கடிப்பகை - கடுகு, 2. வேம்பு.

கடிப்பம் - காதணி, 2. ஆபரணப்பெட்டி, 3. கெண்டிகை.

கடிப்பான் - ஊறுகாய், 2. கறி.

கடிப்பிணை - காதணி.

கடிப்பு - குணில்.

கடிப்பை - சிறு கடுகு.

கடியல் - தோணியின் குறுக்குமரம்.

கடியிரத்தம் - } மூக்கிரட்டைப்பூண்டு.
கடிலா -

கடிரோமம் - கோரைக்கிழங்கு.

கடிவாளம் - குதிரையின் வாய்வடம்.

கடிவை - யானை.

கடினம் - வன்மை, 2. கடுமை, 3. வருத்தம்.

கடினை - கண்களிலுள்ள வெண் சவ்வு.

கடு - நஞ்சு, 2. கடுக்காய்மரம், 3. முள், 4. கூர்மை, 5. பாம்பு, 6. கடுமை.

கடு - கடுகுரோகணி (ஓர் மருந்து), 2. கசப்பு, 3. கார்ப்பு, 4. முதலை.

கடுகடுத்தல் - (தொ.பெ) கசத்தல், 2. வெடுவெடுத்தல்.

கடுகடுப்பு - வெறுப்பு, 2. ஒருவகைச் சுவை.

கடுகம் - கார்ப்பு, 2. கடுகுரோகணி.

கடுகு - ஐயவி, 2. குன்றிச்செடி, 3. எண்ணெய்க்கடுகு.

கடுகு - (வி) வேகமாய்ப்போ, 2. சமீபி.

கடுகுமணி - வெண்கடுகு, 2. சிறுமணி.

கடுக்கன் - காதணியிலொன்று.

கடுக்கெனல் - வளருதல், 2. உயருதல்.

கடுக்கை - கொன்றை மரம், 2. மருதமரம்.

கடுங்கண் - கொடுமை.

கடுங்காந்தி - வைப்புப் பாஷாணத்தொன்று.

கடுங்கை - கடுமை.

கடுசரம் - கடுகுரோகணி.

கடுசாரம் - காசிச்சாரம்.

கடுஞ்சாரி - நவட்சாரம்.

கடுடம் - மருக்காரைச்செடி.

கடுதல் - (தொ.பெ) திருடுதல், 2. பறித்தல்.

கடுதாசி - காகிதம், 2. நிருபம்.

கடுத்தம் - அழுத்தம், 2. சோனகருடைய சீதன வுடம்படிக்கை.

கடுத்தலூசி - கற்றுளைக்கும் ஓர் கருவி.

கடுத்தல் - ஓர்மீன், 2. ஓரெறும்பு.

கடுந்திலாலவணம் - அமரியுப்பு.

கடுப்ப - ஓர் உவமைச் சொல்.

கடுப்படக்கி - எருமுட்டைப் பீநாறி.

கடுப்பு - எரிவு, 2. கொதிப்பு, 3. சினம்.

கடுப்புமரம் - எள் முதலியன வாட்டுமரம்.

கடுப்பை - வெண்கடுகு.

கடுமலை - காரீயமலை.

கடுமுடுக்கல் - } வேகமாய் நடத்தல்,
கடுமுடுக்கு - } 2. கடுமையாக வருத்துகை.

கடுமுடெனல் - } ஒலிக்குறிப்பு.
கடுமொடெனல் - }

கடுமை - அகோரம், 2. கண்டிப்பு, 3. மூர்க்கம், 4. விரைவு, 5. கடினம், 6. மிகுதி, 7. கோபம், 8. வன்மை, 9. குரூரம்.

கடும்பகல் - மத்தியானம்.

கடும்பச்சை - நாகப்பச்சை.

கடும்பு - சுற்றம், 2. சும்மாடு, 3. பாற் கடும்பு முதலியன.

கடுவல் - வன்னிலம், 2. கடுங்காற்று.

கடுவன் - குரங்கு பூனை முதலியவற்றி னாண், 2. விலங்கேற்றின் பொது.

கடுவாய் - புலிக்குட்டி.

கடுவான் - ஒரு கரப்பன்.

கடூரம் - கொடுமை.

கடேந்திரநாதர் - ஒரு சித்தர்.

கடை - முடிவு, 2. அங்காடி, 3. கீழ்மை, 4. வழி, 5. ஒரு வினையெச்சவிகுதி, 6. இடம், 7. ஏழனுருபு, 8. வாயில், 9. புறவாயில், 10. பணிப்பூட்டு, 11. பக்கம்.

கடை - (வி) தயிர்கடை, 2. மரமுதலியன கடை, 3. தீக்கடை, 4. பருப்பு முதலியன கடை.

கடைகாப்பாளர் - வாயில் காப்போர்.

கடைகெட்டவன் - முழுதுங்கெட்டவன்.

கடைகோல் - தீக்கடைகோல்.

கடைக்கண்- கட்கடை, 2. கடாட்சம்.

கடைக்காப்பு - பதிகத்தினிறுதிப்பாட்டு.

கடைக்குளம் - உத்திராட நாள்.

கடைக்கூழை - ஓர் தொடை, 2. படைப் பின்னணி.

கடைசி -முடிவு.

கடைசியர் - மருதநிலப் பெண்கள்.

கடைச்சன் - கடைப்பிள்ளை.

கடைஞர் - மருதநிலமாக்கள், 2. இழிந்தோர்.

கடைத்தரம் - கீழ்த்தரம்.

கடைத்தலை - தலைவாயில்.

கடைநாள் - } இரேவதி நாள்.
கடைமீன் - }

கடைநிலை - ஓர் பிரபந்தம், 2. புறவாயில், 3. ஈற்றெழுத்து.

கடைப்பாடு - தீர்மானிப்பு, 2. இழிவு.

கடைப்பிடி - ஞாபகம், 2. மறவாமை, 3. தேற்றம், 4. உறுதி, 5. கருமமுடிக்குந் துணிவு, 6. உறுதியான கொள்கை.

கடையம் - இந்திராணி கூத்து, 2. குடகம்.

கடையர் - } மருதநிலமாக்கள்.
கடைசியர் - }

கடையாட்டம் - வருத்தம், 2. உலைவு.

கடையாணி - பூட்டாணி, 2. அச்சாணி.

கடையுவா - அமாவாசை.

கடையெழுஞ்சனி - உத்திரநாள்.

கடைவள்ளல் - கேட்டபின் கொடுப்போன்.

கடோரம் - கடினம், 2. கொடுமை.

கட்கம் - வாள்.

கட்சி - காடு, 2. பறவைக்கூடு, 3. மக்கட்படுக்கை, 4. வழி, 5. பக்கம்.

கட்செவி - பாம்பு.

கட்டங்கம் - தண்டம், 2. மாத்திரைக்கோல்.

கட்டபாரை - கடப்பாரை.

கஷ்டம் -, **கட்டம்** - } பாடு, 2. வருத்தம், 3. துன்பம், 4. மலம்.

கட்டம் - காடு, 2. தாடி.

கட்டல் - (தொ.பெ) திருடல், 2. பிடுங்கல்.

கட்டளை - கற்பனை, 2. செங்கலச்சு, 3. அளவோலை, 4. நிறையறி கருவி, 5. துலாவிராசி, 6. உரைகல், 7. நிறை, 8. உவமை, 9. ஒழுங்கு, 10. தடை, 11. உருவங்கள் வார்க்குங் கருவி.

கட்டளைக்கல் - உரைகல், 2. நிறைகல்.

கட்டாஞ்சி - முள்வேல மரம்.

கட்டாணி - உலோபி, 2. சமர்த்தாளி, 3. பலசாலி.

கட்டாண்மை - பேராண்மை.

கட்டாந்தரை - வெட்டாந்தரை.

கட்டாம்பாரை - ஓர் மீன்.

கட்டாயம் - பலாத்காரம்.

கட்டாரி - ஓராயுதம்.

கட்டி - மண்கட்டி முதலியன, 2. கருப்பிண்டம், 3. பரு, 4. சருக்கரைக் கட்டி, 5. கருப்புக்கட்டி, 6. ஓர் புள், 7. அகமகிழ்ச்சி.

கட்டியங்கூறு - (வி) புகழ்கூறு.

கட்டியம் - அரசர் முதலியோரைக் குறித்துச் சொல்லும் புகழ்.

கட்டில் - மஞ்சம்.

கட்டு - கட்டியகட்டு, 2. கட்டி, 3. கட்டுக்கதை, 4. ஆணை, 5. பந்துக்கட்டு, 6. தடைக்கட்டு, 7. யாக்கை, 8. காவல், 9. மூட்டை, 10. குறி, 11. உறுதி, 12. வரம்பு, 13. கட்டுப்பாடு, 14. மிகுதி, 15. அரண், 16. மலைப்பக்கம்.

கட்டு - (வி) பிணி, 2. வீடு முதலிய கட்டு, 3. தழுவு, 4. விவாகஞ்செய், 5. தடைகட்டு, 6. கதைகட்டு, 7. சரக்குக் கட்டு, 8. அடக்கு, 9. பரிதானத்தாற் கட்டு, 10, இறுகு, 11.மூடு.

கட்டுக்காடை - ஒரு பறவை.

கட்டுக்காரன் - குறி சொல்வோன்.

கட்டுக்காவல் - கட்டான காவல்.

கட்டுக்கிடை - வெகுநாளாய்க் கிடக்கிற சரக்கு.

கட்டுக்கொடி - ஒரு பூண்டு.

கட்டுக்கோப்பு - கட்டிடம்.

கட்டுத்தறி - யானை முதலியன கட்டுங் கம்பம்.

கட்டுப்படுதல் - (தொ.பெ) கட்டுக்குள்ளடங்கல், 2. மந்திர முதலியவற்றாற் கட்டுப்படல், 3. தடைப்படல்.

கட்டுப்படுத்து - கட்டுக்குளடக்கு.

கட்டுப்பாடு - பந்துக்கட்டு, 2. கட்டுப்படுகை, 3. கட்சி, 4. இணக்கம்.

கட்டுமட்டு - அளவாய்ச் செலவிடுகை, 2. ஒத்ததன்மை, 3. அடக்கம்.

கட்டுமரம் - மிதவை.

கட்டுரை - உறுதிச்சொல், 2. பழமொழி, 3. புனைந்துரை.

கட்டுவம் -, **கட்டுவன்** - } மாதர் காலணியினொன்று.

கட்டுவாங்கம் - கட்டங்கம்.

கட்டுவிடு - (வி) கட்டவிழ், 2. கட்டறு, 3. உடற் பொருத்துவிடு, 4. பலவீனப்படு.

கட்டுவிரியன் - ஒரு பாம்பு.

கட்டை - குற்றி, 2. கடாவுமுளை, 3. விறகு, 4. உடல், 5. குறைவு, 6. மயிர்க்கட்டை, 7. திப்பி, 8. நீளங்குறைந்தது.

கட்டைப்புத்தி - தடிப்புத்தி.

கட்டையன் - குள்ளன்.

கட்டைவாக்கு - இரத்தினத்தின் மங்கலொளி.
கட்டைவிரல் - காலின் பெருவிரல்.
கணகணப்பு - அதிக சூடு.
கணகம் - படையிலோர் தொகை.
கணக்கன் - கணக்கெழுதுவோன், 2. ஒரு சாதியான், 3. சண்பகமரம், 4. புதன்.
கணக்காயர் - ஒத்துரைப்போர், 2. அறிஞர், 3. பொருந்தச் சொல்வோர்.
கணக்கு - எண், 2. எழுத்து, 3. முடிவு, 4. காரியம்.
கணப்பு - } கும்பியிடு சட்டி.
கணப்புச்சட்டி - }
கணமூலம் - திப்பிலிவேர்.
கணமூலி - சாணாக்கிப்பூடு.
கணம் - சிறுமை, 2. காலநுட்பம், 3. ஓர் கால அளவு, 4. கூட்டம், 5. திப்பிலி, 6. பிசாசம், 7. நட்சத்திரங்களாற் குறிக்கு மூவகைக் கணம், 8. தேவகணம், 9. பொருத்தம், 10. விண்மீன்.
கணம் - வட்டம், 2. திரட்சி, 3. ஓர் நோய், 4. ஓர் புல்.
கணவம் - அரசமரம்.
கணவன் - காந்தன், 2. அதிபன்.
கணவாய் - ஓர் மீன், 2. மலைகளுக்கிடைவழி.
கணவீரம் - அலரிச்செடி.
கணனம் - எண்ணல்.
கணாதன் - ஒரு முனிவன்.
கணாதிபன் - விக்கினேசுரன், 2. சிவன்.
கணி - வேங்கைமரம், 2. ஓர் சாதி, 3. மருதநிலம், 4. கூத்தாடுந் தொழில்.
கணி - (வி) எண்ணு, 2. அளவுகுறி, 3. மதி, 4. பலன்கணி.
கணிகம் - நூறுகோடி.
கணிகை - வேசி, 2. தாசி.
கணிசம் - மதிப்பு, 2. கனம், 3. அளவு, 4. கணிதம்.
கணிச்சி - கோடரி, 2. மழு, 3. உளி, 4. நமனாயுதம், 5. வெற்றிலை மூக்கரிகத்தி.
கணிதம் - எண்ணுகை, 2. இலக்கம், 3. கணிக்கப்பட்டது, 4. கணிதநூல்.
கணிதர் - சோதிடர், 2. கணக்கறிந்தோர்.
கணியான் - கூத்தாடி.
கணீர்கணீரெனல் - ஈரடுக்கொலிக் குறிப்பு.
கணு - மூங்கில் முதலியவற்றின் கணு, 2. யாக்கையுன் கணு, 3. மரக்கணு, 4. என்புக் கணு.
கணுக்கால் - பரடு.
கணை - திரட்சி, 2. அம்பு, 3. பூரநாள், 4. நிறைவு, 5. வளைதடி.
கணைக்கால் - முழந்தாளின் கீழ்க்கால்.
கணையம் - வளைதடி, 2. யானைக் கம்பம், 3. காவற்காடு, 4. பொன், 5. போர்.
கணையாழி - மோதிரம்.
கண் - விழி, 2. குழி, 3. துவாரம், 4. கணு, 5. மூங்கில், 6. இடம், 7. ஏழனுருபு, 8. கண்ணோட்டம், 9. பெருமை.
கண்கட்டுவித்தை - ஓர்காருடவித்தை, 2. தந்திரவித்தை.
கண்காட்சி - பார்வை, 2. கண்ணுக்குச் சிறப்பு, 3. அதிசயம், 4. துக்கக் காட்சி.
கண்காணம் - மேல் விசாரிப்பு.
கண்காணி-மேல் விசாரிப்புக்காரன், 2. சிரேஷ்டாதிகாரி.
கண்காந்தல் - கண்ணெரிவு.
கண்கூடு - பிரத்தியட்சம்.
கண்சிமிட்டு - கண்ணாலே குறிப்புக் காட்டுகை.
கண்டகம் - முள், 2. காடு, 3 நீர்முள்ளிச் செடி, 4. மரவைரம், 5. வாள், 6. சுரிகை.
கண்டகர் - அசுரர், 2. கீழ்மக்கள்.
கண்டகி - ஓர் நதி, 2. முள்ளெலும்பு.
கண்டகோடரி - } ஓர்வகைக்
கண்டகோடாலி - } கோடாலி, 2. மழு.
கண்டங்கத்தரி - } ஒருவகைக் கத்தரி.
கண்டங்காலி - }
கண்டசரம் - கழுத்திலணியும் ஓர் ஆபரணம்.
கண்டசருக்கரை - ஒருவகைச் சருக்கரை.

கண்டதிப்பிலி - வங்காளத் திப்பிலி.
கண்டதுண்டம் - பலதுண்டம்.
கண்டபேரண்டபட்சி - இருதலைப் பட்சி.
கண்டமாலை - கழுத்தில் வரும் புண்.
கண்டம் - கழுத்து, 2. கள்ளி 3. கண்ட சருக் கரை, 4. பங்கு, 5. ஓர் யோகம், 6. யானைக் கழுத்து, 7. மணி, 8. துண்டு, 9. வெல்லம், 10. கைப்பிடிவாள், 11. சிறுவாள், 12. எழுத் தாணி, 13. திரைச் சீலை, 14. நாடு, 15. எல்லை, 16. கவசம், 17. குன்றிவேர், 18. சாதிலிங்கம், 19. தத்து, 20. அக்குரோணி, 21. நவகண்டம்.
கண்டம் - மணியினோசை, 2. யானைக் கச்சை.
கண்டரை - இருதயத்தின் ஜடரங்கள் என்னும் கீழரைகள் இரண்டில் வலத்திலி ருந்து உற்பத்தியாகும் பெரு நாடி என்னும் பெரியகுழல்.
கண்டர் - துருசு.
கண்டல் - தாழைமரம், 2. நீர்முள்ளி.
கண்டறை - கற்புழை.
கண்டனம் -
கண்டனை - } கண்டிக்கை.
கண்டன் - புருடன், 2. யசமானன், 3. வீரன், 4. ஒரு சோழன்.
கண்டாங்கி - ஓர் சீலை.
கண்டாஞ்சி - முள்வேல்.
கண்டாமணி - பெருமணி, 2. யானைக் கழுத்திற் கட்டுமணி, 3. வீரக்கழல்.
கண்டாரவம்- ஓரிசை, 2. மணியினோசை.
கண்டாவிழ்தம் - ஓர் மருந்து.
கண்டாளம் - எருதின் மேற்போடு மூட்டை.
கண்டி - இலங்காபுரி, 2. மீன் பிடிக்க வடைக்குங் கருவி, 3. கழுத்தணியி லொன்று, 4. இருபது பறை, 5. ஓரா பரணம்.
கண்டி - (வி) கடி, 2. பாரபட்சமின்றிப் பேசு, 3. துண்டி, 4. வெட்டு, 5. பகிர், 6. தண்டி.
கண்டிகை - உருத்திராட்சமாலை, 2. மாதரணிவடத் தொன்று, 3. பதக்கம், 4. தோளணி, 5. பணிச்செப்பு, 6. கடகம், 7. நிலப்பிரிவு.
கண்டிதம் - கண்டிப்பு, 2. தண்டனை, 3. திட்டம், 4. செவ்வை, 5. உறுதி, 6. துண் டிக்கை.
கண்டிப்பு - கண்டிதம், 2. திட்டம், 3. உறுதி, 4. கடிந்திடுகை, 5. சடத்தன்மை, 6. வெட்டுகை, 7. தண்டிப்பு.
கண்டியர் - பாணர்.
கண்டில் - இருபத்தெட்டுத் துலாங் கொண்ட அளவு, 2. கண்டி.
கண்டில் வெண்ணெய் - ஓர் பூண்டு.
கண்டீரவம் - சிங்கம், சதுரக்கள்ளி.
கண்டு - கற்கண்டு, 2. நூற்பந்து, 3. கழ லைக்கட்டி.
கண்டுகம் - மஞ்சிட்டிச்செடி.
கண்டுதுத்தி - ஒரு பூண்டு.
கண்டுபாரங்கி -
கண்டுமூலம் - } சிறுதேக்கு.
கண்டுதி - தினவு, 2. காஞ்சொறி.
கண்டூரம் - கண்டௌஷதம்.
கண்டை - பெருமணி, 2. யானைமணி, 3. சீலை, 4. வீரக்கழல், 5. சரிகைக்கரை.
கண்ணகி - கோவலன் மனைவி.
கண்ணழிக்க - (வி) பதப்பொருளுரைக்க.
கண்ணழிவு - தடை.
கண்ணன் - ஸ்ரீ கிருஷ்ணன்.
கண்ணா - ஓர் மரம், 2. திப்பிலி.
கண்ணாடி - உருவங்காட்டி.
கண்ணாளர் - கம்மாளர், 2. கணவர், 3. தோழர்.
கண்ணாள் - சரச்சுவதி,
கண்ணி - அரும்பு, 2. பூமாலை, 3. பூங்கொ த்து, 4. புட்படுக்குங் கயிறு, 5. பூட்டாங் கயிறு, 6. கயிறு,
கண்ணிகம் - மணித்தக்காளிச்செடி.
கண்ணிகை - பூவரும்பு, 2. தாமரைக் கொட்டை.
கண்ணிக்கொடி - ஓர் படர்கொடி.
கண்ணிதழ் -
கண்ணிமை - } கண்மடல்.

கண்ணியம் - கனம்.
கண்ணுகம் - குதிரை.
கண்ணுதல் - (தொ.பெ) கருதல், 2. குறித்தல்
கண்ணுதல் - சிவன்.
கண்ணுவம் - கம்மியர் தொழில்.
கண்ணுவன் - ஓரிருடி.
கண்ணுளர் - கண்ணாளர்.
கண்ணுள் - கூத்து.
கண்ணூறு - கண் பார்வையால் வந்த தோஷம்.
கண்ணேணி - மூங்கிலேணி.
கண்ணோட்டம் - கடாட்சம், 2. கடைக்கண்பார்வை. 3. மரியாதை, 4. பார்வையிடுதல்.
கண்படை - நித்திரை, 2. மனிதர் படுக்கை.
கண்பாடு - நித்திரை.
கண்புகைச்சல் - கண்மங்கல்.
கண்போடு - (வி) இச்சி.
கண்மலர் - விக்கிரகங்கட்கணியும் விழி மலர்.
கண்வினைஞர் - கம்மியர்.
கதகதெனல் - ஒலிக்குறிப்பு.
கதண்டு - கருவண்டு.
கதம் - கோபம், 2. மூர்க்கம், 3. பஞ்சம், 4. பாம்பு.
கதம் - செல்கை.
கதம்பம் - **கதம்பு** - } கடம்பமரம், 2. கூட்டம், 3. வாசனைப் பொடி, 4. ஆன் கூட்டம், 5. மேகம், 6. கானங்கோழி.
கதம்பை - தேங்காய்மட்டைநார்.
கதலி - வாழை, 2. ஓர்வகை வாழை, 3. விருதுக்கொடி, 4. காற்றாடி, 5. தேற்றா மரம்.
கதலிகம் - தேற்றாமரம்.
கதலிகை - துகிற்கொடி.
கதலிச்சி - கர்ப்பூரம்.
கதலிப்பூ - வாழைப்பூ, 2. பச்சைக் கருப்பூரம்.
கதலு - (வி) அசை.
கதவம் - **கதவு** - } கபாடம், 2. காவல்.
கதழ் - (வி) கோபி, 2. உக்கிரமாகு, 3. விரை
கதழ்வு - சினம், 2. உக்கிரம், 3. விரைவு, 4. சிறப்பு, 5. உவமைச் சொல், 6. பெருமை, 7. மிகுதி.
கதறு - (வி) அழு, 2. கத்து.
கதனம் - போர், 2. கலக்கம், 3. கடுப்பு.
கதாசித்து - இடைவிட்டகாலம்.
கதாயுதம் - தண்டாயுதம்.
கதி - நடை, 2. வழி, 3. போக்கு, 4. விரைவு, 5. குதிரை நடை, 6. நிலை, 7. நால்வகைப் பிறப்பு, 8. கிரகநடை, 9. ஐசுவரியம், 10. அதிட்டம், 11. பரமகதி, 12. அடைக்கலம், 13. படலம், 14. திராணி.
கதி - (வி) நட, 2. எழு, 3. மிகு, 4. ஒலி, 5. கட.
கதிக்கும்பச்சை - நாகபச்சை.
கதிக்கை - கருக்குவாளி மரம்.
கதியால் - வேலியில் நாட்டுங்கிளை.
கதிரம் - கருங்காலி, 2. அம்பு.
கதிரவன் - **கதிரோன்** - } சூரியன்.
கதிர் - கிரணம், 2. சூரியன், 3. இருப்புக் கதிர், 4. பயிர்க்கதிர், 5. தேரினுட் பரப்பின மரம்.
கதிர்காமம் - ஓர் தலம்.
கதிர்க்குஞ்சம் - கதிர்க்கற்றை.
கதிர்மகன் - சனி, 2. சுக்கிரீவன், 3. கன்னன் , 4. நமன்.
கது - வடு, 2. வெடிப்பு.
கதுக்கு - (வி) அதக்கு.
கதுப்பு - கவுள், 2. பெண்மயிர், 3. மைந்தர் மயிர், 4. பசுக்கூட்டம்.
கதுப்புளி - முக்கவருள்ளசூட்டுக்கோல்.
கதுமு - (வி) உறுமு, 2. விரைந்துசெல்.
கதுமெனல் - விரைவுக்குறிப்பு.
கதுவாய் - வடு, 2. ஒரு மோனைத் தொடை.
கதுவு - (வி) கலங்கு, 2. நீங்காது பற்று, 3. அதிகமாகப்பற்று, 4. மட்டை முதலிய வற்றைச் செதுக்கு.

கதை - சரிதம், 2. கட்டுக்கதை, 3. காரணச் சொல், 4. சொல், 5. தண்டாயுதம், 6. தடி, 7. சம்பாஷணை.

கத்தக்காம்பு - பாக்கு வெற்றிலையோடு போடுமோர் பண்டம்.

கத்தபம் - / **கர்த்தபம்** - } கழுதை.

கத்தம் - புயம், 2. கதை.

கத்தரி - கத்தரிக்கோல், 2. வழுதுணை, 3. ஓர் பாம்பு, 4. வேனிற்காலத்துக் கடுங் கோடையாகிய சித்திரை மாதம் இருபத்துமூன்றாம் தேதி முதல் வைகாசி மாதம் ஏழாம் தேதி வரையிலுள்ள அக்கினி நட்சத்திரம்.

கத்தரி - (வி) கத்தரியால் வெட்டு, 2. புழுவரி, 3. எண்ணம் வேறுபடு, 4. நெருப்புப் பற்றாமற்போ.

கத்தரிகை - கத்திரிக்கோல்.

கத்தரிநாயகம் - யானைச்சீரகம்.

கத்தரிமணியன் - ஓரெலி.

கத்தரை - கோத்திரம்.

கத்தலை - / **கத்தளை** - } ஓர் மீன்.

கத்தன் - செய்பவன், 2. முதல்வன், 3. கடவுள்.

கத்தா - கடவுள்.

கஸ்தி - வருத்தம், 2. துன்பம்.

கத்தி - வெட்டுகத்தி, 2. வாள்.

கத்திகட்டி - இராணுவ வீரன்.

கத்திகை - ஓர் படர்கொடி, 2. கருக்கு வாளிமரம், 3. துகிற்கொடி, 4. பூமாலை.

கத்தியம் - இலக்கணமின்றி யிலக்கணப் பாட்டுப்போற் சொல்வது, 2. சீலை, 3. நல்லாடை.

கத்தியோதம் - மின்மினிப் பூச்சி.

கத்திரி - ஒருவகைப்பறை, 2. ஓர் பாம்பு.

கத்திரியர் - க்ஷத்திரியர்.

கத்து - சந்து.

கத்து - (வி) கூவு, 2. விலங்கு பறவை முதலிய கத்து, 3. பிதற்று, 4. முழங்கு.

கத்துரு - கர்த்தா, 2. ஆதிசேடன் தாய்.

கத்துருத்துவம் - ஆளுகை நடத்துதல்.

கத்துருபம் - குதிரைப்பற் பாஷாணம்.

கஸ்தூரி - / **கத்தூரி** - } கஸ்தூரி மிருகம், 2. நானம்.

கத்தை - கழுதை.

கநிட்டன் - தம்பி.

கந்தகம் - ஓர் மருந்து, 2. அவுபல பாஷாணம்.

கந்தசஷ்டி - ஐப்பசி மாதத்தின் அமாவாசிக்குப் பின்வரும் சஷ்டி.

கந்தசட்கம் - / **கந்தசட்சகம்** - } தமரத்தை மரம்.

கந்தநாகுலியம் - அரத்தை.

கந்தபூதியம் - நாய்வேளைச்செடி.

கந்தமாதனம் - குலகிரியெட்டி னொன்று.

ஸ்கந்தம் - / **கந்தம்** - } கிழங்குப்பொது,2.கருணைக் கிழங்கு, 3. கழுத்தடி, 4. நூற் பங்கு, 5. இந்திரியம், 6. ஐம்புலனி லொன்று, 7. அணுத்திரள், 8. பொதியம், 9. வாசனை, 10. வாசனைப்பூடு, 11. சந்தனம்.

கந்தரக்காட்டம் - வெள்ளைப் பாஷாணம்.

கந்தரசு - சாம்பிராணி.

கந்தரம் - கழுத்து, 2. மலைக்குகை, 3. மேகம்.

கந்தரம் - புனமுருங்கைமரம், 2. கடற் பாசி, 3. கற்கடக பாஷாணம், 4. தீமுறுகற் பாஷாணம்.

கந்தருவம் - இசை, 2. இசைப்பாட்டு, 3. குதிரை, 4. அட்டமணத்திலொன்று.

கந்தருவர் - தேவசாதியிலோர் வகையார்.

கந்தர்ப்பன் - மன்மதன்.

கந்தல் - கேடு, 2. கந்தை, 3. கெட்டவன்.

கந்தவகன் - / **கந்தவாகன்** - } காற்று.

கந்தவருக்கம் - வாசனைத் திரவியங்கள்.

கந்தவாரம் - அந்தப்புரம்.

கந்தழி - பரம்பொருள்.

கந்தளம் - கவசம்.

கந்தனேந்திரர் - ஓர் சித்தர்.

கந்தன் - குமரன், 2. அருகன்.

கந்தன் - சூதபாஷாணம், 2. சீர்பந்த பாஷாணம்

கந்தாயம் - வருஷத்தின் மூன்றத்தொரு கூறு, 2. கந்தாயவரி கொடுக்குங் காலம், 3. அறுப்புக்காலம்.
கந்தாரம் - இசைப்பாட்டு.
கந்தி - சந்தகம், 2. கமுகு, 3. தவப்பெண், 4. கந்தகபாஷாணம், 5. வாசம்.
கந்திரி - நாகூரில் துலுக்கருக்கு விசேஷித்த பண்டிகை.
கந்திவாருணி - பேய்த்தும்மட்டி.
கந்து - யாக்கையின் மூட்டு, 2. கழுத்தடி, 3. பண்டியுளிரும்பு, 4. பண்டி, 5. பற்றுக்கோடு, 6. தூண், 7. யானை யணைதறி, 8. மாடுபிணைக்குந் தும்பு, 9. வைக்கோல் வரம்பு, 10. பொலிப்புறத்தடையும் புதர், 11.சந்து.
கந்து - (வி) கெடு, 2. அழி.
கந்துகம் - பந்து.
கந்துகம் - குதிரை, 2. குறுநிலமன்னர் குதிரை.
கந்துகன் - தான்றி மரம்.
கந்துவான் - பிணை கயிறு.
கந்துளம் - பெருச்சாளி.
கந்துள் - கரி.
கந்தை - சீலை, 2. நல்லாடை, 3. பீறல்.
கபடஸ்தன் - வஞ்சகன்.
கபடநாடக சூத்திரன் - வஞ்சனைத் தொழிலன், 2. ஸ்ரீ மகா விஷ்ணு.
கபகபவெனல் - ஒலிக்குறிப்பு.
கபடம் -
கபடு - } வஞ்சகம்.
கவடம் -
கபந்தம் - உடற்குறை, 2. நீர்.
கபம் - கோழை, 2. சிலேட்டுமம்.
கபம்பம் - வாலுளுவை.
கபாடபுரம் - ஓர் ஊர்.
கபாடம் - கதவு, 2. காவல்.
கபாய் - நிலையங்கி.
கபாலம் - தலைமண்டை, 2. இரப்போர் கலம்.
கபாலன் - சீர்பந்த பாஷாணம்.
கபாலி - சிவன், 2. பார்ப்பதி, 3. வைரவன்.
கபி - குரங்கு, 2. கயிறிழுக்குங் கருவி.
கபிஞ்சலம் - காடை, 2. சாதகப்புள், 3. ஆந்தை.
கபிதம் - கருஞ்சீரகம்.
கபித்தம் - விளாமரம்.
கபிலம் - கருமை கலந்த பொன்மை, 2. உபபுராணங்கள் பதினெட்டனுளொன்று.
கபிலன் - ஓர் முனிவன், 2. திருவள்ளுவர் சகோதரன்.
கபிலை - கருமைகலந்த பொன்மை, 2. காராம்பசு, 3. பசுப்பொது, 4. தெய்வப் பசு, 5. தென்கீழ்த்திசை யானைக்குப் பெண்யானை.
கபோதகம் - சிற்பப் பிரமாண மேழினொன்று.
கபோதம் - கரும்புறா, 2. புறா.
கபோதி - குருடன்.
கபோலம் - கதுப்பு.
கப்படம் - சீலை.
கப்பணம் - இரும்பிற் செய்த நெருஞ்சின் முள், 2. கைவேல், 3. கழுத்திடுமிருப் புத்தகடு, 4. ஓராபரணம்.
கப்பம் - அரசிறை.
கப்பரை - இரப்போர்கலம்.
கப்பல் - வங்கம்.
கப்பி - தெள்ளி நீக்கியது, 2. தானியம்.
கப்பியல் - கயிறிழுக்குங் கருவி.
கப்பு - கவர்க்கொம்பு, 2. கிளை, 3. தூண், 4. மயிர்க்கூட்டுஞ் சாயம்.
கப்பு - (வி) மூடிக்கொள், 2. உண்.
கமகமத்தல் - } வாசனைக்குறிப்பு.
கமகமெனல் -
கமகன் - நூற்பொருளை விரிக்க வல்லவன்.
கமசுகட்டுதல் - முயலுதல்.
கமடம் - ஆமை.
கமண்டலம் - } கரகம்.
கமண்டலு -
கமம் - நிறைவு, 2. வயல்.
கமரி - } ஓர் புல்.
கமரிப்புல் -
கமர் - நிலப்பிளப்பு.
கமலகுண்டலமாய்விழு - (வி) தலைகீழாய் விழு.
கமலநிருத்தம் - ஓர் கூத்து.

கமலம் - தாமரை, 2. நீர், 3. ஓர்வகைத் தட்டு.
கமலாசனம் - பிரமன், 2. அருகன்.
கமலாசனி - இலக்குமி.
கமலாலயம் - திருவாரூர்.
கமலி - குங்கும பாஷாணம்.
கமலினி - பார்ப்பதி தோழியரிலொருத்தி.
கமலை - இலக்குமி, 2. திருவாரூர்.
கமல் - குடசப்பாலைமரம்.
கமழ் - (வி) கந்தம் வீசு.
கமறு - (வி) காய், 2. வெப்பமதிகரி, 3. உக்கிரங்கொள், 4. அழு.
கமனகுளிகை - நினைத்த விடத்துக்குப் போகப்பண்ணும் மருந்து.
கமனம் - நடை.
கமாஸ் - ஓரிராகம்.
கமார் - வெடிப்பு.
கமி -, **க்ஷமி** - } (வி) பொறு.
கமிச்சு - கம்பியச்சு.
கமுகு - பாக்குமரம்.
கமுக்கட்டு - அக்குள்.
கமுக்கம் - குறைவை வெளிப்படுத்தாமை.
கமை -, **க்ஷமை** - } பொறுமை.
கம் - நீர், 2. தலை, 3. ஆகாயம், 4. காற்று, 5. மேகம், 6. வெண்மை, 7. கம்மியர் தொழில், 8. பிரமன், 9. ஆட்டுக்கடா, 10. செயல்.
கம்சன் - கிருஷ்ணமூர்த்தியின் மாமன்.
கம்பக்கூத்து - தொம்பர்கூத்து.
கம்பங்கோரை - ஓர் புல்.
கம்பட்டம் - காசு.
கம்பத்தம் - பயிர்செய்கை.
கம்பத்து - தோணியினோட்டை.
கம்பம் - தூண், 2. விளக்குத்தண்டு, 3. தாலம்பபாஷாணம்.
கம்பம் - அசைவு, 2. நடுக்கம்.
கம்பலம் - கம்பளி, 2. மேற்கட்டி.
கம்பலை - நடுக்கம், 2. அச்சம், 3. துன்பம், 4. மருதநிலம், 5. வயல், 6. ஒலி, 7. சச்சரவு.
கம்பளம் - கம்பளி, 2. ஓர் நாடு, 3. செவ்வாடை, 4. துருவாட்டேறு, 5. செம்மறிக்கடா.
கம்பளர் - மருதநிலமாக்கள், 2. கம்பள நாட்டார்.
கம்பளி - ஆட்டின் மயிர்.
கம்பனம் - அசைவு.
கம்பன் - ஓர் புலவன்.
கம்பாகம் -, **கம்பான்** - } அமாறு கயிறு.
கம்பாநதி - வேகவதியாறு.
கம்பாயம் - உரப்புச்சீலை.
கம்பி - இரும்பு முதலியவற்றின் கம்பி, 2. காதணியிலொன்று, 3. துணியினோர் கரை, 4. சித்திரக்கம்பி, 5. வெடியுப்பு, 6. காசு.
கம்பி - (வி) அசை, 2. நடுங்கு.
கம்பிதம் - நடுக்கம், 2. அசைவு.
கம்பிளி - கம்பளி.
கம்பீரம் - ஆழம், 2. ஆழ்ந்த அறிவு, 3. செருக்கு, 4. ஆர்ப்பரிப்பு.
கம்பு - சங்கு.
கம்பு - தடி, 2. மரக்கொம்பு, 3. செந்தினை, 4. ஓர் பயிர்.
கம்புள் - சம்பங்கோழி, 2. வானம்பாடி, 3. சங்கு.
கம்பை - கதவு முதலியவற்றின் கம்பை, 2. ஏட்டுப் புஸ்தகத்தின் கம்பை, 3. கம்பாநதி, 4. பொறுப்பு.
கம்மக்கை - மிகுந்தவேலை.
கம்மம் - கம்மியர் தொழில்.
கம்மல் - மகளிர் காதணியிலொன்று.
கம்மல் - குரலடைப்பு, 2. மங்கல், 3. மந்தாரம்.
கம்மவார் - ஓர் சாதி.
கம்மாளர் - கம்மியர். அவர், கன்னார், கொல்லர், சிற்பர், தச்சர், தட்டார் என்பவர்.
கம்மாறர் - மரக்கலமோட்டுவோர்.
கம்மிடுதல் -, **கம்மெனல்** - } வாசனைக்குறிப்பு.
கம்மு - (வி) குரல் குன்று, 2. மூடு.
கம்மை - சிறுகீரை.
கயக்கு - சோர்வு.
கயக்கு - (வி) கயங்கச்செய், 2. மெலிவி.

கயங்கு - (வி) சோர்வுறு, 2. நொந்து மெலி.
கயந்தலை - } யானைக்கன்று.
கயமுனி - }
கயப்பினை - வங்கமணல்.
கயமுகன் - விநாயகன், 2. ஓரசுரன்.
கயமை -கீழ்மை.
கயம் - தேய்வு, 2. கேடு, 3. கீழ்மை, 4. பெருமை, 5. மேன்மை, 6. இளமை, 7. நீர், 8. ஆழம், 9. அகழி, 10. குளம்.
கயம் - யானை, 2. கயரோகம்.
கயர் - துவர்ப்பு, 2. கசர்.
கயல் - கெண்டைமீன்.
கயவாய் - கரிக்குருவி, 2. கழிமுகம்.
கயவு - களவு, 2. பெருமை, 3. மேன்மை, 4. மிகுதி, 5. கழிமுகம்.
கயனை - கசனை.
கயாகரம் - ஓர் நிகண்டு.
கயிங்கரியம் - } ஊழியம்.
கைங்கரியம் - }
கயிப்பு - இலாகிரி.
கயிரம் - அலரிச்செடி.
கயிரவம் - வெள்ளாம்பல், 2. செவ்வாம் பல்.
கயிரிகம் - காவிக்கல்.
கயிரை - சுற்றம்.
கயிர் - தவறு.
கயிலாசம் - }
கயிலாயம் - } கைலாசமலை.
கயிலை - }
கயிலாயன் - } சிவன்.
கயிலையாளி - }
கயிலி - துலுக்கர்களணியும் பலவன்னப் புடவையிலொன்று.
கயிலையிற்கடுங்காரி - மாமிசபேதி.
கயில் - ஆபரணக் கடைப்பூட்டு, 2. பிடரி, 3. தேங்காய்ப்பாதி.
கயிறு - வடம்.
கயிறுதடி - நெய்வார் கருவியினொன்று.
கயிற்றுக்கோலாட்டம் - ஓர்வகை விளை யாட்டு.
கயிற்றுக்கோல் - ஓர் தாரகை.
கயிற்றுப்பொருத்தம் - மணப்பொருத் தம் பத்தினொன்று.
கயிற்றேணி - நூலேணி.
கயினி - அத்தநாள், 2. கைம்பெண்.
கயை - ஓர்புண்ணியகேத்திரம்,2. ஓராறு.
கர - ஓர் வருடம்.
கர - (வி) ஒளித்துவை, 2. திருடு, 3. கொடா திரு, 4. ஒளித்துக்கொள், 5. மறை.
கரகம் - கமண்டலம், 2. வட்டில்,3. ஆலங் கட்டி, 4. கண்டிகை.
கரகர - (வி) மணல் முதலியன கரகர, 2. தொண்டை கரகர. 3. அலைக்கழி.
கரகரப்பு - கார்ப்பு, 2. அலைக்கழிப்பு, 3. தொண்டைக்கரகரப்பு.
கரசம் - } யானை, 2. ஒரு கரணம்.
கரசை - }
கரசல் - வைத்தியநூல்.
கரசை - நானூறு மரக்காலளவு.
கரடகபாஷாணம் - ஓர் பாஷாணம்.
கரடகம் - } வஞ்சனை.
கரடகம்பம் - }
கரடகன் - ஓர் வஞ்சகமுள்ள நரி.
கரடம் - காக்கை, 2. மதம்பாய் சுவடு, 3. யானைமதம்.
கரடி - ஓர் மிருகம், 2. சிலம்பம்.
கரடிகை - ஓர்வகைப்பறை.
கரடு - காற்பரடு, 2. மரக்கணு, 3. முரடு, 4. முரட்டுக்குணம்.
கரட்டரிதாரம் - ஒரு மருந்து.
கரணம் - தலைகீழா யுருளுதல், 2. கூத்தின் விகற்பம், 3. அந்தக்கரணம், 4. இந்திரியம், 5. கன்மேந்திரியம்,6. கலவிக்கரணம், 7. காரணம், 8. உபகரணம், 9. பஞ்சாங்கத் தினொன்று.
கரணி - செய்கை, 2. சஞ்சீவி.
கரணிகம் - அந்தக்கரணம், 2. கூத்தின் விகற்பம், 3. கலவி.
கரணியமேனிக்கல் - கரும்புள்ளிக்கல்.
கரணை - ஒரு செடி, 2. கொல்லறு, 3. கரும்பு முதலியவற்றின் துண்டு, 4. வீணைத்தண்டு.
கரண்டகம் - சுண்ணாம்புச் செப்பு.
கரண்டகம் - நீர்க்காக்கை, 2. கமண்ட லம், 3. கரண்டகம்.
கரண்டி - சிற்றகப்பை.
கரண்டை - முனிவர்வாசம்.

கரதலம் - கை.
கரதாளம் - பனை, மரம், 2. கைத்தாளம்.
கரத்தல் - (தொ. பெ) மறைத்தல்.
கரந்தை - ஓர் பூண்டு, 2. நிரைமீட் போரணியு மாலை.
கரபத்திரம் - ஈர்வாள்.
கரபம் - கழுதை.
கரப்பன் - / **கரப்பான்** - } ஓர் கிரந்திப்புண்.
கரப்பு - ஒளிப்பு, 2. மீன்கூடு.
கரமஞ்சரி - நாயுருவிச்செடி.
கரமுகன் - விநாயகன்.
கரம் - கை, 2. துதிக்கை, 3. நஞ்சு, 4. குடியிறை,5. கிரணம், 6. கழுதை, 7. எழுத்தின் சாரியை,8. முழம், 9. ஓலைக்கொத்தின் றிரள்.
கரம்பு - / **கரம்பை** - } பாழ்நிலம்.
கரவடம் - வஞ்சகம், 2. களவு.
கரவாகம் - காக்கை.
கரவாளம் - கைவாள்.
கரவீரம் - அலரிச்செடி.
கரவு - களவு, 2. பொய், 3. வஞ்சகம்.
கரவை- கம்மாளர் கருவியினொன்று.
கரளம் - நஞ்சு, 2. எட்டிமரம்.
கரளை - வளர்தலின்மை.
கரன் - ஓரரக்கன்.
கரா - முதலை.
கராகண்டிதம் - சரியாய்ப் பேசுகை.
கராக்கி - விலை யதிகம்.
கராசலம் - யானை.
கராடம் - மருக்காரை, (ஓர் செடி.)
கராம் - முதலை.
கராம்பு - ஒரு சரக்கு.
கரார்நாமா - எழுத்துமூலமான உடன் படிக்கை.
கராளம் - / **கராளி** - } தீக்குணம்.
கரி - யானை.
கரி - நெருப்புக்கரி, 2. கருமை, 3. நஞ்சு, 4. வைரம், 5. சாட்சி, 6. திருட்டாந்தம்.
கரிகறு - (வி) மிகக்கறு.
கரிகன்னி - வெருகு, (ஓர் கிழங்கு.)
கரிகாலன் - ஓர் சோழன்.
கரிக்கண்டு - / **கரிக்கை** - / **கரிச்சால்** - / **கரிச்சான்** - } கரிசலாங்கண்ணிப்பூடு.
கரிக்குருவி - ஓர் சிறுகுருவி.
கரிக்கோலம் - அழிஞ்சில் மரம்.
கரிசங்கு - தென்னோலைமூடு.
கரிசலாங்கண்ணி - ஓர் பூடு.
கரிசல் - கருமை.
கரிசனம் - / **கரிசனை** - } பரிவு.
கரிசனம் - யானைக்கோடு.
கரிசன்னி - வெள்ளைக் காக்கணம், (ஒரு கொடி).
கரிசாலை - கையாந்தகரை.
கரிசு - / **கரிசை** - } கரசை, (இருநூறு பறை கொண்ட அளவு.)
கரிசு - குற்றம்.
கரிச்சான் - ஓர் புள்.
கரிணி - யானை, 2. பெண்யானை, 3. மலை, 4. முழை.
கரிதல் - (தொ. பெ) காந்தல், 2. கருகுதல், 3. பெருங்கோபமுறல்.
கரிதன் - அச்சமுள்ளோன்.
கரித்தல் - (தொ. பெ) உப்புக்கரித்தல், 2. உறைத்தல், 3. தாளித்தல்.
கரிநாள் - சுபகாரியங்கள்செய்ய ஒவ்வொரு மாதத்திலும் விலக்கப்பட்ட தேதி.
கரிப்பான் - ஓர் பூடு.
கரிப்பு - அச்சம்
கரிமா - அட்டசித்தியினொன்று, அஃது இருப்புமலையினுங் கனத்தல்.
கரிமுகன் - விநாயகன்.
கரியவன் - கருநிறத்தவன், 2. கண்ணபிரான், 3. சனி.
கரில் - கார்ப்பு, 2. குற்றம், 3. கொடுமை.
கரீரம் - யானை, 2. யானைக்கொம்படி, 3. மிடா, 4. குடம், 5. கும்பவிராசி, 6. அகத்திமரம்.
கரு - கருப்பம், 2. முட்டைக்கரு, 3. கருத்து, 4. கம்மியர் கட்டுங்கரு, 5. உட்பொருள்,

6. வித்தின்கரு, 7. நிறம், 8. நடு, 9. மேடு, 10. ஆயுதத்தின்பல்,11. முட்டை, 12. அட்ட கருமக்கரு.

கருகு - (வி) கருகச்செய், 2. தீயச்செய்.

கருகூலம் - புதையல், 2. பொக்கிஷவறை.

கருக்காய் - பிஞ்சுநெல், 2. பதர்.

கருக்கு -(வி) கருகச்செய், 2. கறுப்போட வாட்டு, 3. தீயச்செய், 4. திட்டு.

கருக்கு - வாட்பல்லின்கூர், 2. ஆயுதத்தின் கூர், 3. பனையின் கருக்கு,4. கத்தியின்கூர், 5. பனங்காய்த் தோற்கருக்கு, 6. இலைகளின் கருக்கு, 7. கஷாயம்.

கருக்குடி - சவுக்காரம்.

கருக்குழி - கருப்பாசயம்.

கருக்கூட்டு - (வி) யோசனைசெய்.

கருங்கரப்பன் - கருங்கிரந்தி, (ஒருநோய்)

கருங்காலி - ஒரு மரம்.

கருங்குவளை - நீலோற்பலம்.

கருங்கை - கொலைத் தொழில், 2. அரிய வேலை.

கருசம் - ஓர் தேசம்.

கருச்சி - (வி) கர்ச்சி.

கருச்சிதம் - முழக்கம்.

கருஞ்சனம் - முருங்கைமரம்.

கருடக்கொடி - கருடத்துவசம், 2. குறிஞ்சா, (ஓர் கொடி.)

கருடசாரம் - சிந்துலவணம்.

கருடப்பச்சை - ஒரு மருந்துக்கல், 2. ஒரு வகை மரகதம்.

கருடர் - பதினெண்கணத்தாரிலோர் வகுப்பார்.

கருடன் - கலுழன், 2. ஸ்ரீ மகாவிஷ்ணு வாகனம்.

கருஷி -
கருடி - } (வி) இழு.

கருடி - சிலம்பம்.

கருணம் - எலுமிச்சமரம்.

கருணன் - கர்ணன்.

கருணா -
கன்னா - } ஓர் வாச்சியம்.

கருணாகரன் -
கருணாநிதி -
கருணாலயன் - } கடவுள்.

கருணாடகம் - ஒருதேசம்.

கருணாப்பள்ளி - ஓரூர்.

கருணி - மலை, 2. குகை.

கருணிகை - தாமரைப்பூவினுட் கொட்டை.

கருணீகன் - கணக்கன்.

கருணை - கிருபை, 2. ஓர் பூண்டு, 3. ஒரு செடி; இது கிழங்குள்ளது.

கருதலர் - பகைவர்.

கருது - (வி) எண், 2. நிதானி, 3. நினை, 4. விரும்பு, 5. சிந்தி, 6. மதி, 7. மனோராசசியஞ்செய், 8. அனுமானி.

கருத்தபம் - கழுதை.

கருத்தமன் - வருணன்றந்தை.

கருத்தன் - நடப்பிப்போன், 2. கடவுள்.

கருத்தாளி - புத்திசாலி.

கருத்து - எண்ணம், 2. விருப்பம், 3. தாற்பரியம், 4. அபிப்பிராயம், 5. நினைவு, 6. சித்தம், 7. சிந்தனை, 8. விவேகம், 9. கவனம்.

கருநடம் -கன்னடதேயம், 2. கன்னட பாடை.

கருநாடகம் - ஓர் தேயம், 2. கன்னட தேசத்தாரின் விசேடம்.

கருந்தனம் - செல்வம், 2. பொன்.

கருந்தாது - இரும்பு.

கருந்தோளி - அவுரி, (ஒரு பூண்டு).

கருப்பு - குறுவிலைக்காலம்.

கருப்பூர் - ஓரூர்.

கருப்பை - காரெலி, 2. ஒரு வகைப் பனைமரம்.

கருமகள் -
கரும்பிள்ளை - } காக்கை.

கருமஞ்சரி - நாயுருவிச்செடி.

கருமணி - கண்ணின் மணி.

கருமபந்தம் -
கருமபந்தனம் - } வினைத்தொடர்பு.

கருமம் - கிரியை, 2. முன்வினை, 3. தொழில், 4. வைதீகக்கிரியை, 5. இயற்கைச்சொல், 6. ஆகாமிய கருமம், 7. செயப்படுபொருள், 8. அஷ்டகருமம்.

கருமா - பன்றி, 2. யானை.

கருமாயம் - அருமையானது.

கருமர் - } கொல்லர்.
கருமார் -
கருமான் - கலைமான்.
கருமி - கிரியைசெய்பவன், 2. பூசை செய்பவன், 3. தீவினையுடையோன்.
கருமுகை - இருவாட்சி, 2. சிறுசண்பகம்.
கருமை - கறுப்பு, 2. நஞ்சு, 3. பெருமை, 4. வலி.
கரும்பாம்பு - இராகு.
கரும்பு - கன்னல், 2. புனர்பூசம்.
கரும்புறம் - பனைமரம்.
கரும்பொன் - இரும்பு.
கருவடம் - மலையுமாறுஞ்சூழ்ந்தவூர், 2. தலைமையானவூர்.
கருவரி - இருள்.
கருவாலி - ஓர் மரம், 2. ஓர் புள்.
கருவி - ஆயுதப்பொது, 2. அகக்கருவி புறக்கருவிகள், 3. உபகரணம், 4. கவசம், 5. குதிரைக்கல்லணை, 6. கூட்டம், 7. தொடர்பு, 8. மேகம், 9. யாழ், 10. வாச்சியம், 11. நட்பு, 12. பஞ்சகருவி, 13. வீணைக்கருவி.
கருவிப்புட்டில் - ஆயுதவுறை.
கருவிப்பை - அடைப்பம்.
கருவிலி - ஒரு வகைப் பாம்பு.
கருவிளம் - காக்கணங்கொடி, 2. நிரையசை.
கருவிளா - ஒரு மரம்.
கருவிளை - காக்கணங்கொடி.
கருவுயிர் - (வி) ஈனு.
கருவூமத்தை - ஓர் ஊமத்தஞ்செடி.
கருவூர் - சேரனூர்.
கருவூலம் - பொக்கசம்.
கருவை - ஓரூர், 2. வரகு வைக்கோல்.
கருள் - இருள், 2. கறுப்பு, 3. நல்லாடை.
கருனை - பொரிக்கறி.
கரேணு - யானை, 2. பெண்யானை.
கரை - கடல் முதலியவற்றின் கரை, 2. வயல்வரம்பு, 3. சீலையின் விளிம்பு, 4. எல்லை, 5. முடிவு, 6. வார்த்தை.
கரைகாணல் - (தொ.பெ) முடிவு காணுதல்.
கரைசேர் - } (வி) கரையை யடை, 2. நற்கதியடை, 3. விரும்பியதடை
கரையேறு - } 4. வருத்தத்தினின்று நீங்கு, 5. வாழ் வடை.
கரைஞ்சான் - அகிலமரம்.
கரைப்போக்கு - கரையோரம், 2. கரைவழி, 3. போலிமணி, 4. இழிவானது.
கரையார் - வலைஞர்.
கரோடம் - தலையோடு.
கரோடி - தலையோட்டுப் பொருத்து, 2. முடிமாலை.
கரோடிகை - சூட்டுமாலை, 2. முடிமாலை, 3. கழுதை.
கரோருகம் - நகம்.
கர்க்கடகம் - ஓரிராசி, 2. நண்டு.
கர்ச்சி - (வி) முழங்கு.
கர்ச்சூரம் - கழற்சிக்கொடி, 2. பேரீந்து மரம்.
கர்ணம் - காது, 2. கணக்கன்.
கர்ணன் - } கன்னன்.
கருணன் -
கர்ணா - ஓர் வாச்சியம்.
கர்ணாடகம் - கருநாடகம்.
கர்ணிகை - தாமரைக் கொட்டை.
கர்த்தபம் - கழுதை.
கர்த்தவியம் - } செய்யத்தக்கது.
கருத்தவ்வியம் -
கர்த்தன் - } செய்வோன், 2. கடவுள்,
கத்தன் - } 3. தலைவன், 4. எழுவாய்.
கர்ப்பக்கிரகம் - மூலஸ்தானம்.
கர்ப்பம் - } சினை, 2. கருப்பாசயம்,
கருப்பம் - } 3. கருக்கொள்கை, 4. உள்.
கர்ப்பவதி - } கர்ப்பஸ்திரீ.
கர்ப்பிணி -
கர்ப்பவோட்டம் - கருக்கொள்ளு மேகவோட்டம்.
கர்ப்பூரம் - } சூடன், 2. பொன்,
கருப்பூரம் - } 3. பஞ்சவாசத் தொன்று
கர்ப்பூரவள்ளி - ஓர் வாசனைச் செடி.
கர்வடம் - மலையுமாறுஞ் சூழ்ந்தவூர், 2. நானூறு கிராமத்துக்குத் தலைக் கிராமம்.
கர்வம் - } செருக்கு, 2. இலட்சங்கோடி
கருவம் - } 3. குபேரனுடைய நிதியிலொன்று.

கர்வாலியுமரம் - ஓர் மரம்.

கர்னம் - கன்னம்.

கல - (வி) கூட்டு, 2. கலப்பாக்கு, 3. ஒற்றுமையுறு, 4. சம்பந்தங்கல, 5. சேர், 6. போர்கல, 7. எழுத்தின்றி யொலி.

கலகம் - இராசகலகம், 2. பேரொலி, 3. போர், 4. சண்டை.

கலகலக்க -
கலகலென - } சரசரக்க, 2. கிலுகிலுக்க, 3. கணீரென, 4. கல்கல்லென, 5. சளசளென.

கலகலம் - பறவைக்குரல், 2. இரைச்சல்.

கலக்கம் - துன்பம், 2. ஆரவாரம், 3. தெளிவின்மை, 4. அச்சம், 5. சஞ்சலம்.

கலக்கு - (வி) குழப்பு, 2. கலங்கச்செய், 3. அஞ்சுவி, 4. திகைக்கச்செய்.

கலங்கடி - (வி) திகைக்கப்பண்ணு.

கலங்கு - (வி) நீர்கலங்கு, 2. குழம்பு, 3. மயங்கு, 4. அஞ்சு, 5. அழு, 6. துன்பமுறு.

கலங்கொம்பு - கலைமான் கொம்பு.

கலசமுனி - அகத்தியமுனிவர்.

கலசம் - குடம், 2. பால்.

கலணை - குதிரைக்கல்லணை.

கலதி - மூதேவி.

கலதை - கலக்கம்.

கலந்தை - பெருமை.

கலப்பு - கலவை, 2. உறவாகுகை, 3. சங்கரம், 4. புணர்ச்சி.

கலப்பை - உழுபடை, 2. உழுபடையினுறுப்பு, 3. அலாயுதம், 4. உபகரணங்கள்.

கலப்பைக்கிழங்கு - கார்த்திகைக் கிழங்கு.

கலமர் - பாணர்.

கலம் - பாத்திரம், 2. உண்கலம், 3. மட்கலம், 4. ஓரளவு, 5. ஆபரணம், 6. கப்பல், 7. யாழ், 8. இரேவதி.

கலம்பகம் - கலப்பு, 2. ஓர் பிரபந்தம், 3. சாந்து, 4. கலவை, 5. கலக்கம்.

கலம்பம் - தாலம்ப பாஷாணம்.

கலயம் - கலசம்.

கலர் - கீழ்மக்கள்.

கலவகம் - காக்கை.

கலவடை - உரலணை, 2. புரியணை.

கலவம் - மயிற்றோகை.

கலவரம் - கலக்கம்.

கலவர் - கப்பற்காரர், 2. படைவீரர்.

கலவல் - எழுத்திலாவோசை.

கலவாங்கட்டி -
கலவோடு - } உடைந்தவோடு.

கலவாசு - டபாசு.

கலவாய் - ஓர் மீன்.

கலவி - புணர்ச்சி.

கலவு - (வி) கல.

கலவை - கலப்பு, 2. சுண்ணச்சாந்து.

கலனை - கலப்பை, 2. கலப்பையுறுப்பு, 3. அலாயுதம்.

கலன் - பாத்திரம், 2. ஓரளவு, 3. ஆபரணம், 4. மரக்கலம், 5. யாழ், 6. வழக்கு.

கலாங்கம் -
கலாங்கன் - } துத்தபாஷாணம்.

கலாசு - மரக்கலம்.

கலாதி - கலகம், 2. சண்டை.

கலாநிதி - சந்திரன்.

கலாபம் - பதினாறு கோவையுள்ள மணி, 2. அரைப்பட்டிகை, 3. சரமணிக் கோவை, 4. மயிற்றோகை, 5. மயிலினாண், 6. பீலிக்குடை, 7. கலாபனை.

கலாபனை - கலகம்.

கலாபி - ஆண் மயில்.

கலாம் - கொடுமை, 2. சினம், 3. கோபம், 4. பகை.

கலாம்பூரம் - ஓர் மருந்து.

கலாவல்லபன் - வித்துவான்.

கலி - ஒலி, 2. கலிப்பா, 3. கடல், 4. போர், 5. வஞ்சகம், 6. வலி, 7. சிறுமை, 8. கலியுகம்.

கலி - (வி) பொலி, 2. தழை, 3. ஒலி, 4. எழு.

கலீகம் - ஓர் பாஷாணம்.

கலிகை -
களிகை - } இளம் பூவரும்பு, 2. நாகமல்லிச்செடி.

கலிக்கம் - கண்ணிலிடு மருந்து.

கலிங்கத்துப்பரணி - சோழன்மேல் பாடின ஓர் நூல்.

கலிங்கம் ஓர் தேசம், 2. ஊர்க்குருவி, 3. வானம்பாடி, 4. குதிரை, 5. சீலை, 6. வெட்பாலைமரம்.
கலிங்கள் - } ஏரிநிறை நீர்போம் வழி,
கலிங்கு - } 2. அணைக்கட்டு.
கலிசம் - வன்னிமரம்.
கலிதம் - பொருத்தம், 2. பாய்கை.
கலிதி - திப்பிலி.
கலித்துருமம் - தான்றிமரம்.
கலிபணம் - ஒருவகைப் பணம்.
கலிபலி - ஆரவாரம்.
கலிப்பு - மிகுதி, 2. எழுச்சி, 3. தரா.
கலிமா - மகமது மதத்தாருடைய விண்ணப்பம்.
கலியன் - இரட்டைப் பிள்ளையினாண், 2. சனி.
கலியாணகிருதம் - ஓரௌஷதம்.
கலியாணப்பூ - இருப்பைப்பூ.
கலியாணப் பூசினி - சாம்பல் நிறப் பூசினி.
கலியாணம் - சுபம், 2. விவாகம், 3. கொண்டாட்டம், 4. பொன்.
கலியாணி - ஓரி ராகம், 2. பார்ப்பதி.
கலிவிராயநெல் - } ஓர் நெல்.
கலிவிராயன் - }
கலினம் - கடிவாளம்.
கலினி - திப்பிலி, 2. கைம்பெண்.
கலினை - மிளகு.
கலீரென - } ஒலிக்குறிப்பு.
கலீர்கலீரென - }
கலுக்குப்பிலுக்கு - ஆபரணத்தாலெழு மொலி.
கலுடம் - } கலங்கனீர், 2. பாவம்.
கலுஷம் - }
கலுமொலென - ஒலிக்குறிப்பு.
கலுவடம் - பூவரும்பு.
கலுவம் - குழியம்மி.
கலுழம் - கலங்கனீர்.
கலுழன் - கருடன்.
கலுழி - கலங்கனீர், 2. கான்யாறு.
கலுழ் - (வி) கலங்கு, 2. அழு.
கலேர் - } ஒலிக்குறிப்பு.
கலேல் - }

கலை - சந்திரன் பங்கு, 2. காலநுட்பம், 3. வித்தியாதத்துவ மேழிலொன்று, 4. வித்தை, 5. ஆண்மான், 6. சீலை, 7. பேயாட்டம், 8. சுறாமீன், 9. மகரவிராசி, 10. ஆண்முசு, 11. இடை கலை பிங்கலை, 12 மரக்கொம்பு, 13 வைரம், 14. அரைப் பட்டிகை, 15. மேகலை, 16. சவ்வு.
கலைஞர் - புலவர்.
கலைதல் - (தொ.பெ) குலைதல், 2. இராகமயங்கல், 3. எண்ணங்கலைதல்.
கலைத்தல் - (தொ.பெ) குலைத்தல், 2. நீக்கல், 3. பிரித்தல், 4. தள்ளுவித்தல், 5. எண்ணத்தைக் கலைத்தல், 6. மனதைக் கலைத்தல், 7. குருவிக் கூட்டைக் கலைத்தல்.
கலைநாயகன் - புத்தன்.
கலைமகள் - } சரச்சுவதி.
கலைமடந்தை - }
கலையூர்தி - துர்க்கை.
கல் - சிலை, 2. அரதனம், 3. பெருங்கல், 4. செங்கல், 5. மலை.
கல் - (வி) கல்வி கல், 2. படைக்கல முதலிய பயில்.
கல் - } (வி) தோண்டு, 2. அகழ்,
கல்லு - } 3. துருவு, 4. அரி, 5. நீர்கல், 6. எழுத்தாணிக் கூர்கல்.
கல்நாதம் - } அன்னபேதி.
கல்வீரியம் - }
கல்வேகம் - }
கல்நார் - ஓர் மருந்து.
கல்லணை - குதிரைச்சேணம்.
கல்லத்தி - ஓரத்திமரம்.
கல்லழிஞ்சில் - ஒருவகை யழிஞ்சின் மரம்.
கல்லாடம் - ஓர் நூல்.
கல்லாரம் - செங்குவளை, 2. நீர்க்குளிரிச் செடி.
கல்லாலமரம் - } ஓராலமரம்.
கல்லால் - }
கல்லி - ஆமை, 2. ஊர்க்குருவி.
கல்லிச்சி - } ஓர் மரம்.
கல்லித்தி - }
கல்லியம் - கள்.

கல்லுக்கலைக்காத்தான் - பொன்னாங்காணிக்கீரை.
கல்லுண்டை - ஓர் நெல்.
கல்லுருணி - புல்லுருவி, (ஓர் பூடு).
கல்லுருவி - ஓர் பூடு.
கல்லுளுவை - ஓர் மீன்.
கல்லூரி - கல்வி பயிலுமிடம்.
கல்லெனல் - ஒலிக்குறிப்பு.
கல்லை - பாதக்குறட்டின் குமிழ், 2. இலைக்கலம், 3. தூறு.
கல்லோலம் - கடற்றிரை, 2. புனற்றிரை.
கல்வம் - குழியம்மி.
கல்வி - அறிவு, 2. வித்தை, 3. கற்கை, 4. நூல்.
கல்வியூரி - கல்லூரி.
கவசம் - சட்டை, 2. ஓர் மந்திரம், 3. காப்பு, 4. மந்திரத்தினோருறுப்பு, 5. சீலைமண், 6. மருந்துக் கவசம்.
கவடம் - கபடம்.
கவடி - பலகறை, 2. ஓர் விளையாட்டு.
கவடு - மரக்கிளை, 2. கவர்க்கோடு, 3. கழுத்திடு கயிறு, 4. யானைகட்டுங் கயிறு, 5. கபடம், 6. இடப்படி.
கவட்டு - (வி) மெல்லு.
கவட்டை - கவர்.
கவணம் - காயக்கட்டு.
கவணி - ஓர் சீலை.
கவணை - கவண், 2. மாட்டுக்குப் புல்லிடுமிடம்.
கவண் - கல்லெறிகருவி.
கவண்டர் - ஓர் சாதியார்.
கவண்டி - } கவண்.
கவண்டு - }
கவந்தம் - உடற்குறை, 2. நீர்.
கவந்தன் - ஓரசுரன்.
கவந்தி - கோவணம்.
கவம் - } மத்து, 2. கபம்.
கவ்வம் - }
கவயம் - } காட்டா.
கவயல் - }
கவரம் - சாமரம், 2. சினம்.
கவராசம் - } தமருசி, 2. வட்ட
கவராயம் - } மிடுங்கருவி.

கவரி - கவரிமா, 2. சாமரை, 3. எருமை, 4. தேர்.
கவரிறுக்கு - கடவுமரம்.
கவரெழுசங்கம் - முட்சங்கஞ்செடி.
கவர் - மரக்கப்பு, 2. இரண்டாகப் பிரிகை, 3. வாழைமரம்.
கவர் - (வி) பறி, 2. கிரகித்துக்கொள், 3. கொள்ளையிடு, 4. திருடு, 5. மிகச்சேர், 6. இச்சி, 7. கடை.
கவர்த்தடி - முள்ளிமுக்குந்தடி.
கவர்படு - (வி) இரண்டுபடு, 2. சிக்குப்படு.
கவர்வழி - கிளைவழி.
கவலல் - (தொ.பெ) வருந்தல்.
கவலை - விசாரம், 2. துன்பம், 3. ஓர் கொடி, 4. செந்தினை, 5. அக்கறை, 6. அச்சம், 7. நோய், 8. நீரிறைக்குந் தோற்கூடை, 9. சந்தி, 10. கவர்வழி, 11. மரக்கொம்பு.
கவல் - வருத்தம்.
கவல் - (வி) கவலைப்படு, 2. புலம்பு, 3. துன்பப்படு, 4. பேசலாலொலியெழு.
கவவு - (வி) அகத்திடு.
கவழிகை - திரைச்சீலை.
கவளம் - வாயளவுகொண்டவுணவு, 2. சோற்றுத்திரளை.
கவளி - } வெற்றிலைக் கட்டு.
கவளிகை - }
கவளிகரி - (வி) விழுங்கு, 2. அபகரி.
கவறு - சூதாடு கருவி, 2. பனம்பட்டை.
கவறை - ஓர் சாதி.
கவற்சி - வருத்தம்.
கவனம் - கருத்து, 2. சீக்கிரம், 3. குதிரை நடை, 4. கலக்கம், 5. கடுப்பு, 6. காடு, 7. படை.
கவனி - கந்தகபாஷாணம்.
கவனி - (வி) நினைவுகூர்.
கவனிப்பு - கருத்து.
கவா - } வெள்ளைக் காக்கணங்
கவாச்சி - } கொடி.
கவாடம் - கதவு.
கவாடம் - புல் முதலிய சுமை.
கவாட்சம் - } வட்டச்சாளரம்.
கவாட்சி - }

கவாத்து -
கவாய்த்து - } ஆயுதபரிட்சை.

கவாய் -
கபாய் - } மெய்யுறை.

கவாளம் - ஓர் மருந்து, 2. கவணம்.

கவான் - தொடை.

கவி - சுக்கிரன், 2. புலவன், 3. குரங்கு, 6. பூனைக் காலிச்செடி, 5. நாற்கவி, 6. பாட்டு.

கவி - (வி) வளை, 2. விரும்பு.

கவிகம் - குக்கில்.

கவிகுருந்தம் - கந்தகபாஷாணம்.

கவிகை - கவிதல், 2. குடை, 3. ஈகை.

கவிசனை - உறை.

கவிசினம் - கோவணம்.

கவிசை - ஓர் வயிற்றுநோய்.

கவிச்சக்கரவர்த்தி - புலவன்.

கவிச்சு - புலால்.

கவிஞன் - புலவன்.

கவிதை - பாட்டு.

கவித்தம் - விளாமரம்.

கவித்துவம் - கவிபாடும் திறமை.

கவிப்பர் - செட்டிகள்.

கவியம் - கடிவாளம்.

கவிரம் - அலரிமரம்.

கவிர் - முண்முருக்கமரம்.

கவிழ் - (வி) தலைகீழாகு, 2. தலையிறங்கு, 3. குனி, 4. கெடு, 5. தோல்வியுறு, 6. இற.

கவினம் - கடிவாளம், 2. வெண்ணெய்.

கவினல் - அழகாயிருத்தல்.

கவின் - அழகு, 2. தக்கபண்பு.

கவீனம் - பசுமேய்ந்த இடம்.

கவுசி - குழைவு, 2. வருத்தம்.

கவுடி - ஓர் பண்.

கவுதாரி - ஓர் பறவை.

கவுல் - உடன்படிக்கை, 2. துர்க்கந்தம்.

கவுள் - கதுப்பு, 2. யானைக்கதுப்பு, 3. யானைமதம் பாயிடம்.

கவுனி - குதிரைப்பற்பாஷாணம், 2. வாசல்.

கவை - மரக்கப்பு, 2. கவர்வழி, 3. காடு, 4. கோட்டை, 5. வேலை.

கவைத்தாள் - நண்டு.

கவைநா - பாம்பு.

கவ்வாணம் -ஓர் பண்.

கவ்வியம் - கௌவியம்.

கவ்வு - கவர், 2. பெருமை.

கவ்வுதல் - (வி) வாயினாற் பற்றுதல், 2. கவர்தல்.

கவ்வை - (கௌவை) காரியம், 2. ஒலி, 3. கள், 4. துன்பம், 5. பழிச்சொல், 6. எள்ளிளங்காய்.

கழகம் -
கழகு - } கல்வி பயிலுமிடம், 2. கல்விச் சங்கம், 3. படைபயிலுமிடம், 4. மல்பயில்சாலை, 5. சூதாடுமிடம், 6. சூது.

கழங்கம் - சூதாடு கருவி.

கழங்கு - கழற்சிக்கொடி, 2. கழற்சி விளையாட்டு, 3. வெறியாட்டாளனாடல்.

கழஞ்சு - பன்னிரண்டு பணவெடை.

கழப்பன் -
கழப்பாளி -
கழப்புணி - } வேலைக்கள்ளன்.

கழப்பு - (வி) வேலைசெய்யாது காலம் போக்கு.

கழலு -
கழல் - } (வி) நெகிழ்ந்துபோ, 2.பொருத்து விலகு.

கழலை - புரைகுழல், 2. கழலைக்கட்டி.

கழல் - கால், 2. வீரக்கழல், 3. கொடையாளரணிவது, 4. செருப்பு, 5. கழற்கொடி

கழற்கொடி -
கழற்சி - } ஓர் கொடி.

கழற்பதி - பெருங்குமிழ மரம்.

கழற்று - (வி) கழலச்செய், 2. ஆடை முதலியன கழற்று, 3. நீக்கு.

கழற்றுரை - கடிந்து பேசுஞ்சொல்.

கழனி - வயல், 2. மருதநிலம், 3. சேறு 4. திரைச்சீலை.

கழாயர் - கழைக்கூத்தர்.

கழாய் - கழுகு.

கழி - நூற்சுருள், 2. உப்பளம், 3. உப்பாறு 4. யாழினையிசைக்குங்கருவி, 5. கொம்பு 6. மிகுதி, 7. மெழுகுவர்த்தி.

கழிகடை - அறக்கெட்டது.

கழிச்சல் - கழிதல், 2. பேதியாதல்.
கழிதல் - (வி) கடத்தல், 2. செல்லல், 3. வயிறு பேதித்தல், 4. பிரிதல், 5. மிகுதல், 6. சாதல்.
கழித்தல் - (வி) அகற்றல், 2. நீக்கல், 3. ஒழித்தல், 4. கணக்குக்கழித்தல், 5. குறைத்தல், 6. தள்ளிக்கொடுத்தல், 7. கழற்றல், 8. விலக்கல், 9. காலம்போக்கல்.
கழிநிலம் - உவர்த்தரை, 2. உப்பளம்.
கழிபிறப்பு - முற்பிறப்பு.
கழிப்புல் - ஒருவகைப் புல்.
கழிமுட்டான் - ஓர் புல்.
கழிவு - கழிகை, 2. மிகுதி, 3. கழிகடை, 4. நீங்குகை, 5. கழிப்புக்கணக்கு, 6. தள்ளுபடி, 7. சேஷம், 8. இழிவு.
கழு - கழுமரம், 2. சூலம், 3. கழுகு, 4. புற்பற்றை.
கழுகு - ஓர் பறவை.
கழுக்கடை - ஈட்டி.
கழுக்காணி - குறளன்.
கழுக்குன்றம் - ஒரு மலை.
கழுது - பிசாசம், 2. பரண், 3. வண்டு, 4. காவல்.
கழுதை - கத்தபம், 2. மூடன், 3. வடமேற்றிசைப்பாலன் குறி.
கழுதைத்திசை - வடமேற்றிசை.
கழுதைவாகனி - மூதேவி.
கழுத்தல் - பொய்.
கழுத்து - கண்டம்.
கழுநீர் - உற்பலம்.
கழுந்து - மரவைரம், 2. தேய்ந்து மழுங்கித் திரண்ட வடிவம்.
கழுமரம் - கழு.
கழுமு - (வி) இணை, 2. மயங்கு, 3. நிறை, 4. மிகு.
கழுமுள் - ஈட்டி, 2. சூலம், 3. கழுமரம்.
கழுவு - (வி) நீராற்கழுவு, 2. மனவழுக்குக் கழுவு.
கழை - மூங்கில், 2. கரும்பு, 3. புனர்பூசம்.
கள - களாச்செடி.
களகண்டம் - குயில்.
களகம் - பெருச்சாளி.
களகம்பளம் - அலைதாடி.
களகளப்பு - ஓர் ஈரடுக்கொலிக்குறிப்பு.
களகளம் - பேரொலி.
களகளவெனல் -
களகளெனல் - } ஈரடுக்கொலிக் குறிப்பு.
களகொளெனல் - ஒலிக்குறிப்பு.
களக்கர் - புலையர், 2. வேடர்.
களங்கட்டி - ஓர் மீன்.
களங்கம் - அடையாளம், 2. மாசு, 3. குற்றம், 4. கறுப்பு, 5. நீலம், 6. களிம்பு, 7. சீதாங்கபாஷாணம்.
களங்கன் - சந்திரன், 2. மாசுள்ளோன்.
களங்கு - பல லோகங்களாலுண்டாக்கிய இரசகுளிகை.
களஞ்சி - சூதபாஷாணம்.
களஞ்சியம் - தானியமிருக்கு மிடம், 2. பொக்கசசாலை.
களதவுதம் -
களதூதம் -
களதௌதம் - } வெள்ளி.
களத்திரம் - மனைவி, 2. குடும்பம்.
களத்தூர் -
களந்தை - } ஓரூர்.
களந்துரி - தான்றிக்காய்.
களபம் - யானை, 2. கலவைச்சாந்து, 3. யானைக்கன்று, 4. கலப்பு, 5. சுட்டசாந்து.
களப்பன்னை - ஓர் செடி.
களப்பு - கடலினாழமில்லாவிடம்.
களமர் - உழுநர், 2. மருதநிலமாக்கள், 3. சூத்திரர்.
களமூர் - ஓரூர்.
களம் - இடம், 2. கறுப்பு, 3. விடம், 4. மிடறு, 5. மனைவி, 6. களர்நிலம், 7. நெற்களம், 8. போர்க்களம், 9. கடலின்மேடு.
களரவம் - புறா.
களரி - போர்க்களம், 2. காடு, 3. கருமை, 4. மிடறு, 5. களர்நிலம், 6. பாழ்நிலம், 7. நாடகசாலை, 8. கூட்டம்.
களர் - களர்நிலம்.
களவம் - கலப்பு.

களவன் - கள்வன், 2. நண்டு, 3. கற்கடக விராசி.
களவு - திருட்டு, 2. வஞ்சனை, 3. கள்ள வொழுக்கம், 4. கள்ளவேலை, 5. களாச் செடி, 6. உன்மத்தம்.
களவுதம் - வெள்ளி.
களன் - இடம், 2. மருதநிலம், 3. உன்மத்தம், 4. ஒலி, 5. நட்பு, 6. சபை, 7. கழுத்து.
களா - களாச்செடி.
களாசம் - பிரம்பு.
களாசாத்திரம் - காமநூலினொன்று.
களாபடனம் - தயாவிருத்தி பதினான்கி னொன்று அஃது கற்பித்தல்.
களாவகம் - சிறுகீரை.
களி - மகிழ்ச்சி, 2. கள் முதலிய அருந்திக் களிக்கை, 3. மதம், 4. மயக்கம், 5. கள், 6. செருக்குள்ளவன், 7. இறுகியபழச்சாறு, 8. குழம்பு, 9. மாவாற்கிண்டிய களி.
களி -(வி) சந்தோஷி, 2. மிகுமகிழ்ச்சி யடை, 3. களிப்படை, 4. செருக்குறு, 5. இன் புறு, 6. வெறிகொள், 7. களியாடு.
களிகம் - வாலுளுவை, (ஓர் மருந்து.)
களிகை - இளம் பூவரும்பு.
களிக்கண் - கம்மியர் கருவியினொன்று.
களிக்குளம் - ஒரூர்.
களிதம் - வழுக்கல், 2. பெருங்கல்.
களித்துறை - இலங்கைத் தீவில் ஒரூர்.
களிப்பு - அதிக சந்தோஷம், 2. மகிழ்ச்சி, 3. செருக்கு - 4. சிற்றின்பம், 5. மதர்ப்பு, 6. உள்ளக்களிப்பு.
களிமண் - பசைமண்.
களிமம் - எலி.
களிம்பு - மலினம், 2. துரு, 3. குற்றம்.
களியாட்டு - மதுவெறியாட்டு.
களிவாய்நஞ்சன் - ஓர் பாம்பு.
களிறு - ஆண்யானை, 2. ஆண்பன்றி, 3. ஆண்சுறா, 4. அத்தநாள், 5. விலங்கி னாண்பொது.
களுக்குக்களுக்கென - ஒலிக்குறிப்பு.
களேபரம் - எலும்பு, 2. பிணம், 3. உடல்.

களை - பயிர்க்களை, 2. அயர்வு, 3. காந்தி, 4. அழகு, 5. குற்றம், 6. தாளப் பிரமாணம் பத்தினொன்று.
களை (வி) சீலை முதலிய களை, 2. களைபிடுங்கு, 3. கொல், 4. அகற்று, 5. கணக்குக்குழி.
களைகட்டு - (வி) களைபிடுங்கு.
களைகண் - ஆதரவு, 2. உதவி.
களைகொட்டு - } களைகளையுங்கோல்.
களைகோல் - }
களைஞர் - சண்டாளர், 2. களைகளைப் பறிப்போர்.
களைத்தல் - (வி) இளைப்புறல்.
களையாற்று - (வி) இளைப்பாற்று.
களைவாரி - களைபறிக்குங்கருவி.
கள் - மது, 2. பன்மைவிகுதி, 3. தேன், 4. களவு, 5. பொய்.
கள் - } (வி) திருடு, 2. வஞ்சி.
கள்ளு - }
கள்வன் - திருடன், 2. கரியன், 3. நண்டு 4. கர்க்கடகவிராசி, 5. குரங்கு, 6. முசு, (ஒருவகைக் குரங்கு.) 7. யானை.
கள்ளச்சாதி - ஒரு சாதி.
கள்ளச்சொல் - பொய், 2. திருட்டுப் பேச்சு.
கள்ளம் - வஞ்சகம், 2. களவு, 3. பொய், 4. குற்றம், 5. புண்ணினுட்கள்ளம், 6. கபடம்.
கள்ளல் - (தொ. பெ) களவுசெய்தல்.
கள்ளன் - திருடன், 2. கள்ளச்சாதியான்.
கள்ளி - ஓர் மரம், 2. திருடி.
கள்ளு - மது.
கற -(வி) பால்கற, 2. கவர், 3. பசுப்பால் கொடு.
கறகறெனல் - பேச்சினாலலட்டல், 2. ஒலிக்குறிப்பு.
கறங்கல் - பேய், 2. வளைதடி.
கறங்கு - காற்றாடி, 2. சுழற்சி.
கறங்கு - (வி) சுழல், 2. ஒலி.
கறல் - விறகு.
கறவை - பாற்பசு.

கறளை - குள்ளன், 2. வளராத மர முதலியன.
கறள் - கறை, 2. துரு.
கறா - காடைக்குரல்.
கறார் - நிதானம்.
கறாளி - அடங்காமை.
கறி - பதார்த்தம், 2. மிளகு.
கறித்தல் -(தொ. பெ) கடித்தல், 2. புசித்தல்.
கறிப்புடல் - சாதவண்டு.
கறிமசாலை - கறிக்சரக்கு.
கறு - கோபம்.
கறுத்தல் - (தொ. பெ) கருமையாதல், 2. கறைப்படுதல், 3. கோபித்தல்.
கறுப்பன் - கரியன், 2. ஒரு தேவதை, 3. கார்நெல்.
கறுப்பி - எவக்ஷாரம், 2. கருவண்டு, 3. காக நிமிளை.
கறுப்பு - கருமை, 2. சினக்குறிப்பு, 3. சினம், 4. கறை.
கறுமுறெனல் - } சினக்குறிப்பு.
கறுமொறெனல் -
கறுவம் - ஆங்காரம், 2. சினம்
கறுவல் - கரியன், 2. கரியது, 3. கருநிறம், 4. சினக்குறிப்பு.
கறுவு - (வி) சினக்குறிப்புக்காட்டு, 2. சின, 3. சலஞ்சாதி.
கறுவு - சினக்குறிப்பு, 2. சினம், 3. சலஞ்சாதிக்கை.
கறுள் - கடிவாளம்.
கறேரென்றிரு - கறுப்பாயிரு.
கறை - மாசு, 2. குற்றம், 3. கறுப்பு, 4. இரத்தம், 5. உரல், 6. கருங்காலிமரம், 7. குடியிறை, 8. நிறம்.
கறைக்கண்டன் - } சிவன்.
கறைமிடற்றோன் -
கறையடி- யானை.
கறையான் - செல்.
கற்கசர் - கீழ்மக்கள், 2. உலோபிகள்.
கற்கடகசிங்கி கடுக்காய்ப்பூ.
கற்கண்டு - கருப்புக்கட்டி.
கற்கம் - பலவகைக் கூட்டுமருந்து, 2. கஷாயவண்டல் முதலிய, 3. இலுப் பைப்பூ, 4. கடைமருந்து.

கற்கரி - கரகம், 2. தயிர்கடைதாழி.
கற்கா - ஒரு கொடுந்தமிழ் நாடு.
கற்கி - குதிரை, 2. விஷ்ணு அவதாரத்தி லொன்று, 3. தேவாலயம்.
கற்சூரம் - பேரீந்து.
கற்பகக்கரம் - கோழித்தலைக் கந்தகம்
கற்பகம் - } பஞ்சதருவி லொன்று.
கற்பகவிருக்ஷம் -
கற்படை - } கோட்டையிற்கள்ளவழி.
கற்புழை -
கற்பம் - பிரமனாயு, 2. உலகமுடிவு, 3. சித் தர்கள் மருந்து, 4. மூப்புவராமற் செய்யு மருந்து, 5. பிரமனோர் நாள், 6. தேவ லோகம், 7. ஆயிரங்கோடி, 8. மந்திரசாஸ் திரம், 9. வேதாங்கமாறிலொன்று, 10. நவ நிதியிலொன்று.
கற்பரன் - வெள்ளைப் பாஷாணம்.
கற்பனை - புனைந்துரை, 2. க்ற்பிப்பு, 3. கல்வி, 4. கட்டளை, 5. விதிப்பு, 6. நிருண யம், 7. சாதுரியம், 8. பாவனை.
கற்பாந்தம் - கற்பமுடிவு.
கற்பாரியம் - சிற்பநூலிலொன்று.
கற்பாலவணம் - சிந்துலவணம்.
கற்பாறை - கன்னிலம்.
கற்பி - (வி) படிப்பி, 2. உண்டாக்கு, 3.கட் டளையிடு, 4. விதி, 5. நியமி, 6. பாவனை செய், 7. தொழிலில் ஸ்தாபி.
கற்பிதம் - போர்யானை, 2. நியமம், 3. விதிப்பு, 4. கட்டளை, 5. பாவனை, 6. அலங்கரிப்பு.
கற்பு - மகளிர்கற்பு, 2. முறைமை, 3. கல்வி, 4. விதி, 5. மதிலுண்மேடை, 6. மதில், 7. நீதிநெறி, 8. கற்பனை.
கற்பூரம் - கருப்பூரம், 2. பொன்னாங் காணி.
கற்றா - கன்றையுடைய பசு.
கற்றாழை - ஒரு செடி.
கற்றை - மயிர்த்தொகுதி, 2. வைக்கோற் கற்றை, 3. புற்கற்றை, 4. கதிர்க்கற்றை, 5. தென்னோலைக்கற்றை.

கன -(வி) பாரமாயிரு, 2. பரு, 3. அதிகரி.
கனகசபை - சிதம்பரம்.
கனகதப்பட்டை - ஓர் வாச்சியம்.
கனகதம் - ஒட்டகம்.
கனகதா - சண்டாளர், 2. புலையர்.
கனகம் - பொன்.
கனகன் - இரணியன்.
கனகாசலம் - மேருமலை.
கனங்காய் - ஓர் மரம்.
கனசாரம் - கருப்பூரம்.
கனதி - பருமை, 2. பாரம், 3. இறுமாப்பு.
கனத்தி - வைப்பரிதாரம்.
கனநய தேசியங்கள் - இராகபேதம்.
கனப்பு - தடிப்பு, 2. பாரம், 3. அழுத்தம், 4. கொழுப்பு, 5. இறுமாப்பு .
கனமழை - பெருமழை.
கனம் - பாரம், 2. பூருமை, 3. கனத்த வடிவு, 4. பெருமை, 5. பாரசிந்தனை, 6. மிகுதி, 7. இசைவிகற்பம், 8. செறிவு, 9. வன்மை, 10. அகலம், 11. கூட்டம், 12. மேகம், 13. பொன், 14. கோரைக்கிழங்கு, 15. வட்டம், 16. சீர்மை.
கனருசி - மின்னல்.
கனலி - சூரியன், 2. நெருப்பு, 3. பன்றி.
கனலு -(வி) எரி, 2. காய், 3. கோபி.
கனல் - நெருப்பு.
கனவட்டம் - குதிரை, 2. பாண்டியன் குதிரை.
கனவான் - மதிப்புடையோன்.
கனவிரதம் - நீர்.
கனவு - கனா, 2. நித்திரை, 3. மயக்கம்.
கனறல் - (வி) கனலுதல்.
கனற்கூர்மை - வளையலுப்பு.
கனற்சி - வெப்பம், 2. சினம்.
கனற்சிலை - மந்தாரச்சிலை.
கனற்பு - அடுப்பு.
கனற்று -(வி)சுடு.2. எரி.
கனனம்- புதைத்தல்.
கனன்றல் - (வி) கனலுதல், 2. சினக் குறிப்பு.

கனா : கனவு
கனி - பொன்முதலியன பிறக்குமிடம்.
கனி - பழம், 2. முதிர்ந்தபழம், 3. தித்திப்பு.
கனி - (வி) பழு, 2. பழுக்கக்காய், 3. கரை, 4. உருகு, 5. மனங்களி, 6. கோபி, 7. புதை.
கனிகரம் - அன்பு.
கனிஷ்டம் -, **கனிட்டம்** - } சிறுமை, 2. கடைவிரல்.
கனிட்டன் - தம்பி, 2. கீழ்மகன்.
கனிட்டிகை - கடைவிரல்.
கனிட்டை - கடைவிரல், 2. பின்பிறந்தாள்.
கனித்திரம் - மண்வெட்டி.
கனியாமணக்கு - ஓராமணக்கஞ்செடி, 2. பப்பாமரம்.
கனிவு- முதிர்வு, 2. இரங்குகை, 3. அன்பு.
கனுக்கு - (வி)சந்தத்திலசை, 2. கசங்கப் பண்ணு.
கனை - ஒலி, 2. செறிவு, 3. நிறைவு.
கனை - (வி) ஒலி, 2. குதிரை முதலிய கனை, 3. கொக்கரி, 4. கனைத்தொலி.
கனைப்பு - ஒலிப்பு, 2. குதிரை முதலிய வற்றின் கனைப்பு, 3. கொக்கரிப்பு.
கன் - சிறு தராசுத்தட்டு, 2. கன்னார் தொழில்.
கன்மகாண்டம்- ஓர் வைத்திய நூல்.
கன்மடம் -, **கல்மஷம்** - } பாவம், 2. அழுக்கு, 3. கறை, 4. ஈயம்.
கன்மநிவர்த்தி - பாவப் பிராயச்சித்தம்.
கன்மபரிபாகம் - கன்மவொழிவு.
கன்மபூமி - பூலோகம்.
கன்மம் - பாவம், 2. செய்தொழில், 3.தீவினை, 4. இருவினை.
கன்மி - கருவி, 2. பாவி.
கன்மேந்திரியம் - கிரியைக்குரிய பொறி, அவை, உபத்தம், பாணி, பாதம், பாயுரு, வாக்கு.
கன்று - (வி) காயத்தினாற்கன்று, 2. வெயிலினால் முகங்கன்று, 3. பதனழி, 4. விசனப்படு, 5. கடுங்கோபங்கொள்.

கன்று - எருமை, ஒட்டை, கடமை, கவரி, காட்டா, குதிரை, பசு, மரை, மான், யானையிவற்றின் குட்டி, 2. இளமரம், 3. அற்பம், 4. கைவளை.

கன்றுகாலி - மாடு கன்று முதலியன.

கன்னகடூரம் - காதால் கேட்கப்படாத கொடியது.

கன்னகம் -
கன்னக்கோல் - } சுவரகழ் கருவி.

கன்னக்காரன் - கன்னமிடுபவன்.

கன்னபரம்பரை - வாக்கு மூலமாய் வழங்குவது.

கன்னப்பூ - காதணியி லொன்று.

கன்னமதம் - யானைமும்மதத்தி லொன்று.

கன்னம் - கதுப்பு, 2. கன்னக்கோல், 3. காது, 4. யானைச்செவி, 5. நரம்பு, 6. அக்ஷகன்னம், 7. கிரகமார்க்கவளவு, 8. பொற்கொல்லன், 9. தராசுத் தட்டு.

கன்னல் - கரும்பு, 2. சருக்கரை, 3. கரகம், 4. நாழிகை, 5. நாழிகை வட்டில்.

கன்னவேதம் -
கன்னவேதை - } காது குத்தல்.

கன்னன் - இடையெழுவள்ளலி லொருவன்.

கன்னா - ஒரு வாச்சியம்.

கன்னாடம் - ஓர் பாஷை, 2. தேயமைம் பத்தாறினொன்று.

கன்னாபின்னாவெனல் - உருத்தெரியா மற் சொல்லல், 2. குளறல்.

கன்னி - குமரி, 2. ஓரிராசி, 3. ஒராறு, 4. இளமை, 5. கற்புக்கெடாமை, 6. பெண், 7. அத்தநாள், 8. கற்றாழைச்செடி, 9. காக்கணங்கொடி, 10. அழிவில்லாமை, 11. தவப்பெண், 12. தெய்வப்பெண், 13. துர்க்கை, 11. காவிளைப்பூடு.

கன்னிகாரம் - கோங்குமரம்.

கன்னிகை - கன்னிமை யழிவில்லாள், 2. தாமரைப் பூங்கொட்டை, 3. பூ வரும்பு.

கன்னித்துவம் -
கன்னிமை - } கன்னித்தன்மை.

கன்னிநாடு - பாண்டிநாடு.

கன்னிமார் - சிறுபெண்கள், 2. சத்த கன்னிகள்.

கன்னியாகுமரி - இந்தியாவின் தென் கோடிமுனை, 2. ஓர் யாறு.

கன்னிறம் - ஓர் செடி.

கன்னுவர் - கன்னார்.

கன்னுறுகம் - சிறுகீரை.

கன்னை - கட்சி.

கா

கா - காவடி, 2. துலாக்கோல், 2. சோலை, 3. பூந்தோட்டம், 4. அசைச்சொல்.

கா - (வி) பாதுகா, 2. காப்பாற்று, 3. விழிப் பாயிரு, 4. காவல்செய், 5. வளர், 6. எதிர் பார், 7. விரதங்கா.

காகதாலியம் - காகமிருக்கப் பனம்பழம் விழுவது போலத் தற்செயலாய்ச் சம்ப விப்பது.

காகதுண்டம் - அகிலமரம்.

காகதேரி - மணித்தக்காளிச்செடி.

காகத்துரத்தி - ஆதொண்டை, (ஓர் கொடி).

காகநதி - காவேரி, 2. காவிரிப்பூம் பட்டினம்.

காகபட்சம் - பக்கக்குடுமி.

காகபதம் - ஓர் காலவளவு.

காகபாஷாணம் - ஓர் பாஷாணம்.

காகப்புள் - அவிட்டநாள், 2. காக்கை.

காகம் - காக்கை, 2. வடகீழ்த்திசைப் பாலன்குறி, 3. கீரி.

காகவாகனன் - சனி.

காகளம் - புள்ளோசை, 2. எக்காளம்.

காகாபிசாசு -
காகாவிரிச்சி - } இரத்த முண்ணும் வாவற்பறவை.

காகாரி - ஆந்தை.

காகிதம் - கடிதம், 2. கடித்த்தாள்.

காகித்தம் -
காகித்திரம் - } குறிஞ்சாச்செடி.

காகுத்தன் - ஸ்ரீ இராமபிரான்

காகுளி - மிடற்றெழுமோசை, 2. மந்த விசை, 3. இசை, 4. மெத்தை, 5. ஆசனம்.

காகூவெனல் - ஒலிக்குறிப்பு.

காகொடி - எட்டிமரம்.
காகோடகி - வாலுளுவை, (ஓர் மருந்து).
காகோடியர் - கூத்தர்.
காகோதரம் - பாம்பு.
காகோலம் - அண்டங்காக்கை.
காகோளி - அசோகமரம், 2. கொடியரச மரம், 3. தேட்கொடுக்கி, (ஓர் பூடு).
காக்கட்டான் - } கருவிளை, (ஓர் கொடி).
காக்கணம் - }
காக்கம் - காக்குறட்டைச்செடி, 2. கோவைக்கொடி.
காக்கன்போக்கன் - துன்மார்க்கன்.
காக்காச்சி - ஒருமச்சி.
காக்காய் - } காகம், 2. அவிட்டநாள்.
காக்கை - }
காக்காய்க்கொல்லி - ஓர் செடி.
காக்காய்ப்பொன் - போலிப்பொன்.
காக்காய்மூக்கி - கருமுகிற் பாஷாணம்.
காக்காய்வலி - ஓர் நோய்.
காக்காவெனல் - ஓரொலிக்குறிப்பு.
காக்குறட்டை - காக்கணங் கொவ்வை (ஒரு கொடி).
காக்கைக்கொடியாள் - மூதேவி.
காக்கைபாடினியம் - ஓரியாப்பிலக்கணம்.
காங்கிசை - விருப்பம்.
காங்கு - நீலப்புடவை, 2. பெரும்பானை.
காங்கேயம் - பொன், 2. ஓர் தேயம்.
காங்கேயன் - குமரன், 2. வீட்டுமாசாரி.
காங்கை - வெப்பம்.
காங்கையன் - வைப்பு நீலப்பாஷாணம்.
காசம் - ஈளைநோய், 2. கோழை, 3. கண்ணினோர் நோய், 4. ஓர் தேயம், 5. கற்பாஷாணம், 6. பொன்.
காசறை - மயிர்ச்சாந்து, 2. மணி, 3. கத்தூரி மிருகம்.
காசனம் - கொலை.
காசா - காயாசெடி, 2. நாணற்புல்.
காசாண்டி - } ஓர்வகைச் செம்பு.
காசாண்டிச்செம்பு - }
காஷாயம் - காவிச்சீலை.
காசி - ஓர் நகரம், 2. சீரகம்.
காசிக்கல் - காகச்சிலை.
காசிபப்பிரமா - } ஓரிருடி.
காசிபன் - }
காசிபம் - தருமநூல் பதினெட்டினொன்று.
காசிரம் - வட்டம்.
காசிரோர்த்தம் - வறட்சுண்டி, (ஓர் செடி.)
காசினி - பூமி.
காசு - பணம், 2. சிறுகாசு, 3. பொன், 4. மணிப்பொது, 5. மாதரணிவடம், 6. கோழை, 7. குற்றம், 8. வெண்பாவிறுதிச் சீருளொன்று.
காசுக்கட்டி - ஓர் மருந்து.
காசுமீரம் - } ஓர் தேயம்.
காஸ்மீரம் - }
காசை - நாணற்புல், 2. காயா, (ஓர் மரம்.) 3. க்ஷயரோகம்.
காச்சக்கீரை - } புளிச்சக்கீரை.
காச்சாக்கு - }
காச்சிரக்கு - }
காச்சுப் பீச்செனல் - } ஒலிக்குறிப்பு.
காச்சுமூச்செனல் - }
காஞ்சம் - துருசி.
காஞ்சனமாலை - மலயத்துவச பாண்டியன் மனைவி.
காஞ்சனம் - பொன், 2. புன்கமரம்.
காஞ்சனி - மஞ்சள்.
காஞ்சா - கஞ்சாச்செடி.
காஞ்சி - ஓரூர், 2. நாத்தாங்கி, 3. எண்கோவைமணி, 4. ஓர் மரம், 5. ஓர் பண், 6. நிலையின்மை.
காஞ்சிகா - } எட்டிமரம்.
காஞ்சிரம் - }
காஞ்சிரை - }
காஞ்சினி - மஞ்சிட்டி, (ஓர் கொடி.)
காஞ்சுகம் - } சட்டை
காஞ்சுகி - }
காஞ்சொறி - ஓர் செடி.
காடகம் - சீலை.
காடவிளக்கு - ஒரு வகை விளக்கு.
காடன் - ஓர் மீன்.
காடாக்கினி - பெருநெருப்பு.
காடாந்தகாரம் - கனவிருள்.

காடி - புளித்த நீர், 2. புளித்தகள், 3. கஞ்சி, 4. தோண்டுகால், 5. ஓர் வகை வண்டி, 6. நெய், 7. ஊறுகாய்.
காடிகம் - சீலை.
காடிக்காரம் - நெருப்புக்கல்.
காடினியம் - அதிக கடினம்.
காடு - வனம், 2. ஆரணியம், 3. சுடுகாடு, 4. மிகுதி, 5. ஒரு தொழிற்பெயர் விகுதி, 6. இடம், 7. எல்லை, 8. ஊர், 9. பரணிநாள், 10. செத்தை.
காடுகாள் - வடுகன்றாய்.
காடுவாரி - ஓர் கருவி, 2. சேர்ப்பவன்.
காடுவெட்டி - சிறு மண்வெட்டி, 2. மூடன்.
காடேறி - ஓர் பிசாசம்.
காடை - ஒரு புள்.
காடைக்கண்ணி - ஓர் தினை.
காடைக்கழுத்தன் - ஓர் நெல்.
காடைப்புடம் - மூவெருப்புடம்.
காட்சி - பார்வை, 2. தோற்றம், 3. தரிசனம், 4. பிரத்தியட்சப்பிரமாணம், 5. அறிவு, 6. பத்த வத்தையி னொன்று அது தலை மகளைத் தலைமகன் தனியிடங் காண்டல்.
காட்சிப்பொருள் - காணப்படுபொருள்.
காட்சியணி - ஓரலங்காரம், அஃது உபமானோபமேயங்களின் காட்சியை ஆரோபித்தல்.
காட்சியர் -
காட்சியவர் - } அறிஞர்.
காட்டகத்தி - வீழி, (ஓர் செடி.)
காட்டத்தி - பேயத்திமரம்.
காட்டம் -
காஷ்டம் - } விறகு, 2. வெண்கலம்.
காட்டாள் - நாகரிகமில்லாதவன்.
காட்டிலுமிழி - நாகரவண்டு.
காட்டு - (வி) காண்பி, 2. சுட்டிக்காட்டு, 3. தெரிவி, 4. உரூபி, 5. நிவேதனஞ்செய், 6. தெரியக்காட்டு, 7. வெளிப்படுத்து, 8. சாயைகாட்டு, 9. நினைப்பூட்டு.
காட்டுமாவிரை - சாரப்பருப்பு.
காட்டுமிருகம் - வனமிருகம், 2. கானக் குதிரை.
காட்டுமிருகாண்டி - முருடன்.
காட்டுமுருங்கை - மாவிலங்கை, (ஓர் மரம்).
காட்டெருமைப்பால் - எருக்கம்பால், 2. கள்ளிப்பால், 3. கூகைநீறு, 4. அங்குச ரோசனம்.
காட்டேரி - ஒரு துஷ்டதேவதை.
காட்டை - திசை, 2. காலம், 3. கால நுட்பம், 4. எல்லை, 5. நுனி.
காணம் - கொள், 2. செக்கு, 3. ஓரளவு, 4. பொன், 5. பொற்காசு.
காணாக்காட்சி - அற்புதக்காட்சி.
காணி - உரிமை, 2. நிலம், 3. காணியாட்சி, 4. ஒரெண், 5. ஓர்நிலவளவு.
காணிக்கை - தட்சணை.
காண் - (வி) பார், 2. மங்கலமாகக்காண், 3. தெரி, 4. உணர், 5. கண்டறி, 6. ஆராய், 7. பெறு, 8. உண்மையறி, 9. வணங்கு, 10. செய், 11. தெளி, 12. பொறியாலறி, 13. தோன்று, 14. நிரம்பு, 15. வெளிப்படு, 16. பலன்படு, 17. உண்டாகு.
காண் - ஓரிடைச்சொல்.
காண்டகம் - காடு, 2. ஊர், 3. நோய், 4. கெண்டிகை, 5. நிலவேம்புச்செடி.
காண்டம் - எல்லை, 2. முடிவு, 3. கமண்டலம், 4. காடு, 5. சீலை, 6. திரைச்சீலை, 7. வாச்சியம், 8. கருவி, 9. மலை, 10. ஆபரணச்செப்பு.
காண்டம் - நூலின் ஓர் பிரிவு, 2. நீர், 3. அம்பு, 4. குதிரை, 5. சமயம், 6. தாள், 7. தீர்த்தம், 8. படைக்கலம், 9. கோல், 10. திரள், 11. நிலவேம்புச்செடி, 12. சர காண்ட பாஷாணம்.
காண்டவம் -
காண்டாவனம் - } இந்திரன் வனம்.
காண்டவன் -
காண்டாவனன் - } இந்திரன்.
காண்டாமிருகம் - ஓர் மிருகம்.
காண்டிகை - கருத்துப் பதப்பொருள் உதாரணமென்னு மூன்றோடும் வருமுரை.
காண்டிபம் - அருச்சுனன் வில், 2. சர காண்டபாஷாணம்.

காண்டியம் - உஷ்ணம்.
காண்டில் - இரசதபாஷாணம்.
காண்டீபம் - } வில், 2. தனுவிராசி,
காண்டீவம் - } 3. அருச்சுனன்வில்.
காண்டீபன் - அருச்சுனன்.
காண்டு - கூப்பிடுதூரம்.
காதகம் - கொலை, 2. பிறரைப் பீடித்தல்.
காதம் - ஏழரை நாழிகை வழிதூரம், 2. கள்.
காதம் - கொலை, 2. சதுரத்துரவு.
காதம்பம் - இனிதாகப்பாடும் அன்னம்.
காதம்பரி - கள், 2. நாகணவாய்ப் புட்பேடை, 3. ஒரு சமஸ்க்ருத வசன காவியம்.
காதரம் - } அச்சம், 2. அமைவு.
காதரவு - }
காதலன் - தலைவன், 2. அன்பன், 3. மகன், 4. சினேகன், 5. தோழன்.
காதலி - தலைவி, 2. தோழி, 3. மகள்.
காதல் - அன்பு, 2. ஆசை, 3. ஆவல், 4. விரகம், 5. மகன், 6. ஓர் பிரபந்தம், 7. ஆந்தை கெவுளி முதலியவைகளின் ஒலி.
காதி - ஓரரசன், 2. ஓர்வகைக் கன்மம், 3. மிர்த பாஷாணம்.
காது - செவி, 2. ஊசியின்காது, 3. துப்பாக்கிக்காது, 4. குடைக்கம்பியின்காது, 5. இராட்டினக்காது.
காது - (வி) கொல், 2. கூறுசெய், 3. தறி, 4. முறி.
காதெழுச்சி- காதில் வரும் ஒரு நோய்.
காதை - சரித்திரம், 2. செய்தி,3. சொல்லுகை, 4. கொலை.
காதைகரப்பு - மிறைக்கவியிலொன்று.
காதோலை - காதுக்கிடும் ஓலை.
காத்தட்டி - } ஆதொண்டை,
காத்தொட்டி - } (ஓர் கொடி.)
காத்தோட்டி - }
காத்தவராயன் - } காளியால் வளர்க்கப்
காத்தான் - } பட்டவன்.
காத்தியாயனம் - உபநிடத முப்பத்திரண்டினொன்று.
காத்தியாயனர் - ஓர் முனிவர், 2. வரருசி முனிவர்.

காத்தியாயனி - } துர்க்கை.
காத்தியாயினி - }
காத்திரம் - கோபம், 2. சினம், 3. கிரி.
காத்திரம் - உடல், 2. உறுப்பு, 3. யானையின் முன்கால், 4. கனம், 5. பருமம், 6. முக்கியம்.
காத்திரவேயம் - } பாம்பு.
காத்திரவேயன் - }
காத்திரி - கிரி, 2. படைக்கலம்.
காத்திரை - ஆயுதம்.
காந்தக்கல் - அயக்காந்தம், 2. ஊசிக்காந்தம், 3. சந்திரகாந்தம், 4. சூரியகாந்தம் முதலியவற்றிற்குப் பெயர்.
காந்தம் - அழகு, 2. குணவலங்காரம் அஃது உலகொழுக்கிறப்பப்புகழ்ந்து சொல்வது, 3. ஸ்காந்த புராணம், 4. ஊசிக்காந்தம்.
காந்தருவமணம் - கன்னியுந் தலைமகனுந் தங்களிற்கூடும் மணம்.
காந்தருவம் - காந்தருவமணம்.
காந்தருவர் - கந்தருவர்.
காந்தள் - கார்த்திகைப்பூ, 2. சவக்காரம்.
காந்தன் - அரசன், 2. தலைவன், 3. எப்பொருட்கு மிறைவன்.
காந்தாரம் - ஓர் தேயம், 2. இசைப்பாட்டு, 3. ஓர் பண், 4. குறிஞ்சியாழ்த்திறம், 5. காடு.
காந்தாரி - தசநாடியில் ஒன்று, 2. ஒரு பண், 3. சத்திசாரம், 4. கொடியவள், 5. திரிதராட்டிரன் மனைவி.
காந்தாளம் - கோபம்.
காந்தி -ஒளி, 2. அழகு, 3. கிரணம், 4. உஷ்ணம், 5. காவிக்கல், 6. வைடூரியம், 7. சிலாசத்து.
காந்து - (வி) பிரகாசி, 2. கருகிப்போ, 3. காய், 4. மனம்வேகு, 5. வெப்பமுறு, 6. எரி, 7. பொறாமைகொள், 8. சுவற்று, 9. சுடு, 10. பல்லினாற்கோது.
காந்துகம் - வெண்காந்தள்.
காபரா - சந்தடி.
காபாலம் - சிவனிருத்தம்.
காபாலி - சிவன்.
காபி - ஓரிராகம்.

காபிலகாலயூபம் - சிற்பநூலில் ஒன்று.
காபினி - நவச்சாரம்.
காப்பியம் - பொருட்டொடர் நிலைச் செய்யுள், அஃது பெருங்காப்பிய வுறுப்புட் சில குறைந்து வருவது.
காப்பியன் - சுக்கிரன்.
காப்பிரி - ஒரு சாதி.
காப்பு - இரட்சாபந்தனம், 2. காவல், 3. கதவு, 4. விபூதி, 5. மதில், 6. தெய்வ வணக் கச் செய்யுள்.
காமகாரம் - பொறாமை.
காமக்கிழத்தி - வேசை.
காமக்கோட்டம் - ஓரூர்.
காமக்கோட்டி - பார்வதி.
காமதகனன் - சிவன்.
காமதேனு - தெய்வப்பசு.
காமத்துப்பால் - திருவள்ளுவர் குறளில் அகப்பொருட்பால்.
காமபாலன் - பலதேவன்.
காமம் - ஊர், 2. குடி.
காமம் - ஆசை, 2. காமநோய், 3. உட்பகை, 4. அன்பு, 5. வீரியம்.
காமரசி - நெருஞ்சில், (ஓர் முட்பூண்டு).
காமரம் - அடுப்பு, 2. அத்தநாள், 3. இசைப் பாட்டு, 4. இசைப்பொது, 5. வண்டு, 6. சோலை, 7. அகிலமரம், 8. ஆலமரம்.
காமரி - புளிநறளை, (ஓர் செடி).
காமரீசம் - புல்லூரி, (மரங்களிலுண் டாயிருக்குமொருவிதப் பூடு).
காமரூபி - பச்சோந்தி, 2.வித்தியாதரன்.
காமர் - அழகு, 2. அலங்காரம், 3. பேரழகு, 4. ஒளி, 5. ஆசை.
காமவல்லி - கற்பகத்திற் படர்கொடி.
காமனை சிறுகிழங்கு.
காமன் - வண்டு, 2. திப்பிலி.
காமன்மைத்துனன் - விநாயகன்.
காமாட்சி - பார்ப்பதி.
காமாட்டி - மண்வெட்டுவோன், 2. மூ ன்.
காமாதுரன் - காமி.
காமாபலகை - மரக்கலத்தினோர் பலகை.
காமாலை - } ஓர் நோய்.
காமாளை - }

காமி - உவர்மண், 2. பொன்னிமிளை, 3. காமதூர்த்தன்.
காமி - (வி) விரும்பு, 2. இச்சி, 3. மோகமுறு.
காமிகம் -சைவாகமத்தொன்று.
காமியக்கல் - கோமேதகம்.
காமியம் - இச்சிக்கும் பொருள், 2. ஒன்றைவேண்டிச் செய்யும் பூசை.
காமுகர் - தூர்த்தர், 2. நகரப் பதிவாழ் வோர், 3. நாகரிகர்.
காமுருகி - ஓந்தி.
காம்பி - இறைகூடை.
காம்பிலி - ஓர் தேயம்.
காம்பீரம் - } கம்பீரம், 2. ஆழம்,
காம்பீரியம் - } 3. முக்கியம்.
காம்பு - பூ முதலியவைகளின் தாள், 2. கைப்பிடி, 3. மூங்கில் மரம், 4. மலர்க் கொம்பு, 5. பட்டுச்சீலை, 6. பூசினி.
காம்போசம் - ஓர் தேயம், 2. ஒருபாஷை, 3. ஓர் மரம்.
காம்போதி - ஓரிராகம்.
காயகம் - பாடுதல், 2. காமப்பிராந்தி, 3. மோகமயக்கு.
காயகர் - பாடுவோர், 2. மயக்குவோர்.
காயகற்பம் - சரீரத்தைப் பலப்பிக்கும் மருந்து.
காயக்கம் - மருட்டு வித்தை.
காயத்திரி - ஓர் மந்திரம், 2. காயத்திரி சுரூபியா யிருப்பவள், 3. சரச்சுவதி, 4. கருங் காலிமரம்.
காயம் - பெருங்காயம், 2. ஆகாயம், 3. கார்ப்பு, 4. மிளகு, 5. வெண்காயம், 6. காயமருந்து, 7. கறிக்கிடுங்காயம், 8. புண்.
காயம் - உடல்.
காயலா - நோய்.
காயல் - கழி, 2. கழிமுகம், 3. உப்பளம், 4. சுரவியாதி.
காயா - } காசாமரம்.
காயாமரம் - }
காயாபுரி - சரீரம்
காயாம்பூமேனியன் - ஸ்ரீ மகாவிஷ்ணு.
காய் - கனிக்காய், 2. காய்ப்பு, 3. சொக்கட் டான்காய்.

காய் - (வி) நீர் முதலியன காய், 2. உலர், 3. குளிர்காய், 4. சுரங்காய், 5. பிரகாசி, 6. மெலி, 7. புண்ணாறு, 8. கோபி, 9. காமத்தால் சோர், 10. சின, 11. சுடி, 12. வெறு, 13. வெட்டு, 14. எரி.
காய்ச்சல் - காய்தல், 2. சுரம், 3. பகைமை.
காய்ச்சிரக்கு - } புளிச்சற்கிரை.
காய்ச்சுரை -
காய்ச்சுறுக்கு -
காய்ச்சு -(வி) காயசசெய், 2. இரும்பு முதலியன காய்ச்சு, 3. கனற்று, 4. உலர்த்து, 5. கண்டி.
காய்ச்சுக்கட்டி - காசுக்கட்டி.
காய்ச்சுக்குப்பி - ஒரு கண்ணாடிக்குப்பி.
காய்மகாரம் - } பொறாமை.
காமகாரம் -
காய்மை -
காய்ஞ்சொறி - ஓர் செடி.
காய்வேளை - ஓர் பூடு.
காரகம் - காரணத்துவம், 2. கருவி, 3. செயல், 4. வினைமுதல், 5. வினை கொண்டு வேற்றுமை முடிவது.
காரகக்கருவி - கருமத்துணைக் காரணம்.
காரக முதற்கருவி - செய்கையின் முதற் காரணம்.
காரகவேது - கருவி கருத்தா முதலிய காரணமாகக் கூறுமலங்காரம்.
காரகன் - செய்பவன்.
காரடம் - } செப்படிவித்தை.
காரடவித்தை -
காரணம் - தோற்றத்துக்கு மூலம், 2. மூலம், 3. கருவி, 4. நோக்கம், 5. ஏது, 6. ஆகமம் இருபத்தெட்டி லொன்று.
காரணன் - நிமித்த கர்த்தா, 2. கடவுள், 3. அற்புதக் கடவுள், 4. அரசன், 5. மிரத பாஷாணம்.
காரணி - உமை.
காரணிக்கம் - சரித்திரம்.
காரண்டம் - } நீர்க்காக்கை.
காரண்டவம் -
காரம் - கார்ப்புப்பு, 2. சாம்பலுப்பு, 3. சீலை யழுக்குவாங்குங் காரம், 4. சாய மிடுங்காரம், 5. காரியம், 6. பொரி காரம்.
காரர் - அச்சமுள்ளோர்.
காரல் - ஒரு மீன்.
காரவல்லி - பாகற்கொடி.
காரன் - காரியஞ் செய்வோன், 2. சோர பாஷாணம்.
காரா - எருமை.
காராகாரம் - } சிறைச்சாலை.
காராகிருகம் -
காராக்கிரகம் -
காராடு - வெள்ளாடு.
காராமணி - ஓர் பயறு.
காராமயம் - சிறைச்சாலைத் துன்பம்.
காராம்பசு - கரும்பசு, 2. தெய்வப்பசு.
காராம்பி - இறைகூடை, 2. ஓர் சலசூத் திரம்.
காராளர் - வேளாளர்.
காரான் - எருமை.
காரி - கறுப்பு, 2. கரிக்குருவி, 3. காக்கை, 4. சனி, 5. நஞ்சு, 6. இந்திரன், 7. ஐயனார், 8.வயிரவன், 9. களர்நிலம், 10. கிளி, 11. கடை யேழுவள்ளலிலொருவன், 12. தொழில் செய்யிடம், 13. ஆவிரைச்செடி.
காரிகம் - காவிக்கல்.
காரிகை - அழகு, 2. பெண், 3. ஓர்யாப்பு நூல்.
காரிகை - ஓர் ஆரியச்செய்யுள்.
காரிக்கம் - சலவை செய்யாத வெள்ளைப் புதுப் புடவை.
காரிக்கூன் - ஓர் காளான்
காரிப்பிள்ளை - கரிக்குருவி.
காரிமை - கொடிவேலி.
காரியக்கடிசு - கற்பாஷாணம்.
காரியசாதகம் - காரியத்தில் முயலுகை, 2. காரியசித்தி.
காரியதரிசி - காரியத்தலைவன்.
காரியதுரந்தரன் - } காரியத்தில் வல்லவன்.
காரியஸ்தன் -
காரியத்தாழ்ச்சி - கைகூடாமை, 2. காரிய நஷ்டம்.
காரியம் - கருமம், 2. செய்கை, 3. விஷயம், 4. பயன், 5. இலாபம்.

காரியவான் - சமர்த்தன்.
காரிரத்தம் - ஆடுதின்னாப்பாலைச் செடி.
காருகத்தொழில் - } நெய்தற் றொழில்,
காருகவினை - } 2. கைங்கரியவேலை.
காருகபத்தியம் - வேதாக்கினி மூன்றி னொன்று.
காருகம் - நெய்யுந்தொழில், 2. அக்கி னியை வணங்குஞ்சமயம், 3. கைங்கரிய மான வேலை.
காருகர் - ஓவியர், 2. நெய்வோர்.
காருச்சிவல் - கடற்பாசி.
காருடம் - மருக்காரைச்செடி, 2. கறிப்பு டோல்.
காருடம் - } கலைஞான மறுபத்து நான்
காரூடம் - } கினொன்று, 2. பதினெண் புராணத் தொன்று, 3. உபநிடதமுப்பத் திரண்டினொன்று.
காருணியம் - } கிருபை.
காருண்ணியம் - }
காரை - ஓர் செடி, 2. ஓர் மீன், 3. சுண்ணச் சாந்து, 4. சீலை.
காரைக்காலம்மை - ஓர் தவப்பெண்.
காரைக்கால் - தஞ்சாவூர் ஜில்லாவில் தரங்கம்பாடிக் கருகாமையிலுள்ள ஓர் பட்டணம்.
காரோடர் - உறைகாரர்.
கார் - கருமை, 2. இருள், 3. மேகம், 4. நீர், 5. கருங்குரங்கு, 6. வெள்ளாடு, 7. கார் காலம், 8. கார்நெல்.
கார்கோணி - தேள்கொடுக்கி என்னும் செடி.
கார்கோளி - முத்தக்காசு, 2. கோரைப் புல்.
கார்கோள் - கடல்.
கார்க்காய் - சந்திரநார்கம்.
கார்க்கோடகன்-அட்டநாகத் தொன்று, 2. கருடக்கல்.
கார்க்கோழி - கருங்கொள், 2. கருஞ் சீரகம்.
கார்த்தபம் - கழுதை.
கார்த்திகேயன் - முருகன்.
கார்த்தவீரியன் - } ஓர் சக்கர
கார்த்தவீரியார்ச்சுனன் - } வர்த்தி.
கார்த்திகை - ஓர் மாதம், 2. கிருத்திகை நட்சத்திரம், 3. கார்த்திகை நாள், 4. காந்தள், 5. துர்க்கை
கார்த்திகைக்கிழங்கு - கலப்பைக் கிழங்கு.
கார்த்திகைக்கொடி - காந்தள்.
கார்த்திகைப்பூ - காந்தள் மலர்.
கார்நாற்பது - ஒரு நூல்.
கார்நெல் - கார்காலத் தறுக்கும் நெல்.
கார்புகாவரிசி - } ஓர் மருந்துவிதை.
கார்ப்போகரிசி - }
கார்ப்பணியம் - தரித்திரம், 2. மனத் தளர்வு, 3. உலோபம்.
கார்ப்பாசம் - பருத்திச்செடி, 2. பருத்திப் பஞ்சு.
கார்ப்பான் - } கையாந்தகரை, (ஓர்
கார்மணி - } பூடு).
கார்முகம் - வில்.
கார்வண்ணன் - ஸ்ரீ மகாவிஷ்ணு.
காலகண்டன் - சிவன்.
காலகம் - சேங்கொட்டை.
காலகாலன் - சிவன்.
காலகூடம் - விஷம்.
காலக்கிரமம் - நாளடைவு.
காலசக்கரம் - ஆயுள் நியதிச்சக்கரம், 2. கிரகபலச் சக்கரம், 3. ஆயுட்காலம்.
காலசம் - பேராலவட்டம்.
காலசூத்திரம் ஓர் நரகம்.
காலக்ஷேபம் - } காலங்கழிக்கை,
காலட்சேபம் - } 2. சீவனம், 3. திருவாய் மொழி யோதல்.
காலதண்டம் - நமனாயுதம்.
காலதருமம் - காலத்தன்மை.
காலத்திரயம் - முக்காலம்.
காலநியமம் - காலநியதி, 2. காலக்கடன்.
காலநேமி - ஓர் அசுரன், 2. காலச்க்கரம்.
காலபரிச்சேதம் - ஒரு காலத்துண்டு ஒரு காலத்தின்றென்பது.
காலபாசம் - நமன்கயிறு.
காலமழை - பருவமழை.
காலம் - பொழுது, 2. தாளப்பிரமாணம். பத்தினொன்று, 3. முடிவு, 4. வித்தியா தத்துவ மேழினொன்று.

காலம்பார் - (வி) சமயம்பார்.

காலம்புரள் (வி) காலம் வேற்றுமைப்படு.

காலயுத்தி - ஓர் வருடம்.

காலல் - (தொ.பெ) ஒளி முதலியவீசல், 2. கொப்பளித்தல், 3. சத்திபண்ணல்.

காலவம் - நெருப்பு.

காலவயிரவர் - சங்காரவயிரவர்.

காலன் - கரந்துறை கோள்களினொன்று, 2. காந்தபாஷாணம், 3. நீலபாஷாணம்.

காலன் - யமன், 2. யமன் ஏவலன், 3. சனி.

காலன்கொம்பு - மாட்டுக்கொம்பு.

காலா - ஓர் மீன்.

காலாந்தகன் - சிவன், 2. துட்டன், 3. சாமர்த்தியவான்.

காலாழ் - குழைசேறு.

காலாள் - நால்வகைத் தானையி னொன்று.

காலாறுதல் - ஓய்தல்.

காலி - கழிவுநாள், 2. கள், 3. பசுக்கூட்டம், 4. காட்டு முருக்கமரம், 5. ஓரூர்.

காலி - ஒழிவான.

காலிக்க - (வி) உதயமாக.

காலியம் - விடியல்.

காலியாங்குட்டி - ஓர் சிறுபாம்பு.

காலிலி - பாம்பு, 2. காற்று, 3. அருணன்.

காலு -
கால் - } (வி) ஒக்காளி, 2. விடு, 3. சொரி, 4. கொப்பளி, 5. வடி.

காலூரம் - தவளை.

காலேகம் - கல்வைச் சாந்து.

காலேயம் - பசுக்கூட்டம், 2. கஸ்தூரி மஞ்சள், 3. மோர்.

காலேயம் - அகில்.

காலை - பொழுது, 2. விடியற்காலம், 3. சமயம், 4. அடைப்பு.

காலைவெள்ளி - விடியற்காலத் துதிக்கும் வெள்ளி.

காலோலம் - அண்டங்காக்கை.

கால் - பாதம், 2. தூண், 3. தாங்குகால், 4. பூந்தாள், 5. முளை, 6. அடிப்பக்கம், 7. அட்சரக்கால், 8. கையூன்று கோல், 9. தேருருள், 10. காற்பங்கு, 11. இரத்தக் கலப்பாமுறவு, 12. வாய்க்கால், 13. மரக் கால், 14. வழி, 15. இடம், 16. காலம், 17. காலன் 18. காற்று, 19. வலிமை, 20. இருள், 21. மகன், 22. குறுந்தறி, 23. புடவை அகலத்தின் கால்.

கால்கட்டு - தடை, 2. தளை.

கால்சீ - (வி) வேரோடுகளை, 2. துடை, 3. இருளை அகற்று.

கால்செய்வட்டம் - விசிறி.

கால்தோல் - மரமேறுவோர் காலிலிடுந் தோல்.

கால்நடை - ஆடுமாடுகள்.

கால்மாடு - காற்புறம்.

கால்மிதி - காற்சுவடு.

கால்வழி - சந்ததி, 2. சிறுவழி.

கால்வாங்கு - (வி) எழுத்துக்களின் காலிழு, 2. சா, 3. பின்னிடு.

கால்வாய் - வாய்க்கால்.

காவகா - சேங்கொட்டை.

காவடி - கா, 2. கோயிற்காவடி, 3. காவு தடியிற் கொண்டுபோம்பொருள்.

காவட்டம்புல் -
காவட்டை - } மாந்தப்புல்.

காவணம் - பந்தல்.

காவணவன் - ஓர் புழு.

காவதம் - காதம்.

காவந்து -
காபந்து - } எசமானன்.

காவலன் - காப்போன், 2. அரசன், 3. கணவன், 4. மெய்காப்பாளன்.

காவலாளர் - காப்போர், 2. சேவகர்.

காவல் - காப்பு, 2. அரண், 3. மதில், 4. சிறைச்சாலை.

காவற்கடவுள் - ஸ்ரீ மகாவிஷ்ணு.

காவற்கலி - வாழைமரம்.

காவற்கூடம் -
காவற்சாலை - } சிறைச்சாலை.

காவன் - சிலந்திப்பூச்சி.

காவா - காட்டுமல்லிகை.

காவாய் - ஓர் வகைப்புல்.

காவாலி - இளமை, 2. வீண்பிதற்றன்.

காவாளை - காட்டுமல்லிகை, 2. காய் வேளைப்பூடு.
காவி - ஓர்வகை மண், 2. கருங்குவளை, 3. காவிக்கல்.
காவிதி - மந்திரி, 2. கணக்கன்.
காவியம் - காப்பியம்.
காவியா - கடுக்கன், 2. மரக்கலத்தைத் தரிக்கவிடுங்கல்.
காவிரி - காவேரி.
காவிளை -
காவிளாய் - } காய்வேளைப்பூடு.
காவு - ஒரு மந்திரமை, 2. பலி.
காவு - (வி) தோள்மேற்சும, 2. சும.
காவேரி - ஒரு நதி.
காவேளை - காய்வேளைப்பூடு.
காழகம் - கருமை, 2. ஆடை, 3. கடார மென்னு மூர்.
காழி - சீகாழி.
காழியர் - வண்ணார், 2. பிட்டுவாணிகர்.
காழியர்கோன் - சம்பந்தன்.
காழ் - விதை, 2. கொட்டை, 3. பருக்கைக் கல், 4. பளிங்கு, 5. மணிவடம், 6. ஒளி, 7. மர வயிரம், 8. குற்றம்.
காழ் - (வி) கார், 2. வயிரி.
காழ்த்தல் - (தொ.பெ) உறைத்தல்.
காழ்ப்பு - காரம், 2. மரவயிரம்.
காளகண்டம் - குயிற்பறவை.
காளகண்டன் - சிவன்.
காளகம் - எக்காளம், 2. மருக்காரைச் செடி.
காளத்தி -
காளஸ்தி -
காளஸ்திரி - } ஒரு சிவஸ்தலம்.
காளபதம் - மாடப்புறா.
காளபந்தம் - ஓர் விளக்கு.
காளபம் - போர்.
காளமுகி - சத்தமேகத்தொன்று, அஃது கல்பொழிவது.
காளமேகம் -
காளமேகன் - } ஓர் புலவன்.
காளம் - எட்டிமரம், 2. அவுரிப்பூண்டு, 3. சூலம்.
காளம் - விடம், 2. சிறு சின்னம், 3. மேகம்.
காளவனம் - சுடுகாடு.
காளவாய் - சுழுதை, 2. சூளை.
காளன் - மாகாளன்.
காளாஞ்சி -
களாஞ்சி -
களாசி - } தாம்பூலக் கமலம், 2. எச்சிற்படிக்கம்.
காளாஞ்சி - வாதநோய்.
காளாத்திரி -
காளாஸ்திரி - } பாம்பின் நச்சுப்பல்லி லொன்று.
காளாமுகம் - உட்சமயம் ஆறி னொன்று.
காளான் - ஆம்பி.
காளி - கரியவள், 2. ஐயை, 3. பார்வதி, 4. பரிமளகந்தி, 5. பதினெட்டு உபபுராணத் தொன்று, 6. பாம்பின் நச்சுப்பல்லி லொன்று.
காளிகம் - மணித்தக்காளிச்செடி.
காளிக்கம் - ஒருவித நீலச்சாயம், 2. பித் தளை மலை.
காளிங்கன் - ஓர் பாம்பு, 2. கலிங்கநாதன்.
காளிதம் - களிம்பு.
காளிதாசன் - ஓர் புலவன்.
காளிந்தம் - ஏலம்.
காளிந்தி - யமுனையாறு, 2. தேக்கின் விசேடம், 3. வாகைமரம், 4. நீர்ப்பசு, 5. சகரன்றாய், 6. கண்ணன்மனைவி.
காளிமம் -
காளிமை - } கறுப்பு.
காளியன் - ஓர் பாம்பு.
காளினியம் - கத்தரிச்செடி.
காளை - இளவெருது, 2. கட்டிளமை யோன், 3. பாலைநிலத் தலைவன், 4. ஆண் மகன்.
காளையங்கம் - போர்.
காறல் -
காறற்கொட்டி - } ஓர் மருந்துச்செடி.
காறற் கத்தரி - ஒரு கத்தரிச்செடி.
காறாக்கருணை - ஓர் கிழங்குச்செடி.
கறாப்பி - (வி) காறு.
காறு - காலவெல்லை, 2. கொழு
காறு - (வி) காறியுமிழ், 2. காறலாயுருசி.
காறுபாறு - விசாரிப்பு, 2. கண்டிப்பு, 3. அதிகாரத்துவம், 4. வேலை.

காறை - கழுத்தணியிலொன்று, 2. வைக்கோல் முதலியவற்றின் காறை, 3. நிலச்சாந்து.
காற்குளம் - பூச நட்சத்திரம்.
காற்கோடகன் - கார்க்கோடகன்.
காற்சரி - ஒரு காலணி.
காற்பரடு - கரடு.
காற்பாசம் - பருத்திப்பஞ்சு.
காற்றடக்கி - துருத்தி, 2. நீர்க்குமிழி.
காற்றாடி - கறங்கு, 2. காற்றாடிப்பட்டம், 3. நிலையிலி.
காற்றின் சகாயன் - தீ.
காற்று - வாயு, 2. அபானவாயு, 3. சோதி நட்சத்திரம்.
காற்றுநாள் - சோதிநாள்.
காற்றுவாக்கு - காற்றுப்பக்கம், 2. சோம்பல், 3. கண்டபாடு.
கானகக்கல் - கரும்புள்ளிக்கல்.
கானகதூமம் - கற்பாஷாணம்.
கானகம் - காடு, 2. குறிஞ்சிநிலம், 3. கருஞ்சீரகம், 4. கால் நகம்.
கானக்குதிரை - மரை, 2. காட்டுக்குதிரை.
கானநாடன் - முல்லை நிலத்தலைவன்.
கானம் - வாசனை.
கானம் - இசைப்பாட்டு, 2. இராகம், 3. வானம்பாடிப்புள், 4. வனம், 5. குறிஞ்சி நிலம், 6. முல்லைநிலம்.
கானயூகம் - கருங்குரங்கு.
கானல் - வெண்டேர், 2. சூடு, 3. ஒளி, 4. சூரியகிரணம், 5. கடற்கரைச்சோலை, 6. கழி, 7. உப்பளம்.
கானவர் - குறிஞ்சிநிலமாக்கள், 2. வேடர், 3. முல்லைநிலமாக்கள்.
கானவன் - வேடன், 2. குரங்கு.
கானவிருக்கம் - பாதிரிமரம்.
கானனம் - கானகம்.
கானனுசாரி - நன்னாரிக்கொடி.
கானா -
கானாத்தடி - } சுக்கான் கைப்பிடி.
கானாங்கெளிறு - ஓர் மீன்.
கானாங்கோழை - ஓர் பூண்டு.
கானாவாழை - ஒரு செடி.
கானாவேளை - ஒரு செடி.

கானிலம் -
கானிலிந்திரன் - } கொடுவேலி.
கானீனன் - கன்னி பெற்றபிள்ளை, 2. வியாதமுனி.
கான் - காடு, 2. மணம், 3. எழுத்துச்சாரியையி னொன்று, 4. கப்பலினறை முதலியன, 5. கான்யாறு.
கான்மரம் - ஆலமரம்.
கான்மா - பன்றி.
கான்மியம் - கன்மமலம்.
கான்முளை - புதல்வன்.
கான்றை - ஓர் முட்செடி.

கி

கிகிணி - காக்கணங்கொடி, 2. வலியான் குருவி.
கிக்கிரி - மீன்குத்திப்புள்.
கிங்கரர் - ஏவல்செய்வோர், 2. தூதர்.
கிங்கரி - தாசி, 2. வேலைக்காரி.
கிங்கிணி - சதங்கை, 2. கிலுகிலுப்பைச் செடி.
கிசம் -
கிசலை -
கிசாலம் - } தளிர்.
கிசலம் -
கிசலயம் - } தளிர்.
கிசில் - ஓர் சாளரசம்.
கிசுகிசுத்தான் - வாலில்லாக் காற்றாடி.
கிசுகிசெனல் - ஓர் ஒலிக்குறிப்பு, 2. விரைவின்குறிப்பு.
கிச்சடி - ஓர்வகை யுண்டி.
கிச்சலாட்டம் -
கிச்சிலாட்டம் -
கிச்சாட்டம் - } தொந்தரை.
கிச்சிலி - ஒரு நாரத்தை மரம்.
கிச்சு - நெருப்பு.
கிச்சுக்கிச்செனல் - ஓர் ஒலிக்குறிப்பு.
கிஞ்சபன்னி - நாயுருவிச்செடி.
கிஞ்சம் - புளிமாமரம்.
கிஞ்சம் - சிறுமை.
கிஞ்சனன் -
கிஞ்சன் - } தரித்திரன்.
கிஞ்சி - வேப்பமரம், 2. முதலை.

கிஞ்சிஞ்ஞும் - } சிற்றறிவு.
கிஞ்சிக்கினம் -

கிஞ்சிதம் - } அற்பம், 2. சிறுமை.
கிஞ்சித்து -

கிஞ்சித்து - புளிமாமரம், 2. அற்பம்.

கிஞ்சில் - அற்பகாரியம், 2. எளிமை.

கிஞ்சுகம் - சிவப்பு, 2. கேகயப்புள்.

கிஞ்சுகம் - முண்முருக்கமரம், 2. பலாசு மரம்.

கிஞ்ஞா - ஓர் செடி.

கிட -(வி) படு, 2. இரு, 3. தரித்திரு.

கிடக்கை - கிடத்தல், 2. நிலைமை, 3. படுக்கை, 4. பூமி.

கிடங்கு - அகழ், 2. வெற்றிலைக்கிடங்கு, 3. குளம், 4. சிறைச்சாலை, 5. குழி, 6. பொக்கிஷவீடு.

கிடத்து - (வி) கிடக்கச்செய்.

கிடப்பு - கிடக்கை, 2. இருக்கை

கிடா - கடா.

கிடாசு - (வி)கடாவு.

கிடாய் - கடா.

கிடாரம் - கொப்பரை.

கிடாரி - கடாரி.

கிடாரை - ஒரு மரம்.

கிடாவு -(வி) கடாவு.

கிடி - பன்றி, 2. மருட்பன்றி.

கிடுகிடு -(வி) நடுங்கு, 2. பல்லோடு பல்லறை, 3. ஒலி.

கிடுகிடு - நடுக்கம்.

கிடுகு - கேடகம், 2. தேர்மரச்சுற்று, 3. சட்டப்பலகை, 4. ஓர் பறை, 5. முடைந்த வோலைக்கீற்று.

கிடுக்கட்டி - ஓர் பறை, 2. இருப்பைப் பூவில் இடித்தகட்டி.

கிடுக்கு - } ஒலிக்குறிப்பு.
கிடுக்கட்டி -

கிடுபிடி - ஓர் வாச்சியம்.

கிடுமுடி - ஓர் பறை, 2. சந்தடி.

கிடை - உவமானம், 2. வேதம் பயிலிடம், 3. சடை.

கிடை -(வி) அடை, 2. எதிர்.

கிடைச்சி - } ஓர் செடி.
கிடைச்சை -

கிட்கிந்தாபுரி - வாலி சுக்கிரீவன் பட்டணம்.

கிட்கிந்தை - ஓர்மலை, 2. கிட்கிந்தாபுரி.

கிட்டங்கி - கிடங்கு.

கிட்டம் - சமீபம்.

கிட்டம் - இரும்பு முதலியவற்றின் கிட்டம், 2. வண்டல், 3. இறுக்கம், 4. சேறு முதலிவற்றினேடு.

கிட்டலர் - பகைவர்.

கிட்டார் - பகைவர்.

கிட்டு - இடுக்குத்தடி, 2. நுகக்கிட்டி, 3.சிறுவர் விளையாட்டுக் கருவியிலொன்று, 4. கைத்தாளம், 5. நாழிகை வட்டில், 6. சின்னிச்செடி.

கிட்டி - தலையீற்றுப் பசு.

கிட்டிக்கிழங்கு - சின்னிக்கிழங்கு.

கிட்டிணம் - கறுப்பு.

கிட்டிணன் - ஸ்ரீ கிருஷ்ணபகவான்.

கிட்டிணி - கிருஷ்ணாநதி.

கிட்டிரம் - நெருஞ்சில் முட்பூண்டு.

கிட்டினர் - உறவோர், 2. சேர்ந்தோர்.

கிட்டினன் - திப்பிலி.

கிட்டு - (வி) அணுகு, 2. அடு,3. உறவு நெருங்கு, 4. கிடை, 5. எதிர், 6. பூட்டு, 7. வந்தடை.

கிட்டுமானம் - சமீபம்.

கிணகர் - அடிமையானவர்.

கிணறு - கூவல், 2. கேணி.

கிணாங்கு - ஓர் பூடு.

கிணாட்டு - ஓலைநறுக்கு.

கிணி - கைத்தாளம்.

கிணிதி - கிலுகிலுப்பைச்செடி.

கிணுகிணு -(வி) கொசுகு முதலியவை ஒலி, 2. அனுங்கிச்சொல்.

கிணை - மருதப்பறை.

கிண் -
கிணீர் - } கிலுங்குமொலி.
கிணீல் -

கிண்கிணி - சதங்கைப்பட்டிகை, 2. சதங்கைச் சிலம்பு, 3. சதங்கை

கிண்கிண்ணென -(வி) கிண்கிண்ணென்று சப்திக்க.

கிண்டன் - உரப்புத்துணி.

கிண்டு - (வி) தோண்டு, 2. அகழ்ந்தெடு, 3. பகையெழுப்பு, 4. ஆராய்.

கிண்ணம் - சிறு வட்டில், 2. நாழிகை வட்டில்.

கிண்ணாரம் - ஓர் வீணை, 2. ஓர் இசைக் கருவி.

கிண்ணி - கிண்ணம், 2. கத்தியின் கைப் பிடியுறை, 3. சின்னப்பொருள், 4. நண்டின் சிறுகால், 5. குதிரை மேற் குளம்பு.

கிண்ணிக்கர்ப்பூரம் - இரசகர்ப்பூரம், 2. உயர்ந்த கர்ப்பூரம்.

கிதி - } பத்திலட்சங் கோடாகோடி.
க்ஷிதி - }

கித்தான் - ஓர் வகை உரப்புத்துணி.

கிஸ்தி - } நிலமுதலியவற்றின் வரி.
கிஸ்திப்பணம் - }

கிந்திகம் - திப்பிலிமூலம்.

கிந்து - (வி) நொண்டிநட, 2. படங்குந்தி மிதி.

கிமாவெனல் - மொறு மொறுத்தல்.

கிமித்துக்கினம் - புழு, 2. புழுக்கரணம்.

கிம்புரி - தோளணி, 2. யானைக்கொம்பிற் பூண், 3. முடியின் கிம்புரி, 4. பூணாகக் கட்டும் ஆபரணம்.

கிம்புருடம் - நவகண்டத்தொன்று.

கிம்புருடர் - பதினெண்கணத்தில் ஒரு வகை.

கிம்புருடன் - கிம்புருடத்து முதல் அரசன்.

கிம்புரோடியம் - உபநிடதம் முப்பத் திரண்டினொன்று.

கியாதம் - புகழ், 2. மேன்மை.

கியாதி - புகழ், 2. மேன்மை, 3. பிருகுவின் மனைவி.

கியால் - இந்துஸ்தானம் பாட்டு.

கியானம் - ஞானம்.

கிய்யாம் - கோழிக்குஞ்சுகளின் சத்தம்.

கிரகசாரம் - கிரகநடை.

கிரகணம் - பற்றுகை, 2. சந்திரசூரிய கிரகணம், 3. கிரகித்தல்.

கிரகணி - கிராணி.

கிரகணி - (வி) கிரகணம் பற்று.

கிரகத்தன் - } இல்லொழுக்கத்திருப் பவன்.
கிரகஸ்தன் - }

கிரகநீதி - இல்லொழுக்கம்.

கிரகபதி - சூரியன்.

கிரகபுடம் - கிரகங்களின் தற்கால நிலையெண்.

கிரகமாலிகை - } கிரகவொழுங்கு.
கிரகமாலை - }

கிரகம் - வீடு, 2. கோள், 3. தாளப் பிரமாணம் பத்தினொன்று.

கிரகி - சமுசாரி.

கிரகி - (வி) பற்றிக்கொள், 2. உணர்ந்து கொள், 3. உத்தேசி, 4. ஏற்றுக்கொள், 5. வெளவு, 6. புலனறி, 7. இரசம் வாங்கு, 8. குறிப்பாலறி.

கிரசேமிரம் - பச்சைக் கர்ப்பூரம்.

கிரஞ்சனம் - முருங்கைமரம்.

கிரணம் - கதிர், 2. ஒளி.

கிரணன் - சூரியன்.

கிரது - காணிக்கை, 2. வணக்கம்.

கிரந்தகர்த்தா - நூலாசிரியன்.

கிரந்தம் - கிரந்தவெழுத்து, 2. கிரந்த பாஷை, 3. முப்பத்திரண்டெழுத்தின் கூட்டம், 4. கிரந்தநூல், 5. கிறுது.

கிரந்தி - ஏலத்தோல், 2. நெல்லிப்பருப்பு.

கிரந்தி - இடை பிங்கலை சுழிமுனை நாடி மூன்றின் சந்தி, 2. இலிங்கக்கிரந்தி முதலியன, 3. மேகவூறல்.

கிரந்திகம் - } திப்பிலிமூலம்.
கிரந்திமூலம் - }

கிரந்திப்புண் - ஒரு சிலந்தி.

கிரமம் - முறைமை, 2. நீதிநூன்முறை, 3. ஒழுங்கு, 4. நன்னெறியிற் செல்கை.

கிரமுகம் - கமுகமரம்.

கிரயம் - விலை, 2. கொள்ளுகை.

கிரவுஞ்சம் - அன்றிற்புள், 2. கிரவுஞ்சதீவு, 3. கிரவுஞ்சமலை, 4. கோழிப் பறவையளவு தூரம்.

கிராகதி - நிலவேம்புச்செடி.

கிராகம் - ஆமை.

கிராக்கி - அரியவிலை.

கிராசாங்குலம் - கிரகணவள்வு.
கிராடம் - தேயமைம்பத்தாறினொன்று.
கிராணம் - கிரகணம், 2. சிறு வட்டில், 3. மூக்கு.
கிராணி - ஒரு கழிச்சல் நோய்.
கிராதர் - வேடர், 2. குறவர்.
கிராதன் - வேடன், 2. குறவன், 3. சிவன்.
கிராதி - மரத்தினாற் செய்த வேலி.
கிராந்தி - கிரகச் சாய்வு, 2. கிராந்தி மண்டலம்.
கிராந்திமண்டலம் - சூரியவீதி.
கிராந்து - (வி) ஒளி, 2. இணை.
கிராமணி - கிராமத்தலைவன், 2. கிராமியன், 3. சாணாருட் பெரியவன்.
கிராமதேவதை - ஊர்காக்குந் தேவதை.
கிராமம் - நூறு குடியுள்ள வூர், 2. மருத நிலத்தூர்.
கிராமாந்தரம் - வேறு கிராமம்.
கிராமியம் - இழிசனர் வழக்கு.
கிராமியன் -கிராமமுற்றோன்.
கிராம்பு - இலவங்கப்பூ.
கிராய் - ஒருவகையான தரை, 2. புற் பொழி.
கிராய்த்தல் - (வி) சுவர் முதலியவற்றைத் தேய்த்துத் துலக்கல்.
கிராவணம் - } சல், 2. மலை.
கிராவம் -
கிரி - பிணையாளி.
கிரி - மலை, 2. பன்றி, 3. மருட்பன்றி.
கிரிகன்னி - வெள்ளைக்காக்கணங் கொடி.
கிரிகை - கிரியை.
கிரிகோலம் - } அலங்கோலம்.
கிலிகோலம் -
கிரிசம் - இளைப்பு.
கிரிசு - } குற்றுவாள்.
கிரிசுக்கத்தி -
கிறிசு -
கிரிசை - பார்வதி.
கிரிமல்லிகை - வெட்பாலைமரம்.
கிரிமா - கரிமா.
கிரிமி - கிருமி.
கிரியாகாண்டம் - வேதத்திற் கிரியை களைப் போதிக்கும் பகுதி.
கிரியாசத்தி - பஞ்சசத்தியினொன்று. அது வினைத்துணையாக நின்று உலகங் களை யாக்குவது.
கிரியாத்துச்செடி - } நிலவேம்புச்செடி.
கிரியாத்துவேர் -
கிரியை - செய்கை, 2. சமயநிஷ்டை, 3. உத்தரகிரியை, 4. தாளப்பிரமாணத்தி னொன்று, 5. சைவசமயநிலை நான்கி னொன்று.
கிரீசன் - சிவன்.
கிரீடதாரி - முடிதரித்தோன்.
கிரீடம் - முடி.
கிரீடாதிபத்தியம் - அரசாட்சி.
கிரீடாப்பிரமவாதி - வேதாந்திகளி லொருவன்.
கிரீடி - அரசன், 2. அருச்சுனன்.
கிரீடி - (வி) விளையாடு.
கிரீடை - விளையாட்டு, 2. மகளிர் விளை யாட்டு.
கிரீட்டி - பிரண்டைக்கொடி.
கிரீவம் - } கழுத்து
கிரீபம் -
கிருகம் - வீடு.
கிருகரன் - கிருதரன்.
கிருசம் - மெலிவு.
கிருஷி - உழவுத்தொழில்.
கிருஷிகன் - உழவுத் தொழில் செய் வோன்.
கிருஷ்ணபக்கம் - அபரபக்கம்.
கிருட்டி - பன்றி, 2. மருட்பன்றி, 3. ஓரீற்றுப்பசு, 4. பிரண்டைக்கொடி.
கிருட்டிணபாணம் - எட்டிமரம்.
கிருட்டிணபேடம் - கடுரோகிணி.
கிருட்டிணம் - } கறுப்பு, 2. அபரபக்கம்
கிருஷ்ணம் -
கிருட்டிணவல்லி - நன்னாரிக்கொடி.
கிருட்டிணன் - ஸ்ரீ கிருஷ்ணபகவான், 2. அருச்சுனன், 3. வியாசன்.
கிருட்டிணி - } காக்கணங்கொடி.
கிஷ்ணி -
கிருதம் - செய்யப்பட்டது, 2. முதல்யுகம், 3. நெய், 4. செம்முருங்கைமரம்.

கிருதரன் - முகத்திடை நின்று தும்மலுஞ் சினமும் வெம்மையும் விளைக்கும் வாயு.
கிருதன் - கிருதவன்மன், (கிருஷ்ணமூர்த்தியின் மாமன்).
கிருதார்த்தம் - காரியசித்தி.
கிருதி - செய்கை.
கிருது - செருக்கு.
கிருத்தி - தோல், 2. மான்தோல், 3. கிருத்திகை.
கிருத்திகை - கார்த்திகை.
கிருத்திமம் - தோல், 2. பூதகணம், 3. வஞ்சனை, 4. பொய்.
கிருத்தியம் - தொழில், 2. கன்மக்கிரியை, 3. நடக்கை, 4. லௌகிகவேலை, 5. கடமை, 6. சடங்கு, 7. பிதிர்கடன்.
கிருத்திரிமம் - } வஞ்சனை.
கிருத்திரமம் - }
கிருத்துவம் - } செருக்கு, 2. குரூரம்.
கிறுத்துவம் - }
கிருபணம் - உலோபம்.
கிருபன் - } ஓர் வில்லாசிரியன்.
கிருபாசாரியன் - }
கிருபாளு - கிருபையுடையோன்.
கிருபி - துரோணன் மனைவி.
கிருபை - கருணை.
கிருமி - புழு, 2. அரிபுண்.
கிருமிக்குன்றம் - வாலுளுவையரிசி.
கிருமிநாசம் - குராசானி யோமம், 2. பலாசவிரை, 3. வேப்பீர்க்கு, 4. பேய்ப்பீர்க்கு, (ஓர் கொடி), 5. பங்கம்பாளைச் செடி.
கிரேதம் - } கிரேதாயுகம், (முதல் யுகம்.)
கிரேதை - }
கிரேஸ்தன் - கிரகஸ்தன்.
கிரேந்தி - ஏலத்தோல்.
கிரேனிடல் - அஞ்சியொடுங்கல்.
கிரௌஞ்சம் - ஒரு மலை.
கிலம் - சிறுமை, 2. அழிவு.
கிலி - பயம்.
கிலிகோலம் - } அலங்கோலம்.
கிலியம்பறை - }
கிலீபம் - பேடு.

கிலுகிலு - கிலுகிலென்றொலி.
கிலுகிலுப்பை - ஓர் செடி, 2. ஓர் விளையாட்டுக்கருவி.
கிலுக்கு - (வி) கிலுங்கச்செய், 2. சிறு மணியாட்டு.
கிலுங்கு - (வி) ஒலி.
கிலுத்தம் - மணிக்கட்டு.
கிலுமொலெனல் - ஒலிக்குறிப்பு.
கிலேசம் - வருத்தம், 2. துன்பம், 3. நோ, 4. கவலை.
கிலேசி - (வி) துன்பப்படு.
கில்லம் - கழுத்து.
கிழக்கன் - }
கிழக்கா - } ஓர் மீன்.
கிழக்கி - }
கிழங்கான் - }
கிழக்கு - கிழக்குத்திசை.
கிழங்கு - கந்தம்.
கிழடன் - கிழவன்.
கிழடு - முதிர்வயதுள்ளது.
கிழத்தி - மருதத்தலைவி, 2. தலைவி, 3. மனைவி.
கிழமை - உரிமை, 2. சம்பந்தம், 3. கடமை, 4. குணம், 5. மாட்சிமை, 6. வாரம், 7. மூப்பு.
கிழம் - கிழத்தனம்.
கிழலை - திசை, 2. மரக்கலத்தின் சாய்வுப் பக்கம்.
கிழவர் - உரியோர், 2. மூப்புடையோர்.
கிழவன் - உரியோன், 2. தலைவன், 3. விருத்தாப்பியன், 4. கணவன்.
கிழவி - மூப்புடையவள், 2. தலைவி, 3. முருங்கைமரம்.
கிழாத்தி - ஓர் மீன்.
கிழார் - இறைகூடை, 2. சலகூத்திரம், 3. தோட்டம்.
கிழாலை - களர் நிலம்.
கிழான் - உரியோன், 2. வேளாளன், 3. சூரியன், 4. தயிர்.
கிழி - கீற்று, 2. கிழிந்ததுண்டு, 3. கீளுடை, 4. நிதிப்பொதி, 5. எழுதுபடம்.
கிழிதல் - பிளத்தல், 2. பீறுதல், 3. வீணாதல்.

கிழித்தல் - கிழியச்செய்தல், 2. கோடு முதலிய கிழித்தல்.
கிழியல் - கிழிந்தசீலை, 2. கிழிவு, 3. பயனற்றவன்.
கிள -(வி) சொல், 2. எழும்பு.
கிளத்தி - நாமகள்.
கிளத்து - (வி) சொல்.
கிளப்பு - (வி) எழுப்பு, 2. பூமியின் கிழிருப்பதைக்கிளப்பு, 3. சுரமுதலியவற்றை எழுப்பு, 4. ஏவிவிடு, 5. மூட்டிவிடு, 6. சுவர் முதலிய கிளப்பு.
கிளம்பு -(வி) எழும்பு, 2. மேலோங்கு, 3. வளர், 4. சுவர் முதலியனகிளம்பு, 5. மூண்டெழும்பு, 6. சினத்தெழும்பு, 7. பக்கத்திற்கிளம்பு, 8. உண்டாகு, 9. புறப்படு, 10. மேலெழும்பு.
கிளர் - ஒலி, 2. பூந்தாது.
கிளர் - (வி)மேலெழும்பு, 2. மேலோங்கு, 3. அதிகரி, 4. இறுமாப்புக்கொள், 5. நிறை, 6. பிரகாசி, 7. சிற.
கிளர்ச்சி - மேலோங்குகை, 2. விருத்தி, 3. உள்ளக்கிளர்ச்சி, 4. நிறைவு, 5. இறுமாப்பு.
கிளர்த்து - (வி) எழுப்பு, 2. ஒளிசெய்.
கிளர்வு - எழுச்சி, 2. பெருக்கம்.
கிளவரி - தண்ணீர்விட்டான் கிழங்கு.
கிளவி - சொல்.
கிளறு - (வி) கிண்டு, 2. கலக்கு,3. வெளியாக்கு, 4. கிண்டியாராய்.
கிளா - களாச்செடி,
கிளி - கிள்ளை, 2. வெட்டுக்கிளி, 3. ஓர் மீன்.
கிளிகடிகருவி -
கிளிகடிகோல் - } தட்டை.
கிளிச்சிறை - ஒருவகைப்பொன்.
கிளிஞ்சில் - ஏரல்.
கிளித்தட்டு - ஓர் விளையாட்டு.
கிளிமூக்குக் கிழங்கு - ஆகாச கருடன் கிழங்கு.
கிளியாறு - புதுச்சேரிக்குத் தெற்கிலுள்ள ஓர் நதி.
கிளுகிளெனல் - ஒலிக்குறிப்பு, 2. விருத்திக்குறிப்பு.
கிளுவை - ஓர் பறவை, 2. ஓர் மரம், 3. ஓர் மீன்.
கிளை - மரமுதலியவற்றின் கிளை, 2. தளிர், 3. சுற்றம், 4. கூட்டம், 5. மூங்கில், 6. ஓர் பண், 7. கைக்கிளையென்னுமிசை, 8. யாழினோர் நரம்பு.
கிளைகூட்டல் - ஆந்தைகள் கூச்சலிடுதல்.
கிளைக்கதை - ஒன்றிலிருந்து பல கதை தோன்றுங்கதை.
கிளைஞர் - உறவோர், 2. தோழர்.
கிளைதல் - அரிசிகளைதல், 2. சீலை களைதல் .
கிளைத்தல் - மரக்கிளை கிளைத்தல், 2. பெருகல், 3. சுற்றம் பெருகல், 4. கப்புங் கவருமாய் நிறையல், 5. நெருங்கல்.
கிளைமை - உறவு, 2. சினேகம்.
கிளையார் - சினேகர்.
கிளைவழி - வமிசம், 2. கொடி வழி.
கிள்ளாக்கு - அதிகாரநறுக்குச்சீட்டு.
கிள்ளாப்பிறாண்டு - ஓர் விளையாட்டு, 2. அலட்சியம்.
கிள்ளி - சோழன்.
கிள்ளு - (வி) கையாற்கிள்ளு, 2. இலை முதலியகிள்ளு, 3. கொஞ்சமாயெடு.
கிள்ளை - கிளி, 2. கருங்கிளி, 3. குதிரை.
கிள்ளைவிடுதூது - ஓர் பிரபந்தம்.
கிறாக்கி - அருமை.
கிறாய் - பச்சைநிறக் களிமண்.
கிறி - வழி, 2. பொய்.
கிறிசு - குற்றுவாள்.
கிறிச்சிடுதல் - ஒலிக்குறிப்பு.
கிறீஸ்துவம் - கிறிஸ்துமார்க்கம்.
கிறு - நிகழ்கால விடைநிலை.
கிறுகிறு - (வி)தலை கிறுகிறு, 2. தடுமாறு.
கிறுகிறுப்பு - தலைச்சுழற்சி, 2. செருக்கு.
கிறுக்கன் - பைத்தியக்காரன்.
கிறுகு - பைத்தியம், 2. அகம்பிரமம்.
கிறுக்கு - (வி) கிறுக்கித்தள்ளு.
கிறுங்கல் - (தொ.பெ) அசைதல்.
கிறுசன் - குங்குமப்பூ, 2. மஞ்சள்.

கிறுது - குறும்பு.
கிறுதுவேதன் - பீர்க்கு, (ஓர் கொடி).
கிற்பு - செய்கை, 2. அடிமைத்தனம்.
கிற்றல் - (வி) செய்தல், 2. கட்டுப்படுத்தல்.
கினி - பீடை.
கினை - கவசம், 2. விளாமரம்.
கின்று - நிகழ்கால விடைநிலை.
கின்னம் - துன்பம்.
கின்னரம் - கின்னரப்புள், 2. ஓர் யாழ், 3. நீர்வாழ் பறவை, 4. ஆந்தை.
கின்னரர் - பதினெண் கணத்தொருவர்.
கின்னரர்பிரான் - குபேரன்.
கின்னரி - கின்னரம்.
கின்னி - மழைக்கிளி.
கின்னிக்கோழி - ஒருவகைக் கோழி.

கீ

கீ - ஒரெழுத்து, 2. கிளிமுதலிவற்றின்குரல்.
கீக்கீயெனல் - பறவைப் பார்ப்பின்குரல், 2. கிளிகுரல் காட்டல்.
கீசகம் - குரங்கு, 2. மூங்கில் மரம், 3. தலைச்சிரா.
கீசகன் - ஒரரசன்.
கீசகாரி - வீமன்.
கீசம்பறை -
கீசறை - } முறைகேடு.
கீச்சான் - ஓர் மீன், 2. ஓர் பறவை, 3. குழந்தை.
கீச்சி - பாசிமணி.
கீச்சிடல் - கீச்சென்று கத்தல்.
கீச்சு - புள்ளொலி, 2. கீச்சமுகை.
கீச்சுக்கிட்டம் - இருப்புக்கறல்.
கீச்சுக்கீச்சுத்தம்பலம் - ஓர் விளையாட்டு.
கீச்சுத்தாரா - ஓர்வகைத்தாரா.
கீச்சுமாச்செனல் -
கீச்சுமூச்செனல் - } கூக்குரலிடல்.
கீடமாரி - சிறுபுள்ளடிப்பூடு.
கீடம் - புழு, 2. வண்டு, 3. கோற்புழு.
கீணம் -
க்ஷீணம் - } சிதைவு, 2. கேடு.

கீணர் -
க்ஷீணர் - } வறியர்.
கீதம் - இசைப்பாட்டு, 2. வண்டு, 3. இசை.
கீதாரி - இடையன்.
கீதி - கீதம், 2. கீதம்பாடுவோன்.
கீதை - பாட்டு, 2. பூர்வசரித்திரமெடுத்துக் காட்டு, இஃது: அவதூதகீதை, இரிபுகீதை, உத்தரகீதை, சிவகீதை, பகவற்கீதை, பிரமகீதை முதற் பல வகைப்படும்.
கீயாக்கணக்கு - வடமொழியின் கூட்டெழுத்துகள்.
கீரம் - கிளி, 2. கருங்கிளி, 3. பால்.
கீரன் - நக்கிரன்.
கீரி - நகுலம், 2. கள்ளிமரம்.
கீரிப்பாம்பு -
கீரிப்பூச்சி - } வயிற்றிலுள்ள ஓர் வகைப் புழு.
கீரை - இலைக்கறி.
கீரைக்குத்தண்ணீரிறைத்தல் - ஓர் விளையாட்டு.
கீரைநார்ப்பட்டு - ஓர் பட்டு.
கீரோமாரோவெனல் - பிள்ளைகள் கூக்குரலிடல்.
கீர் - சொல்.
கீர்கீரெனல் - ஒலிக்குறிப்பு.
கீர்த்தனம் -
கீர்த்தனை - } புகழ்ச்சி, 2. தேவகீர்த்தனை.
கீர்த்தி - புகழ்.
கீர்த்திபூஷணன் - இடைச்சங்க காலத் திறுதிக்கண் அரசுசெய்த பாண்டியன்.
கீர்த்திப்பிரதாபம் - மிகுகீர்த்தி.
கீர்த்திமான் - புகழுடையோன்.
கீர்வாணம் - சமஸ்கிருதபாஷையினோர் பகுதி.
கீலக - நாற்பத்தெட்டாவது வருடம்.
கீலகம் - ஆணி, 2. பொறுப்பிடம், 3. தந்திரம்.
கீலம் - வெட்டு, 2. கிழிவு, 3. கீல்.
கீலம் - ஆணி, 2. சுவாலை.
கீலாலம் - நீர், 2. இரத்தம், 3. காடி.
கீலு - (வி) கிழி, 2. கிண்டு.
கீல் - யாக்கையின்சந்து, 2. கிசில்.
கீல் - நுண்மை, 2. கதவின்கீல்.

கீழறு -(வி) பூமியிற் சுரங்கஞ்செய், 2. சதிசெய்.

கீழறை - நிலவறை, 2. வளை.

கீழாறு - பூமியினுள்ளோடு மாறு, 2. கொங்குதேசத்தாறு.

கீழாநெல்லி - கீழ்க்காய் நெல்லிப்பூடு.

கீழ் - கீழிடம், 2. கிழக்கு, 3. பள்ளம், 4. கீழுலகம், 5. மறதி, 6. கடிவாளம், 7. கீழ்மக்கள்.

கீழ்க்கண் - கீழ்ப்பார்வை, 2. கண்ணின் கீழ்ப்பக்கம்.

கீழ்க்கதி - தாழ்ந்தபதம்.

கீழ்க்குரல் - அடிக்குரல், 2. மந்தவொலி.

கீழ்சாதி - தாழ்ந்தசாதி, 2. கீழ்ப்பிறப்பு.

கீழ்தல் - (தொ.பெ) அழித்தல், 2. கிழித்தல், 3. பிளத்தல்.

கீழ்ப்படிவு - அமைவு.

கீழ்ப்பயிர் - பெரும்பயிருக்குணிற்குஞ் சிறுபயிர்.

கீழ்ப்பாடு - கீழ்ப்பக்கம், 2. அடக்கம்.

கீழ்மகன் - ஈனன், 2. சனி.

கீழ்மை - ஈனம், 2. தாழ்மை.

கீளி - ஓர்வகைச் சிறுமீன்.

கீறு - வரி, 2. பிளவு, 3. கீற்று, 4. தென்னோலை அல்லது பனங்கிழங்கின் பாதி, 5. எழுத்து.

கீறு -(வி) வரிகீறு, 2. எழுது, 3. வறண்டு, 4. ஆயுதத்தாற்கீறு, 5. கிழி, 6. பிள, 7. உரைகல்லிலுரை, 8. குறிப்புக்காட்டு.

கீற்று - வரி, 2. பிளவு, 3. கீறல்.

கீற்றுமதி - மூன்றாம்பிறைச் சந்திரன்.

கீனம் - இழிவு, 2. குறைபாடு.

கீனன் - குலமில்லான், 2. குறைவானவன்.

கு

கு - ஓரெழுத்து, 2. நான்கனுருபு, 3. ஒரு சாரியை.

கு - பூமி, 2. சிறுமை.

குகம் - மலைக்குகை.

குகரம் - மலைக்குகை, 2. குடவறை, 3. ஒரெழுத்து.

குகன் - முருகன், 2. ஸ்ரீராமபிரானின் தோழன்.

குகு - அமாவாசை, 2. கூகையொலி, 3. தசநாடியிலொன்று.

குகுதன் - தசநாடியிலொன்று.

குகுரம் - ஓர் தேசம்.

குகுலா - கடுரோகிணி, 2. தேனீ.

குகை - அளை, 2. மலைக்குகை, 3. முனிவரிருப்பிடம், 4. பொன் முதலியவுருக்கும் பாத்திரம், 5. சமாதியறை.

குகைக்காமன் - கல்நார்.

குகைமேனாதத்தீ - சொன்னபேதி.

குக்கல் - நாய், 2. இருமல்.

குக்கன் - நாய்.

குக்கி - } வயிறு.
குக்ஷி - }

குக்கிலம் - அதிவிடயம், (ஒரு பூண்டு).

குக்கில் - செம்போத்துப்பறவை, 2. குங்கிலியம்.

குக்கு - (வி) சுக்கு, 2. குந்து.

குக்குடசர்ப்பம் - பறவைநாகம்.

குக்குடச்சூட்டு - கோழித்தலைக்கந்தகம்.

குக்குடப்புடம் - கோழிப்புடம்.

குக்குடம் - கோழி.

குக்குரம் - கோடகசாலைப்பூடு.

குக்குலு - } குங்கிலியம்.
குங்குலு - }

குக்குறுப்பான் - } ஓர் பறவை.
குக்குறுவான் - }

குக்கூவெனல் - ஒலிக்குறிப்பு.

குங்கிலிகம் - வாலுளுவையரிசி.

குங்கிலியக்கலையர் - அறுபத்து மூன்று நாயன்மார்களுளொருவர்.

குங்கிலியம் - குங்குலியம்.

குங்குதல் - (தொ.பெ) குறைதல்.

குங்குமப்பூ - ஓர் மருந்து.

குங்குமம் - ஒருமரம், 2. செஞ்சாந்து, 3. குங்குமப்பூ, 4. குங்குமநிறம்.

குங்குமவர்ணி - மஞ்சட்கல், 2. அரிதாரம்.

குங்குலு குங்கிலியம்.

குசக்கலம் - மட்கலம்.

குசத்தனம் - மூடத்தனம்.

குசத்தி - குசப்பெண், 2. பூநீறு. (இஃது ஒரு மருந்து).

குசந்தனம் - செஞ்சந்தனமரம்.

குசமசக்கு - வீண்மயக்கு.
குசம் - புறங்கூறல்.
குசம் - தருப்பைப்புல், 2. நீர், 3. மரப்பொது, 4. முலை.
குசலம் - மிகுந்தகல்வி, 2. சாமர்த்தியம், 3. சுகம், 4. தந்திரம், 5. மாந்திரிகம்.
குசலர் - மிகவல்லோர், 2. அறிஞர்.
குசலவர் - ஸ்ரீ இராமபிரான் மைந்தர்.
குசவர் - குயவர்.
குசவாரம் - செவ்வாய்க்கிழமை.
குசளை - } தடை.
குசலை - }
குசன் - செவ்வாய், 2. சீராமன் புதல் வரிலொருவன்.
குசாக்கிரம் - தருப்பை நுனி.
குசால் - உல்லாசம், 2. களிப்பு.
குசினி - சமையல்வீடு, 2. சிறியது.
குசு - அபானவாயு.
குசுகுசெனல் - } காதுக்குள்ளோதுதல்.
குசுகுசுப்பு - }
குசுமம் - புட்பம்.
குசும்பம் - ஒரு பூ, 2. ஒரு மரம்.
குசும்பா - செந்திருக்கம் பூமரம், 2. மிகு சிவப்பு, 3. ஓர்வகைப் பானம்.
குசேசயம் - தாமரைப்பூ.
குசேலன் - ஸ்ரீ கிருஷ்ணபகவானின் ஓர் பிராமணத்தோழன்.
குசை - கடிவாளம், 2. குதிரை கட்டுங் கயிறு, 3. குதிரையின் பிடர்மயிர், 4. தருப் பைப்புல்.
குசையன் - வீரவேகி.
குசோத்தியம் - தந்திரம், 2. பரிகாசம்.
குச்சத்தின்பாதி - சிறுபுள்ளடிப்பூடு.
குச்சம் - புறங்கூறுகை, 2. நாணற்புல், 3. குன்றிக்கொடி, 4. பற்படகம் (ஒரு மருந்துப் பூடு).
குச்சம் - நூல்முதலிவற்றின்கொத்து, 2. நெற்குஞ்சம்.
குச்சரம் - ஓர் தேசம்.
குச்சரர் - குச்சிலியர்.
குச்சரி - ஓர் பண்.
குச்சி - கூர்ச்சு, 2. மயிர்க்குச்சு.
குச்சிதம் - அரோசிகம்.
குச்சிலி - அந்திக்கடை.
குச்சிலியர் - குச்சரர்.
குச்சில் - சிறுகுடில்.
குச்சு - சிறுகுடில், 2. மரக்குச்சு, 3. பாவாற்றி, 4. சிறுகம்பு, 5. தலைமயிர்க் குச்சி, 6. குஞ்சம்.
குச்சுக்காரி - வியபிசாரி.
குச்சுப்புல் - அழுக்கெடுக்கக்கட்டியபுல்.
குச்சை - கொய்சகம்.
குஞ்சம் - குச்சு, 2. பூங்கொத்து, 3. குன்றிக் கொடி, 4. ஈயோட்டி, 5. கதிர்க்கொத்து, 6. கூன், 7. குறள், 8. கோட்சொல்லல், 9. நாழி, 10. பாவாற்றி, 11. புளி நறளைச் செடி, 12. சீதாங்கபாஷாணம்.
குஞ்சரம் - யானை, 2. உச்சிதம், 3. கருங்குவளை.
குஞ்சராசனம் - அரசமரம்.
குஞ்சி - குடுமி, 2. சிற்றப்பன், சிறியதாய், 3. பறவைக்குஞ்சு, 4. மயிர்.
குஞ்சிச்சடை - சிறுசடை.
குஞ்சிதம் - வளைவு, 2. குந்திநிற்கை.
குஞ்சிரிப்பு - புன்னகை.
குஞ்சு - பல்லி - ஓந்தி - பறவை முதலிய வற்றின் குஞ்சு, 2. ஆண்குறி.
குஞ்சுரம் - குன்றிக்கொடி.
குஞ்சுறை - பறவைக்கூடு.
குடகம் - தேசமைம்பத்தாறினொன்று, 2. ஓர் மலை.
குடகரம் - உத்தாமணிச்செடி.
குடகு - ஒரு தேசம்.
குடக்கி - வளைவானது.
குடக்கியன் - கூனன்.
குடக்கினி - கருங்காலிமரம்.
குடக்கு - மேற்கு.
குடக்கோ - } சேரன்.
குடக்கோன் - }
குடங்கர் - குடம், 2. கும்பவிராசி 3. குடிசை.
குடங்கை - உள்ளங்கை.
குடசப்பாலை - கொடிப்பாலைச்செடி.
குடசம் - வெட்பாலைமரம், 2. மலைமல் லிகை.
குடஞ்சுட்டு - பசு.
குடதிசை - மேற்குத்திசை.

குடத்தி - கழுதைக் குடத்தி, (ஓர் மிருகம்), 2. முல்லை நிலப்பெண்.
குடந்தம் -திரட்சி, 2. நால்விரல் மடக்கிப் பெருவிரல் நிறுத்தி நெஞ்சிடைவைக்கை, 3. குடம், 4. கும்பகோணம்.
குடந்தை - கும்பகோணம்.
குடப்பம் - இருப்பைமரம்.
குடப்பாலை - ஒரு மரம்.
குடமணம் - கருஞ்சீரகம்.
குடமாடல் - மாயோன்கூத்து.
குடமுழா - ஒரு முழவு, (வாத்தியம்).
குடமுருட்டி - காவிரியின் ஒருகிளை.
குடம் - மருதநிலத்தூர், 2. ஊர்ப்பொது, 3. பசு, 4. கைகொட்டிக் குவிக்கை, 5. மாயோன்கூத்து, 6. கொடுந் தமிழ் நாட்டினொன்று, 7. பூசம்.
குடம் - கும்பம், 2. கும்பவிராசி, 3. சருக்கரை, 4. திரட்சி.
குடம்பை - பறவையின்கூடு, 2. முட்டை.
குடரி - யானைத்தோட்டி.
குடர் - குடல்.
குடலேறுதல் - குடல்பிசகி மேலிடுதல்.
குடலை - சுழிர்க்குடலை, 2. ஓலைக் கூடை, 3. கிணற்றுக்குடலை, 4. பழக்கூடு, 5. ஓலைக்கூடு.
குடல் - குடர்.
குடல்வாதம் - ஒருவகை நோய்.
குடவம் - பித்தளை.
குடவர் - இடையர்.
குடவளப்பம் - இருப்பைமரம்.
குடவன் - பித்தளை, 2. ஒரு கொட்டைக் காய், 3. கோட்டம், (ஒரு பூண்டு).
குடவு - குமரனாடல், 2.வளைவு, 3. குகை.
குடவு - (வி) வளை.
குடா - குடைவு, 2. கடற்குடா, 3.கோணம்.
குடாக்கு - உக்கா, 2. உக்காமருந்து.
குடாக்கை - வயலின் மூலை.
குடாசகம் - கபடம், 2. ஏய்ப்பு, 3. மாயம், 4. துாபபோதனை.
குடாப்பு - கூடு.
குடாரம் - கோடாலி, 2. தயிர்கடைதாழி, 3. தயிர்கடைதறி.
குடாரி - கோடாலி, 2. யானைத்தோட்டி.
குடாரு - தயிர்கடைதாழி.
குடாவடி - கரடி.
குடாவு - குடா.
குடான் - செம்முள்ளிச்செடி.
குடி - குடும்பம், 2. கோத்திரம், 3. குடியானவன், 4. குடியிருப்பு, 5. ஊர், 6. மருதநிலத்தூர், 7. வீடு, 8. மனைவி, 9. உடம்பு.
குடி -(வி) பருகு, 2. உறிஞ்சு, 3. மதுவுண், 4. முலையுண், 5. உட்கொள்.
குடிகாரன் - சுராபானி.
குடிகேடன் - துஷ்டன்.
குடிகேடி - விபசாரி.
குடிகொள் -(வி) வாசமாயிரு.
குடிக்காடு - ஊர்ப்பொது, 2. மருத நிலத்தூர்.
குடிக்கூலி - வாடகை.
குடிசை - குடில்.
குடிஞை - ஆறு, 2. பறவைப்பொது, 3. கோட்டான், 4. பதி.
குடித்தனக்காரன் - இல்லாச்சிரமி, 2. பயிரிடுவோன்.
குடித்தனம் - இல்வாழ்க்கை.
குடிநிலம் - குடியிருக்கத்தக்க நிலம்.
குடிப்பிறப்பு - ஒழுக்கமுடைய குடியிற்பிறத்தல்.
குடிமகன் - முக்குலத்தோர்க்கு மேவல் செய்வோன், 2. அம்பட்டன்.
குடிமக்கள் - பணிசெய்யும் பதினெண்வகைச் சாதியார்.
குடிமதிப்பு - குடியிறை.
குடியரசு - குடியாட்சி.
குடியிறை - அரசனுக்குக் குடிகள் கொடுக்கும் வரி.
குடிரம் - காரை (ஒரு செடி).
குடிலச்சி - ஒரு கருவண்டு.
குடிலம் - வளைவு, 2. வஞ்சகம், 3. சடை, 4. ஆகாயம், 5. குராமரம்.
குடிலை - பிரணவம்.
குடில் - சிறறில், 2. குடிசை, 3. ஆகாயம்.
குடு - கள்.
குடுகு - குடுக்கை.
குடுகுடா - } உக்கா.
குடுகுடி - }

குடுகுடு - ஒலிக்குறிப்பு.

குடுகுடுகிழவன் - தளர்ந்தவயதோன்.

குடுகுடுக்கை - காய்ந்தொலிக்குந் தேங்காய்.

குடுகுடுப்பை - அறக்காய்ந்து வற்றலானது, 2. சிற்றுடுக்கை, 3. மரமணி.

குடுக்கை - கமண்டலம், 2. தேங்காய் முதலியவற்றின் குடுக்கை.

குடுமி - ஆண்மயிர், 2. சிகை, 3. உச்சி, 4. மலையுச்சி, 5. வெற்றி, 6. கதவின்குடுமி, 7. யேழிக்குடுமி, 8. பாம்பு பிடிப்பவன்.

குடுமிதட்டு - (வி) தானிய அளவிற்றலை வழி.

குடுமிப்பருந்து - ஓர்வகைப் பருந்து.

குடும்பத்தானம் - களத்திரத்தானம்.

குடும்பம் - ஒரு குடியிலுள்ளார், 2. உறவின் முறையார், 3. குடி.

குடும்பன் - பள்ளர் தலைவன்.

குடும்பி - குடும்பத்தலைவன்.

குடும்பினி - மனைவி.

குடும்பு - பூ முதலியவற்றின் கொத்து.

குடுவை - சிறுகலசம்.

குடை - கவிகை, 2. பாதகுறட்டின் குமிழ், 3. குடைவேல், 4. குமரனாடல்.

குடை - (வி) கடை, 2. துளை, 3. தாதுகுடை, 4. குளி, 5. நோவுபடு, 6. மனதை வருத்து.

குடைக்காளான் - ஓர் காளான்.

குடைக்கிழங்கு - சிற்றரத்தைச்செடி.

குடைச்சல் - குடைதல், 2. வருத்தம்.

குடைதல் - (வி) தோண்டல், 2. நீராடுதல்.

குடைப்புல் - ஓர் புல்.

குடைவு - குகை, 2. வளைவு.

குடோரி - கீற்று, 2. மருந்துக்குடோரி, 3. வங்கமணல், 4. வெங்காரம், 5. வெள்ளைப்பாஷாணம்.

குட்டம் - ஆழம், 2. குளம், 3. கொடுந்தமிழ் நாட்டி னொன்று, 4. கோட்டம், (ஒரு பூண்டு),5. சிறுமை.

குட்டம் - } தொழுநோய்.
குஷ்டம் - }

குட்டரி - மலை.

குட்டன் - குழந்தை, 2. மகன், 3. ஆட்டுக்குட்டி.

குட்டான் - சிறு ஓலைப்பெட்டி.

குட்டி - ஆடு முதலியவற்றின் குட்டி, 2. சிறுபெண்பிள்ளை, 3. குழந்தை, 4. ஆதாயம்.

குட்டிச்சாத்தான் - ஒரு பேய்.

குட்டிச்சுவர் - சிறு சுவர், 2. மடையன்.

குட்டிப்பலா - ஓர் செடி.

குட்டிமம் - கற்படுத்த இடம்.

குட்டியம் - சுவர்.

குட்டியிடுக்கி - சிற்றரத்தைச்செடி, 2. கோட்டம், (ஒரு பூண்டு), 3. பயிருடன் முளைக்குமோர்புல்.

குட்டினம் - கருஞ்சீரகம்.

குட்டினி - சங்கம் வாங்குபவள், 2. வசவி.

குட்டு - மானம், 2. குட்டுதல்.

குட்டு -(வி) தலையிற்குட்டு.

குட்டுவன் - சேரன்.

குட்டை - குள்ளம், 2. சிறு குளம், 3. கைத்துண்டு, 4. தொழுமரம், 5. ஒரு வியாதி.

குணகண்டி - சிவதைக்கொடி.

குணகம் - பெருக்குந்தொகை.

குணகாங்கியம் - ஓர் ஆரியநூல்.

குணகாரம் - பெருக்குக் கணக்கு.

குணகு - பிசாசம்.

குணக்கு - கோணல், 2. எதிரிடை, 3. கிழக்கு.

குணங்கர் - பிசாசம்.

குணங்கு - (வி) வளை, 2. சோர், 3. மனந்தளர்.

குணட்டு - கதிரின்குலை.

குணட்டு - (வி) மயக்கிப்பேசு, 2. செல்லங் கொஞ்சு, 3. துள்ளி விளையாடு.

குணத்திரயம் - முக்குணம், அவை. இராசதம், சாத்துவிகம், தாமதம் என்பன.

குணபத்திரன் - கடவுள், 2. அருகன், 3. நிகண்டுசெய்த மண்டலவனின் குரு.

குணபம் - பிணம், 2. பிசாசம்.

குணபலம் - அதிவிடயம், (ஒரு பூண்டு).
குணம் - பண்பு, 2. தன்மை, 3. நற்குணம், 4. இலட்சணம், 5. மேன்மை, 6. சுகம், 7. சொஸ்தபுத்தி, 8. வியாதியின்குறி, 9. சீர்மை, 10. தத்துவம், 11. கயிறு, 12. நாணி 13. சத்து, 14. உடற்குணம், 15. குடம்.
குணலி - சீந்திற்கொடி.
குணலை - வீராவேசத்தாற் கொக்கரிக்கை, 2. ஓர் கூத்து.
குணவாகடம் - ஓர் வைத்தியநூல்.
குணவான் - நற்குணன்.
குணனம் - பெருக்கல், 2. விவரம்.
குணனீயம் - பெருக்கப்படுந்தொகை.
குணாதீதன் - கடவுள்.
குணாம்பு - கோமாளம்.
குணலம் - ஓர் தேசம், 2. ஓர் புள்.
குணாலை - வீராவேசத்தாற் கொக்கரித்தல்.
குணி - முடவன், 2. குணத்தையுடையது.
குணி -(வி) எண்பெருக்கு, 2. கணி, 3. உத்தேசி.
குணிதம் - பெருக்கிக்க்ண்டபலம், 2. மடங்கு.
குணில் - பறையடிக்குந்தடி, 2. குறுந்தடி, 3. கவண்.
குணு - புழு.
குணுகுணென - } ஒலிக்குறிப்பு,
குணுகுணுக்க - } 2. முணுமுணென.
குணுக்கு - மாதர் காதணியிலொன்று, 2. குதம்பை, 3. வலையில் தொடுத்திருக்கு மீயக்குண்டு, 4. வெள்ளி.
குணுங்கர் - சண்டாளர், 2. தோல் வினைஞர், 3. தோற்கருவியாளர்.
குணுங்கு - பிசாசம்.
குண்டகன் - சோரபுத்திரன்.
குண்டக்கிரியம் - } ஓரிராகம்.
குண்டக்கிரியை - }
குண்டணி - குறளை.
குண்டம் - குடுவை, 2. பானை, 3. குளம், 4. குழி, 5. ஓமமுதலிய குண்டம்.

குண்டலகேசி - ஓரிலக்கியநூல், (சிறு பஞ்சகாவியங்களிலொன்று).
குண்டலம் - குழை, 2. வட்டம், 3. வானம், 4. ஆகாயம்.
குண்டலன் - பலராமன், 2. குண்டலந் தரித்தவன்.
குண்டலி - சீந்திற்கொடி, 2. மூலாதாரம், 3.காளி, 4. பாம்பு, 5. இசங்குச்செடி.
குண்டனி - வசவி.
குண்டன் - குண்டகன், 2. அடிமை.
குண்டா - பானை.
குண்டாணிக்கொடி - } ஓர் கொடி.
குந்தாணிக்கொடி - }
குண்டான் - ஒருவிதப் பானை.
குண்டி - ஆசனபக்கம், 2. ஈரல், 3. இருதயம், 4. மீன்சினை, 5. பழத்தின் கீழ்ப்புறம்.
குண்டிகை - கமண்டலம்.
குண்டியம் - குறளை, 2. இரகசியங் களைத்தூற்றல், 3. பொய்.
குண்டில் - சிறுசெய், 2. முதுகு.
குண்டினம் - } விதர்ப்பதேசத்திராச
குண்டினபுரம் - } தானி.
குண்டு - திரண்டவடிவு, 2. பீரங்கிக் குண்டு, 3. கஞ்சா முதலிவற்றிற்செய்த திரளை, 4. ஆழம், 5. தாழ்வு, 6. விதை, 7. ஆண் குதிரை, 8. சிறுசெய்.
குண்டு - நீர்த்தடாகம், 2. குழி.
குண்டை - எருது, 2. இடபவிராசி, 3. சட்டி, 4. ஈகைக்கொடி.
குண்டோதரன் - ஒரு பூதன், 2. பெருந் தீனிக்காரன்.
குண்ணியம் - பெருக்கப்படுந்தொகை, 2. பொருட்டன்மை.
குதக்கு - (வி) வாயில் ஆகாரம் அடை.
குதக்கேடு - சீர்கேடு.
குதட்டு -(வி) மெல், 2. குதப்பு.
குதப்பு - (வி) குதட்டு.
குதம் - வெங்காயம், 2. கிடங்கு, 3. மிகுதி.
குதம் - மலவாயில், 2. தருப்பைப்புல்.
குதம்பு -(வி) அலைசு, 2. கொதி, 3. சினை.

குதம்பை - காதிடுசடை, 2. ஓர் காதணி, 3. ஒரு பூடு.
குதம்பைச்சித்தர் - ஓர் சித்தர்.
குதர் -(வி) பிரித்துக்கோது.
குதர் - பிரிவு.
குதர்க்கம் - முறைகெட்டதர்க்கம்.
குதலை - மழலைச்சொல், 2. மாதருடைய மொழி, 3. மூடன், 4. எதிரிடை.
குதறு - (வி) சிதறு, 2. கிண்டு, 3. குலை.
குதனம் - **குதனை** - **குதனைக்கேடு** - துப்புரவின்மை, 2. சாதுரியமின்மை.
குதாவிடை - தடை.
குதானன் - தாளிச்செடி.
குதி - காலின்குதி.
குதி -(வி) பாய், 2. இரசமுதலியனகுதி, 3. பெருமையிலே துள்ளு, 4. கட, 5. கடந்து போ.
குதி - குதிப்பு, 2. முயற்சி.
குதிப்பிளவை - **குதிக்கள்ளன்** - குதியில் வரும் ஓர் புண்.
குதிப்பு - ஓர் மீன்.
குதிரை - பரி, 2. கயிறு முறுக்குங்கருவி, 3. யாழின் ஒருறுப்பு, 4. துப்பாக் கியினோருறுப்பு, 5. நீரையடைக்கு மரம், 6. ஊர்க் குருவி.
குதிரைக்கல்லணை - சேணம்.
குதிரைக்குளம்பு - நீர்க்குளிரிச்செடி.
குதிரைப்பந்தி - குதிரைச்சாலை.
குதிரைப்பிடுக்கன் - பீநாறிமரம்.
குதிரைமுகம் - நளகம்.
குதிரையாளி - வைரவன்.
குதிரைவாலிச்சம்பா - ஓர் நெல்.
குதிர் - நெல் முதலியவைக்குங் கூடு.
குதிர்தல் - **குதிர்படுதல்** - (தொ.பெ) செவ்வைப் படுதல்.
குதுகலம் - **குதூகலம்** - அகக்களிப்பு.
குதும்பகர் - தும்பைப்பூடு.
குதுவை - அடகு.
குதை - பணிப்பூட்டு, 2. விற்குதை, 3. அம்பின்குதை.
குதை - பசி.

குத்தகை - பராதீனமில்லாமை.
குத்தரசம் - பெருங்காயம்.
குத்தாலம் - காட்டாத்திமரம்.
குத்தாலா - கடுகுரோகணி.
குத்தி - குற்றி.
குத்தி - அடக்கம், 2. மண், 3. சிறுகுடுவை.
குத்திக்கொல்லர் - பணங்கொண்டு போகிறவர்.
குத்திரம் - வஞ்சகம், 2. குரூரம், 3. பொய், 4. மலை, 5. சுடுசொல், 6. சீக்கிரம், 7. சணற் பயிர்.
குத்தினி - **குத்துனி** - ஓர் பட்டுச்சீலை.
குத்து - சணற்பயிர்.
குத்து -(வி) ஊசி முதலியவற்றாற்குத்து, 2. ஈட்டி முதலியவற்றாற்குத்து, 3. உலக் கையாற் குத்து, 4. நெரி, 5. கையினாற்குத்து, 6. கிறுக்கிக்குத்து, 7. கொம்பினால்முட்டு, 8. பறவைகுத்து, 9. புள்ளிகுத்து, 10. கிண்டு, 11. பறி, 12. துப்பாக்கியைக்கெட்டி, 13. விதையூன்று, 14. சுடுவார்த்தை பேசு, 15. தடங்கற்செய், 16. பிரை குத்து, 17. வயிறு முதலியகுத்து.
குத்துக்கோல் - தாற்றுக்கோல், 2. முட் கோல்.
குத்துத்திராய் - ஓர் கீரை.
குத்துப்பகன்றை - ஓர் செடி.
குத்துப்போர் - நிறுதிட்டமாய்வைக்குஞ் சூடு, 2. மற்போர்.
குத்துவாள் - உடைவாள்.
குத்தெனவீழ -(வி) தலைகீழாய்விழ, 2. நிறுதிட்டமாய்விழ.
குந்தகம் - **குந்தக்கம்** - தடை.
குந்தம் - நோய், 2. ஓர் கண்ணோய், 3. குதிரை, 4. குருந்தமரம், 5. கற்பாஷாணம், 6. கோளகபாஷாணம், 7. தாலம்ப பாஷாணம்.
குந்தம் - நவநிதியிலொன்று, 2. குந்துருக் கம், 3. சவளம், 4. கைவேல், 5. பெருஞ் சவளம்.

குந்தளம் - பெண்மயிர், 2. மயிர்ப்பொது, 3. மயிர்க்குழற்சி, 4. ஓர் தேசம்.
குந்தனம் - பணியில் மணிபதித்தல்.
குந்தா - துப்பாக்கியின் அடி, 2. கப்பலின் பிற்பக்கம்.
குந்தாணி - பெருவுரல், 2. குந்தநோய்.
குந்தாலி - } கிணறுவெட்டுங் கருவியி
குந்தாலம் - } லொன்று.
குந்தாளி (வி) களித்துக்குதி.
குந்தி - பாண்டவர் தாய், 2. கள்ளு.
குந்திருக்கம் - குங்கிலியம்.
குந்து - ஒட்டுத்திண்ணை, 2. தும்பு.
குந்து - (வி) குந்தியிரு, 2. காற்படங்குந்து.
குந்துரு - } ஒரு வாசனைத்
குந்துருக்கம் - } திரவியம்.
குபசுபா - எட்டிமரம்.
குபலம் - அபலம், 2. கெடுதல்.
குபீர் குபீரெனல் - } விரைவுக்
குபீல் குபீலெனல் - } குறிப்பு.
குபேரகம் - சின்னிப்பூடு.
குபேரன் - தனதன், 2. சந்திரன்.
குபையம் - சிறுபுள்ளடிப்பூடு.
குப்பக்காடு - நாட்டுப்புறம்.
குப்பம் - கடற்கரையூர், 2. அச்சிநாணயம்.
குப்பல் - குவியல், 2. கூட்டம்.
குப்பாயம் - சட்டை.
குப்பி - ஓர்விதக்குடுவை, 2. மாதர் சிரசணியுளொன்று, 3. வீணையின் முறுக்காணி, 4. குப்பிக்கடுக்கன்.
குப்பிச்சாரம் - காசிச்சாரம்.
குப்பிலவணம் - வளையலுப்பு.
குப்புழாய் - } ஒரு செடி.
குப்புழை - }
குப்புறு - (வி) முகங்குப்புறவிழு, 2. தலைகுனி, 3. கட, 4. பாய்.
குப்பை - குவியல், 2. கூட்டம், 3. மேடு, 4. குப்பைமேடு.
குப்பைக்கீரை - முட்கீரை.
குப்பைமேனி - ஓர் பூடு.
குப்பையன் - அழுக்கடைந்தவன்.

குமஞ்சம் - } தூபவர்க்கம், அஃது:
குமஞ்சான் - } ஆண்குமஞ்சான்,பெண் குமஞ்சான் என விருவகை.
குமடு - கன்னம்.
குமட்டு - ஓக்காளம்.
குமட்டு - (வி) வாய்குமட்டு, 2. அரோசி.
குமதி - புத்திகேடன்.
குமரகண்டம் - ஓர்வலிப்பு.
குமரம் - கொம்பில்லாவிலங்கு.
குமரம் - ஓரிலக்கண நூல்.
குமரன் - பாலியன், 2. கௌமாரன், 3. புதல்வன், 4. முருகன், 5. வயிரவன்.
குமரி - பருவமுடையவள், 2. கன்னிகை, 3. புதல்வி, 4. அழிவின்மை, 5. கற்றாழைச் செடி, 6. கன்னியாகுமரியாறு, 7. காளி, 8. கௌமாரி.
குமர் - மணமுடியாதவள், 2. கன்னிமை.
குமல் - அரிவாள்.
குமாரத்தி - புத்திரி,2.இராசகுமாரி.
குமாரன் - புத்திரன், 2. பாலியன், 3. இராசகுமாரன், 4. விடலை, 5. முருகன்.
குமாரி - குமரி, 2. புதல்வி, 3. துர்க்கை, 4. சுவர்ணபேதி.
குமார்க்கம் - அமார்க்கம்.
குமி - (வி) மிகக்குத்து, 2. குவி.
குமிகை - வெள்ளெள்ளு.
குமிடக்கல் - கிட்டக்கல்.
குமிட்டி - (வி) திரளு.
குமிதிகம் - தேக்கமரம்.
குமிலம் - பேரொலி.
குமிழி - நீர்க்குமிழி, 2. மிதியடிக்குமிழ்.
குமிழ் - நீர்க்குமிழி, 2. திரண்டவடிவம், 3. ஓர் மரம், 4. நாணற்புல், 5. எருத்துத் திமில், 6. உள்ளங்காற்கட்டி.
குமிழ்ப்பு - புடைப்பு, 2. புளகம்.
குமிளி - நீர்மேற்குமிழி.
குமுகுமெனல் - மிகுமணக் குறிப்பு.
குமுக்கு - மொத்தம், 2. பெருந்தொகை, 3. திரட்சி, 4. உதவி.
குமுணன் - முதலெழு வள்ளலி லொருவன்.
குமுதகம் - ஓர் சித்திரக் கம்பி.

குமுதசகாயன் - சந்திரன்.

குமுதம் - அடுப்பு, 2. பேரொலி, 3. படையிலோர் தொகை அஃது சேனாமுகம் மூன்று கொண்டது, 4. தருப்பைப் புல், 5. வக்கிராந்த பாஷாணம், 6. வெள்ளைப் பாஷாணம், 7. கருவிழிநோயிலொன்று, 8. மிகுதி.

குமுதம் -வெள்ளாம்பல், 2. செவ்வாம்பல், 3. தென்மேற்றிசையானை.

குமுதன் - குரங்குப்படைத்தலைவரிலொருவன்.

குமுந்தம் -சுற்பாஷாணம்.

குமுலி - துளசிச்செடி.

குமுறு - (வி) மேகமுழங்கு, 2. இரை, 3. கொதி, 4. பேசலாலொலி.

குமை - (வி) குழையவேவு, 2 .மயங்கு, 3. சோர், 3. வெப்பத்தாற் புழுங்கு, 4. அழி.

குமைஞ்சான் - குமஞ்சான்.

குமைத்தல் - (தொ.பெ) குழையவேவித்தல், 2. துவைத்தல், 3. அழித்தல், 4. உரலிற்குத்தல்.

கும்பகம் - சுவாசபந்தனம், 2. தொட்டிப் பாஷாணம், 3. சாலாங்க பாஷாணம்.

கும்பகன்னன் - } இராவணன் றம்பி.
கும்பகர்ணன் - }

கும்பகாம்போதி - ஓரிராகம்.

கும்பகோணம் - ஒருபட்டணம், 2. மோசம்.

கும்பஞ்சான் - சிவதைக்கொடி.

கும்பமுனி - அகஸ்தியன்.

கும்பம் - கலசம், 2. க்ரகம், 3. கும்பராசி, 4. யானைமத்தகம், 5. நெற்றி, 6. பிடரிக் கும்பம், 7. குவியல், 8. தாலம்ப பாஷாணம், 9. தோட்கும்பம்.

கும்பயோனி - அகஸ்தியன், 2. துரோணாசாரியன், 3. வசிட்டன்.

கும்பல் - குவியல், 2. திரள், 3 கூட்டம்.

கும்பளமோசு - சூரைமீன்.

கும்பளம் - பூசனிக்கொடி.

கும்பளா - ஓர் மீன்.

கும்பன் - ஓர் இராட்சதன்.

கும்பா - ஓர் கலம்.

கும்பி - சேறு, 2 சுடுசாம்பல், 3. வயிறு, 4. குவியல்.

கும்பி - யானை, 2. நரகம்.

கும்பி - (வி) பிராணவாயுவை யுள்ளே நிறுத்து.

கும்பிடு - வணங்குகை.

கும்பிடு - (வி) கைகுவி, 2.கைகுவித்து வணங்கு, 3. ஆராதி, 4. கெஞ்சு.

கும்பிடுசட்டி - தீச்சட்டி.

கும்பிபாகம் - ஏழுநரகத்திலொன்று.

கும்பு - கூட்டம்.

கும்பு - (வி) அடிப்பற்று.

கும்மட்டம் - விளக்கேற்றக் காகிதமுதலியவற்றாற் கட்டுங்கூடு, 2. கோவிலின் தூபி, 3. வளைவு, 4. ஓர் வாத்தியம்.

கும்மட்டி - குதிகொண்டு விளையாடல், 2. ஒரு வாத்தியம்.

கும்மலி - பருத்தவள்.

கும்மல் - அரிவாள்.

கும்மாயம் - சுண்ணாம்பு.

கும்மாளம் - குதித்துவிளையாடுகை.

கும்மி - ஓர்விளையாட்டு, 2. ஓர்வகைப் பாட்டு.

கும்மு - (வி) சீலை கும்மு.

கும்மெனல் - இருட்குறிப்பு.

குயக்காலம் - நிலக்கடம்புப்பூடு.

குயத்தினலகை - நிலவாகைப்பூடு.

குயபீசகம் - எட்டிமரம்.

குயம் - முலை, 2. இளமை, 3. கொடுவாள், 4. தருப்பைப்புல்.

குயவரி - புலி.

குயவன் - குசவன்.

குயவு - தேர்.

குயா - கோங்குமரம்.

குயிலாயம் - பறவைக்கூடு, 2. மட்கலம் வனையுங்கூடம், 3. சுவரறை.

குயிலு - (வி) இரத்தினம்பதி, 2. சொல், 3. கூப்பிடு, 4. செய், 5. பின்னு, 6. கட்டு, 7. துளை, 8. நெருங்கு.

குயிலுவம் - நரம்பு முதலிய கருவித் தொழில்.

குயில் - சொல், 2. ஓர் பறவை, 3. துளையுடைப்பொருள்.

குயிற்று - (வி) பதி, 2. செய், 3. சொல்.
குயின் - மேகம்.
குயின்மொழி - குயிலின்குரல், 2. அதி மதுரம்.
குயுத்தி - கெட்டயுத்தி.
குய் - தாளித்தகறி, 2. நறும்புகை.
குய்யகர் - ஓர் தேவகணம்.
குய்யம் - மறைவு, 2. பெண்குறி, 3. ஆண் குறி, 4. அபானவாயில், 5. கபடம்.
குரகதம் - குதிரை, 2. குதிரைப் பற் பாஷாணம்.
குரகம் - நாகணவாய்ப்புள், 2. நீர்வாழ் பறவை.
குரகர் - சாகதீவார்.
குரக்கன் - கேழ்வரகு.
குரங்கம் - எட்டிமரம்.
குரங்கம் - மான், 2. விலங்கின்பொது.
குரங்கன்சுறா - ஒருமீன்.
குரங்கி - சந்திரன்.
குரங்கு - வானரம், 2. முசுமுசுக்கைக் கொடி, 3. விலங்கின்பொது.
குரங்கு -(வி) குனி, 2. வளைந்துதாழ், 3. வணக்கஞ்செய், 4. இரங்கு.
குரங்கு - தொடை, 2. கொளுக்கி.
குரங்குகடியன் - பழுதுற்ற தேங்காய்.
குரங்குச்சேட்டை - குணங்கெட்ட செய்கை.
குரங்குவலி - ஓர் நோய்.
குரச்சை - குதிரைக்குளம்பு.
குரஞ்சி - ஓரிராகம்.
குரண்டகம் - மருதோன்றிமரம்.
குரண்டம் - கொக்கு.
குரத்தம் - ஆரவாரம்.
குரத்தி - தலைவி, 2. குருவின் மனைவி, 3. ஐயை.
குரப்பம் - குதிரைதேய்க்குங் கருவி.
குரமடம் - பெருங்காயம்.
குரம் - குதிரை முதலிவற்றின் குளம்பு, 2. தருப்பைப்புல், 3. பசு, 4. பாகற்கொடி.
குரம்பு - செய்வரம்பு, 2. செய்கரை.
குரம்பை - உடல், 2. சிறுகுடில், 3. பறவைக் கூடு, 4. முட்டை.
குரல் - மிடற்றாற் பிறக்கும் இசை, 2. சந்தம், 3. ஓசை, 4. மிடறு, 5. மிடற்றிசை, 6. யாழ்நரம்பினோரோசை, 7. யாழின் ஓர் நரம்பு, 8. பாதிரிமரம்.
குரல் - மயிர்ச்சுருள், 2. பெண்மயிர், 3. இறகு, 4. தினை, 5. கதிர்.
குரவகம் - வாடாக்குறிஞ்சிமரம், 2. மருதோன்றிமரம்.
குரவம் - பேரீந்துமரம், 2. கோட்டம், (ஒரு பூண்டு), 3. ஓர் மரம், 4. நறுமணம்.
குரவரம் - குறிஞ்சாக்கொடி.
குரவர் - பெரியோர், 2. குருக்கள்.
குரவன் - பிரமன்.
குரவு - ஓர் செடி, 2. நறுமணம்.
குரவை - கூத்து, 2. கைகோத்தாடல், 3. ஒலி, 4. கடல்.
குரா - குரவுமரம்.
குராசானி - ஓர் பூடு.
குரால் - கபிலைநிறம், 2. பசு, 3. கோட்டான்.
குரிகிற்றாளி - ஓர் கிழங்கு.
குரிசில் - பெருமையிற் சிறந்தோன், 2. அரசன், 3. ஆண்மகன்.
குரீஇ - குருவி.
குரு - ஆசான், 2. வியாழன், 3. பாரம், 4. காத்திரம், 5. பெருமை, 6. இருமாத் திரை, 7. நெடில், 8. சிவன், 9. திவ்வியம், 10. உலோகங்களை வேதிக்குஞ் சிந்தூர முதலியவை, 11. பிரகாசம், 12. அங்கிரன் புதல்வரில் ஒருவன், 13. குருவருடம், 14. குருகுல வம்சத்து முதல் அரசன், 15. குருபூமி, 16. வேர்க்குரு, 17. குருவியாதி, 18. துருசி.
குரு - (வி) கோபி.
குருகு - இளமை, 2. வெண்மை, 3. பறவைப்பொது, 4. நாரை, 5. கோழி, 6. கைவளை, 7. மூலநாள், 8. குருக்கத்தி மரம், 9. உலைமூக்கு, 10. ஓர் தேசம்.
குருகுமணல் - வெண்மணல்.
குருகூர் - ஆழ்வார் திருநகரி.
குருக்கத்தி - ஓர் மரம்.
குருக்கன் - மெலிவிக்குநோய்.

குருக்கு - பிரமதண்டுச் செடி.
குருக்குத்தி - ஓர் முட்செடி, 2. பயிரில் விழும் ஓர் வியாதி.
குருசம் - வேந்தோன்றிக் கிழங்கு.
குருச்சி - சீனக்காரம்.
குருடன் - கண்ணில்லாதவன், 2. சுக்கிரன், 3. திருதராட்டிரன்.
குருடு - பார்வையில்லாமை, 2. காந்தியில்லாமை, 3. குருட்டுப்பக்கம், 4. புத்தியீனன்.
குருட்டுப்பத்தி - அறியாமையான பத்தி.
குருணி - ஓரளவு, அஃது எட்டுபடி கொண்டது.
குருதி - சிவப்பு, 2. இரத்தம், 3. செவ்வாய், 4. மூளை.
குருது - குதிர், 2. கிருதம்.
குருத்து - ஓலை முதலியவற்றின் குருத்து, 2. முளை, 3. இளமை, 4. வெண்மை, 5. காதுக்குருத்து.
குருத்தோலைப்பெருநாள் - கிறிஸ்தவர்களின் ஓர் திருநாள்.
குருநாடி - ஒரு நாடிவிதிநூல்.
குருநாதன் - பரமகுரு, 2. குமரக்கடவுள்.
குருந்தம் - } ஓர்வகைக்கல்.
குருந்தக்கல் - }
குருந்து - குருந்தமரம், 2. குழந்தை, 3. குருந்தக்கல்.
குருபரன் - பரமகுரு.
குருபூசை - இறந்த குருவைக் குறித்துச் செய்யும் அன்னதானம்.
குருப்பு - பரு.
குருமலை - சுவாமிமலை.
குருமன் - } சிறுவுரு.
குருமான் - }
குருமி - (வி) ஒலி.
குருமுறை - சவக்காரம், 2. கோடாசுழிப்பூடு.
குருமூர்த்தம் - தெய்வம் குருவாக வருதல்.
குருமை - பெருமை.
குரும்பி - புற்றாஞ்சோறு.
குரும்பை - பனைதெங்குகளின் பிஞ்சு, 2. புற்றாஞ்சோறு, 3. காதுக்குரும்பை.
குருவாரம் - வியாழக்கிழமை.
குருவால் - இத்திமரம்.
குருவி - சிறுபறவை, 2. மூலநாள்.
குருவிக்காரர் - குருவிபிடிக்குமொரு ஜாதியார்.
குருவிக்கார் - ஓர் நெல்.
குருவிச்சி - } புல்லுருவிப் பூடு.
குருவிச்சை - }
குருவிந்தம் - கோரைக்கிழங்கு, 2. வாற்கோதுமை, 3. ஓர்வகை மாணிக்கம், 4. சாதிலிங்கம், 5. ஓர் படர்கொடி.
குருவுக்காதி - பச்சைக்கர்ப்பூரம்.
குருளை - இளமை, 2. ஒருசார்விலங்கின் குட்டி, 3. ஆமை.
குருள் - முன்கொண்டை, 2. பெண்மயிர்.
குரூபம் - அவலட்சணரூபம்.
குரூபி - அவலட்சணரூபி.
குரூரம் - கொடுமை.
குரை - ஒலி, 2. குதிரை, 3. குளம்பு, 4. ஓரசைச்சொல்.
குரை - (வி) ஒலி, 2. நாய்குரை.
குரைமுகன் - நாய்.
குரோசம் - கூப்பிடுதூரம்.
குரோட்டம் - நரி, 2. பன்றி.
குரோதம் - உட்பகை, 2. விரோதம்.
குரோதன - ஓராண்டு.
குரோதன் - வீரபத்திரன்.
குரோதி - ஓராண்டு
குரோதி - (வி) பகைசாதி.
குலகன்னி - பதிவிரதை.
குலகாயம் - பேய்ப்புடல் கொடி.
குலகாலம் - நிலக்கடம்புப்பூடு.
குலக்கு - இணுக்கு.
குலசுவேதகன் - சவரிலோத்திரம்.
குலசேகராழ்வார் - பன்னிரு ஆழ்வார்களிலொருவர்.
குலப்பம் - செம்புமணல், 2. கக்குவான்.
குலமகள் - குலஸ்திரீ.
குலம் - சாதி, 2. கூட்டம், 3. இனம், 4. மனை, 5. அரமனை, 6. உயர்குலம், 7. குடி, 8. இரேவதி.
குலம்பா - பேய்ச்சுரைக்கொடி.
குலவரை - சிரேஷ்டமானமலை, 2. துத்தநாகம்.

குலவு - (வி) பிரகாசி, 2. உலாவு, 3. கொண்டாடு, 4. நட்புறு, 5. வளை, 6. பொருந்து.
குலவுகாசம் - நாணற்புல்.
குலவுரி - சந்தனமரம், 2. செஞ்சந்தனமரம்.
குலவை - குரவை.
குலாங்கனை - உயர்குலத்தவள்.
குலாங்குலி - காவட்டம்புல்.
குலாசாரம்- குலநடை.
குலாதனி - கடுரோகிணி.
குலாபு - முட்செவ்வந்திச்செடி.
குலாயம் - பறவைக்கூண்டு.
குலாரி - ஓர்வகை வண்டி.
குலாலன் - குயவன்.
குலால் - செவ்வை.
குலாவு - (வி)சஞ்சரி, 2. அளவளாவு, 3. பிரகாசி, 4. கொண்டாடு, 5. புகழ், 6. வளை.
குலிகம் - சிவப்பு, 2. சாதிலிங்கம், 3. இருப்பைமரம்.
குலிங்கம் - ஊர்க்குருவி, 2. காக்கை, 3. ஒரு தேசம்.
குலிசபாணி - கந்தன், 2. தேவேந்திரன்.
குலிசம் - வச்சிராயுதம், 2. வச்சிரக்கவசம், 3. இலுப்பைமரம், 4. வன்னிமரம், 5. கற்பரிபாஷாணம்.
குலிசல் - நாகபாஷாணம்.
குலிந்தம் - ஓர் தேசம்.
குலிரம்- நண்டு.
குலிலி - படைமுகவொலிக்குறிப்பு.
குலீனன் - குலமுள்ளோன்.
குலுகுலு - (வி) குருகுரு.
குலுக்கு - அசைப்பு, 2. பிலுக்கு.
குலுக்கு - (வி) அசை, 2. ஆட்டியிறுகச் செய், 3. பிலுக்குக்காட்டு.
குலுக்கை - குதிர்.
குலுங்கு -(வி) அசை, 2. நடுங்கு.
குலுத்தம் - கொள்.
குலுமமூலம் - இஞ்சிக்கிழங்கு.
குலுமம் - சேனையில் ஓர் தொகை.
குலை - கொத்து, 2. விற்குதை, 3. அம்பின் குதை, 4. செய்கரை, 5. ஈரற்குலை முதலியன.
குலை - (வி) கட்டவிழ், 2. கலை, 3. தளர், 4. கற்பழி, 5. சீர்குலை, 6. மனந்தடுமாறு, 7. நடுங்கு, 8. பயப்படு, 9. சினக்குறிப்புக் காட்டு, 10. அழிந்துபோ.
குலைத்தல் - (தொ.பெ) அழித்தல், 2. ஒழுங்கறச்செய்தல்.
குலைப்பன் - சீதநோய், 2. கக்குவான்.
குலைவு - கட்டுக்குலைவு, 2. தாறுமாறு, 3. அழிவு, 4. கலைவு.
குலோமி - வெள்ளறுகம்புல்.
குலோமிசை - வசம்பு.
குல்லம் - முறம்.
குல்லரி - இலந்தைமரம்.
குல்லா - } தலைக்குல்லா.
குல்லாய் - }
குல்லான் - சலாகைப்பாரை.
குல்லி - ஓர் பூடு.
குல்லிரி - வீராவேசவொலி.
குல்லை - கஞ்சாச்செடி, 2. துளசிச்செடி, 3. வெட்சிமரம்.
குல்வலி - இலந்தைமரம்.
குவடு - திரட்சி, 2. மலை, 3. குன்று, 4. மலையுச்சி, 5. மரக்கொம்பு, 6. சங்க பாஷாணம்.
குவட்டிலுதித்தோன் - சொன்னபேதி.
குவலம் - அவுபலபாஷாணம்.
குவலயம் - பூமி, 2. கருங்குவளை, 3. செங்குவளை, 4. நெய்தற்கிழங்கு.
குவலயாபீடம் - கிருஷ்ணபகவானை எதிர்க்கவந்த ஓர் யானை.
குவலயானந்தம் - ஓர் அலங்கார நூல்.
குவலிடம் - ஊர்.
குவலையன் - துருசி.
குவவு - திரட்சி, 2. பெருமை, 3. கூட்டம், 4. பூமி, 5. மேடு.
குவளச்சி - புற்றாம்பழம்.
குவளை - ஓர் நீர்ப்பூங்கொடி, 2. மணி பதிக்குங்குவளை, 3. கடுக்கன்குவளை, 4. கண்மடல் 5. கண்குழி, 6. கண், 7. கண் குவளை, 8. ஓர்வகைப்பாத்திரம், 9. கண் கோளகை, 10. பாத்திரத்தின் விளிம்பு.
குவா - ஓர் கிழங்கு.

குவால் - கூட்டம், 2. குவியல், 3. மேடு.
குவிதல் - (தொ.பெ) சேருதல், 2. ஒடுங்குதல், 3. கைகுவிதல், 4. நெருங்குதல், 5. திரளுதல்.
குவித்தல் - (தொ. பெ) நென்முதலிய குவித்தல், 2. பணஞ் சேர்த்தல், 3. கைகுவித்தல், 4. ஒளித்தல்.
குவிந்தன் - சேணியன்.
குவிப்பு - குவிக்கை, 2. சேர்க்கை, 3. கை குவிப்பு.
குவில் - அறுத்தல், 2. கைபிடியரி.
குவை - குப்பை, 2. கூட்டம், 3. திரட்சி, 4. மேடு.
குழகம் - } அழகு, 2. சிறுவர்க்குரிய
குழகு - } ஓர் நூல்.
குழகன் - முருகன், 2. சிவன்.
குழங்கல் - ஓர் மாலை.
குழந்தை - பிள்ளை.
குழப்பம் - } தாறுமாறு, 2. மனக்கலக்கம்,
குழப்படி - } 3. கலகம், 4. இராசகலகம், 5. கொந்தளிப்பு.
குழப்பு - (வி) கல, 2. ஒழுங்கைக்கலை, 3. தாறுமாறாக்கு, 4. மனதைக்குழப்பு, 5. தடு, 6. அலைக்கழி, 7. குழப்பஞ்செய்.
குழம்பு - குழம்பலான பதார்த்தம், 2. குழைசேறு, 3. கஞ்சி.
குழம்பு - (வி) கலங்கு, 2. மனந்தளும்பு, 3. நிலைகுழம்பு, 4. தத்தளி, 5. கலை.
குழலப்பம் - ஒரு தின்பண்டம்.
குழலு - (வி) சுருட்டி முடி.
குழல் - துளையுடைப்பொருள், 2. ஊதுகுழல், 3. இசைப்பாட்டு, 4. மயிர்க்குழற்சி, 5. பெண்மயிர், 6. உட்டுளை, 7. ஓர்மீன்.
குழவி - குழந்தை, 2. விலங்கின்பிள்ளை, 3. மரக்கன்று, 4. அம்மிக்குழவி, 5. இளமை, 6. வாலசந்திரன், 7. பெருமை.
குழவு - இளமை.
குழற்சி - குழன்றிருத்தல்.
குழற்பிட்டு - ஓர்வகைப்பிட்டு.
குழாம் - கூட்டம், 2. திரள்.
குழாய் - துளையுடைப்பொருள், 2. துளை.

குழி - பள்ளம், 2. சதுர அடிக்குழி, 3. கனவடிக்குழி, 4. பன்னீரடிச்சதுரக்குழி, 5. கிணறு, 6. குளம், 7. வயிறு, 8. பிரேதக்குழி.
குழிசி - பானை, 2. மிடா.
குழிதல் - குழியாதல்.
குழித்தல் - (தொ. பெ) குழியாக்கல்.
குழித்தாமரை - ஆகாசத்தாமரைப் பூண்டு.
குழிநாவல் - ஓர் மரம்.
குழிப்பு - குழிசெய்கை, 2. சந்தக்கவி.
குழிமி - மதகு, 2. பாத்திரத்தின் மூக்கு.
குழிமிட்டான் - நத்தைச்சூரிப்பூண்டு.
குழியம் - திரட்சி, 2. பாராவலையம்.
குழு - கூட்டம், 2. மாதர்கூட்டம், 3. ஆடுமாடு முதலியவற்றின் கூட்டம்.
குழுவன் - குறவனின் பாங்கன்.
குழுவு - (வி) கூடு, 2. சேர்.
குழூஉ - கூட்டம்.
குழூஉக்குறி - ஒவ்வொரு கூட்டத்தார் தம்மில் வழங்குஞ்சொல்.
குழை - தளிர், 2. சேறு, 3. குண்டலம், 4. துளையுடைப்பொருள், 5. நெய்தற் பூண்டு.
குழைச்சு - கயிற்றின்குளசு, 2. யாக்கைப் பூட்டு, 3. ஆயுதக்குளசு, 4. முடிச்சு.
குழைதல் - (தொ.பெ) மனமிளகல், 2. மலர்முதலியனவாடல், 3. தைரியங் குறைதல், 4. வளைதல்.
குழைத்தல் - (தொ.பெ) குழையச் செய்தல், 2. வளைத்தல், 3. தளிர்த்தல்.
குழையல் - குழைந்தது.
குழைவு - இளக்கம், 2. உருக்கம், 3. வாடல்.
குளகம் - மரக்கால், 2. ஆழாக்கு.
குளகம் - பலபாட்டொரு வினை கொள்ளுஞ் செய்யுள், 2. குற்றெழுத்துத் தொடர்ந்தசெய்யுள், 3. பலபாவிற் செல்லும் பொருட்டொடர்பு.
குளகன் - குமரன்.
குளகு - இலையுணும் விலங்குணவு, 2. இலைக்கறி.

குளகுளெனல் - } (தொ.பெ)
குளகுளத்துப்போதல் - } நெகிழ்ந்து கெட்டுப்போதல்.
குளக்கோடு - குளக்கரை.
குளக்கோட்டன் - இலங்காபுரியில் தருமத்திற்சிறந்த ஓர் அரசன் பெயர்.
குளசு - குழைச்சு.
குளஞ்சி - கிச்சிலிமரம்.
குளந்தை - குளத்தூர்.
குளம் - தடாகம், 2. வெல்லம், 3. நெற்றி.
குளம்பு - விலங்கின்காற்குளம்பு.
குளவி - மலைப்பச்சை மரம், 2. காட்டு மல்லிகைச்செடி.
குளவிந்தம் - ஓர் மஞ்சள்.
குளறு - (வி) உளறு, 2. நரி பேய் முதலிய குளறு.
குளன் - குளம்.
குளி -(வி) நீராடு, 2. மூழ்கு, 3. மறை.
குளிகன் - அஷ்டநாகத்தொன்று, 2. காணப் படாத ஓர் கோள்.
குளிகை - மாத்திரை.
குளிசம் - இரட்சாபந்தனம், 2. விஷமேறா மற்கட்டுங்குளிசம்.
குளிசீலை - கோவணம்.
குளிப்பச்சை - ஆற்றுப்பச்சை, (ஓரிரத் தினம்).
குளியம் - உருண்டை, 2. புலி.
குளிரி - பீலிக்குஞ்சம், 2. நீர்க்குளிரிச்செடி, 3. வெற்றிலை மூக்கரிகத்தி.
குளிர் - குளிர்ச்சி, 2. சுரக்குளிர், 3. பனிக் காற்று, 4. வெண்குடை, 5. கவண், 6. மழு, 7. சூலம், 8. மீனொழுங்கு, 9. முழவு, 10. அச்சக்குறிப்பு.
குளிர் - நண்டு, 2. கர்க்கடகவிராசி.
குளிர் -(வி) குளிர்கொள், 2. குளிர்ச்சியுறு, 3. இதமாகு, 4. சாந்தமுறு.
குளிர்சுரம் - சீதசுரம்.
குளிர்ச்சி - சீதளம், 2. திருத்திகரம்.
குளிர்ந்தபார்வை - தயைநோக்கு.
குளிர்ந்தபேச்சு - மதுரவசனம்.
குளிர்ந்தவேளை - சாயங்காலம்.
குளிர்மை - சீதம், 2. அன்பு.
குளிறு - ஒலி.
குளிறு -(வி) பேரொலிசெய், 2. இரை, 3. ஒலி.
குளீரம் - நண்டு.
குளுகுளுக்க - (வி) சோகைபற்ற, 2. அழுகிப் போக.
குளுகுளுப்பை - காமாலை.
குளுவன் - கோழிக்காரரில் தலைவன்.
குளைச்சு - கால்.
குள்ளக்கெண்டை - ஓர் மீன்.
குள்ளத்தாரா - குள்ளவாத்து.
குள்ளம் - குறுமை, 2. கொடுமை, 3. தந்திரோபாயம்.
குறங்கு - தொடை, 2. கொளுவி.
குறங்குசெறி - தொடையாபரணம்.
குறஞ்சனம் - வெண்காரம்.
குறஞ்சி - செம்முள்ளிச்செடி.
குறடு - கம்மியர்குறடு, 2. மரத்துண்டு, 3. திண்ணை, 4. திண்ணைக்குறடு, 5. பலகை, 6. புத்தகத்தூக்குக் கயிற்றுக் குறடு, 7. நண்டு, 8. புடைப்பு.
குறட்டரியம் - குறைகூறல்.
குறட்டுவாதம் - ஓர் வலிப்பு.
குறட்டை - நித்திரையில்விடுமொலி மூச்சு, 2. காக்கணங்கொவ்வைக் கொடி.
குறண்டி - ஓர் பண், 2. ஓர் முட்செடி.
குறண்டு - (வி) வளை, 2. சுருண்டுகொள்.
குறத்தி - குறிஞ்சிநிலப்பெண்.
குறத்திப்பாட்டு - ஒரு பிரபந்தம்.
குறம் - குறச்சாதி, 2. குறத்திசொல்லுங் குறி, 3. குறத்திப்பாட்டு.
குறவஞ்சி - ஓர் பிரபந்தம், 2. குறப்பெண்.
குறவணவன் - ஓர் புழு.
குறவன் - ஓர் சாதியான், 2. இரதம்.
குறவை - ஓர் மீன்.
குறளி - ஒரு பிசாசு, 2. வசவி, 3. குறியவள்.
குறளை - குள்ளம், 2. கோட்சொல்லல்.
குறள் - சிறுமை, 2. பூதம், 3. இருசீரடி, 4. குறள்வெண்பா, 5. திருவள்ளுவர் குறள்.
குறாவு - (வி) சுருங்கு, 2. மெலி, 3. சோர், 4. வாடு.

குறாள் - மறிக்குட்டி.

குறி - அடையாளம், 2. குறிப்பு, 3. சகுனம், 4. குணம், 5. தரம், 6. இலக்கு, 7. அடி, 8. இவை இன்னவென மனத்தாற்றெளிந் துரைப்பது.

குறி - (வி) கருது, 2. மதி, 3. விதி, 4. குறித்துக் கொள், 5.சுட்டிக்காட்டு, 6. பெயர்குறி, 7. நோக்கு, 8. முன்னறிவி.

குறிக்கோள் - ஒற்றுமை, 2. கிரகித்தல், 3. மேன்மைப்பாடு.

குறிச்சி - கிராமம், 2. சிறு கிராமம், 3. குறிஞ்சி நிலத்தூர்.

குறிஞ்சா - ஒரு கொடி.

குறிஞ்சி - குறிஞ்சிமரம், 2. செம்முள்ளிச் செடி, 3. மருதோன்றிமரம், 4. மலைச்சார் நிலம், 5. மருதநிலத்தினோர் வகையிசை, 6. குறிஞ்சிநிலத்திராகம், 7. ஓர் பண், 8. மருத யாழ்த்திறம், 9. ஈந்துமரம்.

குறிஞ்சிக்கருப்பொருள் - குறிஞ்சிநிலத் துற்பத்திப்பொருள், அவைசேய் முதற் சுனையாடலீறாயவாம்.

குறிஞ்சிப்பாட்டு - ஒரு தமிழ்நூல்.

குறிஞ்சிலைக்கல் - ஈரற்கல்.

குறிஞ்சில் - தொட்டிப்பாஷாணம்.

குறிஞ்சிவேந்தன் - குமரன்.

குறிப்பு - அபிப்பிராயம், 2. ஒருமை, 3. சைகை, 4. உட்கருத்து, 5. அடையாளம், 6. ஞாபகக்குறிப்பு, 7. பொழிப்பு, 8. காரிய விவரம், 9. குறிப்புக்குறி, 10. இலக்கு, 11. உருவக்குறிப்பு.

குறிப்போலை - காரியங் குறித்திருக்கு மோலை.

குறில் - குற்றெழுத்து.

குறுகலர் - பகைவர்.

குறுகு - (வி) குள்ளமாகு, 2. சுருங்கு, 3. அணுகு, 4. மாத்திரையிற்குறை.

குறுகுத்தாளி - சிறுதாளிச்செடி.

குறுகுறுத்தல் - } அசந்தோஷக் குறிப்பு.
குறுகுறுப்பு - }

குறுகுறுப்பு - } குறட்டை.
குறுகுறுப்பை - }

குறுகுறெனல் - விரைவுக்குறிப்பு, 2. அசந்தோஷக்குறிப்பு.

குறுக்கம் - சுருக்கம், 2. கௌரிபாஷாணம்.

குறுக்கு - திரியக்கு, 2. விட்டம், 3. தடை, 4. சுருக்கம், 5. இடையீடு.

குறுக்கையர் - திருநாவுக்கரையர்.

குறுங்கண் - பலகணி.

குறுங்காடு - சிறுகாடு.

குறுங்குடியாள் - தாளகம்.

குறுஞ்சிரிப்பு - புன்னகை.

குறுணி - ஓரளவு; அது எட்டுபடிகொண்டது.

குறுணை - சிறு நொய்.

குறுதல் - (தொ.பெ) தறித்தல், 2. குத்தல்.

குறுநடை - தளர்நடை.

குறுநிலமன்னர் - சிற்றரசர்.

குறுந்தடி - குறியதடி, 2. பறைமுதலிய அடிக்குந்தடி.

குறுந்தொகை - ஒரு தமிழ்நூல்.

குறுந்தொட்டி - சிறுகாஞ்சொறிக் கொடி.

குறுமாக்கள் - சிறுவர்.

குறுமுட்டு - மதிப்பின்மை, 2. கெடுஅவசரம், 3. ஒடுக்கம், 4. பலாத்காரமாய்க் கேட்கை, 5. சடுதியிலெதிர்ப்படுகை.

குறுமுனி - அகத்தியன்.

குறுமை - சுருக்கம், 2 . குறுகுகை, 3. சிறுமை, 4. பாவம்.

குறும்பர் - வேடர், 2. குறுநிலமன்னர், 3. கீழ்மக்கள், 4. குறும்பிடையர்.

குறும்பாடு - பள்ளையாடு.

குறும்பி - காதுள்ளழுக்கு.

குறும்பிடி - உடைவாள்.

குறும்பு - பாலைநிலத்தூர், 2. போர், 3. அரணிருக்கை, 4. குறும்பர்சாதி, 5. குறும்புத்தன்மை.

குறும்பூழ் - காடை.

குறும்பொறி - உதரபந்தம்.

குறும்பொறை - காடு, 2. குறிஞ்சிநிலத் தூர், 3. சிறுமலை, 4. மலை.

குறுவாழ்க்கை - வறுமை.

குறுனாப்பட்டை - முலாம்பூசினதகடு.

குறை - ஊனம், 2. தரித்திரம், 3 கூறுங்குறை, 4. எஞ்சல், 5. சேடம், 6. குற்றம், 7. வெறுப்பு,

8. தெய்வக்குறை, 9. அரசிறை, 10. சொல்லின் குறை.

குறைதல் - (தொ.பெ) சிறுகல், 2. கெடுதல், 3. எஞ்சுதல், 4. ஈனமாதல், 5. சொற்குறைந்து வருதல், 6. அருமையாயிருத்தல்.

குறைத்தல் - (தொ.பெ) சுருக்குதல், 2. தறித்தல், 3. அழித்தல்.

குறைபாடு - ஈனம், 2. குறைவு, 3. தரித்திரம்.

குறோட்டை - காக்கணங்கொடி.

குற்குலு - குங்கிலியம்.

குற்சிதம் - அருவருப்பு.

குற்சை - நவரசத்தினொன்று.

குற்பகம் - நாணற்புல்.

குற்பம் - பரடு.

குற்றம் - பிழை, 2. தீங்கு, 3. சூதகம், 4. குறை, 5. அபராதம், 6. நோய்.

குற்றல் - (தொ.பெ) இடித்தல்.

குற்றி - தறி.

குற்று - (வி) ஊசிமுதலியவற்றாற்குற்று, 2. நெரி, 3. பறி, 4. இடி.

குனட்டம் - அதிவிடயம், (ஒரு பூண்டு).

குனஷ்டை - } **குனட்டை** - } **குனட்டு** - } சேட்டை.

குனாசகம் - சிறுகாஞ்சொறிக் கொடி.

குனாசம் -குன்றிக்கொடி.

குனி - வில்.

குனிதல் - (தொ.பெ) வணங்குதல், 2. வளைதல், 3. தாழ்தல், 4. இரங்குதல்.

குனித்தல் - (தொ.பெ) வளைத்தல், 2. அசைத்தல், 3. ஆடல்.

குனிப்பு - ஆடல், 2. கூத்தின் விகற்பம், 3. வளைப்பு.

குனுகுதல் - (தொ.பெ) சிணுங்கிப்பேசல்.

குனை - } **கொனை** - } கூர்ப்பக்கம்.

குன்மம் - ஓர் நோய், 2. குலுமம் அஃது சேனாமுகம் மூன்று கொண்டது, 3. தூறு.

குன்றத்துச்சித்தி - தாலம்பபாஷாணம்.

குன்றம் - மலை.

குன்றல் - குன்றுதல்.

குன்றவர் - } **குன்றவாணர்** - } குறிஞ்சிநிலமாக்கள், 2. வேடர்.

குன்றவில்லி - சிவன்.

குன்றி - ஒரு கொடி, 2. மனோசிலை.

குன்று - சிறுமலை, 2. மலை, 3. சதய நாள்.

குன்று - (வி) குறை, 2. குலை, 3. பொன்று, 4. கெடு.

குன்றெறிந்தோன் - குமரன்.

குன்றேந்தி - கிருஷ்ணபகவான்.

கூ

கூ - ஓரெழுத்து, 2. பூமி, 3. கூக்குரல்.

கூகனம் - மறைத்தசொல்.

கூகாகம் - கமுகமரம்.

கூகை - பேராந்தை, 2. கோட்டான்.

கூகைநீறு - காட்டெருமைப்பால்.

கூக்குரல் - கூப்பிடுமொலி, 2. முறையீடு.

கூசனம் - உதாசினம்.

கூசா - ஓர் மட்பாத்திரம்.

கூசு - (வி) நாணு, 2 .கண் முதலிய கூசு, 3. அச்சக்குறிப்புக்காட்டு, 4. கூச்சங்கொள்.

கூச்சம் - } **கூசல்** - } நாணம், 2. பல் முதலிய கூசுகை, 3. அச்சம்.

கூச்சல் - கூக்குரல்.

கூச்சி - சவரிலோத்திரம்.

கூச்சிதம் - } **கூச்சிரம்** - } கடம்பமரம்.

கூச்சு - கூர்.

கூஷ்மாண்டம் - கலியாண பூசனிக் கொடி.

கூடகம் - வஞ்சனை.

கூடஸ்தம் - நிருவிகாரம்.

கூடஸ்தன் - ஆத்துமா, 2. பரப்பிரமம், 3. முதன்மையுள்ளோன்.

கூடபாகலம் - சூலை, 2. யானைநோய்.

கூடமார்க்கம் - கள்ளவழி.

கூடம் - வீடு, 2. இல்லின்கூடம், 3. வஞ்சகம், 4. பொய், 5. மாயம், 6. கொல்லன் சம்மட்டி, 7. மலையினுச்சி, 8. மறைவு, 9. புதைபொருள், 10. ஏகாந்தம், 11. கோளகப்பாஷாணம், 12. எள்ளுச்செடி

கூடம்பில் - சுரைக்கொடி.

கூடலர் - பகைவர்.

கூடலூர் - ஓர் பட்டணம்.

கூடல் - மதுரை, 2. சுழிக்குங்கூடல், 3. கழிமுகம், 4. அடர்த்தியான தோப்பு.

கூடனாயகன் - சோமசுந்தரக்கடவுள்.

கூடாக்கு - புகையிலை.

கூடாங்கம் - ஆமை.

கூடாரம் - படாம்வீடு, 2. வண்டிக் கௌசனை.

கூடார் - பகைவர்.

கூடிலி - தசை தின்போன்.

கூடு - பறவைக்கூடு, 2. விலங்கின்கூடு, 3. மைக்கூடு, 4. சரீரம், 5. உறை, 6. புழுக்கூடு, 7. மீன்பறி, 8. கூடாரம், 9. கழுந்துக்கூடு.

கூடு - (வி) பொருந்து, 2. கூட்டங்கூடு, 3. சந்தி, 4. இணங்கு, 5. இயல், 6. தகுதியாகு, 7. பிரயோசனப்படு, 8.அடை, 9. தொகை சேர், 10. சித்தி, 11. தொடங்கு, 12. தேடு.

கூடை - பிரம்பு முதலியவற்றிற் செய்த கூடை, 2. மழைக்கூடை, 3. கூத்தின் விகற்பம்.

கூட்டம் - கூடுகை, 2. திரள், 3. சனக் கூட்டம், 4. தொகுதி, 5. இனம், 6. போர், 7. சினேகம், 8. மிகுதி, 9. பிண்ணாக்கு.

கூட்டு - சேர்க்கை, 2. சம்பந்தம், 3. உறவு, 4. பங்கு, 5. கூடத்தகுந்தது, 6. ஒப்பு.

கூட்டு - (வி) இணை, 2. சேர், 3. கல, 4. தொகைப்படுத்து, 5. அதிகரிக்கச் செய், 6.கூடச்சேர், 7. சபைமுதலியவற்றிற் கூட்டு, 8. சேகரி, 9. பெருக்கு, 10. கூட்டிவை, 11. உண்டாகு.

கூட்டுறவு - இணைந்த உறவு.

கூண்டு - பறவைக்கூடு.

கூதல் - குளிர், 2. காய்ச்சற்குளிர்.

கூதளம் - கூதாளிச்செடி, 2. வெள்ளரிக் கொடி, 3. தூதுளைக்கொடி.

கூதறை - இழிந்தது.

கூதளம் - மறைத்தசொல்.

கூதாரி - வெள்ளரிக்கொடி.

கூதாளம் - }
கூதாளி - } கூதளம்.

கூதிர் - குளிர், 2. பனிக்காற்று, 3. காற்று, 4. கூதிர்ப்பருவம்.

கூதை - பனிக்காற்று, 2. காற்று.

கூத்தரிசி - குத்திவிற்குமரிசி.

கூத்தன் - உயிர், 2. சிவன், 3 .நாடகன், 4. துருசி.

கூத்தன்குதம்பை - மூக்கொற்றிப் பூண்டு.

கூத்தி - நாடகக்கணிகை.

கூத்து - நடனம், 2. நாடகம், 3. திருக் கூத்து, 4. ஆத்துமசேட்டை, 5. விளையாட்டு, 6. பிரபஞ்சநடிப்பு, 7. நூதன செய்கை, 8. கோலாகலம், 9. பரிகாசக் கூத்து.

கூத்துக்களரி - நடனசாலை.

கூந்தல் - பெண்மயிர், 2. மயிற்றோகை, 3. குதிரைப்பிடரிமயிர், 4. கமுகுபனையி வற்றினோலை, 5. கூந்தற்பனைமரம், 6. கூந்தற்சல்லி, 7. கமுகங்குலைக் கூந்தல், 8. யானைக் கழுத்துமயிர்.

கூந்தற்பனை - ஒருமரம்.

கூந்தாலம் - }
கூந்தாலி - } குந்தாலி.

கூபம் - கிணறு.

கூபரம் - முழங்கை.

கூப்பல் - (தொ.பெ) கூப்புதல்.

கூப்பிடு - (வி) அழை, 2. முறையிடு, 3. வரவழை, 4. கூவு, 5. மிருகங்கூப்பிடு.

கூப்பிடுதூரம் - கூப்பிட்டசத்தங்கேட்கு மெல்லை.

கூப்பு - (வி) குவி, 2. கைகுவி.

கூமரை - கோங்குமரம்.

கூமா - ஒருமரம்.

கூம்பல் - குமிழமரம்.

கூம்பல் - (தொ.பெ) குவிதல், 2. ஒடுங்கல்.

கூம்பு - பாய்மரம், 2. தேர்க்கொடிஞ்சி, 3. சேறு.

கூரணம் - கோடகசாலைப்பூண்டு.
கூரம் - பாகற்கொடி, 2. ஓரூர், 3. கோடக சாலைப்பூண்டு.
கூரம் - பொறாமை, 2. கொடுமை.
கூரல் - பெண்மயிர், 2. புள்ளிறகு, 3. ஓர் பெருமீன்.
கூரன் - நாய், 2. கூர்நெல்.
கூரிலவணம் - அமரியுப்பு.
கூரை - வீட்டுக்கூரை, 2. சிறுகுடில்.
கூர் - இலைக்காம்பு, 2. நென் முதலிய வற்றின்கூர், 3. காரம், 4. கூர்மை, 5. குற்றுத லான பேச்சு.
கூர்கேவு - வெண்கடுகு.
கூர்ச்சம் - கால்.
கூர்ச்சம் - தருப்பைப்புல், 2. தருப்பைக் குச்சம்.
கூர்ச்சரம் - ஒரு தேசம்.
கூர்ச்சரி - ஓரிராகம்.
கூர்ச்சு - கூருள்ள தடி.
கூர்தல் - (தொ.பெ) ஆராய்தல், 2. கூர்மை யாதல்.
கூர்த்தல் - (தொ.பெ) உவர்த்தல், 2. மிகுத்தல்.
கூர்த்திகை - ஆயுதப்பொது.
கூர்ப்பரம் - முழங்கை.
கூர்மம் - ஆமை, 2. ஆமை அவதாரம், 3. ஓர் சிவபுராணம்.
கூர்மன் - தசவாயுவிலொன்று.
கூர்மாண்டர் - ஓர் வகை உருத்திரர்.
கூர்மை - கூர், 2. நுண்மை.
கூர்மைக்கரிவாள் - சவக்காரம்.
கூலம் - பலபண்டம், 2. கடைவீதி, 3. காரா மணி, 4. பாகற்கொடி, 5. விலங்கின்வால், 6. குரங்கு, 7. முசு, 8. மரை, 9. பசு.
கூலம் - புனற்கரை, 2. கடற்கரை, 3. வரம்பு.
கூலி - சம்பளம், 2. வண்டி முதலியவற்றின் கூலி, 3. கூலிக்காரன்.
கூவம் - கிணறு, 2. சிவஸ்தலங்களி லொன்று.
கூவலர் - நூல் வல்லோர்.
கூவல் - கிணறு, 2. குழி.
கூவியர் - மடையர், 2. அப்பவாணிகர்.
கூவிரம் - வில்வமரம்.
கூவிரம் - தேர், 2. தேர்க்கொடிஞ்சி, 3. தேரிடக்கியம்.
கூவிரி - தேர்.
கூவிளம் - வில்வமரம், 2. நேர்நிரையசைச் சீர்க்கு வாய்பாடு.
கூவிளி - கூவுகை.
கூவிளை - வில்வமரம்.
கூவு - (வி) சேவல் முதலியன கூவு, 2. பறவையொலி, 3. கூப்பிடு, 4. அதட்டு.
கூவை - ஒரு கிழங்கு.
கூழம் - எள்ளு.
கூழன் - } ஓர் பலாமரம்.
கூழன்பலா - } ஓர் பலாமரம்.
கூழா - நறுவிலிமரம்.
கூழாங்கல் - கோளாங்கல்.
கூழாமணி - கூழ்முன்னைக்கீரை.
கூழான் - கண்டகிக்கல்.
கூழை - படையின் பின்னணி, 2. படை வகுப்பு, 3. இறகு, 4. பெண்மயிர், 5. மயிற் றோகை, 6. சேறு, 7. பொன், 8. நடு, 9. ஓர் பாம்பு, 10. கடையின்மை, 11. கவியுறுப்பி னொன்று.
கூழைக்கடா - நீர்வாழ் பறவையி லொன்று.
கூழ் - மாவினாற் சமைத்த உணவு, 2. சோறு, 3. பயிர், 4. பொன், 5. நறுவிலி மரம்.
கூழ்முன்னை - ஓர் கீரை.
கூழ்வரகு - கேழ்வரகு.
கூளம் - குப்பை, 2. திப்பி.
கூளி - பேய், 2. பூதம், 3. வலிமை, 4. பொலியெருது, 5. எருது, 6. பெருங் கழுகு, 7. சுற்றம், 8. தொகுதி, 9. குற்றம், 10. குள்ளம்.
கூளியர் - படைவீரர், 2. வேடர்.
கூறு - பங்கு, 2. இயற்கைக் கூறு, 3. விகாரத் தன்மை, 4. பகுதி, 5. கூறுபாடு, 6. காரண காரியங்களின் வகை, 7. அறிவிக்கை, 8. எள்ளு
கூறு - (வி) பிரசித்தஞ்செய், 2. விலை முதலிய கூறு, 3. சொல், 4. வில்.
கூறுபாடு - பங்கு, 2. பிரிவு, 3. தன்மை.

கூறை - சீலை, 2. கூறைச்சேலை.

கூற்றம் -
கூற்றன் -
கூற்றுவன் - } யமன், 2. கொடிய சத்துரு.

கூற்றுதைத்தான் - சிவன்.

கூனல் - வளைவு, 2. கூனல் முதுகு, 3. நத்தை, 4. சங்கு, 5. பிறைச்சந்திரன்.

கூனி - கூனுடையவள், 2. வசவி, 3. மந்தரை.

கூனிரும்பு - அரிவாள்.

கூனு - (வி) கோணு, 2. முதுகுவளை, 3. ஒடுங்கு.

கூனை - கருப்பஞ் சாறடுகூன், 2. வேள்விக்குண்டம், 3. கொடிப்பட்டை.

கூன் - கோணல், 2. முதுகுக்கூனல், 3. கூனன், 4. நத்தை, 5. ஆந்தை, 6. கருப்பஞ் சாறடுகூன்.

கூன்பாண்டியன் - ஓர்பாண்டியராசன்.

கூன்முதுகு - ஆமையோடு.

கெ

கெ - ஓர் உயிர் மெய்யெழுத்து.

கெக்கட்டம் - மிகச்சிரிக்கை.

கெக்கரி - (வி) மிக இனி, 2. கொக்கரி.

கெக்கலி - (வி) கைகொட்டி யொலி.

கெக்களி - (வி) நெளி, 2. வளை, 3. தோல்விகாட்டு.

கெசகன்னி - வெருகு, (ஓர் கிழங்கு).

கெசமாமுட்டி - எட்டிமரம்.

கெசம் - யானை, 2 இரண்டு முழங் கொண்ட அளவு.

கெசாசனை - அரசமரம்.

கெசாசைநா - கையாந்தகரைப்பூடு.

கெச்சம் - முல்லைக்கொடி.

கெச்சுக் கெச்செனல் - பல்லியோசை, 2. வருத்தல்.

கெச்சை
கெச்சம் - } காற்சதங்கை.

கெஞ்சு - (வி) வருந்தியிர.

கெடலணங்கு - மூதேவி.

கெடிவரல் - மகளிர் விளையாட்டு.

கெடாரம் - கடியாரம்.

கெடி - கீர்த்தி, 2. பயம், 3. அதிபத்தியம், 4. துருக்கம்.

கெடியன் - அஞ்சாதவன், 2. கெடிவீரன், 3. திறமுள்ளோன்.

கெடிலணங்கு - மூதேவி.

கெடிலம் - ஓர்நதி, 2. ஆழமான ஓடை, 3. கெபி, 4. ஒடுங்கிய பாதை.

கெடு - (வி) அழி, 2. கேடுறு, 3. வறுமையுறு, 4. கற்பழி, 5. நிலைகெடு, 6. உருவழி, 7. தோல்வியுறு, 8. குணங்கெடு, 9. நாசமுறு 10. காணாமற்போ, 11. பொருளழி, 12. சிதை, 13. வினைகெடு, 14. விகாரத்தாற் கெடு.

கெடுதலை - அழிவு, 2. நஷ்டம், 3. இடையூறு, 4. இழிவு.

கெடுதி - இழப்பு, 2. நஷ்டம், 3. ஆபத்து, 4. அழிவு, 5. கேடு, 6. இழந்த பொருள்.

கெடுத்தல் - (தொ.பெ) அழித்தல், 2. ஒழுக்கங்கெடுத்தல், 3. அவமாக்கல், 4. தடுத்தல், 5. தோஷத்தை நீக்குதல், 6. முறியடித்தல், 7. சுருக்குதல், 8. ஒழித்தல், 9. விஷத்தை முறித்தல்.

கெட்டம் - தாடி.

கெட்டார கெட்டி - மிகுந்த சாமர்த்தியம்.

கெட்டி - உறுதி, 2. சாமர்த்தியம், 3. உலோப குணம்.

கெட்டு - பக்கக்கிளை.

கெண்டன் - மிண்டன்.

கெண்டி -
கெண்டிகை - } ஓர் செம்பு.

கெண்டை - கயல்மீன், 2. கெண்டைக் கால், 3. சரிகைத்தலைப்பு.

கெதம் - கதம்.

கெதி - கதி.

கெத்து - தந்து, 2 உபாயம்.

கெந்தகம் - நாய்வேளைப்பூடு.

கெந்தகம் - கந்தகம்.

கெந்தம் - வாசனை.

கெந்தனம் - கோடகசாலைப்பூண்டு.

கெந்திகம் - பாம்பு சொல்லிப்பூண்டு.

கெந்திபரம் - ஆடுதின்னாப்பாலைச் செடி.

கெந்திவாருணி - பேய்த் திமிட்டிக் கொடி.

கெந்து - (வி) நெளி.

கெபி - மலைக்குகை.
கெம்பத்து - இடம்பம்.
கெம்பீரம் - பரிமளிப்பு, 2 .மேன்மை.
கெம்பு - } பதுமராகம்.
கெம்புக்கல் -
கெம்பு - (வி) உரத்தெழும்பு, 2. இரத்தங் கொதி, 3. ஆரவாரி.
கெய் - } ஓர் மீன்.
கெய்மீன் -
கெரடி - சிலம்பம்.
கெருடன் - கருடன்.
கெர்வம் - கர்வம்.
கெலி - (வி) வெல், 2. ஆசைப்படு, 3. அஞ்சு.
கெலிப்பு - வெற்றி.
கெவரி - வெள்ளைக் காக்கணங்கொடி.
கெவுடு - அட்சரபந்தனம்.
கெவுரா - துளசிச்செடி.
கெவுரிசங்கம் - } இரட்டை யுருத்தி ராட்சம்.
கௌரிசங்கம் -
கெவுளி - பல்லி.
கெவுனி - நகரவாயில்.
கெழு - நிறம், 2. பிரகாசம்.
கெழுதகை - } நட்பு, 2. உரிமை.
கெழுதகைமை -
கெழுமு - (வி) பொருந்து, 2. நிறை, 3. முளை, 4. கல்.
கெழுமை - பிரகாசம், 2. நிறம்.
கெழுவு - (வி) பொருந்து, 2. நிறை.
கெளிசு - } உடல் வீக்கம்.
கெலிசு -
கெளிதம் - பெருங்கல்.
கெளிர்ச் சல்லியம் - மீனெலும்பு.
கெளிறு - ஓர் மீன்.
கெறுவம் - ஆங்காரம்.
கெற்சிப்பு - முழக்கம்.
கெற்பாதானம் - கருப்பந்தரித்த நாலா மாதஞ்செய்யுமோர் சடங்கு.
கெற்பு - திராணி.

கே

கே - ஓர் உயிர் மெய்யெழுத்து.
கேகம் - வீடு.
கேகயம் - மயில், 2. அசுணமா, (ஓர் புள்), 3. ஓர்தேயம்.
கேகயன் - கேகயதேசத்தரசன்.
கேசகன் - நாவிதன்.
கேசதம் - கையாந்தகரைப்பூடு.
கேசம் - மயிர்ப்பொது, 2. குதிரைமயிர்.
கேசரம் - பூந்தாது, 2. பூங்கூந்தல், 3. மகிழமரம், 4. வண்டு.
கேசரர் - வித்தியாதரர்.
கேசரி - சிங்கம், 2. ஆகாய கமனம், 3. குதிரை.
கேசரிகம் - நாயுருவிச்செடி.
கேசவம் - அட்டாதசதருமநூலில்ஒன்று, 2. வண்டு, 3. பெண்வண்டு.
கேசவன் - நிறைமயிருள்ளோன், 2. மகா விஷ்ணு, 3 .சோழராசாக்களிலொருவன்.
கேசாதிபாதம் - முடிமுதல் அடிவரை, 2. ஓர் பிரபந்தம், அஃது கலிவெண் பாவான் முடிமுதலடியளவுங் கூறுவது.
கேசினி - சங்கங்குப்பிச்செடி.
கேடகம் - பரிசை, 2. ஓர் விமானம், 3. மலைசெறிந்த ஊர், 4. பாசறை.
கேடம் - கிளியாறு.
கேடயம் - } பரிசை.
கேடையம் -
கேடிலுவகை - மோட்சம்.
கேடு - அழிவு, 2. சிதைவு, 3. கெடுதி, 4. துரோகம், 5. தீமை, 6. வறுமை, 7. அந்தக்கேடு, 8. குறைவு, 9. கெடுதல் விகாரம்.
கேட்டி - } மிலாறு.
கேட்டிக்கம்பு -
கேட்டை - கேட்டை நட்சத்திரம், 2. மூதேவி.
கேணி - தடாகம், 2. கிணறு, 3 .துரவு, 4. அகழி.
கேண்மை - சினேகம், 2. கண்ணோட்டம், 3 உறவு.
கேதகை - } தாழைமரம்.
கேதகி -
கேதம் - துன்பம், 2. துக்கம்.
கேதனம்-பெருங்கொடி, 2. விருதுக் கொடி, 3. படர்கொடி

கேதாரகவுளம் - ஓரிராகம்.
கேதாரம் - ஓர் ஸ்தலம், 2. மயில்.
கேது - ஓர்கோள், 2 அடையாளம், 3. கொடி, 4. வெளிச்சம்.
கேது - (வி) அழை.
கேதுமாலம் - நவகண்டத்தொன்று.
கேதுமாலன் - அங்கிதிரன் புதல்வரி லொருவன்.
கேதுரு - ஓர் மரம்.
கேத்திரகணிதம் - இரேகாகணிதம்.
கேத்திரபாலன் - வயிரவன்.
கேத்திரம் - } விசேஷித்த தலம்,
க்ஷேத்திரம் - } 2. விளைநிலம்.
கேந்திரம் - வட்டத்தின் மத்தியம், 2. உதயம், 3. இலக்கினத்திற்கு ஏழாமிடம், நான்காமிடம், பத்தாமிடம்.
கேந்துமுறியம் - நாய்வேளைப்பூடு.
கேப்பை - கேழ்வரகு.
கேமாச்சி - வெள்ளைக்காக்கணங்கொடி.
கேயம் - இசைப்பாட்டு, 2. அகழ்.
கேயிகம் - செங்கல்.
கேயூரம் - தோளணி.
கேரண்டம் - காக்கை.
கேரளம் - ஓர் தேயம், 2. ஓர் பாஷை, 3. சோதிட சாஸ்திரத்தினொன்று.
கேரளன் - சேரன்.
கேரளை - இசைப்பாட்டு.
கேரு - (வி) கோழிகத்து, 2. குரல்கம்மு, 3. திகைத்துப்போ.
கேலம் - மகளிர் விளையாட்டு.
கேலி - பரிகாசம், 2. விகடம், 3. நிந்தை.
கேவணம் - மணிபதிக்குங் குழி.
கேவலம் - தனிமை, 2. ஒருங்கு, 3. மோக்கம், 4. இன்மை, 5. மெலிவு, 6. மோசம், 7. விடுதல்.
கேவு - (வி) மூச்சுத்திணறு.
கேழல் - பன்றி.
கேழ் - நிறம், 2. ஒளி, 3. உவமை.
கேழ்வரகு - கேப்பை.
கேளன் - தோழன்.
கேளா - வாளா.
கேளார் - பகைவர், 2. செவிடர்.
கேளி - மகளிர் விளையாட்டு, 2. தெங்கு மரம்.
கேளிக்கை - வினோதாடம்பரம்.
கேளிர் - தோழர், 2. உறவினர், 3. தலைவன்.
கேள் - (வி) செவியாற்கேள், 2. புத்திகேள், 3. வினாவு, 4. இர, 5. ஆராய், 6. கொடுக்கச் சொல், 7. கண்டி, 8. விலைகேள், 9. உறுத்து.
கேள்வன் - தலைவன்.
கேள்வி - கல்வி, 2. காது, 3. பேச்சு, 4. வினா, 5. பாரம்பரியம், 6. கற்கை, 7. கீழ்ப்படிவு, 8. வழக்குக்கேட்கை.
கேள்வு - தோணிக்கூலி.

கை

கை - ஓர் உயிர் மெய்யெழுத்து, 2. கரம், 3. யானைத்துதிக்கை, 4. படைவகுப்பு, 5. ஒழுக்கம், 6. சிறுமை, 7. பக்கம், 8. பகுதி, 9. இடம், 10. வரிசை, 11. ஒப்பனை, 12. கைகொண்ட அளவு, 13. சட்டையின் கை, 14. சாமர்த்தியம், 15. கைமரம்.
கைகண்டது - சித்தியுள்ளது, 2. தேறினது.
கைகயன் - கேகயன்.
கைகல - (வி) ஒன்றாய்க்கூடு, 2. யுத்தங்கல.
கைகாட்டு - சைகைகாட்டல்.
கைகுவி - (வி) கும்பிடு.
கைகூடு - (வி) சித்தியாகு.
கைகேயீ - } பரதன் தாய், 2. (தசரதன்
கைகேசி - } மனைவிகளிலொருத்தி).
கைகொடு - (வி) உதவிசெய்.
கைகோத்தாடு - (வி) குரவையாடு.
கைகோள் - ஒழுக்கம்.
கைக்காரன் - பணக்காரன், 2. சமர்த்தன்.
கைக்கொள் - (வி) ஒப்புக்கொள், 2. பேணிக்கொள், 3. அங்கீகரி.
கைகோளர் - }
கைக்கிளவர் - } செங்குந்தர்.
கைக்குளர் - }
கைக்கிளை - ஒருதலைக்காமம்.

கைக்குழந்தை - இடுக்குப்பிள்ளை.
கைக்கூலி - பரிதானம்.
கைங்கரியம் - பணிவிடை.
கைசருவு - (வி) எதிர்.
கைசலி - (வி) கைதளர்.
கைசெய் - (வி) அலங்கரி.
கைச்சரசம் - இன்பவிளையாட்டு.
கைச்சாத்து - கையெழுத்துத்துண்டு.
கைச்சிமிட்டு - செப்படிவித்தை.
கைடவன் - ஓரரக்கன்.
கைதப்பு - (வி) தவறு, 2. நீங்கு.
கைதர - (வி) உதவ, 2. கைகூட.
கைதவம் - சூது, 2. வஞ்சனை, 3. பொய், 4. துன்பம்.
கைதவன் - வஞ்சகன், 2. பாண்டியன்.
கைதளர் - (வி) சோர்.
கைதூக்கு - (வி) இரட்சி.
கைதை - தாழைமரம்.
கைதொடு - (வி) உண், 2. தொடங்கு, 3. மணஞ்செய்.
கைத்தலம் - கை.
கைத்தல் - (தொ.பெ) கசத்தல், 2. வெறுத்தல், 3. கோபித்தல்.
கைத்தாய் - செவிலித்தாய்.
கைத்திட்டம் - கை மதிப்பு.
கைத்து - பொன்.
கைத்தொண்டு - குற்றேவல்.
கைநாட்டு - கைக்கீறல்.
கைந்நீட்டு - (வி) அடிக்கமுந்து, 2. களவெடு.
கைந்நெகிழ் - (வி) விட்டு விடு.
கைந்நொடி - மாத்திரைப் பொழுது.
கைபார் - (வி) கைக்குறிபார், 2. சோதி, 3. நாடிபார், 4. மட்டறி.
கைபிடி - (வி) கலியாணமுடி, 2. நாடியறி.
கைபுனை - (வி) அலங்கரி, 2. பூத்தொடு.
கைபோடு - (வி) பிரமாணிக்கஞ் செய்.
கைப்பட்டை - கைப்பலகை, 2. நீர் முகக்குஞ் சிறுபட்டை.
கைப்பணி - மணியாசிப்பலகை.
கைப்பதட்டம் - விரைவு, 2. திருட்டு.
கைப்பற்று - (வி) பெற்றுக்கொள், 2. கலியாணம் செய்.

கைப்பாடு - கைவேலை, 2. கைவசம், 3. கைநஷ்டம்.
கைப்பிடி - பிடியளவு, 2. ஆயுதப்பிடி, 3. பாணிக்கிரகணம்.
கைப்பு - கசப்பு, 2. வெறுப்பு.
கைப்புடை - கைக்கவசம்.
கைப்புட்டில் - விரலுறை.
கைமட்டு -, **கைமட்டம்** - } உத்தேசம், 2. கையளவு, 3. கைக்குமட்டம்.
கைம்பெண் - விதவை.
கைம்மணி - கைத்தாளம்.
கைம்மதியம் - கைம்மட்டு.
கைம்மயக்கு - ஒருவசியமருந்து.
கைம்மலை - யானை.
கைம்மறி - (வி) தடு.
கைம்மா - யானை.
கைம்மாறு - பிரத்தியுபகாரம்.
கைம்மாற்று - உடன்மாற்று.
கைம்மிகு - (வி) அதிகப்படு, 2. கைகடத்து.
கைம்முடக்கம் - பொருள் முட்டு.
கைம்மூலம் - அக்குள்.
கையடை - அடைக்கலம்.
கையமர்த்தல் - (தொ.பெ) அபயார்த்தஞ் செய்தல்.
கையயர் - (வி) கைசோர்.
கையரியம் - இரும்பு.
கையர் - கீழ்மக்கள், 2.திருடர்.
கையலுத்தல் - (தொ.பெ) கைசலித்தல்.
கையறல் -, **கையறவு** -, **கையறை** - } செயலின்மை, 2. ஒழுக்கமின்மை.
கையறுதி - அறுதியாக விற்கை, 2. முற்றாக நீங்குகை.
கையறு நிலை - வாட்போரிலிறந்த வேந்தனைப்பார்த்து யாழ்ப்பாணருஞ் சுற்றத்தாரும் அவன் பட்ட பாட்டைச் சொல்லி இரங்குதல். இதனை யொரு பிரபந்தமாகக் கூறுவர்.
கையறை - செயலின்மை, 2. ஒழுக்கமின்மை.
கையாடு - (வி) பறி, 2. ஆள், 3. பெண்டாள், 4. களவாடு, 5. கற்பழி.

கையாந்தகரை - கரிசாலைப்பூடு.

கையாள் - குற்றேவலாள்.

கையாறு - ஒழுக்கம், 2. துன்பம், 3. சரித்திரம்.

கையிகத்தல் - (தொ.பெ) கடத்தல், 2. மிகுதல்.

கையிருப்பு - கையுரொக்கம்.

கையிழ - (வி) காணாமற்போ.

கையிறுக்கம் - உலோபத்தன்மை.

கையுறை - கைக்கவசம், 2. காணிக்கை.

கையெழுத்து - கையாலெழுதுமெழுத்து, 2. கைரேகை, 3. தன்பேரெழுத்து.

கையேந்து - (வி) இரந்து வாங்கு.

கையை - தங்கை.

கையொப்பம் - கையெழுத்து.

கையோங்கு - (வி) கைநீட்டு, 2. செழித்தோங்கு.

கைரவம் - குமுதம், 2. வஞ்சகம், 3. வெள்ளாம்பல்.

கைரிகம் - காவிக்கல், 2. பொன்.

கைலாகு -
கைலாகை - } கைகொடுத்தல்.

கைலாசம் -
கைலாயம் - } கயிலைமலை.

கைவசம் - கைக்குட்படல்.

கைவரல் - கைப்பழக்கம்.

கைவல்லபம் - கைச்சாமர்த்தியம்.

கைவல்லியம் - உபநிடத முப்பத்திரண்டினொன்று, 2. தனிமை, 3. மோட்சம்.

கைவளை - தொடி.

கைவாசி - கைச்சித்தி.

கைவாட்சம்பா - ஒருவிதநெல்.

கைவாரம் - வாழ்த்து, 2. கூலி.

கைவாறு - கைத்தாங்கல்.

கைவிசேஷம் - கைவாசி.

கைவிடுதல் - (தொ.பெ) கைவிட்டு விடுதல், 2. தள்ளிப் போடுதல்.

கைவிட்டம் - குறுக்குவிட்டம்.

கைவிரி - (வி) மறு.

கைவிலங்கு - யானை, 2. கைக்கிடும் விலங்கு.

கைவிளக்கு - சிறுவிளக்கு.

கைவினை - கைத்தொழில்.

கைவினைஞர் - கம்மாளர்.

கைவேல் - கைவிடாவேல்.

கைனி - அத்தநாள், 2. கைம்பெண்.

கொ

கொ - ஒரு உயிர் மெய்யெழுத்து, 2. ஒலிக்குறிப்பு.

கொக்கட்டி - ஓர் செடி, 2. குறண்டற் பனங்கிழங்கு.

கொக்கரி - (வி) கோழி முதலியன கூவு, 2. ஆரவாரஞ்செய்.

கொக்கரிப்பு - கெற்சிப்பு, 2. ஆர்ப் பரிப்பு.

கொக்கரை - வலம்புரிச்சங்கு, 2. பாம்பு, 3. வலை, 4. வில், 5. பனை தெங்கு முதலியவற்றின் பிள்ளை மட்டல்.

கொக்காம்பாளை - ஓர் செடி.

கொக்கான் - ஓர் விளையாட்டு.

கொக்கி - கொழுவி.

கொக்கு - குரண்டம், 2. மாமரம், 3. குதிரை, 4. மூலநாள், 5. செந்நாய்.

கொக்குக்கல் - சிலமான்கல்.

கொக்குமந்தாரை - ஒரு பூமரம்.

கொக்குமீன் - ஒரு மீன்.

கொக்குமுத்து - கொக்கின் கண்டத்தில் பிறந்த முத்து.

கொக்கேறி - நெட்டிப்புல்.

கொக்கை - கொழுவி, 2. ஓர்வகைத் தோட்டி.

கொக்கோகம் - ஒரு காமநூல்.

கொக்கோவெனல் - ஒலிக்குறிப்பு.

கொங்கணம் - ஓர் தேயம்.

கொங்கணர் - கொங்கண தேசத்தார், 2. ஒரு சித்தர்.

கொங்கணி - ஓர் தென்னோலைக் கூடு.

கொங்கம் - கோளக பாஷாணம்.

கொங்காணி - கொங்கணி.

கொங்கு - ஓர் தேயம், 2. வாசனை, 3. பூந்தாது, 4. கள், 5. தேன், 6. கருஞ்சுரைக் கொடி.

கொங்கை - முலை, 2. மரத்தின்முருடு, 3. கம்புமி.

கொசு -
கொசுகு - } கொதுகு.

கொசுறு - பிசுக்கு.

கொச்சகம் - ஒரு கவி.

கொச்சாளை - ஓர் மீன்.

கொச்சி - ஓரூர், 2. சவரிலோத்திரம், 3. நெருப்பு.

கொச்சிக்குழந்தை - வைப்பரிதாரம்.

கொச்சை - இழிவு, 2 இழிந்தோர் பேச்சு, 3. வெள்ளாடு, 4. இளைத்தல்.

கொஞ்சம் - சிறிது, 2. சுருக்கம், 3. இழிவு.

கொஞ்சி - ஓர் செடி.

கொஞ்சு - (வி) மழலைபேசு, 2. செல்லங் கொஞ்சு, 3. முத்தமிடு.

கொடி - படர்கொடி, 2. துவசம், 3. வஸ்திரம் போடுங்கொடி, 4. காற்றாடிப் பட்டம், 5. கயிறு, 6. நீளம், 7. காக்கை, 8. குமரனாடல், 9. தொப்பூழ்க்கொடி, 10. கண்வரி.

கொடிகட்டுதல் - ஐயக்குறிப்பு.

கொடிக்கவி - ஒரு தமிழ் நூல்.

கொடிக்கால் - வெற்றிலைக்கொடி.

கொடிச்சி - குறத்தி, 2. இடைச்சி.

கொடிஞ்சி - தேர், 2. தேர்மொட்டு.

கொடித்தக்காளி - ஒரு தக்காளிச்செடி.

கொடித்தரம் - அஷ்டமிச்சந்திரன்.

கொடிப்படை - முற்படை.

கொடிப்பாலை - ஓரிசை, 2. ஒருசெடி.

கொடிப்பூ - நால்வகைப் பூவினொன்று.

கொடியேற்றம் - திருவிழாத் தொடக்கம்.

கொடிவேலி - கொடுவேலிச் செடி.

கொடிறு - கதுப்பு, 2. யானைக்கதுப்பு, 3. பூசநக்ஷத்திரம்.

கொடு - (வி) ஈ, 2. கட்டளையளி.

கொடுகு - (வி) குளிராலொடுங்கு, 2. பற்கூசு.

கொடுகொட்டி - சிவன்கூத்து,2. குமரனாடல்.

கொடுக்கி - கதவின் கொடுக்கி, 2. பணிப் பூட்டு, 3. தேட்கொடுக்கிப்பூடு.

கொடுக்கு தேள் முதலியவற்றின் கொடுக்கு, 2. பின்கோவணம், 3. கவைத் தாள்.

கொடுங்கண் - கொடும்பார்வை.

கொடுங்கை - உள்வளைந்த கை, 2. கொடுமை, 3. வீட்டின் வெளிப்பக்கம்.

கொடுங்கோபிச்சிலை - மஞ்சட்கல்.

கொடுங்கோல் - அநீதி.

கொடுங்கோளூர் - திருவஞ்சைக்களம்.

கொடுதி - மர ஆணி.

கொடுநுகம் - மக நக்ஷத்திரம்.

கொடுப்பை - பொன்னாங்காணிக்கீரை.

கொடுமரம் - தனுராசி, 2. வில்.

கொடுமுடி - மலையுச்சி, 2. தேரினுச்சி, 3. கோபுரத்தினுச்சி.

கொடுமை - கொடுங்கோன்மை, 2. குரூரம், 3. வளைவு, 4. கோரம், 5. தீமை, 6. அநீதி, 7. கூர்மை, 8. கடுமை.

கொடும்பாவி - அநீதன், 2. மழையில்லாத காலத்திற் கட்டியிழுக்கும் ஓர் உரு.

கொடும்பை - அருவி, 2. குளம், 3. தூம்பு, 4. ஓர் பச்சிலை.

கொடுவரி - புலி.

கொடுவாய் - ஓர் மிருகம், 2. ஓர் மீன், 3. வெறும்புறங்கூறுகை.

கொடுவாள் - அரிவாள்.

கொடுவேலி - கொடிவேலிச்செடி.

கொடூரம் - கடுமை.

கொடை - ஈகை.

கொடைமடம் - வரையாது கொடுத்தல்.

கொட்கு - (வி) சுழல், 2. வெளிப்படு.

கொட்டகை - } தொழுவம்.
கொட்டகம் - }

கொட்டங்கைச்சி - } தேங்காயோடு.
கொட்டாங்கைச்சி - }

கொட்டடி - சாமானறை.

கொட்டணை - ஓர் பூடு.

கொட்டம் - தொழுவம், 2. கடுகடுப்பு, 3. ஓர் மருந்து, 4. மூங்கிற்கொட்டு.

கொட்டறை - கொட்டடி.

கொட்டன் - } கொட்டாப்புளி, 2. பருத்தவன், 3. தேங்காய்.
கொட்டான் - }

கொட்டாப்பி - (வி) உண்.

கொட்டாப்புளி - } மரச்சுத்தியல்.
கொட்டாப்பிடி - }

கொட்டாய் - கொட்டகை.

கொட்டாரம் - முதல்வாசல், 2. யானைச் சாலை.

கொட்டாவி - வாயால்விடு நெட்டுயிர்ப்பு.
கொட்டி - ஓர் பூடு.
கொட்டியம் - எருது, 2. பொதியெருத்து மந்தை.
கொட்டில் - ஒதுக்கிடம், 2. மாட்டுக் கொட்டில்.
கொட்டு - மண்வெட்டி, 2. சரீரம், 3. மத்தளக்கொட்டு, 4. பனந்துண்டு.
கொட்டு - (வி) பறை கின்னரமுதலிய கொட்டு, 2. கம்மியரடி, 3. கைகொட்டு, 4. நம்மியடித்தாடு, 5. அப்பு, 6. குட்டு, 7. போடு, 8. தேள் முதலிய கொட்டு, 9. சொரி, 10. சிந்து.
கொட்டுமேளம் - நட்டுவமேளம்.
கொட்டுவாய் - சிறுசெந்துக்கள் குற்றின குற்றுவாய்.
கொட்டுவான் - தேள், 2. கொட்டாப்புளி, 3. கொட்டுவேலை செய்யுங் கன்னான்.
கொட்டை - பழத்தின் கொட்டை, 2. வித்து, 3 பீசம், 4. பஞ்சுக்கொட்டை, 5. திரி, 6. ஓர் காதணி, 7. பாதகுறட்டின் குமிழ், 8. சும்மாடு, 9. தலையணை, 10. தாமரைக்கொட்டை, 11. பலாப்பிஞ்சு.
கொட்டைநூற்றல் - (தொ.பெ) நூல் நூற்றல்.
கொட்டைபோடுதல் - (தொ.பெ) சாதல், 2. பலாமரம் பிஞ்சுபிடித்தல்.
கொட்டைப்பாக்கு - காய்ந்தபாக்கு.
கொட்டைமுத்து - ஆமணக்கு முத்து.
கொட்டையூர் - ஒரு சிவஸ்தலம்.
கொட்பு - சுழற்சி, 2. திரிவு, 3. வளைவு.
கொணர் - (வி) கொண்டுவா.
கொண்கன் - கணவன், 2. நெய்தனிலத் தலைவன்.
கொண்டகுளம் - எட்டிமரம்.
கொண்டக்காரர் - மீன்காரரிலோர் வகுப்பு.
கொண்டக்கிரி - ஓர் பண்.
கொண்டச்சானி - நஞ்சறுப்பான்பூண்டு.
கொண்டம் - குறிஞ்சாக்கொடி.
கொண்டலாத்தி - கொண்டைக்கிளாறு பறவை.
கொண்டல் - கீழ்காற்று, 2 முன்பனிப் பருவக்காற்று, 3. கிழக்கு, 4. மேகம், 5. கொண்டான் விளையாட்டு.
கொண்டல்வண்ணன் - திருமால்.
கொண்டவன் - மணஞ்செய்த கணவன்.
கொண்டாடு - (வி) கூடிவிளையாடு, 2. குலாவு, 3. புகழ், 4. கைக்கொள், 5. சீராட்டு, 6. ஆசரி.
கொண்டாட்டம் - சந்தோஷம், 2. சீராட்டு, 3 பொழுதுபோக்கு.
கொண்டி - சுதவிற்குடுமி, 2. கொள்ளை.
கொண்டிமாடு - பட்டிமாடு.
கொண்டியம் - வெறும் புறங்கூறல்.
கொண்டியாரம் - நிந்தை, 2. செருக்கு, 3. பிறர் காரியத்திற் கையிடுகை, 4. சிறப்பு.
கொண்டேசன் - சுக்கு.
கொண்டை - மயிர்முடி, 2. ஆணிமுதலிய வற்றின் தலை, 3. பறவைச் சூட்டு.
கொண்டை கட்டி - ஒரு வேளாளன்.
கொண்டைமுசு - ஒரு குரங்கு.
கொண்டையன் - ஒரு பருந்து.
கொண்மூ - மேகம், 2. ஆகாயம்.
கொதி - நீர்க்கொதி, 2. சூடு, 3. கோபம், 4. காய்ச்சல், 5. கொதிக்குழிச்சல், 6. துக்கம்.
கொதி - (வி) பொங்கு, 2. சுடு, 3. சுரங்காய், 4. வயிறு நமுக்கு, 5. கடுக்கு, 6. கோபி, 7. பரிதபி, 8. மனநோகு, 9. நிலமுதலிய கொதி.
கொதிப்பு - பொங்குகை, 2 மூர்க்கம், 3 துடிப்பு, 4. காய்ச்சல், 5. சூடு.
கொதுகு - கொசுகு.
கொதுக்குக் கொதுக்கெனல் - ஒலிக் குறிப்பு.
கொத்தடிமை - பழ அடிமை.
கொத்தமல்லி - ஒரு சரக்கு.
கொத்தம் - எல்லை.
கொத்தவால் - சந்தை விசாரணைக் காரன்.
கொத்தளம் - அரண்.

கொத்தளி - கொத்தளிப்பாய்.

கொத்தனை - ஓர் மீன்.

கொத்தான் - ஒரு செடி.

கொத்து - பூ முதலியவற்றின் கொத்து, 2 திரள், 3. குடும்பம், 4. நாழி, 5. கொத்துதல், 6. உணவு.

கொத்து - (வி) பூமியைக்கொத்து, 2. தறி, 3. இரைகொத்தியெடு, 4. வெட்டு.

கொத்துச்சரப்பளி - ஓராபரணம்.

கொத்துத்தாழ்வடம் - சிறு ருத்திர மணிக்கோவை.

கொத்துப்பசலை - ஒரு கீரை.

கொத்துமல்லி - கொத்தமல்லி.

கொத்தை - சொத்தை.

கொந்தளம் - பெண்மயிர், 2. மயிர்க் குழற்சி, 3. கூத்தின் விகற்பம், 4. காண்டா மிருகம்.

கொந்தளி - (வி) பொங்கியெழு.

கொந்தாலி - கல்லுவெட்டு மோர்கருவி.

கொந்தாழை - ஓர் கடற்றாழை.

கொந்தாளம் - ஓர் மருந்து.

கொந்து - பூங்கொத்து.

கொந்து - (வி) கொத்து, 2. பழ முதலியன கொந்து, 3. மூர்க்கங்கொள்.

கொப்பம் - யானைபடுகுழி.

கொப்பரம் - மல்யுத்தத்தி லோர்விதம்.

கொப்பரி -
கொப்பரை - } கடாரம்.

கொப்பளம் - கொப்புளம்.

கொப்பளி - (வி) உமிழ், 2. சொரி.

கொப்பறா - அறக்காய்ந்த தேங்காய்.

கொப்பாட்டன் - மூன்றாம் பாட்டன்.

கொப்பி - கொம்மை.

கொப்பு - கொம்பு, 2. காதணியி லொன்று, 3. கொண்டை.

கொப்புளம் - குமிழ்ப்பு.

கொப்புளி - (வி) கொப்புளங்கொள், 2. துளி, 3. சொரி, 4. உமிழ்.

கொப்புளிப்பான் - சிறு வசூரி.

கொப்புள் - குமிழி, 2. கொப்புளம், 3. கொப்பூழ்.

கொப்பூழ் - உந்தி.

கொப்பென - விரைவுக்குறிப்பு.

கொம்பரக்கு - பொன் மெழுகு.

கொம்பர் - விலங்கின் கொம்பு.

கொம்பன் - ஆண்யானை, 2. ஒரு மீன்.

கொம்பு - விலங்கின்கொம்பு, 2. மரக் கொம்பு, 3 பூங்கொம்பு, 4. கோல், 5. ஊது கொம்பு, 6. யானை முதலியவற் றின் தந்தம், 7. அக்கரத்தின் கோடு, 8. சிவிகையின் கொம்பு, 9. மேன்மை, 10. ஏரிக் கோடி.

கொம்பேறிமூக்கன் -
கொம்பேறிமூர்க்கன் } ஒரு பாம்பு.

கொம்மட்டி - ஓர் கொடி.

கொம்மட்டிமாதளை - ஓர் மாதளை மரம்.

கொம்மெனல் - அனுகரணவோசை, 2. ஒலிக்குறிப்பு.

கொம்மை - திரட்சி, 2. முலை, 3. அழகு, 4. இளமை, 5. வட்டம், 6. கை விரித்துக் கொட்டுகை, 7. வலி, 8. கொத்தளம், 9. கொம்மட்டிக்கொடி.

கொய் - ஓர் மீன்.

கொய் - (வி) அறு, 2. கத்தரி, 3. சீலைகொய், 4. மூச்சுதொய்.

கொய்சகம் - அரையில் உடுக்குஞ் சீலையிற் கொய்து விடும் தலைப்பு.

கொய்யடி -
கொய்யடிநாரை - } ஓர் நாரை.

கொய்யா - ஓர் மரம்.

கொய்யுளை - குதிரைப்பிடர்மயிர், 2. குதிரை.

கொய்யோவெனல் - கொய்யோக்குறி.

கொரிக்கம் - எழுத்தாணிப்பூண்டு.

கொருடன் - கொவ்வைக்கொடி.

கொலு - நிமிர்ச்சி, 2. சமுகம், 3. கொலு மண்டபம், 4. சேவை.

கொலுகொலு - (வி) கழல், 2. தோல்வியடை.

கொலுகொலுப்பு - ஆடம்பரம்.

கொலுக்கூடம் - கொலுமண்டபம்.

கொலுசு - சங்கிலி.

கொலுமண்டபம் - உல்லாசவீற்றிருப்பு மண்டபம்.

கொலை - உயிர்வதை, 2. கொலைக் குற்றம்.

கொலைக்களம் - கொல்லப்படுமிடம்.

கொலைஞர் - கொலைபாதகர், 2. வேடர்.

கொலைப்பாதகம் - கொல்லுதலாகிய பெரும் பாவம்.
கொல் - அசைச்சொல், 2. ஐயக்கிளவி, 3. ஒலிக்குறிப்பு, 4. வருத்தம், 5. கொல்லன், 6. கொல்லற்று, 7. குறுக்குத்தாழ்.
கொல் - (வி) கொலைசெய், 2. இரசமுதலியவற்றைக்கொல், 3. அலட்டு.
கொல்லங்கொவ்வை - } ஆகாச
கொல்லங்கோவை - } கருடன்கொடி.
கொல்லம் - ஓரூர்.
கொல்லம்பாகல் - ஓர் பாகற்கொடி.
கொல்லர் - கருமார், 2. பொக்கசங்காப் போர்.
கொல்லறு - கரணை.
கொல்லன்பகை - அஞ்சனபாஷாணம்.
கொல்லாவேதன் - அருகன்.
கொல்லி - ஓர்பண், 2. ஓர்மலை, 3. நெருப்பு, 4. வில்.
கொல்லித்திறம் - ஒரு பண் விகற்பம்.
கொல்லிவெற்பன் - சேரன்.
கொல்லுலை - கம்மாளர் உலைமுகம்.
கொல்லை - புன்செய், 2. சோலை, 3. புறக்கடை.
கொல்லைப்பல்லி - ஓர் பூடு.
கொவிந்தம் - செம்முள்ளிச்செடி.
கொவிளமரம் - } ஓர் மரம்.
கொவிள் - }
கொவ்வை - ஒரு கொடி.
கொழி - (வி) புடை, 2. ஒதுக்கு, 3. தெளி, 4. வார், 5. குற்றங்கொழி.
கொழிஞ்சி - ஒரு நாரத்தை மரம், 2. பூவாது காய்க்குமரம்.
கொழிப்பூண்டு - குப்பைமேனிப்பூடு.
கொழியல் - தவிடெடுபடாத வரிசி.
கொழு - காறு, 2. மழு, 3. கொழுப்பு.
கொழு - (வி) மதர்த்துத்தழை, 2. தழைத்துச் செழி, 3. மேட்டிமை கொள்.
கொழுகொம்பு - கொடியேறு கொம்பு, 2. தஞ்சம்.
கொழுக்கட்டை - ஒரு பண்ணிகாரம்.
கொழுங்கிரி - மல்லிகைச்செடி.

கொழுஞ்சி - கொழுமிச்சைமரம், 2. கொள்ளுக்காய்வேளைப்பூடு.
கொழுது - (வி) கோது.
கொழுநன் - கணவன், 2. இறைவன்.
கொழுந்தன் - புருஷனின் சகோதரன்.
கொழுந்தி - மனைவியின் தங்கை.
கொழுந்து - இளந்தளிர், 2. சுவாலை, 3. வெற்றிலைக்கொடி, 4. மருக்கொழுந்து.
கொழுந்து - (வி) சுவாலி, 2. வெய்யிலிற் கருகு.
கொழுப்பு - நிணம், 2. புஷ்டி, 3. செழுமை, 4. நிலவளம், 5. செருக்கு.
கொழுமிச்சை - கொழுஞ்சிமரம்.
கொழுமை - கொழுப்பு, 2. வளமை, 3. நிறம்.
கொழும்பு - } ஓரூர்.
கொளும்பு - }
கொளகொளெனல் - ஈரடுக்கொலி.
கொளஞ்சி - குளஞ்சிமரம்.
கொளுக்கி - } கொக்கை.
கொளுவி - }
கொளுத்து - சந்து, 2. மூட்டு.
கொளுத்து - (வி) தீப்பற்றுவி, 2. சண்டைமூட்டு, 3. வீணை முதலியன வாசி, 4. அறிவுகொளுத்து, 5. பாணங் கொளுத்து, 6. தூற்று, 7. கண்டி, 8. வெயிற் கொளுத்து.
கொளுவு - (வி) பூட்டு, 2. அகப்படுத்து, 3. கூட்டுச்சேர், 4. தந்திரஞ்செய், 5. செருப்பு முதலியதொடு, 6. பற்று, 7. குடல் தூக்கிக்கொள்.
கொளை - இசைப்பாட்டு.
கொள் - } ஒரு தானியம்.
கொள்ளு - }
கொள் - } (வி) வாங்கிக்கொள்,
கொள்ளு - } 2. அடக்கிக் கொள், 3. விலைக்குக்கொள், 4. அங்கீகரி, 5. பெண் கொள், 6. உணவு முதலியகொள், 7. பெற்றுக் கொள், 8. அடங்கு.
கொள்கலம் - அணி, ஆடை, சாந்து முதலிய பெய்கலம், 2. இரப்போர்கலம்.

கொள்கை - குணம், 2. சினேகம், 3. கோட்பாடு, 4. அறிவு.
கொள்வனை - } வியாபாரக்கொள்ளுகை, 2. பெண் கொள்ளுகை.
கொள்வனவு -
கொள்வினை -
கொள்வோன் - விலைக்கு வாங்குகிறவன், 2. கற்போன்.
கொள்ளம் - குழைசேறு.
கொள்ளாமை - அடங்காமை, 2. பகை.
கொள்ளார் - பகைவர்.
கொள்ளி - } நெருப்பு விறகு.
கொள்ளிக்கட்டை -
கொள்ளி - (வை.அ) எருமை நாக்கிப் பூண்டு.
கொள்ளிக்கண்ணன் - கண்ணூறுகாரன், 2. கொடியவன்.
கொள்ளிக்கரப்பன் - ஒரு கரப்பன் நோய்.
கொள்ளிக்காற்குதிரை - ஒருகால் வெள்ளையான குதிரை.
கொள்ளிடம் - ஓர் யாறு.
கொள்ளிவாய்ப்பேய் - நெருப்புக் காலுமாவி.
கொள்ளிவைத்தல் - (தொ.பெ) பிணஞ் சுடல், 2. தீங்குசெய்தல்.
கொள்ளியம் - (வை.அ) உமரிச்செடி, 2. புன்குமரம்.
கொள்ளை - பிறர்பொருளைக் கவர்கை, 2. மிகுதி, 3. பெருவாரிநோய்.
கொள்ளைக்காரர் - பறிகாரர்.
கொறடா - குதிரைச்சவுக்கு.
கொறி - செம்மறியாடு, 2. மேடவிராசி.
கொறி - (வி) பல் முதலியவற்றாற்கொறி, 2. கொஞ்சங் கொஞ்சமாயுண், 3. கட்டுவிட்டொலி.
கொறிதலை - நிலவேம்புச்செடி.
கொறு - கன்று பாலூட்டாதபடி முகத்திற் கட்டுமியற்று.
கொறுக்கச்சி - எருவைப்புல்.
கொறுககாய் - ஒருமரம்.
கொறுக்கை - கொறுக்கச்சிப்புல், 2. ஓர் மீன், 3. குறட்டை.
கொற்கை - மதுரைக் கருகில் ஓரூர்.
கொற்றம் - வெற்றி, 2. வல்லபம், 3. அரசியல்.
கொற்றவன் - அரசன், 2. வெற்றிசிறந்தோன், 3. முடக்கற்றான்பூண்டு.
கொற்றவை - துர்க்கை.
கொற்றன் - கற்சிற்பன்.
கொற்றி - துர்க்கை, 2. பசுவிளங்கன்று.
கொற்று - கொற்றுத்தொழில், 2. கொற்றர்.
கொன் - பயனின்மை, 2. காலம், 3. அச்சம், 4. பெருமை, 5. நரகம்.
கொன்றை - கடுக்கை மரம்.
கொன்றைசூடி - சிவபெருமான்.
கொன்றைவேந்தன் - ஔவைசெய்த ஒரு நீதிநூல்.
கொன்னாளர் - பாவிகள்.
கொன்னித்தல் - (தொ.பெ) பேச நாத்திரும்பாதிருத்தல்.
கொன்னு -(வி) கொன்னையாகப்பேசு.
கொன்னெச்சன் - ஓர்வகை ஈ.
கொன்னை - சொற்றிருந்தாமை.

கோ

கோ - ஓர் உயிர் மெய்யெழுத்து, 2. அழைப்புக்குறி, 3. அரசன், 4. ஆண்மகன், 5. மேன்மை, 6. இலந்தைமரம்.
கோ - பசு, 2. எருது, 3. ஆகாயம், 4. சுவர்க்கம், 5. பூமி, 6. நீர், 7. திசை, 8. அம்பு, 9. வச்சிராயுதம், 10. கண், 11. பொறி, 12. மலை.
கோகண்டம் - நெருஞ்சிற்பூண்டு.
கோகத்தி - } பசுக்கொலை.
கோவதை -
கோகநதம் - } செந்தாமரை.
கோகநகம் -
கோகந்தம் - கந்தகபாஷாணம்.
கோகம் - சக்கரவாகப்புள், 2. செந்நாய், 3. உலர்ந்த பூ.
கோகரணம் - ஓர் வித்தை.
கோகர்ணம் - } ஓர் சிவஸ்தலம்.
கோகன்னம் -
கோகலி - கடம்பமரம்.
கோகழி - ஓர் சிவஸ்தலம்.

கோகனம் - கையாந்தகரைப்பூடு, 2. நிலக்கடம்புப்பூடு.

கோகிலம் - குயில், 2. பல்லி, 3. குரங்கு, 4. சிறுகுறிஞ்சாக்கொடி.

கோகிலாட்சம் - நீர்முள்ளிச்செடி, 2. கொம்மட்டி மாதளைமரம்.

கோகு - கழுதை, 2. புயம்.

கோகுடி - ஒருபூ.

கோகுத்தம் - மல்லிகைச்செடி.

கோகுலம் - குரங்கு, 2. துளையுடைப் பொருள், 3. இடையரூர்.

கோங்கம் - நெல்லிமரம்.

கோங்கு- } கன்னிகாரம், (ஒருமரம்.)
கோங்கிலவு - }

கோசமம் - பீர்க்கங்கொடி.

கோசம் - (வை.அ) சாதிக்காய்.

கோசம் - முட்டை, 2. ஆண்குறி, 3. உறை, 4. பலபண்டம், 5. பண்டசாலை, 6. புத்தகம், 7. மதிலுறுப்பு, 8. வீதி, 9. கவசம்.

கோசரம் - மகிழமரம்.

கோசரம் - விடயம், 2. உணர்வு, 3. ஊர், 4. அடங்கல்.

கோசலம் - அயோத்தியாதேயம், 2. பதினெண்பாடையிலொன்று, 3. பசு மூத்திரம்.

கோசலை - கோசலதேசம், 2. இராமன் றாய்.

கோசனை - } பேரொலி.
கோசணை - }

கோசன் - சீர்பந்தபாஷாணம்.

கோசாங்கம் - நாணற்புல்.

கோசாமி - துறவி, 2. நிருவாணதவத்தி.

கோசாரம் - இராசி.

கோசாரி - (வை.அ) பீர்க்கங்கொடி

கோசிகம் - பட்டுச்சீலை, 2. சாமவேதம்.

கோசிகன் - விசுவாமித்திரன்.

கோசு - ஓரெல்லையளவு, 2. வீதி, 3. தோணிப்பாயின் முற்புறத்தின் கயிறு, 4. ஓர் தடவை, 5. பிரதிகூலம், 6. காரியம்.

கோஷணை - }
கோஷம் - } ஒலி, 2. பேரொலி.
கோடம் - }

கோஷி - (வி) ஒலி, 2. முழங்கு.

கோஷை - சத்தம், 2. சம்பாஷணை.

கோடகசாலை - ஓர் பூடு.

கோடகம் - குண்டிகை, 2. முடியுறுப்பி னொன்று, 3. நாற்றெருக்கூடுமிடம், 4. புதுமை.

கோடகம் - குதிரை.

கோடங்கி - வருங்காரியஞ் சொல் வோன்.

கோடங்கிழங்கு - } சிற்றரத்தைச்
கோடைக்கிழங்கு - } செடி.

கோடணை - பேரொலி, 2. ஒலி, 3. வாச்சியப்பொது, 4. கொடுமை.

கோடரம் - மரக்கொம்பு, 2. மரப்பொது, 3. சோலை, 4. குரங்கு, 5. எட்டிமரம்.

கோடரம் - மரப்பொந்து, 2. தேர் மொட்டு, 3. குதிரை, 4. மயிர்ச்சாந்து.

கோடரி - கோடாலி.

கோடல் - கொள்ளல், 2. வளைதல், 3. வெண்காந்தள்மலர்.

கோடவதி - வீணை.

கோடா - சாராயவண்டல்.

கோடாங்கி - வேஷக்கூத்து, 2. மாத ராடை, 3. கோடங்கி.

கோடாசூழி - } கோடகசாலைப்பூண்டு,
கோடாசூரி - } 2. கோடகசாலை மாத்திரை.

கோடாசொரி - ஓர் பாஷாணம்.

கோடாய் - செவிலித்தாய்.

கோடாலி - கோடரி.

கோடி - புதுமை, 2. புதுச்சீலை, 3. சீலை, 4. இருபதுகொண்டது, 5. முடியுறுப்பு.

கோடி - நூறுலட்சம், 2. முனை, 3. தரைமுனை, 4. மூலை.

கோடி -(வி) பிரார்த்தி.

கோடிகம் - அணிகலச்செப்பு, 2. கெண் டிகை, 3. சீலை, 4. பூந்தட்டு.

கோடியர் - கூத்தர்.

கோடிரவம் - சதுரக்கள்ளிமரம்.

கோடிலம் - கோஷ்ட மரம்.
கோடீசுவரன் - கோடிப் பொன்னுக்கு அதிபதி.
கோடீரம் - சடை, 2. முடி.
கோடு - வளைவு, 2. வடிவம், 3. சிற்று, 4. சங்கு, 5. விலங்கின்கொம்பு, 6. ஊதிடு கொம்பு, 7. எழுத்தின்கொம்பு, 8. மரக் கொம்பு, 9. மலையினுச்சி, 10. நீர்க்கரை, 11. வரம்பு, 12. அரணிருக்கை, 13. வஞ்சனை, 14. திரள், 15. பக்கம், 16. பிறைக்கோடு, 17. நீதிஸ்தலம்.
கோடு -(வி) வளை, 2. கோணு, 3. நடுவு நிலைகோணு, 4. வெறுப்புறு, 5. முறி.
கோடை - வேனிற்காலம், 2. மேல்காற்று, 3. காற்று, 4. வெயில், 5. செங்காந்தள், 6. வெண்காந்தள், 7. ஒரு கிழங்குப்பூடு.
கோடை - குதிரை.
கோட்டகம் - குளம், 2. கோயில்.
கோட்டம் - இடம், 2. சுடுகாடு, 3. நாடு, 4. மருதநிலத்தூர், 5. வயல், 6. குளம், 7. குராமரம்.
கோட்டம் - } ஆன்கொட்டில், 2. பசுக்
கோஷ்டம் - } கூட்டம், 3. கூட்டம், 4. தேவலோகம், 5. கோயில், 6. ஓர் மருந்து, 7. வாசனைப்பண்டம், 8. ஆரவாரம், 9. வீணை.
கோட்டரவு - மனவிசாரம்.
கோட்டாலை - துன்பம், 2. சரசம்.
கோட்டான் - கூகைப்புள்.
கோட்டி - } சபை, 2. கூட்டம், 3. கோபுர
கோஷ்டி - } வாயில், 4. பகிடி, 5. நிந்தை.
கோட்டி - அழகு, 2. துன்பம்.
கோட்டியாழ் - நால்வகை யாழி னொன்று.
கோட்டு - (வி) வளை, 2. சித்திரமுதலிய வரை.
கோட்டுவான் - ஓர் நீர்ப்புள்
கோட்டை - முகத்தலளவைக் கோட்டை, 2. நென்முதலியவற்றின் கோட்டை.
கோட்டை - அரண், 2. அரணிருக்கை, 3. பரிவேடம், 4. பூட்டினோருறுப்பு.
கோட்பதம் - மாட்டுக்குளம்பு, 2. குளம் பின் சுவடு.
கோட்பறை - நெய்தனிலப்பறை.
கோட்பாடு -கொள்கை, 2.மதவொ ழுங்கு, 3. கொள்கைத்திறம்.
கோட்பு - கொள்ளுதல்.
கோட்புலிநாயனார் - சிவனடியார்க ளுள் ஒருவர்.
கோணங்கி - உடற்கோணியாடுவோன், 2. கோமாளி.
கோணமலை - } திரிகோணமலை.
கோணாமலை - }
கோணம் - மூலை, 2. பதினாறு கோணத் தொன்று, 3. எட்டாக்கை, 4. வளைவு, 5. வளைந்தவாள், 6. யானைத் தோட்டி, 7. முடுக்குத்தெரு, 8. மூக்கு, 9. குதிரை.
கோணன் - கூனன்.
கோணாமுகம் - சூழ்கழியிருக்கை, பேரிருக்கை.
கோணாய் - தோண்டான், 2. ஆணரி.
கோணி - பன்றி, 2. சாக்குக்கந்தை, 3. சாக்கு, 4. பதினாயிரங்கோடாகோடி.
கோணு - வளை, 2. கோணலாயிரு, 3. நெறிபிறழ், 4. மாறுபடு.
கோணை - அழிவின்மை, 2. கொடுமை, 3. வளைவு.
கோண் - வளைவு, 2. கொடுங் கோன்மை, 3. மாறுபாடு, 4. பாத்திரத்தின் மூக்கு.
கோண்டம் - குறிஞ்சாக்கொடி.
கோண்டை - இலந்தைமரம்,2. இலந் தைக்கனி.
கோதண்டம் - வில், 2. பள்ளிச் சிறுவர் கண்டனையிலொன்று.
கோதந்தி - கன்னம், 2. தாடை.
கோதமநதி - கோதாவரி.
கோதமம் - } ஓர் தீவு.
கோதமதீவு }
கோதமன் - கௌதமன்.
கோதம் - சீதாங்கபாஷாணம்.
கோதல் -(தொ.பெ) கொந்தல்.
கோதனம் - பசுவின்கன்று.
கோதா - உடும்பு.

கோதாரி - வாந்திபேதி, 2. பெருவாரி நோய்.

கோதாவரி - } ஓர் யாறு.
கோதாவிரி -

கோதி - கோதுமை.

கோது - சக்கை, 2. குற்றம், 3. தவறு.

கோது - (வி) பறவை மூக்கினாற் கோது, 2. மயிர்கோது, 3. சிறிது சிறிதாகவுண், 4. குழாயாக்கு, 5. இதழ்கோது.

கோதுமை - ஓர் தானியம்.

கோதை - பூமாலை, 2. பெண்மயிர், 3. பெண், 4. சேரன், 5. ஒழுங்கு, 6. காற்று, 7. நெற்சுமை.

கோதை - மூன்கைத்தோற்கட்டு, 2. கோதாவரியாறு.

கோத்தனி - முந்திரிகைமரம், 2. திராட்சப்பழம்.

கோத்தனிகை - முந்திரிகைமரம்.

கோத்திரம் - ஓர் நெட்டிப்புல், 2. வரகு, (ஓர் தானியம்.)

கோத்திரம் - குலம், 2. வர்க்கம், 3. பூமி, 4. மலை.

கோத்திரவம் - வரகு, (ஓர் தானியம்.)

கோத்திரி - முந்திரிகைமரம்.

கோத்திரிகை - முந்திரிகைமரம்.

கோத்திரை - பூமி, 2. மலை.

கோத்தை - குருடன், 2. பீளை.

கோநாய் - தோண்டான், 2. ஆணரி.

கோந்தளங்காய் - சமுத்திராப்பழம்.

கோந்தி - குரங்கு.

கோந்து - பிசின்.

கோந்துரு - பாட்டனது பாட்டன், 2. ஆசியம்.

கோபகுண்டம் - எட்டிமரம்.

கோபங்கம் - சரகாண்டபாஷாணம்.

கோபம் - சினம், 2. வெறுப்பு, 3. கோபக் குணம், 4. உடம்பெரிச்சல், 5. இந்திர கோபம், 6. துத்தபாஷாணம்.

கோபனம் - இரகசியம், 2. திகில்.

கோபன் - இடையன், 2. காப்போன்.

கோபாக்கினி - மகாகோபம்.

கோபாலன் - இடையன், 2. கண்ணன்.

கோபி - இடைச்சி, 2. ஓர் மண்.

கோபி - } (வி) வெகுள், 2. சின.
கோவி -

கோபிசந்தனம் - ஓர் மண்.

கோபுரம் - சிகரி, 2. கோயிலின்வாயில்.

கோப்பியம் - இரகசியம், 2. கண்ணியம், 3. கோலம்பண்ணல்.

கோப்பு - கோத்தல், 2. பெருமை, 3. சீர்.

கோமகள் - இராஜகுமாரத்தி, 2. தலைவி.

கோமகன் - அரசன், 2. இராசகுமாரன், 3. தலைவன்.

கோமட்டி - கோமுட்டி, (ஒரு சாதி).

கோமணம் - கோவணம்.

கோமணிக்குன்றம் - வெண்கலமலை.

கோமதி - } ஓராறு.
கோமதை -

கோமளம் - இளமைப்பருவம், 2. செவ்வி, 3. குருகு.

கோமாட்டி - } தலைவி.
கோமாள் -

கோமாயு - நரி.

கோமாளம் - சந்தோஷம்.

கோமான் - அரசன், 2. குரு, 3. தலைவன்.

கோமுகம் - ஆதனத்திலொன்று.

கோமுகை - அபிஷேக நீர்போம்வழி.

கோமேதகம் - நவரத்தினத்திலோர் வகை.

கோமேதம் - ஓரியாகம்.

கோம்பி - பச்சோந்தி.

கோம்பு - (வி) சின, 2. சினக்குறிப்புக் காட்டு.

கோம்பை - தேங்காய் முதலியவற்றின் கவசம்.

கோயில் - அரமனை, 2. ஆலயம், 3. கடவுளிருக்குமிடம், 4. இலிங்கசம்புடம், 5. விபூதிசம்புடம், 6. சிதம்பரசீரங்கஸ் தலம், 7. கோயிற்பற்று.

கோயில்வலம்வரல் - ஆலயப்பிரதட்சிணம்.

கோய் - பரணி.

கோரகம் - இளம்பூவரும்பு, 2. வட்டில்.

கோரகை - குயில், 2. இளம்பூவரும்பு.

கோரக்கநாதர் - } ஓர் சித்தர்.
கோரக்கர் -

கோரங்கி - (வை.அ) சிற்றேலம்.

கோரங்கி - ஓர் பட்டணம்.

கோரசம் - சிவல், (ஓர் புள்.)

கோரணி - ஓர்வியாதி, 2. முகங் கோட்டுகை, 3. கைகால் வளைக்கை, 4. ஆசியம், 5. சோலி.

கோரணிக்காரன் - ஆசியக்காரன்.

கோரண்டம் - குறிஞ்சிமரம், 2. மருதோன்றிமரம்.

கோரதந்தம் - } வக்கிரதந்தம், 2. பாம்பின் நச்சுப்பல்.
கோரப்பல் -

கோரம் - அச்சம், 2. நஞ்சு, 3. கொடுமை, 4. உட்டணம், 5. சீக்கிரம், 6. குதிரை, 7. சோழன் குதிரை, 8. வட்டில்.

கோரம்பர் - கழாய்க்கூத்தர்.

கோரம்பலம் - உபாயம், 2. தாறுமாறு, 3. வேடிக்கை.

கோரவாரம் - சந்தனமரம்.

கோராவாரி - பெருங்காற்றுமழை.

கோரான் - } ஓர் செடி.
கோரான்செடி -

கோரி - கல்லறைக்கும் மட்டம்.

கோரிகை - } அகப்பை, 2. களஞ்சியம்.
கோரியை -

கோரிக்கை - வேண்டுகோள், 2. விருப்பம்.

கோரு - (வி) வேண்டிக்கொள், 2. விரும்பு.

கோரை - ஒரு கிழங்கு, 2. ஒரு புல்.

கோரோசனை - ஒரு மருந்து.

கோர்க்கலம் - மட்கலம்.

கோலச்சங்கு - முட்சங்கு, (ஓர் செடி.)

கோலம் - உருவம், 2. அழகு, 3. அலங் கரிப்பு, 4. உடைக்கோலம், 5. படைக் கோலம், 6. நடைக்கோலம், 7. சுபாவக் கோலம் 8. மாக்கோலம், 9. சந்தனக் கோலம், 10. நீரோட்டம், 11. பாக்கு, 12. பீர்க்கங்கொடி, 13. பறவை.

கோலம் - பன்றி, 2. தெப்பம், 3. இலந்தைக்கனி, 4. மருட்பன்றி, 5. விநதைநகர்.

கோலரம் - முளை.

கோலலவணம் - துருசு.

கோலா - } பறவைமீன்.
கோலாமீன் -

கோலாகலம் - பேரொலி, 2. சம்பிரமம், 3. விலங்கினாலெழுமொலி.

கோலாங்கூலம் - முசு.

கோலாச்சி - ஒருமீன்.

கோலாஞ்சி - அதிகோலம், 2. டம்பம்.

கோலாட்டம் - ஒரு விளையாட்டு.

கோலாரிக்கம் - போர்க்கறைகூவல்.

கோலி - இலந்தைமரம், 2. மயிர், 3. கோலிக்குண்டு.

கோலிகர் - } நெய்வோரிலோர் சாதி.
கோலியர் -

கோலு - (வி) சூழ், 2. வளை, 3. உண்டாக்கு, 4. முகந்தள்ளு.

கோல் - தடி, 2. ஊன்றுகோல், 3. அளவுகோல், 4. அஞ்சனக்கோல், 5. அம்பு, 6. செங்கோல், 7. துலாக்கோல், 8. துலாவிராசி, 9. முத்திரைக்கோல், 10. குதிரைச் சம்மட்டி, 11. மரக்கொம்பு, 12. யாழினரம்பு, 13. தூண்டில், 14. இலந்தை மரம், 15. தெப்பம், 16. அழகு.

கோல்கொடு - (வி) குருடருக்குப் பற்றுக்கோடு கொடு.

கோல்கோடு - (வி) அரசுமுறைதவறு.

கோவணம் - கௌபீனம்.

கோவம் - கோபம், 2. பொன்.

கோவர் - இடையர்.

கோவர்த்தனம் - கிருஷ்ண பகவான் தனது சுண்டுவிரலால் தாங்கிய ஒரு மலை.

கோவர்த்தனர் - இடையர்.

கோவலர் - இடையர்.

கோவலன் - இடையன், 2. கிருஷ்ண பகவான், 3. சிலப்பதிகார கதாநாயகனான ஒரு வைசியன்.

கோவளம் - ஒருபட்டினம்.

கோவா - ஓர் பட்டினம்.

கோவிதன் - அறிஞன்.

கோவிந்தர் - இடையர்.

கோவிந்தன் - ஸ்ரீமகாவிஷ்ணு.

கோவில் - இராசமனை, 2. தேவாலயம்.

கோவை - கோத்தல், 2. கோத்தமாலை, 3. தொடுத்தபூமாலை, 4. அணிவடம், 5. ஓர் பிரபந்தம், 6. வரிசை, 7. தொடர்ச்சிப் பொருள், 8. கொவ்வைக்கொடி.

கோவைசியர் - மூவைசியரிலொருவர், அவர் இடையர்.

கோழி - குக்குடம், 2. உறையூர்.

கோழிக்கல் - குறிஞ்சிக்கல்.

கோழிக்கூடு - கள்ளிக்கோட்டை.

கோழிக்கொடியோன் - முருகன், 2. ஐயனார்.

கோழித்தலைக்கந்தகம் - ஓர் பாஷாணம்.

கோழிமுளையான் - முக்குளிப்பூண்டு.

கோழியவரை - ஓர் கொடி.

கோழியுள்ளான் - ஒரு குருவி.

கோழிவேந்தன் - சோழன்.

கோழை - கபம், 2. சிலேட்டுமம், 3. பழுது, 4. கூச்சம், 5. நாணமுள்ளவன், 6. கொடுமை.

கோழைத்தனம் - அச்சத்தன்மை.

கோளகம் - திப்பிலி, 2. மிளகு, 3. கோளக பாஷாணம், 4. மண்டலிப் பாம்பு, 5. பட்டுச் சீலை.

கோளகன் - கைமை பெற்றமகன்.

கோளகை - உருண்டைவடிவம், 2. வட்டம், 3. அண்டகடாகம், 4. அண்ட முகடு, 5. மண்டலிப்பாம்பு, 6. கவச முதலியன.

கோளம் - உண்டை, 2. வட்டம், 3. கோள படம்.

கோளம்பம் - ஒரூர்.

கோளரி - சிங்கம்.

கோளா - ஓர்வகை உண்டைக்கறி.

கோளாங்கல் - கூழாங்கல்.

கோளாறு - முறைபிறழ்வு, 2. சண்டை, 3. மாறுபாடு.

கோளி - ஆலமரம், 2. அத்திமரம், 3. பூவாது காய்க்கு மரம், 4. கொள்வோன்.

கோளிகை - பெட்டைக்கழுதை.

கோளேசம் - குங்குமப்பூ.

கோளை - எலி.

கோள் - கொள்ளுகை, 2. குறளை, 3. புறந் தூற்றல், 4. இடையூறு, 5. கொலை, 6. பொய், 7. வலி, 8. குணம், 9. தீமை, 10. கிரகம், 11. நட்சத்திரம், 12. கோட்பாடு, 13. நாள்.

கோறல் - (தொ. பெ) கொல்லுதல்.

கோறை - துளை, 2. குவளை, 3. பழுது.

கோற்கொடி - இலந்தைமரம், 2. சுரைக் கொடி.

கோனான் - இடையரின் சங்கைப்பேர்.

கோனிச்சி - இடைச்சி.

கோன் - அரசன், 2. இடையன்.

கோன்மை - ஆளுகை.

கௌ

கௌ - ஓர் உயிர்மெய்யெழுத்து, 2. கௌவென்னேவல்.

கௌசலம் - ஒரு தேசம், 2. வேலைத்திறம்.

கௌசலை - ஸ்ரீராமன் தாய்.

கௌசனம் - கௌபீனம்.

கௌசனை - உறை, 2. குதிரை முதலியவற்றின் மேற்போடும் மெத்தை.

கௌசாம்பி - ஒரு நகரம்.

கௌசிகம் - கூகை, 2. பட்டுச்சீலை, 3. ஓர்பண், 4. விளக்குத் தண்டு, 5. சாம வேதம்.

கௌசிகன் - இந்திரன், 2. விசுவாமித் திரன், 3. பாம்பாட்டி.

கௌடம் - ஓர் தேசம், 2. கௌடநெறி, 3. ஓர் கொடி, 4. ஒருபாஷை.

கௌடி - ஒருபண், 2. பலகறை.

கௌடில்யம் - வளைவு.

கௌணம் - முக்கியமல்லாதது.

கௌணியர் - திருஞானசம்பந்தர்.

கௌண்டர் - சண்டாளர், 2. ஓர் சாதி யார்.

கௌண்டிகர் - தோல்வினைஞர்.

கௌதமநதி - கோதாவரி நதி.

கௌதமம் - அஷ்டாதச தருமசாஸ்திரத்தொன்று.

கௌதமன் - சத்த விருஷிகளிலொரு வன், 2. ஆதிபுத்தன்.

கௌதமி - } கோதாவரி, 2. கோரோசனை, 3. ஓர்பசு.
கௌதமை -
கௌதம் - சிச்சிலிக்குருவி.
கௌத்துவம் - வஞ்சனை.
கௌத்துவம் - } ஸ்ரீ மகாவிஷ்ணுவின் மார்பணி, 2. பதும ராகம், 3. மாணிக்கம், 4. அத்தநாள்.
கௌஸ்துபம் -
கௌந்தி - தவப்பெண், 2. குந்திதேவி, 3. மிளகுக் கொடி.
கௌபீனம் - கோவணம்.
கௌப்பு - பெருமை.
கௌமாரம் - இளமை, 2. ஆடவர் பருவத்தொன்று, 3. குமரன் சத்தி,4. குமர சமயம், 5. அட்டாதசகீத புராணத் தொன்று.
கௌமாரி - சத்தமாதரிலொருத்தி.
கௌமுதி - நிலவு.
கௌமோதகி - ஸ்ரீமகாவிஷ்ணுவின் தண்டாயுதம்.
கௌரம் - வெண்மை, 2. சுத்தம், 3. பொன்மை.
கௌரவம் - மேன்மை.
கௌரவர் - குருகுலவேந்தர்.
கௌரி - பத்தாண்டுப்பெண், 2. காளி, 3. துர்க்கை, 4. பார்வதி, 5. மஞ்சள்நிறம், 6. கடுகு, 7. புளிநறளைச்செடி.
கௌரிகேணி - வெள்ளைக்காக்கணங் கொடி.
கௌரிசங்கரமணி - இரட்டையுருத் திராட்சம்.
கௌரிபாஷாணம் - ஓர் பாஷாணம்.
கௌரியன் - பாண்டியன்.
கௌவியம் - பசுவினிடத்துண்டாய பால் தயிர் நெய் கோசலம்கோமயம்.
கௌவு - (வி) வாயினாற்பற்று, 2. ஆயுதத் தாற்பிடி, 3. கையினாற்பற்று, 4. கருத்தினாற் பற்று, 5. நிலைபெறு.
கௌவுதடி - கவைத்தடி.
கௌவை - காரியம், 2. ஒலி, 3. கள், 4. துன்பம், 5. பழிச்சொல், 6. எள்ளிளங் காய், 7. ஆயிலியநாள்.
கௌளம் - ஓரிராகம்.
கௌளி - பல்லி, 2. நூறு வெற்றிலை கொண்டகட்டு.

ங

ங - ஓர் உயிர் மெய்யெழுத்து, 2. குறுணிக் குறி.
ஙனம் - இடம், 2. தன்மை.

ச

ச - ஓர் உயிர் மெய்யெழுத்து.
சஃகுல்லி - அப்பவர்க்கத்தொன்று.
சக - கூட.
சககமனம் - உடன்கட்டையேறல்.
சககாரம் - தேமாமரம்.
சகசண்டி - முருடன்.
சகசம் - இயற்கை, 2. உண்மை, 3. கூடப் பிறந்தது, 4. வட்டில், 6. இஷ்டம்.
சகசரம் - சிறுகுறிஞ்சா, (ஒருகொடி.)
சகசரி - மருதோன்றிமரம், 2. வாடாக் குறிஞ்சிமரம்.
சகசன் - சதோதரன்.
சகசா - குறிஞ்சாக்கொடி.
சகசாலம் - உலகமாயம்.
சகசை - உடன்பிறந்தாள்.
சகச்சை - (வை.அ) பொன்னாங் காணிக்கீரை.
சகடம் - பண்டி, 2. சகடாசுரன், 3. பாண்டில் பூண்டவூர்தி, 4. உரோகிணி நட்சத்திரம், 5. சகடபலம், 6. ஊர்க்குருவி, 7. வட்டில், 8. தமரத்தைமரம்.
சகடு - பண்டி, 2. சகடாசுரன், 3. உரோகிணி நாள், 4. அயிர்ப்பு, 5. சராசரி.
சகடை - ஓர் வாச்சியம், 2. முரசு, 3. பண்டி.
சகடோல் - அம்பாரி.
சகண்டை - சகடை, 2. முரசு.
சகதாமத்தி - தகரைச்செடி.
சகதி - சேறு, 2. பொல்லாநிலம்.
சகதேவன் - } பாண்டவருளிளையோன்.
சகாதேவன் -
சகதேவி - பூமாதேவி.
சகத்திரபேதி - } கல்வேதியென்னு மருந்து.
சகத்திரவேதி -
சகத்திரம் - } ஆயிரம், 2. சிவாகம மிருபத்தெட்டி னொன்று.
சகஸ்திரம் -

சகஸ்திரநாமன் - மகாவிஷ்ணு.
சகத்து - உலகம்.
சகநாதம் - ஓர் ஸ்தலம்.
சகநாயகன் - காந்தம்.
சகமார்க்கம் - யோகமார்க்கம்.
சகம் - உலகம், 2. ஓர் தேயம், 3. சகவருடம், 4. மார்கழிமாதம், 5. பாம்புச்சட்டை.
சகரச்சாரி - சத்திசாரம்.
சகரர் - சகரபுத்திரர்.
சகரன் - முதலேழுவள்ளலிலொருவன்.
சகரிகம் - நாயுருவிச்செடி.
சகலகம் - வெள்ளாட்டுக்கடா.
சகலப்பாடி - } ஒரு குடியிற் பெண் கொண்டோன்.
சகலன் -
சகலை -
சகலமங்கலை - பார்வதி.
சகலம் - அனைத்து.
சகலாத்து - ஓர்வகைக் கம்பளி.
சகலாவத்தை - ஓரவத்தை.
சகல் - கொசுகு.
சகளம் - சடத்துவம்.
சகளன் - சகலப்பாடி.
சகனம் - கடிதடம், 2. பொறுமை.
சகன் - கூட்டாளி.
சகன்மகம் - செய்பொருளுறுவினை.
சகன்மோகினி - உலக மெல்லாம் மயக்கும் மோகினி.
சகா - தோழன், 2. உதவி.
சகா - } (வை. அ) பாம்புகொல்லிப் பூண்டு.
சகாதி -
சகாடி - பீர்க்கங்கொடி.
சகாதேவன் - பாண்டவர்களிலிளை யோன்.
சகாதேவி - (வை.அ) நெய்ச்சிட்டிச்செடி.
சகாத்தம் - } சகன் ஆண்டு.
சகாப்தம் -
சகாயம் - உதவி, 2. சுகம், 3. துணை, 4. மலிவு.
சகாரகுக்ஷி - வியாசர்.
சகாரி - முதலேழுவள்ளலிலொருவன்.
சகானா - ஓரிராகம்.
சகி - தோழி.
சகி - (வி) பொறு, 2. மன்னி.
சகிதம் - கூடியிருத்தல்.
சகுடம் - சேம்பு.
சகுடை - சிற்றகத்திமரம்.
சகுட்டகம் - } ஆடுதின்னாப்பாளைச் செடி.
சகுட்டம் -
சகுட்டம் - ஓர் கிழங்கு.
சகுந்தம் - கழுகு, 2. வல்லூறு, 3. புட் பொது.
சகுலி - ஓர்மீன், 2. ஒலி.
சகுனம் - பறவை, 2. நிமித்தம், 3. கிழங்கு.
சகுனி - பறவை, 2. நிமித்தம் பார்ப்போன், 3. கூகை; அது: கரணம் பதினொன்றி னொன்று, 4. துரியோதனன் மாமன், 5. சகுனிபோன்றவன்.
சகுன்மம் - (வை.அ) கருணைக்கிழங்கு.
சகேரா - பண்டசாலை.
சகோடம் - } நால்வகையாழி னொன்று.
சகோடயாழ் -
சகோதரன் - உடன்பிறந்தான்.
சகோரம் - சக்கரவாகப்புள், 2. செம்போத் துப் பறவை.
சகோரயாழ் - சகோடயாழ்.
சக்கட்டம் - } பரிகாசம்.
சக்கந்தம் -
சக்கட்டை - இளப்பம்.
சக்கரபதி - தகரைச்செடி.
சக்கரபாணி - மகாவிஷ்ணு, 2. துர்க்கை.
சக்கரம் - வட்டம், 2. சக்கராயுதம், 3. உருளை, 4. ஆயுட்சக்கரம், 5. கிரகவட் டம். 6. கிரகபலச் சக்கரம், 7. சக்கர ஏந் திரம், 8. கோட்டியந்திரம், 9. சக்கர வாகப்புள், 10. பூமி, 11. சக்கரயூகம், 12. மலை, 13. கடல், 14. மலை மல்லிகை, 15. ஆக்கினாசக்கரம், 16. பெருமை, 17. ஓர் தண்டனைக்கருவி, 18. பிறவி, 19. சக்கரப் பணம், 20. ஓர் மிறைக் கவி.
சக்கரவர்த்தி - மற்றொருவரைப் பணி யாது தனியாள்வோன்.

சக்கரவாகம் - சக்கரவாகப்புள்.
சக்கரவாளம் - ஒருமலை,2. வட்டவடிவு.
சக்கரன் - இந்திரன், 2. மகாவிஷ்ணு.
சக்கரை - சருக்கரை.
சக்கல் - மக்கல், 2. சாரமற்றது.
சக்களத்தி - கொழுநனின் வேறுமனைவி.
சக்களமை - சக்களத்திகளுக்குள் விரோதம், 2. கடும்பகை.
சக்களி - (வி) சப்பளி.
சக்களையன் - சோம்பேறி.
சக்காரம் - தேமாமரம்.
சக்கிமுக்கி - தீத்தட்டுங்கருவி.
சக்கியம் - சினேகம், 2. இயல்வது.
சக்கியன் - சமர்த்தன், 2. தோழன்.
சக்கிரதரன் -, **சக்கிரபாணி** - } திருமால்.
சக்கிரம் - சக்கரம்.
சக்கிரி - இந்திரன், 2. திருமால், 3. அரசன், 4. குயவன், 5. செக்கான், 6. மண்டலிப்பாம்பு.
சக்கிலி -, **சக்கிலியன்** - } தோல்வினைஞன்.
சக்கிலிச்சி - சத்திச்சாரம்.
சக்கு - பூஞ்சு.
சக்கு - கண்.
சக்குச்சக்கெனல் - ஒலிக்குறிப்பு.
சக்குபு - (வை. அ.) கரிசாலைப்பூடு.
சக்கை - கோது, 2. துப்பாக்கித் தக்கை, 3. கானப் பலாக்காய், 4. சிராய்.
சங்க - கக்கம்.
சங்கங்குப்பி - பீச்சு விளாத்தியென்னும் ஒருவகைச்செடி.
சங்கஞ்செடி - இசங்கஞ்செடி.
சங்கடம் - நெருக்கம், 2. தடைவாசல், 3. ஓர்வகை மிதவை.
சங்கடை - மரணத்தறுவாய்.
சங்கட்டம் - வியாதி, 2. மரணாவஸ்தை, 3. சங்கடம்.
சங்கதம் - தேவபாஷை, 2. பொருந்துகை, 3. நட்பு, 4. முறைப்பாடு.
சங்கதி - சமாசாரம், 2. இசைவு, 3. இசை விகற்பம்.
சங்கநிதி - சங்குருவாய்க் கிடக்கு நிதி, 2. வட்டக் கிலுகிலுப்பைச்செடி.
சங்கபதம் - ஓர் தருமநூல்.
சங்கபாஷாணம் - ஓர் பாஷாணம்.
சங்கபாலன் - அஷ்டநாகத்தொன்று.
சங்கபீடம் - நாணற்புல்.
சங்கபுங்கி -, **சங்கரிங்கி** - } கடுரோகிணி.
சங்கமம் - கூடுகை, 2. ஆறுங் கடலுங் கூடுமிடம், 3. புணர்ச்சி, 4. கிரகங்கள் சேருகை, 5. வீரசைவர், 6. இயங்குதிணை.
சங்கமன் - இலிங்கதாரி.
சங்கம் - சேர்கை, 2. சனக்கூட்டம், 3. ஆலோசனைக்கூட்டம், 4. புணர்ச்சி, 5. புலவர்கூட்டம், 6. தமிழ்ச்சங்கம், 7. புலவர், 8. சங்கு, 9. நெற்றி, 10. நெற்றியெலும்பு, 11. ஓர் எண், 12. படையிலோர்தொகை, 13. சங்கநிதி, 14. கணைக்கால், 15. தாலம்ப பாஷாணம்.
சங்கரர் - போர்செய்வோர்.
சங்கரன் - சிவன், 2. சங்கராசாரியார்.
சங்கராசாரியர் - சண்மதஸ்தாவனாசாரியர்.
சங்கராபரணம் - ஓரிசை.
சங்கரி - (வி) அழி.
சங்கரி - பார்வதி.
சங்கரிப்பு - நிருமூலமாக்குகை.
சங்கருடணம் - இழுத்தல்.
சங்கருடணன் - பலபத்திரன்.
சங்கலர் -, **சங்கலார்** - } போர்புரிவோர்.
சங்கலனம் - கலப்பு, 2. எண்கூட்டுகை.
சங்கலிதம் - கலப்பு, 2. எண்கூட்டுகை 3. தருமநூலிலொன்று, 4. எண்களின் தொடர்.
சங்களை - மணற்கேணியின் பலகை.
சங்கற்ப நிராகரணம் - ஒரு தமிழ் நூல்.
சங்கற்பம் - மனோநிச்சயம், 2. மனப் பொருத்தனை, 3. நியமனம், 4. எண்ணம், 5. மனோகற்பனை.

சங்கற்பி - (வி) நிருணயி, 2. பிரார்த்தனைசெய், 3. பிரார்த்தனை அறிவி, 4. விதி.
சங்கனனம் - நரம்பு.
சங்காசம் - உவமை.
சங்காதம் - சங்காரம், 2. ஓர்வகை நடிப்பு, 3. கூட்டம், 4. ஓர் நரகம்.
சங்காத்தம் - சினேகம்.
சங்காத்தி - சினேகிதன், 2. தோழன்.
சங்காயம் - கரும்புச்சருகு.
சங்காரம் - அழிக்கை, 2. பஞ்ச கிருத்தியத்தொன்று, 3. கடிதல்.
சங்காரி - (வை. அ) குதிரைவாலிப்பயிர்.
சங்காரித்தம் - சத்தமுகிலினொன்று, அது: பூப்பொழிவது.
சங்காவியம் - அச்சத்தாலாயசோர்வு.
சங்கி - (வி) சந்தேகப்படு, 2. கனம்பண்ணு.
சங்கிதை - பொழிப்பு, 2. சாகை.
சங்கியை - எண்.
சங்கிரகக்கூர்மை - சிந்துலவ்வணம்.
சங்கிரகம் - சுருக்கத்திரட்டு.
சங்கிரந்தனன் - இந்திரன்.
சங்கிரமணம் - சூரியன் வேறு ராசிக்குச் செல்லுங்காலம்.
சங்கிரமம் - கிரகநடை, 2. மாதப்பிறப்பு.
சங்கிரம் - காடு.
சங்கிராந்தம் - } மாதப்பிறப்பு.
சங்கிராந்தி - }
சங்கிராமம் - போர்.
சங்கிருதம் - சமஸ்கிருதம்.
சங்கிலி - ஓராபரணம், 2. தொடர்.
சங்கினி - மூன்றாஞ் சாதிப்பெண், 2. ஓர் நாடி.
சங்கின்குடியோன் - நாகரவண்டு.
சங்கீதம் - இராகசாத்திரம், 2. வாச்சியத்தோடு பாடுகை, 3. சங்கீதப்பாட்டு.
சங்கீரணம் - கலப்பு, 2. ஓரலங்காரம்.
சங்கீர்தம் - எழுத்துப்புணர்ச்சி, 2. புணர்ச்சி.
சங்கீர்த்தனம் - துதிக்கை.
சங்கு - பணிலம், 2. கைவளை, 3. நெற்றி, 4. கணைக்கால், 5. கூடுகை, 6. ஓர் எண், 7. ஓர்செடி, 8. ஓர் படைக்கலம், 9. சாயாமானியினூசி.
சங்கு -(வி) தைரியங்கெடு.
சங்குநிதி - கிலுகிலுப்பைச்செடி.
சங்குபுட்பம் - ஞாழற்செடி.
சங்குமடப்பளி - ஓர்சாதி.
சங்குமரு - (வை. அ) வேப்பமரம்.
சங்குமூர்த்தினி - உச்சி.
சங்குவடம் - பரிசு.
சங்கூபிலம் - ஓர் புராணம்.
சங்கேதம் - நியமம், 2. ஏற்பாடு, 3. குழூஉக்குறி, 4.. கட்டுப்பாடு, 5. குறிப்பு, 6. துராலோசனை.
சங்கேபம் - சுருக்கம்.
சங்கை - ஐயம், 2. அச்சம், 3. அளவு, 4. கனம், 5. வழக்கம், 6. சுக்கு.
சங்கோசம் - சுருங்கல், 2. கூச்சம்.
சங்க்ஷேபம் - சஞ்சேபம்.
சசம் - முயல்.
சசம்பரி - (வை. அ) ஆமணக்கஞ்செடி.
சசாபம் - (வை, அ) சிறுநன்னாரிப்பூடு.
சசி - சந்திரன், 2. கர்ப்பூரம், 3. இந்திராணி.
சசிசேகரன் - சிவன்.
சசியம் - ஆச்சாமரம், 2. கஞ்சாச்செடி, 3. நிலப்பனங்கிழங்கு.
சசியம் - கனி.
சசூபம் - அசோகமரம்.
சசேலஸ்நானம் உடையோடு முழுகுகை.
சச்சடம் - (வை. அ) தாமரை.
சச்சடி - சந்தடி.
சச்சம் - மெய்.
சச்சரவு - } கலகம்.
சச்சரை - }
சச்சரி - ஓர் வாச்சியம்.
சச்சற்புடம் - பஞ்ச தாளத்தொன்று.
சச்சிதானந்தம் - அழியாவறிவின்பம்.
சச்சிதானந்தன் - கடவுள், 2. ஓர் முனிவன்.
சச்சு - பறவைமூக்கு, 2. நீர்ச்சுண்டிச்செடி, 3. சந்தடி, 4. கொஞ்சம், 5. கெட்ட புகையிலை.

சஞ்சம் - பூணூல், 2. கச்சு.
சஞ்சயம் - கூட்டம்.
சஞ்சயனம் - காடாற்றுகை.
சஞ்சயன் - வியாசர் சீடரிலொருவன்.
சஞ்சரி - (வி) உலாவிக்கொண்டிரு, 2. திரி, 3. வாசஞ்செய், 4. சம்பாஷி.
சஞ்சரிகம் -
சஞ்சரீகம் - } வண்டு.
சஞ்சலம் - அசைவு, 2. நிலையில்லாமை, 3. மின்னல், 4. மனக்கவலை, 5. துன்பம்.
சஞ்சலை - மின்னல்.
சஞ்சாயம் - குத்தகையல்லாதவேலை, 2. குடிவாரம், 3. பண்ணை பார்த்தல், 4. இலவசம்.
சஞ்சாரம் - சஞ்சரிக்கை, 2. வாசஞ் செய்கை, 3. ஆரோகண அவரோகணக் கலப்பு, 4. யானைக்கூடம்.
சஞ்சாரி - சஞ்சரிப்போன்.
சஞ்சாலி - பெருந்துப்பாக்கி.
சஞ்சாளிகம் - வண்டு.
சஞ்சிதம் - ஈட்டியது, 2. கட்டுப்பட்ட வினை.
சஞ்சிலேடம் - விஷமுதலியவுட்பரவுகை.
சஞ்சீவகரணி - உயிர்தரு மருந்து, 2. புளியமரம்.
சஞ்சீவனி -
சஞ்சீவி - } உயிர்தருமருந்து.
சஞ்சீவினி -
சஞ்சீவன் - (வை.அ) மாமரம்.
சஞ்சு - பறவைமூக்கு, 2. ஆமணக்கஞ் செடி, 3. வருணாச்சிரம், 4. சாயல்.
சஞ்சுவம் - முஸ்திப்பு.
சஞ்சேபம் - சுருக்கம்.
சடகம் - ஊர்க்குருவி, 2. வட்டில்.
சடாக்கரம் - குமரக்கடவுள் மந்திரமாகிய ஆறெழுத்து.
சடக்குச்சடக்கெனல் ஈரடுக்கொலிக் குறிப்பு
சடக்கோதன் - வசம்பு.
சடங்கம் - அறுவகைச் சாத்திரம், அவை சிக்ஷை, கற்பம், வியாகரணம், நிருத்தம், சந்தோபிசிதம், சோதிடம், 2. வருத்தம், 3. தூக்கு, ஓர்நிறை, 4. பயணமூட்டை, 5. சடங்கு.
சடங்கு - செய்முறை.
சடசடெனல் - ஈரடுக்கொலிக்குறிப்பு.
சடபம் - அறுகம்புல்.
சடபுடெனல் - ஒலிக்குறிப்பு.
சடம் - உடல், 2. அசேதனப்பொருள், 3. கொடுமை, 4. பொய், 5. ஆறு.
சடரம் - வயிறு.
சடர் - அறிவீனர்.
சடலம் - உடல், 2. பருத்தவுடல்.
சடவுப்பு - அமரியுப்பு, 2. சமாதியுப்பு.
சடாகம் -
சடாதரம் - } அருநெல்லிமரம்.
சடாதாரி - (வை. அ) கொடியாள் கூந்தற்கொடி.
சடாமாஞ்சி - ஓர் மருந்துப்புல்.
சடாயு - ஓர் கழுகரசன்.
சடாய் -(வி) துப்பாக்கிகெட்டி, 2. அதட்டு, 3. செழி.
சடாரி - கவசம், 2. நம்மாழ்வார்.
சடாரிடுதல் -
சடாரெனல் - } ஒலிக்குறிப்பு.
சடிதி - விரைவு, 2. கச்சோலம்.
சடிதிவு - கச்சோலம்.
சடிலம் - சடை, 2. அடர்த்தி, 3. குதிரை.
சடினம் - வசம்பு, 2. சடைமரம்.
சடு - ஆறு.
சடுக்கா - கெதி.
சடுதி - சீக்கிரம்.
சடுத்தம் - போராட்டம், 2. தொந்தரவு பண்ணுகை.
சடுத்தி - சோதனை.
சடுலம் - நடுக்கம்.
சடை - மயிர்ப்பின்னல், 2. சடைத்தது, 3. ஓர்மரம், 4. வேர், 5. ஆணியின்சடை, 6. அடைப்பு.
சடைக்கந்தகம் - (வை. அ) வசம்பு.
சடைச்சி - நெட்டிப்புல், 2. பாசி, 3. சிரிப் பூண்டு, 4. பொன்னிமிளை.
சடைத்தல் - (தொ.பெ) கிளைத்து நெருங்குதல்.
சடைநாகம் - ஓராபரணம்.

சடைப்பாசி - ஒரு வகைப்பாசி.
சடைப்பில்லை - ஒரு தலையணி.
சடையநாயனார் - சுந்தரமூர்த்தி நாயனாரது தகப்பனார்.
சட் - ஆறு.
சட்சு - கண்.
சட்டகப்பை - தட்டகப்பை.
சட்டகம் - வடிவு, 2. உடல், 3. மனுடர் படுக்கைப்பொது.
சஷ்டகல்லி - } வீண்பேச்சு.
சட்டகல்லி - }
சட்டங்கட்டுதல் - (தொ.பெ) ஒழுங்கு படுத்தல்.
சட்டதிட்டம் - ஒழுங்கு.
சட்டமுனி - ஒரு முனிவர்.
சட்டம் - மரச்சட்டம், 2. ஏற்பாடு, 3. எழுதுஞ்சட்டம், 4. திட்டம், 5. மாதிரிச் சட்டம், 6. புனுகுசட்டம்.
சட்டம்பிப்பிள்ளை - } பள்ளிக்கூடத்தில் தலைமை யானபிள்ளை.
சட்டம்பிள்ளை - }
சட்டாம்பிள்ளை - }
சட்டம்பியார் - உவாத்தியார்.
சட்டாட்டம் - வாதாட்டம்.
சட்டி - ஓர் பாத்திரம்.
சஷ்டி - } ஆறாந்திதி, 2. அறுபது.
சட்டி - }
சட்டி - (வி) அழி, 2. கொல்.
சட்டினி - } ஓர்வகையரையல்.
சட்னி - }
சட்டு - அழிவு.
சட்டுவம் - அகப்பை.
சட்டுவர்க்கம் - இலக்கினத்திலிருந்து பிரியுமாறு வருக்கம்.
சட்டென - விரைவுக்குறிப்பு.
சட்டை - தைத்தவுடை, 2. பாம்புச் சட்டை, 3. கனம், 4. பொதி, 5. தை வேளைப்பூண்டு.
சட்டைக்காரர் - பறங்கிக்காரர்.
சட்டைநாதன் - வயிரவன்.
சட்பதம் - வண்டு.
சட்பம் - அறுகம்புல், 2. சிறுபயிர், 3. மயிர்.
சட்பிதாபுத்திரிகம் - பஞ்சதாளத் தொன்று.

சணகம் - } புளியாரைக்கீரை.
சனகம் - }
சணப்பு - சணற்பயிர்.
சணம் - கணம், 2. கண்ணியக்குறி.
சணல் - ஓர் பயிர்.
சணாய் - (வி) சணை, 2. காமங்கொள்.
சணை - (வி) கொழு.
சண்டப்பிரசண்டம் - மிகுவேகம்.
சண்டப்பை - கருப்பை.
சண்டம் - கொடுமை, 2. விரைவு, 3. பேடு, 4. கருப்பம்.
சண்டன் - காலன், 2. நமன், 3. துடி துடித்த வன், 4. சூரியன், 5. சிவன், 6. பேடு.
சண்டாளம் - இழிவு, 2. நீசன், 3. பேய்.
சண்டாளன் - இழிஞன், 2. புலைஞன், 3. பதிதன், 4. பார்ப்பனஸ்திரீயிடத்திற் சூத்திரனுக்குப் பிறந்தோன்.
சண்டி - நாணமில்லோன், 2. துர்க்கை, 3. ஓர் மரம்.
சண்டிகை - துர்க்கை, 2. காளி.
சண்டித்தனம் - பிடிவாதம்.
சண்டிவாளம் - முன்தீர்த்த விலையை யழிக்கும்படி கொடுக்கிற பணம்.
சண்டு - பதர், 2. ஓர் வண்டு.
சண்டேசர் - ஒரு சிவனடியார்.
சண்டை - சொற்போர், 2. போர்.
சண்ணித்தல் - (தொ.பெ) பூசுதல்.
சண்ணுதல் - (தொ.பெ) சாதித்தல்.
சண்பகம் - செண்பகமரம்.
சண்பனி - யோகினி.
சண்பை - சீகாழி.
சண்பையர்கோன் - சம்பந்தன்.
சண்மதம் - அறுவகைச் சமயம்.
சண்முகன் - குமரன்.
சதகம் - (வை.அ) தான்றிமரம்.
சதகம் - நூறு செய்யுட்கொண்ட பிரபந்தம்.
சதகுப்பி - } ஓர் பூடு.
சதகுப்பை - }
சதக்கல் - } இளகனிலம்.
சதுக்கல் - }
சதுவல் - }

சதங்கை - ஓர் காலணி.

சதங்கைப்பூரம் -
சதங்கைப்பூரான் - } ஓர்வகைப் பூரான்.

சதசதப்பு - நொது நொதுப்பு.

சதசு - பிராமணசபை.

சததம் - நித்தியம்.

சததளம் -
சதபத்திரம் - } தாமரை.

சதபத்திரி - ஆடுதின்னாப்பாளைச்செடி, 2. தாமரை, 3. தாமரையிலை.

சதபுட்பம் - சதகுப்பிப்பூடு.

சதம் - நூறு, 2. இலை, 3. இறகு, 4. அறுபடுபயிர், 5. நித்தியம்.

சதயம் -
சதயநாள் - } ஓர் நட்சத்திரம்.

சதரூபை - சுவாயம்பு மநுவின் மனைவி.

சதர் - சிரேஷ்ட.

சதவீரியம் - வெள்ளறுகம்புல்.

சதவீரு - (வை.அ) மல்லிகைச்செடி.

சதளம் - கூட்டம்.

சதனம் - இலை, 2. இறகு, 3. வீடு.

சதா - மரக்கலம், 2. பழுது, 3. தாமதம்.

சதா - எப்பொழுதுமுள்ள.

சதாகதி - காற்று, 2. மாறாதசலனம்.

சதாசிவம் - முடிவிலா நன்மை, 2. சதாசிவன்.

சதாபடம் -
சதாபூடம் - } எருக்கஞ்செடி.

சதாபதி - மரவட்டை.

சதாபலம் - எலுமிச்சைமரம்.

சதாபுசம் - வண்டு.

சதாப்பு - ஓர்பூடு.

சதாமூர்க்கம் - பாம்புகொல்லிப்பூண்டு.

சதாமூலம் -
சதாவேரி - } தண்ணீர்விட்டான்.

சதானந்தன் - கடவுள், 2. பிரமன், 3. ஓர் ரிஷி.

சதி - வஞ்சனை, 2. வட்டம், 3. உரோகிணி, 4. தாளவொத்து, 5. சோறு, 6. சீக்கிரம்.

சதி - கற்புடையாள், 2. பார்வதி, 3. அனுமரணம்.

சதிரம் - (வை.அ) ஓர்கக்கரிக்கொடி, 2. தேகம்.

சதிரிசம் - உவமை.

சதிர் - குறைந்தவிலை, 2. இலகு, 3. நாட்டிய சபை, 4. எல்லை.

சதீனகம் -
சதீனம் - } (வை.அ) பயறு.

சது - நான்கு.

சதுக்கம் -
சதுஷ்கம் - } நான்கு, 2. நாற்றெருக் கூடுமிடம், 3. சதுரம், 4. தலை உறுமால்.

சதுக்கல் - வழுக்கல்.

சதுங்கம் - பறவை.

சதுஷ்டயம் -
சதுட்டயம் - } நான்மடங்கு கொண்டது.

சதுஷ்பாதம் -
சதுட்பாதம் - } நாற்கால்மிருகம், 2. நாய்.

சதுப்பு - சதசதப்பான நிலம்.

சதுமுகன் - பிரமன், 2. அருகன்.

சதும்பை - பேய்மருட்டிச்செடி.

சதுரகிரி - ஒரு மலை.

சதுரங்கம் - ரத கஜ துரக பதாதியாகிய நால்வகைச்சேனை, 2. ஒரு விளையாட்டு, 3. நாற்கோணம்.

சதுரப்பாடு - விவேகம், 2. சதுரம்.

சதுரம் - நாற்கோணவடிவம், 2. விவேகம், 3. திறமை, 4. நாகரிகம்.

சதுரன் - காரிய சமர்த்தன், 2. அர்த்தலோபி.

சதுரி - (வி) சரி சதுரமாக்கு, 2. எண்ணைச் சதுரி.

சதுர் - நான்கு, 2. சபைகூடிச் செய்யு நடனம், 2. திறம், 3. நன்மை.

சதுர் - (வி) அப்பு.

சதுர்கூலி - ஆவிரைச்செடி.

சதுர்த்தசி - பதினான்காந்திதி.

சதுர்த்தி - நான்காந்திதி.

சதேகரு - இலவங்கப்பட்டை.

சதை - மாமிசம், 2. பழத்தின் சதை, 3. முன்னைமரம், 4. பாலைமரம், 5. சோடு.

சதைதல் - (தொ.பெ) நசுங்குதல்.

சதைத்தல் - (தொ.பெ) நெரித்தல், 2. புஷ்டியாதல்.

சதோகநாதர் - நவ சித்தரிலொருவர்.

சதோகரு - } இலவங்கப்பட்டை.
சதோகுரு - }
சத்தகம் - ஓர் கத்தி.
சத்தகம் - ஏழுகூடியது.
சத்தசிப்பி - கிளிஞ்சில்.
சத்தபருணி - ஏழிலைம்பாலைமரம்.
சத்தமி - ஏழாந்திதி.
சத்தம் - ஏழு, 2. ஒலி, 3. இசை, 4. குரல், 5. மொழி, 6. பெரியோர்மொழி, 7. மாடு முதலியவற்றிற்குக் கொடுக்குங் கூலி.
சத்தரிஷிகள் - அங்கிரன், அத்திரி, கிரது, மரீசி, புலகன், புலத்தியன், வசிட்டன் ஆகிய ஏழுரிஷிகள்.
சத்தன் - சிவன்.
சத்தார் - சாய்வு.
சத்தி - சூலம், 2. தேரிடக்கியம், 3. விருதுக் கொடி.
சத்தி - கக்கல், 2. கக்குகை, 3. கொம் மட்டிக்கொடி, 4. பேய்ப்புடல்கொடி, 5. நீர்முள்ளிச்செடி, 6. வல்லமை, 7. பராசத்திமுதலியன, 8. பார்வதி, 9. ஆவிடையார், 10. கைவேல், 11. கந்தகம், 12. சவக்காரம், 13. நிமிளை, 14. குடை.
சத்திகம் - குதிரை.
சத்திகர் - கடவுளருளாலற்புதஞ் செய்வோர்.
சத்திக்கூற்றோன் - நவக்ஷாரம்.
சத்திக்கொடி - கொம்மட்டிக்கொடி.
சத்திசாரணை - மூக்கிரட்டைச்செடி.
சத்திசாரம் - ஓர் உப்பு.
சத்திநாதம் - பொன்னிறம், 2. பொன்னி மிளை, 3. ஏமாப்பிரகம்.
சத்திநிபாதம் - சிவ சத்தி பதிதல்.
சத்திநிபாதர் - மனதையடக்கித் தெய்வம் வழிபடுவோர்.
சத்தியபாமை - கிருஷ்ணன் மனைவிகளி லொருத்தி.
சத்தியம் - உண்மை, 2. சபதம், 3. சத்திய சோதனை, 4. குறிஞ்சாக்கொடி.
சத்தியயுகம் - கிரேதாயுகம்.
சத்தியலோகம் - பிரமலோகம்.
சத்தியவதி - வியாசன்றாய்.
சத்தியவான் - மெய்யன்.
சத்தியவேதம் - விவிலியநூல், 2. மெய் வேதம்.
சத்தியோசாதம் - சிவனைம் முகத்தி லொன்று.
சத்திரம் - அன்னசாலை, 2. யாகம், 3. கை விடாப்படை, 4. சத்திரக்கத்தி, 5. கைவேல், 6. இரணவைத்தியம், 7. பாணம், 8. குடை, 9. வெண்குடை, 10. கவிழ்தும்பைச்செடி.
சத்திரவித்தை - இரணவைத்திய சாத்திரம்.
சத்திராட்சி - (வை.அ) அரத்தைச்செடி.
சத்திரியர் - இரண்டாம் வருணத்தோர், அவர் அரசர்.
சத்து - உண்மை, 2. நன்மை, 3. சாரம், 4. அறிவு, 5. ஞானி, 6. உள்ளது, 7. பிரமம்.
சத்துமொத்து - ஒலிக்குறிப்பு.
சத்துரு - பகைவன்.
சத்துருக்கன் - இலக்குமணன் தம்பி.
சத்துவம் - வலி, 2. சுபாவகுணம், 3. முக் குணத்திலொன்று, 4. ஓர் விசேஷகுணம்.
சத்துவாரி - சாலேசரம், இது: பார்வை மங்கல் என்பர்.
சத்தை - இருப்பு, 2. சாரம், 3. நன்மை.
சந்தகம் - இடியப்பம்.
சந்தகை - இடியப்பவுரல்.
சந்தசு - ஆரியயாப்பிலக்கணம்.
சந்தடி - சனத்திரள், 2. இரைச்சல்.
சந்ததம் - எப்பொழுதும்.
சந்ததி - மகன், 2. பிள்ளை, 3. வமிசம், 4. சந்தானம்.
சந்தப்பாணம் - ஓர் மருந்துச்சேர்வை.
சந்தம் - கவிவண்ணம், 2. நிறம், 3. அழகு, 4. வடிவு, 5. சந்தனம், 6. பழக்கம்.
சந்தயம் - } சந்தேகம்.
சந்தையம் - }
சந்தர்ப்பம் - தருணம்.
சந்தனக்காப்பு - சந்தனாபிஷேகம்.
சந்தனக்குழம்பு - இழைத்த சந்தனம்.
சந்தனம் - சந்தனமரம், 2. இரதம்.

சந்தனாசலம் - பொதியமலை.
சந்தனு - வீடுமன்றந்தை.
சந்தாபம் - வெப்பம், 2. துன்பம், 3. மனஸ் தாபம்.
சந்தாயம் - சஞ்சாயம்.
சந்தானகரணி - அற்ற உறுப்புக்ளைப் பொருத்துமருந்து, 2. அறுகம்புல்.
சந்தானகுரவர் - சைவசித்தாந்தாசாரியர்.
சந்தானசருவோத்தம் - ஓர்சைவாகமம்.
சந்தானதீபிகை - ஓர் சோதிடநூல்.
சந்தானம் - சந்ததி, 2. வமிசம், 3. தொடர்பு, 4. குருபாரம்பரை, 5. ஐந்தருவிலொன்று.
சந்தி - இசைப்பு, 2. சந்திக்குமிடம், 3. விகுதிமுதலியவற்றின் புணர்ச்சி, 4. மாலைநேரம், 5. யுகசந்தி, 6. நட்பாதல், 7. மூங்கில்மரம், 8. சந்தியாவந்தனம், 9. தறுவாய்.
சந்தி - (வி) எதிர்ப்படு, 2. கண்டுகொள், 3. அடை, 4. சார்பாகு.
சந்திப்பு - இசைப்பு, 2. கூடுமிடம், 3. யுக சந்திப்பு, 4. இனாம்.
சந்திமான் - இடையெழுவள்ளலி லொருவன்.
சந்திரகம் - மயிற்றோகைக்கண், 2. பொன் வண்டு, 3. செந்திருக்கம்.
சந்திரகாம்புயம் - வெண்டாமரை.
சந்திரகாவி - செங்காவிமண், 2. ஓர் வகைப் புடவை.
சந்திரகுத்தன் - யமன்கணக்கரி லொருவன், 2. ஓரரசன்.
சந்திரசேகரன் - சிவன்.
சந்திரசைலம் - ஓர் மலை.
சந்திரஞானம் - ஓர்சைவாகமம்.
சந்திரதிலகம் - சந்தனம், 2. சந்தனப் பொட்டு.
சந்திரபூரம் - பச்சைக் கர்ப்பூரம்.
சந்திரப்பிறை - மகளிர் தலையணிகளு ளொன்று.
சந்திரமதி - அரிச்சந்திரன் மனைவி.
சந்திரம் - கர்ப்பூரம், 2. பொன்.
சந்திரன் - திங்கள்.

சந்திரிகம் - செந்துருக்கம், (ஒரு செடி.)
சந்திரிகை - சந்திரனொளி, 2. நிலவு, 3. பேரேலம்.
சந்திரேகம் - கார்ப்போகரிசிவிதை.
சந்தில் - சனி.
சந்திவிக்கிரகம் - அடுத்துக்கெடுத்தல்.
சந்து - மூட்டு, 2. சரீரமூட்டு, 3. இடுப்பு, 4. நாற்றெருகூடுமிடம், 5. முடுக்குத் தெரு, 6. பிளப்பு, 7. தூது, 8. தூதன், 9. சமையம், 10. சந்தனமரம், 11. சீவபிராணி.
சந்துசெய்தல் - (தொ.அ) பொருத்தல்.
சந்துஷ்டம் - } சந்தோஷம்.
சந்துஷ்டி - }
சந்துநயத்தான் - தூதுளைக்கொடி.
சந்தேகம் - ஐயம், 2. அசாத்தியம், 3. நிலையாமை.
சந்தேகி - (வி) ஐயப்படு.
சந்தை - கூடுங்கடை, 2. வேதமோது மிடம்.
சந்தோஷம் - } பூரிப்பு, 2. மகிழ்ச்சி.
சந்தோடம் - }
சந்தோஷி - (வி) மகிழ்.
சந்தோபிசிதம் - } வேதாங்கத் தொன்று.
சந்தோபிசிதி - }
சந்நத்தன் - போருக்காயத்தமானோன்.
சந்நிதானம் - } அண்மை, 2. சமுகம், 3. மூலஸ்தானம்.
சந்நிதி - }
சந்நிபம் - உவமை.
சந்நியம் - போர்.
சந்நியாசம் - துறவு.
சபக்கம் - } ஒத்தபட்சம்.
சபட்சம் - }
சபதம் - ஆணை, 2. ஆணைப்பாடு செய்தல், 3. பிரதிக்கினை, 4. மெய், 5. ஒட்டம்.
சபதரி - (வி) ஆதரி.
சபதி - விரைவு.
சபம் - ஆலமரமுதலியவற்றின் வீழ், 2. மூங்கில் மரம், 3. செபம், 4. சவம்.
சபரம் - கெண்டைமீன்.
சபர் - கடல்யாத்திரை.
சபலம் - இரசம், 2. மின்னல், 3. நடுக்கம், 4. இலாபம், 5. நிறைவேற்றுகை, 6. அனுகூலம்.

சபலா - திப்பிலி.
சபலை - மின்னல், 2. இலக்குமி.
சபாநாதன் -
சபாநாயகன் - } சபைக்கிறைவன், 2. நடராஜமூர்த்தி.
சபாப்பு -
சவாப் - } மறுமொழி.
சபி - (வி) சாபமிடு.
சபிண்டர் - பிதிர்பிண்டமிடுதற்குரியயோர்.
சபிண்டி -
சபிண்டீகரணம் - } பிதிர்பூசை.
சபினம் -
சபீனம் - } வசம்பு.
சபை - மண்டபம், 2. அவை, 3. கூட்டம், 4. புலவர் சபை.
சப்ஜா - செந்திருக்கம்விதை.
சப்தி - ஆளுகையை மறித்தல்.
சப்பங்கி - ஓர்தேசம், 2. ஓர் மரம், 3. வீர மற்றவன்.
சப்பட்டை - சப்பளிந்தது, 2. தோட்பட்டை, 3. சிறகு, 4. பதர், 5. மடையன்.
சப்பணம் - அட்டணைக்காலிடல்.
சப்பரம் -
சப்பிரம் - } கேடகம், 2. சப்பரத்தேர், 3. யானைமேற்றவிசு.
சப்பளாத்தி - சமர்த்தற்றவன்.
சப்பளி - (வி) தட்டையாகு.
சப்பன்னம் - ஐம்பத்தாறு.
சப்பாணி - பிள்ளைக்கவியினோருறுப்பு, 2. முடவன், 3. கைகொட்டல்.
சப்பாத்து - பாதரட்சை, 2. நாகதாளி மரம்.
சப்பி - சாவி.
சப்பியம் - சபைக்கேற்ற வார்த்தை.
சப்பு - (வி) மெல்லு, 2. குதப்பு.
சப்புச்சவர் - கழிகடை, 2. சவர்நிலம்.
சப்பை - தட்டை, 2. சந்து, 3. வலியின்மை.
சமஸ்காரம் - கிரியாசாந்தி, 2. பூருவ வாசனை, 3. கரணம், 4. திதஸ்தாபகம்.
சமக்கிருதம் -
சமஸ்கிருதம் - } ஆரியமொழி.
சமங்கை - ஆடுதின்னாப்பாலைச்செடி.
சமசி -
சமசை - } பூர்த்தி, 2. கவியாசு.
சமகூ - கலகக்கூட்டம்.
சமஷ்டி -
சமட்டி - } முழுமை.
சமட்டு - (வி) காலாலேதுகை.
சமணம் -
சமண் - } சமணமதம்.
சமணி - (வை.அ) இலவமரம்.
சமதக்கினி - பரசிராமன் றந்தை.
சமதலை - அடிமுன்றானை, 2. ஈறாங்கடை.
சமதன் - சங்காத்தி.
சமதீதம் - ஐக்கியம்.
சமதை - சமானம்.
சமஸ்தம் -
சமத்தம் - } எல்லாம்.
சமஸ்தானம் - அரசசபை.
சமத்து - வல்லமை.
சமத்துக்காரம் - திராணி.
சமம் - மேடுபள்ளமின்மை, 2. ஒப்பு, 3. சரி, 4. நடு, 5. மிகைகுறைவின்மை, 6. நடுநிலை, 7. போர், 8. அமைவு, 9. கிரகசமநிலை, 10. அகக்கரணதண்டம், 11. எல்லாம்.
சமயதீட்சை - தீட்சை வகையினொன்று; அது: சம்யாநுசரிப்பின் முதலுபதேசம்.
சமயபேதம் - காலவிகற்பம்.
சமயம் - தருணம், 2. காலம், 3. மார்க்கம்.
சமயாதீதன் - சமயங்கடந்த கடவுள்.
சமரசம் - ஒப்பு.
சமரம் - போர்.
சமரி - துர்க்கை.
சமர் - போர், 2. முட்பன்றி.
சமர்த்தகம் - உபகாரம்.
சமர்த்தி - (வி) முடிவாக்கு.
சமர்த்து - திண்மை, 2. சாமர்த்தியம்.
சமர்ப்பகம் -
சமர்ப்பணம் -
சமர்ப்பணை - } கொடை, 2. உயர்ந்தோர்க்குக் கொடுக்கை.
சமலம் -
சமலை - } அசுத்தம், 2. மும்மலம்.

சமவாசம் - சகவாசம்.
சமவாதம் - தர்க்கம், 2. சமாதானதருக்கம்.
சமவாயம் - கூட்டம், 2. தற்கிழமை.
சமவிருஷ்டி - மத்திமமழை.
சமழ் - (வி) நாணு, 2. வருந்து.
சமழ்ப்பு - வருத்தம், 2. வெட்கம்.
சமழ்மை - தாழ்வு.
சமற்பகம் - உயர்ந்தோர்க்குக் கொடுக்கை.
சமனம் - வசம்பு, 2. புழுக்கொல்லிச்செடி.
சமனாதம் - உவர்மண்.
சமனியகரணி - இரணத்தழும்பாற்று மருந்து.
சமன் - சமானம், 2. துலாக்கோலின் சமவரை, 3. நடு, 4. நமன், 5. காலன்.
சமா - } கூட்டம்.
ஜமா - }
சமாசம் - தொகைப்படுவது, 2. மொழி யாக்கம்.
சமாசாரம் - செய்தி.
சமாதானம் - கலக்கமின்மை, 2. சம்மதம், 3. ஒப்புரவு, 4. தக்கவுத்தரம், 5. மனவமைவு, 6. யோகநிஷ்டை.
சமாதி - அங்கயோகத்தொன்று, 2. ஞானசமாதி, 3. சமாதிதரிசனை, 4. பிணம்புதைக்குங்குழி, 5. ஓரலங்காரம், 6. மரணம்.
சமாது - (வை.அ) ஊமத்தஞ்செடி.
சமாபந்தி - (துரைத்தனத்தார்) வருவாய் நிர்ணயம்.
சமாப்தம் - } முடிவு.
சமாப்தி - }
சமாயுதம் -ஓரலங்காரம்.
சமாராதனை - பிராமண போஜனத்தாற் சாந்தி கழித்தல்.
சமாலம் - பீலிக்குஞ்சம்.
சமாலுகம் - (வை. அ) குறிஞ்சாக்கொடி.
சமாவருத்தனம் - } வைதீக கருமத்தொன்று,
சமாவருத்தனை- }
சமுசாரத்துக்குட்படுகை.
சமாளம் - சந்தோஷம்.

சமாளி - (வி) திடங்கொள், 2. தாங்கு, 3. விருந்து முதலியன சரிக்கட்டி நடத்து.
சமானகரணி - இரணத்தழும்பாற்று மருந்து.
சமானம் - ஒப்பு, 2. சமம்.
சமானன் - தசவாயுவிலொன்று.
சமானியம் - பொது.
சமானோதகர் - பிதிர்களுக்கு நீர் விடுதற்குரியோர்.
சமி - அருகன், 2. தணக்குமரம், 3. வன்னி மரம், 4. வாழைமரம்.
சமி - (வி) சீரணி, 2. சுவறு, 3. பதனழி, 4. ஏங்கிப்போ, 5. சகி, 6. அடக்கு.
சமிக்கை - சயிக்கை, 2. சங்கேதப் பெயர், 3. சீரணிக்கை.
சமிதி - போர்.
சமிதை - ஓமவிறகு.
சமித்தம் - ஓமமண்டபம்.
சமித்து - சமிதை, 2. கஞ்சாச்செடி.
சமிப்பாகம் - (வை.அ) கொன்றைமரம்.
சமிப்பு - சீரணிப்பு, 2. பொறுத்தல்.
சமியன் - அருகன்.
சமிலாகி - (வை . அ) திப்பிலி.
சமீகம் - போர், 2. கோல்.
சமீபம் - அண்மை.
சமீபி - (வி) அணித்தாகு, 2. கிட்டு.
சமீரணம் - (வை.அ) கிடாரைமரம்.
சமீரணன் - } காற்று, 2. வாயுதேவன், 3. வாயுபுத்திரன்.
சமீரன் - }
சமீரம் - போர்.
சமீன் - நிலம்.
சமு - படையிலோர் தொகை.
சமுகம் - சந்நிதி, 2. கூட்டம்.
சமுக்கா - தூரதிருஷ்டிக் கண்ணாடி, 2. காந்தப்பெட்டி.
சமுக்காளம் - நூற்கம்பளம்.
சமுசயம் சந்தேகம், 2. அச்சம்.
சமுசாரம் - இல்வாழ்க்கை, 2. குடும்பம், 3. உலகப்பற்று, 4. பிறவிக்கேதுவானவை 5. உலகசஞ்சாரம், 6. மனைவி.
சமுசு - கலகக்கூட்டம்.

சமுச்சயம் - சமுச்சயவுவமை, 2. கூட்டம், 3. சந்தேகம்.

சமுஸ்காரம் - சமஸ்காரம்.

சமுதாடு - } ஓர்வகைக்கத்தி.
சமுதாளி - }

சமுதாயம் - கூட்டம், 2. சங்கம், 3. திரள், 4. பொது, 5. சமாதானம்.

சமுதாய் - (வி) சமாளி, 2. சமாதானப் படுத்து.

சமுதிதம் - } பொது.
சமுதீதம் - }

சமுத்தி - செய்யுட் சமன்முடிவு, 2. நிறைவு.

சமுத்திரசோகி - வட்டத்திருப்பிச்செடி.

சமுத்திரபாலை - சுடம்பு மரம்.

சமுத்திரம் - (வை.அ) முடக்கற்றான் பூண்டு.

சமுத்திரம் - கடல், 2. படையிலோர் தொகை, 3. ஓரெண், 4. மிகுதி.

சமுத்திரராசன் - வருணன்.

சமுத்திராந்தம் - சிறுகாஞ்சொறிக் கொடி, 2. பருத்திச்செடி, 3. சாதிக்காய்.

சமுத்திராப்பழம் - கொந்தளப்பழம்.

சமுப்பவம் - தைவேளைப்பூண்டு.

சமுற்கம் - ஓர் மிறைக்கவி.

சமுன்னதி - அகந்தை.

சமூகம் - கூட்டம், 2. சபை, 3. முன்னிலை.

சமூலம் - அனைத்தும், (வேர்முதல் இலையீறாவன.)

சமேதம் - கூடவிருக்கை.

சமேதார் - } இராணுவவுத்தி
சமைதார் - } யோகஸ்தன்.

சமை - வருஷம், 2. மனமடக்குகை.

சமை - (வி) பருவமடை, 2. பாகமாகு, 3. ஆகு, 4. எத்தனமாகு, 5. ஒழி.

சமைகடை - முடிவு.

சமையம் - சமயம்.

சமையல் - சமைக்கப்படுதல், 2. செய்கை.

சம் - கூட, 2. பிறப்பு, 3. நன்மை, 4. பூரணம், 5. சுத்தம்.

சம்க்ஷேபம் - சஞ்சேபம்.

சம்பகம் - சண்பக மரம்.

சம்பங்கி - செண்பகமரம்.

சம்பங்கோரை - ஓர் புல்.

சம்பங்கோழி - ஒருகோழி.

சம்படம் - சீலை, 2. சோம்பல்.

சம்பத்து - செல்வப்பெருக்கு.

சம்பத்துவேட்டம் - தாளமைந்தி லொன்று.

சம்பந்தம் - இணக்கம், 2. உறவு, 3. மேற் கோளமைதி.

சம்பந்தர் - சிவனடியாரி லொருவர்.

சம்பந்தி - (வி) உறவாயிரு.

சம்பம் - வச்சிராயுதம், 2. இடம்பம், 3. மரவயிரம்.

சம்பரம் - நீர், 2. சீலை, 3. எண்காற்புள்.

சம்பரன் - ஓரசுரன், 2. இந்திரனாற் கொலையுண்ட வசுரன்.

சம்பராரி - இந்திரன், 2. காமன்.

சம்பரி - நேர்வாளக்கொட்டை.

சம்பவம் - பிறப்பு, 2. சம்பவிக்குங் காரியம், 3. இணக்கம்.

சம்பவி - (வி) நிகழ்.

சம்பளம் - மாதாந்தக்கூலி, 2. வழியுணவு, 3. வழிக்குவேண்டும்பொருள், 4. கரை, 5. பொறாமை, 6. பலபண்டாரம், 7. எலுமிச்சைமரம், 8. செம்மறிக்கடா.

சம்பளி - }
சம்பிளி - } அடைப்பை, 2. சாமான்பை.
சம்புளி - }

சம்பன்னம் - நிறைவு, 2. பாக்கியம், 3. உடைமைச் சிறப்பு.

சம்பா - ஒருவகை நெல், 2. ஓர் விளை யாட்டு, 3. ஓர் தாயம், 4. நால் விரலளவை.

சம்பாகம் - நாடு, 2. நன்றாய்ச் சமைத்தது.

சம்பாஷாணம் - }
சம்பாஷணை - } கூடிப்பேசுகை.
சம்பாடணை - }

சம்பாஷி - (வி) கூடிப்பேசு.

சம்பாதனை - }
சம்பாதிதம் - } தேட்டம்.
சம்பாத்தியம் - }
சம்பார்த்தனை - }

சம்பாதி - (வி) தேடு.
சம்பாரம் - கூட்டுவர்க்கம், 2. கைமரந் தாங்கி.
சம்பால் - ஓர்வகைப் பச்சடி.
சம்பாவனம் - } காணிக்கை, 2. மனோ
சம்பாவனை - } மய சிந்தனை, 3. ஆசாரவு பசாரம்.
சம்பாவிதம் - சம்பவிக்கக்கூடியது.
சம்பான் - தோணி.
சம்பிரதம் - சித்து.
சம்பிரதாயம் - குருபாரம்பரியம், 2. குலா சாரம், 3. சாமர்த்தியம், 4. சாதுரியம்.
சம்பிரதி - } தலைமைக் கணக்கன்.
சம்பிருதி - }
சம்பிரமம் - மனக்களிப்பு, 2. இடம்பம், 3. ஜம்பம், 4. பறங்கிப் பாஷாணம்.
சம்பிரேட்சியம் - ஆராய்ந்தறிந்தது.
சம்பீரம் - எலுமிச்சைமரம்.
சம்பு - சிவன், 2. பிரமன், 3. அருகன், 4. விஷ்ணு, 5. சூரியன், 6. நாவல்மரம், 7. ஒரு தீவு, 8. எலுமிச்சைமரம், 9. நரி, 10. ஓர் கோரைப்புல், 11. சடைச்சி என்னும் பூண்டு.
சம்புகம் - நரி.
சம்புகேஸ்வரம் - திருவானைக்கா.
சம்புடம் - செப்பு.
சம்புத்தி - விளிவேற்றுமை.
சம்புரோட்சணம் - } ஆலயப்
சம்புரோட்சணை - } பிரதிஷ்டை.
சம்பூதம் - } பிறப்பு.
சம்பூதி - }
சம்பூரணம் - நிறைவு, 2. போதுமான அளவு, 3. திருப்தி.
சம்பை - சம்பங்கோரைப்புல், 2. செழிப்பு, 3. மக்கல், 4. மீன்பொது.
சம்பை - மின்னல், 2. தாளத்தினொன்று.
சம்போகம் - புணர்ச்சி.
சம்போக்கு - கப்பற்கூட்டம்.
சம்போதனை - விளிவேற்றுமை.
சம்மட்டி - சவுக்கு, 2. கொல்லன் சம்மட்டி.
சம்மணம் - அட்டணைக்காலிடல்.
சம்மதம் - உடன்பாடு, 2. அங்கீகாரம், 3. கொள்கை.
சம்மதி - அங்கீகரிப்பு.
சம்மதி - (வி) உடன்படு.
சம்மந்தம் - சம்பந்தம்.
சம்மனசு - மோக்ஷவாசி.
சம்மாதம் - மாற்றுவரி கொடுத்தல்.
சம்மாரம் - அழிவு.
சம்மானம் - மரியாதை, 2. சர்வ மானியம்.
சம்மான் - சிறுதோணி.
சம்மியத்துவம் - குறைவில்லாத வுதாரத்துவம்.
சம்மியாகம் - (வை . அ) கொன்றைமரம்.
சம்மோகம் - மயக்கம்.
சம்மோதிதம் - சந்தோஷித் தருளிச் செய்யும் பலன்.
சம்யோகம் - புணர்ச்சி.
சம்ரட்சணை - பரிபாலனம்.
சம்வர்த்தம் - சததமேகத்தொன்று அது மணி பொழிவது.
சம்வற்சரம் - வருடம்.
சம்வாகம் - மலையூர், 2. ஊர்.
சம்வாதம் - தர்க்கம்.
சய - ஓர் வருஷம், 2. போற்றி.
சயகண்டை - பரந்தவட்டிகை.
சயகம் - பூவரும்பு.
சயசய - போற்றி போற்றி.
சயதாளம் - தாளமொன்பதிலொன்று.
சயத்திரதன் - ஓரரசன்.
சயந்தனம் - தேர்.
சயந்தன் - இந்திரன்மகன், 2. சந்திரன்.
சயந்தி - (வை.அ) வாதமடக்கி மரம்.
சயபாளம் - (வை.அ) நேர்வாளக் கொட்டை.
சயமகள் - துர்க்கை, 2. மிதுனவிராசி.
சயமரம் - கன்னிகை நாயகனைத் தானே தெரிந்து வரித்துக்கொள்ளுதல்.
சயம் - வெற்றி, 2. சூரியன், 3. சருக்கரை, 4. ஆம்பல், 5. கூட்டம், 6. மாலை, 7. கை, 8. சயரோகம், 9. சிதைவு.
சயம்பு - தானாயிருத்தல், 2. கடவுள், 3. சிவன், 4. அருகன்.
சயனம் - நித்திரை, 2. படுக்குமனை, 3. புணர்ச்சி.

சயனி - (வி) படு, 2. நித்திரைசெய்.
சயா - (வை.அ) வாதமடக்கிமரம்.
சயி - (வி) தாங்கு.
சயிகை -
சயிக்கினை -
சயிக்கை - } சைகை.
சயிக்கம் - மென்மை.
சயிக்கா -
சயித்தி - } அரசமரம்.
சயித்தகம் - சிற்பநூலிலொன்று.
சயித்தியம் - குளிர்ச்சி.
சயித்திரம் - சித்திரை.
சயித்திரியம் - மாய்கை
சயிந்தலவணம் -
சயிந்தவம் -
சயிந்தனம் - } இந்துப்பு.
சயிந்தவம் - இந்துப்பு, 2. குதிரை, 3. தலை.
சயிந்தவி - ஓரிராகம்.
சயிரேகம் - மேகவண்ணப் பூவுள்ள மருதோன்றிமரம்.
சயிலங்கமலை - வெட்டிவேர்.
சயிலம் - மலை.
சயினி - (வை.அ) திப்பிலி.
சயை - மூன்றாம் எட்டாம் பதின் மூன்றாந்திதிகள்.
சயோத்தியம் - நண்பு.
சரகம் - தேனீ, 2. வண்டு.
சரகாண்டபாஷாணம் - பாஷாணம் முப்பத்திரண்டினொன்று.
சரகாண்டம் - ஓர் பாஷாணம், 2அம்புக் கூடு.
சரகூட்டம் - அத்திரத்தாற்றொடுக்கும் பின்னற்செறிவு.
சரக்கு - கறிச்சரக்கு, 2. சம்பாரச்சரக்கு, 3. வியாபாரச்சரக்கு, 4. சாராயம், 5. மருந்துச் சரக்கு.
சரசம் - இனியகுணம், 2. பரிகாசம், 3. காமச்சேஷ்டை.
சரசரெனல் - ஒலிக்குறிப்பு.
சரசி - பரிகாசக்காரன்.
சரசு - குளம்.
சரசுவதி - கலைமகள், 2. சரசுவதியாறு, 3. குணவதி.

சரச்சிறு - (வை.அ) குறிஞ்சாக்கொடி.
சரடம் - ஓந்தி.
சரடு - முறுக்கிழை, 2. வரிசை, 3. தந்திரம்.
சரணம் - பாதம், 2. சிந்து முதலிய செய்யுளடி, 3. நமஸ்காரம், 4. அடைக்கலம், 5. வீடு, 6. மருதநிலத்தூர், 7. மயிற்றோகை, 8. மயில், 9. அரசமரம்.
சரணாகதம் -
சரணாகதி - } அடைக்கலம்.
சரணாரவிந்தம் - பாதபங்கயம்.
சரண் - பாதம், 2. அடைக்கலம்.
சரதம் - மெய்.
சரதலம் - கிரககதியறிகைக்குறி.
சரதார் - தலைவன்.
சரபடி - வமிசம்.
சரபம் - எண்காற்புள், 2. வரையாடு, 3. குறும்பாடு.
சரமம் - முடிவு.
சரம் - அசைவு, 2. அசையும் பொருள், 3. சுவாசநடை, 4. சுவாசம், 5. மணிவடம், 6. பூமாலை, 7. கோவை, 8. அம்பு 9. நாணற்புல், 10. கொறுக்கைப்புல் 11. நோவு.
சரயு -
சரயுநதி - } ஓர் நதி.
சரவடி - வமிசவரிசை.
சர்வட்டை - அற்பசொற்பம்.
சரவணம் - கொறுக்கைப்புல், 2. நாணற் புல், 3. தாமரை, 4. ஓர் தாடகம்.
சரவாச்சம் - கறியுப்பு.
சரவீணை - கருவண்டு.
சரவை - மாலை, 2. ஒத்திடாதபிரதி 3. எழுத்துப்பிழை, 4. அற்ப சொற்பம்.
சரளம் - தகுதி, 2. ஒழுங்கு, 3. தடையின்மை, 4. சிவதைக்கொடி.
சரளி - சத்தசுரப்பயிற்சி, 2. கோழை.
சரற்காலம் - மாரிக்காலம்.
சராகம் - வண்டு, 2. நேர்வழி, 3. தேசபிரிவு.
சராகை - வட்டில்.
சராங்கம் - தடையின்மை.

சராங்கு - லஸ்கரர்களுக்குக் கண்காணி.

சராசந்தன் - மகதனாட்டினோரரசன்.

சராசரம் - நடையுள்ளது மில்லது மாகிய பிரபஞ்சம்.

சராசரி - சரிபங்கு.

சராசனம் - அரசமரம், 2. வில்.

சராப்பு - பண இருப்பு.

சராயு - கர்ப்பாசயம்.

சராவம் - அகல், 2. சலாகை.

சராளம் - தாராளம், 2. நேர்வழி.

சராளி - (வி) பேதியாகு.

சரி - மலைச்சாரல், 2. கைவளை, 3. வழி, 4. ஒழுங்கு, 5. சமம், 6. ஒப்பு, 7. ஒரு தன்மை, 8. கூட்டம், 9. சம்மதிக்குறிப்பு.

சரிகமபதநி - சத்தசுரங்களின் அக்ஷரம்.

சரிகாண் - (வி) அத்தாட்சிகாண், 2. நிறைவேற்று, 3. கொல்லுவி.

சரிகை - உலோகநூல்.

சரிசு - கைவளை.

சரிதம் - காதை.

சரிதர் - சஞ்சரிப்போர்.

சரிதல் - (தொ.பெ) சாய்தல், 2. சரிந்து செல்லுதல், 3. நழுவுதல், 4. மேலிருந்து கீழுருளல், 5. படுத்தல், 6. பட்சிமுதலியன கூடிப்போதல், 7. கிரகஞ் சாய்தல், 8. சரிவாயிருத்தல், 9. பின்னிடல்.

சரிதை - சரித்திரம், 2. நான்கு பாதத்தினொன்று, 3. ஒழுக்கம், 4. பிச்சை.

சரித்தல் - (தொ.பெ). சரியச்செய்தல், 2. தானிய முதலிய சரித்தல், 3. சஞ்சரித்தல்.

சரித்திரம் - சரிதம், 2. ஒழுக்கம், 3. நடக்கை, 4. இயல்பு.

சரித்திரை - புளியமரம்.

சரித்து - கங்கை.

சரிபம் - அசோகமரம்.

சரியம் - சிறுநன்னாரி, (ஒரு பூடு.)

சரியை - சைவசாதனத்தொன்று, 2. ஒழுக்கம், 3. பிச்சை.

சரிவர - (வி) இண்ங்க, 2. சமனாக, 3. தீர.

சரிவு - சாய்வு, 2. தானியமுதலியசரிகை, 3. மலைச்சரிவு, 4. பக்கச்சரிவு, 5. குடற்சரிவு.

சரிளப்பா - (வை.அ) வெண்கடுகு.

சரிற்பதி - சமுத்திரம்.

சரிற்புதல்வன் - வீடுமன்.

சரீரக்கூறு - சரீரவியல்பு.

சரீரத்திரயம் - தூல சூக்கும காரண சரீரங்கள்.

சரீரப்போக்கு - உடம்பின் தன்மை.

சரீரம் - மனிதருடல், 2. மிருகாதிகளினுடல்.

சரீரி - சரீரமுள்ளது.

சரு - சோறு, 2. தேவர் பிதிரருணவு.

சருகட்டை - மரவட்டை.

சருகு - உலர்ந்த இலை.

சருகுசன்னாயம் - இருப்புச்சுவடு.

சருகொட்டி -, **சருவொட்டி** - } ஓர் பறவை.

சருக்கம் -, **சர்க்கம்** - } படலம்.

சருக்கரை - சர்க்கரை.

சருக்கரைவள்ளி - ஒரு கிழங்குக் கொடி.

சருச்சரை - எண்வகையூறினொன்று அஃது ஒப்புரவின்மை.

சருச்சை -, **சர்ச்சை** - } இகழ்ச்சி.

சருத்தி - தேரிடக்கியம், 2. விருதுக்கொடி.

சருப்பம் -, **சர்ப்பம்** - } பாம்பு.

சருப்பராசி - (வை.அ) நாணற்புல்.

சருப்பராச்சி - சங்கங்குப்பிச்செடி.

சருமம் -, **சர்மம்** - } தோல், 2. தோற்பாய், 3. புளியம் புறணி.

சருமன் - சக்கிலியன், 2. வேதியனுக்கிட்ட பட்டப்பெயர்.

சருவகர்த்துருத்துவம் - சர்வஅதிகாரம்

சருவகாரணன் - கடவுள்.

சருவக்கியத்துவம் - சருவஞ்ஞத்துவம்.

சருவசங்கபரித்தியாகம் - முற்றத் துறத்தல்.

சருவசித்து - இருபத்தோராவதுவருடம்.

சருவசிவதயாபரன் - கடவுள்.
சருவஞ்ஞத்துவம் - எல்லாவற்றையு மறியுந் தன்மை.
சருவஞ்ஞன் - கடவுள்.
சருவதாரி - ஓர் வருஷம்.
சருவத்தியாகம் - முற்றுந்துறத்தல்.
சருவம் - ஓர்வகைப் பாத்திரம்.
சருவம் - } அனைத்தும்.
சர்வம் - }
சருவரி - இருள்.
சருவு - (வி) சரசஞ்செய், 2. நழுவு, 3. தாக்கு, 4. கொழுவு, 5. சைகைகாட்டு.
சரேரெனல் - } விரைவுக்குறிப்பு.
சரேலெனல் - }
சரை - சருகினாற்கட்டுங் கவசம்.
சரை - நரை, 2. வார்த்திகம்.
சரோசம் - } தாமரை.
சரோருகம் - }
சர்க்கம் - படலம், 2. சிருஷ்டிப்பு.
சர்க்கரை - கரும்பின்கட்டி.
சர்க்கார் - தாழ்வாரம், 2. துரைத்தனம்.
சர்ச்சரை - சச்சரவு, 2. கரடுமுரடு.
சர்தார் - மேல்விசாரணைக்காரன்.
சர்ப்பதிஷ்டம் - பாம்புக்கடி.
சர்ப்பம் - பாம்பு.
சர்ப்பனை - வஞ்சகம்.
சர்ப்பிராசி - } சவதரிப்பு.
சர்பரா - }
சர்மம் - தோல்.
சர்வசித்து - ஒரு வருஷம்.
சர்வதா - எப்போதும்.
சர்வதாரி - சருவதாரி, (ஓர் வருஷம்.)
சர்வம் - எல்லாம்.
சர்வாணி - பார்வதி.
சலகந்தி - சகஸ்திரபேதி.
சலகாமி - நீர்மேல்நடக்குங் குதிரை.
சலகு- விதையடித்தல்.
சலகை - உலுப்பை, 2. தானிய அளவு, 3. தெப்பம்.
சலக்கம் - நீராட்டு.
சலக்கரணை - சகாயம், 2. நயம்.
சலக்கு - நவக்ஷாரம்.
சலங்கு - கட்டுப்படவு.
சலங்கை - காலணி.
சலசம் - தாமரை.
சலசரம் - மீன் பொது, 2. மீனவிராசி.
சலசல - சரசர, 2. ஒலிக்குறிப்பு.
சலசலப்பு - ஒலிக்குறிப்பு, 2. வெறுமை.
சலசலோசனன் - தாமரைக்கண்ணன், 2. விஷ்ணு.
சலசூசி - நீரட்டை.
சலசை - இலக்குமி.
சலஞ்சலம் - வலம்புரியாயிரஞ் சூழ்ந்த சங்கு.
சலணி - (வை.அ) வால்மிளகு.
சலதரம் - குளம், 2. சமுத்திரம், 3. முகில்.
சலதாரை - நீர்க்கால், 2. சிறுநீர்த்தாரை, 3. நீரோட்டம்.
சலதி - } கடல்.
சலநிதி - }
சலபதி - }
சலபம் - விட்டிற்பறவை.
சலம் - நீர், 2. புண்ணீர், 3. சிறுநீர், 4. அசைவு, 5. வைராக்கியம், 6. பொய், 7. தணியாக்கோபம், 8. பன்றிமுள்.
சலம்பிடி - (வி) சீழ்கொள், 2. பிடிவாதஞ் செய்.
சலராசி - கடல்.
சலரோகம் - நீரழிவு.
சலலம் - } பன்றிமுள்.
சலவி - }
சலியம் - முட்பன்றி.
சலவகு - இலவம்பிசின்.
சலவர் - நெய்த னிலமாக்கள், 2. பகைவர்.
சலவாதி - தணியாக் கோபமுள்ளவன், 2. குரோத்முடையோன், 3. மரணச் செய்தி சொல்வோன், 4. சிறுநீர் விடுதல்.
சலவாழைக்காய் - மீன்.
சலவை - வெளுப்பு, 2. சீதளம், 3. பிசுக்கு, 4. என்னுறை, 5. விதையெடுக்கை.

சலனம் - அசைவு, 2. சஞ்சலம், 3. கலக்கம், 4. கால், 5. காற்று, 6. முடிவு.
சலன் - கால்.
சலாகு - கோல், 2. துப்பாக்கிச் சலாகை, 3. ஊசிக்காந்தம், 4. இரணவைத்திய சலாகை.
சலாகை - கோல், 2. துப்பாக்கிச் சலாகை, 3. ஈட்டி, 4. ஊசிக்காந்தம், 5. தெய்வ வகன்மணி, 6. வலிச்சல்.
சலாக்கியம் - சிலாக்கியம், 2. மேன்மை.
சலாங்கு - பொய்யாப்புள்.
சலாஞ்செய்தல் - (தொ.பெ) வணங்கல்.
சலாத்தி - திரைச்சிலை.
சலாபத்து - தாராளம்.
சலாபம் - முத்துக்குளித்தல்.
சலி - (வி) சல்லடையினாற் சலி.
சலிகை - பரிபாலனம், 2. அதிகாரம்.
சலித்தல் - (தொ.பெ) மனஞ்சலித்தல், 2. இளைத்தோய்தல், 3. அசைவு கொள்ளுதல், 4. ஒலித்தல்.
சலிப்பு - சஞ்சலம், 2. மனச்சலனம், 3. அசைவு.
சலிலம் - நீர்.
சலினி - திப்பிலி.
சலுகை - செல்வாக்கு, 2. உரிமை.
சலுப்பு - சலதோஷம், 2. துண்டு, 3. நுனிக் கிளை.
சலோபாதை - சலவாதை, (சிறு நீர் விடுதல்.)
சலோர்க்கம் - } குங்கிலியம்.
சலோர்ச்சம் - }
சல்லகி - குந்துருமரம், 2. இலவு, (ஓர்மரம்), 3. கறுவாப்பட்டை.
சல்லக்கடுப்பு - } உடற்கடுப்பு.
சள்ளைக்கடுப்பு - }
சல்லடம் - குறுங்காற்சட்டை.
சல்லடை - } தானிய முதலியற்றைச் சல்லுங் கருவி.
சல்லெடை - }
சல்லபம் - முட்பன்றி.
சல்லம் - பன்றிமுள்.
சல்லரி - பம்பைமேளம், 2. கைத்தாளம்.
சல்லரி - (வி) நறுக்கு.
சல்லா - ஓர்வகைக் கவணி.
சல்லாபம் - சம்பாஷணை, 2. கூடிப் பேசுகை.
சல்லாரி - அலசற்சீலை, 2. கூடாதவன், 3. ஓர்மரம், 4. கைத்தாளம்.
சல்லாலி - கோணங்கிவேஷம்.
சல்லி - உடைந்ததுண்டு, 2. சங்குமுதலிய வற்றின் சிற்றோடு, 3. துட்டு, சல்லிக்காசு, 4. தொங்கல்கள், 5. பொய்.
சல்லியகரணி - வேல்தைத்தபுண் மாற்றுமருந்து.
சல்லியம் - சச்சரவு, 2. ஆயுதநுனி, 3. முள், 4. பாணம், 5. முட்பன்றி, 6. எலும்பு, 7. செஞ்சந்தனமரம், 8. மாயவித்தை, 9. ஓர் கருநூல்.
சல்லியர் - ஓர் சாதியார்.
சல்லியன் - ஓரரசன், 2. சுக்கிரன்.
சல்லு -(வி) சல்லடையாற்சலி, 2. நீர் தெளி.
சவக்களி - (வி) வாயரோசிகமாயிரு.
சவக்காரம் - சவுக்காரம், (ஓர்வகைச் சரக்கு.)
சவக்காலை - பிரேதம் புதைக்குமிடம்.
சவக்குச்சவக்கெனல் - (தொ. பெ) வளைந்துகொடுக்கை.
சவங்கல் - மழுங்கன்.
சவங்கு -(வி) சோர், 2. உடல்மெலி, 3. மனமெலி.
சவசவவெனல் - மிகுதிக்குறிப்பு.
சவடி - ஓராபரணம், 2. காறையெலும்பு.
சவடிப்பொட்டு - தாலிப்பொட்டு.
சவடு - வண்டல், 2. உவட்டுமண்.
சவட்டு - (வி) அழி, 2. வளை, 3. மெல், 4. வாயைக் குதட்டு, 5. விழுங்கு, 6. மிதி.
சவண்டலை - } ஓர் மரம்.
சவண்டிலை - }
சவதம் - சபதம், 2. விலைக்குறைவு.
சவதரி - (வி) சம்பாதி.
சவத்லை - பின்முந்தானை.
சவம் - பிரேதம், 2. பிசாசம், 3. சீக்கிரம்.

சவரட்சணை - பரிபாலனம்.
சவரணை - எத்தனம், 2. நேர்த்தி.
சவரம் - சாமரம், 2. ஓர் பொற்காசு, 3. சிரைத்தல்.
சவரர் - வேடர்.
சவரி - கவரி, 2. குறட்டைப்பூடு.
சவர் - உப்பூறனிலம்.
சவர் - கடல் யாத்திரை.
சவர்க்களி -(வி) வாயரோசிகமாயிரு.
சவர்க்காரம் - ஓர் மருந்து.
சவலம் - பிரயோசனம்.
சவலை - மெலிவு, 2. பிள்ளை, 3. இளமை யுள்ளது.
சவலைப்புத்தி - பிள்ளைமை.
சவளக்காரர் - செம்படவர்.
சவளச்சி - சத்திசாரம்.
சவளம் - குந்தாயுதம், 2. சங்கபாஷாணம், 3. ஓர்மீன், 4. நடுக்கம்.
சவளி - } சீலை, 2. ஓரணிகலம்.
சவுளி - }
சவளு - } (வி) வளை, 2. துவள், 3. துவட்டப் படு.
சவள் - }
சவளை - (வை.அ) வங்கமணல்.
சவள்தடி - தோணியோட்டுங்கோல்.
சவற்சலம் - (வை.அ) கல்லுப்பு.
சவனம் - வேகம்.
சவனிகை - } கட்டுதிரை, 2. இடுதிரை, 3. திரையின் பின்னிற்கை, 4. இளைப்பாறுமண்டபம்.
சவனிக்கை - }
சவாசு - வியப்பிடைச்சொல்.
சவாது - ஒரு வாசனைப் பண்டம், 2. பிரதி.
சவாப் - } பிரதியுத்தரம்.
ஜவாபு - }
சவாரி - சாரிபோதல், 2. வாகனம்.
சவால் - ஓர் பாட்டு.
சவான் - } சவியன், 2. சேவகன்.
ஜவான் }
சவி - பிரகாசம், 2. அழகு, 3. சரமணிக் கோவை, 4. செவ்வை, 5. பலம்.
சவி - (வி) சபி.
சவிகம் - விஷ்ணுகரந்தைப்பூடு.
சவிகற்பம் - ஐம்பேதம்.
சவிகி - } சதுக்கம்.
சவிகை }
சவிக்கை - ஆயத்துறை; "இரேகு".
சவிசங்கம் - } ஓர் வாதநோய்.
சவிசங்கவாதம் - }
சவிஸ்தாரம் - விரிவு, 2. விரிவுரை, 3. முக்கிய காரியம்.
சவிதா - சூரியன்.
சவித்திரு - துவாதசாதித்தரிலொருவன்.
சவிர்சங்கி - சிறுபீரங்கி.
சவுகரியம் - சௌகரியம்.
சவுக்கம் - சதுரம், 2. தலைக்குட்டை.
சவுக்களித்தல் - (தொ.பெ) புளித்தல்.
சவுக்காரம் - சவக்காரம், (ஒரு வகைச் சரக்கு.)
சவுக்கியம் - சௌக்கியம்.
சவுக்கு - கசை.
சவுக்கை - சதுரமான திண்ணை, 2. விலை நயம், 3. ஆயத்துறை.
சவுக்கைதார் - ஆயத்துறைத் தீர்வைக் காரன்.
சவுங்கு - (வி) சோர், 2. மனந்தளர்.
சவுசம் - சுசிகரம்.
சவுசயம் - முருக்கமரம்.
சவுசன்னியம் - சினேகபட்சம்.
சவுடால் - இடம்பம்.
சவுடு - சவடு.
சவுண்டம் - திப்பிலி.
சவுண்டிகர் - மதுவடிப்போர்.
சவுதம் - ஈனக்கிரயம், 2. கட்டுக்கிடை, 3. இளைப்பு.
சவுதரி -(வி)ஆதாயப்படுத்து, 2. சம்பாதி.
சவுத்திராந்திகம் - ஓர் நூல்.
சவுத்து - மாதிரி.
சவுந்தரம் - } அழகு.
சவுந்தரியம் - }
சவுபாக்கியம் - வாழ்வு, 2. ஓர் சோதிட யோகம்.
சவுமம் - சிற்பநூன் முப்பத்திரண்டி னொன்று.
சவுரம் - சிரைத்தல், 2. சூரியசம் பந்தமானது.

சவுரி - விஷ்ணு, 2. சனி, 3. முதியாள் கூந்தல்.
சவுரிக்கயிறு - தென்னைநார்க்கயிறு.
சவுரியம் - பலம், 2. வீரம்.
சவுளகம் - } மயிர் கழிக்கை.
சவுளம் - }
சவை - அம்பலம், 2. கூட்டம், 3. புலவர் சங்கம்.
சவைமகள் - மிதுனவிராசி.
சவ்வரிசி - ஓர் மரச்சோற்றிலரிசி.
சவ்வாசு - சவாசு.
சவ்வாது - சவாது.
சவ்வியம் - இடப்பக்கம்.
சவ்வீரம் - ஓர் மருந்து, 2. ஓர் தேசம்.
சவ்வு - குடற்சவ்வு, 2. கண்சவ்வு, 3. புண்ணசடு, 4. கொட்டைச்சவ்வு, 5. புண்சவ்வு, 6. சவ்வரிசி.
சழக்கு - குற்றம், 2. ஒலிக்குறிப்பு, 3. அறியாமை, 4. பொய்.
சழக்கு - } முதுமைத் தளர்ச்சி.
சழங்கு - }
சழி - (வி) கீழேயமர்ந்து பிரி, 2. தளர்.
சழுங்கு - (வி) நெகிழ், 2. மழுங்கு.
சளகந்தம் - வசம்பு.
சளக்குப்புளக்கெனல் - ஈரடுக்கொலிக் குறிப்பு.
சளசண்டி - சகசண்டி.
சளசள -(வி) சேறாகு, 2. அலப்பு, 3. மழையடி, 4. கறிகுழை, 5. கோழையாய்ப்போ.
சளசளவெனல்- } ஒலிக்குறிப்பு, 2. நீர்பாயுமொலி.
சளசளெனல் - }
சளப்பு - (வி) பிதற்று.
சளம் - தொந்தரை, 2. மூர்க்கம்.
சளம் - அசத்து, 2. வஞ்சனை.
சளவட்டை - இளந்தது.
சளாரெனல் - ஒலிக்குறிப்பு.
சளி - மூக்குச்சளி, 2. கோழை, 3. சலதோஷம்.
சளி - (வி) சளிகொள், 2. பதனழி.
சளுகம் - } அட்டை.
சளூகம் - }
சளுக்கு - இடம்பம், 2. செருக்கு.
சளுக்குவேந்தர் - சாளுவவேந்தர்.
சள்ளட்டியென - ஒலிக்குறிப்பு.
சள்ளல் - சேறு, 2. அபானவாயுபறிகை, 3. சிக்கல்.
சள்ளு - } தொந்தரவு.
சள்ளை - }
சள்ளு - (வி) இளகு, 2. அபானவாயுபறி, 3. சிக்கிக்கொள்.
சள்ளை - இடுப்பு, 2. ஓர் மீன்.
சறுகு - (வி) நழுவு.
சறுக்கு - (வி) வழுவு, 2. வழுக்கு, 3. நழுவு, 4. தத்து.
சறுக்கு - வழுக்குகை, 2. சறுக்குக்கட்டை, 3. நெம்புதடி, 4. போக்கு, 5. நழுவுகை.
சறுதாகம் - வேங்கைமரம்.
சறுவம் - சமஸ்தம்.
சற் - நல்ல.
சற்கரி - (வி) உபசரி.
சற்காரம் - உபசாரம்.
சற்சுகாதி - (வை.அ) பெருமருந்துக் கொடி.
சற்பனை - சதி.
சற்பாத்திரம் - ஒழுக்கமுடையோன்.
சற்று - அற்பம், 2. சிறிதுநேரம்.
சனகந்தம் - வசம்பு.
சனகம் - } (வை.அ) புளியாரைக் கீரை.
சனசித்திரம் - }
சனகன் - ஓர் முனிவன், 2. சீதையின்பிதா, 3. பிதா.
சனசமூகம் - சனக்கூட்டம்.
சனந்தன் - பிரமபுத்திரர் நால்வரி லொருவன்.
சனபதம் - சனம், 2. நாடு.
சனமாலி - இலவமரம்.
சனமேசயன் - குருகுலவரசரி லொருவன்.
சனம் - மக்கட்சாதி, 2. இனம், 3. மீன் முதலியவற்றின் கூட்டம்.
சனலோகம் - மேலோகத்தொன்று.
சனற்குமாரன் - பிரமபுத்திரர் நால்வரி லொருவன்.
சனனசக்கரம் - திருநந்தி தேவர்செய்த ஓர் நூல்.
சனனம் - பிறப்பு.

சனனி - தாய், 2. சனனமெடுத்தவன்.
சனாதன் - பிரமபுத்திரர் நால்வரி லொருவன்.
சனார்த்தனன் - மகாவிஷ்ணு.
சனி - ஓர் கிரகம், 2. சனிக்கிழமை, 3. சனி போன்றவன்.
சனி -(வி) கருப்பட்டு, 2. உதி.
சனிப்பு - பிறப்பு.
சனியன் - ஓர்வகைக் குற்றாயுதம், 2. ஓர் கிரகம்.
சனு -, **சனுவு** - பட்சம், 2. சரசன்.
சனு - பிறப்பு.
சன் - நன்மையைக்காட்டுமோருப சருக்கம்.
சன்மம் - பிறப்பு, 2. சருமம்.
சன்மன் - கண்ணியக்குறி.
சன்மார்க்கம் - ஞானமார்க்கம்.
சன்மானம் - வெகுமானம்.
சன்மி - (வி) உதி, 2. பிற.
சன்மினி - காளியேவல் செய்பவள்.
சன்னசாலம் -, **சன்னசாலை** - வெண்கடுகு.
சன்னதம் - ஆவேசம், 2. தெய்வங்கூறல், 3. உத்தண்டம், 4. வீறாப்பு.
சன்னதி - சமீபம்.
சன்னது - சாதனம்.
சன்னத்தம் - யுத்தத்துக்கெத்தனம்.
சன்னராஷ்டகம் -, **சன்னராட்டிரம்** - சிற்றரத்தைச் செடி.
சன்னலவங்கப்பட்டை - கருவாப் பட்டை.
சன்னல் - பலகணி.
சன்னல்பின்னல் - சிக்குபிக்கு.
சன்னாகம் - போர்க்கவசம்.
சன்னாசம் - சன்னியாசம்.
சன்னாசி - சன்னியாசி.
சன்னி - சீதநோய்.
சன்னிதானம் - திருமுன், 2. தேவசன்னிதி.
சன்னிதி - சமீபம், 2. திருமுகம், 3. கோயில், 4. உயர்ந்தோன்.
சன்னிநாயகம் - கருஞ்சீரகம், 2. தும்பைப் பூண்டு.
சன்னியம் - (வை.அ) மரமஞ்சள்.
சன்னியாசம் - துறவு.
சன்னியாசி - துறவி.
சன்னிரோதம் - தடை.
சன்னை - சமிக்கை, 2. தேரியக்குமரம்.

சா

சா - ஒருயிர்மெய், 2. பேய், 3. மரணம்.
சா - (வி) இற, 2. கெடு, 3. காய்ந்துபோ.
சாகசம் - வீரம், 2. மெய்மை, 3. யானை.
சாகதன் - வீரன்.
சாகமனம் - உடன்கட்டை யேறுதல்.
சாகம் - வெள்ளாடு, 2. வெள்ளாட்டுக் கடா, 3. தேனீ, 4. கீரை, 5. சிறுகீரை, 6. தேக்கமரம், 7. சாகத்தீவு, 8. சகவருடம், 9. இலைச்சாறு.
சாகரணம் - துயிலொழிகை, 2. விழிப்பு.
சாகரம் - சாகரர் தொட்டகடல், 2. பதினாயிரங்கோடி, 3. துயிலொழிகை.
சாகரி - ஓர் இராகம்.
சாகாடு - வண்டி, 2. உரோகிணி நட்சத்திரம்.
சாகாதுண்டம் - அகிலமரம், 2. ஓர் மூலிகை.
சாகாமிருகம் - அணில், 2. குரங்கு.
சாகாமூலி - சீந்திற்கொடி.
சாகி - மரப்பொது, 2. ஈச்சமரம், 3. திராய்.
சாகித்தியம் - புலமை.
சாகியம் - கூட்டம்.
சாகிரதை - சாக்கிரதை.
சாகினி - சிறுகீரை, 2. சேம்பு,(ஒரு செடி), 3. வெள்ளாட்டுக்கடா.
சாகீர் -, **ஜாகீர்** - மானியம்.
சாகுபடி - பயிர்செய்தல்.
சாகேதம் - அயோத்தி.
சாகை - மரக்கொம்பு, 2. இலை, 3. வேத சாகை, 4. வட்டில், 5. தங்குமிடம், 6. இல்லம்.
சாக்கடை - சாலகம், 2. சேறு.
சாக்காடு - சாவு.
சாக்கி - சாட்சி.
சாக்கிபாக்கி - கொசறு.

சாக்கியநாயனார் - எறிபத்தர்.
சாக்கியம் - புத்தமதம், 2. கூட்டம்.
சாக்கியர் - பௌத்தர், 2. ஆதிபுத்தன்.
சாக்கிரம் - நனவு, 2. ஓரவத்தை.
சாக்கு - போக்கு, 2. தானியப்பை, 3. சட்டைச்சாக்கு, 4. பொன்.
சாக்குருவி - ஆந்தை.
சாக்கை - புரோகிதன், 2. கருமத் தலைவன்.
சாக்தேயம் - சத்திபூசை செய்யுமோர் வகுப்பு.
சாங்கம் - பூரணாங்கம், 2. குறைவின்மை, 3. சாயல், 4. கிரமம், 5. சங்க பாஷாணம்.
சாங்கரன் - உதவியாளன், 2. சூதிற் பங்காளி.
சாங்கரிசம் - } கலக்கம்.
சாங்கரியம் - }
சாங்கியம் - கபிலர்மதம்.
சாங்கியாயநீயம் - உபநிடதத்தொன்று.
சாங்கு - ஓராயுதம்.
சாங்குகௌளரி - (வை.அ) புளிநறளை.
சாங்குசித்தன் - ஆகமம்படிக்கு மூவகை யாரிலொருவன்.
சாங்கேதிகம் - கட்டுப்பாடு.
சாங்கோபாங்கம் - அங்க உபாங்கங் களோடு கூடியது.
சாசற்புடம் - பஞ்சதாளத்திலொன்று
சாசனம் - அரசனாணை, 2. தானப் பத்திரிகை, 3. அதிகாரப்பத்திரிகை, 4. அதிகாரச் சின்னம், 5. சமயச்சின்னம், 6. ஆணை, 7. இறையிறுக்காதவூர், 8. தண்டனை, 9. வலையர்சேரி, 10. வெண்கடுகு.
சாசி - (வை.அ) திராய்ப்பூண்டு.
சாசிபம் - தவளை.
சாசுவதம் - அழியாமை, 2. நிச்சயம், 3. அசையாநிலை, 4. மோட்சம்.
சாச்சா - சவரிலோத்திரம்.
சாடா - } முழுவதும்.
ஜாடா - }
சாடி - தாழி, 2. கும்பவிராசி, 3. ஆண்மயிர், 4. சீலை, 5. புறங்கூறல், 6. திப்பிலி.
சாடி - (வி) தண்டி, 2. நொறுக்கு, 3. திட்டு, 4. இருபுடையுமசை.
சாடிலி - தசைதின்போன்.
சாடு - சாதுரியம், 2. முகமன், 3. புலவர் கூட்டம், 4. பண்டி, 5. மணிமுற்றாத சோளம், 6. சாட்டுக்கூடை.
சாடு - (வி) ஓர்புறஞ்சாய், 2. விலகு, 3. இருபுடையுமசை, 4. கிளைசாய்ந்தாடு, 5. அசை, 6. மோதியடி, 7. ஓடி, 8. கடிந்து கொள், 9. கொல், 10. கைகாலெறி.
சாடுமலி - } விளக்குக்காரியம் பார்க்கிறவன், 2. பெருக்கி.
ஜாட்மாலி - }
சாடை - சமிக்கை, 2. கோள், 3. சாய்வு, 4. ஒப்பு, 5. தாட்சணியம், 6. குறிப்பு, 7. அற்பம்.
சாட்குலி - தசைதின்போன்.
சாட்சாது - } முகாமுகமாய், 2. பிரத்தியட்சமாய், 3. சொயம்பான.
சாட்சாத் - }
சாட்சி - கண்டவன், 2. சொல்லுஞ் சாட்சி, 3. உதாரணம், 4. சீவசாட்சி, 5. ஈச்சுரசாட்சி, 6. சைதன்னியம்.
சாட்டாங்கம் - } தெய்வவணக்கம், 2. பணிதல்.
சாஷ்டாங்கம் - }
சாட்டி - கசை, 2. பம்பரமாட்டுங் கயிறு, 3. விதையாநிலம்.
சாட்டியம் - வஞ்சகம், 2. வருத்தம், 3. நோய்.
சாட்டு - போக்கு.
சாட்டு - (வி) ஒப்பி, 2. குற்றஞ்சாற்று, 3. போக்குச்சொல், 4. அடி.
சாட்டுவம் - நாபி.
சாட்டுவலம் - பசும்புற்றரை.
சாட்டை - கசை, 2. கிறிச்சுச்சாட்டை, 3. மரச்சாட்டை.
சாட்டைக்கூடை - ஒரு பெரியகூடை.
சாணகம் - சாணி.
சாணத்தனம் - வம்பு.
சாணம் - சாணகம், 2. சாணைக்கல்.
சாணன் - நிபுணன்.
சாணாகமூக்கன் - ஓர் பாம்பு.
சாணாகம் - சாணி.

சாணாக்கி - எருமைநாக்கிப்பூடு, 2.மயிர் மாணிக்கப்பூண்டு.

சாணாக்கு - ஓர் பாத்திரம், 2. சாணாக்குக்கறி.

சாணாங்கி - சாணாகம்.

சாணான் - ஓர் சாதியான்.

சாணி - ஆப்பிமுதலியன, 2.குதிரைச்சாணி.

சாணை - சாணைக்கல், 2. சாணைச்சீலை.

சாணைக்கூறை - பெண்ணை விவாகம் பண்ணிக்கொள்ளும்படி சாணையிற் பெண்பிள்ளைக்கிட்ட புடவை.

சாண் - ஓரளவு.

சாதககுணசலம் - கந்தகம்.

சாதகச்சீர்த்தி - } இரத்த பாஷாணம்.
சாதகவர்னத்தி - }

சாதகப்புட்பம் - கடனுரை.

சாதகப்புள் - வானம்பாடி.

சாதகம் - பிறப்பு, 2. சாதகப் பத்திரிகை, 3. பிறவிக்குணம், 4. அப்பியாசம், 5. துணைக்காரணம், 6. காரியவாய்ப்பு, 7.பிரமாணம், 8. பூதகணம், 9. வானம்பாடி.

சாதகராகத்தி - (வை.அ) கோழித்தலைக் காந்தம்.

சாதகும்பம் - பொன்.

சாதம் - சோறு, 2. உண்மை, 3. பிறப்பு, 4. பூதம்.

சாதரூபம் - நால்வகைப் பொன்னி லொன்று.

சாதல்வாரத் - சில்லறைச் செலவுகள்.

சாதவண்டு - (வை.அ) கறிப்புடல்வண்டு.

சாதவாகனன் - ஐயனார்.

சாதவேதா - நெருப்பு, 2. கொடுவேலி, (ஓர் செடி.)

சாதனம் - உறுதிப்பத்திரிகை, 2. அடையாளம், 3. உறுதி, 4. எத்தனம், 5. ஏது, 6. தகுதி, 7. துணைக்காரணம், 8. இடம், 9. ஊர்.

சாதனை - விடாதமுயற்சி, 2. நடித்துக் காட்டுகை, 3. சலஞ்சாதிக்கை, 4. பொய்.

சாதா - பரும்படியானவேலை.

சாதாக்கியம் - சதாசிவ தத்துவத்தி லிருக்குமொரு புவனம்.

சாதாரண - நாற்பத்துநாலாவதாண்டு.

சாதாரணம் - பொது, 2. கீழ்மை, 3. எளிது.

சாதாரி - ஓர்பண், 2. முல்லை நிலத்திராகம்.

சாதாவேலி - தண்ணீர்விட்டான்.

சாதாழை - ஓர் கடற்பூண்டு, 2. பலவீனன்.

சாதாளநிம்பம் - எருக்கமிலை

சாதான்மம் - ஓர் தருமநூல்.

சாதி - பிரம்பு, 2. தேக்கமரம், 3. சிறு சண்பகமரம், 4. கள், 5. சீந்திற்செடி, 6. ஆடாதோடைச்செடி.

சாதி - குலம், 2. மரபு, 3. இனம், 4. சாதிக்காய் மரம், 5. சாதியிலுயர்ந்தது, 6. தாளப்பிரமாணம் பத்தினொன்று, 7. மரப்பொது.

சாதி -(வி) உறுதியாகச்சொல், 2. சலஞ்சாதி, 3. வெல், 4. நிறைவேற்று, 5. தேய், 6. அப்பியாசி, 7. அருள், 8. அனுமி.

சாதிகம் - } சாதியின் தன்மை.
சாதீகம் - }

சாதிக்காய் - ஒரு வாசனைச்சரக்கு.

சாதிசம் - (வை.அ) நறும்பிசின்.

சாதிபத்திரி - வசுவாசி.

சாதிப்பதங்கம் - சாதிலிங்கம்.

சாதிரம் - விஷ்ணுகரந்தை, (ஓர் பூடு.)

சாதிரிசியம் - } உபமானம், 2. பிரத்தியட்சம், 3. திருஷ்டாந்தம்.
சாதிருசியம் - }

சாதிரேசம் - (வை.அ) குங்குமப்பூ.

சாதிலிங்கம் - ஒரு சரக்கு.

சாதினி - கம்பளிச்செடி, 2. பீர்க்கங் கொடி.

சாதீயம் - சாதிக்கடுத்தது.

சாது - (வை.அ) தயிர்.

சாது - சாந்தம், 2. சற்குணம், 3. நன்மை, 4. சற்குணன், 5. அருகன்.

சாதுரங்கம் - சதுரங்கசேனை.

சாதுரியம் - சதுர்ப்பாடு, 2. சாமர்த்தியம், 3. கல்வித்திறம்.

சாதுருசியம் - ஒப்புமை.
சாதுர்ப்பாகம் - நாலிலொருபங்கு.
சாதேவம் - குழிநாவல்மரம், 2. சிறுநாவற் செடி.
சாதேவன் - பஞ்சபாண்டவரிலொருவனான சகாதேவன்.
சாத்தவர் - குதிரைவீரர்.
சாத்தன் - அரியரபுத்திரன், 2. அருகன், 3. வயிரவன், 4. தண்டிப்போன், 5. அறிவிப்போன்.
சாத்தாதவன் - சாத்தானி.
சாத்தாவாரி - நீர்மீட்டான்.
சாத்தானி - } ஓர் சாதிப்பிரஷ்டன்.
சாத்தானியன் -
சாஸ்தி - } அதிகரிப்பு.
ஜாஸ்தி -
சாத்திகம் - முக்குணத்திலொன்று, 2. சிற்பநூலிலொன்று.
சாத்தியம் - சாதிக்கத்தக்கது, 2. குணமாக்கத்தக்கது, 3. அனுகூலம், 4. அனுமேயம், 5. இருபத்தேழு யோகத்தினொன்று.
சாத்தியவதேயர் - வியாசன்.
சாத்திரம் - } கலைநூல், 2. சோதிடம்,
சாஸ்திரம் - 3. ஆரூடம், 4. வேதாகம முதலியன, 5. விதிப்பிரமாணம்.
சாத்திரவேதி - சகஸ்திரவேதி.
சாத்திரவேரி - தண்ணீர்விட்டான்.
சாத்திரீகம் - சாஸ்திரசம்பந்தமானது.
சாத்திரை - கிராமதேவி திருவிழா.
சாத்தீகம் - சாத்துவிகம்.
சாத்து - (வி) சந்தன முதலிய அப்பு, 2. ஆடை முதலிய அணி, 3. கதவு முதலிய மூடு, 4. ஒன்றின்மேற் சார்த்து, 5. அடி.
சாத்துப்படி - மாலை முதலியன சாத்தி அலங்கரித்தல்.
சாத்துவிகம் - முக்குணத்தொன்று; அஃது; அருள் ஐம்பொறியடக்கல், ஞானம், தவம், பொறை, மேன்மை, மோனம், வாய்மையென்னு மெண் வகைப்படும்.
சாத்தேயம் - ஓர் சமயவகுப்பு.
சாத்மீகம் - சாந்தகுணம்.
சாஸ்த்ரீகம் - } சாஸ்திர
சாஸ்த்ரீயம் - சம்பந்தமானது.
சாநித்தியம் - சமுகம்.
சாந்தகம் - சாந்தம்.
சாந்தபனம் - ஓர் தபவிரதம்.
சாந்தம் - அமைவு, 2. சாதுத்தன்மை, 3. பொறுமை, 4. நவரசத்தொன்று, 5. சந்தனம், 6. சாணி, 7. குளிர்ச்சி.
சாந்தரூபம் - யோகநிஷ்டை.
சாந்தவாரி - தண்ணீர்விட்டான்.
சாந்தன் - சாந்தமுடையோன், 2. அருகன், 3. புத்தன்.
சாந்தாற்றி - ஆலவட்டம், 2. விசிறி, 3. பீலிக்குஞ்சம்.
சாந்தி - தணிவு, 2. கழிப்பு, 3. பரிகாரம், 4. சாந்தம்.
சாந்தியாதீதம் - } பஞ்சகலையி
சாந்தியாதீதை - னொன்று.
சாந்திரம் - நிறைவு, 2. நெருக்கம், 3. சந்திரசம்பந்தமானது, 4. சந்திரகாந்தம்.
சாந்திராயணம் - ஓர் திங்கணாள்விரதம்.
சாந்து - சுண்ணச்சாந்து, 2. கலவைச் சாந்து, 3. சந்தனமரம், 4. பூந்தாது, 5. கந்தப்பொடி, 6. பொடி, 7. மலம்.
சாந்தை - கங்கை, 2. பூமி, 3. சாந்த மானவள்.
சாந்தோக்கியம் - உபநிடதங்களிலொன்று.
சாபத்திரி - சாதிபத்திரி.
சாபம் - சபிப்பு, 2. வில், 3. தனுவிராசி, 4. குட்டி.
சாபலம் - } அநித்தியம்.
சாபலாச்சிரயம் -
சாபலன் - ஆட்டுவாணிகன்.
சாபல்லியம் - அனுகூலம்.
சாபாலம் - உபநிடதத்தொன்று.
சாபிக்க - (வி) சபிக்க.
சாபிதா- } அட்டவணை.
ஜாப்தா -
சாப்பா - முத்திரை.
சாப்பாடு - உணவு.
சாப்பாய் - முழுவதும்.

சாப்பிட - (வி) உட்கொள்ள, 2. உண்ண.
சாப்பு - துப்பாக்கிசாப்பு.
சாப்புதாளம் - ஓர் தாளம்.
சாப்பை - புற்பாய், 2. திராணியற்றவன்.
சாமக்கிரி - } சாமான்,
சாமக்கிரியை - } 2. பலபண்டம்.
சாமத்தியம் - சாமர்த்தியம்.
சாமந்த - அடுத்த.
சாமந்தம் - ஓரிராகம்.
சாமந்தர் - அமைச்சர், 2. அரசர்தோழர், 3. படைத்தலைவர்.
சாமந்தி - ஒரு பூமரம்.
சாமம் - ஏழரை நாழிகைகொண்ட காலம், 2. இடைச்சாமம், 3. பஞ்சம், 4. சாமவேதம், 5. ஒருபாயம், 6. பச்சை, 7. கருமை, 8. இரா, 9. அறுகம்புல், 10. பொன்.
சாமரம் - (வை.அ) சிவதைக்கொடி.
சாமரம் - } கவரி; இஃது அட்டமங்கலத்
சாமரை - } தொன்று.
சாமர்த்தியம் - வல்லமை, 2. பலம், 3. ஏற்ற திறம், 4. பக்குவம்.
சாமளம் - பச்சை.
சாமளாதேவி - } காளி, 2. பார்வதி.
சாமளை - }
சாமன் - புதன், 2. மன்மதன்றம்பி.
சாமாசி - மத்தியஸ்தன், 2. தூதன்.
சாமாதி - தூதன்.
சாமாத்தியம் - } கெட்டித்தனம்.
சாமார்த்தியம் - }
சாமானியம் - பொது, 2. முழுவதும், 3. சாதாரணம்.
சாமான் - பண்டங்கள், 2. கறிச்சாமான், 3. பிரயாணச்சாமான்.
சாமி - ஓர் தானியம்.
சாமி - கடவுள், 2. அருகன், 3. முருகன், 4. மூத்தோன், 5. குரு, 6. எசமானன், 7. தலைவி, 8. பொன்.
சாமிபோகம் - மேல்வாரம்.
சாமீகரம் - பொன்.
சாமீபம் - } சமீபம், 2. கடவுளின்
சாமீப்பியம் - } சமீபத்தில் வாழ்தல்.
சாமீன் - } பிணை.
ஜாமீன் - }
சாமுண்டி - துர்க்கை, 2. அவுரிப்பூண்டு.
சாமுதம் - கடுக்காய், 2. கோரைப்புல்.
சாமுத்திரிகம் - அங்கவிலக்கண நூல்.
சாமை - ஓர் தானியம்.
சாமோபாயம் - நான்குபாயத்தி னொன்று; அஃது: இணக்குமுபாயம்.
சாம்ப - (வி) கூம்ப, 2. ஒடுங்க, 3. சாய, 4. அடிக்க, 5. இழுக்க.
சாம்பர் - சாம்பல்.
சாம்பல் - அடலைநீறு, 2. பழம்பூ, 3. நாவல்மரம்.
சாம்பவம் - ஒருபுராணம்.
சாம்பவன் - சிவன், 2. சம்புவை வழிபடுவோன், 3. ஸ்ரீஇராமபிரான் படைத்தலைவரிலொருவன்.
சாம்பவி - பார்வதி, 2. நாவல்மரம்.
சாம்பவியார் விந்து - கௌரி பாஷாணம்.
சாம்பான் - பறையன்.
சாம்பிராச்சியம் - அரசாட்சி, 2.செல்வம்.
சாம்பிராணி - தூபவர்க்கத்தொன்று.
சாம்பு - பறை, 2. சீலை.
சாம்புநதம் - மேருமலைக்குத் தெற்கிலுள்ள நாவல்ரச ஆறு.
சாம்புவந்தன் - } ஸ்ரீ இராமர் படைத்த
சாம்புவான் - } லைவரிலொருவன்.
சாம்பூநதம் - பொன், 2. நால்வகைப் பொன்னினொன்று.
சாயகம் - அம்பு, 2. வாள்.
சாயங்காலம் - } அந்திப்பொழுது.
சாயந்திரம் - }
சாயம் - சாயங்காலம், 2. நிறம், 3. சாயவேர்.
சாயரட்சை - அந்தி.
சாயரி - ஓர் பண்.
சாயர் - தீர்வை.
சாயல் - ஒப்பு, 2. மாதிரி, 3. அழகு, 4. நிறம், 5. மஞ்சள், 6. மனிதர்படுக்கை, 7. மேன்மை, 8. நுண்மை, 9. நிழல், 10. சாய்வு.
சாயனம் - கள், 2. கிரகபுடம்.

சாயாகவுளம் - ஓரிசை.

சாயாக்கிரகம் - இராகுகேதுக்கள்.

சாயாதனயன் - சனி.

சாயாதேவி - சூரியன் மனைவியரி லொருத்தி.

சாயானதம் - ஓந்தி.

சாயி - மை.

சாயி - படுத்திருப்பவன்.

சாயித்தியம் - கீதம்பாடுந்திறம், 2. பொருத்தம்.

சாயுச்சியம் - ஐக்கியம், 2. நான்காம்பதவி.

சாயை - நிழல், 2. பிரதிவிம்பம், 3. நாழிகை யறியுஞ் சாயை, 4. சாயாக்கிரகம், 5. நிறம், 6. சூரியன்றேவி.

சாய் - } ஓர்வகைக்
சாய்க்கோரை - } கோரைப்புல்.

சாய்தல் - (தொ.பெ) சரிதல், 2. அசைதல், 3. மெலிதல், 4. அழிதல், 5. திரும்புதல், 6. தோற்றோடல்.

சாய்த்தல் - (தொ.பெ) அசைத்தல், 2. சரித்தல், 3. திருப்புதல், 4. தோற்கச் செய்தல்.

சாய்ப்பு - தாழ்வு, 2. மலைச்சரிவு, 3. இறப்பு, 4. தாழ்வாரம், 5. இரிதல், 6. ஒட்டிக் கொண்டுபோதல், 7. வார பட்சம், 8. இழப்பு வெற்றிலை, 9. முகச் சாய்ப்பு.

சாய்மரம் - சிவதைக்கொடி.

சாய்மானம் - சார்வு.

சார -(வி) சாய, 2. பற்றிக்கொள்ள, 3. அடைய, 4. அணுக, 5. கிட்ட, 6. ஓர்பாற் சார, 7. அனுசாரமாக, 8. நடுநிலைகோண, 9. அடுக்க, 10. பொருந்த.

சாரங்கதரன் - ஓரரசன்.

சாரங்கபாணி - மகாவிஷ்ணு.

சாரங்கம் - மான், 2. சாதகப்புள், 3. யானை, 4. மேகம், 5. மயில், 6. திருமால் வில், 7. ஓரிராகம், 8. வண்டு, 9. வானம் பாடி, 10. குறிஞ்சாக்கொடி, 11. சிறுகுறிஞ் சாக்கொடி.

சாரங்கி - ஓர்யாழ்.

சாரசம் - இனியவோசை, 2. வெண் ணாரை, 3. தாமரை, 4. குருகு, 5. அவுபல பாஷாணம்.

சாரசியம் - இனிமை.

சாரணர் - வேவுகாரர், 2. சமணரிலிருத்தி பெற்றோர்.

சாரணை - }
சாரணத்தி - } ஓர் பூடு.
சாரடை - }

சாரதம் - பூதம்.

சாரதம் - இனியவோசை, 2. ஓர்வகைக் கவி.

சாரதா - } சரச்வதி.
சாரதாம்பாள் - }

சாரதி - தேர்ப்பாகன், 2. புலவன்.

சாரத்தியம் - சாரதித்தொழில்.

சாரப்பருப்பு - காட்டுமாவிரை.

சாரமேயன் - நாய்.

சாரம் - இரசம், 2. இனிமை, 3. கருத்து, 4. பயன், 5. மரவைரம், 6. நவச்சாரம், 7. வண்ணான்காரம், 8. காரச்சாம்பல், 9. சாரமரம், 10. நடை, 11. கிரகசாரம், 12. மேடு, 13. நிலாமுகிப்புள், 14. இலுப் பைமரம், 15. கொட்டை முந்திரிகைமரம், 16. பாலடை.

சாரர் - வேவுகாரர், 2. சோரநாயகர்.

சாரலி - ஓர் நெல்.

சாரல் - மலைச்சாரல், 2. மருதயாழ்த் திறம், 3. தூறல், 4. சாய்தல்.

சாராயம் - வெறிகொள்ளுமோர்பானம்.

சாரி - } திரும்பல்.
ஜாரி - }

சாரி - நடை, 2. வாகனமீது செல்கை, 3. உலாவல், 4. வட்டமாயோடல், 5. சுழல்காற்று, 6, சூதாடுகருவி, 7. அஞ்சனபாஷாணம்.

சாரிகை - வட்டமாயோடல், 2. சுழல் காற்று, 3. சூதாடுகருவி, 4. நாகண வாய்ப்புள், 5. சுங்கம், 6. கவசம்.

சாரிசம் - கறியுப்பு.

சாரிசாதன் - கஸ்தூரிமிருகம்.

சாரிதம் - இனியகுரல்.

சாரித்திரம் - ஒழுக்கம், 2. சரித்திரம்.

சாரிபம் - நன்னாரிக்கொடி.

சாரியம் - எட்டிமரம்.

சாரியல் - இந்துப்பு.

சாரியை - சார்ந்து வருமிடைச்சொல்.

சாரீரம் - சரீர சம்பந்தமானது, 2. இனிய குரல், 3. உபநிடதத்தொன்று.

சாரு - கிளி.

சாருகன் - கொலையாளி.

சாருசம் - கல்லுப்பு.

சாருதல் - (தொ.பெ) சாய்தல்.

சாருவபூமம் - சார்வபூமம், (யாவற்றினும் பெரிது).

சாருவாகம் - உலகாயதமதத்தினோர் பேதம்.

சாரூபம் - } கடவுளுருப்போன்று வாழ்தல்.
சாரூப்பியம் -

சாரூரகம் - } (வை.அ). கல்லுப்பு.
சாரூரசம் -

சாரை - நீளமானவரை, 2. ஓர் பாம்பு.

சாரைவாலன் - நீண்டவாலெருது, 2. ஓர் வகைப் புகையிலை.

சாரோசி - நவட்சாரம்.

சார் - அணைக்கரை, 2. திண்ணை, 3. தாழ் வாரம், 4. வகை, 5. பக்கம், 6. பாகம், 7. இடம், 8. ஏழனுருபு, 9. அழகு.

சார்ங்கம் - வில், 2. மகாவிஷ்ணுவின் வில்.

சார்ச்சி - சார்வு, 2. அடைகை.

சார்த்தூலம் - புலி.

சார்ந்தார் - } சுற்றத்தார், 2. சினேகர்.
சார்ந்தோர் -

சார்பு - இடம், 2. உதவி, 3. பற்று, 4. அடைக் கலம், 5. தயவு, 6. வாரபட்சம், 7. கிட்டுகை, 8. மனச்சாய்வு, 9. கூட்டுறவு, 10. உரிமை, 11. இணைப்பு, 12. அணுகுகை, 13. சேர்கை, 14. பொருத்தம்.

சார்வகாலம் - } எப்பொழுதும்.
சார்வதா -

சார்வபூமம் - } வடதிசையானை.
சார்வபௌமம் -

சார்வரி - ஓர் வருடம்.

சார்வாகம் - உலோகாயதம்; இஃது: அறுவகைப் புறச்சமயத்தினொன்று.

சார்வாரம் - கச்சின் கடைக்கயிறு, 2. முன்றானை.

சால - மிகு, 2. மிகவும்.

சால - (வி) மிக, 2. அமைய, 3. நிறைய.

சாலகடங்கடர் - இராக்கதர்.

சாலகம் - வலை, 2. பலகணி, 3. சிலந்திப் பூச்சிவலை, 4. பறவைக்கூடு, 5. இளம் பூவரும்பு, 6. சலதாரை, 7. அதல லோகத்தொன்று, 8. உபாயம்.

சாலகிரி - அழுக்ககற்றுமிடம், (கக்குசு).

சாலக் - } குசால், 2. சாலம்.
ஜாலக் -

சாலக்கிராமம் - ஓரூர், 2. ஓர் வகைச் சிலை.

சாலம் - மாயவித்தை, 2. வஞ்சகம், 3. கூட்டம், 4. விலங்கின் கூட்டம், 5. வலை, 6. பலகணி, 7. இளம்பூவரும்பு, 8. இறு மாப்பு, 9. அரண், 10. ஆச்சாமரம், 11. மரப் பொது, 12. சத்திசாலம், 13. சித்தர் நூல், 14. செடி, 15. கடம்பமரம்.

சாலர் - தொங்கல்கள்.

சாலர் - நெய்தனிலமாக்கள்.

சாலவம் - ஐம்பத்தாறு தேசங்களி லொன்று.

சாலாங்கம் - (வை.அ) ஓர் பாஷாணம்.

சாலி - நென்மணி, 2. அருந்ததி, 3. நெற் பயிர், 4. கள், 5. கவசம்.

சாலிகை - கவசம்.

சாலியன் - ஓர் சாதியான்.

சாலிவாகனன் - ஓர் அரசன்.

சாலினி - கள்வாணிச்சி, 2. பீர்க்கு, (ஒரு கொடி), 3. தேவராட்டி.

சாலுகம் - } சாதிக்காய்.
சாலூகம் -

சாலூரம் - தவளை, 2. மேன்மை.

சாலேகம் - பலகணி, 2. இளம்பூவரும்பு, 3. சந்தனம், 4. சிந்தூரம்.

சாலேசரம் - சத்துவாரி.

சாலேயம் - நெல்விளை நிலம்.

சாலை - கூடம், 2. மரச்சாலை, 3. சபை கூடுமிடம், 4. அரமனை, 5. தவச்சாலை, 6. அறத்தின்சாலை, 7. குதிரைச்சாலை.

சாலோகம் - } ஓர் பதவி, அஃது
சாலோக்கியம் - } கடவுளதுலகத் திருத்தல்.

சால் - நீர் நிரப்புஞ்சால், 2. நீரிறைக் குஞ்சால், 3. உழவுசால், 4. விதைச்சால், 5. மிகுதி.

சால்பு - மேன்மை, 2. பண்பு, 3. ஊக்கம், 4. மாட்சிமை, 5. கல்வி.

சால்வை - உத்தரீயம்.

சாவகர் - சமணர், 2. ஓர்பாஷைக்காரர்.

சாவகன் - சனி.

சாவகன்குறிஞ்சி - குறிஞ்சித் திறத்தி னொன்று.

சாவகாசம் - வசதி, 2. விரைவின்மை.

சாவகாரி - தனவியாபாரி.

சாவகாரியம்- பகுத்தறிவு.

சாவசம் - பதினெண்பாடையினொன்று.

சாவடி - வழிப்போக்கர் தங்குமிடம், 2. கிராமச்சாவடி, 3. கச்சேரி.

சாவட்டை - சாவட்டையீர், 2. சாவி, 3. மெலிந்தோன், 4. வெற்றிலைச் சாவட்டை, 5. பட்டாம்பூச்சி.

சாவணம் - கம்மியர் கருவியிலொன்று, 2. நாசிரோமம் பிடுங்குங்கருவி.

சாவதானம் - எச்சரிக்கை, 2. தவறாமை.

சாவல் - சேவல்.

சாவளி - ஓர் வகைப்பாட்டு.

சாவற்பண்ணை - கோழிக்கொண்டைச் செடி.

சாவாசம் - வங்கணம், 2. சமயம், 3. சேர்க்கை.

சாவி - திறவுகோல்.

சாவி - பயிர்ச்சாவி.

சாவித்திரி - பிரமன் மனைவிகளி லொருத்தி.

சாவு மரணம், 2. பேய்.

சாவுன் - (வை.அ) சவக்காரம்.

சாவெழுத்து - நச்செழுத்து.

சாவேரி - ஓரிராகம்.

சாவ்கார் - தன வியாபாரி.

சாழல் - மகளிர் விளையாட்டு, 2. ஓர் பாடல், 3. கரடி.

சாழை - குடிசை, 2. கைகொட்டடல்.

சாழையகத்தி - ஓரகத்திமரம்.

சாளக்கிராமம் - ஒருவகைச்சிலை.

சாளம் - குங்கிலியம், 2. மணல்.

சாளரம் - பலகணி.

சாளா - ஓர் மீன்.

சாளிகம் - வண்டு.

சாளிகை - வண்டு, 2. பணப்பை, 3. சாடி.

சாளியா - } ஓர் மருந்துவிரை.
சாளியாவிரை - }

சாளுவம் - ஓர் தேசம்.

சாளுவர் - சாளுவதேசத்தார், 2. சளுக்குவேந்தர்.

சாளேசரம் - சாலேசரம், (கண்மங்கல்.)

சாளை - ஓர் மீன், 2. குடிசை.

சாற - (வி) பீளைசாற, 2. எண்ணெய் சாற, 3. வழுக்க, 4. சரிய.

சாறடை - }
சாறணத்தி - } ஓர் பூடு.
சாறணை - }

சாறு - இலைமுதலியவற்றின் சாறு, 2. மிளகுநீர், 3. மரத்தில் வடியுஞ்சாறு, 4. கள், 5. திருவிழா, 6. குலை; 7. கொத்து.

சாற்சமந்தம் - மலையாத்திமரம்.

சாற்ற - (வி) சொல்ல, 2. பறைசாற்ற.

சாற்றமுது - மிளகுரசம்.

சானகம் - வில்.

சானகி - சீதை, 2. ஓரரக்கன், 3. மூங்கில் மரம், 4. பொன்னாங்காணிக்கீரை, 5. கொடிக்கொத்தான் கொடி.

சானம் - பெருங்காயம், 2. சாதிலிங்கம்.

சானவி - } கங்கை நதி.
சான்னவி - }

சானி - வேசி.

சானித்தியம் - } சமீபம்.
சான்னித்தியம் - }

சானினி - சிறுகீரை, 2. சேம்பு, (ஒரு செடி).

சானு - மலைச்சாரல், 2. முழந்தாள்.
சானுக்கிரகம் - தேவமொழி.
சான் - சானகம்.
சான்மலி - இலவமரம், 2. ஓர் தீவு.
சான்றவர் - } அறிஞர்.
சான்றோர் -
சான்றாண்மை - ஞானம், 2. ஊக்கம்.
சான்றார் - சாணார், 2. சான்றோர்.
சான்று - சாட்சி, 2. உதாரணம்.
சான்றோன் - சூரியன், 2. கற்றோன்.

சி

சி - சகர வல்லொற்றின்மேல் இகரவுயிரேறப்பிறந்த ஓருயிர்மெய்க்குற்றெழுத்து.
சிகஸ்தி - சேதமானது.
சிகண்டம் - மயிற்றோகை, 2. மயிற் கொண்டை.
சிகண்டி - மயில், 2. பேடு, 3. ஓர் பண், 4. ஆமணக்கஞ்செடி, 5. ஓரிருடி, 6. துருபதன்மகன்.
சிகண்டிசன் - வியாழன்.
சிகநாதம் - (வை.அ) அப்பிரகம்.
சிகரப்பாடி - கோஷ்டம், (ஒரு பூண்டு).
சிகரம் - மலையுச்சி, 2. தலை, 3. கோபுர சிகரம், 4. உச்சி, 5. மலை, 6. உயர்ச்சி, 7. வீடு, 8. திரை, 9. வட்டில், 10. காக்கை, 11. சுக்கு.
சிகரி - கோபுரம், 2. மலை, 3. கருநாரை, 4. எலி, 5. புல்லுருவி, (ஓர் பூடு).
சிகரிநிம்பம் - மலைவேம்பு, (ஓர் மரம்).
சிகரியந்தம் - புல்லுருவி, (ஓர் பூடு).
சிகல - (வி) குறைய, 2. கெட.
சிகழிகை - மயிர்முடி, 2. வாசிகை, 3. சித்திரத் தொங்கல், 4. மாலை.
சிகா - முத்திரை.
சிகா - சிகை.
சிகாமணி - முடியிலே தரிக்குமணி, 2. சிரேஷ்டன்.
சிகாரி - வேட்டை.
சிகாவலம் - ஓர் பாசி.
சிகாவளம் - மயில்.
சிகி - மயில், 2. நெருப்பு, 3. கேது.
சிகிச்சை - நிவர்த்தி; 2. பரிகாரம்.
சிகிடிமா - (வை.அ) கொட்டை முந்திரிகை மரம்.
சிகில் - } ஆயுதங்களைத் துலக்குகை.
சிகில்லி -
சிகுரம் - மயிர்ப்பொது.
சிகுவை - நாக்கு, 2. கண்ணினிற்கு நரம்பு, அது: தசநாடியி னொன்று.
சிகை- குடுமி, 2. தழற்சிகை, 3. மயிற்சூடு, 4. உண்டிச்சிகை.
சிகைதாடு - } தலைமயிர் கட்டுங் கயிறு, 2. பிள்ளைத் தலையணியிலொன்று.
சிகைதாடுகுச்சு -
சிக்க - (வி) சிக்குப்பட, 2. மாட்டிக் கொள்ளப்பட, 3. அகப்பட, 4. மெலிய.
சிக்கடி - அவரைக்கொடி, 2. சிக்கான வேலை.
சிக்கம் - குடுமி, 2. உறி, 3. வண்டு, 4. மெலிவு, 5. சிறைச்சாலை, 6. சீப்பு, 7. வலைச்சிக்கம்.
சிக்கர் - கள்.
சிக்கனம் - இவறல்.
சிக்கி - நாணம்.
சிக்கு - நூல் முதலியவற்றின் சிக்கு, 2. சிக்கானகாரியம், 3. மாட்டிக் கொள்ளுகை, 4. கண்ணி, 5. தடை, 6. எண்ணெய்ச் சிக்கு, 7. சிக்குநாற்றம், 8. மாசு.
சிக்குரு - நல்லமுருங்கைமரம்.
சிக்குவை - நாக்கு.
சிக்கென - உறுதியாக, 2. உரமாக.
சிக்கெனவு - உறுதி, 2. கையிறுக்கம்.
சிங்க - (வி) குறைய, 2. இளைக்க, 3. கெட.
சிங்கநாதம் - சிங்கத்தொனி, 2. வெற்றியாளர்செய்யுந் தொனி, 3. ஓர் வாச்சியம்.
சிங்கநோக்கு - இலக்கணச் சூத்திரநிலை.
சிங்கம் - சிங்கவிராசி, 2. உயர்ந்தோன், 3. ஓர் மிருகம், 4. விளையாட்டிலோரளவு, 5. சரகாண்டபாஷாணம்.
சிங்கல் - (தொ.பெ) குறைதல், 2. கெடல்.

சிச்சி 201 சிணுக்

சிங்கவல்லி - தூதுளை, (ஒரு கொடி).
சிங்கவேறு - ஆண்சிங்கம், 2. வீரன்.
சிங்களம் - ஓர் தேசம், 2. சிங்களபாஷை, 3. சிங்களக்கூத்து.
சிங்கன் - குறவன்.
சிங்கன் வாழை - ஒருவித வாழை.
சிங்காசனம் - சிங்காதனம்.
சிங்காடி - } **சிங்காணி** - } சுண்டுவில்.
சிங்காரம் - சிறப்பு, 2. நவரசத்தினொன்று, 3. அலங்காரவருணனை.
சிங்காரிக்க - (வி) அலங்கரிக்க, 2. அலங்கரித்துரைக்க.
சிங்கி - நஞ்சு, 2. ஓர்வகைலோகநஞ்சு, 3. ஓர் மீன், 4. கடுக்காய், 5. மிருதாரசிங்கி, 6. குறத்தி.
சிங்கிகம் -(வை.அ) கறிமுள்ளிச்செடி.
சிங்கிட்டம் - } **சிங்கிரம்** - } ஓர் மரம், 2. பாலைக்கொடி.
சிங்கிநாதம் - நூனாதிக்கம்.
சிங்கியடித்தல் - ஒரு விளையாட்டு.
சிங்கிலி - குன்றிக்கொடி, 2. இண்டஞ் செடி.
சிங்கிவேரம் - } **சிங்குவம்** - } சுக்கு.
சிங்கினி - வில், 2. வின்னாண்.
சிங்குவை - } **சிங்நுவை** - } நா.
சிசம் - (வை.அ) தமரத்தைமரம்.
சிசிரம் - (வை.அ) சந்தனமரம்.
சிசினம் - ஆண்குறி.
சிசு - குழந்தை, 2. கருப்பசிசு, 3. விலங்கின்குட்டி.
சிசுகத்தி - } **சிசுவதை** - } **சிசுவத்தி** - } குழந்தையைக் கொல்லல்.
சிசுபாலன் - இடையெழுவள்ளலி லொருவன்.
சிசுமாரம் - முதலை.
சிசுரம் - (வை.அ) கிலுகிலுப்பைச்செடி
சிசுருட்சை - } **சிசுருகைஷ** - } கருமமுடிக்குமபேட்சை.
சிச்சிலி - சிரற்புள்.
சிச்சிலுப்பான் - } **சிச்சிலுப்பை** - } ஓர் வசூரி.
சிச்சீ - இகழ்ச்சிக் குறிப்பு.
சிஞ்சம் - புளிமாமரம், 2. புளியமரம்.
சிஞ்சாரி - புளியமரம்.
சிஞ்சிதம் - ஆபரணவொலி.
சிஞ்சினி - வின்னாண்.
சிஞ்சுகம் - கேகயப்புள்.
சிஞ்சுமாராம் - முதலை.
சிடம் - சாதிக்காய்.
சிட்சகன் - மாணாக்கன், 2. உபாத்தியாயன்.
சிட்சாகரன் - உபாத்தியாயன், 2. வியாசன்.
சிட்சிக்க - (வி) தண்டிக்க, 2. படிப்பிக்க.
சிட்சிப்பு - தண்டனை, 2. படிப்பிக்கை.
சிட்சை - தண்டனை, 2. படிப்பிக்கை, 3. வேதாங்கத்திலொன்று.
சிட்டபரிபாலனம் - சற்சனரைக் காத்தல்.
சிட்டம் - கிட்டம், 2. சன்மார்க்கம்.
சிட்டர் - } **சிஷ்டர்** - } பெரியோர், 2. நல்லோர்.
சிட்டா - குறிப்பேடு.
சிட்டி - ஓரளவுக் கருவி, 2. மண்சிட்டி, 3. சூதாடுகவறுருட்டுஞ்செப்பு.
சிட்டி - } **சிஷ்டி** - } உண்டாக்கப்பட்டன.
சிட்டிக்க - (வி) உண்டாக்க.
சிட்டிப்பு - படைப்பு.
சிட்லிங்கமரம் - } **சிட்டிலிங்கி** - } ஓர் மரம்.
சிட்டு - அற்பம், 2. ஓர் குருவி, 3. குடுமி.
சிட்டை - ஆடைக்குறி.
சிணாட்ட - (வி) பிடிக்க.
சிணாறு - அடர்ந்த மரக்கிளை.
சிணி - கெட்ட நாற்றம்.
சிணுக்க - (வி) சீண்ட, 2. சிக்குப்படுத்த, 3. பிள்ளை திருட.
சிணுக்கம் - அழுகை.
சிணுக்கு - சிக்கு.

சிணுக்குச்சிணுக்கென - தாமதக்குறிப்பு.
சிணுங்க -(வி) மூக்காலேயழ, 2. மழைதூற.
சிணுங்கி - தொட்டால்வாடி, (ஒருசெடி.)
சிண் - கூட்டாளி, 2. கையாள், 3. சூதாட்டுத் தாயம்.
சிண்டி - மயிர்.
சிண்டு - குடுமி, 2. ஒரளவு.
சிதக - (வி) எழுதினதைக் கிறுக்க.
சிதகம் - தூக்கணங்குருவி.
சிதகன் - சுக்கிரன்.
சிதடன் - அறிவில்லான், 2. குருடன்.
சிதடி - சிள்வண்டு, 2. அறிவிலி, 3. குருடி.
சிதடு - பேதைமை, 2. குருட்டுத்தன்மை.
சிதப்பூரம் - பொன்னாங்காணிக்கீரை.
சிதம் - செயிக்கப்பட்டது, 2. வெண்மை, 3. விண்மீன், 4. புளியாரை, (ஓர் கீரை), 5. விஷ்ணுகரந்தை, (ஓர்பூடு), ஞானம்.
சிதம்ப - (வி) பதனழிய, 2. சிலிர்க்க, 3. கைகால் சிலிர்க்க, 4. நீர்ச்சாவியாக.
சிதம்பரம் - ஓர் சிவஸ்தலம்.
சிதம்பல் - (தொ.பெ) பதனழிதல்.
சிதம்பு - ஓர் காலணி, 2. பதனழிவு.
சிதர - (வி) சிந்த.
சிதரம் - உறி.
சிதர் - மழைத்தூறல், 2. மழைத்துளி, 3. பூந்தாது, 4. பாரகம், 5. கந்தைத்துணி, 6. உறி, 7. வண்டு.
சிதர்க்க -(வி) சிந்தச்செய்ய.
சிதலம் - பதனழிவு.
சிதலை - கறையான், 2. சீலைத்துணி, 3. நோய்.
சிதல் - கறையான்.
சிதவல் - தேரிடக்கியம், 2. மரவுரி, 3. சீலைத் துணி, 4. புரையோடுபுண்.
சிதள் - கறையான், 2. மீன்செதில், 3. புண்ணசறு, 4. செதுக்குதுண்டு.
சிதற - (வி)இறைக்க, 2. பொருளழிக்க, 3. சிந்த, 4. கலைய, 5. புத்திசிதற, 6. திரிந் தலைய, 7. பயன்படாதுபோக.

சிதறடி - (வி) சேதப்படுத்து, 2. தோற்கடி.
சிதறி - மழை.
சிதனம் - (வை.அ) கோடகசாலை, (ஒரு பூண்டு.)
சிதன் - சுக்கிரன், 2. அச்சமுள்ளோன்.
சிதாகாசம் - ஞானாகாசம்.
சிதாக்கினி - ஈமாக்கினி.
சிதாத்துமா - கடவுள்.
சிதாபாசம் - } ஆத்துமா.
சிதாபாசன் - }
சிதாம்புசம் - } வெண்டாமரை.
சிதாம்போசம் - }
சிதாரம் - தேரிடக்கியம்.
சிதார் - மரவுரி, 2. சீலைத்துணி.
சிதானந்தம் - ஞானானந்தம்.
சிதிரம் - கோடாலி, 2. தீ, 3. வாள்.
சிதிலம் - பதனழிவு.
சிதுமலர் - தண்ணீர்விட்டான்.
சிதுரம் - (வை.அ) நேர்வாளக் கொட்டை.
சிதேகி - கடுமரம்.
சிதை - கீழ்மை.
சிதைய -(வி) கெட, 2. வெட்டுண்ண, 3. சாக, 4. மருவிச்சிதைய , 5. வழக்கமாற, 6. இரிய, 7. சீர்கெட, 8. சந்தஞ் சிதைய, 9. எழுத்துமுதலிய குறைய.
சிதையர் - கீழ்மக்கள்.
சிதைவு - கெடுதி, 2. பதனழிவு, 3. குன்றுதல், 4. இரிவு, 5. பெயர் முதலியகெடுதல், 6. தளைமுதலிய வழுவுதல், 7. சீர்கேடு.
சித்தகம் - தலைச்சீரா.
சித்தக்கல் - குறிஞ்சிலைக்கல்.
சித்தசமுன்னதி - சத்த பாதகத்தொன்று.
சித்தசலனம் - மனக் குழப்பம்.
சித்தசன் - மன்மதன்.
சித்தஞ்செய்தல் - (தொ.பெ) தயார் செய்தல்.
சித்தப்பிரமை - மன மயக்கம்.
சித்தமன் - (வை.அ) ஆமணக்கஞ்செடி.

சித்தம் - (வை.அ) முருங்கைமரம்.
சித்தம் - உட்கரண நான்கினொன்று, 2. உள்ளக்கருத்து, 3. காருண்ணியமனம், 4. சித்தாந்தம், 5. உண்மை, 6. யோக மிருபத்தேழிலொன்று, 7. ஆகம மிருபத்தெட்டிலொன்று.
சித்தராரூடம் - விஷவாகடத்தொன்று.
சித்தர் - தேவகணத்தொரு திறத்தோர், 2. அஷ்டசித்தியடைந்தோர், 3. ஞானசித்தியடைந்தோர்.
சித்தலயம் - மன ஒடுக்கம்.
சித்தல் - சீலை.
சித்தன் - இலவமரம்.
சித்தன் - சிவன், 2. வைரவன், 3. அருகன், 4. மாயவித்தை செய்வோன், 5. தந்திரி, 6. உண்மையுள்ளவன்.
சித்தாந்தசிரோமணி - வடமொழியிலுள்ள ஒருககோளசாத்திரம்.
சித்தாந்தம் - நிச்சயமானது, 2. மதம், 3. கணிதசித்தாந்தம், 4. சிவாகமங்கள், 5. வைஷ்ணவாகமங்கள்.
சித்தாந்தி - சித்தாந்தசமயி, 2. கணிதன்.
சித்தாமோகம் -
சித்தாமோசம் - } பேரோசனை.
சித்தார்த்தம் - வெண்கடுகு, 2. தத்துவஞானம்.
சித்தார்த்தர் - கௌதமபுத்தர்.
சித்தார்த்தி - ஓர் வருஷம்.
சித்தி - கைகூடுதல், 2. தபோபலம், 3. மோட்சம், 4. ஓர் யோகம், 5. திடம், 6. எட்டிமரம், 7. சவக்காரம்.
சித்திக்கல் - சித்தக்கல்.
சித்தித்தல் - (தொ.பெ) கைகூடுதல்.
சித்திமூலம் - நிலப்பனங்கிழங்கு.
சித்தியார் - ஓர் சைவசித்தாந்தநூல்.
சித்திரகடம் - காடு.
சித்திரகண்டன் -
சித்திரகிரீவன் - } புறா.
சித்திரகம் - கொடிவேலி, (ஒருசெடி.)
சித்திரகவி - ஒரு கவி.
சித்திரகன் - இயவனன்.
சித்திரகாயம் - புலி.
சித்திரகுத்தனார் - நமன் கணக்கன்.
சித்திரகூடம் - ஒரு மலை.
சித்திரகெண்டி - ஓரிருஷி.
சித்திரகெண்டிசன் - வியாழன்.
சித்திரக்காலி - ஓர் நெல்.
சித்திரக்குள்ளன் - மிகக் குறியன்.
சித்திரசேனன் - நரககணக்கரிலொருவன்.
சித்திரதாரணை - நவதாரணையினொன்று.
சித்திரதாளம் - ஓர் தாளம்.
சித்திரபானு - சூரியன், 2. தீ, 3. ஓர்வருடம்.
சித்திரபுத்திரனார் - சித்திரகுத்தனார்.
சித்திரப்பாலடை -
சித்திரப்பாலாடை - } ஓர்பூடு.
சித்திரப்பாலாவி - அம்மான்பச்சரிசி, (ஒரு பூண்டு.)
சித்திரமூலம் - கொடிவேலிச்செடி; அது: பஞ்சமூலத் தொன்று.
சித்திரம் - சித்திரித்தவடிவம், 2. சிறப்பு, 3. பேரழகு, 4. அலங்காரம், 5. நாகரிகமானபேச்சு, 6. மெய்போற் பொய்கூறல், 7. ஓர் கவி, 8. அதிசயம், 9. ஆமணக்கஞ்செடி, 10. நூதனம், 11. ஓர் சிற்பநூல்.
சித்திரரேகை - ஒரிரேகை, 2. குபேரன் மனைவி.
சித்திரர் - சித்திரகாரர், 2. தச்சர், 3. சிற்பர்.
சித்திரவதை - கண்டதுண்டமாய் வெட்டிக் கொல்லல்.
சித்திரவேளாகொல்லி - கொல்லித்திறத்தினொன்று.
சித்திராக்கினை - சித்திரவதை.
சித்திராங்கதன் - விஞ்சையர்வேந்தன், 2. குருகுலவரசரிலொருவன், 3. நரகிலோர் கணக்கன்.
சித்திராங்கி - நரேந்திரன்பாரி, 2. தந்திரக்காரி
சித்திராபூரணை -
சித்திராபௌரணை - } சித்திரையிற் பௌர்ணமி, அஃது சித்திரகுத்தர் பிறந்த நாள்.
சித்திரான்னம் - பலவகைச் சாதம்.

சித்திரிக்க - (வி) சித்திரமெழுத, 2. சித்திரமாய்ப்பேச, 3. வஞ்சகமாய்ப்பேச.
சித்திரிணி - சித்தினி.
சித்திரை - சித்திரைநாள், 2. ஓர் மாதம், 3. சித்திரப்பாலாவி, (ஒரு பூண்டு.)
சித்திரோடாவி - சித்திரகன்.
சித்திலிகை - எழுத்துச்சீலை.
சித்தில் - அறிவு.
சித்தினி - நால்வகைப் பெண்ணி னொருத்தி.
சித்து - அறிவுப்பொருள், 2. மாயவித்தை, 3. யாகம், 4. அரூபம்.
சித்துடு - கிலுகிலுப்பைச்செடி.
சித்துரூபம் - (வை.அ) நேர்வாளக் கொட்டை, 2. அறிவுரு.
சித்தை - எண்ணெய்த் துருத்தி.
சிநேகம் - அன்பு.
சிநேகிதம் - நட்பு.
சிந்தகம் - புளியமரம், 2. தூக்கணங் குருவி.
சிந்தம் - புளியமரம்.
சிந்தவம் - இந்துப்பு.
சிந்தனாபோகம் - மானதப் புணர்ச்சி.
சிந்தனை - நினைவு, 2. கருத்து, 3. கவலை, 4. தியானம், 5. தேவசிந்தனை, 6. ஆராய்வு, 7. விருப்பம்.
சிந்தன் - குள்ளன், 2. தூக்கணங்குருவி.
சிந்தாகுலம் - மனக் கவலை.
சிந்தாக்கட்டிகை - } கழுத்தாபரணத்தொன்று.
சிந்தாக்கு - } கழுத்தாபரணத்தொன்று.
சிந்தாக்கு - ஓர் விளையாட்டு.
சிந்தாத்திரி - } நல்ல பயணம், 2. சுக வாழ்வு.
சிந்தாத்திரை - } நல்ல பயணம், 2. சுக வாழ்வு.
சிந்தாமணி - தேவமணியினொன்று, 2. ஓர் நூல், 3. ஓர் மாத்திரை, 4. ஓரூர்.
சிந்திக்க - (வி) நினைக்க, 2. கருத, 3. தியானிக்க, 4. ஆராய, 5. எண்ண, 6. கவலைப்பட.
சிந்திப்பு - நினைப்பு.
சிந்தியம் - சிந்திப்பது, 2. சிவாகமத்தி னொன்று.
சிந்தியல்வெண்பா - மூன்றடியாய் நேரிசை வெண்பாப்போலவும் இன்னி சை வெண்பாப்போலவும் வருவது.
சிந்து - கடல், 2. நீர், 3. ஆறு, 4. சிந்துதேசம், 4. பதினெண்பாடையிலொன்று, 6. சிந்து நதி, 7. யானை, 8. முச்சீரடி, 9. சிந்துகவி, 10. குள்ளன் 11. வைடூரியம், 12. இரு வாட்சி, (ஒரு மரம்.)
சிந்துதல் - (தொ.பெ) ஒழுகல், 2. சிதறல், 3. கொல்லுதல்.
சிந்துரம் - சிவப்பு, 2. செவ்வியம், 3. புளிய மரம் 4. யானை.
சிந்துரிக்க - (வி) சிந்தூரமாக்க.
சிந்துவாரம் - வெண்ணொச்சி, (ஒருசெடி), 2. கடல், 3. வில்.
சிந்தூரம் - சிவப்பு, 2. செந்திலகம், 3. ஓர் மருந்து, 4. செங்குடை, 5. புளியமரம், 6. வெட்சிச்செடி, 7. சேங்கொட்டை, 8. யானை.
சிந்தை - எண்ணம், 2. கருத்து, 3. மனம், 4. குறிப்பு, 5. கவலை, 6. துன்பம்.
சிந்தைகூரியன் - புதன், 2. கூர்மையான புத்தியுடையவன்.
சிபாரிசு - யோக்கியதாபத்திரம்.
சிபி - சிபிச்சக்கரவர்த்தி.
சிப்பந்தி - வேலையாட்களையமர்த்துதல்.
சிப்பம் - சீலைமூட்டை, 2. புகையிலைச் சுமை, 3. சின்னது.
சிப்பி - இப்பி, 2. கிளிஞ்சில்.
சிப்பிமுத்து - சிப்பியில் விளையுமுத்து.
சிப்பியர் - பாணரிலோர் வகுப்பு, 2. கம்மியர்.
சிப்பியன் - பாணன்.
சிமட்டா - } மயிர்பிடுங்குங்கருவி.
சிமிட்டா - } மயிர்பிடுங்குங்கருவி.
சிம்ட்டா - } மயிர்பிடுங்குங்கருவி.
சிமட்டி - பேய்க்கொம்மட்டிக்கொடி.
சிமந்தூரி - சிறுபுள்ளடி, (ஒரு பூடு.)
சிமயம் - மலையுச்சி, 2. மலை.
சிமானம் - } மகிழ்ச்சி.
சிம்மானம் - } மகிழ்ச்சி.

சிமாளிக்க - (வி) சந்தோஷிக்க, 2. சரிக் கட்ட.
சிமி - குடுமி.
சிமிக்கி - } பெண்காதணியினொன்று.
ஜிமிக்கி -
சிமிட்ட -(வி) கண்சிமிட்ட, 2. கண்ணி மைக்க, 3. வஞ்சிக்க.
சிமிட்டு - கண்சைகை.
சிமிண்டு - தடி.
சிமிண்டுதல் - (தொ.பெ) கிள்ளுதல்.
சிமிலம் - மலை.
சிமிலி - குடுமி, 2. உறி, 3. சிள்வண்டு, 4. பூளைச்செடி
சிமிழ் - செப்பு.
சிமிழ்க்க - (வி) கட்ட, 2. பிடிக்க.
சிமிளித்தல் - (தொ.பெ) சிமிட்டுதல்.
சிமிள் - சிமிழ்.
சிமுக்கிடுதல் - அசைதல், 2. சிற்றொலிக் குறிப்பு.
சிமுட்டி - கீழ்காய்நெல்லி, (ஒரு பூடு.)
சிமை - குடுமி.
சிம்ப - (வி) ஒலிக்க, 2. துள்ள.
சிம்பதை - } (வை.அ) சிறுபுள்ளடி, (ஒரு பூடு.)
சிம்பத்தை -
சிம்பல் - (தொ.பெ) ஒலித்தல்.
சிம்பிளிக்க - (வி) கண்ணிற்பொறிபறக்க.
சிம்பு - சிராய், 2. இரும்புத்துகள், 3. நார், 4.மூங்கிற்சிம்பு, 5.இளம்வளார்.
சிம்புரி - சும்மாடு.
சிம்புளி - கம்பளி, 2. செவ்வாடை.
சிம்புள் - எண்காற்புள்.
சிம்பை - அவரைக்கொடி.
சிம்மதம் - பாம்பு.
சிம்மம் - சிங்கம்.
சிம்மாசனம் - சிங்காசனம்.
சிம்மு - எல்லை.
சியச்சினி - உத்தாமணி.
சியநாயகம் - (வை.அ)துத்தபாஷாணம்.
சியிறுதம் - கடுக்காய்.

சிரகம் - தலைச்சிரா, 2. மழைத்துளி, 3. கரகம்.
சிரக்க - (வி) அழிக்க.
சிரக்கம்பம் - தலையசைப்பு.
சிரக்கொழி - (வை.அ) குழலாதொண் டைக்கொடி, 2. வசம்பு.
சிரங்காடு - அடர்ந்தகாடு.
சிரங்காய் - சிரங்கை.
சிரங்கு- ஓர் புண், 2. சொறி.
சிரங்கை - கைகொண்ட அளவு.
சிரசன் - (வை.அ) சீர்பந்தபாஷாணம்.
சிரசு - தலை, 2. தலைமை.
சிரச்சேதம் - தலையை வாங்குதல்.
சிரஞ்சீவி - தீர்க்காயுளுடையோன்.
சிரட்டை - கொட்டாங்கச்சி.
சிரஸ்ததார் - } பிரதானி.
சிரஸ்தா -
சிரஸ்தாதார் -
சிரத்த - (வி) ஒலிக்க, 2. பேசியிரைய.
சிரத்தகாளகம் - } மருக்காரை, (ஓர் செடி.)
சிரத்தகாழகம் -
சிரத்தை - அன்பு, பத்தி.
சிரநதி - கங்கை.
சிரபங்கம் - சிரச்சேதம்.
சிரமம் - சிலம்பம், 2. வருத்தம்.
சிரமன் - அடிமை, 2. ஈனன்.
சிரமை - வருத்தம்.
சிரம் - தலை, 2. உயர்ச்சி, 3. மேன்மை, 4. நெடுங்காலம், 5. சூகைநீறு.
சிரம்பம் - (வை.அ) சாலாங்கபாஷாணம்.
சிரல் - சிச்சிலிக்குருவி, 2. முடிவிடம்.
சிரவணம் - காது, 2. கேள்வி, 3. திரு வோணம், 4. உபநிடத முப்பத்திரண்டி னொன்று.
சிரவம் - காது, 2. கவுதாரிப்புள்.
சிரறல் - (தொ.பெ) சிரறுதல்.
சிரறுதல் - (தொ.பெ) சிதறுதல்.
சிரற்றல் - (தொ.பெ) ஒலித்தல்
சிராங்கம் - தலை.
சிராத்தம் - } திவசம்.
சிரார்த்தம் -
சிராந்தி - இளைப்பு.

சிராயி - } நெடுங்காற்சட்டை.
ஷராய் - }

சிராய் - மரச்சிராய், 2. பனஞ்சிராய், 3. பருவின்முளை.

சிராய்ப்பீனசம் - ஒருநோய்.

சிராவணம் - கம்மியர் கருவியிலொன்று.

சிராவணம் - ஆவணிமாதம், 2. ஓர் கல்.

சிராவணி - யாகமிருபத்தொன்றி னொன்று.

சிரிக்க - (வி) நகைக்க, 2. பரிகாசம் பண்ண.

சிரிப்பாணி - கொள்ளாச் சிரிப்பு, 2. பகிடி, 3. பழிப்பு.

சிரிப்பு - நகைப்பு, 2. பழிப்பு, 3. பகிடி.

சிரீ - இலக்குமி, 2. மேன்மைக்குறிப்பு.

சிரீடம் - (வை.அ) குன்றிக்கொடி, 2. வாகை மரம்.

சிரீமுகம் - ஓர் வருடம்.

சிருகாலன் - நரி.

சிருக்கு - இலைக்கரண்டி.

சிருங்கம் - விலங்கின் கொம்பு.

சிருங்கலம் - சங்கிலி, 2. யானைச்சங்கிலி.

சிருங்கலை - கால்விலங்கு.

சிருங்காடகம் - நாற்றெருவுங் கூடுமிடம்.

சிருங்காரம் - அன்பு, 2. நவரசத்தி லொன்று.

சிருங்கி - ஒரு மருந்து, சுக்குமாம், 2. பொன்.

சிருட்டம் - சிற்பநூல் முப்பத்திரண்டி னொன்று.

சிருட்டி - படைப்பு.

சிருட்டிகர்த்தா - பிரமன்.

சிருட்டிக்க - (வி) படைக்க, 2. உருவாக்க.

சிருட்டிப்பு - படைப்பு, 2. சிருட்டிப் பொருள்.

சிருட்டியாளன் - (வை.அ) சவக்காரம்.

சிரேஷ்டபுத்திரன் - மூத்தமகன்.

சிரேட்டம் - } முக்கியம், 2. மூத்ததன்மை,
சிரேஷ்டம் - } 3. சிறந்தது.

சிரேஷ்டர் - சிறந்தோர், 2. மூத்தோர், 3. மேற்றிராணியார்.

சிரேணி - வரிசை, 2. இடையர்வீதி, 3. ஒழுங்கு.

சிரேணியம் - இடையர்வீதி.

சிரேயசு - விர்த்தி.

சிரேவணம் - (வை.அ) காட்டாமணக் கஞ்செடி.

சிரை - நரம்பு, 2. குரங்கு.

சிரைக்க - (வி) மயிர்கழிக்க.

சிரைப்பு - மயிர்கழிப்பு.

சிரோசம் - } மயிர்.
சிரோருகம் - }

சிரோட்டம் - கடுக்காய், 2. நெல்லிமரம், 3. தான்றிமரம்.

சிரோத்திரம் - காது.

சிரோந்தம் - மயிர்ச்செறிவு.

சிரோபத்தியம் - கடுக்காய்.

சிரோமணி - தலைமணி, 2. மேன்மை யானது.

சிரோரத்தினம் - தலைமணி, 2. நாகரத் தினம், 3. மேன்மையானவன்.

சிரோவேஷ்டனம் - தலைச்சாத்து.

சிரௌதம் - வேதத்தோடு சம்பந்தப் பட்டது.

சில - கொஞ்சம்.

சிலகம் - சட்டுவம்.

சிலக்குணம் - திமிங்கிலம்.

சிலங்கம் - விளாம்பட்டை.

சிலதன் - தோழன், 2. ஊழியன்.

சிலதியர் - பெண்டோழிகள்.

சிலத்திற்கடுகு - திமிங்கிலம்.

சிலத்தின்பிரிதிவி - (வை.அ) கர்ப்பூர சிலாசத்து.

சிலந்தி - சிலந்திப்பூச்சி, 2. கொப்புளம், 3. கிரந்திப்புண், 4. ஓர் மரம்.

சிலந்திநாயகம் - கிரந்திநாயகப்பூடு.

சிலந்தியரிசி - பூங்கோரைப் புல்.

சிலப்பதிகாரம் - பஞ்சவிலக்கியத் தொன்று.

சிலமம் - ஆயுதபரிட்சை, 2. பயமுறுத் துகை.

சிலமன் - அசுமாற்றம்.

சிலமான்கல் - ஓர் கல்.

சிலமி - வீம்பன்.

சிலமிக்க - (வி) சண்டைபோட, 2. பயமுறுத்த, 3. வீரங்கூற.

சிலம் - (வை.அ) இந்துப்பு.

சிலம்ப - (வி) ஒலிக்க.

சிலம்பக்கூடம் - சிலம்பம் பழகுமிடம்.

சிலம்பம் - படைக்கலம் பயில்கை, 2. தந்திரோபாயம், 3. பயப்படுத்துகை.

சிலம்பன் - குமரன், 2. குறிஞ்சிநிலத் தலைவன்.

சிலம்பி - சிலந்திப்பூச்சி, 2. ஓர் பரத்தை.

சிலம்பு - ஒலி, 2. காற்சிலம்பு, 3. மலை, 4. பூசாரிகள் கைச்சிலம்பு.

சிலம்புரி - ஓர்வகைச் சீலை.

சிலர் - சிலபெயர்.

சிலவங்கம் - (வை.அ) மீனெலும்பு.

சிலவர் - வேடர்.

சிலா - கல்.

சிலாக்கியம் - முக்கியம், 2. புகழ்ச்சி, 3. உரிமை.

சிலாசத்து - } ஓர் மருந்து,
சிலாசித்து - } 2. மண்தைலம்.

சிலாசாஸநம் - } கல்வெட்டு.
சிலாசாதனம் - }

சிலாஞ்சனம் - நீலாஞ்சனம்.

சிலாதரன் - நந்திதேவர் பிதா.

சிலாதலம் - பாறை, 2. கல்பரப்பியவிடம்.

சிலாநாகம் - சூடாலைக்கல்.

சிலாந்தி - சீந்திற்கொடி.

சிலாபம் - முத்துக்குளிப்பு.

சிலாபேசி - செப்பு நெருஞ்சிற் பூண்டு.

சிலாப்ப - (வி) கழப்ப, 2. வீணாகப் போக்க.

சிலாமணி - எங்குஞ்செல்லுமணி.

சிலாமணி - கர்ப்பூர சிலாசத்து.

சிலாமதம் - கன்மதம்.

சிலாமனா - மனோசிலை.

சிலாமேனி - கண்டகிச்சிலை.

சிலாம்பு - மீன்செதிள், 2. மரப்பொருக்கு.

சிலாரு - } குழப்பம், 2. பதிலீடு.
சிலார் - }

சிலாவட்டம் - சாணைக்கல்.

சிலாவருஷம் - கன்மழை.

சிலாவுதல் - (தொ.பெ) சுலாவுதல்.

சிலியானை - முடக்கொற்றான் பூண்டு.

சிலிர்க்க - (வி) மயிர்பொடிக்க, 2. உடம்பு முதலிய சிலிர்க்க, 3. தளிர்க்க.

சிலீமுகம் - அம்பு, 2. வண்டு, 3. முலைக்கண், 4. யுத்தம்.

சிலீரிடுதல் - } (தொ.பெ) குளிருதல்.
சிலீரெனல் - }

சிலுகு - சண்டை, 2. தடை, 3. துன்பம்.

சிலுகுசிலுகென - விரைவுக்குறிப்பு.

சிலுக்க - (வி) கொஞ்சமாய்ச் சொரிக்க.

சிலுக்க - (வி) சொறுகரைய, 2. கனிய, 3. காய்த்துக் குலுங்க.

சிலுக்கு - இருப்புவளையம், 2. வாள் முதலியவற்றின் பல், 3. சிலும்பு, 4. வெட்டிய சிறு துண்டு, 5. சிலுக்கு வெட்டி, 6. சிக்கு.

சிலுசிலுத்தல் - } ஒலிக்குறிப்பு,
சிலுசிலெனல் - } 2. படபடென்று பேசுதல், 3. சுறுசுறெனல், 4. தூறல், 5.சிலுசிலெனக்குளிர்வருதல்.

சிலுப்ப - (வி) மயிர்நெறிக்கச்செய்ய, 2. தலையசைக்க, 3. கலக்க, 4. தயிர்கடைய.

சிலுப்பு - நடுக்கம்.

சிலும்ப - (வி) கிளம்ப, 2. கலங்க, 3. ஒலிக்க.

சிலும்பல் - மயிர்சிலும்புதல், 2. சீலை முதலியவற்றின் சிலும்பல், 3. தலைமயிர்ச் சிலும்பல், 4. பீற்றல்.

சிலும்பு - மரச்செதும்பு, 2. களிம்பு.

சிலுவட்டை - சிறியது.

சிலுவல் - கந்தை, 2. அவலட்சணம், 3. சுசியிலி.

சிலுவை - கழுமரம்.

சிலேடிக்க - (வி) ஈரடியாய்ப்பேச.

சிலேடை - } உபயார்த்த
சிலேஷை - } சொற்றொடர்.

சிலேட்டர் - செட்டிகள்.

சிலேட்டுமம் - } முப்பிணியினொன்று.
சிலேஷ்மம் - }

சிலேபி - ஓர்வகைப்பணிகாரம்.

சிலேபியர் - செட்டிகள்.
சிலேற்பனம் - கோழை.
சிலை - ஒலி, 2. வில், 3. தனுராசி, 4. மூலநாள், 5. ஓர் மரம்.
சிலை - கல், 2. மலை, 3. மூலவிக்கிரகம், 4. மனோசிலை, 5. சூதபாஷாணம்.
சிலைக்க - (வி) ஒலிக்க.
சிலைநிறக்கல் - மாமிசச்சிலை.
சிலையாவி - } கல்நார்.
சிலைவிந்து - }
சிலோச்சயம் - மலை.
சில் - ஆரவாரம், 2. வட்டமானது, 3. கண்ணாடிச்சில், 4. சிலைச்சில்.
சில் - சில.
சில்லத்து - சிறுசட்டை.
சில்லம் - தேற்றாமரம், 2. அவதி, 3. சிறு துண்டு.
சில்லரி - சிலம்பினுட்பருக்கை.
சில்லர் - வேடர்.
சில்லறை - சிதறியவை, 2. சில்லறைச்சரக்கு, 3. மீதி, 4. சில்வானம், 5. திருடருபத்திரவம், 6. சாவு, 7. ஓர்வகைக்காதணிகள், 8. அற்பமானவை, 9. தீர்க்கப்படாதவை.
சில்லா - ஓரதிகாரிக்குள்ளடங்கிய வெல்லை.
சில்லாடை - பன்னாடை.
சில்லான் - ஓந்தி, 2. ஓர் விளையாட்டு.
சில்லி - இல்லி, 2. சிள்வண்டு, 3. தேருருளை, 4. வட்டம், 5. சிறுகீரை.
சில்லிகை - சிள்வண்டு, 2. சீலை, 3. நல்லாடை.
சில்லிட - (வி) குளிர்ந்துபோக, 2. பயப்பட, 3. முகஞ்சிவக்க.
சில்லியடை - சல்லடை.
சில்லு - ஓட்டுத்துண்டு, 2. ஓர் மரம், 3. சில்.
சில்லுண்டி - சிலுவட்டை
சில்லூறு - ஒரு பூச்சி.
சில்லெனல் - குளிர்ந்துகிடக்குதல், 2. முகக்குளிர்ச்சி, 3. ஒலியின்மைக்குறிப்பு.
சில்லை - சிள்வண்டு, 2. தூர்த்தை.
சில்வாய் - கடைவாய்.
சில்வானம் - சொச்சம்.
சிவகங்கை - சிதம்பரத்தில் ஓர் தீர்த்தம், 2. மதுரைக்கருகில் ஓரூர்.
சிவகதி - மோட்சம்.
சிவகம் - (வை.அ) சாதிக்காய், 2. நாய்ச் சீரகம்.
சிவகரந்தை - ஒரு பூண்டு.
சிவகாமி - பார்வதி.
சிவசங்கற்பம் - உபநிடதத் தொன்று.
சிவசத்தி - சிற்சத்தி முதலிய பஞ்சசத்தி.
சிவசமயம் - சைவமதம்.
சிவசன்மா - வடமதுரையிலிருந்த வோரந்தணன்.
சிவச்சி - (வை.அ) சாதிக்காய்.
சிவஞானசித்தியார் - ஒருசைவசித்தாந்த சாஸ்திரம்.
சிவஞானபோதம் - ஓராகம நூல்.
சிவண - (வி) கலக்க, 2. பொருத்த, 3. கிட்ட, 4. பொருத.
சிவதம் - இருக்குவேதம்.
சிவதை - ஓர் கொடி.
சிவத்ததாசி - செம்பருத்தி, (ஒருசெடி.)
சிவத்தம் - (வை.அ) செம்முருங்கை, (ஓர் மரம்.)
சிவத்தல் - (தொ.பெ) சிவக்குதல், 2. கோபித்தல்.
சிவந்தவேசை - செம்பரத்தைச்செடி.
சிவந்தி - கொடிப்பாலை, (ஒருசெடி), 2. செவ்வந்தி, (ஒரு பூச்செடி.)
சிவந்திரம் - } பிரதிபலன்.
சுவந்திரம் - }
சிவபீசம் - பாதரசம்.
சிவபுரம் - } காசி.
சிவபுரி - }
சிவபோகம் - சிவானந்தம்.
சிவப்பு - செந்நிறம், 2. சினக்குறிப்பு.
சிவப்புக்கந்தி - கோழித்தலைக் கந்தகம்.
சிவப்புக்கல் - ஈரற்கல்.
சிவமது - சிறுபுள்ளடி, (ஒரு பூடு.)
சிவமயம் - மங்களகரம்.
சிவமரம் - ஓர் மரம்.
சிவம் - முத்தி, 2. நன்மை, 3. உயர்வு, 4. சுயஞ்சிவம், 5. நித்தியயோகத் தொன்று.

சிவலிங்கம் - சிவபூசைத் திருவுரு.
சிவலை - செந்நிறமுடையோன், 2. சிவப்பு நிறமுள்ளது.
சிவலோகச்சேவகன் - காந்தம்.
சிவல் - கவுதாரி, 2. பகன்றைச்செடி.
சிவனார்கிழங்கு - கார்த்திகைக்கிழங்கு.
சிவனார்பாகல் - ஐவேலிக்கொடி.
சிவனார்வேம்பு - } ஓர் செடி.
சிவன்வேம்பு -
சிவனிப்பால் - கழுதைப்பால்.
சிவன் - சங்கரன்.
சிவா - கடுக்காய், 2. கீழ்காய்நெல்லி, (ஓர் பூடு), 3. வன்னிமரம்.
சிவாட்சம் - உருத்திராக்கம்.
சிவார்ச்சனம் - } சிவபூசை.
சிவார்ச்சனை -
சிவிகரம் - (வை.அ) சாதிக்காய்.
சிவிகை - தண்டிகை, 2. எருதுபூட்டிய ஓர் பண்டி.
சிவிங்கி - ஓர் மிருகம்.
சிவிறி - நீர்வீசுந் துருத்தி, 2. பெருந் துருத்தி, 3. விசிறி.
சிவுகம் - தாடை.
சிவேதை - சீந்திற்கொடி, 2. தெற்கு, 3. பகன்றைச்செடி, 4. சிவதைக்கொடி.
சிவேரெனல் - சிவப்புநிறக்குறிப்பு.
சிவை - ஆணரி, 2. உலைத்துருத்தி, 3. உலைமூக்கு, 4. வேர்.
சிவை - பார்வதி, 2. துர்க்கை.
சிவ்வல் - (வை.அ) கடற்பாசி.
சிவ்வெனல் - விரைவுக்குறிப்பு.
சிளுபுளெனல் - ஒலிக்குறிப்பு.
சிள்வண்டு - சில் வண்டு.
சிள்ளுப்புள்ளெனல் - கோபக்குறிப்பு.
சிறகர் - சிறகு.
சிறகி - ஓர் நீர்வாழ்பறவை.
சிறகு - இறகு, 2. மீன்சிறகு, 3. தெருவின் பக்கம், 4. நீர்க்காற்சிறகு, 5. பனை மடலிற்பாதி, 6. கதவுச்சிறகு.
சிறகுகோதுதல் - (தொ.பெ) சிறகைஅலகால் வகிர்தல்.
சிறக்க - (வி) சிங்காரமாயிருக்க, 2. அழகாயிருக்க, 3. மகிமைப்பட, 4. மேற்பட, 5. விசேஷிக்க, 6. அருமையாயிருக்க, 7. மிகுதியாக.
சிறக்கணிக்க - (வி) குறைய, 2. கடைக் கண்ணாற் பார்க்க, 3. சுருக்க, 4. உபேட்சை செய்ய.
சிறக்கணிப்பு - குறைகை, 2. சுருங்குகை, 3. கடைக் கண்பார்வை.
சிறங்கணிக்க - (வி) அவமதிக்க.
சிறங்கிக்க - (வி) சிறங்கையாலளக்க.
சிறங்கை - கைநிறைந்தவளவு.
சிறந்தகற்பகம் - நாகபாஷாணம்.
சிறப்பாங்கல் - குருந்தக்கல்.
சிறப்பித்தல் - (தொ.பெ) அலங்கரித்தல், 2. கனப்படுத்தல்.
சிறப்பு - அலங்காரம், 2. மகிமை, 3. மேன்மை, 4. விசேஷம், 5. சிறப்புப் பெயர், 6. அருமை, 7. மேம்பாடு, 8. உற்சவம், 9. உபசாரம், 10. மிகுதி, 11. சுபம், 12. புலமைச்சிறப்பு.
சிறப்புச்சூத்திரம் - ஒன்றற் குரித்தாய்ச் சொல்லுஞ் சூத்திரம்.
சிறப்புப்பாயிரம் - நூற்பெயருங் காரணமும் ஆக்கியோன் பெயரும் அளவும் பயனுமுரைப்பது.
சிறப்புப்பெயர் - ஒன்றற்கே சிறப்பாய் நிற்கும் பெயர்.
சிறப்பை - மரமணி.
சிறாம்ப - (வி) பிறாண்ட, 2. உராய்ஞ்ச.
சிறாம்பி - காவற்பரண்.
சிறாம்பு - செதும்பு.
சிறாயத்துக்குச்சி - ஓர் பூடு.
சிறார் - சிறுவர்.
சிறிசு - சிறியது.
சிறிட்டம் - வெள்ளிலோத்திரம்.
சிறிது - அற்பம், 2. சிலபல.
சிறியத்தினி - உத்தாமணி.
சிறியர் - } கீழ்மக்கள், 2. சிறுவர்.
சிறியவர் -
சிறியார் -
சிறியோர் -
சிறியாணங்கை - ஒரு செடி.
சிறிவில் - (வை.அ) அகிலமரம்.

சிறீ - தெய்வத்தன்மை.
சிறுக - (வி) சுருங்க, 2. சிறியதாக, 3. தரித்திரமடைய, 4. சீர்குன்ற.
சிறுகாஞ்சொறி / **சிறுகாஞ்சோன்றி** / **சிறுகாய்ஞ்சொறி** - ஓர் செடி
சிறுகாரிடம் - (வை.அ) சாதிக்காய்.
சிறுகாலை - விடியற்காலம், 2. சிறுவயது.
சிறுகால் - தென்றல், 2. காவட்டம்புல்.
சிறுகாற்று - இளங்காற்று.
சிறுகீரை - ஓர் கீரை.
சிறுகு - துன்பம்.
சிறுகுடி - குறிஞ்சிநிலத்தூர், 2. சிற்றூர், 3. சிறுகுடும்பம்.
சிறுகுரும்பை - ஓர் நெல்.
சிறுக்கன் - பயல்.
சிறுக்கி - வேலைக்காரப்பெண், 2. வாலிபஸ்திரீ.
சிறுசொல் - பழிச்சொல்.
சிறுதேர் - விளையாட்டுத்தேர்.
சிறுத்தை - சிறுபுலி.
சிறுத்தொண்டர் - அறுபத்துமூன்று நாயன்மாரிலொருவர்.
சிறுநாகம் - ஓர் மரம்.
சிறுநாவல் - ஓர் செடி.
சிறுநீர் - மூத்திரம்.
சிறுபஞ்சமூலம் - ஓர் நூல்.
சிறுபயறு - பச்சைப்பயறு.
சிறுபாணாற்றுப்படை - ஒரு தமிழ் நூல்.
சிறுபாலடை - ஓர் பூடு.
சிறுபான்மை - சிறுவழக்கு.
சிறுபுலியூர் - காவிரியின் தென்கரையில் உள்ள விஷ்ணு ஸ்தலம்.
சிறுபுள்ளடி - ஒரு பூடு.
சிறுபுறம் - பிடரி.
சிறுபூளை - ஓர் பூடு.
சிறுப்பம் / **சிறுவம்** - இளமை.
சிறுப்பனை - இழிவு.
சிறுமட்டம் - சிறுகுதிரை, 2. சிற்றளவு, 3. சிறுவாழைமரம், 4. குட்டியானை, 5. குள்ளம்.
சிறுமணி - சதங்கை, 2. ஓர் நெல்.
சிறுமல் - தண்ணீர்விட்டான்.
சிறுமாரோடம் - செங்கருங்காலி மரம்.
சிறுமி / **சிறுவி** - மகள், 2. பெண்.
சிறுமியம் - சேறு.
சிறுமூலகம் / **சிறுமூலம்** - ஓர் கிழங்கு, 2. திப்பிலி.
சிறுமை - அற்பம், 2. தரித்திரம், 3. துன்பம், 4. நோய், 5. இளமை, 6. குறைவு, 7. இழிவு, 8. எளிமை, 9. நொய்மை, 10. இழிபிறப்பு.
சிறுமைப்படுதல் - (தொ.பெ) தரித்திரப்படுதல், 2. இடைஞ்சற்படுதல்.
சிறுமையர் - கீழ்மக்கள்.
சிறுவரை - அற்பம், 2. காலநுட்பம், 3. சிறுபொழுது.
சிறுவல் - குழந்தை.
சிறுவழுதுணை - ஒரு செடி.
சிறுவன் - புதல்வன், 2. இளையோன்.
சிறுவாடு - சொற்பதேட்டம்.
சிறுவிதி - தக்கன்.
சிறுவிலை - குறுவிலை.
சிறை - அடிமையானவள், 2. அடிமைத்தனம், 3. காவல், 4. தடை, 5. விபசாரி, 6. சிறைச்சாலை, 7. இடம், 8. மதில், 9. இறகு, 10. பக்கம், 11. நீர்க்கரை.
சிறைக்களம் / **சிறைக்கூடம்** - சிறைச்சாலை.
சிறைசெய்தல் - (தொ.பெ) அடிமைப்படுத்தல்.
சிறைப்பாடு - அடிமைத்தனம், 2. கட்டுப்பாடு.
சிறையெடுத்தல் - (தொ.பெ) பெண் கொள்ளல்.
சிற்குணன் - கடவுள்.
சிற்குணாலயம் - உபநிடதத்தொன்று.
சிற்சத்தி - பஞ்சசத்தியினொன்று.
சிற்சபை - ஞானசபை.
சிற்சிலிர்ப்பான் - ஓர் வைசூரிநோய்.
சிற்சுகம் - ஞானானந்தம்.
சிற்சொரூபர் - கடவுள்.
சிற்பம் - சிற்பவிலக்கணம், 2. சிற்பத்தொழில், 3. சிற்பசாத்திரம்.

சிற்பரக்கூர்மை - கந்தகவுப்பு.
சிற்பரம் - கடவுள், 2. பிரமம்.
சிற்பரவுப்பு - சிந்துலவணம்.
சிற்பரை - சவுக்காரம், 2. நிமிளை, 3. பராசத்தி.
சிற்பர் - கம்மியர்.
சிற்பொருள் - சித்துப்பொருள்.
சிற்றகத்தி - ஒரு மரம்.
சிற்றம்பலம் - சிதம்பரம்.
சிற்றரத்தை - ஒரு செடி.
சிற்றவை - சிறியதாய்.
சிற்றன்னை - } சிறியதாய்.
சிற்றாத்தாள் - }
சிற்றாள் - ஏவலாள்.
சிற்றி - சிறியதாய்.
சிற்றிரு - கிலுகிலுப்பைச்செடி.
சிற்றில் - குடிசை, 2. ஆண்பாற்பிள்ளைக் கவியினோருறுப்பு.
சிற்றுணா - சிற்றுண்டி.
சிற்றுயிர் - அற்பசெந்து.
சிற்றூர் - குறிஞ்சிநிலத்தூர்.
சிற்றூறல் - } சிறிய ஊற்று.
சிற்றூற்று - }
சிற்றெறும்பு - ஒரெறும்பு.
சினகரம் - கோவில்.
சினத்தல் - (தொ.பெ) கோபித்தல்.
சினப்பு - கோபம்.
சினம் - கோபம்.
சினவ - (வி) கோபிக்க, 2. பொர.
சினவரன் - } புத்தன், 2. அருகன்.
சினன் - }
சினா - (வை.அ) வட்டத்திருப்பிச்செடி, 2. பங்கம்பாலைச்செடி.
சினாடி - } மூக்கிரட்டைச்செடி.
சினாடிகா - }
சினாது - மெலிவு, 2. மெலிந்தது.
சினாவில் - (வை.அ) தும்பைப்பூடு.
சினீவாலி - சந்திரனொருகலை தெரியுமிரா.
சினேகம் - அன்பு, 2. பட்சம், 3. எண்ணெய்.
சினேகிக்க - (வி) சினேகஞ்செய்ய, 2. பட்சமாய் நடத்த.
சினேகிதம் - நட்பு.
சினேசம் - (வை.அ) சாதிக்காய்.
சினேந்திரன் - புத்தன், 2. அருகன்.
சினை - கருப்பம், 2. மீன்சினை, 3. முட்டை, 4. பூவரும்பு, 5. மரக்கொம்பு, 6. உறுப்பு, 7. மூங்கில், 8. பொருளாதியாறனுளொன்று.
சினைக்க - (வி) சிரங்குசினைக்க, 2. சினைகொண்டிருக்க, 3. பருக்க, 4. பூவரும்ப, 5. கருக்கொண்டிருக்க.
சினைப்பு - வியர்க்குரு, 2. அரும்புகை, 3. கருக்கொள்ளுகை.
சின் - அசைச்சொல்.
சின்மயம் - ஞானமயம்.
சின்மாத்திரம் - ஆன்மாவின் சுயதன்மை.
சின்முத்திரை - ஞானமுத்திரை.
சின்மூர்த்தி - கடவுள்.
சின்மை - சிறுமை.
சின்ன - சிறிய, 2. இழிந்த.
சின்னஞ்சிறியது - மிகச் சிறியது.
சின்னத்தனம் - அவமதிப்பு.
சின்னப்படுதல் - (தொ.பெ) பங்கப்படுதல்.
சின்னப்பூ - ஒரு பிரபந்தம், அது நேரிசை வெண்பாவாற் றசாங்கம்வைத்து நூறு, தொன்னூறு, எழுபது, ஐம்பது, முப்பது என்னு மெண்படப்பாடுவது.
சின்னமுத்து - ஓர் குருநோய்.
சின்னம் - சிறுமை, 2. காளம், 3. அடையாளம், 4. ஈனம், 5. இலக்கணம், 6. முறம், 7. தட்டு, 8. பராகம், 9. சிறியது.
சின்னம் - துண்டு, 2. விசித்திரம்.
சின்னல் - வேடிக்கை.
சின்னாபின்னம் - பொடிப்பொடியானது.
சின்னாருகம் சீந்திற்கொடி.
சின்னி ஓர்செடி, 2. இலவங்கம்.
சின்னீர் - துளிநீர், 2. சிறுநீர், 3. நிலையாமை.
சின்னை - ஓர் மீன்.

சீ

சீ - இகழ்ச்சிக்குறிப்பு, 2. புண்ணின்சீழ், 3. சீயென்னேவல்.

சீ - இலக்குமி, 2. பிரகாசம், 3. சம்பத்து, 4. சரசுவதி, 5. பார்வதி, 6. விஷம்.

சீகண்டன் - சிவன்.

சீகம் - தமரத்தைமரம்.

சீகம்புல் - ஓர் புல்.

சீகரம் - மழைத்துளி, 2. சிறுமழை, 3. நீர்த்துளி, 4. மழை, 5. புனற்றிரை, 6. கடற்றிரை, 7. கரகம், 8. கவரி, 9. திருநலம், 10. வாழ்வு, 11. சுக்கு.

சீகரி - } திவலை.
சீகர் - }

சீகா - பஞ்சலோகம்.

சீகாரம் - ஓர் பண்.

சீகாழி - ஓர் சிவஸ்தலம்.

சீகாளத்தி - ஒரு சிவஸ்தலம்.

சீகு - ஓர் புல்.

சீக்க - (வி) காலினாற்சீக்க, 2. பெருக்க, 3. செப்பஞ்செய்ய.

சீக்கல் - சீழ்க்கை.

சீக்காச்சா - நாய்ப்புடோல், (ஒரு கொடி)

சீக்காய் - ஈசற்கொட்டுகை, 2. பழாதபனங்காய்.

சீக்கிரம் - விரைவு, 2. கைச்சுறுக்கு, 3. மருந்துவீறு, 4. கோபம், 5. உறைப்பு.

சீக்கிரான் - }
சீக்கிரி - } உசிலமரம்.
சீக்கிரியான் - }

சீக்கு - செத்தை, 2. நோய்.

சீக்குரு - முருங்கைமரம்.

சீசகம் - } ஈயம்.
சீசம் - }

சீசம் - கொதிப்பு.

சீசா - குப்பி.

சீசீ - } இகழ்ச்சிக்குறிப்பு.
சீச்சீ - }

சீஷப்பிள்ளை - சீஷன்.

சீஷம் - இழிவு, 2. அசுத்தம், 3. சிக்கனம்.

சீஷன் - } மாணாக்கன், 2. ஞானசீடன்.
சீடன் - }

சீடு - நூற்சீடு.

சீடை - ஓர் பணிகாரம், 2. நருங்கல்.

சீட்டி - எழுத்துச்சீலை, 2. சீழ்க்கைக் குழல்.

சீட்டு - பத்திரம், 2. உண்டிச்சீட்டி, 3. திருவுளச்சீட்டு.

சீட்டை - } முதைக் கொல்லையில் விளைகதிர், 2. விடுகதிர்.
சீட்டைக்கதிர் - }

சீணசந்திரன் - தேய்பிறை.

சீணம் - } ஈனம், 2. கேடு.
க்ஷீணம் - }

சீண்ட - (வி) தீண்டியுணர்த்த, 2. கைச்சேட்டைசெய்ய.

சீண்டிரம் - } கசுமாலம்.
சீண்ட்ரம் - }

சீதகம் - ஈயம்.

சீதகன் - சுக்கிரன்.

சீதபேதி - ஒரு நோய்.

சீதமண்டலி - ஓர் விஷசெந்து.

சீதம் - சீதக்கட்டு, 2. குளிர்ச்சி, 3. நீர், 4. மேகம், 5. வெண்மை, 6. சந்தனமரம், 7. கொடுந்தமிழ் நாட்டினொன்று, 8. அகிலமரம், 9. நறுவிலிமரம்.

சீதரன் - மகாவிஷ்ணு.

சீதவாரம் - (வை.அ) உத்தாமணி.

சீதளம் - தண்மை, 2. குளிர், 3. ஈரம், 4. பச்சைக்கர்ப்பூரம், 5. கோடகசாலைப் பூண்டு.

சீதளை - கொடிமாதளைமரம், 2. ஒரு நாரத்தை.

சீதனம் - மகளுக்குக் கொடுக்கும் பொருள்.

சீதன் - சந்திரன்.

சீதாங்கபாஷாணம் - ஓர் பாஷாணம்.

சீதாங்கம் - ஓர் சன்னி.

சீதாங்கனை - ஸ்ரீராமர் மனைவி.

சீதாதேவி - ஸ்ரீராமபிரான் மனைவி.

சீதாபதி - இராமபிரான்.

சீதாரி - ஓர் வாசனைமரம், 2. நகரி.

சீதாளம் - தாளிப்பனை மரம்.

சீது - கள்.
சீதேவி - இலக்குமி.
சீதேவியார்செங்கழுநீர் - ஒரு பூடு.
சீதை - உழுபடைச்சால், 2. பொன்னாங் காணிக்கீரை, 3. இராமன்றேவி.
சீதோதகம் - குளிர் நீர்.
சீத்காரம் - } அனுகரணவொலி.
சீற்காரம் - }
சீத்தலைச்சாத்தன் - ஓர் புலவன்.
சீத்தா - ஓர்மரம்.
சீத்தி - இளப்பம்.
சீத்துப்பூத்தெனல் - சினக்குறிப்பு, 2. பாம்பு சீறல்.
சீத்துவம் - திறம், 2. வளம், 3. சுத்தம்.
சீத்தை - கீழ்மக்கள், 2. பதனழிவு, 3. பனஞ்சீத்தை, 4. சீட்டிச்சீலை.
சீந்த - (வி) விரும்ப, 2. மூக்குச்சிந்த, 3. சீற.
சீந்தல் - மழைத்தூற்றல்.
சீந்தில் - ஓர் படர்கொடி.
சீபதி - கடவுள், 2. அருகன், 3. மகாவிஷ்ணு.
சீபாதம் - திருவடி, 2. குருவடி.
சீப்பங்கோரை - ஓர் கோரைப்புல்.
சீப்பு - மயிர்வாருஞ் சீப்பு, 2. வாழைக் குலைச் சீப்பு, 3. தாட்பாள், 4. விலா வெலும்பு, 5. தோட்சீப்பு.
சீமந்தம் - முதுகுநீரிடுகை.
சீமந்தனி - ஓர் கற்புடைய பெண்.
சீமாட்டி - } தலைவி.
சீமாள் - }
சீமாமூலத் - தேச ஆளுகை.
சீமான் - செல்வன், 2. அருகன்.
சீமுக - } ஓர் வருடம்.
ஸ்ரீமுகவருஷம் - }
சீமுகம் - திருமுகம்.
சீமூதம் - நீருண்டமேகம், 2. மலை, 3. பிடியானை.
சீமூதன் - உழவன், 2. சிவன், 3. துன்புறு வோன், 4. நரகாசுரன் சாரதி, 5. இந்திரன்.
சீமூதை - கொடிமுந்திரிகை.
சீமை - எல்லை, 2. கரை, 3. தேசம், 4. வயல்.
சீம்பால் - ஈன்றணிமைப்பால்.
சீயகங்கன் - ஒரரசன்.
சீயக்காய் - அரைப்புக்காய்.
சீயம் - சிங்கம், 2. சிங்கவிராசி, 3. தென் றிசைப்பாலன் குறி, 4. எருக்கம்பால்.
சீயாள் - பாட்டி.
சீயான் - மூன்றாம்பாட்டன், 2. ஓர்வகைப் பூரான்.
சீரகச்சம்பா - ஒரு நெல்.
சீரகம் - ஓர் சரக்கு.
சீரங்கபட்டணம் - மைசூரின் றலைப் பட்டினம்.
சீரங்கம் - ஒரு விஷ்ணுஸ்தலம்.
சீரணம் - உண்டது சமித்தல், 2. கேடு, 3. பதனழிவு.
சீரணி - ஓர் பணிகாரம்.
சீரணி - காடு, 2. கூத்தின்விகற்பம், 3. சிறந்தவழகு.
சீரணிக்க -(வி) உண்டது சமிக்க, 2. கெட.
சீரணை - பயிற்சி.
சீரமோடா - விழுதிச்செடி, 2. நார்ச் சீலை, 3. காட்டெருமைப்பால்.
சீரம் - மரவுரி, 2. பால், 3. இலாமிச்சம்புல்.
சீரா - தலைச்சீரா, 2. கவசம், 3. பலாசு, (ஓர் மரம்.)
சீராட்ட - (வி) பாராட்ட, 2. பேணி வளர்க்க, 3. சிறப்புச்செய்ய, 4. புகழ்ந்து பேச.
சீராட்டு - உபசரித்து வளர்க்கை, 2. பாராட்டுகை.
சீராளன் - சிறுத்தொண்டர் புத்திரன்.
சீரி - } புளியமரம்.
சீரிவிருட்சம் - }
சீரிக்க - (வி) பழக.
சீரிடம் - தலை, 2. வாகைமரம்.
சீரிய - சிறப்பான.
சீரியர் - அறிஞர், 2. உயர்ந்தோர், 3. நல்லோர், 4. புலவர்.
சீருணம் - } செம்பு.
சீருணி - }
சீருத்திரம் - உபநிடத முப்பத்திரண்டி னொன்று.

சீருள் - ஈயம், 2. செம்பு, 3. பஞ்சலோகம்.
சீரை - மரவுரி, 2. சீலை, 3. சீலைத்துணி.
சீர் - அழகு, 2. வாழ்வு, 3. நன்மை, 4. நன்னடை, 5. சிறப்பு, 6. நிலைமை, 7. தன்மை, 8. கிரமம், 9. புகழ், 10. சித்திரம், 11. பாரம், 12. தராசு. 13. துலாராசி, 14. செய்யுளுறுப்பிலொன்று, 15. தாளவொத்து, 16. காற்றண்டை, 17. தண்டாயுதம், 18. காவுதடி, 19. பொன், 20. ஒலி, 21. சிலம்பம்.
சீர்குலைதல் - (தொ.பெ) ஒழுங்குகெடல், 2. பழமழிதல், 3. கற்பழிதல்.
சீர்கேடி - மூதேவி.
சீர்கேடு - கேடான நிலைமை.
சீர்தூக்குதல் - (தொ.பெ) ஆராய்தல், 2. ஒத்துப்பார்த்தல்.
சீர்த்தி - கீர்த்தி.
சீர்த்துழாய் - (வை.அ) துளசிச்செடி.
சீர்பண்ணுதல் - (தொ.பெ) ஒழுங்குபடுத்தல்.
சீர்பதி - கடவுள்.
சீர்பாதம் - திருப்பாதம்.
சீர்மரம் - நெய்வார் கருவியினொன்று.
சீர்மை - சிறப்பு, 2. நன்னடை, 3. கீர்த்தி.
சீர்வண்டு - நெய்வார் கருவியிலொன்று.
சீலம் - குணம், 2. நல்லொழுக்கம், 3. தருமம், 4. சீந்திற்கொடி, 5. சரித்திரம், 6. நல்லறிவு.
சீலவான் - } நற்குணசாலி.
சீலன் - }
சீலா - சீலாமீன், 2. இறைகூடை, 3. ஓர் பறவை.
சீலித்தல் - (தொ.பெ) பழகல்.
சீலை - ஆடை.
சீலைப்பாய் - கந்தைத்துணி.
சீவகம் - (வை.அ) இலந்தைப்பிசின்.
சீவகர் - புத்த தவத்தோர்.
சீவகளை - உயிர்ப்பு.
சீவகன் - ஓரரசன்.
சீவகாருண்ணியன் - கிருபையுள்ளோன்.
சீவசெந்து - உயிருள்ளவைகள்.
சீவதாது - சீவவாயு சஞ்சரிக்கும் நாடி.
சீவதிசை - பிராணதிசை.
சீவத்துவம் - சீவவியல்பு.
சீவநாள் - ஆயுள்.
சீவந்தம் - ஔஷதம், 2. பிராணன்.
சிவந்தி - சீந்திற்கொடி, 2. பாலைமரம், 3. கடுமரம்.
சீவம் - சீவன், 2. பரமாத்துமா, 3. அர்த்தச்சா.
சீவரட்சை - சீவனைக்காத்தல்.
சீவரம் - கடுக்காய்ச் சாயச்சீலை.
சீவரர் - புத்தர்.
சீவரேக்கு - சிற்பத்தீர்மானவேலை.
சீவல் - செதுக்கினவை, 2. மெலிவு, 3. மெலிந்தவன், 4. நெகிழ்ச்சியானது, 5. பாக்குச்சீவல்.
சீவனம் - உயிர்வாழ்தல், 2. நுகர்பொருள், 3. உத்தியோகம், 4. நீர்.
சீவனாகினி - (வை.அ) வெற்றிலை, 2. நீர்.
சீவனார்த்தம் - உயிர்வாழ்தற்குரியது.
சீவனி - சீவநாடி, 2. சஞ்சீவி, 3. பாலைமரம், 4. செவ்வள்ளிக்கொடி, 5. மந்தாரச்சிலை, 6. சகனம்.
சீவனீயம் - நீர்.
சீவனோபாயம் - சீவனத்துக்கடுத்தவுபாயம்.
சீவன் - உயிர் 2. சீவாத்துமா, 3. சீவசெந்து, 4. வியாழம், 5. காந்தம், 6. முயற்சி.
சீவன்முத்தன் - துறந்து ஞானமடைந்தோன்.
சீவாளம் - வீணையின்சீர்.
சீவான்மா - உயிர்.
சீவி - சீவனோடிருக்கும் வஸ்து.
சீவிகா -(வை.அ) சாதிக்காய்
சீவிக்க - (வி) உயிர்வாழ, 2. உடலுடன் கூடிவாழ, 3. முயல, 4. விழித்திருக்க, 5. சஞ்சரிக்க, 6. அனுபவிக்க.
சீவிதம் - உயிர்வாழ்கை.
சீவியம் - உயிரோடிருக்கை, 2. சீவனம், 3. வாழ்நாள், 4. ஆத்துமானுபவம்.
சீவினி - சஞ்சீவி, 2. யாழினோரோசை.

சிவிசுரம் -
சிவீச்சுரம் -
சிவேசுரம் - } சிவாத்துமா.

சிவுதல் - (தொ.பெ)செதுக்குதல், 2. மயிர் கோதுதல், 3. மெல்லியதாயரிதல்.

சிவுளி - சீவுகிற வுளி, 2. மெருகிடுகிறவுளி, 3. இழைப்புளி.

சிவோற்பத்தி - உயிர்த்தோற்றம்.

சீழ் - சிதல், 2. சிழ்க்கைவிடுதல்.

சீழ்க்கை - வாயாலூதுமோர்வகைச் சத்தம்.

சீற - (வி) பாம்பு முதலியன சீற, 2. குதிரைமூச்செறிய , 3. மூர்க்கங்கொள்ள, 4. சீறியெரிய, 5. அதட்ட.

சீறடி - சின்ன அடி.

சீறல் - பெருங்கோபம், 2. இரைதல்.

சீறா - சோனகர் நூல்.

சீறு - சீற்றம்.

சீறுமாறு - சரியாய் நடத்தாமை, 2. தாறு மாறு.

சீறூர் - மருதநிலத்தூர்.

சீற்றம் - கோபம்.

சீனக்காரம் - படிகாரம்.

சீனட்டங்குருவி - ஓர் குருவி.

சீனட்டி - ஓர் நெல்.

சீனம் - ஓர் தேசம், 2. ஒரு பாஷை, 3. சீனத்துச் சரக்கு.

சீனன் - சீனதேசத்தான்.

சீனா - ஓர் தேசம்.

சீனி - சீனிச்சர்க்கரை.

சீனி - மரநங்கூரம், 2. குதிரைக்கல்லணை.

சீனிக்கிழங்கு சருக்கரை வள்ளிக் கிழங்கு.

சு

சு - நன்மை, சுகம் முதலியவற்றைக் காட்டுமோருபசருக்கம், 2. நாய் முதலிய வற்றைத் துரத்துமொலி.

சுஃறெனல் - ஒலிக்குறிப்பு.

சுகசிம்பி - (வை.அ) பூனைக்காலிச்செடி.

சுகட்டான் - (வை.அ) முடக்கற்றான் கொடி, 2. நாணற்புல்.

சுகதாதை - வியாசன்.

சுகதாரு -(வை.அ) கடம்புமரம்.

சுகத்திரம் - (வை.அ) வாகைமரம்.

சுகந்தம் - வாழைமரம், 2. அரத்தை, (ஒரு செடி.)

சுகந்தம் - நறுமணம்.

சுகந்தி -
சுகந்திக்கல் - } செவ்வந்திக்கல்.

சுகந்திரம் - சுதந்திரம்.

சுகம் - சௌக்கியம், 2. ஆரோக்கியம், 2. வாழ்வு, 4. இன்பம், 5. தருமம், 6. நன்மை, 7. வருத்தமின்மை, 8. பத்திரம், 9. கிளி, 10. முலைக்கண்.

சுகம்பல் - புளிநறளைச்செடி.

சுகருமம் - இருபத்தேழு யோகத்தி லொன்று, 2. நற்கருமம்.

சுகன் - வியாசன்மகன், 2. சுவர்க்க முற்றோன்.

சுகாதீதம் - மேற்பட்ட சுகம்.

சுகாந்தம் - வெண்காயம்.

சுகாந்திக்கல் - சுகந்திக்கல்.

சுகாய் - சொக்காய்.

சுகி - நோயிலான், 2. செல்வன், 3. சுக போகம், 4. செழிப்பு.

சுகிக்க -(வி) சுகமாயிருக்க, 2. சம்பிரம மாயிருக்க, 3. அனுபவிக்க.

சுகிதம் - பால்.

சுகிர - (வி) மயிர் முதலிய வகிர, 2. பஞ்செஃக.

சுகிர் - உட்டுளை, 2. உட்டுளைப் பொருள்.

சுகிர்தம் - நல்லறம், 2. நன்மை, 3. தவஞ் செய்கை, 4. புண்ணியபலன், 5. இன்பம், 6. நெய்.

சுகிர்த்து - சினேகம்.

சுகிர்ல்லாபம் - நட்புப்பேறு.

சுகுமாரம் - மிருது.

சுகுர்தம் - சுகிர்தம்.

சுகோததி - இன்பக்கடல்.

சுக்கங்கீரை - ஓர் கீரை.

சுக்கடித்தம் - அழுத்தமானபுடவை.

சுக்கம் - களவு, 2. ஓர் கொடி.

சுக்கல் சிறு துண்டு.

சுக்காய் - சொக்காய்.

சுக்கான் - கப்பல் திருப்புங்கருவி, 2. சுக்கான்கல்.

சுக்கியானம் -
சுக்ஞானம் -
சுஞ்ஞானம் - } பரமஞானம்.
சுக்கிரம் - ஆனிமாதம்.
சுக்கிரன் - வெள்ளி, 2. அசுரர் குரு, 3. கபடமுள்ளோன், 4. கண்ணோயி லொன்று, 5. ஒரு கண்ணூனன்.
சுக்கிராக்கினை - கொடிய இமிசை.
சுக்கிரீவன் - கிட்கிந்தையரசன்.
சுக்கில - ஓர் வருடம்.
சுக்கிலபட்சம் - பூருவபக்கம்.
சுக்கிலப்பிரமியம் - ஓர் நோய்.
சுக்கு - சுண்டி, 2. சிறு துண்டு.
சுக்குச்செட்டுக்காரன் - உலுத்தன்.
சுக்குதல் - (தொ.பெ) செய்தல்.
சுக்குநாறிப்புல் - (வை.அ) ஓர் புல்.
சுக்குமம் - சிற்றேலம்.
சுக்குமாத்தடி - ஓர் தடி.
சுக்கை - மாலை, 2. விண்மீன், 3. கப்பற் கேழ்வு.
சுங்கம் - ஆயம், 2.திருட்டு.
சுங்கன் - சுக்கிரன், 2. ஓர்மீன்.
சுங்கான் - புகைகுடிக்குங் கருவி.
சுங்கு - சீலையின்கொய்சகம், 2. முன்றானைமூலை.
சுங்குத்தான்குழல் - உண்டையெறி குழல்.
சுசனம் - காற்று.
சுசனன் - நல்லவன்.
சுசாதி - சுயசாதி.
சுசி - சுத்தம், 2. மாசின்மை, 3. கழுவுகை, 4. சுசிகரம், 5. நெருப்பு, 6. வெண்மை, 7. ஆடிமாதம், 8. கோடைக்காலம், 9. வெண்குடை, 10. சுசீலமனம்.
சுசிகம் - புளியாரைக்கீரை.
சுசிகரம் - சுத்தம், 2. சுசீலமனம்.
சுசிதம் - பால்.
சுசிருஷை -
சுசிரூஷை - } பணிவிடை.
சுசீலம் - நல்லொழுக்கம்.
சுசுந்தரி - மூஞ்சூறு, 2. நாவி.
சுசுலம் - சிறுபண்டம்.
சுசூக்குமை - நான்குவாக்கினொன்று.
சுச்சம் - சுச்சு.
சுச்சு - சுண்டிச்செடி, 2. சுக்கு.
சுஞ்ஞானம் - பரமஞானம்.
சுடரோன் - சூரியன்.
சுடர்க்கடை - மின்மினி.
சுடர்க்கொடி - ஆரதிகருப்பூரம்.
சுடர்தல் - (தொ.பெ) ஒளிசெய்தல்.
சுடர்நிலை - விளக்குத்தண்டு.
சுடர்விழியோன் - வீரபத்திரன்.
சுடலை - மயானம்.
சுடலைக்குருவி - ஒரு குருவி.
சுடலைமாடன் - ஓர் பேய்.
சுடலையாடி - சிவன், 2. சவக்காரம்.
சுடாரி - கவசம்.
சுடிகை - (வை.அ) கள்.
சுடிகை - உச்சி, 2. நெற்றிச்சுட்டி, 3. மயிர் முடி, 4. முடி, 5. சூட்டு, 6. சடாமுடி.
சுடுகண் - கொள்ளிக்கண்.
சுடுகலம் - குயக்கலம்.
சுடுகாடு - பிணம் சுடு மிடம்.
சுடுசுடெனல் - விரைவுக்குறிப்பு, 2. சினக் குறிப்பு.
சுடுதல் - (தொ.பெ) தகித்தல், 2. வேக வைத்தல்.
சுடுதுரத்தம் - (வை.அ) சித்திரப்பாலா விப்பூண்டு.
சுடுவல் -
சுடுவனம் -
சுடுவன் - } இரத்தம்.
சுடுவு - சும்மாடு.
சுட்க - (வி) வறள.
சுட்கம் -
சுஷ்கம் - } வறட்சி.
சுட்ட - (வி) குறிக்க, 2. எண்ண, 3. கருத, 4. காட்ட, 5. மதிக்க.
சுட்டல் - (தொ.பெ) குறித்தல், 2. மதித்தல்.
சுட்டி - நுதலணி, 2. உச்சிவெள்ளை, 3. துஷ்டன்.
சுட்டிகை - நுதலணி.
சுட்டு - குறிப்பு, 2. எண்ணம்.
சுட்டுக்கோல் - உலையாணிக்கோல், 2. தீயோன்.

சுணக்கம் - பிணக்கம்.
சுணக்கன் - நாய், 2. நாயாட்டந் திரிகிறவன், 3. நீசன்.
சுணங்க - (வி) மெலிய, 2. தாமதிக்க, 3. தடைபட, 4. சுற்றுக்காலிட.
சுணங்கன் - நாய்.
சுணங்கு - தேமல், 2. பசலை, 3. மெலிவு.
சுணை - இலை காய் முதலியவற்றின் சொறி, 2. சுரணை, 3. கூர்மை, 4. தினவு.
சுணைக்க - (வி) தினவெடுக்க, 2. அங்கப் படுத்த.
சுணைக்கோரை - ஓர் புல்.
சுண்ட - (வி) கறிமுதலிய சுண்ட, 2. இரத்தஞ் சுண்ட, 3. வயிறுசுண்ட, 4. நரம்பு முதலிய இழுக்க.
சுண்டங்காய் - சுண்டைக்காய்.
சுண்டம் - கள், 2. யானைத்துதிக்கை.
சுண்டல் - சுண்டினகறி, 2. சுண்டினது.
சுண்டன் - மூஞ்சூறு, 2. சதையநாள், 3. அறிவிலி.
சுண்டாங்கி - துவையல், 2. அற்பம், 3. குறைவு.
சுண்டாங்கியார் - சிக்கனக்காரி.
சுண்டாலம் -
சுண்டாலி - } யானை.
சுண்டான் - கள்ளளவு.
சுண்டி - நீர்ச்சுண்டிச்செடி, 2. சுக்கு, 3. கள்.
சுண்டிகை - உண்ணாக்கு.
சுண்டில் - சுண்டிற்செடி.
சுண்டு - அடிப்பற்றியது, 2. பொடுகு, 3. அற்பம், 4. ஓர் சிறு அளவுபடி.
சுண்டுவிரல் - சின்னவிரல்.
சுண்டெலி - ஓரெலி.
சுண்டை - சுண்டைச்செடி, 2. கள்.
சுண்ணக்கல் - சுக்கான்கல்.
சுண்ணப்பொடி - வாசனைப்பொடி.
சுண்ணமொழிமாற்று - மொழிமாற்றுப் பொருள்கோள்.
சுண்ணம் - பொடி, 2. கந்தப்பொடி, 3. புழுதி, 4. கேசரம், 5. சுண்ணாம்பு, 6. சதையம்.

சுண்ணாம்பு - சுட்ட சுண்ணம், 2. குழை சாந்து.
சுண்ணாம்புத் துடுப்பு - சுண்ணாம்பு தோண்டி.
சுதசனம் - சுதனம்.
சுதந்தரம் -
சுதந்திரம் -
ஸ்வதந்திரம் - } சுவாதந்திரியம், 2. பெறும்பேறு, 3. உரிமை, 4. தற்சுதந்தரம்.
சுதந்தரிக்க - (வி) ஆட்சிபெற, 2. தன்னிட்டப்படிசெய்ய.
சுதந்தி - வடமேற்றிசைப் பெண்யானை, 2. பெண்யானை.
சுதந்திரியம் - இட்டம்.
சுதம் - கேடு, 2. முறைமை, 3. நெருஞ்சில், (ஒரு முட்பூண்டு.)
சுதரிசனம் - கண்ணாடி, 2. சக்கராயுதம், 3. அமராவதி, 4. அழகு.
சுதருமம் -
சுதர்மம் - } நற்கிரியை.
சுதர்ச்சி -
சுதாச்சி - } (வை.அ) சதுரக்கள்ளி மரம்.
சுதர்மான் - ஓர் சாதி.
சுதலம் - கீழுலகத்தொன்று.
சுதனம் - ஆயுதப்பொது.
சுதன் - மகன், 2. இராசகுமாரன்.
சுதன்மம் - இந்திரன் மண்டபம், 2. தேவசபை, 3. சுதருமம்.
சுதன்மை - இந்திரன் சபாமண்டபம்.
சுதா -
சுதாவாக -
சுதாவிலே - } தானாய்.
சுதாகரன் - சந்திரன்.
சுதாரிக்க - (வி) மேற்கொள்ள, 2. வாதிக்க, 3. தைரியங்கொள்ள.
சுதி - சுருதி, 2. யாழினரம்பு.
சுதும்பு - ஓர் மீன்.
சுதேசம் - சொந்த தேசம்.
சுதை - சுவை, 2. அமிழ்து, 3. பால், 4. சுண்ணாம்பு, 5. வெண்மை, 6. புதல்வி, 7. உதைகாற்பசு, 8. மருந்து, 9. சுண்ணச் சாந்து, 10. பொருள்.
சுத்தசூனியம் - முழுப்பாழ், 2. நிரீச்சுரம்.

சுத்தசைதன்னியம் - சுத்த சுரூபஞானம்.
சுத்ததினம் - புண்ணியதினம், 2. வருஷப் பிறப்பு.
சுத்தமனம் - கபடமின்மை.
சுத்தம் - சுசி, 2. சுயம், 3. பிழையின்மை, 4. மாசின்மை, 5. கலப்பின்மை, 6. கறையின்மை, 7. சுத்தாவத்தை, 8. சொஸ்தம்.
சுத்தன் - பரிசுத்தன், 2. நின்மலன், 3. அரன், 4. ஐயன், 5. அருகன், 6. அரி.
சுத்தா - ஒருமிக்க.
சுஸ்தி - மந்தகுணம்.
சுத்தி - கம்மியர் கருவியிலொன்று.
சுத்தி - பவித்திரம், 2. மருந்து முதலியன செய்யுஞ் சுத்தி, 3. பரிசுத்தம், 4. சங்கு, 5. நெய்க்குத்தி, 6. இரப்போர்கலம்.
சுத்திகரம் - சுத்திசெய்கை.
சுத்திகரிக்க - (வி) சுத்தியாக்க.
சுத்திகை - அகல், 2. கிளிஞ்சில்.
சுத்தியல் - சிறு சம்மட்டி.
சுத்துரம் - } (வை.அ) கண்டங்காலி.
சுத்துரு - }
சுநகன் - நாய், 2. நிருதிதிக்கு.
சுநந்தை - துஷ்யந்தன் புத்திரனாகிய பரதன் பாரி.
சுநாசீரன் - இந்திரன்.
சுநி - பெண்ணாய்.
சுநீதி - உத்தானபாதன் பாரி.
சுந் - சனி.
சுந்தரபாண்டியன் - ஒரு பாண்டியன், 2. சௌந்தரபாண்டியன்.
சுந்தரம் - அழகு.
சுந்தரன் - சுந்தரமூர்த்தி, 2. அழகன்.
சுந்தரி - அழகி, 2. இந்திராணி, 3. துர்க்கை, 4. பெண், 5. மூஞ்சூறு.
சுந்தன் - ஓரரக்கன்.
சுபகரம் - சுபத்தைச் செய்வது.
சுபகிருது - ஓர் வருடம்.
சுபக்கம் - } சொந்தப்பட்சம், 2. சித்தியாரி
சுபட்சம் - } லோரத்தியாயம்.
சுபத்திரை - அருச்சுனன் மனைவி.
சுபமஸ்து - மங்கலச்சொல்.
சுபம் - மங்களம், 2. பாக்கியம், 3. நன்மை, 4. வாழ்த்து, 5. இருபத்தேழுயோகத்தொன்று.
சுபன்னன் - கருடன்.
சுபா - சுபை.
சுபாலம் - உபநிடதத்தொன்று.
சுபாலிகை - அடுப்பு.
சுபாவம் - இயல்பு, 2. இயற்கை யுணர்வு, 3. உண்மை, 4. சுபாவீகம், 5. வஞ்சகமின்மை, 6. மயக்கமின்மை, 7. நற்குணம், 8. உபநிடதத்தொன்று.
சுபாவீகம் - சுபாவகுணம்.
சுபானு - ஓர் வருடம்.
சுபிட்சம் - } செழிப்பு.
சுபிக்ஷம் - }
சுபுகம் - மோவாய்க்கட்டை.
சுபேதார் - ராணுவத்தில் ஓர் அதிகாரி.
சுபை - ஆளுமெல்லை.
சுப்பல் - } சுள்ளி.
சுப்பி - }
சுப்பியம் - மாவிலிங்கம்பட்டை, 2. விளாம்பட்டை.
சுப்பிரசுதை - காட்டெருமைப்பால்.
சுப்பிரதந்தி - வடமேற்றிசைப் பெண் யானை.
சுப்பிரதீபம் - மிகுவொளி, 2, வடகீழ்த் திசை யானை.
சுப்பிரதீபன் - கீர்த்திபெற்றோன்.
சுப்பிரபேதகம் - சிவாகமத்தொன்று.
சுப்பிரமணியன் - குமரக்கடவுள்.
சுப்பிரமதுவா -(வை.அ) சூகைநீறு.
சுப்பிரம் - வெண்மை, 2. மிகுமொளி, 3. ஓர் யோகம்.
சுப்பிரயோகம் - மன்மதன் கணையிலொன்று.
சுப்பெனல் - (தொ.பெ) நீர்வற்றல்.
சுமங்கலம் - நன்மங்கலம்.
சுமங்கலி - } உமை, 2. மங்கலியப்
சுமங்கலை - } பெண்.
சுமங்கை - வறட்சுண்டிச்செடி, 2. ஆடுதின்னாப்பாலைச்செடி.
சுமடன் - கீழ்மகன், 2. அறிவீனன்.

சுமடு - அறிவின்மை, 2. சும்மாடு, 3. சுமை.
சுமதலை - பொறுப்பு.
சுமதி - பாரம், 2. மிகுதி.
சுமதி - நற்புத்தி, 2. அறிஞன், 3. நற்புத்தி யுள்ளோன்.
சுமத்த - (வி) பாரஞ்சுமத்த, 2. கடன் முதலியன சுமத்த, 3. குற்றமேற்ற, 4. ஆக்கினைசுமத்த.
சுமத்திரை - பாண்டுவின் மறுமனைவி.
சுமப்பிக்க - (வி) பாரமெடுப்பிக்க, 2. தீவினைசுமத்த.
சுமம் - பூ.
சுமரணம் - } சுவரணை.
சுமரணை - }
சுமருதல் - (தொ.பெ) சுமக்குதல்.
சுமலி - கள்.
சுமனசம் - பூ.
சுமாரகம் - ஞாபகம்.
சுமார் - ஏறக்குறைய.
சுமாலி - கள், 2. ஓரிராக்கதன்.
சுமித்திரை - தசரதன் மனைவி.
சுமிர்தி - } தருமசாத்திரம்.
ஸ்மிருதி - }
சுமுகம் - நன்முகம்.
சுமுகன் - முகவசீகரன்.
சுமுத்திரை - நேர்மை, 2. சரியளவு, 3. சரி.
சுமை - பாரம், 2. கடமை, 3. குடும்பபாரம்.
சுமையடை - சும்மாடு.
சுமையிறக்கி - சுமைதாங்கி.
சும்ப -(வி) வாடிச்சுருங்க.
சும்பகம் - ஊசிக்காந்தம்.
சும்பனம் - இதழ் முதலியன சுவைக்கை, 2. முத்தஞ்செய்கை.
சும்பன் - காமாதுரன்.
சும்புள் - (வை.அ) கடம்புமரம்.
சும்மா - தொழிற்படாமையாய், 2. வாளா, 3. இலவசமாய், 4. பொருணோக்கின்றி, 5.மௌனமாய் ,6. உபசாரமின்றி, 7.முகாந்தரமின்றி, 8. இயல்பாய், 9. ஒழிவின்றி.
சும்மாடு - சுமையடை.
சும்மை - சுமை, 2. நெற்போர், 3. ஒலி, 4. ஊர், 5. நகரம், 6. நாடு, 7. ஆவிரைச் செடி.
சுயஞ்சோதி இயற்கையொளி, 2. கடவுள்.
சுயம் - தானாகுகை, 2. ஏகத்துவம், 3. சுபாவம், 4. சுயபுத்தி, 5. நிதம்.
சுயம்பாகி - சமையற்காரன், 2. சவுக் காரம்.
சுயம்பு - தானாகவிருத்தல், 2. சுயாதீனம், 3. இயற்கை, 4. சுயசாயல், 5. கடவுள், 6. பிரமன், 7. சுபாவம்.
சுயம்வரம் - சுவயம்வரம்.
சுயிரகம் - (வை.அ) குசைப்புல்.
சுயேச்சை - தன்னிச்சை.
சுயோகி - } (வை.அ) கள்.
சுலோகி - }
சுயோதனன் - துரியோதனன்.
சுரகுரு - வியாழன்.
சுரக்க - (வி) உண்டாக, 2. ஊற, 3. பரவ, 4. தோன்ற, 5. பயக்க.
சுரங்கம் - நிலவறை, 2. கீழறுக்குமறை, 3. கள்ளன் செய்யுஞ் சுரங்கம், 4. ஒளிப் பிடம்.
சுரசம் - மதுரச்சாறு, 2. முறித்தசாறு, 3. சிறு கிழங்கு, 4. பாதரசம், 5. துளசிச் செடி.
சுரசனி - இரா.
சுரடி - ஓரிராகம்.
சுரணை - சுவரணை.
சுரண்ட - (வி) நகமுதலியவற்றினாற் சுரண்ட, 2. கவர, 3. சீண்ட, 4. தூண்ட, 5. சண்டையுண்டாக்க, 6. விபசாரஞ் செய்ய.
சுரதம் - புணர்ச்சி, 2. இரதம், 3. மருந்திழி சாரம்.
சுரதாக்கு (வை.அ) அரத்தை, (ஒருசெடி.)
சுரதாரு - கற்பகம்.
சுரநதி - கங்கை, 2. ஆகாயகங்கை.
சுரபி - வாசனை, 2. பசு, 3. பிரமிப்பூடு.
சுரபு - இலவம்பிசின்.
சுரபுன்னாகம் - } ஒரு மரம்.
சுரபுன்னை - }

சுரப்பு - சுரத்தல்.

சுரமதி - சிலந்தி.

சுரமலி - } செந்தீக்கரப்பன்.
சுரமலிகம் - }

சுரம் - காடு, 2. பாலைநிலம், 3. அருநெறி, 4. வழி, 5. கள், 6. உப்பு, 7. நகத்தடி, 9. உட்டுளை.

சுரம் - காய்ச்சல், 2. ஏழிசை, 3. இராக பேதம், 4. இராகத்தகுதி.

சுரர் - வானோர்.

சுரழ் - (வை.அ) இலவம்பிசின்.

சுரளிகை - (வை.அ) பாலைமரம்.

சுரன் - அறிஞன், 2. சூரியன்.

சுரா - கள்.

சுராட்டு - இந்திரன்.

சுராட்புருடன் - வாஸ்து புருஷன், 2. மகா விஷ்ணு, 3. சிவன்.

சுராலயம் - மேரு.

சுராளம் - அதிவேகம்.

சுரி - ஆணரி, 2. சங்குச்சுரி, 3. சேறு, 4. ஏட்டுத்துளை.

சுரிகுழல் - பெண்மயிர், 2. பெண், 3. கவசம்.

சுரிகை - உடைவாள், 2. கவசம்.

சுரிதகம் - ஓர்வித ராகச்சுருட்டு.

சுரிதல் - (தொ.பெ) சுழித்தல், 2. சுருங்கல்.

சுரிப்புறம் - சங்கு, 2. நத்தை, 3. துவார முள்ளபுறம்.

சுரிமுகம் - சங்கு, 2. நத்தை.

சுரியல் - இளைஞர்மயிர், 2. பெண் மயிர், 3. நீர்ச்சுழி.

சுரியூசி - தமரூசி.

சுரீரெனல் - விரைவுக்குறிப்பு.

சுருக்க - (வி) அடக்க, 2. சீலை முதலிய சுருக்க, 3. சங்கிரகிக்க, 4. குறைக்க, 5. உறுப்படக்க, 6. உட்சுருக்க, 7. கட்ட, 8. புத்தியைக்குறைக்க.

சுருக்கம் - அடக்கம், 2. சங்கிரகம், 3. குறைவு, 4. சிறுமை, 5. தரித்திரம், 6. வஸ்திரச்சுருக்கு, 7. கட்டு.

சுருக்கு - சுருங்கினது, 2. கண்ணி, 3. கயிற்றுச்சுருக்கு, 4. மடிப்பு.

சுருக்கு - நெய்த்துடுப்பு.

சுருங்க - (வி) குறைய, 2. சிறுக, 3. குவிய, 4. சங்கிரகமாக, 5. அடங்க, 6. செலவு சுருங்க, 7. மனந்தளர, 8. ஒழுக்கந்தப்ப, 9. அலைசுருங்க, 10. அவாசுருங்க, 11. அறிவு சுருங்க.

சுருங்கல் - நுழைவாயில், 2. மாலை, 3. திரைவு.

சுருங்கு - சலதாரை.

சுருங்கை - கோட்டையிற் கள்ளவாயில், 2. நுழைவாயில், 3. மதகு.

சுருசுரெனல் - விரைவொலிக்குறிப்பு.

சுருட்ட - (வி) சுருளச்செய்ய, 2. அலை சுருட்ட, 3. முழுதுங்கவர.

சுருட்டி - ஆலவட்டம், 2. ஓரிராகம், 3. சீலைச்சுருட்டி.

சுருட்டு - புகையிலைச் சுருட்டு, 2. சுருள், 3. சீலைச்சுருட்டு, 4. உபாயம்.

சுருட்டை - ஓர் பாம்பு, 2. மயிர்ச்சுருள்.

சுருணி - யானைத் தோட்டி.

சுருணை - நூற்சுருள், 2. வைக்கோற்சுருள், 3. மயிர்ச்சுருள், 4. ஓர் வளைவு.

சுருதகீர்த்தி - அர்ச்சுனனுக்குத் திரௌபதியிடத்துப் பிறந்த புத்திரன்.

சுருதி - ஒலி, 2. நூல், 3. காது, 4. சுதி, 5. சுரம், 6. மந்திரம், 7. இசை, 8. மங்கலச் சொல்.

சுரும்பர் - } வண்டு, 2. ஆண்வண்டு.
சுரும்பு - }

சுரும்பாயன் - மன்மதன்.

சுருவம் - } நெய்த்துடுப்பு.
சுருவை - }

சுருளல் - மயிர்ச்சுருள்.

சுருளுதல் - (தொ.பெ) சுருளாதல், 2. வளைதல்.

சுருளை - கொடிகளின் கூந்தல்.

சுருள் - சுருட்டு, 2. மயிர்ச்சுருள் முதலியன, 3. வெற்றிலைச்சுருள், 4. தாமரையுட்சுருள், 5. பெண்மயிர், 6. ஐம்பாலினொன்று.

சுரூபம் - நல்லுருவம், 2. உருவம்.

சுரூபவதி - அழகி.

„ரேசன் - } இந்திரன்.
சுரேந்திரன் - }

சுரை - ஓர்கொடி, 2. உட்டுளை, 3. விலங்கின்முலை, 4. பசு, 5. அம்புத்தலை, 6. பூண்.
சுரை - கள்.
சுரோணராசாவர்த்தம் - சிவப்பிரத்தினம்.
சுரோணிதம் - உதிரம், 2. மகளிர்சூதகம்.
சுரோத்திரம் - காது, 2. கேள்வி.
சுரோத்திரியம் - கற்றோர்க்கிடப்பட்ட காணி முதலியன.
சுலபம் - எளிது, 2. அற்பம்.
சுலவல் -
சுலவுதல் - } (தொ.பெ) சுழலல்.
சுலு - இலேசு.
சுலோகம் - ஆரியச்செய்யுள், 2. புகழ், 3. வார்த்தை, 4. பழமொழி.
சுலோகி - கள்.
சுலோசனம் - நல்லகண், 2. மூக்குக்கண்ணாடி.
சுலோபம் - எறும்பு, 2. எளிது, 3. அற்பம், 4. மூதுரை.
சுல்லி - அடுப்பு.
சுல்லு - வெள்ளி.
சுவ -
ஸ்வ - } சொந்தமான.
சுவச்சம் - சொக்கம், 2. சுகம்.
சுவடி - எழுதிய புத்தகம்.
சுவடு - அடிச்சுவடு, 2. தழும்பு, 3. அங்கவடி, 4. கட்டு, 5. கபடம், 6. வண்டித்தடம், 7. இருப்புக்கவசம்.
சுவணகாரர் - தட்டார்.
சுவணம் - பொன், 2. கருடன், 3. கழுகு.
சுவதந்திரம் - தன்னிட்டப்படிசெய்யுஞ்செயல்.
சுவதந்திரியம் - சுவதந்திரம்.
சுவஸ்தம் - ஆரோக்கியம்.
சுவஸ்தலிகிதம் - சொந்தக் கையெழுத்து.
சுவஸ்தி -
சுவத்தி - } மங்கலமொழி.
சுவஸ்திகம் -
சுவத்திகம் - } மங்கலவடையாளம், 2. நவாசனத்திலொன்று.
சுவப்பிரம் - வளை, 2. நரகம்.
சுவம் - ஐசுவரியம்.
சுவயம் -
ஸ்வயம் - } தான், 2. உரிமை.
சுவயம்வரம் - தானாகவரித்து மணமாலையிடல்.
சுவரகழ்கருவி - கன்னக்கோல்.
சுவரணை - உணர்ச்சி.
சுவரொட்டி - சுவர்முள்ளங்கிப்பூடு, 2. ஆட்டின் மண்ணீரல், 3. அணைசுவர்.
சுவர் - மதில், 2. வீட்டுச்சுவர்.
சுவர் - தேவலோகம், 2. ஆகாயம், 3. அலங்காரம், 4. காயத்திரியி லோருறுப்பு.
சுவர்க்கம் - தேவலோகம், 2. ஸ்தன்னியம்.
சுவர்க்கருவிலி - ஓர் பாம்பு.
சுவர்க்கோழி - ஓர் வண்டு.
சுவர்ச்சாதி - (வை.அ) சத்திசாரம்.
சுவர்ணம் -
சுவர்னம் -
சுவர்ன்னம் - } பொன்.
சுவர்ன்னயூதி -
சுவன்னயூதி - } (வை.அ) செப்பு மல்லிகைச்செடி.
சுவலை - அரசமரம்.
சுவலோகம் - மேலுலகத்தொன்று.
சுவல் - மேடு, 2. முதுகு, 3.தோண்மேல், 4. பிடரி, 5. குதிரைக்கழுத்தின் மயிர்.
சுவவு - பறவைமூக்கு, 2. மூஞ்சுறு, 3. சுவர்க்கம்.
சுவற - (வி) வற்ற, 2. உறிஞ்ச, 3. நெருப்பிற்சுவற.
சுவற்பம் - அற்பம்.
சுவற்ற - (வி) சுவறச்செய்ய, 2. அழிக்க.
சுவா - நாய்.
சுவாகதம் - க்ஷேமம் விசாரித்தல், 2. கிளி.
சுவாகா - மந்திரத்தினோருறுப்பு, 2. அக்கினிதேவன் மனைவி.
சுவாசகம் - (வை.அ) பேராமுட்டிக்கொடி, 2. விஷமுட்டிச்செடி.
சுவாசகம் -
சுவாசம் - } (வை.அ) சவட்டுமண்.
சுவாசம் - உயிர்ப்பு, 2. நல்லிருப்பிடம்.
சுவாதகந்தி - இத்திமரம்.

சுவாதந்திரியம் - சுதந்திரம்.
சுவாதம் - சுவாசம்.
சுவாதி - சோதிநாள்.
சுவாதிட்டானம் - } ஆறாதாரங்களி
சுவாதிஷ்டானம் - } லொன்று.
சுவாதீனம் - சுயாதீனம்.
சுவாது - தித்திப்பு.
சுவாதுகண்டம் - நெரிஞ்சில், (ஒரு முட் பூண்டு).
சுவாதுகந்தி - (வை.அ) துளசிச்செடி.
சுவாத்தியம் - } பாக்கியம், 2. சுகம்,
சுவாஸ்தியம் - } 3. இன்பம்.
சுவாத்தியாயம் - வேதமோதுகை, 2. அத்தி யயனம்,
சுவாந்தம் - மனம்.
சுவாபம் - இயல்பு.
சுவாபாவிகம் - உரிமை, 2. தானா யிருக்கை.
சுவாமி - எசமானன், 2. கடவுள், 3. குரு, 4. அருகன், 5. முருகன், 6. சிவன், 7. பொன்.
சுவாமிநாதன் - கந்தன்.
சுவாயம்பு - } ஓர் மனு.
சுவாயம்புவமனு - }
சுவாயம்புவம் - சிவாகமத்தொன்று.
சுவாய் - கப்பலினோர்கயிறு.
சுவாரசம் - } சாரசியம், 2. வெள்ளி
சுவாரசுயம் - } லோத்திரம்.
சுவாரி - கப்பலின் பின்னணியம்.
சுவார்ச்சிதம் - } தன் சம்பாத்தியம்.
சுயார்ச்சிதம் - }
சுவார்த்தம் - இயல்பாயுள்ளது, 2. சுய நயம்.
சுவாலிக்க - (வி) மிக எரிய.
சுவாலை - சொலிப்பு.
சுவானம் - நாய்.
சுவானுபூதி - தெய்வ அறிவு.
சுவான் - உடையவன்.
சுவி - (வை.அ) இத்திமரம், 2. துளசிச் செடி.
சுவிகரம் - } அங்கீகரிப்பு, 2. அனுபவம்,
சுவிகாரம் - } 3. தனதாக்குதல்.
சுவிகரிக்க - (வி) உடன்பட, 2. அனுப விக்க, 3. தனதாக்க.
சுவிகை - கள், 2. கச்சோலம்.
சுவிசாலம் - அதிகவிசாலம்.
சுவிசேஷம் - } நற்செய்தி.
சுவிசேடம் - }
சுவீகாரம் - சுவிகாரம்.
சுவுகம் - மோவாய்க்கட்டை.
சுவேச்சை - } தன்னிச்சை.
சுயேச்சை - }
சுவேதகம் - சவரிலோத்திரம்.
சுவேதகாண்டம் - வஞ்சிக்கொடி.
சுவேதகுசுமம் - (வை.அ) வெள்ளெருக்கு, (ஓர்செடி).
சுவேதசம் - வேர்வையிற்பிறப்பன.
சுவேதசாரம் - நாணற்புல்.
சுவேதமூலம் - (வை.அ) சாரணை, (ஓர் பூடு.)
சுவேதம் - நாணற்புல், 2. மாவிலிங்க மரம், 3. வஞ்சிமரம்.
சுவேதம் - வெண்மை, 2. வெள்ளி, 3. வேர்வை.
சுவேதவனம் - திருவெண்காடு.
சுவேதவாகனன் - அருச்சுனன்.
சுவேதனை - தன் வேதனை.
சுவேதாசுவதரம் - } உபநிடதத்
சுவேதாச்சுவதரம் - } தொன்று.
சுவை - உருசி, 2. இனிமை, 3. இன்பம், 4. ஐம்புலத்தொன்று, 5. சித்திரைநாள்.
சுவைக்க - (வி) உருசிபார்க்க, 2. முலை உண்ண.
சுழங்க - (வி) உழல.
சுழல - (வி) சுலவ, 2. உருள், 3. பிறவியிற் சுழல, 4. மனஞ்சுழல, 5. சுற்ற, 6. உழல.
சுழலமாட - (வி) பெறுதற்கு முயல, 2. கவர.
சுழலையாட - (வி) களைத்துப்போக.
சுழல் - சுழிநீர் முதலியன, 2. காற்றாடி, 3. வளைதடி, 4. வஞ்சனை.
சுழற்ற - (வி) சுழலச்செய்ய, 2. சுற்றி யாட்ட, 3. தலையைச் சுழற்ற.
சுழாரை - பொன்னாவிரை, (ஒரு செடி.)
சுழி - நீர்ச்சுழிமுதலியன, 2. அட்சரச்சுழி, 3. மயிர்ச்சுழி, 4. தொப்புட்சுழி, 5. அங் கச்சுழி, 6. கல்லெறிசுழி.

சுழிகுளம் - சித்திரக்கவியினொன்று, அஃது நான்கடியுஞ்சுற்றி வாசிக்கினுஞ் சவரத்தொடுக்குங்கவி.
சுழிகை - கள், 2. ஓர் சிவஸ்தலம், 3. சுழியல்.
சுழிக்காற்று - சூறைக்காற்று.
சுழிக்குதல் - (தொ.பெ) சுருட்டுதல், 2. வட்டமிடுதல்.
சுழித்தல் - எழுச்சி; 2. சுழிக்குதல்.
சுழிமுனை -, **சுழுமுனை** - } ஆறாதாரத்தினு மூடுருவி நிற்பது, 2. நடுநாடி.
சுழியல் - சுருள்.
சுழியன் - சுழல்காற்று, 2. வஞ்சகன்.
சுழியாணி - கதவுநிற்குங் குழிக்குற்றி.
சுழிவு - ஒளிவு.
சுழுத்தி - அயர்ந்த நித்திரை.
சுழுந்து - சுளுந்து.
சுழுனை - சுழிமுனை.
சுளகு - முறம், 2. விசாகநாள்.
சுளி - (வை.அ) புளியாரைக்கீரை.
சுளிகை - (வை.அ) முருங்கைமரம்.
சுளிக்கு - ஊன்றுகோல்.
சுளிப்பு -, **சுளிவு** - } சினம், 2. சினக்குறிப்பு.
சுளிய - (வி) சினக்க.
சுளுகு - யூகபுத்தி, 2. சூத்திரவார்த்தை, 3. இலகு.
சுளுக்க - (வி) கை கால் முதலியன சுளுக்க.
சுளுக்கு - உளுக்கு.
சுளுந்து - கோரான்செடி, 2. சூள், 3. சுற்றுஞ்சுளுந்து.
சுளுவு - சுலபம், 2. இலேசு, 3. தணிவு.
சுளை - பலா முதலியவற்றின் சுளை.
சுள் -, **சுள்ளு** - } உறைப்பு, 2. கருவாடு, 3. அற்பம்.
சுள்ளக்கம் - கோபம், 2. மேட்டிமை, 3. வேர்க்குரு.
சுள்ளக்கன் - கோபி, 2. போக்கிரி.
சுள்ளக்காய் - மிளகாய்.
சுள்ளம் - கோபம்.
சுள்ளல் - மென்மை.
சுள்ளாணி - மெல்லிய ஆணி.
சுள்ளாபிக்க - (வி) சுள்ளாப்புக்காட்ட, 2. தீவிரிக்க, 3. காய.
சுள்ளாப்பிக்க - (வி) அடிக்க, 2. கதிரடிக்க.
சுள்ளாப்பு - மழையினுறுதிகாட்டுங் குறிப்பு, 2. உறைப்பு, 3. அடி, 4. பழிச்சொல், 5. தீவிரம்.
சுள்ளி - சிறு விறகு, 2. சிறு கோல், 3. அனிச்சமரம், 4. ஆச்சாமரம், 5. ஞாழல் மரம், 6. மாமரம், 7. மயிர்க்கொன்றை மரம்.
சுள்ளிட - (வி) உறைக்க, 2. மனம்வருந்த.
சுள்ளுப்பூச்சி - ஓர் வண்டு.
சுள்ளெறும்பு - கொள்ளியெறும்பு.
சுள்ளை - மட்கலஞ்சுடுஞ்சூளை, 2. காளவாய்.
சுறட்டன் - தொந்தரைகாரன்.
சுறட்டு - மூர்க்கம், 2. தொந்தரை, 3. சிக்கு, 4. தலையிடுகை.
சுறணம் - கருணை, (ஒரு செடி; இது கிழங்குள்ளது).
சுறண்ட - (வி) நகமுதலியவற்றாற் சுறண்ட.
சுறவம் -, **சுறவு** - } சுறா.
சுறவை - சுள்ளக்கம்.
சுறா - மகரமீன், 2. மகரராசி, 3. தேக அழுக்கு.
சுறாளம் - வேகம், 2. கோபம்.
சுறீரெனல் - கடுத்தல், 2. சுறுசுறெனல், 3. அச்சக்குறிப்பு.
சுறுக்கு - விரைவு, 2. வேகம், 3. ஆத்திரம், 4. கூர்மை, 5. காரம்.
சுறுக்கெனல் - கடுப்பின்குறிப்பு.
சுறுசுறுத்தல் - (தொ.பெ) ஆத்திரப்படல்.
சுறுசுறுப்பு - தீவரிப்பு, 2. சாக்கிரதை.
சுறுசுறெனல் - ஒலிக்குறிப்பு, 2. வேகங்கொள்ளல், 3. முள்ளேறல்.
சுறுதி - சுறுசுறுப்பு.
சுறை - (வை.அ) கொத்தான்கொடி.
சுற்பம் - செம்பு, 2. சொற்பம்.

சுற்ற - (வி) வட்டமாயோட, 2. சுற்றிப் போக, 3. அலைய, 4. தலைசுற்ற, 5. நூன் முதலிய சுற்ற.
சுற்றத்தார் - இனத்தார், 2. துணைவர்.
சுற்றம் - உறவு, 2.உற்றார்.
சுற்று - சுற்றளவு, 2. வட்டம், 3. சுற்றோட்டம், 4. சுற்றுவழி, 5. நூன்முதலியவற்றின் சுற்று, 6. மரச்சுற்று, 7. உருளையின் சுற்று, 8. சுற்றுமதில், 9. மதிற்சுற்று,10. புகையிலைச்சுற்று, 11. விரற்சுற்று, 12. நகச்சுற்று.
சுற்றுவாரி - கல்லூரி, 2. சுவர்ப்புறத்து நீண்ட வுத்திரம்.
சுனகன் - நாய்.
சுனக்குடம் - (வை.அ) சதுரக்கள்ளி மரம்.
சுனம் - வெள்ளுள்ளி.
சுனாசீரன் - } இந்திரன்.
சுனாசு - }
சுனாயாசமாய் - இலகுவாய்.
சுனாவணி - விண்ணப்பம் வாசிக்கை.
சுனி - பெண்ணாய்.
சுனுக்கு - சுனக்குடம்.
சுனை - மலைச்சுனை, 2. பசும்புற்றரை, 3.தினவு.
சுனை - (வி) குழை, 2. வாடு.
சுன் - சனி, 2. பூச்சியம், 3. வெண்மை.
சுன்னச்சி - (வை.அ) சத்திசாரம்.
சுன்னத்து - விருத்தசேதனம்.
சுன்னம் - பூச்சியம்.
சுன்னிதம் - நுண்மை.
சுன்னுக்கட்டி - பாற்கட்டி.
சுன்னை - பூச்சியம்.

சூ

சூ - ஓர்உயிர்மெய், 2. நாயைஏவுமொலி.
சூகம் - நெல்வால், 2. ஊர்வன.
சூகரம் - பன்றி, 2. மான்.
சூகை - சூகையெறும்பு, 2. வீட்டின் பின்புறம், 3. யானை, 4. தலைசுற்றல்.
சூக்கம் - சூட்சம்.
சூக்காய் - ஓர் நண்டு.
சூக்குமசரீரம் - நுண்ணிய வடிவான உட்சரீரம்.
சூக்குமம் - } சிவாகமத்தொன்று, 2. அற்பம், 3. அணு.
சூக்ஷுமம் - }
சூக்குமில் - சிலந்திப் பூச்சிக்கூடு.
சூக்குமை - வாக்கு நாலிலொன்று.
சூக்குளி - (வை.அ) வெற்றிலை.
சூசகவாயு - சூசிகாவாயு.
சூசகன் - ஒற்றன், 2. உவாத்தி.
சூசம் - துருவாட்டேறு.
சூசனம் - } போதனை, 2. கூர்மை, 3. குறிப்பு.
சூசனை - }
சூசி - } ஊசி, 2. குறிப்பு.
சூசிகை - }
சூசிகாபாணம் - ஓர் பாணம்.
சூசிகாவாயு - சூதகவாயு.
சூசிக்கல் - ஊசிக்காந்தம்.
சூசியம் - சூட்டிறைச்சி.
சூசுகம் - முலைக்கண்.
சூச்சான் - ஓர் விளையாட்டு.
சூட - (வி) அணிய, 2. கிரீடஞ்சூட, 3.நாமஞ்சூட, 4.மாடு முதலியவற்றைச்சுட.
சூடகம் - கைவளை.
சூடம் - உச்சிச்சடை.
சூடன் - ஆரதிகருப்பூரம்.
சூடாமணி - ஒரு தேவமணி, 2. முடிமணி. 3. ஓர் நூல்.
சூடாமணி நிகண்டு - மண்டலபுருடன் செய்த ஒரு நிகண்டு.
சூடாலைக்கல் - ஓர் கல்.
சூடி - புடைவை.
சூடிகை - முடி.
சூடிக்கொடுத்தாள் - ஆண்டாளம்மையார்.
சூடிச்சி - (வை.அ) எவட்சாரம்.
சூடிணர் - கோங்குமரம்.
சூடு - வெப்பம், 2. சுடுசூடு, 3. அனல், 4. நென்முதலியவற்றின்போர், 5. அரிக்கட்டு.
சூடை - ஒருமீன், 2. குடுமி, 3. கைக்கடகம்.
சூட்சம் - யூகம், 2. நூதனம், 3. உபாயம், 4. நுட்பம், 5. சுருக்கம், 6. தந்திரம், 7. சூத்திரம்.

சூட்சாதி சூட்சம் - } அதிசூக்குமம்.
சூட்சானுசூட்சம் - }

சூட்சி - உபாயம்.

சூட்சுமம் - நுட்பம், 2. சூட்சுமசரீரம், 3. தந்திரம்.

சூட்ட - (வி) அணிய, 2. மாலையணிய, 3. நாமஞ்சூட்ட, 4. குற்றஞ்சாட்ட, 5. மணமாலை சூட்ட, 6. பாமாலைசூட்ட, 7. நியமிக்க, 8. சுமத்த.

சூட்டிக்கை - கூர்மைப்புத்தி.

சூட்டு - கூர்மை.

சூட்டு - நுதலணி, 2. நுதலணிமாலை, 3. மாலை, 4. மயில் முதலியவற்றின் சூட்டு, 5. பாம்பின் சூட்டு.

சூதகசத்துரு - (வை.அ) காந்தம்.

சூதகம் - பிறப்பு, 2. மகளீர் தொடக்கு, 3. மரணசூதகம், 4. தீட்டு, 5. பழமை.

சூதசங்கிதை -வியாசர் சூதர்பொருட்டுச் செய்த சங்கிதை.

சூதநதி - பொருந்த நதி.

சூதநோக்கல் - நீலாஞ்சனக்கல்.

சூதபாஷாணம் - இரசத்திலுண்டாக்கும் பாஷாணம்.

சூதமகாமுனி - } ஒரு ரிஷி.
சூதமாமுனி - }

சூதம் - புளிமாமரம், 2. மாமரம், 3. மன்மதன் கணையினொன்று, 4. பாதரசம், 5. இரதம், 6. பவளமல்லிகைமரம், 7. வண்டு, 8. சூதாடு கருவி, 9. சூது.

சூதர் - புகழ்வோர், 2. தேர்ப்பாகர், 3. பாணர், 4. வியாசர் மாணாக்கர், 5. சூதாடுபவர்.

சூதவஞ்சனம் - நீலாஞ்சனக்கல்.

சூதவம் - வண்டு.

சூதானம் - எச்சரிப்பு.

சூதிகை - பிரசவித்தவள்.

சூது - தாமரை, 2. ஷரிதழ்த்தாமரை.

சூது - சூதாடுகருவி, 2. சூதாட்டு, 3. பலவகைச்சூது, 4. வஞ்சகம்.

சூத்தி - } பாதரட்சை.
ஜூத்தி - }

சூத்திரதாரன் - கூத்தாட்டுபவன்.

சூத்திரதாரி - கடவுள், 2. பதிமையாட்டி.

சூத்திரப்பதிமை - } கயிற்றினா
சூத்திரப்பாவை - } லாட்டும்
சூத்திரப்பிரதிமை - } பாவை.

சூத்திரம் - இயந்திரம், 2. சூட்சவேலை, 3. உபாயம், 4. அரும்பொருளடக்கம், 5. இரகசியம், 6. இலக்கணச்சூத்திரம், 7. குறிப்பு, 8. கொள்கைச்சூத்திரம், 9. பஞ்சி நூல்.

சூத்திரன் - புஷ்பராகம், 2. வைடூரியம்.

சூத்திரன் - நான்காம் வருணத்தோன்.

சூத்திரிக்க - (வி) நூற்குவிதிகட்ட.

சூத்தை - கெடுதல்.

சூந்துமம் - (வை.அ) சிலந்திநாயகப்பூடு.

சூபம் - ஓர் பயறு.

சூப்ப - (வி) சும்பனம்பண்ண.

சூப்பி - ஓர் சிற்றுண்டி.

சூப்பு -கறிரசம்.

சூம்ப - (வி)வாடிப்போக, 2. முகஞ்சூம்ப, 3. பருச்சூம்ப.

சூர - (வி) பஞ்சுசூர, 2. மயிர் வகிர, 3. பயிர் வகிர, 4. பிறர் பொருளைக்கவர.

சூரசூதன் - புதன்.

சூரசூதன் - அருணன்.

சூரசேனம் - ஓர் தேசம்.

சூரசேனன் - கிருஷ்ண பகவானின் பாட்டன்.

சூரடிக்க -(வி) மயிர்க்கருகலடிக்க.

சூரணம் - தூள், 2. கருணைக்கிழங்கு.

சூரணிகை - கருத்துப்பொருள்.

சூரணிக்க -(வி) தூளாக்க.

சூரத்து - சூரம், 2. ஓர் தேசம்.

சூரத்துவம் - வீரம்.

சூரபன்மன் - } சுப்பிரமணியருக்கு
சூரபதுமன் - } ஒருபாதி மயிலும்
சூரபற்பன் - } மற்றொருபாதி கோழிக் கொடியுமான ஓரசுரன்.

சூரம் - வீரம், 2. கடலை, 3. அச்சம்.

சூரல் - பிரம்பு.

சூரன் - சூரியன், 2. வீரன், 3. கிருஷ்ண பகவானின் பாட்டன், 4. தீ, 5. நாய், 6. சூரபன்மன், 7. கோழி, 8. கௌரிபாஷாணம்.

சூரி - ஓர் கத்தி.

சூரி - புலவன், 2. காளி, 3. காடுகாள், 4. வீரி.

சூரியகரந்தை - ஒரு பூடு.

சூரியகலை - பிங்கலை.

சூரியகாந்தம் - சூரியசன்னிதானத்துத் தீக்காலுங்கல், 2. பொழுது வணங்கி யென்னு மொருசெடி.

சூரியகாந்தி - எட்பூ, 2. சூரியப்பிரபை, 3. ஒரு செடி.

சூரியகிரகணம் - } சூரியனைப் பாம்பு பற்றுகை.
சூரியகிராணம் -

சூரியபுத்திரன் - } கன்னன், 2. சுக்கிரீவன்,3. சனி.
சூரியதனயன் -
சூரியகுமாரன் -

சூரியப்பிரபை - } சூரியகாந்தி, 2. விருத்த கேடகம்.
சூரியப்பிரவை -

சூரியன் - சூரியபகவான், 2. ஞாயிறு, 3. சோழன், 4. செவ்வெருக்கஞ் செடி, 5. செம்புமலை.

சூரியாஸ்தமனம் - மாலைப்பொழுது.

சூரியோதயம் - சூரியன் உதித்தல்.

சூருமம் - குசைப்புல், 2. மாந்தப்புல்.

சூரை - ஓர்மீன், 2. ஓர்செடி, 3. நெற்றிப் புல், 4. தூதுளைக்கொடி.

சூர் - துன்பம், 2. நோய், 3. அச்சம், 4. வன தேவதை, 5. தெய்வப்பெண், 6. தெய்வம், 7. சூரனென்னுமரசன், 8. மிளகு, 9. வால் மிளகு.

சூர்த்தல் - (தொ.பெ) சுழலல்.

சூர்ப்பநகை - } இராவணன் தங்கை.
சூர்ப்பநகி -

சூர்ப்பம் - சுளகு.

சூர்ப்பு - சுழற்சி.

சூல - (வி) தோண்ட, 2. அறுக்க.

சூலக்குறடு - ஓராயுதம்.

சூலதரன் - } சிவன், 2. வயிரவன்.
சூலபாணி -

சூலம் - ஓராயுதம், 2. கழு, 3. கொடித்தலைச் சூலம், 4. இருபத்தேழ் யோகத்தொன்று, 5. இரேவதி நாள்.

சூலல் - (தொ.பெ) குடைதல்.

சூலி - சிவன், 2. கர்ப்பவதி, 3. துர்க்கை, 4. காளி.

சூலினி - வெற்றிலை, 2. சவக்காரம்.

சூலை - ஓர் நோய்.

சூல் - கருப்பம், 2. பயிர்க்கரு, 3. முகிற்கரு.

சூல் - } குதிரை முதலிவற்றின் மெய்யுறை.
சூல -

சூவாரை - ஓர் மீன்.

சூவானம் - அட்டில்.

சூழ -(வி) வளைக்க, 2. வட்டமிட, 3. கூட, 4. ஆராய, 5. மேல்விழ, 6. கருத, 7. சுற்ற.

சூழல் - கருத்து, 2. குறிப்பு, 3. இடம், 4. கூட்டம்.

சூழி - உச்சி, 2. உச்சிக்கொண்டை, 3. யானை முகபடாம், 4. சுனை, 5. குளம், 6. கடல்.

சூழிகை - கள்.

சூழியல் - } வீட்டிறப்புத் தாங்குகம்பு.
சூழியற்கம்பு -

சூழ்ச்சி - ஆராய்வு, 2. ஆலோசனை, 3. நுண்ணறிவு, 4. உபாயம்.

சூழ்வு - ஆராய்கை, 2. உபாயம், 3. சுற்றுகை.

சூழ்வோர் - மந்திரிகள், 2. உறவினர், 3. சூழ்ந்து நிற்பவர்.

சூளாமணி - சூடாமணி, 2. சைன காப்பிய நூலிலொன்று.

சூளி - ஆண்மயிர்.

சூளிகம் - அப்பவர்க்கம்.

சூளிகை - யானைச் செவியடி, 2. அரமியம்.

சூளை - குயவன் சூளை.

சூளை - வேசி.

சூள் - சத்தியம், 2. ஆணை, 3. சபதம்.

சூறல் - (தொ.பெ) குடைதல்.

சூறன் - மூஞ்சூறு.

சூறாவளி - சுழல்காற்று.

சூறாவாரி - சூறைக்காற்று.

சூறை - சுழல்காற்று, 2. ஆறலைத்தல், 3. கொள்ளை.

சூனம் - பூமலர், 2. மான்.

சூனம் - வீக்கம்.

சூனியகாரன் - மாரணவித்தைக்காரன்.
சூனியத்துவம் - வெறுமை.
சூனியம் - மாரணவித்தை, 2. அசுசி, 3. இன்மை, 4. பாழ்.
சூனியவாதம் - நாஸ்திகமதம்.
சூனியவாதி - ஓர் சமயத்தான்.
சூனியன் - முடவன்.
சூனு - மகன்.
சூனை - சொத்தை, 2. குற்றம்.
சூனை - மகள்.
சூன்றல் - (தொ.பெ) தோண்டடல்.
சூன்றிடல் - (தொ.பெ) குடைதல்.

செ

செ - ஒருயிர்மெய், 2. செம்மைக்குறிப்பு.
செகசோதி - மிக்கவொளி.
செகதகுரு - கம்மாளன்.
செகநாதன் - கடவுள்.
செகம் - } உலகம்.
செகன் - }
செகரிகம் - (வை.அ) நாயுருவிச்செடி.
செகனவாதம் - ஓர் வாதநோய்.
செகில் - தோண்மேல்.
செகிள் - மீன்செதிள், 2. கேழ்வரகின்கப்பி.
செகுக்க - (வி) அழிக்க.
செக்கர் - சிவப்பு, 2. செவ்வானம்.
செக்கர்வானிறத்தோன் - சிவன், 2. வீரபத்திரன்.
செக்கல் - மாலைநேரம், 2. செவ்வானம்.
செக்கவுரி - (வை.அ) கற்சூரை.
செக்கு - எண்ணெய் செய்கருவி, 2. சதயநாள்.
செக்குக்கீரை - ஓர் கீரை.
செங்கடம்பு - ஓர் கடம்பமரம்.
செங்கட்டி - காவிக்கல், 2. சாதிலிங்கம்.
செங்கணான் - } திருமால்.
செங்கண்ணான் }
செங்கண்ணி - } ஓர் மீன்.
செங்கண்ணிப்பாரை - }
செங்கண்மாரி - கண்ணோய்.
செங்கதிர் - } சூரியன்.
செங்கதிரோன் - }
செங்கதிர்நாள் - உத்திரநாள்.
செங்கத்தரி -(வை.அ) ஒரு செடி.
செங்கமலம் - செந்தாமரை.
செங்கமலை - இலக்குமி.
செங்கரடு - செம்மண்குன்று.
செங்கரப்பன் - } ஒரு நோய்.
செங்கரப்பான் - }
செங்கரந்தை - ஒரு வகைப்பூடு.
செங்கரர் - ஓர் மீன்.
செங்கருங்காலி - ஓர் மரம்.
செங்கரும்பு - ஓர் கரும்பு.
செங்கலங்கல் - செந்நிறமான கலங்கல்.
செங்கல் - இட்டிகை, 2. காவிக்கல்.
செங்கல்வரை - திருத்தணிகைமலை.
செங்கவளநாரை - செங்கானாரை.
செங்கழுநீர் - செங்குவளை.
செங்களம் - போர்க்களம்.
செங்களை - (வை.அ) குதிரைப்பற் பாஷாணம்.
செங்காடு - } ஒரு சிவஸ்தலம்.
செங்காட்டங்குடி - }
செங்காந்தள் - ஒருகாந்தள்.
செங்காய் - பழுக்கும் பருவக்காய்.
செங்காரனி - } கருஞ்சிவலை.
செங்காரி - }
செங்கார் - ஓர் கார்நெல்.
செங்கானாரை - ஓர் நாரை.
செங்கிடை - ஓர் மரம்.
செங்கிரந்தி - ஒரு கிரந்தி.
செங்கிளுவை - ஓர் பறவை, 2. ஓர் மரம்.
செங்கீரை - ஒரு கீரை, 2. பிள்ளைக் கவியி னோருறுப்பு, அது பிள்ளையிருகையு முழந்தாள்களு மூன்றித்தலை நிமிர்த்தி யாடல். (செங்கீரைப் பருவம்.)
செங்குங்கிலியம் - ஒரு சரக்கு.
செங்குட்டுவன் - கண்ணகியின் உருவை நாட்டித் திருவிழா நடத்திய ஓரரசன்
செங்குத்து - நேரே நிமிர்ந்தது.
செங்குந்தம் - கண்ணோயுள் ஒன்று.
செங்குந்தர் - கைக்கோளர்.
செங்குமிழ் - ஒரு மரம்.
செங்குமுதம் - செவ்வாம்பல்.

செங்குவளை ஒரு நீர்ப்பூ; இது செங்கழுநீர்.
செங்குளவி - ஒரு குளவி.
செங்குன்றி - ஒரு குன்றிக்கொடி.
செங்குன்று - கொடுங்கோளூருக் கருகாமையிலுள்ள ஒரு மலை.
செங்கை - சிவந்தகை, 2. ஆதிரைநாள்.
செங்கையான் - ஒரு பூடு.
செங்கொடிவேலி - } ஒரு கொடி.
செங்கொடுவேலி - }
செங்கொல் - செம்பொன்.
செங்கொல்லன் - தட்டான்.
செங்கோடு - செருந்திமரம், 2. ஒரு மலை.
செங்கோடுபாய்தல் - (தொ.பெ) மலை யுச்சியிலிருந்து பாய்தல்.
செங்கோட்டம் - ஒரு மருந்துப்பூடு.
செங்கோட்டியாழ் - ஒரு யாழ்.
செங்கோலம் - செம்புமணல்.
செங்கோலன் - இராசன்.
செங்கோல் - நீதிமுறை.
செங்கோற்கடவுள் - இயமன்.
செச்சை வெள்ளாட்டுக்கடா,2. வெட்சிச் செடி, 3. சந்தனக்குழம்பு, 4. நீறு, 5. செங் காடு, 6. சோடு, 7. உதயசந்திரன், 8. செந் துளசிச்செடி, 9. சட்டை.
செஞ்ச - நிறைய.
செஞ்சடையோன் - காஸ்மீரஸ்படிகம், 2. சிவன்.
செஞ்சந்தனம் - ஒரு சந்தனமரம்.
செஞ்சாந்து - குங்குமமுதலான சிவந்த பரிமளத்தாற் கூட்டுகிற கூட்டு.
செஞ்சாலி - செந்நெல்.
செஞ்சிலை - கற்காவி, 2. செங்கல்.
செஞ்சீரகம் - ஒரு சீரகம்.
செஞ்சுடர் - சூரியன், 2. தீ.
செஞ்சுருட்டி - ஓர் இராகம்.
செஞ்செவியர் - செல்வர்; இது, குறிப்புமொழி.
செஞ்செவே - நேராக.
செஞ்செழிப்பு - முகமலர்ச்சி, 2. பயிர்ச் செழிப்பு.
செஞ்சேறு - இரத்தச்சேறு.
செஞ்சொல் - நேர்மொழி, 2. வெளிப் படையான சொல்.
செஞ்சோறு - உரிமைச்சோறு.
செடல் - } உடல் குத்தியாடுங்கருவி.
செடில் - }
செடி - பூண்டு, 2. புதர், 3. பதனழிவு, 4. பாவம், 5. ஒளி, 6. அற்பம்.
செடிச்சி - கெட்டவள்.
செட்டி - வைசியன், 2. வாணிகன், 3. முருகன்.
செட்டிமை - செட்டித்தன்மை.
செட்டு - செட்டிமை, 2. சிக்கனம்.
செட்டை - இறகு, 2. கைப்பட்டை.
செண்டா - கொடி.
செண்டு - பந்து, 2. ஓராயுதம், 3. குதிரை வையாளி வீதி, 4. பந்தெறி வீதி, 5. பூஞ் செண்டு.
செண்டுவெளி - வையாளிவீதி.
செண்ணம் - வடிவு.
செண்பகம் - சண்பகமரம்.
செண்பகவருக்கை - ஒரு பலாமரம்.
செதில் - தோல்.
செதிள் - மீன்செதிள், 2. தோல்.
செதுக்க -(வி) புல்முதலிய செதுக்க, 2. மரஞ்செதுக்க.
செதுக்கு - சேறு, 2. பூதம், 3. மந்தி.
செதுக்குவேலை - இரத்தினமுதலிய வழுத்தும் வேலை.
செதுக்கை - தழும்பு.
செதும்பு - சேறு.
செத்தல் - (தொ.பெ) சாதல்.
செத்தல் - (பெ) உலர்ந்த தேங்காய், 2. பனை முதலியவற்றி னுலர்ந்த காய், 3. மெலிந்தது.
செத்து - சந்தேகம், 2. உவமையுருபு.
செத்தை - உலர்ந்த சருகு முதலியன.
செந்தட்டி - செந்தொட்டி.
செந்தட்டு - பொறுப்பில்லாமை.
செந்தணல் - செந்தீ.
செந்தண்டு - செந்தண்டுக்கீரை, 2. சிவந்த தாள், 3. பவளம்.
செந்தமிழ் - இயற்றமிழ்.
செந்தலைவிரியன் - ஓர் பாம்பு.

செந்தழல் - கேட்டைநாள், 2. செந்தணல்.
செந்தளிர் - இளந்தளிர்.
செந்தளிர்ப்பு - செஞ்செழிப்பு, 2. மகிழ்ச்சி.
செந்தாது - பொன்.
செந்தாமரை - சிவந்ததாமரை.
செந்தாழை - ஒரு தாழஞ்செடி, 2. ஓர் கண்ணோய்.
செந்தாழைநோய் - உதடுவெடித்து வாய் நாறுமோர் நோய்.
செந்தாளி - ஒரு தாளிச்செடி.
செந்தாள் - சிவந்ததாள்.
செந்தி - திருச்செந்தூர்.
செந்திரிக்கம் - } ஓலைச்சுருள்.
செந்திருக்கம் - }
செந்திரு - இலக்குமி.
செந்தில் - திருச்செந்தூர்.
செந்திறம் - சிவப்பு, 2. குறிஞ்சியாழ்த்திறம்.
செந்தினை - கம்பு, 2. சிவந்த தினை.
செந்தீ - அக்கினி.
செந்தீவண்ணன் - சிவன், 2. செவ்வாய்.
செந்தீவளர்ப்போர் - அந்தணர்.
செந்து - சீவசெந்து, 2. சீவன், 3. நரகம், 4. அணு, 5. கிழநரி.
செந்துத்தி - ஒரு துத்திச்செடி.
செந்துத்தீ - சடாமாஞ்சி, (ஒரு மருந்து,) 2. பெருங்காயம்.
செந்தும்பை - ஒரு தும்மைப்பூடு.
செந்துரசம் - ஓர் பிசின்.
செந்துருக்கம் - } ஒரு செடி.
செந்துருக்கு - }
செந்துருதி -ஓரியாழ்த்திறம், 2. நரகம்.
செந்துளசி - ஒரு துளசிச்செடி.
செந்துளிர் - செந்தளிர்.
செந்துறை - ஆடற்கேற்கும் பாட்டு.
செந்தூக்கு - நேராகத்தூக்குகை, 2. ஓர் வகைப் பாட்டு.
செந்தூரத்தாசி - (வை.அ) கந்தகம்.
செந்தூரம் - பொன் முதலியவற் றாலாகிய சுண்ணம்.
செந்தூள் - மிருதுவான தூள்.
செந்தொடை - மோனை முதலிய ஒவ்வாத தொடை, 2. சிவந்தமாலை.
செந்தொடையன் - வயிரவன்.
செந்தொட்டி - சிறுகாஞ்சொறிக் கொடி, 2. ஓர் பாஷாணம்.
செந்தோன்றி - செங்கழுநீர்.
செந்நகரை - ஒரு மரம்.
செந்நாகம் - கேது.
செந்நாடிக்கா - (வை.அ) மூக்கிரட் டைச் செடி.
செந்நாயுருவி - ஒரு நாயுருவிச்செடி.
செந்நாய் - ஓர் நாய்.
செந்நிறக்கல் - (வை.அ) மாமிசச்சிலை.
செந்நீர் - இரத்தம்.
செந்நெல் - நல்ல நெல்.
செந்நெறி - சரிவழி, 2. சன்மார்க்கம்.
செபமாலை - செபஉருஎண்ணும் மாலை.
செபம் - செபிக்குஞ்செபம், 2. இதழ சையாமற் செபிக்குஞ்செபம், 3. வேண்டிக் கொள்ளல்.
செபிக்க - (வி) செபஞ்செய்ய.
செப்படி - } செப்பு வித்தை, 2. உபாயம், 3. சிக் கனம்.
செப்படிவித்தை - }
செப்பட்டை - பறவைச்சிறகு, 2. தோட் பட்டை.
செப்பம் - } செவ்வை, 2. மன ஒற்றுமை, 3. நடுவுநிலைமை, 4. வழி, 5. வீதி, 6. மார்பு, 7. கோட்டமின்மை, 8. செப்பனிடல்.
செப்பன் - }
செப்பல் - வெண்பாவுக்குரிய வோரோசை, 2. சொல்லுதல்.
செப்பிடில் - (வை.அ) சடாமாஞ்சி, (ஒரு மருந்து.)
செப்பிடுவித்தை - ஒரு தந்திரவித்தை.
செப்பு - கிண்ணம், 2. மொழி, 3. விடை.
செப்புநெரிஞ்சி - சிவப்பு நெரிஞ்சி.
செப்புப்பட்டயம் - செப்புத்தகட்டி லெழுதிய உறுதி.
செம் - சிவப்பு, 2. செம்மை.
செம்பகை - யாழின்பகை நரம்பு நான் கனுளொன்று: அஃது: இன்பமின்றி யிசைத்தலாகிய தாழ்ந்தவிசை.

செம்பசலை - } சிவப்புப்பசலைக்கீரை.
செம்பசளை -
செம்பஞ்சு - சிவந்த பஞ்சு.
செம்படத்தி - செம்படவப் பெண்.
செம்படவர் - மீன்பிடிகாரரி லொரு வகையினர்.
செம்படாம் - சிவப்புச்சீலை.
செம்படிகம் - காஸ்மீரப்படிகம்.
செம்படை - } சிவந்த மயிர்.
செம்பட்டை -
செம்பரத்தை - மந்தார மரம்.
செம்பருத்தி - ஒரு செடி.
செம்பாகம் - சரிபாகம், 2. செவ்வை யானது, 3. நடுநிலை.
செம்பாடு - சிவந்தநிலம்.
செம்பாம்பு - கேது.
செம்பால் - இரத்தம்.
செம்பாளை - ஓர் நெல்.
செம்பி - (வை.அ) கருவண்டு.
செம்பிச்சி - ஓர் பாஷாணம்.
செம்பியன் - சோழன், 2. முதலெழு வள்ளலி லொருவன்.
செம்பிரால் - ஓர் மீன்.
செம்பில்வேதை - (வை.அ) சோரபா ஷாணம்.
செம்பின்பச்சை - நாகப்பச்சை.
செம்பு - நீரருந்துஞ் செம்பு, 2. தாம்பிரம்.
செம்புகம் - செம்போத்து, (ஓர் புள்.)
செம்புக்குள்வேதை - (வை.அ) கற்பரி பாஷாணம்.
செம்புலம் - போர்க்களம், 2. சுடுகாடு, 3. பாலை நிலம், 4. செம்பு மலை.
செம்புளிச்சங்கட்டை - சீதாரி மரம்.
செம்புறா - ஓர் மீன்.
செம்பை - ஓர் செடி.
செம்பொருள் - செம்மொழி, 2. கடவுள், 3. உண்மைப்பொருள்.
செம்போத்து - செம்புகம்.
செம்ம -(வி) சீலைமண்கட்ட, 2. இறால் வாய் மூடல்போற்சேமிக்க.
செம்மட்டி - மர மஞ்சள்.
செம்மணத்தி - செம்புளிச்சைமரம்.
செம்மண் - காவிமண், 2. சிவந்தமண்.
செம்மரம் - அழிஞ்சில்மரம், 2. ஒரு மரம்.
செம்மலை - ஆவிரை,(ஓர் செடி.)
செம்மலைப்பாலை - ஓரிசை.
செம்மல் - பெருமை, 2. உயர்ந்தோன், 3. அரசன், 4. எப்பொருட்கு மிறைவன், 5. புதல்வன், 6. பழம்பூ.
செம்மறி - } ஒரு வகை ஆடு.
செம்மறியாடு -
செம்மாக்க - (வி) இறுமாந்திருக்க, 2. யோகத் திலிறுமாந்திருக்க, 3. நிமிர்ந் திருக்க.
செம்மாத்தி - சக்கிலிச்சி.
செம்மாப்பு - இறுமாப்பு.
செம்மாளி - ஓர்வகைப் பாதரட்சை.
செம்மானம் - செவ்வானம்.
செம்மான் - சக்கிலி.
செம்மீன் - ஓர் மீன்.
செம்மேவல் - (தொ.பெ) இணங்கல்.
செம்மை - செவ்வை, 2. செப்பம், 3. ஒழுக்கம், 4. சுத்தம், 5. அழகு, 6. மேன்மை, 7. பெருமை, 8. சிவப்பு, 9. மாறின்மை.
செம்மொழி - நயவசனம்.
செயசெயவெனல் - (தொ.பெ) போற்றுதல்.
செயத்தம்பம் - வெற்றித்தம்பம்.
செயநீர் - நவச்சார முதலியவற்றிலிருந்து எடுக்கும் ஒருவகை திராவகம்.
செயநீர்க்கருத்தன் - (வை.அ) நவட் சாரம்.
செயந்தி - திருச்செந்தூர்.
செயபரம் - (வை.அ) மரமஞ்சள்.
செயபீதம் - (வை.அ) கௌரிபாஷாணம்.
செயப்படுபொருள் - காரியப்படு பொருள்.
செயமணி - வெற்றி பெற்றடிக்கு மணி.
செயம் - வெற்றி, 2. சித்தி.
செயலறவு - கையறவு.
செயலறுநிலை - கையறுநிலை.
செயலை - அசோக மரம்.
செயல் - ஒழுக்கம், 2. காவல், 3. சேறு, 4. தொழில்.

செயற்கை - இயற்கைக்கு மாறானது.
செயிக்க - (வி) வெல்ல.
செயிர் - கோபம், 2. குற்றம், 3. துன்பம்.
செயிர்க்க - (வி) சினக்க.
செய் - வயல், 2. வயலிலோரளவை.
செய்கடன் - நித்தியகருமம், 2. பிதிர் கடன், 3. முறைமை.
செய்கரை - கட்டுக்கரை.
செய்கை - தொழில், 2. வேளாண்மை, 3. இயல்பு, 4. கிரியை, 5. நன்னடக்கை, 6. மாந்திரீகச் செய்கை, 7. மனச்செய்கை, 8. செய்கை நிலம்.
செய்கைச்சரக்கு - வைப்புச்சரக்கு.
செய்தி - செய்கை, 2. காரியம், 3. சமாசாரம், 4. ஒழுக்கம், 5. இயல்பு, 6. கட்டளைச் செய்தி.
செய்ய - சிவந்த, 2. அழகுள்ள, 3. செப்பமான.
செய்ய - (வி) உண்டாக்க, 2. தொழில் செய்ய, 3. இயற்ற.
செய்யல் - சேறு.
செய்யவன் - சூரியன், 2. செவ்வாய்.
செய்யன் - சிவப்பன், 2. செவ்வியன், 3. சிவன்.
செய்யான் - செம்பூரான்.
செய்யுள் - செய்யுணடை, 2. கவி, 3. விளை நிலம்.
செய்யோன் - அருகன்.
செரிக்க - (வி) சீரணிக்க, 2. கோபத்தை யடக்க.
செரிப்பிக்க - (வி) செரிக்கச்செய்ய, 2. தொந்தரை தீர்க்க.
செரு - போர்.
செருக - (வி) கண் சொருக, 2. வயிற்றைச் சொருக.
செருக்கு - அகங்காரம், 2. கர்வம், 3. களிப்பு, 4. ஆண்மை, 5. ஆணவம், 6. மயக்கம், 7. மனோராச்சியம்.
செருத்தணி - திருத்தணிகை.
செருத்தல் - பசு எருமைகளின் மடி.
செருத்தி - விருதுக்கொடி.
செருநர் - படைவீரர்.
செருந்தி - வாட்கோரைப்புல், 2. ஓர் பூமரம், 3. மணித்தக்காளிச்செடி.
செருப்படி - } ஒரு பூடு.
செருப்படை - }
செருப்பு - பாதரட்சை.
செரும -(வி) இரும, 2. நெருங்க.
செருமல் - (தொ.பெ) அடக்குதல்.
செலகம் - (வை.அ) மல்லிகைச்செடி.
செலந்தி - புண்.
செலம் - இலாமிச்சை,(ஒரு புல்.)
செலவு - பணமுதலியவற்றின் செலவு, 2. செலவழிகை, 3. சாமக்கிரியை, 4. விடை, 5. வழி, 6. நடக்கை, 7. காலக்கழிவு, 8. நீர் பரவுகை, 9. நீங்குகை, 10. செல்லுகை.
செலவு - எலிவளை முதலியன.
செலாவணி - செல்லுமணி.
செலியம் -(வை.அ) இலாமிச்சை, (ஒரு புல்.)
செலு - நறுவிலிமரம்.
செலுத்த - (வி) நடத்த, 2. விட, 3. ஓட்ட, 4. அதிகார முதலிய செலுத்த, 5. கொடுக்க, 6. நிறைவேற்ற, 7. பணத்தைச் செலுத்த, 8. வாயினுட்செலுத்த, 9. அனுப்ப.
செலுந்தி - } மெலிந்தது.
செலுந்தில் - }
செலுப்பு - சிறு துண்டு.
செல் - } கறையான், 2. இடி, 3. மேகம், 4. கையெழுத்து.
செல்லு - }
செல்ல - (வி) போக, 2. கழிய, 3. நேரஞ் செல்ல, 4. சேர, 5. ஒழிய, 6. வழங்க, 7. அதிகாரஞ்செல்ல, 8. தகுவதாயிருக்க, 9. அன்பு முதலியன செல்ல, 10. சாவ.
செல்லம் - ஐசுவரியம், 2. வினோதம், 3. மழலைப்பேச்சு.
செல்லல் - துன்பம், 2. வெறுப்பு.
செல்லன் - செல்வன.
செல்லியம் - (வை.அ) கோழி.
செல்லு - செல்.
செல்வம் - சீர், 2. ஐசுவரியம், 3. சம்பிரமம், 4. சுவர்க்கம், 5. கல்வி, 6. இன்பம்.

செல்வன் - ஐசுவரியமுடையோன், 2. மகன், 3. அருகன், 4. கடவுள், 5. அரசன்.
செல்வாக்கு - தடையின்றிச் செல்லுஞ் சொல்.
செல்வி - பெண்ணிற் சிறந்தவள், 2. இலக்குமி, 3. புதல்வி, 4. தலைவி.
செல்விக்கை - ஐசுவரியம்.
செவக்க - (வி) சிவக்க.
செவலை - சிவப்பு நிறமுள்ளது.
செவி - காது, 2. கேள்வி.
செவிகொடுத்தல் - (தொ.பெ) உற்றுக் கேட்டல்.
செவிடு - செவிப்புலன் குறைவு.
செவிட்ட - (வி) அழிக்க.
செவிட்டு - செவியடி.
செவிப்புலன் - கேள்வி.
செவிப்புற்று - ஒரு நோய்.
செவிப்பூரான் - காதுப் பூச்சி.
செவியம் - செவ்வியம்.
செவியிலி - செவிடு.
செவிரம் - பாசி.
செவிலி - வளர்த்த தாய், 2. அக்காள்.
செவுடு - செவிடு.
செவுள் - செகிள்.
செவை - செம்மை.
செவ்வகத்தி - ஓரகத்திமரம்.
செவ்வட்டை - ஓரட்டை.
செவ்வணி - சிவப்புடை.
செவ்வந்தி - ஓர் பூச்செடி.
செவ்வம்மான்பச்சரிசி - சிவப்பம்மான் பச்சரிசிப்பூண்டு.
செவ்வரத்தை - செம்பரத்தைச்செடி.
செவ்வலரி - ஓர் அலரிமரம்.
செவ்வலிநார் - செவ்வாம்பல்.
செவ்வல்லி - செவ்வள்ளிக்கொடி.
செவ்வவரை - சிவப்பவரைக்கொடி.
செவ்வழி - நெய்தனிலத்திராகம்.
செவ்வழிப்பாலை - ஓர் இராகம்.
செவ்வள்ளி - ஒரு கொடி.
செவ்வன் - } **செவ்வே** - } செம்மையாய்.
செவ்வாப்பு - } **செவ்வாப்புக்கட்டி** - } சிலந்தி.
செவ்வாம்பல் - அரக்காம்பல்.
செவ்வாய் - ஓர் கிரகம், 2. செவ்வாய்க் கிழமை, 3. சிவந்தவாய்.
செவ்வாரம் - சரிவாரம்.
செவ்வாழை - ஒரு வாழைமரம்.
செவ்வானம் - செக்கர்மேகம்.
செவ்வி - அழகு, 2. சமயம், 3. சித்திரை நாள், 4. தன்மை.
செவ்விண்டு - ஒரு பூச்செடி.
செவ்வியம் - மிளகுக்கொடி, இது: பஞ்ச மூலத்தொன்று.
செவ்வியான் - கிரகஸ்தன்.
செவ்விளகி - } **செவ்விறகி** - } சுழுதைவண்டு.
செவ்விளநீர் - சிவந்த தோலுள்ள விளநீர்.
செவ்விளை - ஒருவகைத் தென்னைமரம்.
செவ்வு - முத்துக்களின் நிறையளவு, 2. செம்மை.
செவ்வெண்ணெய் - வாலபுத்திரர்க்கிடு மெண்ணெய்.
செவ்வேள் - முருகன்.
செவ்வை - செம்மை, 2. செப்பம், 3. சுத்தம்.
செழிக்க - (வி) செழுமையாக, 2. தழைக்க, 3. மாண்புற, 4. முகமலர.
செழிச்சி - செழிப்பு.
செழித்தகல் - சுக்கான்கல்.
செழிப்பம் - செழிப்பு.
செழிப்பு - செழுமை, 2. பொலிவு.
செழியன் - பாண்டியன்.
செழுமறை - நெருப்பு.
செழுமை - செழிப்பு, 2. வளமை, 3. தழைவு, 4. நிறைவு, 5. மாட்சிமை, 6. அழகு.
செழும்பல் - செழிப்பு.
செளிம்பன் - குணக்கேடன்.
செளிம்பு - களிம்பு, 2. சண்டிக்குணம்.
செள்ளு - தெள்ளுப்பூச்சி.
செற - (வி) கொல்ல, 2. வெறுக்க, 3. பொறியையடக்க.
செறல் - கோபம், 2. கொலை.
செறிதல் - (தொ.பெ) நெருங்கல், 2. இணைதல், 3. மிகுதல், 4. இறுகல்,

5. சேர்தல், 6. குளித்தல், 7. பொருந்தல், 8. கலத்தல், 9. இயைதல்.
செறித்தல் - (தொ.பெ) காத்தல், 2. நெருக்கல், 3. மூழ்கச்செய்தல், 4. அழித்தல், 5. கொல்லல்.
செறிவு - நெருக்கம், 2. மிகுதி, 3. கலப்பு, 4. பொருந்துகை, 5. குணவலங்காரம் பத்தினொன்று; அஃது நெகிழிசையின்றி வரச் செய்யுட்டொடுப்பது.
செறு - வயல், 2. சிறுவயல்.
செறுநர் - பகைவர்.
செறும்பு - சலஞ்சாதிக்கை, 2. வெறுப்பு, 3. சிறாம்பு.
செறுவு - வயல்.
செற்றம் - கோபம், 2. சலஞ்சாதிப்பு, 3. சினம்.
செற்றலர் - பகைவர்.
செற்றல் - வெறுப்பு, 2. கொல்லல், 3. நெருக்கல்.
செற்றார் - பகைவர்.
செற்று - நெருக்கம்.
செற்றுதல் -(தொ.பெ) நெருக்குதல்.
செனம் - சனம்.
செனனம் - பிறப்பு.
செனிக்க -(வி) பிறக்க.
சென்மசாபல்லியம் - செனனமெடுத்த பலன்.
சென்மம் - சன்மம்.
சென்றுதேய்ந்திறுதல் - நூற்குற்றம் பத்தினொன்று; அஃது வரவரச் சொன்னயம் பொருணயங்குறைதல்.
சென்னக்கூனி - கூனிப்பொடி, இஃது ஒருவகைச் சலசெந்து.
சென்னபட்டணம் - } சென்னபட்டினம்.
சென்னபுரி -
சென்னல் - ஒரு வகைமீன்; அதுதேன் கெண்டை.
சென்னி - தலை, 2. முடி, 3. அச்சுவினி நாள், 4. சோழன், 5. பாணன்.
சென்னை - சென்னபுரி.

சே

சே - சிவப்பு, 2. எருது, 3. சில விலங்கினாண், 4. இடபவிராசி, 5. ஒலிக்குறிப்பு, 6. அழிஞ்சில்மரம், 7. சேங்கொட்டை மரம், 8. உயர்ந்த.

சேகண்டி - சேமக்கலம், 2. காவலாளருறைவிடம்.
சேகரம் - சேகரிப்பு, 2. கூட்டம், 3. மாமரம்.
சேகரம் - தலை, 2. தலையிலே முடிக்கப்படுவன, 3. முடி.
சேகரி - (வை.அ) நாயுருவிச்செடி.
சேகரிக்க - (வி) சேர்க்க, 2. சம்பாதிக்க.
சேகிலி - வாழைமரம்.
சேகு - மரவயிரம், 2. தழும்பு, 3. திடம்.
சேக்கரித்தல் - (தொ.பெ) கொக்கரித்தல்.
சேக்கு - (வை.அ) முலைப்பால்.
சேக்கை - மனிதர் படுக்கை, 2. விலங்கு முதலியவற்றின் படுக்கை, 3. உடற்றமும்பு, 4. நண்டு, 5. கற்கடக விராசி, 6. செம்பசளைக்கீரை.
சேங்கொட்டை - சேரான்கொட்டை மரம்.
சேசூரணம் - (வை.அ) கௌரி பாஷாணம்.
சேடகம் - கேடகம்.
சேடம் - சிலேற்பனம்.
சேடம் - } மிச்சம், 2. மீந்தது,
சேஷம் - } 3. எச்சில்.
சேடன் - } ஆதிசேடன், 2. அடிமை,
சேஷன் - } 3. தம்பி, 4.நெய்வோன், 5. கட்டிளமையோன், 6. தோழன்.
சேடாத்திரி - திருவேங்கடமலை.
சேடி - ஏவல் செய்வோள், 2. தோழி.
சேடி - விஞ்சையருலகம், 2. இடையர்வீதி.
சேடிக்க - } (வி) குறைக்க.
சேஷிக்க -
சேடு - இளமை, 2. அழகு, 3. திரட்சி, 4. பெருமை, 5. நன்மை.
சேடை - } மாக்காப்பு
சேஷை -
சேட்சி - தூரம்.
சேட்டம் - } ஆனிமாதம், 2. முதன்மை,
சேஷ்டம் - } 3. செழிப்பு, 4. அழகு, 5. திறம்.

சேட்டன் - } தமையன், 2. மூத்தோன்.
சேஷ்டன் -

சேட்டாதேவி - மூதேவி.

சேட்டிக்க - } (வி) இயங்க.
சேஷ்டிக்க -

சேட்டுமம் - சிலேட்டுமம்.

சேட்டை - } இயக்கம், 2. அசைகை, 3. செய்கை.
சேஷ்டை -

சேட்படைநிலை - காதலன் றலைவியோடுசேராது தோழி தடுத்தல்.

சேணம் - கல்லணை, 2. மெத்தை.

சேணி - ஏணி, 2. வித்தியாதரருலகு.

சேணியர் - நெய்வாரிலோர் சாதி.

சேண் - அகலம், 2. தூரம், 3. உயர்ச்சி, 4. நீளம், 5. ஆகாயம்.

சேண்டிரவர் - நெய்வார்.

சேதகம் - சிவப்பு, 2. சேறு.

சேதம் - கேடு, 2. அழிவு, 3. பிரிவு, 4. துண்டு, 5. கீழ்வாயிலக்கம்.

சேதனம் - வெட்டுதல், 2. அறிவு, 3. உணர்ச்சி.

சேதனன் - அறிவுடையோன்.

சேதா - சிவப்புப்பசு.

சேதாம்பல் - செவ்வாம்பல்.

சேதாரம் - உரைத்தலாதியால் வருநஷ்டம், 2. உருக்கலாதியால் வருநஷ்டம், 3. அளவாதியால் வருஞ்சேதம், 4. மாடாதிகளால் வருநஷ்டம், 5. கேடு, 6. தேமாமரம், 7. வெட்சி மரம்.

சேதி - செய்தி.

சேதி - ஒரு நாடு.

சேதிக்க - (வி) அறுக்க, 2. அங்கஞ்சேதிக்க.

சேதிமம் - தேவர்கோயில்.

சேது - சிவப்பு.

சேது - செய்கரை, 2. சேதுவணை, 3. இராமேச்சுரம், 4. ஓர் தீர்த்தம்.

சேத்தல் - (தொ.பெ) சிவத்தல்.

சேத்திரம் - உடம்பு, 2. தலம், 3. வயல்.

சேத்து - வயல்.

சேத்து - சிவப்பு, 2. மிகுசிவப்பு, 3. ஒப்பு, 4. நெருக்கம், 5. கருத்து, 6. ஓரிடைச்சொல்.

சேந்த - (வி) சாம்ப.

சேந்தன் - முருகன், 2. திவாகரஞ் செய்வித்தோன்.

சேந்தி - கள்.

சேந்து - சிவப்பு, 2. தீ, 3. அசோகமரம்.

சேந்தை - மேற்கட்டி.

சேபாலங்கொட்டை - (வை.அ) சேங்கொட்டை.

சேப்பு - சிவப்பு.

சேமக்கலம் - எறிமணி.

சேமம் - காவல், 2. தஞ்சம், 3. புதைபொருள், 4. சவச்சேமம், 5. இன்பம், 6. அரணானவிடம், 7. காராகிருகம், 8. சிறைச்சாலை.

சேமரம் - அழிஞ்சில் மரம்.

சேமன் - தந்திரி.

சேமிக்க - (வி) பத்திரம்பண்ண, 2. புதைத்து வைக்க.

சேமை - } ஓர் செடி
சேம்பு -
சேம்பை -

சேயமம் - (வை.அ) கௌரிபாஷாணம்.

சேயவன் - முருகன், 2. செவ்வாய்.

சேயா - கடுக்காய்.

சேயார் - தூரத்தார், 2. பகைவர்.

சேயான் - சிவன், 2. முருகன்.

சேயிலம் - (வை.அ) இலுப்பை மரம்.

சேயிழை - நல்லணி, 2. பெண்.

சேயேபசம் - (வை.அ) மரமஞ்சள்.

சேயோன் - முருகன்.

சேய் - இளமை, 2. குழந்தை, 3. மகன், 4. சிவப்பு, 5. செவ்வாய், 6. முருகன், 7. தூரம், 8. மூங்கில்.

சேய்நீர் - ஓர் வித மருந்து நீர்.

சேய்மை - தூரம், 2. நீளம்.

சேர - (வி) கூட, 2. கிட்ட, 3. அடுத்திருக்க, 4. ஒருமிக்கச்சேர, 5. அடுக்க, 6. இணங்க, 7. பொருந்த, 8. ஒக்க, 9. அதிகரிக்க, 10. கலந்துபோக, 11. உரித்தாக, 12. சம்பந்தப்பட, 13. அணுக, 14. புணர, 15. அடைய, 16. ஓர் பட்சத்தைச் சேர.

சேரங்கை - செரங்கை.

சேரமான் - அறுபத்து மூவரிலொருவர்.

சேரலன் - சேரன், 2. பகைவன்.

சேரன் - ஒரு தமிழரசன்.

சேரா - (வை.அ) கள்.

சேரார் - பகைவர்.

சேரான் - சேங்கொட்டை மரம், 2. பகைவன்.

சேரி - ஊர், 2. தெரு.

சேருகம் - நாகணவாய்ப்புள்.

சேரை - சிறங்கை.

சேர் - ஒரு முகத்தலளவு, 2. ஓர் நிறையளவு, 3. தானியப்போர், 4. ஒரேர்மாடு, 5. தளை.

சேர்த்துதல் - (தொ.பெ) இணைத்தல், 2. சேரப்பண்ணுதல்.

சேர்ந்தார் - உற்றார்.

சேர்பந்து - கசை.

சேர்பு - வீடு.

சேர்ப்பன் - நெய்தனிலத்தலைவன்.

சேர்ப்பு - கடற்கரை.

சேர்ப்பூட்டு - இணையொத்தது.

சேர்மானம் - ஒன்றிப்பு.

சேர்விடம் - மனிதர்படுக்கை, 2. சேருமிடம்.

சேர்வு - திரட்சி, 2. வீடு, 3. மருதநிலத்தூர், 4. ஐக்கம், 5. கூட்டம், 6. அடைதல்.

சேர்வை - ஐக்கம், 2. கூட்டம், 3. சீலையிற் சேர்த்திடு மருந்து, 4. சேனை, 5. சேர்வைக்காரன், 6. கலப்புச்சரக்கு, 7. கலவை, 8. சேகரிப்பு, 9. திரட்சி, 10. ஓர் வகைக் கூத்து, 11. மாதர் காதணியிலொன்று, 12. உலோகக் கலப்பு.

சேர்வைராயன் மலை - சேலத்துக் கருகிலுள்ள ஓர் மலை.

சேலகம் - கோரைக் கிழங்கு.

சேலம் - ஓரூர்.

சேலியால் - (வை.அ) இலாமிச்சை, (ஒரு புல்).

சேலேகம் - சந்தனமரம், 2. சிந்தூரம்.

சேலை - அசோகமரம்.

சேலை - சீலை, 2. மகளிராடை, 3. முழுப் புடவை.

சேலோதம் - சந்தனமரம்.

சேல் - கயல்மீன்.

சேவகம் - (வை.அ) பேயுள்ளி.

சேவகம் - சேவகத்தொழில், 2. வீரம், 3. யானைதுயிலிடம்.

சேவகனார் - ஐயனார்.

சேவகன் - வீரன், 2. பணிவிடைகாரன்.

சேவடி - சிவந்தபாதம்.

சேவலங்கொடியோன் - முருகன்.

சேவல் - கோழியினாண், 2. மயிலொழிந்த பறவையினாண், 3. காவல்.

சேவல் - (வை.அ) சேறு.

சேவனை - சேவகத் தொழில், 2. வணக்கம், 3. மேளஞ்சேவித்தல்.

சேவாலங்கொட்டை - (வை.அ) நேர்வாளம்.

சேவிக்க - (வி) படையிற்சேவிக்க, 2. பணிவிடைசெய்ய, 3. வாத்தியமுழக்க, 4. சுவாமி சேவிக்க, 5. பெரியோரை வணங்க, 6. பறையறைந்து சேவிக்க.

சேவுகம் - சேவகம்.

சேவை - ஊழியம், 2. வழிபடுதல்.

சேவையூர் - சிதம்பரம்.

சேறல் - போதல், 2. நடத்தல், 3. எழுச்சி.

சேறு - அளறு, 2. கள், 3. இனிமை, 4. தித்திப்பு, 5. திருவிழா.

சேற்பனம் - சிலேட்டுமம்.

சேற்றுமம் - சிலேட்டுமம்.

சேனம் - பருந்து.

சேனம்பாம்பு - ஓர் மீன்.

சேனா - மலங்குமீன், 2. ஒரு பூண்டு.

சேனாசமுத்திரம் - பெருஞ்சேனை.

சேனாதிபதி -, **சேனாபதி** - } படைத்தலைவன்.

சேனாமுகம் - படையினோர் தொகை, அஃது பதாதி மூன்று கொண்டது.

சேனாவரையர் - தொல்காப்பிய உரையாசிரியர்.

சேனாயு - தகரைச்செடி.

சேனை - படை, 2. கடைவீதி, 3. ஆயுதம், 4. மிகுகூட்டம்.

சேனைத்தலைவன் - படைத்தலைவன்.

சை

சை - இகழ்ச்சிக்குறிப்பு.

சைகதம் - மணல், 2. மணற்கரை.

சைகை - / **சைக்கினை** - } கண்சமிக்கை, சாடை.

சைங்கிகேயம் - இராகு.

சைசவம் - இளமை.

சைதன்யம் - / **சைதன்னியம்** - } அறிவு, 2. ஆத்துமா, 3. கடவுள்.

சைத்தியம் - / **சயித்தியம்** - } குளிர்மை, 2. குளிர்ச்சியுள்ளது.

சைத்திரம் - / **சைத்திரிகம்** - } சித்திரைமாதம், 2. சித்திர வேலை.

சைத்திரரதம் - குபேரன் உத்தியானவனம்.

சைத்திரி - ஓரியாகம், 2. சித்திரை மாதம்.

சைத்திரியம் - தெளிவு.

சைந்தவம் - இந்துப்பு, 2. குதிரை, 3. சிந்துநதி, 4. தலை.

சைந்தவன் - துரியோதனன் தங்கையாகிய துர்ப்பலையை மணம்புரிந்தவன்.

சைந்தவி - சயிந்தவி, (ஓரிராகம்).

சைமானம் - வெகுமானம்.

சைமினி - ஓரிருடி.

சைம்மினி - இயமன் பட்டணம்.

சையம் - கல், 2. மலை, 3. செல்வம், 4. ஓர் மலை.

சையெனல் - இகழ்ச்சிக்குறிப்பு, 2. வெறுப்புள்ளதாகுகை.

சையை - சைகை.

சையோகம் - புணர்ச்சி, 2. எழுத்தின் புணர்ச்சி.

சையோகை - மனைவி, 2. சிவத்துக்கின் பந்தருஞ் சத்தி.

சையோத்தி - / **சையோத்தியம்** - / **சய்யோத்தியம்** - } அயிக்கம்.

சைரிகம் - கலப்பு, 2. உழவெருது.

சைரிபம் - எருமை.

சைலகம் - மலையிருவேலி, (ஓர் வகைப் புல்.)

சைலம் - மலை, 2. கல்லுள்ளது.

சைவசமயம் - சிவபெருமானே தெய்வ மென்று வழிபடுஞ் சமயம்.

சைவம் - சிவசமயம், 2. சிவபுராணம், 3. புலால் தின்னாமலிருக்கை.

சைவலம் - பாசி.

சைவன் - சிவனை வழிபடுவோன்.

சைவியம் - சைவத்திற்குரியது.

சைனன் - அருகசமயத்தவன், 2. அருகன், 3. புத்தன்.

சைனியம் - / **சைன்னியம்** - } சேனை.

சொ

சொகுசா - தம்பாக்கு.

சொகுசு - நேர்த்தி, 2. நாகரிகம்.

சொக்க - (வி) சோர, 2. மயங்க, 3. பள்ளம் விழ.

சொக்கட்டான் - சூது.

சொக்கநாதன் - / **சொக்கலிங்கன்** - } சோமசுந்தர மூர்த்தி.

சொக்கப்பனை - விளக்கீட்டி லெரிக்கு மொரு செய்கை விருட்சம்.

சொக்கம் - சுத்தம், 2. களிம்பின்மை, 3. சிறப்பு, 4. களவு, 5. கெம்புக்கல்.

சொக்கரை - / **சொக்கறை** - } குறைவு, 2. சிறிய அடைப்பு, 3. மதில் முதலியவற்றின் துவாரம்.

சொக்கலி - (வை.அ) மூக்கிலிச்செடி.

சொக்கன் - சிவன், 2. கையாள்.

சொக்கா - / **சொக்காய்** - } ஒரு வகையங்கி.

சொக்காக்கீரை - ஒரு வகைக்கீரை.

சொக்காரன் - ஆஸ்திக்குப் பாத்தியஸ்தன்.

சொக்காலி - / **சொக்காளி** - } சிறு பூளைப்பூடு.

சொக்கு - சோர்வு, 2. மயக்கம், 3. அழகு, 4. பொன், 5. சொக்கன், 6. கன்னம்.

சொக்குப்பொடி - அயர்ந்து நித்திரை யாகும்படி மேற் போடும் பொடி.

சொக்குவித்தை - மயக்குவித்தை.

சொங்காரன் - சொக்காரன்.

சொச்சம் - குறை, 2. பணவட்டி, 3. மிச்சம்.

சொச்சம் - மாசின்மை.

சொஸ்தம் - சுகம், 2. சுகமடைகை, 3. சௌக்கியம்.

சொஸ்தானம் - உயிர்த்தெழுகை.

சொஸ்திரி - } குலஸ்திரீ.
சொத்திரி - }

சொடக்கு - கிலுகிலுப்பைச்செடி, 2. நெட்டிப்புல், 3. சோம்பற்றன்மை.

சொடிக்க - (வி) குறைக்க.

சொடுகு - பொடுகு.

சொட்ட - (வி) மழைதுளிக்க, 2. குட்ட, 3. வஞ்சிக்க, 4. அபகரிக்க.

சொட்டா - ஓர் வகைக் கட்கம்.

சொட்டு - குட்டு, 2. துளி, 3. துண்டு, 4. குற்றம்.

சொட்டை - பள்ளம், 2. பரிகாசம், 3. ஓர் பட்டயம்.

சொண்டி - வேர்க்கொம்பு.

சொண்டு - தலையமுக்கு.

சொண்டு - பறவைமூக்கு, 2. உதடு, 3. பாத்திரவிளிம்பு.

சொதை - ஐசுவரியம்.

சொத்தலி - பனங்காயின் பொய்க் கொட்டை.

சொத்தி - முடம், 2. நொண்டி.

சொத்து - பொருள், 2. உடைமை, 3. குறை, 4. உடலிற் பூசும்பசை.

சொத்துவம் - உரிமை, 2. சுயம்பு.

சொத்தை - புழு வண்டு முதலியன அரித்தது, 2. பழத்திற் சொத்தை, 3. சீர்கெடுதல், 4. கன்னம்.

சொந்தம் - உரியது.

சொப்பனம் - கனவு, 2. மாயத்தோற்றம்.

சொம் - உடைமை.

சொயம் - } தானாயிருக்கை.
சொயம்பு - }

சொரங்கம் - கச்சோலம்.

சொரசத்தொரசி (வை.அ) இலவங்கப் பட்டை.

சொரடு - கொடுக்கி.

சொரணை - சொருணை.

சொரிகுரும்பை - ஓர் நெல்.

சொரிதரல் - (தொ.பெ) மிகுத்தருதல்.

சொரிய - (வி) சிந்த, 2. மிக, 3. உதிர.

சொரிவு - ஈவு, 2. உதிர்வு, 3. பொழிவு.

சொருக - (வி) நுழைக்க, கண்ணைச் சொருக.

சொருணை - சுவரணை.

சொரூபம் - சாயல், 2. வடிவம், 3. விக்கிரகம், 4. அழகு, 5. பாவனை.

சொரூபன் - கடவுள்.

சொர்க்கம் - சுவர்க்கம்.

சொர்ணம் - } பொன், 2. கோடா
சொர்ன்னம் - } சுழிப் பூண்டு.
சொர்னம் - }

சொர்ப்பனம் - கனவு.

சொர்ன்னசீரம் - கரும்பு.

சொலிக்க - (வி) சுவாலிக்க, 2. பிரகாசிக்க, 3. அதிகரிக்க.

சொலிப்பு - சுவாலை, 2. பிரகாசம்.

சொலியன் - (வை.அ) முடக்கொத்தான், (ஒரு பூண்டு.)

சொலுசொலெனல் - (தொ.பெ) பொலுபொலெனல்.

சொல் - மொழி, 2. வாக்கியம், 3. உறுதிச்சொல், 4. புகழ், 5. பெயர்ச்சொல் முதலியன, 6. கள், 7. நெல், 8. செந்நெல், 9. நெற்கதிர்.

சொல்ல - (வி) பேச, 2. எடுத்துச்சொல்ல, 3. உறுதிசொல்ல, 4. விரித்துச்சொல்ல, 5. பாட, 6. புத்திசொல்ல, 7. வரச்சொல்ல, 8. பிரசங்கஞ்செய்ய.

சொல்லானந்தம் - சொற்குற்றம்.

சொல்லுரை - சொற்பயன்.

சொல்லேருழவர் - புலவர், 2. மந்திரிகள்.

சொல்வளம் - } சொற்சாதுரியம்.
சொல்வன்மை - }

சொல்விளம்பி - கள்.

சொள்ளல் - குறைவு, 2. சொத்தை.

சொள்ளை - சொத்தை, 2. சொட்டு, 3. இழுக்கு.

சொறி - தினவு, 2. சொறிசிரங்கு, 3. காஞ் சொறிச்செடி.

சொறிக்கல் - சுக்கான்கல், 2. தவளைக் கல், 3. மஞ்சட்கல்.
சொறிக்கிட்டம் - கிட்டக்கல்.
சொறிய - (வி) நமையுண்டாக, 2. சுறண்ட, 3. கெஞ்சிக்கேட்க.
சொறியன் - ஓர் தவளை, 2. சொறியுள்ள வன்.
சொறிவு - தினவு.
சொற்கம் - சுவர்க்கம்.
சொற்குறி - சூதபாஷாணம்.
சொற்பம் - சிறியது, 2. அற்பம்.
சொனாகம் - உத்தாமணி.
சொன்றி - சோறு, 2. சுக்கு.
சொன்னகாரர் - தட்டார்.
சொன்னபேதி - ஒரு மருந்து.
சொன்னமாக்கி - பவளபாஷாணம்.
சொன்னம் - பொன்.
சொன்னல் - சோளம், 2. இரும்பு.

சோ

சோ - ஒலிக்குறிப்பு, 2. அரண்.
சோகம் - மன்மதன் கணைசெய்யு மவத்தை, 2. சோம்பல், 3. சோர்வு, 4. சித்தப் பிரமை, 5. துன்பம், 6. உண்டை, 7. தொடை, 8. பூவாட்டம், 9. ஒட்டகம்.
சோகரியம் - } **சோகரீயம்** - } சௌகரியம்.
சோகாக்க - (வி) சோர, 2. துன்பமுற.
சோகாப்பு - துயரம்.
சோகி - பிடாரன், 2. விடவைத்தியன், 3. பலகறை.
சோகிக்க - (வி) சோர, 2. துன்பமுற.
சோகு - பிசாசம்.
சோகை - ஓர் வியாதி, 2. அப்பிராணி.
சோக்ரா - கையாள்.
சோங்கம் - அகிலமரம், 2. கிச்சிலிக் கிழங்கு.
சோங்கு - நாரை, 2. மரக்கலம், 3. மறதி, 4. துப்பாக்கிக்கட்டை, 5. மலையின்கண் சோலை, 6. இலவமரம்.
சோசனம் - உள்ளி.
சோசிக்க - } **சோஷிக்க** - } (வி) வற்ற, 2. களைக்க.

சோசியம் - சோதிடசாத்திரம்.
சோஷை - வறட்சி, 2. சோர்வு.
சோச்சி - சோறு.
சோடசம் - பதினாறு.
சோடசாவதானம் - பதினாறு வகைத் தான அவதானம்.
சோடசி - யாகமிருபத்தொன்றினொன்று.
சோடி - } **சோடு** - } இரட்டை, 2. கவசம், 3. இணை, 4. தொடு தோல், 5. இணையானவை.
சோடிக்க - (வி) அலங்கரிக்க.
சோடினை - அலங்காரத்திற்கு வேண்டுவன.
சோடை - காய்த்தோய்ந்தமரம், 2. காரி யப்பிழை, 3. சோர்வு.
சோட்டா - ஓர் தடி.
சோட்டை - பேராசை, 2. இச்சை.
சோணகிரி - } **சோணசைலம்** - } அருணகிரி.
சோணங்கி - ஒரு நாய்.
சோணநதி - கங்கையினோருபநதி.
சோணம் - சிவப்பு, 2. இரத்தம்.
சோணாகம் - பெருவாகைமரம்.
சோணாடு - சோழநாடு.
சோணிதபுரம் - ஓரசுரபுரி.
சோணிதம் - சிவப்பு, 2. இரத்தம்.
சோணை - காதினருகு, 2. அருகு, 3. சோணைநதி.
சோணை - சோணாசலம், 2. அருணை மாநகரம்.
சோதகம் - சுத்தம் பண்ணுகை, 2. கழிக் குந்தொகை.
சோதகர் - ஏழுதலைமுறையிற் புத்திரர்.
சோதரன் - சகோதரன்.
சோதனம் - புடமிடுகை.
சோதனை - ஆராய்வு, 2. புடமிடுகை, 3. கணக்குச் சோதனை, 4. தேவ சோதனை, 5. முகத்தலளவு.
சோதா - பலவீனன்.
சோதி - பிரகாசம், 2. வான்மீன், 3. சூரியன், 4. தீ, 5. ஒளியுள்ளது, 6. சுவாதி நாள், 7. கடவுள், 8. சிவன், 9. மகாவிட்டுணு, 10. அருகன், 11. பூநாகம், 12. கருப்பூரம், 13. சாதிலிங்கம், 14. உணர்வு, 15. இடிவு.

சோதிக்க - (வி) ஆராய, 2. பரீட்சிக்க, 3. அளக்க, 4. சோதித்தறிய, 5. கடவுள் சோதிக்க, 6. பேய்சோதிக்க, 7. செய்கடன் தீர்க்க.

சோதிடம் - } சோதிட நூல்,
சோதிஷம் - } 2. நன்னிமித்தம்.

சோதியம் - வாலுளுவை, (ஓர் மருந்து).

சோதினி - செத்தை, 2. துடைப்பம்.

சோத்தம் - இழிந்தார் செய்யுமஞ்சலி.

சோத்தி - நித்திரை, 2. நடுச்சாமம்.

சோத்தியம் - வியப்பு, 2. வியக்கத்தக்கது, 3. சோதிக்கப்படத்தக்கது, 4. வழு, 5. குற்றச் சாட்டு, 6. அத்தசாமம், 7. கழிக்கப்படுந் தொகை.

சோத்திரம் - காது, 2. ஞானேந்திரியங்களி லொன்று; அது காதிலிருப்பது.

சோத்திரியம் - தக்கோர்க்களித்த நிலம்.

சோந்தை - உடந்தை, 2. விக்கினம்.

சோபகிருது - ஓர் வருடம்.

சோபம் - அழகு, 2. ஒளி, 3. சோர்வு, 4. கள்.

சோபலம் - சோம்பு.

சோபலாங்கி - சோம்பன்.

சோபனம் - அழகு, 2. சுபம், 3. வாழ்த்து, 4. முகூர்த்தம், 5. ஓர் யோகம்.

சோபாதானம் - முதற்காரணமுள்ளது.

சோபாலிகை - அடுப்பு, 2. விரிதூறு.

சோபானம் - கற்படி, 2. தாழ்வாரம்.

சோபிக்க - (வி) பிரகாசமாயிருக்க, 2. அலங்காரமாயிருக்க, 3. சோர்வுற.

சோபிதம் - அழகு, 2. பிரகாசம்.

சோபை - அழகு, 2. பிரகாசம்.

சோப்ப - (வி) சோர்வுறச்செய்ய, 2. அடிக்க.

சோப்பம் - சோர்வு, 2. அயர்வு, 3. பயிர் வாட்டம்.

சோப்பளாங்கி - சோம்பன்.

சோமநாதன் - சிவன்.

சோமநாதி - ஓர்வகைப் பெருங்காயம்.

சோமபானம் - மதுபானம்.

சோமம் - ஆட்டாங்கொடி, 2. கள்.

சோமயாசி - } சோமயாக கர்த்தா.
சோமாசி - }

சோமவல்லி - சீந்திற்கொடி.

சோமன் - சந்திரன், 2. ஓர் வள்ளல், 3. வேஷ்டி, 4. சீலை, 5. அஷ்டவசுக்களி லொருவன், 6. கருப்பூரம், 7. சவக்காரம், 8. நீலபாஷாணம்.

சோமாற - (வி) திருட, 2. இரவல்வாங்க, 3. ஒன்றைப் பலவுக்கும் வழங்க, 4. பண்ட மாற்ற.

சோமுகன் - ஓரசுரன்.

சோமேசன் - சிவன்.

சோம்ப - (வி) தாமதிக்க, 2. உறங்க, 3. வாட, 4. சோர.

சோம்பலம் - சேரான்கொட்டை.

சோம்பல் - சோம்பு, 2. மயக்கம், 3. அழுங் கல், 4. வைசூரி.

சோம்பாகி - } சமையற்காரன்.
சோம்பாயி - }

சோம்பு - மந்தம், 2. நட்சத்திரசீரகம், 3. சோம்பல், 4. தாமதகுணம், 5. தூக்கம்

சோம்பேறி - சுவர்ணபேதி, 2 சோம்பன்.

சோர - (வி) தளர, 2. களைக்க, 3. மதி மயங்க, 4. சீலைசோர, 5. கண்ணீர் முதலிய சொரிய, 6. நீர்சொரிய, 7. சொற்சோர, 8. பீரிட்டோட, 9. விழ, 10. கழல, 11. வாட, 12. குற்றஞ்செய்ய, 13. மனஞ்சோர, 14. அவிழ.

சோரகன் - கள்வன்.

சோரசத்துரு - சவ்வீரம், (ஓர் பாஷாணம்.)

சோரஸ்திரீ - விபசாரி.

சோரபாஷாணம் - ஓர் பாஷாணம்.

சோரபேதி - அஞ்சனபாஷாணம்.

சோரம் - களவு, 2. வஞ்சனை, 3. விபசாரம்.

சோரன் - ஆட்டுக்குட்டி, 2. திருடன்.

சோராவரி - } கொள்ளை
சோராபரி - } 2. மானபங்கம்
ஜோராவரி - }

சோரி - மழை, 2. இரத்தம்.

சோர்பு - சோர்வு.

சோர்வு - சோர்தல், 2. மெலிவு, 3. மறதி, 4. இழந்து விடுகை, 5. ஒழுக்கஞ் சோர்கை, 6. மனத்தளர்ச்சி, 7. கழலுகை.

சோலி - காரியம்.

சோலி - முலைக்கச்சு, 2. தோணியிலொதுங்கிடம்.

சோலை - பூங்கா.

சோலைமலை - ஒரு சுப்பிரமணியர் ஸ்தலம், 2. அழகர்மலை.

சோல்நா -
ஜோல்நா - } நான்மூலைத் தொங்குபை.

சோவெனல் - ஒலிக்குறிப்பு.

சோவை - நீர்க்கோவைக்கொடி.

சோழகம் - தென்காற்று.

சோழம் - சோழதேசம்.

சோழியக்கடகம் -
சோழியக்கூடை - } மண்ணள்ளுங் கூடை, 2. சாட்டுக் கூடை.

சோழியப்பை - இரப்போர்பை.

சோழியன் - சோழ்நிலத்தான், 2. பெரிய மண்வெட்டி.

சோளகம் - மயிர்கழிக்கை.

சோளம் - ஓர்பயிர், 2. சங்கஞ்செடி.

சோளன் - சோளம்.

சோளி -
சோளிகை - } பிச்சைக்காரர்பை.

சோறு - சாதம், 2. கற்றாழை முதலிய வற்றின் சோறு, 3. பரணிநாள்.

சோறுகொல்லி - பெருந்தீனிக்காரன், 2. அன்னபேதி.

சோறூட்டல் - அன்னப்பிராசனம்; இது சோட்சக்கிரியையினொன்று.

சோற்றி - மரத்தினுட்சோறு, 2. வயிர மின்மை.

சோற்றுக்கை - வலக்கை.

சோனகம் - ஓர் தேசம், 2. ஓர்பாஷை.

சோனகர் - துலுக்கர்.

சோனாமாரி - விடாமழை.

சோனை - மழைபொழிவு, 2. விடா மழை, 3. திருவோணநாள்.

சௌ

சௌகந்தி - (வை.அ) கந்தகபாஷாணம்.

சௌகந்திகம் - வெள்ளாம்பல்.

சௌகந்திகை - நல்ல மணமுடையது.

சௌகரியம் -
சோகரியம் - } சுகம்.

சௌக்கியம் - சுகம், 2. ஆரோக்கியம்.

சௌசம் - சுத்தம், 2. சுத்தஞ்செய்கை.

சௌசன்னியம் - அன்பு.

சௌடால் - இடம்பம்.

சௌடு - வண்டல்.

சௌண்டி -
சவுண்டி - } திப்பிலி.

சௌண்டிகர் - கள்விற்போர்.

சௌதம் - மலிவு, 2. அரண்மனை.

சௌதாகிரி - குதிரைவியாபாரி.

சௌதாயம் - சீதனம், 2. பந்தயப் பொருள்.

சௌத்தி - சதுர்த்தி.

சௌத்திராந்திகம் - ஒருவகைப் புத்த சமயம்.

சௌந்தரம் - அழகு.

சௌந்தரலகிரி - ஓர் நூல்.

சௌந்தரியம் -
சௌந்தரீகம் - } பேரழகு.

சௌந்தரேசன் -
சுந்தரேசன் - } சொக்கலிங்க மூர்த்தி.

சௌபஞ்சனம் - புனன்முருங்கைமரம்.

சௌபாக்கியம் - மிகுபாக்கியம்.

சௌமம் - சிற்பநூன் முப்பத்திரண்டி னொன்று.

சௌமன் - புதன்.

சௌமிய - நாற்பத்து மூன்றாவதாண்டு.

சௌமியத்துவம் -
சௌமியம் - } சாந்தம், 2. அழகு.

சௌமியர் - சாந்தர், 2. முனிவர்.

சௌமியன் - சாந்தன், 2. அருகன், 3. பதினொரு ருத்திரர்களிலொருவன்.

சௌரகன் - நாவிதன்.

சௌரம் - ஒருபபுராணம், 2. மயிர் கழிக்கை, 3. சூரிய சம்பந்தம்.

சௌராட்டிரம் - } ஓரிராகம், 2. ஓர்
சௌராஷ்டிரம் - } தேயம்.

சௌரி - சனி, 2. மகாவிஷ்ணு, 3. கன்னன், 4. கருடன், 5. நமன், 6. தாருகன் மனைவி, 7. துர்க்கை.

சௌரியம் - வீரம், 2. களவு.

சௌரியன் - சூரியபுத்திரன், 2. வீரன், 3. சூரபன்மன்.

சௌரு - நெய்ப்பற்றுள்ள சுவை.

சௌவீரம் - ஒருமருந்து, 2. ஒரு தேயம்.

சௌளம் - } மயிர்களைதல்.
சௌரம் - }

சௌனகீயம் - உபநிடதத்தொன்று.

ஜ

ஜ- ஓர் ஸம்ஸ்கிருத எழுத்து.

ஜடம் - உடல்.

ஜட்கா - வேகம், 2. விரைவு.

ஜட்பட் - அதிசீக்கிரம்.

ஜப்தி - ஒருவன் பொருளைச் சர்க்கார் கைப்பற்றிவைத்தல்.

ஜமீன் - நிலம்.

ஜம்பம் - இடம்பம்.

ஜரூர் - தீவிரம்.

ஜலம் - நீர்.

ஜல்தி - வேகம்.

ஜவாப் - உத்தரம்.

ஜவான் - சேவகன்.

ஜனம் - பிரஜைகள்.

ஜன்னல் - பலகணி.

ஜா

ஜாகீர் - மானியம்.

ஜாகை - தங்கும் வீடு.

ஜாக்கிரதை - கண் விழிப்பு, 2. எச்சரிக்கை.

ஜாடி - குடம், 2. பாண்டம்.

ஜாதகம் - சனனபத்திரம்.

ஜாதி - வருணம்

ஜாஸ்தி - மிகுதி

ஜாமம் - சாமம்,, (ஏழரை நாழிகை கொண்ட காலம்.)

ஜாலக் - தந்திரம், 2. உபாயம்.

ஜாலம் - மந்திரவித்தை.

ஜி

ஜிமிக்கி - ஓராபரணம்.

ஜிராயத் - சாகுபடி.

ஜில்லெனல் - (தொ.பெ) சில்லெனல்.

ஜீ

ஜீவனம் - பிழைப்பு.

ஜீவன் - பிராணன்.

ஜீனி - குதிரைச் சேணம்.

ஜு

ஜுத்தி - செருப்பு.

ஜும்மா - பொறுப்பு.

ஜெ

ஜெகம் - உலகம்.

ஜெகைரா - பண்டசாலை.

ஜெண்டா - கொடி.

ஜெந்து - பிராணி.

ஜெபம் - பிரார்த்தனை.

ஜெயம் - வெற்றி.

ஜென்மம் - பிறப்பு.

ஜோ

ஜோடி - இணை, 2. இரட்டை.

ஜோதி - பிரகாசம்.

ஜோர் - பலோத்காரம், 2. விறைப்பு.

ஜோறாவரி - கொள்ளை.

ஸ்

ஸ - ஓர் சம்ஸ்கிருத எழுத்து.

ஸ்கந்தம் - முருகப்பிரான் சரித்திரம்.

ஸ்கந்தன் - குமரக்கடவுள்.

ஸ்கலிதம் - } விழுகை, 2. பெருப்பாடு.
ஸ்கலனம் - }

ஸ்காந்தம் - பதினெண்புராணங்களி லொன்று.

ஸ்தம்பம் - தம்பம்.

ஸ்தம்பனம் - அசைவற நிறுத்துகை.

ஸ்தலம் - தலம்.

ஸ்தனம் - முலை.

ஸ்தாபகம் - ஏற்படுத்துகை.

ஸ்தாபனம் - தாபனம்.

ஸ்தாபிக்க - (வி) நிலைபடச்செய்ய.
ஸ்தாவரம் - அசரம்,(நிலையியற் பொருள்.)
ஸ்தானம் - இடம்.
ஸ்தானியம் - நிலை.
ஸ்தானியாள் - } கோயிலார்.
ஸ்தானிகாள் - }
ஸ்தானீகம் - கோயிற்றலைமை.
ஸ்தானீகன் - பூசாரி.
ஸ்திதம் - நிற்பது.
ஸ்திதி - இருப்பு.
ஸ்திரம் - உறுதி.
ஸ்திரரங்கம் - அவிரிப்பூண்டு.
ஸ்திரீ - பெண்.
ஸ்துதி - தோத்திரம்.
ஸ்துதித்தியம் - துதி.
ஸ்தூண் - தூண்.
ஸ்தூபி - சிகரம்.
ஸ்தூலம் - தூலம்.
ஸ்தோத்திரம் - தோத்திரம்.
ஸ்தோமம் - சேனை.
ஸ்தௌத்தியம் - புகழ்.
ஸ்நானம் - முழுக்கு.
ஸ்நேகம் - சினேகம்.
ஸ்பஷ்டம் - வெட்டவெளிச்சம், 2. தீர்க்கம்.
ஸ்படிகம் - படிகம்.
ஸ்பரிசம் - ஊறு, 2. பரிசம், 3. மெய் யெழுத்து.
ஸ்பரிசனம் - தொடுதல்.
ஸ்போடகம் - கொப்புளம்.
ஸ்மார்த்தம் - ஸ்மிருதி சம்பந்தம்.
ஸ்மிருதி - தருமசாத்திரம்.
ஸ்வ - சொந்தமான.
ஸ்வகதம் - தன் கொள்கை.
ஸ்வச்சம் - சொக்கம், (சுத்தம்.)
ஸ்வஸ்தம் - ஆரோக்கியம்.
ஸ்வஸ்தி - மங்கலமொழி.
ஸ்வஸ்திகம் - நவாசனத்திலொன்று.
ஸ்வதந்திரம் - சுவதந்திரம்.
ஸ்வதர்மம் - கடமை.
ஸ்வதா - சுதா, (தான்ாய்.)
ஸ்வபாவம் - சுபாவம்.
ஸ்வபூ - தானாகவாதல்.
ஸ்வயம் - சுயம்.
ஸ்வயம்பு - } முதல்மனு.
ஸ்வயம்புவன் - }
ஸ்வயம்வரம் - அரசகுமாரியே புருஷனை வரிந்தெடுத்தல்.
ஸ்வரம் - இசை.
ஸ்வரூபம் - சொரூபம்.
ஸ்வர்க்கம் - சுவர்க்கம்.
ஸ்வர்ணம் - } பொன்.
ஸ்வர்ன்னம் - }
ஸ்வல்பம் - சொற்பம்.
ஸ்வாகதம் - வாழ்த்து.
ஸ்வாகா - மந்திரமுடிவினொன்று.
ஸ்வாஸ்தியம் - பாக்கியம்.
ஸ்வாதந்திரியம் - சுதந்தரம்.
ஸ்வாபாவீகம் - சுபாவகுணம்.
ஸ்வாமி - கடவுள்.
ஸ்வார்த்தம் - சுயதிரவியம்.
ஸ்வேச்சை - தன்னிச்சை.
ஸ்வேதசம் - வெயர்வையிற் பிறக்கும் மின்மினி கிருமிகீட முதலாயின.
ஸ்வேதம் - வெண்மை.

ஷ

ஷகர் - பட்டணம்.
ஷட்பதம் - வண்டு.
ஷரா - குறிப்பு.
ஷராப் - மதுபானம்.
ஷாமீல் - சேர்க்கை.
ஷால் - உத்தரீயம்.
ஷா்யி - மை.

ஸ்ரீ

ஸ்ரீ - இலட்சுமி, 2. பாக்கியம்.
ஸ்ரீகண்டன் - சிவன்.
ஸ்ரீகரம் - பாக்கியம்.
ஸ்ரீகாகுளம் - ஓரூர்.
ஸ்ரீகாந்தன் - இலக்குமிபதி.
ஸ்ரீகாரியம் - பரமகாரியம்.
ஸ்ரீகாளஸ்தி - } கண்ணப்பநாயனார் முத்திபெற்ற ஸ்தலம்.
ஸ்ரீகாளஹஸ்தி - }
ஸ்ரீசைந்தி - கண்ணபிரானவதரித்த நாள்.

ஸ்ரீதரன் - திருமால்.
ஸ்ரீதாளம் - தாளிப்பனையோலை.
ஸ்ரீநிவாசன் - } மகாவிஷ்ணு.
ஸ்ரீபதி - }
ஸ்ரீமான் - சீமான்.
ஸ்ரீமுகவருஷம் - சிமுகவருஷம்.
ஸ்ரீராகம் - ஓர் இராகம்.
ஸ்ரீராமன் - சானகிரமணன்.
ஸ்ரீவச்சம் - மகாவிஷ்ணுவின் மார்பிலுள்ள ஓர் மறு.

க்ஷ

க்ஷ - ஓர் ஸம்ஸ்கிருத எழுத்து.
க்ஷணம் - கணம்.
க்ஷதை - உடைந்தது.
க்ஷத்திரியன் - இரண்டாம் வருணத்தினன்.
க்ஷபணகன் - புத்தன்.
க்ஷபணமதம் - சமணமதம்.
க்ஷமிக்க -(வி) பொறுக்க.
க்ஷமை - பொறுமை.
க்ஷயம் - சிதைவு.
க்ஷயிக்க - (வி) கெட.

க்ஷா

க்ஷாத்திரம் - குரோதம்.
க்ஷாமம் - பஞ்சம்.
க்ஷாரம் - உப்பு.

க்ஷி

க்ஷிதி - கிதி.

க்ஷீ

க்ஷீணம் - ஈனம்.
க்ஷீணிக்க - (வி) கெட்டுப்போக.
க்ஷீரம் - பால்.
க்ஷீரோதகம் - ஐக்கியம்.

க்ஷு

க்ஷுத்திரம் - சிறுமை, 2. கொடுமை.
க்ஷுத்து - பசி.
க்ஷுத்பாதை - பசிவருத்தம்.

க்ஷௌ

க்ஷௌணதை - கெடுதி.

க்ஷே

க்ஷேத்திரம் - ஸ்தலம்.
க்ஷேபம் - காலங்கழித்தல்.
க்ஷேமம் - சுகம்.

க்ஷௌ

க்ஷௌரம் - சௌரம், (மயிர்களைதல்.)

ஞ

ஞஃகான் - ஞகரம்.
ஞஞ்ஞைஞயெனல் - அனுகரண ஒலி.
ஞண்டு - நண்டு, 2. கற்கடகவிராசி.
ஞமகண்டன் - காணாக்கிரகத்தொன்று.
ஞமலி - நாய், 2. மயில், 3. கள்.
ஞமன் - } நமன்.
யமன் - }
ஞயம் - நயம்.
ஞரல - (வி) ஒலிக்க.
ஞலவல் - மின் மினிப்பூச்சி.
ஞறா - மயிற்குரல்.

ஞா

ஞாங்கர் - இடம், 2. பக்கம், 3. கைவேல், 4. இனி, 5. மேல், 6. முன்பு.
ஞாஞ்சில் - கலப்பை, 2. மதிலுறுப்பு.
ஞாட்பு - பூசல், 2. கூட்டம், 3. படை, 4. வலி, 5. பாரம், 6. போர்க்களம்.
ஞாண் - கயிறு, 2. விண்னாண்.
ஞாதம் - அறியப்பட்டது.
ஞாதா - அறிகிறவன்.
ஞாதி - தாயத்தான், 2. தந்தை.
ஞாதுரு - ஞாதா.
ஞாத்தல் - (தொ.பெ) கட்டுதல்.
ஞாபகம் - அறிவு, 2. நினைவு, 3. அரும் பொருள், 4. இலக்கியமெடுத்துக் காட்டல்.
ஞாயம் - நியாயம்.
ஞாயில் - மதிலுறுப்பு
ஞாயிறு - சூரியன், 2. ஆதிவாரம்.
ஞால - (வி) தொங்க.
ஞாலம் - பூமி, 2. ஊமத்தை, (ஒரு செடி.)

ஞாழல் - குங்குமமரம், 2. கோங்குமரம், 3. சங்குபுட்பம், 4. பொன்னாவிரை, (ஒரு செடி), 5. மயிர்க்கொன்றை மரம், 5. மர வயிரம்.

ஞாளி - நாய், 2. கள்.

ஞாளிதம் - வள்ளைக்கொடி.

ஞானகாண்டிகர் - மூவகைப் பக்குவரி லொருவர்.

ஞானக்காட்சி - சைதன்னிய தரிசனம்.

ஞான்சாதனம் - ஞானப்பயிற்சி.

ஞானதிட்டி / **ஞானதிருட்டி** - } ஞானக்கண்.

ஞானதீட்சை - ஞானவுபதேசம்.

ஞானஸ்நானம் - கிறிஸ்தவ மார்க்கச் சடங்கு.

ஞானநாயகன் - கடவுள்.

ஞானபுத்திரன் - சீடன்.

ஞானமூர்த்தி - கடவுள், 2. சரசுவதி.

ஞானம் - அறிவு, 2. கல்வி, 3. பிரம ஞானம், 4. ஞானபாதம், 5. ஞானநடை, 6. மெய்ஞ் ஞானம், 7. தெளிவு.

ஞானவல்லி - பார்வதி.

ஞானவாசிட்டம் - ஸ்ரீராமருக்கு வசிஷ்டரால் கற்பிக்கப்பட்ட ஒரு வேதாந்த நூல்.

ஞானவிரல் - ஆழிவிரல்.

ஞானன் - கடவுள்.

ஞானாசாரம் - ஞானவொழுக்கம்.

ஞானார்த்தம் - உட்பொருள்.

ஞானானந்தன் - கடவுள்.

ஞானி - அறிவுள்ளோன், 2. நாலாம் பாதத்தோன், 3. அருகன், 4. சேவல்.

ஞானேந்திரியம் - அறிகருவி, அஃது மெய், வாய், கண், மூக்கு, செவி.

ஞான்று - நாள், ஓரிடைச்சொல், 3. இசை நிறை.

ஞி

ஞிமிர - (வி) ஒலிக்க, 2. நிமிர.

ஞிமிர் - ஒலி.

ஞிமிறு - வண்டு.

ஞெ

ஞெகிழ - (வி) அலைய, 2. கழல, 3. சோர, 4. நழுவ.

ஞெகிழம் - பொற்சிலம்பு.

ஞெகிழி - சிலம்பணி, 2. சிலம்பு, 3. தீயுறுவிறகு, 4. தீப்பொறி, 5. தீ.

ஞெண்டு - நண்டு.

ஞெப்தி - ஞாபகம்.

ஞெமிர - (வி) ஒடிய, 2. நெரிய, 3. பரவ.

ஞெமுக்கம் - அழுந்துகை.

ஞெமுங்க - (வி) அழுந்த.

ஞெரித்தல் - (தொ.பெ) நெரித்தல்.

ஞெரேலெனல் - அச்சக்குறிப்பு, 2. ஒலிக் குறிப்பு, 3. விரைவுக்குறிப்பு.

ஞெலிகோல் - தீக்கடைகோல்.

ஞெலிய - (வி) கடைய, 2. குடைய.

ஞெளிர் - உள்ளோசை, 2. ஒலி.

ஞெள்ள -(வி) பள்ளமாக, 2. உடன்பட, 3. ஒலிக்க.

ஞெள்ளல் - சீக்கிரம், 2. மேன்மை, 3. வீதி, 4. மிகுதி, 5. பள்ளம், 6. ஒலித்தல், 7. சோர்வு, 8. உடன்படல்.

ஞெள்ளெனல் - அனுகரணவோசை.

ஞே

ஞேயம் - நேயம், 2. நெய்.

ஞேயம் - அறியப்பட்டது.

ஞேயா - பெருமருந்துக்கொடி.

ஞை

ஞைஞையெனல் - இகழ்ச்சிக்குறிப்பு.

ஞொ

ஞொள்கல் - (தொ.பெ)இளைத்தல், 2. குலைதல், 3. சோம்பல், 4. அலைதல்.

ட

டக்கண் / **டக்கணி** / **டக்ணி** - } தட்சணதேசம், (தென்தேசம்.)

டக்கயம் / **டக்கியம்** - } கொடி.

டக்கு - புரட்டு, 2. துணிமடிப்பு.

டக்கை - பெரியமேளம், (ஓர் வாச்சியம்.)

டக்டக் - அனுகரண ஓசை.

டங்கசாலை - நாணயசாலை.
டங்கா - ஓர் கட்பறை.
டங்கார் - தோற்கச்சை.
டபால் - தபால், (அஞ்சல்.)
டப்பஞ்சு - பகட்டுக்கரை.
டப்பா - ஓர்வகைப் பாட்டு
டப்பாஸ் - சீனவெடி.
டப்பி - ஆயப்பெட்டி.
டப்பு - பெரியதுட்டு, 2. பொய், 3. பெருமிதக் காட்சி.
டப்பை - காவல்.
டமருகம் - உடுக்கை.
டமா - } சிறுமுரசு.
டமாரம் -
டம்மாரம் -
டம்மானம் -
டம் - } அனுகரணஓசை.
டமார் -
டம்பம் - ஆடம்பரம்.
டர் - பயம்.
டவண்டை - பேருடுக்கை.
டவுல் - உத்தேசம்.
டவைதார் - } தலைமைச் சேவகன்.
டபேதார் -

டா

டாகு - புள்ளி.
டாக்கு - கர்வம்.
டாப்பு - அட்டவணை.
டாம்பீகம் - } வீண்பெருமை.
டாம்பிகம் -
டார் - தாருதைலம்.
டால் - கொடி, 2. கேடகம், 3. இரத்தின ஒளி.

டி

டிங்டிங் - உப்புக்கண்டம்.
டிண்டிமம் - தம்பட்டம், (ஓர் பறை.)
டில்லி - தில்லிப்பட்டணம்.

டீ

டீடீ - கெம்பீரக்குறிப்பு.
டீலா - தளர்ச்சி.

டொ

டொங்கு - பொந்து, 2. கோணல்.
டொம்பர் - } கழைக்கூத்தர்.
டொம்பரவர் -
டொழா - இலுப்பைமரம்.

டோ

டோங்க - (வி) இளைப்படைய.
டோலாயமானம் - நிலையின்மை.
டோலி - ஓர்வகைச் சிவிகை.
டோலேந்திரம் - தொங்கக்கட்டி வேக வைத்தல்.
டோல் - தூங்குமஞ்சம்.
டோல் - ஒரு பெருமேளம்.

ட்

ட்டராய்த்தல் - நிலைநிறுத்துகை.
ட்டவளி - வஞ்சகம்.
ட்டாக்கு - வலிமை.
ட்டாக்கோட்டாக்கு - வேகம்.
ட்டாணா - } ஊர்க்காவற்காரர் தங்குமிடம்.
தாணா -
ட்டார் - கிசில், (ஓர் சாளரசம்.)
ட்டிக்காணா - நிலை.
ட்டீக்கா - பிறைப்பதக்கம்.
ட்டீக்கு - ஏற்றது.
ட்டீக்கு - } வீறாப்பு.
ட்டீவு -

த

தக -(வி) தக்கதாக, 2. பொருத்தமாயிருக்க, 3. உரிமையாக, 4. இயல்பாயிருக்க.
தககூ - ஒரு மிருகம்.
தகடு - இலைத்தட்டு, 2. தகட்டுவடிவு, 3. இலை, 4. அடர்பு, 5. மண்படை.
தகட்டரிதாரம் - } ஒரு மருந்து.
தகட்டுத்தாளகம் -
தகணை - உலோகக்கட்டி.
தகதகெனல் - (தொ.பெ) ஒளிதரல்.
தகப்பன் - பிதா.
தகமை - குணம்.
தகம் - உஷ்ணம், 2. எரிவு.

தகர - (வி) உடைய, 2. சின்னாபின்னப்பட, 3. நொறுங்க, 4. கொப்புளமுடைய, 5. பல்தகர, 6. கரையுடைய, 7. படையணி சிதற.

தகரடி - சிதறவடிக்கு மடி.

தகரம் - இரும்பின்மேற் பூசும் ஒரு லோகம், 2. ஈயம், 3. ஓர்வாசனைப் பண்டம், 4. மயிர்ச்சாந்து, 5. தகரமரம், 6. தா எனும் எழுத்து.

தகரார் -
தகரால் -
தகராறு - } தடை.

தகரை - ஓர் செடி.

தகர் - தகர்ந்ததுண்டு, 2. செம்மறி யாட்டுக்கடா, 3. மேடவிராசி, 4. துருவாட் டேறு, 5. யாளியினாண், 6. ஆண்யானை, 7. ஆண்சுறா, 9. பராகம், 9. பூமி, 10. பலாசு மரம்.

தகலக்கட்ட - (வி) ஏமாற்ற.

தகலுபாசி -
தகல்பாசி - } மோசக்காரன்.

தகலுப் - எத்து.

தகல் - தகுதல், 2. திராய்.

தகவல் - திருட்டாந்தம், 2. சரியான மாறுத்தரம்.

தகவு - தகுதி, 2. உரிமை, 3. குணம், 4. ஒழுக்கம், 5. கிருபை, 6. அறிவு, 7. தெளிவு, 8. உவமை, 9. யோக்கியம், 10. நீதி.

தகழி - அகல்.

தகழிகை - உண்கலம்.

தகளி - தகழி.

தகனம் - சுடல்.

தகனன் - அக்கினிதேவன், 2. தீ.

தகனிக்க - (வி) எரிக்க.

தகன் - அக்கினி, 2. திராய், 3. பூரான்.

தகா - தந்திரம்.

தகா - பேராசை, 2. தாகம், 3. மோகம், 4. பொருளாசை.

தகாதா -
தகாதி - } வழக்கு.

தகாமை - ஒவ்வாமை.

தகிக்க - (வி) எரிக்க, 2. சுட, 3. பிரேதந் தகிக்க.

தகிலாயம் - சினேகம்.

தகிஸிக்க - (வி) வஞ்சிக்க, 2. உட்புகுத்த, 3. குற்றஞ்சாட்ட, 4. உழக்க.

தகிஸிமா - சேங்கொட்டைமரம்.

தகுணிதம் - வாச்சியப்பொது.

தகுதி - ஏற்றது, 2. உற்றது, 3. தகைமை, 4. மேன்மை, 5. வல்லமை, 6. நேர்மை, 7. பொறுமை, 8. ஒழுக்கம், 9. அறிவு, 10. பொருத்தம்.

தகுதியோர் - அறிஞர், 2. சுற்றத்தார், 3. பெருமையிற் சிறந்தோர்.

தகுவ - இயன்றவை.

தகுவர் - அசுரர்.

தகுளம் - மகளிர் விளையாட்டு.

தகை - தகுதி, 2. மேன்மை, 3. பெருமை, 4. குணம், 5. அழகு, 6. அன்பு, 7. கவசம்.

தகை - தாகம், 2. தளர்வு.

தகைத்து - தன்மையுடையது.

தகைமை - ஒழுங்கு, 2. குணம், 3. பெருமை, 4. அழ்கு, 5. தகுதி.

தகைய -(வி) தடுக்க, 2. ஆணைவைக்க, 3. இளைக்க.

தகையணங்குறுத்தல் -(தொ.பெ) களவுப்புணர்ச்சி செய்த தலைவியைக் குறிப்பினாலச்சுறுத்தல்.

தகைவிலான்குருவி -
தகைவிலாங்குருவி - } அடைக்கலாங் குருவி.

தகைவு - தடை, 2. தளர்ச்சி.

தக்க - தகுதியான.

தக்க -(வி) தகுதியாயிருக்க, 2. தனதாக, 3. தங்க, 4. பயன்பட.

தக்ககன் -
தக்ஷகன் - } அஷ்டநாகத்தொன்று.

தக்கடி -
தக்கிடி - } குதர்க்கம், 2. வஞ்சனை, 3. துரோகம், 4. மூர்க்கம்.

தக்கடை - ஓர் நிறையறி கருவி.

தக்கணம் -
தக்கிணம் - } தெற்கு, 2. வலப்பக்கம்.

தக்கணாக்கினி - வேதாக்கினி மூன்றி னொன்று.

தக்கணாயனம் -
தக்கிணாயனம் - } சூரியனது தென்வீதி; அது: கடக முதலாறு மாதம்.

தக்கணை - சான்றோர்க்களிப்பது.
தக்கம் - ஒரு விளையாட்டு; இது: பன்னான்கு குழிவிளையாட்டில் வருவது, 2. தடை, 3. தருமநூலினொன்று.
தக்கர் - ஜாடி.
தக்கல் - தக்கை.
தக்கன் - நவப்பிரமரிலொருவன், 2. அஷ்டநாகங்களிலொன்று.
தக்காரி - வாதமடக்கி, 2. தழுதாழைமரம்.
தக்கார் - மேன்மக்கள், 2. சிறந்தோர், 3. உறவினர்.
தக்காளி - ஒரு செடி.
தக்காளிப்பிள்ளை - பிள்ளைப்பூச்சி.
தக்கிணை - தட்சிணை.
தக்கிரம் - மோர்.
தக்கு - தாழ்ந்த ஓசை.
தக்குத்தடவல் - (தொ.பெ) பேச்சுத் தடக்குதல்.
தக்கெனல் - ஒலிக்குறிப்பு.
தக்கேசி - ஓர்பண்.
தக்கை - குதம்பை, 2. அடைக்குந்தக்கை, 3. தெப்பம், 4. பம்பை வாச்சியம், 5. பலவகைப்பறை.
தக்கோர் - அறிஞர்.
தக்கோலம் - சிறுநாவற்பூ, 2. வால்மிளகு.
தங்க -(வி) வைக, 2. தடைபட, 3. தாமதிக்க, 4. இருப்பாயிருக்க, 5. சார்ந்திருக்க, 6. நிலைபெற்றிருக்க.
தங்கசாலை - நாணயங்கள் செய்யும் ஸ்தலம்.
தங்கச்சி - தங்கை.
தங்கம் - மாற்றுயர்ந்த பொன்.
தங்கல் - தங்குதல், 2. தங்குமிடம், 3. நிலைபெறுதல்.
தங்காள் - தங்கை.
தங்கான் - அரையென்னுமெண்ணின் குழூஉக்குறி.
தங்குதுறை - தங்கத்தக்க இடம்.
தங்கை -
தங்கைச்சி - } இளையாள்.
தசகம் - பத்து.
தசகூலி - உழவுகூலி.

தசக்கிரீவன் - இராவணன்.
தசமி - பத்தாந்திதி.
தசம் - பத்து.
தசரதன் - ஸ்ரீராமர் தந்தை.
தசனம் - பல், 2. கவசம்.
தசாங்கம் - அரசர்க்குரிய பத்துறுப்பு; அவை: ஊர், யானை, துவசம், செங்கோல், நாடு, குதிரை, மலை, மாலை, முரசு, யாறு என்பன.
தசாட்சரி - ஓரிராகம்.
தசானன் -
தசானனன் - } இராவணன்.
தசிரம் - உட்டுளை.
தசுகரம் - களவு.
தசும்பர் - குடம்.
தசும்பு - குடம், 2. கொப்பரி, 3. பொன்.
தசை - ஊன், 2. புலால்.
தசை - நிலைமை.
தசைய - (வி) கொழுக்க, 2. பழஞ்சதை பற்ற, 3. பூரிக்க.
தசையடைப்பு - தசைவளர்ச்சி, 2. கொழுப்புப்பிடித்தல்.
தச்சகன் - குடும்பத்தலைவன்.
தச்சன் - மரவினையாளன், 2. சித்திரை நாள்.
தச்சிச்சி - தச்சப்பெண்.
தச்சு - தச்சன் றொழில்.
தஜ்விஜ் - யூகம்.
தஸ்கத் - கையெழுத்து.
தஸ்கரம் - களவு.
தஸ்தக் - களப்பிச்சை.
தஸ்தவேசு -
தஸ்தாவேஜு - } பத்திரம்.
தஸ்தா - காகிதக்கட்டு.
தஸ்திக் - சன்னது.
தஸ்திரம் - தஸ்தவேசுக்கட்டு.
தஸ்தூரி - சுதந்தரம்.
தஞ்சம் - பற்றுக்கோடு, 2. துணை, 3. பெருமை, 4. எளிமை, 5 தாழ்வு, 6. அடைக்கலம்.
தஞ்சை - தஞ்சாவூர்.
தஞ்ஞனம் - தன்னையறிந்தவன்.
தடக்க - (வி) இடற.

தடக்கு -
தடக்கம் - } தடை.

தடங்கல் - தடை, 2. ஆட்சேபம், 3. தாமதம், 4. அடைப்பு, 5. வறிதிருக்கை.

தடதடக்க - (வி) கைகால் தள்ளாட, 2. நாக்குளற, 3. தளர.

தடதடெனல் - விரைவுக்குறிப்பு.

தடத்தம் -
தடஸ்தம் - } நடுவாய் நிற்றல்.

தடபுடல் - விரைவுக்குறிப்பு, 2. சந்தடி.

தடம் - வழி, 2. கரை, 3. வரம்பு, 4. மலைப் பக்கம், 5. பெருமை, 6. குளம், 7. ஓர்மரம், 8. ஓமகுண்டம், 9. வெளி, 10. கண்ணி, 11. சுருக்கு, 12. விசாலம்.

தடயம் - பலபண்டம்.

தடல் - சிதள், 2. பலாப்பழச் செதிள், 2. வாழைமடல்.

தடவ - (வி) தடவர, 2. தெரியாமற்றடவ, 3. எண்ணெய் முதலிய தடவ, 4.பூச, 5. வீணைவாசிக்க, 6. முகந்தளந்து தடவ, 7. மெதுவாகச்செய்ய, 8. நுனியசைய.

தடவர -(வி) தடவ, 2. யாழ்வாசிக்க.

தடவல் - தடவுதல், 2. வீணைவாசித்தல், 3. அருமை.

தடவு - பெருமை, 2. வளைவு, 3. தூபக்கால்.

தடவுச்செவி - பெரிய காது, 2. யானைக் காது.

தடவை - முறை.

தடறு - ஆயுதவுறை.

தடா - பானை, 2. மிடா.

தடாகம் - குளம்.

தடாதடி - குழப்பம், 2. மாறுபாடு.

தடாரி - வாத்தியப்பொது, 2. பம்பை, 3. பேரிகை, 4. மத்தளம்.

தடாரிக்க -(வி) ஊடுருவ, 2. அடிக்க.

தடி - தடிக்கொம்பு, 2. தண்டம், 3. அளவு கோல், 4. வயல், 5. பாத்தி, 6. உலக்கை, 7. வில், 8. மின்னல், 9. ஊன், 10. உடும்பு.

தடிக்க - (வி) பூரிக்க, 2. வீங்க, 3. வெட்ட.

தடித்து - மின்னல்.

தடிப்பம் - பருமை, 2. வீக்கம்.

தடிப்பு - கடினம், 2. வீக்கம், 3. பருமை, 4. தழும்பு.

தடிமல் -
தடிமன் - } சலதோஷம்.

தடிமன் - தடிப்பம்.

தடிய- (வி) அறுக்க, 2. குறைக்க, 3. தறிக்க, 4. வெட்ட.

தடியன் - முரடன், 2. பருத்தவன்.

தடிவு - வெட்டு, 2. அறுக்கை.

தடினி - ஆறு.

தடுக்க - (வி) தடைசெய்ய, 2. விலக்க, 3. தட்ட, 4. அடக்க, 5. நீக்க, 6. அடைக்க, 7. எதிர்க்க, 8. குலைக்க, 9. ஆணையிட, 10. மறிக்க, 11. தவிர, 12. மறுக்க, 13. மந்திரத் தாற்றடுக்க, 14. தாமதப்படுத்த.

தடுக்கு - சிறுபாய், 2. தவிசு.

தடுப்பு - தடுத்தல்.

தடுமன் - சலதோஷம்.

தடுமாற - (வி) கலங்க, 2. கலைய, 3. சந்தேகிக்க.

தடுமாற்றம் - கலக்கம், 2. சந்தேகம், 3. தவறுகை, 4. மயக்கம்.

தடை - விக்கினம், 2. விரோதம், 3. கவசம், 4. பிடிப்பு, 5. அடைப்பு.

தடையம் - தராசுத்தடை, 2. கத்திப்பிடி, 3. தட்டு முட்டு.

தட்க - (வி) தடுக்க.

தட்சகன் -
த்க்ஷகன் - } நவப்பிரமரிலொருவன், 2. அஷ்டநாகத்தொன்று, 3. குடும்பத்தலைவன்.

தட்சணம் -
தக்ஷிணம் - } தெற்கு, 2.வலப்பக்கம், 3. அதேநிமிஷம்.

தட்சணாமூர்த்தம் - குருமூர்த்தம்.

தட்சணாமூர்த்தி - சிவன், 2. அகஸ்தியன்.

தட்சணை -
தட்சிணை - } சான்றோர்க்களிப்பது, 2. சிட்சை.

தட்ட - (வி)அறைய, 2.விலக்க,3.கொட்ட, 4. முட்ட, 5. தடுக்க, 6.புரட்ட, 7.குலைக்க,

8. அகற்ற, 9. உடைக்க, 10. கதிரடிக்க, 11. நினைவெழுப்ப, 12. தட்டி வீழ்த்த, 13. மோத, 14. குறைவுபட, 15. தவற, 16. தள்ளைதட்ட.

தட்டத்தனி - தனித்திருக்கை.

தட்டம் - உண்கலம், 2. தட்டு, 3. படுக்கை.

தட்டம் - பல், 2. பாம்பினச்சுப்பல்.

தட்டல் - ஐந்து, (ஒரு குழூஉக்குறி), 2. தட்டு, 3. குறைவு, 4. தட்டுகை.

தட்டழிய - (வி) நிலைகுலைய, 2. கெட்டுப் போக, 3. திகைக்க, 4. தோற்க, 5. குழம்ப, 6. நிருமூலமாக.

தட்டழிவு - கலக்கம்.

தட்டானுப்பி - ஓர் கொடி.

தட்டான் - பொற்கொல்லன், 2. ஓர் பூச்சி, 3. கோஷ்டம், 4. புடோல், (ஓர் கொடி.)

தட்டி - பலகை, 2. கச்சு, 3. கேடகம், 4. காவல், 5. வெற்றிலைக்கட்டு, 6. கோஷ்டம்.

தட்டு - தட்டம், 2. வட்டம், 3. தேர்நடு, 4. பரண்தட்டு, 5. மேன் முகப்புத்தட்டு, 6. சிவிகை முதலியவற்றின் தட்டு, 7. மேனிலை, 8. மரக்கலத்தட்டு, 9. சமநிலம், 10. சிறுசெய், 11. பரப்பு, 12. சன்னல் தட்டு, 13. மறைவுத் தட்டி, 14. சிலைத்தட்டு, 15. அடுக்கு, 16. உலக்ங்களினடுக்கு, 17. தட்டுக் கூடை, 18. முறம், 19. தராசுத்தட்டு, 20. கேடகம், 21. குயவன் திரிகை, 22. உட்கட்டுத்தட்டு, 23. தட்டுமணி, 24. இயந்திரம், 25. மெழுகுத் தட்டு, 26. வலைத்தட்டு, 27. சட்டம், 28. மட்டக்குதிரை, 29. வளைவு.

தட்டுக்கிளிபாய்தல் - ஓர்விளையாட்டு.

தட்டுக்கெடுதல் - (தொ.பெ) கலங்குதல்.

தட்டுக்கேடு நிலையழிதல்.

தட்டுமுட்டு தளபாடம்.

தட்டை - அரிதாள், 2. சமன், 3. மொட்டை, 4. கவண், 5. கிளிகடிகோல், மூங்கில் மரம்.

தட்பம் - குளிர்ச்சி.

தணக்க -(வி) நீங்க, 2. செல்ல.

தணக்கு - தணக்கமரம், 2. நுணாமரம்.

தணத்தல் - } நீங்கல், 2. செல்லல்.
தணப்பு - }

தணல் - தழல்.

தணல்விழுங்கி - தீக்குருவி.

தணவம் - அரசமரம்.

தணிகை - திருத்தணிகை, (ஓர் சுப்பிரமணியர் ஸ்தலம்.)

தணிசு - குறைவு, 2. தாழ்ச்சி.

தணிதல் - (தொ.பெ) ஆறுதல், 2. குறைதல், 3. பருத்தல், 4. குளிர்தல், 5. இளகுதல், 6. தீர்தல்.

தணித்தல் - (தொ.பெ) அவித்தல், 2. சாந்தப் படுத்தல், 3. தாழ்த்தல், 4. இளக்குதல், 5. குறைத்தல்.

தணியல் - கள், 2. தணிதல்.

தணிவு - ஆறுதல், 2. சாந்தம், 3. குறைவு, 4. கீழ்மை.

தண் - குளிர், 2. நீர், 3. அருள்.

தண்கதிர் - } சந்திரன்.
தண்சுடர் - }

தண்ட -(வி) வரி முதலிய தண்ட, 2. பிரிய.

தண்டகமாலை - ஒரு பிரபந்தம்; இது வெண்பாவான் முந்நூறு செய்யுட் கூறுவது. இது புணர்ச்சிமாலையெனவும் படும்.

தண்டகம் - தொண்டைமண்டலம், 2. வடமொழியினோர் செய்யுள்.

தண்டகன் - ஓரரசன், 2. ஓர் அரக்கன்.

தண்டகாரணியம் - தண்டகவனம்.

தண்டட்டி - ஓர் காதணி.

தண்டதரன் - நமன், 2. வீமன்.

தண்டநாயகன் - சேனாபதி, 2. அரசன், 3. நந்தி.

தண்டபாணி - நமன், 2. விஷ்ணு, 3. தண்டேசன், 4. பழனி முருகன்.

தண்டமானம் - வால்முறுக்குதல்.

தண்டமிழ் - இனியதமிழ்.

தண்டம் - ஊன்றுகோல், 2. பற்றுக் கோடு; 3. குடைக்காம்பு, 4. சிட்சை, 5. சேனை, 6. ஒரு ஆட்பிரமாணம், 7. நாடு,

8. பலபண்டம், 9. யானை செல்வழி, 10. வணக்கம், 11. யானைத்துதிக்கை, 12. தடி, 13. மூவகையறத்திளொன்று.

தண்டலர் - சத்துருக்கள்.

தண்டலை - சோலை, 2. பூந்தோட்டம், 3. ஓரூர்.

தண்டல் - சேகரிப்பு, 2. தோணித்தலைவன்.

தண்டவாளம் - உருக்கிரும்பு.

தண்டனம் - } ஆக்கினை.
தண்டனை -

தண்டன் - வணக்கம், 2. குயவன், 3. நமன்.

தண்டா - தொந்தரை, 2. நீங்காத.

தண்டாமை - நீங்காமை.

தண்டாயம் - காத்தண்டு, 2. சுந்தாயம்.

தண்டி - தண்டற்காரன், 2. தரம், 3. பருமை.

தண்டி - ஓர் புலவன், 2. சண்டேசுரநாயனார், 3. தண்டியடிகள்.

தண்டிகை - சிவிகை.

தண்டிக்க -(வி) தண்டனைசெய்ய, 2. வெட்ட, 3. பயமுறுத்திக்கேட்க, 4. பரிந்துகேட்க, 5. வருந்த, 6. பருக்க.

தண்டிப்பு - தண்டனை, 2. வெட்டல்.

தண்டியல் - தண்டிகை.

தண்டிலம் - வேதிகை.

தண்டு - சன்னியாசித்தடி, 2. தண்டாயுதம், 3. சவளமரம், 4. வீணை, 5. மிதுனராசி, 6. துளையுடைப்பொருள், 7. மூங்கில் மரம், 8. தண்டிகை, 9. பச்சோந்தி, 10. ஆயுதப்பொது, 11. சேனை, 12. பூவிதழ், 13. வரம்பு, 14. தாள், 15. விளக்குத்தண்டு, 16. மூக்குத்தண்டு, 17. வாகனத்தண்டு, 18. ஆண்குறி.

தண்டுமிண்டு - அடாதது.

தண்டுலம் - அரிசி.

தண்டேசன் - } சிவன்றொண்டன்.
தண்டேசுரன் -

தண்டை - காலணியிலொன்று, 2. பிரப்பங்கேட்கம், 3. தொந்தரை, 4. வால்.

தண்டோரா - } பறைசாற்றல்.
தண்டூரா -

தண்ணடை - நாடு, 2. மருதநிலத்தூர், 3. பச்சிலை.

தண்ணம் -குளிர், 2. காடு, 3. ஓர் கட்பறை, 4. பறைப்பொது, 5. மழு.

தண்ணளி - கருணை.

தண்ணியகுலம் - } கீழ்ச்சாதி.
தண்ணியசாதி -

தண்ணியது - குளிர்ந்தது, 2. தாழ்ந்தது.

தண்ணீர் - குளிர்ந்தநீர்.

தண்ணெனல் - (தொ.பெ) குளிர்ச்சியுறல்.

தண்ணுமை - மத்தளம், 2. உறுமிமேளம், 3. உடுக்கை, 4. ஓர் கட்பறை, 5. பேரிகை.

தண்மை - குளிர்ச்சி, 2. தாழ்வு, 3. எளிமை, 4. புல்லறிவு, 5. இகழும்பொருள், 6. சாந்தம், 7. இன்பம்.

ததம் - அகலம்.

ததல் - நிலை.

ததாகதன் - புத்தன்.

ததாகாரம் - அந்த ரூபம்.

ததாஸ்து - அப்படியாக.

ததி - தயிர், 2. பருவம், 3. தத்துவம்.

ததிசி - } ஓரிருடி.
ததீசி -

ததியை - திரிதிகை.

ததும்ப -(வி)பெருக, 2. நிரம்ப, 3. தளம்ப.

ததேகநிஷ்டை - அசைவற்ற தியானம்.

ததைய - (வி) நெருங்க.

தத் - அது எனப்பொருள்படும் ஒரு வடமொழி.

தத்த - (வி) குதிக்க, 2. தத்திப்பாய, 3. அலை பாய, 4. தாண்ட.

தத்தக்கபித்தக்கவெனல் - தள்ளாடற் குறிப்பு.

தத்தம் - ஈகை, 2. சுவிகாரம்.

தத்தரம் - நடுக்கம், 2. விரைவு.

தத்தல் - (தொ.பெ) தாண்டல்.

தத்தளிக்க - (வி) திடுக்கிட, 2. தடுமாற.

தத்தளிப்பு - தடுமாற்றம், 2. முட்டுப் பாடு.

தத்தாங்கி - மகளிர் விளையாட்டு.
தத்தாத்ரேயன் - அத்திரிக்கு அநசூயையிடத்துப் பிறந்த புதல்வன், இவன் விஷ்ணு அமிசம் என்பர்.
தத்திகாரம் - பொய்.
தத்தியம் - மெய்.
தத்தியோதனம் - தயிர்சோறு.
தத்து - பாய்தல், 2. மோசம், 3. கண்டம், 4. ஆபத்து, 5. சுவிகாரம்.
தத்துவம் - குணம், 2. உண்மை, 3. பிருதுவி முதலிய கருவிகள், 4. தத்துவ நூல், 5. அதிகாரம், 6. சத்துவம்.
தத்துவாதீதன் - கடவுள்.
தத்தை - கிளி, 2. முன்பிறந்தாள்.
தந்தக்காரி - வாதமடக்கி.
தந்தசுத்தி - பல்விளக்கல்.
தந்தசூகம் - பாம்பு.
தந்ததாவனம் - பற்குச்சி, 2. தந்தசுத்தி.
தந்தம் - பல், 2. யானை முதலியவற்றின் கொம்பு.
தந்தாவளம் - யானை.
தந்தி - யானை, 2. ஆண்யானை, 3. யாழ்நரம்பு.
தந்திமுகன் - விநாயகன்.
தந்திரம் - வீடு, 2. உபாயம், 3. திருட்டாந்தம், 4. யாழ்நரம்பு, 5. கல்வி நூல், 6. ஆகமம், 7. படை.
தந்திரர் - கந்தருவர்.
தந்திரி - படைத்தலைவன், 2. யாழ்நரம்பு, 3. நரம்பினோசை, 4. தந்திரக்காரன்.
தந்திவீழுரியோன் - சிவன்.
தந்து - பஞ்சுநூல், 2. கல்விநூல், 3. தந்திரம்.
தந்துரை - பாயிரம்.
தந்துவர் - } நெய்வார்.
தந்துவாயர் - }
தந்தை - பிதா.
தப - (வி) கெட, 2. சாக.
தபசி - தவத்தோன்
தபசு - தவம்.
தபம் - தவம், 2. மாசிமாதம்.
தபலை - சருவக்குடம், 2. வாத்தியத்துளொன்று.
தபனம் - வெப்பம், 2. தாகம்.
தபனன் - அக்கினிதேவன், 2. சூரியன்.
தபனீயம் - பொன்.
தபா - தடவை.
தபாது - தப்பிதம்.
தபால் - } அஞ்சல்.
தவால் - }
தபுதாரம் - } மனைவிக்காகப் புலம்பல்.
தபுதாரநிலை - }
தபோதனர் - முனிவர்.
தபோலோகம் - மேலேழுலகினொன்று.
தப்சீல் - } சுருக்கவிவரம்.
தப்சீல்வார் - }
தப்ப - (வி) பிசக, 2. தவற, 3. எண்ணங்குலைய, 4. வழுவ, 5. விலக, 6. அபாயத்தினீங்க.
தப்பட்டை - ஓர் பறை.
தப்பளை - தவளை, 2. பெருவயிறு.
தப்பறை - பொய், 2. சூது, 3. தப்பு, 4. கெட்டமொழி.
தப்பிதம் - தப்பு, 2. குற்றம்.
தப்பிலி - போக்கிரி, 2. தப்பில்லாதவன், 3. தப்பில்லாதவள்.
தப்பு - வழு, 2. குற்றம், 3. தவறு, 4. தப்பு வாத்தியம்.
தப்பை - மூங்கிற்பட்டை.
தமக்க - (வி) தணிய, 2. நிரம்ப.
தமக்கை - அக்காள்.
தமசு - இருள், 2. தாமதகுணம்.
தமசூக் - கைச்சீட்டு.
தமசை - ஒருநதி.
தமதமெனல் - ஓரொலிக்குறிப்பு.
தமப்பன் - தகப்பன்.
தமம் - இருள், 2. பஞ்சமாயையினொன்று, அஃது சீவனைதன்னியத்தை மறைக்கை, 3. புறக்கரணதண்டம், 4. இராகு.
தமயந்தி - நளச்சக்கரவர்த்தியின் மனைவி.
தமயன் - மூத்தோன்.
தமர - (வி) ஒலிக்க.
தமரகம் - உடுக்கு, 2. வங்கம்.
தமரகவாயு - நெஞ்சடைப்பு வாயு.
தமரத்தை - ஒருமரம்.
தமரம் - அரக்கு, 2. பேரொலி, 3. தமரத்தைமரம்.

தமரல் - (தொ.பெ) பெரிதொலித்தல்.
தமராணி - துளையாணி.
தமருகம் - உடுக்கு.
தமரோசை - கிலுகிலுப்பைச்செடி.
தமர் - தம்மவர், 2. உறவோர், 3. துவாரம்.
தமள் - தம்மவள்.
தமனகம் - மருக்கொழுந்து.
தமனகன் - ஓர் நரி.
தமனி - வன்னிமரம்.
தமனியம் - பொன்.
தமனியன் - இரணியன், 2. பிரமன், 3. சனி.
தமன் - தம்மவன், 2. இராகு, 3. கடவுள், 4. சந்திரன், 5. கிருட்டிணன்.
தமாசு - / **தமாஷ்** - } வினோதம்.
தமாம் - முழுவதும்.
தமாலம் - பச்சிலைமரம், 2. இலை, 3. நுதற்குறி.
தமி - தனிமை, 2. ஒப்பின்மை, 3. ஏகம், 4. இரவு.
தமிசு - வேங்கைமரம்.
தமியம் - கள்.
தமியன் - தனித்தவன், 2. வறியவன்.
தமிழத்தி - / **தமிழிச்சி** - } தமிழப்பெண்.
தமிழ் - இனிமை, 2. தமிழ்ப்பாஷை, 3. நீர்மை.
தமிழ்நாடன் - பாண்டியன்.
தமிழ்மலை - பொதியமலை.
தமிழ்முனி - அகத்தியன்.
தமிழ்வாணர் - தமிழ்ப்புலவர்.
தமுக்கம் - யானைத்தாவளம்; யானையைப் போருக்கனுப்புமிட மென்பர்.
தமுக்கு - ஓர் பறை.
தமை - புறக்கரணதண்டம்.
தமையந்தி - நளன்றேவி.
தமையம் - அரிதாரம்.
தமையன் - அண்ணன்.
தம் - ஒருசாரியையிடைச்சொல், 2. கொடை, 3. மனையாட்டி.
தம்பட்டம் - ஓர் பறை.
தம்பட்டை - ஓரவரைக்கொடி.
தம்பதி - கணவனும் மனைவியும்.
தம்பம் - / **ஸ்தம்பம்** - } தூண், 2. யானைத்தறி, 3. பற்றுக்கோடு, 4. நிலை, 5. கவசம், 6. சங்கீதம், 7. பாவம், 8. வஞ்சனை.
தம்பலம் - வெற்றிலைச்சாரம், 2. இந்திரகோபம், (தம்பலப்பூச்சி.)
தம்பலை - நிலவிலந்தைமரம்.
தம்பல் - தம்பலம்; 2. சேறு.
தம்பனம் - / **ஸ்தம்பனம்** - } அசைவற நிறுத்துகை.
தம்பாக்கு - சொகுசா; இது தங்கமுஞ் செம்புங்கலந்த சேர்வை.
தம்பி - பின்னோன், 2. வயதிற் சிறியவன்.
தம்பிக்க - / **ஸ்தம்பிக்க** - } (வி) அசைவற நிறுத்த.
தம்பிராட்டி - தலைவி, 2. உடன்கட்டையேறுபவள்.
தம்பிரான் - கடவுள், 2. கட்டளைப்படி நடத்துவோன், 3. திருக்கூட்டத்தலைவன்.
தம்புரு - / **தம்பூரு** - } நரம்புக் கருவிகளிலொன்று.
தம்மனை - தாய்.
தம்மிட - நிறுத்தப்பட, 2. தணிய.
தம்மிலம் - மயிர்முடி.
தம்மில் - அசைச்சொல்.
தம்மை - தாய்.
தயக்கம் - கலக்கம், 2. அசைவு, 3. பிரபை.
தயங்க - (வி) ஒளிசெய்ய, 2. அசைய, 3. கலங்க, 4. திகைக்க.
தயரதன் - தசரதன்.
தயவு - / **தயா** - } தயை.
தயாபரன் - கடவுள், 2. கிருபையுடையோன்.
தயாளம் - கிருபை.
தயாளு - தயாளன்.
தயார் - ஆயத்தம்.
தயிரியம் - தைரியம்.
தயிரேடு - பாலாடை.
தயிர் - உறைந்தபால்; அது, பஞ்சகௌவியத்தொன்று.

தயிர்வேளை - ஒரு பூடு.
தயிலம் - எண்ணெய்.
தயினியம் - எளிமை.
தயை - கிருபை.
தர - (வி) ஒப்போனுக்குத்தர, 2. கொடுக்க, 3. அருள, 4. கனிகொடுக்க, 5. பகிர்ந்து கொடுக்க, 6. பயன்தர, 7. படைக்க, 8. மகவைப் பெற, 9. நூல்செய்ய.
தரகரி - விற்பனவுங் கொள்வனவும் பொருத்துவோன்.
தரகு - தரகுத்தொழில், 2. தரகுக்கூலி, 3. ஏறக்குறைய இரண்டு படியுள்ள ஓரளவு கருவி.
தரக்கு - புலி, 2. புலிக்குடத்தி.
தரங்கம் - அலை, 2. கலக்கம்.
தரங்கன்பாடி - ஓர் பட்டினம்.
தரங்கிணி - ஆறு.
தரங்கு - வழி, 2. ஈட்டி நுனி.
தரணம் - கடத்தல், 2. தரித்தல்.
தரணி - சூரியன், 2. பூமி, 3. மலை.
தரதூது - } முயற்சி.
தர்தூது - }
தரம் - சமானம், 2. பக்குவம், 3. கூட்டம், 4. மலை, 5. வலி, 6. அச்சம், 7. முறை, 8. அரக்கு, 9. வகை, 10. தரிக்கை, 11. தலை.
தரல் - (தொ.பெ) தருதல்.
தரவு - கலிப்பாக்களுக்கு முதலுறுப்பாக முதற்கண்ணே தந்துரைக்கப்படுவது, 2. பிடரி, 3. தலைவன் கட்டளை, 4. தண்டற்காரன்.
தரவை - கரம்பு, 2. களைமூடிய உவர்நிலம்.
தரவ் - உத்தியோகப்படி, 2. பக்கம்.
தரவ்வுதாரன் - } தாசில்தாருக்குக் கீழ்ப்பட்ட உத்தியோகஸ்தன்.
தரப்புதாரன் - }
தரளம் - முத்து, 2. திரட்சி, 3. அசைவு.
தரன் - அட்டவசுக்களிலொருவன்.
தரா - செம்புங்காரீயமுங் கலந்தவுலோகம், 2. ஒரு கசப்புக்கீரை, 3. சங்கு, 4. பூசநாள்.
தரா - பூமி.
தராசு - துலாக்கோல், 2. துலாராசி, 3. பரணிநாள், 4. சமானம்.
தராதரம் - மலை.
தராதலம் - பூமி, 2. கீழேழுலகத்தொன்று.
தராபதி - அரசன்.
தரிக்க - (வி) நிற்க, 2. நிறுத்த, 3. வேர்தரிக்க, 4. சுமக்க, 5. சகிக்க, 6. பற்ற.
தரிசனபேதி - காட்சியினாலிரும்பைப் பொன்னாக்குவது.
தரிசனம் - } பார்வை, 2. தோற்றம், 3. தரிசிக்கை, 4. காட்சி, 5. சொப்பனம், 6. கண்ணாடி, 7. மனக்காட்சி.
தரிசனை - }
தரிசனவேதி - தரிசனபேதி.
தரிசனீயம் - } தோற்றமுள்ளது.
தரிசியம் - }
தரிஞ்சகம் - அன்றிற்பறவை.
தரித்திரம் - வறுமை.
தரித்திரி - பூமி, 2. வறியவன்.
தரிப்பு - தங்குகை, 2. ஞாபகம், 3. பொறுத்திருக்கை, 4. தரித்தல், 5. நிச்சயம், 6. கையிருப்பு, 7. நிறுத்துகை, 8. இருப்பிடம்.
தரியலர் - } பகைவர்.
தரியலார் - }
தரியாபத்து - } விசாரணை
தரியாப்து - }
தரிவிலா - இப்பவும்.
தரு - தேவதாரம், 2. கூத்து முதலியவற்றிற் பாடுமிசை, 3. ஒரு சந்தம்.
தரு - மரப்பொது.
தருக்க - (வி) அகங்கரிக்க, 2. களிக்க, 3. ஊக்கமுற, 4. எழுச்சிகொள்ள.
தருக்கம் - } வாதம், 2. தருக்கவித்தை, 3. சம்பாஷணை, 4. வாக்குவாதம், 5. திருட்டாந்தம்.
தர்க்கம் - }
தருக்கிக்க - (வி) வாதஞ்செய்ய.
தருக்கு - செருக்கு, 2. களிப்பு, 3. சௌரியம், 4. எழுச்சி.
தருசு - இழையொத்திருக்கை.
தருணம் - இளமை, 2. சமயம்.
தருணன் - பாலியன்.
தருணி - தருணை.

தருணை - இளம்பெண்.

தருதல் - (தொ.பெ) கொடுத்தல், 2. உண்டாக்குதல்.

தருப்பகன் - } மன்மதன்.
தர்ப்பகன் -

தருப்பணம் - } இன்பம் நிறைவுறச்
தர்ப்பணம் - } செய்கை, 2. மந்திர நீரிறைக்கை, 3. கண்ணாடி, 4. ஓர் தாளம்.

தருப்பிக்க - (வி) எள்ளும் நீருமிறைக்க, 2. கடவுளுக்குத் தன்னையொப்புவிக்க.

தருப்பு - } ஒரு கல்.
தறுப்பு -

தருப்பை - குசைப்புல்.

தருமகேத்திரம் - } கௌரவபாண்டவர்
தருமக்ஷேத்திரம் - } போர்புரிந்த இடம்.

தருமக்கட்டை - அநாதப்பிள்ளை, 2. ஆவுரிஞ்சு தறி.

தருமக்கிழவர் - தருமத்துக்குரியவர், 2. வைசியர் பொது.

தருமசங்கடம் - காரியமுட்டுப்பாடு.

தருமசங்கிதை - ஓர் தருமநூல்.

தருமசபை - நீதித்தலம்.

தருமசமுஸ்காரம் - அறவைப் பிணஞ்சுடுதல்.

தருமசாத்திரம் - ஸ்மிருதி.

தருமசீலன் - தருமசாலி.

தருமதேவதை - இயக்கிதேவி, 2. நந்தி, 3. உத்தமி.

தருமநாள் - பரணிநாள்.

தருமபத்தினி - கற்புள்ளமனைவி.

தருமபுத்திரன் - பாண்டவரின் மூத்தோன்.

தருமபுரம் - இயமலோகம், 2. ஓர் தலம்.

தருமம் - } நீதி, 2. ஒழுக்கம்,
தர்மம் - } 3. சாதிக்குரிய கருமம்,
தன்மம் - } 4. இயல்பு, 5. குணம்.

தருமன் - எமன், 2. குந்திபுதல்வரிலொருவன்.

தருமாத்துமா - சுத்தன்.

தருமி - தருமவான்.

தருவாய் - உற்றசமயம்.

தருவி - சட்டுவம்.

தருவிக்க - (வி) தரச்செய்ய.

தரை - ஆணித்தலை.

தரை - பூமி, 2. நரம்பு, 3. கருப்பாசயம்.

தரோபஸ்து - முழுமையும்.

தர்காஸ்து - } ஒப்பந்தம்.
தற்காஸ்து -

தர்க்கம் - தருக்கம்.

தர்ச்சனி - } சுட்டுவிரல்.
தற்சனி -

தர்ஜ்மா - மொழிபெயர்த்தல்.

தர்பார் - ஆளுகை, 2. சபாமண்டபம்.

தர்பியத்து - } தேர்ச்சி.
தர்ப்பீத்து -

தர்மம் - தருமம்.

தர்வில்லா - இப்பவும்.

தலகாணி - } தலையணை.
தலைகாணி -

தலன் - தலம்.

தலாகவம் - போர்க்களம்.

தலாதிபதி - } தேசாதிபதி.
தலாதிபன் -

தலை - சிரசு, 2. தலைமை, 3. தலைவன், 4. ஆதி, 5. பெருமை, 6. நுனி, 7. இடம், 8. ஆகாயம், 9. விரிவு, 10. ஏழனுருபு.

தலைகவிழ்தல் - (தொ.பெ) அதோமுகமாதல், 2. நாணுதல்.

தலைகுலைதல் - (தொ.பெ) நிலைகுலைதல்.

தலைக்கடை - முதற் பிரதானவாயில்.

தலைக்குடி - முதற்குடி.

தலைக்கொம்பு - சிவிகையின் முன்கொம்பு, 2. முதன்மையுள்ளவன்.

தலைக்கோலம் - தலையணி.

தலைசீவுதல் - (தொ.பெ) மயிர் கோதுதல்.

தலைச்சன் - முதற்பிள்ளை.

தலைச்சாத்து - தலைப்பா, (தலையிற் கட்டுகிறசீலை.)

தலைச்சுருளி - ஓர் மருந்துப்பூடு.

தலை தடுமாறல் - (தொ.பெ) இடந்தடுமாறல்.

தலைத்திராணம் - தலைச்சீரா.

தலைநாள் - அச்சுவினிநாள்.

தலைப்படல் - (தொ.பெ) எதிர்தல், 2. தொடங்கல்.

தலைப்பிரட்டை - தவளைமீன்.

தலைப்புரட்டு - தொந்தரை.

தலைப்பெயல் - கார்காலத்து முதற் பெயல்.

தலைப்பெய்ய - (வி) ஒன்றாகக் கூட, 2. கூட்ட.

தலைமகள் - தலைவி, 2. மனைவி, 3. முதற் புத்திரி.

தலைமகன் - அதிகாரி, 2. வீரன், 3. முதற் புத்திரன், 4. பெருமையிற் சிறந்தோன்.

தலைமக்கள் - மேன்மக்கள்.

தலைமடை - வாய்க்காற்றலை.

தலைமயக்கம் - தலைச்சுழற்சி, 2. இடந் தடுமாற்றம், 3. மதிமயக்கம்.

தலைமாடு - தலைப்புறம்.

தலைமாணாக்கர் - முதன்மாணாக்கர்.

தலைமுடி - சிகை.

தலைமுழுக்கு - சருவாங்கஸ்நானம்.

தலைமுறை - ஒருவரிருந்து வாழுங்காலம்.

தலைமேற்கொள்ளுதல் - (தொ.பெ) பயபத்தியாய் ஏற்றுக்கொள்ளுதல்.

தலைமை - முதன்மை, 2. மேன்மை, 3. பெருந்தன்மை.

தலையணை - தலைகாணி.

தலையல் - மழைபெய்துவிடுதல், 2. நீந்துபுனல், 3. புதுநீர் வரவு, 4. மிகுதி.

தலையளி - பேரன்பு.

தலையளித்தல் - (தொ.பெ) பேரன்பு செய்தல்.

தலையாயார் - பெரியோர்.

தலையாரி - காவற்காரன்.

தலையிடி - தலைக்குத்து.

தலையிலெழுத்து விதி.

தலையீற்று - முதலீற்று

தலையோடு - தலைமண்டை.

தலைவன் - அரசன், 2. சிவபெருமான், 3. நாயகன்.

தலைவார்தல் - (தொ.பெ) மயிர்சீவுதல்.

தலைவி - எப்பொருட்கு மிறைவி, 2. மனைவி.

தலைவிரிகோலம் - அலங்கோலம்.

தலைவிரிச்சான் - தலைமயிர் முடியா தவன், 2. சாரணைப்பூடு, 3. செருப் படைப் பூடு.

தல்லி - தாய்.

தவ - மிக.

தவக்கம் - இல்லாமை, 2. வாட்டம், 3. தடை, 4. குறைவு.

தவக்களை -
தவக்கை -
தப்பளை - } தவளை.

தவங்க - (வி) துக்கிக்க, 2. வாட, 3. தடைபட.

தவங்கம் - துக்கம்.

தவசம் - தானியம்.

தவசி - தவன்.

தவசு - தவம், 2. விரதம்.

தவசுமுருங்கை - ஒரு பூடு.

தவடை - தாடை.

தவணை - கெடுவு, 2. நீந்துவோர்க்கிடு மிதவை.

தவணைச்சீட்டு - காலங்குறித்தெழுதுஞ் சீட்டு.

தவண் - விஷத்தடை.

தவண்டை - பேருடுக்கை, 2. ஓர்வகை நீச்சு, 3. தவிப்பு.

தவதாயம் - இடுக்கண்.

தவத்த - (வி) ஒழிக்க, 2. பகுக்க, 3. விலக்க.

தவத்தர் - முனிவர்.

தவம் - நோன்பு.

தவர - (வி) தப்ப, 2. சிந்த.

தவர் - வில், 2. துளை, 3. முனிவர்.

தவல - (வி) குறைய, 2. கெட.

தவலத்து -
தவுலத்து - } காறுபாறு.

தவலை -
தபலை - } பித்தளைப் பாத்திரம்.

தவல் - குறைவு.

தவழ - (வி) ஊர.

தவளச்சத்திரம் - வெள்ளைக்குடை.

தவளம் - வெண்மை.

தவளிதம் - வெண்மை.

தவளை - ஒரு நீர்வாழ்செந்து.

தவளைப்பாய்த்து சூத்திரநிலை நான்கினொன்று.

தவற -(வி) தப்ப, 2. பிசக, 3. மீற, 4. விலக, 5. குற்றமுற, 6. சாக.

தவறு - விழுகை, 2. விலகுகை, 3. நெறி கடக்கை, 4. பிழை, 5. குற்றம், 6. வழு.

தவனகம் - மருக்கொழுந்து.

தவனம் - வெப்பம், 2. தாகம், 3. ஆவல்.

தவனன் - சூரியன், 2. நெருப்பு.

தவன் - புருஷன், 2. தவசி.

தவாநிலை - வழுவாநிலை.

தவாவினை - மலை, 2. முத்தி.

தவாளிக்க - (வி) குடைய.

தவிக்க - (வி) தாபமடைய, 2. உபத்திர வப்பட, 3. வருந்த.

தவிசு - பாய். 2. ஆசனம், 3. மெத்தை, 4. தொட்டில், 5. திராவகம்.

தவிடு - அரிசியின்றுகள்.

தவிட்டை - ஓர்செடி, 2. தவிட்டுப்புறா.

தவிப்பு - இளைப்பு.

தவிர்தல் - (தொ.பெ) வற்றுதல், 2. வெறுத்து விடுதல், 3. விலகுதல், 4. ஒழிதல்.

தவிர்த்தல் - (தொ.பெ) நீக்கல், 2. விட்டு விடுதல், 3. விலக்குதல்.

தவில் - ஒரு பறை.

தவிழ்தல் - (தொ.பெ) தவிர்தல்.

தவுக்கார் - சுண்ணச்சாந்து.

தவுசெலம் - முருங்கை மரம்.

தவுடு - போர்க்குச் செல்லுகை, 2. குதிரைப்பாய்ச்சல்.

தவுட்டை - ஓர் செடி.

தவுரிதகம் - தௌரிதகம், (குதிரையின் மெல்லிய நடை.)

தவ்வல் - இளைது, 2. தவ்வுதல்.

தவ்வி - அகப்பை.

தவ்வு - துளை, 2. சிந்தைவு, 3. பாய்ச்சல்.

தவ்வுதல் - (தொ.பெ) பாய்தல், 2. தாவி நடத்தல், 3. இறுகப்பிடித்தல்.

தவ்வை - அக்காள், 2. மூதேவி, 3. செவி லிக்கு மூத்தவள்.

தழங்க - (வி) முழங்க.

தழல - (வி) அழல.

தழல் - தீ, 2. கார்த்திகைநாள், 3. கவண், 4. கிளிகடிகோல்.

தழற்சி - அழற்சி.

தழாத்தொடர் - உருபும் பயனிலையுந் தழுவாது புணரும் புணர்ச்சி.

தழால் - தழுவுதல்.

தழிஞ்சி - சாய்ந்தார்மேற்படராமை.

தழீந்தழீமெனல் - ஈரடுக்கொலிக் குறிப்பு.

தழுதணை - படர் மேகத்தடிப்பு.

தழுதழுக்க - (வி) நாக்குளற.

தழுதாழை - ஒருமரம்; அது, தசமூலத் தொன்று.

தழும்பு - மறு, 2. காயம், 3. குற்றம், 4. நாத்த ழும்பு.

தழுவணை - கடலட்டை , 2. சாய்மான மெத்தை.

தழுவாவட்டை - கடலட்டை.

தழுவுதல் - (தொ.பெ) ஏற்றுக்கொள்ளு தல், 2. ஆலிங்கனஞ்செய்தல், 3. கலத்தல், 4. சூழ்தல்.

தழை - தளிர், 2. இலை, 3. இலைச் செறிவு, 4. மயிற்றோகை, 5. பீலிக்குடை.

தழைதல் - (தொ.பெ) தளிர்த்தல், 2. செழித் தல், 3. வாழ்தல்.

தழைவு - தளிர்த்தல், 2. செழிப்பு, 3. பெருக்கம், 4. வாழ்வு.

தளதளக்க -(வி) பிரகாசிக்க.

தளதளப்பு - முகமலர்ச்சி.

தளதளெனல் - ஒளிவிடல், 2. முக மலர்ச்சி.

தளபாடம் - தட்டுமுட்டு.

தளப்படி - அலைவுறல்.

தளப்பம் - தளப்பற்றுமரம்.

தளம் - தளவரிசை, 2. கனம், 3. படை, 4. இலை, 5. பூவிதழ், 6. உப்பரிகை, 7. சாந்து, 8. சாடி, 9. அடித்தளம், 10. மரக்கலத்தளம், 11. கூட்டம்.

தளம்ப - (வி) தள்ளாட; 2. அசைய, 3. ததும்ப, 4. முட்டுப்பட, 5. நிலைகுலைய.

தளம்பு - மதகு.
தளர - (வி) கட்டவிழ, 2. பலவீனப்பட, 3. நெகிழ, 4. மனந்தளர, 5. சோம்ப, 6. சோர.
தளர் - தளர்ச்சி.
தளர்ச்சி - நெகிழ்ச்சி, 2. பலவீனம், 3. சோர்வு, 4. தரித்திரம்.
தளர்த்த - (வி) நெகிழ்த்த.
தளர்வு - சோர்வு.
தளவம் - முல்லைக்கொடி.
தளவரிசை - நிலத்திற்பாவுங்கல்.
தளவாடம் - தளபாடம்.
தளவாய் - படைத்தலைவன்.
தளவு - முல்லை.
தளி - கோயில், 2. விளக்குத்தண்டு, 3. நீர்த் துளி, 4. மேகம்.
தளிகை - உண்கலம், 2. புற்கைக்கட்டி.
தளிமம் - வீடுகட்டற் கெத்தனிக்கும் நிலம், 2. மக்கட்படுக்கை, 3. மெத்தை, 4. அழகு.
தளிரடி - பெண்.
தளிர் - இளந்தழை.
தளிர்க்க -(வி) துளிர்க்க, 2. தழைக்க, 3. செழிக்க.
தளுகு - புளுகு.
தளுக்க - (வி) அப்ப, 2. துலக்க, 3. பிரகாசிக்க.
தளுக்கு - மூக்கணி, 2. மினுக்கம்.
தளும்ப - (வி) ததும்ப.
தளை - கட்டு, 2. கால்விலங்கு, 3. மலர்க் கட்டு, 4. சிறை, 5. காற்கொலுசு, 6. காற் சிலம்பு, 7. ஆண்மயிர், 8. வயலின் பிரிவு, 9. தொடர்பு, 10. செய்யுளுறுப்பினொன்று.
தளைதட்டுதல் - (தொ.பெ) செய்யுளில் தளைபிழைத்தல்.
தளைப்பட - (வி) சிறைப்பட, 2. கட்டுப் பட.
தளைய - (வி) கட்டுண்ண, 2. மாட்ட.
தளையவிழ - (வி) பூமலர, 2. கட்டவிழ.
தளையன் - குயவர், சாணார், மறவர், இவர்களிற்றலைவன்.
தள் - (வி) தள்ளு.
தள்ள - (வி) சகிக்க, 2. திராணி கொண்டிருக்க.
தள்ள -(வி) துரத்த, 2. தடுக்க, 3. கைவிட, 4. விலக்க, 5. அழிக்க, 6. அகற்ற, 7. கழிக்க, 8. செலுத்த, 9. நீக்க, 10. தோணிதள்ள, 11. திக்கரிக்க, 12. எல்லைபெயர்த்திட, 13. திருப்ப, 14. குலைதள்ள.
தள்ளமாறுதல் - (தொ.பெ) தள்ளம் பாறுதல்.
தள்ளம்பாறுதல் - (தொ.பெ) தள்ளாடல், 2. அசைதல்.
தள்ளல் - பொய், 2. தள்ளுதல்.
தள்ளாட - (வி) தடுமாற, 2. அலைய, 3. அசைய.
தள்ளாட்டம் - அசைவு, 2. தடுமாற்றம்.
தள்ளாமை - தளர்ச்சி.
தள்ளிச்சி - பூநீறு.
தள்ளு - தாக்கு, 2. கழிவு, 3. நீக்கு, 4. கைவிடல்.
தள்ளுபடி - தள்ளுபட்டது, 2. கழிக்கப் பட்டது, 3. நீக்கப்பட்டது.
தள்ளை - தாய்.
தறி - நெய்வார் கருவி, 2. கட்டுத்தறி, 3. தூண், 4. முளை, 5. வெட்டு, 6. கோடரி.
தறிகை - கோடரி, 2. உளி, 3. கட்டுத்தறி, 4. தறிபடல்.
தறிக்க -(வி) சேதிக்க, 2. வெட்ட, 3. வெட்டிச்சரிக்க, 4. துண்டிக்க, 5. சுத்த ரிக்க, 6. தானியம்புடைக்க, 7. காரியபங் கப்படுத்த.
தறிக்கால் - கொடிக்காற்கால்வாய்.
தறிய - (வி) முறிய.
தறுக - (வி) தடைபட, 2. தவற.
தறுகணாளன் - } குரூரன், 2. வீரன்.
தறுகண்ணன் -
தறுகண் - } குரூரம், 2. மறம்.
தறுகண்மை
தறுகுறும்பன் - வணக்கமில்லான், 2. துர்ச்சனன்.
தறுகுறும்பு - வணக்கமின்மை, 2. தப் பிதம்.

தறுக்கணிக்க - (வி) பழங்கன்ற, 2. கற் போலாக.

தறுசு - இழைக்குளிர்த்தி, (புடவையின் மிருது.)

தறுதலை - தறுகுறும்பு.

தறுதும்பன் - தறுதலையன்.

தறுப்பு - ஒருகல்.

தறும்பு - நீரணை.

தறுவாய் - உற்றசமயம்.

தறை - தரை.

தறைய - (வி) தட்டையாக்க, 2. ஆணியால் தைக்க, 3. குற்றம்பதிக்க.

தற்கம் - தர்க்கம்.

தற்கரன் - கள்வன்.

தற்காஸ்து - ஒப்பந்தம்.

தற்கித்தல் - (தொ.பெ) வாக்குவாதம் பண்ணல்.

தற்கிழமை - ஒற்றுமையாயுரியது.

தற்குறிப்பு - தானாய் நியமிப்பது.

தற்சணம் - உடனே.

தற்சமம் - வடமொழிக்கும் பிற பாடைக்கும் பொதுச்சொல்.

தற்சனி - சுட்டுவிரல்.

தற்பணம் - மந்திரநீரிறைக்கை.

தற்பதம் - கடவுள்.

தற்பம் - மக்கட்படுக்கை, 2. மெத்தை, 3. மனைவி, 4. மேனிலை.

தற்பம் - அகந்தை.

தற்பவம் - வடமொழியிற்றிரிந்த சொல்.

தற்புருடம் - சிவனைம்முகத்தொன்று.

தற்போதம் - பிரமஞானம், 2. தன்னறிவு.

தனக (வி) சரசஞ்செய்ய, 2. உள்ளங் களிக்க, 3. பொர.

தனக்காரர் - ஓர் சாதியார்.

தனஞ்சயன் - / **தனஞ்செயன்** - } அருச்சுனன், 2. உடலை வீங்கச்செய்து தலையைக்கிழித்தகலும் வாயு, 3. தீ.

தனதன் - ஈகையாளன், 2. குபேரன்.

தனது - சினேகம், 2. தன்னுடையது.

தனபதி - குபேரன்.

தனம் - தன்மை, 2. சம்பத்து.

தனம் - ஆஸ்தி, 2. எண்ணிலோரடையாளம், 3. முலை.

தனயன் - புத்திரன்.

தனவனா - ஆச்சாமரம்.

தனவான் - செல்வன்.

தனவைசியர் - மூவைசியரிலொருவர் அவர் வணிகர்.

தனவையாதம் - சிறுகாஞ்சொறிக் கொடி.

தனாது - தன்னுடையது.

தனி - தனிமையான, 2. ஒன்றான, 3. ஒப்பில்லாத, 4. ஒற்றையான, 5. சுவாதீனமான; 6. கலப்பில்லாத, 7. ஏதுமற்ற.

தனிகம் - / **தனிகா** - } கொத்தமல்லி.

தனிகன் - தனவான்.

தனிக்க -(வி) தனியாயிருக்க, 2. ஒன்றியாக, 3. ஒட்டாதிருக்க.

தனிசு - கடன்.

தனிட்டை - அவிட்டநாள்.

தனிதம் - முழக்கம்.

தனிநிலை - தனித்துநிற்கை, 2. ஆய்த வெழுத்து.

தனிப்பாடு - தனிமை, 2. முழுப்பொறுப்பு.

தனிமுதல் - கடவுள்.

தனிமை - ஒன்றி, 2. ஒதுக்கம், 3. உதவியின்மை, 4. உவமையின்மை.

தனிமையாற்றல் - வணிகரெண்குணத் தொன்று.

தனியா - கொத்தமல்லி.

தனிவலிப்பெருமாள் - குப்பைமேனிப் பூடு.

தனிவீடு - மோட்சம்.

தனு - முக்காரம், 2. ஊன்றிப்பேசுகை.

தனு - வில், 2. தனுவிராசி, 3. சிறுமை, 4. உடல், 5. தக்கன்மகள்.

தனுக்கோடி - சேதுதீர்த்தம்.

தனுசர் - அசுரர்.

தனுசன் - மகன்.

தனுசாரி - இந்திரன், 2. திருமால்.

தனுசு - வில், 2. தனுவிராசி

தனுத்திரம் - கவசம்.

தனுர்வாதம் - ஓர் வாயு.

தனேசன் - குபேரன்.

தனை - அளவு.

தனையள் -
தனையை - } மகள்.
தனையன் - புத்திரன்.
தன் - ஒருசாரியை.
தன்கு - உள்ளக்களிப்பு.
தன்படுவன் - விளைவுப்பு.
தன்பாடு - தன்காரியம்.
தன்பொருட்டனுமானம் - தன்னப் பியாசத்தினா லனுமானித்தறிதல்.
தன்பொறுப்பு - தன்மேற்பாரம்.
தன்மம் - நீதி, 2. நன்மை, 3. அறம்.
தன்மராசன் -
தன்மராசா - } உதிட்டிரன், 2. பாலைமரம்.
தன்மன் - இயமன், 2. தருமன், 3. திப்பிலி மூலம்.
தன்மாத்திகாயம் - புண்ணியபாவ சரீரம்.
தன்மாத்திரை - ஐம்பொறிகளின் மூலம்.
தன்மானி - எளிமை.
தன்மூப்பு - இறுமாப்பு, 2. இட்டம்.
தன்மேம்பாட்டுரை - தற்புகழ்ச்சி.
தன்மை - சுபாவம், 2. நிலைவரம், 3. மாதிரி, 4. குணம், 5. மரியாதை, 6. இயல்பு, 7. மூவிடத்தொன்று.
தன்வந்தரி - தேவர் மருத்துவன், 2. சிவன், 3. சூரியன்.
தன்ன - (வி) கொஞ்சங்கொஞ்சமாகக் கொண்டுபோக, 2. தோணிதள்ள.
தன்னந்தனி - மிகுதனி.
தன்னமை - சினேகம், 2. இணக்கம்.
தன்னம் - அற்பம், 2. பசுவின் கன்று, 3. மான்கன்று.
தன்னியத்துவம் - செல்வமுடைமை.
தன்னியம் -
ஸ்தன்னியம் - } முலைப்பால்.
தன்னியன் - தீவினையினீங்கினோன், 2. தனவான்.
தன்னியாசி -
தன்யாசி - } ஓரிராகம்.
தன்னிலை - சுபாவநிலை.
தன்னினி - வேங்கைமரம்.
தன்னை - தாய், 2. தமக்கை, 3. மூத்தோன்.
தன்னொழுக்கம் - தன்னிலைக்குத் தக்க பரிமாற்றம்.

தா

தா - பகை, 2. வருத்தம், 3. கேடு, 4. வலி, 5. குற்றம், 6. தாண்டுகை.
தாகசாந்தி - விடாய்தணிக்கை.
தாகசுரம் - நாவறட்சியோடு சுரமாயி ருத்தல்.
தாகம் - நீர்வேட்கை, 2. ஆசை, 3. எரிவு.
தாகிக்க - (வி) நீர்வேட்கைகொள்ள.
தாக்க - (வி) அடிக்க, 2. முட்ட, 3. கனக்க, 4. அழுத்த, 5. பெருக்க, 6. தலையிட்டுக் கொள்ள, 7. அதிபாரங்கொள்ள, 8. தைக்க, 9. மோத, 10. கடுமையாயிருக்க, 11. பற்றி யிருக்க, 12. பலிக்க, 13. பட, 14. பிரவித்தாவ, 15. அதைக்க, 16. சரிக்கட்ட, 17. பாய, 18. பழிவாங்க, 19. சுமத்த, 20. நெளிக்க.
தாக்கணங்கு - இலட்சுமி.
தாக்கணிக்க - (வி) திருட்டாந்தப்படுத்த.
தாக்கம் - எதிர்தாக்குகை, 2. வேகம், 3. கனப்பு, 4. அதிபாரம்.
தாக்கல் - (தொ.பெ) தாக்குதல்.
தாக்காட்ட - (வி) ஆதரவுபண்ண, 2. பராக்குக் காட்ட, 3. ஏமாற்ற, 4. உதவி செய்ய.
தாக்கீது - கட்டளைப்பத்திரம்.
தாக்கு - அதிர்ச்சி, 2. சார்வு, 3. போர், 4. அதிபாரம், 5. எதிர்தாக்குகை, 6. நெல் வயல், 7. புஷ்டி, 8. இடம், 9. நிலவறை, 10. சாதிப்பு, 11. வேகம், 12. குணனம், 13. உள்ளத்திற்றைக்கை.
தாங்க - (வி) சகிக்க, 2. சுமக்க, 3. காக்க, 4. தோணிதள்ள, 5. பரமரிக்க, 6. கெஞ்ச, 7. ஊன்ற, 8. இடங்கொடுக்க, 9. தரிக்க, 10. கைதாங்க.
தாங்கல் - குளம், 2. மனக்குறை, 3. சுமத்தல்.
தாங்கி - ஆதாரம், 2. பூண், 3. பணிகளின் கடைப்பூட்டு.

தாங்குகோல் - தோணிதாங்குகோல்.
தாசத்துவம் - அடிமைத்தனம்.
தாசநந்தினி - வியாசன்தாய்.
தாசநம்பி - சாத்தாதவன், இது வைணவர் வழக்கு.
தாசரதி - ஸ்ரீராமன்.
தாசரி - தாதன், 2. மலைப்பாம்பு.
தாசன் - ஊழியக்காரன், 2. அடிமை, 3. தாதன், 4. வலையன், 5. சூத்திரன்.
தாசி - நாடகக்கணிகை, 2. வேலைக்காரி, 3. அடிமைப்பெண், 4. பரணிநாள், 5. மருதோன்றிமரம்.
தாசியம் - அடிமைத்தனம்.
தாசு - நாழிகைவட்டில், 2. இரண்டரை நாழிகைகொண்ட நேரம், 3. தாயக் கட்டை.
தாசேரகம் -
தாசேரம் - } ஒட்டகம்.
தாசோகம் - அடியேன்.
தாச்சி - சோனைப்புல்.
தாடகை - ஓரரக்கி, 2. மானங்கெட்டவள்.
தாடங்கம் - காதணி, 2. தோடு.
தாடனம் - தட்டுதல், 2. அடித்தல்.
தாடாண்மை - முயற்சி.
தாடாளன் - முயற்சியுள்ளோன்.
தாடாற்றி - ஆற்றுதல்.
தாடி - மோவாய்மயிர், 2. மோவாய், 3. மாடு முதலியவற்றின் கழுத்தாரம்.
தாடிமஞ்சம் - சத்திக்கொடி.
தாடிமம் - தாதுமாதுளமரம்.
தாடை - கன்னம், 2. தாடி.
தாட்கோரை - ஓர் புல்.
தாட்சணம் -
தாட்சணியம் -
தாட்சணை -
தாட்சண்ணியம் - } இரக்கம்.
தாட்சம் - கொடிமுந்திரிகை.
தாட்சிணியம் -
தாட்சிணை - } மரியாதை, 2. உபசாரம், 3.கண்ணோட்டம், 4. இரக்கம்.
தாட்ட - (வி) கடத்த, 2. மறுக்க.
தாட்டன் - தலைவன், 2. பெருமைக்காரன், 3. ஆண்குரங்கு.
தாட்டாந்தம் - திருஷ்டாந்தத்தைக் கொண்டது.
தாட்டான் - தலைவன், 2. கணவன்.
தாட்டி - சாமர்த்தியம், 2. கெட்டிக்காரி, 3. ஆண்மாரி, (மூர்க்கமுடையவள்), 4. தைரியம்.
தாட்டிகம் -
தாஷ்டிகம் -
தாஷ்டீகம் - } பலம், 2. இறுமாப்பு.
தாட்டுப்பூட்டெனல் - (தொ.பெ) கோபித்தல்.
தாட்டோட்டம் -
தாட்டோட்டு - } எத்து.
தாட்படை - கோழி.
தாட்பாள் -
தாழ்ப்பாள் - } சுதவடைக்குந்தாள்.
தாணி - தான்றிமரம்.
தாணிக்க -(வி) அழுத்த, 2. கெட்டிக்க, 3. விரைவிற்கடைய, 4. உறுதிப்படுத்த, 5. குற்றமேற்ற.
தாணு -
ஸ்தாணு - } நிலைபேறு, 2. புகலிடம், 3. தூண்,4. மலை, 5. சிவன்.
தாணையம் - கோட்டைக்குள்ளிருக்கும் படை.
தாண்ட - (வி) பாய, 2. வெல்ல, 3. தீவிரிக்க, 4. கடக்க.
தாண்டகம் - ஓர் பிரபந்தம் அஃது இருபத்தாறெழுத்தின் மிக்க வெழுத்தானடி கொண்டு வரும்பா.
தாண்டவம் - கூத்து, 2.சிவன்கூத்து, 3. தாவல்.
தாண்டவராயன் - சிவன்.
தாண்டி - நடனசாஸ்திரம்.
தாதகி - ஆத்திமரம்.
தாதமார்க்கம் - சரிதை நிலை.
தாதன் - அடிமை, 2. தாசன், 3. வைஷ்ணவ பரதேசி.
தாதா - பாட்டன்.
தாதா - ஈகையாளன், 2. பிரமன்.
தாதாத்மியம் -
தாதான்மியம் - } ஒற்றுமை.
தாதி - செவிலித்தாய், 2. தோழி, 3. தாசி.
தாது - கேள்வி.

தாது - பூதவணு, 2. நரம்பு, 3. இரசமாதி யேழு, 4. மண்ணாதியைந்து, 5. பூந்தாது, 6. தாதுமாதுளமரம், 7. காவிக்கல், 8. சொற்பகுதி, 9. பொன்னாதியேழு, 10. சுக்கிலம், 11. ஓர் வருஷம்.

தாதுமாதுளை - பூமாதுளமரம்.

தாதுவாதம் - கலைஞான மறுபத்து நான்கினொன்று.

தாதை - தந்தை, 2. பாட்டன், 3. பிரமன்.

தாத்த -(வி) கொழிக்க, 2. இழிந்ததை யுயர்ந்ததற்கு மாற்ற, 3. ஒளித்து வைக்க.

தாத்திரம் - கோடரி.

தாத்திரி - பூமி, 2. நெல்லிமரம்.

தாத்திரியம் - தரித்திரம்.

தாத்திருவாதம் - கபடம், 2. பொய்.

தாத்துரு - பன்னிரண்டாதித்தரி லொருவன்.

தாந்திரிகம் - தந்திர நியாயத்திற்குரியது 2. உபாயம்.

தாபகம் -
ஸ்தாபகம் - } நிலைநிறுத்துகை.

தாபதநிலை - விதவை தவம் புகல்.

தாபதர் - சடைமுடியர், 2. சமணமுனிவர்.

தாபநீயம் - உபநிடதத்தொன்று.

தாபந்தம் - வேதனை.

தாபம் - உட்டணம், 2. துன்பம், 3. காடு.

தாபரம் - தஞ்சம், 2. நிலைத்திணைப் பொருள்.

தாபரன் - கடவுள்.

தாபரித்தல் - (தொ.பெ) தாங்குதல்.

தாபனம் -
ஸ்தாபனம் - } நிறுத்துகை, 2. நிலை, 3. நினைவை நிலை பெறுத் துகை.

தாபிஞ்சம் - ஆமணக்கஞ்செடி, 2. பச்சிலைமரம்.

தாபிதம் - கூடு, 2. தாபித்தல்.

தாபித்தல் - (தொ.பெ) நிலைபடச் செய்தல்.

தாபே - சார்ந்தவன், 2. வசம்.

தாப்பணிவார் - கல்லணைக்கச்சை, 2. கசை.

தாப்பாள் - தாழ்ப்பாள்.

தாப்பிசை -
தாப்பிசைப்பொருள்கோள் - } பொருள் கோளெட்டினொன்று, அஃது நடுவி னுள்ள மொழியை யேனையீரிடத்துங் கூட்டிப் பொருள் கொள்வது.

தாப்பு - குறித்த சமயம்.

தாமசம் -
தாமதம் - } முக்குணத்தொன்று, 2. தூக்கம், 3. தடை, 4. மந்த குணம், 5. பிரியவீனம்.

தாமணி - மாட்டைப்பிணிக்குந் தாம்பு, 2. கயிறு.

தாமதிக்க -(வி) பொழுது போக்க, 2. தடைபட, 3. பிரியவீனமாயிருக்க.

தாமநிதி - சூரியன்.

தாமம் - அணைகயிறு, 2. தாமணி, 3. பூ, 4. பூமாலை, 5. மணிக்கோவை, 6. மூவாறு கோவையுள மாதரிடையணி, 7. வீடு, 8. இடம், 9. பிறப்பு, 10. உடல், 11. ஒளி, 12. நகரம், 13. புகழ், 14. கொன்றைமரம், 15. ஒழுங்கு, 16. முடியுறுப்பு, 17. சுகம், 18. மலை.

தாமரை - கமலம், (நீரிலுண்டாகும் ஒரு கொடி.)

தாமரைக்கண்ணன் - மகாவிஷ்ணு.

தாமரைநண்பன் -
தாமரைநாயகன் - } சூரியன்.

தாமரையாள் - இலக்குமி.

தாமரையான் - பிரமன்.

தாமாஷா - சராசரி.

தாமான் - கப்பற் பின்பக்கத்துக் கயிறு.

தாமிரகருணி - மேற்றிசை யானைக்குப் பெண்யானை.

தாமிரபட்டம் - செப்பேடு.

தாமிரபருணி - பொருநையாறு.

தாமிரம் - செம்பு.

தாமோதரன் - மகாவிஷ்ணு, 2. ஆமை.

தாம் -ஓரசைச்சொல், 2. ஒருசாரியை, 3. தான் என்பதன் பன்மை.

தாம்பணி - தாம்புக்கயிறு.

தாம்பாளம் - ஓர்வகைத்தட்டு.

தாம்பிரம் - செம்பு

தாம்பு - } கயிறு,
தாம்புக்கயிறு - } 2. தாமணிக்கயிறு.

தாம்பூலம் - வெற்றிலை, 2. வெற்றிலை பாக்கு முதலிய பொருட்கள்.

தாம்பூலவல்லி - வெற்றிலைக்கொடி.

தாயகம் - ஈகையுடைமை.

தாயக்கட்டை - சூதாடுகருவி.

தாயதி - உரிமைப்பங்கு.

தாயத்தார் - பங்காளிகள்.

தாயபாகம் - சுதந்திரம், 2. பங்கு.

தாயம் - உரிமை, 2. தந்தை வழிச்சுற்றம், 3. சூதாடுகருவி, 4. நற்பந்தயம்விழுகை, 5. புளியங் கொட்டைத்தாயம், 6. சமய வாய்ப்பு, 7. துன்பம், 8. உபகாரம்.

தாயவிபாகம் உரிமைப்பொருள் பிரித்தல்.

தாயாதி - தாயத்தார், 2. உரிமை.

தாயான் - குழூஉக்குறியில் ஒன்பது.

தாயித்து - மந்திரித்த யந்திரம் அடைக் குங்கூடு.

தாயுமானார் - } செவ்வந்தி யீசர்,
தாயுமானவர் - } 2. ஓர் ஞானி.

தாய் - அன்னை, 2. விலங்கின்தாய், 3. செவி லித்தாய், 4. முதன்மை, 5. பாராட்டுந்தாய், 6. ஊட்டுந்தாய், 7. அரசன் தேவி, 8. குருவின் தேவி, 9. அண்ணன்தேவி, 10. தன் தேவியை ஈன்றவள்.

தாய்ச்சி - கர்ப்பிணி, 2. முலை கொடுப் பவள், 3. விளையாட்டின் முன்னிற்பவன்.

தாய்மாமன் - தாயின்சகோதரன்.

தாய்வழி - மாதாவழிச் சுற்றம்.

தாரகம் - ஆதரவு, 2. ஆகாரம், 3. ஓர் மந்திரம், 4. வெள்ளி, 5. உச்சஇசை.

தாரகன் - ஆதரிக்கிறவன், 2. கண்ணன் தேர்ச்சாரதி.

தாரகாபதி - சந்திரன்.

தாரகை - நட்சத்திரம், 2. கண்மணி.

தாரக்கம் - பத்தியம்.

தாரண - ஓர்வருடம்.

தாரணம் - தரித்தல், 2. உறுதி, 3. நிலை, 4. ஓர் யோகம்.

தாரணி - பூமி.

தாரணை நெல்விலை.

தாரணை - உறுதி, 2. அட்டாங்கயோகத் தொன்று, அஃது இதயம் கண்டம் கபாலம் நாபி நெற்றி யிவற்றொன்றிற் சிந்தை வைத்திருத்தல், 3. வாயுவைக் கும்பித்தல்.

தாரதம்மியம் - உயர்வு தாழ்வு, 2. எதிரிடை.

தாரம் - மனைவி, 2. விவாகம், 3. அரும் பண்டம், 4. அரிதாரம், 5. நா, 6. வெள்ளி, 7. பாதரசம், 8. சாதிலிங்கம், 9. பிரணவம், 10. மூக்காற்பிறக்குமிசை, 11. வல்லிசை, 12. வீணை நரம்பிலொன்று, 13. வெண் கலம், 14. பச்சைப்பாம்பின் நஞ்சு, 15. தேவ தாரம், (ஒரு மரம்.)

தாரா - ஓர்புள், 2. குருகு.

தாரா - ஓர் வினைமுற்று, 2. ஓர் பெய ரெச்சம், 3. ஓர் வினையெச்சம்.

தாரா - மனைவி, 2. விண்மீன்.

தாராட்டு - தாலாட்டு.

தாராட்டுதல் - (தொ.பெ) ஒராட்டுதல், (தாலாட்டுதல்.)

தாராதத்தம் - நீரோடு தானஞ்செய்தல்.

தாராதரம் - மேகம்.

தாராபதி - சந்திரன்.

தாராளம் - உச்சாகம், 2. பொலிவு, 3. விசாலம், 4. தெளிவு, 5. தைரியம், 6. உதாரம்.

தாரி - வழி, 2. விதம், 3. விலைவாசி.

தாரி - தரிப்பவர்.

தாரிக்க -(வி) பொறுக்க.

தாரிசம் - ஒப்பந்தம்.

தாரித்திரியம் - } தரித்திரம்.
தாரித்திரம் - }

தாரிப் - } மதிப்பு, 2. மேம்
தாரிப்பு - } படச்செய்தல்.

தாரீக் - தேதி.

தாரு - மரக்கொம்பு, 2. மரப்பொது.

தாருகம் - தாருகாவனம்.

தாருகன் - } குமரன் கொன்ற
தாருகாசூரன் - } அசுரன், 2. காளியாற் கொலையுண்ட அசுரன்.

தாருணம் - பயம், 2. கூச்சம்.

தாருண்ணியம் - இளம்பருவம்.

தாரை - ஒழுங்கு, 2. எக்காளம், 3. சிறு சின்னம், 4. வழி, 5. மழைத்தாரை, 6. தத்தம், 7. பாய்கை, 8. கண்மணி, 9. கூர்மை, 10. கண், 11. கொடிப்படை, 12. சக்க ராயுதம், 13. நா, 14. நேரோடுகை, 15. விண்மீன், 16. வலி, 17. மனைவி, 18. வா'லியின் மனைவி, 19. வியாழன்மனைவி, 20. சிலை.

தார் - மாலை, 2. பூவரும்பு, 3. பூ, 4. கிண்கிணிமாலை, 5. கொடிப்படை, 6. படை வகுப்பு, 7. தாறு, 8. சேனை.

தார்க்கணிக்க - } (வி) திருட்டாந்தப்
தார்க்காணிக்க - } படுத்த.

தார்க்கிகன் - தருக்கசாஸ்திரி.

தார்க்கியன் - கருடன்.

தார்மிகன் - புண்ணியவான்.

தாலகேதனன் - பலராமன், 2. வீட்டுமாசாரி.

தாலபத்திரம் - பனையோலை.

தாலம் - பனைமரம், 2. கூந்தற் பனைமரம், 3. நா, 4. யானைச்செவி, 5. பூமி, 6. உண்கலம், 7. தட்டம்.

தாலம்பபாஷாணம் - ஒரு மருந்து.

தாலவட்டம் - யானைச்செவி, 2. யானை வால், 3. பூமி, 4. விசிறி.

தாலவிருந்தம் - பேராலவட்டம், 2. விசிறி.

தாலவ்வியம் - அண்ணத்தால் பிறப்பன.

தாலாட்டு - ஒரு விளையாட்டு.

தாலாப் - குளம்.

தாலாலம் - பழிமொழி.

தாலி - மாங்கல்லியம்.

தாலு - அண்ணம், 2. நா

தாலுகா - } ஜில்லாவின் உட்பகுப்பு.
தாலூக்கா - }

தால் - தாலாட்டு, 2. நா, 3. பிள்ளைக்கவியுறுப்பினொன்று.

தாவ -(வி) எட்டிப்பிடிக்க, 2. பரவ, 3. அழிய, 4. தாண்ட, 5. நீட்ட, 6. பிடிக்க, 7. சாய.

தாவசி - ஓர் தவசி.

தாவடம் - கழுத்தணிமாலை, 2. இருப்பிடம்.

தாவடி - பிரயாணம், 2. போர்.

தாவட்டம் - சிற்பநூன் முப்பத்திரண்டினொன்று, 2. ஓர்வகைக்கல்.

தாவணி - மாட்டைப்பிணிக்குந் தாம்பு.

தாவந்தம் - நரகம், 2. வேதனை.

தாவம் - காடு, 2. காட்டுத்தீ, 3. மருத நிலத்தூர், 4. வெப்பம்.

தாவரம் - } நிலை, 2. உறுதி,
ஸ்தாவரம் - } 3. இடம், 4. பூமி 5. மலை, 6. மரம், 7. உடல், 8. எழுபிறப்பினொன்று, 9. வின்னாண், 10. உதவி, 11. அசரம்.

தாவரிக்க (வி) ஆதரிக்க, 2. நிலைபெற்றிருக்க.

தாவழக்கட்டு - மாட்டின் முன்னங்காலிற்கும் கழுத்திற்கும் கட்டும் கயிறு.

தாவளக்காரர் - தேசாந்தரவணிகர், 2. பொதிக்காரர்.

தாவளம் - மருதநிலத்தூர், 2. இருப்பிடம்.

தாவளி - கம்பளம்.

தாவனம் - சுத்திபண்ணுகை.

தாவாரம் - தாழ்வாரம்.

தாவிளை - சகாயம்.

தாவு - குதிரைநடை, 2. பற்றுக்கோடு, 3. ஒதுக்கிடம், 4. பகை, 5. வருத்தம், 6. வலி, 7. உறைவிடம்.

தாழ - (வி) குறைய, 2. வணங்க, 3. சீர்கெட, 4. சாய, 5. பதிய, 6. தங்க, 7. தோற்க, 8. சோம்ப, 9. மனஞ்சோர, 10. தொங்க, 11. அவாவ, 12. ஆழ, 13. மனங்கவிய, 14. சரிய.

தாழக்கோல் - திறவுகோல், 2. தாழ்ப்பாள்.

தாழஞ்சங்கு - வாயகன்றசங்கு.

தாழி - குடம், 2. சாடி, 3. பரணிநாள்.

தாழிசை - பாவினத்தொன்று.

தாழை - தாழைமரம், 2. தென்னமரம்.

தாழ் - சுதவுறுதாழ், 2. தாழக்கோல், 3. சுவர்ப்புறத்துநீண்ட உத்திரம்.

தாழ்ச்சி - கீழ்மை, 2. தாழ்வு, 3. தாழ்மை, 4. குறைவு, 5. கேடு, 6. இகழ்ச்சி, 7. ஏலாமை, 8. தவறு.

தாழ்த்த - (வி) தாழச்செய்ய, 2. புதைக்க, 3. குறைக்க, 4. கீழ்ப்படுத்த, 5. பொழுது போக்க, 6. அடக்க.

தாழ்ப்பம் - ஆழம்.

தாழ்ப்பாள் - தாட்பாள்.

தாழ்மை - கீழ்மை, 2. மனத்தாழ்மை, 3. நீசத்துவம்.

தாழ்வடம் - ஒரணிவடம்.

தாழ்வாய் -
தாழ்வாய்க்கட்டை - } மோவாய்.

தாழ்வாரம் - வீட்டிறப்பு.

தாழ்வு - பள்ளம், 2. சாய்வு, 3. தாழ்ச்சி.

தாள - (வி) பொறுக்க.

தாளகம் -
தாளக்கம் } அரிதாரம்.

தாளம் - இலயை, 2. ஓர் வாத்தியம், 3. சதி, 4. மாத்திரை, 5. கலைஞானம், 6. பனைமரம்.

தாளன் - குழூஉக்குறியிற் கனவீனன்.

தாளாண்மை - முயற்சி.

தாளி - ஓர் படர்கொடி, 2. அனுடநாள், 3. முட்டைத்தாளி.

தாளி - பனைமரம்.

தாளிக்க - (வி) தாளிதஞ்செய்ய, 2. சுவைப் படுத்த, 3. சுண்ணாம்பைக்குழையச் செய்ய.

தாளிக்கம் - தழைப்பு.

தாளிசம் - ஓர் செடி.

தாளிதம் - தாளிப்பு.

தாள் - நெல் முதலியவற்றின் தாள், 2. தாழ், 3. திறவுகோல், 4. ஒற்றைக்காகிதம், 5. அலகு, 6. சட்டையின்தாள், 7. விளக்குத் தண்டு, 8. கால், 9. விற்குதை, 10. முயற்சி, 11. ஆதி.

தாறு - வாழை கமுகு முதலியவற்றின் குலை, 2. இருப்புமுள், 3. அங்குசம், 4. நெய் வார்தறி, 5. விற்குதை, 6. கீல், 7. அளவு.

தாறுகன்னி - வெள்ளைக்காக்கணஞ் செடி.

தாறுமாறு - ஒழுங்கின்மை, 2. முருட்டுத் தன்மை, 3. அதிக்கிரமம், 4. இறுமாப்பு.

தாற்பரியம் - எண்ணம், 2. நோக்கம், 3. கருத்து.

தாற்ற - (வி) கொழிக்க.

தானக்கை - உயிர்நிலை, 2. தகுந்த இடம்.

தானத்தான் - ஸ்தானீகன், 2. தலைமைக் காரன்.

தானம் - கொடை, 2. ஈகை, 3. உதவி, 4. யானைமதம்.

தான்ம் -
ஸ்தானம் - } இடம், 2. இருப்பிடம், 3. உயிர்நிலை, 4. கர்ப்பக் கிரகம், 5. சுவர்க்கம், 6. வலி, 7. செய்யுட் பொருத்தம், 8. எழுத்துப்பிறக்குமிடம் 9. எண்ணின்தானம், 10. கிரகநிலை, 11. ஸ்நானம்.

தானவர் - அசுரர்.

தானவன் - சந்திரன், 2. அசுரன்.

தானாதிபதி - படைத்தலைவன்.

தானாபதி - படைத்தலைவன், 2. தூதன்.

தானாபத்தியம் - தூதின் செய்கை.

தானி - தானத்திலுள்ளது, 2. இராசதானி.

தானிகம் - கொத்துமல்லி.

தானியம் - நெல் முதலியன.

தானிகன் -
ஸ்தானீகன் } பூசாரி.

தானை - படை, 2. ஆயுதப்பொது, 3. சீலை.

தான் - அசைச்சொல்.

தான் - முழுப்புடைவை.

தான்றி - ஒரு மரம்.

தான்றோன்றி - வலியமுளைத்தது.

தி

திகசம் - ஓமம்.

திகதி - தேதி.

திகந்தம் - திக்கின்முடிவு.

திகம்பரம் - நிருவாணம்.

திகம்பரர் - சமணமுனிவர், 2. நிருவாணிகள்.
திகம்பரி - நிருவாணி, 2. பார்வதி.
திகரடி - சோர்வு.
திகரம் - இளைப்பு, 2. ஈளை, 3. ஓரெழுத்து.
திகழ - (வி) சொலிக்க, 2. கிரணம்வீச, 3. தோற்றமாக, 4. தெளிவாக.
திகழ் - ஒளி.
திகனா - கொடுவேலிச்செடி.
திகாந்தம் - திகந்தம்.
திகிரி - வட்டம், 2. வண்டியுருளை, 3. சக்கராயுதம், 4. தேர், 5. மலை, 6. மூங்கில், 7. குயவன் சக்கரம்.
திகிரிக்கல் - சக்கரவாளகிரி, 2. கோரோசனை.
திகில் - } பயம்.
திகிர் - }
திகு - தாளக்குறிப்பு.
திகுதிகெனல் - நெருப்புப்பற்றி யெரிதல், 2. சினக்குறிப்பு, 3. சீக்கிரக்குறிப்பு, 4. ஒலிக்குறிப்பு.
திகை - திசை, 2. தேமல்.
திகைக்க -(வி) பிரமிக்க.
திகைப்பு - மயக்கம்.
திகைப்பூடு - } ஒரு பூடு.
திகைப்பூண்டு - }
திக்கங்கம் - அட்டபாலர் குறி; அவை: கிழக்காதிமுறையே கொடி, புகை, சீயம், நாய், இடபம், கழுதை, யானை, காகம், என்பன.
திக்கயம் - } அஷ்டகசம்.
திக்கசம் - }
திக்கரிக்க - (வி) நிந்திக்க.
திக்காரம் - இகழ்ச்சி.
திக்கிட - (வி) திடுக்கிட.
திக்கு - வாய்த்தெற்று.
திக்கு - திசை, 2. ஆதரவு.
திக்குத்திக்கெனல் - தாளக்குறிப்பு, 2. அச்சக்குறிப்பு.
திக்குமுக்கு - மூச்சடங்கு வருத்தம்.
திக்குறு - புனமுருங்கைமரம்.
திங்கள் - சந்திரன், 2. மாதப்பொது, 3. சோமவாரம், 4. சாந்திரமாதம்.

திசாயம் - குங்கிலியம்.
திசை - திக்கு, 2. கிரகபலம், 3. பிரபுவின் தேசம்.
திசைச்சொல் - வெளிநாட்டிலிருந்து வந்து வழங்குஞ்சொல்.
திசைமுகன் - பிரமன்.
திடம் - } வலிமை, 2. தைரியம், 3. மெய்மை, 4. உறுதி, 5. நிலைதவறாமை.
திடன் - }
திடல் - } மேடு, 2. மலை, 3. மணற்குன்று, 4. புடைப்பு.
திடர் - }
திடன் - உறுதி, 2. வலி.
திடாரி - தைரியவான்.
திடாரிக்கம் - திடம்.
திடீரெனல் - சீக்கிரக்குறிப்பு, 2. ஒலிக்குறிப்பு.
திடுகூறு - சடுதி.
திடுக்கம் - அச்சம்.
திடுக்காட்டம் - திடுக்குறுதல்.
திடுக்கிட - (வி) அச்சத்தால் மனங்கலங்க, 2. பயத்தாலுடல் கம்பிக்க, 3. துணுக்கிட.
திடுக்கெனல் - அச்சக்குறிப்பு.
திடுதிடுக்க - (வி) தடதடக்க, 2. துடிக்க.
திடுதிடெனல் - சீக்கிரக்குறிப்பு, 2. ஈரடுக்கொலிக்குறிப்பு, 3. விசையோடு செல்லல், 4. சடிதியாய் வருதல்.
திடுமல் - } அடங்காத தன்மை.
திடுமன் - }
திடுமெனல் - ஒலிக்குறிப்பு.
திடும் -தமுக்கு.
திட்க - (வி) பயப்பட.
திட்ட -(வி) நிந்திக்க, 2. சபிக்க.
திட்டம் - நிலவரம், 2. ஒப்புரவு, 3. கட்டளை, 4. மாதிரி, 5. கணிசம், 6. நேர்மை, 7. ஒழுங்கு, 8. பூரணம், 9. ஐயமின்மை, 10. செவ்வை.
திட்டவட்டம் - செவ்வை, 2. உறுதி.
திஷ்டம் - } காணப்படுவது.
திருஷ்டம் - }
திட்டனம் - இருப்பைமரம்.
திட்டாணி - மரத்தைச் சுற்றியமேடை,

திட்டாந்தம் -
திஷ்டாந்தம் -
திருஷ்டாந்தம் -
திருட்டாந்தம் - } சாதிருசம், 2. உறுதி, 3. மதிப்பு.

திட்டி - தினை.

திட்டி - பலகணிவாசல், 2. திட்டிவாயில்.

திட்டி -
திஷ்டி -
திருஷ்டி -
திருட்டி - } பார்வை, 2. கண், 3. ஞானம், 4. கண்ணூறு.

திட்டித்தம்பம் - கண்கட்டுவித்தை.

திட்டு - குன்று, 2. ஆற்றிடைக்குறை, 3. கணையச்சுவர்.

திட்டுமுட்டு - நெஞ்சடைப்பு, 2. ஓர் நோய்.

திட்டெனல் - ஒலிக்குறிப்பு.

திட்டை - மேடு, 2. திண்ணை, 3. திட்டு, 4. உரல்.

திட்டையிட - (வி) ஈறுகட்ட, 2.புண்ணில் தசைவளர.

திட்பம் - திடம், 2. காலநுட்பம், 3. மனவுறுதி, 4. நிச்சயம்.

திணற -(வி) மூச்சுத்தடுமாற.

திணி - திண்மை.

திணிகம் - போர்.

திணிதல் - (தொ.பெ) நெருங்கல், 2. திண்மையாயிருத்தல்.

திணித்தல் - (தொ.பெ) துறுத்தல், 2. நிறைத்தல்.

திணியன் - பருத்தவன்.

திணுக்கம் - நெருக்கம்.

திணுங்க - (வி) நெருங்க.

திணை - பூமி, 2. இடம், 3. குடி, 4. பொருள், 5. குலம், 6. ஒழுக்கம், 7. ஐந்திணை, 8. பெருந்திணை.

திணைமயக்கம் - பலநிலத்தோரைக்கலந்துரைத்தல்.

திண் - வலி.

திண்கல் - சுக்கான்கல்.

திண்டகம் - கிலுகிலுப்பைச்செடி.

திண்டாட்டம் -
திண்டாட்டு - } அலைக்கழிவு, 2. பகைவரால் நெருக்கப்படல்.

திண்டி - யானை, 2. பசலைக்கொடி.

திண்டி - தம்பட்டம், 2. ஓரசுரன்.

திண்டிமம் - தம்பட்டம்.

திண்டிறல் - அதிவீரம்.

திண்டு - சார்மெத்தை.

திண்ணகம் - செம்மறியாட்டுக்கடா, 2. துருவாடு, 3. தட்டார் கருவியிலொன்று.

திண்ணக்கம் - மனஉரம்.

திண்ணம் - வலி, 2. மெய்மை.

திண்ணியன் - பருத்தவன்.

திண்ணெனல் - தந்திநாதம்.

திண்ணை - ஒட்டுத்திண்ணை, 2. வேதிகை.

திண்மை - வலிமை, 2. மெய்மை, 3. கடினம், 4. நிதானம், 5. பாரம்.

திதஸ்தாபகம் -
திதிஸ்தாபகம் - } நிலைக்குமீள்கை.

திதம் -
ஸ்திதம் - } நிலை.

திதலை -
திதனி - } தேமல்.

திதளம் - மாமரம்.

திதி - காசிபப்பிரமாவின் மனைவிகளிலொருத்தி, 2. சிராத்தம்.

திதி -
ஸ்திதி - } நிலைபேறு, 2. காத்தல், 3. நிலைமை, 4. வாழ்வு, 5. கனம், 6. இருப்பு.

திதிகர்த்தா - மகாவிஷ்ணு.

திதிக்க - (வி) நிலைப்படுத்த.

திதிசர் -
திதி சுதர் -
திதிமைந்தர் - } அசுரர்.

திதிட்சை - பொறுமை.

தித்க்கை -
திதீட்சை - } ததேகநிஷ்டை.

தித்த - (வி) திருத்த.

தித்தகம் - மலைவேம்பு, (ஓர் மரம்.)

தித்தம் - கசப்பு, 2. நிலவேம்பு, (ஓர் மரம்), 3. மலைவேம்பு, (ஓர் மரம்.)

தித்தா - தாளக்குறிப்பு, 2. பீதரோகிணி, 3. வட்டத்திருப்பி.

தித்தி - ஓர் துளைக்கருவி, 2. தித்திப்பு, 3. தின்னற்குரியன, 4. வேள்விக்குண்டம், 5. குரவம், (ஓர் மரம்.)

தித்திக்க - (வி) இனிக்க.
தித்திப்பு - இனிப்பு.
தித்திரம் - அரத்தைச்செடி.
தித்திரி - சிச்சிலிக்குருவி, 2. ஓர் கௌதாரி, 3. ஓரிருஷி.
தித்திரு - } நாணற்புல்.
தித்திருச்சி - }
தித்துப்பாடு - திருத்தம்.
திந்திடம் - } புளியமரம்.
திந்திருணி - }
திபதிச்சம் - } வாலுளுவை, (ஓர் மருந்து.)
திபதிசம் - }
திப்பி - கோது.
திப்பியம் - மேன்மை, 2. ஓமம்.
திப்பிலி - ஒரு சரக்கு; அது கண்டத் திப்பிலி யானைத்திப்பிலி முதற்பலவகைப் படும்.
திப்பிலியாட்டம் - } ஓர் விளையாட்டு, 2. சித்திரப்பேச்சு.
திப்பிலாட்டம் - }
திப்பை - மேடு.
திமி - நூறுயோசனை நீளமுள்ள மீன்.
திமிங்கிலகிலம் - திமிங்கிலத்தை விழுங்கு மீன்.
திமிங்கிலம் - யானையை விழுங்கு மீன்.
திமிசம் - } வேங்கைமரம்.
திமிசு - }
திமிதம் - பேரொலி.
திமிதிமி - தாளக்குறிப்பு, 2. யானையை விழுங்கு மீன்.
திமிரம் - இருள், 2. நரகம், 3. குருட் டாட்டம்.
திமிராரி - சூரியன்.
திமிரி - திமிர்.
திமிர் - விறைப்பு, 2. மரத்தல், 3. பரிச மின்மை, 4. சோம்பல், 5. சன்னி, 6. மயக்கம், 7. மனக்கடினம்.
திமிர்தம் - ஒலி.
திமிர்தல் - (தொ.பெ) பூசுதல, 2. வளரல்.
திமிர்த்தல் - (தொ.பெ) திமிர் கொள்ளுதல்.
திமிர்ப்பூச்சி - வயிற்றுப்புழு.
திமிலம் - யானைமீன், 2. பேரொலி.
திமிலர் - நெய்தனிலமாக்கள், 2. மீன் காரர்.
திமிலிட - (வி) மிகவொலிக்க.
திமிலை - பம்பைமேளம்.
திமில் - தோணி, 2. மரக்கலம்.
திமிற - (வி) பலாத்காரமாய் விலக, 2. வளர, 3. தேய்க்க, 4. சிந்த.
திமைக்க - (வி) கிளப்ப.
திம்மலி - தடித்த சரீரமுடையவள்.
திம்மன் - ஓராண் குரங்கு, 2. இகழுஞ் சொல்.
திம்மை - சுருணை, 2. பிரமை.
தியக்கடி - தியக்கம்.
தியக்கம் - } சோர்வு, 2. மயக்கம், 3. கலக்கம், 4. சஞ்சலம்.
தியக்கு - }
தியங்க - (வி) சோர, 2. சஞ்சலப்பட, 3. மயங்க.
தியசம் - மரமஞ்சள்.
தியந்தி - திராய்.
தியரடி - திகரடி.
தியாகம் - உபகரிப்பு, 2. கொடை, 3. விடுதல்.
தியாகராயன் - திருவாரூர் கோயில் கொண்ட சிவபெருமான்.
தியாகி - கொடையாளன்.
தியாச்சியம் - ஒவ்வொரு நட்சத்திரத்தி லுஞ் சுபகாரியங்களுக்கு விலக்கப்பட்ட நேரம், 2. விலக்குகை.
தியாமம் - நான்முகப்புள்.
தியாலம் - நாளிலொருபங்கு.
தியானம் - யூகிப்பு, 2. தேவசிந்தனை, 3. அட்டாங்கயோகத்தொன்று; அஃது ஐம் புலனடக்கிச் சிவயோகஞ் செய்தல். இது ஐவகைப்படுமென்பர்.
தியானிக்க - (வி) சிந்திக்க, 2. ஒன்றையே நினைக்க, 3. செபஞ்செய்ய.
தியானிப்பு - தியானித்தல்.
தியோதம் - வெயில்.
திரகமூலகம் - முடக்கொத்தான், (ஓர் பூண்டு.)
திரக்கத்தாரு - நிலப்பனைப்பூடு.
திரக்கம் - கொன்றைமரம்.
திரக்காரம் - } நிந்தை.
திரஸ்காரம் - }

திரங்க - (வி) திரைய.
திரங்கல் - மிளகு.
திரச்சீனமுகம் - நாணத்தால் தலை யாட்டல்.
திரட்சி - கூட்டம், 2. திரண்டதன்மை.
திரட்ட - (வி) உருட்ட, 2. உருண்டையாகக் கடைய, 3. சேர்க்க, 4. சங்கிரகிக்க, 5. திரவியங்குவிக்க.
திரட்டுக்கலியாணம் - இருதுசாந்தி.
திரணச்சி - நவக்ஷாரம்.
திரணம் - அற்பம், 2. துரும்பு, 3. புல்.
திரணி - ஓர் செடி.
திரணை - உருண்டை, 2. திரண்டது, 3. வைக்கோற்றிரணை.
திரண்டகொடிச்சி - புற்றாம்பழம்.
திரந்திகம் - திப்பிலிமூலம்.
திரப்பியம் - திரவியம்.
திரமம் - சாதிலிங்கம்.
திரமிடம் - திரவிடம்.
திரம் - } உறுதி, 2. பலம், 3. உரம்,
ஸ்திரம் - } 4. நிலை, 5. மாறாமை, 6. முத்தி, 7. தகரைச்செடி.
திரயம் - மூன்று.
திரயோதசி - பதின்மூன்றாந்திதி.
திரலடி - ஏலம்.
திரவம் - நீர் முதலியவற்றி னெகிழ்ச்சி, 2. பொசிதல், 3. சாரம்.
திரவாதி - காட்டாமணக்குஞ்செடி.
திரவிடம் - } இது ஆரியர் தமிழுக்கு
திராவிடம் - } இட்டபெயர். இது ஐவகைப் படும், தமிழ், ஆந்திரம், கன்னடம், மகாராட்டிரம், கூர்ச்சரம் என்பன.
திரவியம் - பாக்கியம், 2. ஓர்வகைக் கலப்பு மருந்து, 3. மூலபதம், 4. பொன், 5. அரும் பண்டம்.
திரள - (வி) உருண்டையாக, 2. கூட, 3. குவிய, 4. சேர, 5. இறுக, 6. வீங்க, 7. பருக்க, 8. இருதுவாக.
திரளி - ஓர் மீன்.
திரளை - உருண்டை, 2. நூலுண்டை.
திரள் - உண்டை, 2. குழியம், 3. கூட்டம், 4. சேனை.
திராங்கு - தாழ்ப்பாள்.
திராட்சம் - } கொடிமுந்திரிகை.
திராட்சை - }
திராணி - பலம், 2. சத்துவம்.
திராபை - புத்தியற்றவன்.
திராமரம் - பவளமல்லிகைமரம்.
திராமிடம் - திராவிடம்.
திராய் - ஒரு கசப்பான பூண்டு.
திராவகம் - செய்நீர்.
திராவிடம் - தமிழிற்கு வடமொழியிற் கூறும் பெயர்.
திரி - விளக்குத்திரி, 2. மெழுகுதிரி.
திரி - மூன்று.
திரி - } ஸ்திரீ.
திரீ - }
திரிய - (வி) உழல, 2. அழிய, 3. மாற, 4. உருள, 5. சுருள, 6. மனங்கோண, 7. மாறுபட, 8. எழுத்துத்திரிய.
திரிகடுகம் - } ஒரு நூல், 2. சுக்கு மிளகு
திரிகடுகு - } திப்பிலி.
திரிகண்டகம் - நெருஞ்சிற்பூண்டு.
திரிகாலசந்தி - காலைமாலை உச்சிகளிற் பண்ணு மனுட்டானம்.
திரிகாலம் - முக்காலம்; அவை உச்சி, காலை, மாலை, 2. இறப்பு, நிகழ்வு, எதிர்வு.
திரிகாலோசிதம் - குசைப்புல்.
திரிகூடம் - ஒரு மலை.
திரிகை - இடக்கை மேளம், 2. ஏந்திரம், 3. குலாலசக்கரம், 4. முந்திரிகைமரம்.
திரிசங்கு - அரிச்சந்திரன் தந்தை.
திரிசடை - விபீடணன் மகள்.
திரிசிரபுரம் - திரிசிராப்பள்ளி.
திரிசூலம் - முத்தலைவேல்.
திரிசூலி - சிவன்.
திரிசொல் - செய்யுட்சொல்.
திரிதண்டம் - முக்கோல்.
திரிதரல் - (தொ.பெ) சுழலல், 2. திரிதல், 3. மீளல்.
திரிதியம் - செவ்வள்ளிக் கொடி.
திரிதியை - மூன்றாந்திதி.
திரிநேத்திரன் - சிவன்.
திரிபங்கி - மிறைக்கவியினொன்று அஃது ஒரு செய்யுளாய் நின்று மூன்றாய்ப் பிரித்தோத மூன்று செய்யுளாயும் நிற்குங் கவி.

திரிபதகை - கங்கை.
திரிபதார்த்தம் - சைவசித்தாந்த நூல்களிலே.சொல்லப்படு மூன்று பதார்த் தங்களாகிய பதி, பசு, பாசம்.
திரிபலம் - } கடுக்காய், 2. நெல்லிக்காய்,
திரிபலை - } 3. தான்றிக்காய்.
திரிபழுகம் - பால், 2. நெய், 3. தேன்.
திரிபுடி - ஞாதுரு, 2. ஞானம், 3. ஞேயம்.
திரிபுடை - சத்ததாளத்தொன்று.
திரிபுண்டரம் - மூன்று வரியாய்ப்பூசும் விபூதிப் பூச்சு.
திரிபுரசுந்தரி - பார்வதி.
திரிபுரதகனன் - } சிவன்.
திரிபுராந்தகன் - }
திரிபுரி - சாறடை, இது சாறணை.
திரிபுரை - பார்வதி.
திரிமூர்த்தி - பிரமா, 2. விஷ்ணு, 3. சிவன்.
திரியம்பகன் - சிவன்.
திரியாவரம் - புரளி.
திரிவட்டம் - நூல் சுற்றுங்கருவி.
திரு - இலக்குமி, 2. செல்வம், 3. மேன்மை, 4. அழகு.
திருகாணி - சுரையாணி.
திருகு - முறுக்கு.
திருகுகள்ளி - ஒருவகைக் கள்ளி.
திருகுதாளம் - மாறுபாடு.
திருகூசி - தமரூசி.
திருக்கடைக்காப்பு - திவ்வியப் பிரபந்தத்தின் முடிவுப்பாட்டு.
திருக்கடையாப்பு - சம்பந்தர் பாடிய நூல்.
திருக்கடையூர் - தஞ்சாவூருக் கருகில் ஓர் சிவஸ்தலம்.
திருக்கு - முறுக்கு, 2. தந்திரம்.
திருக்கு - கண்.
திருசியம் - தோற்றமுள்ளது.
திருச்சிற்றம்பலம் - சிதம்பரம்.
திருடதை - உறுதி.
திருடம் - பலம்.
திருடன் - கள்வன், 2. விஷ்ணுகரந்தை.
திருடி - கள்ளி.
திருடு - களவு.
திருட்டாந்தம் - உதாரணம்.
திருட்டி - கண், 2. பார்வை.
திருணம் - துரும்பு, 2. புல்.
திருதி - உறுதி.
திருதியை - மூன்றாந்திதி.
திருத்தம் - ஒழுங்கு, 2. தீர்க்கம்.
திருத்தி - பூரணம், 2. மனோரம்மியம்.
திருநாமக்கத்திரி - ஓர் பாம்பு.
திருநாமச்செடி - } ஒருபூடு,
திருநாமத்துத்தி - } அது நன்னாரி.
திருநாள் - விசேஷஆராதனைத்தினம்.
திருநீலகண்டன் - ஓர் பூரான், 2. சிவத் தொண்டரிலொருவன்.
திருநீறு - விபூதி.
திருநீற்றுக்காப்பு - விபூதியீட்டிரட்சை.
திருநீற்றுக்கோவில் - திருநீற்றுப்பை.
திருநீற்றுப்பச்சை - } உருத்திர
திருநீற்றுப்பத்திரி - } சடைப் பூடு.
திருந்தலர் - } பகைவர்.
திருந்தார் - }
திருப்பதி - தேவதலம், 2. விட்டுணு.
திருப்பரங்குன்று - மதுரைக்கருகி லுள்ள ஒரு மலை, இது சுப்பிரமணியக் கடவுளுக்கு பிரதானதலமாயுள்ளது.
திருப்பள்ளியெழுச்சி - தேவர்கள் அனந்தல் விட்டெழுதல்.
திருமயிலை - மயிலாப்பூர்.
திருமரம் - அரசமரம்.
திருமலர் - தாமரை.
திருமலை - கயிலாயமலை, 2. திருப்பதி.
திருமறுமார்பன் - விஷ்ணு, 2. அருகன்.
திருமாது - இலக்குமி.
திருமால் - மகாவிஷ்ணு.
திருமால்புதல்வன் - மன்மதன்.
திருமுகம் - கடவுள் சந்நிதானம், 2. பெரி யோர் சமுகம், 3. சீமுகம், 4. நிருபம்.
திருமுறை - திருவாசகம்.
திருமுற்றம் - குதிரை வையாளிவீதி, 2. கோயிற் சந்நிதானம்.
திருமுன் - தேவசந்நிதானம்.
திருமேனி - திவ்விய தேகம், 2. விக்கிரகம்.

திரும்ப - (வி) மடங்க, 2. மாற, 3. விலக, 4. மறுசமயத்திற்புக, 5. சாய, 6. மீள, 7. வளைய, 8. பின்னிட.
திருவடி - திவ்வியபாதம், 2. ஆறாப்புண்.
திருவடிநிலை - பெரியோர் பாதுகைக்குப் பெயர்.
திருவட்டி - கள்ளிமரம்.
திருவன் - விகடக்காரன், 2. கள்வன்.
திருவாசகம் - மாணிக்கவாசக சுவாமிகளாற் செய்யப்பட்ட ஒரு தமிழ்வேதம்.
திருவாதிரம் - புரளி.
திருவாதிரை - ஒரு நக்ஷத்திரம்.
திருவாத்தான் -, **திருவாழ்த்தான்** - } விகடன்.
திருவாய்மொழி - தெய்வவாக்கு, 2. வைணவரது தமிழ் வேதம்.
திருவாலி - கள்வன், 2. பொய்யன்.
திருவிளையாட்டு - தெய்வ விளையாட்டு.
திருவுரு - விக்கிரகம், 2. வடிவம்.
திருவோணம் - ஒரு நட்சத்திரம்.
திருவோலக்கம் - மகா திவ்விய சபை.
திரேகம் - சரீரம்.
திரேக்காணம் - உதயராசியை மூன்றாகப் பகிர்தல்.
திரேதம் -, **திரேதாயுகம்** - } ஓர் யுகம்.
திரேதாக்கினி - முத்தீ.
திரை - உடற்றிரை, 2. வைக்கோற்புரி, 3. கொட்டைப்பஞ்சு, 4. அலை, 5. கடல், 6. ஆறு.
திரை - திரைச்சீலை.
திரைக்க - (வி) ஒதுக்க, 2. சுருக்க.
திரை - (வி) திரங்க, 2. அலைய, 3. உறைய, 4. சுருங்க, 5. திரள.
திரையல் - வெற்றிலை.
திரைராசிகம் - முத்தொகை வினா.
திரோதம் -, **திரோதயம்** - } பஞ்சகிருத்தியத் தொன்று.
திரோபவம் -, **திரோபாவம்** - } மயக்கம்.
திரோபவிக்க - (வி) மறைக்க.
திர்ப்தி - திருத்தி.

திலகம் - சிந்தூரம், 2. பொட்டு, 3. நெற்றிச்சுட்டி, 4. மேன்மை, 5. கலித்துறை, 6. மஞ்சாடிமரம்.
திலதம் - பொட்டு, 2. நெற்றித்திலகம், 3. சுட்டி.
திலதர்ப்பணம் - எள்ளுந் தண்ணீருமிறைத்தல்.
திலம் - எள், 2. மஞ்சாடிமரம்.
திலவகம் - விளாம்பட்டை.
திலாசா - தைரியப்படுத்தல்.
திலு - மூன்றின் குழூஉக்குறி.
திலுப்புலு - முப்பது.
திலோத்தமை - ஓரரம்பை.
தில் - அசைச்சொல், 2. ஒழியிசை, 3. காலம்.
தில்லம் - காடு.
தில்லானா - தாளக்குறிப்பு, 2. ஓர் சந்தக்குழிப்பு.
தில்லி - டில்லிப்பட்டணம்.
தில்லுமுல்லு - மாறுபாடு.
தில்லை - ஓர்மரம், 2. சிதம்பரம்.
தில்லைநாயகம் - ஓர்நெல்.
தில்லையம்பலம் - கனகசபை.
திவசம் - நாள், 2. சிராத்தம்.
திவடல் - (தொ.பெ) துவளுதல்.
திவம் - தோற்றம், 2. பகல்.
திவரம் - நாடு.
திவலை - சிதறுந்துளி, 2. மழைத்துளி, 3. மழை.
திவவு - வீணைவலிக்கட்டு, 2. படிக்கட்டு.
திவள - (வி) துவள.
திவற - (வி) சாவ.
திவா - பகல்.
திவாகரம் - ஒரு நிகண்டு.
திவாகரன் - திவாகரஞ்செய்தவன், 2. சூரியன்.
திவாகீர்த்தி - அம்பட்டன், 2. சண்டாளன்.
திவாந்தம் - ஆந்தை.
திவாமணி - சூரியன்.
திவானி - நியாயஸ்தலம்.
திவான்ஜி - மந்திரி.
திவோதாசன் - காசியரசன்.
திவ்வியகவி - தெய்வப்புலவன்.

திவ்வியசட்சு - ஞானக்கண், 2. தெய்விக பார்வை.
திவ்வியம் - தெய்வீகம், 2. மேன்மை.
திளைக்க - (வி) நெருங்க, 2. பூரிக்க, 3. போகிக்க, 4. பெருக.
திறக்க - (வி) வழியுண்டாக்க, 2. வெளிப் படுத்த, 3. தாழ்திறக்க, 4. விரிக்க, 5. அங் காக்க, 6. துளைக்க, 7. பிளவுபட, 8. விரிய, 9. ஒலியுரக்க.
திறக்கு - காரியம்.
திறத்தி - மருத்துவப்பெண்.
திறப்பணம் - தமரூசி.
திறப்பு - காவலின்மை, 2. திறத்தல்.
திறமை - மேன்மை, 2. சமர்த்து, 3. வலிமை, 4. ஐசுவரியம், 5. தைரியம்.
திறம் - வகை, 2. தன்மை, 3. பக்கம், 4. வலிமை, 5. உறுதி, 6. சாமர்த்தியம், 7. மேன்மை, 8. ஐசுவரியம், 9. அதிகம், 10. குறை நரம்புள்ள வீணை, 11. காரணம், 12. மருத்துவம்.
திறம்ப - (வி) தவற, 2. மாறுபட.
திறல் - வலி, 2. போர், , 3. பகை, 4. தைரியம்.
திறன் - குணம், 2. காரணம், 3. கூறுபாடு.
திறாங்கு - கதவடை தாழ்.
திறாணி - திராணி.
திறுதிட்டம் - } நேர்நிற்கை.
திறுதட்டம் -
திறுதிறுக்க - } (வி) அஞ்சிவிழிக்க.
திறுதிறென -
திறை - அரசிறை.
திற்றி - தின்னற்குரியன.
தினகரன் - சூரியன்.
தினகாலம் - எப்போதும்.
தினமணி - சூரியன்.
தினமானம் - நித்தமும்.
தினவு - சொறி.
தினுசு - } வகை.
தினுசுவாரி -
தினை - ஓர் தானியம், 2. சிறுமை.
தினைக்குருவி - ஓர் சிறுகுருவி.
தின்மை - தீமை.
தின்றி - தீன்.
தின்ன - (வி) உண்ண, 2. சிற்றுண்டி புசிக்க, 3. மெல்ல, 4. பட்சிக்க, 5. அரிக்க.
தின்னி - தின்கிறவன்.

தீ

தீ - நெருப்பு, 2. பஞ்சபூதத் தொன்று, 3. நரகம், 4. உயிரிலுள்ள தீ, 5. உதரத் துள்ள தீ, 6. சினத்திலெழுந் தீ.
தீ - உவப்பான, 2. இனிமையுள்ள.
தீ - அறிவு.
தீக்கஞ்சி - ஆரதிகருப்பூரம்.
தீக்கடன் - ஈமக்கடன்.
தீக்கடைகோல் - ஞெலிகோல்.
தீக்கதர் - தீட்சதர்.
தீக்கதிர் - உலையாணிக்கோல்.
தீக்கல் - தீத்தட்டிக்கல்.
தீக்காய்தல் - (தொ.பெ) குளிர்காய்தல்.
தீக்குருவி - தழல்விழுங்கி.
தீக்குளித்தல் - (தொ.பெ) அக்கினியிற் படிதல்.
தீக்கூர்மை - இந்துப்பு, 2. திலாசாரம்.
தீக்கை - மந்திரோபதேசம், 2. யாகம், 3. மயிர் களையாதிருக்கை.
தீக்கையோன் - குரு, 2. தீட்சை பெற்றவன்.
தீங்கு - பொல்லாங்கு, 2. கேடு, 3. தவறு.
தீச்சலம் - கடல்நுரை.
தீச்சொல் - பழிச்சொல்.
தீஞ்சொல் - இனியசொல்.
தீட்சணம் - } வெப்பம், 2. கூர்மை, 3. உக்கிரம்.
தீக்ஷணம் -
தீட்சணியம் -
தீட்சதர் - தீக்கதர்.
தீட்சை - } குருபதேசம், 2. ஞான போதனை, 3. பக்குவான் மாவைக் கரையேற்றல், 4. விரதநியமம், 5. சங்கற்பம்.
தீக்ஷை -
தீக்கை -
தீட்ட - (வி) கூராக்க, 2. அரிசிதீட்ட, 3. அடிக்க, 4. பல்துலக்க, 5. எழுத, 6. சித்திரிக்க, 7. கட்ட.

தீம் 272 தீர்த்

தீட்டம் - } ஆசூசம், 2. மகளிர்தொடக்கு.
தீட்டு -

தீட்பு - இழிவு, 2. குலவடு.

தீண்ட - (வி) தொட, 2. தொற்ற, 3. விஷந்தீண்ட, 4. கற்பழிக்க, 5. பற்ற.

தீண்டியம் - பவளக்குறிஞ்சி.

தீதல் - (தொ.பெ) கருகுதல், 2. தீந்துபோதல்.

தீது - தீமை, 2. குற்றம், 3. தீமையுடையது.

தீத்தம் - } பிரகாசம், 2. சிவாக மிருபத்தெட்டினொன்று, 3. பெருங்காயம், 4. தீர்த்தம்.
தீப்தம் -

தீந்தமிழ் - இனியதமிழ், 2. நற்றமிழ்.

தீபகம் - விளக்கு, 2. ஓரலங்காரம், அஃது ஓரிடத்து நின்றமொழி பல விடத்து நின்று பொருடருவது, 3. புட்படுக்கும்படி கொண்டுபோகிறபுள்.

தீபகாந்தி - வயிரக்கல்.

தீபக்கால் - விளக்கேந்து கருவி, 2. விளக்குத் தண்டு.

தீபக்கொடிச்சி - ஆரதிகருப்பூரம்.

தீபதூபம் - விளக்கும் நறும்புகையும்.

தீபம் - விளக்கு, 2. சோதிநாள், 3. தீவு.

தீபவதி - ஆறு.

தீபவராடி - வராடித்திறத்தினொன்று.

தீபனம் - பசி, 2. ஆகாரம்.

தீபாவலி - } ஐப்பசிமாதத்தில் அபரபக்கச் சதுர்தசியில் உஷத்காலத்தில் நரகாசூரனைத் திருமால் கொன்றதனால் இவ்வேளை எழுந்து அப்பியங்க ஸ்நானஞ்செய்து கொண்டு கோடி தரித்துப் பலகாரங்களருந்தி யுலகத்தார் மங்களங் கொண்டாட வேண்டுமென அவ்வசுரன் வேண்டு கோளால் திருமாலங்ஙனமேயாக வென்ற தினமாம்.
தீபாவளி -
தீபாளி -
தீவாளி -

தீபிகை } விளக்கு.
தீவிகை -

தீப்பி - நெருப்பு.

தீமை - பொல்லாங்கு, 2. கேடு.

தீம் - இனிமை, 2. தித்திப்பு.

தீம்பர் - கீழ்மக்கள், 2. தீங்குசெய்வோர்.

தீம்பு - பொல்லாங்கு, 2. கீழ்மை.

தீயகம் - நரகம்.

தீயம் - தித்திப்பு.

தீயர் - கீழ்மக்கள், 2. வேடர்.

தீயளி - காய்.

தீயாக்கீரை - பொன்னாங்காணிக்கீரை.

தீர - முற்றாக.

தீர - (வி) முடிய, 2. நீங்க, 3. தீர்மானமாக, 4. நிறைவேற, 5. ஓய, 6. நீள, 7. அற, 8. ஊழொழிய, 9. சாணைதீர, 10. வெடிதீர, 11. சாயந்தீர, 12. கணக்குத்தீர, 13. சுங்கந்தீர.

தீரத்துவம் - தைரியம்.

தீரம் - வலி, 2. தைரியம், 3. கரை, 4. சிறுவரம்பு.

தீராந்தி - விட்டம்.

தீராமை - கடுந்துரோகம், 2. பொய்க்குற்றச்சாட்டு, 3. வன்மத்தாற் சொல்லுங்கோள்.

தீரிக்கை - ஒழிந்தவேளை.

தீர்கடை - முடிவு, 2. முழுமை.

தீர்க்கக்கிரீபம் - ஒட்டகம்.

தீர்க்கசதுரம் - நீண்டசதுரம்.

தீர்க்கசந்தி - வடமொழிப்புணர்ச்சியினொன்று. அது: அ ஆக்களின்பின் ஆவும் இ ஈக்களின் பின் ஈயும் உ ஊக்களின்பின் ஊவும் தோன்றல்.

தீர்க்கதண்டம் - சாஷ்டாங்க தண்டம்.

தீர்க்கதரிசனம் - முக்கால வருத்தமானமறிதல்.

தீர்க்கதரிசி - முக்கால வருத்தமானமறிவோன்.

தீர்க்கம் - நீட்சி, 2. நெட்டுயிரெழுத்து, 3. தூரம், 4. பூரணம், 5. உச்சரிப் பின் திறம், 6. திட்டம்.

தீர்த்தகர் - } சமணமுனிவர்.
தீர்த்தகரர் -

தீர்த்தங்கரர் - ஜைனமதாசாரியர்.

தீர்த்தம் - சுத்தம், 2. புண்ணியதீர்த்தம், 3. திருமஞ்சனநீர், 4. ஓதியிறைக்கும் நீர், 5. புண்ணிய கால ஸ்நானசுத்தம், 6. திருவிழா, 7. துளசிதீர்த்தம்.

தீர்த்தர் - கடவுளர், 2. பரிசுத்தர்.

தீர்த்தன் - அருகன், 2. சிவன், 3. குரு, 4. உபாத்தியாயன்.

தீர்த்திகை - ஆறு.

தீர்ந்தவன் - தேறினவன், 2. துறந்தவன்.

தீர்ப்பு - நியமம், 2. முடிப்பு.

தீர்மானம் - நியமம், 2. முடிவு, 3. தீர்ப்பு, 4. தாளத்தீர்ப்பு, 5. முழுமை.

தீர்மானிக்க - (வி) நிருணயிக்க, 2. முடிக்க, 3. நியமிக்க, 4. தாளந்தீர்க்க.

தீர்மானிப்பு - முடிப்பு, 2. தாளத்தீர்ப்பு.

தீர்வை - தீர்மானம், 2. முடிவு, 3. சுங்கம், 4. விதி, 5. கருமாந்தம், 6. கிரி.

தீர்வைக்காரன் - ஆயக்காரன்.

தீவகம் - தீபிகை.

தீவட்டி - தீவர்த்தி.

தீவரம் - தீவிரம்.

தீவர்த்தி - எரிபந்தம்.

தீவாணம் - நியாயஸ்தலம்.

தீவாந்தரம் - தீவு.

தீவான் - ஒரு மகமதியதலைமை உத்தியோகஸ்தன், 2. கறையான்.

தீவி - புலி.

தீவிகை - தீபிகை.

தீவிதிராட்சம் - கொடிமுந்திரிகை.

தீவிரம் - சீக்கிரம், 2. பெருங்கோபம், 3. கொடுமை, 4. உறைப்பு, 5. சூரியகிரணம், 6. நரகம்.

தீவிளங்கும் வைரம் - மீனம்பர்.

தீவிளி - காய்.

தீவு - இனிமை.

தீவு - கடலிடைக்குறை,இது ஏழுவகை, 2. தீவாந்தரம்.

தீவேட்டல் - கலியாணம், 2. யாகம் பண்ணல்.

தீவேள்வி - கலியாணம்.

தீழ்ப்பு - நீசத்துவம்.

தீற்ற - (வி) ஊட்ட, 2. மெழுக, 3. வெடிப்பு மாற்ற, 4. கயிறுதீற்ற, 5. பல்லுவிளக்க.

தீனபந்து - கடவுள்.

தீனம் - குறை, 2. குரூரம்.

தீனன் - இரப்போன்.

தீனி - தீன்.

தீன் - உணவு.

து

து - ஓரிகழ்ச்சிக்குறிப்பு.

துகள் - புழுதி, 2. குற்றம், 3. பூந்தாது.

துகிரிகை - சாந்து, 2. சித்திரம்.

துகிர் - பவளம்.

துகிலிகை - எழுதுகோல், 2. சித்திரம்.

துகில் - சீலை, 2. விருதுக்கொடி.

துகினம் - பனி.

துகைக்க - (வி) இடித்துக்குழைக்க 2. உழக்க, 3. வருத்த.

துகையல் - துகைத்தபொருள்.

துக்கடி - துண்டுபட்டது.

துக்கம் - விசனம், 2. உபத்திரவம், 3. நரகம், 4. குற்றம்.

துக்காணி - இரண்டு தம்படிகொண்ட ஒரு செம்பு நாணயம்.

துக்கிக்க - (வி) விசனப்பட, 2. வருந்த.

துக்கிதன் - துக்கிக்கிறவன்.

துக்கு - கீழ்மை, 2. உதவாதது, 3. துப்பு.

துக்குடி - துக்கடி.

துக்குணி - அற்பம்.

துக்கை - சூதகம்.

துங்கதை - உயர்ச்சி, 2. பெருமை.

துங்கபத்திரி - } ஓர் நதி.
துங்கபத்திரை - }

துங்கம் - உயர்ச்சி, 2. பெருமை, 3. மந்தோச்சம்.

துங்கரிகம் - காவிக்கல்.

துசகம் - மாதுளைமரம்.

துசம் - குங்கிலியம்.

துசம் - கொடி, 2. இருபிறப்புள்ளது, 3. பல்.

துசன் - பார்ப்பான்.

துச்சம் - கொம்மட்டிக்கொடி, 2. பேய்க்கொம்மட்டிக்கொடி.

துச்சம் - அற்பம், 2. வெறுமை.

துச்சவனன் - இந்திரன்.

துச்சன் - அற்பன்.

துச்சாதனன் -
துச்சாசனன் - } துரியோதனன் தம்பி.

துச்சி - புசிப்பு, 2. அனுபவம்.

துச்சிமை - கீழ்மை.

துச்சில் - ஒதுக்கிடம், 2. கூட்டு, 3. சரீரம்.

துஞ்ச - (வி) உறங்க, 2. மந்தமாயிருக்க, 3. சாவ, 4. சோர, 5. நிலையுற.

துஞ்சிற - முழுமையும்.

துஞ்சுமன் - சோம்பன்.

துடக்கம் - தொடக்கம்.

துடக்கறுப்பான் - கொத்தான்கொடி.

துடக்கு - தொந்தம், 2. தொடர்ச்சி.

துடக்கு - மகளிர் சூதகம்.

துடங்கு - (வி) தொடங்கு.

துடப்பம் - துடைப்பம்.

துடர் - தொடர்.

துடர்ச்சி - தொடர்ச்சி.

துடர்தல் - (தொ.பெ) தொடர்தல்.

துடவை - உழவுகொல்லை, 2. பூந்தோட்டம்.

துடி - குமரனாடல், 2. சத்தகன்னிகைகளாடல், 3. குறிஞ்சி நிலப்பறை, 4. பாலை நிலப்பறை, 5. உடுக்கை, 6. காலநுட்பம், 7. ஏலம், 8. அகிலமரம், 9. கூதாளிச்செடி, 10. இசங்கஞ்செடி, 11. உதடு, 12. முதன்மை.

துடிக்க - (வி) அசைய, 2. குதிக்க, 3. தத்தளிக்க, 4. மின்ன, 5. பசியினால் வருந்த.

துடிதுடிக்க - (வி) பதைபதைக்க, 2. கடுகடுக்க.

துடியடி - யானைக்கன்று.

துடியாஞ்சி - இசங்கஞ்செடி.

துடியானவன் - பலாஷ்டிகன்.

துடுக்கு - குறும்பு, 2. விரைவு.

துடுப்பாற்றி - ஓர் மீன்.

துடுப்பு - மருந்து தடவுங்கருவி, 2. சுருவை, 3. வலிதண்டு, 4. பூங்கொத்து.

துடுமெனல் - ஒலிக்குறிப்பு.

துடுவை - நெய்த்துடுப்பு.

துடை - சுவர்க்கட்டை, 2. சுவர்ப்புறத்து நீண்ட உத்திரம், 3. விட்டம், 4. தொடை.

துடைகாலி - பாக்கியத்தை ஒழிக்கும் பெண்.

துடைக்க - (வி) சீக்க, 2. பெருக்க, 3. அழிக்க, 4. நீக்க, 5. வடுவகற்ற, 6. நிர்மூலமாக்க, 7. கைவிட.

துடைப்பம் - வாருகோல்.

துடைவாசி - விஷமூங்கில்

துட்க - (வி) அச்சங்கொள்ள.

துட்டம் -
துஷ்டம் - } தீங்கு, 2. கொடுமை, 3. மூர்க்கம்.

துஷ்டன் - தேள்.

துட்டவி - ஒரு செடி.

துட்டாட்டம் - துட்டத்தனம்.

துட்டாப்பு - சிட்டைமரம், 2. சுமத்தல் 3. மந்தம்.

துட்டு - செப்புநாணயம், 2. நாணயம்.

துட்டு -
துஷ்டு - } தீமை.

துட்டுக்கட்டை -
துட்டுத்தடி - } குறுந்தடி.

துட்டுவம் - அற்பம்.

துட்டை -
துஷ்டை - } வசவி.

துணங்கறல் - இருள், 2. திருவிழா.

துணங்கு - இருள்.

துணங்கை - இருகையுமுடக்கிப் பழுப்புடை யொற்றியாடல், 2. திருவிழா, 3. கூத்து.

துணர் - பூ, 2. பூங்கொத்து, 3. பூந்தாது.

துணர்க்க - (வி) முகைக்க.

துணவு - சீக்கிரம், 2. நுணாமரம்.

துணி - கந்தை, 2. சீலை, 3. துண்டம், 4. சோதிநாள், 5. தூக்கங்கள், 6. ஒளி, 7. தேரிடக்கியம், 8. தெளிவு.

துணிகரம் - தைரியம், 2. துணிவு.

துணிகரிக்க - (வி) துணிய.

துணிக்கை - துண்டு.

துணிச்சல் - துணிகரம்.

துணித்தல் - (தொ.பெ) அறுத்தல், 2. வெட்டல்.

துணிபு - தெளிவு, 2. தீர்மானம்.
துணிய -(வி) துன்டமாக, 2. எண்ண, 3. தெளிய, 4. முயல, 5. நிச்சயப்படுத்த.
துணுக்கம் - அச்சம், 2. உள்ளோசை.
துணுக்கிடுதல் - (தொ.பெ) பயப்படுதல்.
துணுக்கு - பயங்கரம்.
துணுக்கை - துண்டு.
துணை - உதவி, 2. சகாயம், 3. ஆதரவு, 4. அளவு, 5. ஒப்பு, 6. சல்லியம், 7. இணை.
துணைக்காரணம் - உபகரணம்.
துணைமை - உதவி.
துணைவன் - தலைவன், 2. தோழன், 3. மந்திரி, 4. உதவிசெய்வோன்.
துணைவி - மனைவி, 2. உதவி செய்பவள், 3. சகோதரி.
துணைவு - சீக்கிரம்.
துண்டம் - துணிக்கை, 2. துணி, 3. பிரிவு, 4. கைவாய்க்கால்.
துண்டம் - முகம், 2. மூக்கு, 3. பறவை மூக்கு, 4. யானைத்துதிக்கை, 5. சாரைப்பாம்பு.
துண்டரிக்கம் - } குரூரம், 2. தொந்தரவு.
துண்டிரிக்கம் - }
துண்டாயம் - பொற்பணம், 2. பொன் மணல்.
துண்டி - துண்டுநிலம், 2. கழி.
துண்டிக்க - (வி) அறுக்க, 2. நறுக்க, 3. துண்டுதுண்டாக்க, 4. சொல்லைத் துண்டிக்க, 5. பிரிக்க, 6. கடிய, 7. மறுக்க.
துண்டிவிநாயகன் - காசிக்கணபதி.
துண்டீரன் - ஓரரசன்.
துண்டு - துணிக்கை, 2. பங்கு, 3. சீட்டு, 4. துணி, 5. இரண்டு சிப்பம் புகையிலை, 6. நஷ்டம்.
துண்டுகத்திரி - ஓர் விஷப்புழு.
துண்ணிட - (வி) திடுக்கிட.
துண்ணெனவல் - அச்சக்குறிப்பு.
துதமுகம் - வேண்டாமைக்கு இடம் வலம் தலையாட்டல், 2. தலையாட்டம், 3. நாகந்தலையசைக்கை.

துதி - } தோத்திரம்.
ஸ்துதி - }
துதிக்க - (வி) தோத்திரிக்க, 2. நினைக்க.
துதிக்கை - தும்பிக்கை, 2. துதிக்குதல்.
துதியம் - சவரிலோத்திரம்.
துதியை - இரண்டாந்திதி.
துதை - நெருக்கம்.
துதைய - (வி) நெருங்க, 2. மிகுதிப்பட.
துத்தநாகம் - நவலோகத்தொன்று.
துத்தம் - மத்திமநாதம், 2. நாவினாற் பிறக்குமிசை, 3. யாழினோர் நரம்பு, 4. நாய், 5. வயிறு, 6. நாண்முகப்புல்.
துத்தம் - பால், 2. கண்மருந்து.
துத்தி - உண்டற்குரியன, 2. பாம்பின் படப்பொறி, 3. தேமல், 4. ஓர்செடி.
துத்தியம் - } துதி, 2. வணக்கம்.
ஸ்துத்தியம் - }
துத்து - சேணப்பஞ்சு, 2. பொய்.
துத்துப்போடுதல் - (தொ.பெ) தூர்த்தல்.
துந்தம் - வயிறு.
துந்தி - வயிறு.
துந்துபி - துந்துமி, (பேரிகை.)
துந்துமாரி - முதலெழுவள்ளலிலொருவன்.
துந்துமி - மழைத்துளி.
துந்துமி - துந்துபி, 2. பறைப்பொது, 3. ஓரசுரன், 4. ஓர் வருடம்.
துந்துருபாவை - } துடிப்புள்ளவள்.
துந்துருமாலை - }
துபாக்கி - } சுடுங்கருவி.
துப்பாக்கி - }
துபாசி - }
துபாஷி - } இருபாஷை யறிந்தோன்.
துப்பாசி - }
துப்ப - (வி) உமிழ.
துப்பகம் - நெய்.
துப்பட்டா - } ஓர் சீலை.
துப்பட்டி - }
துப்பரவு - மேன்மை.
துப்பிரசம் - கருஞ்சொண்டி.
துப்பு - உணவு, 2. அனுபவம், 3. நெய், 4. பானம், 5. மிகுதி, 6. வலி, 7. சகாயம்,

8 துணைக்காரணம், 9. ஆயுதப்பொது, 10. சுத்தம், 11. அறிவு, 12. சிவப்பு, 13. அரக்கு, 14. பவளம், 15. பொலிவு, 16. பகை, 17. சாமர்த்தியம், 18. ஆராய்ச்சி, 19. குற்றம், 20. துணைக்கருவி, 21. கறை.

துப்புக்கேடு - சீர்கேடு.

துப்புரவு - ஐம்பொறி நுகர்ச்சி, 2. அனுபவம், 3. அலங்காரம், 4. முறைமை, 5. சுத்தம், 6. முழுமை, 7. மேன்மை.

துமாலா - } இறைவாங்காமை.
துமால் - }

துமாலா - கடையிமுப்புச்சரிகை.

துமானம் - ஆபரணப்பெட்டி.

துமி மழைத்துளி, 2. சிறு திவலை.

துமிதம் - நீர்த்துளி.

துமித்தல் - (தொ.பெ) வெட்டல், 2. அறுத்தல்.

தும் துகள், 2. உளப்பாட்டுத் தன்மைப் பன்மை விகுதி.

தும்பகா - தும்பைப்பூடு.

தும்பரம் - அத்திமரம்.

தும்பராஷ்டகம் - பேரரத்தை, (ஒரு மருந்து.)

தும்பல் - உயிர்ப்பு, 2. தும்முதல், 3. விடுதல்.

தும்பன் - தீயவன்.

தும்பால் - துமால்.

தும்பி - சுரைக்கொடி.

தும்பி யானை, 2. கருவண்டு, 3. வண்டு, 4. வண்டினாண், 5. ஓர்மீன், 6. கரும்பு, 7. கொத்தான்கொடி, 8. பனிச்சைக்காய்.

தும்பிக்கை - துதிக்கை.

தும்பிலி - ஒரு மரம்.

தும்பு - நார், 2. ஓர் கயிறு, 3. சிம்பு.

தும்புரு - ஓர் சுந்தருவன், 2. நரம்புக் கருவியினொன்று.

தும்பை - ஓர் பூடு, 2. போர்செய்வோர் அணியும் மாலை, 3. ஓர் மீன், 4. கூட்டம், 5. வெற்றிலை, 6. போர்செய்தல்.

தும்ம - (வி) உயிர்க்க, 2. விட.

தும்மட்டி - } ஓர் செடி.
தும்முட்டி - }

தும்மு - கொசுகு.

துயக்க - (வி) தளர்த்த.

துயக்கம் - } தளர்வு.
துயக்கு - }

துயங்க - (வி) தளர.

துயம் - இரண்டு, 2. கொடி.

துயர - (வி) துக்கிக்க, 2. துன்பப்பட.

துயரம் - துக்கம், 2. பரிதாபம், 3. உபத்திரவம், 4. நோவு.

துயர் - துன்பம்.

துயல - (வி) அசைய.

துயவு - அறிவின்றிரிபு.

துயில - (வி) உறங்க.

துயில் - நித்திரை.

துயிற்ற - (வி) நித்திரைசெய்விக்க.

துயுலி - தொய்யில்.

துய் - நூற்கும் பஞ்சிற்றொடர் நுனி, 2. அறிவின்றிரிபு.

துய்க்க - (வி) நூனூற்க, 2. உண்ண, 3. ஐம்பொறியால் நுகர, 4. வினைப்பயன் அனுபவிக்க.

துய்ய - சுத்தமுள்ள.

துய்யனை ரவியாக்கி பவளப்புற்றுப் பாஷாணம்.

துய்யன் - பரிசுத்தன், 2. வெள்ளிமணல்.

துய்யாள் - சுத்தமுடையாள், 2. சரசுவதி.

துரகம் - } குதிரை, 2. குதிரைப் பற்
துரகதம் - } பாஷாணம்.
துரங்கம் - }

துரத்த - (வி) செலுத்த, 2. தள்ளிவிட, 3. தொடர, 4. அகற்ற.

துரந்தரன் - பாரஞ்சுமப்போன், 2. முயன்று நிற்போன்.

துரபிமானம் - வீண்பெருமை.

துரப்பணம் - தச்சர் கருவியிலொன்று.

துரம் - பொறுப்பு.

துரவு - கிணறு.

துராகதம் - } தீத்தொழில்.
துராகிருதம் - }

துராலோபம் - சிறுகாஞ்சொறி.
துரால் - செத்தை, 2. துன்பம்.
துரிசு - துன்பம், 2. குற்றம், 3. துருசி.
துரிஞ்சில் - வெளவால், 2. உசிலமரம்.
துரிதம் - } சீக்கிரம், 2. ஓர்தாளம், 3. பாவம்,
துருதம் - } 4. கேடு, 5. கலக்கம், 6. துன்பம்.
துரியம் - சுமத்தல், 2. பொதியெருது, 3. நான்காமவத்தை, 4. சுத்தநிலை, 5. பரமாத்துமா.
துரியர் - சுத்தாத்துமாக்கள்.
துரியாதீதம் - ஆன்மாக்கள் மிகத் தூய்மையாய் நிற்கும் நிலை.
துரியோதனன் - திருதராட்டிரன் குமாரர் நூற்றுவரில் மூத்தோன், (சுயோதனன்.)
துரீ - பாவாற்றி.
துரீல் - சடிதி.
துரு - இருப்புக்கறை, 2. களிம்பு.
துருகம் - துருக்கம்.
துருக்கம் - கஸ்தூரி மிருகம், 2. குங்கும மரம், 3. கலக்கம், 4. காடு.
துருக்கம் - மலையின்மேற்கோட்டை.
துருக்கர் - ஒரு பாடைக்காரர்.
துருக்கல் - செம்புறைக்கல்.
துருக்கு - துருக்கர் தேசம், 2. மிலேச்சசாதி, 3. ஓர் பாஷை.
துருசி - } மயிற்றுத்தம், 2. மாசு.
துரிசு - }
துருசு - சீக்கிரம்.
துருஸ்து - பழுதுபார்த்தல்.
துருதம் - துரிதம்.
துருதுருக்க - (வி) துடிதுடிக்க, 2. ஆத்திரப் பட.
துருதுருப்பு - அமைவின்மை.
துருதுரும்பை - ஓர் பிள்ளைகள் விளையாட்டு.
துருதை - தினவு, 2. சுறுசுறுப்பு
துருத்தி - உலைத்துருத்தி, 2. நீர்த்துருத்தி, 3. மட்டத்துருத்தி, 4. ஆற்றிடைக்குறை.
துருத்தூரம் - ஊமத்தஞ்செடி.
துருந்த - (வி) துளைபருக்கப்பண்ண, 2. ஆராய.

துருபதன் - துரோபதை தந்தை.
துருபவருணி - காட்டாமணக்குஞ்செடி.
துருப்பணம் - தச்சர் கருவியினொன்று.
துருப்பிடிக்க - (வி) தேடிப்பார்க்க.
துருமம் - மரப்பொது, 2. மனக்கலக்கம்.
துருமோற்பலம் - கோங்குமரம்.
துரும்பு - திரணம்.
துருவ - (வி) தொளைக்க, 2. தேங்காய் துருவ, 3. தேடிப்பார்க்க.
துருவண்ணம் - வெள்ளி.
துருவம் - அசையாமை, 2. துருவநட்சத்திரம், 3. பூச்சக்கரத்தின் முனை, 4. சத்த தாளத்தொன்று, 5. கிரகபுடம், 6. நித்திய யோகத்தொன்று, 7. மூலத்துருவம், 8. உபாயம்.
துருவன் - உத்தானபாதனுக்குச் சுநீதியிடத்திற் பிறந்தவன், 2. துருவ நட்சத்திரம், 3. அஷ்டவசுக்களி லொருவன்.
துருவாசன் - ஒரு ரிஷி.
துருவாடு - } செம்மறியாடு.
துருவை - }
துருவுமணை - தேங்காய் துருவி.
துருளக்கம் - குங்கிலியம்.
துரை - சீமான், 2. அதிகாரி.
துரைசானி - } மேன்மகள்
துரைச்சி - }
துரைப்பெண் - }
துரைச்சி - லோகநிமிளை.
துரைத்தனம் - அதிகாரம்.
துரோகம் - பாதகம், 2. இரண்டகம்.
துரோகி - கொடும்பாவி, 2. இரக்கமற்றவன்.
துரோட்டி - துரட்டுக்கோல்.
துரோணம் - காக்கை, 2. சத்தமேகத்தொன்று, 3. பதக்கு, 4. எண்காற்புள், 5. வில், 6. தனுவிராசி, 7. தும்பைச்செடி, 8. துலைவாய்.
துரோணன் - } ஓர் வில்வாசிரியன்.
துரோணாசாரி - }
துரோபதை - பாண்டவர் மனைவி.
துர் - தீதுப்பொருடரு மோருபசருக்கம்.
துர்க்கந்தம் - கெட்டநாற்றம்.

துர்க்கம் - துருக்கம்.

துர்க்கை - கொற்றவை, 2. பூரநட்சத்திரம்,

துர்ச்சனன் - துஷ்டன்.

துர்த்தூரம் - ஊமத்தஞ்செடி.

துர்ப்பரிகம் - சிறுகாஞ்சொறி.

துர்ப்பலம் - பலவீனம், 2. சிறுமை.

துர்முகி - துன்முகி.

துர்லபம் - பெறுதற்கரிது.

துலக்க - (வி) மினுக்க, 2. பிரகாசிக்கப் பண்ண, 3. தெரியப்படுத்த.

துலக்கம் - பிரகாசம், 2. பளபளப்பு, 3. தெளிவு.

துலங்க - (வி) பிரகாசிக்க, 2. துலக்கப்பட, 3. தோன்ற, 4. தெளிய, 5. சிறக்க.

துலங்கு - தொழுமரம்.

துலம் - கனம், 2. துலாநிறை, 3. நீர்முள்ளிச் செடி, 4. கோரைப்புல்.

துலவம் - பஞ்சு.

துலா - நிறைகோல், 2. ஏற்றமரம், 3. பண்டி ஏர்க்கால்.

துலாகோடி - காலணியினொன்று, 2. டா துக்கோடி.

துலாக்கட்டை - திராவி.

துலாக்கோல் - தராசுக்கோல்.

துலாந்து - ஓர் வகைப் பரண்.

துலாம் - நிறைகோல், 2. துலாராசி, 3. ஏற்றமரம், 4. ஓர் நிறை.

துலாம்பரம் - துலக்கம், 2. தெளிவு, 3. பகிரங்கம்.

துலிதம் - அசைவு, 2. ஒப்பு.

துலுக்க - (வி) குலுக்க, 2. அசைக்க, 3. குலுக்கிநடக்க.

துலுக்கப்பூ - ஓர் பூ.

துலுக்கர் - துருக்கர்.

துலுக்காணம் - ஒரு தேயம், 2. ஓர் வகைச் சதுரங்க விளையாட்டு.

துலுக்கு - ஓர் பாடை.

துலை - துலாக்கோல், 2. துலாவிராசி, 3. நீரிறைக்குந்துலா, 4. துலைமுகம், 5. கனம். 6. ஒப்பு.

துலை - தூரம்.

துலைத்தல் - (தொ.பெ) தொலைத்தல்.

துலோபம் - கருஞ்சுண்டி.

துல்லபம் - அருமை.

துல்லம் - பேரொலி.

துல்லியம் - உவமை, 2. சுத்தம்.

துல்லியோகிதாலங்காரம் - ஒப்புமைக் கூட்ட அணி.

துவக்க - (வி) ஆரம்பிக்க, 2. கட்ட.

துவக்கம் - ஆரம்பம்.

துவக்கு - சம்பந்தம், 2. சங்கிலி, 3. பிணக்கு, 4. துப்பாக்கி.

துவக்கு - தோல், 2. உடல்.

துவங்க - (வி) ஆரம்பிக்க.

துவங்கிசம் - சேதம்.

துவசம் - விருதுக்கொடி.

துவசர் - கள்விற்போர்.

துவசாரோகணம் - கொடியேற்றம்.

துவட்சி - அசைவு.

துவட்சிகை - கடுப்பிஞ்சு.

துவட்ட - (வி) துடைக்க, 2. நெருப்பிற் புலர்த்த, 3. தோயச்செய்ய.

துவட்டர் - தச்சர், 2. கம்மாளர்.

துவட்டல் - துவட்டற்கறி.

துவட்டன் - துவாதசாசித்தர்களி லொருவன்.

துவட்டா - } விசுவகருமன்.
துவஷ்டா - }

துவட்டாநாள் - சித்திரை நட்சத்திரம்.

துவந்தம் - தொந்தம்.

துவந்துவம் - இரண்டு, 2. இரட்டை.

துவந்தனை - தடை, 2. அலைவு.

துவம் - அசையாநிலை; 2. தன்மை.

துவயம் - இரண்டு.

துவரம் - துவர்ப்பு.

துவரி - காவிநிறம்.

துவரை - ஓர் பயறு, 2. துவாரகை.

துவரைமல்லி - புஷ்பராகத்தரிப்பு.

துவர் - பகை, 2. சிவப்பு, 3. பவளம், 4. விறகு.

துவர் - துவர்ப்பு, 2. சீயக்காய் முதலியன.

துவர்க்கட்டி - காய்ச்சுக்கட்டி.

துவர்க்காய் - பாக்கு.

துவர்ச்சிகை - கடுக்காய்ப்பிஞ்சு.

துவர்தல் - (தொ.பெ) திமிர்தல், 2. தெளிதல், 3. பிரிதல்.
துவர்த்தல் - (தொ.பெ) துவர்ப்புக் கொள்ளுதல், 3. பூசுதல்.
துவர்ப்பு - அறுசுவையுளொன்று.
துவலை - திவலை, 2. மழைத்தூவல்.
துவல் - சீக்கிரம்.
துவள - (வி) அசைய, 2. மெல்லியதாயிருக்க, 3. நெளிய, 4. இறுக, 5. கசங்க, 6. ஒட்ட, 7. வாட.
துவறல் - துவலைவிடுதல், 2. விரைவு.
துவனம் - அக்கினி.
துவனி - ஒலி.
துவன் - வட்டத்திருப்பி.
துவன்ற - (வி) நிறைய, 2. நெருங்க, 3. மிக, 4. சாக.
துவா - இரண்டு.
துவாதசம் - பன்னிரண்டு.
துவாதசி - ஓர் திதி.
துவாந்தம் - இருள், 2. நரகம்.
துவாபரம் - } மூன்றாம் யுகம்.
துவாபரயுகம் - }
துவாரகை - } சத்தபுரியிலொன்று.
துவார்ரகாபுரி - }
துவாரபாலகன் - கடைகாப்போன்.
துவாரம் - தொளை, 2. வழி, 3. வாயில்.
துவாலை - உதிரப்பெருக்கு, 2. தீட்டு, 3. பூச்சு, 4. பூச்சு மருந்து, 5. துண்டுத் துணி.
துவாளிக்க - (வி) குடைய.
துவி - இரண்டு.
துவிகபா - வட்டத்திருப்பி.
துவிகாயாசின் - செம்முருங்கைமரம்.
துவிசன் - இருபிறப்பாளன்.
துவிதம் - இரண்டு.
துவிதாத்துமகம் - சாதிக்காய்.
துவியம் - இரண்டாவது.
துவிருத்தி - கூறியதுகூறல்.
துவீபம் - தீவு.
துவேஷம் - } பகை.
துவேசம் - }
துவேஷிக்க - (வி) வெறுக்க.
துவை - இறைச்சி, 2. ஒலி, 3. பருகுதற்குரியன, 4. புளிங்கறி, 5. பிண்ணாக்கு.
துவைதம் - துவிதம்.
துவைத்தல் - (தொ.பெ) தோய்க்குதல், 2. இடித்தல், 3. பானம்பண்ணுதல், 4. ஒலித்தல்.
துவைபாயனன் - வேதவியாசன்.
துவைய - (வி) தோய, 2. பால்தோய, 3. மிதிக்கப்பட, 4. இடிக்கப்பட.
துவையல் - சுண்டாங்கி, 2. ஓர் பச்சடி, 3. துவைக்கப்பட்டவை.
துவ்வ - (வி) புசிக்க, 2. ஐம்பொறியால் நுகர, 3. அநுபவிக்க.
துவ்வாமை - வெறுப்பு.
துவ்வு - உணவு, 2. அநுபவம், 3. ஐம்பொறி நுகர்ச்சி.
துழக்க - (வி) குழைக்க.
துழவை - மூங்கிற்பற்றை.
துழனி - ஒலி, 2. பறவைக்கூட்டத்தொலி.
துழாய் - துளசிச்செடி.
துழாவ - (வி) கலக்க, 2. கிளற, 3. தடவ, 4. ஆராய, 5. தண்டுவலிக்க, 6. வெட்ட.
துழாவாரம் - ஊர்ப்பேச்சுப்பேசுகை.
துளக்கம் - ஒளி, 2. அச்சம், 3. சோதிநாள், 4. அசைவு, 5. கலக்கம்.
துளங்க - (வி) அசைய, 2. கலங்க, 3. அஞ்ச, 4. துலங்க, 5. வெளிப்பட.
துளங்கொளி - மிகும் ஒளி, 2. கேட்டைநாள்.
துளசி - ஒரு செடி.
துளம்பிக்கிரி - ஆதொண்டைக்கொடி.
துளவம் - } துளசிச்செடி.
துளவு - }
துளவன் - திருமால், 2. சோரபாஷாணம்.
துளவை - துளை, 2. மூங்கிற்பற்றை.
துளி - திவலை, 2. மழை.
துளி - பெண்ணாமை.
துளிக்க - (வி) மழைபெய்ய.
துளிர் - தளிர்.
துளிர்க்க - (வி) தளிர்க்க, 2. செழிக்க.
துளும்ப - (வி) அசைய, 2. எழும்ப, 3. சொலிக்க, 4. திமிர.

துளுவம் - ஓர் தேசம், 2. பதினெண் பாஷையினொன்று.
துளை - துவாரம், 2. வாயில், 3. உட்டுளை, 4. மூங்கில்மரம்.
துளைக்கை - யானைத்துதிக்கை.
துளைத்தல் - (தொ.பெ) துவாரஞ் செய்தல், 2. ஊடுருவல்.
துளைய - (வி) மூழ்க, 2. அனுபவிக்க.
துள்ள - (வி) குதிக்க, 2. குதித்துச்செல்ல, 3. கருவிக்க.
துள்ளலோசை - கலிப்பாவினோசை.
துள்ளல் - கூத்து, 2. ஆடு, 3. கொசுகு, 4. விரைந்து பாடுமிசை.
துள்ளி - திவலை.
துள்ளு - குதிப்பு.
துற - (வி) உண்ண.
துறக்க - (வி) கைவிட, 2. இல்லறந்துறக்க, 3. தவிர்க்க.
துறக்கம் - }
துறக்கநாடு - } சுவர்க்கம்.
துறடு - }
துறட்டி - } அங்குசம், 2. சிக்கு.
துறட்டுப்பிடி - }
துறட்டுவாதம் - } பிடிவாதம்.
துறந்தார் - }
துறந்தோர் - } நீத்தோர்.
துறப்பணம் - }
திறப்பணம் - } துளைக்குமூசி.
துறவர் - முனிவர்.
துறவறம் - இல்லறந்துறத்தல் அஃது நாலாச்சிரமத்தொன்று.
துறவி - சன்னியாசி.
துறு - செம்பூரான் கல்.
துறுட்டி - சிற்றேலம்.
துறுதல் - (தொ.பெ) நெருங்குதல்.
துறுத்தல் - (தொ.பெ) அமுக்கல், 2. நுழைதல்.
துறுபவம் - நெருக்கம்.
துறும -(வி) நெருங்க, 2. திரள, 3. திரட்ட.
துறுவ -(வி) உண்ண, 2. நெருங்க.
துறை - நீர்த்துறை, 2. இறங்குதுறை, 3. வழி, 4. சபைகூடுமிடம், 5. வண்ணாரத்துறை, 6.ஒதுங்குமிடம், 7. ஆறு, 8. கலித்துறை, 9.நூற்றுறை, 10. அகப்பொருட்டுறை.
துறைபோதல் - (தொ.பெ) முற்றக் கற்றறிதல்.
துறைமுகம் - ஏற்றுமதி இறக்குமதி செய்யுந்துறை.
துறைவல்லோர் - கற்றோர்.
துறைவன் - நெய்தனிலத்தலைவன்.
துறோட்டி - அங்குசம்.
துற்கை - துற்காதேவி.
துற்பரிகம் - சிறுகாஞ்சொறிக்கொடி.
துனாவி - திப்பிலி.
துனி - துன்பம், 2. நோய், 3. புலவிநீட்டம், 3. அச்சம், 5. கோபம், 6. வெறுப்பு, 7. ஆறு.
துனை - }
துனைவு - } வேகம்.
துன் - நெருக்கம்.
துன்பம் - வருத்தம், 2. உபத்திரவம், 3. கிலேசம்.
துன்பு - துன்பம்.
துன்மதி - ஐம்பத்தைந்தாவதாண்டு, 2. அவமதி.
துன்முகி - ஓராண்டு, 2. ஓரரக்கி.
துன்ற - (வி) நெருங்க, 2. நிறைய.
துன்ன - (வி) கிட்ட, 2. நெருங்க, 3. செருகப்பட, 4. வீங்க, 6. தைக்க.
துன்னபோத்து - உழவெருமை.
துன்னம் - தையல்.
துன்னர் - தையற்காரர், 2. சக்கிலியர்.
துன்னலர் - }
துன்னார் - }
துன்னாதார் - } பகைவர்.
துன்னு - இறைச்சி, 2. முதுகு.
துன்னூசி - தையலூசி.

தூ

தூ - சுத்தம், 2. வெண்மை, 3. புள்ளிறகு, 4. மாமிசம், 5. பகை, 6. பற்றுக்கோடு.
தூ - இகழ்ச்சிக்குறிப்பு.
தூக்க - (வி) உயர்த்த, 2. தூக்கிலேபோட, 3. நிறுக்க, 4. ஏற்ற, 5. எடுத்துவிட, 6. நங்கூரம்வலிக்க, 7. ஆராய்ச்சிசெய்ய.

தூக்கணங்குருவி - ஒரு குருவி.

தூக்கணம் - உறி, 2. தொங்கல், 3. தூக்கணங்குருவி.

தூக்கணாங்குருவி - தூக்கணங்குருவி.

தூக்கம் - நித்திரை, 2. அயர்வு, 3. சோம்பு, 4. தலையசைப்பு, 5. வாட்டம், 6. தணிவு, 7. விலையிறக்கம், 8. முகச்சோர்வு, 9. ஆபரணத்தொங்கல், 10. சல்லி, 11. சல்லியம், 12. காதணி.

தூக்கிரி - ஊர்காவற்காரன்.

தூக்கு - தொங்கல், 2. உறி, 3. நிறை, 4. கால் துலாம், 5. துலாராசி, 6. கைத்தூக்கு, 7. தூக்குமட்டப்பலகை, 8. தூக்கு நூல், 9. தூக்கணங்குருவி, 10. செய்யுள், 11. உயர்ச்சி, 12. உவமைச்சொல், 13. ஆராய்ச்சி, 14. கூத்து.

தூக்குமரம் - கொல்வோரைத் தூக்கு மரம்.

தூங்க - (வி) தொங்க, 2. துயில, 3. மந்தமாயிருக்க, 4. தலைசாய, 5. சோர, 6. வாட, 7. ஓர் நிலையாய் நிற்க, 8. தாமதிக்க, 9. அசைவாட.

தூங்கணம் - தூக்கு, 2. தூக்கணங்குருவி.

தூங்கமுட்டு -
தூங்கமுஷ்டு - } கோரைக்கிழங்கு.

தூங்கல் - தூக்கம், 2. மந்தமாயிருப்பது, 3. தொங்குவோன், 4. ஓரிசை, 5. ஏந்திசைத் தூங்கல், 6. யானை.

தூசரம் - நரை.

தூசர் - வண்ணார்.

தூசி - புழுதி, 2. கொடிப்படை, 3. படை வகுப்பு, 4. குதிரை.

தூசிகம் - புளியாரைக்கீரை.

தூசு - வஸ்திரம், 2. யானைக்கச்சை, 3. சித்திரைநாள், 4. தூய்து, 5. சுத்தம்.

தூசுப்பு - தண்ணீர்விட்டான்.

தூஷணம் -
தூஷணை - } வைதல், 2. உதாசினம், 3. தேவதூஷணம்.

தூஷிக்க - (வி) வைய, 2. பழிக்க.

தூட்டி - சீலை.

தூணம் - அம்புறைதூணி, 2. தூண், 3. பகை, 4. தூக்கணம்.

தூணி - அம்புக்கூடு.

தூணி - நாலுமரக்கால்.

தூணிகர் - செட்டிகள்.

தூணித்தல் - (தொ.பெ) பருத்தல்.

தூணியங்கம் - அத்திப்பிசின்.

தூணீரம் - அம்புக்கூடு.

தூண் - ஸ்தம்பம், 2. பற்றுக்கோடு.

தூண்ட - (வி) விளக்குத்தூண்ட, 2. எழுப்ப, 3. செலுத்த, 4. நினைப்பூட்ட

தூண்டாவிளக்கு - தானே எரியும் விளக்கு.

தூண்டில் - மீன்பிடிக்குமுள், 2. துறடு.

தூதளை - தூதுவளைக்கொடி.

தூதன் -
தூதி -
தூதிகை - } தூதுசெல்வோன்.

தூதன் - செய்தி யறிவிப்போன், 2. தானாபதி, 3. ஒற்றன், 4. சமாதானம் பேசுவோன்.

தூது - சிறுகல்.

தூது - செய்தி, 2. தானாபதித்துவம், 3. ஒற்றன், 4. தானாபதி, 5. ஓர் பிரபந்தம்.

தூதுணம் - ஓர்வகைப்புறா, 2. தூக்கணங் குருவி.

தூதுணை - தூதுளைக்கொடி.

தூதுவன் - தூதன், 2. புதன்.

தூதுளை - தூதுவளைக்கொடி.

தூதூ - உமிழ்தல்.

தூதை - சிறுமட்கலம்.

தூத்துக்குடி - தெற்குள்ள ஒரு பட்டினம்.

தூந்துதுருப்பிடித்தல் - (தொ.பெ) நுட்பஆராய்ச்சி செய்தல்.

தூபம் - நறும்புகை, 2. புகை, 3. தூபவருக்கம்.

தூபரதண்டி - ஊதாரி.

தூபரம் - கொம்பில்லாவிலங்கு.

தூபி -
ஸ்தூபி -
தூபிகை -
ஸ்தூபிகை - } சிகரம்.

தூபிதம் - கூடு.

தூமகேது - அக்கினி, 2. வால்வெள்ளி, 3. தீமைக்குறி.

தூமப்பிரவை - ஓர் நரகவட்டம்.

தூமம் - புகை, 2. கலஞ்சுடு சூளை,3. புளி நறளை.

தூமலம் - கருமை கலந்த சிவப்பு.

தூமான் - ஆபரணச் செப்பு.

தூமிரம் -
தூம்பிரம் - } தூமலம்.

தூமை - சுத்தம், 2. வெண்மை, 3. மகளிர் சூதகம்.

தூம் - ஒரளவு.

தூம்பா -
தூம்பை - } பாடை.

தூம்பிரம் - தூமிரம்.

தூம்பு - உட்டுளை, 2. சலதாரை, 3. ஏரி மதகு, 4. மூங்கில்மரம், 5. அருநெறி, 6. வழி, 7. வாயில், 8. மரக்கால், 9. ஈயம்.

தூய - பரிசுத்தமான.

தூயது -
தூய்து - } சுத்தம்.

தூயவர் - முனிவர்.

தூயவுடம்பினனாதல் - இறைவனெண் குணத்தொன்று.

தூயாள் - சரஸ்வதி.

தூய்மை - பரிசுத்தம்.

தூரதிட்டி -
தூரதிஷ்டி -
தூரதிருஷ்டி - } சேய்மைப்பார்வை, 2. முன்னுணர்ச்சி.

தூரம் - ஊமத்தஞ்செடி.

தூரம் - சேய்மை, 2. உதிரக்கலப்பில் லாமை, 3. வித்தியாசம்.

தூரல் - துன்பம், 2. தூருதல்.

தூரி - பலகறை, 2. எருது, 3. வலை, 4. ஊசல்.

தூரி - தூரிகை.

தூரிகை -
தூரிகைக்கோல் -
தூரிக்கோல் - } எழுதுகோல்.

தூரியம் - இசைக்கருவி, 2. உவகைப்பறை, 3. முரசு, 4. பறைப்பொது, 5. எழுதுகோல், 6. நல்லாடை, 7.கைவேல், 8. எறிபடைப் பொது, 9. எருது.

தூரியன் - தூரத்திலுள்ளவன், 2. கடவுள்.

தூரேத்தி - கம்பந்திராய்ப்பூண்டு.

தூரோணம் - கவிழ்தும்பைச்செடி.

தூர் - வேர், 2. வண்டல், 3. பாத்திரத்தி னடிப்புறம்.

தூர்க்க -(வி) நிரப்ப, 2. கூட்ட.

தூர்க்கை - பூரநாள்.

தூர்ச்சடி - சிவன்.

தூர்த்தம் - துன்மார்க்கம்.

தூர்த்தன் - விடன், 2. வஞ்சகன்.

தூர்த்தை - தூர்த்தைக்குணமுள்ளவள்.

தூர்மம் - தேட்கொடுக்கிச்செடி.

தூர்வகம் - சுமத்தல், 2. பொதி யெருது.

தூர்வாசம் - அட்டாதச உபபுராணத் தொன்று.

தூர்வாசன் - ஓரிருடி. அவர் அத்திரி மகாரிஷியின் புத்திரர்.

தூர்வை - கிணற்றடைதூர், 2. மிருது வான நிலம், 3. செத்தை, 4. கிணற்றைச்சார்ந்த நிலம்.

தூர்வை - அறுகம்புல்.

தூர்னா - முசற்புல்.

தூலம் -
ஸ்தூலம் - } பருமை, 2. பஞ்சபூத காரிய தேகம், 3. வீட்டு உத்திரம்.

தூலம் - பஞ்சு, 2. நீர்முள்ளிச்செடி, 3. கோரைப் புல்.

தூலிக்க - (வி) பருக்க.

தூவ - (வி) சிதற, 2. இறைக்க, 3. மழைதூற, 4. சிறிது சிறிதாகப் பெய்ய.

தூவத்தி - வாள்.

தூவல் - நீர்த்துளி, 2. மழைத்துளி, 3. மழைத்தூவல், 4. மழை, 5. சித்திரந் தீட்டுகோல், 6. அம்பினிறகு, 7. இறகு.

தூவானம் - சிதறுமழை.

தூவி - இறகு, 2. அன்னத்தினிறகு, 3. மயிற் றோகை, 4. மீன்சிறகு.

தூவு - ஊன்.

தூளனம் - } தூள்.
தூளம் -

தூளி - புழுதி, 2. பராகம், 3. குதிரையி னார்ப்பு.

தூளிதம் - தூளாக்கப்பட்டது, 2. விபூதி.

தூளித்தல் - (தொ.பெ) பருத்தல்.

தூள் - துகள், 2. சூரணம், 3. கறித்தூள், 4. மூக்குத்தூள், 5. பொடி, 6. பூந்தாது.

தூற - (வி) மழைதுளிக்க, 2. கிளைக்க, 3. சடைபற்ற, 4. நிந்திக்க, 5. செய்திபரம்ப.

தூறல் - பழிசொல்லல், 2. மழைபெய்தல்.

தூறு - சிறுசெடி, 2. மழைபெய்தல்.

தூறு - சிறுசெடி, 2. பழிச்சொல், 3. கூட்டம்.

தூறுபட - (வி) பரவ, 2. சடைபற்ற, 3. பழி சொல்லப்பட.

தூறுபுட்பம் - சீந்திற்கொடி.

தூற்ற - (வி) சிதற, 2. நெல்முதலியதூற்ற, 3. புழுதி முதலியவீச, 4. வீண்செலவு செய்ய, 5. கோட்சொல்ல, 6. பழிகூற, 7. தலை மயிரைத்தூற்ற.

தூற்றல் - மழைத்துளி.

தூற்றாமைக்கொற்றான் - ஓர் கொடி.

தூற்றுத்தலையன் - பிராய்மரம்.

தூனம் - வருத்தம், 2. அசைவு.

தெ

தெகிடி - ஓர் விளையாட்டு, 2. புரட்டு.

தெகிட்டு - தெவிட்டு.

தெகிள் - ஓர் படர்கொடி.

தெகுட்டி - } தேட்கொடுக்கிச்செடி
தெகுட்டிகை -

தெகுள - (வி) பெருக.

தெகுளம் - நிறைவு, 2. பெருக்கு.

தெக்கணம் - தெற்கு.

தெங்கணம் - ஓர் தேசம்.

தெங்கு - தென்னமரம்.

தெசம் - தசம், (பத்து.)

தெட்சகன் - இரட்சகன், 2. தட்சகன்.

தெட்சணம் - } தெற்கு.
தெட்சிணம் -

தெட்சணாவிருத்தம் - வலம்புரிச் சங்கு.

தெட்சணை - காணிக்கை.

தெட்ட - (வி) எத்த.

தெட்டத்தெளிய - மிகு தெளிவாய்.

தெட்டத்தெறிக்க - இரண்டாய்முரிய.

தெட்டு - யானைக்கணையம், 2. எத்து.

தெட்பம் - முதிர்ச்சி.

தெண் - தெளிவு.

தெண்ட - (வி) கிளப்ப, 2. நரம்புவலிக்க.

தெண்டம் - அபராதம்.

தெண்டன் - வணக்கம்.

தெண்டித்தல் - (தொ.பெ) சிட்சித்தல்.

தெண்டு - தண்டு.

தெண்டை - } நெருக்கிடை.
தெண்டகை -

தெண்மை - தெளிவு, 2. சாமர்த்தியம்.

தெத்தம் - தத்தம்.

தெத்து - தெற்று.

தெந்தனா - தாளக்குறிப்பு.

தெந்தி - நேர்வாளமரம்.

தெப்பம் - } புணை.
தெப்பல் -

தெப்பல் - அடிக்குமடி.

தெம்பல் - சேறு.

தெம்பாங்கு - ஓர்வகைச் சந்தம்.

தெம்மாடி - அறிவீனன்.

தெம்முனை - இரணகளம்.

தெய்தெய் - தாளக்குறிப்பு.

தெய்ய - ஓரிடைச்சொல்

தெய்வசுரபி - காமதேனு

தெய்வதம் - தெய்வம்.

தெய்வப்புலமை - தெய்வீகவுணர்ச்சி யுடன்படுதல்.

தெய்வமணம் - திவ்வியவாசனை, 2. எண்வகை மணத்தினொன்று; அது: வேள்வியாசாரியனுக்குக் கன்னியை யலங்கரித்துத் தீ முன்னர்க்கொடுப்பது.

தெய்வம் - கடவுள், 2. ஊழ், 3. எண்வகை மணத்திலொன்று, 4. வருடம், 5. ஐவகை யாகத்தொன்று.

தெய்வாதீனம் - தெய்வசுதந்தரம், 2. தெய்வச்செயல்.

தெய்விகம் -
தெய்வீகம் - } திவ்வியம், 2. தெய்வச்செயல்,3. மகிமை, 4. தற்செயல்.

தெரிசனம் -
தெரிசனை } தரிசனம்.

தெரிசித்தல் - (தொ.பெ) தரிசித்தல்.

தெரிப்பு - அறிவிப்பு, 2. சொல்லுதல், 3. எழுதுதல், 4. கொழிப்பு, 5. ஆராய்வு.

தெரிமா - சிங்கம்.

தெரிய - (வி) தோன்ற, 2. தெரிந்தெடுக்க, 3. ஆராய, 4. தேட.

தெரியலர் - அறிவீனர், 2. பகைஞர்.

தெரியல் - ஆராய்தல், 2. பூமாலை.

தெரிவு - ஆராய்வு.

தெரிவை - பெண், 2. இருபத்தாறு முதல் முப்பத்தொரு வயதிற் பெண்.

தெரு - வீதி, 2. வழி.

தெருட்சி - தெளிவு.

தெருட்டு - இருது வாகுகை, 2. அறிவிப்பு

தெருட்டுதல் - (தொ.பெ) மனதைத் தெளிவித்தல், 2. வற்புறுத்தல்.

தெருமர - (வி) சுழல, 2. நம்பிக்கையற்றிருக்க.

தெருள - (வி) தெளிய , 2. ஐயமற்றறிய, 3. இருதுவாக.

தெருள் - தெளிவு.

தெலுகு -
தெலுங்கம் -
தெலுங்கு - } ஓர் தேயம், 2. ஓர் பாஷை.

தெல் -
தெல்லு - } ஓர்விளையாட்டு, 2. அஞ்சலிடம்,3. நெடும்பாத்தி.

தெல்லோட்டு - அலைக்கழிப்பு.

தெவம் - மாமரம்.

தெவிட்ட - (வி) தேக்க, 2. வாந்திசெய்ய, 3. நிறைய, 4. நினைக்க, 5. ஒலிக்க.

தெவிட்டல் -
தெவிட்டு - } உவட்டு, 2. வெறுப்பு.

தெவிள - (வி) நிறைய.

தெவு - கொள்ளுதல்.

தெவுட்ட - (வி) தங்க, 2. கொப்பளிக்க, 3.. அடைக்க, 4. மறைக்க, 5. நிறைய, 6. நினைக்க.

தெவுள - (வி) பெருக.

தெவ் - பகை, 2. போர், 3. பகைவன்.

தெவ்வினை - போர்.

தெவ்வு - சந்திரன், 2. பகை, 3. போர், 4. சத்துரு.

தெழிக்க -(வி) அதட்ட, 2. துவைக்க, 3. பெரிதொலிக்க, 4. சினக்குறிப்புக்காட்ட.

தெளிதல் - (தொ.பெ) அறிதல், 2. ஆராய்தல், 3. தெளிவாதல், 4. தேறுதல், 5. நன்கொலித்தல்.

தெளித்தல் - (தொ.பெ) கொழித்தல், 2. நிச்சயித்தல், 3. ஒலித்தல், 4. வடித்தெடுத்தல், 5. விதைத்தல், 6. புரோட்சித்தல்.

தெளிர் - உள்ளோசை.

தெளிர்தல் - (தொ.பெ) ஒலித்தல்.

தெளிவு - துலக்கம், 2. பிரகாசம், 3. வெளிப்படை, 4. நீக்கம், 5. தசாவஸ்தையிலொன்று, 6. மனஅமைவு, 7. கொழுப்பு, 8. அறிவு, 9. வடிகஞ்சி, 10.இலாபம்.

தெள் - தெளிவான.

தெள் -
தெள்ளு - } தெள்ளுப் பூச்சி.

தெள்க - (வி) தெளிவாக, 2. கொழிக்க.

தெள்கு - ஒரு பூச்சி.

தெள்விளி - ஓர் பண்.

தெள்ள - (வி) புடைக்க, 2. கொழிக்க, 3. தெளிய, 4. அனுபவப்பட.

தெள்ளி - யானை.

தெள்ளிச்சி - பூநீறு.

தெள்ளிமை - தெளிவு, 2. அறிவு.

தெள்ளியர் - அறிவுடையோர்.

தெள்ளேணம் - மகளிர் விளையாட்டினொன்று.

தெற - (வி) தங்க, 2. அழிக்க, 3. வெகுள.

தெறி - அணி, அங்கி முதலியவற்றின் கடைப்பூட்டு, 2. சிதறுகை.

தென்ன 285 தேசிய

தெறித்தல் - (தொ.பெ) சிந்தல், 2. துள்ளி விழுதல், 3. சுண்டுதல்.

தெறிபட -(வி) அணிகுலைய, 2. திக்கற, . அலைந்துலைய, 4. கலங்க.

தெறிப்பு - உதைந்துமீள்கை, 2. சிந்துகை, . முறிகை, 4. சுண்டுகை.

தெறுக்கால் - தேள், 2. விருச்சிகவிராசி.

தெறுநர் - பகைவர்.

தெற்கத்தி -
தெற்கித்தி - } தெற்கேயுள்ள.

தெற்கு - தென்றிசை.

தெற்பை - தருப்பைப்புல்.

தெற்ற - (வி) இடற, 2. மாறுபட, . பின்ன, 4. அலைக்க, 5. வாய்கொன்ன.

தெற்றி - சித்திரகூடம், 2. திண்ணை.

தெற்று - அடைப்பு, 2. தேற்றம், . பின்னல்.

தெற்றெனல் - தெளிதல், 2. விரைவுக் குறிப்பு.

தெனாது - தெற்குள்ளது.

தென் - அழகு, 2. இசை, 3. கறுப்பு, 4. தெற்கு.

தென் -
தென்னா - } தாளக்குறிப்பு.

தென்கலை - தமிழ்.

தென்கால் - தென்றற்காற்று.

தென்குமரி - ஓர் நதி.

தென்புலத்தார் - பிதிர்கள்.

தென்புலம் - பிதிர்கள் வாழுமிடம்.

தென்மலை - பொதியமலை, 2. சோலை மலை.

தென்மேற்றிசைப்பாலன் - நிருதி.

தென்றமிழ் - செந்தமிழ்.

தென்றல் - முன்பனிப் பருவத்தின் காற்று.

தென்றற்றேரோன் - மன்மதன்.

தென்றி - தெற்கு, 2. தென்றல்.

தென்றிசைக்கோன் -
தென்றிசைப்பாலன் - } இயமன்.

தென்னன் -
தென்னவன் - } பாண்டியன்.

தே

தே - ஓரெழுத்து.

தே - கடவுள், 2. கிருபை.

தேகபந்தம் - சரீரப்பற்று.

தேகம் - உடம்பு.

தேகயாத்திரை - மரணம், 2. சரீர போஷணை.

தேகனி - மஞ்சள்.

தேக்க -(வி) நிறைய, 2. தெவிட்ட.

தேக்கம் - நிறைவு, 2. நிலைநீர், 3. தியக்கம்.

தேக்கல் - (தொ.பெ) தியங்குதல், 2. நிறைதல்.

தேக்கு - ஓர்மரம், 2. கமுகமரம், 3. நிறைவு, 4. தித்திப்பு.

தேக்கெறிய - (வி) தெவிட்ட, 2. நிறைய, 3. ஏப்பமிட.

தேங்க - (வி) நிறைய, 2. மிக, 3. அஞ்ச.

தேங்கல் - (தொ.பெ) நிறைதல்.

தேங்காய் - தெங்கங்காய்.

தேங்காய்த்துருவல் - தேங்காய்ப்பூ.

தேங்காய்ப்பாரை - ஓர் மீன்.

தேங்காய்ப்பால் - தேங்காய்ப்பூவின் பால்.

தேசகன் - அரசன்.

தேசசு - ஒளி.

தேசம் - நாடு, 2. இடம்.

தேசவழக்கம் - தேசாசாரம்.

தேசா - ஓர் பண்.

தேசாட்சரி - ஓரிராகம்.

தேசாதி - கவரை சாதித்தலைவன்.

தேசாவரம் - ஒருசெடி.

தேசி - பெருங்குதிரை, 2. எலுமிச்சை மரம், 3. ஓரிராகம்.

தேசிகம் - அவ்வவநாட்டுச்சொல், 2. ஓர் கூத்து, 3. ஒளி, 4. பொன், 5. அழகு.

தேசிகன் - குரு, 2. வணிகன், 3. வேதாந்த தேசிகன், 4. வேதமோதுவிப்போன், 5. உபாத்தியாயன், 6. தேசாந்தரி.

தேசியம் - திசைச்சொல்.

தேசு - ஒளி, 2. விந்து, 3. பொன், 4. அழகு.
தேசோபிந்து - ஓர் உபநிடதம்.
தேசோமயம் - பேரொளி.
தேசோரூபம் - ஒளியுருவம்.
தேட -(வி) நாட, 2. சம்பாதிக்க, 3. பராமரிக்க, 4. உசாவ.
தேட்கடை - மூலநாள், 2. தேட்கொடுக்கி.
தேட்குடிச்சி - கருவண்டு.
தேட்கெண்டை - ஓர்மீன்.
தேட்கொடுக்கி - ஒருசெடி, தேங்கிட்டி.
தேட்டம் - கவலை, 2. பேரவா, 3. சேகரிக்கப்பட்டது.
தேட்டு -, **தேட்டம்** -, **தேட்டை** - } ஆராய்வு, 2. சம்பாத்தியப் பொருள்.
தேட்டை - தெளிவு, 2. தெளிந்தநீர்.
தேண்டுதல் - (தொ.பெ) தேடுதல்.
தேதி - திகதி.
தேமல் - படர்சுணங்கு.
தேமா - இயற்சீர் வாய்பாடுகளுளொன்று, 2. தித்திப்புமாமரம்.
தேம் - இனிமை, 2. மணம், 3. தேன், 4. தேசம், 5. கள், 6. இடம், 7. ஏழனுருபு, (உ-ம்) "கோடாய்தேத்து".
தேம்ப - (வி) விம்மியழ, 2. வாட, 3. மெலிய, 4. இளைக்க.
தேம்பல் - வாடல், 2. பழம்பூ.
தேம்பாவணி - ஓர் காப்பியம்.
தேயசு - ஒளி, 2. அழகு, 3. விந்து.
தேயம் - நாடு, 2. இடம், 3. களவு, 4. உடல், 5. கொடைப்பொருள்.
தேயு - அக்கினி, 2. அட்டமூர்த்தத்தொன்று.
தேய்கடை - தேய்வானது.
தேய்தல் - (தொ.பெ) உரைதல், 2. குறைதல், 3. மெலிதல், 4. கழிதல்.
தேய்த்தல் - (தொ.பெ) உரைத்தல், 2. அழித்தல், 3. கொல்லல், 4. துடைத்தல், 5. குறைத்தல்.
தேய்ப்பு - தேய்த்தல்.
தேய்மானம் - தேய்வு, 2. பொன்னுரை தேய்மானம், 3. சிக்கனம்.
தேய்வை - பரிமளச்சாந்து.
தேர -(வி) ஆராய, 2. அறிய, 3. சொல்ல, 4. எண்ண, 5.நிச்சயிக்க, 6. பயில.
தேரகன் - தேர்ப்பாகன்.
தேரர் - புத்தர்.
தேரலர் -, **தேரார்** - } பகைவர், 2. மதியீனர்.
தேரன் -, **தேரையர்** -, **தேரையன்** - } ஆயுள் வேத மிகவுணர்ந்த ஓர் வைத்தியன்.
தேரி - மணற்றிட்டை.
தேரை - ஓர்வகைத் தவளை, 2. இட்டமானவீகை.
தேர் - இரதம், 2. உரோகணிநாள்.
தேர்க்கவி - மிறைக்கவியினொன்று, ரதபந்தம்; அது: தேரங்கமாய்க் கோடு கீறியெழுத்தடைக்குங் கவி.
தேர்க்கூம்பு - கொடிஞ்சிமரம்.
தேர்க்கொடுங்கை - தேரின் மரச்சுற்று.
தேர்ச்சி - ஆராய்ச்சி, 2. கல்வி, 3. நுழைந்தறிகை, 4. எண்ணல், 5. தெளிவு.
தேர்ச்சித்துணைவர் - மந்திரிகள்.
தேர்நிலை - தேர்விடுமிடம்.
தேர்வு - ஆராய்வு, 2. தெளிவு.
தேல - (வி) விலக.
தேலிக்கை - இலேசு.
தேவகன் - தேவகிதந்தை.
தேவகி - கண்ணன்றாய்.
தேவகிசூனு -, **தேவகிநந்தனன்** -, **தேவகிமைந்தன்** - } கிருஷ்ணபகவான்.
தேவகோட்டை - மதுரைக்கருகில் நாட்டுக்கோட்டையாரூர்.
தேவசாட்சி - ஆணை.
தேவசேவை - தெய்வ ஊழியம், 2. தெய்வதரிசனம்.
தேவசேனாபதி - குமாரக்கடவுள்.
தேவடியாள் - தேவதாசி.
தேவதச்சன் - விச்சுவகன்மா.
தேவதத்தம் - அருச்சுனன் கைச்சங்கு.
தேவதத்தன் - புத்தன்றம்பி, 2. ஓட்டமுமிளைப்பும், வியர்வும் வருவிக்கும் வாயு.

தேவதா - தேவதை.
தேவதாரம் - } ஐந்தருவினொன்று.
தேவதாரு -
தேவதை - தேவி, 2. தெய்வம், 3. பேய்.
தேவநகர் - கோயில், 2. தேவர் நகரம்.
தேவநாகரம் - சமுஸ்கிருதத்தோர்வகை யட்சரம்.
தேவபதம் - ஆகாயம், 2. இராச சமுகம்.
தேவபதி - } இந்திரன்.
தேவராசன் -
தேவபாடை - சம்ஸ்கிருதபாஷை.
தேவப்பிரமா - நாரதன்.
தேவமணி - சிவன், 2. கிருஷ்ணாபரணம், 3. குதிரை நற்சுழியினொன்று.
தேவமாதா - கன்னிமரியாள்.
தேவம் - தெய்வம், 2. குளிர்நாவல்.
தேவயானம் - } திவ்வியவிமானம்.
தேவரதம் -
தேவயானி - சுக்கிரன்புத்திரி.
தேவயானை - இந்திரன்பட்டத்தி யானை, 2. சுக்கிரன் மகள், 3. முருகன்றேவி.
தேவராளன் - சன்னதக்காரன்.
தேவருணவு - அமுதம்.
தேவர் - சுரர், 2. உயர்ந்தோர்.
தேவலன் - ஒருமுனி; அட்டவசுக்களி லொருவனாகிய பிரத்தியுஷன் மகன்.
தேவலோகம் - சுவர்க்கம்.
தேவவிரதன் - வீடுமன், 2. தேவனை வழி படுவோன்.
தேவளம் - கோயில்.
தேவன் - கடவுள், 2. அருகன்.
தேவாங்கம் - பட்டுச்சீலை.
தேவாங்கு - ஒரு மிருகம்.
தேவாதி - கடவுள்.
தேவாரம் - திருஞானசம்பந்தமூர்த்தி நாயனார், திருநாவுக்கரசுநாயனார், சுந்தர மூர்த்திநாயனார் என்னுஞ் சமயகுரவர் மூவராலே திருவாய்மலர்ந்தருளப்பட்ட தொரு தமிழ் வேதம்.
தேவாலயம் - கோயில், 2. மேருகிரி.
தேவி - பார்வதி, 2. காளி, 3. தலைவி, 4. மனைவி, 5. துர்க்கை, 6. தேவப்பெண்.

தேவிகோட்டம் காளிகோயில், 2. ஓரூர்.
தேவிபட்டினம் - ஓரூர்.
தேவீகம் - தெய்வீகம்.
தேவை - வேண்டுவது, 2. இராமநாத புரம்.
தேளி - ஓர் மீன், 2. கேளித் தேங்காய்.
தேள் - தெறுக்கால், 2. விருச்சிகவிராசி, 3. அனுடநாள்.
தேறகம் - } தேறைமீன்.
தேறை -
தேறலர் - } தெளியப்படாதவர், 2. அறியாதார்.
தேறலார் -
தேறல் - கள், 2. தேன்.
தேறார் - அறிவிலார், 2. பகைவர்.
தேறு - துண்டு, 2. தேற்றாமரம், 3. தெளிவு, 4. நிச்சயம்.
தேறுகடை - தீர்மானம்.
தேறுதலை - தைரியம், 2. ஆறுதல்.
தேறுதல் - (தொ.பெ) நிச்சயித்தல், 2. துணிதல், 3. தெளிதல், 4. ஆறுதல்.
தேறுநர் - கற்றோர், 2. நம்பத்தக்கவர்.
தேற்ற - (வி) ஆற்ற, 2. குணமாக்க, 3. மெய்ப்படுத்த, 4. பலமுண்டாக்க, 5. சுத்தி கரிக்க, 6. தீர்க்க, 7. அறிய.
தேற்றம் - துணிவு, 2. தெளிவு, 3. நிச்சயம்.
தேற்றரவு - தெளிவு.
தேற்றா - ஒரு மரம்.
தேற்றார் - அறிவீனர், 2. பகைவர்.
தேனர் - திருடர்.
தேனிறால் - தேன்கூடு.
தேனீ - தேன்கூட்டுமீ.
தேனு - களவு.
தேனு - } பாற்பசு, 2. பசு, 3. தெய்வப்பசு, 4. எருமை, 5. குதிரை.
தேநு -
தேனுகன் - ஓரசுரன்.
தேன் - மது, 2. கள், 3. வாசனை, 4. வண்டு, 5. பெண்வண்டு.
தேன்கதலி - ஒரு வாழை.
தேன்குழல் - } ஓர் பண்ணிகாரம்.
தேன்குழாய் -
தேங்குழல் -
தேன்வதை - தேனிறால்.

தை

தை - ஓர்மாதம், 2. தாளக்குறிப்பி னொன்று, 3. பூசநாள், 4. மகரராசி.

தைசதம் - அக்கினிசம்பந்தம், 2. மூவாங் காரத்தொன்று.

தைதல் - (தொ.பெ) அலங்கரித்தல்.

தைதுலம் - } ஓர் கரணம்.
தைதுலை -

தைத்தல் - (தொ.பெ) ஊடுருவுதல், 2. பொருத்துதல், 3. தையல் செய்தல், 4. கணக்குப்பூட்டுதல்.

தைத்தியர் - அசுரர், 2. திதிபுத்திரர்.

தைத்திரியம் - இரண்டாம்வேதமாகிய யசுர்.

தைப்பான் - தையற்காரன்.

தையல் - அழகு, 2. பெண்.

தைரியம் - துணிவு.

தைலக்காப்பு - எண்ணெய்க்காப்பு.

தைலபீதம் - அத்திப்பிசின்.

தைலமாட்ட - (வி) பிரேதாலங்காரம் பண்ண.

தைலம் - நல்லெண்ணெய், 2. எண்ணெய், 3. மருந்தெண்ணெய், 4. அபிஷேகதைலம், 5. சாரம், 6. சத்து.

தைலா - மரப்பெட்டி.

தைலாங்குருவி - தகைவிலான் குருவி.

தைலி - பணப்பை.

தைவதம் - தெய்வதம்.

தைவம் - தேவனதுடைமை.

தைவரல் - } (தொ.பெ) தடவல்.
தைவருதல் -

தைவிகம் - } தெய்வீகம்.
தைவீகம் -

தைவிளை - தைவேளை.

தைவேளை - ஓர் பூண்டு.

தைனியம் - எளிமை, 2. உலோபம்.

தொ

தொகம் - மதிப்பு.

தொகுதல் - (தொ.பெ) ஒருங்குகூடுதல், 2. திரளுதல், 3. தொகையாதல், 4. வேற்றுமை யுருபு முதலிய மறைதல், 5. சுருங்குதல்.

தொகுதி - கூட்டம், 2. மக்கட்குழு, 3. விலங்கின்குழு, 4. பிண்டம், 5. திரட்சி.

தொகுத்தல் - (தொ.பெ) கூட்டல், 2. சுருக்குதல், 3. சம்பாதித்தல், 4. அளவுபடுத்தல், 5. ஒடுக்குதல்.

தொகை - கூட்டம், 2. தொகுதி, 3. பண இருப்பு, 4. சுருக்கம், 5. இனமடைப்பு, 6. எண்ணினுறுப்பு, 7. தொக்குநிற்றல்.

தொக்க - சேர்ந்த.

தொக்கடம் - மிதித்தல் முதலியன.

தொக்கடவு - குறுக்குவழி.

தொக்கடி - } ஓலைக்குடலை, 2. சிறுகூடை, 3. காவற்குடிசை.
தொக்கட்டி -

தொக்கடை - வறுமை.

தொக்கம் - வழக்கு.

தொக்கார் - அடுத்தோர், 2. தோழர்.

தொக்கு - அற்பம்.

தொக்கு - தோல், 2. மரப்பட்டை 3. உடல்.

தொக்குத்தொக்கெனல் - ஈரடுக் கொலிக்குறிப்பு.

தொங்க -(வி) தூங்க, 2. நிலுவைப்பட 3. தங்க, 4. குதிக்க.

தொங்கல் - தொங்குதல், 2. ஆபரணக் கடைப்பூட்டு, 3. முன்றானை, 4. ஓட்டுப் பற்றியிருத்தல், 5. காதணி, 6. தூக்கங்கள் 7. பூமாலை, 8. மயிற்றோகை, 9. பீலிக் குடை, 10. வெண்குடை, 11. ஆண்மயிர்.

தொங்கன் - கள்வன்.

தொங்கிசம் - கேடு.

தொட - (வி) பரிசிக்க, 2. பிடிக்க 3. பொருத்த, 4. தொடங்க, 5. அம்பெய்ய 6. உண்ண, 7. தோண்ட, 8. தரிக்க.

தொடக்க -(வி) கட்ட, 2. சிக்குப்படுத்த 3. தொடங்க, 4. பொருத்த.

தொடக்கம் - ஆதி, 2. தொடங்குகை.

தொடக்கு - மகளிர்சூதகம், 2. கட்டு 3. பற்று.

தொடங்க - (வி) ஆரம்பிக்க, 2. முயல.

தொடங்கு - விலங்கு, 2. காலணி.

தொடர - (வி) பீசவிருட்ச நியாயமாத் தொடர, 2. இடையறாதுவர, 3. முயல, 4. பின் செல்ல, 5. தேட, 6. வழக்காட, 7. கட்ட, 8. தாவ.

தொடரி - ஒரு செடி; அது புலிதொடக்கி.

தொடர் - பஞ்சினூல், 2. பிசின், 3. பூமாலை, 4. சங்கிலி, 5. விலங்கு, 6. பழமை.

தொடர்ச்சி - தொடர்பு, 2. வழக்குத் தொடர்ச்சி, 3. பூங்கொத்து, 4. முயற்சி.

தொடர்ந்தார் - } மித்திரர்.
தொடர்ந்தோர் - }

தொடர்பு - } தொடர்ச்சி, 2. சங்கிலித்
தொடர்வு - } தொடர், 3. சிநேகம், 4. உறவு, 5. பரம்பரைத்தொடர்பு, 6. முறைமை, 7. ஒட்டுகை, 8. பாட்டு.

தொடலை - மாலை, 2. மகளிர் விளை யாட்டு, 3. விளையாட்டு.

தொடி - கைவளை, 2. கங்கணம், 3. ஒரு பலம்.

தொடிசு - சம்பந்தம்.

தொடித்தலைவிழுத்தண்டினார் - சங்கப் புலவரிலொருவர்.

தொடு - மருதநிலம், 2. தோட்டம், 3. வஞ்சம்.

தொடுகை - தோண்டுகை, 2. பரிசம்.

தொடுக்க - (வி) சேர்க்க, 2. கட்ட, 3. அம்பு தொடுக்க, 4. மனதில்வைக்க, 5. தொடங்க, 6. இலேசாய்த் தொடுக்க, 7. பொருத்த, 8. பெண்ணோடு சம்பந்தஞ்செய்ய, 9. உருவாக்க, 10. பாத்தொடுக்க, வளைக்க.

தொடுக்கம் - பொன்.

தொடுசு - ஒட்டு, 2. சம்பந்தம்.

தொடுதோல் - செருப்பு.

தொடுபதம் - சோறு.

தொடுப்பு - கட்டு, 2. சங்கிலியிடுகை, 3. தளரக்கட்டுகை, 4. தொடுசு, 5. சேர்க்கை, 6. தொடர்ச்சி, 7. கலப்பை முதலியன, 8. கட்டுக்கதை, 9. வெறும் புறங்கூறல், 10. பாதரட்சை.

தொடுவு - கொல்லை.

தொடுவை - தொடுத்திருக்கிறது, 2. புதிய யானையைப்பயிற்றும்யானை, 3. பாங்கன்.

தொடை - துடை, 2. பூமாலை, 3. நாணி, 4. அம்பு, 5. மதிற்சுற்று, 6. சுவர்ப்புறத்து நீண்ட வுத்திரம், 7. பூங்கொத்து, 8. பாட்டு, 9. தொடர்ச்சி, 10. செய்யுளுறுப்பி னொன்று.

தொடைதட்டி வெள்ளாழர் - நாவிதர்.

தொடையல் - தொடர்ச்சி, 2. பூமாலை.

தொடைவாழை - ஓர் செடி, 2. ஓர் நோய்.

தொட்டப்பன் - தலைதொட்ட பிதா.

தொட்டம் - துண்டுநிலம்.

தொட்டல் - (தொ.பெ) உண்டல், 2. தீண்டல், 3. தோண்டல்.

தொட்டாட்டுமணியம் - } குற்றேவல்.
தொட்டாட்டுவேலை - }

தொட்டாய்ச்சி - ஞானத்தாய்.

தொட்டால்வாடி - }
தொட்டாற்சிணுங்கி - } ஒரு செடி.
தொட்டாற்சுருங்கி - }

தொட்டி - பத்தல், 2. நீர்த்தொட்டி, 3. தொட்டிக் கட்டு, 4. மரம் விறகு முதலியன விற்குமிடம், 5. சிப்பிவிற்கும் இடம், 6. வேலியடைப்பு.

தொட்டிக்கால் - படப்புக்கால்.

தொட்டிச்சி - தொட்டியப்பெண்.

தொட்டிப்பாஷாணம் - ஒரு பாஷா ணம்.

தொட்டியம் - ஓர் வித்தை, 2. ஓர்தேயம்.

தொட்டியர் - ஒரு சாதியார்.

தொட்டில் - குழந்தைகளை வைத்து ஆட்டுஞ் சிறு கட்டில்.

தொட்டு - (வி) தொடங்கி.

தொண்டகம் - குறிஞ்சிநிலப்பறை.

தொண்டமான் - குறுநிலமன்னன்.

தொண்டரடிப்பொடியாழ்வார் - ஓர் வைணவ சமயாசாரியர்.

தொண்டலம் - யானைத்துதிக்கை.

தொண்டன் - அடியான்.

தொண்டி - ஒரு பட்டினம்; அது:- சேர நாட்டிற் கடற்கரையிலுள்ளது, 2. கள்.

தொண்டி - துவாரம்.

தொண்டி -
தொண்டிச்சி - } தேவடியாள்.

தொண்டு - பழமை, 2. தேவஊழியம், 3. அடிமை, 4. அடியான், 5. தொண்டுக் கட்டை, 6. ஒன்பது, 7. ஒரு பூண்டு, 8. கோழியுள்ளான், (ஓர்குருவி.)

தொண்டுசெய்தல் - (தொ.பெ) பணி செய்தல்.

தொண்டுதுரவு - பணிசெய்கை, 2. சேவகர்க்குச் செய்யுமுதவி.

தொண்டை - மிடறு, 2. இனியகுரல், 3. பெருங்குரல், 4. யானைத்துதிக்கை, 5. ஆதொண்டைச்செடி, 6. கொவ்வைக் கொடி, 7. தொண்டைமண்டலம்.

தொண்டைகாட்ட - (வி) உரத்துப்பேச.

தொண்ணூறு - ஒரெண்.

தொதி - பப்பரப்புளிமரம்.

தொத்த - (வி) படர, 2. ஒட்ட, 3. நோய் தொடர.

தொத்தல் - பலவீனப்பட்டது.

தொத்தன் - அடிமைக்காரன்.

தொத்து - தொத்துவியாதியின் தன்மை, 2. ஒட்டு, 3. சார்பு, 4. அடிமை, 5. பழமை, 6. பூங்கொத்து.

தொந்தம் - சேர்க்கை, 2. சலஞ்சாதிப்பு, 3. போர், 4. தொடர்பு, 5. அன்னியோன்னியம், 6. உடன்படுகை, 7. தொடுசு.

தொந்தயுத்தம் - இருவர் செய்யும்போர்.

தொந்தரை -
தொந்தரவு - } வருத்தம்.

தொந்தி - வயிறு, 2. தசைமடிப்பு.

தொந்திக்க - (வி) பற்ற, 2. தொடர, 3. பல நோய்கலக்க, 4. கலப்பிக்க.

தொப்பாரம் - தோட்சுமை, 2. புற்கட்டு, 3. பேரில்லம்.

தொப்பி - கள், 2. தலைக்குல்லா.

தொப்புத்தொப்பெனல் - ஈரடுக் கொலிக் குறிப்பு.

தொப்புள் - கொப்பூழ்.

தொப்பை - தொந்தி, 2. கொப்புளம்.

தொம்பம் - கம்பக்கூத்திலொன்று.

தொம்பரம் - பலர்க்குச் சமைத்த ஊண்.

தொம்பறை - களஞ்சியம்.

தொம்பாரம் -
தொப்பாரம் - } பேரில்லம்.

தொம்பை -
தொம்பைக்கூடு - } தானியஞ் சேமிக்குங்கூடு.

தொம்மனை -
தொம்மை - } மிகப்பருத்த தன்மை.

தொய்ய - (வி) களைக்க, 2. இளைக்க, 3. தளர, 4. பெருமூச்செறிய, 5. வளைய, 6. தொப்பைவாட, 7. பலங்குறைய, 8. தைரியங்குறைய.

தொய்யகம் - தலையணியிலொன்று.

தொய்யல் - சந்தோஷம், 2. இன்பம், 3. சேறு, 4. உழவு, 5. துன்பம், 6. இளைத்தல்.

தொய்யா - கெடாத.

தொய்யில் - உழுநிலம், 2. சாந்தினாலுடலில் இடுங்கோலம், 3. ஒரு கீரை.

தொலி - பழத்தோல், 2. உமி.

தொலிக்க - (வி) உமிபோக்க, 2. உரிக்க.

தொலியல் - உமிபோக்கிய அரிசி.

தொலை - தூரம், 2. எல்லை, 3. ஒப்பு.

தொலைய - (வி) முடிய, 2. ஒழிய, 3. நீங்க, 4. தோற்க.

தொல் - பழமை.

தொல்காப்பியக்குடி - மதுரைக்கருகிலொருபட்டினம், 2. பழையகாப்பியக்குடி என்பர்.

தொல்காப்பியன் - ஓர் இலக்கண நூலாசிரியன்.

தொல்லை - தொந்தரவு, 2. பழமை.

தொழ - (வி) வணங்க, 2. கும்பிட.

தொழில் - செயல், 2. வேலை, 3. உத்தியோகம், 4. சாமர்த்தியம், 5. தன்மை, 6. குலாசாரம், 7. தந்திரம்.

தொழு - பசுக்கொட்டில், 2. தொழுமரம், 3. இரேவதிநாள், 4. குஷ்டநோய்.

தொழுகண்ணி - அரவாட்டிப்பச்சை; இது வெட்டின தசையைக் கூட்டு மென்பர்.

தொழுகுலம் - பிராமணகுலம்.

தொழுதி - கூட்டம், 2. திரட்சி, 3. பறவைக் கூட்டத்தொலி.

தொழுத்தை - வசவி, 2. அடிமைப்பெண்.

தொழுந்தகை - தொழத்தக்கவன்.

தொழுப்பு - உழுதொழில்வளைப்பு.

தொழும்பர் - அடிமைகள், 2. குற்றேவல் செய்வோர்.

தொழும்பு - அடிமைத்தொழில்.

தொழுவம் - ஆனிலை.

தொழுவர் - தொழில்செய்வோர், 2. மருத நிலமாக்கள்.

தொளதொளத்தல் - தளர்வு.

தொளாயிரம் - தொள்ளாயிரம்.

தொளி - சேறு.

தொளுக்க - (வி) தொடுக்க, 2. தளரக் கட்ட.

தொளை - துவாரம், 2. வாயில், 3. உட்டுளை, 4. மூங்கில்.

தொள்கு - குழி.

தொள்ள - (வி) துளைக்க, 2. நெகிழ.

தொள்ளம் - சேறு, 2. தெப்பம்.

தொள்ளாடி - பலமற்றவன்.

தொள்ளாமணி - தொளைக்காத முழு மணி.

தொள்ளாயிரம் - ஒன்பதுநூறு.

தொள்ளாளி - தொழிலாளி.

தொள்ளி - குழைசேறு.

தொள்ளை - துளை, 2. துளையுடைப் பொருள், 3. மரக்கலம்.

தொறு - ஓர் பன்மையிடைச்சொல், 2. கூட்டம், 3. பசுக்கூட்டம், 4. பொலிவு, 5. தொழிலிற்பழகுதல், 6. அடிமை.

தொறுத்தி - இடைச்சி.

தொறுவியர் - ஆய்ச்சியர்.

தொறுவு - அடியான், 2. அடிமை, 3. செய் தொழில், 4. பசுக்கூட்டம்.

தொனி - ஒலி, 2. கண்டத்திசை.

தொனிக்க - ஒலிக்க.

தொனு - உக்காரம், (உக்கிரசத்தம்).

தொனுப்ப - (வி) அலப்ப.

தொன்மரம் - ஆலமரம்.

தொன்மை - பழமை, 2. செய்யுள் வனப்பி லொன்று.

தொன்று - பழமை.

தொன்னீர் - கடல்.

தொன்னூல்விளக்கம் - ஓரிலக்கண நூல்.

தொன்னை - இலைக்கலம், 2. ஈனன்.

தோ

தோ - நாயைக்கூப்பிடும் ஒலி.

தோகம் - சிறுமை.

தோகை - இறகு, 2. மயிற்றோகை, 3. வால், 4. மயில், 5. முன்றானை, 6. விருதுக்கொடி, 7. தொங்கல், 8. பெண், 9. பனங்கிழங்கின் வாற்றோல், 10. நுனித்தோல்.

தோகையர் - பெண்கள்.

தோக்கு - துப்பாக்கி.

தோக்கை - சீலை, 2. மேற்போர்வை, 3. முன்றானை.

தோசி - தோஷமுள்ளவன்.

தோசை - அப்பவருக்கத்தினொன்று.

தோடகச்சிரங்கு - } கொப்புளச்சிரங்கு.
தோடஞ்சிரங்கு - }

தோடகம் - தாமரை.

தோடம் - } குற்றம், 2 பாவம், 3. சன்னி,
தோஷம் - } 4. பிணி, 5. ஓர்சுரம்.

தோடயம் - } நாடகச்சிறப்புப்
தோடையம் - } பாயிரக்கவி.

தோடா - கைவளை.

தோடி - ஓரிராகம்.

தோடு - ஓலை, 2. பூவிதழ், 3. காதணி, 4. கூட்டம், 5. பழத்தினோடு, 6. வட்டமாக அரிந்தது, 7. வட்டத்திரணை.

தோடை - குளஞ்சிமரம், 2. சலாபக் குளியிலோர் குழூஉக்குறி.

தோட்கோப்பு - கட்டுச்சோறு.

தோட்சுமை - புயத்திற்றாங்குஞ் சுமை, 2. காவடி.

தோட்டம் - கொல்லை.

தோட்டா - வெடிமருந்துச்சுருள்.

தோட்டி - கதவு, 2. வாயில், 3. சூழ்கழி யிருக்கை, 4. அழகு, 5. அட்டமங்கலத் தொன்று, 6. வெட்டியான், 7. சுத்திசெய் வோன்.

தோட்டி - யானைக்குடாரி, 2. கொக்கி.

தோட்டிமை - ஒற்றுமை.

தோட்டுச்சக்கரம் - ஓர் வித பாணம்.

தோட்டுச்சிரங்கு - தோடகச்சிரங்கு.

தோட்பட்டை - கைச்சிப்பு.

தோணாமுகம் - கழியிருக்கை.

தோணி - மரக்கலம், 2. இரேவதிநாள், 3. மதிலுறுப்பு, 4. அம்பு, 5. சேறு, 6. நீர்.

தோணோக்கம் - மகளிர் விளையாட்டி னொன்று.

தோண்ட - (வி) அகழ, 2. குடைய, 3. முகக்க.

தோண்டான் - கோணாய்.

தோண்டி - தண்ணீரிறைக்குஞ் சிறு பாத்திரம்.

தோண்மேல் - பிடரி.

தோதகத்தி - நூக்கமரம், 2. மரியாதை யற்றவன்.

தோதகம் - வருத்தம், 2. வஞ்சகம், 3. மரியாதையின்மை.

தோத்திரம் -
ஸ்தோத்திரம் - } துதி, 2. வந்தனம்.

தோத்திரிக்க - (வி) புகழ.

தோப்பாடி -
தோய்ப்பாடி - } துஷ்டன்.

தோப்பு - சோலை.

தோப்புக்கண்டம் - ஓர் தண்டனை, 2. ஓர் வணக்கம்.

தோப்பை - திண்மையின்றிப் பருத்தது.

தோமரம் - எறிபடை, 2. பெருஞ்சவளம், 3. கைவேல், 4. தண்டம்.

தோம் - குற்றம், 2. தீமை.

தோம்பு - சிவப்பு.

தோய - (வி) நீரில்மூழ்க, 2. குளிக்க, 3. நனைய, 4. கலக்க, 5. நிலத்திற்படிய, 6. புணர, 7. குறிக்கப்பட, 8. உறைய, 9. அகப் பட்டுக்கொள்ள, 9. துவைச்சலிட.

தோயதரம் - மேகம்.

தோயமாபுரம் - ஓர் அசுரநகரம்.

தோயம் - சலம்.

தோரணம் - மகரிகை, 2. சித்திர கோபுர வாயில், 3. நீராடுமிடத்திற் கட்டும் வரம்பு 4. தராசுதாங்கி.

தோரணி -
தோரணிக்கம் -
தோரணை - } நல்லொழுங்கு.

தோரத்தம் - தொந்தரவு.

தோரி - சோறு.

தோரை - ஓர்வகை நெல், 2. இரத்தம் 3. மூங்கிலரிசி, 4. சரமணிக்கோவை 5. விரலிறை, 6. கை, 7. மங்கனிறம் 8. ஓர்பனை, 9. மயில்விசிறி.

தோரை - ஓரெண்

தோலா - ரூபாயிடை.

தோலாயா - இலவமரம்.

தோலான் - அற்பன்.

தோலி - ஓர்மீன், 2. அரக்கு.

தோலோதோல் - எவ்விதமும்.

தோல் - சருமம், 2. புறணி, 3. விதையின் மேற்றோல், 4. துருத்தி, 5. தோற்கேடகம் 6. யானை, 7. தோற்படலம், 8. பிரயோசன மில்லாதது, 9. அபசயம், 10. அழகு 11. எண்வகை வனப்பிலொன்று, 12. சொல்

தோல்வி - தோற்றல்.

தோல்வினைஞர் -
தோல்வினைமாக்கள் - } சக்கிலியர்.

தோவத்தி - சோமன்.

தோழமை - நட்பு.

தோழம் - பசுக்கொட்டம்.

தோழன் - நண்பன், 2. பாங்கன்.

தோழி - சினேகிதி, (பாங்கி.)

தோளணி - வாகுவலையம்.

தோளாமணி - துளைக்காதமுழுமணி.

தோளி - அவுரிப்பூண்டு.

தோளுதல் - (தொ.பெ) துளைத்தல்.

தோள் - புயம், 2. கை.

தோள்கொடுத்தல் - (தொ.பெ) உதவுதல்

தோறு - பன்மைப் பொருடருமோ டைச்சொல்.

தோற்க - (வி) தோற்படைய, 2. அப சயப்பட, 3. தாழ, 4. பொறுக்க, 5. நியாயத் தில் தோற்க, 6. இழக்க.

தோற்கருவி - தோலான் மூடப்பட்ட வாச்சியம்; இது ஐவகை வாச்சியத் தொன்று.

தோற்சித்தை - தோற்றுருத்தி.

தோற்பரம் - கிடுகு, 2. கேடகம்.

தோற்பு - தோல்வி.

தோற்றம் - காட்சி, 2. பிரகாசம், 3. தொடக்கம், 4. பிறப்பு, 5. மகன், 6. உற்பத்தி, 7. சாயை, 8. தரிசனம், 9. எண்ணம், 10. வருகை, 11. உதயம், 12. ஆவேசம், 13. சொல், 14. ஏற்ற மொழி, 15. புகழ், 16. வலி, 17. நூதனக்காட்சி.

தோற்றரவு - தோற்றுதல், 2. ஆவேசம்.

தோற்றாங்கொள்ளி - } புறங்
தோற்றாங்கோளி - } கொடுத்தவன்.

தோற்றுவாய் - பாயிரம்.

தோற்றுவிக்க - (வி) தோன்றச்செய்ய, 2. உண்டாக்க, 3. பிறப்பிக்க, 4. உற்பவிக்கச் செய்ய.

தோற்றுன்னர் - சக்கிலியர்.

தோன்ற - (வி) எழுத்ததிகரிக்க.

தோன்றல் - மகன், 2. பெருமையிற் சிறந் தோன், 3. அரசன், 4. முல்லைத் தலைவன், 5. மூத்தோன், 6. ஆண்மகன், 7. வெளியாதல்.

தோன்றாத்துணை - கடவுள்.

தோன்றி - செங்காந்தட்பூ, 2. இரத்தம்.

தோன்றிகர் - செட்டிகள்.

தௌ

தௌதம் - வெள்ளி.

தௌத்தியம் - துதி.

தௌரிதகம் - குதிரையின் மெல்லிய நடை.

தௌரிதம் - குதிரைநடை.

தௌர்ப்பல்லியம் - பலஹீநம்.

தௌர்ப்பாக்கியம் - நிர்ப்பாக்கியம்.

தௌவுதல் - (தொ.பெ) கெடுதல், 2. தத்துதல்.

தௌவை - அக்காள், 2. மூதேவி, 3. தாய்.

ந

ந - இன்மை எதிர்மறை பிறிது என்னும் பொருள்களிலும், நன்மைப் பொருளி லும், ஒப்புப்பொருளிலும் வருமோரு பசர்க்கம், (உ-ம்) நக்கீரன், நப்பின்னை, நபட்சணம்.

நக - (வி) ஒளிவிட, 2. புன்னகைகொள்ள, 3. இகழ.

நகங்கிருதி - புண்ணியமேழினொன்று.

நகச்சுற்று - நகக்கண்ணில் வருமோர் நோய்.

நகட்ட - (வி) அரைக்க, 2. சாப்பிட்டுப் போட, 3. நகரச்செய்ய.

நகதி - ரொக்கக்காரன்.

நகது - } உரொக்கம்.
நகதா - }

நகம் - உகிர், 2. பறவைநகம், 3. அடிக் குளம்பு, 4. மலை, 5. பூமி, 6. மரம்.

நகர - (வி) தவழ, 2. மறைவாய்ப்போக.

நகரம் - பட்டணம், 2. மருதநிலத்தூர், 3. இராசமனை, 4. ஓரெழுத்து.

நகரா - ஓர் பறை.

நகரி பட்டணம், 2. இராசமாநகரம், 3. ஓரூர்.

நகரை - ஓர் மீன், 2. ஓர் மரம், 3. ஓர் வகை யரிசி.

நகர் - வீடு, 2. கோயில்.

நகர்த்த - (வி) தள்ள, 3. கொஞ்சங் கொஞ்சமாய்க் கொண்டுபோக.

நகாசு - நுண்ணிய செய்கை.

நகாயுதம் - சிங்கம்.

நகிலம் - } முலை.
நகில் - }

நகுடம் - மூக்கு.

நகுடன் - } சந்திரகுலத்
நகுஷன் - } தரசரிலொருவன்.

நகுதா - மாலுமி.

நகுத்தம் - புன்கமரம்.

நகுலம் - கீரி.

நகுலன் - பஞ்சபாண்டவரி லொருவன், 2. பரிமாவுகைப்போன்
நகை - ஆபரணம், 2. உடைமை, 3. சிரிப்பு, 4. இகழ்ச்சி, 5. களிப்பு, 6. இன்பம், 7. பிரகாசம், 8. ஈறு, 9. பல், 10. பூமொட்டு, 11. மலருதல்.
நகைக்க - (வி) சிரிக்க, 2. பரிகாசிக்க, 3. நிந்திக்க.
நகைப்பு - சிரிப்பு.
நகையால் - பகன்றைச்செடி.
நக்கபாரம் - } சில தீவுகள்.
நக்கவாரம் - }
நக்கரிக்க - } (வி) நகர, 2. படு
நக்கரைக்க - } கிடையாக, 3. தவழ.
நக்கல் - நக்கியுண்பது, 2. இலேகியம், 3. எச்சில்.
நக்கனத்துவம் - } நிருவாணம்.
நக்கனம் - }
நக்கனப்பிரசாதனம் - வஸ்திரதானம்.
நக்கன் - நிருவாணி, 2. சிவன், 3. அருகன், 4. நரி.
நக்கிப்பூ - தேட்கொடுக்கி, (ஒரு செடி.)
நக்கினம் - நிருவாணம்.
நக்கீரன் - நற்கீரன்.
நக்குணி - ஓர்பாம்பு, 2. சிறுபிள்ளை.
நக்குதல் - (தொ.பெ) நாவாலெடுத் துண்ணல்.
நங்கணவாய்ச்சி - ஓர் பறவை.
நங்கு - பரிகாசம்.
நங்குரம் - } மரக்கலத்தைத்
நங்கூரம் - } தரிப்பிக்கும் ஒரு கருவி.
நங்கை - பெண்ணிற் சிறந்தாள், 2. சிறியாணங்கை, (ஒரு செடி).
நசல் - வியாதி.
நசனை - } செம்மணியின்
நசினை - } குற்றத்தொன்று.
நசிஹத் - புத்திகற்பித்தல்.
நசிதல் - (தொ.பெ) நசுங்குதல், 2. ஈனப் படல், 3. கெடல்.
நசித்தல் - (தொ.பெ) அழித்தல், 2. சாதல், 3. நசுங்கப்பண்ணுதல்.
நசிப்பு - அழிவு.
நசியம் - மூக்கிலிடும் மருந்து.
நசியல் - நசிந்தது.

நசிறாணி - } தொந்தரவுசெய்வோன்.
நசிறாண்டி - }
நசீப் - விதி, 2. அதிஷ்டம்.
நசுகுணி - மெலிந்தோன்.
நசுக்க - (வி) கசக்க, 2. தடுக்க, 3. கீழ்ப்படுத்த.
நசுக்கான் - சிறியது.
நசுங்க - (வி) பிதுங்க, 2. நசுக்கப்பட, 3. கசங்க, 4. காரியங்கெட, 5. பெருமை குறைய.
நசுநசுக்க - (வி) தடுமாற, 2. தூறிக் கொண்டேயிருக்க, 3. ஈரிக்க.
நசுவல் - உலோபி, 2. மெலிந்தது, 3. முயற்சியற்றவன்.
நசை - ஆசை, 2. அன்பு, 3. ஒழுக்கம், 4. குற்றம், 5. பரிகாசம், 6. ஈரம்.
நசைய - (வி) அன்புற, 2. விரும்ப.
நசைவு - ஈரம்.
நச்ச - (வி) விரும்ப, 2. அலப்ப, 3. அலட்ட.
நச்சறுப்பாய்ஞ்சான்- } கழுதைப் பாலை
நச்சறுப்பான் - } (ஓர் பூடு).
நச்சினார்க்கினியார் - ஓர் உரை ஆசிரியர்.
நச்சினி - கேழ்வரகு.
நச்சு - ஆசை, 2. நஞ்சு.
நச்சுப்பார்வை - மோகப்பார்வை, 2. கோபப்பார்வை.
நச்சுப்பால் - கள்ளிப்பால், 2. சீம்பால், 3. இணங்காதபால்.
நச்செள்ளையர் - ஓர் சங்கப்புலவர்.
நஞ்சம் - நஞ்சு.
நஞ்சு - விடம், 2. தீமை, 3. நஞ்சுக்கொடி.
நஞ்சுண்டோன் - சிவபிரான்.
நஞ்சை - கழனி.
நடக்க - (வி) செல்ல, 2. சம்பவிக்க, 3. வழங்கிவர, 4. நிகழ்ந்துகொண்டிருக்க.
நடக்கை - ஒழுக்கம்.
நடத்த - (வி) நடக்கச்செய்ய, 2. கூட்டிக் கொண்டுபோக, 3. வழிநடத்த, 4. நடப்பிக்க, 5. ஓட்ட, 6. செய்ய.

நடத்தை - ஒழுக்கம், 2. நடை, 3. வாழ்வு.
நடபடி - ஒழுக்கம்.
நடபாவி - நடைகிணறு.
நடப்பிக்க - (வி) செய்விக்க, 2. நிருவாகம்பண்ண.
நடமாட - (வி) ஊடாட, 2. வர்த்திக்க, 3. சஞ்சரிக்க, 4. வழங்க, 5. கூத்தாட.
நடமாட்டம் - செல்வாக்கு, 2. பழக்கம், 3. நடனம்.
நடம் - கூத்து, 2. தாளவொத்தினால் நடிப்பது, 3. ஓர்பண்.
நடலம் - ஒய்யாரம், 2. செருக்கு, 3. நாகரிகங் காட்டல்.
நடலை - நடுக்கம், 2. துன்பம், 3. பொய், 4. வஞ்சனை.
நடவ - (வி) செலுத்த, 2. நடத்த.
நடவடி -
நடவடிக்கை - } நடபடி.
நடவை - வழி, 2. வழங்குமிடம், 3. நடப்பட்டது, 4. தணக்கமரம்.
நடனம் - கூத்து.
நடன் - கூத்தன், 2. சிவன்.
நடாத்த - (வி) ஒட்ட, 2. காரியம் நடத்த.
நடி - பெருமை, 2. நாடகக்கணிகை.
நடிக்க - (வி) கூத்தாட, 2. பலகோலங்கொள்ள, 3. முறைகெட்டொழுக, 4. இல்லின்கண்வாழ, 5. விகாரப்படுத்த.
நடிப்பு - கூத்து, 2. பாவனைகாட்டல்.
நடு - இடை, 2. இடுப்பு, 3. நடுவுநிலைமை, 4. பூமி.
நடுகை - நடுதல்.
நடுக்க - (வி) நடுங்க, 2. அசைக்க, 3. நடுங்கச்செய்ய.
நடுக்கம் - அச்சம், 2. கிறுகிறுப்பு.
நடுக்கல் - அசைவு.
நடுக்கல்வாதம் - ஒரு நோய்.
நடுக்கு - நடுக்கம்.
நடுங்க - (வி) அசைய, 2. பதற.
நடுங்கநாட்டம் - அகப்பொருட்கிளவியினொன்று; அது: தோழி தலைவியை நடுங்கநாடுதல்.
நடுங்கல் - (தொ.பெ) அஞ்சல், 2. நடுங்குதல்.
நடுத்தரம் - இடைத்தரம்.
நடுத்தீர்த்தல் - (தொ.பெ) நியாயந்தீர்த்தல்.
நடுநடுங்கல் -
நடுநடுங்குதல் - } (தொ.பெ) பயத்தால் மிகக் கலங்குதல்.
நடுநாள் - சித்திரைநாள்.
நடுநிலை - நீதி.
நடுப்பகல் - மத்தியானம்.
நடுப்பார்த்தல் - (தொ.பெ) மத்தியஸ்தம் பார்க்கை.
நடுப்பேசுதல் - (தொ.பெ) நியாயம் பேசுதல்.
நடுமத்தியானம் - உச்சிக்காலம்.
நடுமையம் - உச்சம்.
நடுராசி - நடுத்தரம்.
நடுவறுத்தான் - (வை.அ) மூக்கறுத்தான், மூக்குரட்டைக்கொடி.
நடுவன் - இயமன், 2. நியாயாதிபதி.
நடுவின்மை - நீதிக்கேடு.
நடுவு - நடுவுநிலைமை, 2. மாதரிடை.
நடுவுநிலைமை - நியாயம், 2. நிதானம்.
நடேசன் - நடராஜன்.
நடை - ஒழுக்கம், 2. கூத்து, 3. செல்லுகை, 4. செல்வம், 5. முறை, 6. வழக்கம், 7. வழி, 8. நடைகூடம், 9. எழுத்துநடை சொல்நடை.
நடைபடி - நடத்தை.
நடைப்பரிகாரம் - பயணச்சாமான்.
நடைப்பாவாடை - நிலப்பாவாடை.
நடையன் - நடக்கிறவன், 2. உழவுமாடு குதிரை முதலியன, 3. செருப்பு.
நட்சத்திரகண்டகி - (வை.அ) அநாசிச்செடி.
நட்சத்திரசீரகம் - (வை.அ) ஒரு சீரகம்.
நட்சத்திரதீபம் - ஒரு விளக்கு.
நட்சத்திரமாலை - ஒரு சோதிடநூல்.
நட்சத்திரம் - தாரகைப்பொது, 2. நாண்மீன்; அவை: அச்சுவினி முதலாக இரேவதியிறுதியாக வுள்ளவற்றிற்கும் பெயர் கூறுவர்.

நட்டசந்திரன் - ஆவணிமாசத்துப் பூர்வபக்கச் சதுர்த்திப்பிறை.

நட்டணை - எண்ணாமை, 2. வெறுப்பு, 3. ஆகடியம், (பரிகாசம்.)

நட்டபாடை - ஒருபண்.

நட்டம் - அம்மணம், 2. நிறுதிட்டம்.

நட்டம் - } சேதம், 2. கேடு.
நஷ்டம் -

நட்டல் - (தொ.பெ) சிநேகித்தல், 2. நடுதல்.

நட்டவர் - சிநேகிதர்.

நட்டழிவு - நடவுசேதம்.

நட்டாமுட்டி சிந்தனை - ஒரு நூல்.

நட்டார் - } உறவோர், 2. சினேகிதர்.
நட்டோர் -

நட்டாறு - நடு ஆறு.

நட்டி - } நட்டம்.
நஷ்டி -

நட்டு - நட்டுவன், 2. கீழ்மை.

நட்டுவக்காலி - } ஒரு விஷசெந்து.
நட்டுவாய்க்காலி -

நட்டுவம் - நாட்டியம் பழகுந்தொழில்.

நட்டுவன் - நடனமாட்டுவோன்.

நட்டுவிழுதல் - (தொ.பெ) தலைகீழாய் விழுதல்.

நட்பாளன் - நண்பன்.

நட்பு - உறவு, 2. சினேகம், 3. (யாழின்) நாலாநரம்பு.

நணந்தம் - புன்கமரம், 2. சணற்பயிர்.

நணுகலர் - } பகைவர்.
நணுகார் -

நணுகுதல் - (தொ.பெ) கிட்டல், 2. சார்தல்.

நண்டு - கற்கடகவிராசி, 2. ஞெண்டு.

நண்டுக்காற்கீரை - ஒரு கீரை.

நண்டுக்காற்புல் - ஒரு புல்.

நண்ண - (வி) கிட்ட, 2. ஒட்ட, 3. பொருந்த, 4. இருக்க.

நண்ணுநர் - மித்திரர்.

நண்பகல் - மத்தியானம்.

நண்பன் - கணவன், 2. தோழன், 3. சணற்பயிர்.

நண்பு - நட்பு.

நதம் - மேற்கோடுமாறு, (ஆணாறு.)

நதி - கிழக்கோடுமாறு, (பெண்ணாறு.)

நதிக்கரை - ஆற்றங்கரை.

நதிசரம் - ஆற்றுச்சார்பிற் பிறந்தயானை.

நதிபதி - கடல், 2. வருணன்.

நதுக்க - (வி) அவிக்க, 2. மறைக்க, 3. கெடுக்க.

நத்தத்தனார் - சங்கப்புலவரில் ஒருவர்.

நத்தமாலம் - புன்கமரம்.

நத்தம் - சங்கு, 2. நத்தை, 3. ஊர்.

நத்தம் - இரா, 2. இருள், 3. புன்கமரம்.

நத்து - ஓர் கூகை.

நத்து - சங்கு, 2. மூக்கணி.

நத்துதல் - (தொ.பெ) விரும்பல்.

நத்தை - ஒரு பூண்டு; அது: கடைச்சாரணையென்றும், நாரத்தை என்றுங் கூறுவர், 2. கடுகு.

நத்தைச்சுண்டி - நத்தைச்சூரி.

நத்தைச்சூரி - (வை.அ) ஓர் பூண்டு.

நந்தகம் - மகாவிஷ்ணுவின் வாள்.

நந்தகோபன் - கண்ணமூர்த்தியை வளர்த்த தந்தை.

நந்தகோபாலர் - இடையர்.

நந்தம் - கஸ்தூரி, 2. சங்கு.

நந்தவனம் - நந்தனவனம்.

நந்தனவனம் - பூந்தோட்டம்.

நந்தன் - அரசாண்ட ஒரு சக்கிலியன், 2. சீர்பந்தபாஷாணம், 3. நந்தகோபன், கண்ணபிரானை வளர்த்த தந்தை.

நந்தி - எருது, 2. ஒருநதி, 3. ஒருமலை, 4. ஓரரசன், 5. சிவன், 6. சிறுபறை, 7. செக்கான், 8. நந்திதேவன், 9. உபபுராணத்தொன்று.

நந்திகேசன் - } சிவன், 2. சிவனூர்தி.
நந்திகேசுரன் -
நந்திகேச்சுரன் -

நந்திப்பூசணி - சாம்பற்பூசனிக்கொடி.

நந்தியாவட்டம் - நந்தியாவர்த்தம்.

நந்தியாவர்த்தம் - ஒரு பூச்செடி.

நந்தினி - வசிட்டர் காமதேனுவின் கன்று.

நந்து - சங்கு, 2. நத்தை.

நந்தை - கொத்தான்கொடி.

நந்தை - பஞ்சதெய்வப் பசுவிலொன்று.

நந்நான்கு - நான்கு நான்கு.
நபம் - ஆகாயம்.
நபாபு -
நபாப் - } துலுக்க அரசன்.
நபி - இஸ்லாமார்க்கத்துத் தீர்க்கதரிசி.
நபுஞ்சகம் - பேடு.
நபுஞ்சகன் - பேடன்.
நப்பாலத்தனார் - சங்கப்புலவரி லொருவர்.
நப்பின்னை - இலட்சுமி.
நம - மந்திரங்களின்முடிவினோருறுப்பு, 2. வணக்கம்.
நமக்காரி - (வை.அ) வறட்சுண்டிச்செடி.
நமத்தம் - சடாமாஞ்சி, (ஒரு மருந்து.)
நமர் - நம்மவர்கள்.
நமள் - நம்மவள், இது: கிளைப்பெயர்.
நமன் - இயமன்.
நமன் - நம்மவன்.
நமிநந்தியடிகள் - அறுபத்துமூவரி லொருவர்.
நமூது - சாட்சி.
நமூனா - மாதிரி.
நமை - தினவு, 2. ஒரு மரம்.
நமைக்க - (வி) தினவுண்டாக.
நம் - நமது, 2. ஒரு சாரியை.
நம்ப - (வி) மெய்கொள்ள, 2. பற்றுவைக்க, 3. விசுவாசிக்க, 4. விரும்ப.
நம்பன் - சிவன், 2. விரும்பத்தக்கவன்.
நம்பி - ஆணிற்சிறந்தோன், 2. ஒரு வேடு வராசன். (இவன் வள்ளியம்மையாரைத் தனக்கு மகளா கைக்கொண்டவன்.
நம்பிக்கை - விசுவாசம், 2. உறுதிப்பாடு.
நம்பியாண்டார் நம்பி - திருத்தொண்டர் திருவந்தாதி செய்தருளியவர்.
நம்பு - ஆசை.
நம்பூரி மலையாளப் பார்ப்பாரிலு யர்ந்தோர்
நம்மாழ்வார் - தாம்பிரவன்னி நதிக்கருகி லிருந்த ஒரு வேளாள வைணவாசாரியர்.
நயக்க - (வி) விரும்ப.
நயச்சொல் - முகமன் வார்த்தை.
நயத்தல் - (தொ.பெ) ஆசைப்படல், 2. இன்பமுறல், 3. நன்மைப்படல், 4. பயன்படல், 5. மகிழ்ச்சியுறல்.
நயந்தோர் - மித்திரர்.
நயப்பித்தல் - (தொ.பெ) இன்புறு வித்தல், 2. சந்தோஷப்படுத்தல், 3. நன் மைப்படுத்தல்.
நயப்பு - மலிவு, 2. ஆசை, 3. அன்பு.
நயமாலி - மனோசிலை, (ஒரு மருந்து விளைவுப்பாடண முப்பத்திரண்டி னொன்றென்பர்).
நயம் - மலிவு, 2. நன்மை, 3. இன்பம், 4. பயன், 5. மேன்மை, 6. உபசரிப்பு, 7. நீதி, 8. மகிழ்ச்சி.
நயவர் - சிநேகிதர்.
நயவான் - நயப்புள்ளோன்.
நயனப்பத்து - கண்ணினைப்பத்துச் செய்யுளாற் கூறுமோர் பிரபந்தம்.
நயனம் - கண்.
நயன் - நன்மை.
நயினார் - ஆண்டவன், 2. எசமானன், 3. ஐயனார், 4. நாயனார்.
நரகத்தர் - நரகத்திலிருக்கிறவர்கள்.
நரகம் - பாவலோகம், 2. வேதாகமங் களின் மொழிவழி நடவாதாரைத் தண்டித்தற்பொருட்டுக் கடவுளால மைக்கப் பட்ட சிறைக்களம்.
நரகல் - மலம்.
நரகன் - ஓரசுரன், (இவனைத் திருமால் கொன்றார்), 2. நரகத்திலுள்ளோன்.
நரகாரி - மகாவிஷ்ணு.
நரகாலி - மாட்டுக்கு வருமோர் நோய்.
நரகு - நரகம்.
நரங்குதல் - (தொ.பெ) தேய்ந்து தேய்ந்து கெடுதல்.
நரசிங்கம் - திருமால் தசாவதாரத் தொன்று; அஃது: இரணியனைக் கொல்லத்தூணிற்பிறந்த அவதாரம்.
நரத்துவம் - மானிடத்தன்மை.
நரந்தம் - கஸ்தூரி மிருகம், 2. நரந்தப்புல், 3. நாரத்தை.
நரப்புக்கருவி - வீணைமுதலிய வாத் தியம்.

நரமேதம் - ஒரு யாகம், (அது நரபலியிட்டுச் செய்வது.)
நரம்பு - தந்தி, 2. நாடி, 3. நார், 4. வீணை, 5. இலை முதலியவற்றி னரம்பு.
நரம்புக்காய் - முருங்கைக்காய்.
நரம்புச்சிலந்தி - ஒரு புண், இதில் நரம்பும் வெளிவரும்.
நரர் - மனிதர்.
நரலல் - } (தொ.பெ) ஒலித்தல்.
நரலுதல் - }
நரலை - கடல்.
நரலோகம் - பூமி.
நரல் - செத்தை, 2. சனம்.
நரல்வு - ஓசை.
நரவலிக்க - (வி) சோர.
நரற்ற - (வி) ஒலிக்க.
நரன் - மனிதன், 2. அருச்சுனன்.
நராதிபன் - அரசன்.
நராந்தம் - காகம்.
நராபோகம் - நினைத்திராத வாழ்வு பெறல்.
நராலை - நரகம்.
நரி - ஓர் மிருகம்.
நரிக்க -(வி) பிரமிக்க, 2. நிந்திக்க.
நரிக்கொன்றை - ஒரு மரம்.
நரிப்பயறு - ஒரு புன்பயறு, (மின்னிப் பயறு.)
நரிப்பு - இகழ்வு.
நரிப்புறம் - மிருகசீரிடம்.
நரிமருட்டி - கிலுகிலுப்பைச்செடி.
நரியனெல் - ஒருவகை நெல்.
நரியுடை - (வை.அ) மொசுமொசுக்கைக் கொடி.
நரிவாற்புல் - ஒரு புல்.
நரிவெருத்தலையார் - ஒரு சங்கப் புலவர்.
நருக்குதல் - (தொ.பெ) நொருக்குதல்.
நருக்கெனல் - ஓரொலிக்குறிப்பு.
நருங்க - (வி) நசுங்க.
நருநருத்தல் - ஈரடுக்கொலிக்குறிப்பு.
நருநரெனல் - (தொ.பெ) நருநருத்தல்.
நருமதை - ஓர் ஆறு.
நரேந்திரன் - அரசன், (நரர்களுக்கு மேலானவன்.)

நரை - இடபம், 2. சாமரை, 3. நாரைப்புள், 4. வெண்மை.
நரைக்க - (வி) மயிர்வெளுக்க, 2. வெளிற, 3. நிறம்வெளுக்க.
நரைக்கொள்ளு - சீர்க்கோழிப்பூடு.
நரைமை - வெண்மை.
நரையன் - நரைத்தவன், 2. வல்லூறு.
நலக்க - (வி) கசங்கச்செய்ய, 2. அழுக் காக்க.
நலங்கல் - (தொ.பெ) முடங்கல், 2. வருந்தல்.
நலத்தல் - (தொ.பெ) நயத்தல்.
நலப்பாடு - மிகுநன்மை.
நலம் - நன்மை, 2. அழகு, 3. பயன், 4. உப காரம், 5. இன்பம், 6. கண்ணோட்டம், 7. விலங்கின் விதை, 8. உயர்வு, 9. சுக்கு.
நலன் - நலம், (இறுதிப்போலியாயினது.)
நலி - நோய்.
நலிய - (வி) மெலிய, 2. தோற்க, 3. சரிய, 4. அழிய, 5. வருந்த.
நலிவு - அழிவு, 2. மெலிவு, 3. வருத்தம்.
நல் - } நன்மையான, 2. ஏற்ற, 3. மிகுந்த,
நல்ல - } 4. அதிகமான.
நல்கல் - (தொ.பெ) ஈதல், 2. உண்டு பண்ணல், 3. பயன்படல், 4. பெறுதல், 5. மகிழ்தல்.
நல்குரவு - தரித்திரம்.
நல்கூர்தல் - (தொ.பெ) தரித்திரப்படல்.
நல்கூர்ந்தோன் - தரித்திரன்.
நல்கூர்வேள்வியார் - சங்கப்புலவரில் ஒருவர்.
நல்லபாம்பு - நாகப்பாம்பு.
நல்லம் - கறுப்பு.
நல்லம்மான் பச்சரிசி - ஒரு பூண்டு.
நல்லரிவஞ்சம் - போகபூமியாறி னொன்று.
நல்லவழி - நன்னடக்கை, 2. நற்குலம்.
நல்லவெல்லம் - கருப்பங்கட்டி.
நல்லவேளை - நற்சமயம், 2. நல்வேளைப் பூடு.

நல்லவை - நற்சவை, 2. மேன்மையுள்ளவை.
நல்லன் - நல்லவன்.
நல்லாதனார் - திரிகடுகமென்னு நூல் செய்த ஓராசிரியர்.
நல்லாபிள்ளை - பாரதம் பாடினோர்.
நல்லாள் - நலமுடையவள், 2. பெண்.
நல்லோர் - அறிஞர், 2. மகளிர்.
நவசி - ஓர் தென்னமரம், 2. ஓர் கமுகமரம்.
நவச்சாரம் - } ஒரு மருந்து.
நவக்ஷாரம் - }
நவதளம் - தாமரைத்தளிர்.
நவதி - தொண்ணூறு, 2. பொடுதலைப் பூண்டு.
நவத்தம் - சடாமாஞ்சி, (ஒரு மருந்து.)
நவநீதம் - புதுமை, 2. புதுவெண்ணெய்.
நவப்பிரீதி - வெடியுப்பு.
நவமணி - ஒன்பது இரத்தினம்; அவை: கோமேதகம், நீலம், பவளம், புருடராகம், மரகதம், மாணிக்கம், முத்து, வயிரம், வயிடூரியம் என்பன.
நவமி - ஒன்பதாந்திதி.
நவம் - கார்காலம், 2.கேண்மை, 3. பூமி.
நவம் - ஒன்பது, 2. புதுமை.
நவரசம் - ஒன்பது சுவை; அவை: அற்புதம், இரௌத்திரம், கருணை, குற்சை, சாந்தம், சிங்காரம், பயம், பெருநகை, வீரியம் என்பன.
நவரதம் - நவரசம்.
நவராத்திரி - கன்னிமாதத்தில் இலக்குமி சரசுவதி துர்க்கையாகிய சத்திகளைப் பூசிக்கும் ஒன்பது தினம்.
நவரோசு -ஓரிராகம்.
நவாடா - தோணி.
நவியம் - கோடாலி, 2. மழு.
நவியம் - புதுமை, 2. புதியது.
நவிரம் - ஆண்மயிர், 2. உச்சி, 3. தலை, 4. மயில், 5. மலை, 6. மருதயாழ்த்திறம், 7. வாள், 8. புன்மை.
நவில - (வி) சொல்ல, 2. கற்க.
நவிழ - (வி) அவிக்க.
நவிற்ற -(வி) சொல்ல, 2. அதிகாரத் தோடுரைக்க.
நவின்றோர் - பயின்றோர்.
நவீனம் - புதுமை.
நவுக்கர் - வேலையாள்.
நவுரி - எக்காளம்.
நவை - குற்றம், 2. இகழ்ச்சி.
நவ்வி - தோணி, 2. இளமை, 3. அழகு, 4. மான், 5. அத்தநாள்.
நவ்வு - மரக்கலம்.
நழுக்கம் - ஆழமின்மை, 2. மழுக்கம்.
நழுக்குதல் - (தொ.பெ) மழுங்கல்.
நழுங்க - (வி) மழுங்க, 2. குழிய.
நழுவ -(வி) வழுவ, 2. விழ, 3. விலக, 4. தப்பித்துக்கொள்ள.
நள - வியாழவட்டமாகிய அறுபது வருடங்களிலே ஐம்பதாவதாண்டு.
நளகூபரன் - குபேரன் மகன்.
நளத்தம் - சடாமாஞ்சி, (ஒரு மருந்து.)
நளம் - தாமரை, 2. சிற்பநூல், 3. அகலம்.
நளன் - முதலேழு வள்ளலிலொருவன்.
நளி - குளிர்ச்சி, 2. செறிவு, 3. கூட்டம், 4. பெருமை, 5. அகலம், 6. தேள்.
நளிர் - குளிர், 2. நண்டு, 3. பெருமை, 4. பகை, 5. குளிர்காய்ச்சல்.
நளினம் - தாமரை, 2. இங்கிதம், 3. நிந்தை, 4. பரிகாசம்.
நளினி - இலக்குமி, 2. தாமரைத் தடாகம், 3. ஓர்பண்.
நளினை - இலக்குமி, 2. சரஸ்வதி.
நளுங்கு - ஒரு கிளிஞ்சில்.
நளுத்தை - ஓர் பண்.
நளை - ஏலத்தோல்.
நள்ளலர் - } பகைஞர்.
நள்ளார் - }
நள்ளல் - (தொ.பெ) நட்பாகப் பொருந்துதல்.
நள்ளாறு - ஓர் சிவஸ்தலம்.
நள்ளி - நண்டு, 2. கர்க்கடகவிராசி, 3.உறவு, 4.கடையேழுவள்ளலி லொருவன்.
நறவம் - வாசனை, 2. தேன், 3. அனிச்சமரம், 4. குங்குமமரம்.

நறவு - வாசனை, 2. தேன், 3. கள், 4. குங்குமமரம்.

நறளை - ஒருபூடு; இது சிறுநறளை, பெருநறளை, புளிநறளை என மூவகைப்படும்.

நறா - வாசனை, 2. கள், 3. தேன்.

நறியது - நல்லது.

நறு - நறுமை.

நறுக்க - (வி) தறிக்க, 2. துண்டிக்க.

நறுக்கு - துண்டு, 2. சீட்டு, 3. நாகசுரத்தின் நாக்கு.

நறுக்குத்திப்பிலி - தேசாவரம் என்னுஞ் சரக்கு.

நறுக்குமூலம் - திப்பிலிக்கொட்டை, 2. வெட்டிவேர்.

நறுதடி - அடைகல்.

நறுநறெனல் - ஈரடுக்கொலிக்குறிப்பு.

நறுநாற்றம் - சுகந்தம்.

நறுநெய் - பசு நெய்.

நறுந்தொகை - அதிவீரராமபாண்டியன் செய்த ஒரு சிறிய நீதிநூல்.

நறுமருப்பு - இஞ்சி.

நறுமுதல் - (தொ.பெ) பற்கடித்தல்.

நறுமை - நன்மணம், 2. நன்மை.

நறும்பிசின் - சாதிசம் என்னும் பிசின்.

நறுவியது - நல்லது.

நறுவிலி - ஒரு மரம்.

நறை - வாசனை, 2. நறும்புகை, 3. கள், 4.குற்றம், 5. தேன்.

நற்கீரன் - நக்கீரன்.

நற்சாங்கம் - சாலம்பபாஷாணம்.

நற்சாந்து - சுண்ணச்சாந்து.

நற்சாரி - நவச்சாரம்.

நற்சீரகம் - கறிச்சீரகம்.

நற்செங்கல் - மஞ்சட்காவிக்கல்.

நற்பலம் - வெட்பாலைமரம்.

நற்பிரியம் - ஓர்செடி, 2. மிகுபட்சம்.

நற்றத்தனார் - ஓரிலக்கண நூலாசிரியர்.

நற்றமிழ் - இனியதமிழ்.

நற்றாய் - பெற்றதாய்.

நற்றிணை - ஒரு நூல்.

நற்றுடி - நாகமரம், 2. வேர்.

நற்றுளி - அத்திப்பிசின்.

நனந்தலை - நடு, 2. உச்சி.

நனவு - சாக்கிரம், (தெளிவு), 2. பகல், 3. மெய்ம்மை.

நனி - பெருமை, 2. மிகுதி.

நனை - கள், 2. பூவரும்பு, 3. பூந்தேன்.

நனைக்க - (வி) ஈரமாக்க.

நனைய - (வி) ஈரிக்க.

நனைவு - ஈரம், 2. நனைதல்.

நன்காடு - இடுகாடு.

நன்கு - நன்மை, 2. அழகு, 3. மிகுதி.

நன்செய் - நெல்விளைநிலம்.

நன்பகல் - உச்சிக்காலம்.

நன்மை - உபகாரம், 2. உதவி, 3. சன்மார்க்கம், 4. சமாதானம், 5. சுபம், 6.நற்குணம், 7. நல்வினை.

நன்மைப்பகுதி - } நல்வினைப்பயன்.
நன்மைப்பேறு - }

நன்மையானபெண் - இருதுவான பெண்.

நன்றி - நன்மை, 2. பட்சம், 3. செய்நன்றி.

நன்று - நல்லது, 2. நன்மை, 3. பெருமை, 4. மிகுதி, 5. வாழ்வு.

நன்ன - (வி) கடித்து நறுக்க, 2. பல்லாற்கடிக்க.

நன்னடை - நல்லொழுக்கம்.

நன்னயம் - உபசாரச்சொல்.

நன்னர் - நன்மை.

நன்னலம் - சிறந்த நலம்.

நன்னாரி - ஒரு பாற்கொடி.

நன்னி - சிற்றுரு.

நன்னிலம் - நற்றரை, 2. நன்செய்.

நன்னிலை - ஒழுக்கம், 2. சுகம், 3. தவம்.

நன்னிறம் - வெண்மை.

நன்னுதல் - பெண்.

நன்னூல் - நல்லநூல், 2. பவணந்தி முனிவர் செய்த இலக்கணநூல்.

நன்னெறி - நல்வழி, 2. சிவப்பிரகாசராற் செய்யப்பட்ட ஒரு நீதிநூல்.

நா

நா - நாக்கு, 2. மணிநா, 3. துலைநா, 4. பூட்டின்றாள், 5. திறவுகோலின் நாக்கு, 6. அக்கினிச்சுவாலை, 7. நடு.

நாககங்கணன் - சிவன்.
நாககர்ணம் - செவ்வாமணக்கஞ்செடி.
நாககற்பம் - செவ்வீயம்.
நாககெந்தி - நேர்வாளக்கொட்டை, 2. வஞ்சிக் கொடி.
நாகசம் - சிந்தூரம், 2. வங்கம்.
நாகசுரம் - ஒருதுகுழல்.
நாகணம் - ஒரு பரிமளத்திரவியம், 2. நகம், 3. நேர்வாளக்கொட்டை.
நாகணவாய் - } ஓர் பறவை.
நாகணவாய்ப்புள் - } ஓர் பறவை.
நாகதாளி - ஒரு மரம்.
நாகதாளிக்கள்ளி - ஒரு மரம்.
நாகதீபம் - ஐந்தலை விளக்கு.
நாகதேவன் - ஆதிசேடன்.
நாகதேனி - பெருமருந்து.
நாகந்தி - நாகணம், (இது நேர்வாளம்.)
நாகபடம் - ஓர் காதணி, 2. பாம்பின்படம்.
நாகபட்டினம் - ஒரூர்.
நாகபந்து - அரசமரம்.
நாகபாசம் - பாம்புருவானவோர் படைக்கலம், 2. ஒரு முடிச்சு.
நாகப்பச்சை - ஓரிரத்தினம்.
நாகப்பூ - சிறுநாகப்பூ.
நாகமல்லி - நாகமல்லிகைச் செடி.
நாகமல்லிகை - ஒரு மல்லிகை; இது அனிச்சமென்பர்.
நாகமாதா - துளசிச்செடி.
நாகம் - நல்லபாம்பு, 2. ஈயம், 3. காரீயம், 4. கருங்குரங்கு, 5. யானை, 6. புன்னைமரம், 7. ஓர் மருந்து, 8. ஓர்சுரணம், 9. ஆகாயம், 10. சுவர்க்கம், 11. நாகப்பூ, 12. நற்புடவை, 13. நாகலோகம்.
நாகரம் - ஒரு பாடை, 2. ஒரு வண்டு, 3.தேன்றொடை, 4. சுக்கு.
நாகரன் - நகரத்தான்.
நாகரி - குருக்கத்திமரம்.
நாகரிகம் - } சாதுரியம், 2. உபசரணை, 3. கண்ணோட்டம், 4. வினோதம்.
நாகரீகம் - } சாதுரியம், 2. உபசரணை, 3. கண்ணோட்டம், 4. வினோதம்.
நாகரை - ஒரு பூடு.

நாகலோகம் - கீழேழுலகினொன்று, 2. தேவலோகம்.
நாகல் - நாவன்மரம்.
நாகவம் - ஓர் சுரணம்.
நாகவல்லி - ஓரிதழ்த்தாமரை, 2. வெற்றிலை.
நாகவள்ளி - வள்ளிக்கிழங்கு, 2. வெற்றிலைக்கொடி.
நாகவாயு - தசவாயுக்களினொன்று, அது விக்கல் முதலியவற்றை யுண்டாக்கும்.
நாகன் - நாகவாயு; இது தசவாயுவினொன்று.
நாகு - இளமை, 2. சங்கு, 3. நத்தை, 4. எருமை மரைபெற்றம் நந்து என்னுமிவற்றின் பெண்.
நாகூர் - ஒரூர்.
நாகேசுரம் - கும்பகோணத்தருகில் திருநாகேசுரம் என்னும் ஒரூர், 2. சிறுநாகப்பூ
நாகை - நாகபட்டினம்.
நாக்கப்பாம்பு - } நாங்கூழ்.
நாக்கப்பூச்சி - } நாங்கூழ்.
நாக்கைப்பூச்சி - } நாங்கூழ்.
நாக்கு - நா, 2. தானியக்கதிர், 3. படவு வலிக்குந் துடுப்பு.
நாக்குப்புற்று - ஒரு நோய்.
நாக்குமீன் - ஓர் மீன்.
நாக்குழிஞ்சான் - ஒரு செடி.
நாங்க - (வி) தைரியங்குன்ற.
நாங்கூழ் - நாகப்பூச்சி.
நாசகாலம் - அழிவுகாலம்.
நாசம் - அழிவு, 2. மரணம், 3. ஒடுக்கம்.
நாசயோகம் - மரணயோகம்.
நாசனம் - நாசம்.
நாசன் - இயமன்.
நாசாக்கிரம் - நாசிநுனி.
நாசி - மூக்கு, 2. மூக்குத்துளை, 3. கதவுநிலையின் மேற்சட்டம், 4. சலதாரையின் வாய்.
நாசிகை - மூக்கு, 2. கதவுநிலையின் மேற்சட்டம்.
நாசிக்க - (வி) அழிய, 2. நசிக்க.

நாசியம் - மூக்காங்கயிறு.
நாசுவன் - அம்பட்டன்.
நாசோற்பத்தி - அழிந்து பிறப்பது.
நாஞ்சிநாடு - மலையாளம்.
நாஞ்சில் - கலப்பை, 2. மதிலுறுப்பு.
நாடகசாலை - கூத்துப்பயிலுமிடம்.
நாடகத்தமிழ் - நாடகவழக்குத் தமிழ்; அது: முத்தமிழினொன்று.
நாடகத்தி - கூத்துவிளையாடும் பெண்.
நாடகம் - கலைஞான மறுபத்துநான்கி னொன்று, 2. கூத்து.
நாடகர் - கூத்தர்.
நாடல் - (தொ.பெ) ஆராய்தல்.
நாடன் - கார்த்திகைநாள், 2. சோழராசர் களுடைய பட்டப்பெயர்.
நாடன்பருத்தி - ஒரு செடி.
நாடா - நூனாழி.
நாடான் - சாணாருக்குரிய பட்டப் பெயர்.
நாடி - தாது, 2. நாழிகை, 3. நரம்பு, 4. உட்டுளை, 5. யாழ்நரம்பு, 6. மூக்கு, 7. ஆண்மயிர், 8. தாமரைத்தாள்.
நாடிகேளம் - நாரிகேளம்.
நாடிமண்டலம் - சூரியனடுவீதி.
நாடு - இராச்சியம், 2. மருதநிலம், 3. தேசம், 4. பரப்பு, 5. இடம், 6. பூமி, 7. உலகம், 8.பக்கம்.
நாடுதல் - (தொ.பெ) தேடுதல், 2. நினைத் தல்.
நாட்டம் - அழகு, 2. ஆராய்ச்சி, 3. ஒருபண், 4.கண், 5. சோதிடநூல், 6. வாள்.
நாட்டல் - (தொ.பெ) நாட்டுதல்.
நாட்டவன் - நாட்டான்.
நாட்டாண்மை - ஊரதிகாரம்.
நாட்டார் - ஊரார்.
நாட்டியம் - கூத்து.
நாட்டு - ஸ்தாவரம்.
நாட்டை - ஓர்பண், 2. ஓரிராகம்.
நாட்பு - போர், 2. போர்க்களம்.
நாட்பொருத்தம் - சென்ம நட்சத்திரப் பொருத்தம்; இஃது தசப்பொருத்தத் தொன்று.

நாண - (வி) கூச, 2. பின்னிட, 3. அடங்க, 4. வாட, 5. அஞ்ச, 6. பிணங்க.
நாணகம் - நாணயம்.
நாணம் - வெட்கம்; இது: மகடூஉக்குண நான்கினொன்று.
நாணயம் - வாக்குப்பிசகாமை.
நாணயம் - / **நாணையம்** - } நேர்மை, 2. உண்மை, 3. நிருணயம், 4. தவறாமை, 5. உயர்வு.
நாணல் - ஒருபுல், 2. நாணுதல், 3. வளைதல்.
நாணாங்கள்ளி - ஓர் கள்ளி.
நாணி - நாணமுடையாள், 2. வின்னாரி.
நாணுகம் - குதிரை.
நாண் - கயிறு, 2. வின்னாரி, 3. வெட்கம்.
நாண்மீன் - அசுபதி முதலிய நட்சத்திரம்.
நாதம் - சத்தம், 2. சங்கோசை, 3. மந்திரலி பியினரைவட்டம், 4. சோணிதம், 5. உமை.
நாதன் - கடவுள், 2. சிவன், 3. அருகன், 4. குரு, 5. இராசன், 6. எப்பொருட்கு மிறை வன், 7. கணவன், 8. மூத்தவன், 9. முனிவன்.
நாதாக்கள் - ஞானியர்.
நாதாந்தசோதி - கடவுள்.
நாதார் - ஏழைக்குடிகள்.
நாதி - ஓர் பெருங்காயம், 2. ஞாதி.
நாதிக்க - (வி) ஒலிக்க.
நாதேயம் - இந்துப்பு, 2. சீந்திற்கொடி.
நாத்தனார் - / **நாத்தி** - } கணவன் சகோதரி.
நாத்தி - / **நாஸ்தி** - } இன்மை.
நாத்திகம் - / **நாஸ்திகம்** - } தெய்வமின்மை.
நாத்திகன் - சூனியவாதி.
நாந்தகம் - வாள், 2. கிருஷ்ண பகவான்வாள்.
நாந்தல் - ஈரம்.
நாந்தி - ஒருவனைப் புகழ்ந்துபாடிய கவி, 2. பதினாறு கருமத்தொன்று, 3. தற் சிறப் புப்பாயிரம்.

நாந்திகந்துரு - மரமஞ்சள்.
நாபம் - நாபி.
நாபி - ஒருவிடமூலிகை; அது: வற்சநாபி, பச்சைநாபி, வசம்பு, அந்தணநாபி, பிரமநாபி, சத்திரியநாபி, அரசநாபி, வைசியநாபி, சூத்திரநாபி எனப் பல வகைப்படும், 2. கொப்பூழ்.
நாப்பண் - நடு, 2. தேர்நடு, 3. யாழி னுறுப்பு.
நாப்பு - பரிகாசம்.
நாமகள் - சரச்சுவதி.
நாமசங்கிதை - சிற்பநூன் முப்பத் திரண்டினொன்று.
நாமடந்தை - சரச்சுவதி.
நாமதேயம் - பெயர்.
நாமமிடுதல் - (தொ.பெ) நாமக்குறி தீட்டுதல், 2. பெயர்கொடுத்தல்.
நாமம் - பெயர், 2. திருநாமம், 3. நிறை கோலின்நடு, 4. அச்சம், 5. கீர்த்தி, 6. தும் பைப்பூடு.
நாமவந்தம் - நெரிஞ்சில், (ஒரு முட் பூண்டு.)
நாமவெகுண்டம் - } தும்பைப்பூடு.
நாமவைகுண்டம் - }
நாமுடி - நாநுனி.
நாமோச்சாரணம் - நாமவுச்சரிப்பு.
நாம் - அச்சம், 2. பால்பகாவுயர்திணைத் தன்மைப்பன்மை.
நாம்பல் - இளைத்தமிருகம், 2. இளைத்தல்.
நாயகச்சி - நாயகத்தி.
நாயகத்தி - தலைவி.
நாயகம் - ஆளுகை, 2. தலைமை, 3. மாலையின் பிரதானமனரி.
நாயகன் - அரசன், 2. எப்பொருட்கு மிறைவன், 3. சிவன், 4. கணவன், 5. பாளயக் காரன்.
நாயகி - எசமாட்டி, 2. பெருமையிற் சிறந்தவள், 3. மனைவி.
நாயரஞ்சி - நாயுருவிச்செடி.
நாயனார் - தந்தையர், 2. நாதனார்.
நாயன் - எசமான், (ஆண்டான்), கடவுள், 3. பெருமையிற் சிறந்தோன்.
நாயன்மார் - ஆண்டவர், 2. தலைவர், 3. பெருமையிற் சிறந்தோர்.
நாயில் - ஞாயில், (மதிலுறுப்பு.)
நாயிறு - சூரியன், 2. ஓர்கிழமை.
நாயிறுவணங்கி - கொழிஞ்சிமரம்.
நாயுருவி - ஒருசெடி;அது: செந்நாயுருவி, வெண்ணாயுருவியென இருவகைப்படும்.
நாய் - ஞமலி, 2. சூதாடுகருவி, 3. தென் மேற்றிசைப்பாலன் குறி.
நாய்கர் - செட்டிகள்.
நாய்க்கடுகு - நாய்வேளைப்பூடு.
நாய்க்கரந்தை - குன்றிக்கொடி.
நாய்ச்சிமார் - நாய்ச்சியார்.
நாய்ச்சியார் - எசமாட்டிகள்.
நாய்ச்சீரகம் - ஓர் சீரகம்.
நாய்த்தயிர்வேளை - ஒரு செடி.
நாய்த்துளசி - ஓர் துளசிச்செடி, 2. கஞ் சாங்கோரைப்பூண்டு.
நாய்நாக்கி - } இலைக்கள்ளி மரம்.
நாய்நாக்கு - }
நாய்ப்பயறு - ஒரு பூடு.
நாய்ப்புடுக்கன் - ஒரு மரம்.
நாய்ப்புடோல் - ஒரு கொடி.
நாய்வேளை - ஒரு பூடு.
நாரகர் - நரகத்தில் விழுகிறவர்கள்.
நாரங்கம் - நாரத்தை.
நாரசிங்கம் - அட்டாதச வுபபுராணத் தொன்று, 2. உபநிடத முப்பத்திரண்டி னொன்று, 3. நாரசிங்கம் அஃது திருமால வதாரத்தொன்று.
நாரசிங்கன் - மகாவிஷ்ணு.
நாரசிம்மம் - காமிகத்தின் மூவகைப் பேதங்களினொன்று, 2. சர்வோத்த மென்னுமாகமம், 3. நரசிங்கம்.
நாரணவன் - ஓர்கிருமி, 2. மாட்டுநோயி லொன்று.
நாரணன் - மகாவிஷ்ணு.
நாரணி - துர்க்கை.
நாரதம் - பதினெண் புராணத்தொன்று, 2 முகில்.
நாரதன் - ஒருதேவவிருடி; இவர்: பஞ்ச பாரதீயம் என்னுமிசைத் தமிழ் நூலாசி ரியர், 2. கலகஞ்செய்வோன்.
நாரதீயம் - அட்டாதச வுபபுராணத் தொன்று, 2. பதினெண்புராணத்தொன்று.

நாரத்தம் - சடாமாஞ்சி, (ஒரு மருந்து), 2. வசம்பு, (ஓர் மருந்து.)

நாரத்தம்புல் - ஒரு புல்.

நாரத்தை - நாரந்தம்.

நாரம் - அன்பு, 2. நீர், 3. பாசி, 4. நாரத்தை.

நாராங்கி - கதவுறு தாழ்ப்பாள்.

நாராசம் - சலாகை, 2. ஓரம்பு, 3. இருப்பாணி, 4. எழுத்தாணி.

நாராயணகவுளம் - ஒரு பண்.

நாராயணப்பிரியன் - சிவன்.

நாராயணம் - உபநிடதங்களிலொன்று, 2. அரசமரம், 3. மீன்.

நாராயணன் - மகாவிஷ்ணு, 2. இந்திரன்.

நாராயணி - இலக்குமி, 2. துர்க்கை, 3.கங்கை, 4. சத்தமாதரி லொருத்தி, 5. ஓரிராகம்.

நாரி - பன்னாடை, 2. நாணி, 3. யாழ்நரம்பு, 4. வாசனை, 5. இடை.

நாரி - பெண், 2. பார்வதி.

நாரிகேளம் - தென்னமரம், 2. தேங்காய்.

நாரிபாகன் - சிவன்.

நாரியங்கம் - தேன்றொடை.

நாரை - ஓர் நீர்ப்பறவை.

நார் - அன்பு, 2. கயிறு, 3. கல்நார், 4. தும்பு, 5. பன்னாடை, 6. பனைமட்டை முதலியவற்றின் வெளிப்பக்கத்தைப் போர்த்திருக்குங் கடினமானதோல்.

நார்ச்சீலை - மரவுரியாகிய ஆடை, 2. வலைக்கோணி.

நால - (வி) தொங்க, 2. இறங்க, 3. துளிவிழ.

நாலடி - } **நாலடியார்** - } ஒரு நூல்; இது: பதினெண் கீழ்க்கணக்கினுள் முதலாவது சைனமுனிவர்களாலியற்றப்பட்டது.

நாலா - வாய்க்கால்.

நாலாம்வருணம் - } சதுர்த்தசாதி,
நாலாம்வருணர் - } சதுர்த்தவருணம்.

நாலாயிரப்பிரபந்தம் - ஆழ்வார்கள் பாடிய வைணவப்பிரபந்தம்.

நாலி - கார்த்திகைப்பூ, 2. முத்து.

நாலிகம் - எருமை, 2. காகம், 3. தாமரை.

நாலிகை - மூங்கில்.

நாலு - நான்கு.

நாலைங்கள்ளி - இலைக்கள்ளி மரம்.

நால் - நான்கு.

நால்வகைச்சாந்து - கலவை, பீதம், புலி, வட்டிகை யென்பன.

நால்வகைச்சொல் - பெயர், வினை, இடை, உரியென்பன.

நால்வகைச்சேனை - யானை, தேர், பரி காலாள்.

நால்வகைத்தோற்றம் - நான்குவகைப் பிறப்பு;அவை: அண்டசம், சுவேதசம், உற்பிச்சம், சராயுசம், என்பன.

நால்வகைப்பொருள் - அறம், பொருள், இன்பம், வீடு என்பன.

நால்வகையரண் - மலை, காடு, மதில்,நீர்.

நால்வகையாழ் - பேரியாழ், மகரயாழ், சகோடயாழ், செங்கோட்டியாழ், என்பன.

நால்வகையுபாயம் - சாமம், பேதம், தானம், தண்டம்.

நால்வகையூறுபாடு - குத்தல், வெட்டல், எய்தல், எறிதல்.

நால்வர் - திருஞானசம்பந்தமூர்த்தி நாயனார், திருநாவுக்கரசுநாயனார், சுந்தரமூர்த்திநாயனார், மாணிக்கவாசக சுவாமிகள் என்பவர், 2. நான்குபேர்.

நால்வாய் - யானை.

நால்விதப்பண் - பாலை, குறிஞ்சி, மருதம், செவ்வழி.

நால்விதப்புண்ணியம் - தானம், கல்வி, தவம், ஒழுக்கம்.

நால்வேதம் - தைத்திரியம், பௌடியம், தலவகாரம், சாமவேதம்.

நாவடக்கம் - மௌனம்.

நாவணம் - உண்ணா.

நாவரசர் - சிவத்தொண்டர் அறுபத்துமூவரி லொருவரான திருநாவுக்கரசு நாயனார், 2. புலவர்.

நாவரட்சி - நீர்த்தாகம்.

நாவரணை - நாப்புற்றாகிய ஒரு வியாதி.

நாவரளை - நாவரணை.

நாவரையர் - திருநாவுக்கரசுநாயனார்.

நாவலந்தீவு - சத்ததீவினொன்று.

நாவலர் - கற்றவர், (புலவர்.)

நாவல் - இரக்கக்குறிப்பு, 2. ஒரு மரம்; அது: குழிநாவல், சிறுநாவல், சம்பு நாவல், நிழனாவல், பெருநாவல் எனப்பல வகைப் படும்.

நாவழி - நாக்கு வழிக்குங் கருவி.

நாவாய் - மரக்கலம், 2. இரேவதிநாள்.

நாவாள் - சரச்சுவதி.

நாவி - ஊமத்தை, (ஒரு செடி), 2. ஒரு மருந்து, 3. ஒருவகை மரக்கலம், 4. கத்தூரி, 5. கத்தூரி மிருகம்.

நாவிகன் - கப்பற்காரன்.

நாவிதச்சி - அம்பட்டத்தி.

நாவிதர் - அம்பட்டர்.

நாவிதன் - கார்த்திகைநாள், 2. நாய்கர் மகளிர் பார்ப்பாரைக் கரவிற்கூடிப் பெற்றபிள்ளை, 3. பூரநாள்.

நாவித்தண்டை - எருமுட்டைப் பீநாறிப் பூண்டு.

நாவிநெய் - மயிர்ச்சாந்து.

நாவிப்பிள்ளை - ஒரு மிருகம்.

நாவியம் - கார்த்திகைப்பூ.

நாவு - நாக்கு.

நாவுதல் - (தொ.பெ) நேம்புதல்.

நாவுரி - நாழியும் உரியும், (நாடுரியென் பது இக்காலத்து நாவுரியென மரீஇயிற்று.)

நாவுழலை - விடாய்.

நாவூறு - நாவேறு.

நாவேறு - நாத்தோடம்.

நாவை - கலப்பையினா, 2. படைவாள்.

நாழி - அம்பறாத்தூணி, 2. உட்டுளைப் பொருள், 3. ஒருபடி, 4. நாழிகை, 5. நூனாழி, 6. பூரட்டாதிநாள்.

நாழிகை - நாடா, 2. விநாடி யறுபது கொண்ட காலம்.

நாழிகைவட்டம் - } காலவளவைக்காட்டு
நாழிகைவட்டில் - } மோர் சூத்திரம்.

நாளகம் - இலாமிச்சம்புல்.

நாளம் - உட்டுளை, 2. காம்பு.

நாளரம் - இலாமிச்சம்புல்.

நாளாய்ந்தோர் - வைத்தியர்.

நாளி - கள், 2. நாய்.

நாளிகம் - தாமரை, 2. வள்ளிக்கீரை, 3. வள்ளிக்கொடி.

நாளிகேரம் - } தென்னமரம்.
நாளிகேளம் - }

நாளினி - புளிமாமரம்.

நாளும் - எப்பொழுதும்.

நாளை - மற்றைநாள்.

நாளோலை - சாதகம், 2. முகூர்த்த வோலை.

நாள் - ஓரிரவும் பகலுங்கொண்டதினம், 2. காலம்.

நாறல் - (தொ.பெ) நாறுதல்.

நாறனா - சடைச்சிச்செடி.

நாறி - நன்னாரி, (ஒரு பாற்கொடி), 2. கற்றாழை, (ஓர் செடி.)

நாறு - நாற்று.

நாறுகட்டி - பெருங்காயம்.

நாறுதல் -(தொ.பெ) தோற்றுதல், 2. மணத்தல், 3. முளைத்தல்.

நாற்கணம் - உயிர்க்கணம், வன்கணம், மென்கணம், இடைக்கணம், என்பன.

நாற்கதி - தேவர், நரகர், மனிதர், விலங்கு என்பன.

நாற்கவி - நாலுவிதக்கவி; அவை: ஆசு, சித்திரம், மதுரம், வித்தாரம், என்பன.

நாற்கவிராசநம்பி - புளியங்குடியில் நாற்கவிகளையும் பாடவல்லராகிய அகப் பொருளிலக்கணம் பாடிய ஒருசமணப் புலவர்.

நாற்குணம் - ஆடூஉக்குணம் நான்கு; அவை: அறிவு, ஓர்ப்பு, கடைப்பிடி, நிறைவு என்பன.

நாற்கோணம் - நாலுமூலை.

நாற்சந்தி - நாற்றெருக்கூடுமிடம்.

நாற்பான் - நாற்பது.

நாற்பொருள் - அறம், பொருள், இன்பம், வீடு எனப்படும் பொருள்கள்.

நாற்றம் - துர்க்கந்தம், 2. நற்கந்தம்; 3. கள், 4. தோன்றுதல்.
நாற்றிசை - நான்குதிக்குகள்; அவை: கிழக்கு, தெற்கு, வடக்கு, மேற்கு, என்பன.
நாற்று - முளைத்தபயிர்.
நானம் - வாசனை, 2. கஸ்தூரி, 3. கஸ்தூரி மிருகம், 4. கவரிமா.
நானம் - குளித்தல், 2. முழுகுநீர்.
நானா - பல.
நானிலம் - நால்வகை நிலம்; அவை : குறிஞ்சி, நெய்தல், மருதம், முல்லை.
நான் - யான்.
நான்கு - நாலு.
நான்மாடக்கூடல் - மதுரை.
நான்முகப்புல் - ஒரு புல்.
நான்முகன் - அருகன், 2. பிரமன்.
நான்முகன்றேவி - சரச்சுவதி, மனோ சிலை, (ஒரு மருந்து விளைவுப்பாடாண முப்பத்திரண்டிளொன்றென்பர்.)

நி

நி - இன்மை, அதிகம், சமீபம், நிச்சயம், வன்மை, விருப்பம், இவைகளைக் காட்டும் ஓர் உபசர்க்கம்.
நிகடம் - சமீபம்.
நிகண்டு - சொற்பயன் விளக்கும் நூல்.
நிகமம் - வேதம், 2. கடைவீதி, 3. நகரம்.
நிகர - ஒருவமச்சொல்.
நிகரம் - கூட்டம், 2. நி என்னு மெழுத்து.
நிகருவம் -
நிகர்வம் - } அடக்கம்.
நிகர் - உவமை, 2. பிரகாசம், 3. சமானம்.
நிகர்க்க - (வி) உவமிக்க, 2. போர்செய்ய.
நிகர்ப்பு - ஒப்பு, 2. போர்.
நிகலம் - தோண்மேல்.
நிகழ - (வி) நடக்க, 2. நிறைவேற, 3. செல்ல, 4. பிரகாசிக்க.
நிகழ்காலம் - வர்த்தமானகாலம்.
நிகழ்ச்சி - ஒளி, 2. சம்பவம்.
நிகழ்த்த - (வி) நடப்பிக்க, 2. சொல்ல.
நிகழ்வு - சம்பவிப்பு, 2. நிகழ்காலம்.
நிகளம் - சங்கிலி, 2. விலங்கு.
நிகற்பம் - ஓரெண்; அது: கற்பம் பத்து.
நிகா - குறிப்பு.
நிகாசம் - உவமை.
நிகாதம் - வஞ்சனை.
நிகாயம் - கூட்டம், 2. மருதஞ்சார்ந்தவூர், 3.வீடு.
நிகாரணம் - கொலை.
நிகாரம் - பனி.
நிகிதம் - படை.
நிகிலம் - எல்லாம்.
நிகுஞ்சம் - புதர்வீடு, 2. மலைக்குகை.
நிகும்பம் - நேர்வாளக்கொட்டை.
நிகும்பலை - இந்திரசித்து யாகஞ் செய்தவிடம்.
நிகேதனம் - வீடு, 2. தேவர்கோயில், 3. மருதநிலத்தூர்.
நிக்கிரகம் - நாசம், 2. கட்டுப்பாடு தண்டனை, 4. தோல்வி.
நிக்கிரகானுக்கிரம் - தண்டனையு மிரக்கமும், 2. இன்பதுன்பங்களூட்டல்.
நிசம் - நிச்சயம், 2. உண்மை, 3. நாணயம்.
நிசா - இரவு.
நிசாகசம் - வெள்ளாம்பற்கொடி
நிசாகம் - மஞ்சள்.
நிசாகரன் - சந்திரன்.
நிசாசரர் - அசுரர், 2. இராக்கதர்.
நிசாசரி - கூகை.
நிசாடு - மஞ்சள்.
நிசாந்தம் - விடியற்காலம், 2. வீடு.
நிசாரணம் - கொலை.
நிசாரம் - சாரமில்லாதது, 2. வருத்தம்.
நிசார் -
நிசாறு - } ஓர்விதக் காற்சட்டை.
நிசார்த்தம் - பாதிராத்திரி, 2. மெய்.
நிசானம் - ஓர் கட்பறை.
நிசான் - கொடி.
நிசி - இருள், 2. மஞ்சள், 3. பொன்.
நிசிதம் - இகழ்ச்சி, 2. கூர்மை.
நிசுவாசம் - சிவாகம மிருபத்தெட்டி னொன்று, 2. வெளிக்குவிடும் சுவாசம்.

நிசுனம் - நீர்க்கடம்பமரம்.
நிசை - இரவு.
நிச்சம் - நித்தம்.
நிச்சயம் - உறுதி, 2. தீர்ப்பு, 3. நியமம்.
நிச்சயிக்க - (வி) உறுதிப்படுத்த, 2. தீர்மானிக்க.
நிச்சயிப்பு - உறுதிப்பாடு, 2. தீர்ப்பு.
நிச்சலம் - அசைவின்மை.
நிச்சலும் - எப்பொழுதும்.
நிச்சிதார்த்தம் - மணம் நடக்கவேண்டுமென உறுதிபண்ணிக்கொள்ளுதல்.
நிச்சித்தம் - மனோலயம்.
நிச்சிந்தன் - கடவுள், 2. அருகன்.
நிச்சிந்தை - நினைவற்றிருக்கை.
நிச்சியம் - வெள்ளுள்ளி.
நிச்சுவாசம் - சுவாசம் விடுதல்.
நிஷதம் -, **நிடதம்** - ஓர் மலை, 2. ஓர் தேயம்.
நிஷானி - கையொப்பம்.
நிஷித்தம் - இகழ்ச்சி, 2. தவறு.
நிஷேதம் -, **நிடேதம்** - விலக்கு, 2. ஒழிவு.
நிஷ்கம் -, **நிட்கம்** - பொன்னிறை, 2. பொன்.
நிஷ்கருஷம் -, **நிட்கருடம்** -, **நிஷ்கருஷை** -, **நிட்கருடை** - நிச்சயம்.
நிஷ்களங்கம் -, **நிட்களங்கம்** - சுத்தம்.
நிஷ்களம் -, **நிட்களம்** - உருவின்மை.
நிஷ்காமியம் -, **நிட்காமியம்** - விருப்பமின்மை.
நிஸ்காரம் - நிந்தை.
நிக்ஷேபம் -, **நிட்சேபம்** - புதைபொருள்.
நிஷ்டூரம் -, **நிட்டூரம்** - கொடுமை, 2. இடையூறு.
நிஷ்டை -, **நிட்டை** - தியானம், 2. அசையாமை.
நிஷ்பலம் -, **நிட்பலம்** - பயனின்மை.
நிடுதனம் - கொலை.

நிணக்க - (வி) கொழுக்க, 2. முடைய.
நிணம் - கொழுப்பு.
நிணறு - உருக்கம்.
நிண்ட - (வி) கிண்ட.
நிண்ணயம் - நிச்சயம்.
நிதம் - நித்தியம்.
நிதம்பம் - மலைப்பக்கம், 2. அல்குல்.
நிதரிசனம் - திருஷ்டாந்தம்.
நிதலம் - கீழேழுலகத்தொன்று.
நிதனம் - அழிவு.
நிதார்த்தம் - நிச்சயம், 2. நீதி, 3. உண்மை.
நிதானம் - நிச்சயம், 2. நேர்மை, 3. தீர்மானம், 4. சமம், 5. பிரமாணம், 6. உத்தேசம், 7. மதிப்பு, 8. நோக்கம், 9. ஆதிகாரணம், 10. பொன், 11. படை.
நிதானவன் - நேராளி.
நிதானிக்க - (வி) நிச்சயிக்க, 2. உத்தேசிக்க, 3. அனுமானிக்க.
நிதி - பொக்கசம், 2. நிறைவு, 3. பொன், 4. ஆபரணத்திற்றொங்கணி.
நிதியம் - திரவியம், 2. கடவுள்மணி.
நித்தம் - அனவரதம், 2. நித்தியாக்கினி.
நித்தன் -, **நித்தியன்** - கடவுள்.
நித்தியகருமம் - நித்தியவிதி, 2. நித்திய பூசை.
நித்தியநைமித்திகம் - பூசனையும் விழாவும்.
நித்தியப்படி - நாடோறும்.
நித்தியயோகம் - குறையாச் சம்பத்து.
நித்தியவிதி - ஓமகுண்டம்.
நித்தியானந்தன் - கடவுள்.
நித்திரை - உறக்கம்.
நித்திலம் - முத்து.
நிநதம் -, **நிநாதம்** - ஒலி.
நிந்தகன் - பழி சொல்வோன்.
நிந்தனை - நிந்தை.
நிந்தாஸ்துதி - இகழ்தல்போற் புகழ்தல்.
நிந்திகம் - கண்டங்கத்தரிச்செடி; இது தசமூலத்தொன்று.

நிந்திக்க - (வி) இகழ.
நிந்தை - தூஷணை.
நிபத்தி - உண்மை.
நிபந்தம் - கடமை.
நிபந்தனம் - கட்டு.
நிபந்தனை - ஏற்பாடு, 2. கட்டுப்பாடு, 3. தண்டனை.
நிபம் - உவமை, 2. காரணம், 3. வஞ்சனை.
நிபாதம் - இறங்குதல், 2. விழுதல், 3. விடுகை.
நிபிடம் - நெருக்கம், 2. மிகுதி.
நிபுணத்துவம் - சாமர்த்தியம்.
நிபுணன் - அறிஞன், 2. மிகவல்லோன், 3. புதன்.
நிப்பரம் - பாரமின்மை, 2. அசைவின்மை.
நிமலம் - அழுக்கின்மை.
நிமலன் - கடவுள், 2. சித்தன்.
நிமாசு - துருக்கர் தொழுகை.
நிமி - சூரியகுலத்தரசரி லொருவன்.
நிமிடம் - } காலநுட்பம்.
நிமிஷம் - }
நிமிண்டுதல் - (தொ.பெ) கிள்ளல்.
நிமித்தக்காரர் - வருங்காரியஞ் சொல்வோர்.
நிமித்தசூடாமணி - ஓர் சகுன நூல்.
நிமித்திகன் - புரோகிதன், 2. குறிசொல்வோன்.
நிமித்தியம் - சகுனம், 2. காரணம்.
நிமிர்ச்சி - உயர்ச்சி, 2. நிமிர்வு, 3. நீட்சி.
நிமிர்தல் - (தொ.பெ) உயர்தல், 2. ஓடல், 3. நீளல், 4. வளர்தல்.
நிமிர்த்தல் - (தொ.பெ) நிமிர்த்துதல்.
நிமிர்த்துதல் - (தொ.பெ) உயர்த்துதல், 2. நீட்டல், 3. பிரித்தல்.
நிமிர்ப்பு - நிமிர்ச்சி.
நிமிளை - அம்பரை.
நிமீலனம் - கண்ணிமைப்பு, 2. மரணம்.
நிமை - இமை.
நிம்பத்தாரோன் - பாண்டியன்.
நிம்பம் - வேப்பமரம்.
நிம்மந்தம் - ஐக்கமின்மை.
நியக்குரோதம் - ஆலமரம்.
நியதம் - இன்றியமையாமை.
நியதி - செய்கடன், 2. ஏற்பாடு, 3. ஊழ், 4. முறைமை.
நியமம் - செய்கடன், 2. முறைமை, 3. நிச்சயம், 4. தெரு, 5. கடைவீதி, 6. யோகத்தொன்று, 7. கோயில், 8. இடம், 9. தீர்மானம், 10. நித்தியகருமம், 11. கோட்பாடு, 12. வழக்கம்.
நியமனம் - கட்டளை.
நியமிக்க - (வி) ஏற்படுத்த, 2. தீர்மானிக்க, 3. சங்கற்பஞ்செய்ய, 4. பிறப்பிக்க, 5. நிலைப்படுத்த.
நியமிதம் - நியமனம் பெற்றது.
நியர்ப்புதம் - பதினாயிரங்கோடி.
நியாசம் - வைப்பு, 2. நிம்பமரம்.
நியாயக்கேடு - நியாயமின்மை.
நியாயதுரந்தரன் - நியாயம் பேசுவோன்.
நியாயம் - நீதி, 2. இடம், 3. நடு, 4. வாக்குவாதம், 5. நன்னெறி, 6. வழக்கு, 7. ஆதாரம், 8. தருக்கம், 9. கட்டுப்பாடு, 10. போக்கு.
நியுதம் - நூறாயிரம்.
நியோகம் - கட்டளை.
நியோகித்தல் - (தொ.பெ) ஏவுதல்.
நிரக்க - (வி) நெருங்க, 2. பரவ, 3. கலக்க.
நிரக்கு - } சாமான்விலை.
நெரக்கு - }
நிரங்குசம் - கட்டுப்படாமை.
நிரஞ்சனம் - அழுக்கின்மை.
நிரஞ்சனன் - கடவுள்.
நிரஞ்சனி - பார்வதி.
நிரட்சம் - }
நிரக்ஷம் - } பூகோள சமரேகை.
நிரட்சரேகை - }
நிரந்தம் - நெருக்கிடை.
நிரந்தரம் - எப்பொழுதும்.
நிரந்தரன் - கடவுள்.
நிரப்ப - (வி) நிறைக்க, 2. பரப்ப, 3. பூர்த்தி செய்ய.
நிரப்பம் - பூரணம்.
நிரப்பு - வறுமை, 2. குறைவு, 3. சோம்பு.

நிரம்ப - (வி) நிறைய, 2. பொலிய, 3. பருவ மடைய, 4. முற்ற.
நிரயம் - நரகம்.
நிரல் - ஒழுங்கு.
நிரவ - (வி) சமனாக்க, 2. குறைதீர்க்க, 3. சரிப்படுத்த.
நிரவம் - தொனியின்மை.
நிராகரணம் - } மறுத்தல்.
நிராகரிப்பு -
நிராகாரம் - மறுப்பு.
நிராகிருதம் - தள்ளுண்டது.
நிரியாணம் - யானைக்கடைக்கண், 2. பிறவிநீங்கல்.
நிரீட்சணம் - பார்வை.
நிருதன் - இராக்கதன்.
நிருதி - தென்மேற்றிசைப் பாலன், 2. முதலெழுவள்ளலி லொருவன்.
நிருபம் - கட்டளை.
நிருபன் - அரசன்.
நிருமலன் - அருகன், 2. சிவன், 3. மலத் துடக்கற்றவன்.
நிருமித்தல் - (தொ.பெ) ஆராய்தல், 2. உண்டாக்குதல்.
நிருவகித்தல் - (தொ.பெ) தாங்குதல், 2. நிலைப்படுத்தல்.
நிருவாணம் - இருக்குவேத உபநிட தங்களு ளொன்று, 2. உடையின்மை, 3. பிறப் பொழிபு.
நிருவாணி - உடையிலான், 2. சிவன், 3. அருகன்.
நிரூபணம் - ஆராய்கை.
நிரை - ஒழுங்கு, 2. வரிசை, 3. படைவகுப்பு, 4. பசு, 5. பசுக்கூட்டம், 6. நிரையசை.
நிரைச்சல் - மறைப்பு, 2. ஓர் விளை யாட்டு, 3. இரவல்.
நிரையம் - நரகம்.
நிரோட்டம் - } மிறைக்கவியினொன்று; அது: இதழ் முயற்சியாற்
நிரோஷ்டம் - பிறக்குமுயிரும் மெய்யும் உயிர்மெய்யு மின்றிவரப் பாடப்படுவது.
நிரோதம் - ஆணவமலம்.

நிர் - உறுதிப்பொருளையு நீக்கப் பொருளையுந் தருமோருபசருக்கம், அஃது நிரு என்றும் நிர் என்றும் வழங்கும்.
நிர்க்குணன் - கடவுள்.
நிர்க்குண்டி - வெண்ணொச்சிச் செடி.
நிர்ணயம் - } நிச்சயம், 2. ஆராய்வு,
நிருணயம் - 3. தீர்ப்பு.
நிர்த்தாட்சிணியம் - கண்ணோட்ட மின்மை.
நிர்த்தூளி - சருவநாசம்.
நிர்ப்பந்தம் - தொந்தரை.
நிர்ப்புதம் - ஓரெண்.
நிர்மாணம் - செய்கை.
நிர்மாலியம் - பூசித்துக் கழித்தபொருள்.
நிர்வாகம் - நிருவாகம்.
நிர்விகற்பம் - வேறுபாடின்மை.
நிலக்கடம்பு - ஒருபூடு.
நிலக்கடலை - வேர்க்கடலை.
நிலக்கணம் - மூன்று நிரையசை யடுத்து வருஞ்சொல்.
நிலக்காரை - ஒரு முட்செடி.
நிலக்குமிழ் - ஒரு செடி.
நிலக்கூந்தல் - எலிச்செவிப்பூடு.
நிலப்பனை - ஒரு பூடு, (நிலப்பனைக் கிழங்கு.)
நிலப்பாகல் - }
நிலப்பாகை - } ஒருபூடு.
நிலப்பாலை - }
நிலப்பாவாடை - நிலத்திலடக்க விரிக் கும் புடவை.
நிலப்பொட்டு - மண்ணைத் தேய்த்திடுந் திலதம், 2. ஒருவகைக் காளான்.
நிலம்பி - கொசுகு.
நிலயம் - } பூமி, 2. இடம், 3. பிரதானஸ்
நிலையம் - தானம், 4. நிலை, 5. கோயில், 6. மருதநிலத்தூர், 7. இலக்கு, 8. படி, 9. இல், 10. கூத்து.
நிலவ - } (வி) பிரகாசிக்க, 2. வழங்க.
நிலாவ -
நிலவடலி - சிறுபனைமரம்.
நிலவு - } ஒளி, 2. சந்திரிகை, 3. சந்திரன்
நிலா -
நிலாக்கொழுந்து - இளம்பிறை.
நிலாமணி - சந்திரகாந்தம், மணி-கல்.

நிலாமுகி - } சகோரம்,
நிலாமுகிப்புள் } (சக்கரவாகப்புள்.)
நிலாமுற்றம் நிலாக்காலத் துலாவச் செய்யும் வீட்டின் வெளி.
நிலாவிரை - ஓராவிரை.
நிலுவை - இறுத்துமிஞ்சினதொகை.
நிலை - குணம், 2. தேர்த்தட்டு, 3. கதவு நிலை, 4. இல்லிடம், 5. தொழில், 6. சரியை முதலியன, 7. உறுதி, 8. மதம், 9. வைதீக நிலை, 10. கிரகநிலை, 11. முறைமை, 12. ஆதனம், 13. ஆபரணத்திற்றொங்கணி, 14. வசிக்குமிடம், 15. இடம், 16. பூமி, 17. காலம், 18. தாண்டுதுறை.
நிலைகலங்குதல் - (தொ.பெ) தடுமாறல்.
நிலைகுலைதல் - (தொ.பெ) நிலை கெடுதல்.
நிலைக்கடகம் - பெருங்கூடை.
நிலைக்கல் - ஆட்டுக்கல்.
நிலைக்களம் - இருப்பிடம்.
நிலைக்கால் - வாசற்கால்.
நிலைக்குடி - பழங்குடி.
நிலைபரம் - உறுதி.
நிலைப்பாடு - உறுதிப்பாடு.
நிலைமை - குணம், 2. தன்மை, 3. நிலைவரம், 4. உண்மை, 5. பூஸ்திதி, 6. உறுதி.
நிலையங்கி - உடன்முற்று மூடுகிற சட்டை.
நில்லாமை - அநித்தியம், 2. உறுதிப் படாமை.
நிவகம் - கூட்டம்.
நிவக்க - (வி) உயர.
நிவர்த்தித்தல் - (தொ.பெ) விட்டு நீங்குதல்.
நிவறல் - } (தொ.பெ) பொடியாதல்,
நிவறுதல் } 2. மொய்த்தல்.
நிவாசம் - இருப்பிடம்.
நிவாதகவசர் - தோயமாபுரத்தசுரர்.
நிவாரணம் - நீங்குகை, 2. ஒழிப்பு.
நிவாரம் - தடை.
நிவிர்ததாளம் - நவதாளத்தொன்று.
நிவிர்த்தன் - துறவி.
நிவிர்த்தி - பிராயச்சித்தம், 2. ஒழிப்பு, 3. துறவ.
நிவிர்த்திகை - (வி) விலக்க.
நிவேசம் - மாளிகை, 2. பிரவேசம்.
நிவேசனம் - வீடு, 2. ஊர்.
நிவேதனம் - ஒப்புவிக்கை, 2. நைவேத்தியம், 3. சொல்லுகை.
நிவேதிக்க - (வி) நைவேத்தியஞ்செய்ய.
நிவேத்தியம் - நைவேத்தியம்.
நிழலல் - (தொ.பெ) நிழலுதல்.
நிழலி - காற்று.
நிழலுதல் - (தொ.பெ) நிழல் செய்தல்.
நிழல் - சாயை, 2. விம்பம், 3. முன்னடையாளம், 4. வெறுந்தோற்றம், 5. தஞ்சம், 6. குளிர்ச்சி, 7. அருள், 8. செல்வம், 9. ஒளி, 10. நோய், 11. நீதி.
நிழற்ற - (வி) நிழல்செய்ய, 2. நுண்மையாக, 3. ஆதரிக்க.
நிறக்க - (வி) நிறமாக, 2. நிறம்பிடிக்க, 3. சீர்ப்பட.
நிறம் - வருணம், 2. உடம்பின்மேனி, 3. சாயம், 4. ஒளி, 5. குணம், 6. மார்பு.
நிறுக்க - (வி) தூக்க.
நிறுதிட்டம் - நேரேநிற்கை, 2. நெறிப்பு.
நிறுத்த -(வி) நிற்கச்செய்ய, 2. தடுக்க, 3. தாமதப்படுத்த, 4. முடியச்செய்ய, 5. பரிபாலிக்க, 6. பலிப்பிக்க, 7. தள்ளிவைக்க, 8. சீர்திருத்த, 9. வைக்க, 10. ஸ்தாபிக்க, 11. நியமிக்க, 12. நன்னெறியில் நிறுத்த, 13. மனதைநிறுத்த, 14. உத்தியோகத்தில் வைக்க, 15. ஒப்புவிக்க.
நிறுத்தம் - நிறுத்திவாசிக்கை.
நிறுப்பான் - துலா, 2. துலாராசி, 3. நிறுக்கிறவன்.
நிறுப்பு - நிறுத்துகை, 2. ஸ்தாபிப்பு, 3. வைப்பு, 4. தாமதிப்பு, 5. பரிபாலிக்கை.
நிறுவ - (வி) செங்குத்தாய்நிறுத்த, 2. நாட்ட, 3. வைக்க.
நிறுவாணம் - நிருவாணம்.

நிறை - தராசு, 2. பாரம், 3. துலாராசி, 4. நூறுபலம், 5. மிகுதி, 6. நிறைவு, 7.நீர்ச்சால், 8. மாட்சிமை, 9. அழிவின்மை, 10. முறையினிலைமை, 11. நிறுத்துகை, 12. வரையறை, 13. தைரியம், 14. மனவுறுதி, 15. நீதி, 16. கற்பு.

நிறைகலை - பூரணாமிசம், 2. பூரண தேயசு, 3. பூரணசந்திரன், 4. முழுக்காட்சி, 5. பூரணசத்தி, 6. முழுவெறி

நிறைக்க - (வி) நிறையச்செய்ய, 2. மிகுதி யாக்க, 3. திணிக்க, 4. பரவச்செய்ய.

நிறைசெல்வன் - குபேரன்.

நிறைதருதூறு - சீந்திற்கொடி.

நிறைமொழியாளர் - சான்றோர்.

நிறைய - (வி) மிக, 2. பூரணப்பட, 3. பெருக, 4. திருத்தியாக, 5. பரிபூரணமாக.

நிற்காரம் - } இகழ்ச்சி.
நிஸ்காரம் -

நிற்குணம் - குணாதீதம்.

நிற்பாக்கியம் - ஏதுமின்மை.

நிற்புதம் - ஓரெண்.

நிற்றல் - (தொ.பெ) நிலைநிற்குதல், 2. நிற்குதல்.

நினதம் - } சத்தம்.
நினாதம் -

நினைதல் - (தொ.பெ) நினைக்குதல்.

நினைத்தல் - (தொ.பெ) ஆலோசித்தல், 2. தியானித்தல்.

நினைப்பு - எண்ணம், 2. ஞாபகம், 3. பாவனை, 4. நோக்கம், 5. விழிப்பு, 6. நினைப்பூட்டுங் குறிப்பு, 7. வீண்தோற்றம்.

நின் - உனது.

நின்று - ஓரசைச்சொல்.(உ-ம்.) "சொல்லி நின்றான்" சொன்னான் என்பது பொருள்.

நின்றுசிணுங்கி - சிறியாணங்கை, (ஒரு செடி.)

நின்றுபயனின்மை - நூற்குற்றம் பத்தினொன்று.

நீ

நீகம் - தவளை, 2. மேகம்.

நீகாசம் - உவமை.

நீகாமன் - } மாலுமி.
நீகான் -

நீகாரம் - பனி.

நீக்கம் - நீங்குகை, 2. பிளப்பு, 3. நீளம்.

நீக்கல் -(தொ.பெ) அகற்றல், 2. கொல்லல், 3. மாற்றல், 4. தள்ளல்.

நீக்கு - விலக்கு, 2. பிளப்பு, 3. மீதி.

நீக்குப்போக்கு - இடைவெளி, 2. வழி வகை, 3. கிரியைக்கிரமம், 4. உபாயம்.

நீங்க - (வி) பிரிய, 2. சிதற, 3. மாற, 4. விலக, 5. கழிய, 6. தள்ளுண்ண, 7. நீந்த, 8. பிளவுபட, 9. அகல.

நீசகன் - கீழ்மகன்.

நீச்சல் - } நீந்துகை, 2. ஆழம், 3. மீன்கவிச்சு.
நீச்சு -

நீஞ்சுதல் - (தொ.பெ) நீந்துதல்.

நீடாணம் - } குழம்பு.
நீட்டாணம் -

நீடிக்க - (வி) நீள, 2. ஆயுசுநீடிக்க, 3. நிலைநிற்க.

நீடு - நெடுங்காலமட்டும்.

நீடுதல் - (தொ.பெ) நீளுதல், 2. நிலைத் திருத்தல், 3. நெடுங்காலத்திற் கிருத்தல்.

நீட்சி - நீளம், 2. விசாலம்.

நீட்சிமை - நெடுமை.

நீட்ட - (வி) நீடிக்கச்செய்ய, 2. அடித்து நீட்ட, 3. ஈய, 4. தாமதப்படுத்த.

நீட்டம் - நீளம்.

நீட்டிக்க - (வி) நெடும்பொழுதாக, 2. தாமதிக்க, 3. முடிக்க.

நீட்டு - நீளம்.

நீட்டுப்போக்கு அகலநீளம், 2. திராணி.

நீட்பம் நீளம்.

நீண்டவன் - } ஸ்ரீ மகாவிஷ்ணு.
நீண்டோன் -

நீதம் - நன்னெறி, 2. நீதி.

நீதி - நியாயம், 2. தகுதி, 3. பிரமாணம், 4. நன்னெறி, 5. முறைமை, 6. உண்மை.
நீதிபரன் - கடவுள், 2. நீதியுள்ள அரசன்.
நீத்தம் - வெள்ளம்.
நீத்தார் - முற்றத்துறந்த முனிவர்.
நீத்து - நீந்தல், 2. நீந்துபுனல்.
நீந்த - (வி) நீரில் நீந்த, 2. நீந்தியேற, 3. கடக்க.
நீபம் - கடம்பமரம், 2. உத்திரட்டாதிநாள்.
நீப்பு - துறவு, 2. பிரிவு.
நீமம் - ஒளி.
நீம்பல் - வெடியுப்பு.
நீர - குணத்தையுடையன.
நீரம் - தண்ணீர்.
நீரரமகளிர் - நீரில்வாழுந் தெய்வப் பெண்கள்.
நீரழிவு - ஓர்நோய்.
நீராசனம் - } ஓர் ஆலாத்தி.
நீராஞ்சனம் - }
நீராம்பல் - ஆம்பற்கொடி, 2. ஓர்நோய்.
நீராவி - கேணி, 2. புகை.
நீராழி - கடல்.
நீராழிமண்டபம் - குளத்தினடுவே கட்டிய மண்டபம்.
நீரெட்டி - ஒரு மரம்.
நீரேற்றம் - நீர்ப்பெருக்கு, 2. சலதோஷம், 3. ஓர்நோய்.
நீரோசை - மகிழ்ச்சி.
நீரோருகம் - தாமரை.
நீர் - சலம், 2. இரசம், 3. ஈரம், 4. புண்பொழி நீர், 5. மூத்திரம், 6. பூராடநாள், 7. குணம், 8. நிலை.
நீர்க்க - (வி) நீராக.
நீர்க்கமல்லி - ஒரு நீர்ப்பூண்டு, அல்லி.
நீர்க்குண்டி - வெண்ணொச்சிச்செடி.
நீர்க்குளரி - கல்லாரச்செடி.
நீர்க்குறிஞ்சா - ஒரு செடி.
நீர்க்கொழுந்து - நீர்முகம்.
நீர்க்கோத்தை - ஓர்வகைத் தண்ணீர்ப் பாம்பு.
நீர்ச்சீலை - குளிசிலை.
நீர்ச்சுனை - நீர்த்தடாகம்.
நீர்ச்சூலை - அண்டவாயு.
நீர்ச்சோறு - பழஞ்சோறு.
நீர்த்தாரை - சலதாரை, 2. நீரோட்டம்.
நீர்த்தானம் - உதயத்திற்கு நாலாமிடம்.
நீர்த்திவலை - நீர்த்துளி.
நீர்த்தூம்பு - மதகு.
நீர்நாள் - பூராடம்.
நீர்நிலை - குளம், 2. நீரளவு.
நீர்ப்பஞ்சு - கடற்காளான்.
நீர்ப்பனை - புல்லாமணக்கஞ்செடி.
நீர்ப்பாடு - விஷக்கிராணி, 2. நீரழிவு, 3. நீர்க்குறைவு.
நீர்ப்புடையன் - ஓர்பாம்பு.
நீர்மட்டம் - சரிமட்டம் பார்க்குங்கருவி.
நீர்மீட்டான் - தண்ணீர்மிட்டான்.
நீர்முகம் - இறங்குதுறை, 2. நீர்ப்பெருக் கின்முனை.
நீர்மை - நிலைமை, 2. குணம், 3. ஒப்புரவு.
நீர்வாரம் - குளநெல்.
நீலங்கட்டுதல் - (தொ.பெ) நீலந்தீர்தல், 2. பெரும் பொய்கூறல்.
நீலந்தர் - இராகம் பாடுவோர்.
நீலபுஷ்பம் - விஷ்ணுகரந்தைப்பூடு 2. எட்டிமரம்.
நீலமணி - நீலரத்தினம், 2. கண்ணிற் கருமணி.
நீலமேனியன் - மகாவிஷ்ணு.
நீலம் - நீலநிறம், 2. நீலச்சாயம், 3. ஓரிரத் தினம், 4. கறுப்பு, 5. இருள், 6. கருங்குவளை, 7. விஷம், 8. காற்று, 9. பனைமரம்.
நீலன் - சனி, 2. ஓர் வானரப்படைத்தலை வன், 3. ஓரரசன், 4. கொடியன், 5. நீலி யென்னும் பைசாசத்தால் கொல்லப் பட்ட ஓர் வணிகன்.
நீலாம்பரன் - பலபத்திரன்.
நீலாம்புரி - ஓரிராகம்.
நீலி - நீலிப்பூண்டு, 2. கறுப்பு, 3. காளி, 4. துர்க்கை, 5. பார்வதி, 6. மருதோன்றி மரம், 7. கொடியள், 8. பாம்பு விஷப்பல்லி லொன்று.
நீலோற்பலம் - கருங்குவளை.

நீல் - காற்று, 2. நீலம்.
நீவ - (வி) தடவ, 2. பூச, 3. உருவிவிட.
நீவரம் - சலம்.
நீவாரம் - குளநெல்.
நீவான் - மீகாமன்.
நீவி - சீலை, 2. கொய்சகம்.
நீவியம் - சீலை.
நீவிர் - நீங்கள் இஃது முன்னிலைப் பன்மைப் பெயர்களினொன்று.
நீழல் - நிழல், 2. ஒளி, 3. நோய்.
நீளம் - நெடுமை, 2. தூரம், 3. தாமதம்.
நீளி - நெடியன், 2. நெடிது.
நீளிக்க - (வி) நாட்போக, 2. நெடுநாளிருக்க, 3. நீள, 4. தாமதிக்க.
நீள் - நீளம், 2. உயர்ச்சி, 3. ஒளி.
நீறணிந்தோன் - சிவன்.
நீறு - சாம்பல், 2. திருநீறு, 3. புழுதி, 4. சுண்ணம்.
நீறுபடுதல் - (தொ.பெ) நீறாகுதல், 2. அழிதல்.
நீறுபூத்தல் - (தொ.பெ) சாம்பற் பொடித்தல்.
நீற்ற - (வி) பஞ்சலோக முதலியவற்றை நீறாக்க, 2. நீறாக்க, 3. பொடிசெய்ய.
நீற்றுப்பெட்டி - எண்ணெயூற்றுங் கூடை, 2. பிட்டுச்சுடும்பெட்டி.

நு

நுகம் - நுகத்தடி.
நுகம்புரட்டி - கட்டுக்கமையாத எருது, 2. ஒழுங்கு தவறுகிறவன்.
நுகர - (வி) தின்ன, 2. விழுங்க, 3. அனுபவிக்க.
நுகர்ச்சி - } உண்கை, 2. அனுபோகம்.
நுகர்வு - } உண்கை, 2. அனுபோகம்.
நுகைய - (வி) தளர, 2. இளக, 3. நெகிழ.
நுக்க - (வி) தளரச்செய்ய, 2. பொடியாக்க.
நுக்காங்குலை - காய்விழுந்த பனங்குலை.
நுக்கு - எட்டிமரம்.
நுங்க - (வி) விழுங்க.
நுங்கு- பனையிளங்காய்க் குள்ளிருக்குங் கொட்டை, 2. பனையிளங்காய்.
நுங்கை - உன்றங்கை.
நுசுப்பு - இடை.
நுடக்கம் - நுட்பம், 2. தள்ளாட்டம், 3. முடக்கம்.
நுடக்குதல் - (தொ.பெ) மாய்த்தல்.
நுடங்க - (வி) தள்ளாட, 2. முடங்க, 3. துவள, 4. நுட்பமாக.
நுட்பம் - நுண்மை, 2. சொற்பம், 3. சூட்சம், 4. ஓரலங்காரம் அஃது குறிப்பாற் கருத்தறிவித்தல், 5. எளிது, 6. திட்பம்.
நுணக்கம் - முடக்கம், 2. அசைவு.
நுணங்க - (வி) மெலிய, 2. நுண்மையாக, 3. முடங்க, 4. வாட, 5. துவள.
நுணங்கு - நுண்மை, 2. தேமல்.
நுணலை - தவளை, 2. ஓர்மீன்.
நுணல் - தவளையினோர்பேதம்.
நுணவு - நுணாமரம், 2. தணக்கமரம்.
நுணவை - தணக்கமரம்.
நுணா - தணக்கமரம்.
நுணாச - (வி) தடவ.
நுணாவ - (வி) தடவித்தெரிய.
நுணி - முனை.
நுணிக்க - (வி) நுட்பமாகச்செய்ய, 2. கூர்மையாகப்பார்க்க.
நுணித்தல் - குணம்.
நுணுக - (வி) நுண்மையாக, 2. குறுக, 3. கூர்மையாக.
நுணுக்க - (வி) நுண்மையாக்க, 2. கூராக்க, 3. பொடியாக்க.
நுணுக்கம் - நுண்மை, 2. கூர்மை, 3. சூட்சம், 4. அடக்கம், 5. உலோபத்தனம்.
நுணுங்க - (வி) நுண்மையாக.
நுண் - அணு.
நுண்ணிச்சிறை - கொசுக்கட்டைக் குருவி.
நுண்ணிடை - சிற்றிடை, 2. பெண்.
நுண்ணியர் - அறிவுடையோர், 2. மந்திரியர்.

நுண்மை - நேர்த்தி, 2. வேலைத்திறம், 3. நுட்பம், 4. கூர்மை, 5. ஆழ்ந்ததன்மை.
நுதம்ப - (வி) நனைந்திளக, 2. நனைந் தமுக்காக.
நுதல - (வி) கருத, 2. குறிக்க, 3. சொல்ல.
நுதலணி - இலம்பகம், (நுதலணிமாலை.)
நுதலிப்புகுதல் - முப்பத்திரண்டுத்தியி னொன்று, அஃது சொல்வனென்று கூறிப்புகுதல்.
நுதல் - நெற்றி, 2. புருவம், 3. சொல்.
நுதி - முனை.
நுதுக்க - (வி) அவிக்க, 2. அழிக்க, 3. அமுத்த, 4. அடக்க.
நுந்த - (வி) தூண்ட, 2. தள்ள.
நுந்தை - உந்தை.
நுபம் - } எருக்கஞ் செடி.
நூபம் - }
நும் - விரவுத்திணை முன்னிலைப்பன்மை, 2. ஒருசாரியை.
நுரை - பேனம், 2. குமிழி, 3. வெண்ணெய்.
நுரைக்க - (வி) நுரையுண்டாக.
நுவணம் - } நுண்மை, 2. பஞ்சுநூல்,
நுவணை - } 3. கல்விநூல், 4. தினைமா.
நுவல - (வி) சொல்ல.
நுவல் - சொல்.
நுழாய்ப்பாக்கு - முதிராப்பாக்கு.
நுழுந்த - (வி) பதுங்க, 2. மறைய, 3. நகர, 4. கவர, 5. நுழைக்க.
நுழுவல் - நுழாய்ப்பாக்கு, 2. நழுவல்.
நுழைக்க - (வி) உட்செலுத்த.
நுழைச்சல் - நுழைவழி.
நுழைய - புக, 2. அகப்பட, 3. பதிய, 4. வஞ் சகமாய்ச்சார.
நுழைவு - கூரியபுத்தி.
நுளம்பு - கொசுகு, 2. மின்மினிப்பூச்சி.
நுளை - ஈனம்,2. குருடு.
நுளையர் - நெய்தனிலமாக்கள்.
நுள்ளோன் - ஓர் சிறறெறும்பு.
நுள்ளுதல் - (தொ.பெ) கிள்ளுதல்.
நுனி - முனை, 2. நுண்மை.
நுனிக்க - (வி) கூராக்க.
நுனை - முனை.
நுன் - உனது.

நூ

நூக்க - (வி) தள்ள, 2. செலுத்த.
நூக்கம் - தோதகத்திமரம்.
நூங்க - (வி) அதிகரிக்க.
நூங்கு - பெருமை, 2. மிகுதி.
நூதனம் - புதுமை, 2. நவமானது.
நூபம் - எருது, 2. எருக்கஞ்செடி.
நூபுரம் - காற்சிலம்பு, 2. பாதகிண்கிணி.
நூர - (வி) அவிய, 2. ஆற, 3. பதனழிய.
நூர்க்க - (வி) அணைக்க, 2. ஆற்ற.
நூலாதாரம் - முதல்புத்தகம்.
நூல் - இழை, 2. கல்விநூல், 3. சாஸ்திரம், 4. எண்ணம், 5. பூணூல், 6. பொருத்தனை நூல், 7. தாலிநூல், 8. எற்றுநூல்.
நூல்வல்லோர் - கல்விமான்கள், 2. மந் திரியர்.
நூவு - எள்.
நூழில் - குவியல், 2. படர்கொடி, 3. கொடிக்கொத்தான், 4. கொலை, 5. யானை.
நூழை - நுண்மை, 2. சிறுதுவாரம்.
நூற - (வி) அழிக்க, 2. நசுக்க.
நூறு - ஓரெண், 2. ஓர் வழக்க வாழ்த்து.
நூறை - மலங்குமீன்.
நூற்பா - சூத்திரப்பா, 2. தறியிற்பிணைக் கும்பா.
நூற்றாறு - நூனாழி.
நூனம் - குறைபாடு, 2. உண்மை.
நூனாதிகம் - } அருமை பெருமை.
நூனாதிக்கம் - }
நூனாழி - நாடா.
நூன்மடந்தை - சரச்சுவதி.
நூன்முகம் - பாயிரம்.
நூன்முடிபு - } நூலினது
நூன்முடிவு - } பொருணோக்கம்.

நெ

நெகல் - (தொ.பெ) நெகிழ்தல்.

நெகிடி - நெருப்புக்குவை.

நெகிழம் - பாதச்சிலம்பு.

நெகிழி - நெருப்புறுவிறகு.

நெகிழ்க்க - (வி) தளர்த்த, 2. நசுக்க, 3. பரிக்க, 4. மலர்த்த.

நெகுதல் - (தொ.பெ) உருகுதல், 2. கரைதல்.

நெக்கல் - தளர்ந்தது, 2. அறக்கனிந்தது, 3. உக்கல்.

நெக்குதல் - (தொ.பெ) கிளப்பல், 2. துரத்தியடித்தல்.

நெக்குரோதம் - ஆலமரம்.

நெசவு - நெசவுத்தொழில்.

நெச்சி - கடுக்காய்.

நெஞ்சகம் - நெஞ்சு.

நெஞ்சாங்கட்டை - நெஞ்செலும்பு, 2. சவஞ்சுடுவதற்கு நெஞ்சில் வைக்குங் கட்டை, 3. துராலோசனை.

நெஞ்சாங்குலை - ஈரற்குலை.

நெஞ்சு - மனம், 2. மனச்சாட்சி, 3. மார்பு, 4. தொண்டை, 5. தைரியம், 6. துணிவு.

நெடநெடெனல் - ஈரடுக்கொலிக் குறிப்பு.

நெடி - சிள்வண்டு, 2. மிளகாயின்காரம், 3. நாற்றம்.

நெடிக்க - (வி) நீடிக்க.

நெடியோன் - துளசிச்செடி, 2. திரிவிக்கிரமனான விட்டுணு.

நெடிலி - கடற்பறவையிலொன்று.

நெடில் - நீளம், 2. நெட்டெழுத்து, 3. மூங்கில்.

நெடு - நீண்ட.

நெடுக - (வி) நீடிக்க, 2. உயர, 3. மறைந்து போக, 4. சாக.

நெடுக்கு - நீட்சி.

நெடுங்கணக்கு - நூலாதாரம், 2. பெருந்தொகை, 3. பழங்கடன்.

நெடுங்கழுத்தன் - ஒட்டகம்.

நெடுங்குரலன் - கழுதை.

நெடுந்தகை - பெருங்குணத்தையுடையவன்.

நெடுந்துயில் - நீண்டதூக்கம், 2. மரணம்.

நெடுந்தெரு - இராசவீதி, 2. நேரான தெரு.

நெடுப்பம் - நீட்சி.

நெடுமை - நீட்சி, 2. உயரம், 3. நிண்டது, 4. பெண்மயிர்.

நெடுமொழி - தற்புகழ்ச்சி, 2. புகழ்ச்சி.

நெடும்பயணம் - நெடும் பிரயாணம், 2. மரணம்.

நெடும்பா - ஆடாதோடை, (ஒரு மருந்துச் செடி.)

நெட்ட - (வி) தள்ள, 2. சீக்க.

நெட்டி - நெட்டை; அஃது: யாக்கைக் குற்றத்தொன்று, 2. ஓர் புல்.

நெட்டிலிங்கு - அசோகமரம்.

நெட்டில் - மூங்கில்.

நெட்டு - காம்பு, 2. குலை.

நெட்டூதி - } ஓர்வித சங்கு.
நெட்டூத்தி - }

நெட்டூரம் - நிட்டூரம்.

நெட்டை - நெடுமை, 2. முழுவெலும்பு, 3. நெட்டி.

நெண்ட - (வி) நெளிய.

நெத்திலி - } ஓர் பொடிமீன்.
நெத்தினி - }

நெம்ப - (வி) கிளப்ப.

நெம்பு - இருகூர் ஆணி, 2. ஏணிப்பழு, 3. ஏற்றமடலாணி, 4. உலுக்குமரம், 5. விலாவெலும்பு.

நெய் - நிணம், 2. கிருதம், 3. உதிரம், 4. சித்திரைநாள்.

நெய்க்க - (வி) கொழுக்க, 2. கசிய.

நெய்க்குறி - தேரையர்செய்த வொரு நூல்.

நெய்க்கொட்டான் - பூவந்திமரம்.

நெய்ச்சட்டி - ஒரு கீரை.

நெய்ச்சிட்டி - சிற்றிலைச்செடி.

நெய்ச்சுட்டி - ஓர் கீரை.

நெய்தல் - ஆம்பல், 2. ஐந்நிலத்தொன்று; அது: கடலுங்கடல்சார்ந்த இடமும், 3. இரங்கலாகிய உரிப் பொருள்.

நெய்தற்பறை - சாப்பறை.
நெய்தற்றெய்வம் - வருணன்.
நெய்தை - பெருமை.
நெய்த்தோர் - இரத்தம்.
நெய்ப்பு - புல்லாமணக்கஞ்செடி, 2. கொழுப்பு.
நெய்ய - (வி) ஆடைமுதலிய நெய்ய.
நெய்யரி - பன்னாடை.
நெரட - (வி) வருத்தமாக, 2. தடவ.
நெரி - நெரிவு, 2. சேலையின்முரிப்பு, 3. மடிப்பு.
நெரிக்க - (வி) நொறுக்க, 2. கையை நெரிக்க, 3. நருக்க, 4. நசுக்க, 5. நிமிட்ட, 6. கெட்டித்தனமாய் நடத்த.
நெரிசல் - நெரிந்தது.
நெரிஞ்சி - நெருஞ்சில், (ஒரு முட்பூண்டு; இது: தசமூலத்தொன்று.
நெரிதர - (வி) முறிந்தோட, 2. சாய.
நெரியாசம் - } எரிகாசு.
நெரியாசி - }
நெருக்க - (வி) ஒடுக்க, 2. சனம்நெருக்க, 3. ஒட்ட, 4. இறுக்க, 5. பலவந்தம் பண்ண, 6. கொடுமைசெய்ய, 7. வருத்த, 8. சண்டையிற்கிட்ட, , 9. சீக்கிரப்படுத்த, 10. நசுக்க, 11. அடரச்செய்ய, 12. வருந்திக்கேட்க, 13. தாக்க, 14. அடைக்க, 15. சுருக்க, 16. தொடர, 17. பரம்ப.
நெருக்கம் - அடர்வு, 2. தழைப்பு, 3. நெருங்குகை, 4. வேலைச்சங்கடம், 5. ஒடுக்கம், 6. இடைவிடாமை, 7. பலவந்தம், 8. கொடுமை, 9. துன்பம், 10. வியாதி மும்முரம், 11. கிட்டினவுறவு, 12. கை இறுக்கம்.
நெருங்க - (வி) அடர, 2. கிட்ட, 3. அருகாக, 4. தொடர, 5. கொடுமையாக, 6. வருந்த, 7. மும்முரிக்க, 8. சிறிதாக, 9. நசுங்க, 10. பின்செல்ல.
நெருங்கல் - உறுதிச்சொல், 2. கொல்லல், 3. செறிவு.
நெருஞ்சி - } நெரிஞ்சில்; அது: கொடி நெருஞ்சில், செப்பு
நெருஞ்சில் - }
நெருஞ்சில், பெருநெருஞ்சில், யானை நெருஞ்சில் எனப்பலவகைப்படும்.

நெருட - (வி) இழைபொருத்த, 2. தடவ, 3. நிமிண்ட, 4. வஞ்சிக்க.
நெருடன் - வஞ்சகன்.
நெருடு - நிமிண்டுகை, 2. இழைப் பொருத்து, 3. தடவுகை, 4. நூல்நெருடு, 5. கருகல், 6. சொற்சங்கடம், 7. மயக்க வெழுத்து, 8. வஞ்சனை.
நெருநல் - முன்னைநாள், 2. சற்றுமுன்.
நெருநெருத்தல் - } ஒலிக்குறிப்பு,
நெருநெரெனல் - } 2. சீக்கிரக் குறிப்பு.
நெருப்பு - அக்கினி.
நெரேலெனல் - ஒலிக்குறிப்பு.
நெல் - } சாலி, 2. நெற்பயிர்,
நெல்லு - } 3. ஒரளவு.
நெல்லி - ஒருமரம்.
நெளி - ஓர் மோதிரம்.
நெளிச்சல் - (தொ.பெ) வளைதல்.
நெளிய - (வி) ஊர, 2. கெந்த, 3. நகர, 4. கூன, 5. வளைய.
நெளியல் - நெளிவுள்ளது.
நெளிர் - பேசலாலெழுமொலி.
நெறநெறெனல் - ஈரடுக்கொலிக்குறிப்பு.
நெறி - சுளுக்கு, 2. கண்மண்டைக்குழி, 3. வழி, 4. நீதிமார்க்கம், 5. யதார்த்தம், 6. நீதி, 7. விதம், 8. செவ்வை, 9. வரிசை, 10. குணம், 11. வாழைப்பட்டையினடி.
நெறிக்க - (வி) செவ்வேநிற்க, 2. புருவம் நெளிக்க, 3. மயிர்சுருள, 4. கோபத்துடன் பார்க்க, 5. செவிநிமிர்த்த, 6. சிலுப்ப.
நெறிக்கோரை - ஒருபுல்.
நெறிமை - நீதி.
நெற்ற - (வி) தள்ள.
நெற்றி - நுதல், 2. தண்டிகையின் தலைப்பு, 3. வீட்டின்முகடு, 4. முன்னணி, 5. மலையுச்சி, 6. மரத்தினுனி, 7. படைவகுப்பு.
நெற்றிக்கண்ணன் - சிவன்.
நெற்றிச்சுட்டி - ஓராபரணம், இதனை நிகண்டிற் சுடிகையென்பர்.
நெற்றிப்பட்டம் - ஓராபரணம்.

நெற்றிமுட்டு - சரிநேர், 2. எதிர்கைமரம், 3. கைமரத்தினடி, 4. முட்டுச்சந்து.

நெற்றியிற் கல்வைத்தல் - ஓர் தண்டனை.

நெற்று - உலர்ந்தபழம்.

நென்பு - பழு, 2. மர ஆப்பு.

நென்மா - அரிசிமா.

நென்னல் - நேற்று.

நே

நே - அன்பு.

நேசம் - அன்பு.

நேசன் - சிநேகன், 2. பத்தன்.

நேசிக்க - சினேகிக்க, 2. சினேகம் பாராட்ட.

நேட - (வி) தேட, 2. விரும்ப, 3. நாட.

நேத்தி - } **நேர்த்தி** - } **நேற்றி** - } நேர்ச்சி.

நேத்திரம் - கண், 2. பட்டுவஸ்திரம்.

நேபாளம் - ஓர் தேயம்.

நேமகம் - ஏற்பாடு, 2. காணிக்கைப் பிரதிஷ்டை, 3. விவாக வாக்குத்தத்தம்.

நேமனம் - நியமனம்.

நேமி - வட்டம், 2. சக்கராயுதம், 3. உருளை, 4. கடல், 5. பூமி, 6. மூங்கில் 7. சக்கரவாகப் புள்.

நேமித்தல் - (தொ.பெ) நியமித்தல்.

நேமிநாதம் - ஓரிலக்கண நூல்.

நேமிநாதன் - கடவுள், 2. அருகன், 3. மகாவிஷ்ணு.

நேமிப்புள் - சக்கரவாகப்புள்.

நேமியான் - } **நேமியோன்** - } மகாவிஷ்ணு.

நேம்பல் - (தொ.பெ) அரிசி முதலிய வற்றைப் புடைத்துக் கல்லாய்தல்.

நேயம் - நன்மை, 2. அன்பு, 3. நெய், 4. நிலப்பனை, (ஓருபூடு, நிலப்பனைக்கிழங்கு.)

நேர - உவமை உருபு.

நேரம் - காலம், 2. பகலிற்பாதி, 3. சமயம், 4. குறித்தகாலம்.

நேரம் - குற்றம், 2. அபராதம்.

நேரலர் - } **நேரார்** - } பகைவர்.

நேரி - சோழதேயத்தோர் மலை.

நேரிசம் - எறிபடை.

நேரிட - (வி) எதிராக, 2. சம்பவிக்க, 3. கைகூட, 4. ஏதுவாக.

நேரிழை - பெண்.

நேரேடு - நாவன்மரம்.

நேர் - செவ்வை, 2. ஒழுங்கு, 3. நெறி, 4. உவமை, 5. நீளம், 6. வரிசை, 7. நேரசை, 8. எதிர், 9. உடன்பாடு, 10. கற்பு, 11. நுணுக்கம், 12. பாதி, 13. ஆணை சத்தியம்.

நேர்ச்சி - இணக்கம், 2. தகவு, 3. சம்மதம், 4. பிரதிக்கினை, 5. சினேகம், 6. நேர்.

நேர்த்தி - சிறப்பு, 2. திருத்தமுள்ளது, 3. நேருதல்.

நேர்பட - (வி) சந்திக்க, 2. இணங்க, 3. சம்மதிக்க, 4. சிநேகிக்க.

நேர்பாடு - நீதி, 2. நேர்.

நேர்பு - நீளம், 2. எழுச்சி, 3. சந்திப்பு, 4. போக்கு.

நேர்மை - செவ்வை, 2. நிதானம், 3. உண்மை, 4. அறம், 5. நுண்மை, 6. திருத்தம், 7. சமம்.

நேர்வளம் - செவ்வழியாழ்த்திறம், 2. பாலையாழ்த்திறம்.

நேர்வாளம் - நேர்வாளக்கொட்டை.

நேர்வான் - சித்திரைநாள்.

நேற்றி - செவ்வை.

நேற்று - முன்னைநாள்.

நை

நை - ஓரிகழ்ச்சிக்குறிப்பு.

நைகரம் - துன்பம்.

நைசிகம் - } **நைசியம்** - } காக்கை, 2. நாசியிற்புகுத்து மருந்து.

நைச்சியம் - தாழ்வு.

நைடதம் - } **நைஷதம்** - } ஓர் காவியம்.

நைட்டிகம் - ஒருவகை விரதம்.

நைதிகை - முல்லை.

நைதெனல் - இரக்கக்குறிப்பு, 2. மெலி வின் குறிப்பு, 2. மனநோதல்.
நைத்திகம் - நித்தியத்துவம்.
நைநையெனல் - இகழ்ச்சிக்குறிப்பு.
நைபுணன் - நிபுணன்.
நைமிசம் -
நைமிசாரணியம் - } ஓர்வனம்.
நைமித்தியம் - பொருத்தமுடையது.
நைய - (வி) அவசமாக.
நையல் - மெலிவு, 2. துன்பம்.
நையாண்டி - பரிகாசம், 2. இகழ்ச்சி.
நையாயிகம் - ஓர் மதம்.
நையாயிகன் - நையாயிக மதானுசாரி.
நைருதி - தென்மேற்றிசை.
நைவளம் - குறிஞ்சி யாழ்த்திறம்.
நைவு - நைதல்.
நைவேதனம் - நிவேதனம்.
நைவேத்தியம் - தேவர்க்குச் சமர்ப் பிப்பது.

நொ

நொ - துன்பம், 2. நோய்.
நொங்கு - நுங்கு.
நொசி - மெல்லியது.
நொசிய - (வி) நுண்மையாக, 2. வருந்த.
நொசிவு - துவள்வு, 2. நுண்மை, 3. வருத்தம்.
நொச்சி - ஒரு செடி; அது: கருநொச்சி, நீர்நொச்சி, வெண்ணொச்சி எனப் பலவகைப்படும், 2. சிற்றூர், 3. மதில்.
நொடி - கைநொடி, 2. காலநுட்பம், 3. விடுகதை, 4. பள்ளம், 5. சொல்.
நொடிக்க - (வி) விரல்நொடிக்க, 2. பால் சுரக்க, 3. சொல்ல, 4. இரகசியமாகச் சொல்ல, 5. சாடையாகப் பேச, 6. அழிக்க.
நொடுக்குநொடுக்கெனல் - ஒலிக் குறிப்பு, 2. பாதகுறட்டினொலி, 3. அலப்பல், 4. படபடத்தற்குறிப்பு.
நொடுநொடுக்க - (வி) துடிக்க, 2. துடுக்கா யிருக்க.
நொடை - விலை, 2. விற்றல்.
நொண்ட - (வி) நொண்டிநடக்க, 2. விழுங்க.
நொண்டி - முடவன், 2. நொண்டி நாடகம், 3. முடம், 4. பொய்க்காலால் நடிப்போன்.
நொதி - பெருஞ்சேறு.
நொதிக்க - (வி) பொங்க, 2. சீக்கட்ட, 3. ஊற, 4. நுரைக்க, 5. கொப்புளிக்க.
நொதுக்க - (வி) அவிக்க.
நொதுநொதுப்பு - இளக்கக்குறிப்பு.
நொதுமலர் - அயலோர்.
நொதுமல் - அயல்.
நொந்தலை -
நொந்தலைமை - } பலவீனம், 2. வறுமை.
நொப்பு - ஆட்டின் முலையிற் சுற்றிய ஓலை, 3. தடை.
நொய் - இடித்தவரிசி, 2. இலேசு, 3. மென்மை.
நொய்து - நொய்மை, 2. விரைவு.
நொய்மை - மென்மை, 2. தளர்ச்சி, 3. பார மின்மை, 4. மிருதுத்துவம், 5. உடையுந் தன்மை, 6. இலேசு, 7. இழிவு, 8. வறுமை, 9. பலமின்மை, 10. மனத்திடமின்மை, 11. மன உருக்கம்.
நொய்யவன் - எளியவன், 2. இழிஞன்.
நொய்யெனல் - நுண்மைக்குறிப்பு.
நொய்வு - மெலிவு.
நொரு - பயிரினடியில் முளைப்பது, 2. காய்ப்புமாறின பின்னரும்பும் பிஞ்சு.
நொருகை - தின்பண்டம்.
நொருக்குதல் - (தொ.பெ) அடித்தல், 2. நெரித்தல்.
நொருங்குதல் - (தொ.பெ) நெரிதல்.
நொருவல் - நொருங்குண்ட தூள்.
நொலை -
நொலையல் - } அப்பவருக்கம்.
நொவ்வ - (வி) நோவ, 2. மெலிய.
நொவ்வு - நொய்மை, 2. உடையுந் தன்மை, 3. வாட்டம், 4. நோ.
நொளநொளக்க -
நொளுநொளுக்க - } (வி) மிருதுவாக, 2. குழைய.
நொளுக்கல் -
நொளுவல் - } பிஞ்சு, 2. இளம்பாக்கு.
நொள்கல் - முகத்தல், 2. அச்சக்குறிப்பு.

நொள்ளல் - கண்குழிதல், 2. நுளம்பு, 3. கொசுகு.

நொள்ளை - குருடு, 2. நாகரவண்டு.

நொறிதல் - விரைவு.

நொறில் - அடக்கம், 2. விரைவு.

நொறுக்க - (வி) பொடியாக்க, 2. நருக்க.

நொறுங்க - (வி) பொடியாக, 2. துக்கப்பட.

நொறுவை - } சிற்றுண்டி.
நொறுவைப்பண்டம் - } சிற்றுண்டி.

நொற்பம் - நொய்து.

நொன்னை - நையாண்டி, 2. பரிகாசம்.

நோ

நோ - வருத்தம், 2. வியாதி, 3. துக்கம், 4. சிதைவு, 5. பலவீனம், 6. இன்மை.

நோக - (வி) வருந்த, 2. அழுகிப்போக, 3. துக்கப்பட, 4. வறுமைப்பட, 5. நொந்து பேச.

நோக்க - (வி) பார்க்க, 2. நேர்பார்க்க, 3. மனஞ்செலுத்த, 4. கடாட்சிக்க, 5. கவனிக்க, 6. கிரகம்நோக்க, 7. இரட்சிக்க.

நோக்கம் - பார்வை, 2. எண்ணம், 3. கண், 4. தோற்றம், 5. தன்மை, 6. போக்கு, 7. கணிசம், 8. விருப்பம், 9. கவனம், 10. கடாட்சம், 11. அழகு, 12. உயர்ச்சி, 13. கிரகநோக்கு.

நோக்கர் - கழைக்கூத்தர்.

நோக்காடு - நோதல், காடு- தொழிற் பெயர் விகுதி.

நோக்குவித்தை - ஓர் தந்திரவித்தை.

நோஞ்சல் - மெலிதல்.

நோடாலம் - உல்லாசம், 2. பரிகாசம்.

நோட்டம் - பணநோட்டம், 2. கணிப்பு, 3. வெல்லமுயலுகை.

நோண்ட - (வி) தோண்ட, 2. முகக்க, 3. சொற்பமாய்த்திருட, 4. நிமிண்ட, 5. கிள்ள, 6. கிளற.

நோதலை - நோய், 2. தரித்திரம்.

நோம்பு - நோன்பு,

நோய் - நைதல், 2. பழம்பிணி, 3. வருத்தம், 4. அழுலுகை.

நோய்க்க - (வி) மெலிய, 2. வாட, 3. சார மொழிய.

நோய்ச்சல் - நோய்கொள்ளல்.

நோய்ஞ்சல் - இளைப்புள்ளது.

நோய்முகன் - சனி.

நோலாமை - தவமின்மை, 2. பொறையின்மை.

நோவு - நோய், 2. வருத்தம்.

நோழிகை - நூல்தாறு.

நோற்க - (வி) தவஞ்செய்ய, 2. சகிக்க.

நோற்பு - தவம், 2. விரதம்.

நோனாமை - தவமின்மை, 2. பொறுத்தலில்லாமை.

நோனார் - தவமில்லார், 2. பகைவர்.

நோன்பு - தவம், 2. விரதம்.

நோன்மை - பொறுமை, 2. தவம், 3. வலிமை, 4. பெருந்தன்மை.

நோன்றல் - (வி) தள்ளல், 2. பொறுத்தல்.

நோன்றாள் - வலிய கால்.

ப

ப - இருபதில் ஓர் பாகத்தைக் காட்டுமொரு கீழ்வாயிலக்கக்குறி.

பஃறாழிசைக்கொச்சகக்கலிப்பா - பல தாழிசைகளோடு மற்றையுறுப்புக் களையும் பெற்றுவருவது.

பஃறி - ஓடம், 2. மரக்கலம், 3. இரேவதி நட்சத்திரம்.

பஃறொடை வெண்பா - நான்கடியின் மிக்க பலவடிகளைப் பெற்றுவரும் வெண்பா.

பகடம் - தந்திரம்.

பகடி - பரிகாசம், 2. விகடம், 3. அகசியக் காரன்.

பகடு - பெருமை, 2. எருது, 3. பொதி எருது, 4. எருமைக்கடா, 5. ஆண்யானை, 6. ஓடம், 7. தெப்பம்.

பகடை - சூதின்றாயத்தில் ஒன்று, 2. சக்கிலிச்சாதி, 3. அதிஷ்டம்.

பகட்ட - (வி) நாகரிகங்காட்ட, 2. அரோசிக்க, 3. நித்திரைமயக்க, 4. மயக்க, 5. வஞ்சிக்க.

பகட்டு - பிரகாசம், 2. மயக்கம், 3. வெளி வேஷம், 4. நாகரிகம், 5. இறுமாப்பு.

பகண்டை - கவுதாரி.

பகந்தரம் - ஓர் குதநோய்.

பகபகெனல் - ஈரடுக்கொலிக் குறிப்பு, 2. வெம்புதல்.

பகம் - அவாவின்மை, ஈச்சுரத் தன்மை, கீர்த்தி, செல்வம், ஞானம், வீரியமென்னு மறுகுணம், 2. அழகு, 3. கொக்கு.

பகர - (வி) சொல்ல, 2. கூற, 3. விற்க.

பகரம் - மினுக்கம், 2. அலங்காரம், 3. ப எனும் எழுத்து.

பகரிப்பு - மினுக்கு.

பகர்ச்சி - சொல்.

பகலவன் - சூரியன், 2. பரணிநாள்.

பகலோன் - சூரியன்.

பகல் - பகற்காலம், 2. மத்தியானம், 3. பிரகாசம், 4. சூரியன், 5. முகூர்த்தம், 6. நாள், 7. நடு, 8. நுகத்தாணி.

பகல்மானம் - பகனாழிகை.

பகவதி - தருமதேவதை, 2. பார்வதி, 3. துர்க்கை.

பகவதிநாள் - பூரநாள்.

பகவன் - கடவுள், 2. அருகன், 3. சிவன், 4. திருமால், 5. பிரமன், 6. புத்தன், 7. குரு.

பகவான் - கடவுள், 2. துவாதசாதித்தரி லொருவன்.

பகவு - பிளப்பு, 2. துண்டு.

பகழி - அம்பு, 2. அம்பின்குதை.

பகன் - துவாதசாதித்தரிலொருவன், 2. பகாசுரன்.

பகன்றை - கிலுகிலுப்பைச் செடி, 2. சிவதைக்கொடி, 3. சீந்திற்கொடி.

பகாசூரவைரி - வீமன்.

பகாலம் - கபாலம்.

பகிடி - விகடம், 2. பரிகாசம், 3. பகிடிக்காரன்.

பகிர - (வி) பங்கிட.

பகிரங்கம் - மறைப்பின்மை.

பகிரண்டம் - அண்டத்தின்வெளி.

பகினி - உடன்பிறந்தாள்.

பகீரதன் - சூரியகுலத்தரசரிலொருவன்.

பகீரதி - கங்கை.

பகீரிடுதல் -, **பகீரெனல்** - } அச்சக்குறிப்பு.

பகுக்க - (வி) பிரிக்க, 2. ஈய, 3. தறிக்க, 4. துண்டிக்க.

பகுதி - பங்கு, 2. திறை, 3. படை.

பகுதி - இயல்பு, 2. சொன்முதனிலை.

பகுவபஞ்சம் - உபநிடத முப்பத்திரண்டி னொன்று.

பகுளம் - கிருட்டிணபக்கம்.

பகை - வெறுப்பு, 2. பகைஞன், 3. விரோதம்.

பகைக்க - (வி) விரோதிக்க.

பகைமை - விரோதம்.

பகோளம் - வானவட்டம்.

பக்கணம் - வேடர்வீதி, 2. ஊர்.

பக்கணம் -, **பக்ஷணம்** - } பற்பல தீவிற்பண்டம்.

பக்கம் -, **பக்ஷம்** -, **பட்சம்** - } புறம், 2. அருகு, 3. இடம், 4. பிரிவு, 5. நட்பு, 6. கோட்பாடு, 7. புட்சிறகு.

பக்கரை - அங்கவடி.

பக்கர் - இனத்தார்.

பக்கல் - பக்கம், 2. இனம்.

பக்கா - பெரியது.

பக்கி -, **பக்ஷி** - } பறவை.

பக்கிட - (வி) திடுக்கிட, 2. வெடிக்க.

பக்கு - மரப்பட்டை, 2. புண்ணசறு, 3. பற்பற்று, 4. சளிப்பக்கு, 5. பொருக்கு, 6. பிளப்பு.

பக்குப்பக்கெனல் - அச்சக்குறிப்பு, 2. மிகுதிக் குறிப்பு.

பக்குவம் - தகுதி, 2. முதிர்ச்சி, 3. திராணி, 4. ஆத்துமபரிபாகம், 5. தெருட்சி, 6. போக்கு.

பக்குவர் - மோட்சபக்குவர்; அவர்: கருமகாண்டிகர், ஞானகாண்டிகர், பக்தி காண்டிகர்.

பக்தன் - பத்தன்.

பக்தி - பத்தி.

பங்கஜம் -, **பங்கசம்** -, **பங்கயம்** - } தாமரை.

பங்கம் - வேறுபாடு, 2. தோல்வி, 3. வெட்கம், 4. முடம், 5. ஈனம், 6. மானபங்கம், 7. அலை, 8. குளம், 9. துண்டு, 10. குழைசேறு, 11. பாவம், 12. புழுதி.

பங்கம்பாலை -
பங்கம்பாளை - } ஆடுதின்னாப்பாலை.

பங்கயத்தவன் -
பங்கயன் -
பங்கயாசனன் - } பிரமன்.

பங்கா - காற்றசைக்குமோர் கருவி.

பங்காரு - பொன்.

பங்காளம் - ஓர் தேயம், 2. ஓர் பண்.

பங்காளி - கூட்டாளி.

பங்கி - ஆண்மயிர், 2. மயிர்.

பங்கீடு - பங்கு.

பங்கு - பகுதி, 2. நியமிப்பு, 3. பாதி, 4. கூட்டு.

பங்கு - நொண்டி, 2. சனி.

பங்குசம் - தலைக்கோலம்.

பங்குனி - ஓர் மாதம், 2. உத்திரநாள்.

பங்கேருகம் - தாமரை.

பசக்க - (வி) பசுமையாக, 2. துன்பத்தானிறம் வேறுபட, 3. மங்கிப்போக.

பசண்டை - பசுமை.

பசந்து -
பசுந்து - } கண்ணுக்கழகு, 2. நேர்த்தி.

பசபசக்க - (வி) தினவெடுக்க, 2. முறுமுறுக்க.

பசப்ப - (வி) ஏய்க்க, 2. ஓயாமற்பேச.

பசப்பு - பொன்மை, 2. பசுமை நிறம்.

பசமநத்திரம் - மரமஞ்சள்.

பசலை - காமத்தாலுண்டாம் பசப்பு.

பசளி - மடைமுகம், 2. ஒரு கீரை.

பசளை - ஓர் கீரை, 2. எருமுதலியவுரம்.

பசறு - பச்சிலைச்சாறு.

பசனம் - சமையல்.

பசாசு பேய்.

பசாடு - மாசு.

பசாரி - விபசாரி.

பசார் -
பஜார் - } கடை.

பசானம் -
பசான் - } ஓர் நெல்.

பசி - உணவைத்தகிக்கும் அக்கினி.

பசிக்க - (வி) பசியெழ.

பசிதம் - திருநீறு.

பசிரி -
பசிரிக்கீரை -
பயிரி - } ஓர் பூடு; அது: குதிரைப் பசிரி, பெரும்பசிரி,வரட் பசிரி எனப் பலவகைப் படும்.

பசு - பெண்பசு, 2. எருது, 3. இடபவிராசி, 4. சீவனுடையது, 5. யாகத்துக்குரிய ஆடு, 6. மிருகம்.

பசுங்கதிர் - இளங்கதிர், 2. சந்திரன்.

பசுத்துவம் - ஆன்மதத்துவம்.

பசுநா - பராய்மரம்.

பசுந்து - அழகு, 2. பசுமை, 3. மேன்மை,

பசுபதி - சிவன்.

பசுமை - பச்சை, 2. செழுமை, 3. குளிர்ச்சி, 4. சாரம், 5. பொன்னிறம், 6. பசுமைச் சால்வை, 7. உண்மை, 8. செல்வம்.

பசும்பிடி - பச்சிலைமரம்.

பசும்புல் - பச்சைப்புல், 2. விளைபயிர்.

பசேரெனல் - பச்சைநிறமாயிருத்தல்.

பசை - பற்று, 2. பிசின், 3. ஈரம், 4. சாரம், 5. அன்பு, 6. கொழுப்பு, 7. இலாபம், 8. விருப்பம், 9. முழவின் மார்ச்சனை.

பசைய - (வி) அன்புகொள்ள, 2. சாரமுள்ளதாக, 3. இளக, 4. பிசைய, 5. ஒட்ட.

பச்சடி - ஒருகறி.

பச்சவடம் - ஒருகைச்சீலை.

பச்சாத்தாபம் - அநுதாபம், 2. இரக்கம்.

பச்சிமம் - மேற்கு, 2. பின்.

பச்சிலை - ஓர் மரம், 2. பச்சையிலை, 3. பசுமருந்து.

பச்சிலையோணான் - பச்சோந்தி.

பச்சுடம்பு - குழந்தையினுடல்.

பச்சை - பசுமை, 2. வேகாதது, 3. இளமை, 4. உலராதது, 5. இடக்கர் மொழி, 6. மரகதம், 7. மகாவிட்டுணு, 8. புதன், 9. தெய்வமுதலிய வற்றிற்குப் படைப்பது, 10. உடம்பிற் குத்தும் பச்சை, 11. மிகுதி, 12. தோல், 13. பரிமளம், 14. புதர்.

பச்சைக்கூடு - தூலதேகம்.
பச்சைச்சடையன் - வயிரவன்.
பச்சைப்பெருமாள் - ஓர்நெல், 2. திருமால்.
பஸ்மம் - சாம்பர்.
பக்ஷி - பறவை.
பஞ்சகம் - ஐந்தின்கூட்டம்.
பஞ்சகோலம் - சுக்கு, திப்பிலி, திப்பிலிமூலம், செவ்வியம், சித்திர மூலமிவற்றின் சேர்க்கை.
பஞ்சதாரை - சருக்கரை.
பஞ்சபாணன் - காமன்.
பஞ்சபாணி - பார்வதி.
பஞ்சபாதகம் - ஐந்து துரோகம்; அவை: கொலை, பொய், கள்ளுண், களவு, குருநிந்தை என்பன.
பஞ்சமம் - சத்ததாளத்தொன்று.
பஞ்சமி - ஐந்தாந்திதி.
பஞ்சமூலம் - ஐவகை மூலிகை; அவை: சிறு பஞ்சமூலம், பெரும் பஞ்சமூலம் என இருவகைப்படும்.
பஞ்சம் - ஐந்து, 2. கருப்புக்காலம், (சிறுவிலைக்காலம்.)
பஞ்சரம் - கூடு, 2. பன்னுங்கூடு, 3. மட்கலம் வனையுங்கூடம், 4. இடம், 5. கழுகு, 6. செருந்திமரம்.
பஞ்சராத்திரம் - வைணவமதத்தொன்று.
பஞ்சரிக்க - (வி) உபசாரமாய்ப்பேச, 2. கெஞ்சிக் கேட்க.
பஞ்சலிப்பு - எளிமைகூறல்.
பஞ்சலோபி - மிகஉலுத்தன்.
பஞ்சவடி - ஒரு சுத்தஸ்தலம்.
பஞ்சவர் - பாண்டுமக்கள்.
பஞ்சவன் - பாண்டியன்.
பஞ்சனம் - அழிவு.
பஞ்சா - மகமதியருடைய விழாக்களிற் கொண்டாடுமொரு சின்னம்.
பஞ்சாங்குலம் - ஆமணக்கஞ்செடி.
பஞ்சாடுதல் - (தொ.பெ) கண்பஞ் சடைதல்.
பஞ்சாமிர்தம் - ஐந்தமுதம்; அவை: சருக்கரை, நெய், தேன், தயிர், பால்.
பஞ்சாமிலம் - இலந்தை, புளியாரை, நெல்லி, எலுமிச்சை, மாதுளைசேர்ந்தது.
பஞ்சாயுதபாணி - மகாவிட்டுணு.
பஞ்சாய் - திரட்கோரைப்புல்.
பஞ்சாரம் - எருதுபரியிவற்றினாயுள், 2. பழையது.
பஞ்சார்த்தல் - (தொ.பெ) பஞ்சாடுதல்.
பஞ்சானனம் - சிங்கம்.
பஞ்சான் - பச்சைக்குழந்தை.
பஞ்சி - தூறு, 2. சடைந்தது, 3. வருத்தம், 4. சோம்பு, 5. பஞ்சு.
பஞ்சிகம் - தாளி, (ஒரு படர்கொடி.)
பஞ்சிதம் - விண்மீன்.
பஞ்சீகரணம் - பஞ்சபூத வமிசகூட்டம்.
பஞ்சு - சீலை, 2. பருத்திப்பஞ்சு முதலியன.
பஞ்சுரம் - ஓர்பண், 2. குறிஞ்சியாழ்த் திறம், 3. பாலைநிலத்திராகம்.
பஞ்சுருட்டான் - } ஓர் பசுங்குருவி.
பஞ்சுருத்தான் - }
பஞ்சூகம் - பெருமை.
பஞ்சை - தரித்திரம், 2. இரப்போன், 3. பலவீனன்.
படகம் - போர்ப்பறை, 2. தம்பட்டம், 3. திரைச்சீலை, 4. பரண், 5. கவரிமான்.
படகு - } சிற்றோடம், 2. தோணி.
படவு - }
படக்குப்படக்கெனல் - ஈரடுக்கொலிக் குறிப்பு, 2. துடித்தல்.
படங்கன் - கடலினோர்மீன்.
படங்கு - பெருங்கொடி, 2. மேற்கட்டி, 3. கூடாரம், 4. பெருவரிச்சல், 5. மெய் போற்பேசுகை.
படபடத்தல் - } தீவரித்தல், 2. துடித்தல்,
படபடப்பு - } 3. உதடுதுடித்தல், 4. கோபக் குறிப்பு, 5. ஈரடுக்கொலிக் குறிப்பு, 6. அடித்தல்.
படபடெனல் - (தொ.பெ) மனதடித்தல், 2. துடித்துப்பேசல், 3. அசைதல், 4. வெடித்தல், 5. தீவரித்தல்.
படப்பம் - மருங்கிலூர்சூழ்பதி.
படப்பு - கொல்லை, 2. வைக்கோற்போர்.
படப்பை - பசுக்கொட்டில், 2. கொல்லை, 3. நாடு, 4. மருதநிலத்தூர்.

படமஞ்சரி - ஓரிராகம்.

படமரம் - நெய்வார் கருவியில் ஒன்று.

படம் - சீலை, 2. எழுதும்படம், 3. திரைச்சீலை, 4. விருதுக்கொடி, 5. யானைமுகபடாம், 6. பாம்பின்படம், 7. காலின்படம்.

படர - (வி) செல்ல, 2. கொடிபடர, 3. ஓட, 4. பெருக, 5. ஊர, 6. பரவ, 7. நினைக்க.

படரடி - சிதறடிப்பு.

படர் - செல்லுகை, 2. வழி, 3. நினைவு, 4. துக்கம், 5. நோவு, 6. பகை, 7. மேடு, 8. படைவீரர்.

படர்க்கை - மூன்றாமிடம்.

படர்ச்சி - செல்லுகை, 2. கொடிஓடுகை, 3. விரிவு.

படர்தாமரை - ஒரு கரப்பனோய்.

படலம் - கூட்டம், 2. அதிகரிப்பு, 3. அடுக்கு, 4. நேத்திரப்படலம், 5. அரதனக்குற்றம், 6. தூசியின் மிகுதி, 7. நூலிற்பிரிவு.

படலிகை - பெரும்பீர்க்கு, (ஒருகொடி.), 2. வட்டம், 3. கைம்மணி, 4. இளைப்பு.

படலை - பூமாலை, 2. கோத்தமாலை, 3. முடிமாலை, 4. கிண்கிணிமாலை, 5. வாயகன்றபறை.

படல் - ஓலைக்கதவு, 2. மறைக்கும்படல்.

படனம் - படித்தல், 2. மனப்பாடம்.

படன் - படைவீரன்.

படாகி - புளுகுகிறவன்.

படாகை - கொடிச்சீலை, 2. கிராமம்.

படாடோபம் - உடைப்பகட்டு.

படாந்தரம் - கோள், 2. கட்டுக்கதை.

படாபஞ்சனம் - தீர்க்கநாசம்.

படாப்பழி - பெரும்பழி.

படாம் - சீலை, 2. திரைச்சீலை, 3. பெருங்கொடி.

படாம்வீடு - கூடாரம்.

படாரன் - பிடாரன்.

படாரிடுதல் - } ஒலிக்குறிப்பு.
படாரெனல் -

படாவஞ்சனம் - } கொடியவஞ்சனை, 2. கடும்பொய்.
படாவஞ்சனை -

படி - சோபானம், 2. நிலை, 3. குணம், 4. பகை, 5. பூமி, 6. அங்கவடி, 7. நிறையறிகருவி, 8. நூறுபலங்கொண்டது, 9. ஆள்படி, 10. விதம், 11. ஒப்பு, 12. உண்ணுமளவு.

படிகம் - பளிங்கு, 2. கூத்து, 3. பிச்சை, 4. வெள்ளிலோத்திரம்.

படிக்க - (வி) வாசிக்க, 2. கற்க, 3. பாட, 4. பழக.

படிக்கம் - தம்பலப்படிக்கம்.

படிக்காசு - இராமநாதபுரம் இரகுநாத சேதுபதியின் சமஸ்தானத்தில் ஓர் புலவன்.

படிக்காரம் - சீனக்காரம்.

படிசம் - தூண்டில்.

படிசு - நிலைமை.

படிதம் - கூத்து.

படித்தரம் - நிபந்தனை.

படித்திரம் - சூட்டிறைச்சி.

படிப்பு - வாசிப்பு, 2. கல்வி, 3. பழக்கம்.

படிமதாளம் - நவதாளத்தொன்று.

படிமம் - வெறியாட்டு, 2. வெண்மை.

படிமை - தவவேடம்.

படியகம் - படிக்கம்.

படியரம் - ஓர் அரம்.

படிவம் - உடலுருவம், 2. வடிவம், 3. சரீரம், 4. நோன்பு, 5. சித்திரரூபம்.

படிவர் - முனிவர், 2. சடைமுடியோர்.

படிவு - கீழ்ப்படிவு, 2. அழுந்துகை, 3. குளித்தல், 4. வணக்கம்.

படிறு - பொய், 2. வஞ்சனை, 3. திருட்டு.

படினம் - மேன்மை, 2. பக்குவம், 3. வெற்றி.

படீரம் - சந்தனம், 2. சிவப்பு.

படீரிடுதல் - } ஒலிக்குறிப்பு.
படீரெனல் -

படு - கள, 2. குலை, 3. குளம், 4. நன்மை.

படுகர் - பள்ளம், 2. குளம், 3. வயல், 4. மருதநிலம், 5. இழிந்தேறும்வழி, 6. ஓர்சாதி.

படுகளம் - அமர்க்களம்.

படுகை - ஆற்றங்கரையடுத்த நன்செய் புன்செய்.

படுக்க - (வி) கிடக்க, 2. போரடிக்க, 3. தள வரிசைசெய்ய, 4. பிடிக்க, 5. செய்ய, 6. கொல்ல.

படுக்கை - சயனிக்கை, 2. மக்கட்படுக்கை, 3. விலங்கின் படுக்கை, 4. வள்ளத் தினடியில் பரப்பும் புல்.

படுதல் - (தொ.பெ) உண்டாதல், 2. ஒலித்தல், 3. சகித்தல், 4. சாதல், 5. தாழ்தல், 6. விளித்தல், 7. பூத்தல், 8. அகப்படுதல்.

படுதா - திரைச்சீலை.

படுத்தடி - முரட்டுத்தன்மை.

படுத்துவம் - வலிமை.

படுநிலம் - பாலைநிலம் (நீரில்லா நிலம்), 2. மயானம்.

படுமலைப்பாலை - ஓரிசை.

படுவர் - கள்விற்போர்.

படுவன் - ஒரு சிலந்தி.

படுவி - குறியவள், 2. தொழுத்தை.

படுவை - தெப்பம்.

படை - அடுக்கு, 2. செதிள், 3. சேனை, 4. திரள், 5. போர், 6. ஆயுதம், 7. கருவி, 8. கலப்பையினோருறுப்பு, 9. கல்லணை, 10. சயனிக்கை.

படைக்க -(வி) சிருஷ்டிக்க, 2. பரிமாற, 3. நிவேதிக்க, 4. சம்பாதிக்க, 5. உடைத்தாக.

படைக்கலம் - ஆயுதம், 2. எழு, 3. எறி படை.

படைச்சால் - உழவுசால்.

படைத்தோன் - சிருட்டிகர்த்தா.

படையல் - நிவேதனப்பொருள், 2. அடிக் குமடி.

படையாச்சி - ஒரு சாதி.

படைவரம் - குதிரைச்சேணம்.

படைவீடு - ஆயுதசாலை, 2. பாசறை.

பட்கை - பாம்பின் மேல்வாயினோர்பல்.

பட்சணம் -
பக்ஷணம் -
பட்சணை - } உண்கை, 2. இரை.

பட்சம் -
பக்ஷம் - } நேசம்.

பட்சி -
பக்ஷி - } பறவை.

பட்சிக்க - (வி) உண்ண, 2. அழிக்க.

பட்டகசாலை -
பட்டசாலை - } கூடம்.

பட்டகம் - புழுக்கொல்லிச்செடி.

பட்டடை - குவியல், 2. அடைகல், 3. அடை குறடு, 4. கம்மியர் காரகசாலையும், கருவி யும், 5. தாங்குகருவி, 6. தானியஉறை, 7. தானியப்படுக்கை, 8. தோணிதாங்கி, 9. தாபரம், 10. கழுத்தணி, 11. தாங்குபலகை.

பட்டடையார் - முதல்வேலைக்காரர்.

பட்டணசுவாமி - ஓர்ஞானி.

பட்டணம் - நகரம்.

பட்டப்பகல் - நடுப்பகல்.

பட்டம் - நெற்றிப்பட்டம், 2. ஆதிக்கப் பெயர், 3. ஆளுகை, 4. பூண், 5. பட்டை, 6. காற்றாடி, 7. சீலை, 8. வழி, 9. விலங்கின் படுக்கை, 10. கவரிமா, 11. குளம், 12. ஆயுதம்.

பட்டயம் - வாள், 2. சாதனம்.

பட்டறை - கண்டத்தணியு மோரா பரணம்.

பட்டன் - கலைஞானபண்டிதன், 2. ஓர் சாதிப்பிராமணன், 3. கவிபாடுபவன்.

பட்டா -
பட்டாக்கத்தி - } வாள்.

பட்டா - பட்டயம், 2. வண்டிற் சில்லு களுக்குப் போடப்படுமோரிரும்பு வளையம்.

பட்டாங்கு - உண்மை, 2. மெய்போற் பேசுகை, 3. சித்திரச்சேலை.

பட்டாசு - சீனவெடி.

பட்டாடை - பட்டுவஸ்திரம்.

பட்டாணி - ஓர்வகைப் பயறு, 2. ஓர் சாதியான், 3. ஓர் குருவி.

பட்டாபிஷேகம் - முடிசூட்டல்.

பட்டாரகன் - அருகன், 2. குரு, 3. தேவன்.

பட்டாளம் - படைவகுப்பு.

பட்டி - ஆட்டுக்கிடை, 2. பாக்கு வெற்றி லைச்சுருள், 3. அட்டவணை, 4. விக்கிர மாதித்தன்மந்திரி, 5. களவு, 6. நெகிழ்ச்சி,

7. வேசி, 8. பலகறை, 9. ஓர் செடி, 10. தெப்பம், 11. பிள்ளை, 12. நாய், 13. நிலத்தின் அளவு.

பட்டி - இடம், 2. சிற்றூர், 3. சீலை.

பட்டிகர் - } திருடர்கள்.
பட்டிகள் -

பட்டிகை - அரைநாண், 2. முலைக்கச்சு, 3. சீலை, 4. தெப்பம், 5. தோணி, 6. சீந்திற்கொடி, 7. சுவர்த்தலத்தின் சித்திரக்கம்பி.

பட்டிடை - நந்தியாவட்டம், (ஒரு பூச்செடி.)

பட்டிணி - பட்டினி.

பட்டிமண்டபம் - வித்தியாமண்டபம்.

பட்டிமை - வஞ்சகம், 2. களவு.

பட்டியல் - வலிச்சல்.

பட்டினம் - சிறுநகர், 2. நெய்தனிலத்தூர்.

பட்டினவர் - நெய்த நிலமாக்கள்.

பட்டினி - உண்ணாதிருத்தல்.

பட்டு - பட்டாடை, 2. மடிப்பு, 3. மேற்போர்வை, 4. சிற்றூர்.

பட்டுவாடா - } சம்பள முதலிய
பட்வாடா - } கொடுத்தல்.

பட்டை - மரத்தோல், 2. வாழைப்பட்டை, 3. சரிகைப்பட்டை, 4. பட்டைக்கோடு, 5. தோள்மூட்டு, 6. பொற்சரிகைப்பட்டி, 7. கழுத்துப்பட்டை, 8. பனம்பட்டை, 9. இறைகூடை, 10. போதிகை, 11. மணியிற் நீரும்பட்டை, 12. பட்டைத்தையல், 13. பொடிப்பட்டை.

பட்டைக்காறை - ஓர் கழுத்தணி.

பட்டையம் - வாள்.

பட்டோலை - அரசர்விடுந் திருமுகம், 2. எழுதச்சமைந்த ஓலை, 3. அட்டவணை, 4. ஒருவர் சொல்ல எழுதிய ஓலை.

பணதி - ஆபரணம்.

பணம் - பருமை.

பணம் - திரவியம், 2. பணம், 3. காசு.

பணயம் - அடகு, 2. பணம்.

பணர் - மரக்கிளை.

பணவம் - தம்பட்டம்.

பணவன் - பணிசெய்மகன்.

பணாடவி - ஆதிசேஷன்.

பணி - செய்கை, 2. தொழில், 3. ஆபரணம், 4. திருப்பணி, 5. வேலை, 6. ஊழியம், 7. தொண்டு, 8. கட்டளை, 9. சொல், 10. பட்டுச்சேலை.

பணி - பாம்பு.

பணிகாரம் - அப்பவருக்கம்.

பணிக்க -(வி) சொல்ல, 2. கொடுக்க, 3. கட்டளையிட, 4. தாழ்த்த, 5. குறைக்க.

பணிக்கம் - திருத்தம்.

பணிக்கன் - கூத்தாட்டுவோன், 2. சிலம்பம் பயிற்றுவோன், 3. யானைப்பாகன், 4. ஆயுதம்பயிற்றுவோன், 5. உபாத்தியாயன், 6. கொற்றர் தலைவன், 7. நாவிதன், 8. விஷவைத்தியன், 9. சாராயங் காய்ச்சுகிறவன்.

பணிக்கு - திருத்தம், 2. சௌக்கியம்.

பணிக்கை - நேர்த்தியாயிருக்கை.

பணிதி - ஆபரணம், 2. அலங்கரிப்பு.

பணிய - (வி) தாழ, 2. வணங்க, 3. இறங்க, 4. குறைய, 5. எளிமையாக.

பணியாரம் - பணிகாரம்.

பணியார் - பகைவர்.

பணியினாக்கு - தண்ணீர்விட்டான்பூடு.

பணிலம் - சங்கு, 2. வலம்புரிச்சங்கு, 3. சொல்.

பணிவிடை - குற்றேவல், 2. வேலை, 3. கட்டளை.

பணிவு - தாழ்வு, 2. பதுங்குகை, 3. கீழ்ப்படிகை, 4. வணக்கம்.

பணை - பருமை, 2. பெருமை, 3. மரக்கொம்பு, 4. மூங்கில், 5. அரசமரம், 6. மருதநிலப்பறை, 7. முரசு, 8. பறைப்பொது, 9. மருதநிலம், 10. வயல், 11. குதிரைப்பந்தி, 12. விலங்கின் படுக்கை, 13. பிழை.

பணைக்க -(வி) பருக்க, 2. தவற, 3. செழிக்க.

பணையம் - பணயம்.

பண் - இசைப்பாட்டு, 2. நிறைநரம் புள்ள வீணை, 3. குதிரைக்கல்லணை, 4. தகுதி,

5. அமைவு, 6. வாகனங்களின் மேற்றவிசு, 7. மரக்கலத்தின் இடப்புறம், 8. பாய் மரக்கயிறு, 9. தொண்டு.
பண்டகசாலை - களஞ்சியம்.
பண்டசாலை - பண்டகசாலை.
பண்டபதார்த்தம் - இரசநிரசவஸ்துக்கள்
பண்டம் - பொருள், 2. பொன், 3. சரக்கு, 4. பணிகாரம், 5. அறிவு.
பண்டர் - பாடற்கிழ்மக்கள்.
பண்டனம் - போர்.
பண்டாகி - சேம்பு, (ஒரு செடி)
பண்டாரம் - பொக்கசம், 2. பொக்கிஷ சாலை, 3. பலபண்டம்.
பண்டாரம் - மடாதீனத்தான், 2. மஞ்சட் பொடி.
பண்டாரி - பொக்கிஷக்காரன், 2. வேளாண்மை செய்வாரிலோர் வகுப்பு, 3. நாவாய்ச்சுயம்பாகி.
பண்டி - வண்டி, 2. உரோகிணி நாள்.
பண்டி - வயிறு.
பண்டிகை - திருவிழா, 2. ஓர்வகைச் சிற்ப வேலை.
பண்டிதம் - வைத்தியம், 2. வித்துவத்துவம்.
பண்டிதன் - வித்துவான், 2. வைத்தியன், 3. புதன், 4. சுக்கிரன்.
பண்டிலன் - தூதன்.
பண்டு - பழமை, 2. முன்.
பண்டுகம் - ஓமம்.
பண்டையர் - } முன்னோர்.
பண்டையோர் - }
பண்ணவர் - முதற்கடவுளர், 2. வானவர், 3. முனிவர், 4. பாடகர்.
பண்ணவன் - தேவன், 2. அருகன், 3. ஆசிரியன், 4. திண்ணியன்.
பண்ணிகாரம் - பலபண்டம், 2. அப்ப வருக்கம்.
பண்ணியம் - விற்கப்படுபொருள், 2. பல பண்டம், 3. அப்பவருக்கம்.
பண்ணியாசிவகம் - தடை.
பண்ணுதல் - (தொ.பெ) செய்தல்.
பண்ணுவர் - குதிரைப்பாகர், 2. யானைப் பாகர்.
பண்ணை - வாரக்குடி, 2. குடும்பம், 3. ஓர் செடி, 4. ஓர்வகைக் கீரை, 5. விலங்கின் மேற்சேணம், 6. வயல், 7. விலங்கின் படுக்கை, 8. குளம், 9. மருதநிலம், 11. மரக் கலம், 12. மகளிர் கூட்டம், 13. மகளிர் விளையாட்டு.
பண்ணையாள் - வயல்வேலைக்காரன்.
பண்ணைவீடு - தானிய வீடு.
பண்பு - குணம், 2. விதம், 3. தகைமை, 4. சுபாவம்.
பண்புரைப்பார் - தூதுவர்.
பண்மை - தகுதி.
பதகம் - பறவை, 2. பாதகம் என்பதின் குறுக்கம்.
பதகளிக்க - (வி) மனந்தளம்ப.
பதகன் - கொல்வோன்.
பதக்கம் - மார்பணி, 2. மாதரணி வடம்.
பதக்கு - குறுணி, இரண்டு மரக்கால் கொண்ட அளவு.
பதக்குப் பதக்கெனல் - அச்சக்குறிப்பு.
பதங்கமம் - பறவைப்பொது.
பதங்கம் - பறவை, 2. விட்டிற்பறவை, 3. பாதரசம், 4. திராவகம்.
பதங்கன் - சூரியன்.
பதங்கு - குழி, 2. ஓட்டுவரிசை, 3. பிளந்த பனையின் பாதி.
பதசம் - பறவை, 2. சந்திரன்.
பதஞ்சலி - ஓர் இருஷி.
பதஞ்சலியம் - பதஞ்சலி செய்தநூல்.
பதடி - பதர்.
பதட்டம் - பதற்றம்.
பதணம் - மதிலுண்மேடை, 2. மதில்.
பதத்திரம் - சிறகு.
பதத்திரி - பறவை.
பதநியாசம் - ஓர் பூடு, 2. காலடி.
பதபதெனல் - ஈரடுக்கொலிக்குறிப்பு.
பதப்பாடு - மதிலுறுப்பு.
பதமம் - சந்திரன், 2. பறவை, 3. விட்டிற் பறவை.
பதமை - மிருது, 2. அமைதி, 3. மெல் லோசை, 4. மெத்தெனவு, 5. இணக்கம், 6. தாழ்மை.

பதம் - பக்குவம், 2. சோறு, 3. உண்ணுகை, 4. அழகு, 5. அறுகம்புல், 6. காலம், 7. நாழிகை, 8. சிந்து.

பதம் - கால், 2. செய்யுளடி, , 3. மொழி, 4. இடம், 5. வரிசை, 6. பதவி, 7. அடையாளம், 8. வழி, 9. வீடுகட்ட நல்லிடமறியத் தீட்டும் யந்திரம்.

பதரி - இலந்தைமரம்.

பதர் - பதடி, 2. அற்பம், 3. அறிவீனன்.

பதலம் - பதனம்.

பதலை - மலை, 2. சிறுமலை, 3. மத்தளம், 4. வாயகன்றபறை, 5. தாழி, 6. ஒருகட்பறை, 7. தோணி.

பதவி - வழி, 2. நிலை, 3. செல்வம், 4. முத்தி, 5. கடவுளர்பதவி, 6. தேவலோகம்.

பதவு - மெத்தனவு, 2. புற்கட்டு.

பதவை - வழி.

பதற - (வி) பதைபதைக்க, 2. தவிக்க, 3. திடுக்கிட, 4. அங்கலாய்க்க.

பதனம் - பத்திரம்.

பதனி - பதநீர், (பனைநீர்.)

பதன் - பக்குவம்.

பதாகன் - அரசன்.

பதாகினி - போர்ச்சேனை.

பதாகை - விருதுக்கொடி.

பதாசனம் - பாதபீடிகை.

பதாதி - காலாள், 2. சேனை, 3.படையிலோர்தொகை, 4. அங்கலாய்ப்பு.

பதாரம் - கால் துகள், 2. தெப்பம்.

பதார்த்தம் - கறிகள், 2. பொருள், 3. பதப்பொருள்.

பதி - இடம், 2. வீடு, 3. ஊர், 4. மருதநிலத்தூர், 5. நகரம், 6. பேயோட்டவைக்கும் விளக்கு.

பதி - தலைவன், 2. கொழுநன், 3. அரசன், 4. எப்பொருட்கு மிறைவன், 5. மூத்தோன், 6. குரு.

பதிகம் - பத்துச் செய்யுளான் முற்றுப் பெறுமோர் பிரபந்தம், 2. முகவுரை, 3. பாசி.

பதிகன் - காலாள், 2. வழிச்செல்வோன்.

பதிக்க - (வி) அழுத்த, 2. இழைக்க, 3. முத்திரிக்க, 4. குழியாக்க, 5. தாழ்த்த, 6. எழுத, 7. பதியம்போட, 8. அடக்க.

பதிக்கினி - புருஷனைக் கொல்லுகிறவள்.

பதிதம் - வருணாச்சிரமந் தவறுகை.

பதித்திரி - உலைத்துருத்தி.

பதிப்பு - பதித்தல்.

பதிமை - பிரதிமை.

பதிய - (வி) அழுந்த, 2. இழைக்கப்பட, 3. முத்திரையழுந்த, 4. அமைய, 5. தாழ, 6. எழுதப்பட, 7. குனிய, 8. தங்க, 9. பணிய.

பதியம் - பதிப்பது, 2. பாசி.

பதிரன் - செவிடன்.

பதில் - வதில்.

பதிவிரதி - } கற்புடையாள்.
பதிவிரதை - }

பதிவு - அழுந்துகை, 2. தாழ்வு, 3. நிலாப்பதிவு, 4. சாய்வு, 5. பதுக்கம், 6. கணக்கிற்பதிவு, 7. ஊன்றுகை, 8. சாந்தம், 9. விலைதணிவு.

பதிற்றந்தாதி - பத்துவெண்பா பத்துக் கலித்துறை பொருட்டன்மை தோன்றப் பாடப்படுமோர் பிரபந்தம்.

பதிற்றுப்பத்து - நூறு, 2. ஒருநூல்.

பதிற்றொன்பான் - தொண்ணூறு.

பதினாயிரம் - பத்தாயிரம்.

பதுக்கம் - ஒளிப்பு, 2. கபடம், 3. பதுங்குகை, 4. ஒதுக்கம்.

பதுக்காய் - கூழை, 2. உள்ளான் குருவி.

பதுக்கை - சிறுதிட்டை, 2. சிறுதூறு, 3. பாறை.

பதுங்க - (வி) ஒளிக்க, 2. பதிவிருக்க, 3. பின்னிற்க, 4. ஒடுங்க.

பதுமகோசரம் - நாட்டியத்தில் ஐந்து விரல்களும் மேனோக்கவிற்போல் வளைத்துக்காட்டல்.

பதுமநிதி - தாமரையுருவாய்க் கிடக்கும் ஒருவகை நிதி.

பதுமபந்து - சூரியன், 2. தேனீ.

பதுமம் - தாமரை, 2. ஓர் புராணம், 3. சோதிநாள், 4. முடியுறுப்பு, 5. கோடாகோடி, 6. பதுமாசனம்.

பதுமயோனி - பிரமன்.

பதுமராகம் - கெம்பு, 2. ஓர் இரத்தினம்.

பதுமரேகை - கையிரேகைகளிலொன்று.
பதுமனார் - நாலடியாருக்கு உரையெழுதின ஓர் ஆசிரியர்.
பதுமன் - பிரமன், 2. அட்டநாகத்தொன்று.
பதுமினி - நால்வகைப் பெண்களினொருத்தி.
பதுமை - இலக்குமி, 2. காளி, 3. பொம்மை.
பதைக்க - (வி) துடிக்க, 2. அவஸ்தைப்பட, 3. வாஞ்சைப்பட, 4. அஞ்ச.
பதைபதைப்பு - மிகப்பதைத்தல்.
பதோதகம் - சதக்கல், 2. நடக்கையில் நீர் குடிக்கை.
பத்ததி - ஒழுங்கு, 2. கிரியைகளை விதிக்கிறநூல், 3. வழி.
பத்தம் - கட்டு, 2. உண்மை, 3. நன்றியறிகை.
பத்தர் - தட்டார், 2. தேவதொண்டர்.
பத்தல் - ஓர் தொட்டி, 2. நீர் இறைக்குஞ்சால், 3. யாழினோருறுப்பு.
பத்தன் - தட்டானுக்குப் பட்டப்பெயர்.
பத்தன் - } பத்தியுள்ளோன்,
பக்தன் - } 2. தொண்டன்.
பத்தா - } கணவன்.
பர்த்தா - }
பத்தாசு - மஞ்சி, (படகு.)
பத்தாயம் - தானிய முதலிய கொள்ளுந்தானம், 2. பெரும்பெட்டகம்.
பத்தாயி - சாராயவகை.
பத்தி - வரிசை, 2. வகுப்பு, 3. நிரை, 4. முறைமை, 5. வீட்டிறப்பு, 6. தூணினிடைவெளி, 7. பாத்தி, 8. விசுவாசம், 9. வழிபாடு, 10. அன்பு, 11. சார்பு, 12. ஒழுக்கம், 13. பதாதி.
பத்திமை - வணக்கம்.
பத்தியம் - இதம், 2. இணக்கம், 3. ஆரியமாந்திரமிவற்றின் செய்யுள்.
பத்திரம் - சீட்டு, 2. இலை, 3. புத்தகத்தினேடு, 4. பூவிதழ், 5. சிறகு, 6. அம்பினிறகு, 7. அம்பு, 8. மெல்லியதகடு, 9. உடைவாள், 10. பத்திரவாகரணம், (பஞ்சாங்கத்திலறிக), 11. அழகு, 12. மலை, 13. முடியுறுப்பு, 14. சாக்கிரதை, 15. உறுதி.
பத்திரவம் - பத்திரவாகரணம்.
பத்திரன் - சிவன், 2. வீரபத்திரன்.
பத்திரி - கொத்தளம்.
பத்திரி - இலை, 2. அம்பு, 3. பறவை, 4. குதிரை, 5. காளி.
பத்திரிகை - நிருபம்.
பத்திரை - இரண்டாமேழாம் பன்னிரண்டாந்திதி, 2. நற்பசு, 3. காளி.
பத்திரைகேள்வன் - வீரபத்திரன்.
பத்தினி - கற்புள்ளமனைவி, 2. இருஷிபத்தினி.
பத்து - ஒரெண், 2. தேவபத்தி.
பந்தகம் - கட்டு.
பந்தம் - முடிப்பு, 2. கட்டு, 3. தொடர், 4. திரட்சி, 5. கொண்டை, 6. உறவு, 7. முறைமை, 8. ஏற்பாடு, 9. மதில், 10. பெருந்துருத்தி, 11. மலம், 12. தீவர்த்தி, 13. தளை; இஃது: யாப்புறுப் பெட்டிலொன்று, 14. அழகு.
பந்தயம் - ஒட்டம், 2. சூதாடவைக்கும் பொருள்.
பந்தர் - ஓர் பட்டணம், 2. பந்தல்.
பந்தல் - காவணம், 2. கொடிபடர்பந்தல்.
பந்தனம் - கட்டு, 2. கட்டுகை, 3. காவல் செய்கை.
பந்தனை - கட்டு, 2. நிருணயம், 3. மகள்.
பந்தன் - ஓர் பாஷாணம், 2. ஓர் வாணிகன்; இவன்பேரில் ஔவை பந்தனந்தாதி எனும் நூல் பாடினாள்.
பந்தி - ஒழுங்கு, 2. விருந்தின்பந்தி, 3. குதிரை முதலியவற்றின் பந்தி, 4. லாயம்.
பந்திக்க - (வி) கட்ட, 2. மாயாபந்தமாக்க.
பந்து - சுற்றம், 2. சுற்றத்தார், 3. விளையாடும்பந்து, 4. நூற்பந்து, 5. மட்டத்துருத்தி, 6. திரிகை, 7. துராலோசனை.
பந்துக்கட்டு - கட்டுப்பாடு, 2. கட்டுக்கதை, 3. சம்பந்தக்கட்டு.
பந்துத்துவம் - இனதர்மம்.

பந்துரம் - அழகு.
பந்துவராளி - ஓர் இராகம்.
பந்தேஹானா - சிறைச்சாலை.
பந்தையம் - பந்தயம்.
பப்பரப்புளி - பெருக்கமரம்.
பப்பரம் - ஓர் தேயம், 2. ஓர் பாடை.
பப்பரவாகனன் - } அருச்சுனன்
பப்பருவாகனன் - } குமாரன்.
பப்பளி - பப்பாளிமரம்.
பப்பளிச்சேலை - ஓர்வகைச் சேலை.
பப்பாதி - பாதிபாதி.
பப்பாளி - பப்பளி.
பப்பு - பரப்பு, 2. ஒப்பு, 3. பருப்பு.
பப்புவர் - புகழ்வோர்.
பமரம் - வண்டு.
பமோஜிப் - ஏற்க.
பம் - விண்மீன்.
பம்ப - (வி) நெருங்க, 2. பரவ, 3. எழும்ப, 4. பொலிய.
பம்பரத்தி - காமாதுரமுள்ளவள்.
பம்பரம் - ஓர் விளையாட்டுக்கருவி, 2. மந்தரகிரி, 3. வேசி.
பம்பா - } ஓர் நதி.
பம்பாநதி - }
பம்பை - ஓர்பறை, 2. முல்லைநிலப்பறை, 3. பம்பாநதி, 4. பாம்பன்வாய்க்கால்.
பம்பை - பறட்டைமயிர்.
பம்ம - (வி) நூலோட்ட, 2. மறைய.
பம்மாத்து - வெளிவேஷம்.
பயக்க - (வி) பயன்தர, 2. உண்டாக்க, 3. பிறப்பிக்க, 4. சித்திக்க.
பயங்கரம் - அச்சம்.
பயசு - } பால்.
பயம் - }
பயணம் - பிரயாணம்.
பயந்தாள் - தாய்.
பயப்பு - நிறம், 2. பசப்பு, 3. பயன்.
பயம் - அச்சம், 2. ஒடுக்கவணக்கம், 3. நீர், 4. பால், 5. குளம், 6. அமிர்தம், 7. பயன்.
பயம்பு - பள்ளம், 2. யானைபடுங்குழி.
பயரை - ஓர் மரம்.
பயல் - பையல், சிறுவன்.
பயறி - ஒரு குருநோய்.
பயறு - ஓர் தானியம், 2. சித்திரைநாள்.
பயற்றங்காய் - ஒரு காய்.
பயனுவமம் - } பயனைப்பற்றி
பயனுவமை - } வருமுவமை; அது: கற்பக வள்ளல் என்றாற்போல்வது.
பயன் - பலன், 2. பிரயோசனம், 3. சொற் பொருள், 4. அகலம்.
பயன் - பால், 2. நீர்.
பயிக்கம் - பிச்சை.
பயித்தியம் - பைத்தியம், 2. மதிகேடு, 3. மிண்டுத்தனம்.
பயிரங்கம் - அறிக்கைப்பத்திரம்.
பயிரி - ஒரு கீரை
பயிர் - பைங்கூழ், 2. ஒலி, 3. பறவைக்குரல், 4. அழைப்பு.
பயிர்க்க - (வி) ஒலிக்க.
பயிர்ப்பு - அசுத்தம், 2. பயிலாத பொருளில்வருமருவருப்பு;இது: மகடூஉக் குணம் நான்கினொன்று.
பயில - (வி) பழக, 2. சொல்ல, 3. நிகழ, 4. முயல, 4. நடக்க, 5. நெருங்க, 6. ஒலிக்க.
பயில் - பழக்கம், 2. சைகை, 3. சொல், 4. குழூஉக்குறி, 5. பாதி.
பயில்வு - பயிற்சி, 2. செய்கை.
பயிறல் - கூடுதல், 2. பேசலாலெழும்பும் ஒலி.
பயிற்சி - அப்பியாசம், 2. கைப்பழக்கம்.
பயிற்ற - (வி) கல்விபயிற்ற, 2. தொழில் பழக்க.
பயினி - இணக்கம்.
பயின் - பிசின், 2. உட்படுகுருத்து.
பயோததி - பாற்கடல்.
பயோதரம் - முலை, 2. மேகம்.
பய்யன் - பையன்.
பர - வேறு, 2. உசித, 3. திவ்விய, 4. விரோத, 5. மிகுந்த, 6. முன்.
பரகதி - முத்தி.
பரகிதம் - ஓர் வகைச் சோதிடநூல், 2. பிறர்க்கு நன்மையானது.
பரகுடிலம் - பிரணவம்.
பரக்க -(வி) பரம்ப, 2. விருத்தியாக, 3. மிகு.

பரச - (வி) தோத்திரிக்க.

பரசிராமன் - மழுவுடையிராமன்; இவன் சமதக்கிநியும் இரேணுகையுந் தந்தை தாயாகத் திருமாலவதாரம்.

பரசு - கோடரி, 2. மழுவாயுதம்.

பரசுபாணி - சிவன், 2. பரசுராமன்.

பரடு - கரடு.

பரணம் - கவசம், 2. பட்டுச்சீலை, 3. தாபரிப்பு, 4. சம்பளம், 5. பரணி.

பரணர் - ஓர் சங்கப்புலவர்.

பரணி - ஒரு பிரபந்தம்.

பரணி - அடுப்பு, 2. ஓர் நாள், 3. அணிகலச் செப்பு முதலியன, 4. ஏரிமதகு, 5. கூத்து.

பரண் - இதணம், 2. மேற்றட்டு.

பரண்டை - கணைக்கால்.

பரதகண்டம் - நவகண்டத்தொன்று.

பரதசாத்திரம் - நடனநூல்.

பரதந்திரம் - சுதந்திரமின்மை, மற்றொருவரைச் சார்ந்திருப்பது.

பரதம் - நடனநூல், 2. கூத்து, 3. நவகண்டத்தொன்று, 4. ஓரெண்.

பரதர் - நெய்தனிலமாக்கள், 2. செட்டிகள், 3. வைசியர்.

பரதவர் - நெய்தனிலத்துத் தாழ்ந்த ஆடவர்.

பரதன் - இராமன்தம்பி, 2. பரதநூல் செய்தோன், 3. ஓரிருஷி, 4. சந்திரகுலத்தோரரசன், 5. நடனம்பயின்றோன்.

பரதாக்கிரசன் - இராமபிரான்.

பரதி - நாடகி.

பரத்தர் - தூர்த்தர்.

பரத்துவம் - கடவுட்டன்மை.

பரத்துவாசன் - சத்த இருஷிகளிலொருவன், 2. துரோணாசாரியன்றந்தை.

பரத்தை - ஒரு செடி, 2. வேசி.

பரந்தாமன் - திருமால்.

பரபத்தியம் - பணங்கொடுக்கல் வாங்கல்.

பரபரத்தல் - / **பரபரப்பு** - } தீவரித்தல், 2. முயற்சி, 3. தினவு, 4. வயிறுறுமல்.

பரபரெனல் - (தொ.பெ) சீக்கிரக்குறிப்பு.

பரபிருதம் - காகம், 2. குயில்.

பரபிருத்தம் - காகம்.

பரபுட்டம் - குயில்.

பரபுட்டை - வேசி.

பரபோகம் - பேரின்பம்.

பரப்ப - (வி) பொருள்பரப்ப, 2. விரிக்க, 3. பரவச்செய்ய, 4. விருத்திசெய்ய, 5.ஒழுங்கின்றிவைக்க.

பரப்பல் - (தொ.பெ) பரவுதல்.

பரப்பு - விரிவு, 2. வியாபகம், 3. மிகுதி, 4. ஓர் நிலவளவுப் பிரமாணம், 5. கடல், 6. மேற்பரப்பு, 7. படுக்கை.

பரம - சிரேஷ்ட, 2. பிரதான, 3.திவ்விய.

பரமகதி - மோட்சம்.

பரமகருத்தன் - கடவுள்.

பரமசுந்தரி - தருமதேவதை.

பரமநிவர்த்தி - பாசவிமோசனம்.

பரமம் - உச்சிதம், 2. கடவுள்.

பரமன் - கடவுள், 2. சிவன்.

பரமானா - தாக்கீது.

பரம் - உடல், 2. குதிரைக்கல்லணை, 3. மெய்க்கவசம்.

பரம் - மேலுலகம், 2. முற்றத்துறத்தல், 3. கடவுள், 4. பாரம்.

பரம்ப - (வி) பரவ, 2. விரிய, 3. படர.

பரம்பரம் - சுதந்திரம், 2. வமிசம், 3பாரம்பரை.

பரம்பரன் - கடவுள்.

பரம்பரை - தொன்றுதொட்டது.

பரம்பர் - ஓர் சாதியார்.

பரம்பு - கழனி திருத்தும் பலகை, 2. வரம்பு.

பரர் - அன்னியர், 2. பகைவர்.

பரல் - பருக்கைக்கல், 2. வித்து.

பரவ - (வி) பரவ, 2. சொல்ல, 3. புகழ, 4. வணங்க.

பரவசம் - தன்வசமற்றிருத்தல்.

பரவணி - வமிசம்.

பரவர் - வலைஞர்.

பரவா - / **பர்வா** - } முக்கியம்.

பரவை - பரப்பு, 2. கடல், 3. இலக்குமி கூத்து, 4. பிரபலம், 5. பரவிநிற்கும்நீர், 6. திடல், 7. சுந்தரர் மனைவி.

பரன் - கடவுள்.

பராகண்டம் - } அசட்டை,
பராகண்டிதம் - } (பராமுகம்.)

பராகம் - தூளி, 2. மகரந்தம், 3. வாசனைத் தூள்.

பராக்கதம் - தைரியம்.

பராக்கிரமம் - வீரம், 2. வலி.

பராக்கிரமிக்க - (வி) ஆக்கிரமிக்க.

பராக்கு - அசட்டை, 2. விளையாட்டு, 3. நோக்கம், 4. ஓர் பிரபந்தம்.

பராசத்தி - பஞ்சசத்தியினொன்று, அஃது பிராணன் முதலிய வாயுவாக நிற்பது.

பராசயம் - தோல்வி.

பராசரம் - தருமநூல் பதினெட்டி லொன்று.

பராசரன் - வியாசன் தந்தை.

பராசரியம் - சிற்பநூன் முப்பத்திரண்டி னொன்று.

பராசனம் - கொலை.

பராசியம் - பலரறிந்தது.

பராடம் - பாலைநிலம்.

பராதீனம் - சுதந்திரமற்றது.

பராபத்தியம் - பாரபத்தியம்.

பராபரம் - கடவுள், 2. நடுத்தரம்.

பராபரி - ஒழுங்கு.

பராபரிக்க - (வி) ஒழுங்குபடுத்த.

பராபவ - ஓர் வருடம்.

பராபவம் - அபசாரம், 2. தோல்வி.

பராமரிக்க - (வி) நடத்த, 2. பத்திரப்படுத்த, 3. வளர்க்க, 4. ஆதரிக்க, 5. ஆராய.

பராமரிசம் - தீர்க்கவிசாரித்தறிகை.

பராமுகம் - அறிமுகப்படாமை, 2. கவனிப் பின்மை.

பராயணம் - பற்று, 2. அறுசமயத்தொரு வகுப்பு, 3. இராசிமண்டலம்.

பராயணி - கன்னன்.

பராரி - தள்ளுபடி.

பராரை - உள்ளோசை, 2. பருமரத்தடி.

பரார்த்தம் - } ஆயிரங்கோடாகோடி,
பராத்தம் - } 2. பிரமனாயுளிற் பாதி.

பராவ - (வி) சொல்ல, 2. துதிக்க, 3. வணங்க.

பராவர்த்து - கணிசம்.

பரி - சுமை, 2. குதிரை, 3. பாதுகாப்பு, 4. அச்சுவினி, 5. பருத்தி, 6. வழி, 7. சுறுப்பு, 8. அன்பு, 9. வருத்தம், 10. பெருமை, 11. உயரம், 12. விரைவு.

பரிகம் - அகழ், 2. வளைதடி, 3. மதிலுண் மேடை.

பரிகலம் - உண்கலம், 2.சேனை, 3. பரி வாரப்பேய்.

பரிகாசம் - } பகிடி, 2. நிந்தன்ன.
பரியாசம் - }

பரிகாரம் - நீக்குகை, 2. மாற்றுமருந்து, 3. வைத்தியம், 4. பராமரிப்பு, 5. போஷிப்பு, 6. பெண்மயிர்.

பரிகை - அகழ், 2. மதிலுண்மேடை.

பரிக்க - (வி) சுமக்க, 2. காக்க.

பரிக்காரம் - அலங்காரம்.

பரிக்கிரகம் - மனைவி, 2. அங்கீகரிப்பு.

பரிக்கை - பரிட்சை.

பரிசணிக்க - (வி) மிருதுவாய்ப்பேச.

பரிசம் - கற்பாஷாணம், 2. மணவாளன் பெண்ணின் பிதாமாதாவுக்குக் கொடுக் கும் வெகுமானம், 3. கிரகணம்பற்றல்.

பரிசனம் - ஏவல் செய்வோர், 2. சூழ்வோர், 3. உறவு.

பரிசனன் - காற்று.

பரிசனை - பழக்கம், 2. ஐக்கம்.

பரிசன்னியம் - பொன்மலை.

பரிசாரகம் - ஏவல்வேலை.

பரிசாரம் - பரிவாரம்.

பரிசிக்க -(வி) தொட்டறிய, 2. மறைக்க, 3. அனுபவிக்க, 4. பழக.

பரிசில் - வெகுமதி.

பரிசு - பெருந்தன்மை, 2. குணம், 3. தன்மை, 4. நாகரிகம்.

பரிசு - வெகுமதி, 2. நற்குணம்.

பரிசை - கேடகம்.

பரிச்சதம் - மூடி.

பரிச்சித்து - அருச்சுனன் பௌத்திரன்.

பரிச்சேதம் - தண்டிப்பு, 2. இலக்கியப் பிரிவு, 3. பகுத்தறிகை, 4. எல்லை, 5. முழுவ தும்.

பரிச்சை - பழக்கம்.

பரிஞ்சு - வாட்பிடி.

பரிஷ்காரம் - துலக்கம், 2. முடிவு.

பரிட்சாவிற்பத்தி - அப்பியாசத்திறம்.

பரிட்சிக்க - (வி) சோதிக்க, 2. அப்பியாசிக்க.

பரிட்சித்து - பரிச்சித்து.

பரிட்சை - சோதனை, 2. அப்பியாசம்.

பரிட்டினகம் - பட்சி வட்டமிடுதல்.

பரிணமிக்க - (வி) பேதப்பட, 2.வேறுபட.

பரிணயம் - விவாகம்.

பரிணாமம் - வேறுபாடு.

பரிதபித்தல் - (தொ.பெ) இரங்குதல், 2. துக்கித்தல்.

பரிதாபி - ஓராண்டு.

பரிதானம் - கைக்கூலி, 2. பொருள்கொடுத்துப் பொருள்வாங்குதல்.

பரிதி - வட்டம், 2. சக்கராயுதம், 3. பரிவேடம், 4. தேருருளை, 5. சூரியன், 6. ஒளி, 7. யூபஸ்தம்பம், 8. யாகமேடை.

பரித்தல் - (தொ.பெ) காத்தல், 2. சுமத்தல்.

பரித்தியாகம் - முற்றும் விடுதல்.

பரித்தியாகி - சன்னியாசி.

பரிபக்குவம் - ஏற்றசமயம்.

பரிபவம் - தோல்வி, 2. எளிமை, 3. வியாகுலம்.

பரிபாகி - முத்தியடையும் பக்குவன்.

பரிபாடல் - எட்டுத் தொகையில் ஐந்தாவது தொகையாகிய ஒரு நூல்; இது: கடைச்சங்கப் புலவர்களாலியற்றப்பட்ட எழுபது பரிபாடல்களையுடையது.

பரிபாடை - சங்கேதம். குழூஉக்குறி.

பரிபாலனம் - ஆளுகை, 2. காவல்.

பரிபுரம் - காற்சிலம்பு.

பரிபூரணம் - எங்கும் நிறைதல், 2. திருத்தி.

பரிபூரணி - இலட்சுமி, 2. பார்ப்பதி.

பரிப்பு - பரித்தல்.

பரிமளகந்தி - வியாசன்றாய்.

பரிமளம் - மிகுமணம்; இது: அட்டபோகத் தொன்று.

பரிமாணம் - அளவு.

பரிமாறுதல் - (தொ.பெ) இடுதல், 2. கொடுத்துமாறுதல்.

பரிமேலழகர் - திருவள்ளுவர் குறளுக்கு உரைசெய்த ஓரந்தணக் கவிஞர்.

பரியகம் - காற்சரி, 2. பாதகிண்கிணி.

பரியங்கம் - கட்டில்.

பரியந்தம் - எல்லை.

பரியம் - பரிசம்.

பரியாயச்சொல் - ஒரு பொருள் குறித்த மறுசொல்.

பரியாயநாமம் - ஒருபொருட் கினமாயிருப்பது.

பரியாயம் - ஒன்றற்குரியன, 2. மாதிரி, 3. ஒழுங்கு.

பரியாரி - நாவிதன்.

பரிவட்டம் - சீலை, 2. நெய்வார் கருவியினொன்று.

பரிவருத்தனை - ஓரலங்காரம், அஃது பொருள் ஒன்றற்கொன்று கொடுத்து வேறொன்று கொண்டனவாகக் கூறுவது.

பரிவாரம் - சூழ்வோர், 2. படை.

பரிவிருத்தி - கிரகச்சுற்று, 2. முழுவட்டம்.

பரிவு - அன்பு, 2. இன்பம், 3. துன்பம்.

பரீகம் - நித்தியயோகத்தொன்று.

பரீட்சணம் - சோதனை.

பரீட்சிக்க - (வி) சோதிக்க, 2. பயில.

பரீட்சை - } சோதனை, 2.ஆராய்வு,
பரீக்ஷை - } 3. அப்பியாசம்.

பரீஷ்டி - ஆராய்வு.

பரு - சிலந்தி, 2. பருமை.

பருக - (வி) குடிக்க, 2. புசிக்க, 3. நுகர.

பருக்க - (வி) பெருக்க, 2. வளர, 3. கனக்க, 4. பெருக, 5. அதிகரிக்க.

பருக்கன் - பரும்படியானது.

பருக்கை - பளிங்கு, 2. சோறு, 3. பருக்கைக் கல்.

பருணிதர் - புலவர்.

பருத்தி - ஓர் செடி.

பருத்தித்துறு - வாய்க்கிரந்தி.

பருந்து - ஓர் பறவை.

பருபருக்கை - வேவாச்சோறு, 2. பால் போல்வன.
பருபாரித்தல் - (தொ.பெ) மிகப்பருத்தல்.
பருப்பதம் - மலை.
பருப்பதி - பார்வதி.
பருப்பம் - பருமை, 2. பருத்தல், 3. அளவு.
பருப்பிக்க - (வி) பருக்கச்செய்ய, 2. பாரித்துரைக்க.
பருப்பு - வித்தினுட்பருப்பு.
பருமம் - மூவாறு கோவைமணியணி, 2. தடிப்பு.
பருமம் - கவசம், 2. குதிரைக்கல்லணை.
பருமல் - கப்பற் குறுக்குமரம்.
பருமன் - பருத்தது.
பருமிக்க - (வி) சிலம்பஞ்செய்ய, 2. அலங் கரிக்க, 3. எக்களிக்க.
பருமிதம் - எக்களிப்பு, 2. மகிழ்ச்சி.
பருமை - பெருமை, 2. பருப்பம், 3. பரும் படியான தன்மை, 4. கனம்.
பரும்படி - உரப்பு, 2. செவ்வையின்மை.
பருவதம் - }
பர்வதம் - } மலை.
பருவம் - காலம், 2. இருது, 3. பௌர்ணமி, 4. இளமை, 5. அமாவாசி, 6. கணு, 7. உயர்ச்சி, 8. தக்ககாலம், 9. வயது, 10. பக் குவம், 11. நிலைமை, 12. அளவு, 13. தகுதியான வயது, 14. ஓர் நூற்கூறுபாடு.
பருவரல் - துன்பம்.
பருவருக்க - (வி) வருந்த, 2. அருவருக்க.
பருவல் - பருத்தது.
பருவு - பரு உகரஞ்சாரியை.
பரூஉ - பருமை, 2. பறித்தல்.
பரை - ஓரளவு.
பரை - பார்வதி.
பரோட்சம் - அதிரிசியமானவை.
பர்காவணி - நாணய பரீட்சை.
பர்க்கம் ஒளி.
பர்க்கன் - சூரியன், 2. சிவன், 3. விஷ்ணு, 4. பிரமன்.
பர்ணம் - பன்னம், (இலை.)
பர்தரப் - தள்ளுதல்.
பர்த்தா - பத்தா, (கணவன்.)
பர்ப்படாகம் - }
பர்ப்பாடகம் - } ஓர் மருந்துப்பூடு.
பல - ஒன்றல்லன.
பலகணி - சாளரம்.
பலகறை - கவடி.
பலகாரம் - அப்பவருக்கம், 2. தின்பண்ட முதலியவை, 3. யானைமேற்றவிசு.
பலகை - மரப்பலகை முதலியன, 2. கேடகம், 3. நெற்றியெலும்பு.
பலக்க - (வி) உறுதிப்பட, 2. வன்மையாக, 3. அதிகப்பட.
பலசூதனன் - இந்திரன்.
பலட்சயம் - பலவீனம்.
பலண்டு - வெங்காயம்.
பலண்டுறுகம் - ஓர் பாஷாணம்.
பலதேவன் - }
பலராமன் - } பலபத்திரன்.
பலபத்திரன் - பலதேவன்.
பலபலெனல் - இலகுதல், 2. ஒலிக் குறிப்பு.
பலபை - சூரியன் மையவரியினிற் கை யிற் கடிகாரமத்தியில் விழுநிழல்.
பலப்பட - (வி) ஸ்திரப்பட, 2. நயப்பட, 3. சூலாக.
பலப்பம் - ஓர்வகை மாக்கல்.
பலம் - வலி, 2. வன்மை, 3. படை, 4. உறுதி, 5. ஓர்நிறை, 6. நிறைகல், 7. காய், 8. பழம், 9. வினைப்பேறு, 10. பயன், 11. பொன், 12. கிழங்கு, 13. தசை, 14. நெற்றி.
பலரறிசொல் - பிரசித்தவார்த்தை, 2. அலர்மொழி, 3. உயர்திணைப் பன்மைச் சொல்.
பலர் - அனேகர், 2. சபை.
பலர்க்கம் - கதுப்பு.
பலவத்தர் - பரிசமாத்திரா தத்துவத் திருக்குமோருருத்திரர்.
பலவந்தம் - கட்டாயம்.
பலவன் - ஒரு மருந்துப்பூண்டு; அது: வெடிப்பலவன், பேய்ப்பலவன் என இருவகைத்து.
பலவு - பலாமரம்.

பலன் - வினைப்பயன், 2. இலாபம், 3. பழம், 4. ஈரவெண்காயம், 5. பலராமன், 6. இந்திரனால் கொல்லப்பட்ட ஓர் இராட்சதன்.
பலா - ஒருமரம்; அது: வருக்கைப்பலா, ஈரப்பலா, சிறுபலாவெனப் பலவகைப்படும்.
பலாகம் - கொக்கு.
பலாகாரம் - பழமுதலிய போசனம்.
பலாசம் - பசுமை, 2. இலை, 3. முருக்கமரம், 4. பலாமரம்.
பலாசனம் - கிளி.
பலாசி - மரப்பொது.
பலாசு - புனமுருக்கமரம்.
பலாட்டியம் - பலம், 2. பலவந்தம்.
பலாண்டு - ஈரவெங்காயம்.
பலாத்காரம் - பலாற்காரம்.
பலாந்தம் - மூங்கில், 2.ஒருமுறை காய்த்துப்படுமரம்.
பலாபலம் - நயநட்டம்.
பலாயனம் - புறங்காட்டுகை, 2. நிலைகுலைவு.
பலாரி - பலசூதனன்.
பலாரெனல் - விடிதற்குறிப்பு.
பலாலம் - வைக்கோல்.
பலாற்காரம் - வலோற்காரம்.
பலி - பலிமிருகம், 2. பலிப்பது, 3. சோற்றுப்பலி, 4. சோறு, 5. பிச்சை, 6. பூசை, 7. சாம்பல், 8. நீறு, 9. ஓர் சக்கிரவர்த்தி, 10. தேவருணவு, 11. காய்த்திருந்தமரம், 12. காகம்.
பலிக்க - (வி) வாய்க்க.
பலிதம் - பலிப்பது, 2. பயன்படுகை, 3.நரை.
பலிதை - கிழவி.
பலித்தம் - இலாபம்.
பலினம் - காய்த்திருக்குமரம்.
பலினி - கோங்கமரம், 2. ஞாழல்மரம், 3. காய்த்திருக்குமரம்.
பலுக -(வி) வர்த்திக்க.
பலேந்திரன் - பலவான்.
பலை - சிற்றாமுட்டிச்செடி.
பலோதயம் - ஆதாயம், 2. சந்தோஷம், 3. சத்துவம், 4. மோட்சம்.

பலோற்காரம் - வலோற்காரம்.
பலோற்பத்தி - மாமரம்.
பல் - } எயிறு, 2. நங்கூரப்பல், 3. கருக்கு,
பல்லு - } 4. சேலையினருகு, 5. வெள்ளைப்பூண்டு முதலியவற்றின் பல்.
பல்கணி - பலகணி.
பல்காயனார் - ஓர் இலக்கண ஆசிரியர்.
பல்குதல் - (தொ.பெ) பெருகுதல்.
பல்லக்கு - சிவிகை.
பல்லங்குழி - } பதினான்கு குழியுள்ள
பல்லாங்குழி - } வோர் விளையாட்டுத்தட்டு.
பல்லணம் - குதிரைக்கல்லணை.
பல்லதி - ஓரிராகம்.
பல்லம் - கரடி, 2. அம்பு, 3. குதிரைக்கல்லணை, 4. ஓரெண், 5. சேங்கோட்டைமரம்.
பல்லவம் - தளிர், 2. ஓர் தேயம், 3. பதத்தினோருறுப்பு; அது: முதலிலுள்ளது.
பல்லவர் - தூர்த்தர், 2. கீழ்மக்கள், 3. பலர்.
பல்லவி - இசைப்பாட்டினோருறுப்பு முதலிலுள்ளது.
பல்லவை - கீழ்மை, 2. பலபொருள், 3. பலசபை.
பல்லாக்கு - பல்லக்கு.
பல்லாண்டு - ஓர் வகை வாழ்த்துக்கவி, 2. வாழ்த்து, 3. பலவருஷம்.
பல்லாதகி - சேரான்மரம்.
பல்லார் - பலர்.
பல்லி - கௌளி, 2. சிற்றூர், 3. கணுவிலரும்பும் வேர்.
பல்லிக்கை - சேரான்கொட்டைமரம்.
பல்லிப்பூடு - கொல்லைப்பல்லி யென்னுமோர் பூடு.
பல்லியம் - சங்கீதம், 2. வாத்தியப்பொது.
பல்லூகம் - கரடி.
பல்வலம் - வாவி.
பவ - ஓர் வருடம்.
பவணந்தி - நன்னூலென்னு மிலக்கணநூல் செய்த ஓராசிரியன்.
பவணை - கமுகு.

பவநாசன் - கடவுள்.
பவந்தம் - சூது.
பவபூதி - ஐசுவர்யம், 2. சிவன், 3. ஒரு வடமொழிப்புலவன்.
பவமானன் - தீ, 2. வாயு.
பவம் - மேன்மை, 2. பிறப்பு, 3. பாவம்.
பவரணை - பூரணை.
பவர் - கவர், 2. நெருங்குகை, 3. மூடுகை.
பவர்க்கம் - நரகம்.
பவழம் - பவளம்.
பவளம் - நவமணியினொன்று.
பவனகுமாரன் - அக்கினி.
பவனசுதன் - } ஆஞ்சநேயன்,
பவனநந்தனன் - } 2. வீமன்.
பவனம் - காற்று, 2. தூற்றுகை, 3. ஒதுக்குகை, 4. சுத்தம், 5. வாயுவின் பொருமல், 6. அரண்மனை, 7. பூமி, 8. தேவலோகம், 9. நாகலோகம், 10. இராசிப்பொது, 11. பூனை, 12. ஊர்.
பவனாத்துமசன் - அனுமான், 2. வீமன், 3. அக்கினி.
பவனி - உலாப்போதல், 2. உலா, 3. பயணம்.
பவனோதரம் - உள்வீடு.
பவன் - தானாயுண்டானவன்.
பவாயனை - கங்கை.
பவானி - பார்வதி, 2. கோயம்புத்தூர்க் கருகில் ஓரூர்.
பவி - நீர், 2. அசனி.
பவிசம் - சிலாக்கியம்.
பவிசி - }
பவிஷி - } மானம்.
பவிஷு - }
பவிஞ்சு - படை.
பவிடியம் - } வாழ்வு, 2. எதிர்காலம்,
பவிஷியம் - } 3. பவிஷியபுராணம்.
பவித்திரம் - சுத்தம், 2. தருப்பை மோதிரம், 3. பவித்திரமோதிரம்.
பவித்திரன் - } சுத்தமுள்ளவன்,
பவித்திரவான் - } 2. ஆசாரக்காரன்.
பவித்திராரோபணம் - பூணூலணிதல்.
பவித்திரி - தருப்பைப்புல்.
பவுஞ்சு - படைவரிசை.
பவுஷி - }
பவுஷு - } வாழ்வு, 2. சம்பிரமம்.
பவுஷ் - }
பவுண்டரம் - வீமன்கையிற் சங்கு.
பவுண்டரிகம் - ஓர் யாகம்.
பவுதிகம் - பௌதிகம், பூதவிகாரம்.
பவுத்திரர் - பௌத்திரர்.
பவுந்திரம் - பகந்திரம்; அது: அண்டப் பவுந்திரம், கொடிப்பவுந்திரம், மூலப் பவுந்திரமெனப் பலவகை.
பவுரணை - } பௌரணை.
பவுர்ணிமி - }
பவுரி - கூத்தின் விகற்பம்.
பவோற்பவன் - பன்னோருருத்திரரி லொருவன்.
பவ்வம் - பௌர்ணிமி, 2. நீர்க்குமிழி, 3. கடல், 4. நுரை, 5. மரக்கணு.
பழக - (வி) பயில, 2. உறவுசெய்ய, 3. பதப்பட, 4. சாதுவாக, 5. இணக்கமாக, 6. ஊடாட.
பழக்க - (வி) பயிற்ற, 2. பதமாக்க, 3. சாதுவாக்க, 4. வழக்கப்படுத்த.
பழக்கம் - வழக்கம், 2. அப்பியாசம், 3. அறிமுகம், 4. ஊடாட்டம், 5. சமர்த்து, 6. சாதுத்துவம்.
பழங்கண் - துன்பம், 2. இளைப்பு, 3. மெலிவு.
பழசு - } நாட்பட்டது, 2. சாரமற்றது.
பழைசு - }
பழமை - பூருவம், 2. வழங்காதொழிந்தது, 3. சாரமின்மை, 4. முதுமொழி, 5. வெகு நாட்பழக்கம், 6. சிதைவு, 7. பழங்கதை, 8. மரபுபற்றி வருகை.
பழம் - கனி, 2. பலன், 3. வயதுசென்றவன், 4. மிகுவெறிகொண்டோன், 5. ஆட்டங் கெலித்தல், 6. அனுகூலம்.
பழம்பாசி - ஒரு பூடு.
பழம்பொருள் - கடவுள், 2. பழைய பொருள்.
பழனம் - மருதநிலம்.
பழனி - திருவாவினன்குடி.

பழி - நிந்தை, 2. குற்றம், 3. குறை, 4. பொய், 5. சலஞ்சாதிப்பு, 6. விரோதம்.

பழிச்ச - (வி) தெய்வம் போற்ற, 2. துதிக்க.

பழு - ஏணிப்பழு, 2. விலா, 3. விலா வெலும்பு.

பழுக்க - (வி) முதிர, 2. பருக்கனிய, 3. நரைக்க, 4. நிறமாற, 5. பக்குவமாக, 6. பொன்பழுக்க, 7. வயிறுபழுக்க, 8. அனுகூலப்பட.

பழுக்கா - பொன்னிறம்.

பழுக்காய் - பாக்கு.

பழுது - ஈனம், 2. பதனழிவு, 3. சேதம், 4. குற்றம், 5. சிதைவு, 6. பொய்.

பழுதை - கயிறு, 2. வைக்கோற்புரி, 3. பாம்பு.

பழுபாகல் - ஒரு பாகற்கொடி.

பழுப்பு - அரிதாரம், 2. முதிர்ந்து மஞ்சணிறப்பட்ட இலை.

பழுமரம் - ஆலமரம்.

பழுவம் - காடு.

பழைது - பழையது.

பழைமை - தொன்மை.

பழையர் - கள்விற்போர், 2. தொல்லோர்.

பளகம் - மலை, 2. பவளம்.

பளகு - குற்றம்.

பளபளத்தல் - (தொ.பெ) ஒளிக் கொள்ளுதல்.

பளாபளா - அதிசயக்குறிப்பு.

பளிங்கு - படிகம், 2. கண்ணாடி, 3. சுக்கிரன், 4. தோணிக்கயிறு.

பளிச்செனல் - ஒளிக்குறிப்பு.

பளிஞ்சி - கப்பலினாஞ்சான் கயிறு.

பளிதம் - கருப்பூரம், 2. பலமென்னுமெண்.

பளீரெனல் - ஒளிக்குறிப்பு.

பளுவு - பாரம்.

பளை - வளை.

பள் - ஒருசாதி.

பள்ளம் - தாழ்ந்தநிலம், 2. குழி.

பள்ளயம் - தேவதைகட்குச் செய்யுங் குளிர்த்தி.

பள்ளாடு - பள்ளையத்தாடு.

பள்ளி - அறை, 2. முனிவர் வாசம், 3. ஆலயம், 4. பள்ளிக்கூடம், 5. மக்கட் படுக்கை, 6. நித்திரை, 7. சாலை, 8. சிற்றூர், 9. மருதநிலத்தூர், 10. ஓர்சாதி.

பள்ளு - உழத்திப்பாட்டாகிய பிரபந்தம்.

பள்ளுவிலி - ஓர்சாதி.

பள்ளை - குள்ளம், 2. ஆடு, 3. வெள்ளாடு.

பள்ளையம் - உண்கலம், 2. ஓர்வகைப் பலி.

பறக்க -(வி) சிறகாற்பறக்க, 2. வேகமாய்ச் செல்ல, 3. சிதற, 4. அவசரப்பட.

பறக்காளி - பறைக்காளி.

பறங்கி - ஒருபாடை, 2. ஒரு மேகவியாதி, 3. பூசனிக்கொடி.

பறங்கிக்காய் - பூசனிக்காய்.

பறங்கிக்கிழங்கு - சீனக்கிழங்கு.

பறங்கிப்பேட்டை - ஓரூர்.

பறட்டை - தழைவற்றது, செழிப்பற்றது.

பறண்டுதல் - (தொ.பெ) சுறண்டுதல்.

பறதி - அவசரம், 2. பறத்தல்.

பறந்தலை - சுடுகாடு, 2. போர்க்களம்.

பறபறெனல் - ஈரடுக்கொலிக்குறிப்பு, 2. விரைவுக்குறிப்பு.

பறப்பன் - தேள், 2. விருச்சிகவிராசி, 3. அவசரக்காரன்.

பறம்பர் - தோல்வினைஞர்.

பறம்பு - குன்று, 2. முலை.

பறவாதி - பேராசைக்காரன், 2. விரைவுடையோன்.

பறவை - புள், 2. சிறகு, 3. சிறகுள்ளன, 4. அவிட்டநாள், 5. ஓர்நோய்.

பறழ் - கோட்டில் வாழ்விலங்கு ஆடு முதலியவற்றின் இளமை.

பறளிகை - } பற்றிரும்பு, 2. குறடு.
பறளை - }

பறாண்டுதல் - (தொ.பெ) பிறாண்டுதல்.

பறி - மீன் படுக்குங்கருவி, (மீன்களை வாரியெடுப்பதாகிய கூடை) 2. மீன் பெய்யுங்கருவி.

பறி - பொன்.

பறிக்க - (வி) கொய்ய, 2. பிடுங்க, 3. திருகிப் பறிக்க, 4. வலிதிற்கவர, 5. தோண்ட, 6. இறக்க.

பறிக்கல்லு - சிட்டக்கல்.

பறிதலையர் - சமணரிலோர் விகற்பிகள்.

பறிய - (வி) கழிய, 2. நிலைபெயர, 3. வெளிப்பட, 4. பிரயோகிக்கப்பட, 5. வெடியெழ, 6. முன்செல்ல, 7. சொரிய, 8. இல்லாமற்போக, 9. தூரப்பட, 10. ஒட்டிப்போக.

பறிவை - சீந்திற்கொடி.

பறை - வாச்சியம், 2. ஓர்சாதி, 3. ஓரளவு கருவி, 4. பறையோசை, 5. சொல், 6. இறகு.

பறைக்காலி -
பறைக்காளி - } ஓர்வித புடவை.

பறைய - (வி) பேச.

பறையர் - ஒரு சாதியார்.

பறையாமை - கரியவாமை.

பற்கன் - சூரியன்.

பற்குனி - பங்குனி, 2. உத்திரநாள்.

பற்சர் - பகைஞர்.

பற்படகம் -
பற்படாகம் -
பற்பாடகம் - } ஓர் மருந்துப்பூடு.

பற்பம் -
பஸ்மம் - } நீறாகியது, 2. தூள், 3. விபூதி, 4. தாமரை, 5. பதுமபுராணம்.

பற்பிக்க -
பஸ்மிக்க - } (வி) பஸ்பமாக்க.

பற்மீகரம் - நீறாகுகை.

பற்ற - (வி) பிடிக்க, 2. வாங்க, 3. அடுக்க, 4. பிடிப்புற, 5. நிறக்க, 6. தீமூள, 7. கிரகிக்க, 8. தொடர, 9. ஒட்ட, 10. பொருந்த, 11. போதுமானதாக, 12. எண்ணமுண்டாக, 13. துருமுதலியபிடிக்க.

பற்றம் - துணையாகப்பிடிக்கை, 2. கனம்.

பற்றலர் - பகைவர்.

பற்றாக்கை - அம்புகட்டுங் கயிறு.

பற்றாசு - உலோகங்களைப் பொருத்த விடையிடுந் துண்டு.

பற்றார் - பகைவர்.

பற்றி - பற்றாசு.

பற்றிலி - துறந்தோன்.

பற்று - பிடிக்கை, 2. ஏற்கை, 3. ஆசை, 4. சம்பந்தம், 5. ஒட்டு, 6. பற்றாசு, 7. சோற்றுப்பற்று முதலியன, 8. கலப்பு, 9. திரளுகை, 10. சேர்வை.

பற்றை - சிறுதூறு, 2. காந்தள்.

பனசம் - பலாமரம்.

பனசை - ஓரூர்.

பனசை - ஓர்விதக் கொப்புளஅம்மை, 2. ஓர் விஷப்பாம்பு.

பனந்தாரான் - சேரன்.

பனம்பாரனார் - அகத்தியர் மாணாக்கர் பன்னிருவரிலொருவர்.

பனவர் - பிராமணர்.

பனாட்டு - காய்ந்த பனங்களி.

பனி - இமம், 2. குளிர், 3. அச்சம், 4. நடுக்கம், 5. துன்பம், 6. குளிர்ச்சி.

பனிக்க -(வி) நடுங்க, 2. சொரிய, 3. விடாமழைபெய்ய, 4. வருந்த.

பனிக்கதிர் - சந்திரன்.

பனிக்குதல் - (தொ.பெ) தெளித்தல்.

பனிச்சை - காட்டத்திமரம், 2. பின்னிமுடிக்கு மயிர்ச்சுருள், அஃது ஐம்பாலினொன்று, 3. ஓர் பிளவை.

பனிப்பகை - சூரியன்.

பனிமலை - இமயமலை.

பனிமொழி - குளிர்ந்தசொல், 2. பெண்.

பனுவல் - பஞ்சினூல், 2. மொழி, 3. ஆகமம், 4. நூல்.

பனை - ஓர்மரம், 2. அனுடநட்சத்திரம்.

பனைக்கொடியோன் - பலபத்திரன், 2. வீடுமன்.

பனைசை - பனையூர்.

பனையன் - ஓர் நோய், 2. ஓர் பாம்பு, 3. ஓர் மீன்.

பன் - ஒரு புல், 2. சொல்லல்.

பன்ஜர் - தரிசுநிலம்.

பன்மை - பலவற்றின் றன்மை, 2. பொதுமை, 3. குறிப்பின்மை, 4. கண்டிப்பின்மை.

பன்றி - ஓர் மிருகம், 2. கொடுந்தமிழ் நாட்டினொன்று.

பன்ன - (வி) சொல்ல, 2. மெல்லப் பேச, 3. நின்று நின்று வாசிக்க, 4. விவரிக்க, 5.பஞ்சு பன்ன, 6. நெருங்க.
பன்னகம் - பாம்பு.
பன்னகாபரணன் - சிவன்.
பன்னத்தண்டு - நெய்வார் கருவியி னொன்று.
பன்னத்தை - பனிநத்தை.
பன்னம் - இலை, 2. ஒலைபின்னுகை.
பன்னல் - பருத்தி, 2. சொல், 3. நெருக்கம்.
பன்னாங்கு - தண்டிகை மேல்விதானம், 2. முடைந்ததென்னோலை.
பன்னாங்குழி - } பதினான்கு குழியுள்ள
பன்னான்குழி - } வோர் விளையாட்டுத் தட்டு.
பன்னாடை - நெய்யரி.
பன்னி - மனைவி, 2. சணற்பயிர்.
பன்னீர் - ஓர் வாசனை நீர், 2. கருப்பைநீர்.
பன்னு - வரி.
பன்னொன்று - பதினொன்று.

பா

பா - நெசவுபா, 2. பஞ்சிநூல், 3. பரப்பு, 4. பாட்டு; அது: வெண்பாமுதலியனவாம்.
பாகசன் - ஓரரக்கன்.
பாகசாசனி - }
பாகசாதனி - } அருச்சுனன்.
பாகசாதனன் - இந்திரன்.
பாகசாலை - மடைப்பள்ளி.
பாகண்டன் - வெளிவேஷக்காரன்.
பாகதம் - அந்தந்தப் பாடையின்மூலம்.
பாகபடி - குயவன் சூளை.
பாகம் - பங்கு, 2. பாதி, 3. பிச்சை, 4. சமையல், 5. பக்குவம், 6. செய்யுள்நடை, 7. புயம், 8. நாலுமுழம்கொண்ட அளவு.
பாகர் - யானை, குதிரை முதலியவற்றை நடத்துவோர்.
பாகலம் - யானைநோய்.
பாகல் - பலாமரம், 2. பாகற்கொடி.
பாகவதம் - பதினெண்புராணத்தொன்று.
பாகவதர் - விட்டுணுசமயத்தவர்.
பாகன் - குதிரை முதலிய நடத்துவோன், 2. புதன், 3. உதவியாய்க் கருமம் நடத்து வோன், 4. சங்கம்வாங்கி.
பாகாயத் - தோட்டம்.
பாகாரம் - பிரிவுக்கணக்கு.
பாகி - பக்குவன், 2. நாய்.
பாகிநேயன் - மருமகன்.
பாகியம் - புறம்பானது.
பாகீரதி - கங்கை.
பாகு - குழம்பு, 2. சருக்கரை, 3. பங்கு, 4. பரணிநாள், 5. பாகன், 6. புயம், 7. பிச்சை, 8. தலைப்பாகு.
பாகுடம் - அரசிறை.
பாகுலம் - கார்த்திகைமாதம்.
பாகை - வட்டத்தில் முந்நூற்றறுபதி லொருபங்கு, 2. ஓர்கால அளவு, 3. இராசி யளவு, 4. தலைப்பா.
பாக்கம் - நெய்தனிலத்தூர், 2. மருத நிலத்தூர், 3. ஊர்ப்பொது.
பாக்கல் - }
பாக்கல்லு - } பாவுகல்.
பாக்கன் - பூனை.
பாக்கி - நிலுவை.
பாக்கியம் - அதிஷ்டம், 2. செல்வம், 3. தனம், 4. பேறு, 5. சித்தி.
பாக்கு - துவர்க்காய்.
பாங்கர் - இடம், 2. பக்கம், 3. தோழர்.
பாங்கன் - கூட்டாளி, 2. தோழன்.
பாங்கு - பக்கம், 2. பட்சம், 3. அழகு, 4. யோக்கியம், 5. தகைமை, 6. உரிமை, 7. இணக்கம்.
பாசகம் - பிரிக்குமெண்.
பாசகர் - சுயம்பாகிகள்.
பாசடம் - வெற்றிலை.
பாசடை - பச்சிலை.
பாசண்டம் - வேதத்தைப் பிரமாணமா கக் கொள்ளாத புறச் சமயிகள்.
பாசண்டர் - பாசண்ட மதத்தினர்.
பாசதரன் - நமன், 2. வருணன், 3. விநாயகன்.
பாசநாசம் - பந்தநாசம்.
பாசபாணி - வருணன், 2. சிவன், 3. நமன், 4. விநாயகன்.

பாசம் - கட்டு, 2. கயிறு, 3. ஓராயுதம், 4. அன்பு, 5. கவசம், 6. ஊசித்தொளை, 7.பேய், 8. ஆணவமலம்.
பாசவிமோசனம் - மலநீங்கல்.
பாசறை - பகைமேற் சென்றோருறைவிடம், 2. துன்பம், 3. மணியாசிப்பலகை.
பாசறைமுல்லை - ஓர் நூல் அஃது பாசறைத் தலைமகன் றலைவியை நினைத்தல்.
பாசனம் - பாண்டம், 2. உண்கலம், 3. சுற்றத்தோர்.
பாசன் - சிவன், 2. நமன்.
பாசாங்கு - மாரீசம்.
பாசாங்குசன் - விநாயகன்.
பாசி - புல்லுருவிப்பூடு, 2. கடற்பாசி, 3. நமன், 4. நீர்ப்பாசி, 5. பூஞ்சு, 6. கரியமணி முதலியன.
பாசி - வருணன், 2. நாய்.
பாசிதம் - பிரித்தானது, 2. ஈவு.
பாசிபந்து - ஓர் கைஅணி.
பாசிப்பயறு - ஒருவகைப் பயறு.
பாசிலை - பச்சிலை.
பாசு - பசுமை, 2. மூங்கில், 3. பச்சை.
பாசுபதம் - சைவசமயத்தொன்று.
பாசுபதன் - பாசுபதசமயி.
பாசுரம் - பாட்டு, 2. வேய்ங்குழலோசை, 3. வசனம், 4. வாசகநடை.
பாச்சல் - எழுச்சி, 2. பாய்தல்.
பாச்சி - பால்.
பாச்சிகை - சூதாடு கருவி.
பாச்சியம் - பகுதி, 2. பிரிக்கப்படுந்தொகை.
பாச்சுற்றி - தறிமரம்.
பாச்சை - ஓர் வண்டு.
பாஷண்டம் - பாகியம்.
பாஷாந்தரம் - மறுபாஷை, 2. பலபாஷை.
பாஷிதம் - பேச்சு.
பாஷை - பேச்சு, 2. குழூஉக்குறி, 3. மிருக முதலியவற்றின் ஒலிக்குறி, 4. சபதம்.
பாஞ்சசத்திகம் - வாத்தியப்பொது.
பாஞ்சசன்னியம் - விஷ்ணு கையிற்சங்கு.
பாஞ்சராத்திரம் - வைஷ்ணவாகமத்திலொன்று, 2. விட்டுணுசமயத்திலோர் பகுதி, 3. சைவத்திற்குப் புறச்சமயத்தொன்று.
பாஞ்சாலபுருஷன் - இலக்ஷணமுடையோன்.
பாஞ்சாலம் - ஓர் நாடு.
பாஞ்சாலி - திரௌபதி.
பாடகம் - காலணியினொன்று.
பாடகன் - புகழ்வோன், 2. பாடுவோன்.
பாடணம் - } சம்பாஷணை,
பாஷணம் - } 2. போதனை.
பாடபம் - } வடவாமுகம்,
பாடவம் - } 2. சந்தோஷம்.
பாடம் - அழுத்தம், 2. இரத்தினமுதலியவற்றினொளி.
பாடம் - வேதபாடம், 2. படிப்பு, 3. நியமித்த பாடம், 4. படித்தபாடம், 5. விரிவு, 6. இடையர்வீதி.
பாடலம் - இளஞ்சிவப்பு, 2. பாதிரிமரம், 3. குதிரை, 4. சேரன்குதிரை.
பாடலி - கள், 2. பாதிரிமரம்.
பாடல் - பாட்டு, 2. சங்கீதம்.
பாடவம் - களிப்பு, 2. சுகம், 3. வடவாமுகாக்கினி, 4. சமர்த்து.
பாடவன் - } மிதுனவிராசி.
பாடவை - }
பாடனம் - போதித்தல், 2. பாடுதல்.
பாடன்மகடூஉ - } பாடுவாள்,
பாடன்மகள் - } (பாணர்பெண்.)
பாடாணம் - } கல், 2. நச்சுச்சரக்கு.
பாஷாணம் - }
பாடாண்டிணை - புறப்பொருட்டிணையிலொன்று.
பாடாவறுதி - மிகுபாடு.
பாடி - ஊர், 2. சேரி, 3. நகரம், 4. முல்லைநிலத்தூர், 5. நாடு, 6. ஓரிராகம், 7. சேனை, 8. கவசம், 9. பாசறை, 10. உளவாளி, 11. பாடுபவள்.
பாடிதம் - } பேச்சு.
பாஷிதம் - }
பாடியம் - } உரை.
பாஷியம் - }
பாஷ்யம் - }

பாடிரம் - } ஓர் கிழங்கு, 2. சந்தனம்,
பாடீரம் - } 3. துத்தநாகம், 4. முகில்,
5. மூங்கிலரிசி, 6. வாதம்.

பாடிலம் - நாடு.

பாடிவீடு - பகைமேற் சென்றோரு றைவிடம்.

பாடினி - பாடுவாள்.

பாடு - உண்டாகுகை, 2. வருத்தம், 3. அனுபவிக்கை, 4. அழிவு, 5. வேலை, 6. கடமை, 7. மீன்பிடிக்கை, 8. குணம், 9. பெருமை, 10. இடம், 11. ஏழாம் வேற்றுமையுருபு, 12. பக்கம், 13. ஓசை, 14. உதயத்திற் கேழாமிடம்.

பாடை - ஆசந்தி, 2. சொல்லு.

பாட்டம் - அச்சல்மழை, 2. பலகாரம்.

பாட்டம் - பாட்டாசாரியமதம்.

பாட்டன் - மூதாதை, 2. பாட்டமதத்தான்.

பாட்டாசாரியம் - பாட்டாச்சாரியர் வேதமே தெய்வமென்று ஏற்படுத்திய கொள்கை.

பாட்டி - மூதாய், 2. ஒரு சார்விலங்கின் பெண்பொது, 3. பாடுவாள்.

பாட்டியமி - } பிரதமை.
பாட்டியம் - }

பாட்டியல் - ஓர் நூல், 2. செய்யுளிலக்கணம்.

பாட்டில் - } தட்டைக்காப்பு.
பாட்டீல் - }

பாட்டு - பாடுதல், 2. இசைப்பா, 3. செய்யுள், 4. வசைமொழி, 5. சொல்.

பாட்டை - வழி.

பாட்டைசாரி - வழிப்போக்கன்.

பாட்பம் - } கண்ணீர்.
பாஷ்பம் - }

பாணபத்திரன் - மதுரை வரகுணபாண்டியனின் மந்திரி.

பாணம் - அம்பு, 2. மழைவண்ணக்குறிஞ்சி, 3. பட்டு.

பாணர் - பாடுவோர், 2. தையற்காரரர்.

பாணன் - தையற்காரன்.

பாணா - வயிறுபருத்த பானை, 2. பருத்த சட்டி, 3. பருத்த பீசம்.

பாணாலு - சூதிலோர்தாயம்.

பாணி - கள், 2. பழரசம், 3. இலைச்சாறு, 4. சங்கீதம், 5. இசைப்பாட்டு, 6. காலம், 7. தாமதம், 8. நாடு.

பாணி - கை, 2. ஊர்சூழ்சோலை, 3. பலபண்டம், 4. சருக்கரைக்குழம்பு, 5. பேச்சு, 6. நீர், 7. கூத்து.

பாணிக்க (வி) தாமதிக்க.

பாணிக்கிரகணம் - கைப்பற்றல், (மணச்சடங்கு.)

பாணினி - சமஸ்கிருத இலக்கண ஓர் ஆசிரியன்.

பாண் - இசைப்பாட்டு, 2. கள்.

பாண்டம் - மட்கலம், 2. பாத்திரப்பொது, 3. உடம்பு.

பாண்டரங்கம் - சிவன்கூத்து.

பாண்டரங்கன் - சிவன்.

பாண்டரம் - வெண்மை.

பாண்டல் - பாழ்த்துப் போனது.

பாண்டவர் - பாண்டு புத்திரர்.

பாண்டவேயன் - பாண்டுவமிசத்தான்.

பாண்டி - ஓர்தேயம், 2. ஓர்பண், 3. பன்னாங்குழிப்பலகை.

பாண்டிகன் - பள்ளியெழுச்சி பாடுவோன்.

பாண்டித்தியம் - கல்வித்திறம்.

பாண்டியம் - பாண்டியன்றேயம்.

பாண்டில் - வட்டம், 2. அகல், 3. கைத்தாளம், 4. பண்டி, 5. கட்டில், 6. மூங்கில், 7. நாடு, 8. எருது, 9. இடபவிராசி.

பாண்டில் - வாகைமரம்.

பாண்டு - வெண்மை, 2. ஓர்நோய், 3. பாண்டவர் தந்தை.

பாண்டுரம் - வெண்மை, 2. ஓர்நோய்.

பாண்டுருவன் - பெரிய வுருவுள்ளது.

பாண்டை - } ஊழ்த்த நாற்றம்.
பாண்டை நாற்றம் - }

பாதகம் - துரோகம்.

பாதகுறடு - மிதியடி.

பாதஞ்சலம் - } பதஞ்சலி
பாதஞ்சலியம் - } செய்த நூல்.

பாததாடனம் - உதை.

பாதபம் - மரம்.

பாதம் - கால்; இது: கருமேந்திரிய மைந்தி னொன்றுமாம், 2. பாட்டினடி, 3. காற் பங்கு, 4. வட்டத்தின் காற்பங்கு, 5. மரத்தடி 6. அடிவாரம், 7. விழுதல், 8. சரியை முதலிய நாலு நிலைக்கும் பொதுப்பெயர்.

பாதரசம் -
பாதரதம் - } சூதம்.

பாதரட்சை - மிதியடி.

பாதராயணன் - வியாசன்.

பாதரோகணம் - அரசமரம்.

பாதலம் - பாதாளம்.

பாதவம் - மரப்பொது, 2. கொல்லை, 3. மலை.

பாதாக்கிரம் - கானுதி.

பாதாங்குட்டம் - காற்பெருவிரல்.

பாதாளம் - கீழுலகம், 2. பிலம், 3. கீழே மூலகத்தொன்று, 4. நரகம்.

பாதி - அரை, 2. பங்கு.

பாதிக்க - (வி) சரிபாதிசெய்ய.

பாதிட - (வி) நெருக்க, 2. பாதுகாக்க, 3. பங்கிட.

பாதிரி - பாதிரிமரம், 2. மூங்கில்.

பாதிவிர்த்தியம் - பதிவிரதைத்தனம்.

பாதீடு - பாதுகாக்கை, 2. பங்கிடுகை, 3. நெருக்குகை.

பாது - காவல், 2. பங்கிடுகை, 3. நெருக்குகை.

பாதுகம் -
பாதுகை - } பாதகுறடு.

பாதேயம் - கட்டுச்சோறு.

பாதை - அடிப்பாடு, 2. வழி, 3. முறை, 4. மிதவை, 5. மரக்கலம்.

பாதோதகம் - கால்கழுவுநீர்.

பாத்தம் - மருதமரம்.

பாத்தல் -
பாப்பு - } பங்கிடல், 2. கொடுத்தல்.

பாத்தி - பங்கு, 2. சிறுபுலம், 3. சிறுசெய், 4. வீடு.

பாத்தியஸ்தன் -
பாத்தியன் - } சுதந்தரமுடையான், 2. பிணையாளி.

பாத்தியம் - கால்கழுவக் கொடுக்குநீர், 2. சம்பந்தம், 3. பிணை, 4. பங்கு.

பாத்தியா - துலுக்கர் உத்தரகிரியை.

பாத்திரபதம் -
பாத்திரம் - } புரட்டாசி மாதம்.

பாத்திரம் - கொள்கலம், 2. இரப்போர் கலம், 3. உண்கலம், 4. தகுதி, 5. தகுதி யுள்ளவன்.

பாத்திரீரம் - காணிக்கை.

பாத்திரை - இரப்போர்கலம்.

பாத்தில் - வீடு.

பாத்து - சோறு, 2. கஞ்சி, 3. பகுத்திடல், 4. பாதி, 5. நான்கு.

பாந்தம் - ஒழுங்கு, 2. பகரவீறு.

பாந்தல் - பதுங்கல்.

பாந்தவம் -
பாந்தவியம் - } பந்துத்துவம்.

பாந்தள் - பாம்பு, 2. பெரும்பாம்பு.

பாந்தன் - வழிச்செல்வோன்.

பாந்து - வளை.

பாபத்தி -
பாபர்த்தி - } வேட்டை.

பாபம் - தீமை, 2. தீவினை.

பாபிஷ்டன் - துரோகி.

பாபு - மேன்மைப்பொருளில் வருமோர் பட்டப்பெயர்.

பாப்பாச்சி - ஓர் தொடுதோல்.

பாப்பான் - பார்ப்பான்.

பாப்பு - பிராமணசாதி.

பாப்புரி - அகழி, 2. பாம்புச்சட்டை.

பாப்பூசு - ஓர்வகைத் தொடுதோல்.

பாமம் - கோபம், 2. ஒளி, 3. தினவு, 4. பரப்பு.

பாமரம் - அறிவின்மை, 2. இழிமை.

பாமன் - சூரியன், 2. மைத்துனன்.

பாமிநி - பெண்.

பாம்பு - நாகம், 2. நாகப்பூச்சி, 3. ஆயிலிய நாள், 4. கரை.

பாம்புரி - அகழி, 2. பாம்புச்சட்டை.

பாய - (வி) குதிக்க, 2. தாவ, 3. நீர்முதலிய பாய, 4. புறப்பட, 5. உருவ, 6. பரவ, 7. ஓட, 8. முட்ட.

பாயசம் - பாற்சோறு, 2. பாற்சோற்றிச் செடி.

பாயல் - மக்கட்படுக்கை.

பாயிரம் - முகவுரை, 2. பொழிப்புரை, 3. வரலாறு.

பாயு - } குதம்.
பாயுரு -

பாய் - படுக்கும்பாய், 2. கப்பற்பாய், 3. விரிகை.

பாய்க்காரி - வந்தேறுங்குடி.

பாய்ச்ச - (வி) குத்த, 2. புகுத்த, 3. நீர்பாய்ச்ச.

பாய்ச்சல் - பாய்தல், 2. குதிப்பு, 3. நீரோட்டம், 4. சொரிகை, 5. பெருகுகை, 6. முட்டுகை, 7. துள்ளுகை, 8. உருவுகை, 9. வெடுவெடுப்பு.

பாய்ச்சி -
பாய்ச்சிகை - } சூதாடுகருவி.
பாய்ச்சிக்கை -

பாய்ச்சு - வரிச்சல்.

பாய்ச்சை - தத்துப்பூச்சி.

பாய்த்துதல் - (தொ.பெ) பாய்ச்சுதல்.

பாய்மா - குதிரை, 2. புலி.

பாய்மாலி - வெள்ளச்சேதம்.

பாய்விரி - பசிரிப்பூடு.

பாரகஸ்பத்தியம் - தருமநூல் பதினெட்டினொன்று.

பாரகம் - திரைச்சீலை, 2. பூமி.

பாரகம் - கடக்கை.

பாரங்கதன் - கல்விகரை கண்டவன்.

பாரசவன் - பிராமணனுக்குச் சூத்திரப்பெண் பெற்றபிள்ளை.

பாரசிகை - பருந்து.

பாரசீகம் - பாரிஷ்தேசம்.

பாரணம் - } உண்கை, 2. உபவாச
பாரணை - மிருந்துண்கை.

பாரதம் - ஐந்தாம் வேதம், 2. பாரதவருடம், 3. பாதரசம்.

பாரதர் - குருகுலவேந்தர்.

பாரதாரிகன் - விபசாரன்.

பாரதி - சரஸ்வதி, 2. தோணி.

பாரதிதீபம் - ஓர் நிகண்டு.

பாரத்துவாசம் - கரிக்குருவி, 2. காடை.

பாரத்துவாசன் - துரோணாசாரியன்.

பாரபட்சம் - ஓரவாரம்.

பாரபத்தியம் - மேல்விசாரணை, 2. அதிகாரம்.

பாரமுகார்க்கியம் - சிவனைம்முகப் பூசை.

பாரமேச்சுரம் - சிவாகம மிருபத்தெட்டினொன்று.

பாரம் - துலா மிருபத்தெட்டுக் கொண்டது, (ஒரு வகை நிறை,) 2. கனம், 3. சுமை, 4. உத்தரவாதம், 5. வருத்தம், 6. கொடுமை, 7. தலைப்பாரம், 8. பொறுப்பு, 9. ஒப்புவிக்கை, 10. பூமி, 11. சேணம், 12. கவசம், 13. கரை, 14. முடிவு.

பாரம்பரியம் - } ஐதீகம், 2. கிரமங்
பாரம்பரை - கிரமமாய் வருவது.

பாராகம் - உபநிடத முப்பத்திரண்டினொன்று.

பாராசரி - சுக்கிரன்.

பாராசாரி - பெருங்குதிரை.

பாராட்ட - (வி) விசேஷிக்க, 2. புகழ, 3. விரித்துரைக்க, 4. உபசரிக்க, 5. சிறப்பிக்க, 6.சாவதானமாய்ச்செய்ய, 7. இனிமையாய்ப்பேச, 8. உரிமைபாவிக்க.

பாராயணம் - நியமமாக ஓதுகை.

பாராயணர் - பார்ப்பார், 2. நியமமாய்க் கற்போர்.

பாராவதம் - புறாப்பொது, 2. கரும்புறா.

பாராவலையம் - } வளைதடி.
பாராவளையம் -

பாராவாரம் - கடல், 2. கடற்கரை.

பாரி - மனைவி, 2. பூமி, 3. கட்டில், 4. நல்லாடை, 5. கடையேழு வள்ளலிலொருவன், 6. பருத்தது, 7. பெரியோன், 8. இராக்காவல், 9. ஓர் மிருகம்.

பாரிகத்து - } விடுதலைப்பத்திரம்.
பாரீகத்து -

பாரிசம் - பக்கம், 2. உடற்பக்கம், 3. திசை, 4. பட்சம்.

பாரிசாதம் - ஐந்தருவினொன்று, 2. பவளமல்லிகை.

பாரிசேடம் - ஒழிபென்னுமளவை; அது:சகத்துக்குக் கர்த்தா மாயையும் கன்மமும் ஆன்மாவுமல்லவெனவே சிவனே கர்த்தாவென்றனுமித்தறிதல்.

பாரிஷதன் - பார்க்கிறவன், 2. காவற்காரன்.

பாரிடம் - பூதம், 2. பூமி.

பாரித்தல் - (தொ.பெ) உண்டாக்கல், 2. பரப்பல், 3. பருத்தல், 4. காத்தல், 5. வளர்த்தல்.

பாரியாள் - பருத்தவன், 2. மனையாள்.

பாரை - கடப்பாரை, 2. இருப்புலக்கை, 3. ஓர்மீன்.

பார் - பூமி, 2. நிலம், 3. தேசம், 4. அடுக்கு, 5. பாறை, 6. வண்டிப்பார், 7. கரை, 8. உரோகிணிநாள், 9. முறை.

பார்க்க - (வி) காண, 2. தேட, 3. மதிக்க, 4. ஆராய, 5. கவனிக்க, 6. விசாரிக்க, 7. பார்வையிட, 8. பராமரிக்க, 9. வணங்க.

பார்க்கவன் - சுக்கிரன், 2. பரசுராமன்.

பார்க்கவி - இலக்குமி, 2. பார்வதி.

பார்சி - பாரசீகம். (பாரிசதேசமென்பர்.)

பார்த்தன் - அருச்சுனன்.

பார்த்திவ - பத்தொன்பதாவதாண்டு.

பார்த்திவம் - பூமி.

பார்த்திவன் - அரசன்.

பார்ப்பதி - பார்வதி.

பார்ப்பனத்தி - } பிராமணத்தி.
பார்ப்பனி - }

பார்ப்பான் - பிராமணன்.

பார்ப்பு - கோட்டில்வாழ்விலங்கின் பிள்ளை, 2. தவழ்சாதிப்பிள்ளை, 3. பறவைக் குஞ்சு, 4. மான்கன்று.

பார்வணம் - யாகமிருபத்தொன்றிலொன்று.

பார்வதி - உமை.

பார்வல் - குஞ்சு.

பார்வை - காட்சி, 2. கண், 3. தோற்றம், 4. நேர்த்தி, 5. மதிப்பு, 6. சூனியமயக்கு, 7. சோதனை, 8. மேல்விசாரிப்பு, 9. ஆராய்வு, 10. பார்வைவிலங்கு.

பார்வைத்தாழ்ச்சி - அசட்டை, 2. குருடு.

பாலகன் - } குழந்தை, 2. பையல்,
பாலன் - } 3. காப்போன்.

பாலாடை - ஒரு பூடு, அது சித்திரப் பாலடை என்றும், பாலடைச்செடி என்றும் வைத்தியபரிபாடையிற் கூறினர். குழந்தைகளுக்குப் பாலூட்டுகிறசங்கு, 2. பாலகப்பை.

பாலம் - ஆற்றுப்பாலம், 2. பூமி, 3. மரக் கொம்பு, 4. நெற்றி.

பாலரசம் - பொன்னிறம்.

பாலர் - இடையர், 2. பிள்ளைகள்.

பாலவம் - பஞ்சாங்கத்தி னொன்றாகிய ஒரு கரணம்.

பாலனம் - பாதுகாப்பு.

பாலன் - இடையன், 2. ஏழுவயசுக்குட் பட்டவன்.

பாலி - ஓர் பாஷை, 2. ஆலமரம், 3. கள்.

பாலிகை - ஆயுதத்தினுனி, 2. படை வாளின் முட்டி, 3. வட்டம், 4. முளைப் பாலிகை, 5. உதடு, 6. பெண்.

பாலிக்க - (வி) பரிபாலிக்க, 2. ஈய.

பாலியம் - இளமை, 2. இளம்பருவம்.

பாலுகம் - கருப்பூரம்.

பாலை - ஓர் மரம், 2. பாலைநிலம், 3. கடல், 4. மிருகசீரிடநாள், 5. புனர் பூசநாள், 6. பாலைப்பண், 7. பதினாறு வயசிற்கு மேற்படாதவளாகிய பெண்.

பாலைக்கிழத்தி - துர்க்கை.

பால் - பசுவின்பால் முதலியன, 2. மர முதலியவற்றின்பால், 3. அம்மைப்பால், 4. வெண்மை, 5. பக்கம், 6. பங்கு, 7. பாதி, 8. இடம், 9. ஏழனுருபு, 10. குணம், 11. உரிமை, 12. விதி.

பால்மாற - (வி) சோம்பற்பட.

பாவ - (வி) விசாலமாக, 2. வியாபிக்க, 3. பரம்ப, 4. ஊன்றிநிற்க, 5. தளவரிசை செய்ய, 6. நாற்றுவிட, 7. நாற்றுநட, 8. தாண்ட.

பாவகம் - இயல்பு, 2. கருத்து, 3. உருவு, 4. மனத்தோற்றம், 5. அன்புவெளிப்படுத் துகை, 6. கொலை.

பாவகன் - நெருப்பு, 2. அக்கினி தேவன், 3. சுத்தஞ்செய்வோன்.

பாவகாரி - பாவஞ்செய்வோன்.

பாவகி - முருகன்.

பாவட்டா -
பாவ்ட்டா - } கொடி.

பாவட்டை - திரணைச்செடி.

பாவம் - தீமை, 2. தீவினை, 3. அதிஷ்ட வீனம்.

பாவலர் - புலவர்.

பாவல் - மரக்கலத்தோருறுப்பு, 2. பாத குறடு, 3. பரவுதல்.

பாவனம் - தூய்மை, 2. சுத்தஞ்செய்கை.

பாவனன் - வீமன், 2. அனுமன்.

பாவனை - சமஸ்காரத்திலொன்று, 2. தியானம், 3. பாவனாரூபம், 4. ஒப்பு, 5. அடையாளம், 6. வேஷம், 7. நடத்தை.

பாவாடம் - நாவறுத்தல்.

பாவாடை - நடைசீலை, 2. பெண்களாடை, 3. போசனபீடத்தின் மேலாடை.

பாவாடைப்பூ - இலுப்பைப்பூ.

பாவாணர் - புலவர்.

பாவார்த்தம் - கருத்துரை.

பாவி - தீயோன்.

பாவிகம் - ஓரலங்காரம்; அது: சென்றதையும், வருவதையும் நிகழ்வதாகச் சொல்லுகை.

பாவிக்க -(வி) பாவனைசெய்ய, 2. சாயல் காட்ட, 3. பொய்யாய் நடிக்க, 4. எண்ண, 5. கடவுளுருவைத் தியானிக்க.

பாவை - சித்திரப்பாவை, 2. மதில், 3. பெண், 4. கட்பாவை, 6. பதிமை.

பாழி - குகை, 2. முனிவர் வாசம், 3. தேவர் கோயில், 4. சயனம், 5. விலங்கின்படுக்கை, 6. அகலம், 7. பெருமை, 8. ஊர், 9. மருத நிலத்தூர், 10. பகைவரூர், 11. உரை, 12. வலி.

பாழ் - சேதம், 2. நஷ்டம், 3. கெடுதி, 4. கருவழிவு, 5. அப்பிரயோசனம், 6. அந்தக் கேடு, 7. வீண், 8. வெறுமை, 9. இன்மை, 10. ஆகாயம், 11. சூனியம்.

பாழ்க்க - (வி) நிருமூலமாக, 2. கெட, 3. சீர்குன்ற.

பாளபந்து - தேவநாகர எழுத்து.

பாளம் - உலோகக்கட்டி, 2. சிலையின் கிழிவு, 3. வெடிப்பு.

பாளயம் - பாளையம்.

பாளாசக்கயிறு - குதிரையின் சுாற்கயிறு.

பாளி - அடையாளம், 2. பாசறை.

பாளிதம் - கண்டசருக்கரை, 2. பாற்சோறு, 3. சோறு, 4. சுருப்பூரம், 5. பட்டுப் புடவை.

பாளை - பனைமுதலியவற்றின்பாளை, 2. பதர்.

பாளையம் - குறுநிலமன்னரூர், 2. பாசறை, 3. சேனை, 4. சுற்றூர்.

பாற - (வி) ஓட, 2. போரிட, 3. அடிப்பறிய, 4. வேரற.

பாறல் - இடபம், 2. இடபவிராசி, 3. பொதியெருது.

பாறு - பருந்து, 2. மரக்கலம்.

பாறை - திட்டை, 2. கற்பாறை.

பாற்கரம் - உபநிடத முப்பத்திரண்டி னொன்று.

பாற்கரன் - சூரியன்.

பாற்குனம் -
பாற்குனி - } உத்திரநாள்.

பாற்சொற்றி -
பாற்சோற்றி - } ஓர் பூடு.

பானசியர் - மடையர்.

பானம் - குடிக்கை, 2. கள், 3. நீர்த்தவுணவு.

பானாள் - பாதிநாள்.

பானி - பருகுவோன், 2. படை.

பானிக்க - (வி) குடிக்க.

பானீயம் - நீர்.

பானு - சூரியன், 2. சிற்பநூல் முப்பத்திரண்டினொன்று.

பானுமைந்தன் - இயமன், 2. சனி, 3. கன்னன், 4. சுக்கிரீவன்.

பானை - மிடா.

பான்மயக்கம் - ஓர் பாற்குரிய சொல் வேறோர்பாற்குரிய சொல்லுடன் வழங்கல்.

பான்மை - குணம், 2. பங்கு, 3. தகுதி.

பி

பிகம் - குயில்.

பிகிய - (வி) இறுக்க.

பிகு - } பெலன், 2. கர்வம், 3. சத்தத்
பிகுவு - } தினூன்றுகை, 4. இறுக்கம்.

பிக்கு - சிக்கு, 2. பிசகு, 3. குழப்பம்.

பிங்கம் - பொன்மை கலந்த சிவப்பு.

பிங்கலந்தை - பிங்கலன் செய்தநிகண்டு.

பிங்கலம் - அரிதாரநிறம், 2. பொன்மை நிறம், 3. பொன், 4. பிங்கலமென்னு நிகண்டு, 5. வடக்கு.

பிங்கலன் - ஓர் நிகண்டாசிரியன், 2. குபேரன்.

பிங்கலை - தசநாடியினொன்று, (அஃது வல மூக்கில் நிற்பது), 2. ஆந்தை, 3. பார்வதி.

பிங்கள - ஓராண்டு.

பிங்களம் - வஞ்சகம்.

பிங்களை - தென்றிசை யானைக்குப் பெண்யானை, 2. ஆயுட்காலத்தின் மூன்றினோர் பகுதி.

பிசக - (வி) தவற, 2. தப்பிப்போக, 3. தடைபட, 4. வழிதப்ப, 5. சறுக்கி விழ.

பிசகடி - தடை.

பிசகு - தவறு, 2. ஒவ்வாமை, 3. விக்கினம், 4. ஆட்சேபம்.

பிசக்கு - பிசகு.

பிசங்க - (வி) அழுக்காக.

பிசங்கம் - பொன்மை கலந்த சிவப்பு.

பிசண்டம் - } வயிறு, 2. மிருகத்தின்
பிசிண்டம் - } முதுகு.

பிசம் - இறகு.

பிசல் - எருத்துத்திமில்.

பிசற - (வி) கலக்க.

பிசனம் - செஞ்சந்தனம்.

பிசாசம் - } பேய்.
பிசாசு - }

பிசானம் - ஓர் நெல்.

பிசான் - பிசுபிசுப்பானது.

பிசி - அரும்பொருள், 2. சோறு, 3. பொய், 4. நுண்பொருள்.

பிசிதம் - ஊன், 2. வேம்பு, 3. நீர்.

பிசிதாசனர் - இராக்ஷதர்.

பிசிர் - துளிமழை.

பிசினம் - கோட்சொல்லுகை.

பிசினாறி - உலோபி.

பிசினி - பசை.

பிசின் - மரப்பிசின், 2. ஒட்டுகை, 3. நீர்வஞ்சி, 4. பஞ்சிநூல், 5. வெட்டுக் குருத்து.

பிசு - இரண்டு துலாங் கொண்டது.

பிசுக - (வி) கொசற.

பிசுக்கு - விலைக்குரிய பொருளைப் பெற்றபின், சிறிது வாங்குதல்.

பிசுமந்தம் - வேப்பமரம்.

பிசுனம் - உலோபம்.

பிசுனன் - } உலோபன், 2. கோளன்,
பிசுனி - } 3. பொய்யன்.

பிசைய - (வி) மாமுதலியபிசைய, 2. கசக்க.

பிச்சம் - இறகு, 2. ஆண்மயிர், 3. பீலிக் குஞ்சம், 4. வெண்குடை.

பிச்சர் - பித்தர், 2. மருள்கொண்டவர்.

பிச்சாடி - } பளாசக்கயிறு.
பிச்சாடிக்கயிறு - }

பிச்சாணா - படுக்கை.

பிச்சி - ஓர் மல்லிகைச்செடி, 2. சிறு சண்பகம், 3. ஓர் பெண்பேய்.

பிச்சு - பித்து.

பிச்சை - } இரப்புணவு, 2. தருமம்.
பிட்சை - }
பிக்ஷை - }

பிஞ்சகம் - } கொலை, 2. இறகு.
பிஞ்சம் - }

பிஞ்சகன் - கொலைகாரன், 2. சிவன்.

பிஞ்சு - இளங்காய், 2. முற்றாமை.

பிஞ்ஞகம் - தலைக்கோலம்.

பிஞ்ஞகன் - சிவன்.

பிடகம் - கல்விநூல், 2. புத்தநூல், 3. பிச்சை.

பிடகன் - வைத்தியன், 2. புத்தன்.

பிடகாரி - விஷவைத்தியன்.

பிடங்கு - கைப்பிடி, 2. கத்தியின் முதுகுப் புறம், 3. ஆயுதங்களின் பிற்பக்கம்.

பிடரி - } புறங்கழுத்து.
பிடர் - }

பிடவம் - முதுகு, 2. ஒரு செடி, (குட்டிப் பிடவம்.)

பிடவு - பிடவம்.

பிடாரம் - ஓர் வைத்திய அகராதி.

பிடாரன் - பாம்பு பிடிப்போன்.

பிடாரி - கிராமதேவதை, 2. காளி.

பிடி - ஆயுதப்பிடி, 2. பெண்யானை, 3. பெண்ணொட்டகம், 4. பெண்கவரி, 5. பற்று, 6. கிரகிப்பு, 7. நம்பிக்கை, 8. உதவி, 9. மதக்கொள்கை, 10. கைமுஷ்டி, 11. பிடியளவு.

பிடிகம் - பிள்ளைக்கைவளை.

பிடிக்க - (வி) பற்ற, 2. அகப்படுத்த, 3. வவ்வ,4. கட்ட, 5. புகலடைய, 6. உட்கொள்ள, 7.தாங்க, 8. நிறுத்திக்கொள்ள, 9. சம்மதிப்பட, 10. தெளிந்துகொள்ள, 11. செலவுசெல்ல, 12. தொடுக்க, 13. தன்வசமாக்கிக் கொள்ள, 14. விதைவாங்க, 15. ஒட்டிக்கொள்ள, 16. பிரியமாக.

பிடிதம் - பிச்சை.

பிடித்தம் - அபராதம்.

பிடிபட - (வி) பிடிக்கப்பட, 2. தெரிய, 3. இணங்க.

பிடிப்பு - சேர்மானம்.

பிடிமானம் - கையிருப்பு, 2. அன்பான பற்று, 3. உலோபம்.

பிடிவாதம் - கொண்டது விடாமை.

பிடுக்கு - பீசம், 2. பனம்பூ.

பிடுங்க - (வி) களைய, 2. பறிக்க, 3. இழுக்க, 4. அகற்ற.

பிட்டம் - } சகனம்.
பிஷ்டம் - }

பிட்டம் - ஓர் சிற்றுண்டி.

பிட்டி - சிறுகூடை.

பிட்டு - ஓர் சிற்றுண்டி, 2. தினைமா.

பிட்டை - அண்டவாதம், 2. இலத்தி.

பிணக்க - (வி) பின்ன.

பிணக்கம் - } நெருக்கம், 2. பின்னுகை, 3. ஊடல்.
பிணக்கு - }

பிணக்காடு - சுடுகாடு, 2. யுத்தகளம்.

பிணங்க -(வி) பின்னிக்கொள்ள, 2. ஊடற்பட, 3. மனக்குறையாக, 4. நெருங்க.

பிணம் - சவம், 2. பிசாசம்.

பிணர் - கோங்குமரம்.

பிணவு - விலங்கின்பெண்.

பிணா - பிணவு.

பிணாரம் - பெரிய உடலுள்ளது.

பிணி - நோய், 2. துன்பம், 3. கட்டு, 4. நூற்படை.

பிணிக்க - (வி) கட்ட.

பிணிமுகம் - மயில், 2. பறவைப்பொது.

பிணை - உடன்பாடு, 2. கட்டு, 3. பூமாலை, 4. யானை முதலியவற்றின் பெண், 5. மான், 6. ஆசை.

பிணைக்க - (வி) இணைக்க, 2. கட்ட.

பிணைய - (வி) இணைய, 2. புணர.

பிணையல் - இரண்டு முதலிய சேர்ந்தது, 2. கதவின்கீல், 3. மாலை, 4. பின்னிய மாலை, 5. நுகத்தோடு சேர்த்தல்.

பிணையாளி - பதிலுத்தரவாதத்திற்குட்பட்டவன்.

பிண்டம் - உண்டை, 2. கருப்பிண்டம், 3.உடல், 4. கவளம், 5. சோறு, 6. பிதிர்கட்கிடும் பிண்டம், 7. பிச்சை, 8. மூலபதம் 9. தொகுப்பு, 10. கூட்டம்.

பிண்டாரி - கொள்ளைக்காரன்.

பிண்டி - தினைமா, 2. பிண்ணாக்கு 3. மா, 4. கூட்டம், 5. புனர்பூசம்.

பிண்டி - அசோகமரம்.

பிண்டிகரணம் - } தொகுக்கப்பட்டது
பிண்டீகரணம் - }

பிண்டிகை - ஆசனம்.

பிண்டிக்க - (வி) குவிக்க, 2. தொகுக்க.

பிண்டிபாலம் - } எறியாயுதம்.
பிண்டிவாலம் - }

பிண்ணாக்கு - எள்ளு முதலியவற்றின் அரைப்பு.

பிதற்ற - (வி) உளற, 2. பித்துகொண்டுபேச, 3. இரைய.

பிதற்று - விடாதுபேசுகை, 2. மயக்வார்த்தை, 3. பேசலாலெழுமொலி.

பிதா - பெருநாரை.
பிதா - தந்தை, 2. கடவுள், 3. சிவன், 4. அருகன், 5. பிரமன்.
பிதாமகன் - பாட்டன், 2. பிரமன்.
பிதிர - (வி) உதிர.
பிதிர் - தந்தைவழியினுள்ளார், 2. பிதிர்கள், 3. யாகம் ஐந்தினொன்று, 4. போர்க்கதை, 5. காலநுட்பம், 6. திவலை.
பிதிர்காதகம் - பிதாவைக் கொல்லுகை.
பிதுக்கம் - பிதுங்குகை.
பிதுங்க -(வி) வெளிப்பட, 2. பிதுக்கப்பட, 3. புறப்பட, 4. தொனிக்க.
பிதுரு - } பிதிர்.
பிதுர் - } பிதிர்.
பித்தம் - முப்பிணியிலொன்று, 2. மயக்கம், 3. கூத்தின் விகற்பம்.
பித்தலாட்டம் - ஒன்றைமற்றொன்றாய்க் காட்டல்.
பித்தல் - வாய்பிதற்றல்.
பித்தளை - செம்பு துத்தநாகமிவற்றின் கலப்பு.
பித்தன் - பைத்தியக்காரன், 2. சிவன், 3. வயிரவன், 4. கள்ளன்.
பித்தாதிக்கம் - } பித்தமேலீடு.
பித்தாதிகாரம் - } பித்தமேலீடு.
பித்தாந்தலைக்கொட்டி - ஓர் பூடு.
பித்தி - சுவர், 2. பின்புறம், 3. பங்கு.
பித்திகை - சிறு சண்பகம், 2. சுவர்.
பித்தை - ஆண்மயிர்.
பிந்த - (வி) பின்னிட, 2. பின்போக, 3. விரைவுகுறைய.
பிந்து - புள்ளி, 2. சத்திதத்துவம்.
பிபீலவாதம் - பரமாணு பிரபஞ்சத்துக் காரணமெனல்.
பிபீலிகாவாதம் - மிருகபாஷை, 2. பிபீலவாதம்.
பிபீலிகை - எறும்பு.
பிப்பலம் - அரசமரம்.
பிப்பலி - } திப்பிலி.
பிப்பிலி - } திப்பிலி.
பியூன் - சேவகன்.
பிய்க்க - (வி) கிழிக்க, 2. பன்ன, 3. இலை முதலியவற்றைப் பிய்க்க, 4. பிரிக்க.
பிய்ய -(வி) கிழிய, 2. பிய்க்கப்பட, 3. பிரிய.
பிர - தோற்றம் மிகுதி மேன்மை விரைவு இவைகளைக் காட்டு முபசருக்கம்.
பிரகஸ்பதி - தேவகுரு; இவன்: பிரமமானசபுத்திரருள் ஆங்கீரசன் மகனான வியாழன்.
பிரகடம் - பிரசித்தமானது.
பிரகரணம் - முகவுரை, 2. அத்தியாயம், 3. ஓர் விஷய முடிவு, 4. சமயம், 5. ஞானநூல், 6. கொல்லுகை.
பிரகாசம் - களை, 2. வெயில், 3. கீர்த்தி, 4.குணம்.
பிரகாரம் - தன்மை, 2. விதம், 3. வகுப்பு, 4.விசேடணம், 5. கோயில் முதலியவற்றின்வீதி, 6. சுற்றுமதில்.
பிரகிருதி - செனனகுணம், 2. சடம், 3. பிரதானம், 4. பகுதி.
பிரக்கியம் - அறிவு.
பிரக்கியாதி - பகிரங்கம், 2. கீர்த்தி.
பிரக்கியானம் - } உணர்வு.
பிரக்கினை - } உணர்வு.
பிரசங்கம் - விரித்துப்பொருளுரைக்கை, 2.பகிரங்கப் படுத்துகை, 3. பிரபலம், 4. தெளிவு.
பிரசண்டன் - வலியன்.
பிரசத்தி - சங்கதி.
பிரசம் - கள், 2. தேன், 3. தேனீ, 4. வண்டு.
பிரசவம் - பிள்ளைப்பேறு
பிரசன்னம் - தெளிவு, 2. காட்சி.
பிரசாதம் - அனுக்கிரகம், 2. நிவேதனப் பொருள்.
பிரசாபத்தியம் - பெண்கள் சுற்றமும் ஆண்கள் சுற்றமும் ஒத்துத் தீமுன்னர்க் கொடுக்குமணம்.
பிரசாரம் - வேங்கைமரம்.
பிரசித்தம் - கீர்த்தி, 2. விளக்கம், 3. வெளிப்படை.
பிரசித்தி - பரந்து நிகழும் நிகழ்ச்சி, 2. புகழ்பரவல்.
பிரசினம் - } கேள்வி.
பிரசினை - } கேள்வி.
பிரசுரம் - அறிவிப்பு.

பிரசுரன் - சுக்கிரன்.
பிரசூதம் - பிள்ளைபெறுதல்.
பிரசை - குடிசனம், 2. பிள்ளை.
பிரசோற்பதி - } ஐந்தாவதாண்டு.
பிரசோற்பத்தி - }
பிரச்சினை - பிரசினை.
பிரஞ்ஞன் - அறிஞன்.
பிரஞ்ஞை - அறிவு.
பிரஷ்டம் - தள்ளுபடி.
பிரட்டு - புரட்டு.
பிரணவம் - ஓங்காரம்.
பிரண்டை - ஒரு கொடி.
பிரதமகாலம் - விடியற்காலம்.
பிரதமம் - ஆரம்பம், 2. முதன்மை.
பிரதமை - முதற்றிதி, 2. முதல், 3. கடுக்காய்.
பிரதரம் - அம்பு.
பிரதனம் - } படையிலோர்தொகை;
பிரதனை - } அஃது: வாகினிமூன்று கொண்டது.
பிரதாபதி - பாண்டு, (பிரதைக்கு: நாயகன்.)
பிரதாபம் - பிரகாசம், 2. வீரம், 3. பெருமை.
பிரதி - பதில், 2. எதிர், 3. எழுதிச் சேர்க்கும் பிரதி.
பிரதிகூலம் - கைகூடாமை.
பிரதிக்கினை - அறிக்கையிடுகை, 2. வாக்குத்தத்தம்.
பிரதீசி - மேற்கு.
பிரதை - } அருச்சுனன்தாய்.
பிருதை - }
பிரதோடம் - } அத்தமனத்துக்கு
பிரதோஷம் - } முன்னும்பின்னும் மூன்றே முக்கால் நாழிகை.
பிரத்தல் - எழுத்திலா ஒலி.
பிரத்தாரம் - } தாளப்பிரமாணம் பத்தி
பிரஸ்தாரம் - } லொன்று.
பிரத்தியக்கம் - காட்சியளவை.
பிரத்தியக்கு - மேற்கு.
பிரத்தியயம் - வடமொழி விகுதி.
பிரபஞ்சம் - உலகம்.
பிரபந்தம் - தொடர்பு, 2. பாமாலை.
பிரபலம் - கீர்த்தி, 2. முக்கியம்.
பிலபலன் - பேர்போனவன்.
பிரபலியம் - கீர்த்தி.
பிரபவ - முதலாண்டு.
பிரபாகரன் - சூரியன்.
பிரபாதிகம் - மயில்.
பிரபாவம் - மகிமை, 2. பிரகாசம்.
பிரபு - அதிகாரி, 2. பெருமையிற் சிறந்தோன், (தலைவன்.)
பிரபுத்துவம் - பெருந்தன்மை, 2. ஆளுகை.
பிரபுலிங்கலீலை - ஓர் சைவநூல்.
பிரபை - ஒளி, 2. தெளிவு, 3. திருவாசி, 4. தண்ணீர்ப்பந்தல்.
பிரப்பு - ஒரு கலத்திற் பல்லுணவின் பரப்பு, 2. பேருண்டி.
பிரமகத்தி - பிராமணக் கொலை.
பிரமசரியம் - கற்று விரதங்காத்து விவாகமின்றி யிருக்குநிலை; இஃது ஆச்சிரம நான்கினொன்று.
பிரமசூத்திரம் - முப்புரிநூல், (மந்திரத்துடன் அணியுநூல் என்பது கருத்து,) 2. வேதாந்த சூத்திரம்; இது: வியாசர் செய்தது.
பிரமஞானம் - கடவுளையறியு ஞானம்.
பிரமணம் - சுழலுகை.
பிரமபத்திரம் - புகையிலை.
பிரமபுரம் - சீகாழிப்பதி.
பிரமம் - கடவுள், 2. மந்திரம், 3. முத்தி, 4. யாகம், 5. வேதம், 6. பிரமசாரிக்குக் கன்னியைத்தீ முன்னர்க் கொடுக்கு மணம்.
பிரமரந்திரம் - சிரசின் உச்சித்துவாரம்.
பிரமரம் - வண்டு.
பிரமரி - சுழலல், 2. கூத்தின் விகற்பம்.
பிரமாணிகம் - } திருட்டாந்தம்,
பிரமாணிக்கம் - } 2. உண்மை.
பிரமாண்டம் - உலகம், 2. பதினெண் புராணத்தொன்று.
பிரமாதி - ஓர் வருஷம்.
பிரமாதீச - நாற்பத்தேழாவதாண்டு.
பிரமி - ஒரு பூண்டு.
பிரமிக்க - (வி) அதிசயிக்க, 2. மயங்க.
பிரமியம் - ஒரு வியாதி, 2. ஒரு பூண்டு.
பிரமுகம் - அதிக நல்லது.

பிரமேகம் - மேகவியாதி.
பிரமேயம் - அளவிடப்படுவது.
பிரமை - கலக்கம், 2. அறியாமை, 3. அறிவினொடுக்கம், 4. பைத்தியம்.
பிரம்பு - சூரல், 2. வரம்பு.
பிரயத்தனம் - முயற்சி.
பிரயாகை - ஒரு நதி.
பிரயாசம் -
பிரயாசை - } உழைப்பு, 2. வருத்தம்.
பிரயாணம் - பயணம்.
பிரயோகம் - உதாரணம், 2. செலுத்தல், 3. மருந்து செய்தல்.
பிரயோசனம் - பயன்.
பிரலாபம் - புலம்புகை.
பிரவரம் - சந்ததி, 2. வமிசம்.
பிரவர்த்தி - முயற்சி.
பிரவாகம் - இடையறாமல் வரும் பெருக்கு வெள்ளம்.
பிரவாலம் - இளந்தளிர்.
பிரவாளம் - பவளம்.
பிரவிடை - பெண்பருவ நான்கினொன்று; அது மத்திய பருவம்.
பிரவேசம் - தொடங்கல், 2. முயற்சி.
பிரவை - ஒளி.
பிரளயம் -
பிரளையம் - } வெள்ளம், 2. அழிவுகாலம், 3. படையிலோர் தொகை; அஃது வாகினி மூன்று கொண்டது.
பிரளல் - எழுத்தில்லாவோசை.
பிராகபாவம் - முன்னையின்மை.
பிராகாமியம் - அட்டசித்தியினொன்றுஅஃது குறைவின்றியிருத்தல்.
பிராகாரம் - சுற்றுமதில்.
பிராகிருதம் - ஓர் பாஷை, 2. அழியத்தக்கது.
பிராக்கியன் -
பிராஞ்ஞன் - } அறிவுடையோன்.
பிராக்கு - கழிந்தது.
பிராசம் - எதுகை.
பிராசயம் - ஆதி.
பிராசனம் - சோறூட்டுகை, 2. உண்கை.
பிராசி -
பிராசீ - } கிழக்கு, 2. முன்.
பிராசீனம் - பழமை.
பிராசேதசன் - வான்மீகரிஷி.
பிராஞ்ஞும் -
பிராஞ்ஞுத்துவம் - } அறிவு.
பிராட்டி - தலைவி.
பிராணம் -
பிராணன் - } தசவாயுவினொன்று, 2. சுவாசம், 3. வலிமை, 4. சீவன்.
பிராணாயாமம் - அட்டாங்கயோகத்தொன்று; அஃது பிராணவாயுவை இரேசக பூரக கும்பகஞ் செய்தல்.
பிராணி - சீவனுடையது.
பிராணேசன் - கணவன்.
பிராதக்காலம் - சூரியோதயத்திற்கு முன் ஐந்து நாழிகைவரையில் நிகழுங் காலம்.
பிராதமிகர் - வானோர்கண மொன்பதிலொன்று.
பிராதம்மியம் - முதன்மை.
பிராதா - அண்ணன்.
பிராது - முறையீடு.
பிராத்தனம் -
பிராத்தனை -
பிரார்த்தனை - } வேண்டுகை, 2. பொருத்தனை, 3. ஆராதனை, 4. ஓர் விண்ணப்பம், 5. துதி.
பிராத்தி -
பிராப்தி - } பேறு, 2. முடிவு.
பிராத்திக்க -
பிரார்த்திக்க - } (வி) வேண்ட, 2. துதிக்க.
பிராந்தம் - ஓரம்.
பிராந்தன் - மூடன்.
பிராந்தி - சுழற்சி, 2. மயக்கம், 3. பேதி.
பிராந்தியம் - சுற்றுப்பட்டு.
பிராப்பியம் - பெறத்தக்கது.
பிராமணன் - பார்ப்பான்.
பிராமணி - பார்ப்பனி.
பிராமணியம் -
பிராமாண்ணியம் - } அத்தாட்சி.
பிராமி - சரஸ்வதி.
பிராயச்சித்தம் - சாந்தி, 2. பரிகாரம், 3. தண்டனை, 4. பாவநிவிர்த்தி, 5. தவம்.
பிராயம் - பக்குவம், 2. வயது, 3. பாவம்.

பிராய் - ஓர் மரம்.

பிராரத்தம் - } அனுபவிக்கும்
பிராரத்துவம் - } கன்மம்.

பிராவம் - கொல்லை.

பிராறு - நிறைபுனல்.

பிரான் - எசமானன், 2. எப்பொருட்கு மிறைவன், 3. சிவன், 4. விஷ்ணு.

பிரிக்க (வி) நீக்க, 2. பறக்கடிக்க, 3. வேறாக்க, 4. முறுக்கவிழ்க்க, 5. மித்திர பேதஞ்செய்ய, 6. சிக்கினின்று நீக்க, 7. தனிப்படுத்த, 8. பங்கிட.

பிரிசம் - } குறைவு.
பிரிசல் - }

பிரிதி - பிரியம்.

பிரிமனை - புரிமனை.

பிரிய - (வி) நீங்க, 2. கட்டுவிட, 3. விட்டு விலக, 4. வேறுபட, 5. அகல, 6. முறுக்க விழ, 7. கூறுபாடாக, 8. விளங்க.

பிரியகம் - கடம்பமரம்.

பிரியம் - விருப்பம், 2. சினேகம், 3. விலையுயர்த்தி, 4. பட்சம்.

பிரியலர் - சினேகிதர்.

பிரியாது - பிராது

பிரியை - பெண், 2. மனைவி.

பிரீதி - பட்சம், 2. இன்பம், 3. உவகை.

பிருகதாரண்ணியம் } உபநிடதமுப்பத்தி
பிரகதாரண்ணியம் } ரண்டி னொன்று.

பிருகதி - } கத்திரிச்செடி.
பிரகதி - }

பிருகு - முற்றாக்கிழங்கு.

பிருகு - ஓர் ரிஷி, 2. சுக்கிரன்.

பிருகுடி - புருவம், 2. நெற்றியை நெறிக்கை.

பிருங்கம் - வண்டு.

பிருங்கி - ஓரிருடி.

பிருடை - சுழலாணி.

பிருட்டம் - } பின்பக்கம், 2. முதுகு.
பிருஷ்டம் - }

பிருதிவி - பூமி, 2. பஞ்சபூதத்தினொன்று.

பிருது - சூரியகுலத்தரசரிலொருவன்.

பிருதுமானம் - யானைக்கொம்பினடு.

பிருதுவி - பஞ்சபூதத்தினொன்று, (பூமி.)

பிருதை - குந்திதேவி.

பிருத்தியர் - அடிமைகள்.

பிருந்தம் - கூட்டம், 2. துளசிச்செடி.

பிருந்தை - சலந்தரன்மனைவி. 2. துளசிச் செடி.

பிரேதம் - பிணம், 2. பிசாசு.

பிரேயம் - கள்.

பிரேரகம் - } சத்தியினியக்கம்.
பிரேரணம் - }

பிரேரிக்க - (வி) காரியப்படுத்த.

பிரை - உறைமோர்.

பிலகரி - ஓரிராகம்.

பிலஞ்சுலோபம் - எறும்பு.

பிலம் - பாதலம், 2. குகை, 3. வளை.

பிலவ - ஓராண்டு.

பிலவகம் - } குரங்கு, 2. தவளை.
பிலவங்கம் - }

பிலவங்க - ஓராண்டு.

பிலவம் - தவளை.

பிலன் - எறும்பு.

பிலா - பலாமரம்.

பிலாக்கு - ஓர் மூக்கணி.

பிலாச்சை - கடற்றவளை.

பிலிம்பி - குச்சித்தமரத்தைமரம்.

பிலிற்ற - (வி) கொப்புளிக்க, 2. சொரிய.

பிலுக்க - (வி) ஆடம்பரஞ்செய்ய.

பிலுக்கு - ஆடம்பரம்.

பிலுபிலெனல் - ஈரடுக்கொலிக்குறிப்பு.

பில்க - (வி) கொப்பளிக்க.

பில்லி - பூனை.

பில்லி - சூனியவித்தை, 2. பேய்.

பிழக்கடை - } கோடிப்புறம்.
பிழைக்கடை - }

பிழம்பு - திரட்சி.

பிழா - கொள்கலம், 2. ஓலைக்கலம்.

பிழார் - இறைகூடை.

பிழி - கள்.

பிழிய - (வி) சாறுபிழிய, 2. சாரம்வடிய.

பிழுக்கை - ஆடு முதலியவற்றின் மலம்.

பிழை - குற்றம், 2. பிசகு, 3. தீமை.

பிழைக்க - (வி) மோசத்திற்கு விலக, 2. சீவனம்பண்ண, 3. உய்ய.

பிழைப்பு - சீவனம், 2. உயிர்க்கை, 3. தவறுதல்.

பிளகு - பிளவு.

பிளக்க - (வி) தகர, 2. கிழிய, 3. துளைபட, 4. உள்நெகிழ, 5. துளைக்க, 6. நீக்க.

பிளச்சு - பிளாச்சு.

பிளவு - பிளப்பு, 2. பிரிவு, 3. பாக்குத் துண்டு, 4. எழுதுமிறகின் பிளப்பு.

பிளவை - வெடித்தபுண்.

பிளாச்சு - வரிச்சல், 2. சிராய், 3. பனங்கிழங்கின் பிளவு.

பிளிர்க்க - (வி) கொப்பளிக்க.

பிளிற - (வி) ஒலிக்க, 2. யானையொலிக்க, 3. கீள.

பிளிறு - ஆரவாரம், 2. எழுத்தில்லாவோசை, 3. சேறு.

பிள்ள - (வி) துண்டாக.

பிள்ளை - குழந்தை, 2. சுதன், 3. இளைஞன், 4. ஓர்பட்டப்பெயர், 5. கோட்டில் வாழ்விலங்கின் பிள்ளை, 6. பன்றி, மான், பூனை முயலிவற்றின் குட்டி, 7. தென்னம்பிள்ளை, 8. கரிக்குருவி, 9. நாகணவாய்ப் புள்.

பிள்ளைக்கிணறு - உட்கிணறு.

பிள்ளைத்தமிழ் - பிள்ளைக்கவி.

பிள்ளைத்தாய்ச்சி - கருப்பஸ்திரி.

பிள்ளைத்தேங்காய் - நாற்றுத்தேங்காய்.

பிள்ளைப்பிறை - இளம்பிறை.

பிள்ளைமை - பிள்ளைத்தன்மை.

பிள்ளையாண்டான் - வாலிபன்.

பிள்ளையார் - விநாயகர்.

பிள்ளையார்சுழி - ஊமை யெழுத்து.

பிள்ளைவங்கு - பாய்மரம் நிறுத்துங் குழி.

பிற - அசைச்சொல், 2. மற்ற.

பிறகு - பின்பு, 2. பின்புறம்.

பிறக்கணிக்க - (வி) அவமதிக்க.

பிறக்கம் - அச்சம், 2. மரக்கொம்பு.

பிறக்கு பின்புறம், 2. வழு, 3. அசையிடைச் சொல்.

பிறங்க - (வி) துலங்க, 2. உயர, 3. பெரிதாக, 4. வெளிப்பட.

பிறங்கடை - மகன், 2. சந்ததி.

பிறங்கல் - உயர்ச்சி, 2. மலை, 3. சிறுமலை.

பிறங்கியல் - முதுகாடு.

பிறங்கு - விரலிறை.

பிறந்தகம் - தாய்வீடு, 2. பரியம், 3. சீதனம்.

பிறந்தவம் - பிறப்பு.

பிறந்தை - பிறப்பு, 2. பாவம், 3. சுபாவம்.

பிறப்பிக்க - (வி) உண்டாக்க, 2. சனிப்பிக்க, 3. வெளிப்படுத்த, 4. மருத்துவம் பார்க்க.

பிறப்பு - உற்பத்தி, 2 .தோற்றம், 3. சாதி, 4. பயம், 5. நெருக்கம், 6. துவக்கம்.

பிறப்புவாசி - சுபாவீகம்.

பிறர் - அன்னியர்.

பிறவி - பிறப்பு, 2. உற்பத்தி, 3. சனனத்துவம், 4. சகோதரம், 5. புனர்சென்மம்.

பிறழ - (வி) மாற, 2. ஒழுங்கின்மையாக, 3. துலங்க, 4. வெறுக்க, 5. அசைய, 6. சொல்ல.

பிறழ்ச்சி - } மாறுகை, 2. ஒழுங்கின்மை,
பிறழ்வு - } 3. துலங்குகை, 4. அசைவு, 5. வெறுப்பு.

பிறனில் - அயலவன் மனைவி.

பிறன் - மற்றையான், 2. அன்னியன், 3. அயலான்.

பிறாண்டு - வேறிடம்.

பிறிது - வேறு.

பிறை - இளஞ்சந்திரன், 2. சந்திரப்பிரவை.

பிறைசூடி - சிவன்.

பிறைச்சிந்தாக்கு - கழுத்தணியினொன்று.

பிறையிரும்பு - அரிவாள்.

பிற்கழிக்க - (வி) தோற்றோட.

பிற்றல் - மண்வெட்டிக்கழுத்து.

பிற்றை - பின்னைநாள், 2. பிறகு.

பினத்தல் - } (தொ.பெ) பிதற்றுதல்.
பினத்துதல் - }

பினாகம் - சிவன்வில், 2. திரிசூலம், 3. மண்மாரி, 4. மணிமாலை.

பினாகி - சிவன், 2. உருத்திரரிலொருவன், 3. பெண்ணையாறு, 4. ஓரிருஷி.
பினைதல் - (தொ.பெ) பிசைதல்.
பின் - பிற்காலம், 2. பின்னிடம், 3. காரணம், 4. பெருமை, 5. வழி.
பின்கட்டு - வீட்டின் பின்புறம்.
பின்காட்டுதல் - (தொ.பெ) தோற்றோடுதல்.
பின்பனி - ஆறுபருவத்தொன்று; அஃது: மாசி பங்குனி.
பின்பிறந்தாள் - இலட்சுமி, 2. தங்கை.
பின்பு - பின்.
பின்வாங்கல் - (தொ.பெ) தோற்குதல், 2. பின்னிடுதல்.
பின்றல் - (தொ.பெ) பிறகிடல்.
பின்றை - பின்னைநாள், 2. பின்பு.
பின்ன - (வி) முடைய.
பின்னகம் - மயிர்முடி.
பின்னடி - கடைசி, 2. வருங்காலம்.
பின்னம் - சிதைவு, 2. பிரிவு, 3. உறுப்புக் குலைவு, 4. கீழ்வாயிலக்கம், 5. வேற்றுமை, 6. மோசம்போகுகை, 7. பிணக்கு, 8. முறை கேடு, 9. முரண், 10. பராகம்.
பின்னல் - பின்னியது, 2. சிக்கு, 3. சடை.
பின்னவர் - சூத்திரர்.
பின்னிதம் - பேதம்.
பின்னை - இலக்குமி, 2. இளையவள், 3. பின்பு.
பின்னோர் - சூத்திரர்.

பீ

பீ - மலம்.
பீகம் - } பெருமாட்டி.
பேகம் - }
பீக்கருவேல் - ஒரு வேலமரம்.
பீக்கலாட்டம் - தொந்தரவு.
பீங்கான் - ஒரு பாத்திரம்.
பீசம் - விதை, 2. அண்டம், 3. சுக்கிலம், 4. சந்ததி, 5. தாமரைப்பூச்சுருள், 6. மூலம்.
பீசாட்சரம் - மூலவெழுத்து.
பீச்ச - (வி) மலங்கழிய.
பீச்சாக்கத்தி - } சிறிய கத்தி.
பீச்சாங்கத்தி - }
பீச்சாங்குழல் - மலசலம் வாங்கும் ஒரு சூத்திரக்குழல்.
பீச்சாங்கொள்ளி - பயமுடையோன்.
பீச்சுவிளாத்தி - ஓர் நாற்றமுள்ள செடி.
பீச்சைக்கால் - இடதுகால்.
பீடணம் - } அச்சம்.
பீஷணம் - }
பீடம் - ஆசனம், 2. சிங்காசனம், 3. பலி பீடம், 4. பலகை.
பீடரம் - ஆலயம்.
பீடனம் - வருத்தம்.
பீடிகை - முனிவர் ஆசனம், 2. அணிகலச் செப்பு, 3. பூந்தட்டு, 4. கடைவீதி.
பீடிக்க - (வி) வருத்தப்படுத்த.
பீடு - பெருமை, 2. வலி.
பீடு - குறைவு.
பீடை - துன்பம், 2. காலதோஷம்.
பீட்டகம் - தொழில்.
பீட்டன் - இரண்டாம் பாட்டன், 2. இரண்டாம் பேரன்.
பீட்டிகை - } முகவுரை.
பீடிகை - }
பீட்டை - பயிரிளங்கதிர்.
பீதகம் - பொன்னரிதாரம், 2. வெட்டி வேர், 3. பொன்னிறம், 4. பொன்.
பீதம் - பொன்னிறம், 2. பொன், 3. மஞ்சள், 4. அச்சம்.
பீதி - அச்சம்.
பீதை - மருதோன்றிமரம், 2. மஞ்சள்.
பீத்து - வீம்பு.
பீத்தை - நாடா.
பீப்பா - } ஓர் மரப்பாத்திரம்.
பிப்பா - }
பீமம் - அச்சம், 2. பருமை.
பீமன் - பாண்டுமைந்தரி லொருவன், 2. தமயந்தியின் பிதா.
பீரங்கி - பெருவெடிக்குழாய்.
பீரம் - பீர்க்கு, (ஒரு கொடி), 2. பூவரசமரம், 3. வாகைமரம், 4. வீரம்.
பீராய - (வி) பொறுக்க, 2. ஆராய.

பீரிடுதல் - (தொ.பெ) கம்பிபோலப் பாய்தல்.
பீரு - அச்சமுள்ளோன், 2. புருவம்.
பீர் - அச்சம், 2. பசலைநிறம், 3. துளி, 4. முலைப்பால்.
பீர்க்கு - ஓர் கொடி.
பீர்ச்சாங்குழல் - பீச்சாங்குழல்.
பீர்ச்சுதல் - (தொ.பெ) பீரிடச் செய்தல்.
பீலகம் - எறும்பு.
பீலி - மயிற்றோகை, 2. மயில், 3. ஆலவட்டம், 4. விசிறி, 5. மாதர்காலணியினொன்று, 6. வாச்சியம், 7. பெருஞ்சவளம், 8. பொன், 9. சிறுசின்னம், 10. மதில், 11. நீர்பாய்தொட்டி.
பீலி - பனங்குருத்து, 2. பனங்கிழங்கினுட் குருத்து.
பீலித்தண்டு - எறியாயுதம்.
பீலிப்பட்டை - பெரிய இறைகூடை.
பீலு - அணு, 2. அச்சம்.
பீழித்தல் - (தொ.பெ) வருத்துதல்.
பீழை - துன்பம்.
பீளை - கண்மலம்.
பீள் - சினை, 2. முற்றாக்கதிர்.
பீற - (வி) கிழிக்க, 2. கீற.
பீறு - குதம்.
பீற்றல் - கிழியல், 2. கந்தை.
பீனசம் - ஓர் வியாதி.
பீனம் - புஷ்டி, 2. பாசி.

பு

புகடு - அடுப்பின் சுற்றுப்புறம்.
புகட்ட - (வி) ஊட்ட, 2. உட்செலுத்த, 3. மனதிற்பதிக்க, 4. அறிவுறுத்த.
புகர் - கபிலநிறம், 2. குற்றம், 3. நிறம், 4. சுக்கிரன்.
புகர்முகம் - யானை.
புகர்வு - சோறு.
புகல - (வி) சொல்ல.
புகலி - சீகாழி.
புகலூர் - ஓரூர்.
புகல் - தஞ்சம், 2. உடல், 3. குதிர், 4. பிரவேசித்தல், 5. வெற்றி, 6. உபாயம்.
புகழ - (வி) துதிக்க, 2. பாராட்ட.
புகழ் - கீர்த்தி, 2. மேன்மை.
புகழ்ச்சி - } கீர்த்தி.
புகழ்வு - }
புகறல் - (தொ.பெ) குறித்தல்.
புகார் - பனிப்படலம், 2. கபிலம், 3. மழைபெய்யு மேகம், 4. மந்தாரம், 5. கழிமுகம், 6. காவிரிப்பூம் பட்டினம்.
புகிடி - மாதர் காதணியிலொன்று.
புகுடி - வாயில், 2. கழி.
புகுடி - புருவம்.
புகுத - (வி) நுழைய, 2. தொடங்க, 3. செல்ல.
புகுதி - நுழைவாயில்.
புகுபுகெனல் - விரைவுக்குறிப்பு, 2. ஒலிக் குறிப்பு.
புகை - தூமம், 2. பனிப்படலம், 3. நீராவி, 4. தென்கீழ்த் திசைப்பாலன்குறி, 5. யோசனை தூரம்.
புகைக்க - (வி) புகையச் செய்ய.
புகைச்சல் - புகை, 2. இருள், 3. பார்வை மழுங்குகை, 4. வயிறெரிவு, 5. செய்தி வெளிப்படத் தொடங்குகை, 6. எரிச்சல், 7. இருமல்.
புகைப்பிக்க - (வி) புகையச்செய்ய.
புகைய - (வி) புகையெழ, 2. ஆவியெழ, 3. மனமெரிய, 4. பயிர்தீய, 5. குடிநாசமாக.
புகையிலை - ஒரு செடி.
புகையுறை - ஒட்டறை.
புகைவரி - மனைவரி.
புக்ககம் - மாமியார் வீடு.
புக்கல் - (தொ.பெ) புகுதல்.
புக்கி - பிராய்மரம்.
புக்கில் - வீடு, 2. உடம்பு.
புக்குப்புக்கெனல் - சுவாலித்தற் குறிப்பு.
புக்கை - புற்கை.
புங்கமரம் - } ஓர் மரம்.
புங்கு - }

புங்கம் - அம்பிற்குதை, 2. அம்பு, 3. உயரம், 4. சீலை.

புங்கவர் - வானோர், 2. கடவுளர்.

புங்கவன் - கடவுள், 2. குரு, 3. புத்தன்.

புசங்கம் - பாம்பு.

புசம் - புயம்.

புசல் - பெருங்காற்று, 2. குச்சுமட்டை.

புசிகரணம் - தின்பன.

புசிக்க - (வி) உண்ண, 2. வினைப்பயனனு பவிக்க.

புசை - முதலா மிரண்டா மூன்றா மேழா மெட்டா மொன்பதா மிராசி.

புச்சம் - வால், 2. தேள்.

புஷ்பராகம் - நவமணியினொன்று.

புஞ்சம் - திரட்சி, 2. நூற்குஞ்சம்.

புஞ்சவனம் - கருக்கொண்ட மூன்றாம் திங்களிற் செய்கருமம், 2. கருத்தரித்தற்குச் செய்யும் பூசைக்குறி.

புடம் - உலோகங்களையும், மருந்து களையுஞ் சுத்திசெய்கை, 2. இடம், 3. புறம்.

புடல் - ஓர் கொடி.

புடவி - பூமி.

புடவை - சீலை, 2. வஸ்திரம்.

புடை - பக்கம், 2. இடம், 3. பாம்பு முதலியவற்றின் வளை, 4. கிணற்றினு டைய புடைப்பு.

புடைக்க - (வி) முறத்தாற்புடைக்க, 2. அடிக்க, 3. குட்ட, 4. குத்த, 5. பறவை சிறகடிக்க, 6. அசைக்க, 7. வீங்க, 8. பருக்க, 9. வெளிப்பட.

புடையன் - ஓர் பாம்பு.

புடைவை - சீலை.

புடோல் - ஓர் கொடி.

புட்கரம் - / **புஷ்கரம்** - ஆகாயம், 2. நீர், 3. தீர்த்தம், 4. தாமரைப்பூ, 5. சத்ததீவி னொன்று, 6. ஒரு நாரை, 7. யானைக்கை நுனி, 8. கட்கம், 9. நிறைவு, 10. பாத்திரத்தின் வாய், 11. பருந்து.

புட்கரிணி - / **புஷ்கரிணி** - தாமரைத் தடாகம், 2. நாற்சதுரவாவி.

புட்கலம் - / **புஷ்கலம்** - நிறைவு.

புட்கலை - ஐயனார் தேவியரி லொருத்தி.

புட்களம் - நிறைவு.

புட்டகம் - சீலை.

புட்டம் - காக்கை, 2. நிறைவு, 3. சீலை.

புட்டல் - தலைச்சுமை.

புட்டி - / **புஷ்டி** - பருமை, 2. கொழுப்பு.

புட்டில் - இறைகூடை, 2. கூடை, 3. உறை, 4. கையுறை, 5. முறம்.

புட்டுத்திருப்பி - ஒரு செடி.

புட்டை - அண்டவாயு.

புட்பகம் - / **புஷ்பகம்** - குபேரனூர்தி, 2. இரத்தின கங்கணம், 3. புட்பக விமானம், 4. சகாதேவன் சங்கு.

புட்பதந்தம் - வடமேற்றிசை யானை.

புட்பம் - / **புஷ்பம்** - பூ, 2. சூதகம்.

புட்பராகம் - நவமணியினொன்று.

புஷ்பரேணு - பூஞ்சுண்ணம்.

புட்பிக்க - (வி) மலர.

புணர - (வி) இசைய, 2. எழுத்துச்சந்திக்க, 3. கலக்க, 4. விளங்க, 5. இணங்க.

புணரி - கடல், 2. அலை.

புணர் - புதுமை.

புணர்ச்சி - இசைவு, 2. சையோகம், 3. சந்தி, 4. இணக்கம்.

புணர்நிலை - ஓரலங்காரம்.

புணர்பூசம் - / **புநர்பூசம்** - / **புனர்பூசம்** - அதிதிநாள்.

புணை - தெப்பம், 2. மரக்கலம், 3. மூங்கில், 4. விலங்கு.

புணைக்க - (வி) கட்ட.

புண் - விரணம், 2. ஊன்.

புண்டரம் - நெற்றிக்குறி, 2. ஓரடை யாளம், 3. வெண்கரும்பு, 4. கழுகு.

புண்டரீகம் - வெண்டாமரை, 2. தாமரை, 3. வெண்கொற்றக்குடை, 4. புலி, 5. தென்கீழ்த்திசையானை, 6. வண்டு, 7. கழுகு.

புண்ணாக்கு - பிண்ணாக்கு.

புண்ணியம் - அறம், 2. நல்வினைப்பயன், 3. தூய்மை, 4. நல்வினை.

புண்ணீர் - இரத்தம்.

புண்ணுடம்பு - பச்சையுடம்பு.

புதர் - தேவர், 2. புல், 3. புலவர்.

புதல் - நாணற்புல், 2. சிறுதூறு, 3. புருவம்.

புதல்வன் - பிள்ளை.

புதல்வி - மகள்.

புதவு - கதவு, 2. கோபுரவாயிற் கதவில் விட்டுப்புகும்வழி, 3. அறுகம் புல்.

புதன் - நவக்கோளிலொன்று, 2. புலவன், 3.தேவன்.

புதா - கொக்கு.

புதிசு - } நவமானது.
புதிது - }

புதியவர் - விருந்தர்.

புதிர் - புதிது, 2. விடுகதை.

புதினம் - நூதனம், 2. புதியசெய்தி, 3. அதிசயம்.

புதினா - ஒரு பூடு.

புதுக்க -(வி) புதிதாக்க.

புதுப்பிக்க - (வி) பழுதுபார்க்க, 2. பழமை மாற்ற, 3. புதிதாக்க.

புதுமை - நூதனம், 2. பழக்கமின்மை, 3.அபூர்வம், 4. அதிசயம், 5. மிகுதி, 6. வாடாமை.

புதுவை - புதுச்சேரி.

புதை - மறைவு, 2. மறைவிடம், 3. மறைபொருள், 4. சரீரம், 5. அம்பு, 6. அம்பின் கூடு. 7. புதுமை.

புதைக்க - (வி) சேமிக்க, 2. மூட.

புத்தகம் - } எழுது புத்தகம்,
புஸ்தகம் - } 2. சித்திரப்படம்.

புத்தம் - புத்தமதம்;இது புறச்சமய மாறினொன்று, 2. போசனம்.

புத்தன் - திருமாலவதாரம், 2. புத்தசமயக் கடவுள், 3. புத்தசமயத்தான்.

புத்தாம்பழம் - ஓர் உபரசப்பொருள்.

புத்தி - அறிவு, 2. இயற்கையுணர்வு, 3. போதனை, 4. உபாயம், 5. உணர்ச்சி, 6. கிரகநடை.

புத்தியறிதல் -(தொ.பெ) பெண்கள் இருதுவாதல்.

புத்திரகாமேட்டி - புத்திரனைக் குறித்துச்செய்யும் யாகம்.

புத்திரத்தானம் - உதயத்திற்கு மூன்றாமிடம்.

புத்திரன் - மகன்.

புத்திரி - மகள்.

புத்து - ஒரு நரகம்.

புத்தேள் - தெய்வம், 2. புதுமை.

புநருத்தி - இரட்டித்துச் சொல்லல்.

புநர்தம் - }
புநர்பூசம் - } புனர்பூசம்.
புநர்வசு - }

புநிதம் - } சுத்தம்.
புநீதம் - }

புந்தி - புத்தி, 2. புதன்.

புமான் - ஆண்மகன், 2. புருடதத்துவம்.

புயகடி - பாம்பு.

புயகம் - } பாம்பு.
புயங்கம் - }

புயம் - தோள்.

புயல் - கடுங்காற்று, 2. மேகம், 3. சுக்கிரன்.

புய்க்க - (வி) பறிக்க.

புரக்க - (வி) காக்க, 2. ஈய, 3. நிலை நிறுத்த.

புரசு - பலாசமரம்.

புரசை - யானைக் கழுத்தணி கயிறு.

புரட்சி - பிறழ்வு.

புரட்ட - (வி) சுருட்ட, 2. திருப்ப, 3. குமட்ட,4. வஞ்சிக்க, 5. மாறுபடுத்த, 6. தேய்க்க, 7.அழுக்காக்க.

புரட்டாசி - } ஒருமாதம், 2. பூரட்டாதி
புரட்டாதி - } நட்சத்திரம்.

புரட்டு - மாறுபாடு, 2. திருப்பு, 3. வாந்தி, 4. குன்மப்புரட்டு.

புரட்டை - பூரட்டாதி.

புரணம் - பூரணம்.

புரணி - ஊன், 2. தோல்.

புரதகனன் - }
புராந்தகன் - } சிவன்.
புரமெரித்தோன் - }

புரந்தரன் - இந்திரன்.

புரம் - ஊர், 2. பட்டணம், 3. இராசதானி,4. மருதநிலத்தூர், 5. சரீரம், 6. முன்.

புரவலன் - காப்பாளன், 2. இராசன், 3. கொடையாளன்.
புரவி - குதிரை, 2. அசுபதி நட்சத்திரம்.
புரவு - கொடை.
புரள - (வி) உருள, 2. அலைமறிய, 3. அழுக்காக, 4. கலக்க, 5. மாற, 6. வாதுமடங்க, 7. சுற்ற, 8. மிக.
புரளி - பொய், 2. கரவடம், 3. சண்டை, 4. துடுக்கு, 5. கலகம், 6. முருட்டுத்தனம்.
புராடம் - } நகருட்சஞ்சாரம்.
புராடனம் - }
புராணம் - பழமை, 2. பழங்கதை.
புராதனம் - பழமை.
புராந்திமம் - பழமை.
புராரி - சிவன்.
புரி - கயிறு, 2. வைக்கோற்புரி, 3. சுருள், 4. சுரி, 5. சங்கு, 6. ஆசை, 7. கட்டு.
புரி - ஊர், 2. கோட்டை.
புரிசாலம் - வருந்திவேண்டல்.
புரிசை - மதில்.
புரிமணை - பாண்டம்வைக்குமணை, புரியணை.
புரிய - (வி) செய்ய, 2. விரும்ப.
புரியட்டகம் - } சூக்குமசடம்.
புரியட்டகாயம் - }
புரியம் - கூத்து.
புரீடம் - } மலம், 2. அழுக்கு.
புரீஷம் - }
புரு - ஓரரசன், 2. ஓர் தைத்தியன், 3. குழந்தை,4. மோட்சம்.
புருகூதன் - இந்திரன்.
புருஷகாரம் - முயற்சி.
புருஷத்துவம் - ஆண்தன்மை, 2.தைரியம்.
புருஷம் - ஆட்பிரமாணம்.
புருஷராகம் - புட்பராகம்.
புருஷன் - } கணவன், 2. ஆண்மகன்,
புருடன் - } 3. சீவன், 4.ஆத்துமதத்துவத்தொன்று, 5. ஆன்மா, 6. செவியுற்றிருக்கு நரம்பு இஃது தசநாடியினொன்று.
புருஷார்த்தம் - அடையவேண்டுவது.
புருடோத்தமன் - சிரேஷ்டன், 2. திருமால்.
புருவம் - கண்புருவம், 2.புண்ணின் விளிம்பு,3. வரம்பு, 4. குதிரை.
புருவை - ஆடு, 2. இளமை.
புரூணகம் - } கருப்பத்திற்பிள்ளை.
புரூணம் - }
புரூரம் - புருவம்.
புரூரவன் - அறுவகைச்சக்கிரவர்த்திகளிலொருவன்.
புரை - உட்டுளை, 2. மடிப்பு, 3. குழிப்புண், 4. மாடம், 5. குற்றம், 6. இரகசியம், 7. உயர்ச்சி.
புரைசல் - பொத்கல், 2.இரகசியம், 3. சச்சரவு.
புரைசு - புரசு.
புரைசை - புரோசை.
புரைய - ஒருவமையுருபு.
புரையன் - வீடு, 2. பன்னசாலை.
புரோகதி - நாய், 2. முன்னடப்பது.
புரோகத் - விற்றல்.
புரோகிதன் - குலகுரு, 2. வருங்காரியம் சொல்வோன், 3. இந்திரன்.
புரோசர் - குறுநிலமன்னர்.
புரோசை - யானைக்கழுத்திடுகயிறு.
புரோட்சணம் - } நீர் தெளிக்கை.
புரோக்ஷணை - }
புரோட்சிக்க - (வி) நீர்தெளிக்க.
புரோற்கிதம் - சிவாகமமிருபத் தெட்டினொன்று.
புலக்க - (வி) பிணங்க, 2. மனைவியும் புருஷனும் வேறுபட, 3. ஊட.
புலத்தியன் - } ஓரிருடி
புலஸ்தியன் - }
புலப்பட - (வி) தெரிய.
புலப்பம் - அலப்பு, 2. பிதற்று.
புலமை - கல்வி, 2. பாண்டித்தியம்.
புலமையோர் - கவிஞர்.
புலம் - வயல், 2. ஒலிமுதலைம்புலன், 3.அறிவு, 4. மேட்டுநிலம், 5. இடம், 6. திக்கு, 7. நுண்மை.
புலம்ப - (வி) ஒலிக்க, 2. அழ, 3. ஆரவாரிக்க, 4. அலப்ப.
புலம்பன் - நெய்தனிலத்தலைவன்.

புலம்பு - அச்சம், 2. புலம்பொலி, 3. கலக்கம், 4. தனிமை, 5. துன்பம்.
புலர - (வி) வாட, 2. விடிய, 3. உலர.
புலரி - விடியல்.
புலர்த்த - (வி) உலர்த்த, 2. வாட்ட, 3. பூச.
புலவர் - அறிஞர், 2. குறுநிலமன்னர், 3. தேவர்.
புலவன் - அறிஞன், 2. கவிவாணன், 3. வானோன், 4. புதன், 5. சந்தன், 6. இந்திரன், 7. அருகன், 8. பாடுவோன், 9. கூத்தன், 10. கம்மாளன், 11. போர்வீரன்.
புலவி - பிணக்கு.
புலவு - ஊன், 2. புலால் மணம், 3. முடைநாற்றம், 4. நரகம்.
புலன் - ஐம்புலன், 2. உணர்வு, 3. கருத்து, 4. வனப்பெட்டினொன்று.
புலன்வென்றோர் - முனிவர்.
புலாக்கு - பெண்ணின் மூக்கிலிடுமோராபரணம்.
புலாதி - கவலை.
புலால் - ஊன்முதலியன, 2. நாற்றம்.
புலி - வியாக்கிரம், 2. சிங்கவிராசி, 3. நால்வகைச் சாந்தினொன்று.
புலிங்கம் - ஊர்க்குருவி, 2. நெருப்புப்பொறி.
புலிந்தம் - தேயமைம்பத்தாறினொன்று; அது: மிலேச்சதேசம்.
புலிந்தன் - மிலேச்சன்.
புலியூர் - சிதம்பரம்.
புலு - பத்து.
புலுட்ட - (வி) கருக்க, 2. சுட
புலுட்டை - தழைவற்றது, 2. மங்கினநிறம்.
புலுண்ட - (வி) கருக.
புலுண்டல் - கருகல்.
புலுதம் - அளபெடை, 2. குதிரை முழுவோட்டம்.
புலை - ஊன், 2. நாற்றம், 3. பொல்லாங்கு, 4. பொய்.
புலைச்சி - புலைப்பெண், 2. எவட்சாரம்.
புலைஞர் - சண்டாளர்.
புலோமசை - இந்திராணி.
புலோமன் - இந்திராணியின்றந்தை, 2. ஓரசுரன்.
புல் - புல்லு, 2. அற்பம், 3. இழிவு, 4. புலி, 5. பனைமரம், 6. அனுடநாள்.
புல்க - (வி) புணர, 2. ஒன்ற, 3. மருவ.
புல்ல- (வி) இணங்க, 2. ஒட்ட, 3. சேர, 4. புணர.
புல்லகண்டம் - சருக்கரை.
புல்லகம் - நுதலணி.
புல்லம் - எருது, 2. இடபவிராசி.
புல்லார் - பகைவர்.
புல்லி - பூவினிதழ்.
புல்லிங்கம் - ஆண்பால்.
புல்லியர் - கீழ்மக்கள்.
புல்லு - புதல்.
புல்லுநர் - நட்பாளர்.
புல்லுவர் - வேடர்.
புல்லெனல் - (தொ.பெ) பொலிவழிதல், 2. ஒளிமங்கல், 3. பயனிலதாதல்.
புல்லை - மங்கலான மஞ்சள் நிறம்.
புல்வாய் - மான்.
புவர்லோகம் - } சந்திர சூரியர்
புவலோகம் - } முதலியோர்
வசிக்கும் பதம்.
புவனம் - உலகம், 2. பூமி, 3. நீர்.
புவனி - பூமி.
புவனை - ஓர் சத்தி.
புவி - பூமி.
புழக்கம் - பழக்கம்.
புழங்க -(வி) பழக, 2. கூடிமருவ.
புழல் - குழல், 2. சலதாரை, 3. ஓரூர்.
புழு - கிருமி.
புழுகு - நாவிப்புழுகு.
புழுகுசட்டம் - ஓர் வாசனைப்பண்டம்.
புழுகுசம்பா - ஒரு நெல்.
புழுக்க - (வி) புழுச்செனிக்க, 2. புழுத்துப்போக, 3. மிக, 4. தூஷிக்க.
புழுக்க - (வி) அவிக்க, 2. தீய்க்க.
புழுக்கம் - உஷ்ணம், 2. மனவருத்தம், 3. பொறாமை.
புழுக்கல் - அவித்தல், 2. சோறு.

புழுக்கை - புழுக்குதல், (ஐ தொழிற்பெயர் விகுதி), 2. அடிமை.

புழுங்க -(வி) பொய்யவியல்செய்ய, 2. வெப்பமாயிருக்க, 3. சினக்க, 4. பொறாமைப்பட.

புழுங்கல் - புழுக்கினதானியம், 2. சினக் குறிப்பு.

புழுதி - பராகம், துகள்.

புழுதிவிதைப்பு - ஈரமில்லா விதைப்பு.

புழுது - அம்புக்குதை.

புழுவெட்டு - புழுவரித்தல்.

புழை - துவாரம், 2. குழாய், 3. நுழை வாயில்.

புழைக்கடை - பின்புறவாயில்.

புழைக்கை - தும்பிக்கை, 2. யானை.

புளகம் - மயிர்சிலிர்க்கை, 2. இன்பம், 3. புடைப்பு, 4. சோறு, 5. கண்ணாடி.

புளகிக்க - (வி) மயிர்சிலிர்க்க, 2. புடைக்க, 3. மிகமகிழ.

புளகிதம் - } மயிர்சிலிர்ப்பு.
புளகிப்பு - }

புளி - அறுசுவையுளொன்று, 2. புளிப் புடையது, 3. புளியமரம்.

புளிக்க - (வி) புளிப்பேற, 2. நெருங்க.

புளிக்கறி - புளிங்கறி.

புளிங்கறி - புளிக்குழம்பு.

புளிச்சை - ஒரு செடி.

புளிஞர் - வேடர்.

புளிதம் - ஊன்.

புளிந்தயிர் - புளித்ததயிர்.

புளிந்தன் - வேடன்.

புளிப்பு - ஓர் சுவை.

புளிமா - ஓர்மரம், 2. நிரைநேராய்வருஞ் சீர்க்குவாய்பாடு.

புளியாரை - ஒரு கீரை.

புளியோதனம் - புளிஞ்சோறு;இது: நிவேதனச்சாதவகையினொன்று.

புளியோரை - புளிவிட்டுத் தாளித்த சாதம்.

புளினம் - மணற்குன்று, 2. ஆற்றிடைத் திட்டு.

புளினர் - வேடர்.

புளுக -(வி) பொய்சொல்ல, 2. வீம்புபேச.

புளுகு - பொய், 2. வீம்பு.

புள் - பறவைப்பொது, 2. அவிட்டநாள், 3. ஓர் விளையாட்டுக்கருவி, 4. நீர்வாழ் பறவை, 5. வண்டு.

புள்ளடி - புள்ளின்பாதம், 2. புள்ளடி வடிவு, 3. உரைகல், 4. ஓர் செடி.

புள்ளம் - கொடுவாள், 2. அரிவாள்.

புள்ளரசு - கருடன்.

புள்ளி - பொறி, 2. பொட்டுக்குறி, 3. இலக்கப்புள்ளி, 4. மதிப்படையாளம், 5. மதிப்பு, 6. ஒற்றெழுத்துமேலிடும்புள்ளி, 7. மெய்யெழுத்து, 8. ஆய்தப்புள்ளி, 9. பெருந்தொகை, 10. பல்லி, 11. நண்டு.

புள்ளிமிருகம் - கலைமான்.

புள்ளு - சிறுபுள்ளடி, (ஒரு பூடு.)

புள்ளுவம் - வஞ்சகம்.

புள்ளுவர் - வஞ்சகர், 2. பாலைநில மாக்கள், 3. வேடர்.

புறக்கணிக்க - (வி) வெறுப்புற்று நோக்க, 2. அசட்டைசெய்ய.

புறக்கை - புறங்கை, 2. வெளிப்புறம்.

புறங்கடை - தலைவாயில்.

புறங்காடு - சுடுகாடு.

புறங்கா்ட்டல் - (தொ.பெ) தோற்றோடுதல், 2. பின்காட்டல்.

புறங்கான் - முல்லைநிலம்.

புறங்கூறல் - (தொ. பெ) தூற்றல்.

புறணி - புறங்கூறல், 2. மேற்பட்டை.

புறத்தவன் - ஐயனார்.

புறத்தி - புறம்பு.

புறத்திணை - வெட்சி முதலிய எழு வகையொழுக்கம்.

புறத்தியான் - அன்னியன்.

புறநிலை - ஓர் பிரபந்தம்; அது: நீ தொழு தெய்வ நிற்புறங்காப்ப வாழ்வையென வெண்பாமுதலும் ஆசிரியமிறுதியுமாகப் பாடுவது.

புறநீர்மை - ஓர் புண்.

புறந்தரல் - (தொ.பெ) ஓம்பல், 2. தோற்றல்.

புறப்பட - (வி) வெளிப்பட, 2. பொசிய, 3. உண்டாக, 4. புறத்திலுருவ.
புறப்பொருள் - அறம் பொருளென்னு மிருவகைப்பாற் பட்டிருப்பன.
புறம் - பக்கம், 2. பின்புறம், 3. முதுகு, 4.இடம், 5. பட்சம், 6. திசை, 7. வெளி, 8. புறங்கூற்று, 9. சுற்றுமதில், 10. ஏழனுருபு, 11. வீரம்.
புறம்பணை - } முல்லைநிலம்,
புறவணி - } 2. குறிஞ்சி நிலம்.
புறம்பு - புறம், 2. நீக்கம், 3. தனியானது, 4. மற்றை.
புறவம் - } முல்லைநிலம், 2. குறிஞ்சி
புறவு - } நிலம்,3. புறா, 4. காடு.
புறவிதழ் - புல்லிதழ்.
புறவுரை - பாயிரம்.
புறவெட்டு - மேல்வெட்டு, 2. எதிர்ப் பேச்சு.
புறனடை - புறத்து அடையாய்வருவது.
புறன் - வெளிப்புறம், 2. முதுகு.
புறா - ஒரு பட்சி.
புறாக்காலி - ஒரு பூடு.
புறாண்டுதல் - (தொ.பெ) பிறாண்டுதல்.
புறாமுட்டி - ஓர் பூடு.
புற்கசன் - சண்டாளன்.
புற்கம் - மாயம், 2. குறைவு.
புற்கலம் - சரீரம்.
புற்கலன் - ஆன்மா.
புற்கு - கபிலநிறம்.
புற்கெனல் - புகர்நிறக் குறிப்பு.
புற்கை - கூழ்.
புற்பதி - பனைமரம்.
புற்புதம் - நீர்க்குமிழி.
புற்புல்லெனல் - விடிதற்குறிப்பு.
புற்றாஞ்சோறு - கறையான்கூடு.
புற்றாளி - அனுடம், 2. பனைமரம்.
புற்று - கன்னப்புற்று, 2. வன்மீகம்.
புனஸ்காரம் - வணக்கம்
புனமுருக்கு - பலாசுமரம்.
புனம் - கொல்லை, 2. வயல்.
புனரி - } ஓர் பூடு.
புனரித்தண்டு - }
புனருத்தம் - } கூறியது கூறல்.
புனருத்தி - }
புனர்பூசம் - ஓர் நட்சத்திரம்.
புனர்ப்பவம் - மீண்டும் பிறக்கை, 2. நகம்.
புனர்ப்பாகம் - சமைத்ததைச் சமைக்கை.
புனலி - ஓர் பூண்டு.
புனலை - நெய்க்கொட்டான் மரம்.
புனல் - நீர், 2. ஆறு.
புனல்வேந்தன் - வருணன்.
புனவர் - குறிஞ்சிநிலமாக்கள்.
புனனாடு - சோணாடு; இது கொடுந் தமிழ்நாட்டினொன்று.
புனிதம் - சுத்தம், 2. பரிசுத்தம், 3. புனர் பூசம்.
புனிதன் - பரிசுத்தன், 2. சிவன், 3. இந்திரன்,4. அருகன், 5. புத்தன்.
புனிறு - ஈன்றணிமை, 2. சூதகம், 3. புதுமை, 4. தோல்.
புனிற்றா - இளங்கன்றுப்பசு.
புனீதம் - சுத்தம்.
புனுகு - புழுகு.
புனை - பொலிவு, 2. சீலை, 3. விலங்கு.
புனைகுழல் - } பெண்.
புனைகோதை - }
புனைசுருட்டு - சூது.
புனைந்துரை - பாயிரம், 2. அலங்கரித் துரைப்பது.
புனைய -(வி) தரிக்க, 2. அலங்கரிக்க, 3. அலங்கரித்துரைக்க.
புனையிழை - பெண்.
புனைவர் - கம்மாளர்.
புனைவிலி - உபமானப்பொருள்.
புனைவுளி - வருணிக்கப்படுபொருள்.
புன்கண் - துன்பம், 2. நோய், 3. மெலிவு, 4. தரித்திரம்.
புன்கம் - சோறு, 2. உணவு.
புன்காலி - பாதிரிமரம், 2. காயாமரம்.
புன்கு - புன்கமரம், 2. புனமுருங்கைமரம்.
புன்செக்கர் - மாலைப்பொழுது.
புன்செய் - சிறுதானியம் விளைநிலம்.
புன்பயிர் - சிறுதானியப்பயிர்.
புன்மரம் - உள் வயிரமில்லாதது.
புன்முறுவல் - மந்தச்சிரிப்பு.

புன்மை - ஈனம், 2. மறதி, 3. சிறுமை, 4.துன்பம், 5. வறுமை.

புன்னாகம் - புன்னைமரம், 2. கோழிக்கீரை.

புன்னாகவராளி - ஓரிராகம்.

புன்னெறி - ஈனவழி.

புன்னை - புன்னைமரம்.

பூ

பூ - மலர், 2. இலை, 3. அழகு, 4. பொலிவு, 5. கூர்மை, 6. கண்ணில்விழும் பூ, 7. ஆயுதப்பொருக்கு, 8. தீப்பொறி, 9. தேங்காய்ப்பூ, 10. மகளிர்சூதகம்.

பூ - பூமி, 2. பிறப்பு.

பூகதர் - புகழ்வோர்.

பூகம் - கமுகமரம், 2. திரட்சி, 3. கூந்தற்பனைமரம்.

பூகம்பம் - பூமி நடுக்கம்.

பூக்க - (வி) மலர, 2. பூசணம்பூக்க, 3. உண்டாக, 4. இருதுவாக, 5. சிறக்க.

பூக்கம் - ஊர், 2. கமுகமரம், 3. மருதநிலத்தூர்

பூக்குடலை - பூக்கூடை.

பூங்கா -
பூங்காவனம் - } நந்தனவனம்.

பூங்காரம் - மந்தாரம்.

பூச -(வி) தடவ, 2. கழுவ.

பூசகன் - பூசைசெய்வோன்.

பூசக்கிரவாளம் - சக்கிரவாளகிரி.

பூசணம் - பூஞ்சு.

பூசணி - ஓர் கொடி.

பூசம் -
பூசநாள் - } எட்டாம் நக்ஷத்திரம்.

பூசல் - போர், 2. பேரொலி.

பூசனம் -
பூசனை - } ஆராதனை.

பூசாந்திரம் - காதணியிலொன்று.

பூசாபலம் - பூசையின் பலம்.

பூசாரி
பூசாலி } கோவிற் பூசை பண்ணுவோன்.

பூசிக்க - (வி) அருச்சிக்க, 2. வணங்க.

பூசிதம் - வணக்கம்.

பூசிதன் - பூசிக்கப்படுவோன்.

பூசு - கேழ்வரகு முதலியவற்றின் பூசு.

பூசுதன் - செவ்வாய்.

பூசுதை - சிதை.

பூசுரர் - பிராமணர்.

பூசை - பூனை.

பூசை - ஆராதனை, 2. மயேசுரபூசை.

பூச்சாண்டி - வெருளி.

பூச்சி - சிறுசெந்து.

பூச்சியம் - மேன்மை, 2. கீர்த்தி, 3. ஆடம்பரம், 4. இன்மை, 5. குற்றமறைக்கை, 6. அருமை.

பூச்சியன் - பூசிக்கப்படுவோன், 2. கறுப்பும் வெள்ளையுமான மாடு.

பூச்சு - பூசுதல், 2. வெளிக்காட்சி.

பூஷணம் -
பூடணம் - } அணிகலன்.

பூஷணை - உபசாரம்.

பூஷிதம் -
பூடிதம் - } அலங்கரிப்பு.

பூஞை - பூனை.

பூஞ்சணம் - பூஞ்சு.

பூஞ்சல் - பூஞ்சு.

பூஞ்சற்கண் - குழிந்தகண், 2. பீளைக்கண், 3. ஒளிமங்கியகண்.

பூஞ்சு - பூசணம், 2. ஒட்டடை.

பூஞ்சை - மங்கல்.

பூஞ்சைநிலம் - பாழ்நிலம்.

பூடன் - துவாதசாதித்தரிலொருவன்.

பூடு - பூண்டு, 2. உள்ளிப்பூடு.

பூட்கை - மேற்கோள், 2. தோல், 3. யானை, 4. யாளி.

பூட்சி - உடல், 2. பூணுகை, 3. உரிமை.

பூட்ட -(வி) அடைக்க, 2. அணிய, 3. பிணைக்க, 4. தொழுவடிக்க, 5. விலங்குமாட்ட, 6. இணைக்க, 7. அகப்படுத்த, 8. நாணேற்ற, 9. இறுக்க.

பூட்டகம் - இளப்பமானவேலை.

பூட்டன் - பாட்டன் தகப்பன்.

பூட்டாங்கயிறு - நுகக்கயிறு.

பூட்டை - ஏற்றமரம், 2. காராம்பி, 3. செக்கு, 4. இறைகூடை, 5. கதிர்.

பூண - (வி) தரிக்க, 2. மாட்டப்பட, 3. குற்றப்பட, 4. சிக்கிக்கொள்ள, 5. அடைய.
பூணாரம் - ஆபரணம்.
பூணி - எருது, 2. இடபவிராசி.
பூணிக்க - (வி) சுட்ட.
பூணூல் - உபவீதம்.
பூணை - முல்லை நிலம்.
பூண் - உலக்கை முதலியவற்றின் பூண், 2. கிம்புரி, 3. ஆபரணம்.
பூண்டி - ஊர்.
பூண்டு - பூடு, புல்லு முதலியன.
பூதகாலம் - இறந்தகாலம்.
பூதகி - } கிருஷ்ணபகவானால்
பூதனை - } கொல்லப் பெற்ற ஓர் அரக்கி.
பூதசாரம் - பஞ்சபூதசத்து.
பூதநாடி - பசாசுபிடித்தவர்க் கியங்கு நாடி, 2. மரண நாடி.
பூதநாதன் - சிவன்.
பூதநாயகி - பார்வதி.
பூதபரிணாமதேகம் - தூலதேகம்.
பூதம் - ஐம்பூதம், 2. சீவன், 3. பரணி, 4. இறந்தகாலம், 5. ஆலமரம், 6. ஐவகை யாகத்துளொன்று, 7. சுத்தம்.
பூதரம் - மலை.
பூதர் - சாரதர்; இவர்: பதினெண் கணத்தொருவர்.
பூதலம் - பூமி.
பூதவம் - ஆலவிருட்சம், 2. மருதமரம்.
பூதாக்கலம் - மாப்பிள்ளைக்கு மணவராட்டிசோறிடுங்கலம்.
பூதாரம் - பன்றி.
பூதாரன் - அரசன்.
பூதி - கொடுமை, 2. செல்வம், 3. புழுதி, 4. விபூதி, 5. துர்க்கந்தம், 6. நரகம், 7. ஊன்.
பூதிகம் - அகில், 2. சாதிக்காய், 3. ஆயில் மரம்.
பூதியம் - பூமி, 2. உடல்.
பூதேசன் - சிவன்.
பூதேவர் - பார்ப்பார்.
பூதை - அம்பு.
பூத்தல் - (தொ.பெ) உண்டாதல், 2. மலர்தல், 3. மாதவிருதுவாதல்.

பூத்தானம் - அருமை பண்ணல்.
பூத்திரம் - மலை.
பூத்துப்பூத்தெனல் - இளைப்புக் குறிப்பு.
பூநாகம் - நாங்கூழ்.
பூநொய் - சிறுநொய்.
பூந்தாது - பூவிற்றுகள்.
பூந்தி - பூவந்திமரம்.
பூந்தை - பூதன்தந்தை.
பூபதி - அரசன், 2. ஒரு குளிகை.
பூபன் - அரசன்.
பூபாலன் - அரசன், 2. வேளாளன்.
பூபாளம் - ஓரிராகம்.
பூப்பு - மகளிர் சூதகம்.
பூமகள் - இலக்குமி, 2. பூமிதேவி.
பூமன் - செவ்வாய்.
பூமான் - புருஷன்.
பூமி - பூவுலகு, 2. நிலம், 3. மனை, 4. தேசம்.
பூமிசன் - செவ்வாய், 2. நரகாசுரன்.
பூமிசைநடந்தோன் - அருகன், 2. புத்தன்.
பூமிவேர் - பூநாகம்.
பூமின் - இலக்குமி.
பூம்பிஞ்சு - இளம்பிஞ்சு.
பூம்புகை - நறும்புகை.
பூரகம் - பூரிப்பு, 2. மூச்சுள்ளேவாங்கல்.
பூரட்டாதி - ஒரு நட்சத்திரம்.
பூரணசூத்திரம் - அகத்தியர் செய்த வொருநூல்.
பூரணமி - }
பூரணமை - } பௌர்ணமை.
பூர்ணிமை - }
பூரணம் - முழுமை, 2. நிறைவு, 3. பொலிவு, 4. சம்பூரணம், 5. மனப்பூரணம்.
பூரணன் - கடவுள், 2. சிவன், 3. அருகன், 4. விஷ்ணு.
பூரணாகுதி - ஓமச்சடங்கை நிறைவேற்றுங் கடைசியாகுதி.
பூரணி - இலவமரம், 2. நிறைவுள்ளவன்.
பூரணை - பௌரணை, 2. ஐயனார் மனைவி.

பூரம் - பூரணம், 2. பூரான், 3. ஒருநாள், 4. கருப்பூரம்.

பூரா - முழு.

பூராடம் - ஒரு நட்சத்திரம்.

பூராயம் - ஆராய்வு, 2. விசித்திரம்.

பூரான் - ஒரு விஷசெந்து, 2. பனங் கொட்டை முதலியவற்றினுட்பருப்பு.

பூரி - மிகுதி, 2. பொன், 3. ஓரெண், 4. கலப்புநெல், 5. நாணி, 6. ஓரிசை, 7. குற்றம்.

பூரிகம் - அப்பவருக்கம்.

பூரிகலியாணி - ஓரிராகம்.

பூரிகை - ஊதிடும்பூரிகை, 2. அப்ப வருக்கம்.

பூரிக்க - (வி) பருக்க, 2. களிக்க, 3.பலங் கொள்ள,4. செழிக்க, 5. வாயுவையீர்க்க.

பூரிப்பு - செழிப்பு, 2. மிகுதி.

பூரிமாயு - ஆணரி, 2. பழமை.

பூரியம் - ஊர், 2. அரசர்வீதி, 3. அரசி ருக்கை.

பூரியர் - கீழோர்.

பூரு - குருகுலத்தரசரிலொருவன்.

பூருகம் - மரம்.

பூருண்டி - மல்லிகைச்செடி.

பூருவமுகம் - கிழக்குமுகம்.

பூருவம் - } ஆதி, 2. முதன்மை, 3. பழமை,
பூர்வம் - } 4. முதிர்ச்சி, 5. கிழக்கு, 6. முன்பு.

பூருவீகம் - பழமை.

பூரை - இன்மை.

பூரை - நிறைவு.

பூரையிட -(வி) அலுக்க.

பூர்த்தி - நிறைவு, 2. ஐக்கம்.

பூர்வம் - பூருவம்.

பூர்வீகம் - } பழமை, 2. மூலம்.
பூருவீகம் - }

பூலதை - படர்கொடி.

பூலத்தி - மருதமரம்.

பூலா - } ஓர் செடி.
பூல் - }

பூவணம் - மதுரைக்கருகில் ஓர் சிவதலம்.

பூவந்தி - பொன்னாங்காய்மரம்.

பூவமளி - புட்பசயனம், இஃது அட்டபோகத்தொன்று.

பூவரசு - ஒரு மரம்.

பூவல் - சிவப்பு, 2. துரவு, 3. செம்மணல்.

பூவாளி - மன்மதன்.

பூவை - நாகணவாய்ப்புள், 2. பெண், 3. காயாமரம்.

பூவைவண்ணன் - மகாவிஷ்ணு.

பூவோடு - தொட்டிபாஷாணம்.

பூழான் - கவுதாரி, 2. கானாங்கோழி.

பூழி - விபூதி, 2. புழுதி, 3. குழைசேறு, 4. கொடுந் தமிழ்நாட்டினொன்று.

பூழியன் - சேரன்.

பூழில் - அகிலமரம்.

பூழிவேந்தன் - பாண்டியன்.

பூழை - துவாரம்.

பூழ் - கானாங்கோழி.

பூழ்க்கை - யானை.

பூழ்தி -தூசி, 2. பராகம், 3.ஊன்.

பூளை - ஓர் செடி, 2. இலவம்பஞ்சு.

பூனை - பூஞை.

பூனைக்கண் - புருடராகமணி.

பூனைக்காலி - ஒரு செடி.

பூனைத்திசை - தென்கிழக்கு.

பூனைப்பிடுக்கன் - ஒரு செடி.

பூனைவணங்கி - குப்பைமேனி.

பெ

பெங்கு - ஓர்வகைக் கள்.

பெடம் - மிகுதி.

பெடை - பறவைப்பெண்.

பெட்டகம் - பெட்டி.

பெட்டல் - (தொ.பெ) விரும்பல்.

பெட்டி - கூடை, 2. பேழை.

பெட்டிலிக்குழல் - நச்சுக்குழல்.

பெட்டு - பொய்.

பெட்டை - பறவைப்பெண், 2. பெண் பொது.

பெட்டைக்கண் - ஊனக்கண், 2. சாய்ந் தகண்.

பெட்பு - ஆசை.

பெண் - பெண்பொது, 2. விலங்கின் பெண்.

பெண்சாதி - மனைவி.
பெண்டகன் - அலி.
பெண்டு - பெண், 2. மனைவி.
பெண்ணலம் - பெண்ணின்பம்.
பெண்ணன் - ஆண்மையற்றவன்.
பெண்ணெழுத்து - நெட்டெழுத்து.
பெண்ணை - அனுடநாள், 2. ஓராறு; இது: நடு நாட்டிலுள்ளது, 3. பனைமரம்.
பெண்பேசல் - (தொ.பெ) பெண்ணை மணம்பேசுதல்.
பெண்மை - பெண்டன்மை.
பெதும்பை - பதினோரு வயதிற்பெண்.
பெத்ததிசை - ஆன்மபாசத்திற் குட்பட் டிருக்குங்காலம்.
பெத்தம் - பாசத்தோடு கட்டுப் பட்டுநிற்கை.
பெத்தரிக்கம் - அகந்தை.
பெத்தர் - பாசபந்தர்.
பெந்தம் - பந்தம்.
பெந்து - சுற்றம்.
பெந்தை - அவலட்சணமாய்ப் பருத்தது, 2.கலப்பையிலோருறுப்பு.
பெம்மான் - உயர்ந்தவன்.
பெயர - (வி) போக, 2. இடமாற, 3. ஒதுங்க,4. வேறுபட, 5.ஆட, 6. தேய, 7. மீள.
பெயரன் - பாட்டன், 2. பேரன்.
பெயர் - நாமம், 2. பேர், 2. கீர்த்தி, 4. உண்மையில்லாமை, 5. பெயர்ச்சொல்.
பெயர்க்க - (வி) பிரிக்க, 2.புரட்ட, 3. அப்புறப்படுத்த, 4. பிடுங்க, 5. திருப்ப, 6. சிதைக்க, 7. மீட்க.
பெயர்ச்சி - புரட்சி.
பெயர்த்தி - பாட்டி.
பெயலை - மழை.
பெயல் - மழை, 2. மழைத்துளி.
பெய்கலம் - கொள்கலம்.
பெய்ய - (வி) துளிக்க, 2. வருஷிக்க, 3. அம்பு விட, 4. சிறுநீர்விட, 5. சொரிய, 6. இட, 7. புகுக்க, 8. அணியணிய.
பெய்வளை - பெண்.

பெரிது -
பெரிசு - } பருத்தது.
பெரியதனம் - மேட்டிமை.
பெரியநாயகி - பார்வதி.
பெரியபிராட்டி - இலட்சுமி.
பெரியபுராணம் - அறுபத்து மூவர் சரிதம்; இது: சேக்கிழாரியற்றியது.
பெரியம்மை - ஓர் வைசூரி.
பெரியர் -
பெரியவர் -
பெரியார் -
பெரியோர் - } முதியோர்.
பெருக - (வி) வலிமையாக, 2. சிறக்க, 3. பருமையாக, 4. விம்ம, 5. அதிகப்பட.
பெருகு - தயிர்.
பெருக்கம் - வளர்ச்சி, 2.மிகுதி, 3. திரண்டதனம்.
பெருக்கு - வெள்ளம், 2.நீரேற்றம், 3. உதிரவோட்டம், 4. செல்வமிகுதி, 5. கணக்குப்பெருக்கம்.
பெருங்காயம் - ஒரு மருந்து; அவை: கறிப்பெருங்காயம், யானைப்பெருங் காயம் என்பன.
பெருச்சாளி - ஓரெலி.
பெருநீர் - கடல்.
பெருந்தகை - மிகப் பெருமையுடை யோன், 2. அரசன்.
பெருந்திணை - பொருந்தாக்காமம்.
பெருப்பம் - பருப்பம்.
பெருப்பிக்க - (வி) அமிதப்படுத்த, 2. பருப்பிக்க.
பெருமாட்டி - தலைவி.
பெருமாள் - பெருமையிற் சிறந்தோன், 2. திருமால்.
பெருமான் - அரசன், 2.பெருமையிற் சிறந்தோன், 3. மூத்தோன், 4. சிவன், 5. மகாவிஷ்ணு, 6. குரு.
பெருமிதம் - களிப்பு, 2. மிகுதி.
பெருமுத்தரையர் - சுவாதீனச்செல்வர்.
பெருமை - பருமை, 2. மாட்சிமை, 3. மிகுதி, 4. கீர்த்தி, 5. வல்லமை, 6. அகந்தை.
பெரும்பற்றப்புலியூர் - சிதம்பரம்.

பெரும்பாடு - தீட்டுதிரமிறைப்பு.
பெரும்பாலும் - மிகுதியும்.
பெரும்புள் - கூகை.
பெரும்பூண் - பதக்கம்.
பெரும்பேச்சு - பலரறிசொல்.
பெருவ - (வி) தூக்கத்தில் பிதற்ற.
பெரிவாரி - கொள்ளைநோய்.
பெருவியாதி - குஷ்டம்.
பெருவெளி - ஏகவெளி, பரவெளி.
பெருவெள்ளை - ஒரு நெல்.
பெலம் - } உறுதி, 2. வலிமை.
பெலன் - }
பெலி - பலி.
பெல்லி - பிசாசம், 2. சூனியம், 3. துறட்டியின் முள்.
பெற - (வி) அடைய, 2. செனிப்பிக்க, 3. பிரசவிக்க, 4. அனுபவிக்க, 5. சுகிக்க, 6. விலை பெற.
பெறுமதி - தகுதி, 2. திராணி, 3. உறுதி, 4. வெகுமதி.
பெற்றம் - எருது, 2. இடபவிராசி, 3. பசுவின் பொது, 4. காற்று.
பெற்றி - } குணம், 2.தன்மை.
பெற்றிமை - }
பென்னம்பெரிது - மிகப்பெரியது.

பே

பே - நுரை, 2. மேகம்.
பேகம் - தவ்வளை.
பேகன் - கடையெழுவள்ளலிலொருவன், 2. ஆண்தவளை.
பேச - (வி) சம்பாஷிக்க, 2. தூதுபேச, 3. சொல்ல, 4. ஏச.
பேசி - தசை, 2. நரம்பு.
பேச்சி - ஓர் பெண்பேய்.
பேஷ் - நல்ல.
பேஷ்கஷ் - இறை.
பேடகம் - கூடை.
பேடி - அலி.
பேடிசம் - மயக்கு.
பேடு - அலி, 2. மன்மதன் கூத்து, 3.ஊர், 4. பெண்பறவை.
பேடை - பறவைப்பெண்.
பேட்டி - பெரியோரைக்காணுதல்.
பேட்டு - பட்டைக்கரை.
பேட்டை - நகரத்தருகுஞ் சந்தை கூடலுமாகியவிடம்.
பேண (வி) பராமரிக்க, 2. ஓம்ப, 3. நன்கு மதிக்க, 4. காக்க, 5. ஆசை பெருக, 6. கருத, 7. குறிக்க.
பேணகம் - ஓர் பணிகாரம்.
பேணம் - பேணுதல்.
பேதகம் - பேதம்.
பேதமை - அறிவின்மை.
பேதம் - வேற்றுமை, 2. பிரிவினை, 3. திரிபு, 4. பகுப்பு, 5. விகற்பம், 6. இணக்கமின்மை.
பேதலிக்க - (வி) வேற்றுமைப்பட, 2. மனம்குழம்ப, 3. சந்தேகப்பட.
பேதனம் - பேதிப்பு; இஃது: அட்டகருமத்தொன்று.
பேதா - ஜவான்.
பேதானா - ஒரு விதை.
பேதி - பிரிப்பது, 2. பேதம், 3. கழிச்சல், 4. பேதிமருந்து, 5. இரதம்.
பேதிக்க -(வி) பிரிக்க, 2. பேதகஞ்செய்ய, 3. வேறுபடுத்த, 4. மனமலையச்செய்ய, 5. மாற்ற, 6. நிந்திக்க, 7. வேறுபட, 8. கெட, 9. குழம்ப.
பேது - இரகசியம்.
பேது - தடுமாற்றம், 2. உன்மத்தம்.
பேதை - அறிவிலான், 2.பெண், 3. ஏழு வயசுப்பெண், 4. பேடி, 5. தரித்திரன், 6. கள்.
பேதைமை - யாதுமறியாமை.
பேதையர் - தரித்திரர், 2. கீழ்மக்கள், 3. பாலைநிலமகளிர், 4. அறிவீனர், 5. பெண்கள்.
பேத்தி - பேர்த்தி.
பேத்தை - ஓர் மீன்.
பேம் - பயம்.
பேயன் - பைத்தியக்காரன்.
பேயாழ்வார் - ஓராழ்வார்.
பேய் - பிசாசம்.
பேய்க்கரும்பு - ஒருவிதக் கரும்பு.
பேய்ச்சி - ஒரு பெண்பேய்.
பேய்த்தண்ணீர் - மதுநீர்.
பேய்த்தனம் - அறிவின்மை.

பேய்த்தேர் - கானல்.
பேய்நாய் - வெறிநாய்.
பேய்ப்பசலை - ஒருவகைப் பசலைக்கீரை.
பேய்ப்புடல் - ஒரு புடோல்.
பேர - (வி) நீங்க, 2. சிதைய.
பேரன் - பௌத்திரன்.
பேராளன் - கீர்த்தியுடையோன், 2. மிருகசீரிடம்.
பேரி -
பேரிகை - } முரசு.
பேரிளம்பெண் - நாற்பது வயதுப்பெண்.
பேரீச்சு -
பேரீஞ்சு -
பேரீந்து - } ஒரு மரம்.
பேர்த்தி - பௌத்திரி.
பேல - (வி) மலவிசர்ச்சனை செய்ய.
பேலிகை - எச்சில்.
பேழை - பெட்டி.
பேழ் - பெரிய.
பேறு - ஆதாயம், 2. வரம், 3. வெகுமதி, 4. பலன், 5. தகுதி, 6. பெறுகை, 7. சந்தானம்.
பேறுகாலம் - பிள்ளைபெறுங்காலம்.
பேனம் - நுரை.
பேன் - தலையிற் பற்றும்பூச்சி.

பை

பை - அழகு, 2. சாக்கு, 3. பாம்பின்படம், 4. குடற்பை, 5. நிறம், 6. பசுமை.
பைகோ -
பைகோவு -
பைகோவை - } ஓர் தேயம்.
பைக்க - (வி) சினக்குறிப்புக்காட்ட, 2. கோபிக்க.
பைக்கம் - பிச்சை.
பைங்கூழ் - பயிர், 2. நோய்.
பைசந்தி வாக்கு நான்கினொன்று.
பைசல் - தீர்ப்பு.
பைசாசநிலை - ஒரு தாளினின்று மற்றைத்தாண்முடக்கி நிற்றல்; இஃது யுத்தநிலைநான்கினொன்று.
பைசாசம் - பிசாசம், 2. பைசாசமணம்.
பைசார் - ஓர் தொடுதோல்.
பைஞ்ஞீலம் -
பைஞ்ஞீல் - } மக்கட்பரப்பு.
பைஞ்ஞீலி - ஓரூர்.
பைதல் - துன்பம்.
பைதிரம் - நாடு.
பைத்தியம் - பயித்தியம்.
பைத்து - பசுமை.
பைபீலவாதம் -
பைபீலிகாவாதம் - } எறும்புகளின் பேச்சறிதல்; அது கலைஞானமறுபத்து நான்கனுளொன்று.
பைமை - பச்சைநிறம், 2. தவப்பெண்.
பைய - மெல்ல.
பையல் -
பையன் - } சிறுவன்.
பையுள் - சிறுமை, 2. துன்பம், 3. நோய்.
பையெனல் - மந்தக்குறிப்பு.
பைரவம் - அச்சம், 2. உட்சமயமாறினொன்று.
பைரவன் - சூத்திரப்பெண் நிடாதனைக் கூடிப்பெற்ற பிள்ளை, 2. வைரவன்.
பைரவி - ஓரிராகம், 2. காளி.
பைராகி - வைராகி.

பொ

பொகுட்டு - சேற்றிலெழுங்குமிழி, 2. தாமரைக்கொட்டை, 3. மலை.
பொக்க - (வி) துளைக்க.
பொக்கசம் - திரவியசாலை.
பொக்கணம் - ஒருவகைப் பை.
பொக்கணி - குழியுரல், 2. விரிந்த தொப்புள், 3. ஓர் பானபாத்திரம்.
பொக்கணை - மரப்பொந்து, 2. குழியுரல்.
பொக்கம் - பொய், 2. பொலிவு, 3. மிருதி.
பொக்கல்வாய் - பொக்கைவாய்.
பொக்கு - குற்றம், 2. பொள்ளல்.
பொக்குப் பொக்கெனல் - ஒலிக்குறிப்பு, 2. விரைவுக்குறிப்பு.
பொக்குளிக்க - (வி) கொப்புளிக்க.

பொக்குளிப்பான் - கொப்புளிப்பான், ஒரு பிணி.
பொக்கெனல் - விரைவின் குறிப்பு.
பொக்கை - சிறு துளை
பொங்க - (வி) கொதிக்க, 2. கொந்தளிக்க, 3. நுரையெழ, 4. சினக்க, 5. மிக, 6. பெருக, 7. செழிக்க, 8. உயர, 9. நினைத்துமகிழ, 10. பெருமிதங்கொள்ள, 11. சோறாக்க.
பொங்கடி - யானை.
பொங்கம் - பொலிவு.
பொங்கர் - மரக்கொம்பு, 2. மலை, 3. இலவமரம், 4. சோலை.
பொங்கல் - உயர்ச்சி, 2. மிகுதி, 3. சமைத்தல்.
பொங்கழி - தூற்றாநெல்.
பொங்காரம் - மிகுதுக்கம்.
பொசிய - (வி) வடிய, 2. மனதுருக, 3. வெளிப்பட.
பொசுக்க - (வி) தீய்க்க, 2. வெதுப்ப, 3. பொசுங்கச்செய்ய.
பொசுங்க - (வி) கருக, 2. பொருந்த, 3. சீர் குன்ற.
பொச்சடித்தல் - (தொ.பெ) வெறுநாக் கடித்தல்.
பொச்சம் - குற்றம், 2. அவா, 3.தேங்காய் மட்டை.
பொச்சாப்பு - மறதி, 2. பொல்லாங்கு.
பொச்சு - குற்றம்.
பொச்சை - காடு, 2. சிறுமலை; 3. மலை, 4. யானைக்காடு, 5. புழுக்கூடு, 6. தொப்பை வயிறு.
பொஸ்தகம் - புத்தகம்
பொஞ்ச - (வி) செழிக்க
பொடி - தூள், 2. புழுதி, 3.சிறியது, 4. மூக்குத்தூள், 5. சொக்குப்பொடி, 6. சாம்பல், 7. திருநூறு.
பொடிக்க - (வி) துகளாக்க, 2. கெடுக்க, 3. முளைக்க, 4. மயிர்சிலிர்க்க.
பொடிய - (வி) துகளாக, 2. கெட, 3. சபிக்க.
பொடுகன் - சிற்றாள்.
பொடுகு - ஒருவகைச் சிரங்கு.
பொடுதலை - ஒரு பூண்டு.

பொடுபொடுக்க - (வி) வெடிக்க, 2. துளிக்க, 3. குறைய, 4. விரைவாய்ப்பேச, 5. வயிறிரைய.
பொட்டணம் - / **பொட்டணி** - / **பொட்டலம்** - } சீலைமூட்டை, 2. ஒத்திடும் பொட்டலம்.
பொட்டல் - சுரம்பு, பாழ்நிலம்.
பொட்டிலி - / **பொட்டில்** - } ஒரு வெடி.
பொட்டிலுப்பு - வெடியுப்பு.
பொட்டு - நெற்றித் திலகம், 2. தாலிப் பொட்டு, 3. ஓர் புழு, 4. அடையாளம், 5. நுழைவழி, 6. தானியப் பொட்டு.
பொட்டெனல் - சீக்கிரக்குறிப்பு.
பொட்டை - குருடு.
பொதி - மாட்டின்மேற்பொதி, 2. மூட்டை, 3. ஓலைக்குடை, 4. சுரிக்காடு, 5. அம்பலம், 6. மலர்அரும்பு, 7. பொதிதல்.
பொதிகை - பொதியம்.
பொதிய - (வி) சுருட்ட, 2. அடைக்க, 3. மறைக்க, 4. பிணிக்க.
பொதியமுனி - அகத்தியன்.
பொதியம் - / **பொதியமலை** - } தென்மலை.
பொதியில் - அம்பலம், 2. பொதியமலை.
பொதிர - (வி) மிக, 2. அஞ்ச, 3. நடுங்க.
பொதிர் - நடுக்கம்.
பொதிர்ப்பு - / **பொதிர்வு** - } நடுக்கம்.
பொதீர் பொதீரெனல் - ஒலிக்குறிப்பு.
பொது - சாதாரணம், 2. பொதுவினம், 3. சபை.
பொதுக்க - (வி) மறைக்க, 2. கவர, 3. துளைக்க.
பொதுபொதெனல் - ஓசைக்குறிப்பு.
பொதுமை - பொதுத்தன்மை.
பொதும்பர் - மரச்செறிவு, 2. மரப் பொந்து.
பொதும்பு - பொந்து.
பொதுவர் - இடையர்.

பொதுள - (வி) நெருங்க, 2. தழைக்க.
பொத்த - (வி) மூட, 2. அடைக்க, 3. கைகட்ட, 4. மறைக்க, 5. அடிக்க.
பொத்தல் - துவாரம், 2. மூடுதல்.
பொத்தாறு - } ஏர்க்கால்.
பொத்தாறுகட்டை -
பொத்தி - சீலை, 2. மடல்விரியா வாழைப் பூ, 3. தோலுரியாத பனங்கிழங்கு.
பொத்து - தவறு, 2. தீயொழுக்கம், 3. பொய், 4. மூடுகை, 5. அடைப்பு, 6. பொந்து.
பொத்துமான் - ஓர் வகை மான்.
பொத்தை - பருமை.
பொத்தைக்கால் - யானைக்கால்.
பொந்தர் - ஓர் வகை நீர்ப்புள்.
பொந்தி - சரீரம், 2. மரவாள்.
பொந்து - மரப்பொந்து, 2. வளை.
பொம்மலாட்டு - பாவைக்கூத்து, 2. மாயம்.
பொம்மல் - பொலிவு, 2. மிகுதி, 3. சோறு.
பொம்மெனல் - அனுகரண ஓசை.
பொம்மை - பிரதிமை, 2. சிறு சுவர்.
பொய் - அசத்தியம், இல்லதுகூறல், 2. வேஷம், 3. மரப்பொந்து, 4. சிறுசிராய்.
பொய்கை - குளம், 2. கோட்டான்.
பொய்கையார் - ஒரு புலவர்.
பொய்க்க - (வி) பொய்பேச, 2. தவற.
பொய்க்கை - ஒருமீன், 2. பொய்த்தல்.
பொய்ச்சாக்க - (வி) மறக்க.
பொய்தல் - தோழி, 2. மகளிர்கூட்டம், 3. மகளிர் விளையாட்டு.
பொய்மை - பொய், 2. மாயம், 3. கரவடம்.
பொய்யடி - வெருட்டு.
பொய்யாணை - பொய்சத்தியம்.
பொய்யாமை - தவறாமை.
பொர - (வி) போர்செய்ய, 2. சூதாட, 3. ஒப்பாக, 4. பொருந்த, 5. தாக்க, 6. வாதாட, 7. அலைமோத.
பொரி - நென்முதலியவற்றின் பொரி, 2. யானைக்காடு.
பொரிகாரம் - வெண்காரம்.
பொரிக்க - (வி) பொரியச்செய்ய, 2. வறுக்க, 3. கந்தம் பொரிக்க, 4. குஞ்சு பொரிக்க.
பொரிய - (வி) பொரியாக, 2. வறுபட, 3. பூக்க, 4. படிய, 5. சினந்தொலிக்க, 6. மெல்லவொலிக்க, 7. அலப்ப.
பொரியல் - பொரிக்கறி.
பொருகு - சோறு.
பொருக்கு - செதிள், 2. சீக்கிரக்குறிப்பு.
பொருட்செல்வம் - திரவியசம்பத்து.
பொருட்டு - காரணம், 2. நிமித்தம், 3. மேம்பட்டது.
பொருட்பெண்டிர் - விலைமகளிர்.
பொருணி - கள்.
பொருத - (வி) ஒன்ற, 2. போர்செய்ய, 3. இணைக்க.
பொருத்த - (வி) பொருந்தச்செய்ய, 2. உடன்படுத்த, 3. ஒப்புரவாக்க, 4. கூலிக்குப் பொருத்த, 5. அமையச்செய்ய, 6. வாக்கியத்தோடு பொருத்த, 7. பிணைக்க, 8. கொளுத்த.
பொருத்தம் - சம்மதம், 2. தகுதி, 3. இணக்கம், 4. திருத்தி, 5. சபதம்.
பொருத்தனை - } நேர்த்திக்கடன்.
பொருத்தினை -
பொருந - (வி) உடன்பட.
பொருநன் - அரசன், 2. படைத்தலைவன், 3. படைவீரன்.
பொருநை - தாமிரபர்ணி.
பொருந்த - (வி) கலக்க, 2. ஒக்க, 3. சேர, 4. சம்பவிக்க, 5. இயைய, 6. ஒன்றிவாழ, 7. இனப்பட.
பொருந்தம் - பொருநை நதி.
பொருந்தர் - நெய்வோர், 2. மேதரவர்.
பொருந்தலர் - பகைவர்.
பொருபுவி - பாலைநிலம், 2. போர்க் களம்.
பொருபொருத்தல் - (தொ.பெ) மன வெரிச்சற்படல்.
பொருபொரெனல் - ஓரொலிக்குறிப்பு.
பொருப்பு - கொல்லிமலை, 2. மலை.
பொருமல் - (தொ.பெ) அழுதல், 2. வீங்கல்.

பொருவ - உவமைச்சொல்.

பொருவாய் - ஒரு மீன்.

பொருள் - சொற்பொருள், 2. திரவியம், 3. வஸ்து, 4. பலபண்டம், 5. வாய்மை, 6. தலைமை, 7. பொன், 8. பிள்ளை, 9. வினைப்பயன், 10. குணம்.

பொலம் - பொன், 2. அழகு, 3. மேன்மை, 4. பொல்லாங்கு.

பொலன் - பொன், 2. அழகு, 3. பொன்னிறம்.

பொலி - தூற்றாநெற்குவியல், 2. புடைத்த நெல்

பொலிசை - இலாபம்.

பொலிதல் - } பருமை, 2. அதிகரிப்பு,
பொலிவு - } 3.மிகுதி, 4. செழிப்பு, 5. முகமலர்ச்சி, 6. பூரிப்பு, 7. அழகு, 8. புணர்தல்.

பொலிய - (வி) பெருக, 2. மிக, 3. அதிகரிக்க, 4. செழிக்க, 5. மலர, 6. தாராளமாக, 7. எழுச்சியாக.

பொலுபொலெனல் - (தொ.பெ) உதிரல், 2. நொறுங்கல்.

பொல்லம் - தைக்கை, 2. துண்டு.

பொல்லர் - தையற்காரர், 2. செம்மார், 3. சக்கிலியர்.

பொல்லாங்கு - தீங்கு, 2. ஈனம், 3. கேடு, 4. மறதி.

பொல்லாது - பொல்லாதது.

பொல்லாப்பு - பொல்லாங்கு.

பொல்லாமணி - துளையிடாதமணி.

பொல்லார் - தீயோர்.

பொல்லு - பதர், 2. த்டி.

பொழிப்பு - சுருக்கம், 2. பொழிப்புரை, 3. குறிப்பு, 4. அனுமானம்.

பொழிய - (வி) சொரிய, 2. மிகஈய, 3. அதிகரிக்க, 4. வல்லமையாய்ப்பேச.

பொழில் - பெருமை, 2. பூமி, 3. உலகம், 4. நாடு, 5. சோலை, 6. பூந்தோட்டம்.

பொழிவு - வருமானம், 2. பொழிதல், 3. ஆதாயம்.

பொழுது - காலம், 2. சூரியன்.

பொளி - துளை, 2. உளிப்பதிவு, 3. வரம்பு.

பொளிய - (வி) கல்முதலியகொத்த, 2. துளை செய்ய.

பொள்ள - (வி) கிழிய.

பொள்ளல் - பொத்தல், 2. மரப்பொந்து, 3. அப்பவருக்கம்.

பொள்ளெனல் - சீக்கிரக்குறிப்பு, 2. அனுகரண ஓசை.

பொறாமை - பிறர்செல்வ முதலியவற்றைக்கண்டு சகியாமை, 2. பொறையின்மை.

பொறி - அடையாளம், 2. அறிவு, 3. எழுத்து, 4. அனற்பொறி, 5. தேமல், 6. முத்திரை, 7. விரலிறை, 8. தோணி, 9. பொலிவு, 10. இலக்குமி, 11. செல்வம், 12. புள்ளி, 13. இயந்திரம்.

பொறிக்க -(வி) பறிக்க, 2. கலைக்க, 3. எழுத.

பொறிய - (வி) பறிய, 2. சறுக்க, 3. சரிய, 4. விழ, 5. கலைய.

பொறியிலார் - கீழ்மக்கள், 2. அறிவிலார்.

பொறுக்க - (வி) சகிக்க, 2. சாந்தமாயிருக்க, 3. தாமதிக்க, 4. மன்னிக்க, 5. உத்தரவாதமாக,6.நின்றுகொள்ள,7. தோணி தட்டிப் போக, 8. மாட்டிக்கொள்ள, 9. விலைபெற, 10. இணங்கி இருக்க.

பொறுதி - பொறுமை, 2. மன்னிப்பு, 3. தணிவு, 4. ஓய்வு, 5. தாமதம்.

பொறுப்பிக்க - (வி) சுமத்த, 2. உத்தரவாதஞ் செய்விக்க, 3. முட்டுக்கொடுக்க.

பொறுப்பு - பாரம், 2. முட்டு, 3. கடனேறுகை, 4. கனம், 5. தகுதி, 6. பொறுமை.

பொறுமை - சகிப்பு, 2. தாங்குகை.

பொறை - சுமை, 2. பாரம், 3. மலை, 4. பூமி, 5. சலதாரை முதலிய அடைக்குங்கல், 6. பொறுமை.

பொறையன் - சேரன், 2. தருமராசன்.

பொற்ப - அழகாக.

பொற்பு - அழகு, 2. அலங்கரிப்பு, 3. பொலிவு, 4. மிகுதி.

பொற்றை - சிறுதூறு, 2. சிறுமலை, 3. மலை.

பொன் - சொர்ன்னம், 2. இலக்குமி, 3. அழகு, 4. ஒரு நாணயம், 5. வியாழன், 6. பொலிவு, 7. பிரகாசம், 8. சூரியன்.

பொன்செய்கொல்லர் - தட்டார்.

பொன்மலாம் - பொற்பூச்சு.

பொன்மலை - மாமேருமலை, 2. இமைய மலை.

பொன்மை - பொன்னிறம்.

பொன்வாய்ப்புள் - சிச்சிலிக்குருவி.

பொன்விலைமகளிர் - வேசையர்.

பொன்ற - (வி) இறக்க, 2. அழிய.

பொன்னகர் - சுவர்க்கம்.

பொன்னவன் - வியாழன், 2. இரணியன்.

பொன்னன் - பொன்னுடையவன், 2. அருகன்.

பொன்னாங்கண்ணி -
பொன்னாங்காணி - } ஓர் கீரை.

பொன்னி - காவிரி நதி.

பொன்னுரை - பொன்னின்றேய்மானம்.

பொன்னுலகு - தேவலோகம்.

போ

போக - (வி) செல்ல, 2. ஒழிய, 3. அடுக்க, 4. அடைய, 5. கழிய, 6. மாற, 7. சுவற, 8. பரவ.

போகடல் - (தொ.பெ) போகவிடல்.

போகணி - ஒரு பாத்திரம்.

போகம் - இன்பம், 2. அனுபோகம், 3. ஆனந்தம், 4. செல்வம், 5. விளைவு, 6. பாம்பினுடல்.

போகர் - ஒரு சித்தர்.

போகல் - செல்லல், 2. நேர்மை, 3. நீளம்.

போகவதி - நாகர்பதி, 2. நல்லனுபவ முடையாள்.

போகி - இந்திரன், 2. பாம்பு, 3. நல்லனுபவ முடையான், 4. ஒரு பெருநாள்.

போகிக்க - (வி) அனுபவிக்க, 2. பயன டைய, 3. புணர.

போகில் - பூமொட்டு, 2. உந்தி, 3. பறவை.

போக்க - (வி) போகச்செய்ய, 2. அழுக்குப் போக்க, 3. பொழுதுபோக்க, 4. உட்புகுக்க, 5. நடத்த, 6. அழிக்க, 7. முடிக்க.

போக்கடி - அழிவு, 2. நட்டம், 3. வழிச் செலவு.

போக்கணம் - இலச்சை, 2. கட்டுச் சோறு.

போக்கன் - துஷ்டன், 2. வழிச்செல் வோன்.

போக்காடு - சாவு.

போக்கிடம் - ஒதுங்குமிடம்.

போக்கியம் - அனுபவம், 2. செல்வம்.

போக்கியார் - கடைச்சங்கப் புலவரு ளொருவர்.

போக்கிரி - ஒழுங்கில்லாதவன்.

போக்கு - போகச்செய்கை, 2. செல்லுகை, 3. வழி, 4. நடை, 5. சாய்வு, 6. பழக்கம், 7. நூல்நடை, 8. நடையின் சாயல், 9. முகச்சாயல், 10. பிடிப்பு, 11. சுரங்கவழி, 12. நிலவாசி, 13. வீண்செலவு, 14. குற்றம், 15. புறப்படுகை, 16. நீரோட்டம்.

போங்காலம் - அழிவுகாலம்.

போசக்கை - மாயம், 2. மேற்பூச்சு.

போசனம் - ஆகாரம், 2. உண்கை.

போசன் - போசராசன், 2.செல்வ முடையோன்.

போஷகன் - காப்பவன்.

போஷணம் -
போஷணை - } ஆதரிப்பு.

போஷிக்க - (வி) காப்பாற்ற.

போஷிப்பு - பேணுதல்.

போட - (வி) எறிய, 2. இட, 3. தரிக்க, 4. உணவிட, 5. ஈன.

போடகம் - அம்மைக்கொப்புளம்.

போடம் - தேயம் ஐம்பத்தாறினொன்று.

போட்டி - எதிரிடை.

போணி - முதல் விக்கிரயம்.
போதகம் - உபதேசம், 2.இளமை, 3. யானை புலி சிங்கமிவற்றின் குட்டி, 4. யானை, 5. மரக்கன்று.
போதகன் - ஆசிரியன்.
போதம் - ஞானம், 2. அறிவு, 3. விவேகம், 4. மரக்கலம், 5. பரணிநாள்.
போதர - (வி) போக, 2. கொண்டுபோக, 3. கொண்டுவர.
போதரவு - நயச்சொல், 2. உபசாரம், 3. இச்சகம்.
போதலிப்பு - உபசாரம், 2. பேணுகை.
போதனை - போதிப்பு, 2. கற்பனை, 3. தூண்டுகை.
போதன் - பிரமன், 2. அறிவுடையோன், 3. அருகன்.
போதா - பெருநாரை.
போதாமை - குறைவு.
போதாந்தம் - போதமுடிவு.
போதாந்தன் - கடவுள்.
போதாயநீயம் - உபநிடத முப்பத்திரண்டினொன்று.
போதி - மலை, 2. அரசமரம்.
போதிகை - } சுமையடைக்கட்டை.
போதிகைக்கட்டை - } சுமையடைக்கட்டை.
போதிக்க (வி) போதகஞ்செய்ய, 2. கல்வி பயிற்ற, 3. கற்பிக்க, 4. தூண்டிவிட.
போதிவேந்தன் - புத்தன்.
போது - காலம், 2. மலரும் பருவத்தரும்பு, 3. பூ.
போதை - மூதறிவு, 2. மயக்கம்.
போதைப்புல் - காவட்டம்புல்.
போத்திரி - பன்றி.
போத்து - எருது, 2. எருமைக்கடா, 3. காட்டெருது, 4. ஆண்மரை, 5. ஆண்புலி, 6. ஆண்மயில், 7. ஆண்பூனை, 8. நீர் வாழ் வனவற்றினாண், 9. மரக்கன்று, 10. விலங்கின்படுக்கை.
போந்தி - பருமை.
போந்து - பனைமரம், 2. அனுடநாள்.
போந்தை - இளம்பனைமரம், 2. அனுடநாள்.

போபடி - சாடை.
போம் - பயம், 2. ஓரசைச்சொல்.
போரடித்தல் -(தொ.பெ) சூடுதறல்.
போராட - (வி) மற்கட்ட, 2. பொர, 3. வாக்குவாதஞ்செய்ய.
போராட்டம் - தொந்தரை செய்தல்
போர் - அமர், 2. சண்டை, 3. யுத்தம், 4. மல், 5. எதிரித்தனம், 6. தானியப்போர், 7. சதயநாள், 8. மரப்பொந்து.
போர்க்க (வி) மூட, 2. முழுதுமூட.
போர்க்களம் - யுத்தகளம்.
போர்மடந்தை - துர்க்கை.
போர்முகம் - } படைமுகம்.
போர்முனை - } படைமுகம்.
போர்வை - துப்பட்டி, 2. போர்ப்பு, 3. தோல்.
போல - ஒருவமைச்சொல்.
போலல் - (தொ.பெ) போலுதல்.
போலி - ஒப்பு, 2. சாயல், 3. கள்ளத்தன்மை, 4. பிரதி, 5. மாரீசம், 6. ஒப்பானது.
போல் - ஒருவமைச்சொல், 2. பதர், 3. பொந்து, 4. மூங்கில்.
போழ - (வி) பிளக்க, 2. வெடிக்க, 3. பிரிய.
போழ்து - பொழுது.
போழ்முகம் - பன்றி.
போழ்வு - பிளப்பு.
போளம் - நிலக்கடம்பு, (ஒரு பூடு.)
போளி - அப்பவருக்கத்தொன்று.
போறல் - (தொ.பெ) போலுதல்.
போறை - பொந்து.
போற்ற - (வி) துதிக்க, 2. வணங்க, 3. காக்க, 4. வளர்க்க, 5. முயற்சிக்க, 6. பேண.
போற்றலர் - } பகைவர்.
போற்றார் - } பகைவர்.
போற்றி - துதி, 2. பாட்டன்.
போற்றிமார் - ஓர்வகைப் பிராமணர்.
போனகம் - சோறு.
போனு - } எலிப்பிடிக்கும் கூடு.
போன் - } எலிப்பிடிக்கும் கூடு.

பௌ

பௌஞ்சு - சேனை.
பௌடம் - } தைமாதம்.
பௌஷம் -
பௌடிகம் - } இருக்குவேதம்.
பௌஷிகம் -
பௌடியம் - } பதினெண்புராணத் தொன்று.
பௌஷியம் -
பௌடியன் - ஓர் சக்கரவர்த்தி.
பௌண்டிரம் - ஓர் தேயம்.
பௌதிகம் - பூதசம்பந்தம்.
பௌதீகம் - உலகம்.
பௌத்தம் - புத்தமதம்.
பௌத்தி - மரணம்.
பௌத்திரன் - மகன்மகன்.
பௌமம் - நிலத்திற்பிறப்பன.
பௌமன் - செவ்வாய்.
பௌரணை - பௌர்ணமி, 2. மரக்கன்று.
பௌரவர் - குருகுலவேந்தர்.
பௌருஷம் - புருஷத்தன்மை.
பௌரோகித்தியம் - புரோகிதத் தன்மை.
பௌர்ணிமி - பூரணை.
பௌலஸ்தி - சூர்ப்பநகை.
பௌலோமி - இந்திரன் மனைவி.
பௌவம் - கடல், 2. நீர்க்குமிழி, 3. நுரை, 4. பூரணை.
பௌளி - ஓரிராகம், 2. பூபாளன்மனைவி.

ம

ம - பிரமன், 2. சிவன், 3. மகாவிஷ்ணு.
மக - இளமை, 2. பிள்ளை.
மகக்கமா - நியாயசபை.
மகடி - } ஓர்குழல், 2. ஓர்வகைவித்தை, 3. ஓர்விளையாட்டு, 4. ஒருது குழல்.
மகிடி -
மகுடி -
மகடூஉ - பெண்
மகதம் - தேயம் ஐம்பத்தாறினொன்று, 2. பதினெண்பாடையினொன்று.
மகதி - நாரதன் வீணை.
மகத்து - பெரியது, 2. அதிகமானது, 3. மகத்துவமானது, 4. பெரியவர்.
மகத்துவம் - மேன்மை.
மகபதி - இந்திரன்.
மகமை - தருமக்கொடை.
மகம் - ஒரு நட்சத்திரம், 2. யாகம்.
மகரகுண்டலம் - காதணியினொன்று; அது மகரவடிவாகச் செய்யப்பட்டது.
மகரகேதனன் - } மன்மதன்.
மகரக்கொடியோன் -
மகரத்துவசன் -
மகரந்தம் - பூந்தேன், 2. மலர்த்தாது, 3. கள்.
மகரம் - சுறாமீன், 2. ஓரிராசி, 3. முதலை, 4. தேவருலகு, 5. சாயநிறம், 6. பூந்தாது, 7. ஓரெழுத்து.
மகரம்பு - வெந்தையம்.
மகரயாழ் - நா வகை யாழினொன்று.
மகரயூகம் - படைவகுப்பினொன்று.
மகராலயம் - கடல்.
மகரிகை - குறங்குசெறி யென்னுமணி.
மகவான் - இந்திரன்.
மகவு - விலங்கின்பிள்ளை, 2. மகன்.
மகளிக்கீரை - ஒரு கீரை.
மகளிர் - } பெண்கள்.
மகளீர் -
மகள் - புத்திரி, 2. பெண்.
மகன் - புதல்வன், 2. புருடன்.
மகா - பெருமையான, 2. அளவற்ற, 3. உயர்ந்த, 4. மிகுந்த.
மகாசேனன் - சேனாபதி, 2. கந்தன், 3. அருகன்.
மகாச்சாயம் - ஆலமரம்.
மகாதேவன் - கடவுள், 2. சிவன்.
மகாதேவி - பார்வதி.
மகாத்துமா - பெரியவர்.
மகாநுபாவன் - மகாத்துமன்.
மகாபதுமம் - பத்துக்கோடாகோடி.
மகாபதுமன் - அட்டநாகத்தொன்று.
மகாபலி - பலிச்சக்கிரவர்த்தி.
மகாபித்தம் - வில்வமரம்.
மகாமாயி - } துர்க்கை.
மகாமாரி -

மகாமேரு - பொன்மலை.
மகாராசன் - அரசன், 2. செல்வமுடையோன்.
மகாராட்டிரம் - ஒரு தேசம், 2. ஒரு பாடை.
மகார் - புதல்வர்.
மகி - } பூமி.
மகீ -
மகிஷி - பட்டஸ்திரி.
மகிடம் - } எருமை.
மகிஷம் -
மகிடன் - } ஓர் அசுரன்.
மகிடாசுரன் -
மயிடன் -
மகிடித்தல் - (தொ.பெ) மக்களித்தல்.
மகிணன் - மகிழ்நன்.
மகிதலம் - பூமி.
மகிபதி - } அரசன்.
மகிபன் -
மகிமா - அட்ட சித்தியிலொன்று; அது: மிகப்பருத்தல்.
மகிமை - பெருமை, 2. கனம்.
மகிழ - (வி) களிக்க, 2. உற்சாகமாக.
மகிழ் - ஒருமரம், 2. களிப்பு.
மகிழ்ச்சி - } சந்தோஷம், 2. பூரிப்பு.
மகிழ்வு -
மகிழ்நன் - கணவன், 2. மருதநிலத் தலைவன்.
மகீதலம் - பூமி.
மகுடம் - முடி, 2. தலையணி, 3. சிகரம், 4. பாட்டின் மகுடம், 5. மறைவு, 6. மாதரணியிலொன்று.
மகுடராகம் - } ஓரிராகம்.
மகுடராமக்கிரியம் -
மகுணன் - புருஷன்.
மகேந்திரம் - ஒரு நகரம், 2. ஒரு மலை.
மகேந்திரன் - இந்திரன்.
மகோததி - கடல்.
மகோதயம் - ஓர் புண்ணியகாலம்.
மகோதரம் - ஓர் நோய், 2. பெருவயிறு.
மகோற்சவம் - பெரிய திருவிழா.
மகௌடதம் - சுக்கு, 2. திப்பிலி, 3. வசம்பு.
மக்க - (வி) கெட, 2. அழிய, 3. அழுக்சேற.
மக்கடம் - } குரங்கு.
மர்க்கடம் -
மக்கடா - மந்தன்.
மக்கடிக்க - (வி) உருவழிக்க.
மக்கட்பரப்பு - மன்பதை, 2. நாட்டார்.
மக்கம் - நெய்வார் தறி.
மக்கம் - அரபியினோர் நகரம்.
மக்களிக்க - (வி) மாற்ற, 2. ஒழிந்தநோய் திரும்ப, 3. கணுப்பிசக, 4. சறுக்க.
மக்களிப்பு - புரளல்.
மக்கள் - பிள்ளைகள், 2. மனிதர்கள்.
மக்கனம் - } ஆழ்தல், 2. அவமானம்.
மக்கினம் -
மக்காச்சோளம் - பெரியசோளம்.
மக்கி - ஒரு மருந்து.
மக்கு - அடைமண், 2. மந்தகுணம்.
மங்க - (வி) ஒளிமழுங்க, 2. நிறங்குன்ற, 3. பார்வைகுன்ற, 4. தோற்றங்குறைய, 5. மறைய, 6. வாட, 7. கெட, 8. சாய.
மங்கலகாரியம் - சுபகாரியம்.
மங்கலகௌசிகம் - ஓரிராகம்.
மங்கலஸ்நானம் - மங்கல காரியத்திற்கு முழுகுதல்.
மங்கலநாண் - கழுத்திலணியு மங்கல சூத்திரம்.
மங்கலம் - சுபம், 2. பொலிவு, 3. தருமம், 4. கலியாணம், 5. வாழ்த்து.
மங்கலவாரம் - செவ்வாய்க்கிழமை.
மங்கலன் - செவ்வாய், 2. நாவிதன்.
மங்கலி - கட்டுக்கழுத்தி, 2. அம்பட்டன்.
மங்கலியம் - } தாலி.
மங்கிலியம் -
மங்கலை - இலக்குமி, 2. பார்வதி, 3. மங்கலியவதி, 4. அம்பட்டத்தி.
மங்கல் - ஒளியின்மை, 2. கெடுதல்.
மங்களம் - மங்கலம்.
மங்களாதேவி - இலக்குமி.
மங்களை - யோகினி திசையினொன்று, 2. உமை.
மங்கிணி - மிக்க மந்தன்.

மங்குங்காலம் - துன்புறுகாலம்.
மங்குலம் -
மங்குளம் - } மழுக்கம், 2. கலக்கம், 3. முகவாட்டம், 4. பார்வை மந்தம், 5. ஐயம், 6. நிறமழுக்கம்.
மங்குல் - மேகம், 2. வானம், 3. இரா, 4. இருள்.
மங்கை - பெண், 2. பதின்மூன்று வயதுப்பெண்.
மங்கைபங்கன் -
மங்கைபங்காளன் -
மங்கைபாகன் - } சிவன்.
மசக - (வி) மயங்க, 2. சந்தேகிக்க.
மசகம் -
மசம் - } கொசுகு.
மசகிற்புள் - ஓர் கடற்பறவை.
மசகு -
மசவு - } கடலிற்றிசைதெரியாத இடம், 2. வண்டிக்கீல்.
மசக்க - (வி) மயக்க, 2. கலக்க, 3. கசக்க.
மசக்கை - கருப்பமசக்கு.
மசக்கைக்காரி - கருப்பஸ்திரி.
மசங்க - (வி) மயங்க, 2. கசங்க.
மசண்டை - அந்திநேரம்.
மசமசத்தல் - (தொ.பெ) தினவு கொள்ளல்.
மசம் - கொசுகு.
மசரதம் - பேய்த்தேர்.
மசாலை - சம்பாரம்.
மசால் -
மஷால் - } தீவர்த்தி.
மசானம் - மயானம்.
மசி -
மஷி - } மை.
மசிக்க - (வி) குழைக்க.
மசிர் - அறுகம்புல், 2. மயிர்.
மசீது -
மசூதி - } துருக்கர் கோயில்.
மசுக்கரம் -
மஸ்கரம் - } மூங்கில்.
மசூசிகம் -
மசூரி -
மசூரிகம் - } துருக்கர் கல்லறை.
மச்சம் - மாற்றறிய வெட்டும்பொன், 2. மச்சை.
மச்சம் - மீன், 2. மீனவிராசி, 3. ஓர்தேசம்.
மச்சரம் - பொறாமை.
மச்சனம் - ஸ்நானம்.
மச்சாள் -
மச்சி - } மைத்துனி.
மச்சான் - மைத்துனன்.
மச்சிகை - மோர், 2. ஈ.
மச்சியம் - சிவபுராணத்தொன்று, 2. கடுகுரோகிணி.
மச்சினன் -
மச்சுனன் - } மைத்துனன்.
மச்சினி -
மச்சினச்சி -
மச்சினிச்சி - } மைத்துனி.
மச்சு - மேனிலை, 2. பரவுபலகை, 3. குற்றம்.
மச்சுப்போக - (வி) மக்க, 2. வெந்து குழைய.
மச்சுனமை - மைத்துனவுரிமை.
மச்சை - மூளை, 2. மறு, 3. மீனம்பர்; இது கடலிலுண்டாவது.
மஜரா - பட்டணஞ்சார்ந்த ஊர்.
மஜ்கூர் - மேற்படி.
மஜ்முதா -
மஜ்மூன் - } கருத்து, 2. அடக்கம்.
மஸ்தகம் - தலை.
மஸ்து - மதம்.
மஸ்டு - வண்டல்.
மஞ்சம் - கட்டில்.
மஞ்சரி - பூங்கொத்து, 2. பூத்திரள், 3. பூமாலை, 4. தளிர், 5. ஒரு பிரபந்தம், 6. மலர்க்காம்பு, 7. நாயுருவிச்செடி.
மஞ்சள் - அரிசனம்.
மஞ்சனம் - முழுகல்.
மஞ்சன் - மகன்.
மஞ்சாடி - ஒருமரம், 2. இரண்டு குன்றிமணிகொண்ட நிறை.
மஞ்சாளி - வயிரநிறுக்கு நிறை.
மஞ்சி - படகு, 2. சிறுவரம்பு, 3. பேழை.
மஞ்சிகம் - பெட்டி, 2. தாளிக்கொடி.
மஞ்சிகன் - நாவிதன்.
மஞ்சிகை - பேழை, 2. தாளிக்கொடி, 3. குண்டலம்.

மஞ்சிட்டி - ஒரு செடி, 2. நுணாவேர்ப் பட்டை.

மஞ்சிலிக்கான் - உருத்திரசடைப்பூடு.

மஞ்சில் - பழையவரம்பின் வழி.

மஞ்சு - அழகு, 2. மேகம், 3. பனி, 4. ஆபரணம், 5. களஞ்சியம், 6. வலி, 7. இளமை, 8. முகடு, 9. யானைமுதுகு, 10. கட்டில்.

மஞ்சுகம் - கொக்கு.

மஞ்சுளம் - அழகு, 2. மிருது.

மஞ்சூடை - } கூடை, 2. பெட்டி
மஞ்சூஷை - }

மஞ்சூரம் - கடலை.

மஞ்ஞை - மயில்.

மடக்க - (வி) மடிக்க, 2. திருப்ப, 3. மாறி மாறிச்செய்ய, 4. மறுக்க, 5. கீழ்ப்படுத்த, 6. அடக்க, 7. வசப்படுத்த, 8. தடுக்க, 9. நோய் தணிக்க, 10. எதிரெற்ற, 11. பணிவாக்க, 12. முறிக்க, 13. உடற்கட்டுக்குலைக்க.

மடக்கடி - தந்திரம்.

மடக்கம் - வளைவு, 2. அடக்கம்.

மடக்கு - முடக்கு, 2. திருப்பு, 3. மடிப்பு, 4. தடை, 5. ஓர் மட்பாத்திரம், 6. மாறிமாறி வருதல், 7. ஓரலங்காரம், மடக்கலங்காரம்.

மடக்குமடக்கெனல் - ஈரடுக்கொலிக் குறிப்பு.

மடங்க - (வி) வளைய, 2. முடங்க, 3. கோண, 4. சாய, 5. மீள, 6. முறுக்க, 7. நெளிய, 8. கீழ்ப்பட, 9. தாழ, 10. தணிய, 11. உக்கிரமடங்க, 12. அமர, 13. தடைபட, 14. வாயடங்க, 15. அடைய.

மடங்கடித்தல் - (தொ.பெ) தோற்றோடச் செய்தல்.

மடங்கலர் - பகைவர்.

மடங்கல் - சிங்கம், 2. இடி, 3. ஊழித்தீ, 4. யுகமுடிவு, 5. நோய், 6. இயமன், 7. மடங்குதல்.

மடந்தை - பெண், 2. பெண்களுக்குரிய பருவமேழனுளொன்று.

மடப்பம் - ஐஞ்னூறுகிராமத்திற்குத் தலைக்கிராமம், 2. மகளிர்குணங்களி னொன்று.

மடப்பளி - சமையல் வீடு.

மடமட - ஒலிக்குறிப்பு.

மடமை - அறிவின்மை, இஃது பெண்கள் நாற்குணத்துளொன்று.

மடம் - வேதம் படிக்குமிடம், 2. முனிவர் வாசம், 3. தருமசாலை, 4. சத்திரம், 5. இளைப்பாறுமிடம், 6. மேன்மை.

மடலிக்க - (வி) கோண, 2. மடங்க, 3. சுருங்க, 4. நெளிய, 5. குடலையாக, 6. நெறிக்க.

மடலூர்தல் - (தொ.பெ) மடற்குதிரையி வர்தல்; இஃது: அகப்பொருட்டுறையி னொன்று.

மடல் - ஈந்து முதலியவற்றின் ஏடு, 2. திரு நீற்றுமடல், 3. ஓர் பிரபந்தம், 4. கண்ணிமை, 5. சோளக்கதிர் முதலியவற்றின் பொத்தி, 6. பூவிதழ், 7. ஏற்றமடல், 8. சிறுவாய்க்கால், 9. காதின்மடல்.

மடவரல் - இளம்பெண்.

மடவார் - அறிவீனர், 2. பெண்கள்.

மடவியர் - பெண்கள்.

மடவை - ஒருமீன், 2. கடவுமரம்.

மடன் - அறிவிலான்.

மடாதிபதி - மடத்தலைவன்.

மடாதிபத்தியம் - மடத்தலைமை.

மடாரெனல் - ஓரொலிக்குறிப்பு.

மடி - வயிறு, 2. வஸ்திரம், 3. மடிந்தது, 4. கேடு, 5. சோம்பல், 6. புலம்பு, 7. நோய், 8. பொய், 9. தாழைவிழுது.

மடிக்க - (வி) மடக்க, 2. பேச்சிலேமடங் கடிக்க, 3. கொல்ல.

மடிமை - சோம்பு

மடிவிக்க -(வி) முனைமடங்கச்செய்ய, 2. கொல்ல.

மடிவு - சாவு, 2. கேடு, 3. சோம்பு.

மடு - குளம், 2. ஆற்றினுட்பள்ளம்.

மடுக்க - (வி) பற்றி அடைய, 2. நிறைக்க, 3. உண்ண, 4. பொறிவழியாற்கொள்ள, 5. விழுங்க, 6. மயக்க, 7. தடுக்க.

மடுத்தல் - சுத்தியல்.

மடுப்பு - நிறைத்தல். (பு- தொழிற்பெயர் விகுதி.)
மடை - சோறு, 2. நீர்பாயும்வழி, 3. மதகு, 4. ஆபரணக்கடைப்பூட்டு, 5. வாய்க்கால், 6. துவாரம், 7. தேவதைகட்குப் படைப்பது.
மடைத்தலை - ஆற்றுவரம்பு.
மடைத்தொழில் - சமையல்வேலை.
மடைபரவுதல் - (தொ.பெ) நிவேதனஞ் செய்தல்.
மடைப்பள்ளி - அடுக்களை.
மட்கலம் - மண்பாண்டம்.
மட்கல் - (தொ.பெ) அழுக்கேறல், 2. ஒளி மழுங்கல்.
மட்டங்கட்டுதல் - (தொ.பெ) சரியாய் நிறுத்தல்.
மட்டத்துருத்தி - ஒரு விசிறி.
மட்டப்பலகை - சமனறி கருவி.
மட்டம் - சமம், 2. அளவு, 3. ஓரளவுகோல், 4. எல்லை, 5. உத்தேசம், 6. ஒப்புரவு, 7. யானைக்குட்டி, 8. வாழை கரும்பு முதலியவற்றின் கன்று, 9. மிதம், 10. குறைவு, 11. கேடகம்.
மட்டாயுதம் - வாள்.
மட்டி - ஒழுங்கின்மை, 2. மதிகேடன், 3. படைக்கலம்.
மட்டிக்க - (வி) மண்டலிக்க, 2. வட்ட மாக்க, 3. பூச.
மட்டியம் - சத்ததாளத்தொன்று.
மட்டு - அளவு, 2. எல்லை, 3. உத்தேசம், 4. தேன், 5. கள்.
மட்டுத்திட்டம் - சரிநிதானம்.
மட்டுமதியம் - அளவு, 2. நிதானம்.
மட்டை - மடல், 2. தேங்காய்மட்டை, 3. முட்டாள், 4. ஓர்பாம்பு, 5. உடற்குறை.
மட்டைத்தேள் - பிள்ளைத்தேள், 2. திரு நீலகண்டன்.
மட்பகைஞர் - குயவர்.
மணக்க - (வி) மோக்க, 2. கூட்ட, 3. கலியா ணம்பண்ண, 4. கூட, 5. வாசனைவீச.
மணங்கல் - பானை, 2. மிடா.
மணங்கு - ஆட்டுக்குட்டி, 2. ஓர்நிறை.
மணத்தக்காளி - ஒரு செடி.
மணமகள் - மணவாட்டி.
மணமகன் - மணவாளன்.
மணம் - வாசனை, 2. கூட்டம், 3. கலியா ணம்:, அது: பிரமமணம் முதலாக எட்டு வகைப்படும்.
மணலி - ஓரூர், 2. மணலிக்கீரை.
மணலை - ஒரு மீன்.
மணல் - கருமணல், வெண்மணல் எனப் பலவகைப்படும்.
மணவாட்டி - மணமகள்.
மணவாளன் - நாயகன்.
மணவை - அடுப்பு.
மணாளன் - மணவாளன்.
மணி - பொன் முதலிய மணி, 2. மணி மாலை, 3. உருத்திராக்ஷம், 4. நென்மணி முதலியன, 5. கண்மணி, 6. அழகு, 7. நன்மை, 8. கறுப்பு.
மணி - இரத்தினம், 2. முத்து, 3. அதர், 4. மணிக்கட்டு, 5. ஓசை, 6. கிலிக்குமணி, 7. மணிநேரம், 8. விஷக்கல்.
மணிகன்னிகை - காசித்தீர்த்தத்தி னொன்று.
மணிக்கட்டு - கையினோருறுப்பு.
மணிக்கிரீவன் - குபேரன் மக்களிலொ ருவன்.
மணிக்குடல் - சிறுகுடல்.
மணிக்கூடு - நாழிகைவட்டில், 2. கடி காரக்கூடு.
மணிநாள் - ஒன்பதுநாள்.
மணிபூரம் - கொப்பூழ்.
மணிப்புறா - ஒரு புறா.
மணியகாரன் - விசாரணைக்காரன்.
மணியம் - மணியவேலை.
மணியாசம் - மணியாசப்பலகை.
மணிவடம் - இரத்தினமாலை, 2. அக்க மாலை.
மணை - சிறுபீடம், 2. மழுங்கல், 3. மழுங் கலாயுதம், 4. பருத்திமணை.
மண் - சுட்டசாந்து, 2. அணு, 3. நிலம், 4. மாட்சிமை, 5. முழவின்மார்ச்சனை, 6. ஒப்பனை.

மண்கணை - ஒரு பறை.

மண்டகம் - சர்க்கரைபோடாத பூரி.

மண்டக்கம் - } முத்துக்குளிப்பவர்களை
மண்டக்கு - } யிழுக்குங்கயிறு.

மண்டபம் - கோயில்மண்டபம், 2. சத்திரம்.

மண்டம் - ஆமணக்கஞ்செடி, 2. மண்டை.

மண்டலபுருடன் - சூடாமணி நிகண்டு செய்த வாசிரியன்.

மண்டலமாக்கள் - அரசர்.

மண்டலம் - வட்டம், 2. சூரியமண்டலம், முதலியன, 3. பூமி, 4. வலயம், 5. பாம்புச் சுற்று, 6. இயந்திரம், 7. இருகாலும் பக்கல்வளைய நிற்கு நிலை, 8. நாற்பதுநாள் கொண்டது.

மண்டலம்போட - } (வி) சுற்றிச்சுற்றிவர,
மண்டலமிட - } 2. யந்திரம் வகுக்க.

மண்டலாதிபதி - ஏகசக்கிராதிபதி.

மண்டலி - ஒருவகைப் பாம்பு , 2. பூனை, 3. நாய், 4. பூமி, 5. கூட்டம்.

மண்டலிகன் - இருபதுயோசனை விஸ்தாரமான தேசத்தையாள்வோன்.

மண்டலிக்க - (வி) வட்டமிட, 2. விருத்தமாக்க.

மண்டலீகர் - அவ்வத்தேசத்தையாளு மன்னர்.

மண்டலேசன் - மண்டலாதிபதி.

மண்டா - இரட்டைக்கருவீட்டி.

மண்டி - பெரியகடை, 2. இருகால்முடக்கி நிற்குநிலை.

மண்டிகை - அப்பவருக்கம்.

மண்டிபோட - } (வி) இருகால்
மண்டியிட - } முடக்கிநிற்க.

மண்டிலம் - வட்டமாயோடல், 2. குதிரை, 3. நாடு, 4. கூத்து, 5. போர்.

மண்டுகம் - தவளை.

மண்டுதல் - (தொ.பெ) நெருங்கல், 2. மிகல், 3. தாக்கல், 4. ஆவலாய்ப்பருகல்.

மண்டூகம் - தவளை.

மண்டூகர் - ஓரிருடி.

மண்டூரம் - பழஞ்செங்கற்கிட்டம்

மண்டெரி - பெருந்தீ.

மண்டை - தலையோடு, 2. இரப்போர் கலம்.

மண்டைக்கரப்பான் - ஒரு நோய்.

மண்டைப்பீனசம் - ஒரு நோய்.

மண்டோதரி - இராவணன் மனைவி.

மண்ண - (வி) அலங்கரிக்க.

மண்ணம் - சுண்ணாம்பு.

மண்ணா - ஓர் மீன்.

மண்ணை - அறிவிலான், 2. பசாசு, 3. இளமை.

மண்ணைத்தனம் - அறியாமை.

மண்ணோர் - மனிதர்.

மண்மகள் - பூமிதேவி.

மண்வெட்டி - ஓராயுதம்.

மதகு - குளத்தின் சலதாரை.

மதக்க - (வி) செருக்க, 2. கொழுக்க, 3. மயங்க, 4. வெறிக்க.

மதங்கநாதர் - நவநாத சித்தரிலொருவர்.

மதங்கம் - ஓராகமம், 2. மதங்கமலை.

மதங்கர் - பாணர்.

மதங்கி - பதினாறுவயதுப்பெண், 2. காளி, 3. பாடுவிச்சிப்பெண்.

மதமதெனல் - ஈரடுக்கொலிக்குறிப்பு.

மதமத்தகம் - கஞ்சாச்செடி.

மதம் - களிப்பு, 2. மதநீர், 3. வலி, 4. செருக்கு;அது: உட்பகையாறனு ளொன்று, 5. காம விகாரம், 6. கொழுப்பு, 7. மயக்கம், 8. கருத்து, 9. சமயமதம், 10. சம்மதம்.

மதர் - மிகுதி, 2. செருக்கு, 3. களிப்பு.

மதர்க்க - (வி) செழிக்க, 2. செருக்க, 3. களிக்க.

மதர்ப்பு - } செழிப்பு, 2. மிகுதி,
மதர்வு - } 3. வலிமை.

மதலை - கப்பல், 2. தூண், 3. கொன்றை மரம், 4. கொடுங்கை, 5. மகன், 6. மழலை, 7. குழந்தை.

மதனம் - காமம், 2. கடைதல், 3. மௌனம், இது பஞ்சபாணா வத்தைக் குணங்களி னொன்று, 4. மனக்கலக்கம்.

மதனன் - காமன்.

மதனி - } மைத்துனி.
மதினி -
மதுனி -

மதன் - காமன், 2. அழகு, 3. கலக்கம், 4. மாட்சிமை, 5.வலி, 6. வளமை.

மதாணி - பதக்கம், 2. ஆபரணம்.

மதாவளம் - யானை.

மதாளிக்க -(வி) செழிக்க.

மதி - ஓர் முன்னிலை யசைச்சொல், (உ-ம்.) கேண்மதி.

மதி - சந்திரன், 2. அறிவு, 3. மிருகசீரிடம், 4. பிறை, 5. மாதம், 6. கற்கடகவிராசி.

மதிக்க - (வி) வரையறுக்க, 2. கணிக்க, 3. கடைய, 4. கொழுக்க.

மதிதம் - மோர்.

மதித்தல் - (தொ.பெ) எண்ணல், 2. கருதல், 3. கடைதல்.

மதிமகன் - புதன்.

மதியம் - சந்திரன், 2. கணிசம், 3. மத்தியானம், 4. மாதம்.

மதியாணி - } நுகத்தினடுவாணி.
மதியாணிக்கட்டை -

மதிரை - கள்.

மதிலுண்மேடை - கொத்தளம்.

மதில் - } சுற்றுச்சுவர்; இஃது இராசசின்னத்தொன்று.
மதிள் -

மது - இனிமை, 2. கள், 3. இலுப்பைப் பூத்திராவகம், 4. தேன், 5. பூந்தேன், 6. மகரந்தம், 7. பால், 8. வசந்தகாலம், 9. ஓரரக்கன்.

மதுகம் - தித்திப்பு, 2. அதிமதுரம், 3. இலுப்பைமரம், 4. எட்டிமரம், 5. துத்தநாகம்.

மதுகரம் - தேனீ, 2. வண்டு, 3. கள்.

மதுகை - வலிமை.

மதுசூதனன் - திருமால்.

மதுபம் - } கள்.
மதுவம் -

மதுரம் - இனிமை, 2. நாற்கவியினொன்று, 3. முந்திரிகைக்கொடி, 4. செஞ்சந்தனம், 5. மத்திம இசை, 6. அதிமதுரம்.

மதுரிக்க -(வி) தித்திக்க, 2. செவிக்கின்பமாக, 3. உருசியாக்க.

மதுரை - ஒரு நகரம், 2. கள்.

மதூகம் - வண்டு, 2. இலுப்பைமரம்.

மத்குணம் - மூட்டுப்பூச்சி, 2. யானை.

மத்தகம் - } தலை, 2. நெற்றி, 3. பொல்லாநிலம், 4. யானை மத்தகம்.
மஸ்தகம் -

மத்தம் - களிப்பு, 2.வெறி, 3. ஊமத்தஞ்செடி, 4. முத்து.

மத்தளம் - ஒருவகை யுத்தமத் தோற்கருவி.

மத்தனம் - கடைதல்.

மத்தாப்பு - ஒரு வாணம்.

மத்தி - நடு.

மத்திகை - குதிரைச்சம்மட்டி, 2. விளக்குத் தண்டு, 3. பூமாலை.

மத்திக்க - (வி) கடைய.

மத்திக்காய் - ஓர் காதணி.

மத்திமம் - நடு, 2. மத்திமநாதம், 3. இடை.

மத்திமன் - நடுத்தரமானவன், 2. சாமானியன்.

மத்திமை - நடுவிரல், 2. நான்கு வாக்கினொன்று.

மத்தியஸ்தம் - நடுநியாயம்.

மத்தியமம் - நடு, 2. நடுவிரல்.

மத்தியமாவதி - ஓரிராகம்.

மத்தியம் - நடு, 2. கள், 3. இடை.

மத்தியலோகம் - பூலோகம்.

மத்தியவிருத்தம் - உந்தி.

மத்தியானம் - உச்சிப்பொழுது.

மத்தியை - காமமும் நாணமும் சமமாக உள்ளவள்.

மத்திரிப்பு - செற்றம், 2. கோபம்.

மத்திரை - பாண்டுவினிரண்டாம் மனைவி.

மத்து - தயிர்கடை கருவி, 2. தயிர்.

மத்துவம் - மத்துவமதம்.

மத்தை - ஊமத்தஞ்செடி.

மந்தகாசம் - புன்னகை.

மந்தணம் - இரகசிய ஆலோசனை.

மந்தமாருதம் - சிறுதென்றல்.

மந்தம் - தாமதம், 2. கூர்மையின்மை, 3. அசீரணம், 4. அற்பம், 5. மந்தவிசை; சமனிசை யென்க, 6. சோம்பல், 7. ஒரு நோய்.

மந்தரம் - ஓர் மலை, 2. மறைவிடம், 3. மந்த இசை, 4. வெண்ணெய்.

மந்தவாரம் - சனிக்கிழமை.

மந்தனி - } தயிர்கடைதாழி.
மந்தினி - }

மந்தாகினி - கங்கை, 2. அறுபதாண்டுள் ளவள்.

மந்தாரம் - ஐந்தருவினொன்று, 2. செம் பரத்தை, 3. மேகமூடிய தன்மை.

மந்தாரிக்க - (வி) மப்பாயிருக்க.

மந்தாரை - ஒரு பூச்செடி; அது: காட்டு மந்தாரை, அந்திமந்தாரை, கொக்கு மந்தாரை, சிவப்புமந்தாரை, வெள்ளைமந் தாரை யெனப் பலதிறப்படும்.

மந்தானம் - மத்து.

மந்தி - கருங்குரங்கின்பெண், 2. பெண் முசு, 3. பெண்குரங்கு, 4. வண்டு, 5. குரங்கு.

மந்திக்க - (வி) அசீரணப்பட, 2. மந்தப்பட.

மந்திட்டி - மஞ்சிட்டி.

மந்திப்பு - மந்தம்.

மந்திரகாஷாயம் - காவிச்சீலை.

மந்திரகூர்மை - இந்துப்பு.

மந்திரம் - ஆலோசனை, 2. வேதாங்கம், 3. எண்ணம், 4. வீடு, 5. தேவர்கோயில், 6. அரசன்மனை, 7. குதிரைப்பந்தி, 8. ஓர் தேயம், 9. கள், 10. குகை.

மந்திரி - அரசர்க்குத் துணைவரி லொருவன், 2. அமைச்சன், 3. வருங்காரியஞ் சொல்வோன், 4. குபேரன், 5. சுக்கிரன், 6. புதன், 7. வியாழன்.

மந்திரிக்க - (வி) மந்திரத்தாற்கட்ட, 2. துராலோசனைசெய்ய.

மந்திரோச்சாரணம் - மந்திரவுச்சரிப்பு.

மந்துரம் - குதிரைப்பந்தி.

மந்தை - ஆட்டுமாட்டுத் தொகுதி.

மந்தையன் - அவிவேகி, 2. கூர்மை யற்றவன்.

மந்தோதரி - இராவணன் மனைவி.

மப்பு - மந்தாரம், 2. மந்தம், 3. மயக்கம்.

மமகாரம் - ஒரு பொருளை எனதென்பது.

மமகாரன் - ஓரரசன்.

மமதை - அகந்தை.

மம்மர் - துன்பம், 2. மயக்கம்.

மயக்க - (வி) கலங்கச்செய்ய.

மயக்கடி - மயக்கம்.

மயக்கம் - } உன்மத்தம், 2. கலப்பு.
மயக்கு - }

மயங்க - (வி) மருள.

மயம் - செருக்கு, 2. அழகு, 3. சிற்பநூல் முப்பத்திரண்டனுள் ஒன்று.

மயர்வு - மயக்கம்.

மயல் - உன்மத்தம், 2. மயக்கம், 3. பிசாசம், 4. செத்தை.

மயன் - ஓர் வேததச்சன், 2. வினைஞன், 3. கின்னரன், 4. தச்சன்.

மயானம் - சுடலை.

மயிடம் - எருமை.

மயிந்துதல் - (தொ.பெ) பதுங்குதல்.

மயிர் - உரோமம்.

மயிர்க்குச்சு - துகிலிகை, 2. கொண்டைக் குச்சு.

மயிர்க்குட்டி - கம்பளிப்பூச்சி.

மயிர்க்கூச்சு - உரோமபுளகிதம்.

மயிர்மாட்டி - ஓராபரணம்.

மயிர்மாணிக்கம் - பற்படாகம், (ஒரு மருந்துப்பூடு), 2. கோரோசனை.

மயிர்வினைஞர் - நாவிதர்.

மயிலடி - மாதர் காலாழியினொன்று.

மயிலை - சாம்பனிறம், 2. இரு வாட்சிமரம், 3. மயிலாப்பூர், 4. மீன், 5. மீனராசி, 6. அழுக்கு.

மயில் - ஓர் பட்சி.

மயிற்பீலி - மயிலிறகு.

மயிற்றுத்தம் - துருசு.

மயிற்றோகை - மயில்வால்.

மயினா - } நாகணவாய்ப்புள்.
மைனா - }

மயூரம் - மயில், 2. நாயுருவிச்செடி.

மயூராரி - ஓந்தி, 2. மயிலுக்குப்பகை.

மயேசுரன் - } சிவன்.
மயேசுவரன் - }

மயேந்திரம் - ஓர் மலை.
மரகதமேனியன் - திருமால்.
மரகதம் - நவரத்தினத்திலொன்று, 2. பச்சைநிறம்.
மரகதவல்லி - பார்வதி, 2. தருமதேவதை.
மரகதன் - குபேரன்.
மரக்கலம் - கப்பல், 2. தோணி.
மரக்கா - நந்தனவனம்.
மரக்காணம் - ஓரூர்.
மரக்கால் - ஓர் முகத்தலளவைக் கருவி, 2.துர்க்கைக்கூத்து, 3. விஷ்ணுகூத்து, 4. சோதிநாள், 5. உப்பளம்.
மரணசாதனம் - சாகுந்தறுவாயி லெழுதப் பட்ட வோலை.
மரணம் - சாவு.
மரணை - சாவு, 2. ஞாபகம்.
மரதம் - சாவு.
மரத்தல் - (தொ.பெ) விறைத்தல்.
மரபு - வமிசம், 2. குணம், 3. பழமை.
மரம் - விருட்சம், 2. வெட்டுமரம்.
மரல் - அரலையென்னும் ஒரு புதர், 2. மருள்.
மரவம் - குங்குமமரம்.
மரா - ஆச்சாமரம், 2. வெண்கடம்பமரம், 3. அரசமரம்.
மராம் - வெண்கடம்பமரம்.
மராளம் - அன்னம், 2. பாம்பு, 3. மாதுளை மரம்.
மரிக்க - (வி) சாக.
மரிசி - புதுவரம்புவழி.
மரியாதம் - நீதி.
மரியாதை - ஒழுக்கம், 2. வணக்கம், 3.வரம்பு, 4.கடற்கரை, 5.நீதி, 6. அமைவித்த நிச்சயம், 7. விதம்.
மரீசம் - மிளகு.
மரீசி - ஒரு முனிவர். இவர் பிரமபுத்திரர்களிலொருவர், 2. கிரணம்.
மரீசிகம் - } கானல்.
மரீசிகை - } கானல்.
மரு - ஓர் பரிமளப்பூடு, 2. வாசனை, 3. வனம்.
மருகல் - திருமருகலென்னும் ஓர் ஊர்.
மருகன் - மருமகன்.
மருகு - மகரவாழை, 2. ஓர் வாசனைப் பூண்டு.
மருக்கடம் - மர்க்கடம்.
மருங்கு - இடை, 2. பக்கம், 3. ஒழுங்கு.
மருங்குல் - இடை, 2. பக்கம்.
மருங்கை - பிரசவித்தைந்தாநாள்.
மருச்சகன் - இந்திரன், 2. அக்கினி.
மருட்கிழங்கு - மருளின்வேர்.
மருட்சி - மயக்கம், 2. அறிவின்மை.
மருட்ட - (வி) மயக்க.
மருட்டம் - மயக்கந்தருவது, 2. கள்.
மருட்பா - ஐந்துபாவினொன்று. முதற் கண்வெண்பாவும், இறுதிக்கண் அகவலுமாக வருவது.
மருண்மா - மதயானை.
மருண்மாலை - அந்திநேரம்.
மருதணி - } ஓர் பூடு.
மருதாணி - } ஓர் பூடு.
மருதம் - ஐந்நிலத்தொன்று, அது வயலும் வயல்சார்ந்த இடமும், 2. ஓர் மரம், 3. மருதநிலப்பண், 4. வயல்.
மருது - மருதமரம்.
மருதோன்றி - ஒரு மரவிசேடம்.
மருத்து - காற்று.
மருத்துவம் - வைத்தியம்.
மருத்துவன் - வைத்தியன், 2. இந்திரன்.
மருந்தம் - நஞ்சு, 2. தாலம்பபாஷாணம்.
மருந்து - ஔஷதம், 2. வெடிமருந்து, 3. அமுதம்.
மருபூ - பாலைநிலம்.
மருப்பு - விலங்கின்கொம்பு, 2. இஞ்சி.
மருமகள் - சகோதரிமகள், 2. மகன் மனைவி.
மருமகன் - சகோதரிமகன், 2. மகள் கணவன்.
மருமம் - இரகசியம், 2. உயிர்நிலை, 3. மார்பு.
மருமரம் - } அசையுஞ்சிலையானும் இலையானுமெழு மொலி.
மருமராஞ்சம் - } அசையுஞ்சிலையானும் இலையானுமெழு மொலி.
மருமான் - மகன், 2. மருமகன், 3. வழித்தோன்றல்.
மருவ - (வி) கிட்ட, 2. கலக்க, 3. இடையிலேசேர.

மருவலர் - பகைவர்.
மருவு - வாசனை, 2. கலியாணத்திடுவிருந்து.
மருள - (வி) மயங்க, 2. பயப்பட.
மருளிந்தம் -
மருளிந்தராகம் - } ஓர் பண்.
மருள் - மயக்கம், 2. பிசாசம், 3. பேயாட்டம், 4. உவமையுருபு.
மரூஉ - மருவி வழங்குமொழி.
மரை - ஓர்வகைமான், 2. தாமரை, 3. தவளை.
மரைக்காயர் -
மரைக்கார் - } துலுக்கரிலொரு வகையார்.
மரைநீகம் - தவளை.
மர்க்கடம் - குரங்கு.
மர்ஜி - சுபாவம்.
மர்த்தனம் - இடிக்கை, 2. கடைதல்.
மர்த்திக்க - (வி)மருந்துகலக்க, 2. அரைக்க, 3. கடைய.
மர்த்தியம் - உலகம்.
மர்மம் - உயிர்நிலை, 2. இரகசியம்.
மலகரி - ஓரிராகம்.
மலக்கடி -
மலக்கம் - } கலக்கம்.
மலங்க - (வி) குழம்ப, 2. அசைய, 3. மனங்கலங்க.
மலங்கல் - குளம்.
மலங்கு - ஓர்மீன்.
மலடு - பாழ், 2. கருவற்றது.
மலபரிபாகம் - பந்தபாசநீங்கிப் பக்குவமடைதல்.
மலமலத்தல் -
மலமலெனல் - } ஒலிக்குறிப்பு.
மலம் - உடம்பினழுக்கு, 2. பாவம், 3. அழுக்கு, 4. வண்டல்.
மலயசம் - சந்தனம், 2. தென்றல்.
மலயம் - பொதியமலை.
மலயாசலம் - பொதிகை.
மலர - (வி) முகைவிள்ள, 2. விரிய, 3. களிப்புற, 4. தோன்ற, 5. எதிர்ப்பட, 6. நிறைய.
மலரவன் - பிரமன்.
மலர் - புஷ்பம்.
மலர்மிசையேகினான் - புத்தன்.
மலாக்கா -
மலாயு -
மலாய் - } ஓர் தீவு
மலாடனார் - ஓர் சங்கப்புலவர்.
மலாடு - கொடுந்தமிழ் நாட்டிலொன்று, அது மலையமானாடு.
மலார் - வளார்.
மலாவகம் - பிண்ணாக்கு.
மலிய - (வி) நயமாயிருக்க, 2. நிறைய, 3. அதிகரிக்க.
மலிவு - மிகுதி, 2. நயவிலை.
மலினமுகன் - அக்கினி, 2. பிசாசு, 3. முசு, 4. கொடியவன், 5. வண்டு.
மலினம் - அழுக்கு, 2. கெடுதி, 3. கறுப்பு, 4. பாவம்.
மலீமசம் - அழுக்கு.
மலை - பருப்பதம், 2. உவமை.
மலைக்க -(வி) மயங்க, 2. மாலையணிவிக்க, 3. போர்செய்ய.
மலைச்சாரல் -
மலைச்சார்வு - } மலையருகு.
மலைப்பு - கூத்தின்விகற்பம், 2. திகைப்பு, 3. மாறுபாடு.
மலைமகள் -
மலைமடந்தை - } உமை.
மலையகம் - ஓர்சாதி.
மலையசம் - சந்தனம், 2. தென்றல்.
மலையத்துவசன் - ஓர் பாண்டியன்.
மலையமான் - சேரன்.
மலையம் - மலையினுச்சி, 2. குறிஞ்சியாழ்த்திறம், 3. பொதியமலை.
மலையன் - கடையெழு வள்ளலிலொருவன், 3. குறிஞ்சி நிலத்தலைவன்.
மலையாரம் - சந்தனம்.
மலையாளம் - ஒருதேயம்.
மலையானிலம் - மலயாநிலம், தென்றல்.
மலைவாணர் - வேடர்.
மலைவு - மயக்கம், 2. பொருள்மாறுபாடு, 3. போர், 4. உவமைச்சொல்.
மல் - மற்போர், 2. பலம், 3. திண்மை, 4.வளம், 5. திருமால்கூத்து, 6. கூத்தின் விகற்பம்.
மல்க - (வி) அதிகரிக்க, 2. நிறைய.

மல்காக்க - (வி) முதுகுகிழாய்க்கிடக்க.
மல்லல் - தட்டம், 2. வலிமை, 3. மற்பிடி.
மல்லல் - மிகுதி, 2. வலி, 3. வளம்.
மல்லன் - வலியோன், 2. மற்போர் செய்வோன்.
மல்லாய் - ஓர் பாத்திரம்.
மல்லாரி - பம்பைவாத்தியம், 2. சண்டைக்காரி.
மல்லி - மல்லிகை, 2. கொத்துமல்லி.
மல்லிகார்ச்சுனம் - ஓர் சிவஸ்தலம்.
மல்லிகை - ஒருபூச்செடி, 2. இரப்போர் கலம், 3. விளக்குத்தண்டு, 4. பாத்திரம்.
மல்லு - ஓர்போர், 2. ஓர்கூத்து.
மல்லுக்கட்டுதல் - (தொ.பெ) போராட்டமாடுதல்.
மல்லை - இரப்போர்கலம், 2. வட்டம்.
மவுலி - மௌலி.
மவுனம் - பேசாமை, 2. யோகம்.
மழ - இளமையான.
மழலை - இளமை, 2. நிரம்பாமென்சொல்.
மழவு - இளமை, 2. குழந்தை.
மழிக்க - (வி) மொட்டையாக்க.
மழு - பரசாயுதம், 2. சிவனாயுதத்தொன்று, 3. எரியிரும்பு.
மழுக்க - (வி) முனைமழுங்கச்செய்ய, 2. ஒளி குறைக்க, 3. புத்தியைக்குறைக்க, 4. அடிக்க, 5. நெல்லுமி கழிக்க.
மழுக்கம் - கூரின்மை, 2. தாழ்வு, 3. ஒளி மழுங்குகை, 4. விவேகமின்மை.
மழுங்க - (வி) முனைமழுங்க, 2. காந்தி குறைய, 3. புத்திகுறைய, 4. ஒளிமங்க, 5. மறைந்துபோக.
மழுப்ப - (வி) தாமதப்படுத்த.
மழுவன் - அஞ்சாதவன், 2. நகர் காப்போன்.
மழுவாளி - } சிவன், 2. பரசிராமன்.
மழுவேந்தி - }
மழை - மாரி, 2. மேகம், 3. நீர், 4. குளிர்ச்சி, 5. மிகுதி.
மழைக்கண்ணி - ஒரு பறவை.
மழைக்கோள் - சுக்கிரன்.
மழைவண்ணன் - மகாவிஷ்ணு.
மளமளத்தல் - }
மளமளப்பு - } ஈரடுக்கொலிக் குறிப்பு.
மளமளெனல் - }
மளாரெனல் - ஒலிக்குறிப்பு.
மளிகை - பலசரக்குக்கடை.
மளுக்கெனல் - ஒலிக்குறிப்பு.
மள்ளம் - } வலி.
மள்ளல் - }
மள்ளர் - வீரர், 2. குறிஞ்சிநிலமாக்கள், 3. மருதநிலமாக்கள்.
மள்ளு - கைமரம்.
மறக்க - (வி) அயர்க்க, 2. விட்டுவிட, 3. அசட்டைபண்ண.
மறதி - மறப்பு, அது தாமதகுணத் தொன்று.
மறத்தியர் - பாலைநிலப்பெண்கள்.
மறப்புலி - சிங்கம்.
மறம் - பிணக்கு, 2. பாவம், 3. கொலை, 4. வலி, 5. வீரம், 6. இயமன், 7. சினம், 8. கோபம், 9. கெடுதி.
மறலி - இயமன், 2. மயக்கம்.
மறல் - இயமன், 2. மயக்கம், 3. ஓர் கூத்து, 4. பகை, 5. பிணக்கு, 6. உயரம், 7. குற்றம், 8. மரணம், 9. மறதி, 10. போர், 11. தரித்திரம்.
மறவர் - ஓர் சாதியார், 2. பாலைநிலமாக்கள், 3. வேடர், 4. வீரர்.
மறவி - கள், 2. குறைவு, 3. மறதி.
மறாடர் - } மகராட்டிரர்.
மறாட்டியர் - }
மறி - அழுங்கு ஆடு குதிரை மான் இவற்றின்குட்டி, 2. மேடவிராசி, 3. கஸ்தூரி மான்.
மறிக்க - (வி) தடுக்க, 2. திருப்ப, 3. மேல் கீழாக்க.
மறிதர - (வி) திரும்பவர.
மறியல் - தடை, 2. நிறுத்துகை, 3. காவல்.
மறு - வேறு, 2. மச்சம், 3. மாசு, 4. குற்றம்.
மறுக - (வி) சுழல, 2. மயங்க.
மறுகல் - (தொ.பெ) வியாதி திரும்பல், 2. சுழலல்.

மறுகு - தெரு, 2. குறுந்தெரு, 3. இரண்டாம் விளைச்சல்.
மறுகை - நுங்கு, 2. பொதியினொருபக்கம்.
மறுக்க - (வி) இல்லையென, 2. தடுக்க, 3. ஆட்சேபித்துத் தள்ள, 4. மாறியுழ, 5. வெட்க, 6. நீக்க.
மறுக்கம் - சுழற்சி, 2. மனக்குழப்பம்.
மறுக்காரை - மருக்காரை, (ஓர் காரைச் செடி.)
மறுக்குத்து - ஓர் செடி.
மறுதலிக்க - (வி) மறுக்க, 2. நோய் மக்களிக்க, 3. வேறுபட.
மறுதலை - சத்துரு, 2. மறுதலிப்பு.
மறுமை - வருபிறப்பு.
மறுவல் - } கஸ்தூரிமிருகம்.
மறுவி }
மறை - கறை, 2.இரகசியம், 3.வேதம், 4. மந்திரம், 5. சொல், 6. பரிசை, 7. அடைக் கலம், 8. திருகுமறை, 9. மறுஉழவு.
மறைக்க - (வி) ஒளிக்க, 2. மூட.
மறைக்காடு - வேதாரணியம்.
மறைக்கொடியோன் - துரோணாசாரியன், 2. பிரமன்.
மறைசை - வேதாரணியம்.
மறைத்தலைவி - இலக்குமி, 2.சரச்சுவதி, 3. உமை.
மறைமுதல் - சிவன், 2. கடவுள்.
மறையவர் - } பிராமணர், 2. முனிவர்.
மறையோர் - }
மற்கடம் - குரங்கு.
மற்குணம் - மூட்டுப்பூச்சி.
மற்கோல் - பகை.
மற்சரம் - விரோதம்.
மற்சியம் - மீன்.
மற்றவர் - பிறர், 2. மறுபெயர்.
மற்று - அசைநிலை, 2. பிறிது, 3. வினை மாற்று, இம்மூன்று பொருளையுந்தரும் இடைச்சொல்.
மற்றும் - பிறவும்.
மற்றை } சுட்டியதற்கினம்.
மற்றைய }
மற்றோ - அதிசய இரக்கக்குறிப்பு.

மனக்கசப்பு - மனவெறுப்பு.
மனக்கசிவு - மனவுருக்கம்.
மனக்குறிப்பு - கருத்து.
மனக்கோட்டம் - அழுக்காறு.
மனங்கரைதல் - (தொ.பெ) மனமுருகல்.
மனங்கூம்புதல் - (தொ.பெ) மனமடங்குதல்.
மனசார - (வி) மனசறிய.
மனசு } உள்ளம், 2. எண்ணம், 3. விருப்பம்.
மனது }
மனச்சஞ்சலம் } துக்கம்.
மனச்சடைவு }
மனச்சாட்சி - பகுத்தறியுமறிவு.
மனஞ்சலித்தல் - (தொ.பெ) துக்கித்தல்.
மனத்தளர்ச்சி - மனமெலிவு.
மனத்தாபம் - மனவிதனம்.
மனத்திருத்தி - மனப்பூரணம்.
மனநெருடு - வெடுவெடுப்பு.
மனப்பூரணம் - உள்ளக்களிப்பு, 2. மனத் திருத்தி.
மனப்பூரிப்பு - மிகுகளிப்பு.
மனமடிவு - தைரியமின்மை.
மனம் - உள்ளம், 2. இந்துப்பு.
மனம்பொங்குதல் - (தொ.பெ) கோபங் கொள்ளல், 2. மனங்களித்தல்.
மனவு - சங்குமணி, 2. புடவை, 3. மணிப் பொது.
மனனம் - சிந்தித்தல், 2. ஞாபகம்.
மனாகுலம் - மனோவிதனம்.
மனாவு - அரைப்பட்டிகை.
மனிதன் - மானிடன்.
மனிலா - ஓரூர்.
மனிலாப்பயறு - வேர்க்கடலை.
மனு - விண்ணப்பம்.
மனு - மனுச்சக்கரவர்த்தி, 2. மனுஷன், 3. மந்திரம், 4. தருமநூல் பதினெட்டி னொன்று.
மனுசன் - }
மனுஷன் } மனிதன், 2. ஆத்துமா.
மனுடன் }
மனுஷீகம் - மனுஷசுபாவம்.

மனுநீதி - } மனுமுறை.
மனுநெறி - }
மனுவந்தரம் - மனுவின் காலவளவு.
மனுவர் - கம்மாளர்.
மனுஷ்ம்ருதி - மனுதர்மசாஸ்திரம்.
மனை - இரண்டாயிரத்து நானூறு குழி கொண்டநிலம், 2. வீடு, 3. மனைவி, 4. குடும்பம், 5. சூதாடுபலகையினறை.
மனைக்கிழத்தி - மனைவி.
மனைக்கோள் - பல்லி.
மனையறம் - இல்லொழுக்கமாகிய தருமம்.
மனையாட்டி - } மனைவி.
மனையாள் - }
மனைவாழ்க்கை - இல்லாச்சிரமம்.
மனைவி - நாயகி.
மனோகரம் - அழகு, 2. மகிழ்ச்சி.
மனோசிலை - ஒரு மருந்து, விளைவுப் பாடாண முப்பத்திரண்டினொன்றென் பர்.
மனோச்சாகம் - மனவூக்கம்.
மனோபலம் - தைரியம்.
மனோபாவம் - மனவெண்ணம்.
மனோபாவனை - மனப்பாவிப்பு.
மனோரஞ்சிதம் - மனப்பிரியம்.
மனோரதம் - இன்பம், 2. விருப்பம்.
மனோரம்மியம் - மனத்திருத்தி.
மனோலயம் - மனவொடுக்கம்.
மனோற்பவன் - மன்மதன்.
மனோன்மணி - பார்வதி, 2. அப்பிரகம்.
மன் - ஓரசைச்சொல் (உ-ம்) அது மற் கொண்கன்றேரே, 2. பெருமை, 3. ஆக்கம், 4. மிகுதி, 5. அரசன், 6. நிலைபேறு.
மன்புதை - மக்கட்பரப்பு.
மன்மத - இருபத்தொன்பதாவது வருஷத் தின் பெயர்.
மன்மதன் - காமன், 2. மனங்கலக்குவிப் போன்
மன்வந்தரம் - மனுவந்தரம்.
மன்விருத்தம் - ஆசிரியவிருத்தம்.
மன்ற - அசைச்சொல், 2. அறுதியாக, 3. நிச்சயமாக.
மன்றம் - அம்பலம், 2. வெளி, 3. நெடுந் தெரு, 4. வாசனை, 5. நிச்சயம்.
மன்றல் - விவாகம், 2. வாசனை, 3. பாலை யாழிசை.
மன்றாட - (வி) வேண்ட.
மன்று - சபை, 2. சிதம்பரம், 3. வெளி.
மன்னவன் - } அரசன், 2. உத்திரட்டாதி,
மன்னன் - } 3. எப்பொருட்கு மிறைவன்.
மன்னார் - ஓரூர், இது கடற்கரையிலுள் ளது, 2. பகைவர்.
மன்னிக்க - (வி) பொறுக்க.
மன்னிறைதருதல் - (தொ.பெ) இறை கொடுத்தல்.
மன்னுதல் - (தொ.பெ) நிலைபெறுதல், 2. சேர்தல்.
மன்னை - தொண்டை, 2. கோபம், 3. கதுப்பு.
மன்னோ - அசைச்சொல்.

மா

மா - இடித்தமா, 2. மாமரம், 3. தேமா மரம், 4. சரச்சுவதி, 5. விலங்கின்பொது, 6. குதிரைப்பொது, 7. வலி, 8. கறுப்பு, 9. சீலை, 10. வண்டு, 11. வயல், 12. துகள், 13. அழைப்பு, 14. நஞ்சுக்கொடி.
மா - இலக்குமி, 2. செல்வம், 3. அழகு, 4. வெறுப்பு, 5. மாதா.
மாகதர் - இருந்தேத்துவோர், 2. மகத தேயத்தார்.
மாகதி - திப்பிலி, (ஒரு சரக்கு), 2. முல்லைக்கொடி.
மாகந்தம் - மாமரம்.
மாகம் - மாசிமாதம், 2. மகநாள், 3. ஆகாயம்.
மாகயம் - கௌரிபாடாணம்.
மாகாணம் - தேசம், 2. தாலுகா, 3. நாடு.
மாகாணி - ஓரெண். அது பதினாறி லொன்று.
மாகுலவர் - வேடர்.
மாகேசுவரி - பார்வதி.
மாக்கள் - மனிதர்கள், 2. விலங்குகள்.

மாங்கல்யம் - } தாலி.
மாங்கல்லியம் -
மாங்கன் - ஓர் மீன், 2. ஓரீரல்.
மாங்கிசம் - } மாமிசம்.
மாங்கிஷம் -
மாங்குடி - ஓரூர்.
மாசக்காய் - ஒருமருந்துச் சரக்கு.(இதனை மாச்சக்காயென்பர்.)
மாசம் - மாதம்.
மாசனம் - ஓர் லாகரி மருந்து.
மாசி - ஓர் மாதம், 2. மகநாள், 3. புது வரம்பு, 4. மேகம்.
மாசிகம் - } இறந்தோர்க்கு மாசந் தோறுஞ் செய்யுமோர்கடன்.
மாசியம் -
மாசிப்பத்திரி - ஓர் பூடு.
மாசு - அழுக்கு, 2. குற்றம், 3. மேகம், 4. கருமை, 5. பால்வீதிமண்டலம்.
மாசுணம் - மலைப்பாம்பு, 2. பெரும் பாம்பு.
மாசேனன் - அருகன், 2. திருமால்.
மாசை - பொன்.
மாச்சரியம் - பொறாமை.
மாச்சல் - வருத்தம்.
மாஞ்சி - சடாமாஞ்சில், (ஒரு மருந்து), 2. பெருங்கோரைப்புல், 3. மண்ணீரல்.
மாடகம் - வீணை முறுக்காணி.
மாடம் - உப்பரிகை, 2. வீடு, 3. உழுந்து.
மாடல் - (தொ.பெ) செய்தல்.
மாடன் - முட்டாள், 2. ஓர்பேய்.
மாடி - அரமனை, 2. இக்கட்டு, 3. கோபம், 4. புடவையோரம்.
மாடு - மாட்டின்பொது, 2. இடம், 3. பக்கம், 4. ஒருருபிடைச்சொல்.
மாடு - செல்வம், 2. பொன், 3. அகன்மணி.
மாடை - பொன், 2. அரைவராகனெடைப் பொன்.
மாட்சி - } மகிமை, 2. அழகு.
மாட்சிமை -
மாட்ட - (வி) பூட்ட, 2. அடிக்க, 3. நுழைக்க.
மாட்டார் - இயலாதோர்.
மாட்டிலையான் - பெரிய ஈ.
மாணம் - மாட்சிமை. (அம்-சாரியை யென்பர்.)
மாணல் - மாட்சிமை.
மாணவகன் - மாணாக்கன், பிரமசாரி.
மாணவன் - மாணாக்கன்.
மாணவ்வியம் - பிள்ளைத்தன்மை.
மாணாக்கன் - கற்போன்.
மாணி - ஆண்குறி, 2. குறள்வடிவம்.
மாணிக்கம் - நவமணியினொன்று.
மாணிக்கவாசகர் - திருவாதவூரடிகளுக் கொருபெயர்.
மாண் - பெருமை.
மாண்டூகம் - உபநிடத முப்பத்திரண்டனு ளொன்று.
மாதங்கம் - யானை, 2. அரசாட்சி.
மாதங்கர் - சண்டாளர்.
மாதங்கன் - கீழ்மகன், 2. வேடன், 3. அரச மாதுக்கும் வேடனுக்கும் பிறந்து செருப் புத்தைப்போன்.
மாதங்கி - காளி, 2. துர்க்கை.
மாதம் - மாசம், 2. கிராம்பு.
மாதரி - காளி.
மாதர் - பெண்கள், 2. தலைவியர், 3. அழகு, 4. ஆசை.
மாதலி - } இந்திரன்சாரதி.
மாதுலி -
மாதவம் - வசந்தகாலம், 2. வைகாசி மாதம், 3. கள், 4. தவம்.
மாதவன் - வசந்தன், 2. மகாவிஷ்ணு.
மாதவி - தூதிகை, 2. நாடகக்கணிகை, 3.அருச்சுனன் மனைவி, 4. கோவலன் காதல்மாது, 5. குருக்கத்திமரம்.
மாதளை - மாதுளஞ்செடி.
மாதா - தாய், 2. பார்வதி.
மாதாமஹன் - தாயைப்பெற்ற பாட்டன்.
மாதி - வட்டமாயோடல்.
மாதிகம் - குதிரைமார்க்கம்.
மாதிரம் - ஆகாயம், 2. திசை, 3. பூமி, 4. மலை, 5. யானை.
மாதிரி - சாயல்.
மாதிரிகை - விதம்.

மாது - பெண், 2. ஓரசைச்சொல்.
மாதுகரம் - } பிரமசாரிப்பிச்சை.
மாதூகரம் - }
மாதுரியம் - இனிமை.
மாதுரு - மாதா.
மாதுலன் - தாயுடன்பிறந்த மாமன்.
மாதுலுங்கம் - } மாதளஞ்செடி.
மாதுளங்கம் - }
மாதுளம் - }
மாதுவம் - கள்.
மாதோ - ஓரசைச்சொல்.
மாத்தியானம் - } மத்தியானம்.
மாத்தியான்னம் - }
மாத்திரம் - பிரமாணம், 2. தனிமை.
மாத்திரை - குளிகை, 2. அளவு, 3. எழுத்தினளவு, 4. கணம், 5. காலவிரைவு.
மாத்திரைக்கோல் - அளவுகோல்.
மாந்த - (வி) உண்ண, 2. குடிக்க, 3. ஊழ்வினைப்பயனனுபவிக்க.
மாந்தம் - ஒருநோய், (மந்தம்.)
மாந்தன் - ஆண்மகன், 2. மனிதன்.
மாந்தாதா - ஓரரசன்.
மாந்தி - மாமரம், 2. ஓர் கலியாணச் சடங்கு.
மாந்திரியர் - மந்திரவாதிகள்.
மாந்தை - ஓரூர்.
மாபலன் - காற்று.
மாபலி - ஒரு சக்கரவர்த்தி.
மாப்பிள்ளை - மணமகன்.
மாப்பு - மன்னிப்பு, 2. மிகுதி, 3. மீன்றிரள்.
மாமகன் - அம்மான், 2. பிசுனன்.
மாமடி - மாமன்.
மாமணி - மாணிக்கம்.
மாமன் - தாயுடன்பிறந்தோன், 2. அத்தை கொழுநன்.
மாமாங்கம் - கும்பகோணத்தில் பன்னிரண்டுவருஷத்துக்கொருதரம் நட க்குர் விசேஷ திருவிழா.
மாமி - அம்மான்மனைவி.
மாமிசம் - } தசை.
மாம்சம் - }
மாமிலத்து - } பணம் அறுவிடுமுறை.
மாமலத்து - }

மாமூலனார் - சங்கப்புலவரு ளொருவர்.
மாமூல் - புராதனவழக்கம்.
மாமை - அழகு, 2. நிறம்.
மாயம் - வஞ்சனை, 2. தந்திரம், 3. பொய், 4. தீமை, 5. அழகு, 6. கறுப்பு.
மாயவரம் - ஓரூர்.
மாயவன் - திருமால், 2. கரியவன்.
மாயாதேவி - புத்தன்றாய்.
மாயாபுரி - சப்தபுரிகளிலொன்று, 2. பித்தளை, 3. மாயாசரீரம்.
மாயாவி - ஓரசுரன்; இவன் வாலியாற் கொல்லப்பட்டவன்.
மாயிலி - ஓர்வகைப்படவு.
மாயுநாடி - பித்தநாடி.
மாயூரம் - ஓரூர், 2. மயில்.
மாயேசுவரி - சத்தமாதரி லொருத்தி, பார்வதி.
மாயை - பொய், 2. மாயாசத்தி, 3. வஞ்சகம், 4. இந்திரசால முதலியன, 5. இலக்குமி, 6. காளி, 7. இரதி, 8. சத்தபுரியினொன்று, 9. வித்தியாதத்துவம் ஏழினொன்று.
மாயையுற்றாள் - காளி.
மாயோன் - திருமால்.
மாய்ச்சல் - சாவருத்தம்.
மாய்ச்சி - பூட்டு விலங்கு.
மாய்தல் - (தொ.பெ) சாதல், 2. மறைதல்.
மாய்த்தல் - (தொ.பெ) கொல்லல், 2. மறைத்தல்.
மாய்மாலம் - மாரீசம்.
மாரகம்- மரணம், 2. மரணம் வருவிக்கிறது, 3. மாரி.
மாரகன் - கொல்வோன்.
மாரசயன் - புத்தன்.
மாரணம் - கொலை, 2. மந்திரத்தாற் கொல்லல்.
மாரன் - காமன்.
மாராட்டம் - ஒரு தேயம்.
மாராயம் - நற்செய்தி, 2. வந்தனம்.
மாரி - மழை, 2. மேகம், 3. நீர், 4. கள்.
மாரி - சாவு, 2. ஓர் ஒட்டுநோய்.
மாரிசா - பெருந்திரைக்கிளர்ச்சி, 2. மாறுபாடு.

மாரிநாள் - உத்திரநாள்.
மாரீசம் - வஞ்சகம்.
மாரீசன் - இராவணன் மாமனான ஓரரக்கன்.
மாருதம் - காற்று, 2. வாயு.
மாருதி - அனுமான், 2. வீமன்.
மார் - மார்பு, 2. இடைச்சொல்.
மார்கழி - ஓர் மாதம், 2. மிருகசீரிடம்.
மார்க்கசிரம் - மார்கழிமாதம்.
மார்க்கணம் - இரப்பு, 2. அம்பு, 3. தேடுகை.
மார்க்கண்டர் - } மிருகண்டு முனிவர்
மார்க்கண்டேயர் - } புத்திரர்.
மார்க்கம் - வழி, 2. ஒழுக்கம், 3. மார்கழி மாதம், 4. நெடுந்தெரு, 5. ஓர் கூத்து.
மார்ச்சனம் - துடைத்தல்.
மார்ச்சனி - விளக்குமாறு.
மார்ச்சனை - முழவொலி, 2. முழவின் வார்.
மார்ச்சாலம் - பூனை.
மார்த்தாண்டன் - சூரியன்.
மார்பகம் - } நெஞ்சு.
மார்பம் - }
மார்பு - நெஞ்சு, 2. அகலம்.
மால - (வி) மயங்க.
மாலதி - சிறுசண்பகம், 2. மல்லிகை, 3. விளக்குத்தண்டு.
மாலமாயம் - பேயின்றந்திரம்.
மாலம் - குங்குமமரம், 2. பேய்.
மாலயம் - சந்தனம்.
மாலர் - கவசம், 2. வேடர், 3. புலையர்.
மாலவன் - புதன்.
மாலி - ஓரிராக்கதன், 2. மாலையணிந் தோன், 3. கள்.
மாலிகை - மாலை, 2. நிரல்பட நிற் குங்குழூஉ.
மாலிங்கம் - இலிங்கபாஷாணம்.
மாலிமி - இளம்பருவத்திற் செய்நட்பு.
மாலியவான் - ஓரரக்கன்.
மாலினி - துர்க்கை.
மாலுகம் - வேப்பமரம்.
மாலுதானம் - கண்குத்திப்பாம்பு.
மாலுமி - கப்பலோட்டி.
மாலூரம் - வில்வமரம்.
மாலை - பூ முதலிய தொடுத்தமாலை, 2. ஓர் பிரபந்தம், 3. ஒழுங்கு, 4. இயல்பு, 5. அந்திப்பொழுது, 6. பெண்.
மாலைக்கண் - மாலைக்காலத் திருட்பிடிக்குங்கண்.
மாலைசூட்டு - சுயம்வரம்.
மாலைமாற்று - ஓர் சித்திரகவி.
மாலையணி - ஒரலங்காரம். (முன்வந்த சொல்லைப்பின்னு மநுவதித்து மொழிதல்.)
மாலோன் - திருமால், 2. புதன்.
மால் - பெருமை, 2. மயக்கம், 3. மகா விஷ்ணு, 4. அருகன், 5. இந்திரன், 6. புதன், 7. சோழன், 8. காற்று, 9. மேகம், 10. கருமை, 11. வேட்கை, 12. கண்ணேணி, 13. சிற்பத் தொழிற் கருவியிலொன்று.
மால்பு - கண்ணேணி.
மாவலர் - குதிரைப்பாகர், 2. யானைப் பாகர்.
மாவிலங்கு - } ஓர் மரம்.
மாவிலங்கை - }
மாவிளம் - வில்வமரம்.
மாவுத்தன் - யானைப்பாகன், 2. குதிரைப் பாகன்.
மாழாக்க - (வி) மயங்க.
மாழை - பொன், 2. அழகு, 3. திரட்சி, 4. அறிவின்மை, 5. உலோகக்கட்டி, 6. ஓலை, 7. மாமரம், 8. புளிமாமரம்.
மாழ்கு - மிருகசீரிடம்.
மாழ்குதல் - (தொ.பெ) மயங்குதல்.
மாள - ஓர் முன்னிலை அசை.
மாள - (வி) அழிய, 2. ஒழிய, 3. இயல.
மாளயம் - புரட்டாசிமாதத்திற் பண்ணும் பொதுச்சிரார்த்தம்.
மாளவம் - தேயமைம்பத்தாறி னொன்று.
மாளவி - ஓரிராகம்.
மாளிகை - அரசன்மனை, 2. வீடு.
மாறன் - பாண்டியன், 2. சடகோபாழ்வார்.
மாறாட - (வி) புரட்ட, 2. தடுமாற.
மாறாட்டம் - மாறுபாடு.

மாறு - துடைப்பம், 2. மிலாறு, 3. வேறு, 4. பகை, 5. கைம்மாறு.
மாறுகன் - ஓரக்கண்.
மாறுகம் - சீலை.
மாறுகோள் - விரோதம், 2. ஒவ்வாமை.
மாற்சரியம் - பொறாமை, (இஃது உட்பகையாறினொன்று.)
மாற்ற - (வி) வேறுபடுத்த, 2. செம்மைப்படுத்த, 3. நீக்க, 4. கலைக்க, 5. கெடுக்க, 6. நிக்கிரகிக்க, 7. பணமாற்ற, 8. தாமதிக்க.
மாற்றம் - சொல், 2. பகை, 3. வேற்றுமை.
மாற்றலர் - பகைவர்.
மாற்றவள் - சக்களத்தி.
மாற்றாள் - பகைவன்.
மாற்று - உபசாந்தம், 2. மாறுதல், 3. பொன் வெள்ளிகளின் மாற்று.
மான - உவமைச்சொல், 2. முன்னிலையசைச்சொல், 3. ஓர் வினையெச்சம்.
மானசம் - மானதம்; அது: மனத்தாற்செய்வது, 2. மானசவாவி மானசமடு எனவுங் கூறுவர்.
மானதம் - மானசம்.
மானதீபம் - உபநிடத முப்பத்திரண்டினொன்று.
மானத்தாழ்ச்சி - மானக்கேடு.
மானவம் - உபபுராணத்தொன்று.
மானவர் - மனிதர், 2. மானமுள்ளவர்.
மானாகம் - பெருநாரை.
மானார் - பெண்கள், 2. பகைவர்.
மானிக்க - (வி) மதிக்க.
மானிடம் - } மனுஷப்பிறப்பு.
மானுடம் - }
மானுஷம் - }
மானியம் - அரசர்கள் சம்மானமாக விட்ட நிலம்.
மானினி - பெண்.
மானுதல் - (தொ.பெ) ஒத்தல்.
மான் - ஓர் மிருகம், 2. உருவம், 3. குதிரை, 4. மகரராசி, 5. மகரமீன், 6. விலங்கின் பொது.
மான்மகன் - பிரமன், 2. மன்மதன்.
மான்மதம் - கஸ்தூரி.
மான்மியம் - மகிமை.
மான்றலை - மிருகசீரிடம்.
மான்றல் - (தொ.பெ) மயங்கல்.

மி

மிக - (வி) அதிகரிக்க.
மிகுக்க - (வி) அதிகப்படுத்த, 2. உயர்த்த, 3. பெருக.
மிகுதம் - } அதிகம், 2. மீதி, 3. திரட்சி, 4. பூரிப்பு, 5. பொலிவு.
மிகுதி - }
மிகை - மிகுதி, 2. துன்பம், 3.கேடு, 4. வருத்தம், 5. குற்றம்.
மிக்கவன் - } உயர்ந்தோன்.
மிக்கான் - }
மிக்கிளமை - கட்டிளமை.
மிக்கோர் - அறிஞர்.
மிசிரம் - கலப்பு.
மிசுக்கன் - ஈனன், 2. தரித்திரன்.
மிசுக்கை - அற்பத்தனம்.
மிசை - உயர்ச்சி, 2. மேடு, 3. தரித்திரம், 4. சோறு, 5. மேல்.
மிசைய - (வி) உண்ண.
மிசைவடம் - வீரதண்டை.
மிச்சம் - மீதி.
மிச்சிரம் - கலப்பு.
மிச்சில் - எச்சில், 2. ஒழிபொருள்.
மிச்சை - பொய், 2. அஞ்ஞானம், 3. தரித்திரம்.
மிஞிறு - வண்டு.
மிஞ்ச - (வி) மிக, 2. பெருமைகொள்ள.
மிஞ்சி - காலணியினொன்று.
மிடல் - வலி.
மிடறு - தொண்டை, 2. கழுத்து, 3. கீழ்வாய்.
மிடா - குழிசி, 2. பானை.
மிடி - தரித்திரம்.
மிடிக்க - (வி) வறுமையுற.
மிடிமை - வறுமை.
மிடியன் - தரித்திரன்.
மிடுக்கு - வலி.
மிடை - தூறு.
மிடைய - (வி) நெருங்க.
மிட்டா - சுதந்திரம்.

மிட்டாயி - பலகாரம்.
மிணுமிணுத்தல் -
மிணுமிணுப்பு - } ஓரொலிக் குறிப்பு.
மிண்ட - (வி) நெருங்க, 2. தள்ள.
மிண்டி - கிளப்புமோர்கருவி.
மிண்டு - மதத்தாற்செய்பிழை.
மிதக்க - (வி) மேலெழும்ப, 2. மட்டுமிஞ்ச, 3. மேலாக, 4. வெறும் பெருமைபண்ண.
மிதம் - அளவு.
மிதலை - கொப்பூழ்.
மிதவை - தெப்பம், 2. சோறு.
மிதி - நெய்வார்கருவியினொன்று, 2.ஞானனம்.
மிதிக்க - (வி) காலான்மிதிக்க, 2. குதிக்க.
மிதியடி - பாதகுறடு.
மிதிலை - சனகநகர்.
மிதுக்கை - ஓர் கொடி.
மிதுனம் - மிதுனவிராசி, 2. இரட்டை.
மித்தியம் -
மித்தியை - } பொய்.
மித்திரம் - நட்பு.
மித்திரன் - சினேகிதன், 2. சூரியன்.
மித்திரை - தோழி.
மித்துரு - சினேகன்.
மித்தை - பொய்.
மியா - முன்னிலையசைச்சொல், (உ-ம்.) கேண்மியா.
மிரட்ட - (வி) பயமுறுத்த, 2. மயக்க.
மிரதம் - பாம்பு.
மிரளுதல் - (தொ.பெ) பயப்படுதல்.
மிராசி -
மிராசு - } உரிமை.
மிரிகை - முறுக்காணி.
மிரியல் - மிளகு.
மிருகசீரிடம் - ஓர் நட்சத்திரம்.
மிருகண்டன் -
மிருகண்டு - } ஓரிருடி.
மிருகதரன் - சந்திரன்.
மிருகதூர்த்தகன் - நரி.
மிருகநாபி - கஸ்தூரி, 2. கஸ்தூரிப்பூனை.
மிருகராசன் - சிங்கம்.
மிருகாங்கன் - சிவன், 2. சந்திரன்.
மிருகாரி - சிங்கம், 2. புலி, 3. நாய்.
மிருகேந்திரன் - சிங்கம்.
மிருசம் - காட்சி.
மிருடங்கணம் - பிள்ளை.
மிருடன் - சிவன்.
மிருடாலகம் -
மிருஷாலகம் - } மாமரம்.
மிருடோத்தயம் - பொய்.
மிருதகம் - பிரேதம்.
மிருதங்கம் - முழவு.
மிருதம் - மரணம், 2. பாஷாணம் முப்பத்திரண்டினொன்று, 3. போர்.
மிருதாண்டன் - சூரியன்.
மிருதாரசிங்கி - சிங்கிபாஷாணம், 2. ஈயம், 3. ஓர் பூடு.
மிருதி - தருமநூல், 2. நினைப்பு, 3. மரணம்.
மிருது - மென்மை, 2. சாந்தம்.
மிருதுன்னகம் - பொன்.
மிருதை - பூமி.
மிருத்தஞ்சயன் -
மிருத்தியுஞ்சயன் - } சிவன்.
மிருத்திகை - மண்.
மிருத்தியு - இயமன்.
மிருத்து - மண், 2. மரணம்.
மிருநாளம் - தாமரைக்கொடி.
மிலாரடி - மயக்கம்.
மிலாறு - வளார்.
மிலேச்சம் - சரச்சுவதியாற்றின் வடதேசம்.
மிலேச்சன் - அறிவீனன், 2. மிலேச்சதேசத்தோன்.
மிலைச்ச - (வி) அணிய.
மிலைய - (வி) அணிய, 2. சூட.
மிழலை - நிரம்பாமென்சொல்.
மிழற்ற - (வி) மென்மையாய்ச்சொல்ல.
மிளகாய் - ஓர் செடி.
மிளகு - ஓர் சரக்கு, உறைப்புச்சுவை யுடையது.
மிளகுசம்பா - ஓர் நெல்.
மிளிர - (வி) பெருமைப்பட, 2. ஒளிசெய்ய.
மிளிர் - பெருமை, 2. ஒளி.

மிளிறு - கரடி.
மிறல் - பெருமை.
மிறை - அச்சம், 2. குற்றம், 3. வருத்தம்.
மிறைக்க - (வி) துன்பப்பட, 2. துன்பஞ் செய்ய.
மினக்கெட - (வி) தடைபட.
மினவ - (வி) உபசரிக்க.
மினுக்க - (வி) விளக்க.
மினுக்கம் - } ஒளி, 2. பகட்டு.
மினுக்கு - }
மினுங்க - (வி) பிரகாசிக்க.
மின் - மின்னல், 2. ஒளி, 3. பெண்மகள்.
மின்ன - (வி) ஒளிசெய்ய.
மின்னல் - மின்.
மின்னார் - பெண்கள்.
மின்னி - நீர்ப்பயறு.
மின்னுதல் - (தொ.பெ) பிரகாசித்தல்.

மீ

மீ - மேல், 2. மேற்புறம், 3. உயர்ச்சி, 4. மகிமை.
மீகாமன் - } மாலுமி.
மீகான் - }
மீக்குவம் - மருதமரம்.
மீக்கூர்தல் - (தொ.பெ) மிகப்பெருகுதல்.
மீக்கூறு - } புகழ்.
மீக்கூற்று - }
மீக்கோள் - மேற்போர்வை.
மீசரம் - } மேலானது, 2. விரைவு.
மீசுரம் - }
மீசு - மிகுதி.
மீசை - மேலுதட்டின்மேலுள்ள ரோம வரிசை.
மீட்ட - (வி) விரலானொடிக்க, 2. வீணை வாசிக்க, 3. நாணேற்றியீர்க்க.
மீட்டும் - திரும்பவும்.
மீதி - மிகுந்தது.
மீது - மேல், 2. அதிகம்.
மீதுரை - பல்கால் விளம்பல்.
மீதூர - (வி) நெருங்க.
மீந்திருக்க - (வி) மிஞ்சியிருக்க.
மீமாஞ்சை - பிரமாணத்தாலுண்மை யறிதல், 2. புறச்சமயமாறினொன்று.
மீமிசை - மேல்.
மீள -(வி) இரட்சிக்கப்பட, 2. திரும்ப.
மீளி - அரசன், 2. திண்ணியன், 3. பாலை நிலத்தலைவன், 4. மேன்மக்கள், 5. பெருமை, 6. வலி.
மீற - (வி) கடக்க, 2. அதிகரிக்க, 3. மீந்திருக்க.
மீனக்கொடியோன் - } மன்மதன், 2. பாண்டியன்.
மீனகேதனன் - }
மீனமாதம் - பங்குனி.
மீனம் - மீன், 2. ஓரிராசி.
மீனம்பர் - ஓர் மருந்து, இது கடலிலுண்டாகுஞ் செம்மீன் வைரமென்பர்.
மீனவன் - பாண்டியன்.
மீனாட்சி - மதுரையங்கண்ணியம்மை, 2. பொன்னாங்காணிக்கீரை.
மீனாம்பூச்சி - மின்மினிப்பூச்சி.
மீனாய் - நீர்நாய்.
மீனேறு - மகரமீன்.
மீன் - சித்திரைநாள், 2. விண்மீன், 3. நெய்தநிலப்பறை, 4. மச்சம்.
மீன்கொத்தி - ஓர் புள்.
மீன்வேட்டை - மீன்பிடி.

மு

முகக்கடுப்பு - முகச்சினப்பு.
முகக்கிளர்ச்சி - முகமலர்வு.
முகக்குறி - முகச்சாடை.
முகக்கோட்டம் - முகப்பொலிவழிவு.
முகங்கொடுத்தல் - (தொ.பெ) இசைதல்.
முகச்சாடை - முகக்குறி.
முகஞ்சுண்டுதல் - (தொ.பெ) முகங்கருகுதல்.
முகஞ்செய்தல் - (தொ.பெ) பலித்தல்.
முகடி - மூதேவி.
முகடு - மலையினுச்சி, 2. வீட்டினுச்சி, 3. விட்டம், 4. உச்சி.
முகட்டுப்பூச்சி - மூட்டைப்பூச்சி.
முகதா - சமுகம்.
முகத்தல் - (தொ.பெ) தோண்டல், 2. மொள்ளல்.

முகத்தாட்சணியம் ஒருவர் முகங் கண்டவுடனே யுண்டாகு மிரக்கம்.
முகத்துதி ஒருவன்முன் புகழ்தல்.
முகத்துவாரம் கடலுமாறும் பொருந்து மிடம், 2. வீட்டின் முன்வாயில்.
முகபடாம் யானையின் முகப்போர்வை.
முகப்பு - தலைப்பு, 2. முன்.
முகமண்டலம் - முகவட்டம்.
முகமலர்ச்சி - சந்தோஷம்.
முகமன் - உபசாரம், 2. முகஸ்துதி.
முகம் வாய், 2. வதனம்; (அது சரீரத்திலோர் உறுப்பு), 3. வாயில், 4. தொடக்கம், 5. தோற்றம், 6. முகப்பு, 7. முனை, 8. நோக்கம், 9. முதன்மை, 10. இடம்.
முகர - (வி) மோக்க.
முகரம் - காகம், 2. சங்கு.
முகரி - மல்லிகைப்பூ, 2. தாழைமரம்.
முகரிமை பேரறிவு.
முகரியோலை - } முடக்கோலை.
முரியோலை -
முகவாசம் - தாம்பூலதிரவியம்.
முகவாசல் - தலைவாசல்.
முகவிலாசம் - முகத்தெளிவு.
முகவுரை பாயிரம், நூலுக்குமுன் சொல்லப்படுவதாதலினிப்பெயர்த்து.
முகவை - இராமநாதபுரம்.
முகனை - முதன்மை.
முகன் - முகம்.
முகாந்தரம் - ஏது.
முகாமை - முதன்மை.
முகாரி - ஓரிராகம், 2. முதன்மைக்காரன்.
முகிய - (வி) முடிய.
முகில் - மேகம்.
முகிழம் - மலரும்பருவத்தரும்பு.
முகிழ் - காம்படி, 2. விரியாத்தளிர்.
முகிழ்க்க - (வி) குவிய.
முகினி - புளியமரம்.
முகுடம் - முடி.
முகுந்தம் - குபேரனவநிதிகளினொன்று.
முகுந்தன் - மகாவிஷ்ணு.
முகுரம் - கண்ணாடி.
முகுர்த்தம் - } ஓர் காலவரையறை,
முகூர்த்தம் - } 2. சுபவேளை.
முகுள் - மலரும்பருவத்தரும்பு.
முகை - மலரும்பருவத்தரும்பு, 2. மிடா, 3.கூட்டம்.
முகைக்க - (வி) அரும்ப.
முக்காடு - மூடிக்கொள்வது.
முக்காணி - சிற்றிலக்கத்தொன்று, (மூன்றுகாணி.)
முக்காணியர் - ஓர்வகைப் பார்ப்பார்.
முக்காரம் - எருதினுக்கிரசத்தம்.
முக்கியம் - பிரதானம், 2. மேன்மை.
முக்கு - பிரயாசம், 2. முடுக்கு.
முக்குதல் - (தொ.பெ) முட்டுப்பட்டனுங்குதல்.
முக்குடைச்செல்வன் - அருகன்.
முக்குணம் - சத்துவம், ரசசு, தாமதமாகிய மூன்று குணங்கள்.
முக்குவர் - ஓர்வகைச் சாதியார்.
முக்குளிக்க - (வி) நீரில்மூழ்க.
முக்கூடல் - ஓர் மலை.
முக்கூட்டு - அடுப்பு, 2. பரணி.
முக்கோல் - திரிதண்டம்; அது: மூன்று கோல் ஒன்றாகச் சேர்த்துக் கட்டப்பட்ட தண்டு, 2. திருவோணம்.
முக்கோற்பகவர் - திரிதண்ட சந்நியாசிகள்.
முசரு - } தயிர்.
முசர் - }
முசலம் - உலக்கை, 2. இருப்புலக்கை.
முசலி - பலபத்திரன், 2. முதலை, 3.ஓந்தி, 4. பல்லி, 5. உடும்பு, 6. தாழைமரம்.
முசலிகாதநம் - யோகநிலையினொன்று; அது: இருகாலு மிருகையுஞ் சம்மணமாக மடக்கி மார்பு நிலத்திலே தோயக் கிடப்பது.
முசலை - முயலை, ஓர் கோரைக்கிழங்கு.
முசல் - முயல்.
முசிக்க - (வி) இளைக்க, 2. மெலிய.
முசிரன் - கொடையாளி.
முசிறு - முயிறு.
முசு - ஓர் சாதிக்குரங்கு.
முசுகுந்தன் - ஓர் சக்கரவர்த்தி.

முசுக்கட்டைப்பூச்சி - கம்பளிப்பூச்சி.

முசுடர் - } கீழ்மக்கள்.
முசுண்டர் -

முசுண்டி - ஓர் படைக்கலம்.

முசுப்பு - எருத்துத்திமில்.

முசுமுசுக்கை - ஒரு கொடி.

முசும்ப - (வி) மொறுமொறுக்க.

முசுறு - முயிறு.

முச்சட்டை - வேடிக்கை.

முச்சந்தி - திரிகாலசந்தி; அது: காலை, உச்சி,மாலையென்பன, 2. மூன்று தெருக் கூடுமிடம்.

முச்சி - உச்சி, 2. உச்சிக்கொண்டை, 3. மயிர் முடி.

முச்சியர் - வன்னக்காரர், 2. மரவினை யாளர்.

முச்சுடர் - மூன்றுசுடர். அவை; அக்கினி, ஆதித்தன், சந்திரன்.

முச்சூடும் - முழுவதும்.

முச்சை - மூன்றொன்றாய் முடிவது.

முஸ்திப்பு - ஆயத்தம்.

முஷ்கரம் - முருட்டாட்டம்.

முஷ்டி - } முடக்கியகை, 2. ஆயுதப்பிடி, 3. ஒரு பிடி.
முட்டி -

முஞ்ச - (வி) முடிய, 2. சாக.

முஞ்சி - முஞ்சிப்புல்.

முடக்க - (வி) முடங்கச்செய்ய, 2. தடுக்க.

முடக்கம் - தடை, 2. கைகால் முடக்கம்.

முடக்கு - மடக்கு, 2. விரலணியிலொன்று.

முடங்கல் - நோய், 2. மடங்கல், 3. மூங்கில், 4. ஓலைச்சீட்டு, 5. தாழைமரம்.

முடங்குதல் - (தொ.பெ) மடங்குதல்.

முடமுடெனல் - ஈரடுக்கொலிக்குறிப்பு.

முடம் - வளைவு, 2. குற்றம், 3. நொண்டி.

முடலை - உண்டை, 2. நாற்றம், 3. பெருமை, 4. வலி.

முடவன் - காலிலி, 2. அருணன், 3. சனி.

முடி - கிரீடம், 2. குடுமி, 3. மயிர்முடி, 4.தலை, 5. துளசிச்செடி, 6. தேங்காயிற் பாதி.

முடிக்க - (வி) சூட்ட, 2. அழிக்க.

முடிச்சு - முடியப்பட்டது.

முடிச்சுமாறி - திருடன்.

முடிப்பு - தீர்மானம், 2. முடிச்சு.

முடிவாங்குதல் - (தொ.பெ) பிறவிமயிர் களைதல்.

முடிவு - சாவு, 2. கடை.

முடிவுரை - கடைக்காப்பு.

முடுகல் - எதிர்த்தல், 2. துரத்தல், 3. வலி, 4. சீக்கிரம், (விரைவு.)

முடுகியல் - கலிப்பாவினோருறுப்பு. அது அராகம்.

முடுகு - கடமைப்பெண்.

முடுக்கர் - மலைக்குகை, 2. அருவழி.

முடுக்கு - மூலை, 2. கோணத்தெரு, 3. நெருக்குதல், 4. துரிதப்படுதல்.

முடுவல் - செந்நாய், 2. நாய், 3. பெண் ணாய்.

முடுவற்படையோன் - வயிரவன்.

முடை - நாற்றம், 2. புலால், 3. ஓலைக் குடை.

முடைய - (வி) பின்ன, 2. இளைக்க.

முட்ட - நிறைய.

முட்ட - (வி) தடுக்க, 2. எதிர்க்க, 3. தாக்க.

முட்டடி - சமீபம்.

முட்டம் - ஓரூர்.

முட்டல் - (தொ.பெ) கிட்டல், 2. உதைத் தல்.

முட்டி - ஓர் செடி, 2. ஆயுதப்பிடி, 3. எட்டி மரம்.

முட்டி - கலசம். இது கலைஞானம் அறு பத்துநான்கினொன்று.

முட்டிகை - தட்டார்குறடு.

முட்டு - இடுக்கண், 2. முட்டுகை, 3. தாங்கல், 4. குறைவு, 5. அடைப்பு, 6. கடி வாளம், 7. முழங்கால், 8. மேடு, 9. பெண்கள்பூப்பு.

முட்டுக்கால் - முழந்தாள்.

முட்டுப்பாடு - வருத்தம், 2. தீமை.

முட்டை - அண்டம், 2. தவிடு, 3. சிறு கரண்டி.

முணங்க - (வி) அடங்க, 2. குரலையடக் கிப்பேச.

முணங்கு - அடக்கம்.
முனுமுனெனல் - ஒலிக்குறிப்பு.
முண்டகம் - தாமரை, 2. கள், 3. தாழை மரம், 4. முட்செடி, 5. நெற்றி.
முண்டகன் - பிரமன்.
முண்டம் - தலை, 2. நெற்றி, 3. மழித்ததலை, 4. உடற்குறை, 5. நிர்வாணசரீரம், 6. உண்டை, 7. உபநிடத முப்பத்திரண்டி னொன்று.
முண்டனம் - மொட்டை.
முண்டன் - மொட்டைத்தலையன், 2. நாவிதன்.
முண்டாசு - தலைப்பாகை.
முண்டி - நாவிதன், 2. மொட்டைத் தலையன்.
முண்டிக்க - (வி) சிரைக்க.
முண்டிதம் - மொட்டை.
முண்டிரம் - உபநிடத முப்பத்திரண்டி னொன்று.
முண்டு - துண்டுவேஷ்டி.
முண்டை - விதவை.
முண்மா - முட்பன்றி.
முதம் - உவகை.
முதலி - முதல்வன்.
முதலை - வன்மீன்.
முதலோன் - முதல்வன்.
முதல் - ஆதி, 2. பணமுதல், 3. கடவுள்.
முதல்முதல் - துவக்கம்.
முதல்வர் - வானோர், 2. அதிபதிகள்.
முதல்வன் - கடவுள், 2. அரசன்.
முதல்வி - தலைவி.
முதளை - முதலை.
முதனாள் - அசுபதி, 2. முந்தினநாள்.
முதனிலை - பகுதி.
முதன்மை - முன்னீடு, 2. அதிகாரம்.
முதாரி - } நிறைகன்றுத்தாய்ச்சி.
முதாரு - }
முதிதம் - உவகை.
முதியன் - மூத்தோன்.
முதிர (வி) முற்ற, 2. பழுக்க, 3. தேற.
முதிரம் - மேகம்.
முதிரன் - துர்ச்சனன்.
முதிரை - அவரை, துவரை முதலியன, 2. கொள்ளு.
முதிர்ப்பு - கலக்கம், 2. முதிர்ச்சி.
முதிர்வு - மூப்பு.
முதிர்வேனில் - ஆனி ஆடியின்பருவம்.
முது - பழமை.
முதுகாடு - சுடுகாடு.
முதுகு - பின்புறம்.
முதுகுகாட்ட - (வி) புறங்காட்ட.
முதுகுன்று - திருமுதுகுன்று. அது விருத் தாசலம்.
முதுக்குறைவு - பேரறிவு, 2. பெண்புத் தியறிகை.
முதுநிலம் - களர், 2. பெரும்பாழ்நிலம்.
முதுமகன் - சனி.
முதுமை - பழமை, 2. மூப்பு, 3. பழமொழி.
முதுவர் - புலவர்.
முதைப்புனம் - பழங்கொல்லை.
முதையல் - முதிர்காடு.
முத்தகம் - தனித்தனியே முற்றுப்பெறுஞ் செய்யுள்.
முத்தக்காசு - கோரைக்கிழங்கு.
முத்தம் - பிரியம், 2. உதடு, 3. கொஞ்சுதல், 4. விடுதல், 5. முத்து, 6. மருதநிலம்.
முத்தர் - முத்திக்குரியோர்.
முத்தன் - முத்திபெற்றோன்.
முத்தாபலம் - முத்து, 2. இசங்கஞ்செடி.
முத்தாமணக்கு - ஓராமணக்கஞ்செடி.
முத்தாவலி - முத்துமாலை.
முத்தி - பிறப்புநீங்குகை, 2. மோட்சம்.
முத்திரிகை - எழுத்துப்பதிந்த மோதிரம்.
முத்திரிக்க - (வி) முத்திரைபோட.
முத்திருக்கஞ்செடி - ஒரு பூடு.
முத்திரை - இலாஞ்சனை, அடையாளம்.
முத்து - ஓரிரத்தினம், 2. வைசூரிக்குரு, 3. பிரியம்.
முத்துக்குமாரன் - புள்ளிருக்குவேளூர் முருகர்பெயர்.
முத்துக்குளித்தல் (தொ.பெ) முத்தெடுக்க நீரில் முழுகல்.

முத்துக்கொட்டை - ஆமணக்கங் கொட்டை.
முத்துச்சலாபம் - முத்துக்குளிப்பின் பேறு.
முத்தை - மிகவுந்தெளிவிலாள், 2. கோரைக்கிழங்கு, 3. திரட்சி.
முத்தையன் - புள்ளிருக்கும் வேளூர் முருகக்கடவுளின் பெயர்.
முத்தொழிலார் - வைசியர் பொது.
முந்தல் - (தொ.பெ) முந்துதல், ((முற்படல்.)
முந்தன் - கடவுள்.
முந்தி - முன்னாக.
முந்திரி - ஓர்சிற்றிலக்கம்; அது: முந்நூற்றிருபது பாகத்தொன்று.
முந்திரிகை - ஒரு மரம்.
முந்து - வெண்ணாரை, 2. பழமை.
முந்தூழ் - பழவினை.
முந்தை - பழமை.
முந்தையோர் - முன்னோர்.
முந்நீர் - கடல்.
முப்பான் - முப்பது.
முப்புள்ளி - ஆய்தவெழுத்து.
முமுடம் - துறவு.
முமூட்சு - மோட்சாபேட்சை.
மும்முரம் - உக்கிரம்.
மும்முரிக்க - (வி) உக்கிரங்கொள்ள.
மும்மை - முப்பிறப்பு. உம்மை, இம்மை, மறுமை.
முயக்கம் - முயக்கு.
முயக்கு - முயங்கல்.
முயங்கல் - (தொ.பெ) பொருந்தல்.
முயல - (வி) முயற்சிசெய்ய, 2. தொடங்க.
முயல் -முசல்.
முயறல் - (தொ.பெ) முயலுதல்.
முயற்கோடு - இன்மையுவமை.
முயற்சி - ஊக்கம்.
முயிறு - ஓரெறும்பு.
முரசக்கொடியோன் - தருமராசன்.
முரசம் - வாச்சியப்பொது.
முரசு - போர்ப்பறை, 2. பல்லினீறு, 3. உத்திரட்டாதிநாள்.
முரடு - யாக்கைமூட்டு, 2. கணு.
முரட்கை - கலிப்பா.
முரட்டாட்டம் - முரட்டுத்தனம்.
முரண - (வி) மாறுபட, 2. போரிட.
முரண் - முரடு, 2.கொடுமை, 3. வலி, 4. மாறுபாடு, 5. ஓர்தொடை, 6. போர்.
முரண்டு - மாறுபாடு.
முரதம் - பாஞ்சசன்னியம்.
முரம்பு - உப்பளம், 2. கல்லின்மேடு, 3. கழி, 4. பரல்படுத்துயர் நிலம், 5. பாறை.
முரலல் - (தொ.பெ) ஒலித்தல்.
முரளி - } ஊதுகுழல், 2. மூக்கால்
முரலி - } வாசிக்குஞ் சிறுகுழல்.
முரற்ற - (வி) ஒலிக்க.
முரன் - ஓரரக்கன்.
முராரி - மகாவிஷ்ணு.
முரிப்பு - எருத்துத்திமில்.
முரிய - (வி) ஒடிய, 2. கெட
முருகன் - இளையோன், 2. குமரன், 3. வெறியாட்டாளன்.
முருகியம் - குறிஞ்சிநிலப்பறை.
முருகு - அகிலமரம், 2. அழகு, 3. இளமை, 4. எழுச்சி, 5. கள், 6. திருவிழா, 7. முருகன், 8. வாசனை, 9. காதணியினொன்று.
முருகேசன் - சுப்பிரமணியன்.
முருக்க - (வி) அழிக்க, 2. கொல்ல.
முருக்கு - கிஞ்சுகமரம், 2. எலுமிச்சை மரம், 3. கொலை.
முருங்க - (வி) அழிய.
முருங்கை - ஓர் மரம்.
முருடர் - வேடர்.
முருடு - ஓர் வாச்சியம், 2. பறைப்பொது, 3. பெருங்குறடு, 4. வெட்டியமரத்தினடி.
முருந்து - வெண்மை, 2. வெண்குருத்து, 3. இறகினடிக்குருத்து.
முருமுரன் - சூரியன் குதிரையினொன்று.
முலாம் - பொன்வெள்ளிப்பூச்சு.
முலை - கொங்கை, 2. விலங்கின்மடி.
முலைக்கண் - முலைப்பால் வருந்துவாரம்.

முல்லை - ஒருபண், 2. கற்பு, 3. வெற்றி, 4. காட்டுமல்லிகைச்செடி.

முல்லையர் - இடையர்.

முழக்க - (வி) தொனிக்கச்செய்ய.

முழக்கம் - குமுறுகை, 2. ஆரவாரம், 3. ஒலி, 4. இடிமுழக்கம்.

முழங்க - (வி) ஒலிக்க, 2. வானங்குமுற.

முழம் - இருசாண்கொண்டது.

முழல் - கழற்சிக்கொடி.

முழவம் - குடமுழா, 2. வாச்சியப்பொது.

முழவு -, **முழா** - பறைப்பொது.

முழாசு - சுவாலை.

முழி - விழி.

முழுகல் -, **முழுகுதல்** - (தொ.பெ) குளித்தல்.

முழுக்காட்டு - நீராட்டு.

முழுக்கு - ஸ்நானம்.

முழுங்குதல் - (தொ.பெ) விழுங்கல்.

முழுத்தம் - முகூர்த்தம்.

முழுத்தல் -(தொ.பெ) முழுமையாதல்.

முழுமகன் - அறிவிலான்.

முழுமுதல் - கடவுள்.

முழை - குகை, 2. துடுப்பு.

முழைஞ்சு - மலையினுட்குகை.

ழைத்தல் - எழுத்தில்லாவோசை.

முளரி - தாமரை, 2. ஓமவிறகு, 3. கடைக்கொள்ளி, 4. காடு, 5. நுண்மை, 6. நெருப்பு, 7. முட்செடி, 8. விறகு.

முளவு - முட்பன்றி.

முளா - முள்ளங்கிக்கிழங்கு.

முளி - செம்முள்ளிச்செடி, 2. மரக்கணு.

முளிக்க - (வி) காய, 2. வறுக்க.

முளை - அங்குரம், 2. ஆப்பு, 3. தறி, 4. கதவின்முளை, 5. பூட்டின்முளை, 6. மகன், 7. பருவின் முளை, 8. மூங்கில், 9. தண்டாயுதம்.

முளைக்க - (வி) வெளிப்பட, 2. அரும்ப.

முளையடித்தல் - (தொ.பெ) ஆப்பறைதல்.

முளையாணி - கதவுநிற்குமிரும்பு.

முளையான் - குழந்தை.

முள் -, **முள்ளு** - கண்டகம், 2. மீன்முள், 3. முட் கருவி, 4. தராசுமுள், 5. இறகுமுள், 6. நுண்மை.

முள்வறையன் -, **முள்வாயன்** - ஓர் கறையான்.

முள்ளங்கி - ஒரு கிழங்கு.

முள்ளி - ஒரு செடி; அது கறிமுள்ளி, அடுக்குமுள்ளி, ஆற்றுமுள்ளி, கழுதை முள்ளி,செம்முள்ளி, நீர்முள்ளி, வறள் முள்ளியெனப் பலதிறப்படும்.

முள்ளிலவு - ஒரு மரம்.

முறண்டுகம் - அவுபலபாஷாணம்.

முறம் - சுளகு, 2. விசாகநாள்.

முறி - எழுதுமுறி, 2. உயர்ந்தவெண்கலம், 3. உலோகத்துண்டு, 4. ஓர்வகைப் புடவை, 5. இலை, 6. தளிர், 7. அடிமை.

முறிகரை - இடிகரை.

முறிக்க - (வி) முறியச்செய்ய, 2. துண்டிக்க.

முறுக - (வி) திருக, 2. விரைய, 3. காந்த, 4. முதிர.

முறுக்க - (வி) திரிக்க, 2. முறுக்கிப்பிடிக்க, 3. பிணங்க.

முறுக்கு - ஓர் பண்ணிகாரம், 2. பிணக்கு, 3. வீறாப்பு.

முறுமுறுக்க - (வி) குறைசொல்ல.

முறுவல் - நகை, 2. பல்.

முறை - ஒழுக்கம், 2. கிரமம், 3. உறவின் முறை, 4. குணம், 5. பழமை, 6. தரம், 7. ஓரிடைச்சொல், 8. முறைப்பாடு, 9. வரிசை, 10. புத்தகம்.

முறைகேடு - தப்புநெறி.

முறைக்க - (வி) நெறிக்க.

முறைக்காய்ச்சல் - ஒன்றைவிட்டொரு நாள்வருஞ்சுரம்.

முறைப்பாடு - முறையீடு.

முறைமை - ஒழுக்கம், 2. கிரமம்.

முறையிடுதல் - (தொ.பெ) குறை சொல்லல்.

முற்கம் -, **முற்கு** - அண்ணவோசை.

முற்கம் - பச்சைப்பயறு.

முற்கரம் - ஓர் படைக்கலம்.

முற்சனி - மகநாள்.

முற்பகல் - ஒரு பகலின் முற்பகுதி.

முற்படல் - (தொ.பெ) எதிர்ப்படுதல், 2. முந்துதல்.

முற்ற -(வி) முதிர, 2. வயிரங்கொள்ள, 3. முடிய, 4. வளைக்க.

முற்ற - எல்லாம்.

முற்றம் - முன்றில், வீட்டுமுற்றம்.

முற்றில் - சிறுமுறம், 2. விசாகநாள்.

முற்று - தெரிநிலைவினைப்பகுதி, 2. முடிவு.

முற்றுகை - முற்றுதல்.

முற்றும் - முழுதும், 2. கடை.

முனி - ஞானி, 2. தவத்தோன், 3. குரு, 4. அகத்திமரம், 5. புத்தன், 6. யானைக் கன்று, 7. வில்.

முனிய - (வி) கோபிக்க, 2. வெறுக்க.

முனிவர் - தவத்தோர், 2. சடைமுடியோர்.

முனிவு - கோபம், 2. வெறுப்பு.

முனை - நுனி, 2. கூர்மை, 3. யுத்தம், 4. பகை, 5. முதன்மை, 6. துணிவு, 7. வெறுப்பு.

முனைய - (வி) போர்கலக்க.

முனைவர் - பகைவர், 2. முனிவர்.

முனைவன் - புத்தன், 2. அருகன், 3. பகைவன்.

முன் - முதலான, 2. முதன்மை, 3. பழமை, 4. ஏழனுருபு, (உ-ம்.) கற்றார் முற்றோன்றா கழிவிரக்கம்.

முன்கை - கெண்டைக்கை, (முன்புறம்.)

முன்பன் - முதல்வன்.

முன்பிறந்தாள் - அக்காள்.

முன்பு - பழமை, 2. வலி, 3. முன்.

முன்றில் - முற்றம்.

முன்றோன்றல் - தமையன்.

முன்னடி - முன்னே.

முன்னணி - முற்படை.

முன்னனை - மாட்டுத்தொட்டி, 2. முதற் பிள்ளை.

முன்னம் - குறிப்பு, 2. சீக்கிரம், 3. கருத்து, 4. முற்காலம், 5. மனம்.

முன்னர் - முன், 2. இடம், 3. ஆதி.

முன்னல் - (தொ.பெ) நினைத்தல்.

முன்னவள் - தமக்கை.

முன்னவன் - கடவுள், 2. தமையன், 3. முத லானவன்.

முன்னிடுதல் - (தொ.பெ) நேரிடுதல்.

முன்னிலை - காரணம், 2. மூவிடத் தொன்று, 3. காரியத்திற்கு முன்னிற்பது.

முன்னீடு - தலைமை.

முன்னூல் - பழையநூல்.

முன்னை - அக்காள், 2. பழமை.

முன்னோர் - பழையோர், 2. மந்திரிகள்.

முன்னோன் - கடவுள், 2. விநாயகன், 3. தமையன்.

மூ

மூகம் - ஊமை, 2. மௌனம்.

மூகன் - ஓரசுரன், 2. ஊமை.

மூகை - ஊமை.

மூக்க - (வி) முதுமையுற, 2. முடிய.

மூக்கரட்டை - மூக்கிரட்டை. ஒரு செடி.

மூக்கறை - நாசியறுபட்டவன்.

மூக்காவளை - } ஓர் பூடு.
மூக்காவனை - }

மூக்கிறைச்சி - ஓர் பூடு.

மூக்கு - நாசி, 2. பறவைமூக்கு, 3. கலயத்தின் மூக்கு, 4. விளக்கின்மூக்கு, 5. தானியத்தின் மூக்கு.

மூக்குத்தி - மாதர் மூக்கணி.

மூக்குத்தூள் - புகையிலைப்பொடி.

மூங்கா - கீரி.

மூங்கில் - ஓர் மரம்.

மூங்கிற்புதர் - மூங்கிற்கிளை.

மூங்கு - சிறுபயறு.

மூங்கை - ஊமை.

மூச - (வி) மொய்க்க.

மூசாப்பு - மந்தாரம், 2. முட்டுமூச்சு.

மூசை - மட்குகை.

மூச்சு - சுவாசம், 2. ஆண்மை.

மூச்சை - மூர்ச்சை.

மூஷிகம் - எலி, 2. ஒருதேயம். இப்பொழுது கொச்சியென்பர்.

மூஞ்சி - முகம்.
மூஞ்சுறு - } சுசுந்தரி.
மூஞ்சூறு - }
மூஞ்சை - கோணியமுகம்.
மூட - (வி) பொத்த, (அடைக்க), 2. மறைக்க, 3. நிரவ.
மூடதை - அறியாமை.
மூடம் - அறிவின்மை, 2. மந்தாரம்.
மூடர் - அறிவிலோர், 2. கீழோர்.
மூடி - மேன்முடி, 2. கொத்துமல்லிப் பூண்டு.
மூடிகம் - பெருச்சாளி.
மூடை - பொதிப்பை.
மூட்ட - (வி) இசைக்க, 2. மூளச்செய்ய, 3. அதிகப்படச்செய்ய, 4. சண்டைமூட்ட.
மூட்டம் - மூடியிருப்பது, 2. உலைமுகம், 3. ஆயத்தம்.
மூட்டு - எழுச்சி, 2. பொருத்து, 3. கடிவாளம்.
மூட்டை - சாமான்சுமை, 2. முகட்டுப் பூச்சி.
மூதணங்கு - காடுகாள், 2. மூத்தவளாகிய மூதேவி.
மூதண்டம் - பழையலோகம்.
மூதரித்தல் - } (தொ.பெ) ஒப்புவித்தல்.
மூதலித்தல் - }
மூதறிவு - பேரறிவு.
மூதா - தம்பலப்பூச்சி.
மூதாட்டி - முதியவள்.
மூதாதை - பாட்டன்.
மூதிரி - எருமை.
மூதிரை - திருவாதிரைநாள்.
மூதுரை - பழமொழி.
மூதேவி - சேட்டை.
மூதை - இசங்கஞ்செடி.
மூத்தல் - (தொ.பெ) முதிர்தல்.
மூத்தார் - புருஷன்தமையன்.
மூத்தாள் - முன்பிறந்தாள், 2. மூதேவி, 3. கிழவி.
மூத்திரம் - சிறுநீர்.
மூத்திராசயம் - மூத்திரந்தங்குமிடமாகிய சலப்பை.
மூத்தோர் - பண்டிதர், 2. முதியோர்.
மூப்பன் - முதன்மைக்காரன், 2. முதியோன்.
மூப்பு - முதுமை, 2. தலைமை.
மூய - (வி) மூட.
மூரல் - பல், 2. சிரிப்பு, 3. சோறு.
மூரி - சோம்பல், 2. எருமை, 3. எருது, 4. நெரிவு, 5. பழமை, 6. பெருமை, 7. வலி.
மூர்க்கம் - உக்கிரம், 2. சலஞ்சாதித்தல், 3. நாகப்பூச்சி.
மூர்க்கன் - நாகப்புாம்பு, 2. உக்கிர முள்ளோன்.
மூர்ச்சனை - } நினைவுமயக்கம்.
மூர்ச்சனம் - }
மூர்ச்சை - அறிவுமயக்கம்.
மூர்த்தம் - இருகடிகைப்பொழுது, 2. உடம்பு, 3. தலை.
மூர்த்தன்னியம் - கிளர்ச்சி.
மூர்த்தி - வடிவுடையவன், 2. திருமால், 3. அருகன், 4. சிவன், 5. புத்தன்.
மூர்த்திகரம் - தெய்வீகம்.
மூர்த்திகன் - குமரன், 2. வயிரவன்.
மூர்த்தினி - தலை.
மூலகந்தம் - வெட்டிவேர்.
மூலகம் - கிழங்கு, 2. முள்ளங்கிக்கிழங்கு.
மூலக்கடுப்பு - ஒரு நோய்.
மூலக்கிரந்தி - ஓர் நோய்.
மூலக்கிராணி - ஓர் கிராணிநோய்.
மூலதனம் - மூலதிரவியம், முதற்பணம்.
மூலத்தானம் - ஆலயங்களின் கர்ப்ப கிரகம்.
மூலபலம் - அறுவகைப் படைகளி னொன்று, மூலப் படை.
மூலபாடம் - உரையின்றியெழுதும் பாடம்.
மூலப்பகுதி - } முக்குணமுந் தோன்றுதற்கிட
மூலப்பிரகிருதி - } மாகிய பிரகிருதி என்றறிக.
மூலப்பொருள் - கடவுள்.
மூலமந்திரம் - பஞ்சாக்கர மந்திரம்.
மூலமலம் - ஆணவமலம்.
மூலம் - வேர், 2. தலைமை, 3. காரணம், 4. ஓர் நட்சத்திரம், 5. உரையில்லாப் பாடம், 6. மூலாதாரம்.

மூலவிக்கிரகம் - மூலத்தானவிக்கிரகம்.

மூலவிருள் - ஆணவமலம்.

மூலாதாரம் - ஆறாதாரங்களினொன்று.

மூலி - } வேருள்ளதாகிய மர
மூலிகை - } முதலியன, 2. மருந்துப் பூடு.

மூலியம் - கொண்டபொருள், 2. சம்பளம்.

மூலை - கோணம், 2. வீடு.

மூவ - (வி) முடிய.

மூவா - இறவாத.

மூழி - } அகப்பை, 2. சோறு.
மூழை - }

மூழ்கல் - (தொ.பெ) முழுகுதல், 2. கெடுதல்.

மூழ்த்த - (வி) அமிழ்த்த, மொய்க்க.

மூள -(வி) நெருப்புப்பற்ற.

மூளி - காதறை, 2. விளிம்பற்றது.

மூளை - தலை முதலியவற்றினுள்ளதாகிய வொருவகை மாமிசம்.

மூன்று - ஓரெண்.

மெ

மெச்ச - (வி) வியக்க, 2. புகழ, 3. மதிக்க.

மெட்டு - இராகமெட்டு, 2. கிராமத்தைச் சூழ்ந்தகாடு, 3. ஆயத்துறை.

மெது - மிருது.

மெதுக்கு - ஓர் செடி.

மெதுமெதுப்பு - மிருதுவாயிருத்தல்.

மெத்து - மென்மை.

மெத்தெனவு - மிருது, 2. சாந்தகுணம்.

மெத்தை - அணை, 2. மேல்வீடு, 3. சட்டை.

மெத்தைப்பாய் - ஓர்வகைப்பாய்.

மெந்திரி - பரண்.

மெய் - சத்தியம், 2. உடம்பு, 3. ஐம்பொறியுளொன்று, 4. மெய்யெழுத்து.

மெய்காப்பாளர் - காவலர்.

மெய்க்கவசம் - மார்ச்சட்டை.

மெய்ஞ்ஞானம் - உண்மைஞானம்.

மெய்ந்நலம் - வலி.

மெய்புகுகருவி - கவசம்.

மெய்ப்பாடு - புகழ்.

மெய்ப்பிக்க - (வி) ருசுப்படுத்த.

மெய்ப்பீரம் - மேகம்.

மெய்ப்பை - சட்டை.

மெய்ப்பொருள் - கடவுள், 2. கல்வி, 3. உண்மைப்பொருள்.

மெய்ம்மறத்தல் - (தொ.பெ) தன்னை மறத்தல்.

மெய்ம்மை - உண்மை.

மெய்யன் - கடவுள், 2. சத்தியவான், 3. மகன்.

மெய்யுணர்வு - உண்மையறிதல்.

மெய்யுரை - சத்தியவாசகம்; இது வாக்கினற்குண நான்கினொன்று.

மெய்யுறை - கவசம்.

மெருகு - மிருது, 2. மெருகன்கிழங்கு.

மெருகெண்ணெய் - மினுக்கெண்ணெய்.

மெலி - மெல்லெழுத்து.

மெலித்தல் - (தொ.பெ) மெல்லிதாக்கல், 2. செய்யுள் விகாரத்தொன்று.

மெலியது - மென்மையானது.

மெலிவித்தல் - (தொ.பெ) கனங்குறைத்தல், 2. வாட்டல்.

மெலிவு - இளைப்பு, 2. வருத்தம்.

மெலுக்கு - வெளியலங்காரம்.

மெல்ல - (வி) சவட்ட, 2. தூஷிக்க.

மெல்ல - மிருதுவாக.

மெல்லணை - மெத்தை.

மெல்லிது - } மிருதுவாயிருப்பது.
மெல்லியது - }

மெல்லியர் - மாதர், 2. அற்பகுணங்களையுடையார்.

மெல்லியல் - மென்மையுடையவள், 2. மரத்திளங்கொம்பு.

மெல்லிலை - வெற்றிலை.

மெல்லுதல் - (தொ.பெ) மெல்லல்.

மெழுக - (வி) தரைமெழுக.

மெழுகு - அரக்கு.

மெழுகுபதம் - தயிலங்காய்ச்சும்போது கடுகு மெழுகுபோலத் திரளும் பக்குவம்.

மெழுகுமண் - பசைமண்.

மெள்ள - மிருதுவாய்.

மென்பால் - மருதநிலம்.

மென்மேல் - ஒன்றன்மேலொன் று.

மென்மை - மிருது ; அஃது எண்வகை யூறினொன்று.

மென்றல் - (தொ.பெ) மெல்லுதல்.

மென்னடை - மிருதுவான நடை, 2. அன்னம்.

மென்னை - கழுத்து.

மே

மே - மேன்மை.

மேகக்கல் - ஆட்டுக்கல்.

மேகசாலம் - முகிற்கூட்டம்.

மேகசீவகம் - சாதகப்புள்.

மேகசூலை - ஓர் சூலைநோய்.

மேகநாதம் - சிறுகீரை, 2. மேகமுழக்கம்.

மேகநாதன் - இந்திரசித்து.

மேகப்புள் - வானம்பாடி.

மேகம் - முகில், 2. ஓர் நோய், 3. கடுக்காய்.

மேகலை - மாதர் இடைக்கட்டு, 2. வெற்பின்ருகு, 3. தூசு, 4. ஓமகுண்டத்தைச் சுற்றியிடும் வளையங்கள்.

மேகவண்ணன் - திருமால்.

மேகவாகனன் - இந்திரன்.

மேகவெட்டை - ஓர் நோய்.

மேக்கு - மேல், 2. மேற்றிசை.

மேசகம் - இருள், 2 கருமை, 3. புகை, 4. முகில்.

மேசை - ஒருவிதமான பீடம்.

மேடம் -
மேஷம் - } ஆடு, 2 ஓரிராசி.

மேடு - உயர்வு, 2. திடர்.

மேடை - உப்பரிகை, 2. வேதிகை.

மேட்டிமை - இறுமாப்பு.

மேதகம் - 'மேன்மை, 2. மதிப்பு, 3. கோமேதகம்.

மேதகு - மேன்மையான.

மேதகையோர் - உயர்ந்தோர்.

மேதம் - யாகம், 2. கொலை, 3. நிணம்.

மேதவர் - சண்டாளனுக்கு வைதேகஸ்திரீயிடம் பிறந்தவர். (அபிதாநசிந்தாமணி.) இவர் மூங்கில்வேலை செய்பவரென்பர்.

மேதாரம் - மலை.

மேதாவி புத்தியுள்ளவன்.

மேதி - எருமை.

மேதினி - பூமி.

மேதை - பேரறிவு, 2. இறைச்சி, 3. கள், 4.தோல், 5. நரம்பு, 6. புதன், 7. மேன்மை.

மேதையர் - புலவர்.

மேத்தியம் - சுத்தம்.

மேநகை - தேவதாசிகளிலொருத்தி. இவள் காசிபருக்குச் சுரபியிடம் பிறந்தவள்.

மேந்தலை - மேன்மை.

மேம்படுதல் - (தொ.பெ) உயர்தல்.

மேம்பாடு - ஊற்றம், 2. மேன்மை.

மேய்ச்சல் - விலங்குண்ணுதல்.

மேய்தல் - (தொ.பெ) உண்டல், 2. மூடல்.

மேய்த்தல் - (தொ.பெ) மேயச்செய்தல்.

மேய்ப்பான் - ஆடுமாடு மேயச் செய்பவன், இடையன்.

மேய்ப்பு - மேய்ச்சல்.

மேரு - ஆசனபீடம், 2. மேருமலை.

மேருவில்லி - சிவன்.

மேரை - வகை, 2. மரியாதை, 3. குடிமக்கட்குக் களத்திற்றருந் தானியம்.

மேலவர் - பெரியோர், 2. வானோர்.

மேலாலம் - மழை.

மேலீடு - அதிகரிப்பு, 2.மேன்மை, 3. மாதர் காதணியினொன் று.

மேலை - வருங்காலம், 2. மேற்கு, 3. மேன்மை, 4. மேல்.

மேலையோர் -
மேலோர் - } தேவர், 2. பெரியோர்.

மேல் - ஆகாயம், 2. மேற்கு, 3. இடம், 4.மேற்புறம், 5. ஏழனுருபு, 6. அதிகம், 7. மேன்மை.

மேல்காற்று - கோடைக்காற்று.

மேல்வாரம் - இறைப்பங்கு.

மேல்விசாரணை - பராமரிப்பு.

மேல்விழுதல் - (தொ.பெ) யுத்தங் கலத்தல்.

மேல்வீடு - மச்சுவீடு.
மேவ - (வி) நிரவ, 2. விரும்ப, 3. சிநேகிக்க, 4. சமமாக்க, 5. உண்ண, 6. சேர.
மேவலர் - பகைவர்.
மேவினர் - சிநேகர், 2. உறவோர்.
மேவு - ஆசை.
மேழகம் - கவசம், 2. செம்மறிக்கடா, 3. துருவாட்டேறு.
மேழி - கலப்பையின் கைப்பிடி, 2. கலப்பை.
மேழியர் - பூவைசியர், (வேளாளர்.)
மேளம் - வாத்தியப்பொது.
மேளனம் - கூட்டம்.
மேற்கதி - மோட்சம்.
மேற்கு - மேற்றிசை, 2. மேல்.
மேற்கொள்ளல் - (தொ.பெ) தலைப்படுதல், 2. வெல்லல்.
மேற்கோள் - முன்னோர்வழக்கு, 2. போர்வை, 3. சனி.
மேற்செல்லல் - (தொ.பெ) போர் குறித்துச் செல்லல்.
மேற்படல் - (தொ.பெ) அதிகமாதல், 2. வெல்லுதல்.
மேற்படி - முன்குறித்தபடி.
மேற்பூச்சு - வெளிப்பூச்சு.
மேற்றட்டு - மேலறை.
மேற்றரம் - உயர்ந்ததரம்.
மேற்றளம் - கப்பலின்மேற்பக்கம், 2. மேனிலம்.
மேற்றிசை - மேற்கு.
மேற்றிசைப்பாலன் - வருணன்.
மேனகை - மேநகை.
மேனி - உருவம், 2. நிறம், 3. வடிவு.
மேனை - மலையரசன் மனைவி.
மேனோக்குதல் - (தொ.பெ) ஊர்த்துவ முகமாதல்.
மேன்மக்கள் - பெரியோர்.
மேன்மேல் - மிகவதிகம்.
மேன்மை - மகிமை, 2. மேலாந்தன்மை

மை

மை - அஞ்சனம், 2. கறுப்பு, 3. குற்றம், 4.செம்மறியாடு, 5.மேடவிராசி, 6. மலடி, 7. மலட்பெருமை, 8. மேகம்.
மை - நீர்.
மைசூர் - ஓர் பட்டினம், இப்பட்டினங் குடநாட்டைச் சார்ந்ததென்பர்.
மைச்சாள் - } மைத்துனி.
மைச்சுனி - }
மைச்சான் - } மைத்துனன்.
மைச்சுனன் - }
மைதானம் - சமபூமி.
மைதிலி - சீதை.
மைத்திரம் - } சினேகம்.
மைத்திரியம் - }
மைத்திராவருணம் - உபநிடத முப்பத்திரண்டினொன்று.
மைத்துனன் - மச்சான்.
மைநாகம் - ஓர் மலை.
மைந்தன் - திண்ணியன், 2. மகன்.
மைந்து - மயக்கம், 2. வலி.
மைமல் - மாலைநேரம்.
மைம்மை - மலடி, 2. மலட்டெருமை.
மையம் - நடு.
மையல் - மயக்கம், 2. மோகம், 3. ஊமத்தஞ்செடி.
மையாத்தல் - (தொ.பெ) மயங்குதல்.
மையிடுதல் - (தொ.பெ) மைதீட்டுதல், 2. மைபூசுதல்.
மைனா - நாகணவாய்ப்புள்.

மொ

மொகமொகெனல் - ஈரடுக்கொலிக் குறிப்பு.
மொக்கணி - ஒருவிதமான தோற்பை, இது குதிரைக்குக் கொள்ளுக் கட்டுவ தென்பர்.
மொக்களிக்க -(வி) பயணத்திற்றடுக்க.
மொக்கு - பூமொட்டு, 2. மரக்கணு.
மொக்குளிக்க - (வி) குமிழியிட் டொலிக்க.
மொக்குள் - நீர்க்குமிழி, 2. கொப்பூழ், 3. மலரும் பருவத்தரும்பு.
மொக்கை - வெட்கம், 2. பருமை, 3. கூரின்மை.

மொக்கைகுலைதல் - (தொ.பெ) அவமானப்படுதல்.
மொக்கைச்சோளம் - ஒருவகைச் சோளம்.
மொக்கைபண்ண - (வி) ஆயுதங்களை மழுக்க.
மொசுமொசுக்க - (வி) தினவுதின்ன.
மொச்சு - ஆட்டுமணம்.
மொச்சை - ஒருவகைப் பயறு.
மொடமொடெனல் - ஈரடுக்கொலிக் குறிப்பு.
மொடு - பருமை, நயம்.
மொட்டு - பூவரும்பு, 2.குமிழ்ப்பு வடிவமுள்ளது.
மொட்டை - முண்டிதம், 2. மழுங்கல்.
மொண்டணி -
மொந்தணி - } மரக்கனு.
மொண்டி - நொண்டி, 2. ஒரு சாமை.
மொண்டு - முரண்டு.
மொதுமொதெனல் - ஒலிக்குறிப்பு.
மொத்த - (வி) அடிக்க.
மொத்தம் - பொது, 2. கூட்டுத்தொகை, 3. பருமை.
மொத்தளம் - கூட்டம்.
மொத்தி - புடைப்பு.
மொத்தை - பருமை.
மொந்தன் - ஓர்வகை வாழை.
மொந்தை - ஓர் கட்பறை, 2. ஓர்வகைப் பாத்திரம்.
மொப்பு - வெடிநாற்றம்.
மொய் - கூட்டம், 2. பெருமை, 3. போர், 4. போர்க்களம், 5. மொய்த்தல், 6. யானை, 7. வண்டு.
மொய்க்க - (வி) நெருங்க, 2. மூட.
மொய்ம்பு - தோள், 2. வலி.
மொரமொரெனல் - ஈரடுக்கொலிக் குறிப்பு.
மொல்லு - இரைச்சல்.
மொழி - சொல், 2. வாக்கியம்.
மொழிமை - பழஞ்சொல்.
மொழியோசை - உச்சரிப்பு.
மொழுக்கன் - தடித்தவன்.
மொள்ளுதல் - (தொ.பெ) முகத்தல்.
மொறுமொறெனல் - (தொ.பெ) மிகக் காய்த்தல்.

மோ

மோகம் - கர்மம், 2. ஆசை, 3. உன்மத்தம், 4. மதியீனம், 5. வாழைமரம், 6. பாதிரி மரம்.
மோகரம் - மயக்கம், 2. உக்கிரம்.
மோகரிக்க -(வி) மயங்க, 2. கோபிக்க.
மோகர் - சித்திரகாரர், 2. மோக முடையவர்.
மோகனக்கல் - கோயிலின்வாயில் மேற்படிக்கல்.
மோகனம் - கணையைந்தின் செயலினொன்று, 2. மயக்கம்.
மோகனாங்கினி - மோகினி.
மோகன் - மன்மதன்.
மோகிக்க - (வி) மோகங்கொள்ள.
மோகிப்பு - மயங்கல்.
மோகினி - மயக்கு முருவுடையாள், 2. ஒரு தேவதை.
மோகொரம் - துருக்கர் பண்டிகை.
மோக்கம் -
மோக்ஷம் - } பரகதி, 2. விடுகை.
மோட்சம் -
மோக்கல் - (தொ.பெ) மணங்கொள்ளல், 2. முகத்தல்.
மோசம் - வஞ்சனை, 2. அபாயம்.
மோசனம் - கிரகணம்விடுகை, 2. விடுகை.
மோசனம் - ஓர்வகை நெல்.
மோசிகை - உச்சிமுடி.
மோசித்தல் - (தொ.பெ) தவறுதல், 2. மோசம்போதல்.
மோடம் - மப்புமந்தாரம்.
மோடி - வேடிக்கை, 2.மேட்டிமை, 3. பிணக்கு, 4. காடுகாள், 5. துர்க்காதேவி.
மோடு - உயர்ச்சி, 2. மேடு, 3. பெருமை, 4. வயிறு, 5. முகடு.
மோத -(வி) அறைய, 2. அப்ப.
மோதகம் - அப்பவருக்கம், 2. தோசை, 3. சந்தோஷம்.

மோதம் - வாசனை, 2. சந்தோஷம், 3. களிப்பு, 4. ஓமம்.
மோதிரம் - விரலணி.
மோத்தை - வெள்ளாட்டுக்கடா.
மோப்பம் - வாசனையறிகை.
மோப்பி - கைம்பெண்.
மோரா - } ஓர் பழைய பொற்காசு,
மோறா - } 2. பாதப்படி.
மோர் - மச்சிகை.
மோவாய் - தாடி.
மோழல் - பன்றி.
மோழை - மொட்டை, 2. மூடம், 3. கீழாறு, 4. கொம்பிலாத விலங்கு, 5. கஞ்சி.
மோறை - மோவாய்.
மோனம் - மௌனம் ; அது சாத்துவிக குணத்தொன்று.
மோனர் - மௌனியர்.
மோனை - ஆதி, 2. மோனைத்தொடை, அதுமுதற்சீரின் முதலெழுத்தோடு பின்வருஞ் சீர்களின் முதலெழுத் தொன்றி வரத் தொடுப்பது.

மௌ

மௌகலி - } காகம்.
மௌகுலி - }
மௌஞ்சி - நாணற்புல்லாற் செய்த வரைஞாண்.
மௌட்டியம் - அறியாமை.
மௌண்டிதம் - உபநிடதமுப்பத்திரண்டி னொன்று.
மௌத்திகம் - முத்து.
மௌர்வி - வின்னாண்.
மௌவல் - காட்டுமல்லிகைச்செடி.
மௌனம் - பேசாமை.
மௌனியர் - முனிவர்.

ய

யக்கர் - தேவசாதியரில் ஒரு வகுப்பினர்.
யக்கியம் - யாகம்.
யசசு - புகழ்.
யசமானன் - தலைவன், 2. யாககுரு.
யசனம் - யாகம்.
யசுரு - இரண்டாம் வேதம்.
யசோதை - கண்ணனை வளர்த்த தாய்.
யஜ்ஞம் - யாகம்.
யட்சிணி - ஒரு ஜாலவித்தை.
யட்டி - ஊன்றுகோல், 2. முத்துத்தாழ் வடம்.
யதா - ஏற்ற.
யதார்த்தம் - மெய்.
யதி - தாளப்பிரமாணம் பத்தினொன்று, 2. முனி.
யதிராஜன் - இளையாழ்வார் துரியாச்சிரமம் வகிக்கையில் பெருமாள் அவருக் கிட்டபெயர். (அபிதாநசி.) இளை யாழ்வார் இராமாநுஜாசாரியர்.
யது - ஓரரசன்.
யதேச்சை - இட்டம்.
யதேஷ்டம் - மிகுதி, 2. சுயேச்சை.
யத்தனம் - முயற்சி.
யந்திரம் - திரிகை, தேர், செக்கு, மந்திர சக்கர முதலியவை.
யமகண்டம் - ஓர் செய்யுள்.
யமகம் - வந்தசொல்லே வருதல்.
யமகிங்கரன் - நமனேவற்காரன்.
யமதக்கினி - சமதக்கினி எனும் ஓர் இருஷி.
யமதூதி - பாம்பின் நச்சுப்பற்களி னொன்று.
மயபடன் - யமகிங்கரன்.
யமம் - தருமநூல் பதினெட்டினொன்று.
யமளம் - இரட்டை.
யமன் - நமன்.
யமுனை - காளிந்திநதி.
யயாதி - குருகுலத்தரசர்களி லொருவன்.
யவட்சாரம் - வெடியுப்பு.
யவம் - வாற்கோதுமை.
யவனம் - தேய மைம்பத்தாறினொன்று.
யவனர் - கம்மாளர், 2. சித்திரகாரர், 3. சோனகர்.
யவ்வனம் - யௌவனம்.

யா

யா - அஃறிணைப் பன்மைப் படர்க்கை வினா, 2. ஓரசைச்சொல், 3. ஒருவகைமரம்.
யாகசேனன் - பாஞ்சாலன்.

யாகபதி - ஓரரசன், இவன் திருமால் பதி னைந்தவதாரத்தொருவன்.
யாக்க - (வி) கட்ட.
யாக்கியவற்கியம் - உபநிடத முப் பத்திரண்டினொன்று.
யாக்கை - உடல், 2. கட்டு.
யாங்கு - இடத்தையச்சொல்.
யாங்ஙனம் - எவ்வாறு.
யாசகம் - இரப்பு.
யாசகன் - ஏற்போன்.
யாசனம் - யாகஞ்செய்விக்கை.
யாசிக்க - (வி) இரக்க.
யாஞ்ஞுவற்கியம் - தருமநூல்பதி னெட்டினொன்று.
யாடு - ஆடு.
யாணர் - அழகு, 2. கம்மாளர், 3. நன்மை, 4. புதுமை, 5. வளமை.
யாண்டு - காலம், 2. எங்கு, 3. எப்பொழுது.
யாண்டை - எவ்விடம்.
யாதம் - பசுக்கூட்டம்.
யாதவன் - கிருஷ்ணமூர்த்தி, 2. இடையன்.
யாதனம் - தெப்பம், 2. மரக்கலம்.
யாதனாசரீரம் - ஆக்கினை யநுபவிக்கத் தக்க சரீரம்.
யாதனை - துன்பம், 2. நரகநோய்.
யாதி - ஞாபகம், 2. சிந்தனை.
யாதுதானவர் - இராக்கதர்.
யாத்தல் - (தொ.பெ) கட்டல்.
யாத்திரை - தேவஸ்தலத்திற்குச் செல்லல், 2. கப்பற்பயணம், 3. திருவிழா.
யாபனம் - பொழுதுபோக்கல்.
யாபாரம் - வியாபாரம்.
யாப்பருங்கலம் - ஓர் யாப்புநூல்.
யாப்பு - கட்டு, 2. செய்யுள்.
யாமம் - இடையிரவு, 2. சாமம், 3. தெற்கு, 4. இடக்கைமேளம்.
யாமளம் - பச்சை.
யாமளேந்திரர் - இந்திரகாளிய மென்னும் இசைத்தமிழ் நூலாசிரியர்.
யாமளை - காளி.
யாமிகன் - நகரிசோதனைக்காரன்.
யாமியம் - தெற்கு.
யாமினி - இராத்திரி, 2. காசிபன்றேவி.
யாமினியம் - தெற்கு.
யாமுனாசாரியர் - ஓர்வைணவாசாரியர்
யாம் - நாம்.
யார் - யாவர்.
யாலம் - ஆச்சாமரம்.
யாவகம் - செம்பஞ்சு.
யாவச்சீவம் - சீவனுக்குரிய சகலமும்.
யாவன் - உயர்திணைப்படர்க்கை யொரு மை யாண்பால் வினா.
யாவும் - எல்லாம்.
யாவை - அஃறிணைப் படர்க்கைப் பன்மைவினா.
யாழ - ஓர் முன்னிலையசைச்சொல்.
யாழல் - கறையான்.
யாழோர்கூட்டம் - காந்தருவமணம்.
யாழ் - வீணை, 2. அச்சுவனிநாள், 3. திரு வாதிரைநாள், 4. மிதுனவிராசி.
யாழ்ப்பாணம் - ஒரூர்.
யாழ்ப்பாணர் - ஓர் தேசத்தார், 2. யாழ் வாசிப்போர்.
யாழ்வல்லோர் - கந்தருவர், 2. வீணை வல்லோர்.
யாளி - சிங்கம், 2. சிங்கவிராசி, 3. மரக் கலப்பாய்க்கு நீர்வீசுங்கருவி.
யாறு - ஆறு.
யானம் - வாகனம், 2. சிவிகை, 3. மரக் கலம்,4. கள்.
யானைக்கண் - இலை காய் முதலியவற்றில் விழும் புள்ளி.
யானைத்தண்டம் - யானை செல்லும் புறவழி.
யானைத்தந்தம் - யானைக்கொம்பு.
யானைத்தறி - யானைகட்டுந்தூண்.
யானைமாவுத்தன் - யானைப்பாகன்.
யானைமுகன் - விநாயகன்.
யானையுரித்தோன் - சிவன்.
யானையேற்றம் - கசபரீட்சை.
யானைவிச்சுளி - ஓர் கழுகு.

யு

யுகந்தரம் - தேயமைம்பத்தாறினொன்று, 2. தேர் முதலியவற்றைப் பிணிக்குந்தறி.

யுகம் - பூமி, 2. இரண்டு, 3. நுகத்தடி.
யுகளம் -
யுகளி - } இணை.
யுகாதி - அருகன், 2. வருஷாரம்பம்.
யுகாந்தம் - யுகமுடிவு.
யுதிட்டிரன் - தர்மராசன்.
யுத்தகளம் - போர்க்களம்.
யுத்தங்கலத்தல் - (தொ.பெ) போர் செய்தல்.
யுத்தசன்னத்தன் - போர்க்காயத் தமானோன்.
யுத்தமுகம் - போர்முகம்.
யுத்தம் - உசிதம், 2. சேர்மானம், 3. நியாயம், 4. போர்.
யுத்தி - யோசனை, 2. புத்தி, 3. உபாயம்.
யுபம் - சாமர்த்தியம்.
யுவ -ஒன்பதாவதாண்டு.
யுவராசன் - இளவரசன்.
யுவன் - பதினாறுவயதிற்குமேல் முப்பது வயதுக் குட்பட்டவன்.

யூ

யூகம் - தருக்கம், 2. உட்பொருளுணர்தல், 3. படைவகுப்பு, 4. படை, 5. கருங்குரங்கு, 6. பெண்குரங்கு.
யூகி - விவேகி.
யூகித்தல் - (தொ.பெ) யோசித்தல்.
யூகை - கல்வி.
யூதநாதன் -
யூதபதி -
யூதபம் - } யானைக் கூட்டத்துக்குத் தலையானை.
யூதம் - யானைக்கூட்டம், 2. விலங்கின் கூட்டம்.
யூதர் - ஓர் சாதியார்.
யூதிகம் - முல்லைக்கொடி.
யூபத்தம்பம் - வேள்வித்தூண்.
யூபம் - யாகஸ்தம்பம், 2. உடற்குறை, 3. யாகம், 4. படைவகுப்பு.

யோ

யோகக்காட்சி - தேசகாலவிகற்பமின்றித் தன் செயலற்றுச் சிவன்செயலிற் கூடியறியுமறிவு.
யோகசம் - சிவாகமம் இருபத்தெட்டினொன்று.
யோகசாதனை - யோகப்பரீட்சை.
யோகசேமம் - சமாசாரம்.
யோகதண்டம் - யோக முத்திரைக் கோல்.
யோகநித்திரை - அறிதுயில்.
யோகப்பட்டை - யோகிருப்பாரிடையிற் கட்டுங்கச்சு.
யோகம் - நிஷ்டை, 2.அதிஷ்டம், 3. உபசாரம், 4. உபாயம், 5. உயர்ச்சி, 6. உற்சாகம், 7. கூடல், 8. கூட்டம், 9. சாவு.
யோகரூடி - காரணவிடுகுறி.
யோகர் - முனிவர், 2. சமணமுனிவர்.
யோகி - நிஷ்டைசெய்வோன், 2. முனிவன், 3. அரன், 4. அருகன், 5. ஐயனார்.
யோகிக்க - (வி) ஆழ்ந்து நினைக்க.
யோகினி - காளியேவல் செய்பவள், 2. காளி.
யோகு - யோகம்.
யோக்கியதை - தகுதி.
யோக்கியம் - தகுதி.
யோசனை - ஓரெல்லையளவு, 2. ஆலோசனை, 3. ஓசை.
யோசிக்க - (வி) ஆராய.
யோசியம் - சோதிடம்.
யோதனன் - போர்வீரன்.
யோதைகள் - அறிவுடையோர்.
யோனி - காரணம், 2. பிறப்பு, 3. பெண்குறி.

யௌ

யௌகிகம் - பகுபதம்.
யௌதகம் - சீதனம்.
யௌவனதசை - வாலிபப்பருவம்.
யௌவனம் - அழகு, 2. இளமை, 3. களிப்பு.

ர

ரகசியம் - இரகசியம், (மறை.)
ரகு - ஓர் அரசன்.
ரங்கு - வர்ணம், (நிறம்.)

ரசம் - இரசம்.

ரசா - உத்தரவு.

ரஸ்தா - பாட்டை.

ரஸ்தாளி - ஓர் வாழைமரம்.

ரதம் - தேர்.

ரதிதேவி - மன்மதன் மனைவி.

ரத்தினம் - இரத்தினம்.

ரத்து - தள்ளுபடி.

ரம்மியம் - திருப்தி.

ரா

ராகம் - இராகம்.

ராகவன் - இராமன்.

ராகி - ஓர் தானியம்.

ராகு - இராகு.

ராக்ஷஸன் - இராக்கதன்.

ராணி - அரசி.

ராஜ்யம் - இராச்சியம்.

ராதை - கிருஷ்ணபகவானது பிரிய நாயகி.

ராத்திரி - இரவு.

ராமன் - இராமன்.

ரி

ரிஷபம் - இடபம்.

ரிஷி - இருடி.

ரிவாஜ் - வழக்கம்.

ரீ

ரீகர் - கரம்பைநிலம்.

ரீதி - ஒழுங்கு.

ரு

ருக்மிணி - கிருஷ்ணபகவானது மூத்த மனைவி.

ருசி - சுவை.

ருணம் - கடன்.

ருத்ரன் - சிவன்.

ருத்ராக்ஷம் - சைவர் தரிக்கும் ஒரு மணி.

ரூ

ரூபம் - உருவம்.

ரூபாய் - ஒரு வெள்ளி நாணயம்.

ரூபி - (வி) ருசுப்படுத்து

ரெ

ரெட்டி - ஓர் சாதி.

ரெண்டு - இரண்டு.

ரே

ரேகை - இரேகை.

ரேசகம் - இரேசகம்.

ரேணுகை - பரஸுராமன் தாய்.

ரேவதி - ஒரு நக்ஷத்திரம்.

ரேவு - துறை.

ரை

ரைவதம் - ஒரு மலை.

ரொ

ரொக்கம் - முதல் பணம்.

ரோ

ரோகம் - வியாதி.

ரோஹிணி - ஒரு நக்ஷத்திரம்.

ரோதனை - உபத்திரவம்.

ரோந்தை - அசங்கிதம்.

ரோமம் - மயிர்.

ரௌ

ரௌரவம் - ஒரு நரகம்.

ல

லகிமா - ஒரு சித்தி.

லகு - இலேசு.

லக்கம் - எண்.

லங்கை - ராவணன் ராஜதானி.

லக்ஷணம் - அழகு.

லக்ஷம் - நூறாயிரம்.

லக்ஷ்மணன் - இலக்குமணன்.

லக்ஷ்மீ - இலக்குமி.

லக்ஷ்யம் - குறி.

லஜ்ஜை - நாணம்.

லதை - கொடி.

லப்பம் - கண்ணாடிப்பற்று.

லம்போதரன் - விநாயகன்.

லயம் - ஒடுக்கம்.

லலாடம் - நெற்றி.

லலிதா - அம்பிகை.
லவங்கம் - கிராம்பு.
லவணம் - உப்பு.
லவன் - ஸ்ரீராமர் புத்திரன்.

லா

லாகிரி - வெறித்தல்.
லாடம் - குதிரை 'லாடம்'.
லாபம் - பேறு.
லாயம் - குதிரைக்கொட்டில்.
லாலனை - தாங்கல்
லாவண்யம் - அழகு.

லி

லிகிதம் - கடிதம்.
லிங்கம் - குறி, 2. பால்.
லிங்காபட்டியம் - ஓர் சமஸ்கிருதநூல்.
லிபி - எழுத்து.

லீ

லீலை - விளையாட்டு.

லு

லுச்சா - போக்கிரி.

லை

லைங்கம் - லிங்கபுராணம்.

லோ

லோகபாலர் - பூமியைக் காக்கின்றவர்.
லோகம் - உலகம்.
லோடா - செம்பு.
லோபம் - பேராசை.
லோபாமுத்திரை - அகஸ்திய முனிவர் மனைவி.

லௌ

லௌகிகம் - } உலக சம்பந்தம்.
லௌகீகம் - }
லௌகிகன் - உலக விஷயங்களில் ஈடுபட்டவன்.

வ

வகம் - வாகனம்.
வகரம் - }
வகாரம் - } வ எனும் எழுத்து.
வஃகான் - }
வகிக்க - (வி) சகிக்க.
வகிர - (வி) அறுக்க, 2. கோத, 3. பங்கு செய்ய, 4. பிளக்க.
வகிரங்கம் - பகிரங்கம்.
வகிரியாகம் - வெளியரங்கபூசை.
வகிர் - வார், 2. பிளவு, 3. வழி.
வகுக்க - (வி) வகைப்படுத்த.
வகுதி - வகுப்பு.
வகுந்து - வழி.
வகுப்பு - அழகு, 2. பகுப்பு.
வகுலி - ஓர் மீன்.
வகுளம் - மகிழமரம்.
வகுளாபரணர் - சடகோபர்.
வகுளி - ஒலி.
வகை - முறை, 2. உபாயம், 3. தரம், 4. கூறுபாடு, 5. வகுப்பு, 6. வழிவகை, 7. முதல்.
வகையரா - }
வகைரா - } உள்ளிட்டார்.
வக்கணம் - நாகரிகம், 2. நிந்தை.
வக்கணை - வர்ணனை.
வக்கா - ஓர் பறவை.
வக்காமணி - ஓர் மணி.
வக்கிரம் - வளைவு, 2. மீளமடங்குகை, 3.கொடுமை, 4. வஞ்சனை, 5. பொறாமை, 6. வட்டம், 7. கலக்கம்.
வக்கிரன் - குரூரன், 2. செவ்வாய்.
வக்கிரிக்க - (வி) வளைய.
வக்கு - வழி.
வக்குத்திரிகரணம் - படுக்கை.
வங்கணம் - சிநேகம், 2. ஓர் தேயம்.
வங்கம் - ஈயம், 2. துத்தநாகம், 3. தேயமைம்பத்தாறினொன்று, 4. பதினெண்பாடையினொன்று, 5. கத்தரிச்செடி, 6. மரக்கலம், 7. வெள்ளி.
வங்கர் - வங்கதேயத்தார், 2. சண்டாளர்.
வங்கா - காளம்.
வங்காரம் - உலோகக்கட்டி, 2. பொன்.
வங்காரவச்சி - ஓர் கீரை.
வங்காளம் - தேயமைம்பத்தாறினொன்று.

வங்கி - ஓர் கைவளை.
வங்கிசம் - வமிசம்.
வங்கியம் - இசைக்குழல்.
வங்கு - மலைமுழை, 2. கழுதைப்புலி.
வங்கூழ் - காற்று.
வசக்க - (வி) வசப்படுத்த.
வசதி - வீடு, 2. நல்லிடம், 3. மருதநிலத்தூர்.
வசந்தகாலம் - சித்திரைவைகாசிமாதம்.
வசந்ததூதம் - குயில், 2. மாமரம்.
வசந்தபைரவி - ஓரிராகம்.
வசந்தமண்டபம் - இளைப்பாறு மண்டபம்.
வசந்தம் - இளவேனில், 2. இந்திரன் மாளிகை, 3. தென்றற்காற்று, 4. வாசனை.
வசந்தன் - மன்மதன், 2. தென்றற்காற்று.
வசந்திகை - தேமல்.
வசம் - கீழ்ப்படிதல், 2. கைவசம், 3. நிலைவரம், 4. ஒழுங்கு, 5. ஆட்சி.
வசம்பு - ஓர் மருந்து.
வசலை
வசனை } பசலை; அது, ஓர் கொடி.
வசவி - துட்டை.
வசவு - இழிவுரை.
வசனம் - சொல், 2. வாக்கியம், 3. வாசகம், 4. பழமொழி.
வசனாவி
வசநாவி } வச்சநாபி, (நஞ்சு.)
வசனிக்க - (வி) சொல்ல.
வசி - கூர்மை, 2. கழுமுள், 3. சூலம், 4.வாள், 5. தழும்பு.
வசி - வசியம்.
வசிகரம் - வசியம், 2. சீந்திற்கொடி.
வசிகரிக்க
வசீகரிக்க } (வி) வசியஞ்செய்ய.
வசிக்க - (வி) தங்க, 2. வசியஞ்செய்ய, 3. வசனிக்க.
வசிட்டர் - ஓர்முநி; இவர் பிரமாவின் மாநசபுத்திரரு ளொருவர்.
வசியம் - கைவசம், 2. கிராம்பு.
வசிவு - வளைவு.
வசீகரம் - வசப்படுத்தல்.
வசு - நீர், 2. அட்டவசுக்கள், 3. நெருப்பு, 4. வெள்வெங்காயம், 5. பொன், 6. பசுவின் கன்று.
வசுதேவன் - கண்ணபிரான்றாதை.
வசுதை
வசுந்தரை
வசுமதி } பூமி.
வசுநாள் - அவிட்டம்.
வசுவசி - சாதிபத்திரி.
வசூரி - ஓர் நோய்.
வசை - குற்றம், 2. இகழ்ச்சிச்சொல்.
வசைக்க - (வி) வளைக்க, 2. சூழ.
வசைய - (வி) வளைய, 2. சூழப்பட.
வச்சகம் - மலைமல்லிகைச்செடி.
வச்சி - காயாமரம்.
வச்சிரதந்தி - ஓர் புழு.
வச்சிரதரன் - இந்திரன்.
வச்சிரபாணி - இந்திரன்.
வச்சிரம் - வயிரம், 2. குலிசம், 3. சதுரக்கள்ளிமரம், 4. வச்சிரப்பசை, 5. மரவயிரம், 6. எட்பூ.
வச்சிரவல்லி - பிரண்டைக்கொடி.
வச்சிரன் - இந்திரன்.
வச்சிராங்கம் - சதுரக்கள்ளிமரம்.
வச்சிராயுதம் - குலிசம்.
வச்சிராவர்த்தம் - ஸ்ரீராமன்வில்.
வச்சிரி - இந்திரன்.
வச்சையம் - கலைமான்.
வக்ஷஸ்தலம் - மார்பு.
வஞ்சகம் - வஞ்சம்.
வஞ்சம் - கபடம், 2. கொடுமை, 3. பொய், 4. வாள், 5. சிறுமை.
வஞ்சவம் - பாம்பு.
வஞ்சனம் - வஞ்சகம், 2. ஓர் மீன்.
வஞ்சனி - இடாகினி, 2. வஞ்சப்பெண்.
வஞ்சனை - வஞ்சம், 2. தெய்வப்பெண், 3. பொய்.
வஞ்சி - ஓர் கொடி, 2. ஓர் பா, 3. சீந்திற் கொடி, 4. பெண், 5. பகைவர் மேற் செல்லல், 6. மருதயாழ்த்திறத்தி னொன்று, 7.பகைவர்மேற் செல்லுவோரணியு மாலை, 8. கருவூர்.
வஞ்சிக்க - (வி) வஞ்சனைசெய்ய.
வஞ்சிரம் - ஓர் மீன்.

வஞ்சிவேந்தன் - சேரன்.
வஞ்சினம் - சபதம்.
வஞ்சுளம் - அசோகமரம், 2. வேங்கை மரம்.
வடகம் - தோல், 2. போர்வை, 3. வற்றலாகிய, ஒருவித உணவுப்பண்டம்.
வடகலை - கிரந்தநூல்கள்.
வடகாற்று - வாடை.
வடகிரி - மாமேரு.
வடமர் - வடவர் பிராமணருள் ஒரு வகுப்பினர்; இவர் வடக்கிருந்து தென்னாட்டுக்கு வந்தவர்.
வடமலை - திருப்பதி, 2. மகாமேரு.
வடமீன் - அருந்ததி.
வடம் - ஆலமரம், 2.ஒழுங்கு, 3. கயிறு, 4. வின்னாணி, 5. பூவரும்பு, 6. ஊர்.
வடலி - இளம்பனைமரம்.
வடவனல் - } ஊழித்தீ, இது கற்பாந்த
வடவாக்கினி - } காலத்தில் உலகை
வடவாநலம் - } யழிக்குந்தீ.
வடவை - பெண்குதிரை, 2. ஊழித்தீ, 3. எருமை, 4. பெண்யானை.
வடாது - வடக்கு, 2. வடக்குள்ளது.
வடி - கள், 2. கூர்மை, 3. மாவடு.
வடிகட்டுதல் - (தொ.பெ) வடித் தெடுத்தல்.
வடிகயிறு - குதிரை வாய்க்கயிறு.
வடிக்க - (வி) வடியச்செய்ய, 2. பிழிய, 3. தைலமிறக்க, 4. வடித்திறுக்க, 5. கூராக்க, 6. வசமாக்க.
வடிக்கதிர் - நூல் முறுக்குமோர் கருவி.
வடிப்பம் - அழகு, 2. செப்பம்.
வடிம்பு - நுதி, 2. விளிம்பு.
வடிம்புக்கழி - குறுக்குவிட்டம்.
வடிவம் - உருவம், 2. உடம்பு.
வடிவு - அல்குல், 2. அழகு, 3. உடம்பு.
வடு - பிஞ்சு, 2. தழும்பு, 3. குற்றம், 4. மச்சம், 5. செம்பு, 6. மருதயாழ்த்திறம், 7. வண்டு
வடுகன் - வைரவன்.
வடுகு - ஓர் பாஷை, 2. இந்தளராகம்.
வடுக்க - (வி) பிஞ்சுவிட.
வடுவரி - வண்டு.

வடை - ஓரப்பவருக்கம்.
வட்கல் - வெட்கம், 2. ஒளிமழுங்கல்.
வட்கார் - பகைவர்.
வட்டகை - பலவூர் சூழ்ந்த வட்டம், 2. சிறுகிண்ணம்.
வட்டணம் - பரிசை.
வட்டணிக்க - (வி) வட்டமாக்க.
வட்டணை - தாளம், 2. வட்டம்.
வட்டத்திரி - நெருப்புவைக்குந்திரி, 2. காதிடுதக்கை.
வட்டத்திருப்பி - ஆடுதின்னாப் பாளை.
வட்டம் - சக்கரம், 2. பரிவேடம், 3. திரிகை, 4. கேடகம், 5. கைம்மணி, 6. குளம், 7. கொள்கலம், 8. நீர்ச் சால், 9. பீடம், 10. வளைதடி, 11. சீலை, 12. தாழ்வு.
வட்டரவு - வட்டவடிவு.
வட்டாடல் - (தொ.பெ) சூதாடல்.
வட்டாரம் - சுற்றுப்புறம், 2. வீடு, 3. தானியக்களஞ்சியம்.
வட்டி - முதலினூதியம், 2. பலகறை, 3. கூடை.
வட்டிகை - கூடை, 2. கைம்மணி, 3. சித்திரம், 4. நால்வகைச் சாந்தி னொன்று.
வட்டிக்க - (வி) வட்டமாக, 2.ஆணையிட, 3.தாளம்போட, 4. பந்திபரிமாற, 5. கடிய.
வட்டில் - கிண்ணம், 2. புட்டில், 3. கூடை, 4. வழி.
வட்டு - சூதாடுகருவி, 2. திரட்சி, 3. நீர் வீசு கருவிகளினொன்று, 4. கறிமுள்ளிச்செடி.
வட்டுடை -முழந்தாளளவாக வீரருடுக்கு மோருடைவிசேடம்.
வட்டுவப்பை - கள்ளப்பை.
வட்டுவம் - ஓர்வகை வெற்றிலைப்பை.
வட்டெலி - ஓரெலி.
வட்டை வழி, 2. புலியினது வ்வரி.
வட்புலி - சிங்கம்.
வணக்க -(வி) கீழ்ப்படுத்த, 2. வளைக்க.
வணக்கம் - தொழுகை.
வணங்க - (வி) தொழ, 2. பணிய, 3. வளைய.

வணர் - வளைவு.
வணிகம் - வியாபாரம்.
வணிகன் - வியாபாரி, 2. வைசியன்.
வணிச்சியம் - வர்த்தகம்.
வணிதம் - செப்பம்.
வண்களமர் - சூத்திரர், 2. வேளாளர்.
வண்சிறை - மதில்.
வண்டர் - கடிகைமாக்கள், 2. திண்ணியர், 3. துட்டர்.
வண்டல் - அடிமண்டி, 2. மகளிர் விளையாட்டு.
வண்டன் - திண்ணியன், 2. துட்டன்.
வண்டானம் - நாரை.
வண்டி - பண்டி.
வண்டு - சுரும்பு, 2. அம்பு, 3. குற்றம், 4. கைவளை, 5. சங்கு, 6. பூசநாள்.
வண்டுறை - எழுத்தில்லாவோசை.
வண்டை - ஓர் செடி.
வண்டோதரி - பஞ்சகன்னிகைகளிலொருத்தி, அவள் இராவணன் பெண்சாதி.
வண்ணக்குழிப்பு - சந்தக்குழிப்பு, (ஓரோசை.)
வண்ணம் - இராகம், 2. குணம், 3. சந்தம்; இது பலவகைப்படும், 4. சாந்துப்பொது, 5. நிறம், 6. அழகு, 7. நன்மை, 8. வடிவு.
வண்ணாத்தி - பூநீறு, 2. வண்ணான் மனைவி.
வண்ணான் - ஏகாலி.
வண்ணித்தல் - (தொ.பெ) வர்ணித்தல்.
வண்மை - ஈகை, 2. குணம், 3. அழகு, 4. புகழ், 5. உண்மை, 6. வளமை.
வதக்க - (வி) வாட்ட.
வதக்கம் - வாட்டம்.
வதக்குவதக்கென - வேவாதிருக்க.
வதங்க - (வி) வாட.
வதந்தி - பேச்சு.
வதம் - கொலை.
வதரி - இலந்தைமரம்.
வதவல் - வாடினது.
வதனம் - முகம்.
வதானியன் - வரையாதுகொடுப்போன், 2. குபேரன்.

வதி - சேறு, 2. வழி.
வதிட்டன் - வசிட்டன்.
வதிய - (வி) தங்க.
வதிரன் - செவிடன்.
வதில் - பதில்.
வது - பெண்.
வதுவர் - குதிரைப்பாகர், 2. யானைப்பாகர்.
வதுவை - கலியாணம், 2. வாசனை.
வதை - கொலை, 2. தேன்வதை.
வதைக்க - (வி) கொல்ல, 2. துன்புறுத்த.
வத்தகம் - } வியாபாரம்.
வர்த்தகம் - } வியாபாரம்.
வத்தங்கி - ஓர் மரம்.
வத்தமானம் - வர்த்தமானம், நிகழ்காலம்.
வத்தனை - பெருகுகை.
வத்தாக்கு - கொம்மட்டிக்கொடி.
வத்தித்தல் - (தொ.பெ) பெருகல்.
வத்திரம் - முகம், 2. ஆடை.
வத்து - பொருள்.
வந்தனம் - } வணக்கம்.
வந்தனை - } வணக்கம்.
வந்தி - மலடி, 2. முரண்டு.
வந்திகள் - புகழ்வோர், 2. மங்கலப்பாடகர், 3. கவிஞர்.
வந்தித்தல் - (தொ.பெ) வணங்கல்.
வந்தியை - } மலடி.
வந்தை - } மலடி.
வந்து - காற்று.
வந்தை - பெருமை.
வபனம் - சுக்கிலம், 2. முண்டிதம்.
வபு - உடல்.
வமனம் - சத்திபண்ணுகை.
வமிசம் - } சந்ததி.
வம்சம் - } சந்ததி.
வம்பலர் - புதியோர், 2. அயலோர்.
வம்பல் - திசை.
வம்பு - தீச்சொல், 2. தீச்செயல், 3. வீம்பு, 4. கச்சு, 5. நிலையின்மை, 6. புதுமை, 7. மிடா, 8. வாசனை, 9. சண்டை.
வயக்குதல் - (தொ.பெ) வயங்கச் செய்தல்.

வயிர் 409 வராகி

வயங்க - (வி) ஒளிசெய்ய, 2. நடத்த.
வயசு -
வயது - } ஆயுள்.
வயணம் - வகை.
வயந்தம் - வசந்தம்.
வயப்புலி -
வயப்போத்து - } சிங்கம்.
யமா - சிங்கம், 2. புலி, 3. யானை.
யம் - வலி, 2. வெற்றி, 3. குதிரை, 4. நீர்.
யம் - வசம், 2. பறவை.
யல் - கழனி, 2. மருதநிலம், 3. வெளி.
யவன் - வலியன், 2. வீரன்.
யவு - ஆசை, 2. வேட்கைநோய்.
யவை - வழி.
யளை - வயலை, (ஓர் கொடி.)
யா -
யாவு - } வேட்கைநோய், 2. வருத்தம், 3. கருப்பம், 4. ஆசை.
யானம் - பறவை.
யிக்கிராந்தம் - குமுதபாஷாணம்.
யிடூரியம் -
வடூரீயம் - } நவமணியினொன்று.
யித்தியம் -
வத்தியம் - } பரிகாரம்.
யிந்தவம் - வைந்தவம்; அது சுத்த ாயை.
யிரம் - மரவயிரம், 2. வச்சிரமணி, வச்சிராயுதம், 4. சலஞ்சாதிப்பு, 5. சினம், தண்டாயுதம், 7. கூர்மை, 8. திருவோணம்.
யிரவம் - பயம், 2. பைரவம், (உட்சமய ாறினொன்று.)
யிரவி - துர்க்கை, 2. ஓரிராகம்.
யிராகம் - வைராக்கியம்.
யிராக்கியம் -
வராக்கியம் - } இச்சையின்மை.
யிராவி - ஓர் வைரவசமயவேடத்தன்.
யிரி -
யரி - } சத்துரு, 2. வல்லூறு.
யிரிக்க (வி) கூடினப்பட.
யிரியம் - மயிர்ச்சீலை.
யிரியர் - கூத்தர், 2. பாணர்.
யிர் - ஊதிடுகொம்பு.

வயிறு - உதரம், 2. கருப்பப்பை.
வயிறுகழிதல் - (தொ.பெ) பேதியாதல்.
வயிற்றுக்கடுப்பு - ஓர் நோய்.
வயிற்றுக்கழிச்சல் - வயிற்றுப்போக்கு.
வயிற்றுக்கொதி - பசி.
வயிற்றுப்பொருமல் - வயிறூதல்.
வயிற்றுளைவு - ஓர் நோய்.
வயிற்றெரிச்சல் - பொறாமை.
வயினதேயன் - கருடன்.
வயினம் - பறவை.
வயின் - இடம், 2. வயிறு, 3. வீடு, 4. ஏழனுருபு.
வயோதிகம் - முதுமை.
வர - (வி) நடக்க, 2. சம்பவிக்க, 3. தோன்ற.
வரகு - ஒரு தானியம்.
வரட்சி - வரளுதல், சி-தொழிற் பெயர்விகுதி.
வரதை - கன்னி, 2. வரந்தருபவள்.
வரத்து - வருகை.
வரநதி - கங்கை.
வரப்பு - வயல்வரம்பு, 2. எல்லை.
வரப்புள் - வயல்.
வரம் - தேவ ஈகை. அது வேண்டும் பொருள், 2. மஞ்சள், 3. மேன்மை, 4. நவநிதியிலொன்று.
வரம்பிகத்தல் - (தொ.பெ) அளவு கடத்தல்.
வரம்பு - எல்லை, 2. அணை, 3. வழி, 4. ஒழுங்கு.
வரம்புகட்டுதல் - (தொ.பெ) அணை கட்டுதல், 2. எல்லைகட்டுதல்.
வரர் - தேவர்.
வரலாறு - சங்கதி, 2. மூலம்.
வரவை - வயலினுட்சதுரம்.
வரன் - கணவன், 2. சீவன்முத்தர்களி லொருவன்.
வரன்முறை - வரலாறு.
வரன்ற - (வி) கொழிக்க.
வராகம் - பன்றி, 2. பதினெண் புராணத் தொன்று.
வராகி - சத்தமாதருள் ஒருத்தி, 2. சிற்றரத் தை, (ஒரு மருந்து.)

வராங்கம் - தலை.
வராடகம் - தாமரைக்காய், 2 பலகறை.
வராடம் - பலகறை.
வராடி - பலகறை, 2. முதுகுநூற்சீலை.
வராட்டி - எருவறட்டி.
வராலி - பிரமிப்பூண்டு.
வரால் - ஓர் மீன்.
வராளம் - பாம்பு.
வராளி - ஓரிராகம்.
வரி - வரை, 2. சங்குவரி, 3. குடியிறை, 4. எழுத்து, 5. கல்வரி, 6. தேமல், 7. நீளம், 8. நெல், 9. வண்டு, 10. வழி, 11. இசைப் பாட்டு, 12. விரலிறை.
வரிக்க - (வி) கட்ட, 2. பூச.
வரிக்கடை - வண்டு.
வரிசை - ஒழுங்கு, 2. முறைமை, 3. வெகு மானம், 4. நற்சீர்.
வரியரிசி - சீரகம்.
வரியாத்துக்கிழங்கு - ஓர் கிழங்கு.
வரியான் - சிவன் முத்தர்களிலொருவன்.
வருகை - வரவு.
வருக்கம் -
வர்க்கம் - வகுப்பு, 2. கூட்டம், 3. அத்தியாயம், 4. ஒழுங்கு.
வருக்கு -
வர்க்கு - கஞ்சி.
வருக்கை -
வர்க்கை - ஒழுங்கு, 2. பலாமரம்.
வருச்சிக்க -
வர்ச்சிக்க - (வி) நீக்க.
வருச்சியம் -
வர்ச்சியம் - தள்ளப்படுவது.
வருட - (வி) தடவ.
வருஷம் -
வருடம் - ஆண்டு, 2. மழை.
வருஷிக்க -
வருடிக்க - சொரிய.
வருடை - எண்காற்புள், 2. மேடவிராசி, 3. வரையாடு.
வருட்ட - (வி) வற்புறுத்த.
வருட்டம் - வேப்பமரம்.
வருணம் - நிறம், 2. எழுத்து, 3. சாதி, 4. இசைக்கவி, 5. நீர்.
வருணநாள் - சதயநாள்.

வருணனை - தோத்திரம், 2. சிறப்பித்த
வருணன் - துவாதசாதித்தரிலொருவன் 2. மேற்றிசைப்பாலன்.
வருணிக்க - (வி) சிறப்பிக்க, 2. உவமிக்க
வருத்த - (வி) துன்புறுத்த, 2. வரும்ப செய்ய.
வருத்தகம் -
வர்த்தகம் - வியாபாரம்.
வருத்தம் - துன்பம், 2. தொந்தரை.
வருத்தனை -
வர்த்தனை - வருமானம்.
வருத்து - வரவு.
வருந்த - (வி) துன்புற, 2. முயல, 3. கெஞ்
வருபிறப்பு - மறுபிறப்பு.
வருபுனல் - யாறு.
வருமம் - வர்மம்.
வருவாய் - வரும்படி.
வருவிக்க - (வி) வரச்செய்ய.
வரூதம் - தேரைப்பாதுகாக்கும் புலி தோன் முதலியன, 2. இருப்பிட 3. கவசம்.
வரூதினி - படை, 2. ஓர்தெய்வப்பெண்
வரை - அளவு, 2. மலை, 3. கை 4. சிறுவரம்பு, 5. விரலிறை, 6. மூங்கி 7. வரி, 8. விவாகம்.
வரைப்பு - எல்லை, 2. மதில்.
வரைய - (வி) எழுத, 2. கொள்ள, 3. சித்தி மெழுத, 4. மாற்ற, 5. விவாகஞ் செய்ய.
வரையறவு -
வரையறை - எல்லை, 2. திட்டம், 3. மட்டான செலவு.
வரையறுக்க - (வி) மதிக்க, 2. எல்லை படுத்த, 3. வளைக்க.
வர்க்கம் - வருக்கம்.
வர்ச்சிக்க -
வருச்சிக்க - (வி) தள்ள.
வர்ச்சியம் - வருச்சியம்.
வர்ணம் - குங்குமம்.
வர்த்தமானம் -
வருத்தமானம் - நிகழ்காலம், 2. நிகழ் 3. சங்கதி, 4. செய்தி

வர்த்தனம் - }
வருத்தனம் - } பெருகுகை.
வத்தனம் - }

வர்த்தனை - }
வருத்தனை - } வரவேண்டியது.
வத்தனை - }

வர்த்தி - வத்தி, 2. இரத்தினங்களின் கீழ்ப்பதிக்குந் தகடு.

வர்த்திக்க - }
வருத்திக்க - } (வி) அதிகரிக்க.
வத்திக்க - }

வர்த்துலம் - }
வருத்துலம் - } வட்ட வடிவு.
வத்துலம் - }

வர்மம் - }
வருமம் - } வன்மம்.

வர்மிக்க - (வி) சலஞ்சாதிக்க.

வலக்க - (வி) பலக்க, 2. வளைக்க, சொல்ல.

வலக்காரம் - பொய்.

வலங்கம் - பாரிசமுசாரம்.

வலங்காரம் - மேளத்தின் பசையிட்ட புறம்.

வலங்கை - வலக்கை, 2. வலப்புறம்.

வலங்கொள்ளல் - (தொ.பெ) வலம் வருதல், 2. வெற்றியடைதல்.

வலசாரி - வலமாய்ச் சுற்றிப்போதல்.

வலஞ்சுழி - திருவலஞ்சுழி யென்னுஞ்சிவ ஸ்தலம், இது, சுவாமிமலைக்குச் சமீப மாயுள்ளது.

வலத்தல் - (தொ.பெ) சொல்லல், சூழ்தல், 3. கட்டுதல்.

வலந்தம் - வசனம், 2. வளைவு.

வலம் - இடம், 2. மேல், 3. வலப்பக்கம், ஏழனுருபு, 5. வெற்றி, 6. வலி, 7. சேனை.

வலம்புரி - வலம்புரிச்சங்கு, 2. நந்தியா வட்டம், (ஒரு பூச்செடி.)

வலயம் - அஸ்தகடகம், 2. சுற்று, வட்டம், 4. கடல், 5. குளம்.

வலவன் - சமர்த்தன், 2. தேர்ப்பாகன், வெற்றியாளன், 4. மகாவிஷ்ணு.

வலவை - இடாகினி, 2. காளி, 3. வல்லவள், காளியேவற்பெண்.

வலன் - வல்லவன், 2. ஓரசுரன், 3. வலிமை, 4. வெற்றி.

வலாட்டிகன் - தத்துவசாலி.

வலாரி - இந்திரன்.

வலாற்காரம் - வலோற்காரம்.

வலி - வன்மை, 2. நறுவிலிமரம், 3. பற்றிரும்பு, 4. நோய், 5. ஓரலங்காரம். அது, தொகைச்சொற்றொடர்புண்டாகத் தொடுப்பது.

வலிச்சல் - வரிச்சு, 2. பனையின் கடுங்காய்.

வலிது - வலியது.

வலித்தல் - (தொ.பெ) ஏங்கல், 2. உடன் படல், 3. இழுத்தல், 4. கடினமாய்வாங்கல், 5. தோணிதூண்டல், 6. மரக்கலப்பாயு யர்த்தல், 7. வளைத்தல், 8. நினைத்தல்.

வலிமை - வன்மை, 2. பலவந்தம்.

வலியன் - வலிமையுடையான், 2. கரிக் குருவி.

வலு - பலம், 2. பற்று.

வலுக்க - (வி) பலக்க.

வலை - மீன் முதலிய பிடிக்குங் கயிறு.

வலைஞர் - நெய்தநிலமாக்கள்.

வலையம் - வலயம்.

வலையர் - வலைஞர்.

வலோத்காரம் - பலோத்காரம்.

வல் - வல்லமை, 2. சீக்கிரம், 3. மேடு, 4. சூதாடுகருவி.

வல்கிதம் - குதிரை யிருகாற்றூக்கி யாடி வருநடை.

வல்சி - உண்டல், 2. சோறு, 3. அரிசி.

வல்லகி - வீணை.

வல்லபம் - வல்லமை.

வல்லபன் - வல்லோன்.

வல்லபை - பிரியநாயகி, 2. ஓரசுரமாது, 3. எசமாட்டி.

வல்லமை - வல்லபம்.

வல்லம் - ஓர் ஊர், 2. வாழை.

வல்லரி - கொடி, 2. பூங்கொத்து, 3. தளிர்.

வல்லவன் - இடையன், 2. சமையற் காரன், 3. கணவன், 4. வல்லான்.

வல்லவி - நாயகி, 2. வல்லமையாள்

வல்லாரை - ஓர் பூடு, 2. கேட்டைநாள்.
வல்லாளன் - வன்மையுள்ளவன்.
வல்லி - படர்கொடி, 2. பெண், 3. அளவு, 4. இடைச்செரி, 5. கால்விலங்கு, 6. நீங்கல், 7. பிரிதல், 8. உபநிடத முப்பத்திரண்டி னொன்று.
வல்லிகம் - மிளகு, 2. கொடி.
வல்லிகை - வீணை, 2. காதணி.
வல்லிசாதகம் - கற்பகத்திற்படர்கொடி.
வல்லியம் - இடையரூர், 2. மஞ்சள், 3. புலி.
வல்லுநர் - வல்லார்.
வல்லூரம் - காடு, 2. தனிமை, 3. வயல், 4. புற்றரை,5. பூங்கொத்து, 6. மணல், 7. வனாந்தரம்.
வல்லுவம் - அடைப்பை.
வல்லுளி - பன்றி.
வல்லூகம் - ஆண்குரங்கு, 2. கரடி.
வல்லூரம் - பாழ்நிலம்.
வல்லூறு - இராசாளி; இது பஞ்ச பட்சியினுளொன்று.
வல்லை - ஓர் நோய், 2. கடுப்பு, 3. கால விரைவு,4. குறுங்காடு, 5. பெருங்காடு, 6. மேடு, 7. வட்டம், 8. வலிமை.
வல்லையம் - ஓர் ஆயுதம்.
வவ்வ - (வி) வார.
வவ்வாலோட்டி - ஓர் முட்செடி.
வவ்வால் - வெளவால்.
வழக்கம் - தொன்றுதொட்டு நடை பெறுதல்.
வழக்கு - வழக்கம், 2. நியாயம்பேசுதல்.
வழங்க - (வி) வழக்கமாக, 2. செல்ல, 3. உலாவ, 4. ஈய, 5. சொல்ல, 6. நடத்த.
வழலிக்கை - இளைப்பு.
வழலை - வழலைப்பாம்பு, 2.கோழை, 3. சவுக்காரம், 4. வழலையுப்பு.
வழவழக்க - (வி) அலப்ப.
வழாநிலை - திணைபாலிடங்கால முதலிய வழுவாது வழங்குவது.
வழாறு - நிறைபுனல்.

வழி - ஏழனுருபு, 2. ஒழுக்கம், 3. வழிபாடு, 4. இடம், 5. மரபு, 6. திரட்சி, 7. பழமை, 8. மகன், 9. மார்க்கம்.
வழிக்கொள்ளுதல் - (தொ.பெ) பிரயா ணஞ்செய்தல்.
வழிச்செலவு - பயணச் செலவு, 2. பயணம்.
வழிதல் - (தொ.பெ) வடிதல்.
வழித்தல் - (தொ.பெ) வழிக்குதல்.
வழித்தெய்வம் - மரபிற்குரிய தெய்வம்.
வழித்தோன்றல் - மகன்.
வழிநடை - பிரயாணம்.
வழிநாள் - பின்னைநாள்
வழிநூல் - நூன்மூன்றனுளொன்று.
வழிபட - (வி) மார்க்கமடைய, 2. வணங்க 3. இணங்கி நடக்க.
வழிபாடு - ஆராதனை, 2. வணக்கம் 3. கோட்பாடு, 4. வழக்கம்.
வழிபார்க்க - (வி) எதிர்பார்க்க.
வழியுரைப்போர் - தூதர்.
வழிவகை - உபாயம்.
வழிவழி - மேன்மேலும்.
வழிவிடுதல் - (தொ.பெ) பயணமனுப புதல்.
வழு - } தப்பு, 2.கேடு, 3. சொற்குற்றம்.
வழுவு - }
வழுக்க - (வி) சறுக்க, 2. அசைய, 3. மறக்க
வழுக்கு - தவறு, 2. மறதி, 3. நிணம்.
வழுக்கை - தேங்காய் வழுக்கை, இள காயென்பதாம்.
வழுக்கைத்தலை - மொட்டந்தலை.
வழுதலை - வழுதுணை.
வழுதி - பாண்டியன்.
வழுது - பொய், 2. வைக்கோல்.
வழுதுணை - கத்தரிச்செடி.
வழுத்த - (வி) துதிக்க.
வழுந்தல் - (தொ.பெ) காய்ப்பேறல்.
வழும்பு - நிணம், 2. அழுக்கு, 3. வழுவழு தலாகிய அழுக்கு.
வழுவல் - (தொ.பெ) நழுவுதல், 2. தவறுதல்
வழுவாமை - தவறாமை.
வழுவு - தவறு.

வழுவை - யானை.

வழை - சுரபுன்னைமரம்.

வளப்பம் - செழிப்பு, 2. மாட்சிமை, 3. நன்மை.

வளமை - கொழுப்பு, 2. மாட்சிமை, 3. செல்வப்பொலிவு.

வளமையர் - பூவைசியர், 2. மாட்சிமையுள்ளோர்.

வளம் - செழிப்பு, 2. பக்கம், 3. வழி, 4. அழகு, 5. மாட்சிமை, 6. வலி, 7. வருவாய், 8. பலபண்டம்.

வளயம் - வளையம்.

வளர - (வி) விர்த்தியாக, 2. நித்திரைகொள்ள.

வளர்த்த - (வி) கிடத்த, 2. அதிகரிக்கச்செய்ய.

வளர்த்தி - வளர்ச்சி.

வளவளப்பு - பயனின்றிப்பிதற்றல்.

வளவன் - சோழன்.

வளவி - வீட்டிறப்பு.

வளவு - வீடு, 2. கொல்லை.

வளன் - வளம்.

வளாகம் - இடம், 2. வளைத்தல், 3. தினைப்புனம்.

வளார் - இளங்கொம்பு.

வளாவ - (வி) கலக்க, 2. வளைக்க.

வளி - சுழல்காற்று, 2. வாயு, 3. ஓதம்.

வளுந்தல் - (தொ.பெ) தோல் வெளவுதல்.

வளை - நுழைவனை, 2. கங்கணம், 3. கைவளை, 4. சங்கு, 5. சக்கரம், 6. சிறுஉத்திரம்.

வளைக்க - (வி) மடக்க, 2. கட்ட, 3. தடுக்க, 4. வார, 5. சுற்றிக்கோல்.

வளைதடி - ஓராயுதம்.

வளைப்பு - வளைவு, 2. உழவுசால்.

வளைய - (வி) கூன, 2. மடங்க, 3. கோல.

வளையம் - கைவளை, 2. எல்லை, 3. குளம், 4. வட்டம், 5. தாமரையுட்சுருள்.

வளையல் - கண்ணாடிக்கரு, 2. கைவளை.

வளையாபதி - ஓர் காவியம். இது ஐந்துகாப்பியங்களிலொன்று.

வளைவு - வட்டம், 2. வளைதல்.

வள் - காது, 2. கூர்மை, 3. நெருக்கம், 4. வலி, 5. வளம், 6. வார், 7. வாளுறை, 8. வாள்.

வள்ளம் - ஒருவகைச் சிறு தோணி, 2. வட்டில், 3. மரக்கால்.

வள்ளல் - வரையாது கொடுப்போன், 2. வள்ளிக்கீரை.

வள்ளன்மை - வள்ளற்றன்மை.

வள்ளி - ஓர் கொடி, 2. படர்கொடி, 3. பிரப்பங்கேடகம், 4. ஆபரணம், 5. ஓர் கூத்து, 6. கைவளை, 7. சுப்பிரமணியர் தேவி.

வள்ளிசு - நேர்த்தி.

வள்ளிமணாளன் - முருகன்.

வள்ளியம் - ஊதுகுழல், 2. மரக்கலம், 3. மெழுகு, 4. மிளகு.

வள்ளியோர் - வரையாது கொடுப்போர்.

வள்ளுவன் - வருங்காரியஞ் சொல்வோன்.

வள்ளூரம் - சூட்டிறைச்சி, 2. ஆட்டிறைச்சி, 3. ஆவினிறைச்சி, 4. புலால்.

வள்ளை - ஓர் கொடி, 2. உலக்கைப்பாட்டு.

வறக்க - (வி) காய, 2. குறைய.

வறக்காலன் - துடைகாலன்.

வறடு - வறண்டது, 2. மலடு.

வறட்சுண்டி - ஆடுதின்னாப்பாளை.

வறண்டி - குப்பை முதலிய வாருங்கருவி.

வறள - (வி) வறக்க.

வறிஞர் -
வற்ஞோர் - } தரித்திரர்.
வறியோர் -

வறிது - குறைவு, 2. பயனின்மை, 3. சிறுமை.

வறுத்தல் - (தொ.பெ) வறட்டல்.

வறுமை - தரித்திரம்.

வறை - துவட்டற்கறி.

வறையல் - பிண்ணாக்கு, 2. துவட்டற்கறி.

வற்கம் - குதிரைவரயின்வடம், 2. மரப்பட்டை, 3. கஞ்சி.

வற்கரி - கரகம், 2. குதிரைக்கயிறு.

வற்கலை - மரவுரி.
வற்காலி - வெள்ளாடு.
வற்கித்தல் - (தொ.பெ) ஓர் தொகையை யத்தொகையாற் பெருக்கல்.
வற்கு - கஞ்சி, 2. ஆடு.
வற்சதரம் - இளங்கன்று.
வற்சநாபி - ஓர் மருந்து.
வற்சம் - மாட்டின்கன்று, 2. ஓர் தேயம், 3. மார்பு.
வற்சரம் - வருடம்.
வற்சலம் - தயை, 2. கன்றுக் கிரங்கும் பசு.
வற்சை - குழந்தை, 2. மலட்டுப்பசு.
வற்பம் - பஞ்சகாலம்.
வற்பு - உறுதி.
வற்புறுத்தல் - (தொ.பெ) உறுதிப் படுத்தல்.
வற்மம் - வன்மம்.
வற்ற - (வி) சுவற, 2. வடிய, 3. உலர, 4. வாட.
வற்றம் - வறட்சி.
வற்று - வடிதல்.
வனசஞ்சாரம் - வனவாசம்.
வனசம் - தாமரை.
வனசரம் - மூவகை யானையினொன்று. அது, வனத்திற் பிறந்த யானை.
வனசரர் - வேடர்.
வனப்பு - அழகு, 2. அலங்காரம்.
வனமாலி - திருமால்.
வனம் - காடு, 2. ஊர் சூழ்ந்த சோலை, 3. நீர், 4. துளசிச்செடி, 5. சுடுகாடு, 6. வழி, 7. அழகு.
வனாந்தரம் - நின்மானுஷ்யமான காடு.
வனிதை - பெண், 2. மனைவி.
வனைய - (வி) உருப்படுத்த, 2. அலங் கரிக்க.
வன் - வலிய, 2. மிகு, 3. கொடிய.
வன்கண் - கொடும்பார்வை, 2. பொறாமை, 3. கொடுமை, 4. வீரத் தன்மை.
வன்கண்ணர் - வைராக்கியர்.
வன்சொல் - கடுஞ்சொல்,
வன்பகை - கடும்பகை.
வன்பால் - குறிஞ்சிநிலம், 2. பாலைநிலம், 3. மேடு.
வன்பு - வன்மை.
வன்பொறை - பெரும்பாரம்.
வன்மம் - வைராக்கியமனங்கொள்ளல்.
வன்மரம் - அகக்காழுள்ளமரம்.
வன்மீகம் - புற்று.
வன்மீன் - முதலை.
வன்மை - கடினம். இது எண்வகை யூற்றி னொன்று, 2. வலிமை.
வன்மொழி - உறுதிப்பேச்சு, 2. கடுஞ் சொல்.
வன்னம் - எழுத்து, 2. தங்கம், 3. நிறம்.
வன்னி - நெருப்பு, 2. வன்னிமரம், 3. கிளி, 4. பிரமசாரி.
வன்னிகர்ப்பம் - மூங்கில்.
வன்னிகர்ப்பன் - முருகன்.
வன்னிக்க - (வி) சிறப்பிக்க, 2. வேண்ட.
வன்னிபோக்கியம் - நெய்.
வன்னிமாரகம் - நீர்.
வன்னிமித்திரன் - காற்று.
வன்னியர் - ஓர் சாதியார்.

வா

வாகடம் - வைத்திய சாத்திரம்.
வாகனம் - ஏறி நடத்தப்படுபவை.
வாகன் - அழகன்.
வாகியம் - வெளி.
வாகினி - படை, 2. படையிலோர் தொகை. அது கணக மூன்றுகொண்டது.
வாகீசர் - திருநாவுக்கரசுநாயனார்.
வாகீசுவரன் - ஆக்கியோன், 2. பிரமன்.
வாகீசுவரி - சரஸ்வதி.
வாகு - அழகு.
வாகு - தோள்.
வாகுபுரி - பூணூல்.
வாகுலேயன் - முருகன்.
வாகுவலயம் - தோளணி.
வாகை - வாகைமாலை, 2. அறத்தின் றுறை, 3. ஈகை, 4. ஒழுக்கம், 5. மிகுதி, 6. வெற்றி, 7. தவம், 8. பண்பு, 9. வாகைமரம்.

வாக்கி - வாக்கையுடையவன்.
வாக்கியம் - வேதநியமம், 2. பழமொழி, 3. வசனம், 4. கணிதத்திலொருவரி.
வாக்கு - சொல், 2. விதம்.
வாக்குக்கொடுத்தல் - (தொ.பெ) நிசஞ் சொல்லல்.
வாக்குச்சகாயம் - சொற்றுணை.
வாக்குச்சித்தி - சொற்படி யனுகூலமாதல்.
வாக்குதல் - (தொ.பெ) வார்த்தல்.
வாக்குத்தம்பம் - பேச்சைத் தடை பண்ணல்; அது, கலைஞான மறுபத்து நான்கினொன்று.
வாக்குநாணயம் - பேச்சுறுதி.
வாக்குபதி - வியாழம்.
வாக்குமாறுதல் - (தொ.பெ) பேச்சுத் தவறல்.
வாக்குமூலம் - சொற்கருத்து.
வாக்குவல்லபம் - பேச்சுவல்லபம்.
வாக்குவாதம் - தர்க்கம்.
வாங்க - (வி) கொள்ள, 2. வளைக்க, 3. வரவழைக்க, 4. பின்வாங்க.
வாங்கு - பிச்சுவா, 2. ஓராசனம்.
வாசகம் - வசனம்.
வாசஸ்தலம் - இருப்பிடம்.
வாசந்தி - வசந்தமல்லிகைச்செடி.
வாசபேயம் - ஓர் வேள்வி.
வாசம் - இருப்பிடம், 2. ஊர், 3. பூமணம், 4. சீலை, 5. அம்பு, 6. புட்சிறகு, 7. வேகம், 8. வாக்கு.
வாசரம் - நாள்.
வாசல் - வாயில்.
வாசவன் - இந்திரன்.
வாசற்படி - வாயிற்படி.
வாசனம் - அறிவு, 2. ஆடை, 3. குரல், 4. மணம், 5. வாசிப்பு.
வாசனி - மேற்கட்டி.
வாசனை - மணம், 2. பழக்கம்.
வாசனைப்பொடி - சுந்தபொடி.
வாசா - வாய்விசேஷம்.
வாசாகாரம் - அந்தப்புரம்.
வாசாமகோசரம் - வாக்குக்கெட்டாமை.
வாசாலகன் - வாக்குவல்லவன்.
வாசாலம் -, **வாசாலகம்** - வாக்குவல்லபம்.
வாசி - நிமித்தம், 2. தன்மை, 3. சௌக்கியம், 4. அளவு, 5. மிகுதி.
வாசி - குதிரை, 2. அம்பு, 3. பறவை, 4. இசைப்பாட்டு, 5. அச்சுவினி நட்சத்திரம், 6. சுவாசம், 7. வாசஞ்செய்கிறவன்.
வாசிகம் - செய்தி.
வாசிகன் - தூதன்.
வாசிகை - மாலை, 2. கோத்தமாலை.
வாசிக்க - (வி) படிக்க, 2. வீணை முதலிய வாசிக்க, 3. கற்க.
வாசிட்டம் - இராமருக்கு வசிட்டர் சொன்ன நூல்.
வாசு - இருவேலி, (வெட்டிவேர்.)
வாசுகி - அட்டநாகத்தொன்று.
வாசுதேவன் - ஸ்ரீ கிருஷ்ணபகவான்.
வாசை - ஆடாதோடை, (ஒரு மருந்துச் செடி.)
வாச்சல்லியம் - தயை.
வாச்சி -, **வாய்ச்சி** - மரஞ்செதுக்கு மாயுதம்.
வாச்சியம் - வாத்தியம், 2. வாசகத்தின் பொருள், 3. நிந்தை, 4. வெளிப்படை.
வாச்சியாயன் - களாநூல் செய்த முனி.
வாஞ்சனை -, **வாஞ்சை** - ஆசை.
வாஞ்சிக்க - (வி) இச்சிக்க.
வாட - (வி) சோம்ப, 2. இளைக்க, 3. வதங்க.
வாடகை - குடிக்கூலி.
வாடி - அடைப்புள்ளவிடம், 2. தொட்டால் வாடி, (ஒரு செடி.)
வாடிக்கை - வழக்கம்.
வாடை - வடகாற்று, 2. வாசனை, 3. வரிசை, 4. தெரு, 5. இடைச்சேரி, 6. வேடர்வீதி.
வாட்கை - வாழ்க்கை.
வாட்கோரை - ஒரு புல், 2. செருந்திமரம்.
வாட்ட - (வி) வதக்க, 2. துன்புறுவிக்க.

வாட்டம் - சோர்வு, 2. வாடுதல், 3. மெலிவு.

வாட்டம் - தெரு, 2. தோட்டம், 3. வழி.

வாட்டரவு - சோர்வு, 2. உலர்வு.

வாட்டி - முறை.

வாணகந்தி - அரசமரம், 2. ஓர் சுந்தகம்.

வாணம் - அம்பு, 2. மத்தாப்பு முதலிய பாணம்.

வாணன் - வாழ்நன், 2. கார்த்திகைநாள்.

வாணன் - ஓரசுரன்.

வாணாக்கம்பு - சிலம்பக்கோல்.

வாணாத்தண்டம் - வாணாக்கம்பு.

வாணாள் - வாழ்நாள்.

வாணி - சொல், 2. அசமதாகம், 3. சரஸ்வதி, 4. ஓர் கூத்து.

வாணிகம் - வியாபாரம், 2. இலாபம்.

வாணிகன் - செட்டி, 2. துலாராசி.

வாணிகேள்வன் - பிரமன்.

வாணிச்சி - செட்டிப்பெண்.

வாணிச்சியம் - வாணிகம்.

வாணிதம் - கள்.

வாணிபம் - செட்டு; அது வைசியரறு தொழிலினொன்று.

வாணியம் - வாணிகம்.

வாணியன் - சூத்திரன் வைசியப் பெண்ணைப் புணரப் பிறந்தவன்.

வாணுதல் - பெண்.

வாதகரப்பன் - ஓர் நோய்.

வாதகுன்மம் - ஓர் நோய்.

வாதசாரதி - அக்கினி.

வாதத்துவசம் - மேகம்.

வாதபோதம் - பலாசுமரம்.

வாதப்பிரமி - மான்.

வாதமடக்கி - தழுதாழை, (ஒரு மரம்; அது, தசமூலத்தொன்று.)

வாதம் - காற்று, 2. மூவகைப் பிணியினொன்று, 3. தருக்கம், 4. இரும்பு முதலிய லோகங்களைப் பொன்னாக்கும் வித்தை.

வாதரக்காச்சி - வாதராயணமரம்.

வாதராயணம் - அம்பெய்கை, 2. மிகு கதி, 3. மலைச்சிகரம், 4. ஓர் மரம், அது; வாதரக்காச்சி, 5. வாள்.

வாதராயணன் - வியாசன்.

வாதனம் - சீலை.

வாதனை - வருத்தம், 2. தடை.

வாதாயனம் - பலகணி.

வாதாவி - ஓரசுரன்.

வாதி - ஏதுவும் மேற்கோளு மெடுத்துக் காட்டிப் பிறன்கோளை மறுத்துத் தன்மத நிறுத்தப்பாடுபவன், 2. வாதஞ்செய்பவன்.

வாதிக்க - (வி) உபாதிக்க, 2. தருக்கிக்க, 3. பேச.

வாது - தருக்கம், 2. சண்டை.

வாதுகூறல் - (தொ.பெ) சபதஞ் சொல்லுதல்.

வாதுமை - ஓர் மரம்.

வாதுவர் - குதிரைப்பாகர், 2. யானைப் பாகர்.

வாதுளம் - சிவாகம மிருபத்தெட்டி னொன்று.

வாதை - துன்பம், 2. வேதனைநோய்.

வாத்தி - கற்பிப்போன்.

வாத்தியம் - கஞ்சக்கருவி முதலிய வாத்தியங்கள்.

வாத்தியாயன் - } கற்பிப்போன்.
வாத்தியான் - }

வாத்து - ஓர் பறவை.

வாத்து - வீடு.

வாந்தி - சத்திபண்ணல்.

வாமதேவன் - ஓர் முனிவன்.

வாமம் - அழகு, 2. இடப்பக்கம், 3. ஒளி, 4. ஓர் பாம்பு, 5. குறுமை, 6. செல்வம், 7. தீமை, 8. ஒரு சமயம், 9. தொடை.

வாமலூரம் - புற்று.

வாமலோசனன் - திருமால்.

வாமனம் - தென்றிசை யானை, 2. குறள், 3. திருமால் தசாவதாரத்தொன்று, 4. பதினெண் புராணத் தொன்று.

வாமனன் - குள்ளன், 2. குறளுருக் கொண்ட திருமால்.

வாமன் - அருகன், 2. புத்தன், 3. சிவன்.

வாமி - பார்வதி.

வாமை - உமாதேவியின் அட்டமூர்த் தங்களினொன்று.

வாயசம் - காக்கை.
வாயடித்தல் - (தொ.பெ) வாயினால தட்டுதல்.
வாயடைத்தல் -(தொ.பெ) நாவெழா திருக்கச் செய்தல், 2. பேசக்கூடாம லிருத்தல்.
வாயம் - நீர்.
வாயல் - வாசல்.
வாயாடி - வாய்வல்லவன்.
வாயிலோர் - தமிழ்க் கூத்தர், 2. வாயில் காப்போர், 3. தூதுவர்.
வாயில் - கதவு, 2. ஐம்பொறி, 3. துவாரம், 4. தூது.
வாயு - } காற்று.
வாயுவு - }
வாயுச்சகன் - அக்கினி, வாயுவைச் சகாயமாயுள்ளவன்.
வாயுதாரணை - வாயுவை நிறுத்துதல்.
வாயுத்தம்பம் - அறுபத்துநான்கு கலை ஞானத்தொன்று.
வாயுபசாரம் - வாயுபகாரம்.
வாயுமூலை - வடமேற்கு.
வாயுமைந்தன் - அனுமன், 2. வீமன்.
வாயுவிளங்கம் - ஓர் மருந்து.
வாயுறை - பசு முதலியவற்றிற்குக் கொடுக் குந்தீனி.
வாயூறல் - வாயினீரூறுதல்.
வாயெடுத்தல் - (தொ.பெ) பேசத் தொடங்கல்.
வாயொடுங்குதல் - (தொ.பெ) பேச்சடங்குதல்.
வாய் - சொல், 2. ஊதுகுழல், 3. துவாரம், 4. விளிம்பு, 5. இடம், 6. வடு, 7. ஏழனுருபு, 8. மெய், 9. வாயில்.
வாய்க்கரிசி - பிரேதத்தின் வாயிலிடு மரிசி.
வாய்க்கால் - நீரோடுங்கால், 2. மகநாள்.
வாய்க்கொழுப்பு - மதியாப்பேச்சு.
வாய்ச்சி - மரஞ்செதுக்கும் ஓர் ஆயுதம்.
வாய்ஞானம் - வாசாஞானம்.
வாய்தல் - வாயில்.
வாய்தா - நிலவிறைப்பணம்.
வாய்த்தல் - (தொ.பெ) சிறத்தல், 2. பொருந்தல், 3. கிடைத்தல்.
வாய்நீர் - உமிழ்நீர்.
வாய்பிதற்றுதல் - (தொ.பெ) அலப்புதல்.
வாய்புதைத்தல் - (தொ.பெ) வாய் மூடுதல்.
வாய்பூசல் - (தொ.பெ) வாய்சுத்தி செய்தல்.
வாய்ப்பு - நயம், 2. சித்தி.
வாய்ப்புள் - நன்னிமித்தம்.
வாய்ப்பூட்டு - அடைப்பு.
வாய்மதம் - வாய்க்கொழுப்பு.
வாய்மை - உண்மை, 2. சொல், 3. வலி.
வாய்விடல் - (தொ.பெ) பேசல்.
வாய்வெருவுதல் - (தொ.பெ) அயர்ச்சியால் வாய்குளறுதல்.
வார - (வி) திரளாகக்கொண்டுபோக, 2. சேர்த்துக்கொள்ள, 3. கவர, 4. வரன்ற, 5.திருட, 6. மயிர்சீவ.
வாரக்கம் - நெல்வட்டிக்குக் கொடுக்கும் பணம்.
வாரக்குடி - நிலம் பயிரிட்டுப் பங்கு பெறுங்குடி.
வாரணம் - தடை, 2. கவசம், 3. கேடகம், 4. சட்டை, 5. யானை, 6. கோழி, 7. கடல், 8. சங்கு, 9. விடுதல், 10. மாவிலங்குமரம், 11. காத்தல், 12. பன்றி.
வாரணாசி - காசி.
வாரணை - } தடை.
வாரணையம் - }
வாரம் - கிழமை, 2. சமயம், 3. வாயில், 4. மிகுதி, 5. அன்பு, 6. உரிமை, 7. கரை, 8. சிறுவரம்பு, 9. அலை, 10. கடல், 11. பக்ஷபாதம், 12. பங்கு, 13. மலைச்சாரல், 14. பஞ்சாங்கத்தினொன்று, 15. நாடகம்.
வாரவாணம் - கவசம், 2. பஞ்சுபெய்து தைத்த மெய்ச்சட்டை.
வாரவாரம் - கவசம்.
வாராகி - சத்தமாதர்களிலொருத்தி, 2. பெண்பன்றி.
வாராவதி - பாலம்.
வாரானை - வரவழைத்தல், இது பிள்ளைக் கவியுறுப்புப் பத்தினொன்று.

வாரி - நீர், 2. கடல், 3. யானையைப் படுக்குமிடம், 4. இசைக்குழல், 5. கதவு, 6. நிறைபுனல், 7. மதிற்சுற்று, 8. வழி, 9. வாயில், 10. விளைவு.

வாரிக்க - (வி) ஆணையிட, 2. தடுக்க.

வாரிசம் - தாமரை.

வாரிதம் - மேகம்.

வாரிதி - கடல்.

வாரிவாகம் - மேகம்.

வாருகோல் - துடைப்பம்.

வாருணம் - கடல், 2. மேற்கு, 3. அட்டாத சோபபுராணத்தொன்று.

வாருணி - அகத்தியன், 2. காய்ச்சி வடித்த மது, 3. சதயநாள், 4. மேற்கு, 5. ஆட்டாங் கொடி.

வாருண்டகம் - } எண்காற்புள்.
வருண்டம் - }

வாரை - மரவுத்திரம், 2. காத்தண்டு. இது சுமைதடியென்க.

வார் - நீர், 2. கச்சு, 3. நீளம், 4. நுண்மை, 5. தோல்வார்.

வார்க்க - (வி) உட்செலுத்த, 2. உருக்கிச் சாய்க்க.

வார்த்தாகம் - கத்தரிக்காய், 2. கத்தரிச் செடி.

வார்த்தாகி - சிறுவழுதலைச்செடி.

வார்த்தாவகன் - தூதன், 2. செய்தி கொண்டுபோவோன்.

வார்த்திகம் - கிழத்தன்மை, 2. பொழிப் புரை.

வார்த்தை - வசனம்.

வார்த்தைத்தொழிலோர் - பூவைசியர்.

வார்த்தைநாணயம் - பேச்சுறுதி.

வார்நாமச்சீட்டு - ஏற்றுமதிச் சீட்டு.

வார்ப்புவேலை - உருக்கிவார்த்தவேலை.

வார்மை - நன்னடை.

வாலகில்லியர் - அறுபதினாயிரம் ரிஷிகள்.

வாலசந்திரன் - இளம்பிறை.

வாலசரம் - ஓரூர், 2. ஓர் நெல்.

வாலஞானம் - இளமையில் ஞானம்.

வாலதி - விலங்கின்வால்.

வாலபத்திரம் - கருங்காலிமரம்.

வாலம் - வால், 2. கந்தைத்துணி.

வாலரசம் - சாதிலிங்கத்தில் வடித்தரசம்.

வாலவாயசம் - } வைடூரியம்.
வாலவாயம் - }

வாலவியசனம் - கவரிமயிர் விசிறி.

வாலறிவன் - கடவுள், 2. மெய்யறிவுடையோன்.

வாலறிவு - பேரறிவு.

வாலன் - வாலிபன்.

வாலாசம் - பின்வார்.

வாலாமை - அசுத்தம்.

வாலி - கிட்கிந்தை மன்னன்.

வாலியம் - } பாலியம்.
வாலிபம் - }

வாலுகம் - மணல், 2. வெண்மணல்.

வாலுங்கி - கக்கரிக்கொடி, 2. வாலுளுவையரிசி.

வாலுவர் - மடையர், (சமையற்றொழில் செய்வார்.)

வாலேயம் - கழுதை.

வாலை - திராவகம் வடிக்கும் பாத்திரம்.

வாலை - பன்னிருவயதிற் பெண்.

வால் - இளமை, 2. சுத்தம், 3. வெண்மை, 4. மிகுதி.

வால்மிளகு - ஓர் வாசனைச்சரக்கு.

வால்மீகம் - வால்மீக ராமாயணம்.

வால்வெள்ளி - ஓர் நட்சத்திரம்.

வாவ - (வி) தாண்ட.

வாவல் - வெளவால்.

வாவல் - (தொ.பெ) கடத்தல்.

வாவி - குளம்.

வாழி - } முன்னிலையசைச்சொல்.
வாழிய - }

வாழ்க்கை - வாழ்நாள், 2. செல்வம், 3. மருத நிலத்தூர்.

வாழ்க்கைத் துணை - இல்லவள்.

வாழ்தல் - (தொ.பெ) சீவித்தல், 2. செல்வத்தோடிருத்தல்.

வாழ்த்த - (வி) துதிக்க, 2. மங்களங்கூற.

வாழ்த்து - ஆசீர்வாதம், 2. சுபவசனம்.

வாழ்த்துரை - வாழ்த்து.

வாழ்நாள் - சீவியகாலம்.

வாழ்விக்க - (வி) வாழும்படிசெய்ய.

வாழ்வு - சீவிதம்.

வாளம் - சக்கரவாளகிரி, 2. சக்கர வாளப்புள், 3. வாள்.
வாளரம் - ஒருவகை யரம்.
வாளா - சும்மா, (பயனில்லாமை.)
வாளாமை - மௌனம், 2. கேளாமை.
வாளி - மாதர் காதணியினொன்று, 2. வட்டமாயோடல், 3. அம்பு.
வாளுழவர் - படைவீரர்.
வாளை - ஓர் மீன்.
வாள் - வாளாயுதம், 2. ஒளி.
வாள்கைக்கொண்டாள் - துர்க்கை.
வாள்வாளெனல் - ஒலிக்குறிப்பு.
வாறான் - கப்பலினோர்கயிறு.
வாற்சல்லியம் - சிநேகம்.
வானகம் - தேவலோகம்.
வானதி - ஆகாயகங்கை.
வானநாடு - தேவலோகம்.
வானபத்தி - பூவாதுகாய்க்குமரம்.
வானபத்தியம் - பலாசு, (ஓர் மரம்.)
வானப்பிரத்தன் - } வனத்திற் றவஞ்
வானப்பிரஸ்தன் - } செய்யுமூன்றாமாசிரமி.
வானம் - ஆகாயம், 2. மழை, 3. கோபுரத் தினோருறுப்பு.
வானம்பாடி - சாதகப்புள்.
வானரக்கொடியோன் - அருச்சுனன்.
வானரம் - குரங்கு.
வானவரம்பன் - சேரன்.
வானவர் - தேவர்.
வானவர்கோன் - இந்திரன்.
வானவன் - தேவன், 2. சேரன்.
வானி - கூடாரம், 2. மேற்கட்டி, 3. படை, 4. துகிற்கொடி, 5. வானிப்பூ.
வானீரம் - நீர்ப்பிரம்பு.
வானுலகம் - சுவர்க்கம்.
வானேறு - இடி.
வான் - ஆகாயம், 2. மழை, 3. மேகம், 4. பெருமை.
வான்கோழி - ஓர் கோழி.
வான்மீகம் - வான்மீகியாலியற்றிய இராமாயணம்.
வான்மீகி - இராமாயணஞ் செய்த வோர் முனிவர்.
வான்மீன் - நட்சத்திரம்.

வி

விகங்கம் - அன்னம், 2. பறவை, 3. அம்பு.
விகசம் - மலர்தல்.
விகசிதம் - மலர்தல்
விகசித்தல் - (தொ.பெ) மலர்தல்.
விகடம் - வேறுபாடு.
விகண்டிக்க - (வி) ஆட்சேபிக்க.
விகண்டிதம் - கண்டிப்பின்மை.
விகண்டை - ஆட்சேபம், 2. விரோதம்.
விகமனம் - துர்நடக்கை.
விகர்த்தனன் - சூரியன்.
விகலம் - குறைபாடு.
விகலாங்கன் - குறையுறுப்புள்ளவன்.
விகலிதம் - சிந்தல், 2. வடிதல்.
விகலை - காலநுட்பம், 2. நாழிகை.
விகற்பம் - வேற்றுமை, 2. தவறு, 3. ஐயம்.
விகற்பிக்க - (வி) வித்தியாசப்படுத்த.
விகற்பு - விகற்பித்தல்.
விகாசம் - விரித்தல்.
விகாதம் - விரோதம்.
விகாதித்தல் - (தொ.பெ) விகாதஞ் செய்தல்,
விகாரம் - காமக்கவலை, 2. வேற்றுமைப் படுதல்.
விகாரி - இருபத்திரண்டாவதாண்டு, 2. மோகி.
விகாரிக்க - (வி) மோகிக்க, 2. பேதிக்க.
விகிதம் - சிநேகம், 2. விதிக்கப்பட்டது.
விகிரம் - பறவை, 2. கண்டம், 3. இறைக்கப்பட்டது.
விகிர்தம் - பொய், 2. வேறுபாடு.
விகிர்தி - } ஓர் வருஷம், 2. வேறுபாடு.
விகுருதி - }
விகுணம் - குணமின்மை.
விகுணி - குணமில்லாதவள், 2. கள்.
விகுதி - விகாரம், 2. பகுபதவுறுப்பி னொன்று.
விக்கல் - ஓர் நோய், 2. விக்குதல்.
விக்கியாதம் - கீர்த்தி.
விக்கியாபனம் - } அறிவிப்பு,
விக்ஞாபனம் - } 2. விண்ணப்பம்.

விக்கியானம் -
விக்ஞானம் - } கல்வி.
விஞ்ஞானம் -
விக்கியானி - கல்விமான்.
விக்கிரகம் - உடம்பு, உருவம், 2. பிரிவு
விக்கிரம - ஓர் வருஷம்.
விக்கிரமம் - பராக்கிரமம்.
விக்கிரமாதித்தன் - பாணவம்சத்தரசன்.
விக்கிரயம் - விற்கை.
விக்கிராந்தம் - வீரம்.
விக்கிரேயம் - விற்கத்தக்கது.
விக்கினம் - இடையூறு, 2. தீமை.
விக்கினேசுரன் - விநாயகன்.
விக்கேபம் -
விக்ஷேபம் - } சசிவிசாலம்.
விட்சேபம் -
விங்களம் - திரிவு, 2. கபடம், 3. களிம்பு, 4. பேதம்.
விங்களிக்க - (வி) பிரிக்க, 2. வேறுபட, 3. சூதுசெய்ய, 4. நிலையற்றிருக்க.
விசதம் - வெண்மை, 2. அழகு, 3. வெளிப்படை, 4. சுத்தம்.
விசய - ஓர் வருஷம்.
விசயச்சந்தம் - எழுநூறுகோவை முத்துத் தாழ்வடம்.
விசயநகரம் - ஓர் பட்டினம்.
விசயம் - வெற்றி, 2. அடைக்கலம், 3. ஆராய்வு, 4. ஐயம், 6. சருக்கரை, 6. சிவாகமமிருபத்தெட்டினொன்று, 7. சூரிய மண்டலம், 8. தேவ விமானம்.
விசயன் - அருச்சுனன், 2. வெற்றியுடையவன்.
விசயார்த்தம் - கைலைமலை.
விசயை - துர்க்கை.
விசரம் - கூட்டம், 2. கொலை.
விசர் - பைத்தியம்.
விசர்க்கம் - விடுதல், 2. கழிச்சல்.
விசர்ச்சனம் - ஈகை, 2. விடுதல்.
விசளை - சட்டி.
விசனம் - துயர், 2. பேராசை, 3. மனிதரில்லாதவிடம், 4. விசிறி.
விசாகம் - அனிலநாள், 2. வைகாசி.
விசாகன் - குமரன்.
விசாதி - நோய்.
விசாரணை - ஆராய்ச்சி.
விசாரதர் - புலவர்.
விசாரம் - கவலை, 2. ஆலோசனை.
விசாரிக்க - (வி) எண்ண, 2. பாதுகாக்க, 3. பராமரிக்க, 4. ஆராய.
விசாலம் - அகலம், 2. கடம்புமரம், 3. சிற்பநூல் முப்பத்திரண்டினொன்று.
விசாலாட்சி - பார்வதி.
விசாலிக்க - (வி) விரிய.
விசாலை - கங்கைக் கரையிலுள்ள ஓர் பட்டணம்.
விசானம் - மசானம்.
விசி - அரி, 2. அலை, 3. வார்.
விசிகம் - அம்பு, 2. புனற்றிரை.
விசிகை - சுச்சு, 2. சுருத்து, 3. தெரு.
விசிக்க - (வி) கட்ட.
விசிட்டம் -
விசிஷ்டம் - } மேன்மை.
விசிதம் - விபூதி.
விசிதை - வசித்துவம்.
விசித்திரம் - பேரழகு, 2. அதிசயம்.
விசிராமம் - மனவமைதி.
விசிற - (வி) வீச, 2. சுழற்ற, 3. சுழற்றியெறிய, 4. மோத.
விசிறி - சிற்றாலவட்டம்.
விசு -
விஷு - } ஒரு வருஷம்.
விசுத்தி - அடிநாத்தானம். அஃது ஆறாதாரத்தொன்று, 2. மிக்கசுத்தம்.
விசும்ப - (வி) அசட்டையாய் விலக்க.
விசும்பு - ஆகாயம், 2. தேவலோகம், 3. மேகம், 4. திசை.
விசுவகருமன் - தேவதச்சன், பிரபாசனுக்கு யோகசித்தியிடத்திற்பிறந்த புத்திரனென்பர்.
விசுவசித்து - பதினெட்டுயோகத்தொன்று.
விசுவநாதன் - காசியிலெழுந்தருளியிருக்கின்ற சுவாமி பெயர்.
விசுவநாள் - உத்திராடம்.
விசுவம் -
விச்சுவம் - } உலகம், 2. எல்லாம்.

விசுவம்பரன் - மகாவிஷ்ணு.
விசுவம்பரை - பூமி.
விசுவரூபன் - திருமால்.
விசுவாசம் - நம்பிக்கை, 2. உண்மை, 3. பத்தி.
விசுவாசகாதம் - நம்பிக்கைக்கிரண்டகம்.
விசுவாசிக்க - (வி) நம்ப.
விசுவாமித்திரர் - ஓர் முநிவர்.
விசுவாவசன் - } ஓர் சுந்திருவன்.
விசுவாவசு - }
விசுவாவசு - ஓர் வருஷம்.
விசுவேசுரன் - சிவபிரான்.
விசுளி - கள்.
விசேடணம் - அடைமொழி, 2. குணத்தை விளக்குவன.
விசேஷம் - } விகற்பம், 2. சிறப்பு,
விசேடம் - } 3. சொல்.
விசேடித்தல் - (தொ.பெ) விசேடப் படுத்தல்.
விசேஷியம் - } அடையடுத்தபொருள்.
விசேடியம் - }
விசை - துரிதம், 2. பொறி, 3. தரம்.
விசைக்க - (வி) தீவரிக்க, 2. கோபங் கொள்ள.
விசைத்தடி - நெய்வார் கருவியி னொன்று.
விசையம் - விசயம்.
விச்சாதரர் - } தேவரிலோர்
வித்தியாதரர் - } வகுப்பார்.
விச்சாதி - } வேற்றுச்சாதி.
விசாதி - }
விச்சிராமம் - மலங்கழிக்கை.
விச்சிரானம் - பேதி மருந்து.
விச்சிரிப்பு - சிச்சிலுப்பான். (ஒரு வசூரி.)
விச்சின்னம் - பிரிக்கப்பட்டது.
விச்சு - வித்து.
விச்சுவர் - வானோரிலோர்வகுப்பார், 2. சிற்பர்.
விச்சுளி - அதிவேகப்பறவை, 2. சாக்கிர தையுள்ளவன்.
விச்சை - கல்வி, 2. தெரு.
விச்சொரூபம் - விகாரவடிவம்.
விஷமம் - இடக்கு, 2. பிரயாசை.
விஷமிக்க - (வி) விஷமாக, 2. விஷமம் பண்ண.
விஷம் - } நஞ்சு.
விடம் - }
விஷயம் - } உரியது, 2. காணப்பட்ட
விடயம் - } வைகள், 3. காரணம், 4. அடைக்கலம், 5. தேசம், 6. நாயகன்.
விஷேபம் - திரிபு.
விஷ்ணு - மும்மூர்த்திகளிலொருவர்.
விஸ்தரிக்க - } (வி) விரிக்க, 2. பெருக்க,
வித்தரிக்க - } 3. விரித்துரைக்க.
விஸ்தாரம் - } அகலம், 2. ஓர் கவி.
வித்தாரம் - }
விஸ்தீரணம் - விஸ்தாரம்.
விஞ்சை - கல்வி.
விஞ்சையரூர் - நாகலோகம்.
விஞ்சையர் - வித்தியாதரர், 2. புலவர்.
விஞ்ஞாதம் - மேலாய அறிவு.
விஞ்ஞாபனம் - அறிவிப்பு.
விஞ்ஞானகலர் - மூவகையாத்து மாக்களி லொருவர்.
விஞ்ஞானம் - விசேட அறிவு.
விட - (வி) அனுப்ப, 2. வெளிப்படுத்த, 3. துறக்க, 4. கழிக்க, 5. விடைகொடுக்க, 6. ஒழிய, 7. பிளக்க.
விடக்கு - ஊன்.
விடங்கம் - அழகு, 2. ஆண்மை, 3. கொடுங்கை, 5. சுவர்ப்புறத்து நீண்ட உத்திரம், 6. புறாமாடம், 7. முகடு, 7. வீதிக் கொடி.
விடங்கர் - சிறுவழி, 2. திருவாரூர்த் தியாகராசர்.
விடங்கொல்லி - ஓர் பூடு.
விடசூசகம் - சகோரப்புள்.
விடதம் - முகில், 2. துருசி.
விடதரம் - பாம்பு.
விடதரன் - சிவன்.
விடதாரி - வைத்தியன்.
விடதாளம் - நவதாளத்தொன்று.
விடத்தேரை - } ஓர் செடி.
விடத்தேர் - }
விடந்தை - ஓரூர்.

விடபம் - எருது, 2. சிறுதூறு, 3. மரக் கொம்பு, 4. தளிர்.
விடபி - மரப்பொது.
விடப்பு -
விடம்பு - } கமர்.
விடமம் - சமமின்மை, 2. தொந்தரவு.
விடம் - நஞ்சு, 2. காய்ச்சுப்பு, 3. தேள், 4. மலை.
விடயம் - அதிவிடயம், 2. தேசம்.
விடருகம் - பூனை.
விடர் - கமர், 2. காடு, 3. மலைப்பிளப்பு, 4. தூர்த்தர்.
விடர்வு -
விடவு - } வெடிப்பு.
விடலி - பன்னீராண்டுவயதுள்ள பெண்.
விடலை - திண்ணியோன், 2. பெருமையிற் சிறந்தோன், 3. பாலைநிலத் தலைவன், 4. காமத்துறைவன். முப்பது வயதிற்குட் பட்டவன்.
விடல் - குற்றம், 2. விடுதல்.
விடவிடென - நடுக்கக்குறிப்பு.
விடவு - கமர்.
விடன் - தூர்த்தன்.
விடாணம் -
விஷாணம் - } விலங்கின் கொம்பு.
விடாந்தகன் - சிவன்.
விடாய் - சோர்வு, 2. தாகம்.
விடாய்க்க - (வி) தாகங்கொள்ள, 2. களைப்பாக.
விடாலகம் -
விடாலம் - } பூனை.
விடி - திரைச்சீலை.
விடிய - (வி) உதயமாக, 2. நீங்க, 3. திருத்தியாக.
விடியல் - வைகறை.
விடுகாலி - கட்டாமற்றிரியுமாடு.
விடுதலை - நீங்குகை.
விடுதி - தங்குமிடம், 2. வேறுபாடு, 3. உத்தரவு.
விடுத்தம் - தடவை.
விடுத்தல் - (தொ.பெ) அனுப்பல், 2. தள்ளுதல், 3. நடத்தல், 4. பிரிதல், 5. தங்கல்.
விடுப்பு - ஆராயுங்குணம், 2. வேடிக்கை.
விடுவாய்ச்செய்ய - (வி) அறுக்க.
விடுவிக்க - (வி) விடுதலைசெய்ய, 2. விரித்துரைக்க.
விடேலெனல் - அநுகரண ஓசை.
விடை - உத்தரம், 2. விடுத்தல்.
விடை - எருது, 2. இடபவிராசி.
விடைக்க - (வி) கோபிக்க, 2. வெளிப் படுத்த.
விடையோன் - சிவன்.
விட்கம்பம் - நித்தியயோகத்தொன்று, 2. விட்டம்.
விட்சேபம் - கலக்கம்.
விட்டம் - உத்திரம்.
விட்டரம் - தவத்தோர்பீடம், 2. மரம், 3. கொள்கலம்.
விட்டவர் - துறந்தோர்.
விட்டாற்றி - ஆறுதல்.
விட்டிக்க - (வி) மலங்கழிக்க.
விட்டில் - வெட்டுக்கிளி.
விட்டுணு - திருமால், வியாபக முடையவர் என்பர்.
விட்டுணுகரந்தை -
விட்டுணுகாந்தி - } ஓர் பூடு.
விட்டுணுபதம் - பாற்கடல், 2. பரமபதம்.
விட்டேறு - வேல்.
விட்டை - இலத்தி.
விண் - ஆகாயம், 2. மேகம், 3. தேவ லோகம்.
விண்டலம் - ஆகாயம்.
விண்டல் - மூங்கில்.
விண்டு - காற்று, 2. மேகம், 3. மகாவிஷ்ணு, 4. மலை, 5. மூங்கில், 6. விட்டுணுகரந்தைப் பூடு.
விண்ணப்பம் - வேண்டுகோட் பணி மொழி.
விண்ணவன் - திருமால், 2. அருகன்.
விண்ணாணம் - சாலம், 2. நாகரிகம்.
விண்ணேறு - இடி.
விண்மீன் - நட்சத்திரம்.
விண்முழுதாளி - இந்திரன்.
விதக்க - (வி) விசேஷித்துரைக்க, 2. மிகுக்க.
விதண்டை - வாக்குவாதம், 2. பகை.

விதந்து - மங்கலியமிழந்தவள்.
விதப்பு - மிகுதி, 2. நடுக்கம், 3. மதிலுறுப்பு.
விதம் - மாதிரி, 2. இனம், 3. சூத்திரம்.
விதரணம் - ஈகை, 2. விவேகம்.
விதரணை - விவேகம்.
விதர்க்கம் - நியாயம், 2. ஐயம்.
விதர்ப்பம் - ஓர் தேயம்.
விதர்ப்பு - அச்சம், 2. நெருக்கம், 3. போர், 4. வெற்றி.
விதலம் - கீழேழுலகினொன்று.
விதலை - நடுக்கம்.
விதவை - கைம்பெண்.
விதனம் - வேதனை.
விதனித்தல் - (தொ.பெ) துயருறல்.
விதாதா - பிரமன், 2. அருகன்.
விதாரணம் - பிளப்பு, 2. கொல்லல்.
விதானம் - விதம், 2. ஒழுங்கு, 3. கூட்டம், 4. மேற்கட்டி.
விதி - ஊழ், 2. பிரமன், 3. வேதவிதி, 4. சூத்திரவிதி, 5. செல்வம், 6. நியமனம், 7. உண்மை, 8. அறிவு, 9. செய்தொழில், 10. குணம்.
விதிக்க - (வி) உண்டாக்க, 2. நியமிக்க, 3. செய்ய, 4. சொல்ல.
விதிக்கு - கோணத்திசை.
விதிதம் - வெளிப்படை.
விதிப்பு - நியமித்தல்.
விதியர் - கணக்கர், 2. மந்திரிகள்.
விதியுளி - ஓமம், 2. விவாகம்.
விதியை - இரண்டாந்திதி.
விதிர்க்க - (வி) நடுங்க, 2. வாள்வீச.
விதிர்ப்பு - நடுக்கம், 2. அச்சம், 3. மிகுதி.
விதிர்விதிர்க்க - (வி) துடிதுடிக்க.
விது - சந்திரன், 2. மகாவிஷ்ணு.
விதுடி - அறிவாளி.
விதுதமுகம் - வேண்டாமைக்குத் தலையசைத்தல்.
விதுப்பு - நடுக்கம், 2. ஆசை, 3. விரைவு.
விதும்ப - (வி) ஆசைப்பட.
விதுரன் - திருதராட்டிரன் மந்திரி, 2. திண்ணியன்.

விதேகம் - தேகவிமோசனம்.
விதேகை - மிதிலை நகரம்.
விதேயன் - சொற்படிகேட்போன்.
விதை - வித்து.
விதைக்க - (வி) வித்திட.
வித்தகம் - ஞானம்.
வித்தகர் - கம்மாளர், 2. தூதர்.
வித்தகன் - ஞானி, 2. வைரவன்.
வித்தம் - பொன், 2. ஞானம்.
வித்தரித்தல் - (தொ.பெ) விரித்துச் சொல்லல்.
வித்தன் - ஞானத்தையுடையவன்.
வித்தாரம் - வித்தாரகவி; இது நால்வகைக் கவியினொன்று, 2. அகலம் விரிவு.
வித்தியர் - கம்மாளர்.
வித்தியாசம் - வேறுபாடு.
வித்தியாதரர் - கந்தருவர்.
வித்தியார்த்தி - கற்போர்.
வித்தியாலயம் - கல்விபயிலுமிடம்.
வித்து - விதை, 2. காரணம்.
வித்துரு - மின்னல்.
வித்துருமம் - பவளம், 2. இளந்தளிர்.
வித்துவான் - புலவன்.
வித்துவேஷம் - } பகை.
வித்துவேடம் - } பகை.
வித்தை - கல்வி, 2. ஞானம், 3. தந்திரத் தொழில்.
விநதை - கருடன்றாய்.
விநயம் - மரியாதை, 2. வணக்கம்.
விநாசம் - கொலை, 2. அழிவு.
விநாசன் - அழிப்போன்.
விநாடி - காலநுட்பம்.
விநாயகன் - விக்கினேசுரன், 2. புத்தன், 3. அருகன்.
விநியோகம் - உபயோகம்.
விநீதன் - தண்டிக்கப்பட்டவன், 2. விநயமுள்ளவன்.
விநோதம் - விளையாட்டிற் பொழுது கழித்தல், 2. அழகு.
விந்தம் - ஒருவகை மாணிக்கம், 2. விந்திய மலை, 3. ஓரெண்.
விந்தர் - இடையர்.
விந்தியம் - விந்தமலை.

விந்து - சுத்தமாயை, 2. நீர்த்துளி, 3. தாது.
விந்தை - ஆச்சரியம், 2. கல்வி.
விபகரிக்க - (வி) வழக்குப்பேச.
விபகலனம் - } கழிப்பு.
விபகலிதம் - }
விபகாரம் - விவகாரம்.
விபக்கம் - துணிந்த பொருளில்லாத விடம்.
விபக்கன் - பகைவன்.
விபசாரம் - வேசித்தனம்.
விபஞ்சி - } வீணை.
விபஞ்சிகம் - }
விபணி - கடைவீதி.
விபதம் - கெடுவழி.
விபத்தம் - காஞ்சிரமரம்.
விபத்தன் - வேறுபட்டோன்.
விபத்தி - வேற்றுமை, 2. தரித்திரம்.
விபரம் - விவரம்.
விபரீதம் - வேறுபாடு.
விபலம் - பயனின்மை.
விபவ - இரண்டாவதாண்டு.
விபவம் - வாழ்வு, 2. செல்வம், 3. மகத்துவம்.
விபன்னன் - மெலிந்தோன்.
விபாகம் - செல்வம், 2. பங்கு, 3. பிரிவு.
விபாகரன் - } சூரியன், 2. தீக்கடவுள்.
விபாவசன் - }
விபாதம் - உதயகாலம்.
விபாவரி - இராத்திரி.
விபாவனை - ஆராய்வு, 2. ஓரலங்காரம்; அஃது உலகறிகாரண மில்லாதிருப்பக் காரியம் பிறத்தலைச் சொல்வது.
விபினம் - காடு.
விபீஷணன் - } இராவணன் தம்பி.
விபீடணன் - }
விபீதகம் - தான்றிமரம்.
விபு - கடவுள், 2. எசமானன்.
விபுணன் - சிறந்தோன்.
விபுதர் - மிக்கவறிவினர், 2. வானோர்.
விபுலம் - விரிவு, 2. பூமி, 3. பெருமை.
விபுலை - பூமி.
விபூஷணம் - } ஆபரணம்.
விபூடணம் - }
விபூதி - திருநீறு, 2. அணிமா முதலிய அஷ்டசித்தி, 3. குற்றம், 4. கொடுமை, 5. செல்வம், 6. பெருமை.
விப்பிரமம் - மோகலீலை, 2. பிரமை, 3. மோகப்பிணக்கு.
விப்பிரயோகம் - பஞ்சபாணாவத்தையினொன்று, வெய்துயிர்த்திரங்கல்.
விப்பிரலம்பம் - தலைவன்றலைவி பிரிதல்.
விப்பிரன் - பிராமணன்.
விப்பிலவம் - அநியாயப்போர்.
விப்புருதி - ஓர் சிலந்திக்கட்டி.
விமதன் - பகைவன்.
விமரிசம் - } ஆராய்வு, 2. யூகம்.
விமரிசனம் - }
விமரிசை - }
விமர்த்தனம் - அரைத்தல்.
விமலம் - அழுக்கின்மை, 2. சிவாகமம் இருபத்தெட்டினொன்று.
விமலன் - அருகன், 2. சிவன்.
விமலி - சரசுவதி.
விமலை - பார்வதி, 2. துர்க்கை, 3. இலக்குமி.
விமார்க்கம் - துன்னடை, 2. விளக்குமாறு.
விமானம் - திவ்வியரதம், 2. தேவர் கோயில், 3. தேவலோகம், 4. உரோகணி நாள், 5. ஏழடுக்கு மெத்தை.
விமோசனம் - விட்டு நீங்கல்.
விம்ஸகம் - இருபது கூடியது.
விம்பம் - உருவம், 2. ஒளி, 3. சந்திர சூரியர்களின் மண்டலம், 4. கொவ்வைக் கொடி, 5. சாரங்க பாஷாணம்.
விம்பிகை - கொவ்வைக்கொடி.
விம்பிக்க - (வி) சாயைதோன்ற.
விம்ம - (வி) இறுகிப் பூரிக்க, 2. தேம்பியழ, 3. அதிகரிக்க, 4. ஒலிக்க, 6. சந்தோஷிக்க.
விம்மிதம் - உடல், 2. அச்சம், 3. அதிசயம்.
விய - ஓர் வருஷம்.
வியக்க - (வி) நன்குமதிக்க, 2. அதிசயிக்க, 3. துதிக்க, 4. பாராட்ட.

வியக்கம் - பெருமை.
வியங்கியம் - குறிப்பு.
வியங்கோள் - ஐம்பான் மூவிடத்தும் வருமேவல்.
வியசனம் - உபத்திரம்.
வியஞ்சகம் - விளக்குங் கருவி.
வியஞ்சனம் - அடையாளம், 2. ஒற்றெழுத்து.
வியட்டி - வேறு வேறான பிரிவு.
வியதிரேகம் - விகற்பம், 2. எதிர்மறை.
வியத்தம் - } வெளிப்படை.
வியக்தம் - }
வியத்திகை - பெருமை.
வியத்தியாசம் - வித்தியாசம்.
வியந்தரம் - பிசாசம்.
வியபிசாரம் - நியமமின்மை.
வியப்பிக்க - (வி) அதிசயிப்பிக்க.
வியம் - ஏவல்.
வியம் - பெருமை, 2. அகலம், 3. உடல், 4. பறவை.
வியர்க்க - (வி) வேர்க்க, 2. சினங்கொள்ள.
வியர்த்தம் - பயனின்மை.
வியர்வை - வேர்வை.
வியலிகை - பெருமை.
வியல் - அகலம், 2. காடு, 3. பெருமை, 4. பொன்.
வியவகாரம் - வழக்கம், 2. வழக்கு.
வியவன் - வழிச்செல்வோன், 2. திண்ணியன், 3. ஏவுவான்.
வியன் - பெருமை, 2. ஒற்றை, 3. அதிகம்.
வியாகரணம் - இலக்கணம், கலைஞானம் அறுபத்துநான்கி னொன்றுமாம்.
வியாகாதம் - நித்தியயோகத்தொன்று.
வியாகாரம் - அவலட்சணம், 2. சத்தம்.
வியாகுலம் - வருத்தம்.
வியாகுலிக்க - (வி) துக்கப்பட.
வியாக்கியாதா - உரைகாரர்.
வியாக்கியானம் - உரை.
வியாக்கிரபுரம் - சிதம்பரம்.
வியாக்கிரம் - புலி, 2. மேன்மை.
வியாசம் - விரிவு, 2. பகுத்தறிவு, 3. உவமை, 4. தருமநூல் பதினெட்டினொன்று, 5. தந்திரம், 6. முகாந்தரம்.
வியாசன் - பராசரமுநிவர் புத்திரர்.
வியாச்சியம் - வழக்கு.
வியாதம் - வேறுபாடு.
வியாதன் - வியாசன்.
வியாதாகாரம் - தயாவிருத்தி பதினான்கினொன்று; அது துயரகற்றல்.
வியாதி - நோய்.
வியாதுதம் - அசைவுள்ளது.
வியாத்தம் - } கலந்தது.
வியாப்தம் - }
வியாத்தி - } வியாபிப்பது.
வியாப்தி - }
வியாபகம் - எங்குமிருப்பது.
வியாபாதம் - வஞ்சகம்.
வியாபாதனம் - கொலை.
வியாபாரம் - செட்டு, 2. அப்பியாசம், 3. தொழில்.
வியாபி - எங்குமிருப்போன்.
வியாபிக்க - (வி) எங்கும் நிறைய.
வியாபினி - வியாபித்திருப்பது.
வியாபுத்தி - வருந்தல்.
வியாப்பியம் - அருத்தாபத்திப் பொருள், 2. வியாத்தியையுடையது.
வியாமம் - நான்குமுழவளவு, 2. இளைப்பு.
வியாழம் - } ஓர் கிரகம், 2. தேவகுரு,
வியாழன் - } 3. ஓர்நாள்.
வியாளம் - கெட்டயானை, 2. பாம்பு, 3. புலி.
வியானன் - தசவாயுக்களி லொன்று. அது; உடன்முழுது வியாபித்திருப்பது.
வியூகம் - விலங்கின் கூட்டம், 2. படைவகுப்பு.
வியோகம் - விடுதல்.
வியோமம் - ஆகாயம்.
விரகம் - காமநோய்.
விரகு - அறிவு, 2. உபாயம்.
விரசை - வைகுண்ட லோகத்திலுள்ள ஆறு.
விரட்டுதல் - (தொ.பெ) மிரட்டுதல்.
விரணம் - புண், 2. விழற்புல்.

விரதம் - சத்தியம், 2. தவம், இது: புண்ணியமேழினொன்று.
விரதர் - தவத்தோர்.
விரதி - துறவி.
விரத்தம், **விரக்தம்** - துறவறம்.
விரத்தன் - வெறுப்புள்ளவன், பற்றற்றவன்.
விரயம் - செலவு.
விரலணி - மோதிரம்.
விரவ - (வி) கலக்க.
விரவு - கலப்பு.
விரளம் - நீக்கம், 2. தயிர்.
விராகம் - விருப்பமின்மை.
விராகன் - கடவுள், 2. அருகன்.
விராட்டு - பரப்பிரமம்.
விராத்தம் - இறைப்பணம், 2. தண்டல்.
விராமம் - ஒற்றெழுத்து.
விராய் - விறகு.
விராலி - ஓர் செடி.
விரால் - வரால், (ஒரு மீன்.)
விராவம் - ஒலி.
விராளி - விரகம்.
விரி - பொதியெருதின்மேலிடுஞ்சேணம்.
விரிக்க - (வி) விரியச்செய்ய, 2. நீடிக்க.
விரிசிகை - ஓர்வித மாதரிடையணி.
விரிச்சி - நற்சொன்னிமித்தம்.
விரிச்சிகம் - விருச்சிகம்.
விரிச்சிகன் - சூரியன்.
விரிஞ்சனன், **விரிஞ்சன்**, **விரிஞ்சி** - பிரமன்.
விரிய - (வி) மலர.
விரியன் - ஒருவகைப் பாம்பு.
விரிவு - விசாலம்.
விரீகி - நெல், 2. அரிசி.
விருகம் - செந்நாய், 2. மிருகம்.
விருகு - ஓர் மரம்.
விருகோதரன் - பிரமன், 2. வீமன்.
விருக்கம் - மரம்.
விருசு - விருசமரம்.
விருச்சிகம் - தேள்.
விருஷணம் - பீசம்.
விருஷ்டி - மழை.
விருட்சம் - மரப்பொது.
விருதா - பயனின்மை.
விருது - கொடி, 2. வெற்றி, 3. அடையாளம்.
விருத்தகங்கை - கோதாவரி.
விருத்தகிரி - விருத்தாசலம்.
விருத்தபலம் - மிளகு.
விருத்தம் - வட்டம், 2. சிற்பநூன் முப்பத்திரண்டி னொன்று, 3. பாவினத்தொன்று, 4. வேறுபாடு, 5. மூப்பு.
விருத்தர் - கிழவர், 2. மேலோர்.
விருத்தாந்தம் - வர்த்தமானம்.
விருத்தாப்பியம் - கிழத்தன்மை.
விருத்தி, **விர்த்தி** - வளர்ச்சி, 2. செல்வம், 3. இலாபம், 4.ஒழுக்கம், 5. அடிமை, 6. தொழில்.
விருத்தியர் - அடிமைகள்.
விருத்திரன் - இந்திரனாற் கொல்லப்பட்ட வோரசுரன்.
விருத்தை - மூத்தாள்.
விருந்தம் - சுற்றத்தின் கூட்டம், 2. விலங்கின் கூட்டம்.
விருந்தர் - புதியவர்.
விருந்தனை - மனைவி.
விருந்து - அதிதியர்க்கிடுமுணவு, 2. விருந்தினர், 3. புதுமை.
விருந்தை - துளசிச்செடி.
விருபன் - வெள்ளெலி.
விருப்பம், **விருப்பு** - ஆசை, 2. பிரியம்.
விரும்ப - (வி) ஆசைப்பட, 2. கருத.
விருவிருக்க, **விருவிரென** - கடுப்புக் குறிப்பு.
விருவிருப்பு - நஞ்சுமுதலிய வேறுங் குறிப்பு, 2. கோபத்தின் விரைவு.
விருளை - கடிவாளப்பூண்.
விரூபம் - விகாரரூபம், 2. வேற்றுமை.
விரூபாக்கன் - சிவன்.
விரேசனம் - பேதிமருந்து, மலங்கழிகை.
விரேசித்தல் - (தொ.பெ) கழிதல்.
விரை - வித்து, 2. வாசனை, 3. கலவைச் சாந்து.

விரைய - (வி) தீவிரிக்க, 2. காதலிக்க, 3. முயல.
விரைவு - வேகம்.
விரோசனன் - சூரியன், 2. பிரகலாதன் புத்திரன்.
விரோதம் - பகை, 2. வேற்றுமை.
விரோதி - ஓர் வருஷம் 2. சத்துரு.
விரோதிகிருது - ஓர் வருஷம்.
விரோதிக்க - (வி) பகைக்க, 2. எதிர்த்து நிற்க.
விலக - (வி) நீங்க, 2. தவிர, 3. துலங்க.
விலக்க -(வி) அகலச்செய்ய, 2. தவிர்க்க, 3. மறிக்க.
விலக்கம் - மறிப்பு, 2. பிரிப்பு, 3. தேசத்தை விடுகை, 4. இல்விலக்கம்.
விலக்கு - மாற்றுதல்.
விலங்க - (வி) பிரிய, 2. துலங்க.
விலங்கல் - மலை, 2. கலங்கனீர், 3. விலகுதல்.
விலங்கு - தளை, 2. குறுக்கு, 3. மிருகம்.
விலம் - அகில்.
விலம்பனம் - தாமதம்.
விலயம் - அழிவு.
விலா - விலாப்பக்கம்.
விலாங்கு - ஓர் மீன்.
விலாசம் - ஆடவர்மகளிர் விளையாட்டு, 2. நாணக்குறிப்பு, 3. அழகு, 4. ஓர் பிரபந்தம், 5. மேல்விலாசம்.
விலாசனை - மகளிர்விளையாட்டு.
விலாசினி - வேசி.
விலாடிக்க - (வி) இரட்டைவரி கொடுக்க.
விலாபம் - கனவுகண்டிரங்குகை, 2. புலம்புகை.
விலாமிச்சை - ஒரு வாசனைப்புதல்.
விலாலம் - பூனை.
விலாழி - குதிரை வாய்நுரை, 2. யானைத் துதிக்கை யுமிழ்நீர்.
விலாளம் - பூனை
விலேபனம் - பூசுதல்.
விலேபி - கஞ்சி.
விலை - கிரயம், 2. விற்றல்.
விலைஞர் - விற்போர்.
விலைமகள் - வேசி.
விலோசனம் - கண்.
விலோதம் - பெண்மயிர், 2. மயிர்ச்சுருள்.
விலோதனம் - பெருங்கொடி.
விலோமம் - முறைபிழை.
வில் - வில், 2. மூலநட்சத்திரம், 3. ஒளி.
வில்லங்கம் - தடை.
வில்லடை - இடையூறு.
வில்லண்டம் - பலவந்தம்.
வில்லம் - வில்வமரம், 2. பெருங்காயம்.
வில்லாண்மை - வில்வல்லமை.
வில்லி - மன்மதன், 2. வீரபத்திரன், 3. விற்போர் செய்பவன்.
வில்லிபுத்தூரன் - ஓர் கவிஞன்.
வில்லுவம் - வில்வமரம்.
வில்லேறுழவர் - படைவீரர்.
வில்லை - தகட்டு வட்டம்.
வில்வம் - ஓர் மரம்.
விவகரிக்க - (வி) தர்க்கிக்க.
விவகாரம் - வழக்கு.
விவகாரி - வழக்காளி.
விவசம் - பரவசம்.
விவசாயம் - வேளாண்மை.
விவத்து - ஆபத்து.
விவரணம் - வெளிப்படுத்துவது.
விவரம் - மலைமுழை, 2. வகை.
விவரிக்க - (வி) விஸ்தரிக்க.
விவர்த்தம் - } புரளுகை.
விவர்த்தனம் - } புரளுகை.
விவாகம் - கல்யாணம்.
விவாதம் - வழக்கு.
விவிதம் - நாநாவிதம்.
விவேகம் - புத்தி, 2. பகுத்தறிவு, 3. மனத்தெளிவு.
விவேகி - அறிவுடையவன்.
விழம்பு - சோறு.
விழலர் - வீணர்.
விழல் - ஓர் புதல், 2. வீண், 3. விழுதல்.
விழவு - திருவிழா, 2. மிதுனராசி.
விழா - திருவிழா.
விழி - கண்.
விழிக்க - (வி) கண்விழிக்க
விழிப்பு - விழிக்கை, 2. எச்சரிக்கை, 3. சாக்கிரதை, 4. தெளிவு.

விழு - சிறப்பு.
விழுக்காடு - பங்கு, 2. விழுதல்.
விழுக்கு - நிணம்.
விழுங்க - (வி) நூங்க, 2. பட்சிக்க.
விழுதல் - (தொ.பெ) சாதல், 2. வீழ்தல்.
விழுதி - வீழிச்செடி.
விழுது - ஆலம்விழுது முதலியன, 2. நெய் வார்கருவியினொன்று, 3. வெண்ணெய்.
விழுத்தம் - கருஞ்சீரகம்,
விழுப்பம் - ஆசை, 2. சிறப்பு.
விழுமம் - சிறப்பு, 2. நன்றி, 3. சீர்மை, 4. துன்பம்.
விழுவிழெனல் - (தொ.பெ) வழுவழுப் பாயிருத்தல்.
விழைச்சு - இளமை, 2. புணர்ச்சி.
விழைதல் - (தொ.பெ) ஆசைப்படல், 2. புணர்தல்.
விழைவு - ஆசை, 2. புணர்ச்சி.
விளக்க - (வி) துலக்க, 2. விளங்கச்செய்ய, 3. பொடிவைக்க, 5. துடைப்பத்தாற் பெருக்க.
விளக்கணம் - பொடிவைத்து விளக் குதல்.
விளக்கம் - தெளிவு, 2. பிரகாசம்.
விளக்கு - தீபம், 2. சோதிநட்சத்திரம், 3. ஒளி.
விளக்குமாறு - துடைப்பம்.
விளக்கெண்ணெய் - ஆமணக்கெண் ணெய்.
விளங்க - (வி) துலங்க, 2. தெளிய, 3. சிறக்க, 4. துப்புரவாக.
விளத்த - (வி) விவரிக்க.
விளம்ப - (வி) சொல்ல, 2. விசாரிக்க.
விளம்பம் - தாமதம்.
விளம்பரம் - அறிக்கைப்பத்திரம்.
விளம்பனம் - தாமதம்.
விளம்பி - ஓர் வருஷம்.
விளம்பிதம் - தாளப்பிரமாணத் தொன்று: அது தாமதப்பட்டு முற்றுத லென்பர்.
விளரி இளமை, 2. மிகுதி, 3. நெஞ்சாற் பிறக்குமிசை, 4. வேட்கை, 5. யாழிலோர் நரம்பு, 6 நெய்தனிலத்தியாழ்.
விளர் - இளமை, 2. கொழுப்பு, 3. நிணம், 4. வெண்மை.
விளர்ப்பு - வெளுத்தல்.
விளவ - (வி) விளாவ.
விளவு - கமர், 2. விளாமரம்.
விளா - விளாமரம்.
விளாகம் - போர்க்களம்.
விளாசம் - விலாசம்.
விளி - அழைப்பு, 2. ஓசை.
விளிக்க - (வி) அழைக்க.
விளிம்பு - அருகு, 2. கரை, 3. கண்ணிமை.
விளிய - (வி) கெட, 2. சாக, 3. வருத்தப்பட, 4. கோபிக்க.
விளிவு - கோபம், 2. சாதல், 3. கேடு.
விளை - பயிர்விளையும் நிலம்.
விளைகரி - நிலக்கரி.
விளைச்சல் - விளைவு.
விளைஞர் - மருதநிலமாக்கள்.
விளைதல் - (தொ.பெ) உண்டாதல், 2. தானியம் விளைந்து முற்றுதல்.
விளையாட்டு - விளையாடுதல்.
விளையுள் - வயல்.
விளைவு - தானியம், 2. மேகம், 3. பயன், 4. சம்பவிப்பு.
விள்ள - (வி) மலர, 2. பிரிய, 3. வேறுபட, 4. உடைய, 5. தழுவ, 6. பேச.
விறகு - காட்டம்.
விறக்க - (வி) அஞ்ச, 2. நெருங்க, 3. பெருக, 4. போர்செய்ய, 5. வெல்ல.
விறப்பு - அச்சம், 2. நெருக்கம், 3. பெருக்கம், 4. போர், 5. வெற்றி.
விறலி - பதினாறுவயதுப்பெண், 2. பாண் மகள்.
விறலோன் - திண்ணியன், 2. அருகன்.
விறல் - வலி, 2. வெற்றி, 3. வீரம், 4. பெருமை.
விறாட்டி - எரு.
விறாண்டுதல் - (தொ.பெ) பிறாண்டுதல்.

விறாய் - வீறாப்பு.
விறுவிறுக்க -(வி) கொதிக்க, 2. கோபம் பொங்க.
விறுவிறுப்பு - விரைவுக்குறிப்பு.
விறைக்க - (வி) மரத்துப்போக.
விறைப்பு - திமிர்ப்பு.
விற்பத்தி - கல்வியறிவு.
விற்பத்திமான் - அறிஞன்.
விற்பனம் - } பிரசங்கம், 2. கல்வி.
விற்பன்னம் - }
விற்பனை - விற்றல்.
விற்பன்னர் - கற்றோர், 2. புலவர்.
விற்பன்னிக்க - (வி) வருணிக்க.
விற்புருதி - ஓர் சிலந்தி.
வினகம் - சேங்கொட்டைமரம்.
வினயம் - தேவபாணி, 2. வஞ்சகம்.
வினவ - (வி) கேட்டாராய.
வினா - கேள்வி, 2. சொல்.
வினாடி - ஓர் காலநுட்பம்.
வினாபூதகற்பனை - தெளிவில்லாதது.
வினாவ - (வி) கேள்விகேட்க.
வினாவிடை - சல்லாபம்.
வினியோகம் - பிரதிபலனை நோக்கியீதல்.
வினீதன் - தண்டிக்கப்பட்டவன், 2. வினையமுள்ளவன்.
வினை - தொழில், 2. ஊழ்வினை, 3. இரண்டு, 4. காரியம், 5. போர்.
வினைஞர் - சூத்திரர், 2. தொழில் செய்வோர்.
வினைப்பயன் - முன்வினைப்படி வந்த பலன்.
வினைமுதல் - கருத்தா.
வினையம் - வஞ்சகம்.
வினையுரைப்போர் - தூதர்.
வினைவிநாசன் - கடவுள்.
வினோதம் - பொழுது போக்கல், 2. அழகு, 3. சந்தோஷம்.
வின்னம் - தடை, 2. பங்கப்பா ் ட்து.
வின்னாண் - விற்பூட்டுங்கயிறு.

வீ

வீ - சாவு, 2. நீக்கம், 3. பறவை, 4. பூ.
வீகம் - மோதிரம், 2. பட்சி, 3. காற்று.
வீக்க - (வி) கட்ட, 2. அழிக்க, 3. வீங்கச் செய்ய.
வீக்கம் - வீங்குதல், 2. பெருமை, 3. மிகுதல்.
வீங்க - (வி) தடிக்க, 2. மிக, 3. ஆசைப்பட, 4. நித்திரைசெய்ய, 5. மெலிய.
வீச - (வி) பரவ, 2. மோத, 3. எறிய, 4. சிதற, 5. அசைக்க.
வீசகணிதம் - அட்சரகணிதம்.
வீசம் - மாகாணி, 2. நெல்லிடைப்பொன், 3. கொட்டை.
வீசனம் - சிற்றாலவட்டம்.
வீசை - ஓர் நிறை.
வீச்சம் - தீ நாற்றம்.
வீச்சு - அடி, 2. எறிதல், 3. ஓர்நோய்.
வீஞ்ச - (வி) அதிககிரயங்கேட்க.
வீடிகை - வெற்றிலை.
வீடு - மனை, 2. மோக்கம்.
வீடுவிலக்கம் - மகளிர்சூதகம்.
வீட்சணம் - } பார்வை.
வீட்சணை - }
வீட்ட - (வி) கொல்ல.
வீட்டுமன் - வீடுமன்.
வீணன் - பயனில்லாதவன்.
வீணாகானம் - வீணைநாதம்.
வீணாதண்டம் - } முதுகந்தண்டெலும்பு.
வீணாதண்டு - }
வீணை - யாழ்.
வீணைவல்லவர் - கந்தருவர்.
வீண் - பயனின்மை.
வீதசோகம் - அசோகமரம்.
வீதம் - பங்கு, 2. முறை.
வீதராகம் - பற்றின்மை, 2. வைராக்கியம்.
வீதல் - வறுமை, 2. கெடுதல்.
வீதி - தெரு, 2. வழி, 3. கடைவீதி, 4. ஒழுங்கு, 5. நேரோடல், 6. வையாளி விதி, 7. விசாலம்.
வீதிக்க (வி) பங்கி .
வீபணி - கடைவீதி.
வீபத்து - சந்திரன்.
வீபற்சு - அருச்சுனன்.
வீப்பகழி - மன்மதன் கணை.

வீமசேனன் - பஞ்சபாண்டவரி லொருவன், 2. தமயந்தியின் பிதா.
வீமம் - பயங்கரம்.
வீமன் - வீமசேனன்.
வீம்பு - வீண்பெருமை.
வீரகண்டாமணி - வீரத்தாற்கட்டுமணி.
வீரசோழியம் - தமிழிலக்கண நூலு ளொன்று.
விரச்செல்வி - துர்க்கை.
வீரட்டானம் - கூத்தின்விகற்பத்தி னொன்று.
வீரதரு - மருதமரம்.
வீரதை - வீரம்.
வீரபத்திரன் - தக்கன்யாகமழிக்கத் தோன்றியவன்.
வீரபட்டயம் - வெற்றி பெற்ற வீரர் நெற்றியிலணியும் பொற்றகடு.
வீரம் - வீரியம், 2. வலி, 3. மலை, 4. சிவாகமமிருபத்தெட்டினொன்று, 5. வீராதனம்.
வீரர் - பராக்கிரமமுடையவர்.
வீரன் - திண்ணியன், 2. அருகன்.
வீராணம் - ஓர் வகைப்பறை, 2. ஒரூர்.
வீராணி - வீராணிக்கிழங்கு.
வீராதனம் - எண்வகை ஆதனத்தொன்று.
வீரி - வீரமுடையவள், 2. காளி.
வீரிடுதல் - (தொ.பெ) ஒலிக்குறிப்பு.
வீரியம் - இந்திரியம், 2. வீரம்.
வீரை - ஓர் மரம், 2. கடல், 3. துன்பம்.
வீவு - சாவு, 2. குற்றம்.
வீழ் - மரத்தின் விழுது.
வீழ்க்கை - விருப்பம், 2. சோதி நட்சத்திரம்.
வீழ்தல் - ஆசை, 2. ஆசைப்பெருக்கம்.
வீற - (வி) பெருமையாக, 2. விளங்க, 3. வெறுப்பாக, 4. தனித்திருக்க, 5. பிரிய, 6. கிற.
வீறாப்பு - இறுமாப்பு.
வீறு - பெருமை, 2. தனிமை, 3. நல்வினை, 4. பெருமை, 5. பொலிவு, 6. வெற்றி, 7. மருந்துவேகம்.
வீற்றம் - வேறுபாடு.
வீற்றிருத்தல் - (தொ.பெ) நிலை பெற்றிருத்தல்.
வீற்று - வேறுபாடு.

வெ

வெகு - பன்மைக்குறிப்பு.
வெகுசு - மிகுதி.
வெகுட்சி - வெகுளி இது கோபம்.
வெகுதானிய - பன்னிரண்டாவதாண்டு.
வெகுமதி - இனாம்.
வெகுமானம் - உபசாரம், 2. மிகுகனம்.
வெகுர் - உட்டணத்தால்வரும் பரு.
வெகுள - (வி) கோபிக்க.
வெகுளி - சினம்.
வெஃக - (வி) அவாவ.
வெஃகாமை - வெறுப்பு.
வெக்காலி - ஓர் மரம்.
வெக்காளம் - மழையில்லாக்காலம்.
வெக்காளிக்க - (வி) வானந்தெளிய
வெக்கை - காந்தல், 2. நிலக்கொதிப்பு.
வெங்கண் - பொறாமை, 2. ஓர் மீன்.
வெங்களம் - போர்க்களம்.
வெங்காயம் - ஈருள்ளி.
வெங்காரம் - வெண்காரம்.
வெங்கிணாத்தி - ஓர் மலைப்பாம்பு.
வெங்கோல் - கொடுங்கோல்.
வெச்சுவெச்சென - (வி) அனல்வீச.
வெச்சென - (வி) வெப்பமாக.
வெஞ்சமம் - பாலை நிலப்பண், 2. கடும் போர்.
வெஞ்சமன் - இயமன்.
வெஞ்சம் - பழி.
வெஞ்சனம் - கறிபதார்த்தம்.
வெஞ்சிலைச்செல்வன் - வீரபத்திரன்.
வெஞ்சினம் - கடுங்கோபம்.
வெடி - துப்பாக்கிபீரங்கிவெடி, 2. இடி, 3. நறுமணம், 4. அச்சம், 5. கள், 6. நறும் புகை, 7. வெளி.
வெடிக்க - (வி) படாரென, 2. பிளக்க.
வெடிப்பு - கமர், 2. விள்ளுகை.
வெடில் - } வேட்டு.
வெடியல் - } வேட்டு.
வெடியுப்பு - ஓர் உப்பு.

வெடுக்கு - வெடுக்கெனல், 2. கடுமைக் குறிப்பு.
வெடுவெடுக்க - (வி) கடுமையாக.
வெட்க - (வி) நாண, 2. அஞ்ச.
வெட்கம் - நாணம்.
வெட்சி - வெட்சிச்செடி, 2. பகைவர்நிரை கவர்வார்க்குரியமாலை.
வெட்ட -(வி) தோண்ட, 2. முத்திரை வெட்ட.
வெட்டனவு - கடுமை.
வெட்டாந்தரை - உலர்ந்த நிலம்.
வெட்டி - வழி, 2. வீண்.
வெட்டிமை - கடுமை, 2. சினம்.
வெட்டியான் - சவஞ்சுடுவோன், 2. ஓர் பூச்சி.
வெட்டிவேர் - விலாமிச்சம் வேர்.
வெட்டு - வெட்டுதல்.
வெட்டுவாய் - பொருத்து.
வெட்டுவாள் - ஓர் வாள்.
வெட்டெனவு - கடுமைக்குறிப்பு.
வெட்டை - உட்டினம், 2. ஓர் நோய், 3. வெளி, 4. வெறுமை, 5. கடினம்.
வெண்கதிரோன் - சந்திரன்.
வெண்கலம் - ஓர் உலோகம்.
வெண்குட்டம் - வெள்ளைக்குட்டம்; இது: ஓர் நோய்.
வெண்குமுதம் - வெள்ளாம்பல்.
வெண்குன்றி - அதிமதுரம்.
வெண்கூதாளம் - நீர்த்தாளி, (ஒரு படர் கொடி.)
வெண்கொல் - வெள்ளி.
வெண்சலசமுற்றாள் - சரஸ்வதி.
வெண்டலை - தலையோடு.
வெண்டளை - வெண்பாவிற்குரிய பந்தம்; இது: இயற்சீர் வெண்டளை, வெண்சீர் வெண்டளையென விருவகைப் படும்.
வெண்டாது -வெள்ளி.
வெண்டுறை - வெண்பாவினங்களி னொன்று.
வெண்டேர் - கானல்.
வெண்டைக்காய் - ஓர் காய்.
வெண்டையம் - ஓர் சிறுமணி
வெண்ணாங்கு - ஓடைக்கொடி.

வெண்ணாந்தை - வெள்ளாந்தை.
வெண்ணாரி - ஒரு பூடு.
வெண்ணிலம் - வெறுந்தரை.
வெண்ணெய் - உருக்காத நெய்.
வெண்ணொச்சி - வெள்ளை நொச்சி, (ஒரு செடி.)
வெண்பலி - சாம்பல்.
வெண்பா - ஓர் பா.
வெண்பொன் - வெள்ளி.
வெண்மலை - கைலை.
வெண்மை - வெள்ளை, 2. இளமை, 3. புல்லறிவு.
வெதிரேகம் - எதிர்மறை.
வெதிர் - மூங்கில், 2. செவிடு.
வெதிர்க்க - (வி) அஞ்ச, 2. சினக்க, 3. நடுங்க.
வெதிர்ப்பு - கலக்கம், 2. சினக்குறிப்பு, 3. நடுக்கம்.
வெதுப்ப - (வி) வாட்ட.
வெதுப்பம் - } வெப்பம், 2. ஓர் நோய்.
வெதுப்பு - }
வெதும்ப - (வி) வெம்ப, 2. வாட, 3. சினங் காட்ட.
வெதுவெதுப்பு - இளஞ்சூடு.
வெந் - முதுகு.
வெந்தயம் - ஓர் சரக்கு.
வெந்தை - பிட்டு.
வெந்நிட - (வி) புறங்காட்ட.
வெந்நீர் - சுடுநீர்.
வெப்பம் - வெம்மை, 2. ஆசை.
வெப்பு - வெம்மை, 2. சுரநோய்.
வெம்ப - (வி) முதிராதுகனிய, 2. வாட, 3. மிகப்பசிக்க, 4. கோபமுற.
வெம்பளிக்கை - } இறுமாப்பு.
வெம்பிளிக்கை - }
வெம்மை - வெப்பம், 2. ஆசை.
வெயில் - } சூரியகிரணம்.
வெய்யில் - }
வெய்து - வெம்மையுடையது, 2. துக்கம்.
வெய்துயிர்த்தல் - (தொ.பெ.) பெருமூச்சு விடல்.
வெய்துறல் - அச்சக்குறிப்பு, 2. சினக் குறிப்பு, 3. துன்பம்.
வெய்யது - கொடியது.

வெய்யவன் - } சூரியன், 2. கொடியோன்,
வெய்யோன் - } 3. மிருகசீரிடம், 4. விருப் புற்றோன்.
வெரிந் - முதுகு.
வெரு - } அச்சம்.
வெருவு - }
வெருகம் - விலங்கின் வாலின்கீழிடம்.
வெருகு - ஆண்பூனை, 2. பூனை.
வெருட்சி - அச்சம், 2. மயக்கம்.
வெருட்ட - (வி) அச்சுறுத்த.
வெருவந்தம் - அச்சம்.
வெருவர - (வி) பயப்பட.
வெருள - (வி) மருள, 2. மயங்க.
வெருள் - அச்சம், 2. உன்மத்தம்.
வெரூஉ - அச்சம்.
வெலவெலக்க - (வி) திகைக்க, 2. கை காலுதற.
வெலிகாரம் - வெண்காரம்.
வெல்ல - (வி) செயிக்க.
வெல்லம் - கரும்பின்கட்டி.
வெல்லுமா - புலி.
வெவ்விது - வெய்து.
வெவ்வுரை - சுடுஞ்சொல்.
வெவ்வேறு - வேறுவேறு.
வெளி - புறம், 2. ஆகாயம், 3. வெள்ளிடை.
வெளிக்காட்சி - வெளியான தோற்றம்.
வெளிசம் - தூண்டில்.
வெளிச்சம் - ஒளி.
வெளிது - வெண்மையுடையது.
வெளித்தல் - (தொ.பெ) வானம் வெளி வாங்குதல், 2. விளங்குதல்.
வெளித்தோற்றம் - உள்ளொன்று புறம் பொன்றாயிருப்பது.
வெளிப்படல் - (தொ.பெ) வெளிவருதல்.
வெளிப்படுத்தல் - (தொ.பெ) வெளி யாக்கல்.
வெளிப்படை - வெளிப்படுதல்.
வெளிப்பாடு - வெளிப்படை.
வெளில் - அணில், 2. யானை கட்டுந்தறி, 3. தயிர்கடைமத்து.
வெளிவேடம் - புறக்கோலம்.
வெளிறல் - (தொ.பெ) வெண்மையாதல்.
வெளிறு - அறிவின்மை, 2. நறுவிலிமரம், 3. வயிரமின்மை, 4. வெண்மை.
வெளிற்றுரை - பயனில்லாதவுரை.
வெளுக்க - (வி) வெள்ளையாக்க, 2. அடிக்க, 3. விடிய, 4. வெண்மையாக.
வெளுப்பு - வெண்மை, 2. வெளுத்தல்.
வெளேரெனல் - வெண்மையாதற் குறிப்பு.
வெள்க - (வி) அஞ்ச, 2. வெட்க.
வெள்ளம் - நீர்ப்பெருக்கு, 2. கடல், 3. மிகுதி.
வெள்ளரி - ஓர் கொடி.
வெள்ளலரி - ஓர் பூச்செடி.
வெள்ளறிவு - அவிவேகம்.
வெள்ளறுகு - ஒருவகை யறுகு.
வெள்ளாடு - ஒருவகை யாடு.
வெள்ளாட்டி - ஏவற்பெண்.
வெள்ளாண்மை - பயிரிடல்.
வெள்ளாழன் - } பூவைசியன்.
வெள்ளாளன் - }
வெள்ளாளர் - பூவைசியர்.
வெள்ளானை - ஐராவதம்.
வெள்ளி - வெண்பொன், 2. சுக்கிரன், 3. வெண்மை.
வெள்ளிக்கோல் - ஓர் நிறைகோல்.
வெள்ளிடி - மழைக்குண மில்லாமல் விழுமிடி.
வெள்ளிடை - வெளி.
வெள்ளிமலை - கைலாசம்.
வெள்ளிலை - வெற்றிலை.
வெள்ளில் - விளாமரம், 2. பாடை.
வெள்ளீயம் - ஒருவகை ஈயம்.
வெள்ளுள்ளி - வெள் வெங்காயம்.
வெள்ளூமத்தை - ஓர்வகை ஊமத்தை.
வெள்ளெருக்கு - ஓரெருக்கு.
வெள்ளெலும்பு - தசை கழிந்தவெலும்பு.
வெள்ளெழுத்து - பார்வைக்கு வெளி தாய் நிற்கு மெழுத்து.
வெள்ளேடு - எழுதாவேடு.
வெள்ளை - வெண்மை, 2. கள், 3. சுண் ணாம்பு, 4. வெட்டைநோய், 5.பலபத் திரன், 6. சங்கு, 7. வெள்ளாடு, 8. வெள்ளி, 9. வெண்பா.

வெள்ளைக்கவி - புன்சொற்கவி.
வெள்ளைக்காக்கணம் - ஓர் கொடி.
வெள்ளைக்காரன் - வெள்ளைமனிதன்.
வெள்ளைப்பூண்டு - ஒருவகைப்பூடு.
வெள்ளைப்போளம் - ஓர், மருந்து.
வெள்ளைமனிதன் - வெள்ளைக்காரன்.
வெள்ளைமெய்யாள் - சரஸ்வதி.
வெள்ளையடிக்க - (வி) சுண்ணாம் படிக்க.
வெள்ளையானை - வெள்ளானை, கிழ்த் திசையானை.
வெள்ளையானையூர்தி - இந்திரன், 2. ஐயனார்.
வெள்ளைவண்ணாத்தி - ஓர் பூச்சி.
வெள்ளைவாரணன் - இந்திரன்.
வெறுமை - இல்லாமை.
வெறும்பிலுக்கு - வீண்வேடம்.
வெறும்புறங்கூறல் - (தொ.பெ) அலர் தூற்றல்.
வெறும்பேச்சு - வீண்சொல்.
வெறுவிலி - ஒன்றுமில்லாத வறியவன்.
வெற்பன் - குறிஞ்சி நிலத்தலைவன்.
வெற்பு - மலை.
வெற்றம் - சமயம், 2. வெற்றி.
வெற்றாள் - தனியாள்.
வெற்றி - } வென்றி.
வெற்றம் - }
வெற்றிலை - வெள்ளிலை.
வெற்றிலைத்தம்பலம் - வெற்றிலை பாக்கு மென்ற சாரம்.
வெற்றிலைமடிப்பு - வெற்றிலைச்சுருள்.
வெற்றிலைவைத்தல் - கலியாணத்திற்கு வரவழைத்தற் குறிப்பு.
வெற்றுரை - பயனில்சொல்.
வெற்றெலும்பு - தசைகழிந்தவென்பு.
வென் - வெற்றி.
வென்றி - வெற்றி.
வென்றோர் - வெற்றியடைந்தோர், 2. புலனடங்கப்பெற்றோர்.
வென்றோன் - அருகன், 2. வெற்றியுற் றோன்.

வே

வே - வேவு, (ஒற்று.)
வேக -(வி) காய, 2. எரிய, 3. உக்கிரங் கொள்ள.
வேகசரம் - ஒட்டகம்.
வேகடம் - } மணியழுக்ககற்றல்,
வேகடை - } 2. யௌவனம்,3. ஓர் மீன்.
வேகடைத்தாள் - குருநாப்பட்டை.
வேகம் - கோபம், 2. நஞ்சு, 3. விரைவு.
வேகவதி - காஞ்சியிலுள்ள ஓர் நதி, 2. வையையாறு.
வேகாளம் - அதிவிரைவு, 2. கோபம்.
வேகி - வேகமுடையோன்.
வேக்காடு - சூடு, 2. வேகுதல்.
வேக்காளம் - மழையில்லாக்காலம்.
வேங்கடம் - ஓர் மலை, இது தமிழ் நிலத்தின் வடவெல்லையென்பர்.
வேங்கை - புலி, 2. ஓர் மரம், 3. பொன்.
வேசகம் - யானைவானுனி, 2. வால்.
வேசடை - துக்கம்.
வேசரம் - தெலுங்குபாஷை, 2. ஒட்டகம்.
வேசரி - கோவேறுகழுதை, 2. கழுதை.
வேசனம் - மருதநிலத்தூர்.
வேசாறுதல் - (தொ.பெ) இளைப் பாறுதல்.
வேசி - } விலைமகள்.
வேசை - }
வேடகம் - காதணி.
வேடதாரி - வேஷந்தரிப்போன்.
வேடன் - வேடுவன்.
வேடிக்கை - விநோதம்.
வேடு - மூடுசீலை. வேடுகட்டல என்னும் வழக்கிற்காண்க, 2. வேட்டுவச்சாதி.
வேடுவர் - வேடர்.
வேடை - வெப்பம்.
வேட்கை ஆசை.
வேட்கைத்துணைவி - மனைவி.
வேட்கோவன் - குயவன்.
வேட்டகம் - மாமியார்வீடு.
வேட்டம் - வேட்டை, 2. சாரம், 3. பிசின்.

வேட்டல் - (தொ.பெ) ஓமஞ்செய்தல், 2. விவாகஞ்செய்தல்.

வேட்டல் - விருப்பம்.

வேட்டார் - சிநேகிதர், 2. விவாகமானவர்.

வேட்டி -
வேஷ்டி - } சோமன்.

வேட்டு - வெடி.

வேட்டுவன் - ஓர் குளவி, 2. வேடன்.

வேட்டை - வேட்டம், கொலை.

வேட்டோன் - கணவன்; 2. விரும்பினோன்.

வேட்பு - விருப்பம். பு-தொழிற்பெயர் விகுதி.

வேணகை - மதில்.

வேணவா - வேட்கைப்பெருக்கம்.

வேணி - நதி, 2. ஆகாயம், 3. மூங்கில், 4. சடை, 5. வசம்பு, (ஓர் மருந்து.)

வேணீர் - தாகநீர்.

வேணு - உட்டொளை, 2. மூங்கில், 3. வேய்ங்குழல், 4. வில், 5. வாள், 6. கலைஞான மறுபத்துநான்கினொன்று.

வேணுகம் - யானைத்தோட்டி.

வேண் - கொடுந்தமிழ் நாட்டினொன்று.

வேண்ட - (வி) மன்றாட, 2. விரும்ப.

வேண்டல் - (தொ.பெ) இரத்தல், 2. விரும்பல்.

வேண்டாமை - வெறுப்பு.

வேண்டார் - வேண்டாதவர், பகைவர்.

வேண்டுகோள் - பிரார்த்தித்தல்.

வேதகம் - கர்ப்பூரம், 2. வேறுபடுத்துவதாகிய வொரு பொருள்.

வேதகாரர் - பொருந்தர்; இவர்கள் கூடை முதலியவற்றைப் பின்னுபவர்கள்.

வேதக்கொடியோன் - துரோணாசாரியன்.

வேதசம் - பிரம்பு.

வேதண்டம் - யானை, 2. கைலை, 3. மலை.

வேதநாதன் - சிவபிரான்.

வேதநாயகி - திருக்கழிப்பாலையிலிருக்குந் தேவிபெயர்.

வேதபாரகர் - வேதத்தின் கரைகண்டவர்.

வேதமார்க்கம் - வைதீகம்.

வேதமுதல்வன் - சிவபிரான்.

வேதமுதல்வி - சரஸ்வதி, 2. உமையவள.

வேதம் - ஆதிநூல்.

வேதவல்லி - தக்கன் மனைவி.

வேதவனம் - திருமறைக்காடு.

வேதவியாசர் - வியாசர், இவர்காலத்தில் வேதத்தை விரிவாகச் செய்தனரென்பர்.

வேதனம் - சம்பளம், 2. பொன், 3. வேதனை.

வேதனை - வாதை.

வேதன் -
வேதா - } பிரமன்.

வேதாத்தியயனம் - வேதமோதுதல்.

வேதாந்தசூடாமணி - சிவப்பிரகாசர் செய்த ஓர் நூல்.

வேதாந்தம் - உபநிடதம்.

வேதாளம் - பூதவகைகளினொன்று.

வேதாளி - மாகாளி.

வேதாளியர் - புகழ்வோர்.

வேதி - ஓமகுண்டம், 2. வேதிகை, 3. மதில், 4. கேட்டைநட்சத்திரம்.

வேதிகை - கேடகம், 2. திண்ணை.

வேதிக்க - (வி) வேறாக்க, 2. விகாரப்படுத்த, 3. பிளக்க.

வேதிதம் - துளையுடைப்பொருள்.

வேதியர் - வேதமுணர்ந்தோர்.

வேதினம் - ஈர்வாள்.

வேது - வெப்பம், 2. காரமருந்து.

வேதை - துன்பம், 2. பொன்னாக்குகை.

வேத்திரதரன் - வாயில்காப்போன்.

வேத்திரம் - பிரம்பு, 2. அம்பு, 3. இலந்தைமரம்.

வேந்தன் - அரசன், 2. இந்திரன், 3. சூரியன், 4. சந்திரன், 5. வியாழன்.

வேந்து - அரசன்.

வேந்தோன்றி - கார்த்திகைக்கிழங்கு.

வேப்பாலை - ஓர் செடி.

வேமம் - நெய்வார்கருவியினொன்று.

வேம்பத்தூர்- பாண்டிநாட்டிற் குலசேகர பாண்டியனாற் பிராமணர்களுக்குத் தானஞ்செய்து குடியேற்றி வைத்த ஓர் ஊர்.

வேம்பன் - பாண்டியன்.
வேம்பு - ஓர்வகை மரம்.
வேயர் - வேவுகாரர்.
வேயல் - மூங்கில், 2. வேய்தல்.
வேயாம் - இலந்தைமரம்.
வேயுள் - மாடம்.
வேய் - உட்டொளைப்பொருள், 2. மூங்கில், 3. ஒற்று, 4. ஓர் துறை.
வேய்ங்குழல் - மூங்கிற்குழல்.
வேய்தல் - (தொ.பெ) மூடுதல், 2. சூடுதல், 3. அலங்கரித்தல்.
வேரம் - சலஞ்சாதித்தல், 2. சேம்பு, 3. மஞ்சள்.
வேரல் - மூங்கில்.
வேரி - கள், 2. கந்தம், 3. வெட்டிவேர்.
வேர் - மரவேர், 2. திப்பிலி, 3. வேர்வை.
வேர்க்கடலை - நிலக்கடலை.
வேர்க்குச்சு - ஓர் குச்சுப்புல்.
வேர்க்கொம்பு - இஞ்சி, 2. சுக்கு.
வேர்ப்பு - வியர்த்தல்.
வேர்வை - வியர்வை.
வேலம் - ஓர் மரம்.
வேலனாடல் - அணங்காடல்.
வேலன் - முருகன், 2. வெறியாட்டாளன்.
வேலாவலயம் - கடல், 2. பூமி.
வேலி - மதில், 2. காவல், 3. நிலபத்தளவையி னொன்று, 4. ஊர்.
வேலிப்பருத்தி - உத்தாமணி.
வேலிமூங்கில் - ஓர் பூண்டு.
வேலை - தொழில், 2. செய்பொருள், 3. கடல், 4. கடற்கரை, 5. பொழுது, 6. காலம், 7. எல்லை.
வேலையிற்றுயின்றோன் - மகாவிஷ்ணு.
வேல் - சூலம், 2. ஆயுதப்பொது, 3. ஓர்மரம், 4. மூங்கில்.
வேவாள் - வேவுகாரன்.
வேவு - வேவுகை, 2. ஒற்று, 3. உளவு.
வேழம் - யானை, 2. கரும்பு, 3. மூங்கில், 4. கொறுக்கைப்புல், 5. இசை.
வேழம்பர் - கழைக்கூத்தர்.
வேளன் - வேளான்.
வேளா - ஒருவகை மீன்; ஒரு குழூஉக் குறிபோலும்.
வேளாண்மை - பூவைசியம், விவசாயஞ் செய்தலென்பர், 2. ஈகை, 3. உபகாரம், 4. உண்மை.
வேளாளர் - ஈகையாளர், 2. பூவைசியர்.
வோளன் - குயவன்.
வேளிர் - குறுநிலமன்னர்.
வேளை - காலம், 2. நாய்வேளைப்பூடு.
வேள் - மண், 2. மன்மதன், 3. ஆசை, 4. உபகாரம்.
வேள்புலவரசர் - சாளுவர்.
வேள்வி - யாகம், 2. ஆராதனை, 3. ஈகை, 4. ஓமகுண்டம், 5. மகநட்சத்திரம்.
வேள்வியாளர் - ஈகையாளர், 2. வேள்வி யையுடையவர்.
வேள்வு - அரும்பண்டம்.
வேறல் - (தொ.பெ) வெற்றிகொள்ளல்.
வேறாதல் - (தொ.பெ) வேறுபடுதல்.
வேறு - ஐம்பான் மூவிடங்களுக்குப் பொதுவாய்வரும் வினைக்குறிப்பு, 2. மற்றையது.
வேறுபடுதல் - (தொ.பெ) பிரிதல்.
வேறுபாடு - வேற்றுமை.
வேற்றலம் - காற்று.
வேற்றுநிலைமெய்மயக்கு - கசதப வொழித்த வீரேழன்கூட்டம்.
வேற்றுமை - வேறுபாடு, 2. பதங்கள் புணரு மிருவகைச் சந்தியுளொன்று; அஃது, எழுவாய் முதலிய வுருபுகள் பெற நிற்பது.
வேற்றுவர் - அயலார்.
வேனல் - வேனில்.
வேனிலான் - மன்மதன்.
வேனில் - கோடைக்காலம்.

வை

வை - வைக்கோல், 2. கூர்மை, 3. புல்.
வைகடிகன் - இரத்தினங்களைச் சாணை செய்வோன்.

வைகரி - வாக்கு நான்கினொன்று, 2. அகங்காரமூன்றினொன்று.

வைகல் - விடியற்காலம், 2. நாள், 3. நாள் கழிவு.

வைகல்லியம் - சூனியம், 2. தகுதியின்மை.

வைகறை - விடியற்காலம்.

வைகற்பிகம் - விகற்பமுடையது.

வைகாசம் - வைகாசிமாதம்.

வைகாசி - ஓர் மாதம், 2. விசாகம்.

வைகாநசம் - வைணவ தந்திரத்தினொன்று.

வைகாநசன் - வைணவதந்திரத்தினொழுகுபவன்.

வைகுதல் - (தொ.பெ) தங்குதல்.

வைகுண்டம் - } திருமால்பதம்.
வைகுந்தம் -

வைகுண்டன் - திருமால்.

வைகுண்ணியம் - குணமின்மை, 2. குறை.

வைகுல்லியம் - எதிரிடை.

வைகை - வையை.

வைகைத்துறைவன் - பாண்டியன்.

வைங்கியாரம் - பகை.

வைசயந்தம் - இந்திரனுப்பரிகை.

வைசயந்தி - வாதமடக்கி.

வைசாகம் - } வைகாசிமாதம்.
வைசாகி -

வைசியர் - மூன்றாவது சாதியார்.

வைசினி - பீசம்.

வைசுவதேவம் - தினமுஞ்செய்யும் அக்கினிகாரியமாகிய ஓர்விதயாகம்.

வைசூரி - ஓர் நோய்.

வைசேடிகம் - ஓர் சமயம்; இதன் விவரம் அபிதாந சிந்தாமணியிற் காண்க

வைச்சிரவணன் - குபேரன்.

வைஷம்மியம் - பகை; அது சத்தவிசனத்தொன்று.

வைஷ்ணவம் - } ஓர் சமயம், 2. பதினெண்
வைணவம் - } புராணத்தொன்று,
3. மூங்கிலரிசி.

வைடம்மியம் - பகை.

வைடூரியம் - நவமணியினொன்று.

வைணவர் - நாராயண சமயத்தோர்.

வைணவி - சத்தமாதர்களில் ஒருத்தி.

வைணிகன் - வீணை வாசிப்போன், 2. வேய்ங்குழல் ஊதுவோன்.

வைதரணி - இயமபுரத்திலுள்ள ஆறு.

வைதருப்பம் - வஞ்சகத்தருக்கம்; அது கௌடத்திற்கெதிர்.

வைதருப்பி - விதர்ப்பதேசத் தரசன் பெண்; அவள், தமயந்தி.

வைதவ்வியம் - விதவைத்தன்மை.

வைதனிகம் - அற்றைக்கூலி.

வைதனிகன் - அற்றைக்கூலியாள்.

வைதாளிகன் - பள்ளியெழுச்சி பாடுவோன்.

வைதிகம் - வேதசம்பந்தம்.

வைதிகர் - வேதமார்க்கத்தையுடையோர்.

வைதூர்யம் - ஓரிரத்தினம்.

வைதேகி - விதேகன் புத்திரி வைதேகி, (சீதை), 2. திப்பிலி.

வைத்தியநாதன் - சிவன்.

வைத்தியம் - பரிகாரம்.

வைத்தியன் - பரிகாரி.

வைநதேயன் - கருடன்; இவன் விநதை புத்திரன்.

வைநம் - பிரிவு.

வைநாசிகன் - நூலை வினாவியறிந்து வீடு காதலிப்பவன்.

வைநீகம் - சாத்திரகேள்வி.

வைந்தவம் - சுத்தமாயை.

வைபவம் - விபவம், செல்வம்.

வைபாடிகன் - ஓர் சமயி.

வைபோகம் - சிற்றின்பமகிழ்ச்சி.

வைப்பாட்டி - மனையாளைப்போல் வைத்திருக்குமாது.

வைப்பு - சேமதிரவியம், 2. இடம், 3. ஊர்.

வைப்புச்சரக்கு - உண்டாக்கின சரக்கு.

வைமாத்திரேயன் - சக்களத்திமகள்.

வையகம் - பூமி.

வையம் - பூமி, 2. உரோகிணி, 3. சிவிகை, 4. தேர், 5. வண்டி, 6. வாகனம்.

வையாகரணர் - வியாகரண முணர்ந்தோர்.

வையாபுரி - பழனிமலை.

வையை - குண்டோதரனுக்காகச் சொக்க நாதரால் மதுரையில் வரவழைத்த நதி.
வையாளிவீதி - குதிரை நடத்தும் வீதி.
வைரம் - வயிரம், 2. வீரத்தன்மை.
வைராகி - விராகமுடையவன், துறவி.
வைராக்கியம் - வெறுப்பு.
வைரி - சத்துரு.
வைரியர் - பாணர்.
வைரோசனன் - மாவலிச்சக்கரவர்த்தி.

வைவச்சுதன் - மனுக்கள் பதினால்வரி லொருவன், 2. யமன்.
வைனதேயன் - வைநதேயன்.

வெள

வெளவ - (வி) பிடிக்க, 2. கொள்ளையிட, 2. திருட, 3. வார.
வெளவம் - தாமரை.
வெளவால் - ஓர் பறவை.
வெளவி - மான்.

APPENDIX - 1

A list of the loan words to be found in the spoken as well as the written forms of the Tamil language.

அனுபந்தம் 1.

அட்டவணை.

1. உருதுபாஷைப் பதங்கள் - (411). (இதில் அராபி, பர்ஷியன் பதங்களும் சேர்ந்தன.)
2. போர்த்துகேசியச் சொற்கள் -(6).
3. தெலுங்கு பதங்கள் -(11).
4. க்ராம்யச் சொற்கள், இழிஜன வழக்கு -(27).
5. வழக்கச் சொற்கள் -(261).
6. இங்க்லிஷ் பதங்கள் -(486).

உருதுபாஷைப் பதங்கள்

அஸல்.
அந்தஸ்து
அபின். (அபினி.)
அல்வா. (ஹல்வா.)
அம்பாரி.
அமீர்.
அங்குஸ்தான்.
அர்க்கார். (அர்க்காரா.)
அர்ஜி.
10 அத்தர்.
அலாதி. (தனி, வேறு.)
அலாக். (அலக், அலக்ஷ்யம்.)
அமுல். அமுல்தார்.
அனாமத்.
அமீனா.
அஜாடி.
அஜிமாஷ்.
அல்கா.
அஸூர். (ஹஸூர், ஹஜூர், ஹொஜூர்.)
20 ஆஜர், ஹாஜர்.
ஆகர். (கடைசி, முடிவு.)
ஆஸாமி.
இஸ்த்ரி. (இஸ்தரி, இஸ்திரி.)
இலாகா.
இரிஸால் . இரிஸால் நாமா.
இனாம்.
இஜார். (ஹிஜார், ஸ்வாதீனம்.)
இஜாரா.
உமேதவாரி, உமேதி.
30 உடாய்த்தல்.
உடான்.
உஷார்.
உறுமால்.
ஐவேஜி. (ஐவேஜ்.)
ஐஸாபைஸா.
களாயி. (கலாய்.)
கஜானா.
கஜான்ஜி.
கசாலா. (கஷ்டம், சிரமம்.)

சடா 439 ஜாபத்

40 கபாய், கபாயி.
கமாம்ஸு. (காரியம், வேலை.)
கச்சேரி.
கம்மி. (குறைவு.)
கஸ்பா.
கபர்தார்.
கவுல். (கௌல், மோசம்.)
கச்சா.
கறார்.
கறார்நாமா.
50 கர்ஸு. (செலவு. ஜமாகர்ஸ் = வரவு செலவு).
கஸரத்.
கவாத்.
கார்கானா.
காடி.
காடிகானா.
காலி.
காய்தா.
காபரா.
கிஸ்தி.
60 கிச்சடி.
கிதாப்.
கித்தான்.
குஸ்தி.
குடுத்தா.
குமஸ்தா. (குமாஸ்தா.)
குத்தினி.
குல்லா.
குஜிலி.
குஷி.
70 குல்கந்த். (குல்குந்து.)
குசால். (குசலம்.)
குலாம்.
குபார். (குபாரா.)
கைதி.
கைபீத், கைபியத். (செய்தி.)
கொஸர்.
கொத்தவால்.
கோட்டா.
கோரி.
80 கோலி.
கோஷா.
சடா.
சடாய்த்தல்.
சாலக், ஜாலக்.
சால்வை.
சிட்டா.
சிம்டா.
சிபாரிசு. (சிபார்சு, தகவுரை.)
சிப்பந்தி.
90 சிரஸ்ததார்.
சிப்பாய்.
சீல்.(ஸீல்.)
செக்பந்தி. (சக்பந்தி.)
சொக்கா.
சோதா.
சோக்ரா. (பையன்.)
சோடாதடி.
சோனி, ஸோநி.
சௌடால்.
100 சௌல்.
ஜமீன்.
ஜமீன்தார்.
ஜப்தி.
ஜமகாளம். (ஜமக்காளம்.)
ஜல்தி. (ஜடிதி.)
ஜவாப்.
ஜவான்.
ஜரூர்.
ஜட்கா.
110 ஜமேதார்.
ஜல்லி.
ஜண்டை.
ஜதை.
ஜவ்வாது.
ஜமா. (வரவு, கூட்டம்.)
ஜமாபந்தி.
ஜாகா. (ஜாகை, இடம்.)
ஜாப்தா.
ஜாரி.
120 ஜாடா.
ஜாலி.
ஜாடுமாலி.
ஜாகீர்.
ஜாகீர்தார்.
ஜாஸ்தி.
ஜாபத்ரி, ஜாதிபத்ரி.

டிகாணா 440 நமூனா

ஜாமீன்.
ஜாடி.
ஜில்பா, ஜுலுபா.
130 ஜிமிக்கி.
ஜிம்கானா.
ஜிலேபி.
ஜில்லா.
ஜூட் (பொய், மோசம்.)
ஜூல்.
ஜேப். (ஜேபி.)
ஜோக்.
ஜோர்.
ஜோடு. (ஜோடி)
140 ஸர்பரா.
ஸவாரி.
ஸந்நத்.
ஸரஹத்.
ஸதர்.
ஸபாஸ். (ஸபாஷ்.)
ஸலாம்.
ஸர்க்கார்.
ஸவால்.
ஸர்தார்.
150 ஸாமான். (ஸாமக்ரி.)
ஸாவ்கார். (ஸாவகாரி.)
ஸாஹெப்.
ஸுமார்.
ஸுல்தான்.
ஸுபேதார்.
ஸொஹுஸு.
ஸோம்ப்.
டக்.
டக்கர்.
160 டப்பா.
டப்பி.
டங்கா.
டலாயத்.
டவாலி.
டபேதார்.
டமாரம்.
டமாயி.
டாணா.
டால்.
170 டிகாணா
டேரா.
டொப்பி. (டோபி.)
டோகர்.
டோபிகானா. (வண்ணான் சாவடி.)
டோரியா. (டோலியா.)
டோலி.
தஸ்தாவேஜு, (தஸ்தவேஜ்.)
தஸ்தா. (காகிதக்கட்டு.)
தஸ்தீக்.
180 தபால்.
தர்காஸ்த்.
தர்பார்.
தர்பீத்.
தர்ஜிமா.
தகரார்.
தனியா.
தம்பிடி. (பைசா.)
தண்டா.
தண்டால்.
190 தமாஷ், தமாஷா.
தரோபஸ்த்.
தயார்.
தரப். (பக்ஷம், பக்கம், வாதிதரப், பிரதி வாதிதரப்.)
தாகீத்.
தாவா.
தாலுகா.
தாசில்தார்.
தாகல்.
தாகலா.
200 தாமாஷ்.
திவான்.
திவாணம்.
திவால்.
திவான்பகதூர்.
துப்பட்டா. (துப்பட்டி = த்விபட.)
தோலா.
நகல்.
நகாரா.
நகாஸ்.
210 நபர்
நபாபு. (நவாபு.)
நமூனா.

பேதா 441 மொஹரா

நமோது. (நமூது.)
நாஜர்.
நாஜூக். (நாஸூக்.)
நாடா.
நிஜார்.
பக்கா.
பக்கிரி.
220 பங்கா.
பங்களா.
பங்கி.
பச்சகானா.
பஞ்சா.
பஞ்சாயத்.
பஸந்து.
பந்தேகானா.
பந்தோபஸ்து.
பஸ்தி.
230 பஸலி. (வருஷம்.)
பட்டா.
பரவா. (யில்லை.)
பலே.
பல்டி.
பர்பி.
பரமாஷ்.
படே.
பவுஷ்.
பஜார்.
240 பாஜா.
பாரா.
பாக்ஷா.
பாரீகத்.
பாதுஷா
பாத். (பகாளபாத், சர்க்கர
பாத், கேஸரி பாத்.)
பிச்சாணா.
பிராது. (பிரியாது.)
பீரோ.
புஸ்தி.
250 புகார், புகாரா.
பேர்ஜ்.
பேஜா.
பேஜார்.
பேட்டி.
பேதா.
பேடா.
பேஷ்.
பேஷ்கார்.
பைஸல்.
260 பைமாஷ்.
பைராகி. (வைராகி.)
பைல்வான்.
பைஸா.
மஸாலா. (மஸாலை.)
மஹால்.
மனு.
மனுதார்.
மஷால்.
மஷால்ஜி.
270 மசோதா.
மசூதி. (மஸீத்.)
மக்கர்.
மஸ்து.
மஸ்தான்.
மாமூல்.
மாஸூல்.
மால்.
மாகாணம்.
மாஜர். (மாஜர்நாமா, மஹஜர்.)
280 மாஜி
மாலீஸ்.
மிட்டா.
மிட்டாதார்.
மிட்டாய்.
மிராசு. (மிராஸ்.)
மிராசுதார். (மிராஸ்தார்.)
முகாம்.
முலாம்.
முகதா. (முகதாவில்-நேரில்.)
290 முச்சலிக்கா.
முண்டாஸ்.
முஸ்தீப்.
முஸாபரி.
முனிசிப். (முஃன்ஸிப்.)
முன்ஷி.
மேஸ்த்ரி.
மேஜை.
மொஹர்.
மொஹரா.

300 மொஹரம்.
மோஸ். (மௌஸ்.)
மோஸ்தர்.
ரஜா.
ரஸ்தா.
ராப்தா. (வழக்கம்.)
ராஜி.
ராஜிநாமா.
ருஜு.
ரேகலா.
310 ரோகா.
லட்டு. (லாடு, லட்டுகம்,
இலட்டுவம்.)
லகோடா.
லங்கர். (நங்கூரம்.)
லங்கோட்.
லகாம். (கடிவாளம்.)
லப்பை.
லாயக்.
லாயம்.
லோடா.
320 வக்கீல்.
வக்காலத்.
வஸூல்.
வஜா.
வஸ்தாத்.
வாய்தா.
றவாணா.
ஹத்.
ஹுக்கா. (உக்கா.)
ஹுண்டி.
330 ஹோதா.
ஷஹர். (நகரம்.)
ஷரத்.
ஷரா.
ஷராய். (காற்சட்டை.)
ஷர்பத்.
ஷஹா.
ஷிகார், ஷிகாரி. (வேட்டை.)
ஷோக்.
அண்டா.
340 அம்பாரம்.
அகரம்.
அமல்.
அமானி.
அய்ப்பு.
அயன்.
அலங்கம்.
அலமாரி.
இஜாரு or நிஜார்.
இஸ்தியார்.
350 ஊதா.
கபாது.
கஸாயி.
காஜி.
காயம்.
குலாசா.
கோஷ்பாரா.
சந்தா.
சாகிரி.
சாப்பை.
360 ஜெண்டா.
டூலா.
தகாதா.
தணிக்கை.
தாரகம்.
துகிடி.
தோப்பரா.
தபா.
தரியாப்து.
தவிடு. (Davudu)
370 தரோகா.
தினுசு.
திவாலா.
துபாஸ்.
நபா.
பக்கவடாம்.
பலான.
பல்லாக்கு.
புஞ்சை.
பூரா.
380 படா. (Bada)
பாக்கி.
பாதாம்.
பாபத்து.
பாவட்டா.
புல்லாக்கு.

பேஜரா.
பேபாக்கி. (Bebāki.)
பேஸரி.
போணி.
390 மஞ்சூரு
மச்சம்.
மராமத்து.
மஹஸா.
முகமல்.
முகாசா. (கிராமம்.)
முகலாயர்.
யாதாஸ்து
லஸ்கர்.
லாடம்.
400 லாவாதேவி.
லுச்சா.
லேவிடி.
வஜா.
வாபீசு.
சேர்.
ஸந்நாயி.
சரக்கு.
ஹுஸூர்.
ஹெளதா.
காயிலா.
411 சலாமணி.

போர்த்துகேசியச் சொற்கள்

1. அலமாரி.
2 கிராம்பு.
3 சாவி.
4 ஜென்னல்.
5 பறங்கிக்காய்.
6 பாதிரி. (மிஷனரி.)

தெலுங்கு பதங்கள்

1 வேடிக்கை. (வேடுக.)
2 வாடிக்கை. (வாடுக.)
3 கோரிக்கை. (கோரிக.) "கோருகின்றேன்" முதலியன.
4 எச்சரிக்கை. (ஹெச்சரிக.)
5 வாடகை. (பாடிக.)
6 வ்யாஸம். (காம்பொஸிஷன். எஸ்ஸே.)
7 பித்தலாட்டம். (பித்தளை+ஹாடகம்.)
8 பண்டகை. (பண்டுகை, பண்டிகை.)
9 பொம்மலாட்டம். (பொம்மலு ஆட்டம்.)
10 கெம்பு.
11 ஸுன்னம்.

க்ராம்யச் சொற்கள், இழிஜன வழக்கு

1 அருகாமையில். (அருகில், சமீபத்தில்.)
2 நடமாடுதல். (நடையாடுதல், நடத்தல்.)
3 (விளக்கு) அணைதல், (அவிதல்.)
4 காயலா. (வியாதி.)
5. பயங்காளி.
6 ஜேஷ்டன்.
7 முயற்சித்தல். (முயலுதல், முயற்சிசெய்தல்.
8. தயாரித்தல். (தயார்செய்தல்.)
9 தலைகாணி. (தலையணை.)
10 சிலது. (சில.)
11 இதுகள். (இவை.)
12 சாயுங்காலம். (ஸாயங்காலம்.)
13 சாயரக்ஷை. (ஸாயங்காலம்.)
14 சிரோன்மணி. (சிரோமணி.)
15 விரயம். (வியயம்.)
16 மஸ்டு. (மாசு.)
17 அஸிங்கம். (அஸஹ்யம்.)

18 அசிகை. (அசூயை.)
19 பொச்சரிப்பு. (பொறாமை.)
20 அவ்விடத்திய.
21 மித்ரு. (மித்ரன்.)
22 சிஷர். (சிஷ்யர், சிடர்.)
23 நாலாபக்கம். (நாலுபக்கம்.)
24 தாப்பாள்.
25 தாழ்மை. (தாழ்வு.)
26 சாயந்தரம், சாயந்திரம்.
27 ஏகோபித்து.

வழக்கச் சொற்கள்

ஏராளம்.
தாராளம்.
நிருபம்.
கடிதம்.
காகிதம். (காயிதம்.)
தீர்வை.
தீர்மானம்.
அட்டவணை.
விளம்பரம்.
10 வசூரி. (வைசூரி.)
யோசித்து. (யோஜித்து, ஆலோ
சித்து.)
சேகரித்தல். (சேர்த்தல்.) சேகரம்.
அதிகரித்தல். (அதிகப்படுதல்.)
பணம்.
துட்டு.
துக்காணி.
அணா.
ரூபா.
ஸவரன்.
20 அலுவல். (வேலை, உத்யோகம்.)
சீஸா.
புட்டி.
ராத்தல். (றாத்தல்.)
திராணி. (பலம், சக்தி, வல்லமை.)
தொந்தரை, தொந்தரவு.
உத்தரவு.
ஆதரவு.
சாக்கடை.
பீரங்கி.
30 துப்பாக்கி.
குண்டு. (பீரங்கி குண்டு,
துப்பாக்கி குண்டு.)
றவை.
தளவாடம். (தட்டுமுட்டு,
ஸாமான்.)
ராணுவம்.
துரை. (தொரை. தொர-
தெலுங்கு.)
துரைஸானி.
ஸந்தடி.
மித்தை.
மாடி.
40 மாதிரி.
விசை. (தடவை.)
கொஞ்சம். (கிஞ்சித்.)
மைதானம்.
காயம். (விரணம், தழும்பு.)
மன்னித்தல்.
அனுப்புதல்.
ரொக்கம்.
லாவாதேவி. (லேவாதேவி.)
யூகித்தல். (ஊகித்தல்.)
50 கட்டடம். (கட்டிடம்.)
திகில்.
தேதி.
ஸாப்பாடு. (ஸாப்படுதல்.)
தப்பித்துக்கொள்ளுதல்.
(தப்புதல்.)
பிப்பாய்.
கடியாரம். (கடிகாரம்.)
தயவு. (தயை.)
ஏற்பாடு. (ஏற்படுதல்.)
வாலிபன்.
60 வீதம். (விஹிதம்.)
சச்சரவு. (சர்ச்சை.)
சாவடி.
பாலம்.
கவனித்தல். (கவனம்.)
தேவை.
தேவலை. (தேவையில்லை.)
ஆஸ்தி.

இறக்கை, (இறகு.)
பதில். (ப்ரதி.)
70 பளு.
தண்டவாளம்.
சாக்கு. (கோணிப்பை.)
அட்டவணை.
ஸாகுபடி.
கிராக்கி.
நயம்.
சம்பளம்.
உடன்படிக்கை. (உடன்படுகை.)
வேண்டாம். (வேண்டா.)
80 ஆத்திரம்.
அவசரம்.
போட்டி.
அத்தாட்சி. (திருஷ்டாந்தம், நிதர்சநம்.)
மோசம்.
மரியாதை. (கௌரவம்.)
உக்கிராணம்.
பையன். (பையன்கள்.)
தகப்பன். (தமப்பன்.)
நாணயம்.
90 எஃகு. (இரும்பில் ஒருவகை.)
தாம்பாளம்.
வியாபாரம். (வர்த்தகம்.)
இந்துக்கள். (ஹிந்துக்கள்.)
ரொட்டி.
கோளாறு.
ஏகர், ஏகரா.
பராமரித்தல். (பாதுகாத்தல்.)
(குற்றம்) சாட்டுதல். (சார்த்துதல், சாற்றுதல்.)
ஏற்கெனவே. (ஏற்கனவே, ஏற்கவே.)
100 கேலி.
செல்வாக்கு.
சாய்கால்.
இடைஞ்சல்.
தண்டோரா.
பூரா.
சமுகம்.
போக்கிரி. (போக்கிலி.)
சில்லறை. (சில்லரை.)
பாணலி. (வாணாய்.)
110 குடித்தனம்.
குடித்தனக்காரன்.
தொறகல். (திறவுகோல்.)
மக்கி. (மட்கி.)
சொந்தம்.
சொத்து.
கிராமாந்தரம். (கிராமம்.)
சத்தம். (கூலி, வண்டிச்சத்தம்.)
காத்திருத்தல். (எதிர்பார்த்திருத்தல், காத்துக் கொண்டிருத்தல்.)
சிட்டிகை.
120 பகோடா.
பட்டாணி.
பகடி. (பரிஹாஸம்.)
ஜாலர்.
ஜோலி.
ஜரிகை. (ஸரிகை.)
ஜாட்டி. (சாட்டி.)
ஜாமம். (யாமம்.)
பாசனம். (பாய்ச்சல்.)
ஜாடை.
130 பில்லை, வில்லை.
ரோஜா. (ரோஸ்.)
படுதா.
பஜ்ஜி.
தளுக்கு.
பேரம்.
பூரி.
பேணி.
தாவளி.
கவளி.
140 கௌளி.
ஜாவளி.
ஜவளி.
தாவணி.
குப்பி.
இராட்டினம்.
தென்படுதல்.
டமாரம்.
கட்டாயம்.
வகைரா.
150 தௌல், டௌல்.
மகமல்.

சீட்டி.
பொக்கஸம், பொக்கிஷம்.
றாந்தல். (லான்டெர்ன்.)
லஞ்சம். (ரான்ஸம்.)
சோமன். (துணி.)
பலபம்.
கைலாக். (கைலாகு.)
ஸாம்பார்.
160 சட்ணி. (தொகையல்.)
ரேழி. (இடைகழி, தேஹளீ.)
புழக்கடை. (புறங்கடை.)
போகிணி.
கங்காளம்.
சருவம்.
தவலை.
நிதானம், நிதானித்தல்.
ஸொஜ்ஜி.
உட்கார்.
170 லஸ்தர்.
குலோப்.
கொக்கி.
சாதம், ஸாதம்.
பாக்கி.
பிசகு.
சுகவாசி.
காமரா.
கலவரம்.
நிலவரம்.
180 கலவை.
கலப்படம்.
தவண்டை.
ஜம்பம். (டம்பம்.)
குர்ச்சி. (நாற்காலி.)
உத்தரவாதம்.
உத்தரவாதி.
பிடிவாதம்.
பிடிமானம்.
காவாலி.
190 தகவல்.
முகாந்தரம்.
மொத்தம்.
மெத்த.
பாபத்து.
கோப்பை.
மராமத்து.
கொதுவை.
புதுப்பித்தல்.
தக்கும். (தங்கும்.)
200 அடாவடி.
நிலுவை.
கசாப்புக்கடை, கசாப்புக்காரன்.
கஸகஸா.
சராசரி.
கொஞ்சநஞ்சம்.
வாலாயம்.
தோப்புகரணம்.
(தோற்புக்கரணம்.)
சப்பளாங்கூட்டுதல்.
கெடுபிடி.
210 மத்தாப்பு.
புறுசு.
யுத்திமதி.
போடு.
சரி.
துலை. (தூரம்.)
அன்றாடம்.
கெட்டிக்காரன்.
கோஸும்பரி.
கோவா.
220 மல்கோவா.
பீதர்.
றுமானி.
காதர்.
ஒத்தாசை.
தலைப்பா.
தப்பிதம்.
எசமான்.
மைனா.
மைதா.
230 புளுகு.
சிலுவை.
வாராவதி. (வாரதி.)
பட்டாளம்.
சீட்டு.
தரகரி.
தினுசு.
போணி.

ஒப்பந்தம்.
ஏற்றுமதி.
240 இறக்குமதி.
ஒப்பிடி.
போதை.
சாராயம்.
தஸரா.
வஸதி.
அறுவடை. (அறுவிடை.)
கால்நடை.
அமரிக்கை.
தாளிக்கை.
250 பட்டாஸ். (டப்பாஸ்.)
பேஸரி.
புலாக்.
ஒட்டியாணம்.
கொறடா.
பீங்கான்.
கீல்.
கமான். (வளைவு.)
வங்கி.
கிண்டன்.
கொலுஸு.
261 றாக்கிடி.

இங்க்லிஷ் பதங்கள்

கவர்ன்மென்ட்.
கவர்னர்.
கவர்னர் ஜனரல்.
வைஸிராய்.
பார்லிமென்ட்.
கௌன்ஸில்.
கம்ட்டி.
கம்யூனிடி.
கம்பெனி.
10 பப்ளிக்.
ரிபப்ளிக்.
ப்ரைவேட்.
கோர்ட்.
ஹைகோர்ட்.
சீப்கோர்ட்.
ஸப்கோர்ட்.
ஜட்ஜ்.
ஜஸ்டிஸ்.
சீப்ஜட்ஜ்.
20 ஜட்ஜ்மென்ட்.
டிக்ரி.
ஆர்டர்.
அப்பீல்.
இன்ஜங்ஷன்.
கலெக்டர்.
டெப்டிகலெக்டர்.
பில்கலெக்டர்.
பில்.
டாக்ஸ். (வரி.)
30 ப்ரிவிகௌன்ஸில்.
ப்ரெஸிடென்ட்.
வைஸ் ப்ரெஸிடென்ட்.
சேர்மென்.
காஷியர். (காஷ்கீபர்.)
ட்ரெஷரி.
ட்ரெஷரர்.
மாஜிஸ்ட்ரேட்.
போர்ட், (ரெவினியு போர்ட்
டிஸ்ட்ரிக்ட் போர்ட்,
தாலூக் போர்ட்.)
40 லோகல்பன்ட்.
பண்ட்.
முனிஸிபாலிடி.
ஸெடில்மென்ட்.
ரெவினியு.
ஆபீஸ்.
ஆபீஸர்.
கமிஷனர்.
கமிஷன்.
ஸெஷன். (ஸெஷன்கோர்ட்
ஸெஷன் ஜட்ஜ்.)
50 இனிஸ்பெக்டர்.
இனிஸ்பெக்ஷன்.
ஸூப்ரென்டென்ட்.
ஸூபர்விஷன்.
யூனிவர்ஸிடி.
சான்ஸலர்.

வைஸ் சான்ஸலர்.
ஸின்டிக். (ஸின்டிகேட்.)
ஸெனட்.
ரிஜிஸ்ட்ரார்.
60 பெல்லோ.
எக்ஸாமினர்.
எக்ஸாமினி.
பாஸ்.
பெயில்.
பர்ஸென்டேஜ்.
பர்ஸென்ட்.
ஆவரேஜ்.
மார்க்.
மாக்ஸிமம்.
70 மினிமம்.
எக்ஸாமிநேஷன்.
எலெக்ஷன்.
ஓட். (வோட்.)
ஸர்டிபிகேட்.
மாநேஜர்.
மாநேஜ்மென்ட்.
மெம்பர்.
ப்ரொஸீடிங்ஸ்.
ப்ரொஸிஜர்.
80 கான்டிடேட்.
ப்ராபொஸிஷன்.
ரெஸல்யூஷன்.
ரெகுலேஷன்.
எஜுகேஷன்.
டிவிஷன்.
ஸஜ்ஜெஷன்.
கோர்ஸ்.
டரம்.
க்ரூப்.
90 கம்பல்ஸரி.
ஆப்ஷனல்.
லிட்ரிசர்.
லாங்க்வேஜ்.
க்ளாஸிகல் லாங்க்வேஜஸ்.
பாரன் லாங்க்வேஜஸ்.
வர்ணாக்யுலர்ஸ்.
ஸெனட்ஹௌஸ்.
கான்வொகேஷன்.
கௌன்.
100 டிப்ளோமா
காலேஜ்.
ஸ்கூல்.
ஹைஸ்கூல்.
மிடில் ஸ்கூல்.
ப்ரைமரி ஸ்கூல்.
ஸெகன்டரி ஸ்கூல்.
லோயர் ஸெகன்டரி ஸ்கூல்.
அப்பர்
ஸெகன்டரிஎக்ஸாமிநேஷன்.
ப்ரின்ஸிபல். (ப்ரின்ஸிபால்.)
110 ஹெட் மாஸ்டர்.
அஸிஸ்டன்ட் மாஸ்டர்.
ப்ரொபெஸர்.
லெக்சரர்.
ரைடர்.
ஜம்னாஸ்டிக் இன்ஸ்ட்ரக்டர்.
க்ளார்க்.
லைப்ரெரி.
லைப்ரேரியன்.
ஹிஸ்டரி.
120 ஜ்யாக்ரபி.
ஜ்யாமெட்ரி.
ஜியாலஜி.
ஜுவாலஜி.
பிஸியாலஜி.
பையாலஜி.
பாடனி.
பிலாஸபி.
லாஜிக்.
ஸயன்ஸ்.
130 கெமிஸ்ட்ரி.
அர்த்மிடிக்.
மென்டல் அர்த்மிடிக்.
ஆல்ஜிப்ரா
ட்ரிகணாமெட்ரி.
அஸ்ட்ரானமி
அஸ்ட்ராலஜி.
ப்ராக்டிகல்.
தியரிடிகல்.
ஸ்போர்ட்ஸ்.
140 டெனிஸ்.
க்றிகெட்.
ஜம்னாஷியம்.
ஆப்ஸென்ட்.

ப்ரெஸென்ட்.
லீவ்.
ஹாலிடே.
ஈஸ்டர்.
மைகல்மஸ்.
லிஸ்ட்.
150 டெக்ஸ்ட்.
டெக்ஸ்ட் புக்ஸ்.
நோட். (நோட்ஸ்.)
நோட்புக்.
லெக்சர்.
இம்பொஸிஷன்.
காம்பொஸிஷன்.
பொஸிஷன்.
ஸ்டான்டர்ட்.
டிக்ஷனரி.
160 கிறிஸ்டியானடி.
க்றைஸ்ட்.
கிறிஸ்ட்மஸ்.
கிறிஸ்டியன்.
சர்ச்.
கான்வர்ட்.
மிஷன்.
மிஷனரி.
தியாலஜி.
தியாஸபி.
170 காங்க்ரெஸ்.
ப்ளாக் போர்ட்.
ட்ரஸ்டி.
ஹோடல்.
ஹோஸ்டல். (ஹாஸ்டல்.)
ஸைகல்.
பைஸகல்.
மோட்டார் கார்.
மோட்டார் பைஸகல்.
ட்ராம்கார்.
180 எலெக்ட்ரிஸிடி. (மின்ஸாரம்.)
பாண்ட்.
ஹார்மொனியம்.
க்ராம்போன்.
போடொக்ராப்
டெலிக்ராம்.
டெலிபோன்.
போஸ்ட்.
வால்யுபேபில்.
பார்ஸல்.
190 மணியார்டர்.
ரெஜிஸ்டர்.
போஸ்ட் ஆபீஸ்.
போஸ்ட் மாஸ்டர்.
போஸ்ட் மான்.
பாங்க்.
ஸேவிங்ஸ் பாங்க்.
டெலிவெரி.
மெஜாரிடி.
மேஜர்.
200 மைனாரிடி.
மைனர்.
டயம் டேபில்.
ஸால்வேஷன் ஆர்மி.
ப்ராப்ளம்.
ப்யூன்.
ரேட்.
ரோட்.
ஹை ரோட்.
பொலிடிகல்.
210 பொலிடிகல் எகானமி.
மாரல்.
காண்டெக்ட்.
க்வாலிடி.
க்வான்டிடி.
அட்ரெஸ்.
ரிஸல்ட்.
டிஸ்ட்ரிக்ட்.
கான்ப்ரென்ஸ்.
ப்ளான்.
220 லிபரல்.
ஸ்ட்ரிக்ட்.
ஸ்ட்ரிஞ்ஜி.
காலெண்டர்.
ஸ்லேட்.
ரூல்.
பாரம்.
பேபர்.
ப்ளாடிங் பேபர்.
பென்ஸில்.
230 பென். (பேனா.)
ரப்பர்.

நிப்
பௌன்டன் பென்.
காபி.
காபியிங் பென்ஸில்.
ஜனரல்.
ஸ்பெஷல்.
ஆஸ்பெடல். (ஆஸ்பத்ரி.)
ந்யூஸ்பேபர்.
240 ஜர்னல்.
மாகஜீன்.
ரெகார்ட்.
ரெகார்ட்கீபர்.
எக்சேஞ்ஜ்.
ஸிவிலியன்.
ஸிவிலிஸேஷன்.
க்றிடிஸஸம்.
றிமார்க்.
ரிபாரம்.
250 ரிபார்மர்.
ஸ்டேட்.
ஸ்டேட்மென்ட்.
ரீடிங்.
ரீடிங் ரூம்.
எஸ்டேட்.
எஸ்ஸே.
ரெவரென்ட்.
பிஷப்.
இன்ஸ்ட்ரக்ஷன்.
260 எஸ்டாப்ளிஷ்மென்ட்.
தாங்க்ஸ்.
ப்ரபோஸல்.
டைடல்.
டாலர்.
பவுன்.
பௌன்ட்.
பவுண்ட்.
அவுன்ஸ்.
ஜெயில்.
270 ஜூபிலி.
க்ளப்.
காலரா.
ப்ளேக்.
ரிபோர்ட்.
ம்யூஜியம்.
மெமோரியல்.
நாஷன்.
ப்ராஸ்க்யூஷன்.
ப்ரூப்.
280 ஸோடா.
டஜன்.
மட்ராஸ். (மதராஸ், சென்னபட்டணம்.)
சாக். (சீமைச்சுண்ணாம்பு.)
ப்ராக்ஷன்.
ஆப்ஜக்ட் லெஸன். (பொருட் பாடம்.)
காமா.
கோலன்.
ஸெமிகோலன்.
புல்ஸ்டாப்.
290 ப்ராக்கெட்.
ஸ்கொயர் ப்ராக்கெட்.
பாரக்ராப். (பாரா.)
மார்பில்.
கான்டல்.
இங்க்.
எஞ்ஜின்.
மெஷின்.
ஹால்.
பான்ட்.
300 அக்ரிமென்ட்.
ரென்ட்.
குயிட்ரென்ட்.
அஸஸ்மென்ட்.
ஒவர்சீயர்.
எஞ்ஜினீயர்.
ஸொஸைடி.
மீடிங்.
ரப் காபி.
க்ளீன் காபி.
310 ஒரிஜனல்.
காபி. (காபிக்கொட்டை.)
காம்பஸ். (திசையறி கருவி.)
ஷிலிங்.
ஆக்ஸிஜன்.
நைட்ரோஜன்.
மைல்.
ரெஸீட். (ரசீது.)

கோட்.
ஷர்ட்.
320 படன். (பொத்தான்.)
பைண்ட்.
ஸ்டீமர்.
பெலூன்.
ரெயில்.
ரெயில்வே.
ரெயில்வே கார்ட்.
ரெயில்வே லயன்.
ரெயில் ஸ்டேஷன்.
ஸ்டேஷன் மாஸ்டர்.
330 டிக்கட்.
சார்ஜ்.
கூட்ஸ்.
ப்ரெவி.
றீம்.
ஸெகன்ட்.
மினிட்.
க்வயர்.
பேர் காபி.
காலிகோ.
340 ரெயில்வே கைட்.
பனியன்.
ப்ளானல்.
லாங்க்ளாத்.
செக்.
மல்.
பீஸ்.
டிக்ரி.
ஷெட்யூல்.
இன்கம் டாக்ஸ்.
350 கலம், காலம்.
இன்ஸார்வென்ட்.
(இன்ஸால்வென்ட்.)
வாரென்ட்.
பென்ஷன்.
இன்ஷ்யூரின்ஸ்.
டிஸ்கௌன்ட்.
தரோ.
பிடீல்.
வெல்வட்.
ராங்க்.
360 ஸெட்.
ஹானரபில்.
க்ளேஸ்.
பாக்கிங்.
லிஜிஸ்லேடிவ் கௌன்ஸில்.
ஜார்ஜ் டௌன்.
லைஸன்ஸ்.
நம்பர்.
ஸெகிரிடெரி.
ரயத்.
370 டெம்பரெரி.
ஆக்டிங்.
ஸப்ரோடம்.
பர்மனென்ட்.
ஸஸ்பென்ட்.
டிஸ்மிஸ்.
அட்மிஷன்.
அர்ரெஸ்ட்.
ஸிவில்.
க்றிமினல்.
380 அபாதகிரி.
பெஞ்ச்.
கெமிஸ்ட்.
ஆயின்ட்மென்ட்.
ட்ரூப். (துறுப்பு.)
ஸோல்ஜர்.
அப்பென்டிக்ஸ்.
இன்டெக்ஸ்.
ஷெரீப்.
பர்லோ.
390 ப்ரிவிலேஜ்.
காஷியுல்.
டிவிஷனல் ஆபீஸ்.
அபிஷல்.
டெம்மி அபிஷல்.
பர்ஸனல் அஸிஸ்டன்ட்.
கேஸ்.
ஸர்விஸ்.
ரிஸர்வ் பண்ட்.
அல்யுமினம்.
400 பாக்டரி.
எனாமல்.
பிஸ்கத்.
ஆக்ரிகல்சர்.
டாக்டர்.

கார்பொ 452 நைசு

ரிப்பேர்.
கான்ஸ்டபில்.
புக்மஸ்லின். (மஸ்லீன்.)
ப்ரோக்ராம்.
திக்.
410 தின்.
க்ரோஸ்.
கெஜட்.
ட்ராம்.
வால்யும்.
ஹம்பக்.
புனாகர்பி.
போனக்ராப்.
டைப் ரைடிங்.
ஷார்ட் ஹாண்ட்.
420 லாங் ஹாண்ட்.
லெத்தக்ராப்.
கோவா பேபர்.
வாட்ச்.
க்ளாக்.
பவர்லைட்.
சிம்ணி.
லேபில்.
கார்ட்.
கவர்.
430 ஷராப்.
ஸலீஸ்.
பம்ப்.
ஒயின்.
ஸ்டோர்.
ஸ்டாக்.
ஏஜண்ட்.
ஸ்காலர்ஷிப்.
மெடல்.
எக்ஸிபிஷன்.
440 ஓரியன்டல்.
ஹெட் ஆபீஸ்.
ப்ராஞ் ஆபீஸ்.
க்யாடலாக்.
ஸப்ளை.
கார்பொரேஷன்.
மீடர்.
கரண்ட்.
கண்ட்ராக்ட்.
கண்ட்ராக்டர்.
450 டெபோ.
அடென்டென்ஸ்.
அடென்டர்.
லேட்.
க்ளாஸ்.
ப்ராமிஸரிநோட்.
ஆண்டிமாண்ட்.
கோரம்.
ரொடீன்.
பட்ஜட்.
460 ஸாங்க்ஷன்.
ஸர்ஜன்.
ஆபரேஷன்.
கோ ஆபரேஷன்.
ஈரங்கி.
ரெவினியூபோர்ட்.
சீப் இன்ஜினியர்.
மேஸ்திரி.
டிராயிங் மாஸ்டர்.
டிரங்கு.
470 வார்னிஸ்.
பிளாட் பாரம்.
டிரைவர்.
மெயில்.
அர்ஜண்டு.
கம்மிட்டியார்.
மார்க்கட்டு.
பூட்சு.
சிலிப்பர்.
டிராமா.
480 ஸர்கஸ்.
ஸ்குரூ.
பீரோ.
டெப்போ.
பெனிசல்.
பர்லாங்கு.
486 நைசு.

APPENDIX 11.

A

List of loan words in respect of the names of such things and objects as foreign commerce and intercourse have brought to the knowledge of the Tamil people:-

அனுபந்தம் 11.

தமிழ் மக்கள் அன்னியரோடு வைத்திருக்கும் வியாபார கூட்டுறவு சந்தர்ப்பங்களாலாய பொருள்களின் பெயர்களை வழங்கிவரும் இரவற் சொற்களின் சாபிதா:-

1 அக்ரிமெண்ட்.
2 அங்குஸ்தான்.
3 அணா.
4 அண்டிமாண்ட்.
5 அத்தர்.
6 அபினி.
7 அலமாரி.
8 அலூமினியம்.
9 அல்வா.
10 அவுன்ஸ்.
11 ஆர்கன்.
12 இராட்ணம்.
13 இன்ஸால்வன்ட்.
14 இஸ்குரு.
15 உக்கா.
16 உக்கிராணம்.
17 உண்டி.
18 உருமால்.
19 உஸ்கி.
20 எக்ஸ்சேன்ஜ்.
21 எனாமல்.
22 ஏஜண்ட்.
23 ஒட்டியாணம்.
24 ஒயின்.
25 கசகசா.
26 கசாப்புக்கடை.
27 கசாப்புக்காரன்.
28 கபாய்.
29 கம்பி.
30 கம்பெனி.
31 கலம்.
32 கவளி.
33 காடலாக்.
34 காடி.
35 காடிகானா.
36 காபி.
37 காபியிங்பென்ஸல்.
38 காப்பி.
39 காப்பிக்கொட்டை.
40 காமரா.
41 காம்பஸ்.
42 கார்டு.
43 காலன்டர்.
44 காலிகோ.
45 கிச்சடி.
46 கிதாப்.
47 கிராக்கி.
48 கிலிட்.
49 கீல்.
50 குடுத்தா.
51 குப்பி.
52 குர்ச்சி.
53 குலாம்.
54 குல்கந்து.
55 குல்லா.
56 குளோப்.
57 கூட்ஸ்.
58 கூட்ஷெட்.
59 கெடியாரம்.
60 கெட்டில்.
61 கொக்கி.
62 கொசுறு.
63 கொலுசு.
64 கோணிப்பை.
65கோப்பை.
66 கோவாபேபர்.
67 க்ரோஸ்.
68 க்ளாஸ்.
69 க்ளேஸ்.
70 சராசரி.
71 சர்கஸ்.
72 சன்னல்.
73 சாக்.
74 சாக்கு.
75 சாமான்.
76 சால்வை.
77 சாவி.
78 சிட்டா.
79 சிம்கி.
80 சிம்டா.
81 சிம்னி.

82 சில்லறை.
83 சீட்டி.
84 சீட்டு.
85 சீல்.
86 சீஷா.
87 செக்.
88 சொக்கா.
89 சோடா.
90 சோமன்.
91 டங்கா.
92 டபாஸ்.
93 டமாய்.
94 டமாரம்.
95 டம்லர்.
96 டஜன்.
97 டாலர்.
98 டால்.
99 டிக்கட்.
100 டிம்மி.
101 டிறைவர்.
102 டீ.
103 டீக்.
104 டெபோ.
105 டேரா.
106 டோரியா.
107 டோலி.
108 ட்ரங்க்.
109 தண்டவாளம்.
110 தமுக்கு.
111 தவலை.
112 தளவாடம்.
113 தனியா.
114 தஸ்தா.
115 தாம்பாளம்.
116 தாவணி.
117 தாவளி.
118 திக்.
119 திம்பிலி.
120 தினுசு.
121 துக்காணி.
122 துட்டு.
123 துப்பட்டா.
124 துப்பாக்கி.
125 துவாலை.
126 தொப்பி.
127 தோலா.
128 நகாரா.
129 நகாஸ்.
130 நாடா.
131 நாணயம்.
132 நிலுவை.
133 நோட்.
134 நோட்புக்.
135 பகோடா.
136 பச்சகானா.
137 படுதா.
138 பட்டன்.
139 பட்டாணி.
140 பட்டாஸ்.
141 பண்ட்.
142 பரமாஷ்.
143 பர்பி.
144 பலபம்.
145 பவர்லைட்.
146 பவுண்ட்.
147 பவுன்.
148 பவுன்டன்பென்.
149 பனியன்.
150 பஜ்ஜி.
151 பாக்கி.
152 பாக்டரி.
153 பாங்க்.
154 பாண்ட்.
155 பாதம்.
156 பாபத்து.
157 பால்.
158 பால்காப்பி.
159 பிடில்.
160 பிப்பா.
161 பியானோ.
162 பிராந்தி.
163 பில்லை.
164 பிளானல்.
165 பிஸ்கோத்.
166 பீரங்கி.
167 பீரோ.
168 பீஸ்.
169 புக்மஸ்லின்.
170 புட்டி.
171 புருசு.
172 புலாக்.
173 புனல்.
174 பூட்ஸ்.
175 பூரா.
176 பூரி.
177 பெஞ்ச்.
178 பெட்.
179 பெல்ட்.
180 பென்.
181 பென்ஸல்.
182 பென்ஸ்.
183 பேசரி.
184 பேடா.
185 பேணி.
186 பேபர்.
187 பை.
188 பைசா.
189 பைசிகல்.
190 பைன்ட்.
191 போளி.
192 போனி.
193 ப்ராக்ஷன்.
194 ப்ராமிசரிநோட்.
195 ப்லாடிங்.
196 மக்மல்.
197 மசாலா.
198 மத்தாப்பு.
199 மல்.
200 மல்கோவா.
201 மஸ்லின்.
202 மார்கெட்.
203 மார்பில்.
234 மிட்டாய்.
205 மெடல்.
206 மேஜை.
207 மொத்தம்.
208 மோஹர்.
209 ரசீது.
210 ரப்பர்.
211 ரவை.
212 ராக்கிடி.
213 ராத்தல்.

அஸஸ் 455 ஐகோர்

214 ராப்தா.
215 ரீம்.
216 ருமானி.
217 ரூபா.
218 ரூலர்.
219 ரேக்ளா.
220 ரொக்கம்.
221 ரொட்டி.
222 ரோஜா.
223 லகாம்.
224 லகான்.
225 லங்கர்.
226 லட்டு.
227 லஸ்தர்.
228 லாங்கிளாத்.
229 லாடம்.
230 லெம்னெட்
231 லேபில்.
232 லேவாதேவி.
233 லோட்டா.
234 வகையரா.
235 வங்கி.
236 வாச்.
237 வார்நிஸ்.
238 வாஸ்கோட்.
239 வெல்வெட்.
240 ஜமா.
241 ஜம்காளம்.
242 ஜல்லி.
243 ஜவளி.
244 ஜவ்வாது.
245 ஜாடி.
246 ஜாட்டி.
247 ஜாபத்ரி.
248 ஜாப்தா.
249 ஜாலர்.
250 ஜிலேபி.
251 ஸப்ளை.
252 ஸல்லிஸ்.
253 ஸவரன்.
254 ஸூஜி.
255 ஸைகல்.
256 ஸ்கேல்.
257 ஸ்டாக்.
258 ஸ்டீமர்.
259 ஸ்டோர்.
260 ஸ்லிப்பர்.
261 ஸ்லேட்.
262 ஷர்ட்.
263 ஷாப்.
264 ஷிலிங்.

B

List of loan words in respect of such political institutions, offices and officers as are non-Indian in origin and are due to the influence of an extraneous civilization:-

உத்தியோக ஸ்தானங்களும் உத்தியோகஸ்தர்களும் ஆதியில் இந்தியர்களாயிராமல் அந்நியர்களா யிருந்தமையின் அவர்களது நாகரிகத்தின் வலிமையால் துரைத்தன விவகாரசங்கங்களின் சம்பந்தமாகத் தமிழில் பரவின இரவல் வார்த்தைகளின் சாபிதா:-

265 அட்டெண்டர்
266 அத்தாக்ஷி.
267 அபிஷல்.
268 அப்பீல்.
269 அமல்.
270 அமானி.
271 அமீர்.
272 அமீனா.
273 அரெஸ்ட்.
274 அர்க்காரா.
275 அலுவல்.
276 அஜ்மாஷ்.
277 அஸஸ்மென்ட்.
278 ஆக்டிங்.
279 ஆக்ட்.
280 ஆசாமி.
281 ஆபீஸர்.
282 ஆபீஸ்.
283 ஆர்டர்.
284 ஆஜர்.
285 இலாகா.
286 இனாம்.
287 இன்கம்டாக்ஸ்.
288 இன்சினியர்.
289 இன்ஜங்க்ஷன்.
290 இன்ஸ்பெக்டர்.
291 இன்ஸ்பெக்ஷன்.
292 இஜாரா.
293 இஸ்தியார்.
294 ஈரங்கி.
295 உத்தரவாதம்.
296 உத்தரவாதி.
297 உத்தரவு.
298 எக்ஸாமினர்.
299 எலெக்ஷன்.
300 எஸ்டேட்.
301 ஏகரா.
302 ஏற்பாடு.
303 ஐகோர்ட்.

304 ஓவர்சியர்.
305 கச்சேரி.
306 கந்தாயம்.
307 கபாத்.
308 கமிட்டி.
309 கமிஷனர்.
310 கமிஷன்.
311 கரார்நாமா.
312 கலெக்டர்.
313 கவர்மென்ட்.
314 கவர்னர்.
315 கவர்னர்ஜெனரல்.
316 கவுன்.
317 கவுன்ஸில்.
318 கஜானா.
319 கஸ்பா.
320 காங்கிரஸ்.
321 காதர்.
322 காயிதா.
323 கார்க்கானா.
324 கார்பொரேஷன்.
325 கான்டிடேட்.
326 கான்பரென்ஸ்.
327 கான்வோகேஷன்.
328 கான்ஸ்டபில்.
329 காஜி.
330 காஷியர்.
331 காஷ்கீபர்.
332 கிராமாந்திரம்.
333 கிரிமினல்.
334 கிஸ்தி.
335 குயிட்ரென்ட்.
336 கெஜட்.
337 கேஸ்.
338 கைதி.
339 கைபியது.
340 கொதுவை.
341 கோரம்.
342 கோர்ட்.
343 கோஷ்பாரா.
344 க்ளார்க்.
345 சச்சரவு.
346 சப்மாஜிஸ்ட்ரேட்
347 சம்பிரதி.
348 சம்மன்.
349 சர்கார்.
350 சர்பரா.
351 சர்விஸ்.
352 சர்ஹத்.
353 சலாவனி.
354 சன்னத்.
355 சாகுபடி.
356 சாய்பு.
357 சான்ஸிலர்.
358 சிப்பந்தி.
359 சிப்பாய்.
360 சிரஸ்ததார்.
361 சிவில்.
362 சீப்கோர்ட்.
363 சீப்ஜட்ஜ்.
364 சுல்தான்.
365 சூப்பரின்டென் டென்ட்.
366 செஷன்.
367 சேர்மென்.
368 டலாயத்.
369 டவாலி.
370 டாக்ஸாணி
371 டாக்ஸ்.
372 டாணா.
373 டிக்ரி.
374 டிப்டி மாஜிஸ்ட் ரேட்.
375 டிவிஷன்.
376 டிஸ்டிரிக்ட்.
377 டிஸ்மிஸ்.
378 டெப்டி கலெக்டர்.
379 டெம்பரரி.
380 ட்ரெஷரர்.
381 ட்ரெஷரி.
382 தகரார்.
383 தகரால்.
384 தகவல்.
385 தபால்.
386 தரியாப்து.
387 தரோகா.
388 தர்காஸ்து.
389 தர்பார்.
390 தர்ஜமா.
391 தஸ்தாவேஜ்.
392 தஸ்தீக்.
393 தாகீது.
394 தாக்கல்.
395 தாசில்தார்.
396 தாண்டோரா.
397 தாலூகா.
398 தாலூக்போர்ட்.
399 தாவா.
400 திவான்.
401 திவான்பகதூர்
402 தீர்மானம்.
403 தீர்வை.
404 துறுப்பு.
405 தைநாத்து.
406 நபர்.
407 நமதா.
408 நமூது.
409 நமூனா.
410 நாஜர்.
411 நியூஸ்பேபர்.
412 பஞ்சாயத்.
413 பட்டா.
414 பட்டாளம்.
415 பட்ஜட்.
416 பந்தீகானா.
417 பப்ளிக்.
418 பயின்.
419 பர்தரப்.
420 பஸலி.
421 பாதுஷா.
422 பாபத்து.
423 பாரா.
424 பாரிகத்.
425 பார்லிமென்ட்.
426 பாவட்டா.
427 பிரியாத்.
428 பில்கலெக்டர்.
429 புகார்.
430 பெய்லிப்.
431 பேட்டி.
432 பேதா.
433 பேபாக்கி.

434 பேரீஜ்.
435 பேஷ்கார்.
436 பைசல்.
437 பொக்கிஷம்.
438 பொலிடிகல்.
439 போர்ட்.
440 போர்ஜரி.
441 போலீஸ்.
442 ப்ராபொஸிஷன்.
443 ப்ராஸிக்யூஷன்.
444 ப்ரிவிகவுன்ஸில்.
445 ப்ரெஸிடென்ட்.
446 ப்ரொஸீடிங்ஸ்.
447 ப்ரொஸீஜர்.
448 மசோதா.
449 மஞ்சூர்.
450 மராமத்து.
451 மனு.
452 மனுதார்.
453 மாகஜீன்.
454 மாகாணம்.
455 மாமூல்.
456 மானேஜ்மென்ட்.
457 மாஜி.
458 மாஜிஸ்ட்ரேட்.
459 மிட்டாதார்.
460 மியுஜியம்.
461 மிராசு.
462 மிராசுதார்.
463 மீட்டிங்.
464 முகதா.
465 முகாசா.
466 முக்காம்.
467 முச்சலிக்கா.
468 முனிசிபாலிடி.
469 முனிசீப்.
470 முன்ஷி.
471 மெம்பர்.
472 யாதாஸ்து.
473 யூனிவர்சிடி
474 ரயத்.
475 ரவானா.
476 ராணுவம்.
477 ராஜி.
478 ராஜினாமா.
479 ரிஜிஸ்டர்.
480 ரிஜிஸ்ட்ரார்.
481 ருஜு.
482 ரூல்.
483 ரெகார்ட்.
484 ரெகார்ட்கீபர்.
485 ரெகுலேஷன்.
486 ரெவினியூ.
487 ரெவினியூ போர்ட்.
488 ரெஸல்யூஷன்.
489 லஞ்சம்.
490 லஸ்கர்.
491 லா.
492 லாக்கப்.
493 லாயர்.
494 லிபரல்.
495 லிஜிஸ்லேடிவ் கவுன்சில்.
496 லீவு.
497 லைஸென்ஸ்.
498 லோகல்பண்ட்.
499 வகாலத்து.
500 வக்கீல்.
501 வஜா.
502 வாபீஸ்.
503 வாயிதா.
504 வாரண்டு.
505 விளம்பரம்.
506 வைசூரி.
507 வைஸ்சான்ஸிலர்
508 வைஸ்ப்ரெஸிடென்ட்.
509 வைஸ்ராய்.
510 வோட்.
511 ஜட்ஜ்.
512 ஜட்ஜ்மெண்டு.
513 ஜப்தி.
514 ஜமாபந்தி.
515 ஜமீன்.
516 ஜமேதார்.
517 ஜரூர்.
518 ஜர்னல்.
519 ஜவான்.
520 ஜாகீர்.
521 ஜாகீர்தார்.
522 ஜாடா.
523 ஜாமீன்.
524 ஜாரி.
525 ஜில்லா.
526 ஜூபிலி.
527 ஜெயில்.
528 ஸதர்.
529 ஸர்தார்.
530 ஸாங்ஷன்.
531 ஸிவிலியன்.
532 ஸின்டிகேட்.
533 ஸெக்ரிடெரி.
534 ஸெடில்மென்ட்.
535 ஸெனெட்.
536 ஸெனெட்ஹவுஸ்.
537 ஸெஷன்கோர்ட்.
538 ஸெஷன்ஜட்ஜ்.
539 ஸொஸைடி.
540 ஸோல்ஜர்.
541 ஸ்டேட்மென்ட்.
542 ஷெட்யூல்.
543 ஷெரீப்.
544 ஹெடாபீஸ்.
545 ஹோதா.

C

List of loan words in respect of all such special terms as are connected with religions other than Hinduism:-

இந்து சமயமல்லாத மற்றைய மதங்களின் சம்பந்தத்தால் தமிழில் வந்து வழங்கும் முக்கியமான சில இரவற்சொற்களின் சாபிதா:-

546 அல்லா.
547 ஈஸ்டர்.
548 கான்வர்ட்.
549 கொரான்.
550 க்ரிஸ்டியன்.
551 க்ரிஸ்டியானிடி.
552 க்ரிஸ்மஸ்.
553 க்ரைஸ்ட்.
554 சர்ச்.
555 சால்வேஷனார்மி.
556 சிலுவை.
557 தசரா.
558 தியாஸபி.
559 தீன்.
560 பஞ்சா.
561 பாதிரி.
562 பாத்தியா.
563 பிஷப்.
564 மசீது.
565 மஸ்தான்.
566 மாதா கோயில்.
567 மிஷனரி.
568 மிஷன்.
569 முல்லா.
570 முஸல்மான்.
571 மைகல்மஸ்.
572 மோஹரம்.
573 ரெவரென்ட்

D

List of loan words in respect of all such special terms as are related to modern science and modern thought which are obviously new to Tamil literature:-

தமிழரது நூல்களுக்கு முழுவதும் நவீனமாய்த் தற்காலத்தில் வழங்கும் சாஸ்திர அபிப்பிராயத்திற்கும் சம்பந்தமான விஷயங்களை விவரிக்கத் தமிழில் வந்து வழங்கும் சில இரவல்மொழிகளின் சாபிதா:-

574 அபாதகிரி.
575 ஆக்சிஜன்.
576 ஆபரேஷன்.
577 ஆயின்ட்மென்ட்.
578 எலக்ட்ரிஸிடி.
579 என்ஜின்.
580 கரென்ட்.
581 கெமிஸ்ட்
582 கெமிஸ்ட்ரி.
583 க்ராமொபோன்.
584 டாக்டர்.
585 டெலக்ராம்.
586 டெலிபோன்
587 ட்ராம்.
588 ட்ராம்கார்.
589 ட்ரிக்னாமெட்ரி.
590 நைட்ரோஜன்.
591 பம்ப்.
592 பாடனி
593 பிஜியாலஜி.
594 பெலூன்.
595 பையாலஜி.
596 புனாக்ரபி.
597 போடக்ராப்.
598 போனக்ராப்.
599 ப்ராப்ளம்.
600 ப்ளான்.
601 மிநிட்
602 மெஷின்.
603 மோட்டார்.
604 ஜியாலஜி.
605 ஜுவாலஜி.
606 ஸயன்ஸ்.
607 ஸர்ஜன்.
608 ஸெகண்ட்.
609 ஹார்மோனியம்.

E

Miscellaneous words which have found their way by common use into Tamil vocabulary:-

தமிழகராதியில் சாதாரணமாகச் சேர்க்கப்பட்டிருக்கும் நானாவித பதங்கள்.

610 அட்டவணை.
611 அட்டன்டென்ஸ்.
612 அட்டிரஸ்.
613 அட்மிஷன்.
614 அண்டா.
615 அதிகரித்தல்.
616 அந்தஸ்து.
617 அப்பர் ஸகெண்டரி.
618 அப்பென்டிக்ஸ்.
619 அம்பக்.
620 அம்பாரம்.
621 அம்பாரி.
622 அயன்.
623 அனுப்புதல்.
624 அன்றாடம்.
625 அஜாடி.
626 அஸிஸ்டென்ட் மாஸ்டர்.
627 ஆக்கர்.
628 ஆக்டிங்.
629 ஆதரவு.
630 ஆத்திரம்.
631 ஆப்ஜெக்ட் லெஸன்.
632 ஆப்ஸென்ட்.
633 ஆப்ஷனல்.
634 ஆலிடே.
635 ஆவரேஜ்.
636 ஆனரபில்.
637 ஆஸ்தி.
638 ஆஸ்பிடல்.
639 இகானமி.
640 இடைஞ்சல்.
641 இம்பொஸிஷன்.
642 இன்டெக்ஸ்.
643 இன்பேஷென்ட்.
644 இன்ஸ்ட்ரக்ஷன்.
645 இன்ஷுரன்ஸ்.
646 இஜார்.
647 இஸ்திரி.
648 உடான்.
649 உட்கார்.
650 உஷார்.
651 எக்ஸிபிஷன்.
652 எட்மாஸ்டர்.
653 எலிமென்டரி.
654 எஸ்டாபிலிஷ் மென்ட்.
655 எஸ்ஸே.
656 ஏராளம்.
657 ஐசாபைசா.
658 ஐவேஜ்.
659 ஒத்தாசை.
660 ஒரிஜினல்.
661 ஒரியன்டல்.
662 ஒளட் பேஷென்ட்.
663 கங்காளம்.
664 கசாலா.
665 கச்சா.
666 கடிதம்.
667 கடுபிடி.
668 கட்டடம்.
669 கபர்தார்.
670 கமான்.
671 கமாஸ்.
672 கமிட்டியார்.
673 கம்பல்ஸரி.
674 கம்மி.
675 கரார்.
676 கலவரம்.
677 களாய்.
678 கஸரத்.
679 கஸாய்.
680 காகிதம்.
681 காசு.
682 காபரா.
683 காமா.
684 காயம்.
685 காயிலா.
686 காலி.
687 காலேஜ்.
688 கால்நடை.
689 காவாலி.
690 காஷ்யூவல்.
691 கிசிமிசி.
692 கிண்டர்காட்டன்.
693 கிண்டன்.
694 கிதாப்.
695 குடித்தினி.
696 குபார்.
697 குமாஸ்தா.
698 குலாசா.
699 குல்லாய்.
700 குஜிலி.
701 குஸ்தி.
702 கைலாக்.
703 கோ-ஆபரேஷன்.
704 கோடா.
705 கோரி.
706 கோர்ஸ்.
707 கோலன்.
708 கோலி.
709 கோளாரு.
710 கோஷா.
711 கௌளி.
712 க்ரிகெட்.

713 க்வயர்.
714 க்ளப்.
715 க்ளீன் காபி.
716 சடாய்த்தல்.
717 சட்னி.
718 சத்தம்.
719 சந்தடி.
720 சந்தா.
721 சப்ளாங் கூட்டுதல்.
722 சரக்கு.
723 சரி.
724 சருவம்.
725 சாதம்.
726 சாப்பாடு.
727 சாம்பார்.
728 சார்ஜ்.
729 சாலக்.
730 சாவடி.
731 சிபார்சு.
732 சுமார்.
733 சொந்தம்.
734 சோக்ரா.
735 சோடாதடி.
736 சௌடால்.
737 டக்.
738 டம்பம்.
739 டெக்ஸ்ட்.
740 டெலிவரி.
741 டெனிஸ்.
742 டோக்கர்.
743 டோபி.
744 டோபிகானா.
745 தகாதா.
746 தண்டா.
747 தபா.
748 தம்பிடி.
749 தயார்.
750 தரப்.
751 தர்பி.
752 தரோபஸ்து.
753 திகில்.
754 திராணி.
755 திவாலா.
756 துகிடி.
757 துரை.
758 துரைசானி.
759 துலை.
760 தென்படுதல்.
761 தேதி.
762 தேவலை.
763 தேவை.
764 தொந்தரவு.
765 தொரகல்.
766 தோப்பரா.
767 தோப்புகரணம்.
768 நபா.
769 நமோது.
770 நம்பர்.
771 நாஜுக்.
772 நிரூபம்.
773 நிஜார்.
774 பக்கா.
775 பங்களா.
776 பங்கா.
777 பங்கி.
778 படா.
779 பந்தோபஸ்து.
780 பயில்வான்.
781 பரவாயில்லை.
782 பர்லாங்.
783 பர்ஸென்டெஜ்.
784 பர்ஸெண்ட்.
785 பலான.
786 பலே.
787 பல்டி.
788 பல்லாக்கு.
789 பஸந்து.
790 பஸ்தி.
791 பாணலி.
792 பாரம்.
793 பாராகிராப்.
794 பார்சல்.
795 பாலம்.
796 பாஸ்.
797 பிசானா.
798 பிளாட்பாரம்.
799 புத்திமதி.
800 புல்ஸ்டாப்.
801 புளுகு.
802 புஸ்டி.
803 பென்ஷன்.
804 பேஜார்.
805 பேஷ்.
806 போகினி.
807 போக்கிரி.
808 போட்டி.
809 பாதை.
810 போஸ்டாபீஸ்.
811 போஸ்டு.
812 ப்ராகெட்.
813 ப்ரூப்.
814 ப்ரைவேட்.
815 ப்ரொகராம்.
816 ப்ளாக்போர்ட்.
817 மதிராஸ்.
818 மாக்ஸிமம்.
819 மாக்ஸிம்.
820 மாடி.
821 மாதிரி.
822 மாலிஸ்.
823 மிடில்ஸ்கூல்.
824 மித்தை.
825 மிமோரியல்.
826 மினிமம்.
827 மினிம்.
828 மீடர்.
829 முகலாயர்.
830 முண்டாஸ்.
831 முஸாபர்.
832 முஸ்திப்பு.
833 மெத்தை.
834 மெஜாரிடி.
835 மேஜர்.
836 மைல்.
837 மைதா.
838 மைதானம்.
839 மைனர்.
840 மைனா.
841 மைனாரிடி.
842 மோஸ்தர்.
843 மோஹரா.
844 யெசமான்.

845 ரக்கை.
846 ரப்காபி.
847 ரயிட்டர்.
848 ரஜா.
849 ரஸ்தா.
850 ராப்தா.
851 ரிக்ஷா.
852 ரிசர்வ்பண்ட்.
853 ரிபேர்.
854 ரிபோர்ட்.
855 ரிமார்க்கு.
856 ரிஜல்ட்.
857 ரிஜிஸ்டர்.
858 ரீடிங்ரூம்.
859 ரெயில்.
860 ரெயில்வேகயிட்.
861 ரெயில்ஸ்டேஷன்.
862 ரேட்.
863 ரேழி.
864 ரொடின்.
865 ரோகா.
866 ரோட்.
867 லகோடா.
868 லாந்தர்.
869 லாயக்.
870 லிஸ்ட்.
871 லீவ்.
872 லுச்சா.
873 லெக்சரர்.
874 லெத்தகராப்.
875 லைப்ரெரி.
876 லோயர் சகெண்டரி.
877 வஸ்தாத்.
878 வஸ்தி.
879 வாராவதி.
880 வாலாயம்.
881 வாலிபன்.
882 வால்யூ பேயபில்.
883 வால்யூம்.
884 விசை.
885 விதம்.
886 ஜடிதி.
887 ஜண்டா.
888 ஜதை.
889 ஜரூர்.
890 ஜல்தி.
891 ஜல்லி.
892 ஜவாப்பு.
893 ஜனரல்.
894 ஜாகா.
895 ஜாடா.
896 ஜாடுமாலி.
897 ஜாடை.
898 ஜாமம்.
899 ஜார்ஜ்டவுன்.
900 ஜாவளி.
901 ஜாஸ்தி.
902 ஜிம்காணா.
903 ஜிம்னாஸ்டிக்.
904 ஜிம்னாஷியம்.
905 ஜேப்பு.
906 ஸபாஷ்.
907 ஸர்டிபிகேட்.
908 ஸலாம்.
909 ஸவாரி.
910 ஸஸ்பென்ட்.
911 ஸாமான்.
912 ஸாவ்கார்.
913 ஸெகண்டரி ஸ்கூல்.
914 ஸெட்.
915 ஸெமிகோலன்.
916 ஸொம்பு.
917 ஸ்காலர்ஷிப்.
918 ஸ்கூல்.
919 ஸ்டாண்டர்ட்.
920 ஸ்பெஷல்.
921 ஸ்போர்ட்ஸ்.
922 ஷார்ட்ஹான்ட்.
923 ஷிகார்.
924 ஹத்.
925 ஹார்னெஸ்.
926 ஹால்.
927 ஹாஜர்.
928 ஹிந்து.
929 ஹைஸ்கூல்.
930 ஹோடல்.
931 ஹோஸ்டல்.

அந்நியபாஷைச் சொற்களை உச்சரிக்க சென்னை சர்வகலாசாலையார் அனுமதியுடன் தமிழில் ஏற்பட்ட புது எழுத்துகள் இரண்டு. *(1)* ப = f ; காபீ = coffee; வேக்பீல்ட் = Wakefield. *(2)* ஸ = z ; கெஸட் = Gazette -

'wherever clearness requires accurate transliteration in respect of the alphabetic sounds represented by the English letters "f" and "z" the symbols ப and ஸ which are very slightly modified forms of the Tamil ப and the **Grantha** ஸ may be used for the purpose. - **'Adopted by the syndicate, University of Madras.**

APPENDIX III

அனுபந்தம் 111.

வர்த்தமான வருஷங்கள்

1. கலியுகாதி.	4. விக்கிரமசகாப்தம்.	7. ஹிஜரா.
2. சாலிவாகன சகாப்தம்.	5. இங்கிலீஷ்.	8. பிரபவாதி.
3. கொல்லமாண்டு.	6. பசலி.	

தமிழ் வருஷங்கள் -60.

1. பிரபவ.	21. சருவசித்து.	41. பிலவங்க.
2. விபவ.	22. சருவதாரி.	42 கீலக.
3. சுக்கில.	23 விரோதி.	43 சௌமிய.
4. பிரமோதூத.	24 விகிர்தி.	44. சாதாரண.
5. பிரசோற்பத்தி.	25. கர.	45. விரோதிகிருது.
6. ஆங்கீரச.	26 நந்தன.	46. பரிதாபி.
7. சீமுக.	27. விசய.	47. பிரமாதீச.
8. பவ.	28 சய.	48. ஆனந்த.
9. யுவ.	29 மன்மத.	49. இராட்சத.
10. தாது.	30 துன்முகி.	50. நள.
11. ஈசுர.	31. ஏவிளம்பி.	51. பிங்கள.
12. வெகுதானிய.	32. விளம்பி.	52. காலயுத்தி.
13. பிரமாதி.	33. விகாரி.	53. சித்தார்த்தி.
14. விக்கிரம.	34. சார்வரி.	54. இரௌத்திரி.
15. விஷு.	35. பிலவ.	55 துன்மதி.
16. சித்திரபானு.	36. சுபகிருது.	56. துந்துபி.
17. சுபானு.	37. சோபகிருது.	57. உருத்திரோற்காரி.
18. தாரண.	38. குரோதி.	58. இரத்தாட்சி.
19. பார்த்திப.	39. விசுவாவசு.	59. குரோதன.
20. விய.	40. பராபவ.	60. அட்சய.

தமிழ் மாதங்கள்.

1. சித்திரை.	5. ஆவணி.	9. மார்கழி.
2. வைகாசி.	6. புரட்டாசி.	10. தை.
3. ஆனி.	7. அற்பிசி (ஐப்பசி.)	11. மாசி.
4. ஆடி	8. கார்த்திகை.	12. பங்குனி

வழக்கில் உள்ள சில சுருக்கெழுத்துகள்.

௵ வருஷம்.	௴ மாதம்.	௳ - தேதி.

தமிழ் வாரம்.

1. ஞாயிறு.	ஞாயி.	4. புதன்.	புத.	7. சனி.	சனி.
2. திங்கள்.	திங்.	5. வியாழன்.	வியா.		
3. செவ்வாய்.	செவ்.	6. வெள்ளி.	வெ.		

இராகு முதலிய காலங்கள்.

வாரம்.	இராகுகாலம்.		குளிகைகாலம்.		எமகண்டன்.	
	மணி முதல்.	மணி வரை.	மணி முதல்.	மணி வரை.	மணி முதல்	மணி வரை
ஞாயிறு	4½	6	3	4½	12	1½
திங்கள்	7½	9	1½	3	10½	12
செவ்வாய்	3	4½	12	1½	9	10½
புதன்	12	1½	10½	12	7½	9
வியாழன்	1½	3	9	10½	6	7½
வெள்ளி	10½	12	7½	9	3	4½
சனி	9	10½	6	7½	1½	3

கிரகங்களின் பெயர்.

1.	சூரியன்.	சூ.	4.	புதன்.	பு.	7.	சனி.	சனி.
2.	சந்திரன்.	ச.	5.	வியாழன்	குரு.	8.	இராகு.	ராகு.
3.	செவ்வாய்.	செ.	6.	சுக்கிரன்.	சுக்.	9.	கேது.	கே

நக்ஷத்திரங்களின் பெயர்.

1.	அசுவனி.	அசு.	10.	மகம்.	ம.	19.	மூலம்.	மூ.
2.	பரணி.	ப.	11.	பூரம்.	பூர	20.	பூராடம்.	பூரா.
3.	கார்த்திகை.	கா.	12.	உத்திரம்.	உ.	21	உத்திராடம்.	உத்.
4.	ரோகணி.	ரோ.	13.	அஸ்தம்.	அஸ்.	22.	திருவோணம்.	திரு.
5.	மிருகசீரிடம்.	மி.	14.	சித்திரை.	சி.	23	அவிட்டம்.	அவி.
6.	திருவாதிரை.	திருவா	15.	சுவாதி.	சு.	24.	சதயம்.	சத.
7.	புனர்பூசம்.	புன.	16.	விசாகம்.	வி.	25.	பூரட்டாதி.	பூரட்
8.	பூசம்.	பூச.	17.	அனுஷம்.	அனு.	26.	உத்திரட்டாதி.	உட்.
9.	ஆயிலியம்.	ஆ.	18.	கேட்டை.	கே.	27.	ரேவதி.	ரே.

லக்கினங்களின் பெயர்.

1.	மேஷம்.	மே.	5.	சிம்மம்.	சிம்	9.	தனுசு.	தனு.
2.	ரிஷபம்.	ரிஷ.	6	கன்னி.	கன்.	10.	மகரம்.	மகர.
3.	மிதுனம்.	மிது.	7.	துலாம்.	துலா.	11.	கும்பம்.	கும்.
4.	கடகம்.	கட	8.	விருச்சிகம்.	விரு.	12.	மீனம்.	மீன.

திதிகளின் பெயர்.

1.	பிரதமை.	பி.	7.	சப்தமி.	சப்.	13.	திரயோதசி.	திர.
2.	துவிதியை.	து.	8.	அஷ்டமி.	அஷ்.	14.	சதுர்த்தசி.	சது.
3.	திரிதியை.	தி.	9.	நவமி.	ந.	15.	அமாவாசியை.	●
4.	சதுர்த்தி.	ச.	10.	தசமி.	த.		அல்லது	
5.	பஞ்சமி.	ப.	11.	ஏகாதசி.	ஏ.		பௌர்ணமி.	○
6.	சஷ்டி.	சஷ்.	12.	துவாதசி.	து.			

திதி என்பது ஆகாயத்தில் சந்திரனுக்கும் சூரியனுக்கும் உள்ளதூரம்.

யோகங்களின் பெயர்.

1.	விஷ்கம்பம்.	விஷ்.	10.	கண்டம்.	கண்.	19.	பரிகம்.	பரி.
2.	பிரீதி.	பிரீ.	11.	விருத்தி.	விரு.	20.	சிவம்.	சிவ.
3.	ஆயுஸ்மான்.	ஆயு.	12.	துருவம்.	துரு.	21.	சித்தம்.	சித்.
4.	சௌ பாக்கியம்	சௌ.	13.	வியாகாதம்.	வியா.	22.	சாத்தியம்.	சாத்.
5.	சோபனம்.	சோ.	14.	அரிஷணம்.	அரி.	23.	சுபம்.	சுப.
6.	அதிகண்டம்.	அதி.	15.	வச்சிரம்.	வச்.	24.	சுப்பிரம்.	சுப்.
7.	சுகர்மம்.	சுக.	16.	சித்தி.	சித்.	25.	பிரமம்.	பிர.
8.	திருதி.	திரு.	17.	விதிபாதம்.	விதி.	26.	ஐந்திரம்.	ஐந்.
9.	சூலம்.	சூல.	18.	வரியான்.	வரி.	27.	வைதிருதி.	வை.

யோகம் என்பது ஆகாயத்தில் ஒரு குறித்த இடத்திலிருந்து சூரியனுஞ் சந்திரனுஞ் செல்லுகிற மொத்ததூரம்.

கரணங்களின் பெயர்.

1.	பவம்.	பவ.	5.	கரசை.	கர.	9.	சதுர்ப்பாதம்.	சது.
2.	பாலவம்.	பால.	6.	வனசை.	வன.	10.	நாகவம்.	நாக.
3.	கௌலவம்.	கௌ.	7.	பத்திரை.	பத்.	11.	கிமிஸ்துக்கினம்.	கிமி.
4.	தைதுலை.	தை.	8.	சகுனி.	சகு.			

கரணம் என்பது திதியில் பாதி.

மூன்றாம் பிறை.

பங்குனியும், சித்திரையும்- தென்கோடுயரவேண்டும்; வைகாசி முதல் மார்கழி வரை - வடகோடுயரவேண்டும்; தையும், மாசியும்-சமமாக இருக்கவேண்டும்.

மேற்கண்டபடி மூன்றாம் பிறை இராவிடில் அவ்வருஷம் கலகம், பஞ்சம், அரசர்கள் மரணம்நேரிடும்.

இராசிகளின் பெயர்.

1.	மேடம்.	மே.	5.	சிங்கம்.	சிங்.	9.	தனுசு.	தனு.
2.	இடபம்.	இட.	6.	கன்னி.	கன்.	10.	மகரம்.	மக.
3.	மிதுனம்.	மிது.	7.	துலாம்.	துலா.	11.	கும்பம்.	கும்.
4.	கர்க்கடகம்.	கட.	8.	விருச்சிகம்.	விரு.	12.	மீனம்.	மீன்.

பக்ஷங்களின் பெயர்.

1. அமரபக்ஷம் அல்லது கிருஷ்ணபக்ஷம். (தேய்பிறை.)

2. பூர்வபக்ஷம் அல்லது சுக்கிலபக்ஷம். (வளர்பிறை.)

பஞ்சபட்சிகளின் பெயர்.

1. ஆந்தை.
2. காகம்.
3. கோழி.
4. மயில்.
5. வல்லூறு.

பஞ்சபட்சிகளின் தொழில்.

1. அரசு.
2. ஊண்.
3. நடை.
4. துயில்.
5. சாவு.

வாரசூலை, சூலைபரிகாரம்.

வாரம்.	வாரசூலை.	நாழிகை	சூலை பரிகாரம்.	
ஞாயிறு	மேற்கு, வடமேற்கு	12	வெல்லம்	மேற்குறித்த நாழிகை வரையும்சூல தோஷமாம். அவசியமாய்ப் பிரயாணஞ்செய்ய வேண்டுமானால் மேற்கண்ட நாழிகைக்குமேல் பிரயாணஞ் செய்யலாம்.
திங்கள்	கிழக்கு, தென்மேற்கு	8	தயிர்	
செவ்வாய்	வடக்கு, வடமேற்கு	12	பால்	
புதன்	வடக்கு, வடகிழக்கு	16	பால்	
வியாழன்	தெற்கு, தென்கிழக்கு	20	தைலம்	
வெள்ளி	மேற்கு, தென்மேற்கு	12	வெல்லம்	
சனி	கிழக்கு, தென்கிழக்கு	8	தயிர்	

கிரகணங்கள் - 2.

1. சூரியக்கிரகணம்.
2. சந்திரக்கிரகணம்.

இந்துக்களின் முக்கிய பண்டிகைகள்.

வருஷப்பிறப்பு.
ஸ்ரீராமநவமி.
போதாயன சூத்திரசர்வ உபாகர்மம்.
ருக்பிரதம உபாகர்மம்.
வரலட்சுமி விரதம்.
ஆவணி அவிட்டம்.
காயத்திரி ஜெபம்.
கோகுலாஷ்டமி.

ஸ்ரீ கிருஷ்ண ஜயந்தி.
விநாயக சதுர்த்தி.
மாளய அமாவாசை.
ஆயுத பூஜை.
விஜயதசமி.
தீபாவளி.
கேதாரி விரதம்.
கந்தர் சஷ்டி.
கார்த்திகை தீபம்.

வைகுண்ட ஏகாதசி.
ஆருத்திர தரிசனம்.
போகி பண்டிகை.
பொங்கல்.
மாட்டுப்பொங்கல்.
ரதசப்தமி.
தைப்பூசம்.
மஹா சிவராத்திரி.
யுகாதி பண்டிகை.

மகம்மதியர்களின் பண்டிகை, உருஸுகள்.

மகம்மது வருஷப்பிறப்பு.
யோமே ஆஷுரா.
ஷஹாதத் ஷோஹோதா.
பீர்பைல்வான் உருஸு.
தேராதேஜி.
ஆக்ரிஷரர்ஷம்பா.
பாரா - வபாத் (ஈதுல் மீலா தேஸரீப்.)
யாஸ்தும்ஷெரீப்.
ஹமீத் அவுலியாபாக்ஷா உருஸு.
பரீட் உட் டீன்சயித் உருஸு.
புத்துசயீத் உருஸு.
பத்தாக்ஷா உருஸு.
சயித்க்ஷா அமிதுத்தீன்காதர் அவுலியா பாக்ஷா கஞ்ஜேசவாயி.
பப்புமஸ்தான் சாயபு உருஸு.
சயித்காஜா மஹம்மத்நயிம்முத்தீன் சிஷ்டிகாதரீ.
ஷாபேமீராஜ்.
ஷாவேபராத்.
சயித்க்ஷா மூசாகாதரீ உருஸு.
சயித்க்ஷா முர்த்துஜாபாக்ஷாகாதரீஉருஸு.
சயித்ஷா க்ஷர்புத்தீன் பூஆலி கலந்தர் உருஸு.
நத்தட் அவுலியாபாக்ஷா உருஸு.
க்ஷபேகதர்.
ஜும்மதுல்விதா.
ரம்ஜான்குத்பா பண்டிகை.
டிப்பு அவுலியபாக்ஷா உருஸு.
காஜாபந்தே நவாஸ்கேசூதாஸ் உருஸு (குல்பர்க்கா.)
அர்ப்பா (மெக்காவுக்கு யாத்திரைநாள்.)
பக்ரீத் பண்டிகை.
தாதேஷா உருஸு.
தமீம் ஏ அன்சாரீபாக்ஷா உருஸு.

கிறிஸ்தவர்களின் முக்கிய பண்டிகைகள், திருநாட்கள்.

விருத்தசேதனத் திருநாள்.
மூன்று அரசர்கள் திருநாள்.
தேவமாதவின் சுத்திகரத்திருநாள்.
ஆர்ச்.லூத். மாதாக்காட்சி.
விபூதித் திருநாள்.
அர்ச் சூசையப்பர் திருநாள்.
அர்ச் மரியாயிக்கு மங்கள வார்த்தைத் திருநாள்.
குருத்து ஞாயிறு.
பெரிய வியாழன்.
பெரிய வெள்ளி.
பாஸ்கு ஞாயிறு.
அர்ச் சூசையப்பரின் அடைக்கலத் திருநாள்.
கர்த்தர் பரலோகத்துக்கு எழுந்தருளின திருநாள்.
ஸ்பீரித்து சாந்துவின் திருநாள்.
திவ்விய நற்கருணைத் திருநாள்.
சேசுநாதரது இருதயத்தின் திருநாள்.
அர்ச் தேவமாதா மோக்ஷத்துக்கு எழுந்தருளின திருநாள்.
தேவமாதா பிறந்த நாள்.
சகல அர்ச்சிய சிஷ்டவர்களின் திருநாள்.
உத்தரிக்கிற ஆத்துமாக்களின் திருநாள்.
ஆகமனகாலம்.
கர்த்தர் பிறந்த நாள்.
மாசிலாக் குழந்தைகளின் திருநாள்.

இந்துதேச நாணயம்.

12 பைஸ் (காஸ், தம்பிடி) 1 அணா.
16 அணா 1 ரூபாய்.
3 ரூ. 8 அணா அல்லது 3½ ரூ. 1 வராகன்.
ரூ. 16. 1 தங்க மொஹரா.(தற்காலம் உபயோகத்தில் இல்லை.)

இங்கிலிஷ் நாணயம்.

4 பார்திங்	1 பென்னி.	2 ஷிலிங்	1 பிளாரின்.
12 பென்ஸ்	1 ஷிலிங்.	5 ஷிலிங்	1 கிரௌன்.
20 ஷிலிங்	1 பவுன் அல்லது ஸாவரன்.	21 ஷிலிங்	1 கினி.
		27 ஷிலிங்	1 மாய்டோர்.

ஸாவரன் (பவுண்) தற்காலம் ரூ. 15 பெறுமானது.

இந்திய இம்பீரியல் நிறை.

இது உப்பு நிறுக்கிறதற்காகவும், இருப்புப்பாதை மார்க்கமாய் அனுப்பப்படும் சாமான்கள் நிறுக்கிறதற்காகவும் உபயோகப்படுகிறது.

ஒரு ரூ. எடை அல்லது 180 க்ரெய்ன் 1 தோலா.

80தோலா	1சேர்.	40 சேர்	1மணங்கு.

இந்திய நீட்டலளவை.

3 வாற்கோதுமையளவு	1 அங்குலம்.
3 அங்குலம்	1 விரற்கடை.
9 அங்குலம்	1 சாண்.
12 அங்குலம்	1 அடி
3 அடி	1 கெஜம்.
1½ அடி	1 முழம்.
5 அடி	1 நடை அல்லது போக்கு.

சென்னை முகத்தலளவை.

8 ஆழாக்கு	1 படி	80 பறை	1 கரிசை.
8 படி	1 மரக்கால்.	12 மரக்கால்	1 கலம்.
5 மரக்கால்	1 பறை.	21 மரக்கால்	1 கோட்டை.

ஒரு மரக்கால் 1 குறுணியென்றும், 2 மரக்காலை பதக்கு என்றும் சொல்லுவார்கள். 1 படி 100 கன அங்குலம் அளவுள்ளது.

இந்திய கால அளவை.

60 வினாடி	1 நாழிகை.	1 நாழிகை	24 நிமிஷம்.
7½ நாழிகை	1 ஜாமம்.	2½ நாழிகை	1 மணி.
8 ஜாமம்	1 நாள்.		

இங்கிலிஷ் கால அளவை.

60 செகன்ட்	1 மினிட் அல்லது நிமிஷம்.	24 மணி	1 நாள்.
60 நிமிஷம்	1 மணி	7 நாள்	1 வாரம்.

சாதாரணமாக 1 வருஷத்திற்கு 52 வாரம் என்று கணக்கிடுவார்கள். 365 நாள் 1 சாதாரண வருஷம். 366 நாள் 1 லீப் வருஷம்.

31 நாள் உள்ள மாதங்கள்.

ஜனுவரி, மார்ச், மே, ஜூலாய், ஆகஸ்ட், அக்டோபர், டிஸெம்பர்.

30 நாள் உள்ள மாதங்கள்.

ஏப்ரல், ஜூன், செப்டெம்பர், நவம்பர்.

லீப் வருஷத்தை அறிவதற்குக் குறிப்பு:-

ஒரு வருஷத்தைக் குறிக்கும் எண்ணை 4 ஆல் வகுக்கும்போது மிச்சமில்லையென்றால் அது லீப் வருஷமென்று அறிக. உதாரணமாக: 1884, 1888, 1892, 1896-ம் வருஷங்கள் லீப் வருஷங்களாம்.

இங்கிலிஷ் நீட்டலளவை.

12 அங்குலம்	1அடி.	8 பர்லாங்	(1,760கெஜம்) 1 மைல்.
3 அடி	1 கெஜம்.	5½ கெஜம்	1 போல்.
220 கெஜம்	1பர்லாங்.	40 போல்	1 பர்லாங்.

நில அளவையில் 100 லிங்க்ஸ் 1 சங்கிலி 22 கெஜம்.

10 சங்கிலி	1 பர்லாங்.	3 மைல்	1 லீக்.

இங்கிலிஷ் நிறுத்தலளவை.

16 ட்ராம்	1 அவுன்ஸ் (அவு.)	4 குவாட்டர்	1 அந்தர் (அந்.)
16 அவுன்ஸ்	1 பௌன்ட் (பௌ.)	20 அந்தர்	1 டன்.
28 பௌன்ட்	1 குவாட்டர் (கு.)		

14 பௌன்ட் நிறை கொண்டது 1 ஸ்டோன்.

இங்கிலிஷ் முகத்தலளவை.

இது தண்ணீர், திராட்சரசம் முதலியவை அளக்கிறதற்கு.

2பைன்ட்	1 குவாட்.	36 கலன்	1 பாரல்.
4 குவாட்	1 கலன்.		

தானியதவஸம் அளக்கிறதற்கு.

2 கலன்	1பெக்.	8 புஷல்	1 குவாட்டர்.
4 பெக்	1 புஷல்.	5 குவாட்டர்	1 லோட்.

எண்வாய்பாடு.

12 உருப்படி	1 டஜன்.	24 காகிதத்தாள்	1 குயர்.
12 டஜன்	1 க்ரோஸ்.	20 குயர்	1 ரீம்.
20 உருப்படி	1 ஸ்கோர்.	10 ரீம்	1 பேல் அல்லது கட்டு.

இங்கிலிஷ் நிறுத்தலளவை.

இது பொன் வெள்ளியை நிறுக்க உபயோகப்படுகிறது.

4 கிரெய்ன்.	1காரெட்.	12 அவுன்ஸ்	1 பவுன்ட்
24 கிரெய்ன்	1 பென்னி வெயிட்.	5760 கிரெய்ன்ஸ்	1 பவுன்ட்
20 பென். வெயி.	1 அவுன்ஸ்.		

இங்கிலிஷ் நிறுத்தலளவை.

இது அப்பாத்தகிரிகள் மருந்தை நிறுக்கும்போது உபயோகப்படுவது.

20 க்ரெயின்	1 ஸ்குரூப்ல்.	8 டிராம்	1 அவுன்ஸ்.
3 ஸ்குரூப்ல்	1 டிராம்.	12 அவுன்ஸ்	1 பவுண்ட்

இங்கிலிஷ் நீட்டலளவை.

இது அப்பாத்தகிரிகள் ஒரு பொருளை அளவிடுதற்கு உபயோகமாவது.

1 பிலுய்ட்மினம் .0045. கியுபிக் அங்குலம்.
60- மினிம்ஸ் 1 பிலுய்ட் டிராம்.
8 டிராம் 1 பிலுய்ட் அவுன்ஸ்.
20 அவுன்ஸ் 1 பிண்ட்.

ப்ரிடிஷ் ஸ்கொயர் மெஷர்.

144 (12^2) சதுர அங். கொண்டது	1சதுர அடி.
9 (3^2) சது. அடி	1 சது. கெஜம்.
484 (22^2) சது. கெ	1 சது.சங்கிலி.
10 ச.சங்.	1 ஏகர்.
$30^1/4$ $(5½)^2$ ச.கெ.	1 ச.போல்.
16 (4^2) ச.போ.	1 ச. சங்கிலி.
6400 (80^2) ச.சங்கிலி.	1 ச. மைல்.

பின்வருவனவும் வழங்குகின்றன.

40 ச.போல் கொண்டது	1 ரூட்
4 ரூட் (4840 ச.கெ.)	1 ஏகர்.
100^2 (10,000 ச.லிங்க்ஸ்)	1 ச. சங்கிலி.
10 ச.சங்கிலி	1 ஏகர்.
640 ஏகர் $(1760)^2$ ச.கெ	1 சதுர மைஸ்.

சென்னை சதுர அளவு

மட்ராஸ் ஸ்கொயர் மெஷர்.

2,400 சதுர அடி	1 மனை.
24 மனை	1 காணி.
1காணி	6,400சது.கெ.
160 ஏகர்	121 காணி.
100 ஸெண்டு	1 ஏகர்.

வாக்கியங்களும், கவிகளும் தெளிவாய் அர்த்தமாவதற்கு இடும் அடையாளங்கள்.

, கால்புள்ளி (கமா)
; அரைப்புள்ளி (ஸெமிகோலன்)
: முக்கால்புள்ளி (கோலன்)
. முற்றுப்புள்ளி (புல்ஸ்டாப்)
" மேற்கோள் ஆரம்பக்குறி (கொடேஷன்)
" மேற்கோள் முடிவுகுறி (கொடேஷன் ரிவெர்ஸ்)
() விளக்கக்குறி, இடைப்பிறவரற் குறி (பிராக்கெட்)
- கீறல். (டாஷ்)
- சிறு கீறல், இணைமொழிக்குறி (ஐபன்)
* நக்ஷத்திரப்புள்ளி, உடுக்குறி (ஸ்டார்மார்க்)
+ சிலுவைக்குறி
! வியப்பு அல்லது இரக்கக்குறி
?வினாக்குறி.

அச்சுப்பிரதியில் தவறானவற்றை திருத்துவதற்கேற்பட்ட குறிகள்.

∂ நீக்கிவிடுக.

↻ சரியாகத் திருப்பி அமைக்க.

இரண்டு எழுத்துக்களுக்கு, சொற்களுக்கு அல்லது வரிகளுக்கு இடையே போதுமான இடம் விடுக.

⁀ விலகி இருக்கும் எழுத்துக்களை இணைத்து விடுக.

⌊ ⌋ வலமாகவாவது இடமாகவாவது நகர்த்துக.

⌐ எழுத்தை அல்லது சொல்லைமேலே உயர்த்துக.

⌴ எழுத்தை அல்லது சொல்லைக்கீழே தாழ்த்துக.

⊥ ஏதுவின்றித் தோன்றும் இடத்தைப்பற்றிக் கவனிக்க.

× விளக்கமாய்த் தெரியாத எழுத்தைக் கவனிக்க.

^ இக்குறி விடப்பட்டவற்றைத் தெரிவிக்கிறது; அவ்வாறு விடுபட்ட எழுத்தையோ அன்றி சொல்லையோ பிரதியின் ஓரத்தில் எழுதவேண்டும்.

? இது சந்தேகத்திற் கிடமானதைத் தெரிவிக்கிறது.

⊏ கோணலாயிருப்பதை நேராயமைக்க.

~ வேறு பங்கி (Para=பாரா) அல்ல; முன் பங்கியின் தொடர்பு.

Par. வேறு பங்கியாகப் பிரிக்க.

Rom. ரோமன் வடிவெழுத்தாக மாற்றுக.

l.c. சிறிய வடிவில் அமைக்க.

tr. இடம் மாற்றி வேற்றிடத்தில் அமைக்க.

w.f. மாறான எழுத்தை நீக்கிப் பொருத்தமானதை அமைக்க.

— எதைச் சாய்ந்த வடிவில் அமைக்கவேண்டுமோ அதன்கீழ் இக்கோட்டை வரைவதுடன், பிரதியின் ஓரத்தில் *ital.* என்று எழுதவேண்டும்.

= எதைப் பெரிய எழுத்தின் வகையில் சிறிய எழுத்தை அமைக்கவேண்டுமோ, அதன் கீழ் இக்குறியை வரைந்துப் பிரதியின் ஓரத்திலும் Sm. Cap. என்று எழுதவேண்டும்.

≡ எதைப் பெரிய எழுத்தின் வகையில் அமைக்கவேண்டுமோ அதன்கீழ் இக்குறியை வரைந்து பிரதியின் ஓரத்தில் Cap. என்று எழுதவேண்டும்.

~~~ இக்குறி தடித்த எழுத்துக்களில் அமையவேண்டுமென்பதைக் குறிக்கிறது. பிரதியன் ஓரத்தில் Bolder என்று எழுதவேண்டும்.

— — விடுபட்ட சொற்களைப் பிரதியின் ஓரத்தில் எழுதிச் சொற்களின் முன்னும் பின்னும் இக்குறியை இடவேண்டும்.

... ... எதை முதலில் வேண்டாமென அடித்துவிட்டுப் பிறகு அதையே அவ்விடத்திலேயே அமைக்கவேண்டுமென ஏற்பட்டதோ அப்பொழுது அதன் கீழ் இக்குறியை இட்டுப் பிரதியின் ஓரத்தில் Stet என்று எழுதவேண்டும்.
~~~

அச்சுப்பிரதியில் தவறானவற்றைத் திருத்துவதற்கேற்பட்ட முன்பக்கத்திலுள்ள குறிகளை எவ்விதம் உபயோகிப்பதென்பது கீழ்க்கண்டமாதிரியில் அறியக்கிடக்கிறது.

சங்கிரமதி: — நாயகத் தேவரீர் கானகஞ்
செனருல் அடியாள் ஏன்பிரிந்து தனியே இருத்
தல்வேண்டு ம். அன்றுடகன்னமாநகரத்தில்
என்னைத் திருமணஞ்செய்த காலத்தில் தே
வரீர் எ னது கரத்தைப்பற்றி, வாழ்விலும
தாழ்விலும், இன்பத்திலும்-துன்பத்திலும பிரி
யேன் என்று வேள்வித்தீயின் முன்பு, பெரி
யோர் சாட்சியாகத் வர்சத்தியஞ் செய்திரன்
ரே? அதுபோலவே அடியாளும் தேவீரருக்கு
உறுதியுரை தந்தது என் மனத்தைவிட்டுச் சிறி
தும் அகலவில்லைஎனது மொழிமாறுமல் தேவ
ரீரை யான் எக்காலத்திலும் எவ்விடத்திலும
பிரியாதிருக்க உறுதிகொணடிருப்பதையறிந்
தும், தேவரீர் மட்டும் அதைத்தட்டி நடக்
கத்தணைப்படுதல் தகுமோ! தெய்வச்செயலி
லாவது நல்லொழுக்கத்தின் காரணமாகவாவது
ஒருகால் பிரிதலன்றி, வேறுவகையால் எவ
வாறுபிரிதல்கூடும்; தண்ணீரினின்றும் தண்மை
பிரியுமோ, தீயினின்றும் வெம்மை பிரியு
மோ.
இவை தனித்தனி பிரிதலுண்டானல்
நாமும பிரிதலாகும் மற்றும் அடியாள் உட
லும் உயிர்பிரியின் உடல்மாத்திரம் எவ்வாறு
வாழும். ஆதலால், அடியாளைவிட்டுச் செல்
லும் எண்ணம் எவ்வாறுலும் வேண்டா.

சந்திரமதி:—நாயக! தேவரீர் கானகஞ் சென்றால், அடியாள் ஏன் பிரிந்து தனியே இருத்தல் வேண்டும். அன்று கன்னமாநகரத்தில் என்னைத் திருமணஞ் செய்த காலத்தில் தேவரீர் எனது கரத்தைப்பற்றி, "வாழ்விலும்—தாழ்விலும், இன்பத்திலும் — துன்பத்திலும் பிரியேன்" என்று வேள்வித் தீயின்முன்பு, பெரியோர் சாட்சியாக வாக்குத் தத்தஞ் செய்திரன்றோ? அதுபோலவே அடியாளும் தேவரீருக்கு உறுதியுரை தந்தது; என் மனத்தை விட்டுச் சிறிதும் அகலவில்லை. எனது மொழி மாறாமல் யான் தேவரீரை எக்காலத்திலும் எவ்விடத்திலும் பிரியாதிருக்க உறுதிகொண்டிருப்பதையறிந்தும், தேவரீர்மட்டும் அதைத்தட்டி நடக்கத் தலைப்படுதல் தகுமோ! தெய்வச் செயலினாலாவது, நல்லொழுக்கத்தின் காரணமாகவாவது ஒருகால் பிரிதலன்றி, வேறு வகையால் நாம் எவ்வாறு பிரிதல்கூடும்; தண்ணீரினின்றும் தண்மை பிரியுமோ, தீயினின்றும் வெம்மை பிரியுமோ. இவை தனித்தனி பிரிதலுண்டானால் நாமும் பிரிதலாகும். மற்றும் அடியாள் உடலும் தேவரீர் உயிருமான போது, உயிர் பிரியின் உடல்மாத்திரம் எவ்வாறு வாழும். ஆதலால், அடியாளைவிட்டுச் செல்லும் எண்ணம் எவ்வாற்றாலும் வேண்டா.

471-ஆம் பக்கத்தில் ஒவ்வொரு வரியிலுமுள்ள பிழைகளின் விவரம்.

வரி 1. 'சந்திரமதி' என்பதைப் பெரிய எழுத்தில் அமைக்க; காயகக என்பதில் ஒரு ககரத்தை நீக்கிவிடுக. காயக என்ற சொல்லுக்குமுன் ஆச்சரியக்குறி அமைக்க.

வரி 2. அடியாள் என்பதிலுள்ள 'டி' எனுமெழுத்தைச் சரியாகத் திருப்பி அமைக்க; என் பிரிந்து என ஒன்றுசேர்ந்து இருப்பதை 'என்' எனவும் 'பிரிந்து' எனவும் விலகியிருக்கும்படி அமைக்க.

வரி 3. 'தல்வேண்டு' எனவும் 'ம்' எனவும் விலகியிருக்கும் எழுத்துக்களை இணைத்துவிடுக; அன்று என்பதற்கும் கன்னமாநகரத்தில் என்பதற்கும் இடையே மிகுந்த இடமில்லாதபடி சற்று இடமாக நகர்த்தியமைக்க.

வரி 4. 'என்னைத்' என்பதற்கும் 'திருமணஞ்செய்த' என்பதற்கும் மத்தியில் அதிக இடமில்லாதிருக்கும்படி சற்று இடமாக நகர்த்துக; காலத்தில் என்பதில் விளக்கமாய்த் தெரியாத 'த்' எனு மெழுத்தைக் கவனிக்க.

வரி 5. 'ஏ' எனவும் 'னது' எனவும் விலகியிருக்கும் எழுத்துக்களை இணைத்து விடுக; 'வாழ்விலும்' என்பதன்பின் மேற்கோள் ஆரம்பகுறியை அமைக்க.

வரி 6. 'துன்பத்திலும்' என்பதில் புரட்டியுள்ள பகரத்தைச் சரியாகத் திருப்பி அமைக்க.

வரி 7. 'யேன்' என்பதற்குமுன் மேற்கோள் முடிவுகுறியை அமைக்க; நீயின் என்பதில் இரட்டித்துள்ள யிகரங்களில் ஒரு யிகரத்தை நீக்கி விடுக.

வரி 8. 'சாட்சியாகத்' என்பதிலுள்ள 'த' எனுமெழுத்தை நீக்குக.

வரி 9. 'ரோ' என்பதற்குப் பின்னுள்ள வினக்குறியைச் சற்று மேலே உயர்த்துக; தேவீரிருக்கு என்பதில் தவருயுள்ள 'வீ' எனுமெழுத்தை நீக்கி அதற்குப்பதில் 'வ' என்பதை அமைக்க; 471-ஆம் பக்கத்தில் 9-ஆம் வரியில் திருத்தக்குறி இடாமல் இருப்பதைக் கவனிக்க.

வரி 10. 'தந்தது' என்பதற்கும் மனத்தைவிட்டுச் என்பதற்கும் இடையிலுள்ள என் என்பதைச் சரியான வரியில் அமைக்க.

வரி 11. 'அகலவில்லை' என்பதன்முன் முற்றுப்புள்ளியை அமைக்க.

வரி 12. 'தேவரீரை' என்பதற்குப் பின்னாக உள்ள 'யான்' எனும் பதத்தை இடமாற்றி யான் தேவரீரை எனவரும்படி அமைக்க.

வரி 13. 'பிரியாதிறுக்க' என்பதிலுள்ள றுகரத்திற்குப்பதில் ருகரத்தை அமைக்க; 13, 14, 15 வரிகள் நேராயிருக்கவேண்டும்.

வரி 15. 'கத்தடைப்படுதல்' என்றிருப்பதிலுள்ள 'டை' என்னுமெழுத்தை நீக்கி 'லை' என்னுமெழுத்தை அமைக்க; தகுபோ என்பதில் பகரத்தை ஒழித்து அதற்குப்பதில் மகரத்தை அமைக்க; தெய்வச் செயலினு என்பதை தடித்த எழுத்துக்களில் அமைக்க.

வரி 16. லாவது நல்லொழுக்கத்தின் காரணமாகவாவது என்பதைத் தடித்த எழுத்துக்களில் அமைக்க.

வரி 17. ஒருகாள் என்பதில் ளகரவொற்றை நீக்கி லகரவொற்றை அமைக்க; வேறுவகையால் என்பதன்முன் நாம் எனும்சொல்லைக் கூட்ட வேண்டுமோ வேண்டாமோ என்ற சந்தேகம்.

வரி 18. தண்மை என்பதைத் தடித்த எழுத்துக்களில் அமைக்க.

வரி 19. தீபினின்றும் என்பதிலுள்ள 'பி'கரத்தை ஒழித்து 'யி'கரமாக அமைக்க; வெம்மை என்பதைத் தடித்த எழுத்துக்களில் அமைக்க.

வரி 21. புது பாராவல்ல (பங்கி) முன்பாராவின் தொடர்பு.

வரி 22. பிரிதலாகும் என்பதன்முன் முற்றுப்புள்ளியமைக்க.

வரி 23. 'னும்' என்பதற்குமுன் விடுபட்ட சொற்களான தேவரீர் உயிருமான போது என்றவைகளைக் கூட்டியமைக்க.

வரி 25. எண்ணம் என்பதில் உள்ள 'ண'கரத்தைச் சரியான வடிவில் அமைக்க.

HOW TO CORRECT PRINTERS' PROOFS

The frequent use of soap being absolutely indispensable it is important to obtain it free from noxious ingredients. Too often, however, the most poisonous adulterations are found in toilet soaps, causing numerous skin Troubles, the origin of which is unsuspected. It is with the fullest confidence that the proprietors of Pears' Transparent Soap recommend their manufacture to the notice of those not already acquainted with its long-established merits. [This soap, which has enjoyed the highest reputation amongst the aristocracy since its invention in 1789, is prepared solely from the purest materials, and undergoes a refining process, by which all excess of alkaline matter is expelled, and a beautiful transparency imparted to it; whilst its amber colour is acquired by age only, without the addition of any foreign matter. For its delightful fragrance " and beautiful appearance, it commends itself as the greatest luxury of the toilet.

No medicinal properties are claimed for Pears' Transparent Soap, but the above-mentioned special characteristics, together with its absolute purity, have obtained for it testimonials of the highest order (which may be seen at their Depot). The recommendation of the following eminent authorities, amongst numerous others, is sufficient guarantee for the excellence of its soap.

As there are numerous imitations of Pears' Transparent Soap, it is necessary to obtain it of a

Line 1 Capital letters, not lower case.
,, 2 Alter 'a' to 'e'.
,, 3 Insert comma.
Lines 3, 13 & 15 Delete 'i' and 's'.
,, 4 & 7 Transpose 'o' and 's' and 'r' and 'a'.
Line 5 Change to small (lower case) letter.
,, 6 Full-point, not comma.
,, 6 Change *italics* to roman letters.
,, 7 Change to bolder type.
,, 8 Let it stand.
,, 9 Insert 'i'.
,, 9 Commence new paragraph.
,, 10 Alter to small capitals.
,, 12 Change bad letter.
,, 14 Insert hyphen.
,, 15 Insert space between words.
,, 15 Insert the word 'rich'.
,, 17 Change full point to semi-colon.
,, 17 Alter capital 'F' to lower case.
,, 18 Insert quotation marks.
,, 19 Not new paragraph.
,, 20 Straighten type.
,, 20 Turn letter.
,, 21 Alter roman to *italics*.
,, 22 Delete commas; insert dashes.
Lines 23, 24 & 25 Range line at sides.
Line 24 Change to accented letter.
,, 25 Equalise spacing between words.
,, 27 Alter word 'its' to 'the'.
,, 27 Change wrong-fount letter.
,, 28 Delete or take out.
,, 29 Take out space and close up.